McDougal Littell High School
Math

Multi-Language Visual Glossary

The Multi-Language Visual Glossary presents the vocabulary used in high school math courses. It is given in the following languages:

English

Spanish

Chinese

Vietnamese

Cambodian

Laotian

Arabic

Haitian Creole

Russian

Portuguese

There is also an appendix listing more than 35 academic vocabulary words in these languages.

McDougal Littell
A DIVISION OF HOUGHTON MIFFLIN COMPANY
Evanston, Illinois • Boston • Dallas

ISBN-13: 978-0-618-73686-7

ISBN-10: 0-618-73686-7 123456789-CKI-10 09 08 07 06

MULTI-LANGUAGE VISUAL GLOSSARY

Contents

Language

English	1–64
Spanish	65–130
Chinese	131–191
Vietnamese	193–257
Cambodian	259–320
Laotian	321–386
Arabic	387–447
Haitian Creole	449–511
Russian	513–583
Portuguese	585–650
Academic words	651–652

ENGLISH

A

absolute deviation The absolute deviation of a number x from a given value is the absolute value of the difference of x and the given value:

$$\text{absolute deviation} = |x - \text{given value}|$$

If the absolute deviation of x from 2 is 3, then $|x - 2| = 3$.

---

absolute value The absolute value of a number a is the distance between a and 0 on a number line. The symbol $|a|$ represents the absolute value of a.

$|2| = 2$, $|-5| = 5$, and $|0| = 0$

---

absolute value equation An equation that contains an absolute value expression.

$|x + 2| = 3$ is an absolute value equation.

---

absolute value function A function that contains an absolute value expression.

$y = |x|$, $y = |x - 3|$, and $y = 4|x + 8| - 9$ are absolute value functions.

---

absolute value of a complex number If $z = a + bi$, then the absolute value of z, denoted $|z|$, is a nonnegative real number defined as $|z| = \sqrt{a^2 + b^2}$.

$|-4 + 3i| = \sqrt{(-4)^2 + 3^2} = \sqrt{25} = 5$

---

acute angle An angle with measure between 0° and 90°.

---

acute triangle A triangle with three acute angles.

---

additive identity The number 0 is the additive identity, because the sum of any number and 0 is the number: $a + 0 = 0 + a = a$.

$-2 + 0 = -2$, $0 + \frac{3}{4} = \frac{3}{4}$

---

additive inverse The additive inverse of a number a is its opposite, $-a$. The sum of a number and its additive inverse is 0: $a + (-a) = -a + a = 0$.

The additive inverse of -5 is 5, and $-5 + 5 = 0$.

---

adjacent angles Two angles that share a common vertex and side, but have no common interior points.

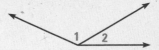

$\angle 1$ and $\angle 2$ are adjacent angles.

---

algebraic expression An expression that includes at least one variables. Also called variable expression.

$\frac{2}{3}p$, $\frac{8}{7 - r}$, $k - 5$, and $n^2 + 2n$ are algebraic expressions.

---

alternate exterior angles Two angles that are formed by two lines and a transversal and lie outside the two lines and on opposite sides of the transversal.

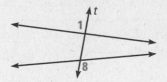

$\angle 1$ and $\angle 8$ are alternate exterior angles.

alternate interior angles Two angles that are formed by two lines and a transversal and lie between the two lines and on opposite sides of the transversal.

∠4 and ∠5 are alternate interior angles.

altitude of a triangle The perpendicular segment from one vertex of the triangle to the opposite side or to the line that contains the opposite side.

altitude from Q to $\overleftrightarrow{PR}$

amplitude The amplitude of the graph of a sine or cosine function is $\frac{1}{2}(M - m)$, where M is the maximum value of the function and m is the minimum value of the function.

$M = 4$

$m = -4$

The graph of $y = 4 \sin x$ has an amplitude of $\frac{1}{2}(4 - (-4)) = 4$.

angle Consists of two different rays with the same endpoint. The rays are the sides of the angle, and the endpoint is the vertex of the angle.

vertex
sides
∠A, ∠BAC, or ∠CAB

angle bisector A ray that divides an angle into two angles that are congruent.

$\overrightarrow{YW}$ bisects ∠XYZ.

angle of depression When you look down at an object, the angle that your line of sight makes with a line drawn horizontally.

angle of depression
angle of elevation

angle of elevation When you look up at an object, the angle that your line of sight makes with a line drawn horizontally.

See angle of depression.

angle of rotation The angle formed by rays drawn from the center of rotation to a point and its image. *See also* rotation.

See rotation.

apothem of a polygon The distance from the center to any side of the polygon.

apothem

High School
Multi-Language Visual Glossary

Copyright © by McDougal Littell,
a division of Houghton Mifflin Company.

arc length A portion of the circumference of a circle.

Arc length of $\overgroup{AB} = \dfrac{m\overgroup{AB}}{360°} \cdot 2\pi r$

area The amount of surface covered by a figure. Area is measured in square units such as square feet (ft^2) or square meters (m^2).

3 units

4 units

Area = 12 square units

arithmetic sequence A sequence in which the difference between consecutive terms is constant.

2, 8, 14, 20, 26, . . . is an arithmetic sequence in which the difference between consecutive terms is 6.

arithmetic series The expression formed by adding the terms of an arithmetic sequence.

$$\sum_{i=1}^{5} 2i = 2 + 4 + 6 + 8 + 10$$

asymptote A line that a graph approaches more and more closely.

asymptote

The asymptote for the graph shown is the line $y = 3$.

asymptotes of a hyperbola Lines that a hyperbola approaches but does not intersect.

See hyperbola, geometric definition.

axiom *See* postulate.

See postulate.

axis of symmetry of a parabola The line perpendicular to the parabola's directrix and passing through its focus and vertex.

See parabola, geometric definition.

B

bar graph A graph in which the lengths of bars are used to represent and compare data.

Favorite Place to Swim

Students — Ocean, Lake, Pool

ENGLISH

base angles of a trapezoid Either pair of angles whose common side is a base of a trapezoid.	 $\angle A$ and $\angle D$ are a pair of base angles. $\angle B$ and $\angle C$ are another pair.
base angles of an isosceles triangle The two angles that are adjacent to the base of an isosceles triangle.	*See* vertex angle of an isosceles triangle.
base of a parallelogram Either pair of parallel sides of a parallelogram.	
base of a power The number or expression that is used as a factor in a repeated multiplication.	In the power 3^4, the base is 3.
base of a prism *See* prism.	*See* prism.
base of a pyramid *See* pyramid.	*See* pyramid.
base of an isosceles triangle The noncongruent side of an isosceles triangle that has only two congruent sides.	*See* isosceles triangle.
bases of a trapezoid The parallel sides of a trapezoid.	*See* trapezoid.
best-fitting line *See* line of fit.	*See* line of fit.
best-fitting quadratic model The model given by using quadratic regression on a set of paired data.	
between When three points lie on a line, you can say that one point is *between* the other two.	 **Point B is between points A and C.**
biased question A question that encourages a particular response.	"Don't you agree that the voting age should be lowered to 16 because many 16-year-olds are responsible and informed?" is a biased question.
biased sample A sample that is not representative of the population.	The members of a school's basketball team would form a biased sample for a survey about whether to build a new gym.

biconditional statement A statement that contains the phrase "if and only if."	Two lines are perpendicular if and only if they intersect to form a right angle.
binomial A polynomial with two terms.	$t^3 - 4t$ and $2x + 5$ are binomials.
binomial distribution The probability distribution associated with a binomial experiment.	Binomial distribution for 8 trials with $p = 0.5$.
binomial experiment An experiment that meets the following conditions. (1) There are n independent trials. (2) Each trial has only two possible outcomes: success and failure. (3) The probability of success is the same for each trial.	A fair coin is tossed 12 times. The probability of getting exactly 4 heads is as follows: $$\begin{aligned} P(k = 4) &= {}_nC_k\, p^k(1-p)^{n-k} \\ &= {}_{12}C_4(0.5)^4(1-0.5)^8 \\ &= 495(0.5)^4(0.5)^8 \\ &\approx 0.121 \end{aligned}$$
binomial theorem The binomial expansion of $(a+b)^n$ for any positive integer n: $$(a+b)^n = {}_nC_0 a^n b^0 + {}_nC_1 a^{n-1}b^1 + {}_nC_2 a^{n-2}b^2 + \cdots + {}_nC_n a^0 b^n.$$	$$(x^2 + y)^3 =$$ $${}_3C_0(x^2)^3 y^0 + {}_3C_1(x^2)^2 y^1 + {}_3C_2(x^2)^1 y^2 + {}_3C_3(x^2)^0 y^3 =$$ $$(1)(x^6)(1) + (3)(x^4)(y) + (3)(x^2)(y^2) + (1)(1)(y^3) =$$ $$x^6 + 3x^4 y + 3x^2 y^2 + y^3$$
box-and-whisker plot A data display that organizes data values into four groups using the minimum value, lower quartile, median, upper quartile, and maximum value.	
branches of a hyperbola The two symmetrical parts of a hyperbola.	*See* hyperbola, geometric definition.

C

center of a circle *See* circle.	*See* circle.
center of a hyperbola The midpoint of the transverse axis of a hyperbola.	*See* hyperbola, geometric definition.
center of an ellipse The midpoint of the major axis of an ellipse.	*See* ellipse.

ENGLISH

center of a polygon The center of a polygon's circumscribed circle.	 center *P* *N*
center of a sphere *See* sphere.	*See* sphere.
center of dilation In a dilation, the fixed point about which the figure is enlarged or reduced.	*See* dilation.
center of rotation *See* rotation.	*See* rotation.
center of symmetry *See* rotational symmetry.	*See* rotational symmetry.
central angle of a circle An angle whose vertex is the center of the circle.	*P* *C* *Q* ∠*PCQ* is a central angle of ⊙*C*.
central angle of a regular polygon An angle formed by two radii drawn to consecutive vertices of the polygon.	**central angle**
centroid of a triangle The point of concurrency of the three medians of the triangle.	*B* *P* *A* *C* *P* is the centroid of △*ABC*.
chord of a circle A segment whose endpoints are on a circle.	*S* *T* **chords** *Q* *P* *R*
chord of a sphere A segment whose endpoints are on a sphere.	**chord**
circle The set of all points in a plane that are equidistant from a given point called the center of the circle.	*P*• Circle with center *P*, or ⊙*P*

circle graph A graph that represents data as part of a circle. The entire circle represents all of the data.

Opinions of Roller Coasters

Not fun 7

OK 15

Great 78

circumcenter of a triangle The point of concurrency of the three perpendicular bisectors of the triangle.

P is the circumcenter of △ *ABC*.

circumference The distance around a circle.

circumscribed circle The circle that contains the vertices of an inscribed polygon.

circumscribed circles

coefficient When a term is the product of a number and a power of a variable, the number is the coefficient of the power.

In the algebraic expression $2x^2 + (-4x) + (-1)$, the coefficient of $2x^2$ is 2 and the coefficient of $-4x$ is -4.

coefficient matrix The coefficient matrix of the linear system $ax + by = e, cx + dy = f$ is $\begin{bmatrix} a & b \\ c & d \end{bmatrix}$.

$$9x + 4y = -6$$
$$3x - 5y = -21$$

coefficient matrix: $\begin{bmatrix} 9 & 4 \\ 3 & -5 \end{bmatrix}$

matrix of constants: $\begin{bmatrix} -6 \\ -21 \end{bmatrix}$

matrix of variables: $\begin{bmatrix} x \\ y \end{bmatrix}$

collinear points Points that lie on the same line.

A, *B*, and *C* are collinear.

combination A selection of *r* objects from a group of *n* objects where the order is not important, denoted $_nC_r$ where $_nC_r = \dfrac{n!}{(n-r)! \cdot r!}$.

There are 6 combinations of the $n = 4$ letters A, B, C, and D selected $r = 2$ at a time: AB, AC, AD, BC, BD, and CD.

common difference The constant difference between consecutive terms of an arithmetic sequence.

$2, 8, 14, 20, 26, \ldots$ is an arithmetic sequence with a common difference of 6.

common factor A whole number that is a factor of two or more nonzero whole numbers.	The common factors of 64 and 120 are 1, 2, 4, and 8.
common logarithm A logarithm with base 10. It is denoted by $\log_{10}$ or simply by log.	$\log_{10} 100 = \log 100 = 2$ because $10^2 = 100$.
common multiple A whole number that is a multiple of two or more nonzero whole numbers.	The common multiples of 6 and 8 are 24, 48, 72, 96, ...
common ratio The ratio of any term of a geometric sequence to the previous term of the sequence.	The sequence 5, 10, 20, 40, . . . is a geometric sequence with common ratio 2.
complement of a set The complement of a set A, written $\overline{A}$, is the set of all elements in the universal set U that are *not* in A.	Let U be the set of all integers from 1 to 10 and let $A = \{1, 2, 4, 8\}$. Then $\overline{A} = \{3, 5, 6, 7, 9, 10\}$.
complementary angles Two angles whose measures have the sum 90°. The sum of the measures of an angle and its *complement* is 90°.	
completing the square The process of adding a term to a quadratic expression of the form $x^2 + bx$ to make it a perfect square trinomial.	To complete the square for $x^2 + 16x$, add $\left(\frac{16}{2}\right)^2 = 64$: $x^2 + 16x + 64 = (x + 8)^2$.
complex conjugates Two complex numbers of the form $a + bi$ and $a - bi$.	$2 + 4i, 2 - 4i$
complex fraction A fraction that contains a fraction in its numerator, denominator, or both.	$\frac{\frac{3x}{2}}{-6x^3}$ and $\frac{x^2-1}{\frac{x+1}{x-1}}$ are complex fractions.
complex number A number $a + bi$ where a and b are real numbers and i is the imaginary unit.	$0, 2.5, \sqrt{3}, \pi, 5i, 2 - i$
complex plane A coordinate plane in which each point (a, b) represents a complex number $a + bi$. The horizontal axis is the real axis and the vertical axis is the imaginary axis.	
component form of a vector The form of a vector that combines the horizontal and vertical components of the vector.	 The component form of $\overrightarrow{PQ}$ is $\langle 4, 2 \rangle$.
composite number A whole number greater than 1 that has factors other than itself and 1.	6 is a composite number because its factors are 1, 2, 3, and 6.

composition of functions The composition of a function g with a function f is $h(x) = g(f(x))$.	$f(x) = 5x - 2, \ g(x) = 4x^{-1}$ $g(f(x)) = g(5x - 2) = 4(5x - 2)^{-1} =$ $\dfrac{4}{5x - 2}, x \neq \dfrac{2}{5}$
composition of transformations The result when two or more transformations are combined to produce a single transformation.	A glide reflection is an example of a composition of transformations.
compound event An event that combines two or more events, using the word *and* or the word *or*.	When you roll a number cube, the event "roll a 2 or an odd number" is a compound event.
compound inequality Two simple inequalities joined by "and" or "or."	$2x > 0$ or $x + 4 < -1$ is a compound inequality.
conditional probability The conditional probability of B given A, written $P(B \mid A)$, is the probability that event B will occur given that event A has occurred.	Two cards are randomly selected from a standard deck of 52 cards. Let event A be "the first card is a club" and let event B be "the second card is a club." Then $P(B \mid A) = \dfrac{12}{51} = \dfrac{4}{17}$ because there are 12 (out of 13) clubs left among the remaining 51 cards.
compound interest Interest that is earned on both an initial investment and on previously earned interest.	You deposit \$250 in an account that earns 4% interest compounded yearly. After 5 years, your account balance is $y = 250(1 + 0.04)^5 \approx \$304.16$.
concave polygon A polygon that is not convex. *See also* convex polygon.	 interior
conclusion The "then" part of a conditional statement.	*See* conditional statement.
concurrent Three or more lines, rays, or segments that intersect in the same point.	*See* point of concurrency.
conditional statement A statement with two parts, a hypothesis and a conclusion.	conditional statement If $\underbrace{a > 0}$, then $\underbrace{\lvert a \rvert = a}$. hypothesis conclusion
cone A solid that has one circular base and a vertex that is not in the same plane as the base.	vertex, height, base, h, r
conic section A curve formed by the intersection of a plane and a double-napped cone. Conic sections are also called conics.	*See* circle, ellipse, hyperbola, *and* parabola.

congruence transformation A transformation that preserves length and angle measure. Also called *isometry*.	Translations, reflections, and rotations are three types of congruence transformations.
congruent angles Angles that have the same measure.	$\angle A \cong \angle B$
congruent arcs Two arcs that have the same measure and are arcs of the same circle or of congruent circles.	$\overset{\frown}{CD} \cong \overset{\frown}{EF}$
congruent circles Two circles that have the same radius.	$\odot P \cong \odot Q$
congruent figures Two geometric figures that have exactly the same size and shape. The symbol $\cong$ indicates congruence. When two figures are congruent, all pairs of corresponding sides and corresponding angles are congruent.	$\triangle ABC \cong \triangle FED$ $\angle A \cong \angle F, \angle B \cong \angle E,$ $\angle C \cong \angle D$ $\overline{AB} \cong \overline{FE}, \overline{BC} \cong \overline{ED},$ $\overline{AC} \cong \overline{FD}$
congruent segments Line segments that have the same length.	$\overline{AB} \cong \overline{CD}$
conjecture An unproven statement that is based on observations.	Conjecture: All prime numbers are odd.
conjugates The expressions $a + \sqrt{b}$ and $a - \sqrt{b}$ where a and b are rational numbers.	The conjugate of $7 + \sqrt{2}$ is $7 - \sqrt{2}$.
consecutive interior angles Two angles that are formed by two lines and a transversal and lie between the two lines and on the same side of the transversal.	$\angle 3$ and $\angle 5$ are consecutive interior angles.

High School
Multi-Language Visual Glossary

Copyright © by McDougal Littell,
a division of Houghton Mifflin Company.

consistent dependent system A linear system with infinitely many solutions. The graphs of the equations of a consistent dependent system coincide.

The linear system $x - 2y = -4$ and $y = \frac{1}{2}x + 2$ is a consistent dependent system because the graphs of the equations coincide.

consistent independent system A linear system with exactly one solution. The graphs of the equations of a consistent independent system intersect.

The linear system $3x - 2y = 2$ and $x + y = 4$ is a consistent independent system because the graphs of the equations intersect.

consistent system A system of equations that has at least one solution.

$$y = 2 + 3x$$
$$6x + 2y = 4$$

The system above is consistent, with solution $(0, 2)$.

constant of variation The nonzero constant a in a direct variation equation $y = ax$, an inverse variation equation $y = \frac{a}{x}$, or a joint variation equation $z = axy$.

In the direct variation equation $y = -\frac{5}{2}x$, the constant of variation is $-\frac{5}{2}$.

constant term A term with a number part but no variable part.

In the expression $3x + (-4) + (-6x) + 2$, the constant terms are -4 and 2.

constraints In linear programming, the linear inequalities that form a system.

See linear programming.

continuous function A function with a graph that is unbroken.

construction A geometric drawing that uses a limited set of tools, usually a compass and straightedge.

contrapositive The equivalent statement formed by negating the hypothesis and conclusion of the converse of a conditional statement.

Statement: If $m\angle A = 90°$, then $\angle A$ is right. Contrapositive: If $\angle A$ is not right, then $m\angle A \neq 90°$.

control group A group that does not undergo a procedure or treatment when an experiment is conducted. *See also* experimental group.

See experimental group.

convenience sample A sample in which only members of a population who are easily accessible are selected.	You can select a convenience sample of a school's student population by choosing only students who are in your classes.
converse of a conditional A statement formed by interchanging the hypothesis and the conclusion of the conditional. The converse of a true statement is not necessarily true.	The converse of the statement "If $x = 5$, then $\lvert x \rvert = 5$" is "If $\lvert x \rvert = 5$, then $x = 5$." The original statement is true, but the converse is false.
convex polygon A polygon such that no line containing a side of the polygon contains a point in the interior of the polygon. A polygon that is not convex is nonconvex or concave.	**interior**
convex polyhedron A polyhedron is convex if any two points on its surface can be connected by a segment that lies entirely inside or on the polyhedron. If this segment goes outside the polyhedron, then the polyhedron is nonconvex or concave.	**convex** **concave**
coordinate The real number that corresponds to a point on a line.	A B x_1 x_2 **coordinates of points**
coordinate plane A plane divided into four quadrants by a horizontal number line called the x-axis and a vertical line called the y-axis.	y-axis Quadrant II Quadrant I x-axis origin O $(0, 0)$ $P(-3, -2)$ Quadrant III Quadrant IV
coordinate proof A type of proof that involves placing geometric figures in a coordinate plane.	
coplanar points Points that lie in the same plane.	A B C **A, B, and C are coplanar.**
corollary to a theorem A statement that can be proved easily using the theorem.	The Corollary to the Triangle Sum Theorem states that the acute angles of a right triangle are complementary.

correlation The relationship between paired data. The paired data have *positive correlation* if *y* tends to increase as *x* increases, *negative correlation* if *y* tends to decrease as *x* increases, and *relatively no correlation* if *x* and *y* have no apparent relationship.

See positive correlation *and* negative correlation.

Relatively no correlation

---

correlation coefficient A measure, denoted by *r* where $-1 \leq r \leq 1$, of how well a line fits a set of data pairs (x, y).

A data set that shows a strong positive correlation has a correlation coefficient of $r \approx 1$. *See also* positive correlation *and* negative correlation.

---

corresponding angles Two angles that are formed by two lines and a transversal and occupy corresponding positions.

$\angle 2$ and $\angle 6$ are corresponding angles.

---

corresponding parts A pair of sides or angles that have the same relative position in two congruent or similar figures.

$\angle A$ and $\angle J$ are corresponding angles.
$\overline{AB}$ and $\overline{JK}$ are corresponding sides.

---

cosecant function If θ is an acute angle of a right triangle, the cosecant of θ is the length of the hypotenuse divided by the length of the side opposite θ.

See sine function.

---

cosine A trigonometric ratio, abbreviated as *cos*. For a right triangle *ABC*, the cosine of the acute angle *A* is
$$\cos A = \frac{\text{length of leg adjacent to } \angle A}{\text{length of hypotenuse}} = \frac{AC}{AB}$$

$\cos A = \dfrac{AC}{AB} = \dfrac{4}{5}$

---

cosine function If θ is an acute angle of a right triangle, the cosine of θ is the length of the side adjacent to θ divided by the length of the hypotenuse.

See sine function.

---

cotangent function If θ is an acute angle of a right triangle, the cotangent of θ is the length of the side adjacent to θ divided by the length of the side opposite θ.

See sine function.

---

coterminal angles Angles in standard position with terminal sides that coincide.

The angles with measures 500° and 140° are coterminal.

---

counterexample A specific case that shows a conjecture is false.	Conjecture: All prime numbers are odd. Counterexample: 2, a prime number that is not odd
co-vertices of an ellipse The points of intersection of an ellipse and the line perpendicular to the major axis at the center.	*See* ellipse.
Cramer's rule A method for solving a system of linear equations using determinants: For the linear system $ax + by = e$, $cx + dy = f$, let A be the coefficient matrix. If $\det A \neq 0$, the solution of the system is as follows: $$x = \frac{\begin{vmatrix} e & b \\ f & d \end{vmatrix}}{\det A}, \quad y = \frac{\begin{vmatrix} a & e \\ c & f \end{vmatrix}}{\det A}$$	$$9x + 4y = -6$$ $$3x - 5y = -21; \quad \begin{vmatrix} 9 & 4 \\ 3 & -5 \end{vmatrix} = -57$$ Applying Cramer's rule gives the following: $$x = \frac{\begin{vmatrix} -6 & 4 \\ -21 & -5 \end{vmatrix}}{-57} = \frac{114}{-57} = -2$$ $$y = \frac{\begin{vmatrix} 9 & -6 \\ 3 & -21 \end{vmatrix}}{-57} = \frac{-171}{-57} = 3$$
cross multiplying A method for solving a simple rational equation for which each side of the equation is a single rational expression.	To solve $\frac{3}{x+1} = \frac{9}{4x+5}$, cross multiply. $$3(4x + 5) = 9(x + 1)$$ $$12x + 15 = 9x + 9$$ $$3x = -6$$ $$x = -2$$
cross product In a proportion, a cross product is the product of the numerator of one ratio and the denominator of the other ratio. The cross products of a proportion are equal.	The cross products of the proportion $\frac{3}{4} = \frac{6}{8}$ are $3 \cdot 8 = 24$ and $4 \cdot 6 = 24$.
cross section The intersection of a plane and a solid.	 plane cross section
cube A polyhedron with six congruent square faces.	
cube root If $b^3 = a$, then b is the cube root of a.	2 is the cube root of 8 because $2^3 = 8$.
cycle The shortest repeating portion of the graph of a periodic function.	*See* periodic function.
cylinder A solid with congruent circular bases that lie in parallel planes.	base base

High School
Multi-Language Visual Glossary

Copyright © by McDougal Littell,
a division of Houghton Mifflin Company.

decagon A polygon with ten sides.

decay factor The quantity b in the exponential decay function $y = ab^x$ with $a > 0$ and $0 < b < 1$.

The decay factor for the function $y = 3(0.5)^x$ is 0.5.

decay rate The variable r in the exponential decay model $y = a(1 - r)^t$.

In the exponential decay model $P = 41(0.995)^t$, the decay rate is 0.005, because $0.995 = 1 - 0.005$.

deductive reasoning A process that uses facts, definitions, accepted properties, and the laws of logic to form a logical argument.

$(x + 2) + (-2)$
$= x + [2 + (-2)]$ **Associative property of addition**
$= x + 0$ **Inverse property of addition**
$= x$ **Identity property of addition**

defined terms Terms that can be described using known words.

Line segment and *ray* are two defined terms.

degree of a monomial The sum of the exponents of the variables in the monomial. The degree of a nonzero constant term is 0.

The degree of $\frac{1}{2}ab^2$ is $1 + 2$, or 3.

degree of a polynomial The greatest degree of the terms of the polynomial.

The polynomial $2x^2 + x - 5$ has a degree of 2.

denominator The number below the fraction bar in a fraction. It represents the number of equal parts into which the whole is divided or the number of objects that make up the set.

In the fraction $\frac{3}{4}$, the denominator is 4.

dependent events Two events such that the occurrence of one event affects the occurrence of the other event.

A bag contains 3 red marbles and 5 white marbles. You randomly draw one marble, do not replace it, then randomly draw another marble. The events "draw a red marble first" and "draw a white marble second" are dependent events.

dependent system A consistent system of equations that has infinitely many solutions.

$$2x - y = 3$$
$$4x - 2y = 6$$

Any ordered pair $(x, 2x - 3)$ is a solution of the system above, so there are infinitely many solutions.

dependent variable The output variable in an equation in two variables.

See independent variable.

determinant A real number associated with any square matrix A, denoted by $\det A$ or $|A|$.

$$\det \begin{bmatrix} 5 & 4 \\ 3 & 1 \end{bmatrix} = 5(1) - 3(4) = -7$$

$$\det \begin{bmatrix} a & b \\ c & d \end{bmatrix} = ad - cb$$

diagonal of a polygon A segment that joins two nonconsecutive vertices of a polygon.

diameter of a circle A chord that passes through the center of a circle. The distance across a circle, through its center.	*See* circumference.
diameter of a sphere A chord that contains the center of a sphere. The distance across a sphere through its center.	
dilation A transformation that stretches or shrinks a figure to create a similar figure.	 Scale factor of dilation is $\frac{XY}{AB}$.
dimensions of a matrix The numbers of rows and columns in the matrix. If a matrix has m rows and n columns, the dimensions of the matrix are $m \times n$.	The dimensions of a matrix with 3 rows and 4 columns is 3×4 ("3 by 4").
direct variation The relationship of two variables x and y if there is a nonzero number a such that $y = ax$. If $y = ax$, then y is said to vary directly with x.	The equation $2x - 3y = 0$ represents direct variation because it is equivalent to the equation $y = \frac{2}{3}x$. The equation $y = x + 5$ does *not* represent direct variation.
directrix of a parabola *See* parabola, geometric definition.	*See* parabola, geometric definition.
discrete function A function whose graph consists of separate points.	
discriminant of a general second-degree equation The expression $B^2 - 4AC$ for the equation $Ax^2 + Bxy + Cy^2 + Dx + Ey + F = 0$. Used to identify which type of conic the equation represents.	For the equation $4x^2 + y^2 - 8x - 8 = 0$, $A = 4$, $B = 0$, and $C = 1$. $$B^2 - 4AC = 0^2 - 4(4)(1) = -16$$ Because $B^2 - 4AC < 0$, $B = 0$, and $A \neq C$, the conic is an ellipse.
discriminant of a quadratic equation The expression $b^2 - 4ac$ for the quadratic equation $ax^2 + bx + c = 0$; also the expression under the radical sign in the quadratic formula.	The value of the discriminant of $2x^2 - 3x - 7 = 0$ is $b^2 - 4ac = (-3)^2 - 4(2)(-7) = 65$.
disjoint events Events A and B are disjoint if they have no outcomes in common; also called mutually exclusive events.	When you randomly select a card from a standard deck of 52 cards, selecting a club and selecting a heart are disjoint events.
distance between two points on a line The absolute value of the difference of the coordinates of the points. The distance between points A and B, written as AB, is also called the length of $\overline{AB}$.	

distance formula The distance d between any two points (x_1, y_1) and (x_2, y_2) is $d = \sqrt{(x_2 - x_1)^2 + (y_2 - y_1)^2}$.	The distance d between $(-1, 3)$ and $(5, 2)$ is: $d = \sqrt{(5 - (-1))^2 + (2 - 3)^2} = \sqrt{37}$
distance from a point to a line The length of the perpendicular segment from the point to the line.	The distance from Q to m is QP.
distributive property A property that can be used to find the product of a number and a sum or difference: $$a(b + c) = ab + ac$$ $$(b + c)a = ba + ca$$ $$a(b - c) = ab - ac$$ $$(b - c)a = ba - ca$$	$3(4 + 2) = 3(4) + 3(2),$ $(8 - 6)4 = (8)4 - (6)4$
domain The set of input values of a relation.	*See* relation.
domain of a function The set of all inputs of a function.	*See* function.

E

eccentricity of a conic section The eccentricity e of a hyperbola or an ellipse is $\frac{c}{a}$ where c is the distance from each focus to the center and a is the distance from each vertex to the center. The eccentricity of a circle is $e = 0$. The eccentricity of a parabola is $e = 1$.	For the ellipse $\frac{(x + 4)^2}{36} + \frac{(y - 2)^2}{16} = 1$, $c = \sqrt{36 - 16} = 2\sqrt{5}$, so the eccentricity is $e = \frac{c}{a} = \frac{2\sqrt{5}}{\sqrt{36}} = \frac{\sqrt{5}}{3} \approx 0.745$.
edge of a polyhedron A line segment formed by the intersection of two faces of a polyhedron.	edge
element of a matrix A number in a matrix. Also called *entry*.	*See* matrix.
element of a set Each object in a set. Also called a *member* of a set.	5 is an element of the set of whole numbers, $W = \{0, 1, 2, 3, \ldots\}$.
elimination method A method of solving a system of equations by multiplying equations by constants, then adding the revised equations to eliminate a variable.	To use the elimination method to solve the system with equations $3x - 7y = 10$ and $6x - 8y = 8$, multiply the first equation by -2 and add the equations to eliminate x.

ENGLISH

ellipse The set of all points P in a plane such that the sum of the distances between P and two fixed points, called the foci, is a constant.

$$d_1 + d_2 = \text{constant}$$

empty set The set with no elements, written as $\emptyset$.

The set of negative whole numbers $= \emptyset$.

end behavior The behavior of the graph of a function as x approaches positive infinity $(+\infty)$ or negative infinity $(-\infty)$.

$f(x) \rightarrow +\infty$ as $x \rightarrow -\infty$ or as $x \rightarrow +\infty$.

endpoints *See* line segment.

See line segment.

enlargement A dilation with a scale factor greater than 1.

A dilation with a scale factor of 2 is an enlargement.

equal matrices Matrices that have the same dimensions and equal elements in corresponding positions.

$$\begin{bmatrix} 6 & 0 \\ -\frac{4}{4} & \frac{3}{4} \end{bmatrix} = \begin{bmatrix} 3 \cdot 2 & -1+1 \\ -1 & 0.75 \end{bmatrix}$$

equation A statement that two expressions are equal.

$$2x - 3 = 7, \, 2x^2 = 4x$$

equation in two variables An equation that contains two variables.

$$y = 3x - 5, \, d = -16t^2 + 64$$

equiangular polygon A polygon with all of its interior angles congruent.

equiangular triangle A triangle with three congruent angles.

equidistant The same distance from one figure as from another figure.

X is equidistant from Y and Z.

equilateral polygon A polygon with all of its sides congruent.

equilateral triangle A triangle with three congruent sides.	
equivalent equations Equations that have the same solution(s).	$x + 7 = 4$ and $x = -3$ are equivalent equations.
equivalent expressions Two expressions that have the same value for all values of the variable.	$3(x + 2) + x$ and $4x + 6$ are equivalent expressions.
equivalent fractions Fractions that represent the same number.	$\frac{5}{15}$ and $\frac{20}{60}$ are equivalent fractions that both represent $\frac{1}{3}$.
equivalent inequalities Inequalities that have the same solutions.	$2t < 4$ and $t < 2$ are equivalent inequalities, because the solutions of both inequalities are all real numbers less than 2.
equivalent statements Two statements that are both true or both false.	A conditional statement and its contrapositive are equivalent statements.
evaluate an algebraic expression To find the value of an algebraic expression by substituting a number for each variable and performing the operations.	The value of $n - 1$ when $n = 3$ is $3 - 1 = 2$.
event An outcome or a collection of outcomes.	When you roll a number cube, "roll an odd number" is an event.
excluded value A number that makes a rational expression undefined.	3 is an excluded value of the expression $\frac{2}{x - 3}$ because 3 makes the value of the denominator 0.
experimental group A group that undergoes some procedure or treatment when an experiment is conducted. *See also* control group.	One group of headache sufferers, the experimental group, is given pills containing medication. Another group, the control group, is given pills containing no medication.
experimental probability A probability based on performing an experiment, conducting a survey, or looking at the history of an event.	You roll a six-sided die 100 times and get a 4 nineteen times. The experimental probability of rolling a 4 with the die is $\frac{19}{100} = 0.19$.
explicit rule A rule for a sequence that gives the nth term a_n as a function of the term's position number n in the sequence.	The rules $a_n = -11 + 4n$ and $a_n = 3(2)^{n-1}$ are explicit rules for sequences.
exponent The number or variable that represents the number of times the base of a power is used as a factor.	In the power 3^4, the exponent is 4.
exponential decay When $a > 0$ and $0 < b < 1$, the function $y = ab^x$ represents exponential decay. When a quantity decays exponentially, it decreases by the same percent over equal time periods. The exponential decay model is $y = a(1 - r)^t$.	 The function $y = 2(0.25)^x$ represents exponential decay. *See also* decay rate *and* decay factor.

exponential decay function If $a > 0$ and $0 < b < 1$, then the function $y = ab^x$ is an exponential decay function with decay factor b.	$y = 2\left(\frac{1}{4}\right)^x$
exponential equation An equation in which a variable expression occurs as an exponent.	$4^x = \left(\frac{1}{2}\right)^{x-3}$ is an exponential equation.
exponential function A function of the form $y = ab^x$ where $a \neq 0$, $b > 0$, and $b \neq 1$.	The functions $y = 2 \cdot 3^x$ and $y = -2 \cdot \left(\frac{1}{2}\right)^x$ are exponential functions. *See also* exponential growth *and* exponential decay.
exponential growth When $a > 0$ and $b > 1$, the function $y = ab^x$ represents exponential growth. When a quantity grows exponentially, it increases by the same percent over equal time periods. The exponential growth model is $y = a(1 + r)^t$.	$y = 2^x$ $y = 3 \cdot 2^x$ **The functions $y = 3 \cdot 2^x$ and $y = 2^x$ represent exponential growth.** *See also* **growth rate** *and* **growth factor.**
exponential growth function If $a > 0$ and $b > 1$, then the function $y = ab^x$ is an exponential growth function with growth factor b.	$y = \frac{1}{2} \cdot 4^x$
exterior angles of a triangle When the sides of a triangle are extended, the angles that are adjacent to the interior angles.	
external segment The part of a secant segment that is outside the circle.	**external segment**
extraneous solution A solution of a transformed equation that is not a solution of the original equation.	When you square both sides of the radical equation $\sqrt{6 - x} = x$, the resulting equation has two solutions, 2 and -3, but -3 is an extraneous solution because it does not satisfy the original equation $\sqrt{6 - x} = x$.
extremes of a proportion The first and last terms of a proportion. *See also* proportion.	The extremes of $\frac{a}{b} = \frac{c}{d}$ are a and d.

face of a polyhedron *See* polyhedron.

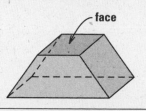

factor When whole numbers other than zero are multiplied together, each number is a factor of the product.

Because $2 \times 3 \times 7 = 42$, 2, 3, and 7 are factors of 42.

factor by grouping To factor a polynomial with four terms by grouping, factor a common monomial from pairs of terms, and then look for a common binomial factor.

$$x^3 + 3x^2 + 5x + 15$$
$$= (x^3 + 3x^2) + (5x + 15)$$
$$= x^2(x + 3) + 5(x + 3)$$
$$= (x + 3)(x^2 + 5)$$

factor completely A factorable polynomial with integer coefficients is factored completely if it is written as a product of unfactorable polynomials with integer coefficients.

The polynomial $x^3 - x$ is *not* factored completely when written as $x(x^2 - 1)$ but is factored completely when written as $x(x + 1)(x - 1)$.

factor tree A diagram that can be used to write the prime factorization of a number.

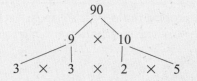

factorial For any positive integer n, the expression $n!$, read "n factorial," is the product of all the integers from 1 to n. Also, 0! is defined to be 1.

$$6! = 6 \cdot 5 \cdot 4 \cdot 3 \cdot 2 \cdot 1 = 720$$

family of functions A group of functions with similar characteristics.

Functions that have the form $f(x) = mx + b$ constitute the family of linear functions.

feasible region In linear programming, the graph of the system of constraints.

See linear programming.

finite differences When the x-values in a data set are equally spaced, the differences of consecutive y-values are called finite differences.

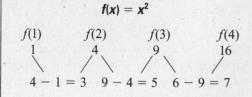

The first-order finite differences are 3, 5, and 7.

flow proof A type of proof that uses arrows to show the flow of a logical argument.

foci of a hyperbola *See* hyperbola, geometric definition.

See hyperbola, geometric definition.

foci of an ellipse *See* ellipse.

See ellipse.

focus of a parabola *See* parabola, geometric definition.

See parabola, geometric definition.

formula An equation that relates two or more quantities, usually represented by variables.	The formula $P = 2\ell + 2w$ relates the length and width of a rectangle to its perimeter.
fractal An object that is self-similar. *See* self-similar.	
fraction A number of the form $\frac{a}{b}$ ($b \neq 0$) used to describe parts of a whole or a set.	$\frac{3}{8}$
frequency The frequency of an interval is the number of data values in that interval.	*See* frequency table *and* histogram.
frequency of a periodic function The reciprocal of the period. Frequency is the number of cycles per unit of time.	$P = 2 \sin 4000\pi t$ has period $\frac{2\pi}{4000\pi} = \frac{1}{2000}$, so its frequency is 2000 cycles per second (hertz) when t represents time in seconds.
frequency table A data display that groups data into equal intervals with no gaps between intervals and no intervals overlapping.	 Prices Sandwiches $4.00–4.49 IIII $4.50–4.99 II

function A function consists of: • A set called the domain containing numbers called inputs, and a set called the range containing numbers called outputs. • A pairing of inputs with outputs such that each input is paired with exactly one output.	The pairing in the table below is a function, because each input is paired with exactly one output.

Input, x	0	1	2	3	4
Output, y	3	4	5	6	7

The domain is the set of inputs: 0, 1, 2, 3, and 4. The range is the set of outputs: 3, 4, 5, 6, and 7.

function notation A way to name a function using the symbol $f(x)$ instead of y. The symbol $f(x)$ is read as "the value of f at x" or as "f of x."	The function $y = 2x - 9$ can be written in function notation as $f(x) = 2x - 9$.

G

general second-degree equation in *x* and *y* The form $Ax^2 + Bxy + Cy^2 + Dx + Ey + F = 0$.	$16x^2 - 9y^2 - 96x + 36y - 36 = 0$ and $4x^2 + y^2 - 8x - 8 = 0$ are second-degree equations in x and y.
geometric mean For two positive numbers a and b, the positive number x that satisfies $\frac{a}{x} = \frac{x}{b}$. So, $x^2 = ab$ and $x = \sqrt{ab}$.	The geometric mean of 4 and 16 is $\sqrt{4 \cdot 16}$, or 8.

High School
Multi-Language Visual Glossary

geometric probability A probability found by calculating a ratio of two lengths, areas, or volumes.

$$P(K \text{ is on } \overline{CD}) = \frac{\text{Length of } \overline{CD}}{\text{Length of } \overline{AB}}$$

geometric sequence A sequence in which the ratio of any term to the previous term is constant. The constant ratio is called the common ratio.

The sequence 5, 10, 20, 40, . . . is a geometric sequence with common ratio 2.

geometric series The expression formed by adding the terms of a geometric sequence.

$$\sum_{i=1}^{5} 4(3)^{i-1} = 4 + 12 + 36 + 108 + 324$$

glide reflection A transformation in which every point P is mapped to a point P'' by the following steps. (1) A translation maps P to P'. (2) A reflection in a line k parallel to the direction of the translation maps P' to P''.

graph of a linear inequality in two variables The set of all points in a coordinate plane that represent solutions of the inequality.

$y > 4x - 3$

graph of an equation in two variables The set of points in a coordinate plane that represent all solutions of the equation.

$y = -\frac{1}{2}x + 4$

The line is the graph of the equation $y = -\frac{1}{2}x + 4.$

graph of an inequality in one variable On a number line, the set of points that represent all solutions of the inequality.

Graph of $x < 3$

graph of an inequality in two variables In a coordinate plane, the set of points that represent all solutions of the inequality.

$y > 4x - 3$

The graph of $y > 4x - 3$ is the shaded half-plane.

graph of a system of linear inequalities The graph of all solutions of the system.

The graph of the system $y < -2x + 3$ and $y \geq x - 3$ is the intersection of the half-planes.

---

great circle The intersection of a sphere and a plane that contains the center of the sphere.

great circle

---

greatest common factor (GCF) The largest of the common factors of two or more nonzero whole numbers.

The greatest common factor of 64 and 120 is the greatest of the common factors 1, 2, 4, and 8, which is 8.

---

greatest possible error The maximum amount that a measured length can differ from an actual length.

If the unit of measure is $\frac{1}{8}$ inch, the greatest possible error is $\frac{1}{16}$ inch.

---

growth factor The quantity b in the exponential growth function $y = ab^x$ with $a > 0$ and $b > 1$.

The growth factor for the function $y = 8(3.4)^x$ is 3.4.

---

growth rate The variable r in the exponential growth model $y = a(1 + r)^t$.

In the exponential growth model $C = 11,000(1.069)^t$, the growth rate is 0.069.

H

half-plane In a coordinate plane, the region on either side of a boundary line.

See graph of an inequality in two variables.

---

height of a parallelogram The perpendicular distance between the bases of a parallelogram.

height

---

height of a trapezoid The perpendicular distance between the bases of a trapezoid.

base

height

base

---

height of a triangle The perpendicular distance between the side whose length is the base and the vertex opposite that side.

hemisphere Half of a sphere, formed when a great circle separates a sphere into two congruent halves.

hexagon Polygon with six sides.

histogram A bar graph that displays data from a frequency table. Each bar represents an interval, and the length of each bar indicates the frequency.

horizontal component of a vector The horizontal change from the initial point to the terminal point of a vector.

See component form of a vector.

hyperbola, algebraic definition The graph of the inverse variation equation $y = \frac{a}{x}$ ($a \neq 0$) or the graph of a rational function of the form $y = \frac{a}{x - h} + k$ ($a \neq 0$). A hyperbola has two symmetrical parts called branches. A hyperbola approaches but doesn't intersect lines called asymptotes.

The graph of $y = \frac{2}{x + 1} - 3$ is a hyperbola. The asymptotes of the hyperbola are the lines $x = -1$ and $y = -3$.

hyperbola, geometric definition The set of all points P in a plane such that the difference of the distances from P to two fixed points, called the foci, is constant.

branches of hyperbola

center

vertex $(-a, 0)$

vertex $(a, 0)$

$(0, b)$

d_2

P

d_1

$(-c, 0)$ focus

$(c, 0)$ focus

$(0, -b)$

transverse axis

$d_2 - d_1 = \text{constant}$

---

hypotenuse In a right triangle, the side opposite the right angle. *See* right triangle.

hypotenuse

---

hypothesis The "if" part of a conditional statement.

See conditional statement.

I

---

identity An equation that is true for all values of the variable.

The equation $2x + 10 = 2(x + 5)$ is an identity.

---

identity element The element of a set of numbers that when combined with another number using an operation leaves that number unchanged.

For real numbers, 0 is the identity element under addition, since if a is any real number, $a + 0 = a$.

---

identity matrix The $n \times n$ matrix that has 1's on the main diagonal and 0's elsewhere.

The 2×2 identity matrix is $\begin{bmatrix} 1 & 0 \\ 0 & 1 \end{bmatrix}$.

---

if-then form The form of a conditional statement that uses the words "if" and "then." The "if" part contains the hypothesis and the "then" part contains the conclusion.

See conditional statement.

---

image The new figure that is produced in a transformation. *See also* preimage.

Q R Q' R' P P'

$\triangle P'Q'R'$ **is the image of** $\triangle PQR$ **after a translation.**

---

imaginary number A complex number $a + bi$ where $b \neq 0$.

$5i$ and $2 - i$ are imaginary numbers.

---

improper fraction Any fraction in which the numerator is greater than or equal to the denominator.

$\frac{21}{8}$ and $\frac{6}{6}$ are improper fractions.

High School
Multi-Language Visual Glossary

incenter of a triangle The point of concurrency of the three angle bisectors of the triangle.

P is the incenter of △ABC.

inconsistent system A linear system with no solution. The graphs of the equations of an inconsistent system are parallel lines.

$$x + y = 4$$
$$x + y = 1$$

The system above has no solution because the sum of two numbers cannot be both 4 and 1.

independent events Two events such that the occurrence of one event has no effect on the occurrence of the other event.

You roll a number cube twice. The events "roll a 3 first" and "roll a 6 second" are independent events.

independent variable The input variable in an equation in two variables.

In $y = 3x - 5$, the independent variable is x. The dependent variable is y because the value of y depends on the value of x.

index of a radical The integer n, greater than 1, in the expression $\sqrt[n]{a}$.

The index of $\sqrt[3]{-216}$ is 3.

indirect proof A proof in which you prove that a statement is true by first assuming that its opposite is true. If this assumption leads to an impossibility, then you have proved that the original statement is true.

inductive reasoning A process that includes looking for patterns and making conjectures.

You add several pairs of odd numbers and notice that the sum is even. You conclude that the sum of any two odd numbers is even.

inequality A mathematical sentence formed by placing one of the symbols <, ≤, >, or ≥ between two expressions.

$6n \geq 24$ and $x - 2 < 7$ are inequalities.

initial point of a vector The starting point of a vector.

See vector.

initial side of an angle *See* terminal side of an angle.

See standard position of an angle.

input A number in the domain of a function.

See function.

inscribed angle An angle whose vertex is on a circle and whose sides contain chords of the circle.

inscribed angle · intercepted arc

inscribed polygon A polygon whose vertices all lie on a circle.

inscribed triangle · inscribed quadrilateral

integers The numbers ..., $-3, -2, -1, 0, 1, 2, 3, ...$, consisting of the negative integers, zero, and the positive integers.	-8 and 46 are integers. $-8\frac{1}{2}$ and 46.2 are *not* integers.
intercept form of a quadratic function A quadratic function in the form $y = a(x - p)(x - q)$ where $a \neq 0$. The x-intercepts of the graph of the function are p and q.	The quadratic function $y = -(x + 1)(x - 5)$ is in intercept form. The intercepts of the graph of the function are -1 and 5.
intercepted arc The arc that lies in the interior of an inscribed angle and has endpoints on the angle.	*See* inscribed angle.
interior angles of a triangle When the sides of a triangle are extended, the three original angles of the triangle.	
intersection The set of points that two or more geometric figures have in common.	The intersection of lines m and n is point A.
intersection of sets The intersection of two sets A and B is the set of all elements in *both* A and B. The intersection of A and B is written as $A \cap B$.	$A \cap B = \{2\}$
interval An interval is a set containing every real number between two given numbers, and possibly the two numbers themselves.	The interval $4 < x \leq 7$ is all numbers greater than four and less than or equal to seven.
inverse The statement formed by negating the hypothesis and conclusion of a conditional statement.	Statement: If $m\angle A = 90°$, then $\angle A$ is right. Inverse: If $m\angle A \neq 90°$, then $\angle A$ is not right.
inverse cosine An inverse trigonometric ratio, abbreviated as cos^{-1}. For acute angle A, if $\cos A = z$, then $\cos^{-1} z = m\angle A$.	$\cos^{-1}\frac{AC}{AB} = m\angle A$
inverse cosine function If $-1 \leq a \leq 1$, then the inverse cosine of a is an angle θ, written $\theta = \cos^{-1} a$, where $\cos \theta = a$ and $0 \leq \theta \leq \pi$ (or $0° \leq \theta \leq 180°$).	When $0° \leq \theta \leq 180°$, the angle θ whose cosine is $\frac{1}{2}$ is $60°$, so $\theta = \cos^{-1}\frac{1}{2} = 60°$ (or $\theta = \cos^{-1}\frac{1}{2} = \frac{\pi}{3}$).
inverse function An inverse relation that is a function. Functions f and g are inverses provided that $f(g(x)) = x$ and $g(f(x)) = x$.	$f(x) = x + 5; g(x) = x - 5$ $f(g(x)) = (x - 5) + 5 = x$ $g(f(x)) = (x + 5) - 5 = x$ So, f and g are inverse functions.

inverse matrices Two $n \times n$ matrices are inverses of each other if their product (in both orders) is the $n \times n$ identity matrix. *See also* identity matrix.

$$\begin{bmatrix} -5 & 8 \\ 2 & -3 \end{bmatrix}^{-1} = \begin{bmatrix} 3 & 8 \\ 2 & 5 \end{bmatrix} \text{ because}$$

$$\begin{bmatrix} 3 & 8 \\ 2 & 5 \end{bmatrix}\begin{bmatrix} -5 & 8 \\ 2 & -3 \end{bmatrix} = \begin{bmatrix} 1 & 0 \\ 0 & 1 \end{bmatrix} \text{ and}$$

$$\begin{bmatrix} -5 & 8 \\ 2 & -3 \end{bmatrix}\begin{bmatrix} 3 & 8 \\ 2 & 5 \end{bmatrix} = \begin{bmatrix} 1 & 0 \\ 0 & 1 \end{bmatrix}.$$

---

inverse operations Two operations that undo each other.

Addition and subtraction are inverse operations. Multiplication and division are also inverse operations.

---

inverse relation A relation that interchanges the input and output values of the original relation. The graph of an inverse relation is a reflection of the graph of the original relation, with $y = x$ as the line of reflection.

To find the inverse of $y = 3x - 5$, switch x and y to obtain $x = 3y - 5$. Then solve for y to obtain the inverse relation $y = \frac{1}{3}x + \frac{5}{3}$.

---

inverse sine An inverse trigonometric ratio, abbreviated as sin^{-1}. For acute angle A, if $\sin A = z$, then $\sin^{-1} z = m\angle A$.

$$\sin^{-1} \frac{BC}{AB} = m\angle A$$

---

inverse sine function If $-1 \le a \le 1$, then the inverse sine of a is an angle θ, written $\theta = \sin^{-1} a$, where $\sin \theta = a$ and $-\frac{\pi}{2} \le \theta \le \frac{\pi}{2}$ (or $-90° \le \theta \le 90°$).

When $-90° \le \theta \le 90°$, the angle θ whose sine is $\frac{1}{2}$ is $30°$, so $\theta = \sin^{-1} \frac{1}{2} = 30°$ (or $\theta = \sin^{-1} \frac{1}{2} = \frac{\pi}{6}$).

---

inverse tangent An inverse trigonometric ratio, abbreviated as tan^{-1}. For acute angle A, if $\tan A = x$, then $\tan^{-1} x = m\angle A$.

$$\tan^{-1} \frac{BC}{AC} = m\angle A$$

---

inverse tangent function If a is any real number, then the inverse tangent of a is an angle θ, written $\theta = \tan^{-1} a$, where $\tan \theta = a$ and $-\frac{\pi}{2} < \theta < \frac{\pi}{2}$ (or $-90° < \theta < 90°$).

When $-90° < \theta < 90°$, the angle θ whose tangent is $-\sqrt{3}$ is $-60°$, so $\theta = \tan^{-1}(-\sqrt{3}) = -60°$ (or $\theta = \tan^{-1}(-\sqrt{3}) = -\frac{\pi}{3}$).

---

inverse variation The relationship of two variables x and y if there is a nonzero number a such that $y = \frac{a}{x}$. If $y = \frac{a}{x}$, then y is said to vary inversely with x.

The equations $xy = 4$ and $y = \frac{-1}{x}$ represent inverse variation.

---

irrational number A number that cannot be written as the quotient of two integers. The decimal form of an irrational number neither terminates nor repeats.

$\sqrt{945} = 30.74085\ldots$ is an irrational number.
$1.666\ldots$ is *not* an irrational number.

---

isometric drawing A technical drawing that looks three-dimensional and can be created on a grid of dots using three axes that intersect to form $120°$ angles.

---

isometry A transformation that preserves length and angle measure. Also called *congruence transformation*.

Translations, reflections, and rotations are three types of isometries.

---

isosceles trapezoid A trapezoid with congruent legs.	
isosceles triangle A triangle with at least two congruent sides.	
iteration A repetition of a sequence of steps. In algebra, the repeated composition of a function with itself. The result of one iteration is $f(f(x))$, and of two iterations is $f(f(f(x)))$.	Fractals are created using iterations.

J

joint variation A relationship that occurs when a quantity varies directly with the product of two or more other quantities.	The equation $z = 5xy$ represents joint variation.

K

kite A quadrilateral that has two pairs of consecutive congruent sides, but in which opposite sides are not congruent.	

L

lateral area The sum of the areas of the lateral faces of a polyhedron or other solid with one or two bases.	Lateral area = 5(6) + 4(6) + 3(6) = 72 in.^{2}
lateral edges of a prism The segments connecting the corresponding vertices of the bases of a prism.	
lateral faces of a prism The faces of a prism that are parallelograms formed by connecting the corresponding vertices of the bases of the prism.	*See* lateral edges of a prism.
lateral surface of a cone Consists of all segments that connect the vertex with points on the edge of the base.	

High School
Multi-Language Visual Glossary

Copyright © by McDougal Littell,
a division of Houghton Mifflin Company.

law of cosines If △ABC has sides of length a, b, and c as shown, then
$a^2 = b^2 + c^2 - 2bc \cos A$,
$b^2 = a^2 + c^2 - 2ac \cos B$, and
$c^2 = a^2 + b^2 - 2ab \cos C$.

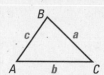

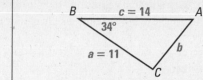

$b^2 = a^2 + c^2 - 2ac \cos B$
$b^2 = 11^2 + 14^2 - 2(11)(14) \cos 34°$
$b^2 \approx 61.7$
$b \approx 7.85$

---

law of sines If △ABC has sides of length a, b, and c as shown, then
$\dfrac{\sin A}{a} = \dfrac{\sin B}{b} = \dfrac{\sin C}{c}$.

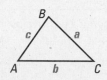

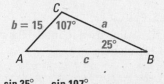

$\dfrac{\sin 25°}{15} = \dfrac{\sin 107°}{c} \rightarrow c \approx 33.9$

---

leading coefficient When a polynomial is written so that the exponents of a variable decrease from left to right, the coefficient of the first term is the leading coefficient.

The leading coefficient of the polynomial $2x^3 + x^2 - 5x + 12$ is 2.

---

least common denominator (LCD) of rational expressions The product of the factors of the denominators of the rational expressions with each common factor used only once.

The LCD of $\dfrac{5}{(x-3)^2}$ and $\dfrac{3x+4}{(x-3)(x+2)}$ is $(x-3)^2(x+2)$.

---

least common multiple (LCM) The smallest of the common multiples of two or more nonzero whole numbers.

The least common multiple of 9 and 12 is the smallest of the common multiples 36, 72, 108, . . . , or 36.

---

legs of a right triangle In a right triangle, the sides adjacent to the right angle.

See right triangle.

---

legs of a trapezoid The nonparallel sides of a trapezoid.

See trapezoid.

---

legs of an isosceles triangle The two congruent sides of an isosceles triangle that has only two congruent sides.

See isosceles triangle.

---

like radicals Radical expressions with the same index and radicand.

$\sqrt[4]{10}$ and $7\sqrt[4]{10}$ are like radicals.

---

like terms Terms that have the same variable parts. Constant terms are also like terms.

In the expression $3x + (-4) + (-6x) + 2$, $3x$ and $-6x$ are like terms, and -4 and 2 are like terms.

---

line A line has one dimension. It is usually represented by a straight line with two arrowheads to indicate that the line extends without end in two directions. In plane geometry, lines are always straight lines. *See also* undefined term.

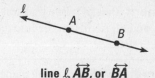

line ℓ, $\overleftrightarrow{AB}$, or $\overleftrightarrow{BA}$

line graph A graph that represents data using points connected by line segments to show how quantities change over time.

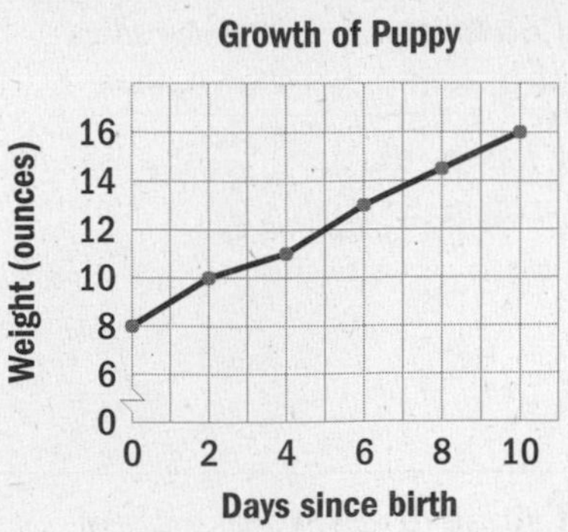

Growth of Puppy

line of fit A line used to model the trend in data having a positive or negative correlation.

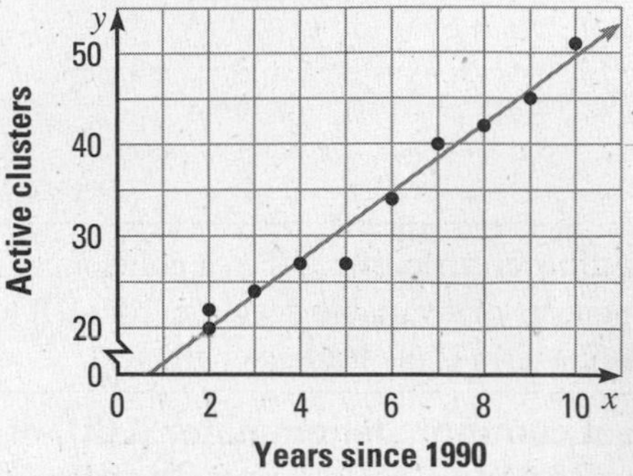

The graph shows a line of fit for the data in the scatter plot.

line of reflection *See* reflection.

See reflection.

line of symmetry *See* line symmetry.

See line symmetry.

line perpendicular to a plane A line that intersects the plane in a point and is perpendicular to every line in the plane that intersects it at that point.

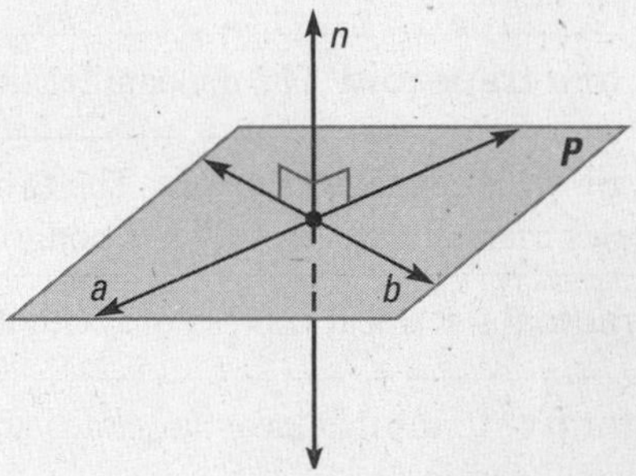

Line *n* is perpendicular to plane *P*.

line segment Part of a line that consists of two points, called endpoints, and all points on the line that are between the endpoints. Also called *segment*.

$\overline{AB}$ with endpoints *A* and *B*

line symmetry A figure in the plane has line symmetry if the figure can be mapped onto itself by a reflection in a line. This line of reflection is a line of symmetry.

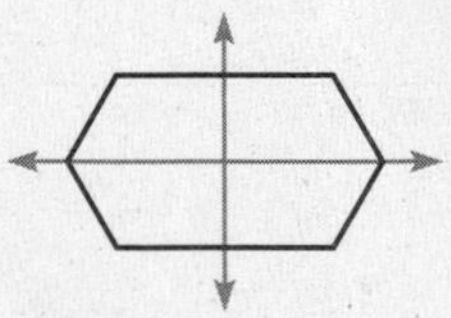

Two lines of symmetry

linear equation An equation whose graph is a line.

See standard form of a linear equation.

linear equation in one variable An equation that can be written in the form $ax + b = 0$ where *a* and *b* are constants and $a \neq 0$.

The equation $\frac{4}{5}x + 8 = 0$ is a linear equation in one variable.

linear equation in three variables An equation of the form $ax + by + cz = d$ where a, b, and c are not all zero.	$2x + y - z = 5$ is a linear equation in three variables.
linear extrapolation Using a line or its equation to approximate a value outside the range of known values.	X=11.75 Y=1200 **The best-fitting line can be used to estimate that when $y = 1200$, $x \approx 11.75$.**
linear function A function that can be written in the form $y = mx + b$ where m and b are constants.	The function $y = -2x - 1$ is a linear function with $m = -2$ and $b = -1$.
linear inequality in one variable An inequality that can be written in one of the following forms: $ax + b < 0$, $ax + b \leq 0$, $ax + b > 0$, or $ax + b \geq 0$.	$5x + 2 > 0$ is a linear inequality in one variable.
linear inequality in two variables An inequality that can be written in one of the following forms: $Ax + By < C$, $Ax + By \leq C$, $Ax + By > C$, or $Ax + By \geq C$.	$5x - 2y \geq -4$ is a linear inequality in two variables.
linear interpolation Using a line or its equation to approximate a value between two known values.	X=1 Y=16.4 **The best-fitting line can be used to estimate that when $x = 1$, $y \approx 16.4$.**
linear pair Two adjacent angles whose noncommon sides are opposite rays.	$\angle 3$ and $\angle 4$ are a linear pair.
linear programming The process of maximizing or minimizing a linear objective function subject to a system of linear inequalities called constraints. The graph of the system of constraints is called the feasible region.	**To maximize the objective function $P = 35x + 30y$ subject to the constraints $x \geq 4$, $y \geq 0$, and $5x + 4y \leq 40$, evaluate P at each vertex. The maximum value of 290 occurs at (4, 5).**
linear regression The process of finding the best-fitting line to model a set of data.	*See* line of fit.

literal equation An equation in which letters are used to replace the coefficients and constants of another equation.	The equation $5(x + 3) = 20$ can be written as the literal equation $a(x + b) = c$.
local maximum The y-coordinate of a turning point of a function if the point is higher than all nearby points.	 Maximum X=0 Y=6 The function $f(x) = x^3 - 3x^2 + 6$ has a local maximum of $y = 6$ when $x = 0$.
local minimum The y-coordinate of a turning point of a function if the point is lower than all nearby points.	 Minimum X=-.56971 Y=-6.50858 The function $f(x) = x^4 - 6x^3 + 3x^2 + 10x - 3$ has a local minimum of $y \approx -6.51$ when $x \approx -0.57$.
locus in a plane The set of all points in a plane that satisfy a given condition or set of given conditions. Plural is *loci*.	 $\odot C$ is the locus of points that are 1 centimeter from point C.
logarithm of y with base b Let b and y be positive numbers with $b \neq 1$. The logarithm of y with base b, denoted $\log_b y$ and read "log base b of y," is defined as follows: $\log_b y = x$ if and only if $b^x = y$.	$\log_2 8 = 3$ because $2^3 = 8$. $\log_{1/4} 4 = -1$ because $\left(\frac{1}{4}\right)^{-1} = 4$.
logarithmic equation An equation that involves a logarithm of a variable expression.	$\log_5 (4x - 7) = \log_5 (x + 5)$ is a logarithmic equation.
lower extreme The least value of a data set.	*See* box-and-whisker plot.
lower quartile The median of the lower half of an ordered data set.	*See* interquartile range.

M

major arc Part of a circle that measures between 180° and 360°.	 minor arc $\overset{\frown}{AB}$ major arc $\overset{\frown}{ADB}$

High School
Multi-Language Visual Glossary

34

Copyright © by McDougal Littell,
a division of Houghton Mifflin Company.

major axis of an ellipse The line segment joining the vertices of an ellipse.	*See* ellipse.
margin of error The margin of error gives a limit on how much the response of a sample would be expected to differ from the response of the population.	If 40% of the people in a poll prefer candidate A, and the margin of error is ±4%, then it is expected that between 36% and 44% of the entire population prefer candidate A.
matrix, matrices A rectangular arrangement of numbers in rows and columns. Each number in a matrix is an element, or *entry*.	$A = \begin{bmatrix} 0 & 4 & -1 \\ -3 & 2 & 5 \end{bmatrix}$ 2 rows 3 columns **Matrix *A* has 2 rows and 3 columns. The element in the first row and second column is 4.**
matrix of constants The matrix of constants of the linear system $ax + by = e, cx + dy = f$ is $\begin{bmatrix} e \\ f \end{bmatrix}$.	*See* coefficient matrix.
matrix of variables The matrix of variables of the linear system $ax + by = e, cx + dy = f$ is $\begin{bmatrix} x \\ y \end{bmatrix}$.	*See* coefficient matrix.
maximum value of a quadratic function The y-coordinate of the vertex for $y = ax^2 + bx + c$ when $a < 0$.	 **The maximum value of $y = -x^2 + 2x - 1$ is 0.**
mean For the numerical data set $x_1, x_2, \ldots, x_n$, the mean, or average, is: $$\bar{x} = \frac{x_1 + x_2 + \ldots + x_n}{n}$$	The mean of 5, 9, 14, 23 is $$\frac{5 + 9 + 14 + 23}{4} = \frac{51}{4} = 12.75.$$
mean absolute deviation The mean absolute deviation of the data set $x_1, x_2, \ldots, x_n$ with mean $\bar{x}$ is a measure of dispersion given by: $$\frac{|x_1 - \bar{x}| + |x_2 - \bar{x}| + \ldots + |x_n - \bar{x}|}{n}$$	The mean absolute deviation of the data set 3, 9, 13, 23 (with mean = 12) is: $$\frac{|3 - 12| + |9 - 12| + |13 - 12| + |23 - 12|}{4}$$ $= 6$
means of a proportion The middle terms of a proportion. *See also* proportion.	The means of $\frac{a}{b} = \frac{c}{d}$ are b and c.
measure of central tendency A number used to represent the center or middle of a set of data values. Mean, median, and mode are three measures of central tendency.	14, 17, 18, 19, 20, 24, 24, 30, 32 The mean is $$\frac{14 + 17 + 18 + \ldots + 32}{9} = \frac{198}{9} = 22.$$ The median is the middle number, 20. The mode is 24 because 24 occurs the most frequently.
measure of dispersion A statistic that tells you how dispersed, or spread out, data values are. Range and standard deviation are measures of dispersion.	*See* range *and* standard deviation.

measure of a major arc The difference between 360° and the measure of the related minor arc.	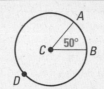 $\overset{\frown}{mADB} = 360° - \overset{\frown}{mAB}$ $= 360° - 50°$ $= 310°$
measure of a minor arc The measure of the arc's central angle.	*See* measure of a major arc.
measure of an angle Consider $\overleftrightarrow{OB}$ and a point A on one side of $\overleftrightarrow{OB}$. The rays of the form $\overrightarrow{OA}$ can be matched one to one with the real numbers from 0 to 180. The measure of $\angle AOB$ is equal to the absolute value of the difference between the real numbers for $\overrightarrow{OA}$ and $\overrightarrow{OB}$.	 $m\angle AOB = 140°$
median The median of a numerical data set is the middle number when the values are written in numerical order. If the data set has an even number of values, the median is the mean of the two middle values.	The median of 5, 9, 14, 23 is the mean of 9 and 14, or $\frac{9 + 14}{2} = 11.5$.
median of a triangle A segment from one vertex of the triangle to the midpoint of the opposite side.	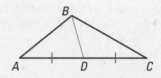 $\overline{BD}$ is a median of $\triangle ABC$.
midpoint A point that divides, or bisects, a segment into two congruent segments. The midpoint is equidistant from the endpoints.	 M is the midpoint of $\overline{AB}$.
midpoint formula The midpoint M of the line segment with endpoints $A(x_1, y_1)$ and $B(x_2, y_2)$ is $M\left(\frac{x_1 + x_2}{2}, \frac{y_1 + y_2}{2}\right)$.	The midpoint M of the line segment with endpoints $(-1, -2)$ and $(3, -4)$ is: $\left(\frac{-1 + 3}{2}, \frac{-2 + (-4)}{2}\right) = (1, -3)$
midsegment of a trapezoid A segment that connects the midpoints of the legs of a trapezoid.	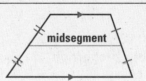
midsegment of a triangle A segment that connects the midpoints of two sides of the triangle.	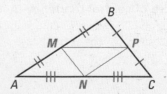 The midsegments of $\triangle ABC$ are $\overline{MP}, \overline{MN},$ and $\overline{NP}.$

minimum value of a quadratic function The y-coordinate of the vertex for $y = ax^2 + bx + c$ when $a > 0$.	 The minimum value of $y = x^2 - 6x + 5$ is -4.
minor arc Part of a circle that measures less than $180°$.	*See* major arc.
minor axis of an ellipse The line segment joining the co-vertices of an ellipse.	*See* ellipse.
mixed number The sum of a whole number and a fraction less than 1.	$2\frac{5}{8}$ is a mixed number.
mode The mode of a data set is the value that occurs most frequently. There may be one mode, no mode, or more than one mode.	The mode of the data set 4, 7, 9, 11, 11, 12, 18 is 11.
monomial A number, variable, or the product of a number and one or more variables with whole number exponents.	$10, 3x, \frac{1}{2}ab^2$, and $-1.8m^5$ are monomials.
multiple A multiple of a whole number is the product of the number and any nonzero whole number.	The multiples of 2 are 2, 4, 6, 8, 10, ...
multiplicative identity The number 1 is the multiplicative identity, because the product of any number and 1 is the number: $a \cdot 1 = 1 \cdot a = a$.	$3.6(1) = 3.6, 1(-7) = -7$
multiplicative inverse The multiplicative inverse of a nonzero number a is its reciprocal, $\frac{1}{a}$. The product of a nonzero number and its multiplicative inverse is 1: $a \cdot \frac{1}{a} = \frac{1}{a} \cdot a = 1, a \neq 0$.	The multiplicative inverse of $-\frac{1}{5}$ is -5 because $-\frac{1}{5} \cdot (-5) = 1$.
mutually exclusive events Events that have no common outcome.	When you roll a number cube, "roll a 3" and "roll an even number" are mutually exclusive events.

N

n factorial For any positive integer n, n factorial, written $n!$, is the product of the integers from 1 to n; $0! = 1$.	$5! = 5 \cdot 4 \cdot 3 \cdot 2 \cdot 1 = 120$
natural base e An irrational number defined as follows: As n approaches $+\infty$, $\left(1 + \frac{1}{n}\right)^n$ approaches $e \approx 2.718281828$.	*See* natural logarithm.
natural logarithm A logarithm with base e. It can be denoted $\log_e$, but is more often denoted by ln.	$\ln 0.3 \approx -1.204$ because $e^{-1.204} \approx (2.7183)^{-1.204} \approx 0.3$.
negation The opposite of a statement. The symbol for negation is $\sim$.	Statement: The ball is red. Negation: The ball is not red.

negative correlation The paired data (x, y) have a negative correlation if y tends to decrease as x increases.	
negative exponent If $a \neq 0$, then a^{-n} is the reciprocal of a^n; $a^{-n} = \dfrac{1}{a^n}$.	$3^{-2} = \dfrac{1}{3^2} = \dfrac{1}{9}$
negative integers The integers that are less than 0.	$-1, -2, -3, -4, \ldots$
net The two-dimensional representation of the faces of a polyhedron.	
***n*-gon** A polygon with n sides.	A polygon with 14 sides is a 14-gon.
normal curve A smooth, symmetrical, bell-shaped curve that can model normal distributions and approximate some binomial distributions.	*See* normal distribution.
normal distribution A probability distribution with mean $\bar{x}$ and standard deviation σ modeled by a bell-shaped curve with the area properties shown at the right.	
n*th root of *a For an integer n greater than 1, if $b^n = a$, then b is an nth root of a. Written as $\sqrt[n]{a}$.	$\sqrt[3]{-216} = -6$ because $(-6)^3 = -216$.
numerical expression An expression that consists of numbers, operations, and grouping symbols.	$-4(-3)^2 - 6(-3) + 11$ is a numerical expression.
number line A line whose points are associated with numbers. You can use a number line to compare and order numbers. The numbers on a number line increase from left to right.	
numerator The number above the fraction bar in a fraction. It represents the number of equal parts out of the whole or the number of objects from the set that are being considered.	In the fraction $\frac{3}{4}$, the numerator is 3.

O

objective function In linear programming, the linear function that is maximized or minimized.	*See* linear programming.

High School
Multi-Language Visual Glossary

Copyright © by McDougal Littell,
a division of Houghton Mifflin Company.

oblique prism A prism with lateral edges that are not perpendicular to the bases.

height

obtuse angle An angle with measure between 90° and 180°.

A

obtuse triangle A triangle with one obtuse angle.

octagon A polygon with eight sides.

octahedron A polyhedron with eight faces.

odds against When all outcomes are equally likely, the odds against an event are defined as the ratio of the number of unfavorable outcomes to the number of favorable outcomes.

When you roll a number cube, the odds against rolling a number less than 5 are $\frac{2}{4} = \frac{1}{2}$, or 1 : 2.

odds in favor When all outcomes are equally likely, the odds in favor of an event are defined as the ratio of the number of favorable outcomes to the number of unfavorable outcomes.

When you roll a number cube, the odds in favor of rolling a number less than 5 are $\frac{4}{2} = \frac{2}{1}$, or 2 : 1.

open sentence An equation or inequality that contains an algebraic expression.

$2k - 8 = 12$ and $6n \geq 24$ are open sentences.

opposite *See* additive inverse.

See additive inverse.

opposite rays If point *C* lies on $\overleftrightarrow{AB}$ between *A* and *B*, then $\overrightarrow{CA}$ and $\overrightarrow{CB}$ are opposite rays.

A *C* *B*

$\overrightarrow{CA}$ and $\overrightarrow{CB}$ are opposite rays.

opposites Two numbers that are the same distance from 0 on a number line but are on opposite sides of 0.

4 units **4 units**

−6 −4 −2 0 2 4 6

4 and −4 are opposites.

order of magnitude of a quantity The power of 10 nearest the quantity.

The order of magnitude of 91,000 is 10^5, or 100,000.

order of operations Rules for evaluating an expression involving more than one operation.

To evaluate $24 - (3^2 + 1)$, evaluate the power, then add within the parentheses, and then subtract: $24 - (3^2 + 1) = 24 - (9 + 1) = 24 - 10 = 14$

ordered pair *See* *x*-coordinate *and* *y*-coordinate.

See *x*-coordinate *and* *y*-coordinate.

ordered triple A set of three numbers of the form (x, y, z) that represents a point in space.	The ordered triple $(2, 1, -3)$ is a solution of the equation $4x + 2y + 3z = 1$.
origin The point $(0, 0)$ on a coordinate plane.	*See* coordinate plane.
orthocenter of a triangle The point at which the lines containing the three altitudes of the triangle intersect.	*P* is the orthocenter of $\triangle ABC$.
orthographic projection A technical drawing that is a two-dimensional drawing of the front, top, and side views of an object.	
outcome A possible result of an experiment.	When you roll a number cube, there are 6 possible outcomes: a 1, 2, 3, 4, 5, or 6.
outlier A value that is widely separated from the rest of the data in a data set. Typically, a value that is greater than the upper quartile by more than 1.5 times the interquartile range or is less than the lower quartile by more than 1.5 times the interquartile range.	The interquartile range of the data set below is $23 - 10 = 13$. lower quartile ↓ upper quartile ↓ 8 **10** 14 17 20 **23** 50 The data value 50 is greater than $23 + 1.5(13) = 42.5$, so it is an outlier.
output A number in the range of a function.	*See* function.
overlapping events Events that have at least one common outcome.	When you roll a number cube, "roll a 3" and "roll an odd number" are overlapping events.

P.

parabola, algebraic definition The U-shaped graph of a quadratic function.	The graph of $y = x^2 - 6x + 5$ is a parabola.

High School
Multi-Language Visual Glossary

Copyright © by McDougal Littell,
a division of Houghton Mifflin Company.

parabola, geometric definition The set of all points equidistant from a point called the focus and a line called the directrix. The graph of a quadratic function $y = ax^2 + bx + c$ is a parabola.

paragraph proof A type of proof written in paragraph form.

parallel lines Two lines in the same plane that do not intersect.

parallel planes Two planes that do not intersect.

$S \parallel T$

parallelogram A quadrilateral with both pairs of opposite sides parallel.

$\square PQRS$

parent function The most basic function in a family of functions.

The parent function for the family of all linear functions is $y = x$.

partial sum The sum S_n of the first n terms of an infinite series.

$\frac{1}{2} + \frac{1}{4} + \frac{1}{8} + \frac{1}{16} + \frac{1}{32} + \ldots$

The series above has the partial sums $S_1 = 0.5$, $S_2 = 0.75$, $S_3 \approx 0.88$, $S_4 \approx 0.94, \ldots$.

Pascal's triangle An arrangement of the values of $_nC_r$ in a triangular pattern in which each row corresponds to a value of n.

$$_0C_0$$
$$_1C_0 \quad _1C_1$$
$$_2C_0 \quad _2C_1 \quad _2C_2$$
$$_3C_0 \quad _3C_1 \quad _3C_2 \quad _3C_3$$
$$_4C_0 \quad _4C_1 \quad _4C_2 \quad _4C_3 \quad _4C_4$$
$$_5C_0 \quad _5C_1 \quad _5C_2 \quad _5C_3 \quad _5C_4 \quad _5C_5$$

pentagon A polygon with five sides.

percent A ratio that compares a number to 100. *Percent* means "per hundred."

$43\% = \frac{43}{100} = 0.43$

percent of change A percent that indicates how much a quantity increases or decreases with respect to the original amount.

Percent of change, $p\% = \dfrac{\text{Amount of increase or decrease}}{\text{Original amount}}$

The percent of change, $p\%$, from 140 to 189 is:

$$p\% = \dfrac{189 - 140}{140} = \dfrac{49}{140} = 0.35 = 35\%$$

---

percent of decrease The percent of change in a quantity when the new amount of the quantity is less than the original amount.

See percent of change.

---

percent of increase The percent of change in a quantity when the new amount of the quantity is greater than the original amount.

See percent of change.

---

perfect square A number that is the square of an integer.

49 is a perfect square, because $49 = 7^2$.

---

perfect square trinomials Trinomials of the form $a^2 + 2ab + b^2$ and $a^2 - 2ab + b^2$.

$x^2 + 6x + 9$ and $x^2 - 10x + 25$ are perfect square trinomials.

---

perimeter The distance around a figure, measured in linear units such as feet, inches, or meters.

Perimeter $= 5 + 7 + 8$, or 20 cm

---

period The horizontal length of each cycle of a periodic function.

See periodic function.

---

periodic function A function whose graph has a repeating pattern.

The graph shows 3 cycles of $y = \tan x$, a periodic function with a period of π.

---

permutation An arrangement of objects in which order is important.

There are 6 permutations of the numbers 1, 2, and 3: 123, 132, 213, 231, 312, and 321.

---

perpendicular bisector A segment, ray, line, or plane that is perpendicular to a segment at its midpoint.

---

piecewise function A function defined by at least two equations, each of which applies to a different part of the function's domain.

$$g(x) = \begin{cases} 3x - 1, & \text{if } x < 1 \\ 0, & \text{if } x = 1 \\ -x + 4, & \text{if } x > 1 \end{cases}$$

---

plane A plane has two dimensions. It is usually represented by a shape that looks like a floor or a wall. You must imagine that the plane extends without end, even though the drawing of a plane appears to have edges. *See also* undefined term.

plane *M* or plane *ABC*

Platonic solids Five regular polyhedra, named after the Greek mathematician and philosopher Plato.

The Platonic solids include a regular tetrahedron, a cube, a regular octahedron, a regular dodecahedron, and a regular icosahedron.

---

point A point has no dimension. It is usually represented by a dot. *See also* undefined term.	A • **point *A***
point of concurrency The point of intersection of concurrent lines, rays, or segments.	 ***P* is the point of concurrency for lines *j, k*, and ℓ.**
point-slope form An equation of a nonvertical line written in the form $y - y_1 = m(x - x_1)$ where the line passes through a given point (x_1, y_1) and has a slope of m.	The equation $y + 3 = 2(x - 4)$ is in point-slope form. The graph of the equation is a line that passes through the point $(4, -3)$ and has a slope of 2.
polygon A closed plane figure with the following properties. (1) It is formed by three or more line segments called sides. (2) Each side intersects exactly two sides, one at each endpoint, so that no two sides with a common endpoint are collinear.	 **Polygon *ABCDE***
polyhedron A solid that is bounded by polygons, called faces, that enclose a single region of space. Plural is *polyhedra* or *polyhedrons*.	
polynomial A monomial or a sum of monomials, each called a term of the polynomial.	9, $2x^2 + x - 5$, and $7bc^3 + 4b^4c$ are polynomials.
polynomial function A function of the form $f(x) = a_nx^n + a_{n-1}x^{n-1} + \cdots + a_1x + a_0$ where $a_n \neq 0$, the exponents are all whole numbers, and the coefficients are all real numbers.	$f(x) = 11x^5 - 0.4x^2 + 16x - 7$ is a polynomial function. The degree of $f(x)$ is 5, the leading coefficient is 11, and the constant term is -7.
polynomial long division A method used to divide polynomials similar to the way you divide numbers.	$$\begin{array}{r} x^2 + 7x + 7 \\ x-2\overline{)x^3 + 5x^2 - 7x + 2} \\ \underline{x^3 - 2x^2} \\ 7x^2 - 7x \\ \underline{7x^2 - 14x} \\ 7x + 2 \\ \underline{7x - 14} \\ 16 \end{array}$$ $$\frac{x^3 + 5x^2 - 7x + 2}{x - 2} = x^2 + 7x + 7 + \frac{16}{x - 2}$$
population The entire group that you want information about.	A magazine invites its readers to mail in answers to a questionnaire rating the magazine. The population consists of all the magazine's readers.

positive correlation The paired data (x, y) have a positive correlation if y tends to increase as x increases.

positive integers The integers that are greater than 0.

$1, 2, 3, 4, \ldots$

postulate A rule that is accepted without proof. Also called *axiom*.

The Segment Addition Postulate states that if B is between A and C, then $AB + BC = AC$.

power An expression that represents repeated multiplication of the same factor.

81 is a power of 3, because $81 = 3 \cdot 3 \cdot 3 \cdot 3 = 3^4$.

power function *See* exponential function.

See exponential function.

preimage The original figure in a transformation. *See also* image.

See image.

prime factorization A whole number written as the product of prime factors.

The prime factorization of 20 is $2^2 \times 5$.

prime number A whole number greater than 1 whose only factors are 1 and itself.

59 is a prime number, because its only factors are 1 and itself.

prism A polyhedron with two congruent faces, called bases, that lie in parallel planes.

probability distribution A function that gives the probability of each possible value of a random variable. The sum of all the probabilities in a probability distribution must equal 1.

Let the random variable X represent the number showing after rolling a standard six-sided die.

Probability Distribution for Rolling a Die						
X	1	2	3	4	5	6
$P(X)$	$\frac{1}{6}$	$\frac{1}{6}$	$\frac{1}{6}$	$\frac{1}{6}$	$\frac{1}{6}$	$\frac{1}{6}$

probability of an event A number from 0 to 1 that measures the likelihood that an event will occur. It can be expressed as a fraction, decimal, or percent.

See experimental probability, geometric probability, *and* theoretical probability.

proof A logical argument that shows a statement is true.

proportion An equation that states that two ratios are equivalent: $\frac{a}{b} = \frac{c}{d}$ where $b \neq 0$ and $d \neq 0$.

$\frac{3}{4} = \frac{6}{8}$ and $\frac{11}{6} = \frac{x}{30}$ are proportions.

pure imaginary number A complex number $a + bi$ where $a = 0$ and $b \neq 0$.

$-4i$ and $1.2i$ are pure imaginary numbers.

pyramid A polyhedron in which the base is a polygon and the lateral faces are triangles with a common vertex, called the vertex of the pyramid.

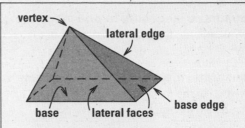

Pythagorean theorem If a triangle is a right triangle, then the sum of the squares of the lengths a and b of the legs equals the square of the length c of the hypotenuse: $a^2 + b^2 = c^2$.

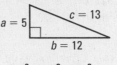

$$5^2 + 12^2 = 13^2$$

Pythagorean triple A set of three positive integers a, b, and c that satisfy the equation $c^2 = a^2 + b^2$.

Common Pythagorean triples:

3, 4, 5   5, 12, 13   8, 15, 17   7, 24, 25

quadrantal angle An angle in standard position whose terminal side lies on an axis.

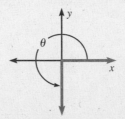

quadrants The four regions into which the coordinate plane is divided by the x-axis and the y-axis.

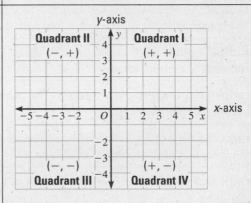

quadratic equation in one variable An equation that can be written in the standard form $ax^2 + bx + c = 0$ where $a \neq 0$.

The equations $x^2 - 2x = 3$ and $0.1x^2 = 40$ are quadratic equations.

quadratic form The form $au^2 + bu + c$, where u is any expression in x.

The expression $16x^4 - 8x^2 - 8$ is in quadratic form because it can be written as $u^2 - 2u - 8$ where $u = 4x^2$.

quadratic formula The formula $x = \dfrac{-b \pm \sqrt{b^2 - 4ac}}{2a}$ used to find the solutions of the quadratic equation $ax^2 + bx + c = 0$ where a, b, and c are real numbers and $a \neq 0$.

To solve $3x^2 + 6x + 2 = 0$, substitute 3 for a, 6 for b, and 2 for c in the quadratic formula.

$$x = \frac{-6 \pm \sqrt{6^2 - 4(3)(2)}}{2(3)} = \frac{-3 \pm \sqrt{3}}{3}$$

quadratic function A nonlinear function that can be written in the standard form $y = ax^2 + bx + c$ where $a \neq 0$.

$y = 2x^2 + 5x - 3$ is a quadratic function.

quadratic inequality in one variable An inequality that can be written in the form $ax^2 + bx + c < 0$, $ax^2 + bx + c \le 0$, $ax^2 + bx + c > 0$, or $ax^2 + bx + c \ge 0$.	$x^2 + x \le 0$ and $2x^2 + x - 4 > 0$ are quadratic inequalities in one variable.
quadratic inequality in two variables An inequality that can be written in the form $y < ax^2 + bx + c$, $y \le ax^2 + bx + c$, $y > ax^2 + bx + c$, or $y \ge ax^2 + bx + c$.	$y > x^2 + 3x - 4$ is a quadratic inequality in two variables.
quadratic system A system of equations that includes one or more equations of conics.	$y^2 - 7x + 3 = 0 \qquad x^2 + 4y^2 + 8y = 16$ $2x - y = 3 \qquad 2x^2 - y^2 - 6x - 4 = 0$ The systems above are quadratic systems.
quadrilateral A polygon with four sides.	

R

radian In a circle with radius r and center at the origin, one radian is the measure of an angle in standard position whose terminal side intercepts an arc of length r.	
radical An expression of the form $\sqrt{s}$ or $\sqrt[n]{s}$ where s is a number or an expression.	$\sqrt{5}, \sqrt[3]{2x + 1}$
radical equation An equation with one or more radicals that have variables in their radicands.	$\sqrt[3]{2x + 7} = 3$
radical expression An expression that contains a radical, such as a square root or a cube root.	$3\sqrt{2x}$ and $\sqrt[3]{x - 1}$ are radical expressions.
radical function A function that contains a radical expression with the independent variable in the radicand.	$y = \sqrt[3]{2x}$ and $y = \sqrt{x + 2}$ are radical functions.
radicand The number or expression beneath a radical sign.	The radicand of $\sqrt{5}$ is 5, and the radicand of $\sqrt{8y^2}$ is $8y^2$.
radius of a circle A segment whose endpoints are the center of the circle and a point on the circle. The distance from the center of a circle to any point on the circle. Plural is *radii*.	*See* circumference.
radius of a polygon The radius of a polygon's circumscribed circle.	

radius of a sphere A segment from the center of a sphere to a point on the sphere. The distance from the center of a sphere to any point on the sphere.

radius
center

random sample A sample in which every member of the population has an equal chance of being selected.

You can select a random sample of a school's student population by having a computer randomly choose 100 student identification numbers.

random variable A variable whose value is determined by the outcomes of a random event.

The random variable X representing the number showing after rolling a six-sided die has possible values of 1, 2, 3, 4, 5, and 6.

range of a function The set of output values of a function.

See function.

range of a relation The set of output values of a relation.

See relation.

range of data values A measure of dispersion equal to the difference between the greatest and least data values.

14, 17, 18, 19, 20, 24, 24, 30, 32

The range of the data set above is $32 - 14 = 18$.

rate A fraction that compares two quantities measured in different units.

$\frac{110 \text{ miles}}{2 \text{ hours}}$ and $\frac{55 \text{ miles}}{1 \text{ hour}}$ are rates.

rate of change A comparison of a change in one quantity with a change in another quantity. In real-world situations, you can interpret the slope of a line as a rate of change.

You pay $7 for 2 hours of computer use and $14 for 4 hours of computer use. The rate of change is $\frac{\text{change in cost}}{\text{change in time}} = \frac{14 - 7}{4 - 2} =$ 3.5, or $3.50 per hour.

ratio of a to b A comparison of two numbers using division. The ratio of a to b, where $b \neq 0$, can be written as a to b, as $a : b$, or as $\frac{a}{b}$.

The ratio of 3 feet to 7 feet can be written as 3 to 7, 3 : 7, or $\frac{3}{7}$.

rational equation An equation that contains one or more rational expressions.

The equations $\frac{6}{x + 4} = \frac{x}{2}$ and $\frac{x}{x - 2} + \frac{1}{5} = \frac{2}{x - 2}$ are rational equations.

rational expression An expression that can be written as a ratio of two polynomials where the denominator is not 0.

$\frac{x + 8}{10x}$ and $\frac{5}{x^2 - 1}$ are rational expressions.

rational function A function of the form $f(x) = \frac{p(x)}{q(x)}$, where $p(x)$ and $q(x)$ are polynomials and $q(x) \neq 0$.

The functions $y = \frac{6}{x}$ and $y = \frac{2x + 1}{x - 3}$ are rational functions.

rational number A number that can be written as $\frac{a}{b}$ where a and b are integers and $b \neq 0$.

$4 = \frac{4}{1}$, $0 = \frac{0}{1}$, $2\frac{1}{3} = \frac{7}{3}$, $-\frac{3}{4} = \frac{-3}{4}$, and $0.6 = \frac{3}{5}$ are all rational numbers.

rationalizing the denominator The process of eliminating a radical expression in the denominator of a fraction by multiplying both the numerator and denominator by an appropriate radical expression.

To rationalize the denominator of $\frac{5}{\sqrt{7}}$, multiply the expression by $\frac{\sqrt{7}}{\sqrt{7}}$:

$$\frac{5}{\sqrt{7}} = \frac{5}{\sqrt{7}} \cdot \frac{\sqrt{7}}{\sqrt{7}} = \frac{5\sqrt{7}}{\sqrt{49}} = \frac{5\sqrt{7}}{7}$$

ray Part of a line that consists of a point called an endpoint and all points on the line that extend in one direction.

A B

$\overrightarrow{AB}$ **with endpoint** A

real numbers The set of all rational and irrational numbers.	$8, -6.2, \frac{6}{7}, \pi$, and $\sqrt{2}$ are real numbers.
reciprocal The reciprocal, or multiplicative inverse, of any nonzero number b is $\frac{1}{b}$.	-2 and $\frac{1}{-2} = -\frac{1}{2}$ are reciprocals.
rectangle A parallelogram with four right angles.	
recursive rule A rule for a sequence that gives the beginning term or terms of the sequence and then a recursive equation that tells how the nth term a_n is related to one or more preceding terms.	The recursive rule $a_0 = 1$, $a_n = a_{n-1} + 4$ gives the arithmetic sequence $1, 5, 9, 13, \ldots$.
reduction A dilation with a scale factor between 0 and 1.	A dilation with a scale factor of $\frac{1}{2}$ is a reduction.
reference angle If θ is an angle in standard position, its reference angle is the acute angle θ' formed by the terminal side of θ and the x-axis.	 **The acute angle θ' is the reference angle for angle θ.**
reflection A transformation that uses a line of reflection to create a mirror image of the original figure.	
regular polygon A polygon that has all sides and all angles congruent.	
regular polyhedron A convex polyhedron in which all of the faces are congruent regular polygons.	*See* convex polyhedron.
regular pyramid A pyramid that has a regular polygon for a base and in which the segment joining the vertex and the center of the base is perpendicular to the base.	
relation A mapping, or pairing, of input values with output values.	The ordered pairs $(-2, -2)$, $(-2, 2)$, $(0, 1)$, and $(3, 1)$ represent the relation with inputs (domain) of -2, 0, and 3 and outputs (range) of -2, 1, and 2.

High School
Multi-Language Visual Glossary

Copyright © by McDougal Littell,
a division of Houghton Mifflin Company.

relative error The ratio of the greatest possible error to the measured length.

If the greatest possible error of a measure is 0.5 inch and the measured length of an object is 8 inches, then the relative error is $\frac{0.5}{8} = 0.0625 = 6.25\%$.

repeated solution For the polynomial equation $f(x) = 0$, k is a repeated solution if and only if the factor $x - k$ has an exponent greater than 1 when $f(x)$ is factored completely.

-1 is a repeated solution of the equation $(x + 1)^2 (x - 2) = 0$.

rhombus A parallelogram with four congruent sides.

right angle An angle with measure equal to 90°.

right cone A cone in which the segment joining the vertex and the center of the base is perpendicular to the base. The slant height is the distance between the vertex and a point on the base edge.

right cylinder A cylinder in which the segment joining the centers of the bases is perpendicular to the bases.

right prism A prism in which each lateral edge is perpendicular to both bases.

right triangle A triangle with one right angle.

rise *See* slope.

See slope.

root of an equation The solutions of a quadratic equation are its roots.

The roots of the quadratic equation $x^2 - 5x - 36 = 0$ are 9 and -4.

rotation A transformation in which a figure is turned about a fixed point called the center of rotation.	angle of rotation P center of rotation
rotational symmetry A figure in the plane has rotational symmetry if the figure can be mapped onto itself by a rotation of 180° or less about the center of the figure. This point is the center of symmetry.	center of symmetry **Rotations of 90° and 180° map the figure onto itself.**
run *See* slope.	*See* slope.

S

sample A subset of a population.	*See* population.
sample space The set of all possible outcomes.	When you toss two coins, the sample space is heads, heads; heads, tails; tails, heads; and tails, tails.
scalar A real number by which you multiply a matrix.	*See* scalar multiplication.
scalar multiplication Multiplication of each element in a matrix by a real number, called a scalar.	The matrix is multiplied by the scalar 3. $$3\begin{bmatrix} 1 & 2 \\ 0 & -1 \end{bmatrix} = \begin{bmatrix} 3 & 6 \\ 0 & -3 \end{bmatrix}$$
scale A ratio that relates the dimensions of a scale drawing or scale model and the actual dimensions.	The scale 1 in. : 12 ft on a floor plan means that 1 inch in the floor plan represents an actual distance of 12 feet.
scale drawing A two-dimensional drawing of an object in which the dimensions of the drawing are in proportion to the dimensions of the object.	A floor plan of a house is a scale drawing.
scale factor of a dilation In a dilation, the ratio of a side length of the image to the corresponding side length of the original figure.	*See* dilation.
scale factor of two similar polygons The ratio of the lengths of two corresponding sides of two similar polygons.	 **The scale factor of *ZYXW* to *FGHJ* is $\frac{5}{4}$.**
scale model A three-dimensional model of an object in which the dimensions of the model are in proportion to the dimensions of the object.	A globe is a scale model of Earth.

High School
Copyright © by McDougal Littell,
a division of Houghton Mifflin Company.

scalene triangle A triangle with no congruent sides.

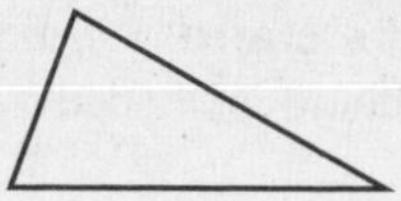

scatter plot A graph of a set of data pairs (x, y) used to determine whether there is a relationship between the variables x and y.

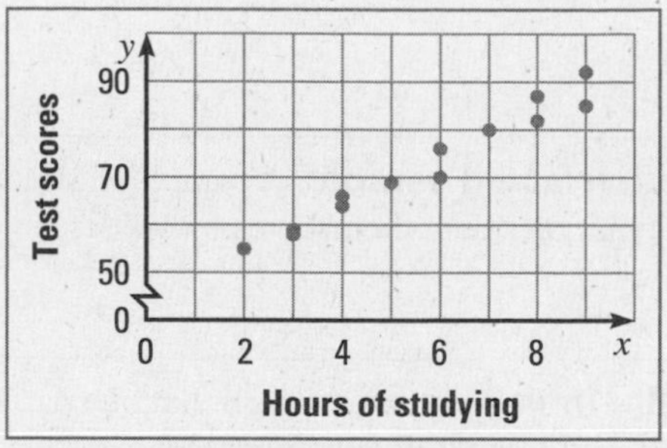

scientific notation A number is written in scientific notation when it is of the form $c \times 10^n$ where $1 \leq c < 10$ and n is an integer.

Two million is written in scientific notation as 2×10^6, and 0.547 is written in scientific notation as 5.47×10^{-1}.

secant function If θ is an acute angle of a right triangle, the secant of θ is the length of the hypotenuse divided by the length of the side adjacent to θ.

See sine function.

secant line A line that intersects a circle in two points.

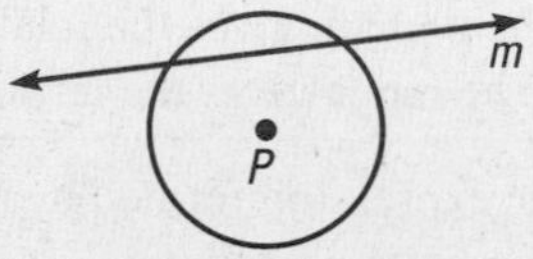

Line *m* is a secant.

secant segment A segment that contains a chord of a circle and has exactly one endpoint outside the circle.

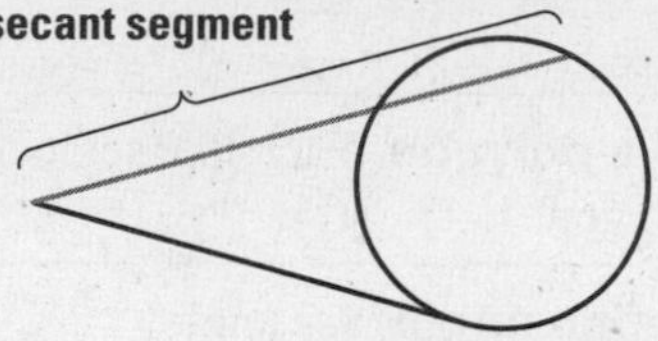

secant segment

sector of a circle The region bounded by two radii of the circle and their intercepted arc.

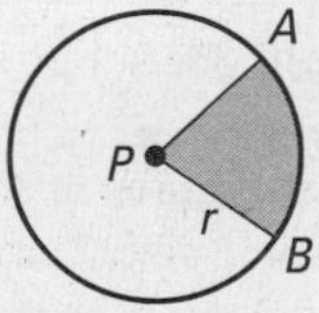

sector *APB*

segment *See* line segment.

See line segment.

segment bisector A point, ray, line, segment, or plane that intersects a segment at its midpoint.

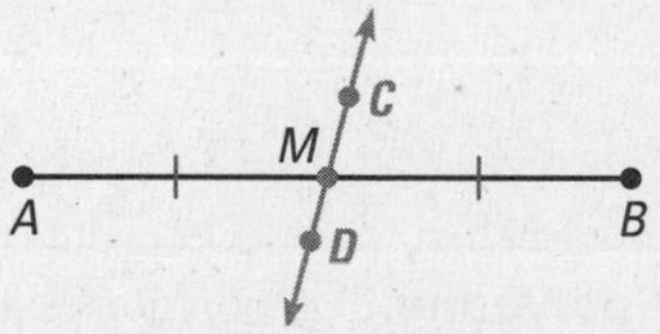

$\overleftrightarrow{CD}$ is a segment bisector of $\overline{AB}$.

segments of a chord When two chords intersect in the interior of a circle, each chord is divided into two segments called segments of the chord.	 $\overline{EA}$ and $\overline{EB}$ are segments of chord $\overline{AB}$. $\overline{DE}$ and $\overline{EC}$ are segments of chord $\overline{DC}$.
self-selected sample A sample in which members of the population select themselves by volunteering.	You can obtain a self-selected sample of a school's student population by asking students to return surveys to a collection box.
self-similar An object such that one part of the object can be enlarged to look like the whole object.	*See* fractal.
semicircle An arc with endpoints that are the endpoints of a diameter of a circle. The measure of a semicircle is 180°.	 $\overparen{QSR}$ **is a semicircle.**
sequence A function whose domain is a set of consecutive integers. The domain gives the relative position of each term of the sequence. The range gives the terms of the sequence.	For the domain $n = 1, 2, 3$, and 4, the sequence defined by $a_n = 2n$ has the terms 2, 4, 6, and 8.
series The expression formed by adding the terms of a sequence. A series can be finite or infinite.	Finite series: $2 + 4 + 6 + 8$ Infinite series: $2 + 4 + 6 + 8 + \cdots$
set A collection of distinct objects.	The set of whole numbers is $W = \{0, 1, 2, 3, \ldots\}$.
side of a polygon Each line segment that forms a polygon. *See also* polygon.	*See* polygon.
sides of an angle *See* angle.	*See* angle.
sigma notation *See* summation notation.	*See* summation notation.
similar figures Figures that have the same shape but not necessarily the same size. Corresponding angles of similar figures are congruent, and the ratios of the lengths of corresponding sides are equal. The symbol ~ indicates that two figures are similar.	 $\triangle ABC \sim \triangle DEF$
similar polygons Two polygons such that their corresponding angles are congruent and the lengths of corresponding sides are proportional.	 $ABCD \sim EFGH$

High School
Multi-Language Visual Glossary

Copyright © by McDougal Littell,
a division of Houghton Mifflin Company.

similar solids Two solids of the same type with equal ratios of corresponding linear measures, such as heights or radii.

---

simplest form of a fraction A fraction is in simplest form if its numerator and denominator have a greatest common factor of 1.

The simplest form of the fraction $\frac{4}{12}$ is $\frac{1}{3}$.

---

simplest form of a radical A radical with index n is in simplest form if the radicand has no perfect nth powers as factors and any denominator has been rationalized.

$\sqrt[3]{135}$ in simplest form is $3\sqrt[3]{5}$.

$\frac{\sqrt[5]{7}}{\sqrt[5]{8}}$ in simplest form is $\frac{\sqrt[5]{28}}{2}$.

---

simplest form of a rational expression A rational expression in which the numerator and denominator have no common factors other than ±1.

The simplest form of $\frac{2x}{x(x-3)}$ is $\frac{2}{x-3}$.

---

simulation An experiment that you can perform to make predictions about real-world situations.

Each box of Oaties contains 1 of 6 prizes. The probability of getting each prize is $\frac{1}{6}$.

To predict the number of boxes of cereal you must buy to win all 6 prizes, you can roll a number cube 1 time for each box of cereal you buy. Keep rolling until you have rolled all 6 numbers.

---

sine A trigonometric ratio, abbreviated as *sin*. For a right triangle ABC, the sine of the acute angle A is

$$\sin A = \frac{\text{length of leg opposite } \angle A}{\text{length of hypotenuse}} = \frac{BC}{AB}.$$

$$\sin A = \frac{BC}{AB} = \frac{3}{5}$$

---

sine function If θ is an acute angle of a right triangle, the sine of θ is the length of the side opposite θ divided by the length of the hypotenuse.

$$\sin \theta = \frac{\text{opp}}{\text{hyp}} = \frac{5}{13} \qquad \csc \theta = \frac{\text{hyp}}{\text{opp}} = \frac{13}{5}$$

$$\cos \theta = \frac{\text{adj}}{\text{hyp}} = \frac{12}{13} \qquad \sec \theta = \frac{\text{hyp}}{\text{adj}} = \frac{13}{12}$$

$$\tan \theta = \frac{\text{opp}}{\text{adj}} = \frac{5}{12} \qquad \cot \theta = \frac{\text{adj}}{\text{opp}} = \frac{12}{5}$$

---

sinusoids Graphs of sine and cosine functions.

$$y = 2 \sin 4x + 3$$

skew lines Lines that do not intersect and are not coplanar.

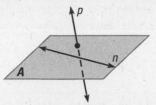

Lines *n* and *p* are skew lines.

skewed distribution A probability distribution that is not symmetric. *See also* symmetric distribution.

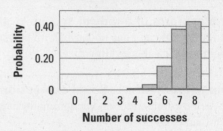

slant height of a regular pyramid The height of a lateral face of the regular pyramid.

See regular pyramid.

slope The slope *m* of a nonvertical line is the ratio of the vertical change (the *rise*) to the horizontal change (the *run*) between any two points (x_1, y_1) and (x_2, y_2) on the line: $m = \dfrac{y_2 - y_1}{x_2 - x_1}$.

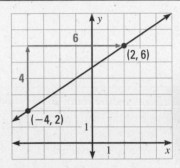

The slope of the line shown is $\frac{4}{6}$, or $\frac{2}{3}$.

slope-intercept form A linear equation written in the form $y = mx + b$ where *m* is the slope and *b* is the *y*-intercept of the equation's graph.

$y = 3x + 4$ is in slope-intercept form. The slope of the line is 3, and the *y*-intercept is 4.

solid A three-dimensional figure that encloses a part of space.

solution of a system of linear equations in three variables An ordered triple (x, y, z) whose coordinates make each equation in the system true.

$$4x + 2y + 3z = 1$$
$$2x - 3y + 5z = -14$$
$$6x - y + 4z = -1$$

$(2, 1, -3)$ is the solution of the system above.

solution of a system of linear equations in two variables An ordered pair (x, y) that is a solution of each equation in the system.

$$4x + y = 8$$
$$2x - 3y = 18$$

$(3, -4)$ is the solution of the system above.

solution of a system of linear inequalities in two variables An ordered pair (x, y) that is a solution of each inequality in the system.

$$y > -2x - 5$$
$$y \leq x + 3$$

$(-1, 1)$ is a solution of the system above.

solution of an equation in one variable A number that produces a true statement when substituted for the variable in an equation.	The number 3 is a solution of the equation $8 - 2x = 2$, because $8 - 2(3) = 2$.
solution of an equation in two variables An ordered pair (x, y) that produces a true statement when the values of x and y are substituted in the equation.	$(-2, 3)$ is a solution of $y = -2x - 1$.
solution of an inequality in one variable A number that produces a true statement when substituted for the variable in an inequality.	The number 3 is a solution of the inequality $5 + 3n \le 20$, because $5 + 3(3) = 14$ and $14 \le 20$.
solution of an inequality in two variables An ordered pair (x, y) that produces a true statement when the values of x and y are substituted into the inequality.	$(-1, 2)$ is a solution of the inequality $x - 3y < 6$ because $-1 - 3(2) = -7$ and $-7 < 6$.
solve a right triangle To find the measures of all of the sides and angles of a right triangle.	You can solve a right triangle if you know either of the following: • Two side lengths • One side length and the measure of one acute angle
solve for a variable Rewrite an equation as an equivalent equation in which the variable is on one side and does not appear on the other side.	When you solve the circumference formula $C = 2\pi r$ for r, the result is $r = \dfrac{C}{2\pi}$.
sphere The set of all points in space equidistant from a given point called the center of the sphere.	 center
square A parallelogram with four congruent sides and four right angles.	
square root If $b^2 = a$, then b is a square root of a. The radical symbol $\sqrt{}$ represents a nonnegative square root.	The square roots of 9 are 3 and -3, because $3^2 = 9$ and $(-3)^2 = 9$. So, $\sqrt{9} = 3$ and $-\sqrt{9} = -3$.
square root function A radical function whose equation contains a square root with the independent variable in the radicand.	$y = 2\sqrt{x + 2}$ and $y = \sqrt{x} + 3$ are square root functions.
standard deviation A measure of the typical difference between a data value and the mean $\overline{x}$. The standard deviation of a numerical data set $x_1, x_2, \ldots, x_n$ is a measure of dispersion denoted by σ and computed as the square root of the variance. $\sigma = \sqrt{\dfrac{(x_1 - \overline{x})^2 + (x_2 - \overline{x})^2 + \ldots + (x_n - \overline{x})^2}{n}}$	The standard deviation of the data set 3, 9, 13, 23 (with mean $= 12$) is: $\sigma = \sqrt{\dfrac{(3 - 12)^2 + (9 - 12)^2 + (13 - 12)^2 + (23 - 12)^2}{4}}$ $= \sqrt{53} \approx 7.3$
standard equation of a circle The standard equation of a circle with center (h, k) and radius r is $(x - h)^2 + (y - k)^2 = r^2$.	The standard equation of a circle with center $(2, 3)$ and radius 4 is $(x - 2)^2 + (y - 3)^2 = 16$.
standard form of a complex number The form $a + bi$ where a and b are real numbers and i is the imaginary unit.	The standard form of the complex number $i(1 + i)$ is $-1 + i$.
standard form of a linear equation A linear equation written in the form $Ax + By = C$ where A and B are not both zero.	The linear equation $y = -3x + 4$ can be written in standard form as $3x + y = 4$.

standard form of a polynomial function The form of a polynomial function that has terms written in descending order of exponents from left to right.	The function $g(x) = 7x - \sqrt{3} + \pi x^2$ can be written in standard form as $g(x) = \pi x^2 + 7x - \sqrt{3}$.
standard form of a quadratic equation in one variable The form $ax^2 + bx + c = 0$ where $a \neq 0$.	The quadratic equation $x^2 - 5x = 36$ can be written in standard form as $x^2 - 5x - 36 = 0$.
standard form of a quadratic function The form $y = ax^2 + bx + c$ where $a \neq 0$.	The quadratic function $y = 2(x + 3)(x - 1)$ can be written in standard form as $y = 2x^2 + 4x - 6$.
standard normal distribution The normal distribution with mean 0 and standard deviation 1. *See also z-score.*	
standard position of an angle In a coordinate plane, the position of an angle whose vertex is at the origin and whose initial side lies on the positive x-axis.	
statistics Numerical values used to summarize and compare sets of data.	*See* mean, median, mode, range, *and* standard deviation.
stem-and-leaf plot A data display that organizes data based on their digits.	Stem │ Leaves 0 │ 8 9 1 │ 0 2 3 4 5 5 5 9 2 │ 1 1 5 9 Key: 1 │ 9 = $19
step function A piecewise function defined by a constant value over each part of its domain. Its graph resembles a series of stair steps.	$f(x) = \begin{cases} 1, \text{ if } 0 \leq x < 1 \\ 2, \text{ if } 1 \leq x < 2 \\ 3, \text{ if } 2 \leq x < 3 \end{cases}$
straight angle An angle with measure equal to 180°.	
stratified random sample A sample in which a population is divided into distinct groups, and members are selected at random from each group.	You can select a stratified random sample of a school's student population by having a computer randomly choose 25 students from each grade level.
subset If every element of a set A is also an element of a set B, then A is a subset of B. This is written as $A \subseteq B$. For any set A, $\emptyset \subseteq A$ and $A \subseteq A$.	If $A = \{1, 2, 4, 8\}$ and B is the set of all positive integers, then A is a subset of B, or $A \subseteq B$.

substitution method A method of solving a system of equations by solving one of the equations for one of the variables and then substituting the resulting expression in the other equation(s).	$2x + 5y = -5$ $x + 3y = 3$ Solve equation 2 for x: $x = -3y + 3$. Substitute the expression for x in equation 1 and solve for y: $y = 11$. Use the value of y to find the value of x: $x = -30$.
summation notation Notation for a series that uses the uppercase Greek letter sigma, Σ. Also called sigma notation.	$\displaystyle\sum_{i=1}^{5} 7i = 7(1) + 7(2) + 7(3) + 7(4) + 7(5)$ $= 7 + 14 + 21 + 28 + 35 = 105$
supplementary angles Two angles whose measures have the sum 180°. The sum of the measures of an angle and its *supplement* is 180°.	$75° \quad 105°$
surface area The sum of the areas of the faces of a polyhedron or other solid.	 3 ft 4 ft 6 ft $S = 2(3)(4) + 2(4)(6) + 2(3)(6) = 108\ \text{ft}^2$
survey A study of one or more characteristics of a group.	A magazine invites its readers to mail in answers to a questionnaire rating the magazine.
symmetric distribution A probability distribution, represented by a histogram, in which you can draw a vertical line that divides the histogram into two parts that are mirror images.	
synthetic division A method used to divide a polynomial by a divisor of the form $x - k$.	$\begin{array}{r|rrrr} -3 & 2 & 1 & -8 & 5 \\ & & -6 & 15 & -21 \\ \hline & 2 & -5 & 7 & -16 \end{array}$ $\dfrac{2x^3 + x^2 - 8x + 5}{x + 3} = 2x^2 - 5x + 7 - \dfrac{16}{x + 3}$
synthetic substitution A method used to evaluate a polynomial function.	$\begin{array}{r|rrrrr} 3 & 2 & -5 & 0 & -4 & 8 \\ & & 6 & 3 & 9 & 15 \\ \hline & 2 & 1 & 3 & 5 & 23 \end{array}$ **The synthetic substitution above indicates that for** $f(x) = 2x^4 - 5x^3 - 4x + 8$, $f(3) = 23$.
system of linear equations Two or more linear equations in the same variables; also called a *linear system*.	The equations below form a system of linear equations: $x + 2y = 7$ $3x - 2y = 5$

High School
Multi-Language Visual Glossary

system of linear inequalities in two variables Two or more linear inequalities in the same variables; also called a *system of inequalities*.	The inequalities below form a system of linear inequalities in two variables: $x - y > 7$ $2x + y < 8$
system of three linear equations in three variables A system consisting of three linear equations in three variables. *See also* linear equation in three variables.	$2x + y - z = 5$ $3x - 2y + z = 16$ $4x + 3y - 5z = 3$
system of two linear equations in two variables A system consisting of two equations that can be written in the form $Ax + By = C$ and $Dx + Ey = F$ where x and y are variables, A and B are not both zero, and D and E are not both zero.	$4x + y = 8$ $2x - 3y = 18$
systematic sample A sample in which a rule is used to select members of the population.	You can select a systematic sample of a school's student population by choosing every tenth student on an alphabetical list of all students at the school.

T

tangent A trigonometric ratio, abbreviated as *tan*. For a right triangle ABC, the tangent of the acute angle A is $\tan A = \dfrac{\text{length of leg opposite } \angle A}{\text{length of leg adjacent to } \angle A} = \dfrac{BC}{AC}$.	 $\tan A = \dfrac{BC}{AC} = \dfrac{3}{4}$
tangent function If θ is an acute angle of a right triangle, the tangent of θ is the length of the side opposite θ divided by the length of the side adjacent to θ.	*See* sine function.
tangent line A line in the plane of a circle that intersects the circle in exactly one point, the point of tangency.	 **Line *n* is a tangent. *R* is the point of tangency.**
taxicab geometry A non-Euclidean geometry in which all lines are horizontal or vertical.	 **In taxicab geometry, the distance between *A* and *B* is 7 units.**
terminal point of a vector The ending point of a vector.	*See* vector.
terminal side of an angle In a coordinate plane, an angle can be formed by fixing one ray, called the initial side, and rotating the other ray, called the terminal side, about the vertex.	*See* standard position of an angle.
terms of a sequence The values in the range of a sequence.	The first 4 terms of the sequence $1, -3, 9, -27, 81, -243, \ldots$ are $1, -3, 9,$ and -27.

High School
Multi-Language Visual Glossary

terms of an expression The parts of an expression that are added together.	The terms of the expression $3x + (-4) + (-6x) + 2$ are $3x$, -4, $-6x$, and 2.
tessellation A collection of figures that cover a plane with no gaps or overlaps.	
tetrahedron A polyhedron with four faces.	
theorem A true statement that follows as a result of other true statements.	Vertical angles are congruent.
theoretical probability When all outcomes are equally likely, the theoretical probability that an event A will occur is $$P(A) = \frac{\text{Number of outcomes in event } A}{\text{Total number of outcomes}}.$$	The theoretical probability of rolling an even number using a standard six-sided die is $\frac{3}{6} = \frac{1}{2}$ because 3 outcomes correspond to rolling an even number out of 6 total outcomes.
transformation A transformation changes a graph's size, shape, position, or orientation.	Translations, vertical stretches and shrinks, reflections, and rotations are transformations.
translation A translation moves every point in a figure the same distance in the same direction.	 $\triangle ABC$ **is translated up 2 units.**
transversal A line that intersects two or more coplanar lines at different points.	 **transversal t**
transverse axis of a hyperbola The line segment joining the vertices of a hyperbola.	*See* hyperbola, geometric definition.
trapezoid A quadrilateral with exactly one pair of parallel sides, called bases. The nonparallel sides are legs.	

triangle A polygon with three sides.	$\triangle ABC$
trigonometric identity A trigonometric equation that is true for all domain values.	$\sin(-\theta) = -\sin\theta \qquad \sin^2\theta + \cos^2\theta = 1$
trigonometric ratio A ratio of the lengths of two sides in a right triangle. *See also* sine, cosine, *and* tangent.	Three common trigonometric ratios are sine, cosine, and tangent. $\tan A = \dfrac{BC}{AC} = \dfrac{3}{4}$ $\sin A = \dfrac{BC}{AB} = \dfrac{3}{5}$ $\cos A = \dfrac{AC}{AB} = \dfrac{4}{5}$
trinomial The sum of three monomials.	$4x^2 + 3x - 1$ is a trinomial.
truth table A table that shows the truth values for a hypothesis, a conclusion, and a conditional statement using the hypothesis and conclusion.	**Truth Table** p | q | $p \to q$ T | T | T T | F | F F | T | T F | F | T
truth value of a statement The truth or falsity of the statement.	*See* truth table.
two-column proof A type of proof written as numbered statements and corresponding reasons that show an argument in a logical order.	

U

unbiased sample A sample that is representative of the population you want information about.	You want to poll members of the senior class about where to hold the prom. If every senior has an equal chance of being polled, then the sample is unbiased.
undefined term A word that does not have a formal definition, but there is agreement about what the word means.	*Point*, *line*, and *plane* are undefined terms.
union of sets The union of two sets A and B, written $A \cup B$, is the set of all elements in *either* A or B.	If $A = \{1, 2, 4, 8\}$ and $B = \{2, 4, 6, 8, 10\}$, then $A \cup B = \{1, 2, 4, 6, 8, 10\}$.

High School
Multi-Language Visual Glossary

Copyright © by McDougal Littell,
a division of Houghton Mifflin Company.

unit circle The circle $x^2 + y^2 = 1$, which has center $(0, 0)$ and radius 1. For an angle θ in standard position, the terminal side of θ intersects the unit circle at the point $(\cos \theta, \sin \theta)$.

$(\cos \theta, \sin \theta)$ $r = 1$

unit of measure The quantity or increment to which something is measured.

If a segment is measured using a ruler marked in eighths of an inch, the unit of measure is $\frac{1}{8}$ inch.

unit rate A rate in which the denominator of the fraction is 1 unit.

$\frac{55 \text{ miles}}{1 \text{ hour}}$, or 55 mi/h, is a unit rate.

universal set The set of all elements under consideration, written as U.

If the universal set is the set of positive integers, then $U = \{1, 2, 3, \ldots\}$.

upper extreme The greatest value of a data set.

See box-and-whisker plot.

upper quartile The median of the upper half of an ordered data set.

See interquartile range.

V

variable A letter that is used to represent one or more numbers.

In the expressions $5n$, $n + 1$, and $8 - n$, the letter n is the variable.

variable term A term that has a variable part.

The variable terms of the algebraic expression $3x^2 + 5x + (-7)$ are $3x^2$ and $5x$.

variance The variance of a numerical data set $x_1, x_2, \ldots, x_n$ with mean $\bar{x}$ is a measure of dispersion denoted by σ^2 and given by:

$$\sigma^2 = \frac{(x_1 - \bar{x})^2 + (x_2 - \bar{x})^2 + \ldots + (x_n - \bar{x})^2}{n}$$

The variance of the data set 3, 9, 13, 23 (with mean = 12) is:

$$\sigma^2 = \frac{(3 - 12)^2 + (9 - 12)^2 + (13 - 12)^2 + (23 - 12)^2}{4}$$
$$= 53$$

vector A quantity that has both direction and magnitude, and is represented in the coordinate plane by an arrow drawn from one point to another.

$\overrightarrow{FG}$ with initial point F and terminal point G.

verbal model A verbal model describes a real-world situation using words as labels and using math symbols to relate the words.

Distance = Rate • Time
(miles)   (miles/hour)   (hours)

vertex angle of an isosceles triangle The angle formed by the legs of an isosceles triangle.

vertex angle

base angles

vertex form of a quadratic function The form $y = a(x - h)^2 + k$, where the vertex of the graph is (h, k) and the axis of symmetry is $x = h$.

The quadratic function $y = -\frac{1}{4}(x + 2)^2 + 5$ is in vertex form.

vertex of a cone *See* cone.

See cone.

vertex of a parabola The point on a parabola that lies on the axis of symmetry. It is the highest or lowest point on a parabola.	*See* parabola, geometric definition.
vertex of a polygon Each endpoint of a side of a polygon. Plural is *vertices*. *See also* polygon.	*See* polygon.
vertex of a polyhedron A point where three or more edges of a polyhedron meet. Plural is vertices.	**vertex**
vertex of a pyramid *See* pyramid.	*See* pyramid.
vertex of an absolute value graph The highest or lowest point on the graph of an absolute value function.	**The vertex of the graph of $y = |x - 4| + 3$ is the point (4, 3).**
vertex of an angle *See* angle.	*See* angle.
vertical angles Two angles whose sides form two pairs of opposite rays.	**∠1 and ∠4 are vertical angles.** **∠2 and ∠3 are vertical angles.**
vertical component of a vector The vertical change from the initial point to the terminal point of a vector.	*See* component form of a vector.
vertical motion model A model for the height of an object that is propelled into the air but has no power to keep itself in the air.	The vertical motion model for an object thrown upward with an initial vertical velocity of 20 feet per second from an initial height of 8 feet is $h = -16t^2 + 20t + 8$ where h is the height (in feet) of the object t seconds after it is thrown.
vertical shrink A vertical shrink moves every point in a figure toward the *x*-axis, while points on the *x*-axis remain fixed.	**The black triangle is shrunk vertically to the gray triangle.**

vertical stretch A vertical stretch moves every point in a figure away from the *x*-axis, while points on the *x*-axis remain fixed.

The black triangle is stretched vertically to the gray triangle.

vertices of a hyperbola The points of intersection of a hyperbola and the line through the foci of the hyperbola.

See hyperbola, geometric definition.

vertices of an ellipse The points of intersection of an ellipse and the line through the foci of the ellipse.

See ellipse.

volume of a solid The number of cubic units contained in the interior of a solid.

Volume $= 3(4)(6) = 72$ ft^3

W

whole numbers The numbers 0, 1, 2, 3, ...

0, 8, and 106 are whole numbers. -1 and 0.6 are *not* whole numbers.

X

x-axis The horizontal axis in a coordinate plane. *See also* coordinate plane.

See coordinate plane.

x-coordinate The first coordinate in an ordered pair, which tells you how many units to move to the left or right.

In the ordered pair $(-3, -2)$, the *x*-coordinate, -3, tells you to move 3 units to the left. *See also* coordinate plane.

x-intercept The *x*-coordinate of a point where a graph crosses the *x*-axis.

The x-intercept is 6.
The y-intercept is 3.

Y

y-axis The vertical axis in a coordinate plane. *See also* coordinate plane.

See coordinate plane.

y-coordinate The second coordinate in an ordered pair, which tells you how many units to move up or down.

In the ordered pair $(-3, -2)$, the *y*-coordinate, -2, tells you to move 2 units down. *See also* coordinate plane.

***y*-intercept** The *y*-coordinate of a point where a graph crosses the *y*-axis.	*See x*-intercept.

Z

zero exponent If $a \neq 0$, then $a^0 = 1$.	$(-7)^0 = 1$
zero of a function A number k is a zero of a function f if $f(k) = 0$.	The zeros of the function $f(x) = 2(x + 3)(x - 1)$ are -3 and 1.
z-score The number z of standard deviations that a data value lies above or below the mean $\bar{x}$ of the data set: $z = \frac{x - \bar{x}}{\sigma}$.	A normal distribution has a mean of 76 and a standard deviation of 9. The *z*-score for $x = 64$ is $z = \frac{x - \bar{x}}{\sigma} = \frac{64 - 76}{9} \approx -1.3$.

SPANISH

absolute deviation / desviación absoluta La desviación absoluta de un número x con respecto a un valor dado es el valor absoluto de la diferencia entre x y el valor dado:

$$\text{desviación absoluta} = \left| x - \text{valor dado} \right|$$

Si la desviación absoluta de x con respecto a 2 es 3, entonces $\left| x - 2 \right| = 3$.

---

absolute value / valor absoluto El valor absoluto de un número a es la distancia entre a y 0 en una recta numérica. El símbolo $\left| a \right|$ representa el valor absoluto de a.

$\left| 2 \right| = 2$, $\left| -5 \right| = 5$, y $\left| 0 \right| = 0$

---

absolute value equation / ecuación de valor absoluto Ecuación que contiene una expresión de valor absoluto.

$\left| x + 2 \right| = 3$ es una ecuación de valor absoluto.

---

absolute value function / función cuadrática Función que puede escribirse en la forma $y = ax^2 + bx + c$, donde $a \neq 0$.

$y = \left| x \right|$, $y = \left| x - 3 \right|$, e $y = 4\left| x + 8 \right| - 9$ son funciones de valor absoluto.

---

absolute value of a complex number / valor absoluto de un número complejo Si $z = a + bi$, entonces el valor absoluto de z, denotado por $\left| z \right|$, es un número real no negativo definido como $\left| z \right| = \sqrt{a^2 + b^2}$.

$\left| -4 + 3i \right| = \sqrt{(-4)^2 + 3^2} = \sqrt{25} = 5$

---

acute angle / ángulo agudo Ángulo que mide más de 0° y menos de 90°.

A

---

acute triangle / triángulo acutángulo Triángulo que tiene los tres ángulos agudos.

---

additive identity / identidad aditiva El número 0 es la identidad aditiva ya que la suma de cualquier número y 0 es ese número: $a + 0 = 0 + a = a$.

$-2 + 0 = -2$, $0 + \frac{3}{4} = \frac{3}{4}$

---

additive inverse / inverso aditivo El inverso aditivo de un número a es su opuesto, $-a$. La suma de un número y su inverso aditivo es 0: $a + (-a) = -a + a = 0$.

El inverso aditivo de -5 es 5, y $-5 + 5 = 0$.

---

adjacent angles / ángulos adyacentes Dos ángulos que comparten un vértice y un lado comunes, pero que no tienen puntos interiores comunes.

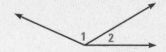

$\angle 1$ y $\angle 2$ son ángulos adyacentes.

---

algebraic expression / expresión algebraica Expresión que incluye por lo menos una variable. También llamada expresión variable.

$\frac{2}{3}p$, $\frac{8}{7 - r}$, $k - 5$, y $n^2 + 2n$ son expresiones algebraicas.

---

alternate exterior angles / ángulos externos alternos
Dos ángulos formados por dos rectas y una transversal y que se
encuentran en el exterior de las dos rectas en lados opuestos de la
transversal.

∠1 y ∠8 son ángulos externos alternos.

alternate interior angles / ángulos internos alternos
Dos ángulos formados por dos rectas y una transversal y que se
encuentran entre las dos rectas en lados opuestos de la transversal.

∠4 y ∠5 son ángulos internos alternos.

altitude of a triangle / altura de un triángulo El segmento
perpendicular que va desde uno de los vértices del triángulo hasta el
lado opuesto o hasta la recta que contiene el lado opuesto.

altura de
Q a $\overleftrightarrow{PR}$

amplitude / amplitud La amplitud de la gráfica de una
función seno o coseno es $\frac{1}{2}(M - m)$, donde M es el valor
máximo de la función y m es el valor mínimo de la función.

$M = 4$

$m = -4$

La gráfica de $y = 4$ sen x tiene una
amplitud de $\frac{1}{2}(4 - (-4)) = 4$

angle / ángulo Formado por dos rayos diferentes con el mismo
extremo. Los rayos son los lados del ángulo, y el extremo es el
vértice del ángulo.

vértice

lados

∠A, ∠BAC, o ∠CAB

angle bisector / bisectriz de un ángulo Rayo que divide a un
ángulo en dos ángulos congruentes.

$\overrightarrow{YW}$ biseca a ∠XYZ.

angle of depression / ángulo de depresión Cuando observas
un objeto que está situado abajo, es el ángulo que forman tu línea de
visión y una línea horizontal.

ángulo de depresión

ángulo de elevación

angle of elevation / ángulo de elevación Cuando observas un
objeto que está situado arriba, es el ángulo que forman tu línea de
visión y una línea horizontal.

Ver ángulo de depresión.

angle of rotation / ángulo de rotación El ángulo formado por los rayos trazados desde el centro de rotación hasta un punto y su imagen. *Ver también* rotación.	*Ver* rotación.
apothem of a polygon / apotema de un polígono La distancia del centro a cualquier lado del polígono.	apotema
arc length / longitud de arco Porción de la circunferencia de un círculo.	$$\text{Longitud de arco de } \overset{\frown}{AB} = \frac{m\overset{\frown}{AB}}{360°} \cdot 2\pi r$$
area / área La cantidad de superficie que cubre una figura. El área se mide en unidades cuadradas, como pies cuadrados (pies^2) o metros cuadrados (m^2).	3 unidade 4 unidades $$\text{Área} = 12 \text{ unidades cuadradas}$$
arithmetic sequence / progresión aritmética Progresión en la que la diferencia entre los términos consecutivos es constante.	2, 8, 14, 20, 26, . . . es una progresión aritmética en la que la diferencia entre los términos consecutivos es 6.
arithmetic series / serie aritmética La expresión formada al sumar los términos de una progresión aritmética.	$$\sum_{i=1}^{5} 2i = 2 + 4 + 6 + 8 + 10$$
asymptote / asíntota Recta a la que se aproxima una gráfica cada vez más.	asíntota **La asíntota para la gráfica que se muestra es la recta $y = 3$.**
asymptotes of a hyperbola / asíntotas de una hipérbola Rectas a las que la hipérbola se acerca pero sin cortarlas.	*Ver* hipérbola, definición geométrica.
axiom / axioma *Ver* postulado.	*Ver* postulado.
axis of symmetry of a parabola / eje de simetría de una parábola La recta perpendicular a la directriz de la parábola y que pasa por su foco y vértice.	*Ver* parábola, definición geométrica.

B

bar graph / gráfica de barras Una gráfica en la que la longitud de las barras se usa para representar y comparar datos.

Lugar favorito para nadar
Estudiantes
12
8
4
0
Océano
Lago
Piscina

base angles of a trapezoid / ángulos básicos de un trapecio Cualquier par de ángulos cuyo lado común es una base del trapecio.

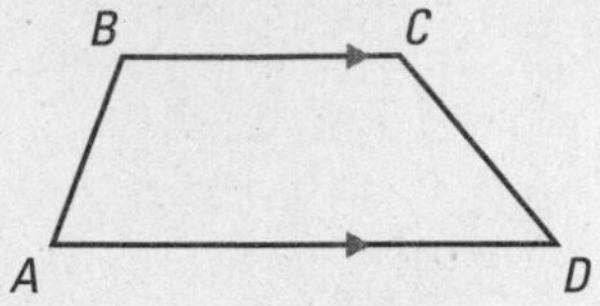
B
C
A
D

∠*A* y ∠*D* son un par de ángulos básicos. ∠*B* y ∠*C* son otro par.

base angles of an isosceles triangle / ángulos básicos de un triángulo isósceles Los dos ángulos adyacentes a la base de un triángulo isósceles.

Ver ángulo del vértice de un triángulo isósceles.

base of a parallelogram / base de un paralelogramo Uno de los pares de lados paralelos de un paralelogramo.

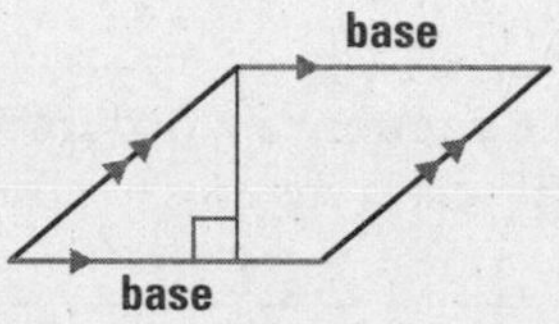
base
base

base of a power / base de una potencia El número o la expresión que se usa como factor en la multiplicación repetida.

En la potencia 3^4, la base es 3.

base of a prism / base de un prisma *Ver* prisma.

Ver prisma.

base of a pyramid / base de una pirámide *Ver* pirámide.

Ver pirámide.

base of an isosceles triangle / base de un triángulo isósceles El lado no congruente de un triángulo isósceles que tiene sólo dos lados congruentes.

Ver triángulo isósceles.

bases of a trapezoid / bases de un trapecio Los lados paralelos de un trapecio.

Ver trapecio.

best-fitting line / mejor recta de regresión *Ver* recta de regresión.

Ver recta de regresión.

best-fitting quadratic model / modelo cuadrático con mejor ajuste El modelo dado al realizar una regresión cuadrática sobre un conjunto de pares de datos.

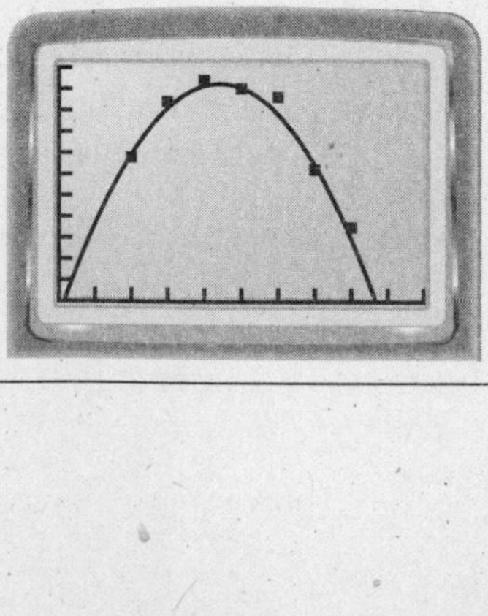

between / entre Cuando tres puntos están en una recta, se puede decir que un punto está *entre* los otros dos.	El punto *B* está entre los puntos *A* y *C*.
biased question / pregunta capciosa Pregunta que impulsa a dar una respuesta determinada.	"¿No estás de acuerdo en que se debe bajar la edad para votar a los 16 años ya que muchos jóvenes de 16 años son responsables y están bien informados?" es una pregunta capciosa.
biased sample / muestra sesgada Muestra que no es representativa de la población.	Los miembros del equipo de baloncesto de una escuela formarían una muestra sesgada si participaran en una encuesta sobre si quieren que se construya un nuevo gimnasio.
biconditional statement / enunciado bicondicional Enunciado que contiene la frase "si y sólo si".	Dos rectas son perpendiculares si y sólo si se cortan para formar un ángulo recto.
binomial / binomio Polinomio con dos términos.	$t^3 - 4t$ y $2x + 5$ son binomios.
binomial distribution / distribución binomial La distribución de probabilidades asociada a un experimento binomial.	Distribución binomial de 8 ensayos con $p = 0.5$.
binomial experiment / experimento binomial Experimento que satisface las siguientes condiciones. (1) Hay n pruebas independientes. (2) Cada prueba tiene sólo dos resultados posibles: éxito y fracaso. (3) La probabilidad de éxito es igual para cada prueba.	Una moneda normal se lanza 12 veces. La probabilidad de sacar exactamente 4 caras es la siguiente: $$\begin{aligned} P(k = 4) &= {}_nC_k\, p^k(1-p)^{n-k} \\ &= {}_{12}C_4(0.5)^4(1 - 0.5)^8 \\ &= 495(0.5)^4(0.5)^8 \\ &\approx 0.121 \end{aligned}$$
binomial theorem / teorema binomial La expansión binomial de $(a + b)^n$ para cualquier número entero positivo n: $$(a + b)^n = {}_nC_0 a^n b^0 + {}_nC_1 a^{n-1}b^1 + {}_nC_2 a^{n-2}b^2 + \cdots + {}_nC_n a^0 b^n.$$	$$(x^2 + y)^3 =$$ $${}_3C_0(x^2)^3 y^0 + {}_3C_1(x^2)^2 y^1 + {}_3C_2(x^2)^1 y^2 + {}_3C_3(x^2)^0 y^3 =$$ $$(1)(x^6)(1) + (3)(x^4)(y) + (3)(x^2)(y^2) + (1)(1)(y^3) =$$ $$x^6 + 3x^4 y + 3x^2 y^2 + y^3$$
box-and-whisker plot / gráfica de frecuencias acumuladas Presentación de datos que organiza los valores de los datos en cuatro grupos usando el valor mínimo, el cuartil inferior, la mediana, el cuartil superior y el valor máximo.	8 19 26 37 45

SPANISH

branches of a hyperbola / ramas de una hipérbola Las dos partes simétricas de la hipérbola.	*Ver* parábola, definición geométrica.

C

center of a circle / centro de un círculo *Ver* círculo.	*Ver* círculo.
center of a hyperbola / centro de una hipérbola El punto medio del eje transverso de una hipérbola.	*Ver* parábola, definición geométrica.
center of an ellipse / centro de una elipse El punto medio del eje mayor de una elipse.	*Ver* elipse.
center of a polygon / centro de un polígono El centro del círculo circunscrito de un polígono.	
center of a sphere / centro de una esfera *Ver* esfera.	*Ver* esfera.
center of dilation / centro de dilatación En una dilatación, el punto fijo en torno al cual la figura se amplía o se reduce.	*Ver* dilatación.
center of rotation / centro de rotación *Ver* rotación.	*Ver* rotación.
center of symmetry / centro de simetría *Ver* simetría rotacional.	*Ver* simetría rotacional.
central angle of a circle / ángulo central de un círculo Ángulo cuyo vértice es el centro del círculo.	$\angle PCQ$ es un ángulo central de $\odot C$.
central angle of a regular polygon / ángulo central de un polígono regular Ángulo formado por dos radios trazados hasta los vértices consecutivos del polígono.	ángulo central
centroid of a triangle / baricentro de un triángulo El punto de concurrencia de las tres medianas del triángulo.	P es el baricentro de $\triangle ABC$.
chord of a circle / cuerda de un círculo Segmento cuyos extremos están en un círculo.	cuerdas

High School

chord of a sphere / cuerda de una esfera Segmento cuyos extremos están en una esfera.

cuerda

circle / círculo El conjunto de todos los puntos de un plano que son equidistantes de un punto dado, llamado centro del círculo.

$P\bullet$

Círculo con centro P, o $\odot P$

circle graph / gráfica circular Una gráfica que representa datos como parte de un círculo. El círculo completo representa todos los datos.

Opinión sobre montañas rusas

No son divertidas

OK   15

Estupendas 78

circumcenter of a triangle / circuncentro de un triángulo El punto de concurrencia de las tres mediatrices del triángulo.

B

P

A C

P es el circuncentro de $\triangle ABC$.

circumference / circunferencia La distancia por el contorno de un círculo.

r

d

C

circumscribed circle / círculo circunscrito El círculo que contiene los vértices de un polígono inscrito.

círculos circunscritos

coefficient / coeficiente Cuando un término es el producto de un número y una potencia de una variable, el número es el coeficiente de la potencia.

En la expresión algebraica $2x^2 + (-4x) + (-1)$, el coeficiente de $2x^2$ es 2 y el coeficiente de $-4x$ es -4.

coefficient matrix / matriz coeficiente La matriz coeficiente del sistema lineal $ax + by = e, cx + dy = f$ es $\begin{bmatrix} a & b \\ c & d \end{bmatrix}$.

$$9x + 4y = -6$$
$$3x - 5y = -21$$

matriz coeficiente: $\begin{bmatrix} 9 & 4 \\ 3 & -5 \end{bmatrix}$

matriz de constantes: $\begin{bmatrix} -6 \\ -21 \end{bmatrix}$

matriz de variables: $\begin{bmatrix} x \\ y \end{bmatrix}$

collinear points / puntos colineales Puntos situados sobre la misma recta.	**A, B, y C son colineales.**
combination / combinación Selección de r objetos de un grupo de n objetos en el que el orden no importa, denotado $_nC_r$ donde $_nC_r = \dfrac{n!}{(n-r)! \cdot r!}$.	Hay 6 combinaciones de las letras $n = 4$ A, B, C y D seleccionadas $r = 2$ cada vez: AB, AC, AD, BC, BD y CD.
common difference / diferencia común La diferencia constante entre los términos consecutivos de una progresión aritmética.	2, 8, 14, 20, 26, . . . es una progresión aritmética con una diferencia común de 6.
common factor / factor común Un número natural que es factor de dos o más números naturales distintos de cero.	Los factores comunes de 64 y 120 son 1, 2, 4 y 8.
common logarithm / logaritmo común Logaritmo con base 10. Se denota por $\log_{10}$ ó simplemente por log.	$\log_{10} 100 = \log 100 = 2$ ya que $10^2 = 100$.
common multiple / múltiplo común Un número natural que es múltiplo de dos o más números naturales distintos de cero.	Los múltiplos comunes de 6 y 8 son 24, 48, 72, 96, ...
common ratio / razón común La razón entre cualquier término de una progresión geométrica y el término anterior de la progresión.	La progresión 5, 10, 20, 40, . . . es una progresión geométrica con una razón común de 2.
complement of a set / complemento de un conjunto El complemento de un conjunto A, escrito $\overline{A}$, es el conjunto de todos los elementos del conjunto universal U que *no* están en A.	Sea U el conjunto de todos los números enteros entre 1 y 10 y sea $A = \{1, 2, 4, 8\}$. Por lo tanto, $\overline{A} = \{3, 5, 6, 7, 9, 10\}$.
complementary angles / ángulos complementarios Dos ángulos cuyas medidas suman 90°. La suma de las medidas de un ángulo y de su *complemento* es 90°.	
completing the square / completar el cuadrado El proceso de sumar un término a una expresión cuadrática de la forma $x^2 + bx$, de modo que sea un trinomio cuadrado perfecto.	Para completar el cuadrado para $x^2 + 16x$, suma $\left(\dfrac{16}{2}\right)^2 = 64$: $x^2 + 16x + 64 = (x + 8)^2$.
complex conjugates / números complejos conjugados Dos números complejos de la forma $a + bi$ y $a - bi$.	$2 + 4i,\ 2 - 4i$
complex fraction / fracción compleja Fracción que contiene una fracción en su numerador, en su denominador o en ambos.	$\dfrac{\frac{3x}{2}}{-6x^3}$ y $\dfrac{\frac{x^2-1}{x+1}}{x-1}$ son fracciones complejas.
complex number / número complejo Un número $a + bi$, donde a y b son números reales e i es la unidad imaginaria.	$0, 2.5, \sqrt{3}, \pi, 5i, 2 - i$
complex plane / plano complejo Plano de coordenadas en el que cada punto (a, b) representa un número complejo $a + bi$. El eje horizontal es el eje real, y el eje vertical es el eje imaginario.	

component form of a vector / forma de componentes de un vector La forma de un vector que combina los componentes horizontal y vertical del vector.

componente vertical

componente horizontal

La forma de componentes de $\overrightarrow{PQ}$ es $\langle 4, 2 \rangle$.

---

composite number / número compuesto Un número natural mayor que 1 que tiene factores distintos a sí mismo y a 1.

6 es un número compuesto porque sus factores son 1, 2, 3 y 6.

---

composition of functions / composición de funciones La composición de una función g con una función f es $h(x) = g(f(x))$.

$f(x) = 5x - 2, \ g(x) = 4x^{-1}$

$g(f(x)) = g(5x - 2) = 4(5x - 2)^{-1} = $

$\dfrac{4}{5x - 2}, x \neq \dfrac{2}{5}$

---

composition of transformations / composición de transformaciones El resultado de combinar dos o más transformaciones para producir una sola transformación.

La reflexión con desplazamiento y traslación es un ejemplo de composición de transformaciones.

---

compound event / suceso compuesto Suceso que combina dos o más sucesos usando la palabra y o la palabra o.

Cuando lanzas un cubo numerado, el suceso "salir el 2 ó número impar" es un suceso compuesto.

---

compound inequality / desigualdad compuesta Dos desigualdades simples unidas por "y" u "o".

$2x > 0$ ó $x + 4 < -1$ es una desigualdad compuesta.

---

conditional probability / probabilidad condicional La probabilidad condicional de B dado A, escrito $P(B \mid A)$, es la probabilidad de que ocurra el suceso B dado que ha ocurrido el suceso A.

Dos cartas se seleccionan al azar de una baraja normal de 52 cartas. Sea el suceso A "la primera carta es de tréboles" y sea el suceso B "la segunda carta es de tréboles". Entonces $P(B \mid A) = \dfrac{12}{51} = \dfrac{4}{17}$ ya que quedan 12 (del total de 13) cartas de tréboles entre las 51 cartas restantes.

---

compound interest / interés compuesto Interés obtenido tanto sobre la inversión inicial como sobre el interés conseguido anteriormente.

Depositas $250 en una cuenta al 4% anual de interés compuesto. Después de 5 años, el balance de la cuenta es $y = 250(1 + 0.04)^5 \approx \$304.16$.

---

concave polygon / polígono cóncavo Polígono que no es convexo. *Ver también* polígono convexo.

interior

---

conclusion / conclusión La parte de "entonces" de un enunciado condicional.

Ver enunciado condicional.

---

concurrent / concurrentes Tres o más rectas, rayos o segmentos que se cortan en el mismo punto.

Ver punto de concurrencia.

---

conditional statement / enunciado condicional Enunciado que tiene dos partes, una hipótesis y una conclusión.

enunciado condicional

If $a > 0$, entonces $|a| = a$.

hipótesis   conclusión

High School
Multi-Language Visual Glossary

cone / cono Sólido que tiene una base circular y cuyo vértice no está en el mismo plano que la base.	vértice, altura, *h*, base, *r*
conic section / sección cónica Una curva formada por la intersección de un plano y un cono. Las secciones cónicas también se llaman cónicas.	*Ver* círculo, elipse, hipérbola *y* parábola.
congruence transformation / transformación de congruencia Transformación que conserva la longitud y la medida de los ángulos. También se llama *isometría*.	Las traslaciones, las reflexiones y las rotaciones son tres tipos de transformaciones de congruencia.
congruent angles / ángulos congruentes Ángulos que tienen la misma medida.	$\angle A \cong \angle B$
congruent arcs / arcos congruentes Dos arcos que tienen la misma medida y son arcos del mismo círculo o de círculos congruentes.	$\overset{\frown}{CD} \cong \overset{\frown}{EF}$
congruent circles / círculos congruentes Dos círculos que tienen el mismo radio.	$\odot P \cong \odot Q$
congruent figures / figuras congruentes Dos figuras geométricas de igual tamaño y forma. El símbolo ≅ indica congruencia. Cuando dos figuras son congruentes, todos los pares de lados correspondientes y de ángulos correspondientes son congruentes.	$\triangle ABC \cong \triangle FED$ $\angle A \cong \angle F, \angle B \cong \angle E,$ $\angle C \cong \angle D$ $\overline{AB} \cong \overline{FE}, \overline{BC} \cong \overline{ED},$ $\overline{AC} \cong \overline{FD}$
congruent segments / segmentos congruentes Segmentos de recta que tienen la misma longitud.	$\overline{AB} \cong \overline{CD}$
conjecture / conjetura Enunciado sin demostrar que se basa en observaciones.	Conjetura: Todos los números primos son impares.
conjugates / conjugados Las expresiones $a + \sqrt{b}$ y $a - \sqrt{b}$ cuando a y b son números racionales.	El conjugado de $7 + \sqrt{2}$ es $7 - \sqrt{2}$.

consecutive interior angles / ángulos internos consecutivos Dos ángulos formados por dos rectas y una transversal y que se encuentran entre las dos rectas en el mismo lado de la transversal.	 ∠3 y ∠5 son ángulos internos consecutivos.
consistent dependent system / sistema dependiente compatible Sistema lineal con infinitas soluciones. Las gráficas de las ecuaciones de un sistema dependiente compatible coinciden.	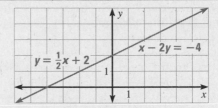 El sistema lineal $x - 2y = -4$ e $y = \frac{1}{2}x + 2$ es un sistema dependiente compatible ya que las gráficas de las ecuaciones coinciden.
consistent independent system / sistema independiente compatible Sistema lineal con una sola solución. Las gráficas de las ecuaciones de un sistema independiente compatible se cortan.	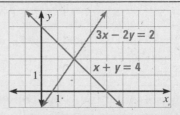 El sistema lineal $3x - 2y = 2$ y $x + y = 4$ es un sistema independiente compatible ya que las gráficas de las ecuaciones se cortan.
consistent system / sistema compatible Sistema de ecuaciones que tiene al menos una solución.	$$y = 2 + 3x$$ $$6x + 2y = 4$$ El sistema de arriba es compatible, con la solución $(0, 2)$.
constant of variation / constante de variación La constante distinta de cero a de una ecuación de variación directa $y = ax$, de una ecuación de variación inversa $y = \frac{a}{x}$ o de una ecuación de variación conjunta $z = axy$.	En la ecuación de variación directa $y = -\frac{5}{2}x$, la constante de variación es $-\frac{5}{2}$.
constant term / término constante Término que tiene una parte numérica sin variable.	En la expresión $3x + (-4) + (-6x) + 2$, los términos constantes son -4 y 2.
constraints / restricciones En la programación lineal, las desigualdades lineales que forman un sistema.	*Ver* programación lineal.
continuous function / función continua Función con una gráfica no interrumpida.	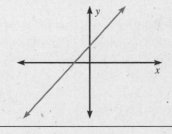

SPANISH

construction / construcción Dibujo geométrico que requiere una serie limitada de instrumentos, que por lo general son un compás y una regla.	
contrapositive / contrapositivo El enunciado equivalente formado al negar la hipótesis y la conclusión del recíproco de un enunciado condicional.	Enunciado: Si $m\angle A = 90°$, entonces $\angle A$ es recto. Contrapositivo: Si $\angle A$ no es recto, entonces $m\angle A \neq 90°$.
control group / grupo de control Grupo que no se somete a ningún procedimiento o tratamiento durante la realización de un experimento. *Ver también* grupo experimental.	*Ver* grupo experimental.
convenience sample / muestra de conveniencia Muestra en la que se selecciona sólo a los miembros de una población fácilmente accesibles.	Para seleccionar una muestra de conveniencia de la población de estudiantes de una escuela, puedes escoger sólo a los estudiantes que están en tus clases.
converse of a conditional / recíproco de un condicional Enunciado formado al intercambiar la hipótesis y la conclusión del condicional. El recíproco de un enunciado verdadero no es necesariamente verdadero.	El recíproco del enunciado "Si $x = 5$, entonces $\lvert x \rvert = 5$" es "Si $\lvert x \rvert = 5$, entonces $x = 5$". El enunciado original es verdadero, pero el recíproco es falso.
convex polygon / polígono convexo Polígono tal que ninguna recta que contiene un lado del polígono contiene un punto del interior del polígono. Un polígono que no es convexo se conoce como no convexo o cóncavo.	
convex polyhedron / poliedro convexo Un poliedro es convexo si dos puntos cualesquiera de su superficie pueden unirse mediante un segmento situado totalmente sobre el poliedro o en su interior. Si el segmento se extiende al exterior del poliedro, entonces es un poliedro cóncavo o no convexo.	convexo cóncavo
coordinate / coordenada El número real que corresponde a un punto de una recta.	coordenadas de puntos
coordinate plane / plano de coordenadas Un plano dividido en cuatro *cuadrantes* por una recta numérica horizontal llamada eje x y una recta numérica vertical llamada eje y	

coordinate proof / prueba de coordenadas Tipo de prueba en la que se colocan figuras geométricas en un plano de coordenadas.

---

coplanar points / puntos coplanarios Puntos situados sobre el mismo plano.

A, B, y *C* son coplanarios.

---

corollary to a theorem / corolario de un teorema Enunciado que puede demostrarse fácilmente usando el teorema.

El corolario del teorema de la suma de los ángulos del triángulo establece que los ángulos agudos de un triángulo rectángulo son complementarios.

---

correlation / correlación La relación entre los pares de datos. Los pares de datos presentan una *correlación positiva* si *y* tiende a aumentar al aumentar *x*, una *correlación negativa* si *y* tiende a disminuir al aumentar *x* y una *correlación nula* si *x* e *y* no tienen ninguna relación aparente.

Ver también correlación positiva *y* correlación negativa.

Correlación nula

---

correlation coefficient / coeficiente de correlación Medida denotada por *r*, donde $-1 \leq r \leq 1$, y que describe el ajuste de una recta a un conjunto de pares de datos (x, y).

Un conjunto de datos que muestra una correlación positiva fuerte tiene un coeficiente de correlación de $r \approx 1$. *Ver también* correlación positiva *y* correlación negativa.

---

corresponding angles / ángulos correspondientes Dos ángulos formados por dos rectas y una transversal y que ocupan posiciones correspondientes.

$\angle 2$ y $\angle 6$ son ángulos correspondientes.

---

corresponding parts / partes correspondientes Un par de lados o ángulos que tienen la misma posición relativa en dos figuras congruentes o semejantes.

$\angle A$ y $\angle J$ son ángulos correspondientes.
$\overline{AB}$ y $\overline{JK}$ son lados correspondientes.

---

cosecant function / función cosecante Si θ es un ángulo agudo de un triángulo rectángulo, la cosecante de θ es la longitud de la hipotenusa dividida por la longitud del lado opuesto a θ.

Ver función seno.

---

cosine / coseno Razón trigonométrica, abreviada *cos*. Para un triángulo rectángulo *ABC*, el coseno del ángulo agudo *A* es

$$\cos A = \frac{\text{longitud del cateto adyacente a } \angle A}{\text{longitud de la hipotenusa}} = \frac{AC}{AB}$$

$$\cos A = \frac{AC}{AB} = \frac{4}{5}$$

---

cosine function / función coseno Si θ es un ángulo agudo de un triángulo rectángulo, el coseno de θ es la longitud del lado adyacente a θ dividida por la longitud de la hipotenusa.

Ver función seno.

Copyright © by McDougal Littell, a division of Houghton Mifflin Company.

SPANISH

cotangent function / función cotangente Si θ es un ángulo agudo de un triángulo rectángulo, la cotangente de θ es la longitud del lado adyacente a θ dividida por la longitud del lado opuesto a θ.

Ver función seno.

coterminal angles / ángulos coterminales Ángulos en posición normal cuyos lados terminales coinciden.

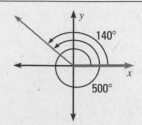

Los ángulos que miden 500° y 140° son coterminales.

counterexample / contraejemplo Caso específico que muestra la falsedad de una conjetura.

Conjetura: Todos los números primos son impares.
Contraejemplo: 2, un número primo que no es impar

co-vertices of an ellipse / puntos extremos del eje menor de una elipse Los puntos de intersección de una elipse y la recta perpendicular al eje mayor en el centro.

Ver elipse.

Cramer's rule / regla de Cramer Método para resolver un sistema de ecuaciones lineales usando determinantes: Para el sistema lineal $ax + by = e$, $cx + dy = f$, sea A la matriz coeficiente. Si det $A \neq 0$, la solución del sistema es la siguiente:

$$x = \frac{\begin{vmatrix} e & b \\ f & d \end{vmatrix}}{\det A}, y = \frac{\begin{vmatrix} a & e \\ c & f \end{vmatrix}}{\det A}$$

$$9x + 4y = -6$$
$$3x - 5y = -21; \quad \begin{vmatrix} 9 & 4 \\ 3 & -5 \end{vmatrix} = -57$$

Al aplicar la regla de Cramer se obtiene lo siguiente:

$$x = \frac{\begin{vmatrix} -6 & 4 \\ -21 & -5 \end{vmatrix}}{-57} = \frac{114}{-57} = -2$$

$$y = \frac{\begin{vmatrix} 9 & -6 \\ 3 & -21 \end{vmatrix}}{-57} = \frac{-171}{-57} = 3$$

cross multiplying / multiplicar en cruz Método para resolver una ecuación racional simple en la que cada miembro es una sola expresión racional.

Para resolver $\dfrac{3}{x + 1} = \dfrac{9}{4x + 5}$, multiplica en cruz.

$$3(4x + 5) = 9(x + 1)$$
$$12x + 15 = 9x + 9$$
$$3x = -6$$
$$x = -2$$

cross product / producto cruzado En una proporción, un producto cruzado es el producto del numerador de una de las razones y el denominador de la otra razón. Los productos cruzados de una proporción son iguales.

Los productos cruzados de la proporción $\dfrac{3}{4} = \dfrac{6}{8}$ son $3 \cdot 8 = 24$ y $4 \cdot 6 = 24$.

cross section / sección transversal La intersección de un plano y un sólido.

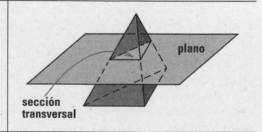

plano

sección transversal

High School
Multi-Language Visual Glossary

cube / cubo Poliedro con seis caras cuadradas congruentes.	
cube root / raíz cúbica Si $b^3 = a$, entonces b es la raíz cúbica de a.	2 es la raíz cúbica de 8 ya que $2^3 = 8$.
cycle / ciclo En una función periódica, la parte más corta de la gráfica que se repite.	*Ver* función periódica.
cylinder / cilindro Sólido con bases circulares congruentes que se encuentran en planos paralelos.	**base** **base**

D

decagon / decágono Polígono con diez lados.	
decay factor / factor de decrecimiento La cantidad b de la función de decrecimiento exponencial $y = ab^x$, con $a > 0$ y $0 < b < 1$.	El factor de decrecimiento de la función $y = 3(0.5)^x$ es 0.5.
decay rate / tasa de decrecimiento La variable r del modelo de decrecimiento exponencial $y = a(1 - r)^t$.	En el modelo de decrecimiento exponencial $P = 41(0.995)^t$, la tasa de decrecimiento es 0.005 ya que $0.995 = 1 - 0.005$.
deductive reasoning / razonamiento deductivo Proceso que usa datos, definiciones, propiedades aceptadas y las leyes de la lógica para formar un argumento lógico.	$(x + 2) + (-2)$ $= x + [2 + (-2)]$ **Propiedad asociativa de la suma** $= x + 0$ **Propiedad del elemento inverso de la suma** $= x$ **Propiedad de identidad de la suma**
defined terms / términos definidos Términos que pueden describirse con palabras conocidas.	*Segmento de recta* y *rayo* son dos términos definidos.
degree of a monomial / grado de un monomio La suma de los exponentes de las variables del monomio. El grado de un término constante distinto de cero es 0.	El grado de $\frac{1}{2}ab^2$ es $1 + 2$, or 3.
degree of a polynomial / grado de un polinomio El mayor grado de los términos del polinomio.	El polinomio $2x^2 + x - 5$ tiene un grado de 2.
denominator / denominador El número debajo de la barra de fracción. Representa el número de partes iguales en las que un todo es dividido o el número de objetos que hacen el todo.	En la fracción $\frac{3}{4}$, el *denominador* es 4.

dependent events / sucesos dependientes Dos sucesos tales que la ocurrencia de uno de ellos afecta a la ocurrencia del otro.	Una bolsa contiene 3 canicas rojas y 5 blancas. Sacas al azar una canica sin reemplazarla y luego sacas al azar otra canica. Los sucesos "sacar primero una canica roja" y "sacar después una canica blanca" son sucesos dependientes.
dependent system / sistema dependiente Sistema compatible de ecuaciones que tiene infinitas soluciones.	$$2x - y = 3$$ $$4x - 2y = 6$$ Cualquier par ordenado $(x, 2x - 3)$ es una solución del sistema que figura arriba, por lo que existen infinitas soluciones.
dependent variable / variable dependiente La variable de salida de una ecuación con dos variables.	*Ver* variable independiente.
determinant / determinante Número real asociado a toda matriz cuadrada A, denotada por det A o $\lvert A \rvert$.	$$\det \begin{bmatrix} 5 & 4 \\ 3 & 1 \end{bmatrix} = 5(1) - 3(4) = -7$$ $$\det \begin{bmatrix} a & b \\ c & d \end{bmatrix} = ad - cb$$
diagonal of a polygon / diagonal de un polígono Segmento que une dos vértices no consecutivos de un polígono.	
diameter of a circle / diámetro de un círculo Cuerda que pasa por el centro de un círculo. La distancia de un punto a otro del círculo pasando por el centro.	*Ver* circunferencia.
diameter of a sphere / diámetro de una esfera Cuerda que contiene el centro de una esfera. La distancia a través de una esfera pasando por el centro.	
dilation / dilatación Transformación que expande o contrae una figura para crear una figura semejante.	El factor de escala de la dilatación es $\frac{XY}{AB}$.
dimensions of a matrix / dimensiones de una matriz El número de filas y columnas que hay en una matriz. Si la matriz tiene m filas y n columnas, sus dimensiones son $m \times n$.	Las dimensiones de una matriz con 3 filas y 4 columnas son 3×4 ("3 por 4").
direct variation / variación directa La relación entre dos variables x e y si hay un número a distinto de cero tal que $y = ax$. Si $y = ax$, entonces se dice que y varía directamente con x.	La ecuación $2x - 3y = 0$ representa una variación directa ya que es equivalente a la ecuación $y = \frac{2}{3}x$. La ecuación $y = x + 5$ *no* representa una variación directa.
directrix of a parabola / directriz de una parábola *Ver* parábola, definición geométrica.	*Ver* parábola, definición geométrica.

High School
Multi-Language Visual Glossary

Copyright © by McDougal Littell,
a division of Houghton Mifflin Company.

discrete function / función discreta Función cuya gráfica consiste en puntos aislados.

discriminant of a general second-degree equation / discriminante de una ecuación general de segundo grado La expresión $B^2 - 4AC$ para la ecuación $Ax^2 + Bxy + Cy^2 + Dx + Ey + F = 0$. Se usa para identificar qué tipo de cónica representa la ecuación.

Para la ecuación $4x^2 + y^2 - 8x - 8 = 0$, $A = 4$, $B = 0$ y $C = 1$.

$$B^2 - 4AC = 0^2 - 4(4)(1) = -16$$

Debido a que $B^2 - 4AC < 0$, $B = 0$ y $A \neq C$, la cónica es un elipse.

discriminant of a quadratic equation / discriminante de una ecuación cuadrática La expresión $b^2 - 4ac$ para la ecuación cuadrática $ax^2 + bx + c = 0$; es también la expresión situada bajo el signo radical de la fórmula cuadrática.

El valor del discriminante de $2x^2 - 3x - 7 = 0$ es $b^2 - 4ac = (-3)^2 - 4(2)(-7) = 65$.

disjoint events / sucesos disjuntos Los sucesos A y B son disjuntos si no tienen casos en común; también se llaman sucesos mutuamente excluyentes.

Al seleccionar al azar una carta de una baraja normal de 52 cartas, sacar una de tréboles y sacar una de corazones son sucesos disjuntos.

distance between two points on a line / distancia entre dos puntos de una recta El valor absoluto de la diferencia entre las coordenadas de los puntos. La distancia entre los puntos A y B, escrita AB, también se llama longitud de $\overline{AB}$.

distance formula / fórmula de la distancia La distancia d entre dos puntos cualesquiera (x_1, y_1) y (x_2, y_2) es $d = \sqrt{(x_2 - x_1)^2 + (y_2 - y_1)^2}$.

La distancia d entre $(-1, 3)$ y $(5, 2)$ es:
$$d = \sqrt{(5 - (-1))^2 + (2 - 3)^2} = \sqrt{37}$$

distance from a point to a line / distancia de un punto a una recta La longitud del segmento perpendicular del punto a la recta.

La distancia de Q a m es QP.

distributive property / propiedad distributiva Propiedad que sirve para hallar el producto de un número y una suma o una diferencia:

$$a(b + c) = ab + ac$$
$$(b + c)a = ba + ca$$
$$a(b - c) = ab - ac$$
$$(b - c)a = ba - ca$$

$$3(4 + 2) = 3(4) + 3(2),$$
$$(8 - 6)4 = (8)4 - (6)4$$

domain / dominio El conjunto de valores de entrada de una relación.

Ver relación.

domain of a function / dominio de una función El conjunto de todas las entradas de una función.

Ver función.

eccentricity of a conic section / excentricidad de una sección cónica La excentricidad e de una hipérbola o de una elipse es $\frac{c}{a}$, donde c es la distancia entre cada foco y el centro y a es la distancia entre cada vértice y el centro. La excentricidad de un círculo es $e = 0$. La excentricidad de una parábola es $e = 1$.

Para la elipse $\frac{(x+4)^2}{36} + \frac{(y-2)^2}{16} = 1$, $c = \sqrt{36 - 16} = 2\sqrt{5}$, por lo tanto la excentricidad es $e = \frac{c}{a} = \frac{2\sqrt{5}}{\sqrt{36}} = \frac{\sqrt{5}}{3} \approx 0.745$.

edge of a polyhedron / arista de un poliedro Segmento de recta formado por la intersección de dos caras de un poliedro.

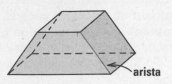
arista

element of a matrix / elemento de una matriz Número de una matriz. También se llama *entrada*.

Ver matriz.

element of a set / elemento de un conjunto Cada objeto de un conjunto; llamado también *miembro* de un conjunto.

5 es un elemento del conjunto de los números naturales, $W = \{0, 1, 2, 3, \ldots\}$.

elimination method / método de eliminación Método para resolver un sistema de ecuaciones en el que se multiplican ecuaciones por constantes y se agregan luego las ecuaciones revisadas para eliminar una variable.

Para usar el método de eliminación a fin de resolver el sistema con las ecuaciones $3x - 7y = 10$ y $6x - 8y = 8$, multiplica la primera ecuación por -2 y suma las ecuaciones para eliminar x.

ellipse / elipse El conjunto de todos los puntos P de un plano tales que la suma de las distancias entre P y dos puntos fijos, llamados focos, es una constante.

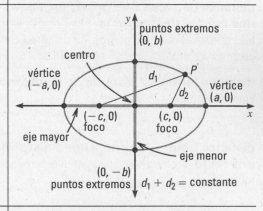
$d_1 + d_2 = $ constante

empty set / conjunto vacío El conjunto que no tiene ningún elemento, escrito Ø.

El conjunto de los números naturales negativos $= $ Ø.

end behavior / comportamiento El comportamiento de la gráfica de una función al aproximarse x a infinito positivo ($+\infty$) o a infinito negativo ($-\infty$).

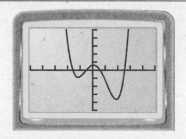
$f(x) \to +\infty$ según $x \to -\infty$ o según $x \to +\infty$.

endpoints / extremos *Ver* segmento de recta.

Ver segmento de recta.

enlargement / ampliación Dilatación con un factor de escala mayor que 1.

Una dilatación con un factor de escala de 2 es una ampliación.

equal matrices / matrices iguales Matrices que tienen las mismas dimensiones y elementos iguales en posiciones correspondientes.	$$\begin{bmatrix} 6 & 0 \\ -\frac{4}{4} & \frac{3}{4} \end{bmatrix} = \begin{bmatrix} 3 \cdot 2 & -1 + 1 \\ -1 & 0.75 \end{bmatrix}$$
equation / ecuación Enunciado que establece la igualdad de dos expresiones.	$2x - 3 = 7, 2x^2 = 4x$
equation in two variables / ecuación con dos variables Ecuación que tiene dos variables.	$y = 3x - 5, d = -16t^2 + 64$
equiangular polygon / polígono equiángulo Polígono que tiene todos los ángulos interiores congruentes.	
equiangular triangle / triángulo equiángulo Triángulo que tiene los tres ángulos congruentes.	
equidistant / equidistante Situado a igual distancia de dos figuras.	X es equidistante de Y y Z.
equilateral polygon / polígono equilátero Polígono que tiene todos los lados congruentes.	
equilateral triangle / triángulo equilátero Triángulo que tiene los tres lados congruentes.	
equivalent equations / ecuaciones equivalentes Ecuaciones que tienen la misma solución o soluciones.	$x + 7 = 4$ y $x = -3$ son ecuaciones equivalentes.
equivalent expressions / expresiones equivalentes Dos expresiones que tienen el mismo valor para todos los valores de la variable.	$3(x + 2) + x$ y $4x + 6$ son expresiones equivalentes.
equivalent fractions / fracciones equivalentes Fracciones que representan el mismo número.	$\frac{5}{15}$ y $\frac{20}{60}$ son fracciones equivalentes porque ambas representan $\frac{1}{3}$.
equivalent inequalities / desigualdades equivalentes Desigualdades con las mismas soluciones.	$2t < 4$ y $t < 2$ son desigualdades equivalentes ya que las soluciones de ambas son todos los números reales menores que 2.
equivalent statements / enunciados equivalentes Dos enunciados que son ambos verdaderos o ambos falsos.	Un enunciado condicional y su contrapositivo son enunciados equivalentes.
evaluate an algebraic expression / evaluar una expresión algebraica Hallar el valor de una expresión algebraica sustituyendo cada variable por un número y realizando las operaciones.	El valor de $n - 1$ cuando $n = 3$ es $3 - 1 = 2$.
event / suceso Caso o colección de casos.	Cuando lanzas un cubo numerado, "salir número impar" es un suceso.

excluded value / valor excluido Número que hace que una expresión racional sea indefinida.	3 es un valor excluido de la expresión $\frac{2}{x-3}$ ya que 3 hace que el valor del denominador sea 0.
experimental group / grupo experimental Grupo que se somete a algún procedimiento o tratamiento durante la realización de un experimento. *Ver también* grupo de control.	Un grupo de personas que sufren de dolores de cabeza, el grupo experimental, recibe píldoras que contienen el medicamento. Otro grupo, el grupo de control, recibe píldoras sin el medicamento.
experimental probability / probabilidad experimental Probabilidad basada en la realización de un experimento o una encuesta o en el estudio de la historia de un suceso.	Lanzas 100 veces un dado de seis caras y sale diecinueve veces el 4. La probabilidad experimental de que salga el 4 al lanzar el dado es $\frac{19}{100} = 0.19$.
explicit rule / regla explícita Regla de una progresión que expresa el término enésimo a_n en función del número de posición n del término en la progresión.	Las reglas $a_n = -11 + 4n$ y $a_n = 3(2)^{n-1}$ son reglas explícitas de progresiones.
exponent / exponente El número o la variable que representa la cantidad de veces que se usa la base de una potencia como factor.	En la potencia 3^4, el exponente es 4.
exponential decay / decrecimiento exponencial Cuando $a > 0$ y $0 < b < 1$, la función $y = ab^x$ representa el decrecimiento exponencial. Cuando una cantidad decrece de forma exponencial, disminuye en el mismo porcentaje durante períodos de tiempo iguales. El modelo de decrecimiento exponencial es $y = a(1 - r)^t$.	La función $y = 2(0.25)^x$ representa el decrecimiento exponencial. *Ver también* tasa de decrecimiento y factor de decrecimiento.
exponential decay function / función de decrecimiento exponencial Si $a > 0$ y $0 < b < 1$, entonces la función $y = ab^x$ es una función de decrecimiento exponencial con factor de decrecimiento b.	$y = 2\left(\frac{1}{4}\right)^x$
exponential equation / ecuación exponencial Ecuación que tiene como exponente una expresión algebraica.	$4^x = \left(\frac{1}{2}\right)^{x-3}$ es una ecuación exponencial.
exponential function / función exponencial Función de la forma $y = ab^x$, donde $a \neq 0$, $b > 0$ y $b \neq 1$.	Las funciones $y = 2 \cdot 3^x$ e $y = -2 \cdot \left(\frac{1}{2}\right)^x$ son funciones exponenciales. *Ver también* crecimiento exponencial y decrecimiento exponencial.

exponential growth / crecimiento exponencial Cuando $a >$ 0 y $b > 1$, la función $y = ab^x$ representa el crecimiento exponencial. Cuando una cantidad crece de forma exponencial, aumenta en el mismo porcentaje durante períodos de tiempo iguales. El modelo de crecimiento exponencial es $y = a(1 + r)^t$.

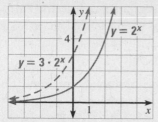

Las funciones $y = 3 \cdot 2^x$ e $y = 2^x$ representan el crecimiento exponencial. *Ver también* tasa de crecimiento y factor de crecimiento.

exponential growth function / función de crecimiento exponencial Si $a > 0$ y $b > 1$, entonces la función $y = ab^x$ es una función de crecimiento exponencial con factor de crecimiento b.

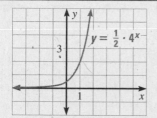

exterior angles of a triangle / ángulos exteriores de un triángulo Los ángulos adyacentes a los ángulos interiores al prolongar los lados del triángulo.

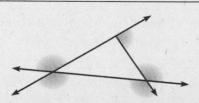

external segment / segmento externo La parte de un segmento secante que está en el exterior del círculo.

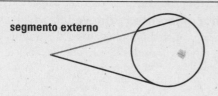
segmento externo

extraneous solution / solución extraña Solución de una ecuación transformada que no es solución de la ecuación original.

Al elevar al cuadrado ambos miembros de la ecuación radical $\sqrt{6 - x} = x$, la ecuación resultante tiene dos soluciones, 2 y -3, pero -3 es una solución extraña ya que no satisface la ecuación original $\sqrt{6 - x} = x$.

extremes of a proportion / extremos de una proporción Los términos primero y último de una proporción. *Ver también* proporción.

Los extremos de $\frac{a}{b} = \frac{c}{d}$ son a y d.

 F

face of a polyhedron / cara de un poliedro *Ver* poliedro.

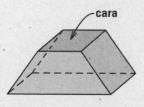
cara

factor / factor Cuando los números naturales distintos de cero se multiplican entre sí, cada número es un factor del producto.

Como $2 \times 3 \times 7 = 42$, 2, 3 y 7 son factores de 42.

SPANISH

factor by grouping / factorizar por grupos Para factorizar por grupos un polinomio con cuatro términos, factoriza un monomio común a partir de los pares de términos y luego busca un factor binómico común.	$x^3 + 3x^2 + 5x + 15$ $= (x^3 + 3x^2) + (5x + 15)$ $= x^2(x + 3) + 5(x + 3)$ $= (x + 3)(x^2 + 5)$
factor completely / factorizar completamente Un polinomio que puede descomponerse en factores y que tiene coeficientes enteros está completamente factorizado si está escrito como producto de polinomios que no pueden descomponerse en factores y que tienen coeficientes enteros.	El polinomio $x^3 - x$ *no* está completamente factorizado cuando se escribe $x(x^2 - 1)$, pero sí está completamente factorizado cuando se escribe $x(x + 1)(x - 1)$.
factor tree / árbol de factores Un diagrama que puede usarse para escribir la descomposición de un número en factores primos.	90 9 × 10 3 × 3 × 2 × 5
factorial / factorial Para cualquier número entero positivo n, la expresión $n!$, leída "factorial de n", es el producto de todos los números enteros entre 1 y n. También, $0!$ se define como 1.	$6! = 6 \cdot 5 \cdot 4 \cdot 3 \cdot 2 \cdot 1 = 720$
family of functions / familia de funciones Grupo de funciones con características similares.	Las funciones que tienen la forma $f(x) = mx + b$ constituyen la familia de las funciones lineales.
feasible region / región factible En la programación lineal, la gráfica del sistema de restricciones.	*Ver* programación lineal.
finite differences / diferencias finitas Cuando los valores de x de un conjunto de datos están a igual distancia entre sí, las diferencias entre los valores de y consecutivos se llaman diferencias finitas.	$f(x) = x^2$ $f(1)$ $f(2)$ $f(3)$ $f(4)$ 1 4 9 16 $4 - 1 = 3$ $9 - 4 = 5$ $6 - 9 = 7$ Las diferencias finitas de primer orden son 3, 5 y 7.
flow proof / prueba de flujo Tipo de prueba que usa flechas para indicar el flujo de un argumento lógico.	
foci of a hyperbola / focos de una hipérbola *Ver* hipérbola, definición geométrica.	*Ver* hipérbola, definición geométrica.
foci of an ellipse / focos de una elipse *Ver* elipse.	*Ver* elipse.
focus of a parabola / foco de una parábola *Ver* parábola, definición geométrica	*Ver* parábola, definición geométrica.
formula / fórmula Ecuación que relaciona dos o más cantidades que generalmente se representan por variables.	La fórmula $P = 2\ell + 2w$ relaciona el largo y el ancho de un rectángulo con su perímetro.
fractal / fractal Objeto autosemejante. *Ver* autosemejante.	

High School
Multi-Language Visual Glossary

Copyright © by McDougal Littell,
a division of Houghton Mifflin Company.

fraction / fracción Un número de la forma $\frac{a}{b}$ ($b \neq 0$) usado para describir partes de un todo o de un conjunto.	$\frac{3}{8}$
frequency / frecuencia La frecuencia de un intervalo es el número de datos de valores que hay en ese intervalo.	*Ver* tabla de frecuencias e histograma.
frequency of a periodic function / frecuencia de una función periódica El recíproco del período. La frecuencia es el número de ciclos por unidad de tiempo.	$P = 2$ sen $4000 \pi t$ tiene período $\frac{2\pi}{4000\pi} = \frac{1}{2000}$, por lo que su frecuencia es de 2000 ciclos por segundo (hertzios) cuando t representa el tiempo en segundos.
frequency table / tabla de frecuencias Presentación de datos en la que se agrupan los datos en intervalos iguales sin que haya interrupciones entre los intervalos y sin intervalos superpuestos.	Precios / Sándwiches: $4.00–4.49 IIII; $4.50–4.99 II

function / función Una función consta de:
- Un conjunto llamado dominio que contiene los números conocidos como entradas, y otro conjunto llamado rango que contiene los números conocidos como salidas.
- Una correspondencia entre las entradas y las salidas tal que a cada entrada le corresponde una sola salida.

La correspondencia que aparece en la tabla de abajo es una función ya que a cada entrada le corresponde una sola salida.

Entrada, x	0	1	2	3	4
Salida, y	3	4	5	6	7

El dominio es el conjunto de entradas: 0, 1, 2, 3 y 4. El rango es el conjunto de salidas: 3, 4, 5, 6 y 7.

function notation / notación de función Forma de nombrar una función usando el símbolo $f(x)$ en lugar de y. El símbolo $f(x)$ se lee "el valor de f en x" o "f de x".	La función $y = 2x - 9$ escrita en notación de función es $f(x) = 2x - 9$.

G

general second-degree equation in *x* and *y* / ecuación general de segundo grado en *x* e *y* La forma $Ax^2 + Bxy + Cy^2 + Dx + Ey + F = 0$.	$16x^2 - 9y^2 - 96x + 36y - 36 = 0$ y $4x^2 + y^2 - 8x - 8 = 0$ son ecuaciones de segundo grado en x e y.
geometric mean / media geométrica Para dos números positivos a y b, el número positivo x que satisface $\frac{a}{x} = \frac{x}{b}$. Así pues, $x^2 = ab$ y $x = \sqrt{ab}$.	La media geométrica de 4 y 16 es $\sqrt{4 \cdot 16}$, ó 8.
geometric probability / probabilidad geométrica Probabilidad hallada al calcular una razón entre dos longitudes, áreas o volúmenes.	$P(K \text{ está en } \overline{CD}) = \dfrac{\text{Longitud de } \overline{CD}}{\text{Longitud de } \overline{AB}}$
geometric sequence / progresión geométrica Progresión en la que la razón entre cualquier término y el término anterior es constante. La razón constante se llama razón común.	La progresión 5, 10, 20, 40, . . . es una progresión geométrica cuya razón común es 2.
geometric series / serie geométrica La expresión formada al sumar los términos de una progresión geométrica.	$\displaystyle\sum_{i=1}^{5} 4(3)^{i-1} = 4 + 12 + 36 + 108 + 324$

SPANISH

glide reflection / reflexión con desplazamiento y traslación Transformación en la que cada punto P se hace corresponder con un punto P'' siguiendo estos pasos. (1) Al realizar una traslación, se hace corresponder P con P'. (2) Al realizar una reflexión sobre una recta k paralela a la dirección de la traslación, se hace corresponder P' con P''.

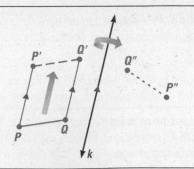

graph of a linear inequality in two variables / gráfica de una desigualdad lineal con dos variables El conjunto de todos los puntos de un plano de coordenadas que representan las soluciones de la desigualdad.

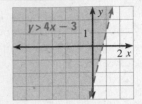

graph of an equation in two variables / gráfica de una ecuación con dos variables El conjunto de puntos de un plano de coordenadas que representa todas las soluciones de la ecuación.

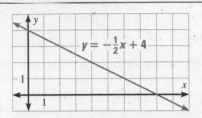

La recta es la gráfica de la ecuación $y = -\frac{1}{2}x + 4$.

graph of an inequality in one variable / gráfica de una desigualdad con una variable En una recta numérica, el conjunto de puntos que representa todas las soluciones de la desigualdad.

Gráfica de $x < 3$

graph of an inequality in two variables / gráfica de una desigualdad con dos variables En un plano de coordenadas, el conjunto de puntos que representa todas las soluciones de la desigualdad.

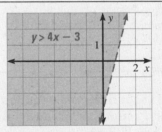

La gráfica de $y > 4x - 3$ es el semiplano sombreado.

graph of a system of linear inequalities / gráfica de un sistema de desigualdades lineales La gráfica de todas las soluciones del sistema.

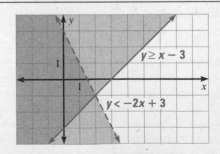

La gráfica del sistema $y < -2x + 3$ e $y \geq x - 3$ es la intersección de los semiplanos.

great circle / círculo máximo La intersección de una esfera y un plano que contiene el centro de la esfera.	**círculo máximo**
greatest common factor (GCF) / máximo común divisor (MCD) El mayor de los factores comunes de dos o más números naturales distintos de cero.	El máximo común divisor de 64 y 120 es el mayor de los factores comunes 1, 2, 4 y 8, que es 8.
greatest possible error / máximo error posible La cantidad máxima que una longitud medida puede diferir de una longitud real.	Si la unidad de medida es $\frac{1}{8}$ pulgada, el máximo error posible es $\frac{1}{16}$ pulgada.
growth factor / factor de crecimiento La cantidad b de la función de crecimiento exponencial $y = ab^x$, con $a > 0$ y $b > 1$.	El factor de crecimiento de la función $y = 8(3.4)^x$ es 3.4.
growth rate / tasa de crecimiento La variable r del modelo de crecimiento exponencial $y = a(1 + r)^t$.	En el modelo de crecimiento exponencial $C = 11{,}000(1.069)^t$, la tasa de crecimiento es 0.069.

H

half-plane / semiplano En un plano de coordenadas, la región situada a cada lado de una recta límite.	*Ver* gráfica de una desigualdad con dos variables.
height of a parallelogram / altura de un paralelogramo La distancia perpendicular entre las bases de un paralelogramo.	**altura**
height of a trapezoid / altura de un trapecio La distancia perpendicular entre las bases de un trapecio.	**base** **altura** **base**
height of a triangle / altura de un triángulo La distancia perpendicular entre el lado cuya longitud es la base y el vértice opuesto a ese lado.	**altura, h** **base, b** **altura, h** **base, b** **altura, h** **base, b**
hemisphere / hemisferio Media esfera, formada cuando un círculo máximo divide a una esfera en dos mitades congruentes.	**hemisferios**

hexagon / heptágono Polígono con siete lados.

---

histogram / histograma Gráfica de barras que presenta los datos de una tabla de frecuencias. Cada barra representa un intervalo, y la longitud de cada barra indica la frecuencia.

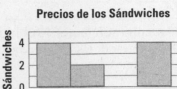

Precios de los Sándwiches

---

horizontal component of a vector / componente horizontal de un vector El cambio horizontal desde el punto inicial al punto final del vector.

Ver forma de componentes de un vector.

---

hyperbola, algebraic definition / hipérbola, definición algebraica La gráfica de la ecuación de variación

inversa $y = \frac{a}{x}$ $(a \neq 0)$ o la gráfica de una función racional de la forma $y = \frac{a}{x - h} + k$ $(a \neq 0)$. La hipérbola tiene dos partes simétricas llamadas ramas. La hipérbola se acerca a las rectas llamadas asíntotas pero sin cortarlas.

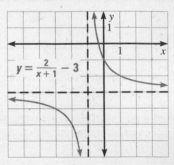

$$y = \frac{2}{x + 1} - 3$$

La gráfica de $y = \frac{2}{x + 1} - 3$ es una hipérbola.
Las asíntotas de la hipérbola son las rectas $x = -1$ e $y = -3$.

---

hyperbola, geometric definition / hipérbola, definición geométrica El conjunto de todos los puntos P de un plano tales que la diferencia de distancias entre P y dos puntos fijos, llamados focos, es constante.

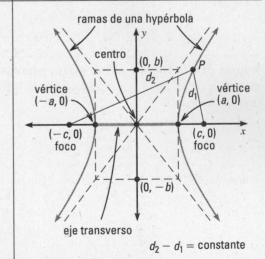

$d_2 - d_1 = \text{constante}$

---

hypotenuse / hipotenusa En un triángulo rectángulo, el lado opuesto al ángulo recto.

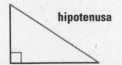

hipotenusa

hypothesis / hipótesis La parte de "si" de un enunciado condicional.

Ver enunciado condicional.

identity / identidad Ecuación que es verdadera para todos los valores de la variable.

La ecuación $2x + 10 = 2(x + 5)$ es una identidad.

identity element / elemento identidad El elemento de un conjunto de números que al combinarse con otro número mediante una operación, ese número no cambia.

Entre los números reales, 0 es el elemento identidad en la suma, dado que si a es un número real cualquiera, $a + 0 = a$.

identity matrix / matriz identidad La matriz $n \times n$ que tiene los 1 en la diagonal principal y los 0 en las otras posiciones.

La matriz identidad 2×2 es $\begin{bmatrix} 1 & 0 \\ 0 & 1 \end{bmatrix}$.

if-then form / forma de "si…, entonces…" La forma de un enunciado condicional que usa las palabras "si" y "entonces". La parte de "si" contiene la hipótesis, y la parte de "entonces" contiene la conclusión.

Ver enunciado condicional.

image / imagen La nueva figura que resulta tras una transformación. *Ver también* preimagen.

$\triangle P'Q'R'$ es la imagen de $\triangle PQR$ tras una traslación.

imaginary number / número imaginario Un número complejo $a + bi$, donde $b \neq 0$.

$5i$ y $2 - i$ son números imaginarios.

improper fraction / fracción impropia Una fracción en la cual el numerador es mayor que el denominador o igual a él.

$\frac{21}{8}$ y $\frac{6}{6}$ son fracciones impropias.

incenter of a triangle / incentro de un triángulo El punto de concurrencia de las tres bisectrices de los ángulos del triángulo.

P es el incentro de $\triangle ABC$.

inconsistent system / sistema incompatible Sistema lineal sin solución. Las gráficas de las ecuaciones de un sistema incompatible son rectas paralelas.

$$x + y = 4$$
$$x + y = 1$$

El sistema de arriba no tiene ninguna solución porque la suma de dos números no puede ser 4 y 1.

independent events / sucesos independientes Dos sucesos tales que la ocurrencia de uno de ellos no afecta a la ocurrencia del otro.

Lanzas un cubo numerado dos veces. Los sucesos "salir primero el 3" y "salir después el 6" son sucesos independientes.

independent variable / variable independiente La variable de entrada de una ecuación con dos variables.

En $y = 3x - 5$, la variable independiente es x. La variable dependiente es y ya que el valor de y depende del valor de x.

SPANISH

index of a radical / índice de un radical El número entero n, que es mayor que 1 y aparece en la expresión $\sqrt[n]{a}$.	El índice de $\sqrt[3]{-216}$ es 3.
indirect proof / prueba indirecta Prueba en la que, para demostrar que un enunciado es verdadero, primero se supone que su opuesto es verdadero. Si esta suposición lleva a una imposibilidad, entonces se habrá demostrado que el enunciado original es verdadero.	
inductive reasoning / razonamiento inductivo Proceso en el que se buscan patrones y se hacen conjeturas.	Sumas varias parejas de números impares y observas que la suma es par. Sacas la conclusión de que la suma de dos números impares cualesquiera es par.
inequality / desigualdad Enunciado matemático formado mediante la colocación de los signos <, ≤, > o ≥ entre dos expresiones.	$6n \geq 24$ y $x - 2 < 7$ son desigualdades.
initial point of a vector / punto inicial de un vector El punto de partida del vector.	*Ver* vector.
initial side of an angle / lado inicial de un ángulo *Ver* lado terminal de un ángulo.	*Ver* posición normal de un ángulo.
input / entrada Número del dominio de una función.	*Ver* función.
inscribed angle / ángulo inscrito Ángulo cuyo vértice está en un círculo y cuyos lados contienen cuerdas del círculo.	ángulo inscrito · arco interceptado
inscribed polygon / polígono inscrito Polígono que tiene todos los vértices en un círculo.	triángulo inscrito · cuadrilátero inscrito
integers / números enteros Los números . . . , $-3, -2, -1, 0,$ $1, 2, 3, . . . ,$ que constan de los números enteros negativos, cero y los números enteros positivos.	-8 y 46 son números enteros. $-8\frac{1}{2}$ y 46.2 *no* son números enteros.
intercept form of a quadratic function / forma de intercepto de una función cuadrática Función cuadrática de la forma $y = a(x - p)(x - q)$, donde $a \neq 0$. Los interceptos en x de la gráfica de la función son p y q.	La función cuadrática $y = -(x + 1)$ $(x - 5)$ está en la forma de intercepto. Los interceptos de la gráfica de la función son -1 y 5.
intercepted arc / arco interceptado El arco situado en el interior de un ángulo inscrito y que tiene los extremos en el ángulo.	*Ver* ángulo inscrito.
interior angles of a triangle / ángulos interiores de un triángulo Los tres ángulos originales de un triangulo al prolongar los lados del triángulo.	

intersection / intersección El conjunto de puntos que dos o más figuras geométricas tienen en común.	**La intersección de las rectas *m* y *n* es el punto *A*.**
intersection of sets / intersección La intersección de dos conjuntos *A* y *B* es el conjunto de todos los elementos *tanto* de *A como* de *B*. La intersección de *A* y *B* se escribe $A \cap B$.	$A \cap B = \{2\}$
interval / intervalo Un intervalo es un conjunto que contiene todos los números reales comprendidos entre dos números dados y posiblemente esos dos números también.	El intervalo $4 < x \leq 7$ corresponde a todos los números mayores que cuatro y menores o iguales a siete.
inverse / inverso El enunciado formado al negar la hipótesis y la conclusión de un enunciado condicional.	Enunciado: Si $m\angle A = 90°$, entonces $\angle A$ es recto. Inverso: Si $m\angle A \neq 90°$, entonces $\angle A$ no es recto.
inverse cosine / coseno inverso Razón trigonométrica inversa, abreviada cos^{-1}. Para el ángulo agudo *A*, si $\cos A = z$, entonces $\cos^{-1} z = m\angle A$.	$\cos^{-1} \frac{AC}{AB} = m\angle A$
inverse cosine function / función inversa del coseno Si $-1 \leq a \leq 1$, entonces el coseno inverso de *a* es un ángulo θ, escrito $\theta = \cos^{-1} a$, donde $\cos \theta = a$ y $0 \leq \theta \leq \pi$ (ó $0° \leq \theta \leq 180°$).	Cuando $0° \leq \theta \leq 180°$, el ángulo θ cuyo coseno es $\frac{1}{2}$ es de 60°, por lo que $\theta = \cos^{-1} \frac{1}{2} = 60°$ (ó $\theta = \cos^{-1} \frac{1}{2} = \frac{\pi}{3}$).
inverse function / función inversa Relación inversa que es una función. Las funciones *f* y *g* son inversas siempre que $f(g(x)) = x$ y $g(f(x)) = x$.	$f(x) = x + 5;\ g(x) = x - 5$ $f(g(x)) = (x - 5) + 5 = x$ $g(f(x)) = (x + 5) - 5 = x$ Entonces, *f* y *g* son funciones inversas.
inverse matrices / matrices inversas Dos matrices $n \times n$ son inversas entre sí si su producto (de ambos órdenes) es la matriz identidad $n \times n$. *Ver también* matriz identidad.	$\begin{bmatrix} -5 & 8 \\ 2 & -3 \end{bmatrix}^{-1} = \begin{bmatrix} 3 & 8 \\ 2 & 5 \end{bmatrix}$ ya que $\begin{bmatrix} 3 & 8 \\ 2 & 5 \end{bmatrix}\begin{bmatrix} -5 & 8 \\ 2 & -3 \end{bmatrix} = \begin{bmatrix} 1 & 0 \\ 0 & 1 \end{bmatrix}$ y $\begin{bmatrix} -5 & 8 \\ 2 & -3 \end{bmatrix}\begin{bmatrix} 3 & 8 \\ 2 & 5 \end{bmatrix} = \begin{bmatrix} 1 & 0 \\ 0 & 1 \end{bmatrix}$.
inverse operations / operaciones inversas Dos operaciones que se anulan entre sí.	La suma y la resta son operaciones inversas. La multiplicación y la división también son operaciones inversas.

inverse relation / relación inversa Relación en la que se intercambian los valores de entrada y de salida de la relación original. La gráfica de una relación inversa es una reflexión de la gráfica de la relación original, con $y = x$ como eje de reflexión.	Para hallar la inversa de $y = 3x - 5$, intercambia x e y para obtener $x = 3y - 5$. Luego resuelve para y para obtener la relación inversa $y = \frac{1}{3}x + \frac{5}{3}$.
inverse sine / seno inverso Razón trigonométrica inversa, abreviada sen^{-1}. Para el ángulo agudo A, si sen $A = y$, entonces $sen^{-1} y = m\angle A$.	$\sin^{-1} \frac{BC}{AB} = m\angle A$
inverse sine function / función inversa del seno Si $-1 \le a \le 1$, entonces el seno inverso de a es un ángulo θ, escrito $\theta = sen^{-1} a$, donde sen $\theta = a$ y $-\frac{\pi}{2} \le \theta \le \frac{\pi}{2}$ (ó $-90° \le \theta \le 90°$).	Cuando $-90° \le \theta \le 90°$, el ángulo θ cuyo seno es $\frac{1}{2}$ es de 30°, por lo que $\theta = sen^{-1} \frac{1}{2} = 30°$ (ó $\theta = sen^{-1} \frac{1}{2} = \frac{\pi}{6}$).
inverse tangent / tangente inversa Razón trigonométrica inversa, abreviada tan^{-1}. Para el ángulo agudo A, si tan $A = x$, entonces $tan^{-1} x = m\angle A$.	$\tan^{-1} \frac{BC}{AC} = m\angle A$
inverse tangent function / función inversa de la tangente Si a es un número real cualquiera, entonces la tangente inversa de a es un ángulo θ, escrito $\theta = tan^{-1} a$, donde tan $\theta = a$ y $-\frac{\pi}{2} < \theta < \frac{\pi}{2}$ (ó $-90° < \theta < 90°$).	Cuando $-90° < \theta < 90°$, el ángulo θ cuya tangente es $-\sqrt{3}$ es de $-60°$, por lo que $\theta = tan^{-1}(-\sqrt{3}) = -60°$ (ó $\theta = tan^{-1}(-\sqrt{3}) = -\frac{\pi}{3}$).
inverse variation / variación inversa La relación entre dos variables x e y si hay un número a distinto de cero tal que $y = \frac{a}{x}$. Si $y = \frac{a}{x}$, entonces se dice que y varía inversamente con x.	Las ecuaciones $xy = 4$ e $y = \frac{-1}{x}$ representan una variación inversa.
irrational number / número irracional Número que no puede escribirse como cociente de dos números enteros. La forma decimal de un número irracional no termina ni se repite.	$\sqrt{945} = 30.74085\ldots$ es un número irracional. $1.666\ldots$ *no* es un número irracional.
isometric drawing / dibujo isométrico Dibujo técnico de aspecto tridimensional; puede crearse en una cuadrícula de puntos usando tres ejes que al cortarse forman ángulos de 120°.	
isometry / isometría Transformación que conserva la longitud y la medida de los ángulos. También se llama *transformación de congruencia*.	Las traslaciones, las reflexiones y las rotaciones son tres tipos de isometrías.
isosceles trapezoid / trapecio isósceles Trapecio que tiene los catetos congruentes.	
isosceles triangle / triángulo isósceles Triángulo que tiene al menos dos lados congruentes.	cateto cateto base

iteration / iteración La repetición de una secuencia de pasos, la composición repetida de una función usando la función misma. El resultado de una iteración es $f(f(x))$, y el de dos iteraciones es $f(f(f(x)))$.

Los fractales se crean usando iteraciones.

J

joint variation / variación conjunta Relación producida cuando una cantidad varía directamente con el producto de dos o más otras cantidades.

La ecuación $z = 5xy$ representa la variación conjunta.

K

kite / cometa Cuadrilátero que tiene dos pares de lados congruentes consecutivos pero cuyos lados opuestos no son congruentes.

L

lateral area / área lateral La suma de las áreas de las caras laterales de un poliedro o de otro sólido con una o dos bases.

3 pulg · 4 pulg · 6 pulg · 5 pulg

Área lateral = 5(6) + 4(6) + 3(6) = 72 pulg^2

lateral edges of a prism / aristas laterales de un prisma Los segmentos que unen los vértices correspondientes de las bases de un prisma.

base · caras laterales · aristas laterales · base

lateral faces of a prism / caras laterales de un prisma Las caras de un prisma que son paralelogramos formados al unir los vértices correspondientes de las bases del prisma.

Ver aristas laterales de un prisma.

lateral surface of a cone / superficie lateral de un cono Todos los segmentos que unen el vértice con los puntos de la arista de la base.

superficie lateral · base

SPANISH

law of cosines / ley de los cosenos
Si $\triangle ABC$ tiene lados de longitud a, b y c como se indica, entonces
$a^2 = b^2 + c^2 - 2bc \cos A$,
$b^2 = a^2 + c^2 - 2ac \cos B$, y
$c^2 = a^2 + b^2 - 2ab \cos C$.

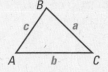

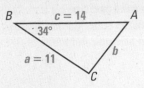

$b^2 = a^2 + c^2 - 2ac \cos B$
$b^2 = 11^2 + 14^2 - 2(11)(14) \cos 34°$
$b^2 \approx 61.7$
$b \approx 7.85$

law of sines / ley de los senos
Si $\triangle ABC$ tiene lados de longitud a, b y c como se indica, entonces
$\dfrac{\operatorname{sen} A}{a} = \dfrac{\operatorname{sen} B}{b} = \dfrac{\operatorname{sen} C}{c}$.

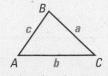

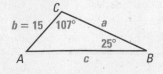

$\dfrac{\operatorname{sen} 25°}{15} = \dfrac{\operatorname{sen} 107°}{c} \rightarrow c \approx 33.9$

leading coefficient / coeficiente inicial Cuando un polinomio se escribe de tal manera que los exponentes de una variable disminuyen de izquierda a derecha, el coeficiente del primer término es el coeficiente inicial.	El coeficiente inicial del polinomio $2x^3 + x^2 - 5x + 12$ es 2.
least common denominator (LCD) of rational expressions / mínimo común denominador (m.c.d.) de las expresiones racionales El producto de los factores de los denominadores de las expresiones racionales usando cada factor común una sola vez.	El m.c.d. de $\dfrac{5}{(x-3)^2}$ y $\dfrac{3x+4}{(x-3)(x+2)}$ es $(x-3)^2(x+2)$.
least common multiple (LCM) / mínimo común múltiplo (m.c.m.) El menor de los múltiplos comunes de dos o más números naturales distintos de cero.	El mínimo común múltiplo de 9 y 12 es el menor de los múltiplos comunes 36, 72, 108, ... ó 36.
legs of a right triangle / catetos de un triángulo rectángulo En un triángulo rectángulo, los lados adyacentes al ángulo recto.	*Ver* triángulo rectángulo.
legs of a trapezoid / catetos de un trapecio Los lados no paralelos de un trapecio.	*Ver* trapecio.
legs of an isosceles triangle / catetos de un triángulo isósceles Los dos lados congruentes de un triángulo isósceles que tiene sólo dos lados congruentes.	*Ver* triángulo isósceles.
like radicals / radicales semejantes Expresiones radicales con el mismo índice y el mismo radicando.	$\sqrt[4]{10}$ y $7\sqrt[4]{10}$ son radicales semejantes.
like terms / términos semejantes Términos que tienen las mismas variables. Los términos constantes también son términos semejantes.	En la expresión $3x + (-4) + (-6x) + 2$, $3x$ y $-6x$ son términos semejantes, y -4 y 2 también son términos semejantes.
line / recta Una recta tiene una dimensión. Normalmente se representa por una línea recta con dos puntas de flecha para así indicar que la recta se prolonga sin fin en dos direcciones. En este texto las líneas son siempre líneas rectas. *Ver también* término indefinido.	 recta ℓ, $\overleftrightarrow{AB}$, o $\overleftrightarrow{BA}$

High School
Multi-Language Visual Glossary

Copyright © by McDougal Littell,
a division of Houghton Mifflin Company.

line graph / gráfica lineal Un tipo de gráfica que representa datos usando puntos conectados por segmentos de recta para mostrar cómo las cantidades cambian en el tiempo.

Crecimiento del cachorro

line of fit / recta de regresión Recta utilizada para representar la tendencia de los datos que presentan una correlación positiva o negativa.

A gráfica muestra una recta de regresión para los datos del diagrama de dispersión.

line of reflection / eje de reflexión *Ver* reflexión.

Ver reflexión.

line of symmetry / eje de simetría *Ver* simetría lineal.

Ver simetría lineal.

line perpendicular to a plane / recta perpendicular a un plano Recta que corta al plano en un punto y es perpendicular a cada recta del plano que la corta en ese punto.

La recta *n* es perpendicular al plano *P*.

line segment / segmento de recta Parte de una recta que consta de dos puntos, llamados extremos, y de todos los puntos de la recta situados entre los extremos. También se llama *segmento*.

$\overline{AB}$ **con extremos *A* y *B***

line symmetry / simetría lineal Una figura del plano tiene simetría lineal si se corresponde a sí misma al realizar una reflexión sobre una recta. Este eje de reflexión es un eje de simetría.

Dos ejes de simetría

linear equation / ecuación lineal Ecuación cuya gráfica es una recta.

Ver forma general de una ecuación lineal.

SPANISH

linear equation in one variable / ecuación lineal con una variable Ecuación que puede escribirse en la forma $ax + b = 0$, donde a y b son constantes y $a \neq 0$.	La ecuación $\frac{4}{5}x + 8 = 0$ es una ecuación lineal con una variable.
linear equation in three variables / ecuación lineal con tres variables Ecuación de la forma $ax + by + cz = d$, donde a, b y c no son todos cero.	$2x + y - z = 5$ es una ecuación lineal con tres variables.
linear extrapolation / extrapolación lineal El uso de una recta o su ecuación para hallar por aproximación un valor situado fuera del rango de los valores conocidos.	 **La mejor recta de regresión puede utilizarse para estimar que cuando $y = 1200$, $x \approx 11.75$.**
linear function / función lineal Función que puede escribirse en la forma $y = mx + b$, donde m y b son constantes.	La función $y = -2x - 1$ es una función lineal con $m = -2$ y $b = -1$.
linear inequality in one variable / desigualdad lineal con una variable Desigualdad que puede escribirse de una de las siguientes formas: $ax + b < 0$, $ax + b \leq 0$, $ax + b > 0$ ó $ax + b \geq 0$.	$5x + 2 > 0$ es una desigualdad lineal con una variable.
linear inequality in two variables / desigualdad lineal con dos variables Desigualdad que puede escribirse de una de las siguientes formas: $Ax + By < C$, $Ax + By \leq C$, $Ax + By > C$ o $Ax + By \geq C$.	$5x - 2y \geq -4$ es una desigualdad lineal con dos variables.
linear interpolation / interpolación lineal El uso de una recta o su ecuación para hallar por aproximación un valor situado entre dos valores conocidos.	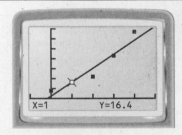 **La mejor recta de regresión puede utilizarse para estimar que cuando $x = 1$, $y \approx 16.4$.**
linear pair / par lineal Dos ángulos adyacentes cuyos lados no comunes son rayos opuestos.	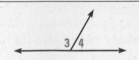 **$\angle 3$ y $\angle 4$ son un par lineal.**
linear programming / programación lineal El proceso de maximizar o minimizar una función objetivo lineal sujeta a un sistema de desigualdades lineales llamadas restricciones. La gráfica del sistema de restricciones se llama región factible.	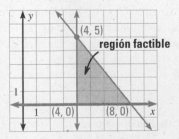 **Para maximizar la función objetivo $P = 35x + 30y$ sujeta a las restricciones $x \geq 4$, $y \geq 0$ y $5x + 4y \leq 40$, evalúa P en cada vértice. El valor máximo de 290 ocurre en (4, 5).**

linear regression / regresión lineal El proceso de hallar la mejor recta de regresión para representar un conjunto de datos.

Ver recta de regresión.

---

literal equation / ecuación literal Ecuación en la que se usan letras para reemplazar los coeficientes y las constantes de otra ecuación.

La ecuación $5(x + 3) = 20$ puede escribirse como la ecuación literal $a(x + b) = c$.

---

local maximum / máximo local La coordenada y de un punto crítico de una función si el punto está situado más alto que todos los puntos cercanos.

```
Maximo
X=0          Y=6
```

La función $f(x) = x^3 - 3x^2 + 6$ tiene un máximo local de $y = 6$ cuando $x = 0$.

---

local minimum / mínimo local La coordenada y de un punto crítico de una función si el punto está situado más bajo que todos los puntos cercanos.

```
Minimo
X=-.56971    Y=-6.50858
```

La función $f(x) = x^4 - 6x^3 + 3x^2 + 10x - 3$ tiene un mínimo local de $y \approx -6.51$ cuando $x \approx -0.57$.

---

locus in a plane / lugar geométrico de un plano El conjunto de todos los puntos de un plano que satisfacen una condición dada o un conjunto de condiciones dadas.

$\odot C$ es el lugar geométrico de los puntos situados a 1 centímetro del punto C.

---

logarithm of y with base b / logaritmo de y con base b Sean b e y números positivos, con $b \neq 1$. El logaritmo de y con base b, denotado por $\log_b y$ y leído "log base b de y", se define de esta manera: $\log_b y = x$ si y sólo si $b^x = y$.

$\log_2 8 = 3$ ya que $2^3 = 8$.

$\log_{1/4} 4 = -1$ ya que $\left(\frac{1}{4}\right)^{-1} = 4$.

---

logarithmic equation / ecuación logarítmica Ecuación en la que aparece el logaritmo de una expresión algebraica.

$\log_5 (4x - 7) = \log_5 (x + 5)$ es una ecuación logarítmica.

---

lower extreme / extremo inferior El menor valor en un conjunto de datos.

Véase diagrama de líneas y bloques.

---

lower quartile / cuartil inferior La mediana de la mitad inferior de un conjunto de datos.

Véase diagrama de líneas y bloques.

major arc / arco mayor Parte de un círculo que mide entre 180° y 360°.

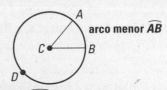

arco menor $\overset{\frown}{AB}$

arco mayor $\overset{\frown}{ADB}$

---

major axis of an ellipse / eje mayor de una elipse
El segmento de recta que une los vértices de una elipse.

Ver elipse.

---

margin of error / margen de error El margen de error indica un límite acerca de cuánto se prevé que diferirían las respuestas obtenidas en una muestra de las obtenidas en la población.

Si el 40% de los encuestados prefiere al candidato A y el margen de error es ±4%, entonces se prevé que entre el 36% y el 44% de la población total prefiere al candidato A.

---

matrix, matrices / matriz, matrices Disposición rectangular de números colocados en filas y columnas. Cada número de la matriz es un elemento, o *entrada*.

$$A = \begin{bmatrix} 0 & 4 & -1 \\ -3 & 2 & 5 \end{bmatrix} \text{2 filas}$$

3 columnas

La matriz *A* tiene 2 filas y 3 columnas. El elemento de la primera fila y la segunda columna es 4.

---

matrix of constants / matriz de constantes La matriz de constantes del sistema lineal $ax + by = e, cx + dy = f$ es $\begin{bmatrix} e \\ f \end{bmatrix}$.

Ver matriz coeficiente.

---

matrix of variables / matriz de variables La matriz de variables del sistema lineal $ax + by = e, cx + dy = f$ es $\begin{bmatrix} x \\ y \end{bmatrix}$.

Ver matriz coeficiente.

---

maximum value of a quadratic function / valor máximo de una función cuadrática La coordenada y del vértice para $y = ax^2 + bx + c$ cuando $a < 0$.

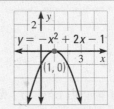

El valor máximo de $y = -x^2 + 2x - 1$ es 0.

---

mean / media Para el conjunto de datos numéricos $x_1, x_2, \ldots, x_n$, la media, o el promedio, es:

$$\overline{x} = \frac{x_1 + x_2 + \ldots + x_n}{n}$$

La media de 5, 9, 14, 23 es

$$\frac{5 + 9 + 14 + 23}{4} = \frac{51}{4} = 12.75.$$

---

mean absolute deviation / desviación absoluta media
La desviación absoluta media del conjunto de datos $x_1, x_2, \ldots, x_n$ con media $\overline{x}$ es una medida de dispersión dada por:

$$\frac{|x_1 - \overline{x}| + |x_2 - \overline{x}| + \ldots + |x_n - \overline{x}|}{n}$$

La desviación absoluta media del conjunto de datos 3, 9, 13, 23 (con media = 12) es:

$$\frac{|3 - 12| + |9 - 12| + |13 - 12| + |23 - 12|}{4}$$

$= 6$

---

means of a proportion / medios de una proporción Los términos centrales de una proporción. *Ver también* proporción.

Los medios de $\frac{a}{b} = \frac{c}{d}$ son b y c.

measure of central tendency / medida de tendencia central Número usado para representar el centro o la posición central de un conjunto de valores de datos. La media, la mediana y la moda son tres medidas de tendencia central.	14, 17, 18, 19, 20, 24, 24, 30, 32 La media es $\frac{14 + 17 + 18 + \ldots + 32}{9} = \frac{198}{9} = 22$. La mediana es el número central, 20. La moda es 24 ya que 24 ocurre más veces.
measure of dispersion / medida de dispersión Estadística que te indica cómo se dispersan, o distribuyen, los valores de datos. El rango y la desviación típica son medidas de dispersión.	*Ver* rango y desviación típica.
measure of a major arc / medida de un arco mayor La diferencia entre 360° y la medida del arco menor relacionado.	 $m\widehat{ADB} = 360° - m\widehat{AB}$ $= 360° - 50°$ $= 310°$
measure of a minor arc / medida de un arco menor La medida del ángulo central del arco.	*Ver* medida de un arco mayor.
measure of an angle / medida de un ángulo Considera $\overrightarrow{OB}$ y un punto A situado sobre un lado de $\overleftrightarrow{OB}$. Los rayos de la forma $\overrightarrow{OA}$ pueden hacerse corresponder de uno en uno con los números reales de 0 a 180. La medida de $\angle AOB$ es igual al valor absoluto de la diferencia entre los números reales correspondientes a $\overrightarrow{OA}$ y a $\overrightarrow{OB}$.	 $m\angle AOB = 140°$
median / mediana La mediana de un conjunto de datos numéricos es el número central cuando los valores se escriben en orden numérico. Si el conjunto de datos tiene un número par de valores, la mediana es la media de los dos valores centrales.	La mediana de 5, 9, 14, 23 es la media de 9 y 14, ó $\frac{9 + 14}{2} = 11.5$.
median of a triangle / mediana de un triángulo Segmento que va desde uno de los vértices del triángulo hasta el punto medio del lado opuesto.	 $\overline{BD}$ **es una mediana de** $\triangle ABC$.
midpoint / punto medio Punto que divide, o biseca, a un segmento separándolo en dos segmentos congruentes.	 M **es el punto medio de** $\overline{AB}$.
midpoint formula / fórmula del punto medio El punto medio M del segmento de recta cuyos extremos son $A(x_1, y_1)$ y $B(x_2, y_2)$ es $M\left(\frac{x_1 + x_2}{2}, \frac{y_1 + y_2}{2}\right)$.	El punto medio M del segmento de recta cuyos extremos son $(-1, -2)$ y $(3, -4)$ es: $\left(\frac{-1 + 3}{2}, \frac{-2 + (-4)}{2}\right) = (1, -3)$
midsegment of a trapezoid / paralela media de un trapecio Segmento que une los puntos medios de los catetos del trapecio.	 paralela media

SPANISH

midsegment of a triangle / paralela media de un triángulo Segmento que une los puntos medios de dos lados del triángulo.	 Las paralelas medias de △**ABC** son $\overline{MP}$, $\overline{MN}$, y $\overline{NP}$.
minimum value of a quadratic function / valor mínimo de una función cuadrática La coordenada y del vértice para $y = ax^2 + bx + c$ cuando $a > 0$.	 El valor mínimo de $y = x^2 - 6x + 5$ es -4.
minor arc / arco menor Parte de un círculo que mide menos de $180°$.	*Ver* arco mayor.
minor axis of an ellipse / eje menor de una elipse El segmento de recta que une los puntos extremos de una elipse.	*Ver* elipse.
mixed number / número mixto La suma de un número natural y de una fracción menor que 1.	$2\frac{5}{8}$ es un número mixto.
mode / moda La moda de un conjunto de datos es el valor que ocurre más veces. Puede haber una moda, más de una moda o ninguna moda.	La moda del conjunto de datos 4, 7, 9, 11, 11, 12, 18 es 11.
monomial / monomio Un número, una variable o el producto de un número y una o más variables que tienen exponentes expresados por números naturales.	10, $3x$, $\frac{1}{2}ab^2$ y $-1.8m^5$ son monomios.
multiple / múltiplo Un múltiplo de un número natural es el producto de ese número y cualquier número natural distinto de cero.	Los múltiplos de 2 son 2, 4, 6, 8, 10, ...
multiplicative identity / identidad multiplicativa El número 1 es la identidad multiplicativa ya que el producto de cualquier número y 1 es ese número: $a \cdot 1 = 1 \cdot a = a$.	$3.6(1) = 3.6$, $1(-7) = -7$
multiplicative inverse / inverso multiplicativo El inverso multiplicativo de un número a distinto de cero es su recíproco, $\frac{1}{a}$. El producto de un número distinto de cero y su inverso multiplicativo es 1: $a \cdot \frac{1}{a} = \frac{1}{a} \cdot a = 1$, $a \neq 0$.	El inverso multiplicativo de $-\frac{1}{5}$ es -5 ya que $-\frac{1}{5} \cdot (-5) = 1$.
mutually exclusive events / sucesos mutuamente excluyentes Sucesos que no tienen ningún caso en común.	Cuando lanzas un cubo numerado, "salir el 3" y "salir número par" son sucesos mutuamente excluyentes.

N

n* factorial / factorial de *n Para cualquier número entero positivo n, el factorial de n, escrito $n!$, es el producto de los números enteros de 1 a n; $0! = 1$.	$5! = 5 \cdot 4 \cdot 3 \cdot 2 \cdot 1 = 120$

natural base *e* / base natural *e* Número irracional definido de esta manera: Al aproximarse n a $+\infty$, $\left(1 + \frac{1}{n}\right)^n$ se aproxima a $e \approx 2.718281828$.	*Ver* logaritmo natural.
natural logarithm / logaritmo natural Logaritmo con base e. Puede denotarse $\log_e$, pero es más frecuente que se denote ln.	$\ln 0.3 \approx -1.204$ ya que $e^{-1.204} \approx (2.7183)^{-1.204} \approx 0.3$.
negation / negación El opuesto de un enunciado. El símbolo de la negación es ~.	Enunciado: La pelota es roja. Negación: La pelota no es roja.
negative correlation / correlación negativa Los pares de datos (x, y) presentan una correlación negativa si y tiende a disminuir al aumentar x.	
negative exponent / exponente negativo Si $a \neq 0$, entonces a^{-n} es el recíproco de a^n; $a^{-n} = \frac{1}{a^n}$.	$3^{-2} = \frac{1}{3^2} = \frac{1}{9}$
negative integers / números enteros negativos Los números enteros menores que 0.	$-1, -2, -3, -4, \dots$
net / patrón La representación bidimensional de las caras de un poliedro.	
n-gon / *n*-gono Polígono con n lados.	Un polígono con 14 lados es un 14-gono.
normal curve / curva normal Curva lisa, simétrica y con forma de campana que puede representar distribuciones normales y aproximar a algunas distribuciones binomiales.	*Ver* distribución normal.
normal distribution / distribución normal Una distribución de probabilidad con media $\bar{x}$ y desviación normal σ representada por una curva en forma de campana y que tiene las propiedades vistas a la derecha.	
*n*th root of *a* / raíz enésima de *a* Para un número entero n mayor que 1, si $b^n = a$, entonces b es una raíz enésima de a. Se escribe $\sqrt[n]{a}$.	$\sqrt[3]{-216} = -6$ ya que $(-6)^3 = -216$.
numerical expression / expresión numérica Expresión formada por números, operaciones y signos de agrupación.	$-4(-3)^2 - 6(-3) + 11$ es una expresión numérica.
number line / recta numérica Una recta cuyos puntos se asocian con números. Se puede usar una recta numérica para comparar y ordenar números. En una recta numérica los números aumentan de izquierda a derecha.	

SPANISH

numerator / numerador El número encima de la barra de fracción, que representa el número de partes iguales del total o el número de objetos del conjunto al que se refiere.

En la fracción $\frac{3}{4}$, el numerador es 3.

O

objective function / función objetivo En la programación lineal, la función lineal que se maximiza o minimiza.

Ver programación lineal.

oblique prism / prisma oblicuo Prisma con aristas laterales que no son perpendiculares a las bases.

altura

obtuse angle / ángulo obtuso Ángulo que mide más de 90° y menos de 180°.

A

obtuse triangle / triángulo obtusángulo Triángulo que tiene un ángulo obtuso.

octagon / octágono Polígono con ocho lados.

octahedron / octaedro Poliedro con ocho caras.

odds against / probabilidad en contra Cuando todos los casos son igualmente posibles, la probabilidad en contra de que ocurra un suceso se define como la razón entre el número de casos desfavorables y el número de casos favorables.

Cuando lanzas un cubo numerado, la probabilidad en contra de que salga un número menor que 5 es $\frac{2}{4} = \frac{1}{2}$, ó 1 : 2.

odds in favor / probabilidad a favor Cuando todos los casos son igualmente posibles, la probabilidad a favor de que ocurra un suceso se define como la razón entre el número de casos favorables y el número de casos desfavorables.

Cuando lanzas un cubo numerado, la probabilidad a favor de que salga un número menor que 5 es $\frac{4}{2} = \frac{2}{1}$, ó 2 : 1.

open sentence / expresión con variables Ecuación o desigualdad que contiene una expresión algebraica.

$2k - 8 = 12$ y $6n \geq 24$ son expresiones con variables.

opposite *Ver* inverso aditivo.

Ver inverso aditivo.

opposite rays / rayos opuestos Si el punto C se encuentra sobre $\overleftrightarrow{AB}$ entre A y B, entonces $\overrightarrow{CA}$ y $\overrightarrow{CB}$ son rayos opuestos.

A C B

$\overrightarrow{CA}$ y $\overrightarrow{CB}$ son rayos opuestos.

opposites / opuestos En una recta numérica, dos números que están a la misma distancia de 0 pero en lados opuestos de 0.

4 unidades   4 unidades

−6 −4 −2 0 2 4 6

4 y −4 son opuestos.

High School
Multi-Language Visual Glossary

Copyright © by McDougal Littell,
a division of Houghton Mifflin Company.

order of magnitude of a quantity / orden de magnitud de una cantidad La potencia de 10 más próxima a la cantidad.	El orden de magnitud de 91,000 es 10^5, ó 100,000.
order of operations / orden de operaciones Reglas para evaluar una expresión relacionada con más de una operación.	Para evaluar $24 - (3^2 + 1)$, evalúa la potencia, suma las cantidades entre paréntesis y después resta: $24 - (3^2 + 1) = 24 - (9 + 1) = 24 - 10 = 14$.
ordered pair *Ver* coordenada *x* y coordenada *y*.	*Ver* coordenada *x* y coordenada *y*.
ordered triple / terna ordenada Un conjunto de tres números de la forma (x, y, z) que representa un punto en el espacio.	La terna ordenada $(2, 1, -3)$ es una solución de la ecuación $4x + 2y + 3z = 1$.
origin / origen El punto $(0, 0)$ de un plano de coordenadas.	*Véase* plano de coordenadas.
orthocenter of a triangle / ortocentro de un triángulo El punto donde se cortan las rectas que contienen las tres alturas del triángulo.	 *P* es el ortocentro de $\triangle ABC$.
orthographic projection / proyección ortográfica Dibujo técnico bidimensional de las vistas delantera, superior y lateral de un objeto.	 delantera superior lateral
outcome / caso Resultado posible de un experimento.	Cuando lanzas un cubo numerado, hay 6 casos posibles: 1, 2, 3, 4, 5 ó 6.
outlier / valor extremo En un conjunto de datos, valor muy alejado del resto de los datos. Generalmente, un valor mayor que el cuartil superior en más de 1.5 veces el rango intercuartílico o menor que el cuartil inferior en más de 1.5 veces el rango intercuartílico.	El rango intercuartílico del siguiente conjunto de datos es $23 - 10 = 13$. cuartil inferior ↓ cuartil superior ↓ 8 **10** 14 17 20 **23** 50 El valor 50 es mayor que $23 + 1.5(13) = 42.5$, por lo que es un valor extremo.
output / salida Número que pertenece al rango de una función.	*Ver* función.
overlapping events / sucesos de intersección Sucesos que tienen al menos un caso en común.	Cuando lanzas un cubo numerado, "salir el 3" y "salir número impar" son sucesos de intersección.

parabola, algebraic definition / parábola, algebraic definition La gráfica en forma de U de una función cuadrática.

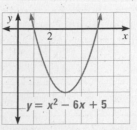

La gráfica de $y = x^2 - 6x + 5$ es una parábola.

parabola, geometric definition / parábola, definición geométrica El conjunto de todos los puntos equidistantes de un punto, llamado foco, y de una recta, llamada directriz. La gráfica de una función cuadrática $y = ax^2 + bx + c$ es una parábola.

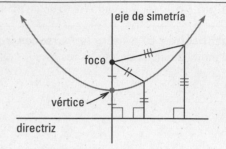

paragraph proof / prueba en forma de párrafo Tipo de prueba escrita en forma de párrafo.

parallel lines / rectas paralelas Dos rectas del mismo plano que no se cortan.

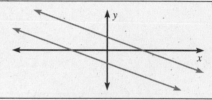

parallel planes / planos paralelos Dos planos que no se cortan.

$S \parallel T$

parallelogram / paralelogramo Cuadrilátero que tiene ambos pares de lados opuestos paralelos.

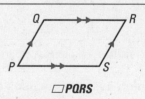

$\square PQRS$

parent function / función básica La función más fundamental de una familia de funciones.

La función básica de la familia de todas las funciones lineales es $y = x$.

partial sum / suma parcial La suma S_n de los n primeros términos de una serie infinita.

$$\frac{1}{2} + \frac{1}{4} + \frac{1}{8} + \frac{1}{16} + \frac{1}{32} + \cdots$$

La serie de arriba tiene las sumas parciales $S_1 = 0.5$, $S_2 = 0.75$, $S_3 \approx 0.88$, $S_4 \approx 0.94$, ...

Pascal's triangle / triángulo de Pascal Disposición de los valores de $_nC_r$ en un patrón triangular en el que cada fila corresponde a un valor de n.

$$_0C_0$$
$$_1C_0 \quad _1C_1$$
$$_2C_0 \quad _2C_1 \quad _2C_2$$
$$_3C_0 \quad _3C_1 \quad _3C_2 \quad _3C_3$$
$$_4C_0 \quad _4C_1 \quad _4C_2 \quad _4C_3 \quad _4C_4$$
$$_5C_0 \quad _5C_1 \quad _5C_2 \quad _5C_3 \quad _5C_4 \quad _5C_5$$

---

pentagon / pentágono Polígono con cinco lados.

---

percent / porcentaje Razón que compara un número con 100. *Porcentaje* significa "por cada cien".

$$43\% = \frac{43}{100} = 0.43$$

---

percent of change / porcentaje de cambio Porcentaje que indica cuánto aumenta o disminuye una cantidad con respecto a la cantidad original. Porcentaje de cambio,

$$p\% = \frac{\text{Cantidad de aumento o disminución}}{\text{Cantidad original}}$$

El porcentaje de cambio, $p\%$, de 140 a 189 es:

$$p\% = \frac{189 - 140}{140} = \frac{49}{140} = 0.35 = 35\%$$

---

percent of decrease / porcentaje de disminución El porcentaje de cambio de una cantidad cuando la nueva cantidad es menor que la cantidad original.

Ver porcentaje de cambio.

---

percent of increase / porcentaje de aumento El porcentaje de cambio de una cantidad cuando la nueva cantidad es mayor que la cantidad original.

Ver porcentaje de cambio.

---

perfect square / cuadrado perfecto Número que es el cuadrado de un número entero.

49 es un cuadrado perfecto ya que $49 = 7^2$.

---

perfect square trinomials / trinomios cuadrados perfectos Trinomios de la forma $a^2 + 2ab + b^2$ y $a^2 - 2ab + b^2$.

$x^2 + 6x + 9$ y $x^2 - 10x + 25$ son trinomios cuadrados perfectos.

---

perimeter / perímetro La distancia alrededor de una figura, que se mide en unidades lineales, tales como pies, pulgadas o metros.

7 cm   5 cm
8 cm

Perímetro = $5 + 7 + 8$, ó 20 cm

---

period / período La longitud horizontal de cada ciclo de una función periódica.

Ver función periódica.

---

periodic function / función periódica Función cuya gráfica tiene un patrón que se repite.

período: π

La gráfica muestra 3 ciclos de $y = \tan x$, función periódica con período π.

---

permutation / permutación Disposición de objetos en la que el orden es importante.

Existen 6 permutaciones de los números 1, 2 y 3: 123, 132, 213, 231, 312 y 321.

perpendicular bisector / mediatriz Segmento, rayo, recta o plano que es perpendicular a un segmento en su punto medio.

---

piecewise function / función definida a trozos Función definida por al menos dos ecuaciones, cada una de las cuales se aplica a una parte diferente del dominio de la función.

$$g(x) = \begin{cases} 3x - 1, & \text{si } x < 1 \\ 0, & \text{si } x = 1 \\ -x + 4, & \text{si } x > 1 \end{cases}$$

---

plane / plano Un plano tiene dos dimensiones. Normalmente se representa por una figura que parece un suelo o una pared. Hay que imaginar que el plano se prolonga sin fin, aunque dibujado parezca tener bordes. *Ver también* término indefinido.

plano *M* o plano *ABC*

Platonic solids / sólidos platónicos Cinco poliedros regulares, que llevan el nombre del matemático y filósofo griego Platón.

Los sólidos platónicos son el tetraedro regular, el cubo, el octaedro regular, el dodecaedro regular y el icosaedro regular.

---

point / punto Un punto no tiene dimensiones. Normalmente se representa por un pequeño punto. *Ver también* término indefinido.

punto *A*

---

point of concurrency / punto de concurrencia El punto de intersección de rectas, rayos o segmentos concurrentes.

P es el punto de concurrencia de las rectas
j, *k* y ℓ.

---

point-slope form / forma punto-pendiente Ecuación de una recta no vertical escrita en la forma $y - y_1 = m(x - x_1)$, donde la recta pasa por un punto dado (x_1, y_1) y tiene pendiente m.

La ecuación $y + 3 = 2(x - 4)$ está en la forma punto-pendiente. La gráfica de la ecuación es una recta que pasa por el punto $(4, -3)$ y tiene pendiente 2.

---

polygon / polígono Figura plana cerrada que tiene las siguientes propiedades. (1) Está formada por tres o más segmentos de recta, llamados lados. (2) Cada lado corta a sólo dos lados, uno en cada extremo, de modo que en ningún caso son colineales dos lados que tienen un extremo común.

Polígono *ABCDE*

---

polyhedron / poliedro Sólido limitado por polígonos, llamados caras, que rodean una sola región del espacio.

---

polynomial / polinomio Monomio o suma de monomios; cada uno se llama término del polinomio.

9, $2x^2 + x - 5$, and $7bc^3 + 4b^4c$ son polinomios.

---

polynomial function / función polinómica Función de la forma $f(x) = a_n x^n + a_{n-1} x^{n-1} + \cdots + a_1 x + a_0$ donde $a_n \neq 0$, los exponentes son todos números enteros y los coeficientes son todos números reales.

$f(x) = 11x^5 - 0.4x^2 + 16x - 7$ es una función polinómica. El grado de $f(x)$ es 5, el coeficiente inicial es 11 y el término constante es -7.

polynomial long division / división desarrollada polinómica Método utilizado para dividir polinomios semejante a la manera en que divides números.	$$\begin{array}{r} x^2 + 7x + 7 \\ x - 2 \overline{)\, x^3 + 5x^2 - 7x + 2} \\ \underline{x^3 - 2x^2} \\ 7x^2 - 7x \\ \underline{7x^2 - 14x} \\ 7x + 2 \\ \underline{7x - 14} \\ 16 \end{array}$$ $$\frac{x^3 + 5x^2 - 7x + 2}{x - 2} = x^2 + 7x + 7 + \frac{16}{x - 2}$$
population / población El grupo entero sobre el que se desea información.	Una revista invita a sus lectores a enviar por correo las respuestas a un cuestionario sobre la calidad de la revista. La población está formada por todos los lectores de la revista.
positive correlation / correlacion positiva Los pares de datos (x, y) presentan una correlación positiva si y tiende a aumentar al aumentar x.	
positive integers / números enteros positivos Los números enteros mayores que 0.	$1, 2, 3, 4, \ldots$
postulate / postulado Regla aceptada sin necesidad de pruebas. También se llama *axioma*.	El postulado de la suma de segmentos establece que si B está entre A y C, entonces $AB + BC = AC$.
power / potencia Expresión que representa la multiplicación repetida del mismo factor.	81 es una potencia de 3 ya que $81 = 3 \cdot 3 \cdot 3 \cdot 3 = 3^4$.
power function / función de potencia *Ver* función exponencial.	*Ver* función exponencial.
preimage / preimagen La figura original en una transformación. *Ver también* imagen.	*Ver* imagen.
prime factorization / descomposición en factores primos Número natural escrito como producto de factores primos.	La descomposición en factores primos de 20 es $2^2 \times 5$.
prime number / número primo Número natural mayor que 1 cuyos únicos factores son 1 y él mismo.	59 es un número primo, porque sus únicos factores son 1 y el mismo número.
prism / prisma Poliedro con dos caras congruentes, llamadas bases, que se encuentran en planos paralelos.	**base** **base**

SPANISH

probability distribution / distribución de probabilidades
Función que indica la probabilidad de cada valor posible de una
variable aleatoria. La suma de todas las probabilidades de una
distribución de probabilidades debe ser igual a 1.

Sea la variable aleatoria X el número que
salga al lanzar un dado normal de seis
caras.

Distribución de probabilidad al lanzar un dado						
X	1	2	3	4	5	6
$P(X)$	$\frac{1}{6}$	$\frac{1}{6}$	$\frac{1}{6}$	$\frac{1}{6}$	$\frac{1}{6}$	$\frac{1}{6}$

probability of an event / probabilidad de un suceso Número
comprendido entre 0 y 1 que mide la posibilidad de que ocurra un
suceso. Este número puede expresarse en forma de fracción, decimal
o porcentaje.

Ver probabilidad experimental,
probabilidad geométrica, *y* probabilidad
teórica.

proof / prueba Argumento lógico que muestra que un enunciado
es verdadero.

proportion / proporción Ecuación que establece que dos razones
son equivalentes: $\frac{a}{b} = \frac{c}{d}$ donde $b \neq 0$ y $d \neq 0$.

$\frac{3}{4} = \frac{6}{8}$ y $\frac{11}{6} = \frac{x}{30}$ son proporciones.

pure imaginary number / número imaginario puro
Número complejo $a + bi$, donde $a = 0$ y $b \neq 0$.

$-4i$ y $1.2i$ son números imaginarios puros.

pyramid / pirámide Poliedro que tiene por base un polígono y
cuyas caras laterales son triángulos que tienen un vértice común,
llamado vértice de la pirámide.

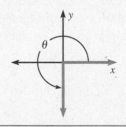

Pythagorean theorem / teorema de Pitágoras Si un
triángulo es rectángulo, entonces la suma de los cuadrados de las
longitudes a y b de los catetos es igual al cuadrado de la longitud c
de la hipotenusa: $a^2 + b^2 = c^2$.

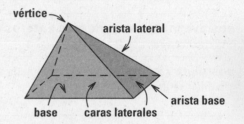

$$5^2 + 12^2 = 13^2$$

Pythagorean triple / terna pitagórica Conjunto de tres
números enteros positivos a, b y c que satisfacen la ecuación
$c^2 = a^2 + b^2$.

Algunas ternas pitagóricas comunes son:

3, 4, 5   5, 12, 13   8, 15, 17   7, 24, 25

quadrantal angle / ángulo cuadrantal Ángulo en posición
normal cuyo lado terminal se encuentra en un eje.

quadrants / cuadrantes Las cuatro regiones en las que el eje de x y el eje de y dividen al plano de coordenadas.	

quadratic equation in one variable / ecuación cuadrática con una variable Ecuación que puede escribirse en la forma general $ax^2 + bx + c = 0$, donde $a \neq 0$.	$x^2 - 2x = 3$ y $0.1x^2 = 40$ son ecuaciones cuadráticas.
quadratic form / forma cuadrática La forma $au^2 + bu + c$, donde u es cualquier expresión en x.	La expresión $16x^4 - 8x^2 - 8$ está en la forma cuadrática ya que puede escribirse $u^2 - 2u - 8$, donde $u = 4x^2$.
quadratic formula / fórmula cuadrática La fórmula $x = \dfrac{-b \pm \sqrt{b^2 - 4ac}}{2a}$ que se usa para hallar las soluciones de la ecuación cuadrática $ax^2 + bx + c = 0$ donde a, b y c son números reales y $a \neq 0$.	Para resolver $3x^2 + 6x + 2 = 0$, sustituye a por 3, b por 6 y c por 2 en la fórmula cuadrática. $$x = \frac{-6 \pm \sqrt{6^2 - 4(3)(2)}}{2(3)} = \frac{-3 \pm \sqrt{3}}{3}$$
quadratic function / función cuadrática Función no lineal que puede escribirse en la forma general $y = ax^2 + bx + c$, donde $a \neq 0$.	$y = 2x^2 + 5x - 3$ es una función cuadrática.
quadratic inequality in one variable / desigualdad cuadrática con una variable Desigualdad que se puede escribir en la forma $ax^2 + bx + c < 0$, $ax^2 + bx + c \leq 0$, $ax^2 + bx + c > 0$ ó $ax^2 + bx + c \geq 0$.	$x^2 + x \leq 0$ y $2x^2 + x - 4 > 0$ son desigualdades cuadráticas con una variable.
quadratic inequality in two variables / desigualdad cuadrática con dos variables Desigualdad que se puede escribir en la forma $y < ax^2 + bx + c$, $y \leq ax^2 + bx + c$, $y > ax^2 + bx + c$ ó $y \geq ax^2 + bx + c$.	$y > x^2 + 3x - 4$ es una desigualdad cuadrática con dos variables.
quadratic system / sistema cuadrático Sistema de ecuaciones que incluye una o más ecuaciones de cónicas.	$y^2 - 7x + 3 = 0 \qquad x^2 + 4y^2 + 8y = 16$ $2x - y = 3 \qquad\quad 2x^2 - y^2 - 6x - 4 = 0$ Los sistemas de arriba son sistemas cuadráticos.
quadrilateral / cuadrilátero Polígono con cuatro lados.	

SPANISH

radian / radián En un círculo con radio r y cuyo centro está en el origen, un radián es la medida de un ángulo en posición normal cuyo lado terminal intercepta un arco de longitud r.

1 radián

---

radical / radical Expresión de la forma $\sqrt{s}$ o $\sqrt[n]{s}$, donde s es un número o una expresión.

$$\sqrt{5}, \sqrt[3]{2x + 1}$$

---

radical equation / ecuación radical Ecuación con uno o más radicales en cuyo radicando aparecen variables.

$$\sqrt[3]{2x + 7} = 3$$

---

radical expression / expresión radical Expresión que contiene un radical, como una raíz cuadrada, una raíz cúbica u otra raíz.

$3\sqrt{2x}$ y $\sqrt[3]{x - 1}$ son expresiones radicales.

---

radical function / función radical Función que contiene una expresión radical y en cuyo radicando aparece la variable independiente.

$y = \sqrt[3]{2x}$ y $y = \sqrt{x + 2}$ son funciones radicales.

---

radicand / radicando El número o la expresión que aparece bajo el signo radical.

El radicando de $\sqrt{5}$ es 5, y el radicando de $\sqrt{8y^2}$ es $8y^2$.

---

radius of a circle / radio de un círculo Un segmento cuyos extremos son el centro del círculo y un punto del círculo. La distancia desde el centro de un círculo a cualquier punto del círculo.

Ver circunferencia.

---

radius of a polygon / radio de un polígono El radio del círculo circunscrito de un polígono.

---

radius of a sphere / radio de una esfera Segmento que va desde el centro de una esfera hasta un punto de la esfera. La distancia desde el centro de una esfera hasta cualquier punto de la esfera.

---

random sample / muestra aleatoria Muestra en la que cada miembro de la población tiene igual probabilidad de ser seleccionado.

Para seleccionar una muestra aleatoria de la población de estudiantes de una escuela, puedes usar la computadora para elegir al azar 100 números de identificación estudiantil.

---

random variable / variable aleatoria Variable cuyo valor viene determinado por los resultados de un suceso aleatorio.

La variable aleatoria X que representa el número que sale al lanzar un dado de seis caras tiene como valores posibles 1, 2, 3, 4, 5 y 6.

---

range of a function / rango de una función El conjunto de todas las salidas de una función.

Ver función.

---

range of a relation / rango de una relación El conjunto de los valores de salida de una relación.	*Ver* relación.
range of data values / rango de valores de datos Medida de dispersión igual a la diferencia entre el valor máximo y el valor mínimo de los datos.	14, 17, 18, 19, 20, 24, 24, 30, 32 El rango del conjunto de datos de arriba es $32 - 14 = 18$.
rate / relación Fracción que compara dos cantidades medidas en unidades diferentes.	$\dfrac{110 \text{ millas}}{2 \text{ horas}}$ y $\dfrac{55 \text{ millas}}{1 \text{ hora}}$ son relaciones.
rate of change / relación de cambio Comparación entre el cambio producido en una cantidad y el cambio producido en otra cantidad. En situaciones de la vida real, se puede interpretar la pendiente de una recta como una relación de cambio.	Pagas \$7 por usar la computadora 2 horas y \$14 por usarla 4 horas. La relación de cambio es $\dfrac{\text{cambio en el costo}}{\text{cambio en el tiempo}} = \dfrac{14 - 7}{4 - 2}$ $= 3.5$, o \$3.50 por hora.
ratio of *a* to *b* / razón de *a* a *b* Comparación entre dos números usando la división. La razón de a a b, donde $b \neq 0$, puede escribirse a a b, $a : b$ o $\dfrac{a}{b}$.	La razón de 3 pies a 7 pies puede escribirse 3 a 7, $\dfrac{3}{7}$ ó $3 : 7$.
rational equation / ecuación racional Ecuación que contiene una o más expresiones racionales.	$\dfrac{6}{x + 4} = \dfrac{x}{2}$ y $\dfrac{x}{x - 2} + \dfrac{1}{5} = \dfrac{2}{x - 2}$ son ecuaciones racionales.
rational expression / expresión racional Expresión que puede escribirse como razón de dos polinomios, donde el denominador no es 0.	$\dfrac{x + 8}{10x}$ y $\dfrac{5}{x^2 - 1}$ are rational expressions.
rational function / función racional Función de la forma $f(x) = \dfrac{p(x)}{q(x)}$, donde $p(x)$ y $q(x)$ son polinomios y $q(x) \neq 0$.	Las funciones $y = \dfrac{6}{x}$ e $y = \dfrac{2x + 1}{x - 3}$ son funciones racionales.
rational number / número racional Número que puede escribirse $\dfrac{a}{b}$, donde a y b son números enteros y $b \neq 0$.	$4 = \dfrac{4}{1}$, $0 = \dfrac{0}{1}$, $2\dfrac{1}{3} = \dfrac{7}{3}$, $-\dfrac{3}{4} = \dfrac{-3}{4}$, y $0.6 = \dfrac{3}{5}$ son todos números racionales.
rationalizing the denominator / racionalizar el denominador El proceso de eliminar una expresión radical del denominador de una fracción al multiplicar tanto el numerador como el denominador por una expresión radical adecuada.	Para racionalizar el denominador de $\dfrac{5}{\sqrt{7}}$, multiplica la expresión por $\dfrac{\sqrt{7}}{\sqrt{7}}$: $\dfrac{5}{\sqrt{7}} = \dfrac{5}{\sqrt{7}} \cdot \dfrac{\sqrt{7}}{\sqrt{7}} = \dfrac{5\sqrt{7}}{\sqrt{49}} = \dfrac{5\sqrt{7}}{7}$
ray / rayo Parte de una recta que consta de un punto, llamado extremo, y de todos los puntos de la recta que se prolongan en una dirección.	 $\overrightarrow{AB}$ con extremo A
real numbers / números reales El conjunto de todos los números racionales e irracionales.	8, -6.2, $\dfrac{6}{7}$, π, y $\sqrt{2}$ son números reales.
reciprocal / recíproco El recíproco, o inverso multiplicativo, de cualquier número b distinto de cero es $\dfrac{1}{b}$.	-2 y $\dfrac{1}{-2} = -\dfrac{1}{2}$ son recíprocos.
rectangle / rectángulo Paralelogramo que tiene los cuatro ángulos rectos.	
recursive rule / regla recursiva Regla de una progresión que da el primer término o términos de la progresión y luego una ecuación recursiva que indica qué relación hay entre el término enésimo a_n y uno o más de los términos precedentes.	La regla recursiva $a_0 = 1$, $a_n = a_{n-1} + 4$ da la progresión aritmética 1, 5, 9, 13, … .

SPANISH

reduction / reducción Dilatación con un factor de escala entre 0 y 1.	Una dilatación con un factor de escala de $\frac{1}{2}$ es una reducción.
reference angle / ángulo de referencia Si θ es un ángulo en posición normal, su ángulo de referencia es el ángulo agudo θ' formado por el lado terminal de θ y el eje de x.	**El ángulo agudo θ' es el ángulo de referencia para el ángulo θ.**
reflection / reflexión Transformación que usa un eje de reflexión para crear una imagen especular de la figura original.	**eje de reflexión**
regular polygon / polígono regular Polígono que tiene todos los lados y todos los ángulos congruentes.	
regular polyhedron / poliedro regular Poliedro convexo en el que todas las caras son polígonos regulares congruentes.	*Ver* poliedro convexo.
regular pyramid / pirámide regular Pirámide que tiene por base un polígono regular y en la que el segmento que une el vértice y el centro de la base es perpendicular a la base.	**altura** **apotema lateral**
relation / relación Correspondencia entre los valores de entrada y los valores de salida.	Los pares ordenados $(-2, -2)$, $(-2, 2)$, $(0, 1)$ y $(3, 1)$ representan la relación con entradas (dominio) de -2, 0 y 3 y salidas (rango) de -2, 1 y 2.
relative error / error relativo La razón entre el máximo error posible y la longitud medida.	Si el máximo error posible de una medida es 0.5 pulgada y la longitud medida de un objeto es de 8 pulgadas, entonces el error relativo es $\frac{0.5}{8} = 0.0625 = 6.25\%$.
repeated solution / solución repetida Para la ecuación polinómica $f(x) = 0$, k es una solución repetida si y sólo si el factor $x - k$ tiene un exponente mayor que 1 cuando $f(x)$ está completamente factorizado.	-1 es una solución repetida de la ecuación $(x + 1)^2 (x - 2) = 0$.
rhombus / rombo Paralelogramo que tiene los cuatro lados congruentes.	

right angle / ángulo recto Ángulo que mide 90°.

right cone / cono recto Cono en el que el segmento que une el vértice y el centro de la base es perpendicular a la base. El apotema lateral es la distancia entre el vértice y un punto de la arista de la base.

right cylinder / cilindro recto Cilindro en el que el segmento que une los centros de las bases es perpendicular a las bases.

right prism / prisma recto Prisma en el que cada arista lateral es perpendicular a ambas bases.

right triangle / triángulo rectángulo Triángulo que tiene un ángulo recto.

rise / distancia vertical *Ver* pendiente.

Ver pendiente.

root of an equation / raíz de una ecuación Las soluciones de una ecuación cuadrática son sus raíces.

Las raíces de la ecuación cuadrática $x^2 - 5x - 36 = 0$ son 9 y -4.

rotation / rotación Transformación en la que una figura gira en torno a un punto fijo, llamado centro de rotación.

rotational symmetry / simetría rotacional Una figura del plano tiene simetría rotacional si se corresponde a sí misma al realizar una rotación de 180° ó menos en torno al centro de la figura. Este punto es el centro de simetría.

Al realizar rotaciones de 90° y 180°, la figura se corresponde.

run / distancia horizontal *Ver* pendiente.

Ver pendiente.

sample / muestra Subconjunto de una población.	*Ver* población.
sample space / espacio muestral El conjunto de todos los casos posibles.	Cuando lanzas al aire dos monedas, el espacio muestral es cara, cara; cara, cruz; cruz, cara; y cruz, cruz.
scalar / escalar (Número real por el que multiplicas una matriz	*Ver* multiplicación escalar.
scalar multiplication / multiplicación escalar Multiplicación de cada elemento de una matriz por un número real llamado escalar.	La matriz se multiplica por el escalar 3. $$3 \begin{bmatrix} 1 & 2 \\ 0 & -1 \end{bmatrix} = \begin{bmatrix} 3 & 6 \\ 0 & -3 \end{bmatrix}$$
scale / escala Razón que relaciona las dimensiones de un dibujo a escala o un modelo a escala con las dimensiones reales.	La escala 1 pulg : 12 pies en un diagrama de planta significa que 1 pulgada en el diagrama de planta representa una distancia real de 12 pies.
scale drawing / dibujo a escala Dibujo bidimensional de un objeto en el que las dimensiones del dibujo guardan proporción con las dimensiones del objeto.	El diagrama de planta de una casa es un dibujo a escala.
scale factor of a dilation / factor de escala de una dilatación En una dilatación, la razón entre una longitud de lado de la imagen y la longitud de lado correspondiente de la figura original.	*Ver* dilatación.
scale factor of two similar polygons / factor de escala entre dos polígonos semejantes La razón entre las longitudes de dos lados correspondientes de dos polígonos semejantes.	El factor de escala entre *ZYXW* y *FGHJ* es $\frac{5}{4}$.
scale model / modelo a escala Modelo tridimensional de un objeto en el que las dimensiones del modelo guardan proporción con las dimensiones del objeto.	El globo terráqueo es un modelo a escala de la Tierra.
scalene triangle / triángulo escaleno Triángulo que no tiene lados congruentes.	
scatter plot / diagrama de dispersión Gráfica de un conjunto de pares de datos (x, y) que sirve para determinar si hay una relación entre las variables x e y.	
scientific notation / notación científica Un número está escrito en notación científica cuando es de la forma $c \times 10^n$, donde $1 \le c < 10$ y n es un número entero.	El número dos millones escrito en notación científica es 2×10^6, y 0.547 escrito en notación científica es 5.47×10^{-1}.

secant function / función secante Si θ es un ángulo agudo de un triángulo rectángulo, la secante de θ es la longitud de la hipotenusa dividida por la longitud del lado adyacente a θ.

Ver función seno.

secant line / recta secante Recta que corta a un círculo en dos puntos.

La recta *m* es una secante.

secant segment / segmento secante Segmento que contiene una cuerda de un círculo y tiene sólo un extremo en el exterior del círculo.

segmento secante

sector of a circle / sector de un círculo La región limitada por dos radios del círculo y su arco interceptado.

sector *APB*

segment / segmento *Ver* segmento de recta.

Ver segmento de recta.

segment bisector / bisectriz de un segmento Punto, rayo, recta, segmento o plano que corta a un segmento en su punto medio.

$\overleftrightarrow{CD}$ es una bisectriz del segmento $\overline{AB}$.

segments of a chord / segmentos de una cuerda Cuando dos cuerdas se cortan en el interior de un círculo, cada cuerda se divide en dos segmentos, llamados segmentos de la cuerda.

$\overline{EA}$ y $\overline{EB}$ son segmentos de la cuerda $\overline{AB}$. $\overline{DE}$ y $\overline{EC}$ son segmentos de la cuerda $\overline{DC}$.

self-selected sample / muestra autoseleccionada Muestra en la que los miembros de la población se seleccionan a sí mismos ofreciéndose a participar.

Para obtener una muestra autoseleccionada de la población de estudiantes de una escuela, puedes pedir a los estudiantes que hagan la encuesta que la depositen en un recipiente de recogida.

self-similar / autosemejante Objeto tal que una parte de él puede ampliarse de modo que parece el objeto entero.

Ver fractal.

semicircle / semicírculo Arco cuyos extremos son los extremos de un diámetro de un círculo. Un semicírculo mide 180°.

$\overparen{QSR}$ es un semicírculo.

sequence / progresión Función cuyo dominio es un conjunto de números enteros consecutivos. El dominio da la posición relativa de cada término de la secuencia. El rango da los términos de la secuencia.	Para el dominio $n = 1, 2, 3$ y 4, la secuencia definida por $a_n = 2n$ tiene los términos 2, 4, 6 y 8.
series / serie La expresión formada al sumar los términos de una progresión. La serie puede ser finita o infinita.	Serie finita: $2 + 4 + 6 + 8$ Serie infinita: $2 + 4 + 6 + 8 + \cdots$
set / conjunto Colección de objetos diferenciados.	El conjunto de los números naturales es $W = \{0, 1, 2, 3, \ldots\}$.
side of a polygon / lado de un polígono Cada segmento de recta que forma un polígono. *Ver también* polígono.	*Ver* polígono.
sides of an angle / lados de un ángulo *Ver* ángulo.	*Ver* ángulo.
sigma notation / notación sigma *Ver* notación de sumatoria.	*Ver* notación de sumatoria.
similar figures / figuras semejantes Figuras que tienen la misma forma pero no necesariamente el mismo tamaño. Los ángulos correspondientes de las figuras semejantes son congruentes, y las razones de las longitudes de los lados correspondientes son iguales. El símbolo $\sim$ indica que dos figuras son semejantes.	 $\triangle ABC \sim \triangle DEF$
similar polygons / polígonos semejantes Dos polígonos tales que los ángulos correspondientes son congruentes y las longitudes de los lados correspondientes son proporcionales.	 $ABCD \sim EFGH$
similar solids / sólidos semejantes Dos sólidos del mismo tipo y con razones iguales de medidas lineales correspondientes, como las alturas o los radios.	
simplest form of a fraction / mínima expresión de una fracción Una fracción está en su mínima expresión si el máximo común divisor del numerador y del denominador es 1.	La mínima expresión de la fracción $\frac{4}{12}$ es $\frac{1}{3}$.
simplest form of a radical / forma más simple de un radical Un radical con índice n está escrito en la forma más simple si el radicando no tiene como factor ninguna potencia enésima perfecta y el denominador ha sido racionalizado.	$\sqrt[3]{135}$ en la forma más simple es $3\sqrt[3]{5}$. $\frac{\sqrt[5]{7}}{\sqrt[5]{8}}$ en la forma más simple es $\frac{\sqrt[5]{28}}{2}$.
simplest form of a rational expression / forma simplificada de una expresión racional Expresión racional en la que el numerador y el denominador no tienen factores comunes además de ± 1.	La forma más simple de $\frac{2x}{x(x-3)}$ es $\frac{2}{x-3}$.

simulation / simulación Experimento que se puede realizar para hacer predicciones sobre situaciones de la vida real.	Cada paquete de Oaties contiene 1 de un total de 6 premios. La probabilidad de obtener cada premio es $\frac{1}{6}$. Para predecir el número de paquetes de cereales que debes comprar para poder conseguir los 6 premios, puedes lanzar un cubo numerado 1 vez por cada paquete de cereales que compres. Sigue lanzando el cubo hasta obtener los 6 números.
sine / seno Razón trigonométrica, abreviada *sen*. Para un triángulo rectángulo ABC, el seno del ángulo agudo A es $$\text{sen } A = \frac{\text{longitud del cateto opuesto a } \angle A}{\text{longitud de la hipotenusa}} = \frac{BC}{AB}.$$	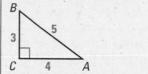 $$\text{sen } A = \frac{BC}{AB} = \frac{3}{5}$$
sine function / función seno Si θ es un ángulo agudo de un triángulo rectángulo, el seno de θ es la longitud del lado opuesto a θ dividida por la longitud de la hipotenusa.	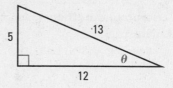 $$\text{sen } \theta = \frac{\text{op}}{\text{hip}} = \frac{5}{13} \qquad \text{cosec } \theta = \frac{\text{hip}}{\text{op}} = \frac{13}{5}$$ $$\cos \theta = \frac{\text{ady}}{\text{hip}} = \frac{12}{13} \qquad \sec \theta = \frac{\text{hip}}{\text{ady}} = \frac{13}{12}$$ $$\tan \theta = \frac{\text{op}}{\text{ady}} = \frac{5}{12} \qquad \cot \theta = \frac{\text{ady}}{\text{op}} = \frac{12}{5}$$
sinusoids / sinusoides Gráficas de funciones seno y coseno.	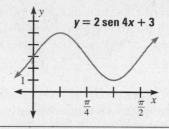 $$y = 2 \text{ sen } 4x + 3$$
skew lines / rectas alabeadas Rectas que no se cortan y que no son coplanarias.	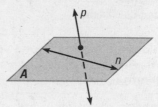 **Las rectas *n* y *p* son rectas alabeadas.**
skewed distribution / distribución asimétrica Distribución de probabilidades que no es simétrica. *Ver también* distribución simétrica.	
slant height of a regular pyramid / apotema lateral de una pirámide regular La altura de una cara lateral de la pirámide regular.	*Ver* pirámide regular.

SPANISH

slope / pendiente La pendiente m de una recta no vertical es la razón del cambio vertical (*distancia vertical*) al cambio horizontal (*distancia horizontal*) entre dos puntos cualesquiera (x_1, y_1) y (x_2, y_2) de la recta: $m = \dfrac{y_2 - y_1}{x_2 - x_1}$.

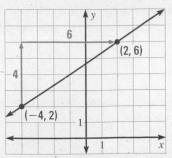

La pendiente de la recta indicada es $\dfrac{4}{6}$, ó $\dfrac{2}{3}$.

slope-intercept form / forma pendiente-intercepto Ecuación lineal escrita en la forma $y = mx + b$, donde m es la pendiente y b es el intercepto en y de la gráfica de la ecuación.

$y = 3x + 4$ está en la forma pendiente-intercepto. La pendiente de la recta es 3, y el intercepto en y es 4.

solid / cuerpo geométrico Figura tridimensional que encierra una parte del espacio.

solution of a system of linear equations in three variables / solución de un sistema de ecuaciones lineales en tres variables Terna ordenada (x, y, z) cuyas coordenadas hacen que cada ecuación del sistema sea verdadera.

$$4x + 2y + 3z = 1$$
$$2x - 3y + 5z = -14$$
$$6x - y + 4z = -1$$

$(2, 1, -3)$ es la solución del sistema de arriba.

solution of a system of linear equations in two variables / solución de un sistema de ecuaciones lineales en dos variables Par ordenado (x, y) que es una solución de cada ecuación del sistema.

$$4x + y = 8$$
$$2x - 3y = 18$$

$(3, -4)$ es la solución del sistema de arriba.

solution of a system of linear inequalities in two variables / solución de un sistema de desigualdades lineales en dos variables Par ordenado (x, y) que es una solución de cada desigualdad del sistema.

$$y > -2x - 5$$
$$y \leq x + 3$$

$(-1, 1)$ es una solución del sistema de arriba.

solution of an equation in one variable / solución de una ecuación con una variable Número que, al sustituirse por la variable de la ecuación, produce una expresión verdadera.

El número 3 es una solución de la ecuación $8 - 2x = 2$ ya que $8 - 2(3) = 2$.

solution of an equation in two variables / solución de una ecuación con dos variables Par ordenado (x, y) que produce una expresión verdadera al sustituir x e y por sus valores en la ecuación.

$(-2, 3)$ es una solución de $y = -2x - 1$.

solution of an inequality in one variable / solución de una desigualdad con una variable Número que, al sustituirse por la variable de la desigualdad, produce una expresión verdadera.

El número 3 es una solución de la desigualdad $5 + 3n \leq 20$ ya que $5 + 3(3) = 14$ y $14 \leq 20$.

solution of an inequality in two variables / solución de una desigualdad con las dos variables Par ordenado (x, y) que, al sustituirse los valores de x e y en la desigualdad, produce una expresión verdadera.

$(-1, 2)$ es una solución de la desigualdad $x - 3y < 6$ ya que $-1 - 3(2) = -7$ y $-7 < 6$.

solve a right triangle / resolver un triángulo rectángulo Hallar las medidas de todos los lados y todos los ángulos de un triángulo rectángulo.	Puedes resolver un triángulo rectángulo conociendo uno de estos grupos: • Las longitudes de dos lados • La longitud de un lado y la medida de un ángulo agudo
solve for a variable / resolver para una variable Escribir una ecuación como ecuación equivalente que tenga la variable en uno de sus miembros pero no en el otro.	Al resolver para r la fórmula de circunferencia $C = 2\pi r$, el resultado es $r = \dfrac{C}{2\pi}$.
sphere / esfera El conjunto de todos los puntos del espacio que son equidistantes de un punto dado, llamado centro de la esfera.	 centro
square / cuadrado Paralelogramo que tiene los cuatro lados congruentes y los cuatro ángulos rectos.	
square root / raíz cuadrada Si $b^2 = a$, entonces b es una raíz cuadrada de a. El signo radical $\sqrt{\ }$ representa una raíz cuadrada no negativa.	Las raíces cuadradas de 9 son 3 y -3 ya que $3^2 = 9$ y $(-3)^2 = 9$. Así pues, $\sqrt{9} = 3$ y $-\sqrt{9} = -3$.
square root function / función con raíz cuadrada Función radical representada por una ecuación con una raíz cuadrada en cuyo radicando aparece la variable independiente.	$y = 2\sqrt{x + 2}$ e $y = \sqrt{x} + 3$ son funciones con raíz cuadrada.
standard deviation / desviación típica Medida de la diferencia típica entre el valor de un dato y la media $\overline{x}$. La desviación típica de un conjunto de datos numéricos $x_1, x_2, \ldots, x_n$ es una medida de dispersión designada por σ y calculada como raíz cuadrada de la varianza. $\sigma = \sqrt{\dfrac{(x_1 - \overline{x})^2 + (x_2 - \overline{x})^2 + \ldots + (x_n - \overline{x})^2}{n}}$	La desviación típica del conjunto de datos 3, 9, 13, 23 (con media = 12) es: $\sigma = \sqrt{\dfrac{(3 - 12)^2 + (9 - 12)^2 + (13 - 12)^2 + (23 - 12)^2}{4}}$ $= \sqrt{53} \approx 7.3$
standard equation of a circle / ecuación general de un círculo La ecuación general de un círculo con centro (h, k) y radio r es $(x - h)^2 + (y - k)^2 = r^2$.	La ecuación general de un círculo con centro $(2, 3)$ y radio 4 es $(x - 2)^2 + (y - 3)^2 = 16$.
standard form of a complex number / forma general de un número complejo La forma $a + bi$, donde a y b son números reales e i es la unidad imaginaria.	La forma general del número complejo $i(1 + i)$ es $-1 + i$.
standard form of a linear equationforma general de una ecuación lineal Ecuación lineal escrita en la forma $Ax + By = C$, donde A y B no son ambos cero.	La ecuación lineal $y = -3x + 4$ escrita en la forma general es $3x + y = 4$.
standard form of a polynomial function / forma general de una función polinómica La forma de una función polinómica en la que los términos se ordenan de tal modo que los exponentes disminuyen de izquierda a derecha.	La función $g(x) = 7x - \sqrt{3} + \pi x^2$ escrita en la forma general es $g(x) = \pi x^2 + 7x - \sqrt{3}$.
standard form of a quadratic equation in one variable / forma general de una ecuación cuadrática con una variable La forma $ax^2 + bx + c = 0$, donde $a \neq 0$.	La ecuación cuadrática $x^2 - 5x = 36$ escrita en la forma general es $x^2 - 5x - 36 = 0$.

standard form of a quadratic function / forma general de una función cuadrática La forma $y = ax^2 + bx + c$, donde $a \neq 0$.	La función cuadrática $y = 2(x + 3)(x - 1)$ escrita en la forma general es $y = 2x^2 + 4x - 6$.
standard normal distribution / distribución normal típica La distribución normal con media 0 y desviación típica 1. *Ver también* puntuación z	
standard position of an angle / posición normal de un ángulo En un plano de coordenadas, la posición de un ángulo cuyo vértice está en el origen y cuyo lado inicial se sitúa en el eje de x positivo.	
statistics / estadística Valores numéricos utilizados para resumir y comparar conjuntos de datos.	*Ver* media, mediana, moda, rango y desviación típica.
stem-and-leaf plot / tabla arborescente Presentación de datos que organiza los datos basándose en sus dígitos.	Raíces | Hojas 0 | 8 9 1 | 0 2 3 4 5 5 5 9 2 | 1 1 5 9 Clave: 1 | 9 = $19
step function / función escalonada Función definida a trozos y por un valor constante en cada parte de su dominio. Su gráfica parece un grupo de escalones.	$f(x) = \begin{cases} 1, \text{ si } 0 \leq x < 1 \\ 2, \text{ si } 1 \leq x < 2 \\ 3, \text{ si } 2 \leq x < 3 \end{cases}$
straight angle / ángulo llano Ángulo que mide 180°.	
stratified random sample / muestra aleatoria estratificada Muestra en la que la población está dividida en grupos diferenciados, y los miembros de cada grupo se seleccionan al azar.	Para seleccionar una muestra aleatoria estratificada de la población de estudiantes de una escuela, puedes usar la computadora para elegir al azar a 25 estudiantes de cada grado.
subset / subconjunto Si cada elemento de un conjunto A es también un elemento de un conjunto B, entonces A es un subconjunto de B. Esto se escribe $A \subseteq B$. Para cualquier conjunto A, $\varnothing \subseteq A$ y $A \subseteq A$.	Si $A = \{1, 2, 4, 8\}$ y B es el conjunto de todos los números enteros positivos, entonces A es un subconjunto de B, o $A \subseteq B$.
substitution method / método de sustitución Método para resolver un sistema de ecuaciones mediante la resolución de una de las ecuaciones para una de las variables seguida de la sustitución de la expresión resultante en la(s) otra(s) ecuación (ecuaciones).	$2x + 5y = -5$ $x + 3y = 3$ Resuelve la ecuación 2 para x: $x = -3y + 3$. Sustituye la expresión para x en la ecuación 1 y resuelve para y: $y = 11$. Usa el valor de y para hallar el valor de x: $x = -30$.

High School
Multi-Language Visual Glossary

122

Copyright © by McDougal Littell,
a division of Houghton Mifflin Company.

summation notation / notación de sumatoria Notación de una serie que usa la letra griega mayúscula sigma, Σ. También se llama notación sigma.	$$\sum_{i=1}^{5} 7i = 7(1) + 7(2) + 7(3) + 7(4) + 7(5)$$ $$= 7 + 14 + 21 + 28 + 35 = 105$$
supplementary angles / ángulos suplementarios Dos ángulos cuyas medidas suman 180°. La suma de las medidas de un ángulo y de su *suplemento* es 180°.	$75°$ $\backslash$ $105°$
surface area / área superficial La suma de las áreas de las caras de un poliedro o de otro sólido.	3 pies 4 pies 6 pies $S = 2(3)(4) + 2(4)(6) + 2(3)(6) = 108$ pies^2
survey / encuesta Estudio de una o más características de un grupo.	Una revista invita a sus lectores a enviar por correo las respuestas a un cuestionario sobre la calidad de la revista.
symmetric distribution / distribución simétrica Distribución de probabilidad representada por un histograma en la que se puede trazar una recta vertical que divida al histograma en dos partes; éstas son imágenes especulares entre sí.	Probabilidad 0.30 0.20 0.10 0 0 1 2 3 4 5 6 7 8 Número de éxitos
synthetic division / división sintética Método utilizado para dividir un polinomio por un divisor en la forma $x - k$.	-3 | $2 \quad 1 \quad -8 \quad 5$ $-6 \quad 15 \quad -21$ $2 \quad -5 \quad 7 \quad -16$ $$\frac{2x^3 + x^2 - 8x + 5}{x + 3} = 2x^2 - 5x + 7 - \frac{16}{x + 3}$$
synthetic substitution / sustitución sintética Método utilizado para evaluar una función polinómica.	3 | $2 \quad -5 \quad 0 \quad -4 \quad 8$ $6 \quad 3 \quad 9 \quad 15$ $2 \quad 1 \quad 3 \quad 5 \quad 23$ **La sustitución sintética de arriba indica que para** $f(x) = 2x^4 - 5x^3 - 4x + 8$, $f(3) = 23$.
system of linear equations / sistema de ecuaciones lineales Dos o más ecuaciones lineales con las mismas variables; llamado también *sistema lineal*.	Las siguientes ecuaciones forman un sistema de ecuaciones lineales: $$x + 2y = 7$$ $$3x - 2y = 5$$
system of linear inequalities in two variables / sistema de desigualdades lineales con dos variables Dos o más desigualdades lineales con las mismas variables; llamado también *sistema de desigualdades*.	Las siguientes desigualdades forman un sistema de desigualdades lineales con dos variables: $$x - y > 7$$ $$2x + y < 8$$

SPANISH

system of three linear equations in three variables / sistema de tres ecuaciones lineales en tres variables Sistema formado por tres ecuaciones lineales con tres variables. *Ver también* ecuación lineal con tres variables.	$$2x + y - z = 5$$ $$3x - 2y + z = 16$$ $$4x + 3y - 5z = 3$$
system of two linear equations in two variables / sistema de dos ecuaciones lineales con dos variables Un sistema que consiste en dos ecuaciones que se pueden escribir de la forma $Ax + By = C$ y $Dx + Ey = F$, donde x e y son variables, A y B no son ambos cero, y D y E tampoco son ambos cero.	$$4x + y = 8$$ $$2x - 3y = 18$$
systematic sample / muestra sistemática Muestra en la que se usa una regla para seleccionar a los miembros de la población.	Para seleccionar una muestra sistemática de la población de estudiantes de una escuela, puedes elegir a cada décimo estudiante de una lista ordenada alfabéticamente de todos los estudiantes de la escuela.

T

tangent / tangente Razón trigonométrica, abreviada *tan*. Para un triángulo rectángulo ABC, la tangente del ángulo agudo A es $\tan A = \dfrac{\text{longitud del cateto opuesto a } \angle A}{\text{longitud del cateto adyacente a } \angle A} = \dfrac{BC}{AC}$.	$$\tan A = \frac{BC}{AC} = \frac{3}{4}$$
tangent function / función tangente Si θ es un ángulo agudo de un triángulo rectángulo, la tangente de θ es la longitud del lado opuesto a θ dividida por la longitud del lado adyacente a θ.	*Ver* función seno.
tangent line / recta tangente Recta del plano de un círculo que corta al círculo en sólo un punto, el punto de tangencia.	La recta *n* es una tangente. *R* es el punto de tangencia.
taxicab geometry / geometría de taxis Geometría no euclidiana en la que todas las rectas son horizontales o verticales.	En la geometría de taxis, la distancia entre *A* y *B* es de 7 unidades.
terminal point of a vector / punto final de un vector El punto donde termina el vector.	*Ver* vector.
terminal side of an angle / lado terminal de un ángulo En un plano de coordenadas, un ángulo puede formarse al fijar un rayo, llamado lado inicial, y al girar el otro rayo, llamado lado terminal, en torno al vértice.	*Ver* posición normal de un ángulo.
terms of a sequence / términos de una progresión Los valores del rango de una progresión.	Los 4 primeros términos de la progresión $1, -3, 9, -27, 81, -243, \ldots$ son $1, -3, 9$ y -27.

terms of an expression / términos de una expresión Las partes de una expresión que se suman.	Los términos de la expresión $3x + (-4) + (-6x) + 2$ son $3x$, -4, $-6x$ y 2.
tessellation / teselación Colección de figuras que recubren un plano sin sobreponerse y sin huecos.	
tetrahedron / tetraedro Poliedro con cuatro caras.	
theorem / teorema Enunciado verdadero que surge como resultado de otros enunciados verdaderos.	Los ángulos opuestos por el vértice son congruentes.
theoretical probability / probabilidad teórica Cuando todos los casos son igualmente posibles, la probabilidad teórica de que ocurra un suceso A es $$P(A) = \frac{\text{Número de casos del suceso } A}{\text{Número total de casos}}.$$	La probabilidad teórica de sacar un número par al lanzar un dado normal de seis caras es $\frac{3}{6} = \frac{1}{2}$ ya que 3 casos corresponden a un número par del total de 6 casos.
transformation / transformación Una transformación cambia el tamaño, la forma, la posición o la orientación de una gráfica.	Las traslaciones, las expansiones y contracciones verticales, las reflexiones y las rotaciones son transformaciones.
translation / traslación Una traslación desplaza cada punto de una figura la misma distancia en la misma dirección.	△ **ABC es trasladada 2 unidades hacia arriba.**
transversal / transversal Recta que corta a dos o más rectas coplanarias en distintos puntos.	transversal *t*
transverse axis of a hyperbola / eje transverso de una hipérbola El segmento de recta que une los vértices de una hipérbola.	*Ver* hipérbola, definición geométrica.
trapezoid / trapecio Cuadrilátero que tiene sólo un par de lados paralelos, llamados bases. Los lados no paralelos son catetos.	

triangle triángulo Polígono con tres lados.	 $\triangle ABC$
trigonometric identity / identidad trigonométrica Ecuación trigonométrica que es verdadera para todos los valores del dominio.	$\operatorname{sen}(-\theta) = -\operatorname{sen}\theta \qquad \operatorname{sen}^2\theta + \cos^2\theta = 1$
trigonometric ratio / razón trigonométrica Razón entre las longitudes de dos lados de un triángulo rectángulo. *Ver también* seno, coseno *y* tangente.	Tres razones trigonométricas comunes son el seno, el coseno y la tangente. $\tan A = \dfrac{BC}{AC} = \dfrac{3}{4}$ $\operatorname{sen} A = \dfrac{BC}{AB} = \dfrac{3}{5}$ $\cos A = \dfrac{AC}{AB} = \dfrac{4}{5}$
trinomial / trinomio La suma de tres monomios.	$4x^2 + 3x - 1$ es un trinomio.
truth table / tabla de verdad Tabla que muestra los valores de verdad de una hipótesis, de una conclusión y de un enunciado condicional usando la hipótesis y la conclusión.	**Tabla de verdad** | p	q	$p \rightarrow q$
---	---	---
V	V	V
V	F	F
F	V	V
F	F	V	
truth value of a statement / valor de verdad de un enunciado La verdad o falsedad de un enunciado.	*Ver* tabla de verdad.
two-column proof / prueba de dos columnas Tipo de prueba en la que se escriben enunciados numerados y razones correspondientes que muestran un argumento siguiendo un orden lógico.	

U

unbiased sample / muestra no sesgada Muestra que es representativa de la población acerca de la cual deseas informarte.	Quieres encuestar a algunos estudiantes de último curso sobre el lugar donde organizar el baile de fin de año. Si cada estudiante de último curso tiene iguales posibilidades de ser encuestado, entonces es una muestra no sesgada.
undefined term / término indefinido Palabra que no tiene una definición establecida, pero cuyo significado se acepta comúnmente.	*Punto*, *recta* y *plano* son términos indefinidos.
union of sets / unión de conjuntos La unión de dos conjuntos A y B, escrita $A \cup B$, es el conjunto de todos los elementos que están en A o B.	Si $A = \{1, 2, 4, 8\}$ y $B = \{2, 4, 6, 8, 10\}$, entonces $A \cup B = \{1, 2, 4, 6, 8, 10\}$.

unit circle / círculo unidad El círculo $x^2 + y^2 = 1$, que tiene centro $(0, 0)$ y radio 1. Para un ángulo θ en posición normal, el lado terminal de θ corta al círculo unidad en el punto $(\cos \theta, \operatorname{sen} \theta)$.

unit of measure / unidad de medida La cantidad o el incremento con que algo se mide.

Si un segmento se mide con una regla que lleva señalados los octavos de pulgada, la unidad de medida es $\frac{1}{8}$ pulgada.

unit rate / relación unitaria Relación en la que el denominador de la fracción es 1 unidad.

$\frac{55 \text{ millas}}{1 \text{ hora}}$, ó 55 mi/h, es una relación unitaria.

universal set / conjunto universal El conjunto de todos los elementos en cuestión, escrito U.

Si el conjunto universal es el conjunto de los números enteros positivos, entonces $U = \{1, 2, 3, \ldots\}$.

upper extreme / extremo superior El valor mayor en un conjunto de datos.

Véase diagrama de líneas y bloques.

upper quartile / cuartil superior La mediana de la mitad superior de un conjunto de datos ordenados.

Ver rango intercuartílico.

V

variable / variable Letra que sirve para representar uno o más números.

En las expresiones $5n$, $n + 1$ y $8 - n$, la letra n es la variable.

variable term / término algebraico Término que tiene variable.

Los términos algebraicos de la expresión algebraica $3x^2 + 5x + (-7)$ son $3x^2$ y $5x$.

variance / varianza La varianza de un conjunto de datos numéricos $x_1, x_2, \ldots, x_n$ con media $\bar{x}$ es una medida de dispersión designada por σ^2 y dada por:

$$\sigma^2 = \frac{(x_1 - \bar{x})^2 + (x_2 - \bar{x})^2 + \ldots + (x_n - \bar{x})^2}{n}$$

La varianza del conjunto de datos 3, 9, 13, 23 (con media = 12) es:

$$\sigma^2 = \frac{(3 - 12)^2 + (9 - 12)^2 + (13 - 12)^2 + (23 - 12)^2}{4}$$
$$= 53$$

vector / vector Cantidad que tiene tanto dirección como magnitud y es representada en el plano de coordenadas por una flecha dibujada de un punto a otro.

$\overrightarrow{FG}$ con punto inicial F y punto final G.

verbal model / modelo verbal Un modelo verbal describe una situación de la vida real mediante palabras que la exponen y símbolos matemáticos que relacionan esas palabras.

$$\begin{array}{ccccc} \text{Distancia} & = & \text{Velocidad} & \cdot & \text{Tiempo} \\ \text{(millas)} & & \text{(millas/hora)} & & \text{(horas)} \end{array}$$

vertex angle of an isosceles triangle / ángulo del vértice de un triángulo isósceles El ángulo formado por los catetos de un triángulo isósceles.

SPANISH

vertex form of a quadratic function / forma de vértice de una función cuadrática La forma $y = a(x - h)^2 + k$, donde el vértice de la gráfica es (h, k) y el eje de simetría es $x = h$.	La función cuadrática $y = -\frac{1}{4}(x + 2)^2 + 5$ está en la forma de vértice.
vertex of a cone / vértice de un cono *Ver* cono.	*Ver* cono.
vertex of a parabola / vértice de una parábola El punto de una parábola que se encuentra en el eje de simetría. El punto más alto o más bajo en parábola.	*Ver* parábola, definición geométrica.
vertex of a polygon / vértice de un polígono Cada extremo de un lado de un polígono. *Ver también* polígono.	*Ver* pirámide.
vertex of a polyhedron / vértice de un poliedro Punto donde confluyen tres o más aristas de un poliedro.	vértice
vertex of a pyramid / vértice de una pirámide *Ver* pirámide.	*Ver* cono.
vertex of an absolute value graph / vértice de una gráfica de valor absoluto El punto más alto o más bajo de la gráfica de una función de valor absoluto.	El vértice de la gráfica de $y = \|x - 4\| + 3$ es el punto $(4, 3)$.
vertex of an angle / vértice de un ángulo *Ver* ángulo.	*Ver* ángulo.
vertical angles / ángulos opuestos por el vértice Dos ángulos cuyos lados forman dos pares de rayos opuestos.	$\angle 1$ y $\angle 4$ son ángulos opuestos por el vértice. $\angle 2$ y $\angle 3$ son ángulos opuestos por el vértice.
vertical component of a vector / componente vertical de un vector El cambio vertical entre el punto inicial y el punto final del vector.	*Ver* forma de componentes de un vector.
vertical motion model / modelo de movimiento vertical Modelo para representar la altura de un objeto que es lanzado hacia arriba pero que no tiene potencia para mantenerse en el aire.	El modelo de movimiento vertical de un objeto lanzado hacia arriba con una velocidad vertical inicial de 20 pies por segundo desde una altura inicial de 8 pies es $h = -16t^2 + 20t + 8$, donde h es la altura (en pies) del objeto t segundos después del lanzamiento.

vertical shrink / contracción vertical La contracción vertical desplaza cada punto de una figura en dirección del eje de x, mientras los puntos del eje de x permanecen fijos.

El triángulo negro se contrae verticalmente hacia el triángulo verde.

vertical stretch / expansión vertical La expansión vertical desplaza cada punto de una figura alejándose del eje de x, mientras los puntos del eje de x permanecen fijos.

El triángulo negro se expande verticalmente hacia el triángulo verde.

vertices of a hyperbola / vértices de una hipérbola Los puntos de intersección de una hipérbola y la recta que pasa por los focos de la hipérbola.

Ver hipérbola, definición geométrica.

vertices of an ellipse / vértices de una elipse Los puntos de intersección de una elipse y la recta que pasa por los focos de la elipse.

Ver elipse.

volume of a solid / volumen de un sólido El número de unidades cúbicas contenidas en el interior de un sólido.

3 pies
4 pies
6 pies
Volumen = 3(4)(6) = 72 pies^3

W

whole numbers / números naturales Los números 0, 1, 2, 3, ...

0, 8 y 106 son números naturales.
−1 y 0.6 *no* son números naturales.

X

x-axis / eje x Eje horizontal en un plano de coordenadas. *Véase también* plano de coordenadas.

Véase plano de coordenadas.

x-coordinate / coordenada x Primera coordenada de un par ordenado, que dice cuántas unidades hay que moverse a la derecha o a la izquierda.

En el par ordenado $(-3, -2)$, la coordenada x, -3, indica que hay que moverse 3 unidades a la izquierda.
Véase también plano de coordenadas.

x-intercept / intercepto en x La coordenada x de un punto donde la gráfica corta al eje de x.

El intercepto en *x* es 6.
El intercepto en *y* es 3.

Y

y-axis / eje y Eje vertical en un plano de coordenadas. *Véase también* plano de coordenadas.

Véase plano de coordenadas.

y-coordinate / coordenada y Segunda coordenada de un par ordenado, que dice cuántas unidades hay que moverse hacia arriba o hacia abajo.

En el par ordenado $(-3, -2)$, la coordenada y, -2, indica que hay que moverse 2 unidades hacia abajo. *Véase también* plano de coordenadas.

y-intercept / intercepto en y La coordenada y de un punto donde la gráfica corta al eje de y.

Véase intercepto en x.

Z

zero exponent / exponente cero Si $a \neq 0$, entonces $a^0 = 1$.

$(-7)^0 = 1$

zero of a function / cero de una función Un número k es un cero de una función f si $f(k) = 0$.

Los ceros de la función $f(x) = 2(x + 3)(x - 1)$ son -3 y 1.

z-score / puntuación z El número z de desviaciones típicas que un valor se encuentra por encima o por debajo de la media $\bar{x}$ del conjunto de datos: $z = \frac{x - \bar{x}}{\sigma}$.

Una distribución normal tiene una media de 76 y una desviación típica de 9. La puntuación z para $x = 64$ es

$$x = 64 \text{ is } z = \frac{x - \bar{x}}{\sigma} = \frac{64 - 76}{9} \approx -1.3.$$

CHINESE

A

absolute deviation / 絕對偏差 來自既定值的一個數字 x 的絕對偏差是 x 與既定值的差的絕對值： $$絕對偏差 = |x - 既定值|$$	若來自 2 的 x 的絕對偏差為 3，則 $|x - 2| = 3$。
absolute value / 絕對值 數字 a 的絕對值是實數直線上的 a 與 0 之間的距離。符號 $|a|$ 代表 a 的絕對值。	$|2| = 2, |-5| = 5,$ 和 $|0| = 0$
absolute value equation / 絕對值方程式 一個包含絕對值運算式的方程式。	$|x + 2| = 3$ 是一個絕對值方程式。
absolute value function / 絕對值函數 一個包含絕對值運算式的函數。	$y = |x|, y = |x - 3|,$ 和 $y = 4|x + 8| - 9$ 是絕對值函數。
absolute value of a complex number / 複數的絕對值 若 $z = a + bi$，則以 $|z|$ 表示的 z 的絕對值是一個非負值的實數，其定義為 $|z| = \sqrt{a^2 + b^2}$。	$|-4 + 3i| = \sqrt{(-4)^2 + 3^2} = \sqrt{25} = 5$
acute angle / 銳角 度數介於 $0°$ 與 $90°$ 之間的角。	 A
acute triangle / 銳角三角形 有三個銳角的三角形。	
additive identity / 加法恒等元 0 為加法恒等元，因為任何數字和 0 的和都是該數字：$a + 0 = 0 + a = a$。	$-2 + 0 = -2, 0 + \frac{3}{4} = \frac{3}{4}$
additive inverse / 加法逆元 數字 a 的加法逆元為其相對的數字 $-a$。一個數字與其加法逆元的和為 0：$a + (-a) = -a + a = 0$。	-5 的加法逆元是 5，而且 $-5 + 5 = 0$。
adjacent angles / 鄰角 共用一個頂點和邊但是沒有共用內部點的兩個角。	 $\angle 1$ 和 $\angle 2$ 是鄰角。
algebraic expression / 代數運算式 至少含有一個變數的運算式。也叫做變數運算式。	$\frac{2}{3}p$、$\frac{8}{7 - r}$、$k - 5$、以及 $n^2 + 2n$ 都是代數運算式。
alternate exterior angles / 外錯角 由兩條線和一條截線形成的兩個角，位於這兩條線的外側，在截線的對邊上。	 $\angle 1$ 和 $\angle 8$ 是外錯角。

alternate interior angles / 內錯角 由兩條線和一條截線形成的兩個角，位於這兩條線之間，在截線的對邊上。
$\angle 4$ 和 $\angle 5$ 是內錯角。
altitude of a triangle / 三角形的高 從三角形的一個頂到其對邊或包含對邊的線的垂直線段。
從 Q 到 $\overleftrightarrow{PR}$ 的高
amplitude / 振幅 正弦或餘弦函數圖形的振幅為 $\frac{1}{2}(M-m)$，其中 M 是函數的最大值，而 m 則是函數的最小值。
$y = 4 \sin x$ 圖形的振幅為 $\frac{1}{2}(4-(-4)) = 4$.
angle / 角 由具有相同端點的兩條不同射線構成。射線是角的邊，端點則是角的頂點。
$\angle A$、$\angle BAC$ 或 $\angle CAB$ 頂點 邊
angle bisector / 角的平分線 將一個角劃分成兩個全等角的射線。
$\overrightarrow{YW}$ 平分 $\angle XYZ$.
angle of depression / 俯角 俯視物體時，視線與水平線所形成的角。
俯角 仰角
angle of elevation / 仰角 仰視物體時，視線與水平線所形成的角。	請參閱俯角。
angle of rotation / 旋轉角 從旋轉中心延伸到一個點及其圖像所形成的角。*另請參閱旋轉。*	請參閱旋轉。
apothem of a polygon / 多邊形的邊心距 從多邊形的中心到任何邊的距離。
邊心距 |

arc length / 弧長 圓週的一部份。	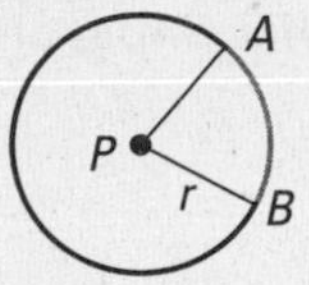 $$\widehat{AB} = \frac{m\widehat{AB}}{360°} \cdot 2\pi r \text{ 的弧長}$$
area / 面積 圖形覆蓋的表面總數。面積以單位的平方來衡量，例如平方英呎 (ft^2) 或平方公尺 (m^2)。	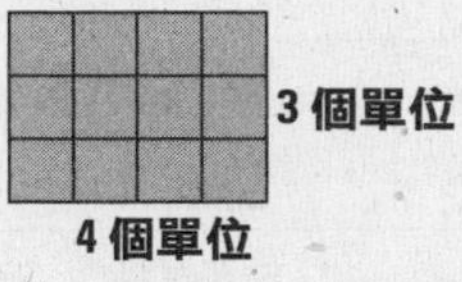 3 個單位 4 個單位 面積 = 12 個平方單位
arithmetic sequence / 算數序列 連續項之間的差固定的序列。	2, 8, 14, 20, 26, ... 是一個算數序列，其中連續項之間的差為 6。
arithmetic series / 等差級數 將算數序列各項加起來所形成的運算式。	$$\sum_{i=1}^{5} 2i = 2 + 4 + 6 + 8 + 10$$
asymptote / 漸近線 圖形越來越趨近的線。	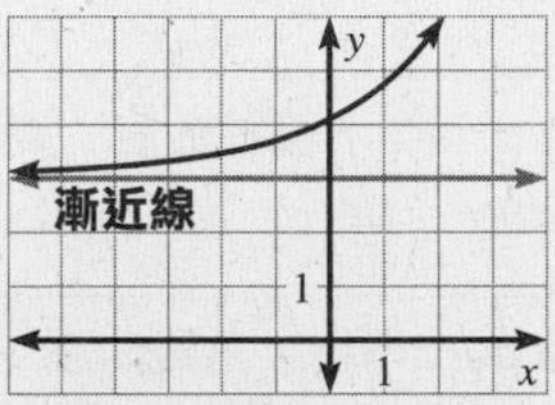 漸近線 圖中的圖形的漸近線為 $y = 3$。
asymptotes of a hyperbola / 雙曲線的漸近線 雙曲線趨近但不相交的線。	*請參閱*雙曲線，幾何定義。
axiom / 公理 *請參閱公設。*	*請參閱公設。*
axis of symmetry of a parabola / 拋物線的對稱軸 垂直於拋物線的准線而穿越其焦點和頂點的線。	*請參閱*拋物線，幾何定義。

B

bar graph / 條線圖 利用長條的長度表示比較數據的圖形。	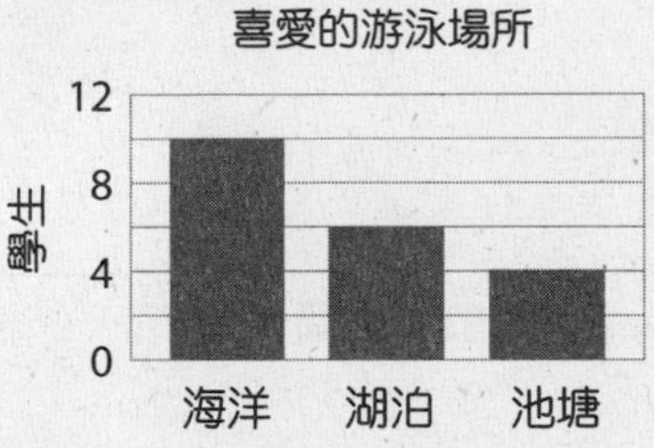 喜愛的游泳場所 學生 海洋 湖泊 池塘

Copyright © by McDougal Littell,
a division of Houghton Mifflin Company.

High School
Multi-Language Visual Glossary **133**

CHINESE

base angles of a trapezoid / 梯形的底角 共用邊為梯形底的一對角之一。

∠A 和 ∠D 是一對底角。
∠B 和 ∠C 是另一對。

base angles of an isosceles triangle / 等腰三角形的底角 與等腰三角形底相鄰的兩個角。

*請參閱*等腰三角形的頂角。

base of a parallelogram / 平行四邊形的底 平行四邊形的一對平行邊。

底

底

base of a power / 乘冪的底 被用作重複乘法中的因數的數字或運算式。

在乘冪 3^4 中，底為 3。

base of a prism / 稜柱的底 *請參閱稜柱。*

請參閱稜柱。

base of a pyramid / 角錐的底 *請參閱角錐。*

請參閱角錐。

base of an isosceles triangle / 等腰三角形的底 只有兩個全等邊的等腰三角形的非全等邊。

*請參閱*等腰三角形。

bases of a trapezoid / 梯形的底 梯形的平行邊。

請參閱梯形。

best-fitting line / 最佳配合線 *請參閱配合線。*

請參閱配合線。

best-fitting quadratic model / 最適合的二次方程式模型 將二次回歸運用在一組成對數據上產生的模型。

between / 介於…之間 三點在一條線上時，可以說一點介於另兩點之間。

B 點介於 A 點和 C 點之間。

biased question / 偏差的問題 引發特定回應的問題。

"你是否同意投票年齡應該降低到16歲，因為很多16歲的人都很負責而且擁有充分的資訊？" 是一個偏差的問題。

biased sample / 偏差取樣 不能代表人口的取樣。	如果向棒球隊員進行是否建造新體育館的調查，便是一種偏差取樣。
biconditional statement / 雙條件式陳述 包含 "若且唯若" 片語的陳述。	兩條線是垂直的，若且唯若這兩條線相交以形成一個直角。
binomial / 二項式 有兩個項的多項式。	$t^3 - 4t$ 與 $2x + 5$ 是二項式。
binomial distribution / 二項式分佈 與二項式實驗相關的概率分佈。

8 次試驗的 $p = 0.5$ 的二項式分佈。 |
binomial experiment / 二項式實驗 符合下列條件的實驗。(1) 有 n 次獨立的試驗。(2) 每次實驗只有兩種可能的結果：成功與失敗。(3) 各次試驗的成功概率都一樣。	投擲硬幣 12 次。得到 4 次正面的概率如下：$$\begin{aligned} P(k = 4) &= {}_nC_k\, p^k (1-p)^{n-k} \\ &= {}_{12}C_4 (0.5)^4 (1 - 0.5)^8 \\ &= 495(0.5)^4 (0.5)^8 \\ &\approx 0.121 \end{aligned}$$
binomial theorem / 二項展開式 任何正整數 n 的 $(a + b)^n$ 的二項式展開式：$$(a + b)^n = {}_nC_0 a^n b^0 + {}_nC_1 a^{n-1}b^1 + {}_nC_2 a^{n-2}b^2 + \cdots + {}_nC_n a^0 b^n.$$	$$(x^2 + y)^3 =$$ $${}_3C_0(x^2)^3 y^0 + {}_3C_1(x^2)^2 y^1 + {}_3C_2(x^2)^1 y^2 + {}_3C_3(x^2)^0 y^3 =$$ $$(1)(x^6)(1) + (3)(x^4)(y) + (3)(x^2)(y^2) + (1)(1)(y^3) =$$ $$x^6 + 3x^4 y + 3x^2 y^2 + y^3$$
box-and-whisker plot / 盒鬚圖 利用最小值、下四分位數、中位數、上四分位數和最大值將數據值分成四類的數據顯示方式。	
branches of a hyperbola / 雙曲線的分支 雙曲線的兩個對稱部分。	*請參閱雙曲線，幾何定義。*

C

center of a circle / 圓心 *請參閱圓形。*	*請參閱圓形。*
center of a hyperbola / 雙曲線的中心 雙曲線橫截軸的中點。	*請參閱雙曲線，幾何定義。*
center of an ellipse / 橢圓形的中心 橢圓形長軸的中點。	*請參閱橢圓形。*

CHINESE

center of a polygon / 多邊形的中心 多邊形外切圓的中心。	中心
center of a sphere / 球體的中心 請參閱球體。	*請參閱球體。*
center of dilation / 伸縮的中心 伸縮時作爲圖形伸展或收縮依據的定點。	*請參閱伸縮。*
center of rotation / 旋轉的中心 請參閱旋轉。	*請參閱旋轉。*
center of symmetry / 對稱的中心 請參閱旋轉對稱。	*請參閱旋轉對稱。*
central angle of a circle / 圓心角 頂爲圓心的角。	∠*PCQ* 是 ⊙*C* 的圓心角。
central angle of a regular polygon / 正多邊形的中心角 延伸到多邊形的兩個相鄰頂點的兩個射線形成的角。	中心角
centroid of a triangle / 三角形的形心 三角形三條中線的共點。	*P* 是 △*ABC* 的形心。
chord of a circle / 圓形的弦 端點在圓形上的線段。	弦
chord of a sphere / 球體的弦 端點在球體上的線段。	弦
circle / 圓形 平面上與一個被稱爲圓心的定點維持固定距離的所有點的集合。	圓心爲 *P* 的圓形，或者 ⊙*P*

circle graph / 圓形圖 將數據當成圓形的一部份呈現的圖形。呈現所有數據的整個圓形。

翻滾式雲霄飛車

不好玩 7
還好 15
太棒了 78

circumcenter of a triangle / 三角形的外心 三角形三條垂直平分線的共點。

P是 △ABC 的外心。

circumference / 圓周 環繞圓形的距離。

circumscribed circle / 外切圓 包含內接多邊形頂點的圓形。

外切圓

coefficient / 系數 當一個項是數字和變數乘冪的乘積時，該數字便是乘冪的系數。

在算數運算式 $2x^2 + (-4x) + (-1)$ 中，$2x^2$ 的系數是 2 ，而 $-4x$ 的系數則是 -4。

coefficient matrix / 系數矩陣 線性系統 $ax + by = e, cx + dy = f$ 的系數矩陣是 $\begin{bmatrix} a & b \\ c & d \end{bmatrix}$。

$9x + 4y = -6$
$3x - 5y = -21$

系數矩陣：$\begin{bmatrix} 9 & 4 \\ 3 & -5 \end{bmatrix}$

常數矩陣：$\begin{bmatrix} -6 \\ -21 \end{bmatrix}$

變數矩陣：$\begin{bmatrix} x \\ y \end{bmatrix}$

collinear points / 共線點 位於同一條線上的點。

A、B 和 C 共線。

combination / 組合 從 n 個物件的群組中選擇的 r 個物件，其中的順序並不重要，以 $_nC_r$ 表示，其中 $_nC_r = \dfrac{n!}{(n-r)! \cdot r!}$。

一次選擇的 $n = 4$ 字母 A、B、C 和 D $r = 2$ 可以有六種組合：AB、AC、AD、BC、BD 和 CD。

common difference / 公差 算數序列連續項之間的固定差。

$2, 8, 14, 20, 26, \ldots$ 是一個公差為 6 的算數序列。

common factor / 公因數 身為兩個或多個非零整數的因數的整數。

64 與 120 的公因數是 1、2、4 和 8。

CHINESE

common logarithm / 常用對數 底為 10 的對數。以 $\log_{10}$ 或直接以 log 表示。	$\log_{10} 100 = \log 100 = 2$ 因為 $10^2 = 100$。
common multiple / 公倍數 身為兩個或多個非零整數的倍數的整數。	6 與 8 的公倍數是 24、48、72 和 96，...
common ratio / 公比 幾何序列中任何項與序列中前項的比。	序列 5、10、20、40、... 是一個公比為 2 的幾何序列。
complement of a set / 集合的補集 集合 A 的補集寫成 $\overline{A}$，是通用集合 U 中不在 A 中的所有元素的集合。	假設 U 為從 1 到 10 的所有整數的集合，而且 $A = \{1, 2, 4, 8\}$。則 $\overline{A} = \{3, 5, 6, 7, 9, 10\}$。
complementary angles / 餘角 度數和為 90° 的兩個角。一個角及其*餘角*的度量和為 90°。	
completing the square / 完成平方 將一個項加入二次運算式 $x^2 + bx$ 讓它成為完全平方三項式的過程。	若要完成 $x^2 + 16x$ 的平方，加入 $\left(\frac{16}{2}\right)^2 = 64$：$x^2 + 16x + 64 = (x + 8)^2$。
complex conjugates / 複共軛 形式為 $a + bi$ 與 $a - bi$ 的兩個複數。	$2 + 4i, 2 - 4i$
complex fraction / 繁分數 在分子、分母或兩者中包含一個分數的分數。	$\dfrac{\frac{3x}{2}}{-6x^3}$ 和 $\dfrac{\frac{x^2-1}{x+1}}{x-1}$ 是繁分數。
complex number / 複數 有一個數字 $a + bi$，其中 a 和 b 是實數，i 則是虛數單位。	$0, 2.5, \sqrt{3}, \pi, 5i, 2 - i$
complex plane / 複平面 一個座標平面，其中的每個點 (a, b) 代表一個複數 $a + bi$。水平軸是實數軸，垂直軸是虛數軸。	
component form of a vector / 向量的分量形式 組合向量的水平和垂直分量的向量形式。	 $\overrightarrow{PQ}$ 的分量形式為 $\langle 4, 2 \rangle$。
composite number / 複合數 一個大於 1 的整數，擁有其本身和 1 以外的因數。	6 是一個複合數，因為其因數為 1、2、3 和 6。
composition of functions / 函數的組合 函數 g 與函數 f 的組合為 $h(x) = g(f(x))$。	$f(x) = 5x - 2, g(x) = 4x^{-1}$ $g(f(x)) = g(5x - 2) = 4(5x - 2)^{-1} = \dfrac{4}{5x - 2}, x \neq \dfrac{2}{5}$

composition of transformations / 變換的組合 兩個或多個變換組合起來產生一個變換的結果。	滑移反射是變換組合的一個例子。
compound event / 複合事件 用是或者或組合兩個或多個事件的事件。	滾動數字方塊時，"滾出一個 2 或一個偶數"的事件便是一個複合事件。
compound inequality / 複合不等式 以"和"或者"或"組合的兩個不等式。	$2x > 0$ 或 $x + 4 < -1$ 是一個複合不等式。
conditional probability / 條件式概率 假如 A 則 B 的概率寫成 $P(B \mid A)$，這是一個假如發生 A 事件就會發生 B 事件的概率。	從一疊 52 張牌中隨意選擇兩張牌。假設事件 A 爲 "第一張牌是梅花"，而事件 B 爲 "第二張牌是梅花"。則 $P(B \mid A) = \frac{12}{51} = \frac{4}{17}$，因爲在剩下的 51 張牌中還有 12 張 (總共 13 張) 梅花。
compound interest / 複利 用本金和先前賺得的利息所賺的利息。	你在複合年利率爲 4% 的帳戶中存款 \$250。5 年之後，你的帳戶結餘爲 $y = 250(1 + 0.04)^5 \approx \$304.16$。
concave polygon / 凹多邊形 不凸起的多邊形。*另請參閱凸多邊形。*	內部
conclusion / 結論 條件式陳述中 "則" 的部分。	*請參閱條件式陳述。*
concurrent / 共點的 在同一點上相交的三條或更多條直線、射線或線段。	*請參閱共點。*
conditional statement / 條件式陳述 有假設和結論兩個部分的陳述。	條件式陳述 若 $a > 0$，則 $\lvert a \rvert = a$。 假設　　　結論
cone / 圓錐 有一個圓形的底以及一個不和底在一個平面上的頂點的立體。	頂點 高度 底 h r
conic section / 圓錐曲線 一個平面和雙層圓錐相交形成的曲線。圓錐曲線也叫做二次曲線。	*請參閱圓形、橢圓形、雙曲線以及拋物線。*
congruence transformation / 全等變換 保留長度和角度大小的變換。也叫做等距映射。	平移、反射和旋轉是三種全等變換。
congruent angles / 全等角 具有相同度量的角。	A　　B $\angle A \cong \angle B$

congruent arcs / 全等弧 具有相同度量的兩個弧，是同一個圓形或全等圓的弧。

$$\overset{\frown}{CD} \cong \overset{\frown}{EF}$$

congruent circles / 全等圓 具有相同半徑的兩個圓形。

$$\odot P \cong \odot Q$$

congruent figures / 全等圖形 大小和形狀完全一樣的兩個幾何圖形。符號 ≅ 表示全等。兩個圖形全等時，所有對應的邊和角都全等。

$$\triangle ABC \cong \triangle FED$$
$$\angle A \cong \angle F, \angle B \cong \angle E,$$
$$\angle C \cong \angle D$$
$$\overline{AB} \cong \overline{FE}, \overline{BC} \cong \overline{ED},$$
$$\overline{AC} \cong \overline{FD}$$

congruent segments / 全等線段 長度相等的兩段直線。

$$\overline{AB} \cong \overline{CD}$$

conjecture / 假設 以觀察爲基礎的未經證實的陳述。

假設：所有素數都是奇數。

conjugates / 共軛 運算式 $a + \sqrt{b}$ 和 $a - \sqrt{b}$，其中 a 和 b 是有理數。

$7 + \sqrt{2}$ 的共軛是 $7 - \sqrt{2}$。

consecutive interior angles / 連續內角 由兩條線和一條截線形成的兩個角，位於這兩條線之間，在截線的同一邊上。

∠3 和 ∠5 是連續內角。

consistent dependent system / 相容的相依系統 具有無限多解的線性系統。相容相依系統的方程式圖形是一致的。

$$y = \frac{1}{2}x + 2 \qquad x - 2y = -4$$

線性系統 $x - 2y = -4$ 和 $y = \frac{1}{2}x + 2$ 是相容的相依系統，因為方程式的圖形一致。

consistent independent system / 相容的獨立系統 只有一個解的線性系統。相容獨立系統的方程式圖形是相交的。

$$3x - 2y = 2$$
$$x + y = 4$$

線性系統 $3x - 2y = 2$ 和 $x + y = 4$ 是相依的獨立系統，因為方程式的圖形相交。

---

consistent system / 相容的系統 至少有一個解的方程式系統。

$$y = 2 + 3x$$
$$6x + 2y = 4$$

上述系統是相容的，其解為 $(0, 2)$。

---

constant of variation / 變分常數 正變分方程式 $y = ax$、逆變分方程式 $y = \frac{a}{x}$、或者連變分方程式 $z = axy$ 中的非零常數 a。

在正變分方程式 $y = -\frac{5}{2}x$ 中，變分常數為 $-\frac{5}{2}$。

---

constant term / 常數項 有數字部分但是沒有變數部分的項。

在運算式 $3x + (-4) + (-6x) + 2$ 中，-4 和 2 是常數項。

---

constraints / 約束 線性規劃中形成系統的線性不等式。

請參閱線性規劃。

---

continuous function / 連續函數 圖形不中斷的函數。

---

construction / 建構 利用有限的工具（通常是圓規與直尺）進行幾何繪圖。

---

contrapositive / 對換句 否定條件式陳述逆命題的假設和結論所形成的等值陳述。

陳述：若 $m\angle A = 90°$，則 $\angle A$ 為直角。
對換句：若 $\angle A$ 不是直角，則 $m\angle A \neq 90°$。

---

control group / 控制組 進行實驗時沒有經過處理程序的群組。*另請參閱實驗組。*

請參閱實驗組。

---

convenience sample / 方便取樣 只選擇人口中容易取得資料的成員的取樣。

只選擇您班上的學生便可以選出學校學生人口的方便取樣。

---

converse of a conditional / 條件逆反 將條件的假設和結論對調所形成的陳述。真陳述的逆反不一定為真。

"若 $x = 5$，則 $|x| = 5$" 陳述的逆反為 "若 $|x| = 5$，則 $x = 5$"。原始陳述為真，但是其逆反為假。

---

convex polygon / 凸多邊形 線條不含包含多邊形內部一個點的多邊形的邊的多邊形。不凸的多邊形是非凸或者說是凹的多邊形。

內部

CHINESE

convex polyhedron / 凸多面體 多面體表面的任兩點如果可以被完全在其內部或上面的線段連結起來，就是凸的多面體。如果此線段超出多面體之外，則多面體是非凸或者說凹的多面體。

凸的　　　　凹的

---

coordinate / 座標 對應於線上一點的實數。

點座標

---

coordinate plane / 座標平面 被 x 軸（水平實數直線）和 y 軸（垂直實數直線）分割成四個象限的平面。

---

coordinate proof / 座標證明 一種涉及將幾何圖形擺在座標平面中的證明。

---

coplanar points / 共面點 在同一平面上的點。

A、B 和 C 共面。

---

corollary to a theorem / 定理的推論 可以利用定理輕鬆證明的陳述。

三角和定理的推論顯示直角三角形的銳角互補。

---

correlation / 相關 成對數據之間的關係。如果 y 趨向於隨 x 增加，則成對數據爲*正相關*，如果 y 趨向於隨 x 減少，則成對數據爲*負相關*，如果 x 與 y 沒有明顯的關係，則爲*相對不相關*。

請參閱正相關和負相關。

相對不相關

---

correlation coefficient / 相關系數 直線與數據對 (x, y) 配合的程度，以 r 表示，其中 $-1 \leq r \leq 1$。

顯示強烈正相關的數據集的相關系數爲 $r \approx 1$。*另請參閱正相關與負相關。*

---

corresponding angles / 對應角 兩條線和一條截線形成的兩個角，位於對應的位置。

∠2 與 ∠6 是對應角。

---

corresponding parts / 對應部分　在兩個全等或相似圖形中具有相同的相對位置的一對邊或角。	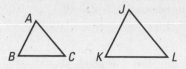 ∠*A* 與 ∠*J* 是對應角。 $\overline{AB}$ 與 $\overline{JK}$ 是對應邊。
cosecant function / 餘割函數　如果 θ 是直角三角形的一個銳角，θ 的餘割是被對邊 θ 的長度平分的斜邊長度。	*請參閱正弦函數。*
cosine / 餘弦　一種三角比，縮寫為 *cos*。對於直角三角形 *ABC*，銳角 *A* 的餘弦為 $\cos A = \dfrac{\text{與}\angle A\ \text{相鄰的側邊的長度}}{\text{斜邊的長度}} = \dfrac{AC}{AB}$	 $\cos A = \dfrac{AC}{AB} = \dfrac{4}{5}$
cosine function / 餘弦函數　如果 θ 是直角三角形的一個銳角，θ 的餘弦是被斜邊長度平分的 θ 的鄰邊長度。	*請參閱正弦函數。*
cotangent function / 餘切函數　如果 θ 是直角三角形的一個銳角，θ 的餘切是被 θ 的對邊長度平分的 θ 的鄰邊長度。	*請參閱正弦函數。*
coterminal angles / 共終端角　標準位置的終端邊一致的角。	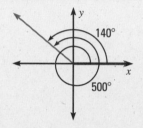 **度數為 500° 和 140° 的角為共終端角。**
counterexample / 反例　證明假設為假的特例。	假設：所有素數都是奇數。 反例：素數 2 不是奇數。
co-vertices of an ellipse / 橢圓形的共頂　橢圓與垂直於中央長軸的線相交的點。	*請參閱橢圓形。*
Cramer's rule / 克雷莫法則　利用行列式解線性方程式的方法：對於線性方程式 *ax + by = e，cx + dy = f*，令 *A* 為系數矩陣。若 det *A* ≠ 0，則方程式的解如下： $x = \dfrac{\begin{vmatrix} e & b \\ f & d \end{vmatrix}}{\det A}, y = \dfrac{\begin{vmatrix} a & e \\ c & f \end{vmatrix}}{\det A}$	$\begin{aligned} 9x + 4y &= -6 \\ 3x - 5y &= -21; \end{aligned}\ \begin{vmatrix} 9 & 4 \\ 3 & -5 \end{vmatrix} = -57$ 套用克雷莫法則得到下列結果： $x = \dfrac{\begin{vmatrix} -6 & 4 \\ -21 & -5 \end{vmatrix}}{-57} = \dfrac{114}{-57} = -2$ $y = \dfrac{\begin{vmatrix} 9 & -6 \\ 3 & -21 \end{vmatrix}}{-57} = \dfrac{-171}{-57} = 3$
cross multiplying / 交叉相乘法　一種解簡單有理方程式（等式兩端都是簡單有理式）的方法。	若要解 $\dfrac{3}{x+1} = \dfrac{9}{4x+5}$，進行交叉相乘。 $\begin{aligned} 3(4x + 5) &= 9(x + 1) \\ 12x + 15 &= 9x + 9 \\ 3x &= -6 \\ x &= -2 \end{aligned}$

CHINESE

cross product / 交叉乘積 在比例中，交叉乘積是一個比的分子與其他比的分母的乘積。比例的交叉乘積是相等的。	比例的交叉乘積 $\frac{3}{4} = \frac{6}{8}$ 是 $3 \cdot 8 = 24$ 和 $4 \cdot 6 = 24$。
cross section / 橫截面 平面與立體的相交處。	
cube / 立方體 具有六個全等正方面的多面體。	
cube root / 立方根 若 $b^3 = a$，則 b 為 a 的立方根。	2 是 8 的立方根，因為 $2^3 = 8$。
cycle / 週期 週期函數圖形最短的重複部分。	*請參閱週期函數。*
cylinder / 圓柱 全等的圓形底位於平行面上的立體。	底 底

D

decagon / 十邊形 有十個邊的多邊形。	
decay factor / 衰減因數 $a > 0$ 而且 $0 < b < 1$ 的指數增長函數 $y = ab^x$ 中 b 的數量。	函數 $y = 3(0.5)^x$ 的衰減因數為 0.5。
decay rate / 衰減率 指數衰減模型 $y = a(1 - r)^t$ 中的變數 r。	在指數衰減模型 $P = 41(0.995)^t$ 中，衰減率為 0.005，因為 $0.995 = 1 - 0.005$。
deductive reasoning / 演繹推理 利用事實、定義、公認的性質、以及邏輯定律形成邏輯論證的過程。	$(x + 2) + (-2)$ $\quad = x + [2 + (-2)]$ **加法的結合性** $\quad = x + 0$ **加法的逆元性** $\quad = x$ **加法的恒等元性**
defined terms / 已定義術語 可以用已知詞彙描述的術語。	*線段與射線是兩個已定義術語。*
degree of a monomial / 單項式的次數 單項式中變數指數的和。非零常數項的次數為 0。	$\frac{1}{2}ab^2$ 的次數為 $1 + 2$ 或 3。
degree of a polynomial / 多項式的次數 多項式的項的最大次數。	多項式 $2x^2 + x - 5$ 的次數為 2。

denominator / 分母 分數中分數線底下的數字。它代表整體被劃分成等分的數目或構成集合的物體的數目。	在分數 $\frac{3}{4}$ 中，分母為 4。
dependent events / 相依事件 一個事件的發生會影響另一個事件發生的兩個事件。	一個袋子裡有 3 顆紅色彈珠和 5 顆白色彈珠。你隨意拿出一顆彈珠不要放回去，然後隨意拿出另一顆彈珠。"先拿出一顆紅色彈珠"和"然後拿出一顆白色彈珠"這兩個事件便是相依事件。
dependent system / 相依系統 具有無限多解的方程式的相容系統。	$2x - y = 3$ $4x - 2y = 6$ 任何有序對 $(x, 2x - 3)$ 都是上述系統的解，因此具有無限多解。
dependent variable / 因變數 在兩個變數的等式中的輸出變數。	*請參閱獨立變數。*
determinant / 行列式 與任何方陣 A 相關的實數，以 $\det A$ 或 $|A|$ 表示。	$\det \begin{bmatrix} 5 & 4 \\ 3 & 1 \end{bmatrix} = 5(1) - 3(4) = -7$ $\det \begin{bmatrix} a & b \\ c & d \end{bmatrix} = ad - cb$
diagonal of a polygon / 多邊形的對角線 連接多邊形兩個不相鄰頂點的線段。	
diameter of a circle / 圓的直徑 通過圓心的弦。通過圓心橫越圓形的距離。	*請參閱圓周。*
diameter of a sphere / 球體直徑 包含球體中心的弦。通過球心橫越球體的距離。	
dilation / 伸縮 伸展或收縮圖形以建立相似圖形的變換。	
dimensions of a matrix / 矩陣的維度 矩陣中的行列數目。如果矩陣有 m 列 n 行，則矩陣的維度為 $m \times n$。	有 3 列 4 行 的矩陣維度為 3×4（"3 乘以 4"）。
direct variation / 正變分 如果有一個非零數字 a 使得 $y = ax$ 時，x 與 y 這兩個變數的關係。若 $y = ax$，則 y 就可以說是與 x 正變分。	方程式 $2x - 3y = 0$ 代表正變分，因為它等於方程式 $y = \frac{2}{3}x$。方程式 $y = x + 5$ 不代表正變分。
directrix of a parabola / 拋物線的准線 *請參閱拋物線，幾何定義。*	*請參閱拋物線，幾何定義。*

discrete function / 離散函數 圖形由分離點構成的函數。	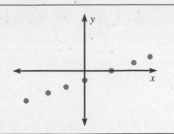
discriminant of a general second-degree equation / 一般二次方程式的判別式 方程式 $Ax^2 + Bxy + Cy^2 + Dx + Ey + F = 0$ 的 $B^2 - 4AC$ 運算式。用來判別方程式表示的是哪一種二次曲線。	對於方程式 $4x^2 + y^2 - 8x - 8 = 0$，$A = 4$，$B = 0$ 和 $C = 1$。 $$B^2 - 4AC = 0^2 - 4(4)(1) = -16$$ 因為 $B^2 - 4AC < 0$，$B = 0$，而且 $A \neq C$，二次曲線是橢圓形。
discriminant of a quadratic equation / 二次方程式的判別式 二次方程式 $ax^2 + bx + c = 0$ 的運算式 $b^2 - 4ac$；也是二次公式中根號底下的運算式。	$2x^2 - 3x - 7 = 0$ 的判別式的值是 $b^2 - 4ac = (-3)^2 - 4(2)(-7) = 65$。
disjoint events / 不相交事件 如果沒有共同的結果，事件 A 與事件 B 就是不相交事件，也叫做互斥事件。	隨意從一疊標準的 52 張牌中抽出一張牌，抽出梅花和抽出紅心是不相交事件。
distance between two points on a line / 直線上兩點之間的距離 點座標差的絕對值。A 點與 B 點之間的距離，寫成 AB，也叫做 $\overline{AB}$ 的長度。	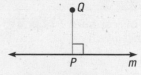
distance formula / 距離公式 任兩點 (x_1, y_1) 與 (x_2, y_2) 之間的距離為 d，$d = \sqrt{(x_2 - x_1)^2 + (y_2 - y_1)^2}$。	$(-1, 3)$ 與 $(5, 2)$ 之間的距離 d 為：$$d = \sqrt{(5 - (-1))^2 + (2 - 3)^2} = \sqrt{37}$$
distance from a point to a line / 點到線的距離 從點到線的垂直線段的長度。	 **從 Q 到 m 的距離為 QP。**
distributive property / 分配性 可以用來找出數字的乘積以及和或差的性質。 $$a(b + c) = ab + ac$$ $$(b + c)a = ba + ca$$ $$a(b - c) = ab - ac$$ $$(b - c)a = ba - ca$$	$$3(4 + 2) = 3(4) + 3(2),$$ $$(8 - 6)4 = (8)4 - (6)4$$
domain / 定義域 關係的輸入值的集合。	*請參閱關係。*
domain of a function / 函數的定義域 函數所有輸入的集合。	*請參閱函數。*

eccentricity of a conic section / 圓錐截面離心率 雙曲線或橢圓的離心率 e 為 $\frac{c}{a}$，其中的 c 是從各焦點到中心的距離，而 a 則是從頂點到中心的距離。圓形的離心率為 $e = 0$。拋物線的離心率為 $e = 1$。	對於橢圓 $\frac{(x + 4)^2}{36} + \frac{(y - 2)^2}{16} = 1$，$c = \sqrt{36 - 16} = 2\sqrt{5}$，所以離心率為 $e = \frac{c}{a} = \frac{2\sqrt{5}}{\sqrt{36}} = \frac{\sqrt{5}}{3} \approx 0.745$。

edge of a polyhedron / 多面體的邊 多面體的兩個面相交所形成的線段。	邊
element of a matrix / 矩陣的元素 矩陣的一個數字。也叫做項。	*請參閱矩陣。*
element of a set / 集合的元素 集合中的各個物件。也叫做集合的一個項。	5 是整數集合的一個元素，$W = \{0, 1, 2, 3, \ldots\}$。
elimination method / 消去法 一種解方程式系統的方法，先將方程式乘以常數，然後將修改後的方程式加起來以消除變數。	若要用消去法解 $3x - 7y = 10$ 和 $6x - 8y = 8$ 方程式系統，將第一個方程式乘以 -2，然後將方程式加起來以消除 x。
ellipse / 橢圓形 一個平面上所有點 P 的集合，P 與兩個被稱為焦點的定點之間的距離是一個常數。	
empty set / 空集合 沒有元素的集合，寫成 Ø。	負整數的集合 = Ø。
end behavior / 終止狀態 當 x 趨近於正無限大 $(+\infty)$ 或負無限大 $(-\infty)$ 時函數圖的狀態。	**當 $x \to -\infty$ 或者 $x \to +\infty$ 時，$f(x) \to +\infty$。**
endpoints / 端點 *請參閱線段。*	*請參閱線段。*
enlargement / 伸展 比例因數大於 1 的伸縮。	比例因數為 2 的伸縮是伸展。
equal matrices / 相等矩陣 維度一樣而且在對應位置上有相等元素的矩陣。	$\begin{bmatrix} 6 & 0 \\ -\frac{4}{4} & \frac{3}{4} \end{bmatrix} = \begin{bmatrix} 3 \cdot 2 & -1 + 1 \\ -1 & 0.75 \end{bmatrix}$
equation / 等式 兩個運算式相等的陳述。	$2x - 3 = 7, 2x^2 = 4x$
equation in two variables / 兩個變數的等式 含有兩個變數的等式。	$y = 3x - 5, d = -16t^2 + 64$

equiangular polygon / 等角多邊形 所有內角全等的多邊形。	
equiangular triangle / 等角三角形 有三個全等角的三角形。	
equidistant / 等距 與一個圖形的距離和另一個圖形的距離一樣。	 X 與 Y 和 Z 等距。
equilateral polygon / 等邊多邊形 所有邊全等的多邊形。	
equilateral triangle / 等邊三角形 有三個全等邊的三角形。	
equivalent equations / 相等的等式 具有一樣的解的等式。	$x + 7 = 4$ 和 $x = -3$ 是相等的等式。
equivalent expressions / 相等的運算式 變數的所有數值都等值的兩個運算式。	$3(x + 2) + x$ 和 $4x + 6$ 是相等的運算式。
equivalent fractions / 相等的分數 代表同一個數字的分數。	$\frac{5}{15}$ 和 $\frac{20}{60}$ 是代表 $\frac{1}{3}$ 的相等的分數。
equivalent inequalities / 相等的不等式 具有一樣的解的不等式。	$2t < 4$ 和 $t < 2$ 是相等的不等式，因為這兩個不等式的解都是小於 2 的實數。
equivalent statements / 等值陳述 都是真或都是假的兩個陳述。	條件式陳述及其對換句為等值陳述。
evaluate an algebraic expression / 為代數運算式求值 以數字取代各變數并進行運算以求出代數運算式的值。	$n = 3$ 時，$n - 1$ 的值為 $3 - 1 = 2$。
event / 事件 一個結果或者一組結果。	轉動數字方塊時，"轉出一個奇數" 是一個事件。
excluded value / 排除值 令有理運算式不明確的數字。	3 是運算式 $\frac{2}{x - 3}$ 的排除值，因為 3 使得分母的值為 0。
experimental group / 實驗組 進行實驗時經過某種處理程序的群組。*另請參閱控制組。*	一組頭痛病患接受含有治療藥物的藥丸，這是實驗組。另一組則接受不含治療藥物的藥丸，這是控制組。
experimental probability / 實驗概率 以進行實驗、執行調查或者觀察事件歷程為基礎的概率。事件的實驗概率是成功（有利的結果）與失敗次數的比。	你擲一個有六面的骰子 100 次，有十九次擲出 4。以骰子擲出 4 的實驗概率為 $\frac{19}{100} = 0.19$。
explicit rule / 顯式法則 讓第 n 項 a_n 成為該項在序列中的位置編號 n 的函數的法則。	法則 $a_n = -11 + 4n$ 和 $a_n = 3(2)^{n-1}$ 是序列的顯式法則。

exponent / 指數 代表乘冪的底被用作因數的次數的數字或變數。	在乘冪 3^4 中，指數為 4。
exponential decay / 指數衰減 當 $a > 0$ 而且 $0 < b < 1$ 時，函數 $y = ab^x$ 代表指數衰減。當量呈現指數衰減時，會在相等時段內按相同的百分比減少。指數衰減模式為 $y = a(1 - r)^t$。	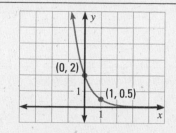 函數 $y = 2(0.25)^x$ 代表指數衰減。*另請參閱衰減率與衰減因數。*
exponential decay function / 指數衰減函數 若 $a > 0$ 而且 $0 < b < 1$，則函數 $y = ab^x$ 是衰減因數為 b 的指數衰減函數。	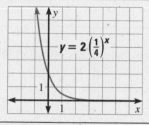
exponential equation / 指數方程式 變數運算式為指數的方程式。	$4^x = \left(\frac{1}{2}\right)^{x-3}$ 是一個指數方程式。
exponential function / 指數函數 形式為 $y = ab^x$ 的函數，其中 $a \neq 0$，$b > 0$，而且 $b \neq 1$。	函數 $y = 2 \cdot 3^x$ 和 $y = -2 \cdot \left(\frac{1}{2}\right)^x$ 是指數函數。 *另請參閱指數增長與指數衰減。*
exponential growth / 指數增長 當 $a > 0$ 而且 $b > 1$ 時，函數 $y = ab^x$ 代表指數增長。當量呈現指數增長時，會在相等時段內按相同的百分比增加。指數增長模式為 $y = a(1 + r)^t$。	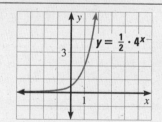 函數 $y = 3 \cdot 2^x$ 和 $y = 2^x$ 代表指數增長。*另請參閱增長率與增長因數。*
exponential growth function / 指數增長函數 若 $a > 0$ 而且 $b > 1$，則 $y = ab^x$ 是一個增長率為 b 的指數增長函數。	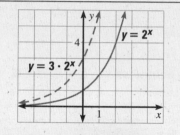
exterior angles of a triangle / 三角形的外角 三角形的邊延長時，與內角相鄰的角。	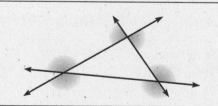

CHINESE

external segment / 外部線段　正割線段在圓形外的部分。	外部線段
extraneous solution / 額外解　變換之後的等式的解，其解不是原等式的解。	將根號等式 $\sqrt{6-x}=x$ 的兩邊自乘，所得到的等式有 2 和 -3 兩個解，但是 -3 是一個額外解，因為不能滿足原來的等式 $\sqrt{6-x}=x$。
extremes of a proportion / 比例的外項　比例的第一個和最後一個項。*另請參閱比例。*	$\dfrac{a}{b}=\dfrac{c}{d}$ 的外項為 a 和 d。

F

face of a polyhedron / 多面體的面　*請參閱多面體。*	面
factor / 因數　零以外的整數相乘時，各個數字都是乘積的因數。	因為 $2\times3\times7=42$，2、3 和 7 是 42 的因數。
factor by grouping / 分組進行因數分解　若要以分組方式為有四項的多項式進行因數分解，先從成對的項為共通單項式進行因數分解，然後尋找共通二項式因數。	$x^3+3x^2+5x+15$ $\quad=(x^3+3x^2)+(5x+15)$ $\quad=x^2(x+3)+5(x+3)$ $\quad=(x+3)(x^2+5)$
factor completely / 完全因數分解　可以進行因數分解的多項式（其系數為整數）如果被寫成不可因數分解的多項式（其系數為整數）的乘積，便是完全的因數分解。	多項式 x^3-x 寫成 $x(x^2-1)$ 時沒有完全因數分解，但是寫成 $x(x+1)(x-1)$ 時已經完全因數分解。
factor tree / 因數分解樹　可以用來寫數字的素因數分解的圖解。	
factorial / 階乘　對於任何正整數 n，運算式 $n!$（讀成 "n 階乘" 是從 1 到 n 的所有正整數的乘積，而且 $0!$ 被定義為 1。	$6!=6\cdot5\cdot4\cdot3\cdot2\cdot1=720$
family of functions / 函數族　具有相似性質的一組函數。	具有 $f(x)=mx+b$ 形式的函數構成線性函數族。
feasible region / 可行區域　線性規劃中的約束系統圖。	*請參閱線性規劃。*
finite differences / 有限差　數據集中的 x 值平均分佈時，連續 y 值的差被稱為有限差。	$f(x)=x^2$ 一級有限差為 3、5 和 7。

flow proof / 流程證明 一種用箭頭顯示邏輯論證流程的證明方式。	
foci of a hyperbola / 雙曲線的焦點 *請參閱雙曲線，幾何定義。*	*請參閱雙曲線，幾何定義。*
foci of an ellipse / 橢圓形的焦點 *請參閱橢圓形。*	*請參閱橢圓形。*
focus of a parabola / 拋物線的焦點 *請參閱拋物線，幾何定義。*	*請參閱拋物線，幾何定義。*
formula / 公式 讓兩個或多個通常以變數表示的量產生關係的等式。	公式 $P = 2\ell + 2w$ 表示的是矩形與其周長的長度和寬度的關係。
fractal / 分形 自我相似的物件。*請參閱自我相似。*	
fraction / 分數 形式為 $\frac{a}{b}$ ($b \neq 0$) 的數字，用來描述整體或集合的一部分。	$\frac{3}{8}$
frequency / 頻率 區間的頻率是數據值在該區間中的數目。	*請參閱頻率表和柱狀圖。*
frequency of a periodic function / 週期函數的頻率 週期的倒數。頻率是每個時間單位的循環數目。	$P = 2\sin 4000\pi t$ 的週期為 $\frac{2\pi}{4000\pi} = \frac{1}{2000}$，所以當 t 代表以秒為單位的時間時，其頻率為每秒 2000 次循環 (hertz)。

frequency table / 頻率表 將數據分類成相等的區間使得區間之間沒有空檔而且沒有區間重疊的數據顯示。

價格	三明治
$4.00–4.49	IIII
$4.50–4.99	II

function / 函數 函數的組成部分：
- 一個被稱為定義域的集合，包含被稱為輸入的數字；以及一個被稱為值域的集合，包含被稱為輸出的數字。
- 將輸入與輸出配對，使得每一個輸入只有一個輸出與其配對。

下表中的配對是一個函數，因為每個輸入都只與一個輸出配對。

輸入, x	0	1	2	3	4
輸出, y	3	4	5	6	7

定義域是輸入的集合：0、1、2、3 和 4。值域是輸出集合：3、4、5、6 和 7。

function notation / 函數表示法 一種利用符號 $f(x)$ (或者 $g(x)$ 或 $h(x)$ 之類的符號) 而不用 y 表示函數的方法。符號 $f(x)$ 讀成 "f 在 x 的值" 或者 "x 的 f"。

函數 $y = 2x - 9$ 在函數表示法中可以寫成 $f(x) = 2x - 9$。

general second-degree equation in *x* and *y* / 以 *x* 和 *y* 表示的一般二次方程式 形式爲 $Ax^2 + Bxy + Cy^2 + Dx + Ey + F = 0$。

$16x^2 - 9y^2 - 96x + 36y - 36 = 0$ 和 $4x^2 + y^2 - 8x - 8 = 0$ 是以 x 和 y 表示的二次方程式。

---

geometric mean / 比例中項 對於 a 和 b 這兩個正數,正數 x 滿足 $\frac{a}{x} = \frac{x}{b}$。所以,$x^2 = ab$ 而且 $x = \sqrt{ab}$。

4 和 16 的等比中項是 $\sqrt{4 \cdot 16}$ 或 8。

---

geometric probability / 幾何概率 計算兩個長度、面積或體積的比所得到的概率。

$P\ (K 在 \overline{CD} 上) = \dfrac{\overline{CD} 的長度}{\overline{AB} 的長度}$

---

geometric sequence / 幾何序列 任何一項與其前項的比固定的序列。固定比被稱爲公比。

序列 5、10、20、40、... 是一個公比爲 2 的幾何序列。

---

geometric series / 等比級數 將幾何序列各項加起來所形成的運算式。

$\displaystyle\sum_{i=1}^{5} 4(3)^{i-1} = 4 + 12 + 36 + 108 + 324$

---

glide reflection / 滑移反射 一種按下列步驟將每個點 P 映射到點 P'' 的變換。(1) 將 P 映射到 P' 的平移。(2) 在與將 P' 映射到 P'' 的平移方向平行的直線 k 中進行反射。

---

graph of a linear inequality in two variables / 兩個變數的線性不等式的圖形 座標平面中代表等式解的所有點的集合。

$y > 4x - 3$

---

graph of an equation in two variables / 兩個變數的等式的圖形 座標平面中代表等式解的所有點的集合。

$y = -\frac{1}{2}x + 4$

直線是等式 $y = -\frac{1}{2}x + 4$ 的圖形。

---

graph of an inequality in one variable / 一個變數的不等式的圖形 在實數直線上,代表不等式所有解的點的集合。

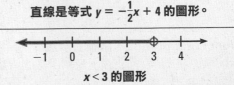

$x < 3$ 的圖形

graph of an inequality in two variables / 兩個變數的不等式的圖形 在平面座標上，代表不等式所有解的點的集合。	 $y > 4x - 3$ 的圖形是有陰影線的半平面。
graph of a system of linear inequalities / 線性不等式系統的圖形 系統所有解的圖形。	 系統 $y < -2x + 3$ 和 $y \geq x - 3$ 的圖形是半平面的交集。
great circle / 大圓 包含球體中心的球體與平面的交集。	 大圓
greatest common factor (GCF) / 最大公因數 兩個或多個非零整數的最大的公因數。	64 和 120 的最大公因數是公因數 1、2、4、8 中最大的一個，也就是 8。
greatest possible error / 最大可能誤差 測得的長度與實際長度最大的差別量。	如果測量單位為 $\frac{1}{8}$ 英吋，最大誤差為 $\frac{1}{16}$ 英吋。
growth factor / 增長因數 $a > 0$ 而且 $b > 1$ 的指數增長函數 $y = ab^x$ 中 b 的數量。	函數 $= 8(3.4)^x$ 的增長因數為 3.4。
growth rate / 增長率 指數增長模型 $y = a(1 + r)^t$ 中的變數 r。	在指數增長模型 $C = 11{,}000(1.069)^t$ 中，增長率為 0.069。

H

half-plane / 半平面 在座標平面中，邊界線兩邊的區域。	*請參閱兩個變數的不等式的圖形。*
height of a parallelogram / 平行四邊形的高度 平行四邊形的底之間的垂直距離。	 高度
height of a trapezoid / 梯形的高度 梯形的底之間的垂直距離。	 底　高度　底

CHINESE

height of a triangle / 三角形的高度 長度爲底的邊與和該邊相對的頂點之間的垂直距離。

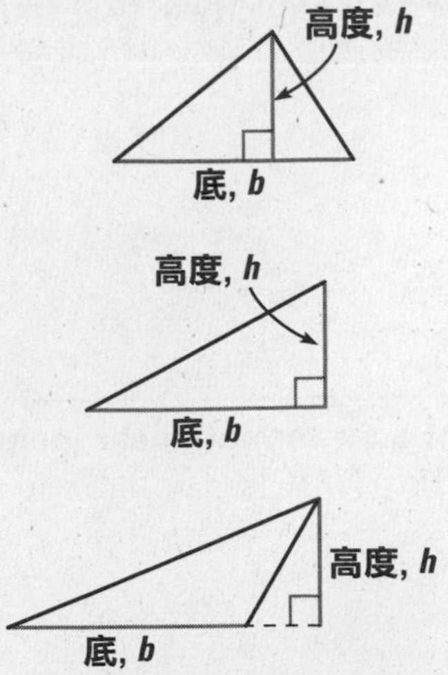

高度, h
底, b

高度, h
底, b

高度, h
底, b

hemisphere / 半球 球體的一半，形成於大圓將球體分成兩個全等的一半時。

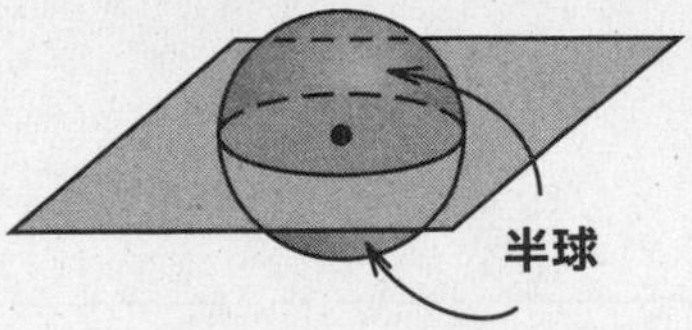

半球

hexagon / 六邊形 有六邊的多邊形。

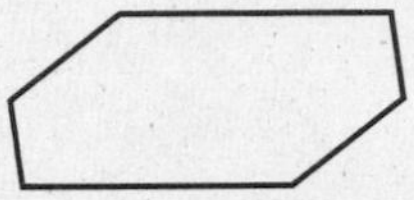

histogram / 柱狀圖 顯示頻率表中的數據的條線圖。每一條線代表一個區間，線的長度則表示頻率。

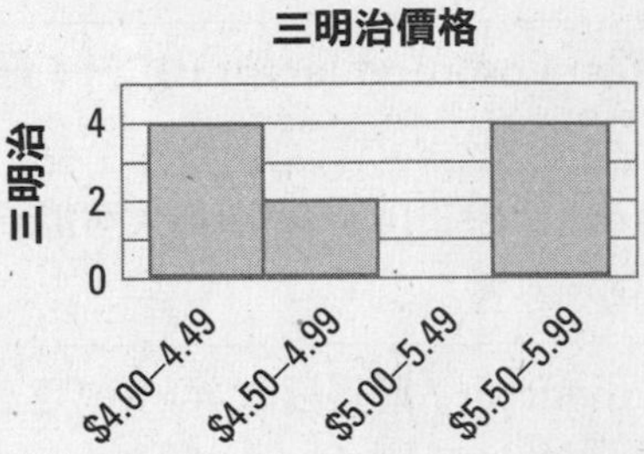

三明治價格

三明治

4
2
0

\$4.00–4.49　\$4.50–4.99　\$5.00–5.49　\$5.50–5.99

horizontal component of a vector / 向量的水平分量 向量從起點到終點的水平變化。

請參閱向量的分量形式。

hyperbola, algebraic definition / 雙曲線，代數定義 逆變分方程式 $y = \dfrac{a}{x}\,(a \neq 0)$ 的圖形，或者形式爲 $y = \dfrac{a}{x-h} + k\,(a \neq 0)$ 的有理函數的圖形。雙曲線有兩個被稱爲分支的對稱部分。雙曲線趨近被稱爲漸近線的直線，但是不相交。

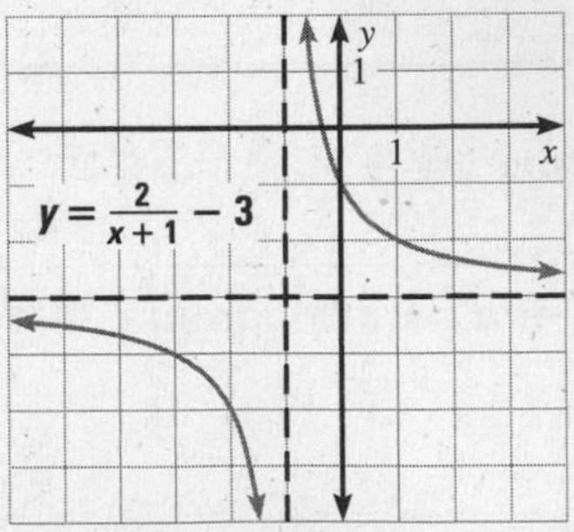

$y = \dfrac{2}{x+1} - 3$

$y = \dfrac{2}{x+1} - 3$ 的圖形是雙曲線。雙曲線的漸近線是直線 $x = -1$ 與 $y = -3$。

hyperbola, geometric definition / 雙曲線，幾何定義 一個平面上所有點 P 的集合，P 與兩個被稱爲焦點的定點之間的距離是一個常數。

雙曲線的分支

中心

頂點 $(-a, 0)$

頂點 $(a, 0)$

$(0, b)$

d_2

P

d_1

$(-c, 0)$ 焦點

$(c, 0)$ 焦點

$(0, -b)$

橫截軸

$d_2 - d_1 = 常數$

hypotenuse / 斜邊 直角三角形中與直角相對的邊。*請參閱直角三角形。*

斜邊

hypothesis / 假設 條件式陳述中 "若" 的部分。

請參閱條件式陳述。

I

identity / 恒等式 對於變數的所有值都真的等式。

等式 $2x + 10 = 2(x + 5)$ 是一個恒等式。

identity element / 恒等元素 一個數字集合的元素，利用運算與另一個數字結合時，會讓該數字保持不變。

對於實數來說，0 是加法底下的恒等元素，因爲若 a 是任一個實數，$a + 0 = a$。

identity matrix / 恒等矩陣 $n \times n$ 矩陣的 1 在主對角線，0 在別處。

2×2 恒等矩陣爲 $\begin{bmatrix} 1 & 0 \\ 0 & 1 \end{bmatrix}$。

if-then form / 若⋯則陳述 使用 "若" 與 "則" 形式的條件式陳述。"若" 部分包含假設，"則" 部分包含結論。

請參閱條件式陳述。

image / 影像 變換時產生的新圖形。*另請參閱前象。*

Q

R

Q'

R'

P'

P

$\triangle P'Q'R'$ 是 $\triangle PQR$ 變換後的新影象。

imaginary number / 虛數 複數 $a + bi$，其中 $b \neq 0$。

$5i$ 和 $2 - i$ 是虛數。

improper fraction / 假分數 分子大於或等於分母的任何分數。

$\frac{21}{8}$ 和 $\frac{6}{6}$ 是假分數。

incenter of a triangle / 三角形的內心 三角形三條角平分線的共點。

B

P

A

C

P 是 $\triangle ABC$ 的內心。

CHINESE

inconsistent system / 不相容的系統 無解的線性系統。不相容系統的等式圖是平行線。	$x + y = 4$ $x + y = 1$ 上面的系統無解，因爲兩個數字的和不能是 4 和 1。
independent events / 獨立事件 一個事件的發生對另一個事件的發生沒有影響的兩個事件。	你轉動數字方塊兩次。"先轉出一個 3" 和 "然後轉出一個 6" 這兩個事件是獨立事件。
independent variable / 獨立變數 在兩個變數的等式中的輸入變數。	在 $y = 3x - 5$ 中，獨立變數爲 x。因變數爲 y，因爲 y 的值取決於 x。
index of a radical / 根式的指數 運算式 $\sqrt[n]{a}$ 中大於 1 的整數 n。	$\sqrt[3]{-216}$ 的指數是 3。
indirect proof / 間接證明 證明陳述爲真時先假設其反面爲真的證明方式。如果這個假設導出的結果是不可能，則您已經證明原來的陳述爲真。	
inductive reasoning / 歸納推理 找出模式然後進行推測的過程。	您將若干對奇數加起來之後，發現和爲偶數。您得到的結論是任兩個奇數的和爲偶數。
inequality / 不等式 在兩個運算式之間加上 <、≤、> 或 ≥ 中的一個符號而形成的數學命題。	$6n \geq 24$ 和 $x - 2 < 7$ 是不等式。
initial point of a vector / 向量的起點 向量的開始點。	請參閱向量。
initial side of an angle / 角的起始邊 請參閱角的終端邊。	請參閱角的標準位置。
input / 輸入 函數值域中的一個數字。	請參閱函數。
inscribed angle / 內接角 頂點在圓上而且其邊包含圓形的弦的角。	 內接角　　截弧
inscribed polygon / 內接多邊形 頂點全都在圓形上的多邊形。	 內接三角形　　內接四邊形
integers / 整數 數字 $\ldots, -3, -2, -1, 0, 1, 2, 3, \ldots$，由負整數、零和正整數組成。	-8 和 46 是整數。 $-8\frac{1}{2}$ 和 46.2 不是整數。
intercept form of a quadratic function / 二次函數的截距形式 採取 $y = a(x - p)(x - q)$ 形式的二次函數，其中 $a \neq 0$。函數圖形的 x 截距是 p 和 q。	二次函數 $y = -(x + 1)(x - 5)$ 爲截距形式。函數圖形的截距爲 -1 和 5。
intercepted arc / 截弧 內接角內部的弧，端點在角上。	請參閱內接角。

interior angles of a triangle / 三角形的內角 三角形的邊延長時，三角形的三個原始的角。

---

intersection / 交集 兩個或多個幾何圖形共用的點集合。

線 m 與 n 的交集是點 A。

---

intersection of sets / 集合的交集 A 與 B 這兩個集合 的交集是 A 與 B 這兩個集合中的所有元素的集合。A 與 B 交集寫成 $A \cap B$。

$$A \cap B = \{2\}$$

---

interval / 區間 區間是包含兩個指定數目之間所有實數的集合，可能還包含這兩個數字本身。

區間 $4 < x \le 7$ 是所有大於四和小於或等於七的數字。

---

inverse / 逆元 否定條件式陳述的假設和結論所形成的陳述。

陳述：若 $m\angle A = 90°$，則 $\angle A$ 為直角。
逆元：若 $m\angle A \neq 90°$，則 $\angle A$ 不是直角。

---

inverse cosine / 反餘弦 一種反三角比，縮寫為 cos^{-1}。對於銳角 A，若 $\cos A = z$，則 $\cos^{-1} z = m\angle A$。

$$\cos^{-1} \frac{AC}{AB} = m\angle A$$

---

inverse cosine function / 反餘弦函數 若 $-1 \le a \le 1$，則 a 的餘弦為角 θ，寫成 $\theta = \cos^{-1} a$，其中 $\cos \theta = a$ 而且 $0 \le \theta \le \pi$（或者 $0° \le \theta \le 180°$）。

當 $0° \le \theta \le 180°$ 時，餘弦為 $\frac{1}{2}$ 的角 θ 是 $60°$，所以 $\theta = \cos^{-1} \frac{1}{2} = 60°$（或者 $\theta = \cos^{-1} \frac{1}{2} = \frac{\pi}{3}$）。

---

inverse function / 反函數 本身為函數的逆元關係。假如 $f(g(x)) = x$ 而且 $g(f(x)) = x$，函數 f 與 g 為逆元。

$$f(x) = x + 5; \ g(x) = x - 5$$
$$f(g(x)) = (x - 5) + 5 = x$$
$$g(f(x)) = (x + 5) - 5 = x$$

所以，f 與 g 為反函數。

---

inverse matrices / 反矩陣 兩個 $n \times n$ 矩陣的乘積如果是 $n \times n$ 恒等矩陣（兩種順序都是），則彼此互為逆元。另請參閱恒等矩陣。

$$\begin{bmatrix} -5 & 8 \\ 2 & -3 \end{bmatrix}^{-1} = \begin{bmatrix} 3 & 8 \\ 2 & 5 \end{bmatrix} \text{ 因為}$$

$$\begin{bmatrix} 3 & 8 \\ 2 & 5 \end{bmatrix}\begin{bmatrix} -5 & 8 \\ 2 & -3 \end{bmatrix} = \begin{bmatrix} 1 & 0 \\ 0 & 1 \end{bmatrix} \text{ 而且}$$

$$\begin{bmatrix} -5 & 8 \\ 2 & -3 \end{bmatrix}\begin{bmatrix} 3 & 8 \\ 2 & 5 \end{bmatrix} = \begin{bmatrix} 1 & 0 \\ 0 & 1 \end{bmatrix}。$$

---

inverse operations / 逆運算 互相消解的兩個運算。

加法與減法是逆運算。乘法與除法也是逆運算。

CHINESE

inverse relation / 逆關係 將原始關係的輸入和輸出值交換的關係。逆關係的圖形是原始關係圖形的反射,以 $y = x$ 爲反射線。	若要找出 $y = 3x - 5$ 的逆元,將 x 與 y 調換以獲得 $x = 3y - 5$。然後爲 y 求解,以獲得逆關係 $y = \frac{1}{3}x + \frac{5}{3}$。
inverse sine / 反正弦 一種反三角比,縮寫爲 sin^{-1}。對於銳角 A,若 $\sin A = z$,則 $\sin^{-1} z = m\angle A$。	$\sin^{-1} \frac{BC}{AB} = m\angle A$
inverse sine function 若 $-1 \le a \le 1$,則 a 的反正弦爲角 θ,寫成 $\theta = \sin^{-1} a$,其中 $\sin \theta = a$ 而且 $-\frac{\pi}{2} \le \theta \le \frac{\pi}{2}$(或者 $-90° \le \theta \le 90°$)。	當 $-90° \le \theta \le 90°$ 時,正弦爲 $\frac{1}{2}$ 的角 θ 是 $30°$,所以 $\theta = \sin^{-1} \frac{1}{2} = 30°$(或者 $\theta = \sin^{-1} \frac{1}{2} = \frac{\pi}{6}$)。
inverse tangent / 反正切 一種反三角比,縮寫爲 tan^{-1}。對於銳角 A,若 $\tan A = x$,則 $\tan^{-1} x = m\angle A$。	$\tan^{-1} \frac{BC}{AC} = m\angle A$
inverse tangent function / 反正切函數 若 a 是任何實數,則 a 的反正切是一個角 θ,寫成 $\theta = \tan^{-1} a$,其中 $\tan \theta = a$ 而且 $-\frac{\pi}{2} < \theta < \frac{\pi}{2}$(或者 $-90° \le \theta \le 90°$)。	當 $-90° \le \theta \le 90°$ 時,正切爲 $-\sqrt{3}$ 的角是 $-60°$,所以 $\theta = \tan^{-1}(-\sqrt{3}) = -60°$(或者 $\theta = \tan^{-1}(-\sqrt{3}) = -\frac{\pi}{3}$)。
inverse variation / 逆變分 如果有一個非零數字 a 使得 $y = \frac{a}{x}$ 時,x 與 y 這兩個變數的關係。若 $y = \frac{a}{x}$,則 y 就可以說是與 x 逆變分。	等式 $xy = 4$ 與 $y = \frac{-1}{x}$ 代表逆變分。
irrational number / 無理數 不能寫成兩個整數的商的數字。無理數的小數形式既不終止也不重複。	$\sqrt{945} = 30.74085\ldots$ 是一個無理數。$1.666\ldots$ 不是無理數。
isometric drawing / 等距圖 一種看起來爲三維的技術繪圖,可以利用相交以形成 $120°$ 角的三個軸在點格上建立。	
isometry / 等距 保留長度和角度大小的變換。也叫做全等變換。	平移、反射和旋轉是三種等距。
isosceles trapezoid / 等腰梯形 有全等側邊的梯形。	側邊　　　側邊
isosceles triangle / 等腰三角形 至少有兩個全等邊的三角形。	側邊　　　側邊　　底
iteration / 迭代 步驟程序的重複。在代數中,函數與自身的重複合成。一次迭代的結果爲 $f(f(x))$,二次迭代的結果爲 $f(f(f(x)))$。	分形便是利用迭代創造出來的。

joint variation / 連變分 一個量隨著其他兩個或多個量變化時發生的關係。

等式 $z = 5xy$ 代表連變分。

kite / 風箏形 有兩對連續全等邊但是對邊不全等的四邊形。

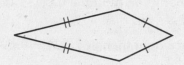

lateral area / 側面積 多面體或其他有一個或兩個底的立體的側面面積和。

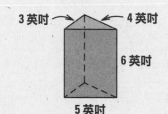

側面積 $= 5(6) + 4(6) + 3(6) = 72$ 英吋^2

lateral edges of a prism / 稜柱的側邊 連接稜柱底對應頂點的線段。

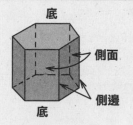

lateral faces of a prism / 稜柱的側面 稜柱的面，是連接稜柱底的對應頂點所形成的平行四邊形。

請參閱稜柱的側邊。

lateral surface of a cone / 圓錐的側表面 由連接頂點和底邊上的點所形成的所有線段構成。

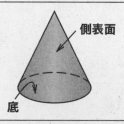

law of cosines / 餘弦定律 如圖所示，若 $\triangle ABC$ 的邊長為 a、b 和 c，則
$a^2 = b^2 + c^2 - 2bc \cos A$，
$b^2 = a^2 + c^2 - 2ac \cos B$，而且
$c^2 = a^2 + b^2 - 2ab \cos C$。

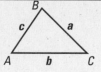

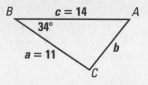

$b^2 = a^2 + c^2 - 2ac \cos B$
$b^2 = 11^2 + 14^2 - 2(11)(14) \cos 34°$
$b^2 \approx 61.7$
$b \approx 7.85$

law of sines / 正弦定律 如圖所示，若 $\triangle ABC$ 的邊長為 a、b 和 c，則
$\dfrac{\sin A}{a} = \dfrac{\sin B}{b} = \dfrac{\sin C}{c}$。

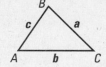

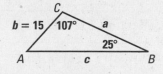

$\dfrac{\sin 25°}{15} = \dfrac{\sin 107°}{c} \rightarrow c \approx 33.9$

CHINESE

leading coefficient / 首項係數 多項式的寫作將變數的指數從左至右遞減排列時,第一項的係數便是首項係數。	多項式 $2x^3 + x^2 - 5x + 12$ 的首項係數是 2。
least common denominator (LCD) of rational expressions / 有理運算式的最小公分母 (LCD) 有理運算式分母因數的乘積,每個公因數只使用一次。	$\dfrac{5}{(x-3)^2}$ 與 $\dfrac{3x+4}{(x-3)(x+2)}$ 的 LCD 是 $(x-3)^2(x+2)$。
least common multiple (LCM) / 最小公倍數 兩個或多個非零整數的最小的公倍數。	9 和 12 的最小公倍數是 36、72、108、... 中最小的一個 ...,或者說是 36。
legs of a right triangle / 直角三角形的側邊 直角三角形中與直角相鄰的邊。	請參閱直角三角形。
legs of a trapezoid / 梯形的側邊 梯形的不平行邊。	請參閱梯形。
legs of an isosceles triangle / 等腰三角形的側邊 只有兩個全等邊的等腰三角形的兩個全等邊。	請參閱等腰三角形。
like radicals / 同類根 具有相同的指數和被開方數的根式。	$\sqrt[4]{10}$ 和 $7\sqrt[4]{10}$ 是同類根。
like terms / 同類項 具有相同變數部分的項。常數項也是同類項。	在運算式 $3x + (-4) + (-6x) + 2$ 中,$3x$ 和 $-6x$ 是同類項,-4 和 2 是同類項。
line / 線 一條線有一個維度。通常以具有兩個箭頭的直線代表,以表示線會朝兩個方向無限延伸。本書中的線都是直線。*另請參閱未定義的術語。*	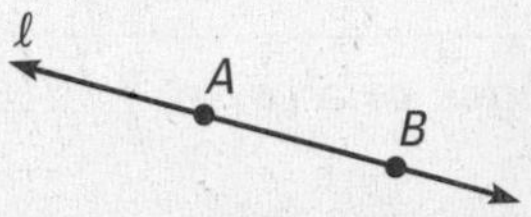 線 ℓ,$\overleftrightarrow{AB}$ 或 $\overleftrightarrow{BA}$
line graph / 線圖 利用以線段連接的點顯示量隨著時間改變以呈現數據的圖。	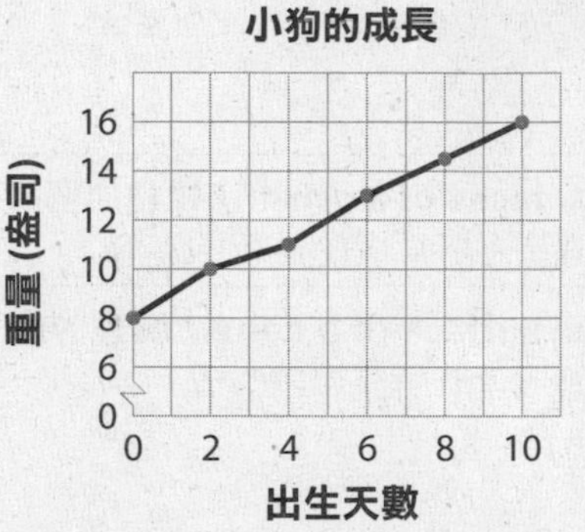 小狗的成長
line of fit / 配合線 用來模擬具有正相關和負相關的數據趨勢的線。	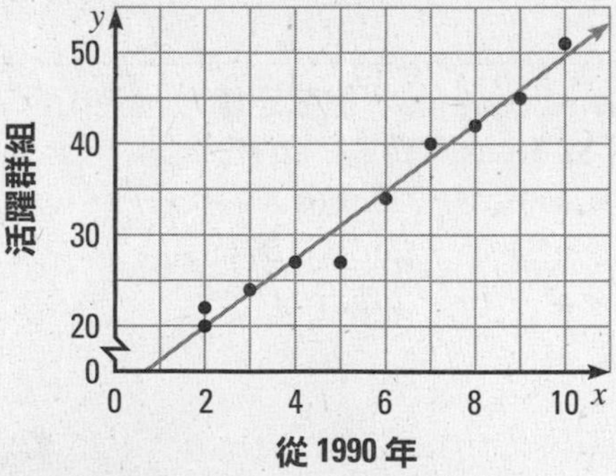 從 1990 年 圖形顯示的是散射圖中數據的配合線。
line of reflection / 反射線 *請參閱反射。*	請參閱反射。
line of symmetry / 對稱的線 *請參閱線對稱。*	請參閱線對稱。

line perpendicular to a plane / 垂直於平面的線 與平面相交於一點，而且與平面中與其在該點相交的所有線垂直的線。

線 *n* 垂直於平面 *P*。

line segment / 線段 線的一部份，由被稱爲端點的兩個點以及線上端點之間的所有點構成。也叫做*線段 (segment)*。

$\overline{AB}$ 的端點為 *A* 和 *B*

line symmetry / 線對稱 平面上的圖形如果可以藉著線上的反射映射到自己身上，就是線對稱。這條反射線是對稱線。

兩條對稱線

linear equation / 線性方程式 圖形爲一直線的方程式。

請參閱線性方程式的標準形式。

linear equation in one variable / 一個變數的線性方程式 可以寫成 $ax + b = 0$ 形式的方程式，其中 *a* 和 *b* 是常數，而且 $a \neq 0$。

方程式 $\frac{4}{5}x + 8 = 0$ 是有一個變數的線性方程式。

linear equation in three variables / 三個變數的線性方程式 形式爲 $ax + by + cz = d$ 的方程式，其中 *a*、*b* 和 *c* 不是零。

$2x + y - z = 5$ 是有三個變數的線性方程式。

linear extrapolation / 線性外插 利用直線或其方程式去接近已知值域外的一個值。

當 *y* = 1200，*x* ≈ 11.75 時，可以利用最佳配合線來估計這個值。

linear function / 線性函數 可以寫成 $y = mx + b$ 形式的函數，其中 *m* 和 *b* 是常數。

函數 $y = -2x - 1$ 是一個 $m = -2$ 而且 $b = -1$ 的線性函數。

linear inequality in one variable / 一個變數的線性不等式 可以寫成下列形式之一的不等式：$ax + b < 0$、$ax + b \leq 0$、$ax + b > 0$ 或 $ax + b \geq 0$。

$5x + 2 > 0$ 是有一個變數的線性不等式。

linear inequality in two variables / 兩個變數的線性不等式 可以寫成下列形式之一的不等式：$Ax + By < C$、$Ax + By \leq C$、$Ax + By > C$ 或 $Ax + By \geq C$。

$5x - 2y \geq -4$ 是有兩個變數的線性不等式。

CHINESE

High School
Multi-Language Visual Glossary

linear interpolation / 線性內插 利用直線或其方程式去接近兩個已知值之間的一個值。

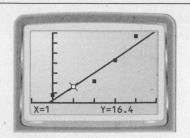

當 $x = 1$，$y \approx 16.4$ 時，可以利用最佳配合線來估計這個值。

linear pair / 線性對角 非共用邊是相對射線的兩個相鄰角。

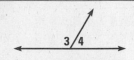

∠3 和 ∠4 是線性對角。

linear programming / 線性規劃 將屬於線性不等式系統（被稱為約束）的線性目標函數最大化或最小化的過程。約束系統的圖形被稱為可行區域。

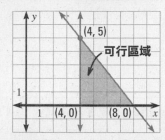

若要將受制於約束 $x \geq 4$、$y \geq 0$ 和 $5x + 4y \leq 40$ 的目標函數 $P = 35x + 30y$ 最大化，就要求出各頂點的 P 值。290 的最大值發生在 (4, 5)。

linear regression / 線性回歸 找出最佳配合線以模擬一組數據的過程。

請參閱配合線。

literal equation / 文字方程式 用字母取代另一個方程式的系數和常數的方程式。

方程式 $5(x + 3) = 20$ 可以寫成文字方程式 $a(x + b) = c$。

local maximum / 局部最大值 函數的轉向點高於所有鄰近的點時，該點的 y 座標。

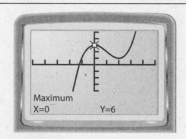

$x = 0$ 時，函數 $f(x) = x^3 - 3x^2 + 6$ 的局部最大值為 $y = 6$。

local minimum / 局部最小值　函數的轉向點低於所有鄰近的點時，該點的 y 座標。

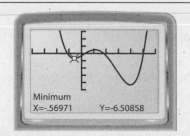

$x \approx -0.57$ 時，
函數 $f(x) = x^4 - 6x^3 + 3x^2 + 10x - 3$ 的
局部最小值為 $y \approx -6.51$

locus in a plane / 平面的焦點　平面上滿足指定條件或指定條件集的所有點的集合。複數為 *loci*。

⊙ *C* 是距離點 *C* 1 公分的點的焦點。

logarithm of *y* with base *b* / 底為 *b* 的 *y* 的對數　假設 b 和 y 是正數，而且 $b \neq 1$。底為 b 的 y 的對數以 $\log_b y$ 表示，讀成 "y 的對數底 b"，其定義如下：$\log_b y = x$ 若且唯若 $b^x = y$。

$\log_2 8 = 3$，因為 $2^3 = 8$。

$\log_{1/4} 4 = -1$，因為 $\left(\frac{1}{4}\right)^{-1} = 4$。

logarithmic equation / 對數方程式　包含變數運算式對數的方程式。

$\log_5 (4x - 7) = \log_5 (x + 5)$ 是一個對數方程式。

lower extreme / 下端　數據集中最小的值。

請參閱盒鬚圖。

lower quartile / 下四分位數　有序數據集中下半部的中位數。

請參閱四分位數間距。

 M

major arc / 主弧　圓形的一部份，介於 $180°$ 與 $360°$ 之間。

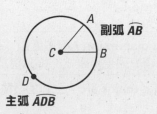

副弧 $\widehat{AB}$

主弧 $\widehat{ADB}$

major axis of an ellipse / 橢圓形的長軸　連接橢圓形頂點的線段。

請參閱橢圓形。

margin of error / 誤差範圍　誤差範圍為取樣回應與人口回應的預期差異提供一個限制。

如果民意調查中有 40% 的人喜歡 A 候選人，而誤差範圍為 ±4%，則可以預期整個人口中會有 36% 和 44% 之間的人喜歡 A 候選人。

matrix, matrices / 矩陣　將數字以行列方式排列成矩形。矩陣中的每個數字都是一個元素，或者說項。

$$A = \begin{bmatrix} 0 & 4 & -1 \\ -3 & 2 & 5 \end{bmatrix} \text{ 2 列}$$

3 行

矩陣 *A* 有 2 列 3 行。第一列第二行上的元素為 4。

matrix of constants / 常數矩陣　線性系統 $ax + by = e, cx + dy = f$ 的常數矩陣為 $\begin{bmatrix} e \\ f \end{bmatrix}$。	*請參閱系數矩陣。*
matrix of variables / 變數矩陣　線性系統 $ax + by = e, cx + dy = f$ 的變數矩陣為 $\begin{bmatrix} x \\ y \end{bmatrix}$。	*請參閱系數矩陣。*

maximum value of a quadratic function / 二次函數的最大值　$a < 0$ 時，$y = ax^2 + bx + c$ 的頂點的 y 座標。

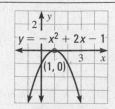

$y = -x^2 + 2x - 1$ 的最大值為 0。

mean / 平均數　對於數據集 $x_1, x_2, \ldots, x_n$，平均數或者說平均值為：$$\bar{x} = \frac{x_1 + x_2 + \ldots + x_n}{n}$$	5, 9, 14, 23 的平均數為 $$\frac{5 + 9 + 14 + 23}{4} = \frac{51}{4} = 12.75。$$
mean absolute deviation / 平均絕對偏差　數據集 $x_1, x_2, \ldots, x_n$（平均數為 $\bar{x}$）的平均絕對偏差為以下列公式計算出來的離差度量：$$\frac{|x_1 - \bar{x}| + |x_2 - \bar{x}| + \ldots + |x_n - \bar{x}|}{n}$$	數據集 3, 9, 13, 23（平均數為 12）的平均絕對偏差為：$$\frac{|3 - 12| + |9 - 12| + |13 - 12| + |23 - 12|}{4}$$ $= 6$
means of a proportion / 比例的中項　比例的中間項目。*另請參閱比例。*	$\frac{a}{b} = \frac{c}{d}$ 的中項為 b 和 c。
measure of central tendency / 中間趨勢的度量　用來代表數據集中心或中間的數字。平均數、中位數、眾數是中間趨勢的三個度量。	14, 17, 18, 19, 20, 24, 24, 30, 32 平均數為 $$\frac{14 + 17 + 18 + \ldots + 32}{9} = \frac{198}{9} = 22。$$ 中位數是位於中間的數字 20。眾數是 24，因為 24 最常出現。
measure of dispersion / 離差度量　說明數據集有多分散的統計量。範圍和標準偏差是離差的度量標準。	*請參閱範圍和標準偏差。*
measure of a major arc / 主弧的度數　$360°$ 與相關副弧度數之間的差。	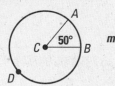 $m\overset{\frown}{ADB} = 360° - m\overset{\frown}{AB}$ $= 360° - 50°$ $= 310°$
measure of a minor arc / 副弧的度數　弧的圓心角的度數。	*請參閱主弧的度數。*

measure of an angle / 角的度量　假設 $\overrightarrow{OB}$ 而且有一個點 A 在 $\overrightarrow{OB}$ 的一個邊上。$\overrightarrow{OA}$ 形式的射線可以與 0 到 180 的實數一一對應。$\angle AOB$ 的度量等於 $\overrightarrow{OA}$ 與 $\overrightarrow{OB}$ 的實數之間的差的絕對值。

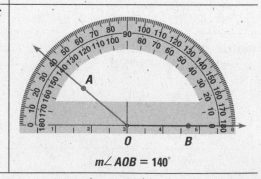

$m\angle AOB = 140°$

median / 中位數 數據集的中位數是當數據值按數字順序排列時，位於中間的數字。如果數據集的數值數目爲偶數，則中位數是兩個中位數值的平均數。	5、9、14、23 的中位數爲 9 和 14 的平均值或者 $\frac{9+14}{2} = 11.5$。
median of a triangle / 三角形的中線 從三角形的一個頂點到對邊中點的線段。	 $\overline{BD}$ 是 $\triangle ABC$ 的中線。
midpoint / 中點 將一條線段分割或平分成兩條全等線段的點。中點與端點等距。	 M 是 $\overline{AB}$ 的中點。
midpoint formula / 中點公式 端點爲 $A(x_1, y_1)$ 和 $B(x_2, y_2)$ 的線段的中點 M 爲 $M\left(\frac{x_1+x_2}{2}, \frac{y_1+y_2}{2}\right)$。	端點爲 $(-1, -2)$ 和 $(3, -4)$ 的線段的中點 M 爲： $\left(\frac{-1+3}{2}, \frac{-2+(-4)}{2}\right) = (1, -3)$
midsegment of a trapezoid / 梯形的中間線段 連接梯形側邊中點的線段。	 中間線段
midsegment of a triangle / 三角形的中間線段 連接三角形兩邊中點的線段。	 $\triangle ABC$ 的中間線段爲 $\overline{MP}$、$\overline{MN}$ 和 $\overline{NP}$。
minimum value of a quadratic function / 二次函數的最小值 $a > 0$ 時，$y = ax^2 + bx + c$ 的頂點的 y 座標。	 $y = x^2 - 6x + 5$ $(3, -4)$ $y = x^2 - 6x + 5$ 的最小值爲 -4。
minor arc / 副弧 圓形的一部份，度數小於 $180°$。	*請參閱主弧。*
minor axis of an ellipse / 橢圓形的短軸 連接橢圓形共頂的線段。	*請參閱橢圓形。*
mixed number / 帶分數 整數與小於 1 的分數的和。	$2\frac{5}{8}$ 是一個帶分數。
mode / 眾數 數據集的眾數是最常出現的數值。可能有一個眾數、沒有眾數或者有多個眾數。	數據集 4、7、9、11、11、12、18 的眾數是 11。

CHINESE

monomial / 單項式 數字、變數、或數字與一個或多個指數爲整數的變數的乘積。	10、$3x$、$\frac{1}{2}ab^2$ 以及 $-1.8m^5$ 都是單項式。
multiple / 倍數 整數的倍數是數字與任何非零整數的乘積。	2 的倍數爲 2, 4, 6, 8, 10, ...
multiplicative identity / 乘法恒等元 1爲乘法恒等元,因爲任何數字和 1 的乘積都是該數字:$a \cdot 1 = 1 \cdot a = a$。	$3.6(1) = 3.6, 1(-7) = -7$
multiplicative inverse / 乘法逆元 非零數字 a 的乘法逆元爲其倒數 $\frac{1}{a}$。非零數字與其乘法逆元的乘積爲 1:$a \cdot \frac{1}{a} = \frac{1}{a} \cdot a = 1$, $a \neq 0$。	$-\frac{1}{5}$ 的乘法逆元爲 -5,因爲 $-\frac{1}{5} \cdot (-5) = 1$。
mutually exclusive events / 互斥事件 沒有共通結果的事件。	轉動數字方塊時, "轉出一個 3" 和 "轉出一個偶數" 是互斥事件。

N

n factorial / n 階乘 對於任何正整數 n,寫成 $n!$ 的 n 階乘是 1 到 n 的整數的乘積,$0! = 1$。	$5! = 5 \cdot 4 \cdot 3 \cdot 2 \cdot 1 = 120$
natural base e / 自然對數底 e 一個無理數,其定義如下:當 n 趨近 $+\infty$ 時,$\left(1 + \frac{1}{n}\right)^n$ 趨近 $e \approx 2.718281828$。	*請參閱自然對數。*
natural logarithm / 自然對數 底爲 e 的對數。可以用 $\log_e$ 表示,不過更常以 ln 表示。	$\ln 0.3 \approx -1.204$,因爲 $e^{-1.204} \approx (2.7183)^{-1.204} \approx 0.3$。
negation / 否定 一個陳述的反面。否定的符號爲 ~。	陳述:球是紅色的。 否定:球不是紅色的。
negative correlation / 負相關 如果 y 趨向於隨著 x 的增加而減少,則成對數據 (x, y) 具有負相關。	
negative exponent / 負指數 如果 $a \neq 0$,則 a^{-n} 是 a^n;$a^{-n} = \frac{1}{a^n}$ 的倒數。	$3^{-2} = \frac{1}{3^2} = \frac{1}{9}$
negative integers / 負整數 小於 0 的整數。	$-1, -2, -3, -4, \ldots$
net / 網格 多面體的面的二維呈現。	
n-gon / n 角 有 n 邊的多邊形。	有 14 邊的多邊形是一個 14 角。
normal curve / 常態曲線 平滑對稱的鐘形曲線,可以模擬常態分佈並接近某些二項式分佈。	*請參閱常態分佈。*

normal distribution / 常態分佈 平均數爲 $\bar{x}$ 而且標準偏差 σ 由具有如右所示的表面性質的鐘形曲線模擬的概率分佈。	
nth root of a / a 的 n 次方根 對於大於 1 的整數 n，若 $b^n = a$，則 b 是 a 的 n 次方根。寫成 $\sqrt[n]{a}$。	$\sqrt[3]{-216} = -6$，因爲 $(-6)^3 = -216$。
numerical expression / 數字運算式 由數字、運算和分組符號構成的運算式。	$-4(-3)^2 - 6(-3) + 11$ 是一個數字運算式。
number line / 實數直線 點與數字相關連的直線。您可以用實數直線比較和排序數字。實數直線上的數字由左向右增加。	
numerator / 分子 分數中分數線上面的數字。它代表從整體分出來的相等部分的數目，或者要處置的集合中的物件的數目。	在分數 $\frac{3}{4}$ 中，分子爲 3。

O

objective function / 目標函數 線性規劃中被最大化或最小化的線性函數。	*請參閱*線性規劃。
oblique prism / 斜稜柱 側邊不垂直於底的稜柱。	 高度
obtuse angle / 鈍角 度數介於 90° 與 180° 之間的角。	 *A*
obtuse triangle / 鈍角三角形 有一個鈍角的三角形。	
octagon / 八邊形 有八個邊的多邊形。	
octahedron / 八面體 有八個面的多面體。	
odds against / 不利概率 當所有結果的發生概率相等時，某一事件的不利概率定義爲不利的結果數與有利的結果數的比率。	轉動數字方塊時，轉出一個小於 5 的數字的不利概率爲 $\frac{2}{4} = \frac{1}{2}$，或者 1 : 2。

CHINESE

odds in favor / 有利概率 當所有結果的發生概率相等時，某一事件的有利概率定義爲有利的結果數與不利的結果數的比率。	轉動數字方塊時，轉出一個小於 5 的數字的有利概率爲 $\frac{4}{2} = \frac{2}{1}$，或者 2:1。
open sentence / 開放式命題 一個包含代數運算式的等式或不等式。	$2k - 8 = 12$ 和 $6n \geq 24$ 是開放式命題。
opposite / 逆反 請參閱加法逆元。	請參閱加法逆元。
opposite rays / 相對射線 若點 C 在 $\overrightarrow{AB}$ 上的 A 與 B 之間，則 $\overrightarrow{CA}$ 和 $\overrightarrow{CB}$ 是相對射線。	 $\overrightarrow{CA}$ 和 $\overrightarrow{CB}$ 是相對射線。
opposites / 逆反數字 在實數直線上與 0 的距離相等但是在 0 的相反邊的兩個數字。	 4 和 -4 是逆反數字。
order of magnitude of a quantity / 數量級 最接近數量的 10 的乘方。	91,000 的數量級爲 10^5，或者說 100,000。
order of operations / 運算的順序 用來爲包含多個運算的運算式求值的規則。	若要爲 $24 - (3^2 + 1)$ 求值，先求乘方的值，然後進行括號內的加法運算，最後進行減法運算：$24 - (3^2 + 1) = 24 - (9 + 1) = 24 - 10 = 14$
ordered pair / 有序對 請參閱 x 座標和 y 座標。	請參閱 x 座標和 y 座標。
ordered triple / 有序三元組 代表空間中的一點的三個一組的數字，其形式爲 (x, y, z)。	有序三元組 $(2, 1, -3)$ 是方程式 $4x + 2y + 3z = 1$ 的解。
origin / 原點 座標平面上的點 $(0, 0)$。	請參閱座標平面。
orthocenter of a triangle / 三角形的垂心 包含三角形的三個高度的直線相交的點。	 P 是 $\triangle ABC$ 的垂心。
orthographic projection / 正投影 一種技術繪圖，是物體的正面、上面和側面的二維繪圖。	
outcome / 結果 實驗的可能後果。	轉動數字方塊時，有六種可能結果：a 1、2、3、4、5 或 6。

High School

outlier / 界外值 遠離數據集中的其他數值的數值。通常是指一個四分位數間距比上四分位數大 1.5 倍或者四分位數間距比下四分位數小 1.5 倍的數值。

下列數據集的四分位數間距為
$23 - 10 = 13$。

下四分　　　上四分
位數　　　　位數
↓　　　　　　↓
8 **10** 14 17 20 **23** 50

數據值 50 大於 $23 + 1.5(13) = 42.5$，所以是一個界外值。

---

output / 輸出 函數值域中的一個數字。

請參閱函數。

---

overlapping events / 重疊的事件 至少有一個共同結果的事件。

轉動數字方塊時，"轉出一個 3"和"轉出一個奇數"是重疊事件。

P

parabola, algebraic definition / 拋物線，代數定義 二次方程式的 U 形圖。

$y = x^2 - 6x + 5$ 的圖形是一條拋物線。

---

parabola, geometric definition / 拋物線，幾何定義 與一個被稱為焦距的點和一條被稱為準線的直線等距的所有點的集合。二次函數 $y = ax^2 + bx + c$ 的圖形是一條拋物線。

---

paragraph proof / 文字證明法 一種用一段文字進行證明的方法。

---

parallel lines / 平行線 同一平面上不相交的兩條直線。

---

parallel planes / 平行面 不相交的兩個平面。

$S \parallel T$

CHINESE

parallelogram / 平行四邊形 兩組相對邊平行的四邊形。	 □*PQRS*
parent function / 父系函數 函數家族中最基本的函數。	所有線性函數的父系函數為 $y = x$。
partial sum / 部分和 無限序列的前 n 項的和 S_n。	$\frac{1}{2} + \frac{1}{4} + \frac{1}{8} + \frac{1}{16} + \frac{1}{32} + \ldots$ 上述序列的部分和為 $S_1 = 0.5$, $S_2 = 0.75$, $S_3 \approx 0.88$, $S_4 \approx 0.94$, $\ldots$。
Pascal's triangle / 帕斯卡三角形 $_nC_r$ 的值在三角形組合中的排列方式，其中每一行對應一個 n 值。	$_0C_0$ $_1C_0 \quad _1C_1$ $_2C_0 \quad _2C_1 \quad _2C_2$ $_3C_0 \quad _3C_1 \quad _3C_2 \quad _3C_3$ $_4C_0 \quad _4C_1 \quad _4C_2 \quad _4C_3 \quad _4C_4$ $_5C_0 \quad _5C_1 \quad _5C_2 \quad _5C_3 \quad _5C_4 \quad _5C_5$
pentagon / 五邊形 有五個邊的多邊形。	
percent / 百分比 將一個數字與100對比的比。*Percent* 的意思是 "每一百個"。	$43\% = \frac{43}{100} = 0.43$
percent of change / 變化百分比 表示數量相對於原來的量增加或減少多少的百分比。 變化百分比 $p\% = \frac{增加或減少的量}{原來的量}$	從 140 到 189 的變化百分比 $p\%$ 為： $p\% = \frac{189 - 140}{140} = \frac{49}{140} = 0.35 = 35\%$
percent of decrease / 減少的百分比 新的數量比原來的量少時，數量的變化百分比。	*請參閱變化百分比。*
percent of increase / 增加的百分比 新的數量比原來的量多時，數量的變化百分比。	*請參閱變化百分比。*
perfect square / 完全平方 作為整數的平方的數字。	49 是一個完全平方，因為 $49 = 7^2$。
perfect square trinomials / 完全平方三項式 形式為 $a^2 + 2ab + b^2$ 和 $a^2 - 2ab + b^2$ 的三項式。	$x^2 + 6x + 9$ 和 $x^2 - 10x + 25$ 為完全平方三項式。
perimeter / 周長 以線性單位如英呎、英吋或公尺測量的環繞圖形的距離。	7 公分　　5 公分 8 公分 周長 $= 5 + 7 + 8$ 或 20 公分
period / 週期 週期函數各個週期的水平長度。	*請參閱週期函數。*

High School
Multi-Language Visual Glossary

periodic function / 週期函數 圖形具有重複模式的函數。	 **圖形顯示的是 $y = \tan x$ 的 3 個週期，這是一個週期為 π 的週期函數。**
permutation / 排列 順序很重要的物件安排方式。	1、2、和 3 有六種排列方式： 123、132、213、231 、312 和 321。
perpendicular bisector / 垂直等分線（面） 垂直於線段中點的線段、射線、直線或平面。	
piecewise function / 分段函數 由至少兩個方程式定義的函數，各個方程式適用於函數定義域的不同部分。	$$g(x) = \begin{cases} 3x - 1, & 若\ x < 1 \\ 0, & 若\ x = 1 \\ -x + 4, & 若\ x > 1 \end{cases}$$
plane / 平面 平面具有兩個維度。通常以看起來如地板或牆壁的形狀表示。雖然平面圖似乎有邊，你卻必須想像平面可以無限延伸。*另請參閱未定義的術語。*	 **平面 M 或平面 ABC**
Platonic solids / 柏拉圖立體 以希臘數學家和哲學家柏拉圖爲名的五種正多面體。	柏拉圖立體包括正四面體、立方體、正八面體、正十二面體以及正二十面體。
point / 點 點沒有維度。通常以一個圓點表示。*另請參閱未定義的術語。*	$\bullet\ A$ **點 A**
point of concurrency / 共點 共點的直線、射線或線段的相交點。	 **P 是直線 j、k 和 ℓ 的共點。**
point-slope form / 點斜式 非垂直線的方程式，書寫形式爲 $y - y_1 = m(x - x_1)$，其中直線穿過既定點 (x_1, y_1)，而且斜率爲 m。	方程式 $y + 3 = 2(x - 4)$ 爲點斜式。方程式的圖形是一條直線穿過點 $(4, -3)$ 而且斜率爲 2。
polygon / 多邊形 具有下列性質的封閉平面圖。(1) 由被稱爲邊的三條或更多條線段形成。(2) 各邊只在兩邊的各端點相交，所以有共同端點的兩邊都不共線。	 **多邊形 ABCDE**

CHINESE

polyhedron / 多面體 受限於多邊形的面而包圍住一個空間區域的立體。複數為 *polyhedra* 或 *polyhedrons*。	
polynomial / 多項式 單項式或單項式的和，各單項式是多項式的一個項。	9、$2x^2 + x - 5$ 和 $7bc^3 + 4b^4c$ 是多項式。
polynomial function / 多項式函數 形式為 $f(x) = a_n x^n + a_{n-1} x^{n-1} + \cdots + a_1 x + a_0$ 的函數，其中 $a_n \neq 0$，指數都是整數，而是數都是實數。	$f(x) = 11x^5 - 0.4x^2 + 16x - 7$ 是一個多項式函數。$f(x)$ 的度數為 5，首項系數為 11，常數項為 -7。
polynomial long division / 多項式長除法 用來以類似除數字的方式除多項式的一種方法。	$$x - 2 \overline{\smash{)}\,x^3 + 5x^2 - 7x + 2} \quad \begin{array}{r} x^2 + 7x + 7 \end{array}$$ $$\begin{array}{r} x^3 - 2x^2 \\ \hline 7x^2 - 7x \\ 7x^2 - 14x \\ \hline 7x + 2 \\ 7x - 14 \\ \hline 16 \end{array}$$ $$\frac{x^3 + 5x^2 - 7x + 2}{x - 2} = x^2 + 7x + 7 + \frac{16}{x - 2}$$
population / 人口 要從其中收集資訊的整個群體。	雜誌邀請讀者寫信去回答為雜誌評分的問卷。人口包含雜誌的所有讀者。
positive correlation / 正相關 如果 y 趨向於隨著 x 的增加而增加，則成對數據 (x, y) 具有正相關。	
positive integers / 正整數 大於 0 的整數。	$1, 2, 3, 4, \ldots$
postulate / 公設 不用證明就被接受的規則。也叫做公理。	根據線段加法公設，若 B 介於 A 與 C 之間，則 $AB + BC = AC$。
power / 乘冪 表示將同一個因數重複相乘的運算式。	81 是 3 的乘冪，因為 $81 = 3 \cdot 3 \cdot 3 \cdot 3 = 3^4$。
power function / 乘冪函數 *請參閱指數函數。*	*請參閱指數函數。*
preimage / 前象 變換中原來的圖形。*另請參閱影像。*	*請參閱影像。*
prime factorization / 素因數分解 被寫成素因數乘積的整數。	20 的素因數分解為 $2^2 \times 5$。
prime number / 素數 唯一因數為 1 和它自己而且大於 1 的整數。	59 是一個素數，因為它唯一的因數是 1 和它自己。
prism / 稜柱 被稱為底的兩個全等面在平行平面上的多面體。	

probability distribution / 概率分佈 為隨機變數的各個可能數值提供概率的函數。概率分佈中所有概率的和必須等於 1。	以隨機變數 X 代表轉動有六面的標準骰子之後出現的數字。

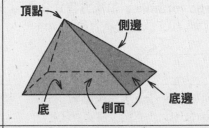

<table>
<tr><td colspan="7" align="center">轉動骰子的概率分佈</td></tr>
<tr><td>X</td><td>1</td><td>2</td><td>3</td><td>4</td><td>5</td><td>6</td></tr>
<tr><td>$P(X)$</td><td>$\frac{1}{6}$</td><td>$\frac{1}{6}$</td><td>$\frac{1}{6}$</td><td>$\frac{1}{6}$</td><td>$\frac{1}{6}$</td><td>$\frac{1}{6}$</td></tr>
</table>

probability of an event / 事件的概率 一個從 1 到 0 的數字，用來衡量事件發生的可能性。可以用分數、小數或百分比表示。	請參閱實驗概率和理論概率。
proof / 證明 顯示陳述為真的邏輯論證。	
proportion / 比例 表示兩個比率相等的方程式：$\frac{a}{b} = \frac{c}{d}$ 其中 $b \neq 0$ 而且 $d \neq 0$。	$\frac{3}{4} = \frac{6}{8}$ 和 $\frac{11}{6} = \frac{x}{30}$ 是比例。
pure imaginary number / 純虛數 複數 $a + bi$ 其中 $a = 0$ 而且 $b \neq 0$。	$-4i$ 和 $1.2i$ 是純虛數。
pyramid / 角錐 底為多邊形而且側面為具有共頂（被稱為角錐頂點）的三角形的多面體。	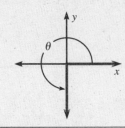

Pythagorean theorem / 畢達哥拉斯定理 若三角形是一個直角三角形，則側邊 a 與 b 的長度平方和等於斜邊長度平方 c：$a^2 + b^2 = c^2$。

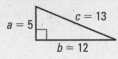

$$5^2 + 12^2 = 13^2$$

Pythagorean triple / 畢達哥拉斯三元組 可以滿足方程式 $c^2 = a^2 + b^2$ 的三個一組的正整數 a、b 和 c。	常見的畢達哥拉斯三元組： 3, 4, 5　　5, 12, 13　　8, 15, 17　　7, 24, 25

Q

quadrantal angle / 象限角 終端邊在軸上的標準位置上的角。	

quadrants / 象限 x 軸和 y 軸在座標平面上劃分出來的四個區域。	

quadratic equation in one variable / 一個變數的二次方程式 可以寫成標準形式 $ax^2 + bx + c = 0$ 的方程式，其中 $a \neq 0$。	方程式 $x^2 - 2x = 3$ 和 $0.1x^2 = 40$ 是二次方程式。
quadratic form / 二次方程式形式 $au^2 + bu + c$ 的形式，其中 u 是 x 中的任何運算式。	運算式 $16x^4 - 8x^2 - 8$ 是二次方程式的形式，因為可以寫成 $u^2 - 2u - 8$，其中 $u = 4x^2$。
quadratic formula / 二次方程式公式 當 a、b 和 c 為實數而且 $a \neq 0$ 時，用來找出二次方程式 $ax^2 + bx + c = 0$ 的解的公式 $x = \dfrac{-b \pm \sqrt{b^2 - 4ac}}{2a}$。	若要解 $3x^2 + 6x + 2 = 0$，用 3 取代二次方程式公式中的 a，用 6 取代 b，用 2 取代 c。 $$x = \frac{-6 \pm \sqrt{6^2 - 4(3)(2)}}{2(3)} = \frac{-3 \pm \sqrt{3}}{3}$$
quadratic function / 二次函數 非線性函數，可以寫成標準形式的 $y = ax^2 + bx + c$，其中 $a \neq 0$。	$y = 2x^2 + 5x - 3$ 是一個二次函數。
quadratic inequality in one variable / 一個變數的二次不等式 可以寫成 $ax^2 + bx + c < 0$、$ax^2 + bx + c \leq 0$、$ax^2 + bx + c > 0$ 或 $ax^2 + bx + c \geq 0$ 的不等式。	$x^2 + x \leq 0$ 和 $2x^2 + x - 4 > 0$ 是有一個變數的不等式。
quadratic inequality in two variables / 兩個變數的二次不等式 可以寫成 $y < ax^2 + bx + c$、$y \leq ax^2 + bx + c$、$y > ax^2 + bx + c$ 或 $y \geq ax^2 + bx + c$ 的不等式。	$y > x^2 + 3x - 4$ 是有兩個變數的二次不等式。
quadratic system / 二次方程式系統 包含一個或多個二次曲線方程式的方程式系統。	$y^2 - 7x + 3 = 0$ $\quad$ $x^2 + 4y^2 + 8y = 16$ $2x - y = 3$ $\quad\quad$ $2x^2 - y^2 - 6x - 4 = 0$ 上面的系統是二次方程式系統。
quadrilateral / 四邊形 有四個邊的多邊形。	

R

radian / 弳度 在半徑為 r 而且圓心在原點上的圓形中，一個弳度是位於標準位置上而且終端邊與長度為 r 的弧相交的角的度數。	

radical / 根 形式為 $\sqrt{s}$ 或 $\sqrt[n]{s}$ 的運算式，其中的 s 是一個數字或運算式。	$\sqrt{5}$，$\sqrt[3]{2x+1}$
radical equation / 根方程式 有一個或多個根號而且被開方根中有變數的方程式。	$\sqrt[3]{2x+7}=3$
radical expression / 根式 包含平方根、立方根或其他根的根號的運算式。	$3\sqrt{2x}$ 和 $\sqrt[3]{x-1}$ 是根式。
radical function / 根函數 包含被開方根中有獨立變數的根式的函數。	$y=\sqrt[3]{2x}$ 和 $y=\sqrt{x+2}$ 是根函數。
radicand / 被開方根 位於根號底下的數字或運算式。	$\sqrt{5}$ 的被開方根是 5，$\sqrt{8y^2}$ 的被開方根是 $8y^2$。
radius of a circle / 圓的半徑 端點為圓心和圓形上一點的線段。從圓心到圓形上任何一點的距離。複數為 $radii$。	*請參閱圓周。*
radius of a polygon / 多邊形的半徑 多邊形外切圓的半徑。	
radius of a sphere / 球體的半徑 從球體中心到球體上一點的線段。從球心到球體上任何一點的距離。	
random sample / 隨機取樣 人口中的每個成員都有機會被選取的取樣。	用電腦隨機選擇 100 名學生的識別號碼，便可以得到學校學生人口的隨機取樣。
random variable / 隨機變數 數值由隨機事件的結果決定的變數。	隨機變數 X 代表擲出可能數值為 1、2、3、4、5 和 6 的六面骰子之後出現的數字。
range of a function / 函數的值域 函數所有輸出的集合。	*請參閱函數。*
range of a relation / 關係的值域 關係所有輸出的集合。	*請參閱關係。*
range of data values / 數據值的範圍 一種相當於最大數據值與最小數據值之間的差的離差度量。	$14, 17, 18, 19, 20, 24, 24, 30, 32$ 上面的數據集的範圍是 $32-14=18$。
rate / 比率 比較兩個以不同單位計算的量的分數。	$\dfrac{110\ 英里}{2\ 小時}$ 和 $\dfrac{55\ 英里}{1\ 小時}$ 是比率。
rate of change / 變化率 一個數量變化與另一個數量變化的比較。在實際生活中，你可以將線的斜率解釋成一種變化率。	你付 \$7 使用電腦 2 小時，付 \$14 使用電腦 4 小時。 變化率為 $\dfrac{費用的變化}{時間的變化}=\dfrac{14-7}{4-2}=3.5$，或者每小時 \$3.50。
ratio of a to b / a 對 b 的比率 以除法對兩個數字進行比較。在 a 對 b 的比率中，$b\neq 0$，可以寫成 a 對 b、$a:b$ 或 $\dfrac{a}{b}$。	3 英呎對 7 英呎的比例可以寫成 3 對 7、$\dfrac{3}{7}$ 或 3 : 7。

CHINESE

rational equation / 有理方程式 包含一個或多個有理式的方程式。	方程式 $\dfrac{6}{x+4} = \dfrac{x}{2}$ 和 $\dfrac{x}{x-2} + \dfrac{1}{5} = \dfrac{2}{x-2}$ 是有理方程式。
rational expression / 有理式 可以寫成兩個分母不是 0 的多項式的比的運算式。	$\dfrac{x+8}{10x}$ 和 $\dfrac{5}{x^2-1}$ 是有理式。
rational function / 有理函數 形式為 $f(x) = \dfrac{p(x)}{q(x)}$ 的函數，其中的 $p(x)$ 和 $q(x)$ 是多項式，而且 $q(x) \neq 0$。	函數 $y = \dfrac{6}{x}$ 和 $y = \dfrac{2x+1}{x-3}$ 是有理函數。
rational number / 有理數 可以寫成 $\dfrac{a}{b}$ 的數字，其中的 a 和 b 是整數，而且 $b \neq 0$。	$4 = \dfrac{4}{1}$、$0 = \dfrac{0}{1}$、$2\dfrac{1}{3} = \dfrac{7}{3}$、$-\dfrac{3}{4} = \dfrac{-3}{4}$ 以及 $0.6 = \dfrac{3}{5}$ 都是有理數。
rationalizing the denominator / 分母有理化 將分子和分母乘以適當的根式，以消除分母中的根式的處理過程。	若要將 $\dfrac{5}{\sqrt{7}}$ 的分母有理化，將運算式乘以 $\dfrac{\sqrt{7}}{\sqrt{7}}$：$$\dfrac{5}{\sqrt{7}} = \dfrac{5}{\sqrt{7}} \cdot \dfrac{\sqrt{7}}{\sqrt{7}} = \dfrac{5\sqrt{7}}{\sqrt{49}} = \dfrac{5\sqrt{7}}{7}$$
ray / 射線 直線的一部份，包含一個被稱為端點的點，以及往一個方向延伸的直線上的所有點。	端點為 A 的 $\overrightarrow{AB}$
real numbers / 實數 所有有理數和無理數的集合。	8、-6.2、$\dfrac{6}{7}$、π 以及 $\sqrt{2}$ 都是實數。
reciprocal / 倒數 任何非零數字 b 的倒數或者說乘法逆元為 $\dfrac{1}{b}$。	-2 和 $\dfrac{1}{-2} = -\dfrac{1}{2}$ 是倒數。
rectangle / 矩形 有四個直角的平行四邊形。	
recursive rule / 遞歸規則 序列的一個規則，提供序列的開始項或者所有的項，然後以遞歸方程式說明第 n 項 a_n 與前一項或前幾項的關係。	遞歸規則 $a_0 = 1$，$a_n = a_{n-1} + 4$ 可以產生算數序列 $1, 5, 9, 13, \cdots$。
reduction / 縮減 比例因數介於 0 與 1 之間的伸縮。	比例因數為 $\dfrac{1}{2}$ 的伸縮是一個縮減。
reference angle / 參考角 如果 θ 是一個標準位置上的角，其參考角為由 θ 和 x 軸形成的銳角 θ'。	銳角 θ' 是角 θ 的參考角。
reflection / 反射 利用一條反射線建立原圖形的映射圖像的變換。	反射線

regular polygon / 正多邊形 所有邊和角都全等的多邊形。

regular polyhedron / 正多面體 一種凸起的多面體，所有的面都是全等的正多邊形。

請參閱凸多面體。

regular pyramid / 正角錐 以正多邊形爲底，而且連接頂點和底的中心的線段垂直於底的角錐。

relation / 關係 輸入值與輸出值的映射或配對。

有序對 $(-2, -2)$、$(-2, 2)$、$(0, 1)$ 和 $(3, 1)$ 代表 -2、0 和 3 的輸入（定義域）和 -2、1 和 2 的輸出（值域）。

relative error / 相對誤差 最大可能誤差與測量長度的比率。

如果一個測量尺寸的最大可能誤差爲 0.5 英吋，而物體的測量長度爲 8 英吋，則相對誤差爲 $\frac{0.5}{8} = 0.0625 = 6.25\%$。

repeated solution / 多重解 對於多項式 $f(x) = 0$，當 $f(x)$ 完全因數分解時，若且唯若因數 $x - k$ 的指數大於 1，k 是一個重複解。

-1 是方程式 $(x + 1)^2 (x - 2) = 0$ 的重複解。

rhombus / 菱形 有四個全等邊的平行四邊形。

right angle / 直角 度數等於 $90°$ 的角。

right cone / 正圓錐 連接頂點和底的中心的線段垂直於底的圓錐。斜面高度是頂點與底邊上的一個點之間的距離。

right cylinder / 正圓柱 連接底的中心的線段垂直於底的圓柱。

CHINESE

right prism / 正稜柱 各側邊垂直於兩個底的稜柱。	 高度
right triangle / 直角三角形 有一個直角的三角形。	 直角三角形 之斜邊 側邊 側邊
rise / 垂直距離 *請參閱斜率。*	*請參閱斜率。*
root of an equation / 方程式的根 二次方程式的解為其根。	二次方程式 $x^2 - 5x - 36 = 0$ 的根為 9 與 -4。
rotation / 旋轉 圖形繞著一個叫做旋轉中心的定點轉的變換。	 旋轉角 P 旋轉中心
rotational symmetry / 旋轉對稱 平面上的圖形如果可以繞著圖形中心旋轉 $180°$ 或者 $180°$ 以下以映射自己，就是具有旋轉對稱。這個點是對稱的中心。	 對稱中心 旋轉 **90°** 和 **180°** 將圖形映射到自身。
run / 水平距離 *請參閱斜率。*	*請參閱斜率。*

S

sample / 樣本 人口的子集合。	*請參閱人口。*
sample space / 取樣空間 所有可能結果的集合。	投擲兩枚硬幣時，取樣空間為正面、正面；正面、反面；反面、正面以及反面、反面。
scalar / 純量 用於與矩陣相乘的實數。	*請參閱純量乘法。*
scalar multiplication / 純量乘法 將矩陣中的每個元素乘以一個叫做純量的實數的乘法。	矩陣被乘以純量 3。$$3\begin{bmatrix} 1 & 2 \\ 0 & -1 \end{bmatrix} = \begin{bmatrix} 3 & 6 \\ 0 & -3 \end{bmatrix}$$
scale / 比例尺 表示比例圖或比例模型與實際尺寸之間的關係的比率。	建築平面圖上 1 英吋：12 英呎的比例尺的意思是說，平面圖上的 1 英吋代表 12 英呎的實際距離。

scale drawing / 比例圖 物體的二維圖，在這種圖中，圖的尺寸與物體的尺寸成比例。	房屋的平面圖是一種比例圖。
scale factor of a dilation / 伸縮的比例因數 伸縮中影像的邊長與原圖形對應邊長的比率。	請參閱伸縮。
scale factor of two similar polygons / 兩個相似多邊形的比例因數 兩個相似多邊形的兩個對應邊長度的比率。	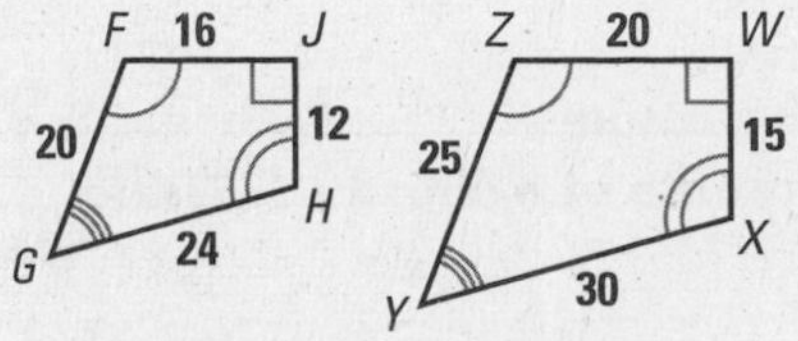 ZYXW 與 FGHJ 的比例因數為 $\frac{5}{4}$。
scale model / 比例模型 物體的三維圖，在這種圖中，模型的尺寸與物體的尺寸成比例。	球體是地球的比例模型。
scalene triangle / 不等邊三角形 沒有全等邊的三角形。	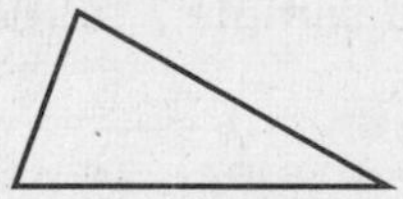
scatter plot / 散射圖 一組數據對 (x, y) 的圖形，用來決定變數 x 與 y 之間是否有關係。	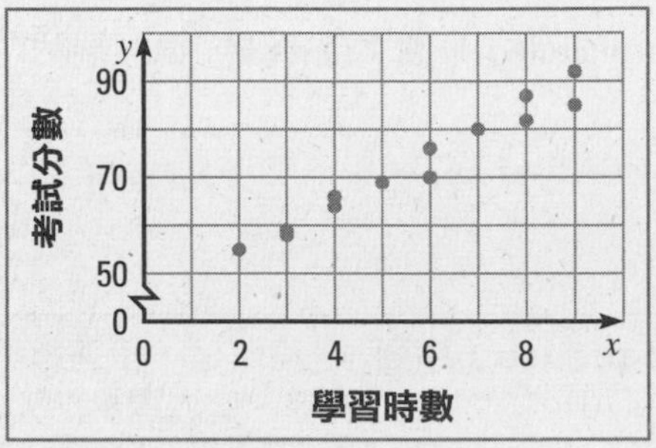
scientific notation / 科學記數法 數字採用 $c \times 10^n$ 的形式表示，其中 $1 \le c < 10$ 而且 n 是一個整數，便是採用科學記數法。	兩百萬可以用科學記數法寫成 2×10^6，而 0.547 可以寫成 5.47×10^{-1}。
secant function / 正割函數 如果 θ 是直角三角形的一個銳角，θ 的正割是被 θ 旁邊的邊長平分的斜邊長度。	請參閱正弦函數。
secant line / 正割直線 與一個圓形在兩點相交的直線。	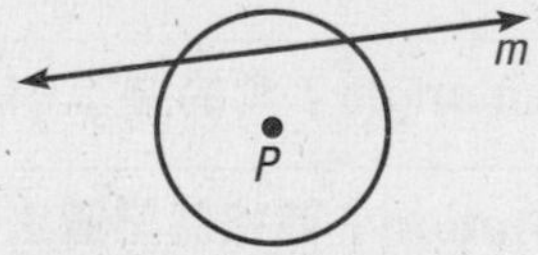 直線 m 是一條正割線。
secant segment / 正割線段 包含圓形的弦而且有一個端點在圓外的線段。	 正割線段
sector of a circle / 圓的扇形 被圓的兩個半徑及其截弧包圍的區域。	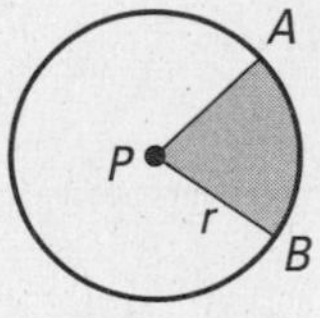 扇形 APB
segment / 線段 請參閱線段。	請參閱線段。

CHINESE

segment bisector / 線段等分點（線、面） 在線段中點與線段相交的點、射線、直線、線段或平面。

$\overleftrightarrow{CD}$ 是 $\overline{AB}$ 的線段等分線。

segments of a chord / 弦的線段 兩個弦在圓形內部相交時，各弦會被分成兩個線段，這種線段就叫做弦的線段。

$\overline{EA}$ 和 $\overline{EB}$ 是弦 $\overline{AB}$ 的線段。$\overline{DE}$ 和 $\overline{EC}$ 是弦 $\overline{DC}$ 的線段。

self-selected sample / 自選取樣 人口中的成員志願選擇自己的取樣。

要求學生將調查結果交回收集箱中便可以得到學校學生人口的自選取樣。

self-similar / 自我相似 物件的一部份放大之後看起來與整個物件一樣。

請參閱分形。

semicircle / 半圓 端點為圓形直徑端點的弧。半圓的度數為 $180°$。

$\overarc{QSR}$ 是一個半圓。

sequence / 序列 定義域是一組連續整數的函數。定義域提供序列中各項的相對位置。值域提供序列的項。

對於定義域 $n = 1$、2、3 和 4，$a_n = 2n$ 定義的序列的項目為 2、4、6 和 8。

series / 級數 將序列各項加起來所形成的運算式。級數可以是有限或無限的。

有限級數：$2 + 4 + 6 + 8$
無限級數：$2 + 4 + 6 + 8 + \cdots$

set / 集合 截然不同的物件的匯集。

整數的集合為 $W = \{0, 1, 2, 3, \ldots\}$。

side of a polygon / 多邊形的邊 形成多邊形的各線段。另請參閱多邊形。

請參閱多邊形。

sides of an angle / 角的邊 請參閱角。

請參閱角。

sigma notation / 西格馬記數法 請參閱總和記數法。

請參閱總和記數法。

similar figures / 相似圖形 形狀一樣但是大小不一定一樣的圖形。相似圖形的對應角全等，對應邊的長度比也相等。符號 ~ 表示兩個圖形相似。

$\triangle ABC \sim \triangle DEF$

similar polygons / 相似多邊形 對應角全等而且對應邊長度成比例的兩個多邊形。	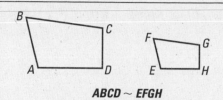 $ABCD \sim EFGH$
similar solids / 相似立體 對應的線性尺寸如高度或半徑比率相等的同類型立體。	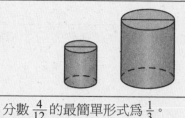
simplest form of a fraction / 分數的最簡單形式 分數的分母和分子的最大公因數如果是 1，便是最簡單的形式。	分數 $\frac{4}{12}$ 的最簡單形式為 $\frac{1}{3}$。
simplest form of a radical / 根的最簡單形式 如果被開方數沒有完全的第 n 次方作為因數，而且有任何分母被合理化，指數為 n 的根便是最簡單的形式。	$\sqrt[3]{135}$ 最簡單的形式為 $3\sqrt[3]{5}$。 $\frac{\sqrt[5]{7}}{\sqrt[5]{8}}$ 最簡單的形式為 $\frac{\sqrt[5]{28}}{2}$。
simplest form of a rational expression / 有理式的最簡單形式 有理式的分子和分母除了 ±1 之外沒有其他公因數。	$\frac{2x}{x(x-3)}$ 的最簡單形式為 $\frac{2}{x-3}$。
simulation / 模擬 用來對真實世界的情境進行預測的實驗。	每一盒 Oaties 燕麥片中有 6 種獎品中的一種。得到各項獎品的概率為 $\frac{1}{6}$。若要預測必須買多少盒燕麥片才能得到所有的 6 種獎品，可以為購買的每一盒燕麥片轉動一下數字方塊。持續滾動方塊直到 6 個數字全都出現為止。
sine / 正弦 一種三角比，縮寫為 sin。對於直角三角形 ABC，銳角 A 的正弦為 $$\sin A = \frac{\text{與} \angle A \text{ 相對的側邊長度}}{\text{斜邊的長度}} = \frac{BC}{AB} \text{。}$$	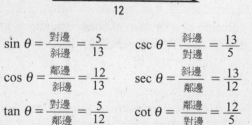 $\sin A = \dfrac{BC}{AB} = \dfrac{3}{5}$
sine function / 正弦函數 如果 θ 是直角三角形的一個銳角，θ 的正弦是與 θ 相對而被斜邊長度平分的邊的長度。	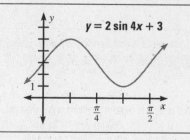 $\sin \theta = \dfrac{\text{對邊}}{\text{斜邊}} = \dfrac{5}{13}$ $\csc \theta = \dfrac{\text{斜邊}}{\text{對邊}} = \dfrac{13}{5}$ $\cos \theta = \dfrac{\text{鄰邊}}{\text{斜邊}} = \dfrac{12}{13}$ $\sec \theta = \dfrac{\text{斜邊}}{\text{鄰邊}} = \dfrac{13}{12}$ $\tan \theta = \dfrac{\text{對邊}}{\text{鄰邊}} = \dfrac{5}{12}$ $\cot \theta = \dfrac{\text{鄰邊}}{\text{對邊}} = \dfrac{12}{5}$
sinusoids / 正弦曲線 正弦和餘弦函數的圖形。	$y = 2 \sin 4x + 3$

skew lines / 斜線 不相交而且不共面的直線。	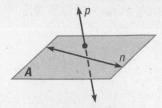 線 *n* 和 *p* 是斜線。
skewed distribution / 偏態分佈 不對稱的概率分佈。*另請參閱對稱分佈。*	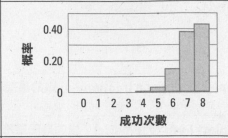 成功次數
slant height of a regular pyramid / 正角錐的斜面高度 正角錐的側面的高度。	*請參閱正角錐。*
slope / 斜率 非垂直線的斜率 *m* 是線上任兩點 (x_1, y_1) 與 (x_2, y_2) 的垂直變化（垂直距離）與水平變化（水平距離）之間的比率： $m = \dfrac{y_2 - y_1}{x_2 - x_1}$。	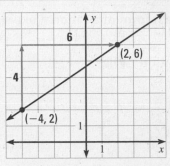 圖示直線的斜率為 $\dfrac{4}{6}$ 或 $\dfrac{2}{3}$。
slope-intercept form / 斜截式 寫成 $y = mx + b$ 形式的方程式，其中的 *m* 是斜率，而 *b* 則是方程式圖形的 *y* 截點。	$y = 3x + 4$ 為斜截式。直線的斜率為 3，*y* 截點為 4。
solid / 立體 包圍部分空間的三維圖形。	
solution of a system of linear equations in three variables / 三個變數的線性方程式系統的解 讓系統中的各個方程式成真的有序三元組 (x, y, z) 座標。	$4x + 2y + 3z = 1$ $2x - 3y + 5z = -14$ $6x - y + 4z = -1$ $(2, 1, -3)$ 是上述系統的解。
solution of a system of linear equations in two variables / 兩個變數的線性方程式系統的解 滿足系統中的各個等式的有序對 (x, y)。	$4x + y = 8$ $2x - 3y = 18$ $(3, -4)$ 是上述系統的解。
solution of a system of linear inequalities in two variables / 兩個變數的線性不等式系統的解 滿足系統中的各個方程式的有序對 (x, y)。	$y > -2x - 5$ $y \le x + 3$ $(-1, 1)$ 是上述系統的解。
solution of an equation in one variable / 一個變數的方程式的解 取代方程式中的變數時產生真陳述的數字。	數字 3 是方程式 $8 - 2x = 2$ 的解，因為 $8 - 2(3) = 2$。

solution of an equation in two variables / 兩個變數的方程式的解 方程式中的 x 和 y 值被取代時產生真陳述的有序對 (x, y)。	$(-2, 3)$ 是 $y = -2x - 1$ 的解。
solution of an inequality in one variable / 一個變數的不等式的解 取代不等式中的變數時產生真陳述的數字。	不等式 $5 + 3n \leq 20$ 的解是數字 3，因爲 $5 + 3(3) = 14$，而且 $14 \leq 20$。
solution of an inequality in two variables / 兩個變數的不等式的解 x 和 y 值被代入不等式時產生真陳述的有序對 (x, y)。	$(-1, 2)$ 是不等式 $x - 3y < 6$ 的解，因爲 $-1 - 3(2) = -7$ 而且 $-7 < 6$。
solve a right triangle / 解直角三角形 找出直角三角形所有邊和角的尺寸和度數。	只要知道下列任何一項，便可以解直角三角形： • 兩個邊長 • 一個邊長和一個銳角的度數
solve for a variable / 解變數 將方程式改寫成相等的方程式，其中一邊爲變數，而另一邊沒有變數。	解圓周公式 $C = 2\pi r$ 以求 r 時，結果爲 $r = \dfrac{C}{2\pi}$。
sphere / 球體 與一個被稱爲球體中心的定點維持固定距離的所有點的集合。	 中心
square / 矩形 具有四個全等邊和四個全等角的平行四邊形。	
square root / 平方根 若 $b^2 = a$，則 b 是 a 的平方根，根號 $\sqrt{\ }$ 代表一個非複數的平方根。	9 的平方根爲 3 和 -3，因爲 $3^2 = 9$ 而且 $(-3)^2 = 9$。所以 $\sqrt{9} = 3$ 而且 $-\sqrt{9} = -3$。
square root function / 平方根函數 方程式包含的平方根的被開方數有獨立變數的根函數。	$y = 2\sqrt{x + 2}$ 和 $y = \sqrt{x} + 3$ 是平方根函數。
standard deviation / 標準偏差 數據值與平均值 $\bar{x}$ 之間的典型差。數字數據集 $x_1, x_2, \ldots, x_n$ 的標準偏差是以 σ 表示的離差度量，以方差的平方根計算。$$\sigma = \sqrt{\dfrac{(x_1 - \overline{x})^2 + (x_2 - \overline{x})^2 + \ldots + (x_n - \overline{x})^2}{n}}$$	數據集 3, 9, 13, 23（平均數爲 12）的標準偏差爲：$$\sigma = \sqrt{\dfrac{(3 - 12)^2 + (9 - 12)^2 + (13 - 12)^2 + (23 - 12)^2}{4}}$$ $$= \sqrt{53} \approx 7.3$$
standard equation of a circle / 圓形的標準方程式 中心爲 (h, k) 半徑爲 r 的圓形的標準方程式爲 $(x - h)^2 + (y - k)^2 = r^2$。	中心爲 $(2, 3)$ 半徑爲 4 的圓形的標準方程式爲 $(x - 2)^2 + (y - 3)^2 = 16$。
standard form of a complex number / 複數的標準形式 $a + bi$ 的形式，其中 a 和 b 是實數，i 則是虛數單位。	複數 $i(1 + i)$ 的標準形式爲 $-1 + i$。
standard form of a linear equation / 線性方程式的標準形式 寫成 $Ax + By = C$ 形式的線性方程式，其中 A 和 B 不能同時爲零。	線性方程式 $y = -3x + 4$ 可以寫成 $3x + y = 4$ 的標準形式。
standard form of a polynomial function / 多項式函數的標準形式 多項式函數的一種形式，各項按指數的降冪從左至右排列。	函數 $g(x) = 7x - \sqrt{3} + \pi x^2$ 可以寫成 $g(x) = \pi x^2 + 7x - \sqrt{3}$ 的標準形式。
standard form of a quadratic equation in one variable / 一個變數的二次方程式的標準形式 採取 $ax^2 + bx + c = 0$ 的形式，其中 $a \neq 0$。	二次方程式 $x^2 - 5x = 36$ 可以寫成 $x^2 - 5x - 36 = 0$ 的標準形式。

standard form of a quadratic function / 二次函數的標準形式 採取 $y = ax^2 + bx + c$ 形式的二次函數，其中 $a \neq 0$。	二次函數 $y = 2(x + 3)(x - 1)$ 可以寫成 $y = 2x^2 + 4x - 6$ 的標準形式。
standard normal distribution / 標準常態分佈 平均值為 0 標準偏差為 1 的常態分佈。*另請參閱 z 分數。*	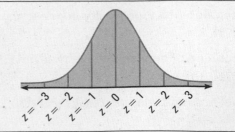
standard position of an angle / 角的標準位置 在座標平面中，頂點在原點而起始邊在正 x 軸上的角的位置。	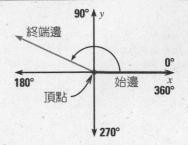
statistics / 統計數字 用來彙整和比較數據集的數字值。	*請參閱*平均數、中位數、眾數、範圍和標準偏差。
stem-and-leaf plot / 莖葉圖 根據數位組織數據的數據顯示方式。	莖 ｜ 葉 0 ｜ 8 9 1 ｜ 0 2 3 4 5 5 5 9 2 ｜ 1 1 5 9 圖例： $1 \mid 9 = \$19$
step function / 階梯函數 由其定義域各部分上的常數值定義的分段函數。其圖形有如階梯級數。	$f(x) = \begin{cases} 1, 若\ 0 \leq x < 1 \\ 2, 若\ 1 \leq x < 2 \\ 3, 若\ 2 \leq x < 3 \end{cases}$
straight angle / 平角 度數等於 $180°$ 的角。	←———•———→ A
stratified random sample / 分層隨機取樣 將人口分成不同的群組，再從各群組隨機選取成員的取樣。	用電腦從各年級隨機選擇 25 名學生，便可以得到學校學生人口的隨機取樣。
subset / 子集合 若集合 A 的每個元素也是集合 B 的元素，則 A 是 B 的子集合。寫成 $A \subseteq B$。對於任一集合 A，$\emptyset \subseteq A$ 而且 $A \subseteq A$。	若 $A = \{1, 2, 4, 8\}$ 而且 B 是所有正整數的集合，則 A 是 B 的子集合，或者說 $A \subseteq B$。
substitution method / 代換法 一種解方程式系統的方法，先為變數之一解其中一個方程式，然後將得到的運算式代換到其他方程式中。	$2x + 5y = -5$ $x + 3y = 3$ 解方程式 2 以求得 x：$x = -3y + 3$。將 x 的運算式代換到方程式 1 中，然後解 y：$y = 11$。利用 y 值找出 x 的值：$x = -30$。
summation notation / 總和記數法 利用大寫希臘字母 Σ（西格馬）的級數記數法。也叫做西格馬記數法。	$\sum_{i=1}^{5} 7i = 7(1) + 7(2) + 7(3) + 7(4) + 7(5)$ $= 7 + 14 + 21 + 28 + 35 = 105$
supplementary angles / 補角 度數和為 $180°$ 的兩個角。一個角及其*餘*角的度量和為 $180°$。	$75°$ $105°$

High School
Multi-Language Visual Glossary

Copyright © by McDougal Littell,
a division of Houghton Mifflin Company.

surface area / 表面積 多面體或其他立體的表面面積的總和。	$$S = 2(3)(4) + 2(4)(6) + 2(3)(6) = 108 \text{ 英呎}^2$$
survey / 調查 有關一個群組的一個或多個特性的研究。	雜誌邀請讀者寫信去回答為雜誌評分的問卷。
symmetric distribution / 對稱分佈 種以柱狀圖表示的概率分佈，可以在其中畫一條垂直線將柱狀圖分成兩個映射的影像。	
synthetic division / 綜合除法 一種以形式為 $x - k$ 的除數去除多項式的方法。	$$\frac{2x^3 + x^2 - 8x + 5}{x + 3} = 2x^2 - 5x + 7 - \frac{16}{x + 3}$$
synthetic substitution / 綜合代換 一種用來為多項式函數求值的方法。	上述綜合代換表示對於 $f(x) = 2x^4 - 5x^3 - 4x + 8$，$f(3) = 23$。
system of linear equations / 線性方程式系統 具有相同變數的兩個或多個線性方程式，也叫做*線性系統*。	底下的方程式形成一個線性方程式系統： $$x + 2y = 7$$ $$3x - 2y = 5$$
system of linear inequalities in two variables / 兩個變數的線性不等式系統 具有相同變數的兩個或多個線性不等式，也叫做*不等式系統*。	底下的不等式形成一個有兩個變數的線性不等式系統： $$x - y > 7$$ $$2x + y < 8$$
system of three linear equations in three variables / 三個變數的線性方程式系統 具有三個變數的三個線性方程式構成的系統。*另請參閱三個變數的線性方程式。*	$$2x + y - z = 5$$ $$3x - 2y + z = 16$$ $$4x + 3y - 5z = 3$$
system of two linear equations in two variables / 兩個變數的兩個線性方程式系統 由兩個可以寫成 $Ax + By = C$ 和 $Dx + Ey = F$ 的方程式構成的系統，其中 x 和 y 是變數，A 和 B 都不是零，而且 D 和 E 都不是零。	$$4x + y = 8$$ $$2x - 3y = 18$$
systematic sample / 系統取樣 利用規則從人口中選取成員的取樣。	根據學校中所有學生的字母順序名單，每十個選擇一個，便可以得到學校學生人口的系統取樣。

CHINESE

tangent / 正切　一種三角比，縮寫為 *tan*。對於直角三角形 *ABC*，銳角 *A* 的正切為

$$\tan A = \frac{與 \angle A \ 相對的側邊長度}{與 \angle A \ 相鄰的側邊長度} = \frac{BC}{AC} \ 。$$

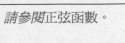
$$\tan A = \frac{BC}{AC} = \frac{3}{4}$$

tangent function / 正切函數　如果 θ 是直角三角形的一個銳角，θ 的正切是被 θ 的鄰邊長度平分的 θ 的對邊長度。

請參閱正弦函數。

tangent line / 正切直線　圓形平面上在切點上與圓形相交的一條直線。

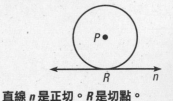

直線 *n* 是正切。*R* 是切點。

taxicab geometry / 出租車幾何　一種所有直線都水平或垂直的非歐幾何。

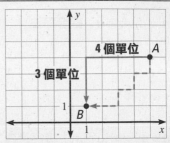

在出租車幾何中，*A* 與 *B* 之間的距離為 7 個單位。

terminal point of a vector / 向量的終點　向量的結束點。

請參閱向量。

terminal side of an angle / 角的終端邊　在座標平面中，固定一條被稱為起始邊的射線，然後將另一條被稱為終端邊的射線繞著頂點轉，便可以形成一個角。

請參閱角的標準位置。

terms of a sequence / 序列的項　序列範圍內的數值。

序列 $1, -3, 9, -27, 81, -243, . , . . .$ 的前四個項為 1、-3、9 和 -27。

terms of an expression / 運算式的項　運算式中被加起來的各個部分。

運算式 $3x + (-4) + (-6x) + 2$ 的項為 $3x$、-4、$-6x$ 和 2。

tessellation / 棋盤格式　覆蓋一個平面而沒有空隙或重疊的圖形的集合。

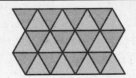

tetrahedron / 四面體　有四個面的多面體。

theorem / 定理　因為其他真陳述的結果而得到的真陳述。

對頂角是全等的。

theoretical probability / 理論概率　所有結果都一樣可能發生時，事件 *A* 會發生的理論概率為

$$P(A) = \frac{事件 \ A \ 中的結果}{結果總數} \ 。$$

用標準的六面骰子擲出一個偶數的理論概率為 $\frac{3}{6} = \frac{1}{2}$，因為擲出偶數的結果在 6 個總結果數中佔了 3 個。

transformation / 變換 變換會改變圖形的大小、形狀、位置或方向。

平移、垂直伸展和收縮、反射以及旋轉都是變換。

translation / 平移 平移是將圖形中的每個點往相同方向移動相同的距離。

△**ABC** 被往上平移 2 個單位。

transversal / 截線 在不同點與兩條或多條共面線相交的直線。

截線 **t**

transverse axis of a hyperbola / 雙曲線的截軸 連接雙曲線頂點的線段。

請參閱雙曲線，幾何定義。

trapezoid / 梯形 有一對被稱為底的平行邊的四邊形。不平行的邊為側邊。

triangle / 三角形 有三個邊的多邊形。

△**ABC**

trigonometric identity / 三角恒等式 對所有定義域的值都是真的三角方程式。

$\sin(-\theta) = -\sin\theta \qquad \sin^2\theta + \cos^2\theta = 1$

trigonometric ratio / 三角比 三角形兩邊長度的比。*另請參閱正弦、餘弦以及正切。*

正弦、餘弦和正切是三個最常見的三角比。

$\tan A = \dfrac{BC}{AC} = \dfrac{3}{4}$

$\sin A = \dfrac{BC}{AB} = \dfrac{3}{5}$

$\cos A = \dfrac{AC}{AB} = \dfrac{4}{5}$

trinomial / 三項式 三個單項式的總和。

$4x^2 + 3x - 1$ 是一個三項式。

CHINESE

truth table / 真值表 顯示假設、結論和使用假設和結論的條件式陳述的真值的表。	真值表

真值表		
p	q	$p \to q$
真	真	真
真	假	假
假	真	真
假	假	真

---

truth value of a statement / 陳述的真值 陳述的真或假。 *請參閱真值表。*

---

two-column proof / 兩欄式證明 一種以編號的陳述和對應理由按邏輯順序顯示論證的證明方式。

U

unbiased sample / 無偏差取樣 能夠代表要取得資訊的人口的取樣。

你想對高年級學生進行到哪兒去舉行正式舞會的意見調查。若每個高年級生都有同等機會接受調查，則取樣無偏差。

---

undefined term / 未定義的術語 沒有正式定義但是對其意義有共識的字詞。

點、直線和平面是未定義術語。

---

union of sets / 集合的聯集 A 和 B 這兩個集合的聯集，寫成 $A \cup B$，是 A 或 B 的所有元素的集合。

若 $A = \{1, 2, 4, 8\}$，而且 $B = \{2, 4, 6, 8, 10\}$，則 $A \cup B = \{1, 2, 4, 6, 8, 10\}$。

---

unit circle / 單位圓 有中心 $(0, 0)$ 而且半徑為 1 的圓形 $x^2 + y^2 = 1$。對於標準位置上的角 θ，θ 的終端邊會在點 $(\cos \theta, \sin \theta)$ 與單位圓相交。

$(\cos \theta, \sin \theta)$　$r = 1$

---

unit of measure / 測量單位 用來測量的量或增量。

如果用標示著八分之一英吋的尺測量線段，則測量單位為 $\frac{1}{8}$ 英吋。

---

unit rate / 單位速率 分數的分母為 1 單位的比率。

$\frac{55 \text{ 英哩}}{1 \text{ 小時}}$，或者 55 英哩/小時 是一個單位速率。

---

universal set / 全集 考慮中的所有元素的集合，寫成 U。

若全集是正整數的集合，則 $U = \{1, 2, 3, \ldots\}$。

---

upper extreme / 上端 數據集中最大的值。 *請參閱盒鬚圖。*

---

upper quartile / 上四分位數 有序數據集中上半部的中位數。 *請參閱四分位數間距。*

V

variable / 變數 用來代表一個或多個數字的字母。

在運算式 $5n$，$n + 1$ 和 $8 - n$ 中，字母 n 是變數。

---

variable term / 變數項 有變數部分的項。	代數運算式 $3x^2 + 5x + (-7)$ 的變數項為 $3x^2$ 與 $5x$。
variance / 方差 數據集 $x_1, x_2, \ldots, x_n$（平均數為 $\bar{x}$）的方差是以 σ^2 表示的離差度量，以下列方式計算出來： $$\sigma^2 = \frac{(x_1 - \bar{x})^2 + (x_2 - \bar{x})^2 + \ldots + (x_n - \bar{x})^2}{n}$$	數據集 3, 9, 13, 23（平均數為 12）的方差為： $$\sigma^2 = \frac{(3-12)^2 + (9-12)^2 + (13-12)^2 + (23-12)^2}{4}$$ $$= 53$$
vector / 向量 兼具方向與量級的量，在座標平面中以一個從一點延伸到另一點的箭號表示。	$\overrightarrow{FG}$ 的起點為 F 終點為 G。
verbal model / 口語模型 口語模型用言詞作為標記描述真實世界的情境，而利用數學符號建立言詞之間的關係。	距離 ＝ 速率 • 時間 （英哩） （英哩／小時） （小時）
vertex angle of an isosceles triangle / 等腰三角形的頂角 由等腰三角形的側邊形成的角。	
vertex form of a quadratic function / 二次函數的頂點式 $y = a(x - h)^2 + k$ 的形式，其中圖形的頂點為 (h, k)，對稱的軸為 $x = h$。	二次函數 $y = -\frac{1}{4}(x + 2)^2 + 5$ 是頂點式。
vertex of a cone / 圓錐的頂點 *請參閱圓錐。*	*請參閱圓錐。*
vertex of a parabola / 拋物線的頂點 是拋物線最高或最低的點。	*請參閱拋物線，幾何定義。*
vertex of a polygon / 多邊形的頂點 多邊形各邊的端點。複數為 *vertices*。另請參閱多邊形。	*請參閱多邊形。*
vertex of a polyhedron / 多面體的頂點 多面體的三個或多個面會合的一個點。複數為 vertices。	頂點
vertex of a pyramid / 角錐的頂點 *請參閱角錐。*	*請參閱角錐。*
vertex of an absolute value graph / 絕對值圖形的頂點 絕對值函數圖形上的最高或最低點。	圖形 $y = |x - 4| + 3$ 的頂點為點 $(4, 3)$。

CHINESE

vertex of an angle / 角的頂點 請參閱角。	請參閱角。
vertical angles / 對頂角 邊形成兩對相反射線的兩個角。	 ∠1 和 ∠4 是對頂角。 ∠2 和 ∠3 是對頂角。
vertical component of a vector / 向量的垂直分量 向量從起點到終點的垂直變化。	請參閱向量的分量形式。
vertical motion model / 垂直運動模型 對於被推入空中但是沒有力量保持在空中的物體的高度的模型。	以每秒 20 英呎的初始垂直速率從開始高度 8 英呎拋到空中的物體，其垂直運動模型為 $h = -16t^2 + 20t + 8$，其中的 h 是物體拋出去 t 秒之後的高度（以英呎為單位）。
vertical shrink / 垂直縮小 垂直縮小是將圖形上的每個點朝 x 軸移動，而 x 軸上的點則固定不動。	 黑色三角形垂直縮小為綠色三角形。
vertical stretch / 垂直伸展 垂直伸展是讓圖形上的每個點遠離 x 軸，而 x 軸上的點則固定不動。	 黑色三角形垂直伸展為綠色三角形。
vertices of a hyperbola / 雙曲線的頂點 雙曲線與穿過雙曲線焦點的直線相交的點。	請參閱雙曲線，幾何定義。
vertices of an ellipse / 橢圓形的頂點 橢圓形與穿過橢圓形焦點的直線相交的點。	請參閱橢圓形。
volume of a solid / 立體的體積 立體內部包含的立方單位數。	 3 英呎 4 英呎 6 英呎 體積 = 3(4)(6) = 72 英呎^3

whole numbers / 整數 數字 0, 1, 2, 3, ...。 | 0、8 和 106 是整數。
−1 和 0.6 不是整數。

x-axis / x 軸 座標平面上的水平軸。*另請參閱座標平面。* | *請參閱座標平面。*

x-coordinate / x 座標 有序對中的第一個座標，說明要向左或向右移動多少單位。 | 在有序對 (−3, −2) 中，x 座標 −3 的意思是要向左移 3 個單位。*另請參閱座標平面。*

x-intercept / x 截點 圖形穿過 x 軸的點的 x 座標。

x 截點為 6。
y 截點為 3。

y-axis / y 軸 座標平面上的垂直軸。另請參閱座標平面。 | *請參閱座標平面。*

y-coordinate / y 座標 有序對中的第二個座標，說明要向上或向下移動多少單位。 | 在有序對 (−3, −2) 中，y 座標 −2 的意思是要向下移 2 個單位。*另請參閱座標平面。*

y-intercept / y 截點 圖形穿過 y 軸的點的 y 座標。 | *請參閱 x 截點。*

zero exponent / 零指數 若 $a \neq 0$，則 $a^0 = 1$。 | $(-7)^0 = 1$

zero of a function / 函數的零 若 $f(k) = 0$，則數字 k 是函數的一個零。 | 函數 $f(x) = 2(x + 3)(x − 1)$ 的零是 −3 和 1。

z-score / z 分數 數據值位於數據集平均數 $\bar{x}$ 的上方或下方的標準偏差數字 z：$z = \dfrac{x - \bar{x}}{\sigma}$。 | 常態分佈的平均數為 76，標準偏差為 9。$x = 64$ 的 z 分數為
$$z = \frac{x - \bar{x}}{\sigma} = \frac{64 - 76}{9} \approx -1.3。$$

CHINESE

VIETNAMESE

A

absolute deviation / độ lệch tuyệt đối Độ lệch tuyệt đối của một số x từ một giá trị cho trước là giá trị tuyệt đối của hiệu số của x và giá trị cho trước:

$$\text{độ lệch tuyệt đối} = \left| x - \text{giá trị cho trước} \right|$$

Nếu độ lệch tuyệt đối của x từ 2 là 3, thì $\left| x - 2 \right| = 3$.

---

absolute value / giá trị tuyệt đối Giá trị tuyệt đối của một số a là khoảng cách giữa a và 0 trên một trục số. Ký hiệu $\left| a \right|$ biểu thị giá trị tuyệt đối của a.

$\left| 2 \right| = 2$, $\left| -5 \right| = 5$, và $\left| 0 \right| = 0$

---

absolute value equation / phương trình giá trị tuyệt đối Một phương trình chứa một biểu thức giá trị tuyệt đối.

$\left| x + 2 \right| = 3$ là một phương trình giá trị tuyệt đối.

---

absolute value function / hàm giá trị tuyệt đối Một hàm số có chứa một biểu thức giá trị tuyệt đối.

$y = \left| x \right|$, $y = \left| x - 3 \right|$, và $y = 4\left| x + 8 \right| - 9$ là các hàm số giá trị tuyệt đối.

---

absolute value of a complex number / giá trị tuyệt đối của một số phức Nếu $z = a + bi$, thì giá trị tuyệt đối của z, biểu thị là $\left| z \right|$, là một số phức không âm được xác định bằng $\left| z \right| = \sqrt{a^2 + b^2}$.

$\left| -4 + 3i \right| = \sqrt{(-4)^2 + 3^2} = \sqrt{25} = 5$

---

acute angle / góc nhọn Một góc có số đo lớn hơn $0°$ và nhỏ hơn $90°$.

---

acute triangle / tam giác nhọn Một hình tam giác có ba góc nhọn.

---

additive identity / đồng nhất thức phép cộng Số 0 là đồng nhất thức phép cộng vì tổng của bất kỳ số nào và 0 là chính số đó: $a + 0 = 0 + a = a$.

$-2 + 0 = -2$, $0 + \frac{3}{4} = \frac{3}{4}$

---

additive inverse / nghịch đảo phép cộng Nghịch đảo phép cộng của một số a là đối số của nó, $-a$. Tổng của một số và nghịch đảo phép cộng của nó là 0: $a + (-a) = -a + a = 0$.

Nghịch đảo phép cộng của -5 là 5, và $-5 + 5 = 0$.

---

adjacent angles / hai góc kề nhau Hai góc có chung một đỉnh và cạnh, nhưng không có điểm chung bên trong.

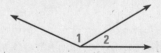

$\angle 1$ và $\angle 2$ là các góc kề nhau.

---

algebraic expression / biểu thức đại số Một biểu thức có chứa ít nhất một biến số. Còn gọi là biểu thức biến số.

$\frac{2}{3}p$, $\frac{8}{7 - r}$, $k - 5$, và $n^2 + 2n$ là các biểu thức đại số.

---

alternate exterior angles / các góc so le ngoài Hai góc được tạo bởi hai đường thẳng và một cát tuyến và nằm bên ngoài hai đường thẳng và trên hai phía đối nhau của cát tuyến.

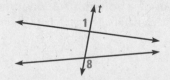

$\angle 1$ và $\angle 8$ là các góc so le ngoài.

VIETNAMESE

alternate interior angles / các góc so le trong Hai góc tạo bởi hai đường thẳng và một cát tuyến và nằm giữa hai đường thẳng và trên các phía đối nhau của cát tuyến.	 ∠4 và ∠5 là các góc so le trong.
altitude of a triangle / đường cao của tam giác Đoạn thẳng vuông góc từ một đỉnh của tam giác đến cạnh đối hay đến đường thẳng chứa cạnh đối.	
amplitude / biên độ Biên độ của đồ thị của một hàm sin hay côsin là $\frac{1}{2}(M-m)$, trong đó M là giá trị tối đa của hàm số và m là giá trị tối thiểu của hàm.	 Đồ thị của $y = 4 \sin x$ có một biên độ là $\frac{1}{2}(4-(-4)) = 4$.
angle / góc Gồm hai tia khác nhau với cùng điểm kết thúc. Các tia là các cạnh của góc, và điểm kết thúc là đỉnh của góc.	 ∠A, ∠BAC, hay ∠CAB
angle bisector / đường phân giác Một tia phân chia một góc thành hai góc bằng nhau.	 $\overrightarrow{YW}$ đẳng phân ∠XYZ.
angle of depression / góc hạ Khi ta nhìn vào một vật bên dưới, thì đó là góc mà đường ngắm của mắt tạo với một đường kẻ nằm ngang.	
angle of elevation / góc nâng Khi ta nhìn vào một vật, thì đó là góc mà đường ngắm của mắt tạo với một đường kẻ nằm ngang.	*Xem* góc hạ.
angle of rotation / góc xoay Góc tạo bởi các tia kẻ từ tâm xoay đến một điểm và ảnh của nó. *Xem luôn phần* rotation.	*Xem* rotation.
apothem of a polygon / đường trung đoạn của đa giác Khoảng cách từ tâm đến cạnh bất kỳ thuộc đa giác.	

arc length / độ dài cung Một đoạn của chu vi đường tròn.

$$\text{Độ dài cung của } \widehat{AB} = \frac{m\widehat{AB}}{360°} \cdot 2\pi r$$

area / diện tích Lượng bề mặt được bao phủ bởi một hình. Diện tích được đo bằng các đơn vị vuông chẳng hạn feet vuông (ft^2) hay mét vuông (m^2).

3 đơn vị
4 đơn vị

Diện tích = 12 đơn vị vuông

arithmetic sequence / cấp số cộng Một dãy số trong đó hiệu số giữa các số hạng liên tiếp là không đổi.

2, 8, 14, 20, 26, . . . là một cấp số cộng trong đó hiệu số giữa các số hạng là 6.

arithmetic series / dãy đại số Biểu thức được tạo ra bằng cách cộng dồn các số hạng của một cấp số cộng lại.

$$\sum_{i=1}^{5} 2i = 2 + 4 + 6 + 8 + 10$$

asymptote / đường tiệm cận Một đường mà một đồ thị tiến tới càng lúc càng gần.

Đường tiệm cận

Đường tiệm cận cho đồ thị trong hình là đường $y = 3$.

asymptotes of a hyperbola / các tiệm cận của hyperbol Các đường mà một hyperbol tiến đến gần nhưng không cắt.

Xem hyperbola, geometric definition.

axiom / tiên đề *Xem* postulate.

Xem postulate.

axis of symmetry of a parabola / trục đối xứng của một parabol Đường thẳng trực giao với đường chuẩn của parabol và đi qua tiêu điểm và đỉnh của nó.

Xem parabola, geometric definition.

B

bar graph / đồ thị thanh Một đồ thị trong đó độ dài của các thanh được dùng để biểu thị và so sánh dữ kiện.

Chỗ Bơi Tốt Nhất

Học Sinh

Biển   Hồ   Hồ Bơi

VIETNAMESE

base angles of a trapezoid / các góc đáy của hình thang Một trong hai cặp góc có cạnh là đáy của một hình thang.	∠*A* và ∠*D* là một cặp góc đáy. ∠*B* và ∠*C* cũng là một cặp.
base angles of an isosceles triangle / các góc đáy của một tam giác cân Hai góc kề với đáy của một tam giác cân.	*Xem* vertex angle of an isosceles triangle.
base of a parallelogram / đáy hình bình hành Một trong hai cạp cạnh song song của hình bình hành.	
base of a power / cơ số của lũy thừa Con số hay biểu thức được dùng làm hệ số trong một phép nhân lạp đi lạp lại.	Trong lũy thừa 3^4, cơ số là 3.
base of a prism / đáy hình lăng trụ *Xem* prism.	*Xem* prism.
base of a pyramid / đáy hình chóp *Xem* pyramid.	*Xem* pyramid.
base of an isosceles triangle / đáy hình tam giác cân Cạnh không đồng đẳng của một tam giác cân chỉ có hai cạnh đồng đẳng.	*Xem* isosceles triangle.
bases of a trapezoid / các đáy hình thang Các cạnh song song của một hình thang.	*Xem* trapezoid.
best-fitting line / đường thẳng tối ưu *Xem* line of fit.	*Xem* line of fit.
best-fitting quadratic model / mô hình bậc hai tối ưu Mô hình được cho bằng cách dùng hồi quy bậc hai trên một tập hợp dữ liệu ghép đôi.	
between / ở giữa Khi ba điểm nằm trên một đường thẳng, ta có thể nói rằng một điểm *ở giữa* hai điểm kia.	**Điểm *B* ở giữa các điểm *A* và *C*.**
biased question / câu hỏi thiên vị Một câu hỏi khuyến khích đưa ra một câu trả lời cụ thể.	"Anh có đồng ý rằng tuổi bầu cử nên được hạ xuống còn 16 vì rất nhiều người 16 tuổi đã có trách nhiệm và được thông tin tốt không?" là một câu hỏi thiên vị.
biased sample / mẫu thiên vị Một mẫu không đại diện cho tập thể.	Các thành viên đội bóng rổ của một trường sẽ tạo thành một mẫu thiên vị cho một cuộc thăm dò ý kiến xem có nên xây một phòng tập thể thao mới hay không.

High School
Multi-Language Visual Glossary

Copyright © by McDougal Littell,
a division of Houghton Mifflin Company.

biconditional statement / phát biểu điều kiện kép Một phát biểu chứa cụm từ "nếu và chỉ nếu."	Hai đường thẳng vuông góc nhau nếu và chỉ nếu chúng cắt nhau để tạo thành một góc vuông.
binomial / nhị thức Một đa thức với hai toán tử.	$t^3 - 4t$ và $2x + 5$ là các nhị thức.
binomial distribution / phân phối nhị thức Sự phân phối xác suất liên quan đến một thử nghiệm nhị thức.	 **Phân phối nhị thức cho 8 lần thử với $p = 0.5$.**
binomial experiment / thử nghiệm nhị thức Một cuộc thử nghiệm thỏa các điều kiện sau đây. (1) Có n lần thử độc lập. (2) Mỗi lần thử chỉ có hai kết quả khả dĩ: thành công và thất bại. (3) Xác suất thành công là như nhau cho mỗi lần thử.	Một đồng xu được tung 12 lần. Xác suất có được chính xác 4 đầu là như sau: $$\begin{aligned} P(k = 4) &= {}_nC_k\, p^k (1-p)^{n-k} \\ &= {}_{12}C_4 (0.5)^4 (1-0.5)^8 \\ &= 495(0.5)^4(0.5)^8 \\ &\approx 0.121 \end{aligned}$$
binomial theorem / định lý nhị thức Việc mở rộng nhị thức $(a + b)^n$ với số nguyên dương bất kỳ n: $(a + b)^n = {}_nC_0 a^n b^0 + {}_nC_1 a^{n-1} b^1 + {}_nC_2 a^{n-2} b^2 + \cdots + {}_nC_n a^0 b^n.$	$(x^2 + y)^3 =$ ${}_3C_0(x^2)^3 y^0 + {}_3C_1(x^2)^2 y^1 + {}_3C_2(x^2)^1 y^2 + {}_3C_3(x^2)^0 y^3 =$ $(1)(x^6)(1) + (3)(x^4)(y) + (3)(x^2)(y^2) + (1)(1)(y^3) =$ $x^6 + 3x^4 y + 3x^2 y^2 + y^3$
box-and-whisker plot / biểu đồ ô và đường Một kiểu trình bày dữ liệu tổ chức các giá trị dữ liệu thành bốn nhóm có sử dụng giá trị tối thiểu, tứ phân dưới, trung bình, tứ phân trên, và giá trị tối đa.	
branches of a hyperbola / các nhánh của hyperbol Các phần đối xứng của một hyperbol.	*Xem* hyperbola, geometric definition.

C

center of a circle / tâm đường tròn *Xem* circle.	*Xem* circle.
center of a hyperbola / tâm của hyperbol Trung điểm của trục hoành của một hyperbol.	*Xem* hyperbola, geometric definition.
center of an ellipse / tâm của hình ellipse Trung điểm của trục chính của một hình ellipse.	*Xem* ellipse.

VIETNAMESE

center of a polygon / tâm của hình đa giác Tâm của vòng tròn ngoại tiếp đa giác.

center of a sphere / tâm hình cầu *Xem* sphere.

Xem sphere.

center of dilation / tâm giãn nở Trong một phép thu phóng hay giãn nở, điểm cố định mà từ đó hình được phóng to hay thu nhỏ.

Xem dilation.

center of rotation / tâm xoay *Xem* rotation.

Xem rotation.

center of symmetry / tâm đối xứng *Xem* rotational symmetry.

Xem rotational symmetry.

central angle of a circle / góc tâm của đường tròn Một góc có đỉnh là tâm của đường tròn.

∠*PCQ* là một góc tâm của ⊙*C.*

central angle of a regular polygon / góc tâm của đa giác đều Một góc tạo bởi hai bán kính được vẽ đến các đỉnh kề nhau của đa giác.

centroid of a triangle / trọng tâm của tam giác Điểm đồng quy của ba trung tuyến của tam giác.

P là trọng tâm của △ *ABC.*

chord of a circle / dây cung của đường tròn Một đoạn thẳng có các điểm kết thúc nằm trên một đường tròn.

chord of a sphere / dây cung của hình cầu Một đoạn thẳng có các điểm kết thúc nằm trên một mạt cầu.

circle / đường tròn Tập hợp tất cả các điểm trong một mặt phẳng có khoảng cách bằng nhau đến một điểm cho trước gọi là tâm của đường tròn.

Đường tròn với tâm *P,* hay ⊙ *P*

circle graph / đồ thị đường tròn Một đồ thị thể hiện dữ liệu làm một phần của một đường tròn. Cả đường tròn thể hiện toàn phần dữ liệu.

Kiến về Tàu Lượn Đường Rầy

Không vui 7
Được 15
Tuyệt 78

circumcenter of a triangle / **tâm đường tròn ngoại tiếp tam giác** Điểm đồng quy ba đường trung trực của tam giác.

P là tâm đường tròn ngoại tiếp của $\triangle$ *ABC*.

circumference / chu vi đường tròn Độ dài vòng quanh đường tròn.

circumscribed circle / đường tròn ngoại tiếp Đường tròn chứa các đỉnh của một đa giác nội tiếp.

đường tròn ngoại tiếp

coefficient / hệ số Khi một số hạng là tích của một con số và một lũy thừa của một biến số, thì con số đó là hệ số của lũy thừa.

Trong biểu thức đại số $2x^2 + (-4x) + (-1)$, hệ số của $2x^2$ là 2 và hệ số của $-4x$ là -4.

coefficient matrix / ma trận hệ số Ma trận hệ số của hệ tuyến tính $ax + by = e, cx + dy = f$ là $\begin{bmatrix} a & b \\ c & d \end{bmatrix}$.

$9x + 4y = -6$
$3x - 5y = -21$

Ma trận hệ số: $\begin{bmatrix} 9 & 4 \\ 3 & -5 \end{bmatrix}$

ma trận của các hàng số: $\begin{bmatrix} -6 \\ -21 \end{bmatrix}$

ma trận của các biến số: $\begin{bmatrix} x \\ y \end{bmatrix}$

collinear points / các điểm thẳng hàng Các điểm nằm trên cùng một đường thẳng.

A, *B*, và *C* thẳng hàng.

combination / tổ hợp Một sự chọn lựa r đối tượng từ một nhóm *n* đối tượng trong đó thứ tự không quan trọng, biểu thị là $_nC_r$ trong đó $_nC_r = \dfrac{n!}{(n-r)! \cdot r!}$.

Có 6 tổ hợp của $n = 4$ chữ cái A, B, C, và D lựa chọn $r = 2$ cùng một lúc: AB, AC, AD, BC, BD, và CD.

common difference / công sai Hiệu số không đổi giữa hai số hạng liên tiếp của một cấp số cộng.

2, 8, 14, 20, 26, . . . là một cấp số cộng với một công sai là 6.

VIETNAMESE

common factor / thừa số chung Một số nguyên là thừa số của hai hay nhiều số nguyên khác 0.	Các thừa số chung của 64 và 120 là 1, 2, 4, và 8.
common logarithm / lôgarit thập phân Một lôgarit với cơ số 10. Nó được biểu thị bằng $\log_{10}$ hay chỉ là log.	$\log_{10} 100 = \log 100 = 2$ vì $10^2 = 100$.
common multiple / bội số chung Một số nguyên là bội số của hai hay nhiều số nguyên khác 0.	Các bội số chung của 6 và 8 là 24, 48, 72, 96, ...
common ratio / công bội Tỷ số của bất kỳ thừa số nào trong một cấp số nhân với thừa số trước đó trong dãy số.	Dãy số 5, 10, 20, 40, . . . là một cấp số nhân với công bội là 2.
complement of a set / bù của một tập hợp Phần hội của tập hợp A, viết là $\overline{A}$, là tập hợp tất cả các phần tử trong tập hợp tổng U mà *không* thuộc A.	Lấy U là tập hợp tất cả các số nguyên từ 1 đến 10 và lấy $A = \{1, 2, 4, 8\}$. Như vậy $\overline{A} = \{3, 5, 6, 7, 9, 10\}$.
complementary angles / các góc phụ nhau Hai góc có số đo cộng lại bằng 90°. Tổng các số đo của một góc và *góc phụ* của nó là 90°.	
completing the square / hoàn chỉnh tam thức Quy trình thêm một số hạng vào một biểu thức chính phương có dạng $x^2 + bx$ để làm cho nó thành một tam thức chính phương.	Để hoàn chỉnh tam thức cho $x^2 + 16x$, thêm $\left(\dfrac{16}{2}\right)^2 = 64$: $x^2 + 16x + 64 = (x + 8)^2$.
complex conjugates / liên hợp số phức Hai số phức có dạng $a + bi$ và $a - bi$.	$2 + 4i, 2 - 4i$
complex fraction / phân số phức Một phân số chứa một phân số ở tử số, mẫu số, hay cả hai.	$\dfrac{\frac{3x}{2}}{-6x^3}$ và $\dfrac{x^2-1}{\frac{x+1}{x-1}}$ là các phân số phức.
complex number / số phức Một số $a + bi$ trong đó a và b là các số thực và i là đơn vị ảo.	$0, 2.5, \sqrt{3}, \pi, 5i, 2 - i$
complex plane / mặt phẳng phức hợp Một mặt phẳng tọa độ trong đó mỗi điểm (a, b) biểu thị cho một số phức $a + bi$. Trục hoành là trục thực và trục tung là trục ảo.	
component form of a vector / dạng thành phần của một vectơ Dạng của một vectơ kết hợp các thành phần ngang và dọc của vectơ đó.	 Dạng thành phần của $\overrightarrow{PQ}$ là $\langle 4, 2 \rangle$.
composite number / số đa hợp Một số nguyên lớn hơn 1 có các thừa số ngoài 1 và chính nó.	6 là một số đa hợp vì các thừa số của nó là 1, 2, 3, và 6.

composition of functions / hàm hợp Hợp của một hàm số g với một hàm số f là $h(x) = g(f(x))$.

$$f(x) = 5x - 2, \ g(x) = 4x^{-1}$$
$$g(f(x)) = g(5x - 2) = 4(5x - 2)^{-1} =$$
$$\frac{4}{5x - 2}, x \neq \frac{2}{5}$$

---

composition of transformations / tổng hợp các biến đổi Kết quả khi hai hay nhiều phép biến đổi được kết hợp lại để cho ra một phép biến đổi duy nhất.

Một ánh xạ trượt là một ví dụ về một tổng hợp các biến đổi.

---

compound event / sự kiện phức hợp Một sự kiện kết hợp hai hay nhiều sự kiện, sử dụng từ *và* hay từ *hoặc*.

Khi ta đổ một cục xí ngầu, sự kiện "đổ số 2 hoặc một số lẻ" là một sự kiện phức hợp.

---

compound inequality / bất đẳng thức phức hợp Hai bất đẳng thức đơn giản được nối liền bởi "và" hay "hoặc."

$2x > 0$ hoặc $x + 4 < -1$ là một bất đẳng thức phức hợp.

---

conditional probability / xác suất có điều kiện Xác suất có điều kiện của B với A, cho trước, viết là $P(B \mid A)$, là xác suất mà sự kiện B sẽ xảy ra với điều kiện sự kiện A đã xảy ra.

Hai lá bài được chọn ngẫu nhiên từ một bộ bài chuẩn 52 lá. Lấy sự kiện A là "lá bài đầu tiên là con chuồn" và lấy sự kiện B là "lá bài thứ hai là một con chuồn." Như vậy $P(B \mid A) = \frac{12}{51} = \frac{4}{17}$ vì có 12 (trong số 13) con chuồn còn lại trong 51 lá bài kia.

---

compound interest / khoản lãi phức hợp Khoản lãi kiếm được trên cả khoản đầu tư ban đầu và trên khoản lãi kiếm được trước đó.

Bạn nạp $250 vào một trương mục có sinh lãi 4% hàng năm. Sau 5 năm, số dư trương mục của bạn là
$y = 250(1 + 0.04)^5 \approx \$304.16$.

---

concave polygon / đa giác lõm Một đa giác không lồi. *Xem cả phần* convex polygon.

Phần bên trong

---

conclusion / kết luận Phần "thì" của một phát biểu có điều kiện.

Xem conditional statement.

---

concurrent / đồng quy Ba hay nhiều đường thẳng, tia, hay đoạn thẳng cắt nhau tại một điểm.

Xem point of concurrency.

---

conditional statement / phát biểu có điều kiện Một phát biểu có hai phần, một giả thuyết và một kết luận.

Phát biểu có điều kiện

Nếu $a > 0$, thì $|a| = a$.

Giả thuyết   kết luận

---

cone / hình nón Một khối đặc có một đáy hình tròn và một đỉnh không cùng mặt phẳng với đáy.

đỉnh
đường cao
h
đáy
r

---

conic section / mặt cắt hình nón Một đường cong tạo bởi phần cát nhau của một mặt phẳng và hai hình nón đối đỉnh. Các mạt cắt hình nón còn được gọi là conic.

Xem circle, ellipse, hyperbola, *và* parabola.

congruence transformation / biến đổi tương đẳng Một phép biến đổi giữ nguyên độ dài và số đo góc. Còn gọi là *isometry*.

Tịnh tiến, phản chiếu, và xoay là ba dạng biến đổi tương đẳng.

---

congruent angles / các góc bằng nhau Các góc có cùng số đo.

$$\angle A \cong \angle B$$

---

congruent arcs / các cung bằng nhau Hai cung có cùng số đo và là các cung của cùng một đường tròn hay các đường tròn bằng nhau.

$$\overset{\frown}{CD} \cong \overset{\frown}{EF}$$

---

congruent circles / các đường tròn bằng nhau Hai đường tròn có cùng bán kính.

4 m

4 m

$$\odot P \cong \odot Q$$

---

congruent figures / các hình bằng nhau Hai hình toán học có cùng độ lớn và hình dạng. Ký hiệu ≅ chỉ sự toàn đẳng hay bằng nhau. Khi hai hình toàn đẳng, tất cả các cạnh tương ứng và các góc tương ứng đều bằng nhau.

$$\triangle ABC \cong \triangle FED$$
$$\angle A \cong \angle F, \angle B \cong \angle E,$$
$$\angle C \cong \angle D$$
$$\overline{AB} \cong \overline{FE}, \overline{BC} \cong \overline{ED},$$
$$\overline{AC} \cong \overline{FD}$$

---

congruent segments / các đoạn thẳng bằng nhau Các đoạn thẳng có cùng độ dài.

$$\overline{AB} \cong \overline{CD}$$

---

conjecture / giả định Một phát biểu chưa được chứng minh, được dựa trên các quan sát.

Giả định: Mọi số nguyên tố đều lẻ.

---

conjugates / liên hợp Các biểu thức $a + \sqrt{b}$ và $a - \sqrt{b}$ trong đó a và b là các số hữu tỷ.

Liên hợp của $7 + \sqrt{2}$ là $7 - \sqrt{2}$.

---

consecutive interior angles / các góc trong kề nhau Hai góc được tạo bởi hai đường thẳng và một cát tuyến và nằm giữa hai đường thẳng đó và trên cùng một phía của cát tuyến.

$\angle 3$ và $\angle 5$ là các góc trong kề nhau.

consistent dependent system / hệ phương trình phụ thuộc có nghiệm Một hệ phương trình tuyến tính với vô số nghiệm. Các đồ thị của các phương trình của một hệ độc lập nhất quán thì trùng nhau.

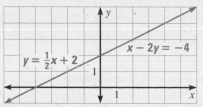

Hệ tuyến tính $x - 2y = -4$ và $y = \frac{1}{2}x + 2$ là một hệ phụ thuộc có nghiệm vì các đồ thị của các phương trình trùng nhau.

consistent independent system / hệ phương trình độc lập có nghiệm Một hệ phương trình tuyến tính có duy nhất một nghiệm. Các đồ thị của các phương trình của một hệ độc lập có nghiệm thì cắt nhau.

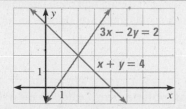

Hệ tuyến tính $3x - 2y = 2$ và $x + y = 4$ là một hệ phương trình độc lập có nghiệm vì các đồ thị của các phương trình cắt nhau.

consistent system / hệ phương trình có nghiệm Một hệ phương trình có ít nhất một nghiệm.

$$y = 2 + 3x$$
$$6x + 2y = 4$$

Hệ trên có nghiệm $(0, 2)$.

constant of variation / hằng số biến thiên Hằng số a khác 0 trong một phương trình biến thiên trực tiếp $y = ax$, một phương trình biến thiên nghịch đảo $y = \frac{a}{x}$, hay một phương trình biến thiên chung $z = axy$.

Trong phương trình biến thiên trực tiếp $y = -\frac{5}{2}x$, hằng số biến thiên là $-\frac{5}{2}$.

constant term / số hạng bất biến Một số hạng với một phần số và không có phần biến thiên.

Trong biểu thức $3x + (-4) + (-6x) + 2$, các số hạng bất biến là -4 và 2.

constraints / ràng buộc Trong lập trình tuyến tính, các bất bất đẳng thức tạo thành một hệ.

Xem linear programming.

continuous function / hàm liên tục Một hàm số có một đồ thị không đứt đoạn.

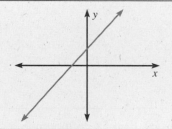

construction / phép dựng hình Một hình vẽ có dùng một bộ công cụ hạn chế, thường là một compa và thước thẳng.

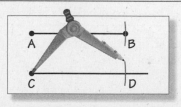

contrapositive / định lý phản đảo Phát biểu tương đương được hình thành bằng cách phủ nhận giả thuyết và kết luận của nghịch đảo của một phát biểu có điều kiện.

Phát biểu: Nếu $m\angle A = 90°$, thì $\angle A$ là vuông. Phản đảo: Nếu $\angle A$ không vuông, thì $m\angle A \neq 90°$.

control group / nhóm kiểm soát Một nhóm không trải qua một quy trình xử lý khi một cuộc thử nghiệm được thực hiện. Xem cả phần experimental group.

Xem experimental group.

VIETNAMESE

convenience sample / mẫu thuận tiện Một mẫu trong đó chỉ những thành viên của một tập thể nào dễ tiếp cận là được chọn.

Bạn có thể chọn một mẫu thuận tiện của số lượng học sinh của một trường bàng cách chỉ chọn những học sinh trong lớp mình mà thôi.

converse of a conditional / nghịch đảo của một mệnh đề điều kiện Một phát biểu được tạo bàng cách hoán đổi giả thuyết và kết luận của mệnh đề điều kiện. Nghịch đảo của một phát biểu đúng không nhất thiết phải đúng.

Nghịch đảo của phát biểu "Nếu $x = 5$, thì $|x| = 5$" là "Nếu $|x| = 5$, thì $x = 5$." Phát biểu đầu tiên là đúng, nhưng nghịch đảo thì sai.

convex polygon / đa giác lồi Một hình đa giác trong đó không đường thẳng nào chứa một cạnh của đa giác mà chứa một điểm ở phần bên trong của đa giác. Một đa giác không lồi được gọi là đa giác lõm.

Phần bên trong

convex polyhedron / khối đa diện lồi Một khối đa diện sẽ lồi nếu 2 điểm bất kỳ nào trên bề mặt nó có thể được nối liền bàng một đoạn thẳng nàm hoàn toàn bên trong hay trên khối đa diện. Nếu đoạn thẳng này đi ra ngoài khối đa diện, thì khối đa diện là không lồi tức lõm.

lồi   lõm

coordinate / tọa độ Số thực tương ứng với một điểm trên một đường thẳng.

các tọa độ của các điểm

coordinate plane / mặt phẳng tọa độ Một mặt phẳng được chia thành bốn góc phần tư bởi một đường thẳng số nàm ngang gọi là trục x và một đường nàm dọc gọi là trục y.

coordinate proof / chứng minh theo tọa độ Một dạng chứng minh có bao gồm việc đạt các hình vào một mạt phẳng tọa độ.

coplanar points / các điểm đồng phẳng Các điểm nàm trên cùng một mạt phẳng.

A, B, và C đồng phẳng.

corollary to a theorem / hệ quả với định lý Một phát biểu có thể được chứng minh dễ dàng bàng cách dùng định lý.

Hệ quả với Định Lý Tổng Tam Giác phát biểu ràng các góc nhọn của một hình tam giác thì phụ nhau.

correlation / tương quan Mối quan hệ giữa các dữ liệu cặp đôi. Các dữ liệu cặp đôi có *tương quan thuận* nếu *y* có xu hướng tăng khi *x* tăng, *tương quan nghịch* nếu *y* có xu hướng giảm khi *x* tăng, và *tương đối không tương quan* nếu *x* và *y* không có mối quan hệ rõ rệt.

Xem positive correlation *và* negative correlation.

Tương đối không tương quan

---

correlation coefficient / hệ số tương quan Một số đo, biểu thị bằng *r* trong đó $-1 \leq r \leq 1$, về việc một đường thẳng vừa với một tập hợp các cặp dữ liệu (x, y) đến mức nào.

Một tập hợp dữ liệu thể hiện mối tương quan chặt chẽ có một hệ số tương quan $r \approx 1$. *Xem cả phần* positive correlation *và* negative correlation.

---

corresponding angles / các góc tương ứng Hai góc tạo bởi hai đường thẳng và một cát tuyến và chiếm các vị trí tương ứng.

∠2 và ∠6 là hai góc tương ứng.

---

corresponding parts / các phần tương ứng Một cặp cạnh hay góc có cùng vị trí tương đối ở hai hình toàn đẳng hoặc đồng dạng.

∠*A* và ∠*J* là các góc tương ứng.
$\overline{AB}$ và $\overline{JK}$ là các cạnh tương ứng.

---

cosecant function /hàm côsec Nếu θ là một góc nhọn thuộc một tam giác vuông, thì côsec của θ là độ dài của cạnh huyền chia cho độ dài của cạnh đối θ.

Xem sine function.

---

cosine / côsin Một tỷ số lượng giác, viết tắt là *cos*. Với tam giác vuông *ABC*, côsin của góc nhọn *A* là

$$\cos A = \frac{\text{độ dài cạnh kề } \angle A}{\text{độ dài cạnh huyền}} = \frac{AC}{AB}$$

$$\cos A = \frac{AC}{AB} = \frac{4}{5}$$

---

cosine function / hàm côsin Nếu θ là một góc nhọn thuộc một tam giác vuông, côsin của θ là độ dài của cạnh kề với θ chia cho độ dài của cạnh huyền.

Xem sine function.

---

cotangent function / hàm côtang Nếu θ là một góc nhọn thuộc tam giác vuông, côtang của θ là độ dài của cạnh kề với θ chia cho độ dài cạnh đối θ.

Xem sine function.

---

coterminal angles / các góc cùng cạnh cuối Các góc ở vị trí tiêu chuẩn với các cạnh cuối trùng nhau.

Các góc với số đo 500° và 140° là đồng cạnh cuối.

VIETNAMESE

counterexample / phản ví dụ Một trường hợp cụ thể chứng tỏ một giả định là sai.	Giả định: Tất cả các số nguyên tố đều lẻ. Phản ví dụ: 2, một số nguyên tố không lẻ
co-vertices of an ellipse / các đồng đỉnh của một hình ellipse Các điểm cắt nhau của một hình ellipse và đường thẳng vuông góc với trục chính tại tâm.	*Xem* ellipse.
Cramer's rule / quy tắc Cramer Một phương pháp giải một hệ phương trình tuyến tính bằng cách dùng các định thức: Với hệ tuyến tính $ax + by = e$, $cx + dy = f$, cho A là ma trận hệ số. Nếu định thức $A \neq 0$, nghiệm của hệ là như sau: $$x = \frac{\begin{vmatrix} e & b \\ f & d \end{vmatrix}}{\det A},\ y = \frac{\begin{vmatrix} a & e \\ c & f \end{vmatrix}}{\det A}$$	$9x + 4y = -6$ $3x - 5y = -21;\quad \begin{vmatrix} 9 & 4 \\ 3 & -5 \end{vmatrix} = -57$ Áp dụng quy tắc Cramer cho ra kết quả sau đây: $$x = \frac{\begin{vmatrix} -6 & 4 \\ -21 & -5 \end{vmatrix}}{-57} = \frac{114}{-57} = -2$$ $$y = \frac{\begin{vmatrix} 9 & -6 \\ 3 & -21 \end{vmatrix}}{-57} = \frac{-171}{-57} = 3$$
cross multiplying / nhân chéo Một phương pháp giải một phương trình hữu tỷ đơn giản mà mỗi vế của phương trình là một biểu thức hữu tỷ duy nhất.	Để giải $\dfrac{3}{x + 1} = \dfrac{9}{4x + 5}$, nhân chéo. $3(4x + 5) = 9(x + 1)$ $12x + 15 = 9x + 9$ $3x = -6$ $x = -2$
cross product / tích chéo Trong một tỷ lệ thức, một tích chéo là tích của tử số của phân số thứ nhất với mẫu số của phân số kia. Các tích chéo của một tỷ lệ thức là bằng nhau.	Tích chéo của tỷ lệ thức $\dfrac{3}{4} = \dfrac{6}{8}$ là $3 \cdot 8 = 24$ và $4 \cdot 6 = 24$.
cross section / tiết diện Phần giao nhau của một mạt phẳng và một hình khối.	 mặt phẳng tiết diện
cube / khối lập phương Một khối đa diện có sáu mạt vuông bằng nhau.	
cube root / căn bậc ba Nếu $b^3 = a$, thì b là căn bậc 3 của a.	2 là căn bậc 3 của 8 vì $2^3 = 8$.
cycle / chu kỳ Phần lập lại ngắn nhất của đồ thị một hàm số tuần hoàn.	*Xem* periodic function.
cylinder / hình trụ Một khối đạc với các đáy tròn bằng nhau nằm ở các mạt phẳng song song.	đáy đáy

decagon / thập giác Một hình đa giác có mười cạnh.

decay factor / thừa số phân rã Đại lượng b trong hàm số mũ phân rã $y = ab^x$ với $a > 0$ và $0 < b < 1$.

Thừa số phân rã cho hàm số $y = 3(0.5)^x$ là 0.5.

decay rate / mức độ phân rã Biến số r trong mô hình phân rã số mũ $y = a(1 - r)^t$.

Trong mô hình phân rã số mũ $P = 41(0.995)^t$, mức độ phân rã là 0.005, vì $0.995 = 1 - 0.005$.

deductive reasoning / lập luận suy diễn Một quy trình sử dụng các thực tế, định nghĩa, đặc tính được chấp nhận, và các quy luật logic để hình thành một luận cứ hợp lý.

$(x + 2) + (-2)$
$= x + [2 + (-2)]$ **Tính chất kết hợp của phép cộng**
$= x + 0$ **Tính chất nghịch đảo của phép cộng**
$= x$ **Tính chất đồng nhất của phép cộng**

defined terms / thuật ngữ được xác định Những thuật ngữ có thể được miêu tả bằng những từ đã biết.

Đoạn thẳng và *tia* là hai thuật ngữ được xác định.

degree of a monomial / bậc của đơn thức Tổng các số mũ của các biến số trong đơn thức. Bậc của một số hạng không đổi khác 0 là 0.

Bậc của $\frac{1}{2}ab^2$ là $1 + 2$, hay 3.

degree of a polynomial / bậc của đa thức Bậc lớn nhất của các số hạng của đa thức.

Đa thức $2x^2 + x - 5$ có một bậc là 2.

denominator / mẫu số Con số bên dưới dấu gạch phân số trong một phân số. Nó biểu thị số phần bằng nhau mà tổng số được chia thành hoặc số cá thể tạo nên tập hợp.

Trong phân số $\frac{3}{4}$, mẫu số là 4.

dependent events / các sự kiện phụ thuộc Hai sự kiện trong đó sự xuất hiện của một sự kiện tác động đến sự xuất hiện của sự kiện kia.

Một túi chứa 3 hòn bi đỏ và 5 bi trắng. Bạn bốc ngẫu nhiên một hòn bi, đừng thay nó, rồi bốc ngẫu nhiên một hòn bi khác. Các sự kiện "bốc một hòn bi đỏ trước" và "thứ hai là bốc một hòn bi trắng" là các sự kiện phụ thuộc.

dependent system / hệ phụ thuộc Một hệ phương trình nhất quán có vô số nghiệm.

$$2x - y = 3$$
$$4x - 2y = 6$$

Bất kỳ cặp $(x, 2x - 3)$ theo thứ tự nào đều là một nghiệm của hệ trên, vì vậy có vô số nghiệm.

dependent variable / biến số phụ thuộc Biến số dữ liệu xuất trong một phương trình trong hai biến.

Xem independent variable.

determinant / định thức Một số thực được liên kết với ma trận vuông A bất kỳ, biểu thị là det A hay $|A|$.

$\det \begin{bmatrix} 5 & 4 \\ 3 & 1 \end{bmatrix} = 5(1) - 3(4) = -7$

$\det \begin{bmatrix} a & b \\ c & d \end{bmatrix} = ad - cb$

diagonal of a polygon / đường chéo của một đa giác Một đoạn thẳng nối liền hai đỉnh không liền nhau của một đa giác.	các đường chéo
diameter of a circle / đường kính của đường tròn Một dây cung đi qua tâm của một đường tròn. Độ dài đi qua một đường tròn, qua tâm của nó.	*Xem* circumference.
diameter of a sphere / đường kính của hình cầu Một dây cung có chứa tâm của một khối cầu. Khoảng cách đi qua một khối cầu qua tâm của nó.	đường kính
dilation / phép thu phóng Một phép biến đổi phóng to hay thu nhỏ một hình để tạo ra một hình đồng dạng.	Hệ số tỷ lệ phóng to là $\dfrac{XY}{AB}$. tâm phóng to
dimensions of a matrix / kích thước ma trận Các số hàng và cột trong ma trận. Nếu một ma trận có m hàng và n cột, thì kích thước của ma trận là $m \times n$.	Kích thước của một ma trận với 3 hàng và 4 cột là 3×4 ("3 by 4").
direct variation / biến thiên trực tiếp Mối quan hệ của hai biến số x và y nếu có một số a khác 0 và $y = ax$. Nếu $y = ax$, thì y được gọi là biến thiên trực tiếp với x.	Phương trình $2x - 3y = 0$ thể hiện sự biến thiên trực tiếp vì nó tương đương với phương trình $y = \dfrac{2}{3}x$. Phương trình $y = x + 5$ *không* thể hiện sự biến thiên trực tiếp.
directrix of a parabola / đường chuẩn của parabol *Xem* parabola, geometric definition.	*Xem* parabola, geometric definition.
discrete function / hàm rời rạc Một hàm số có đồ thị chứa các điểm tách rời.	
discriminant of a general second-degree equation / biệt thức của một phương trình bậc 2 tổng quát Biểu thức $B^2 - 4AC$ cho phương trình $Ax^2 + Bxy + Cy^2 + Dx + Ey + F = 0$. Được dùng để nhận biết loại tiết diện nón nào mà phương trình thể hiện.	Với phương trình $4x^2 + y^2 - 8x - 8 = 0$, $A = 4$, $B = 0$, và $C = 1$. $$B^2 - 4AC = 0^2 - 4(4)(1) = -16$$ Vì $B^2 - 4AC < 0$, $B = 0$, và $A \neq C$, tiết diện nón là hình ellipse.
discriminant of a quadratic equation / biệt thức của phương trình bậc 2 Biểu thức $b^2 - 4ac$ cho phương trình bậc hai $ax^2 + bx + c = 0$; biểu thức dưới dấu căn trong công thức bậc hai.	Giá trị của biệt thức $2x^2 - 3x - 7 = 0$ là $b^2 - 4ac = (-3)^2 - 4(2)(-7) = 65$.

disjoint events / các sự kiện tách rời Các sự kiện A và B là tách rời nếu chúng không có chung kết quả xảy ra; còn gọi là các sự kiện xung khắc.

Khi bạn chọn ngẫu nhiên một lá bài từ một bộ bài chuẩn 52 lá, việc chọn một con chuồn và việc chọn một con cơ là các sự kiện tách rời.

---

distance between two points on a line / khoảng cách giữa 2 điểm trên một đường thẳng Giá trị tuyệt đối của hiệu số của các tọa độ của các điểm. Khoảng cách giữa các điểm A và B, viết là AB, còn được gọi là độ dài của $\overline{AB}$.

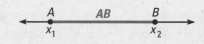

---

distance formula / công thức khoảng cách Khoảng cách d giữa hai điểm bất kỳ (x_1, y_1) và (x_2, y_2) là $d = \sqrt{(x_2 - x_1)^2 + (y_2 - y_1)^2}$.

Khoảng cách d giữa $(-1, 3)$ và $(5, 2)$ là:
$$d = \sqrt{(5 - (-1))^2 + (2 - 3)^2} = \sqrt{37}$$

---

distance from a point to a line / khoảng cách từ một điểm đến một đường thẳng Độ dài của đoạn thẳng vuông góc từ điểm đến đường thẳng.

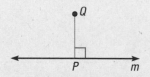

Khoảng cách từ Q đến m là QP.

---

distributive property / tính chất phân phối Một tính chất có thể được dùng để tìm tích của một số và một tổng hay hiệu:

$$a(b + c) = ab + ac$$
$$(b + c)a = ba + ca$$
$$a(b - c) = ab - ac$$
$$(b - c)a = ba - ca$$

$$3(4 + 2) = 3(4) + 3(2),$$
$$(8 - 6)4 = (8)4 - (6)4$$

---

domain / miền xác định Tập hợp các giá trị dữ liệu nhập của một quan hệ.

Xem relation.

---

domain of a function / miền xác định của hàm số Tập hợp tất cả dữ liệu dẫn nhập của một hàm số.

Xem function.

---

eccentricity of a conic section / độ lệch tâm của một mặt cắt nón Độ lệch tâm e của một hyperbol hay một ellipse là $\frac{c}{a}$ trong đó c là khoảng cách từ mỗi tiêu điểm đến tâm và a là khoảng cách từ mỗi đỉnh đến tâm. Độ lệch tâm của một đường tròn là $e = 0$. Độ lệch tâm của một parabol là $e = 1$.

Với hình ellipse $\frac{(x + 4)^2}{36} + \frac{(y - 2)^2}{16} = 1$, $c = \sqrt{36 - 16} = 2\sqrt{5}$, vì vậy độ lệch tâm là $e = \frac{c}{a} = \frac{2\sqrt{5}}{\sqrt{36}} = \frac{\sqrt{5}}{3} \approx 0.745$.

---

edge of a polyhedron / cạnh rìa của một khối đa diện Một đoạn thẳng tạo bởi phần giao nhau của hai mặt của một khối đa diện.

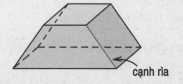

cạnh rìa

---

element of a matrix / phần tử của một ma trận Một con số trong một ma trận. Còn gọi là *entry*.

Xem matrix.

---

element of a set / phần tử của một tập hợp Từng đối tượng trong một tập hợp. Còn gọi là *thành viên* của một tập hợp.

5 là một phần tử của tập hợp các số nguyên, $W = \{0, 1, 2, 3, \ldots\}$.

VIETNAMESE

elimination method / phương pháp loại bỏ Một phương pháp giải một hệ phương trình bằng cách nhân các phương trình với các hàng số, rồi cộng các phương trình đã xét lại để loại bỏ một biến số.

Để dùng phương pháp loại bỏ nhằm giải hệ gồm các phương trình $3x - 7y = 10$ và $6x - 8y = 8$, nhân phương trình thứ nhất với -2 và cộng các phương trình lại để loại bỏ x.

---

ellipse / hình bầu dục Tập hợp tất cả các điểm P trong một mặt phẳng sao cho tổng các khoảng cách giữa P và hai điểm cố định, gọi là tiêu điểm, là một hàng số.

---

empty set / tập hợp rỗng Tập hợp không có phần tử nào, viết là Ø.

Tập hợp các số nguyên âm = Ø.

---

end behavior / phản ứng cuối Phản ứng của đồ thị của một hàm số khi x tiến đến vô cực dương $(+\infty)$ hay vô cực âm $(-\infty)$.

$f(x) \rightarrow +\infty$ khi $x \rightarrow -\infty$ hay khi $x \rightarrow +\infty$.

---

endpoints / điểm kết thúc *Xem* line segment.

Xem line segment.

---

enlargement / phóng to Một phép thu phóng với tỷ lệ phóng lớn hơn 1.

Một phép thu phóng với tỷ lệ phóng bằng 2 là một phép phóng to.

---

equal matrices / các ma trận bằng nhau Các ma trận có cùng kích thước và các phần tử bằng nhau tại các vị trí tương ứng.

$$\begin{bmatrix} 6 & 0 \\ -\dfrac{4}{4} & \dfrac{3}{4} \end{bmatrix} = \begin{bmatrix} 3 \cdot 2 & -1 + 1 \\ -1 & 0.75 \end{bmatrix}$$

---

equation / phương trình Một phát biểu rằng hai biểu thức là bằng nhau.

$2x - 3 = 7, 2x^2 = 4x$

---

equation in two variables / phương trình ở dạng hai biến Một phương trình chứa hai biến số.

$y = 3x - 5, d = -16t^2 + 64$

---

equiangular polygon / đa giác đẳng góc Một đa giác có tất cả các góc trong bằng nhau.

---

equiangular triangle / tam giác đẳng góc Một tam giác có ba góc bằng nhau.

---

equidistant / đồng khoảng cách Cùng khoảng cách từ một hình so với khác đến một hình khác.	 *X* là đồng khoảng cách từ *Y* và *Z*.
equilateral polygon / đa giác đều Một hình đa giác có tất cả các cạnh bằng nhau.	
equilateral triangle / tam giác đều Một tam giác có ba cạnh bằng nhau.	
equivalent equations / các phương trình tương đương Các phương trình có cùng (các) nghiệm.	$x + 7 = 4$ và $x = -3$ là các phương trình tương đương.
equivalent expressions / các biểu thức tương đương Hai biểu thức có cùng giá trị với tất cả các giá trị của biến số.	$3(x + 2) + x$ và $4x + 6$ là các biểu thức tương đương.
equivalent fractions / các phân số tương đương Các phân số biểu thị cùng một số.	$\frac{5}{15}$ và $\frac{20}{60}$ là các phân số tương đương cùng biểu thị $\frac{1}{3}$.
equivalent inequalities / các bất đẳng thức tương đương Các bất đẳng thức có cùng các nghiệm.	$2t < 4$ và $t < 2$ là các bất đẳng thức tương đương, vì các nghiệm của cả hai bất đẳng thức đều là các số thực nhỏ hơn 2.
equivalent statements / các phát biểu tương đương Hai phát biểu đều đúng hoặc đều sai.	Một phát biểu có điều kiện và phát biểu tương phản của nó là các phát biểu tương đương.
evaluate an algebraic expression / đánh giá một biểu thức đại số Để tìm giá trị của một biểu thức đại số bằng cách thay một số cho mỗi biến và thực hiện các phép tính.	Giá trị của $n - 1$ khi $n = 3$ là $3 - 1 = 2$.
event / sự kiện Một kết quả xảy ra hay một tập hợp kết quả.	Khi ta đổ một cục xí ngầu, "đổ một số lẻ" là một sự kiện.
excluded value / giá trị bị loại trừ Một con số làm cho một biểu thức hữu tỷ trở nên không xác định.	3 là một giá trị bị loại trừ của biểu thức $\frac{2}{x - 3}$ vì 3 làm cho giá trị của mẫu số bằng 0.
experimental group / nhóm thử nghiệm Một nhóm trải qua một số quy trình hay việc xử lý khi một thử nghiệm được thực hiện. *Xem phần* control group.	Một nhóm người bị nhức đầu, tức nhóm thử nghiệm, được phát các viên có chứa thuốc trị bệnh. Một nhóm khác, nhóm kiểm soát, được phát các viên không chứa thuốc trị bệnh.
experimental probability / xác suất thử nghiệm Một xác suất dựa trên việc thực hiện một thử nghiệm, tiến hành một cuộc thăm dò, hay nhìn vào tiền sử của một sự kiện. Xác suất thử nghiệm của một sự kiện là tỷ lệ thành công (các kết quả có lợi) với số lần thử.	Bạn đổ một cục xí ngầu sáu mặt 100 lần và được mặt số 4 trong mười chín lần. Xác suất thử nghiệm với việc đổ được số 4 là $\frac{19}{100} = 0.19$.
explicit rule / quy tắc hiện Một quy tắc cho một dãy số cho phần tử thứ n con số a_n như một hàm số của vị trí số n của phần tử trong dãy số.	Các quy tắc $a_n = -11 + 4n$ và $a_n = 3(2)^{n-1}$ là các quy tắc hiện cho các dãy số.

VIETNAMESE

exponent / số mũ Con số hay biến số biểu thị số lần cơ số của một lũy thừa được dùng làm hệ số.	Trong lũy thừa 3^4, số mũ là 4.
exponential decay / phân rã theo số mũ Khi $a > 0$ và $0 < b < 1$, hàm số $y = ab^x$ biểu thị sự phân rã theo số mũ. Khi một đại lượng phân rã theo số mũ, nó giảm đi cùng một số phần trăm qua các khoảng thời gian bằng nhau. Mô hình phân rã theo số mũ là $y = a(1 - r)^t$.	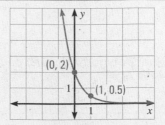 Hàm số $y = 2(0.25)^x$ biểu thị sự phân rã theo số mũ. *Xem phần* decay rate *và* decay factor.
exponential decay function / hàm phân rã theo số mũ Nếu $a > 0$ và $0 < b < 1$, thì hàm số $y = ab^x$ là một hàm phân rã theo số mũ với hệ số phân rã b.	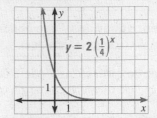
exponential equation / phương trình số mũ Một phương trình trong đó một biểu thức biến thiên xuất hiện làm một số mũ.	$4^x = \left(\frac{1}{2}\right)^{x-3}$ là một phương trình số mũ.
exponential function / hàm số mũ Một hàm số có dạng $y = ab^x$ trong đó $a \neq 0$, $b > 0$, và $b \neq 1$.	Các hàm số $y = 2 \cdot 3^x$ và $y = -2 \cdot \left(\frac{1}{2}\right)^x$ là các hàm số mũ. *Xem* exponential growth *và* exponential decay.
exponential growth / tăng trưởng theo số mũ Khi $a > 0$ và $b > 1$, hàm số $y = ab^x$ biểu thị sự tăng trưởng theo số mũ. Khi một đại lượng tăng trưởng theo số mũ, nó tăng lên cùng một số phần trăm qua các khoảng thời gian bằng nhau. Mô hình tăng trưởng theo số mũ là $y = a(1 + r)^t$.	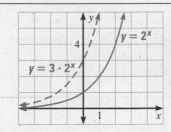 Các hàm số $y = 3 \cdot 2^x$ và $y = 2^x$ biểu thị sự tăng trưởng theo số mũ. *Xem* growth rate *và* growth factor.
exponential growth function / hàm số tăng theo số mũ Nếu $a > 0$ và $b > 1$, thì hàm số $y = ab^x$ là một hàm tăng theo số mũ với hệ số tăng trưởng b.	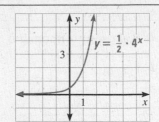
exterior angles of a triangle / các góc ngoài của tam giác Khi các cạnh của một tam giác được kéo dài, thì đó là các góc kề với các góc trong.	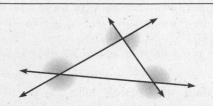

external segment / đoạn thẳng ngoài Phần của một cát tuyến nằm ngoài đường tròn.

đoạn thẳng ngoài

extraneous solution / nghiệm ngoại lai Một nghiệm số của một phương trình được biến đổi và không phải là một nghiệm của phương trình ban đầu.

Khi ta bình phương cả hai vế của phương trình hữu tỷ $\sqrt{6-x} = x$, phương trình được tạo thành có hai nghiệm, 2 và -3, nhưng -3 là một nghiệm ngoại lai vì nó không thỏa mãn phương trình ban đầu $\sqrt{6-x} = x$.

extremes of a proportion / ngoại tỷ của một tỷ lệ thức Toán tử đầu tiên và cuối cùng của một tỷ lệ thức. *Xem phần* proportion.

Các ngoại tỷ của $\frac{a}{b} = \frac{c}{d}$ là a và d.

F

face of a polyhedron / mặt của một khối đa diện
Xem polyhedron.

mặt

factor / thừa số Khi các số nguyên khác 0 được nhân với nhau, mỗi số là một thừa số của tích.

Vì $2 \times 3 \times 7 = 42$, nêu 2, 3, và 7 là các thừa số của 42.

factor by grouping / nhóm các số hạng thành thừa số Để phân tích một đa thức có 4 số hạng thành thừa số, ta phân tích một đơn thức chung thành thừa số từ các cặp số hạng, rồi tìm một thừa số chung cho nhị thức.

$$x^3 + 3x^2 + 5x + 15$$
$$= (x^3 + 3x^2) + (5x + 15)$$
$$= x^2(x + 3) + 5(x + 3)$$
$$= (x + 3)(x^2 + 5)$$

factor completely / phân tích hoàn toàn thành thừa số Một đa thức có thể phân tích thành thừa số với các hệ số nguyên được phân tích hoàn toàn thành thừa số nếu nó được viết thành một tích của các đa thức không thể phân tích thành thừa số với các hệ số nguyên.

Đa thức $x^3 - x$ *không* được phân tích hoàn toàn thành thừa số khi viết là $x(x^2 - 1)$ nhưng được phân tích hoàn toàn khi viết là $x(x + 1)(x - 1)$.

factor tree / cây thừa số Một biểu đồ có thể được dùng để viết ra sự phân tích thành các thừa số nguyên tố.

```
        90
       /  \
      9  ×  10
     /|    |\
    3 × 3 × 2 × 5
```

factorial / giai thừa Với một số nguyên dương bất kỳ n, biểu thức $n!$, đọc là "n giai thừa," là tích của tất cả các số nguyên từ 1 đến n. Đồng thời, 0! được xác định là bàng 1.

$$6! = 6 \cdot 5 \cdot 4 \cdot 3 \cdot 2 \cdot 1 = 720$$

family of functions / họ hàm số Một nhóm các hàm số có cùng các tính chất.

Các hàm số có dạng $f(x) = mx + b$ tạo thành họ các hàm số tuyến tính.

feasible region / vùng khả thi Trong lập trình tuyến tính, đồ thị của hệ ràng buộc.

Xem linear programming.

finite differences / hiệu số có hạn Khi các giá trị x trong một tập hợp dữ liệu được cách khoảng đều nhau, các hiệu số của các giá trị y liên tiếp được gọi là các hiệu có hạn.	$f(x) = x^2$ $f(1)$ $f(2)$ $f(3)$ $f(4)$ 1 4 9 16 $4 - 1 = 3$ $9 - 4 = 5$ $6 - 9 = 7$ Các hiệu có hạn thứ tự đầu là 3, 5, và 7.
flow proof / chứng minh lưu đồ Một dạng chứng minh dùng các mũi tên để chỉ sự lưu chuyển của một luận cứ logic.	
foci of a hyperbola / các tiêu điểm của hyperbol *Xem* hyperbola, geometric definition.	*Xem* hyperbola, geometric definition.
foci of an ellipse / các tiêu điểm của hình ellipse *Xem* ellipse.	*Xem* ellipse.
focus of a parabola / tiêu điểm của hyperbol *Xem* parabola, geometric definition.	*Xem* parabola, geometric definition.
formula / công thức Một phương trình tạo mối liên hệ giữa hai hay nhiều đại lượng, thường được biểu thị bằng các biến số.	Công thức $P = 2\ell + 2w$ tạo mối liên hệ giữa chiều dài và chiều rộng của một hình tức giác với chu vi của nó.
fractal / hình phân dạng Một vật thể đồng dạng với chính nó. *Xem* self-similar.	
fraction / phân số Một con số có dạng $\frac{a}{b}$ $(b \neq 0)$ dùng để chỉ các phần của một tổng thể hay tập hợp.	$\frac{3}{8}$
frequency / tần số Tần số của một quãng cách là số giá trị dữ liệu trong quãng đó.	*Xem* frequency table *và* histogram.
frequency of a periodic function / tần số của một hàm tuần hoàn Nghịch đảo của chu kỳ. Tần số là số chu kỳ trên đơn vị thời gian.	$P = 2 \sin 4000\pi t$ có chu kỳ $\frac{2\pi}{4000\pi} = \frac{1}{2000}$, vậy tần số của nó là 2000 vòng mỗi giây (hertz) khi t biểu thị thời gian bằng giây.
frequency table / bảng chu kỳ Một bảng dữ liệu nhóm dữ liệu thành những quãng cách bằng nhau và không có chỗ trống giữa các quãng và không có quãng cách chồng lên nhau.	<table><tr><td>Giá</td><td>Sandwiches</td></tr><tr><td>$4.00–4.49</td><td>IIII</td></tr><tr><td>$4.50–4.99</td><td>II</td></tr></table>
function / hàm số Một hàm số bao gồm: • Một tập hợp gọi là miền xác định chứa các số gọi là dữ liệu nhập, và một tập hợp gọi là khoảng biến thiên chứa các số gọi là dữ liệu xuất. • Một sự cạp đôi các dữ liệu nhập và dữ liệu xuất sao cho mỗi dữ liệu vào được cạp với chính xác một dữ liệu xuất.	Sự cạp đôi trong bảng dưới đây là một hàm số, vì mỗi dữ liệu nhập được cạp với chính xác một dữ liệu xuất. <table><tr><td>Dữ liệu nhập, x</td><td>0</td><td>1</td><td>2</td><td>3</td><td>4</td></tr><tr><td>Dữ liệu xuất, y</td><td>3</td><td>4</td><td>5</td><td>6</td><td>7</td></tr></table> Miền xác định là tập hợp các dữ liệu nhập: 0, 1, 2, 3, và 4. Khoảng biến thiên là tập hợp các dữ liệu xuất: 3, 4, 5, 6, và 7.

High School
214
Multi-Language Visual Glossary

Copyright © by McDougal Littell,
a division of Houghton Mifflin Company.

function notation / ký hiệu hàm số Một cách đặt tên một hàm số bằng cách dùng ký hiệu $f(x)$ thay vì y. Ký hiệu $f(x)$ được đọc là "giá trị của f tại x" hay "f của x."	Hàm số $y = 2x - 9$ có thể được viết theo ký hiệu hàm số là $f(x) = 2x - 9$.

G

general second-degree equation in x and y / phương trình bậc hai tổng quát theo x và y Dạng $Ax^2 + Bxy + Cy^2 + Dx + Ey + F = 0$.	$16x^2 - 9y^2 - 96x + 36y - 36 = 0$ và $4x^2 + y^2 - 8x - 8 = 0$ là các phương trình bậc hai theo x và y.
geometric mean / số trung bình nhân Với hai số dương a và b, số dương x thỏa $\frac{a}{x} = \frac{x}{b}$. Như vậy, $x^2 = ab$ và $x = \sqrt{ab}$.	Trung bình nhân của 4 và 16 là $\sqrt{4 \cdot 16}$, tức 8.
geometric probability / xác suất hình học Một xác suất được xác định bằng cách tính tỷ số của hai độ dài, diện tích hay thể tích.	$A \quad C \quad\quad D \quad\quad B$ $P(K\text{ nằm trên }\overline{CD}) = \dfrac{\text{Độ dài của }\overline{CD}}{\text{Độ dài của }\overline{AB}}$
geometric sequence / cấp số nhân Một dãy số trong đó tỷ số của bất cứ phần tử nào với phần tử trước đó là một hằng số. Tỷ số không đổi này được gọi là công bội.	Dãy số 5, 10, 20, 40, . . . là một cấp số nhân với công bội 2.
geometric series / tổng cấp số nhân Biểu thức tạo thành bằng cách cộng các phần tử của một cấp số nhân lại.	$\displaystyle\sum_{i=1}^{5} 4(3)^{i-1} = 4 + 12 + 36 + 108 + 324$
glide reflection / ánh xạ trượt Một phép biến đổi trong đó mỗi điểm P được chiếu đến một điểm P'' theo các bước sau. (1) Một phép tịnh tiến chiếu P lên P'. (2) (2) Một phép ánh xạ trong đường thẳng k song song với hướng của phép tịnh tiến chiếu P' lên P''.	
graph of a linear inequality in two variables / đồ thị của một bất đẳng thức tuyến tính theo hai biến số Tập hợp tất cả các điểm trong một mặt phẳng tọa độ biểu thức các nghiệm của bất đẳng thức.	
graph of an equation in two variables / đồ thị của một phương trình theo hai biến số Tập hợp các điểm trong một mặt phẳng tọa độ biểu thị tất cả các nghiệm của phương trình.	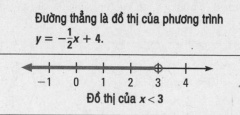 Đường thẳng là đồ thị của phương trình $y = -\frac{1}{2}x + 4$.
graph of an inequality in one variable / đồ thị của một bất đẳng thức theo một biến số Trên một trục số, tập hợp các điểm biểu thị tất cả các nghiệm của bất đẳng thức.	$-1 \quad 0 \quad 1 \quad 2 \quad 3 \quad 4$ Đồ thị của $x < 3$

VIETNAMESE

graph of an inequality in two variables / đồ thị của một bất đẳng thức theo hai biến số Trong một mặt phẳng tọa độ, tập hợp các điểm biểu thị tất cả các nghiệm của bất đẳng thức.	\nĐồ thị của $y > 4x - 3$ là nửa mặt phẳng bị che tối.
graph of a system of linear inequalities / đồ thị của một hệ bất đẳng thức tuyến tính Đồ thị của tất cả các nghiệm của hệ.	\nĐồ thị của hệ $y < -2x + 3$ và $y \geq x - 3$ là phần giao của các nửa mặt phẳng.
great circle / vòng tròn lớn Phần giao nhau của một hình cầu và một mặt phẳng có chứa tâm của hình cầu.	\nvòng tròn lớn
greatest common factor (GCF) / thừa số chung lớn nhất Số lớn nhất trong các thừa số của hai hay nhiều số nguyên khác 0.	Thừa số chung lớn nhất của 64 và 120 là số lớn nhất trong các thừa số 1, 2, 4, và 8, tức là 8.
greatest possible error / lỗi khả dĩ lớn nhất Lượng lớn nhất mà một độ dài được đo có thể khác với một độ dài thực tế.	Nếu đơn vị đo là $\frac{1}{8}$ inch, lỗi khả dĩ lớn nhất là $\frac{1}{16}$ inch.
growth factor / hệ số tăng trưởng Đại lượng b trong hàm số tăng theo số mũ $y = ab^x$ với $a > 0$ và $b > 1$.	Hệ số tăng trưởng cho hàm số $y = 8(3.4)^x$ là 3.4.
growth rate / mức độ tăng trưởng Biến số r trong mô hình tăng trưởng theo số mũ $y = a(1 + r)^t$.	Trong mô hình tăng theo số mũ $C = 11{,}000(1.069)^t$, mức độ tăng trưởng là 0.069.

H

half-plane / nửa mặt phẳng Trong một mặt phẳng tọa độ, vùng thuộc một trong hai phía của một đường thẳng ranh giới.	*Xem* graph of an inequality in two variables.
height of a parallelogram / chiều cao của hình bình hành Khoảng cách vuông góc giữa các đáy của một hình bình hành.	\nchiều cao

height of a trapezoid / chiều cao hình thang Khoảng cách vuông góc giữa các đáy của một hình thang.

đáy
chiều cao
đáy

height of a triangle / chiều cao của tam giác Khoảng cách vuông góc giữa cạnh có độ dài là đáy và đỉnh đối của cạnh đó.

chiều cao,
đáy, *b*

chiều cao, *h*
đáy, *b*

chiều cao, *h*
đáy, *b*

hemisphere / bán cầu Nửa của một hình cầu, tạo thành khi một đường tròn lớn chia cắt một hình cầu làm hai nửa bằng nhau.

các bán cầu

hexagon / lục giác Đa giác có sáu cạnh.

histogram / biểu đồ Một đồ thị thanh thể hiện dữ liệu từ một bảng tần số. Mỗi thanh thể hiện một quãng cách, và độ dài của mỗi thanh chỉ tần số.

Giá Sandwich
Các loại Sandwich
4
2
0
$4.00–4.49 $4.50–4.99 $5.00–5.49 $5.50–5.99

horizontal component of a vector / phần ngang của một vectơ Sự thay đổi ngang từ vị trí khởi đầu đến điểm kết thúc của một vectơ.

Xem component form of a vector.

hyperbola, algebraic definition / định nghĩa đại số của hyperbol Đồ thị của phương trình biến thiên ngược $y = \frac{a}{x}\ (a \neq 0)$ hay đồ thị của một hàm hữu tỷ có dạng $y = \frac{a}{x - h} + k\ (a \neq 0)$. Một hyperbol có hai phần đối xứng gọi là nhánh. Một hyperbol tiến đến gần nhưng không cắt các đường gọi là các tiệm cận.

Đồ thị của $y = \frac{2}{x + 1} - 3$ là một hyperbol. Các tiệm cận của hyperbol là các đường $x = -1$ và $y = -3$.

---

hyperbola, geometric definition / hyperbol, định nghĩa hình học Tập hợp tất cả các điểm P trong một mặt phẳng sao cho chênh lệch khoảng cách từ P đến hai điểm cố định, gọi là tiêu điểm, là một hàng số.

$d_2 - d_1 =$ hằng số

---

hypotenuse / cạnh huyền Trong một tam giác vuông, cạnh đối với góc vuông. *Xem* right triangle.

cạnh huyền

---

hypothesis / giả thuyết Phần "nếu" của một phát biểu có điều kiện.

Xem conditional statement.

I

identity / đồng nhất thức Một phương trình đúng với tất cả các giá trị của biến số.

Phương trình $2x + 10 = 2(x + 5)$ là một đồng nhất thức.

identity element / phần tử đồng nhất Phần tử thuộc một tập hợp các số mà khi được kết hợp với một số khác bằng một phép tính không làm thay đổi số đó.

Với các số thực, 0 là một phần tử đồng nhất trong phép cộng, vì nếu a là một số thực, $a + 0 = a$.

identity matrix / ma trận đồng nhất Ma trận $n \times n$ có các số 1 trên đường chéo chính và các số 0 ở các nơi khác.

Ma trận đồng nhất 2×2 $\begin{bmatrix} 1 & 0 \\ 0 & 1 \end{bmatrix}$.

if-then form / phát biểu nếu-thì Dạng của một phát biểu có điều kiện có dùng chữ "nếu" và "thì." Phần "nếu" chứa giả thuyết và phần "thì" chứa kết luận.

Xem conditional statement.

image / ảnh Hình mới được tạo ra trong một phép biến đổi. *Xem đồng thời* preimage.	$\triangle$ *P'Q'R'* là ảnh của $\triangle$*PQR* sau một phép tịnh tiến.
imaginary number / số ảo Một số phức $a + bi$ với $b \neq 0$.	$5i$ và $2 - i$ là các số ảo.
improper fraction / phân số bất ổn Một phân số có tử số lớn hơn hoặc bằng mẫu số.	$\frac{21}{8}$ và $\frac{6}{6}$ là các phân số bất ổn.
incenter of a triangle / tâm đường tròn nội tiếp tam giác Điểm đồng quy của ba đường phân giác của tam giác.	*P* là tâm đường tròn nội tiếp $\triangle$ *ABC*.
inconsistent system / hệ mâu thuẫn Một hệ tuyến tính không có nghiệm. Đồ thị của các phương trình thuộc hệ mâu thuẫn là các đường thẳng song song.	$x + y = 4$ $x + y = 1$ Hệ trên không có nghiệm vì tổng của hai số không thể là cả 4 và 1.
independent events / các sự kiện độc lập Hai sự kiện sao cho sự xuất hiện của một sự kiện không có tác động đến sự xuất hiện của sự kiện kia.	Bạn đổ một cục xí ngầu hai lần. Các sự kiện "đổ một số 3 trước" và "thứ hai là đổ một số 6" là các sự kiện độc lập.
independent variable / biến số độc lập Biến số dữ liệu nhập trong một phương trình theo hai biến.	Trong $y = 3x - 5$, biến độc lập là x. Biến phụ thuộc là y vì giá trị của y phụ thuộc vào giá trị của x.
index of a radical / chỉ số căn Số nguyên n, lớn hơn 1, trong biểu thức $\sqrt[n]{a}$.	Chỉ số của $\sqrt[3]{-216}$ là 3.
indirect proof / chứng minh gián tiếp Một kiểu chứng minh trong đó ta chứng minh rằng một phát biểu là đúng bằng cách trước tiên giả sử rằng phát biểu ngược của nó là đúng. Nếu sự giả sử này dẫn đến một điều không thể xảy ra, thì ta đã chứng minh được rằng phát biểu ban đầu là đúng.	
inductive reasoning / suy luận quy nạp Một quy trình bao gồm tìm kiếm các hình mẫu và đưa ra các phỏng đoán.	Bạn cộng nhiều cặp số lẻ lại và để ý thấy rằng tổng số là chẵn. Bạn kết luận rằng tổng của bất cứ hai số lẻ nào cũng là chẵn.
inequality / bất đẳng thức Một mệnh đề toán học được tạo thành bằng cách đạt một trong các ký hiệu $<$, $\leq$, $>$, hay $\geq$ giữa hai biểu thức.	$6n \geq 24$ và $x - 2 < 7$ là các bất đẳng thức.
initial point of a vector / điểm khởi đầu của một vectơ Điểm bắt đầu của một vectơ.	*Xem* vector.
initial side of an angle / cạnh khởi đầu của một góc *Xem* terminal side of an angle.	*Xem* standard position of an angle.
input / dữ kiện vào Một số trong miền xác định của một hàm số.	*Xem* function.

VIETNAMESE

inscribed angle / góc nội tiếp đường tròn Một góc có đỉnh nằm trên một đường tròn và các cạnh chứa các dây cung của đường tròn.

góc nội tiếp đường tròn

cung bị chắn

inscribed polygon / đa giác nội tiếp đường tròn Một đa giác có các đỉnh đều nằm trên một đường tròn.

tam giác nội tiếp đường tròn

tứ giác nội tiếp đường tròn

integers / số nguyên Các số $\ldots, -3, -2, -1, 0, 1, 2, 3, \ldots$, gồm các số nguyên âm, số 0, và các số nguyên dương.

-8 và 46 là các số nguyên.

$-8\frac{1}{2}$ và 46.2 *không phải* là các số nguyên.

intercept form of a quadratic function / dạng giao cắt của một hàm số bậc hai Một hàm số bậc hai thuộc dạng $y = a(x - p)(x - q)$ trong đó $a \neq 0$. Các phần giao cát x của đồ thị hàm số là p và q.

Hàm số bậc hai $y = -(x + 1)(x - 5)$ là ở dạng giao cát. Các phần giao cát của đồ thị hàm số là -1 và 5.

intercepted arc / cung bị chắn Cung nằm trong phần bên trong của một góc nội tiếp và có các điểm kết thúc nằm trên góc.

Xem inscribed angle.

interior angles of a triangle / các góc trong của một tam giác Khi các cạnh của một tam giác được kéo dài, thì đó là ba góc ban đầu của tam giác đó.

intersection / giao Tập hợp các điểm mà hai hay nhiều hình có chung.

Giao của các đường thẳng *m* và *n* là điểm *A*.

intersection of sets / giao của các tập hợp Giao của hai tập hợp A và B là tập hợp tất cả các phần tử thuộc *cả* A và B. Giao của A và B được viết là $A \cap B$.

$A \cap B = \{2\}$

interval / quãng cách Quãng cách là một tập hợp chứa mọi số thực giữa hai số cho trước, và có thể cả hai số đó.

Quãng cách $4 < x \leq 7$ là tất cả các số lớn hơn 4 và từ 7 trở xuống.

inverse / mệnh đề đảo Phát biểu được tạo thành bằng cách phủ nhận giả thuyết và kết luận của một phát biểu có điều kiện.

Phát biểu: Nếu $m\angle A = 90°$, thì $\angle A$ là vuông.

Đảo: Nếu $m\angle A \neq 90°$, thì $\angle A$ không vuông.

inverse cosine / côsin đảo Một tỷ số lượng giác đảo ngược, viết tắt là cos^{-1}. Với góc nhọn A, nếu $\cos A = z$, thì $\cos^{-1} z = m\angle A$.	$\cos^{-1}\dfrac{AC}{AB} = m\angle A$
inverse cosine function / hàm côsin ngược Nếu $-1 \le a \le 1$, thì côsin ngược của a là một góc θ, viết là $\theta = \cos^{-1} a$, trong đó $\cos \theta = a$ và $0 \le \theta \le \pi$ (hay $0° \le \theta \le 180°$).	Khi $0° \le \theta \le 180°$, góc θ có côsin là $\dfrac{1}{2}$ là $60°$, vậy $\theta = \cos^{-1}\dfrac{1}{2} = 60°$ (hay $\theta = \cos^{-1}\dfrac{1}{2} = \dfrac{\pi}{3}$).
inverse function / hàm nghịch đảo Một quan hệ nghịch đảo và là một hàm số. Các hàm f và g là hàm nghịch đảo với điều kiện $f(g(x)) = x$ và $g(f(x)) = x$.	$f(x) = x + 5; g(x) = x - 5$ $f(g(x)) = (x - 5) + 5 = x$ $g(f(x)) = (x + 5) - 5 = x$ Vậy, f và g là các hàm số nghịch đảo.,
inverse matrices / các ma trận nghịch đảo Hai ma trận $n \times n$ là nghịch đảo của nhau nếu tích của chúng (theo cả hai thứ tự) là ma trận đồng $n \times n$. *Xem* identity matrix.	$\begin{bmatrix} -5 & 8 \\ 2 & -3 \end{bmatrix}^{-1} = \begin{bmatrix} 3 & 8 \\ 2 & 5 \end{bmatrix}$ vì $\begin{bmatrix} 3 & 8 \\ 2 & 5 \end{bmatrix}\begin{bmatrix} -5 & 8 \\ 2 & -3 \end{bmatrix} = \begin{bmatrix} 1 & 0 \\ 0 & 1 \end{bmatrix}$ và $\begin{bmatrix} -5 & 8 \\ 2 & -3 \end{bmatrix}\begin{bmatrix} 3 & 8 \\ 2 & 5 \end{bmatrix} = \begin{bmatrix} 1 & 0 \\ 0 & 1 \end{bmatrix}$.
inverse operations / các phép tính ngược nhau Hai phép tính tạo kết quả ngược nhau.	Phép cộng và phép trừ là các phép tính ngược nhau. Phép nhân và phép chia cũng là các phép tính ngược nhau.
inverse relation / quan hệ nghịch đảo Một mối quan hệ hoán đổi các giá trị dữ liệu nhập và dữ liệu xuất của quan hệ ban đầu. Đồ thị của một quan hệ nghịch đảo là một sự phản chiếu đồ thị của quan hệ ban đầu, với $y = x$ là đường ranh giới phản chiếu.	Để tìm nghịch đảo của $y = 3x - 5$, hoán đổi x và y để được $x = 3y - 5$. Rồi giải y để được quan hệ nghịch đảo $y = \dfrac{1}{3}x + \dfrac{5}{3}$.
inverse sine / sin nghịch đảo Một tỷ số lượng giác đảo ngược, viết tắt là $\sin^{-1}$. Với góc nhọn A, nếu $\sin A = z$, thì $\sin^{-1} z = m\angle A$.	$\sin^{-1}\dfrac{BC}{AB} = m\angle A$
inverse sine function / hàm sin nghịch đảo Nếu $-1 \le a \le 1$, thì sin nghịch đảo của a là một góc θ, viết là $\theta = \sin^{-1} a$, trong đó $\sin \theta = a$ và $-\dfrac{\pi}{2} \le \theta \le \dfrac{\pi}{2}$ (hay $-90° \le \theta \le 90°$).	Khi $-90° \le \theta \le 90°$, góc θ có sine là $\dfrac{1}{2}$ là $30°$, vậy $\theta = \sin^{-1}\dfrac{1}{2} = 30°$ (hay $\theta = \sin^{-1}\dfrac{1}{2} = \dfrac{\pi}{6}$).
inverse tangent / tang nghịch đảo Một tỷ số lượng giác đảo ngược, viết tắt là tan^{-1}. Với góc nhọn A, nếu $\tan A = x$, thì $\tan^{-1} x = m\angle A$.	$\tan^{-1}\dfrac{BC}{AC} = m\angle A$
inverse tangent function / hàm tang nghịch đảo Nếu a là số thực bất kỳ, thì tang nghịch đảo của a là một góc θ, viết là $\theta = \tan^{-1} a$, trong đó $\tan \theta = a$ và $-\dfrac{\pi}{2} < \theta < \dfrac{\pi}{2}$ (hay $-90° < \theta < 90°$).	Khi $-90° < \theta < 90°$, góc θ có tang là $-\sqrt{3}$ là $-60°$, vậy $\theta = \tan^{-1}(-\sqrt{3}) = -60°$ (hay $\theta = \tan^{-1}(-\sqrt{3}) = -\dfrac{\pi}{3}$).
inverse variation / biến nghịch đảo Quan hệ của hai biến số x và y nếu có một số a khác 0 sao cho $y = \dfrac{a}{x}$. Nếu $y = \dfrac{a}{x}$, thì y được coi là biến thiên nghịch với x.	Các phương trình $xy = 4$ và $y = \dfrac{-1}{x}$ thể hiện sự biến thiên nghịch.

VIETNAMESE

irrational number / số vô tỷ Một số không thể được viết dưới dạng thương của hai số nguyên. Dạng thập phân của một số vô tỷ không kết thúc cũng không lặp lại.	$\sqrt{945} = 30.74085\ldots$ là một số vô tỷ. 1.666... *không phải* là một số vô tỷ.
isometric drawing / hình vẽ đẳng cự Một hình vẽ kỹ thuật có dạng ba chiều và có thể được tạo ra trên một lưới các điểm có sử dụng ba trục giao nhau tạo thành các góc 120°.	
isometry / phép đẳng cự Một phép biến đổi giữ nguyên độ dài và số đo góc. Còn gọi là *biến đổi toàn đẳng*.	Các phép tịnh tiến, phản chiếu, và xoay là ba dạng đẳng cự.
isosceles trapezoid / hình thang cân Một hình thang có các cạnh bên bằng nhau.	
isosceles triangle / tam giác cân Một hình tam giác có ít nhất hai cạnh bằng nhau.	
iteration / tính lặp lại Một sự lặp lại của một dãy các bước. Trong đại số, đó là cấu trúc lặp lại của một hàm số với chính nó. Kết quả của một phép lặp lại là $f(f(x))$, và của hai phép lặp lại là $f(f(f(x)))$.	Các hình phân dạng được tạo ra bằng cách dùng các phép lặp lại.

J

joint variation / biến thiên chung Một mối quan hệ xảy ra khi một đại lượng biến thiên trực tiếp với tích của hai hay nhiều đại lượng khác.	Phương trình $z = 5xy$ thể hiện sự biến thiên chung.

K

kite / hình diều giấy Một hình tứ giác có hai cặp cạnh liền nhau bằng nhau, nhưng trong đó các cạnh đối không bằng nhau.	

L

lateral area / diện tích bên Tổng các diện tích của các mặt bên của một khối đa diện hay các khối khác có một hay hai đáy.	 Diện tích bên $= 5(6) + 4(6) + 3(6) = 72$ in.^{2}

lateral edges of a prism / các cạnh rìa bên của hình lăng trụ Các đoạn thẳng nối liền các đỉnh của các đáy thuộc hình lăng trụ đó.

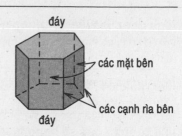

đáy

các mặt bên

các cạnh rìa bên

đáy

---

lateral faces of a prism / các mặt bên của hình lăng trụ Các mặt bên của một hình lăng trụ là các hình bình hành được tạo bằng cách nối liền các đỉnh tương ứng của các đáy của hình lăng trụ.

Xem lateral edges of a prism.

---

lateral surface of a cone / bề mặt bên của hình nón Chứa tất cả các đoạn thẳng nối liền đỉnh với các điểm trên cạnh rìa của đáy.

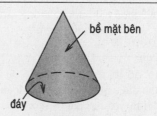

bề mặt bên

đáy

---

law of cosines / định luật côsin Nếu $\triangle ABC$ có các cạnh có độ dài a, b, và c như trong hình, thì
$a^2 = b^2 + c^2 - 2bc \cos A$,
$b^2 = a^2 + c^2 - 2ac \cos B$, và
$c^2 = a^2 + b^2 - 2ab \cos C$.

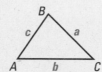

B
c a
A b C

B $c = 14$ A
$34°$
$a = 11$ b
C

$b^2 = a^2 + c^2 - 2ac \cos B$
$b^2 = 11^2 + 14^2 - 2(11)(14) \cos 34°$
$b^2 \approx 61.7$
$b \approx 7.85$

---

law of sines / định luật sin Nếu $\triangle ABC$ có các cạnh có độ dài a, b, và c như trong hình, thì
$\dfrac{\sin A}{a} = \dfrac{\sin B}{b} = \dfrac{\sin C}{c}$.

B
c a
A b C

C
$b = 15$ $107°$ a
$25°$
A c B

$\dfrac{\sin 25°}{15} = \dfrac{\sin 107°}{c} \rightarrow c \approx 33.9$

---

leading coefficient / hệ số chính Khi một đa thức được viết sao cho các số mũ giảm từ trái sang phải, thì hệ số của số hạng thứ nhất là hệ số chính.

Hệ số chính của đa thức $2x^3 + x^2 - 5x + 12$ là 2.

---

least common denominator (LCD) of rational expressions / mẫu số chung nhỏ nhất Tích số của các thừa số của các mẫu số thuộc biểu thức hữu tỷ với mỗi thừa số chỉ được dùng một lần.

LCD của $\dfrac{5}{(x-3)^2}$ và $\dfrac{3x+4}{(x-3)(x+2)}$ là $(x-3)^2(x+2)$.

---

least common multiple (LCM) / bội số chung nhỏ nhất Số nhỏ nhất trong các bội số chung của hai hay nhiều số nguyên khác 0.

Bội số chung nhỏ nhất của 9 và 12 là số nhỏ nhất trong các bội số 36, 72, 108, . . . , tức 36.

---

legs of a right triangle / các cạnh của tam giác vuông Trong một tam giác vuông, các cạnh kề với góc vuông.

Xem right triangle.

---

legs of a trapezoid / các cạnh bên hình thang Các cạnh không song song của một hình thang.

Xem trapezoid.

VIETNAMESE

legs of an isosceles triangle / các cạnh bên của tam giác cân Hai cạnh bằng nhau của một tam giác cân chỉ có hai cạnh bằng nhau.	*Xem* isosceles triangle.
like radicals / căn thức tương tự Các biểu thức có cùng chỉ số và biểu thức dưới căn.	$\sqrt[4]{10}$ và $7\sqrt[4]{10}$ là các căn thức tương tự.
like terms / các số hạng tương tự Các số hạng có cùng các phần biến số. Các số hạng đổi cũng là các số hạng tương tự.	Trong biểu thức $3x + (-4) + (-6x) + 2$, $3x$ và $-6x$ là các số hạng tương tự, và -4 và 2 là các số hạng tương tự.
line / đường Một đường có một chiều. Nó thường được biểu thức bởi một đường có hai đầu mũi tên để cho thấy rằng đường này trải dài mà không kết thúc theo hai hướng. Trong sách này, các đường luôn là các đường thẳng. *Xem* undefined term.	 đường ℓ, $\overleftrightarrow{AB}$, hay $\overleftrightarrow{BA}$
line graph / đồ thị đường Một đồ thị thể hiện dữ liệu bằng cách dùng các điểm được nối liền bởi các đoạn thẳng để cho thấy các đại lượng thay đổi theo thời gian ra sao.	
line of fit / đường thẳng tối ưu Một đường thẳng dùng để biểu thị xu hướng dữ liệu có tương quan dương hay âm.	 Đồ thị thể hiện một đường thẳng tối ưu cho dữ liệu trong đồ thị điểm.
line of reflection / đường ranh giới phản phiếu *Xem* reflection.	*Xem* reflection.
line of symmetry / đường thẳng đối xứng *Xem* line symmetry.	*Xem* line symmetry.
line perpendicular to a plane / đường thẳng vuông góc với mặt phẳng Một đường thẳng cắt mặt phẳng tại một điểm và vuông góc với mọi đường thẳng trong mặt phẳng cắt nó tại điểm đó.	 Đường thẳng n vuông góc với mặt phẳng P.

line segment / đoạn thẳng Một phần của một đường thẳng chứa hai điểm, gọi là các điểm kết thúc, và tất cả các điểm trên đường thẳng nằm giữa các điểm kết thúc. Còn gọi là *đoạn thẳng*.	A ———————— B $\overline{AB}$ với các điểm kết thúc *A* và *B*
line symmetry / đối xứng thẳng Một hình trong mặt phẳng có đối xứng thẳng nếu hình đó có thể được áp vào chính nó bởi một phép phản chiếu trong một đường thẳng. Đường ranh giới phản chiếu này là một đường thẳng đối xứng.	Hai đường thẳng đối xứng
linear equation / phương trình tuyến tính Một phương trình có đồ thị là một đường thẳng.	*Xem* standard form of a linear equation.
linear equation in one variable / phương trình tuyến tính theo một biến Một phương trình có thể được viết theo dạng $ax + b = 0$ trong đó a và b là các hằng số và $a \neq 0$.	Phương trình $\frac{4}{5}x + 8 = 0$ là một phương trình tuyến tính theo một biến.
linear equation in three variables / phương trình tuyến tính theo ba biến Một phương trình có dạng $ax + by + cz = d$ trong đó a, b, và c không đồng thời bằng 0.	$2x + y - z = 5$ là một phương trình tuyến tính theo ba biến.
linear extrapolation / phép ngoại suy tuyến tính việc dùng một đường thẳng hay phương trình của nó để ước lượng một giá trị bên ngoài tập hợp giá trị đã biết.	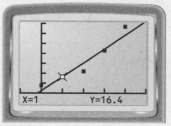 Đường thẳng tối ưu nhất có thể được dùng để ước lượng rằng khi *y* = 1200, *x* ≈ 11.75.
linear function / hàm tuyến tính Một hàm số có thể được viết theo dạng $y = mx + b$ trong đó m và b không đổi.	Hàm số $y = -2x - 1$ là một hàm tuyến tính với $m = -2$ và $b = -1$.
linear inequality in one variable / bất đẳng thức tuyến tính theo một biến Một bất đẳng thức có thể được viết theo một trong các dạng sau: $ax + b < 0$, $ax + b \leq 0$, $ax + b > 0$, hay $ax + b \geq 0$.	$5x + 2 > 0$ là một bất đẳng thức tuyến tính theo một biến.
linear inequality in two variables / bất đẳng thức tuyến tính theo hai biến Một bất đẳng thức có thể được viết theo một trong các dạng sau: $Ax + By < C$, $Ax + By \leq C$, $Ax + By > C$, hay $Ax + By \geq C$.	$5x - 2y \geq -4$ là một bất đẳng thức tuyến tính theo hai biến.
linear interpolation / nội suy tuyến tính Việc dùng một đường thẳng hay phương trình của nó để ước lượng một giá trị giữa hai giá trị đã biết.	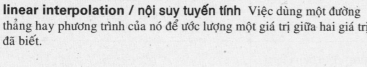 Đường thẳng tối ưu nhất có thể được dùng để ước lượng rằng khi *x* = 1, *y* ≈ 16.4.

VIETNAMESE

linear pair / cặp tuyến tính Hai góc liên tiếp có các cạnh không chung là các tia đối nhau.	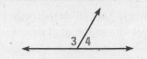 ∠3 và ∠4 là một cặp tuyến tính.
linear programming / lập trình tuyến tính Quy trình tối đa hóa hay tối thiểu hóa một hàm số mục tiêu tuyến tính thuộc một hệ bất đẳng thức tuyến tính gọi là các ràng buộc. Đồ thị của hệ ràng buộc gọi là vùng khả thi.	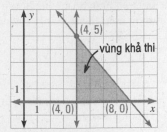 Để tối đa hóa hàm số mục tiêu $P = 35x + 30y$ thuộc các ràng buộc $x \geq 4$, $y \geq 0$, và $5x + 4y \leq 40$, ta đánh giá P tại từng đỉnh. Giá trị tối đa của 290 xuất hiện tại (4, 5).
linear regression / hồi quy tuyến tính Quy trình tìm ra đường thẳng tối ưu nhất để lập mô hình một tập hợp dữ liệu.	*Xem* line of fit.
literal equation / phương trình chữ Một phương trình trong đó các chữ cái được dùng để thay thế các hệ số và hằng số của một phương trình khác.	Phương trình $5(x + 3) = 20$ có thể được viết thành phương trình chữ $a(x + b) = c$.
local maximum / tối đa cục bộ Tọa độ y của một điểm chuyển hướng của một hàm số nếu điểm đó cao hơn tất cả các điểm lân cận.	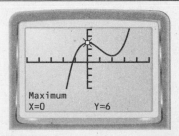 Hàm số $f(x) = x^3 - 3x^2 + 6$ có một giá trị tối đa cục bộ là $y = 6$ khi $x = 0$.
local minimum / tối thiểu cục bộ Tọa độ y của một điểm chuyển hướng của một hàm số nếu điểm đó thấp hơn tất cả các điểm lân cận.	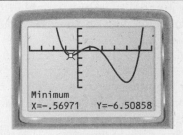 Hàm số $f(x) = x^4 - 6x^3 + 3x^2 + 10x - 3$ có một giá trị tối thiểu cục bộ là $y \approx -6.51$ khi $x \approx -0.57$.
locus in a plane / quỹ tích trong một mặt phẳng Tập hợp tất cả các điểm trong một mặt phẳng thỏa mãn một điều kiện cho trước hay tập hợp các điều kiện cho trước. Số nhiều là *loci*.	⊙C là quỹ tích của các điểm cách điểm C 1cm.

logarithm of *y* with base *b* / lôgarit của *y* với cơ số *b*
Cho *b* và *y* là các số dương với $b \neq 1$. Lôgarit của *y* theo cơ số *b*, viết là $\log_b y$ và đọc là "log base *b* of *y*," (log cơ số *b* của *y*) được định nghĩa như sau: $\log_b y = x$ nếu và chỉ nếu $b^x = y$.

$\log_2 8 = 3$ vì $2^3 = 8$.

$\log_{1/4} 4 = -1$ vì $\left(\frac{1}{4}\right)^{-1} = 4$.

---

logarithmic equation / phương trình lôgarit Một phương trình gồm một lôgarit của một biểu thức biến đổi.

$\log_5 (4x - 7) = \log_5 (x + 5)$ là một phương trình lôgarit.

---

lower extreme / cực trị dưới Giá trị nhỏ nhất của một tập hợp dữ liệu.

Xem box-and-whisker plot.

---

lower quartile / tứ phân dưới Số trung bình của nửa dưới của một tập hợp dữ liệu theo thứ tự.

Xem interquartile range.

M

major arc / cung chính Một phần của đường tròn có số đo từ $180°$ đến $360°$.

cung phụ $\overarc{AB}$

cung chính $\overarc{ADB}$

---

major axis of an ellipse / trục chính của hình ellipse Đoạn thẳng nối liền các đỉnh của một hình ellipse.

Xem ellipse.

---

margin of error / phạm vi sai số Phạm vi sai số cho một giới hạn về việc câu phản hồi của một mẫu được trông đợi sẽ khác biệt bao nhiêu so với câu phản hồi của tập thể.

Nếu 40% lượng người trong một cuộc trưng cầu nghiêng về ứng cử viên A, và phạm vi sai số là ±4%, thì sẽ có kỳ vọng rằng từ 36% đến 44% toàn bộ tập thể nghiêng về ứng cử viên A.

---

matrix, matrices / ma trận Một sự sắp xếp theo hình chữ nhật các số theo hàng và cột. Mỗi số trong một ma trận là một phần tử, hay mục ghi.

$$A = \begin{bmatrix} 0 & 4 & -1 \\ -3 & 2 & 5 \end{bmatrix} \; 2 \text{ hàng}$$
3 cột

Ma trận *A* có 2 hàng và 3 cột. Phần tử thuộc hàng thứ nhất và cột thứ hai là 4.

---

matrix of constants / ma trận của các hằng số Ma trận của các hàng số của hệ tuyến tính $ax + by = e, cx + dy = f$ là $\begin{bmatrix} e \\ f \end{bmatrix}$.

Xem coefficient matrix.

---

matrix of variables / ma trận của các biến số Ma trận của các biến số thuộc hệ tuyến tính $ax + by = e, cx + dy = f$ là $\begin{bmatrix} x \\ y \end{bmatrix}$.

Xem coefficient matrix.

---

maximum value of a quadratic function / giá trị tối đa của một hàm số bậc hai Tọa độ y của đỉnh cho y khi $y = ax^2 + bx + c$ là $a < 0$.

$y = -x^2 + 2x - 1$

$(1, 0)$

Giá trị tối đa của $y = -x^2 + 2x - 1$ là 0.

VIETNAMESE

mean / trung bình cộng Với tập hợp dữ liệu số $x_1, x_2, \ldots, x_n$, trung bình cộng, hay bình quân, là: $$\bar{x} = \frac{x_1 + x_2 + \ldots + x_n}{n}$$	Số trung bình cộng của 5, 9, 14, 23 là $$\frac{5 + 9 + 14 + 23}{4} = \frac{51}{4} = 12.75.$$
mean absolute deviation / độ lệch tuyệt đối trung bình Độ lệch tuyệt đối trung bình của tập hợp dữ liệu $x_1, x_2, \ldots, x_n$ với số trung bình $\bar{x}$ là một phép đo lường độ phân tán được cho bởi: $$\frac{|x_1 - \bar{x}| + |x_2 - \bar{x}| + \ldots + |x_n - \bar{x}|}{n}$$	Độ lệch tuyệt đối trung bình của tập hợp dữ liệu 3, 9, 13, 23 (với số trung bình = 12) là: $$\frac{|3 - 12| + |9 - 12| + |13 - 12| + |23 - 12|}{4}$$ $$= 6$$
means of a proportion / trung tỷ Các toán tử giữa của một tỷ lệ thức. *Xem đồng thời* proportion.	Các trung tỷ của $\frac{a}{b} = \frac{c}{d}$ là b và c.
measure of central tendency / số đo xu hướng tập trung Một con số được dùng để biểu thị trung tâm hay phần giữa của một tập hợp các giá trị dữ liệu. Trung bình cộng, số giữa, và phương thức là ba loại số đo xu hướng tập trung.	14, 17, 18, 19, 20, 24, 24, 30, 32 Trung bình cộng là $$\frac{14 + 17 + 18 + \ldots + 32}{9} = \frac{198}{9} = 22.$$ Số giữa là số nằm chính giữa, tức số 20. Phương thức là 24 vì 24 xuất hiện thường xuyên nhất.
measure of dispersion / phép đo độ phân tán Một số đo cho ta biết các giá trị dữ liệu phân tán hay dàn trải ra sao. Độ lệch phạm vi và lệch tiêu chuẩn là các phép đo độ phân tán.	*Xem* range *và* standard deviation.
measure of a major arc / số đo cung chính Hiệu số giữa 360° và số đo của cung phụ liên quan.	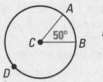 $m\widehat{ADB} = 360° - m\widehat{AB}$ $= 360° - 50°$ $= 310°$
measure of a minor arc / số đo của cung phụ Số đo của góc trung tâm thuộc cung.	*Xem* measure of a major arc.
measure of an angle / số đo một góc Coi $\overrightarrow{OB}$ và một điểm A trên một cạnh của $\overrightarrow{OB}$. Các tia thuộc dạng $\overrightarrow{OA}$ có thể được ghép đôi một với nhau với các số thực từ 0 đến 180. Số đo $\angle AOB$ bằng với giá trị tuyệt đối của hiệu số giữa các số thực cho $\overrightarrow{OA}$ và $\overrightarrow{OB}$.	 $m\angle AOB = 140°$
median / số giữa Số giữa của một tập hợp dữ liệu số là số ở giữa khi các giá trị được viết theo thứ tự số. Nếu tập hợp dữ liệu có một số giá trị chẵn, thì số giữa là số giữa của hai giá trị giữa.	Số giữa của 5, 9, 14, 23 là số giữa của 9 và 14, tức là $\frac{9 + 14}{2} = 11.5$.
median of a triangle / trung tuyến của một tam giác Một đoạn thẳng từ một đỉnh của tam giác đến trung điểm của cạnh đối.	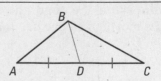 $\overline{BD}$ là một trung tuyến của $\triangle ABC$.

midpoint / trung điểm Một điểm phân chia, hay cắt đôi, một đoạn thẳng thành hai đoạn thẳng bằng nhau. Trung điểm là điểm nằm giữa điểm đầu và điểm cuối.	 M là trung điểm của $\overline{AB}$.
midpoint formula / công thức trung điểm Trung điểm M của đoạn thẳng với các điểm cuối $A(x_1, y_1)$ và $B(x_2, y_2)$ là $M\left(\dfrac{x_1 + x_2}{2}, \dfrac{y_1 + y_2}{2}\right)$.	Trung điểm M của đoạn thẳng với các điểm cuối $(-1, -2)$ và $(3, -4)$ là: $\left(\dfrac{-1 + 3}{2}, \dfrac{-2 + (-4)}{2}\right) = (1, -3)$
midsegment of a trapezoid / trung đoạn của hình thang Một đoạn thẳng nối liền các trung điểm của các cạnh bên của một hình thang.	
midsegment of a triangle / trung đoạn của tam giác Một đoạn thẳng nối liền các trung điểm của hai cạnh của tam giác.	 Các trung đoạn $\triangle ABC$ là $\overline{MP}$, $\overline{MN}$, và $\overline{NP}$.
minimum value of a quadratic function / giá trị tối thiểu của một hàm số bậc 2 Tọa độ y của đỉnh với $y = ax^2 + bx + c$ khi $a > 0$.	 Giá trị tối thiểu của $y = x^2 - 6x + 5$ là -4.
minor arc / cung phụ Một phần của một đường tròn có số đo nhỏ hơn $180°$.	*Xem* major arc.
minor axis of an ellipse / trục phụ của hình ellipse Đoạn thẳng nối liền các đồng đỉnh của một hình ellipse.	*Xem* ellipse.
mixed number / số hỗn hợp Tổng của một số nguyên và một phân số nhỏ hơn 1.	$2\frac{5}{8}$ là một số hỗn hợp.
mode / phương thức Phương thức của một tập hợp dữ liệu là giá trị xuất hiện nhiều nhất. Có thể có một phương thức, không có phương thức, hay không quá một phương thức.	Phương thức của tập hợp dữ liệu 4, 7, 9, 11, 11, 12, 18 là 11.
monomial / đơn thức Một số, biến số, hay tích của một số và một hay nhiều biến số với các số mũ nguyên.	$10, 3x, \frac{1}{2}ab^2$, và $-1.8m^5$ là các đơn thức.
multiple / bội số Bội số của một số nguyên là tích của số đó và một số nguyên bất kỳ khác 0.	Các bội số của 2 là 2, 4, 6, 8, 10, ...
multiplicative identity / đồng nhất thức phép nhân Số 1 là đồng nhất thức phép nhân, vì tích của một số bất kỳ và 1 là chính số đó: $a \cdot 1 = 1 \cdot a = a$.	$3.6(1) = 3.6, 1(-7) = -7$

VIETNAMESE

multiplicative inverse / nghịch đảo phép nhân Nghịch đảo của một số a khác 0 là, $\frac{1}{a}$. Tích của một số khác 0 và nghịch đảo phép nhân của nó là 1: $a \cdot \frac{1}{a} = \frac{1}{a} \cdot a = 1, a \neq 0$.	Nghịch đảo phép nhân của $-\frac{1}{5}$ là -5 vì $-\frac{1}{5} \cdot (-5) = 1$.
mutually exclusive events / các sự kiện loại bỏ lẫn nhau Các sự kiện không có kết quả chung.	Khi ta đổ một cục xí ngầu, "đổ một số 3" và "đổ một số chẵn" là các sự kiện loại bỏ lẫn nhau.

N

n factorial / n giai thừa Với số nguyên dương bất kỳ n, n giai thừa, viết là $n!$, là tích của các số nguyên từ 1 đến n; $0! = 1$.	$5! = 5 \cdot 4 \cdot 3 \cdot 2 \cdot 1 = 120$
natural base e / cơ số tự nhiên e Một số vô tỷ được định nghĩa như sau: Khi n tiến đến $+\infty$, $\left(1 + \frac{1}{n}\right)^n$ tiến đến $e \approx 2.718281828$.	*Xem* natural logarithm.
natural logarithm / lôgarit tự nhiên Một lôgarit với cơ số e. Nó có thể được viết là $\log_e$, nhưng thường được viết là ln.	$\ln 0.3 \approx -1.204$ vì $e^{-1.204} \approx (2.7183)^{-1.204} \approx 0.3$.
negation / phủ định Phát biểu phủ nhận một phát biểu. Ký hiệu cho phủ định là ~.	Phát biểu : Trái bóng có màu đỏ. Phủ định: Trái bóng không có màu đỏ.
negative correlation / tương quan nghịch Cặp dữ liệu (x, y) có một mối tương quan nghịch nếu y có xu hướng giảm khi x tăng.	
negative exponent / số mũ âm Nếu $a \neq 0$, thì a^{-n} là nghịch đảo của a^n; $a^{-n} = \frac{1}{a^n}$.	$3^{-2} = \frac{1}{3^2} = \frac{1}{9}$
negative integers / các số nguyên âm Các số nguyên nhỏ hơn 0.	$-1, -2, -3, -4, \ldots$
net / hình khai triển Sự biểu thị hai chiều của các bề mặt của một khối đa diện.	
n-gon / n-giác Một đa giác có n cạnh.	Một đa giác có 14 cạnh là một thập tứ giác.
normal curve / đường cong bình thường Một đường cong mềm mại, đối xứng, hình chuông có thể tạo hình cho những sự phân phối bình thường và thể hiện một phần một số sự phân phối nhị thức.	*Xem* normal distribution.
normal distribution / phân phối bình thường Một sự phân phối xác suất với trung bình cộng $\bar{x}$ độ lệch chuẩn σ được tạo hình bởi một đường cong hình chuông với các tính chất diện tích ở bên phải.	

High School

nth root of a / căn bậc n của a Với một số nguyên n lớn hơn 1, nếu $b^n = a$, thì b là một căn bậc n của a. Viết là $\sqrt[n]{a}$.	$\sqrt[3]{-216} = -6$ vì $(-6)^3 = -216$.
numerical expression / biểu thức dạng số Một biểu thức chứa các số, phép tính, và các ký hiệu nhóm.	$-4(-3)^2 - 6(-3) + 11$ là một biểu thức số.
number line / trục số Một đường thẳng có các điểm được liên kết với các con số. Ta có thể dùng một trục số để so sánh và xếp thứ tự các số. Các con số trên một trục số tăng từ trái sang phải.	
numerator / tử số Con số bên trên thanh phân số trong một phân số. Nó biểu thị số phần bằng nhau trong một tổng thể hay số các vật thể trong tập hợp đang được xét.	Trong phân số $\frac{3}{4}$, tử số là 3.

O

objective function / hàm mục tiêu Trong lập trình tuyến tính, hàm số tuyến tính được tối đa hóa hay tối thiểu hóa.	*Xem* linear programming.
oblique prism / hình lăng trụ xiên Một hình lăng trụ có các cạnh rìa bên không vuông góc với các đáy.	 đường cao
obtuse angle / góc tù Một góc có số đo lớn hơn 90° và nhỏ hơn 180°.	
obtuse triangle / tam giác tù Một tam giác có một góc tù.	
octagon / hình bát giác Một đa giác có tám cạnh.	
octahedron / khối bát diện Một khối đa diện có tám mặt.	
odds against / tỷ lệ xác suất Khi tất cả các kết quả đều giống như nhau, thì lợi thế so với một sự kiện được định nghĩa là tỷ số của số kết quả bất lợi với số kết quả có lợi.	Khi ta đổ một cục xí ngầu, lợi thế so với việc đổ một số nhỏ hơn 5 là $\frac{2}{4} = \frac{1}{2}$, tức 1 : 2.
odds in favor / tỷ lệ có lợi Khi tất cả các kết quả đều giống như nhau, thì lợi thế theo một sự kiện định nghĩa là tỷ số của số kết quả có lợi với số kết quả bất lợi.	Khi ta đổ một cục xí ngầu, lợi thế theo việc đổ một số nhỏ hơn 5 là $\frac{4}{2} = \frac{2}{1}$, tức 2 : 1.
open sentence / phép tính mở Một phương trình hay bất đẳng thức có chứa một biểu thức đại số.	$2k - 8 = 12$ và $6n \geq 24$ là các phép tính mở.

VIETNAMESE

opposite / đối số *Xem* additive inverse.	*Xem* additive inverse.
opposite rays / các tia đối nhau Nếu điểm C nằm trên $\overleftrightarrow{AB}$ giữa A và B, thì $\overrightarrow{CA}$ và $\overrightarrow{CB}$ là các tia đối nhau.	 $\overrightarrow{CA}$ và $\overrightarrow{CB}$ các tia đối nhau.
opposites / các số đối Hai số có cùng khoảng cách từ số 0 trên một trục số nhưng trên hai phía đối nhau kể từ số 0.	 4 và -4 là các số đối.
order of magnitude of a quantity / thứ tự độ lớn của đại lượng Lũy thừa của 10 gần với đại lượng đó nhất.	Thứ tự độ lớn của 91,000 là 10^5, hay 100,000.
order of operations / thứ tự các phép tính Các quy tắc tính giá trị một biểu thức bao gồm hơn một phép tính.	Để tính giá trị $24 - (3^2 + 1)$, tính lũy thừa, rồi đến phép cộng trong ngoặc, rồi đến phép trừ: $24 - (3^2 + 1) = 24 - (9 + 1) = 24 - 10 = 14$
ordered pair / cặp theo thứ tự *Xem* x-coordinate *và* y-coordinate.	*Xem* x--coordinate *và* y-coordinate.
ordered triple / bộ ba theo thứ tự Một tập hợp ba con số thuộc dạng (x, y, z) biểu thị một điểm trong không gian.	Bộ ba theo thứ tự $(2, 1, -3)$ là một nghiệm của phương trình $4x + 2y + 3z = 1$.
origin / gốc Điểm $(0, 0)$ trên một mặt phẳng tọa độ.	*Xem* coordinate plane.
orthocenter of a triangle / trực tâm tam giác Điểm tại đó các đường chứa ba đường cao của tam giác cắt nhau.	 P là trực tâm của $\triangle ABC$.
orthographic projection / phép chiếu trực giao Một hình vẽ kỹ thuật hai chiều vẽ phía trước, trên đỉnh và bên cạnh của một vật.	 mặt trước đỉnh bên cạnh
outcome / kết xuất Một kết quả khả dĩ của một thử nghiệm.	Khi ta đổ một cục xí ngầu, có 6 kết xuất khả dĩ: 1, 2, 3, 4, 5, hay 6.
outlier / phần tử ngoại vi Một giá trị được tách biệt rộng rãi khỏi phần dữ liệu còn lại trong một tập hợp dữ liệu. Thông thường, một giá trị lớn hơn tứ phân trên 1.5 nhân với miền tứ phân giữa hay nhỏ hơn tứ phân dưới hơn 1.5 nhân với miền tứ phân giữa.	Miền tứ phân giữa của tập hợp dữ liệu phía dưới là $23 - 10 = 13$. tứ phân tứ phân dưới trên $\downarrow$ $\downarrow$ 8 **10** 14 17 20 **23** 50 Giá trị dữ liệu 50 lớn hơn $23 + 1.5(13) = 42.5$, vì vậy nó là một phần tử ngoại vi.

output / dữ liệu kết xuất Một con số trong khoảng biến thiên của một hàm số.

Xem function.

overlapping events / các sự kiện chồng lên nhau Các sự kiện có ít nhất một kết quả chung.

Khi ta đổ một cục xí ngầu, , "đổ một số 3" và "đổ một số lẻ" là các sự kiện chồng lên nhau.

P

parabola, algebraic definition / parabol, định nghĩa đại số Đồ thị hình chữ U của một hàm số bậc hai.

$$y = x^2 - 6x + 5$$

Đồ thị của $y = x^2 - 6x + 5$ là một parabol.

parabola, geometric definition / parabol, định nghĩa hình học Tập hợp tất cả các điểm có khoảng cách bằng nhau đến một điểm gọi là tiêu điểm và một đường thẳng gọi là đường chuẩn. Đồ thị của một hàm số bậc hai $y = ax^2 + bx + c$ là một parabol.

trục đối xứng
tiêu điểm
đỉnh
đường chuẩn

paragraph proof / chứng minh bằng đoạn văn Một dạng chứng minh được viết dưới dạng đoạn văn.

parallel lines / các đường song song Hai đường thẳng trong cùng mạt phẳng và không cắt nhau.

parallel planes / các mặt phẳng song song Hai mạt phẳng không cắt nhau.

$S \parallel T$

parallelogram / hình bình hành Một hình tứ giác có cả hai cạp cạnh đối song song.

▱PQRS

parent function / hàm tổng quát Hàm số cơ bản nhất trong một họ hàm số.

Hàm tổng quát cho họ tất cả các hàm tuyến tính là $y = x$.

VIETNAMESE

partial sum / tổng từng phần Tổng Sn của n số hạng đầu tiên của một dãy số vô hạn.	$\frac{1}{2} + \frac{1}{4} + \frac{1}{8} + \frac{1}{16} + \frac{1}{32} + \dots$ Dãy số trên có các tổng từng phần $S_1 = 0.5$, $S_2 = 0.75$, $S_3 \approx 0.88$, $S_4 \approx 0.94, \dots$.
Pascal's triangle / tam giác Pascale Một sự sắp xếp các giá trị của $_nC_r$ theo một kiểu cách hình tam giác trong đó mỗi hàng tương ứng với một giá trị của n.	$_0C_0$ $_1C_0 \quad _1C_1$ $_2C_0 \quad _2C_1 \quad _2C_2$ $_3C_0 \quad _3C_1 \quad _3C_2 \quad _3C_3$ $_4C_0 \quad _4C_1 \quad _4C_2 \quad _4C_3 \quad _4C_4$ $_5C_0 \quad _5C_1 \quad _5C_2 \quad _5C_3 \quad _5C_4 \quad _5C_5$
pentagon / hình ngũ giác Một hình đa giác có năm cạnh.	
percent / phần trăm Một tỷ số so sánh một số với 100. *Percent* nghĩa là "trên một trăm."	$43\% = \frac{43}{100} = 0.43$
percent of change / phần trăm thay đổi Một tỷ lệ phần trăm cho biết một đại lượng tăng hay giảm bao nhiêu so với đại lượng ban đầu. Phần trăm thay đổi, $p\% = \dfrac{\text{Lượng tăng hay giảm}}{\text{Lượng ban đầu}}$	Phần trăm thay đổi, $p\%$, từ 140 đến 189 là: $p\% = \frac{189 - 140}{140} = \frac{49}{140} = 0.35 = 35\%$
percent of decrease / phần trăm giảm Tỷ lệ phần trăm thay đổi trong một đại lượng khi lượng mới của đại lượng nhỏ hơn lượng ban đầu.	*Xem* percent of change.
percent of increase / phần trăm tăng Tỷ lệ phần trăm thay đổi trong một đại lượng khi lượng mới của đại lượng lớn hơn lượng ban đầu.	*Xem* percent of change.
perfect square / số chính phương Một con số là bình phương của một số nguyên.	49 là một số chính phương, vì $49 = 7^2$.
perfect square trinomials / tam thức chính phương Các tam thức thuộc dạng $a^2 + 2ab + b^2$ và $a^2 - 2ab + b^2$.	$x^2 + 6x + 9$ và $x^2 - 10x + 25$ là các tam thức chính phương.
perimeter / chu vi Khoảng cách xung quanh một hình, được đo bằng đơn vị thẳng như foot, inch, hay mét.	7 cm 5 cm 8 cm Chu vi = 5 + 7 + 8, tức 20 cm
period / chu kỳ Độ dài theo chiều ngang của mỗi vòng của một hàm số tuần hoàn.	*Xem* periodic function.

periodic function / hàm tuần hoàn Một hàm số mà đồ thị của nó có một kiểu cách lặp lại.

Đồ thị cho thấy 3 vòng tuần hoàn của *y* = tan *x*, một hàm tuần hoàn với chu kỳ π.

---

permutation / hoán vị Một sự sắp xếp các đối tượng trong đó thứ tự là quan trọng.

Có 6 phép hoán vị các số 1, 2, và 3: 123, 132, 213, 231, 312, và 321.

---

perpendicular bisector / đường trung trực Một đoạn thẳng, tia, đường thẳng hay mặt phẳng nào vuông góc với một đoạn thẳng tại trung điểm của nó.

---

piecewise function / hàm phân mảnh Một hàm số được xác định bởi ít nhất hai phương trình, mỗi phương trình ứng với một phần khác của miền xác định của hàm số.

$$g(x) = \begin{cases} 3x - 1, & \text{nếu } x < 1 \\ 0, & \text{nếu } x = 1 \\ -x + 4, & \text{nếu } x > 1 \end{cases}$$

---

plane / mặt phẳng Một mặt phẳng có hai chiều. Nó thường được biểu thị bằng một hình trông giống như một sàn nhà hay một bức tường. Ta phải tưởng tượng rằng mặt phẳng trải rộng không bao giờ hết, cho dù hình vẽ mặt phẳng nhìn có vẻ có các cạnh. *Xem đồng thời* undefined term.

mặt phẳng *M* hay mặt phẳng *ABC*

Platonic solids / các khối đặc Plato Năm khối đa diện đều, đạt tên theo nhà toán học và triết gia Hy Lạp Plato.

Các khối đặc Plato bao gồm một khối tứ diện đều, một khối lập phương, một khối bát diện đều, một khối thập nhị diện đều, và một khối nhị thập diện đều.

---

point / điểm Một điểm không có kích thước. Nó thường được biểu thức bằng một chấm. *Xem đồng thời* undefined term.

điểm *A*

---

point of concurrency / điểm đồng quy Điểm cắt nhau của các đường thẳng, tia hay đoạn thẳng đồng quy.

P là điểm đồng quy của các đường thẳng *j*, *k*, và ℓ.

---

point-slope form / dạng điểm-hệ số góc Một phương trình của một đường thẳng không nằm dọc được viết theo dạng $y - y_1 = m(x - x_1)$ trong đó đường thẳng đi qua một điểm cho trước (x_1, y_1) và có hệ số góc *m*.

Phương trình $y + 3 = 2(x - 4)$ là ở dạng điểm-hệ số góc. Đồ thị của phương trình là một đường thẳng đi qua điểm $(4, -3)$ và có hệ số góc 2.

---

polygon / hình đa giác Một hình phẳng khép kín với các tính chất sau đây. (1) Nó được tạo bởi ba hay nhiều đoạn thẳng gọi là các cạnh. (2) Mỗi cạnh cắt chính xác hai cạnh tại hai điểm cuối, sao cho không có hai cạnh nào có chung điểm cuối là cùng nằm trên một đường thẳng.

Đa giác *ABCDE*

VIETNAMESE

polyhedron / khối đa diện Một khối đặc được bao quanh bằng các hình đa giác, gọi là các mặt, bọc kín một vùng không gian duy nhất. Số nhiều là *polyhedra* hay *polyhedrons*.	
polynomial / đa thức Một đơn thức hay tổng các đơn thức, trong đó mỗi cái được gọi là một số hạng của đa thức.	$9, 2x^2 + x - 5$, và $7bc^3 + 4b^4c$ là các đa thức.
polynomial function / hàm đa thức Một hàm số có dạng $f(x) = a_n x^n + a_{n-1} x^{n-1} + \cdots + a_1 x + a_0$ trong đó $a_n \neq 0$, các số mũ đều là các số nguyên, và các hệ số đều là các số thực.	$f(x) = 11x^5 - 0.4x^2 + 16x - 7$ là một hàm đa thức. Bậc của $f(x)$ là 5, hệ số dẫn đầu là 11, và số hạng bất biến là -7.
polynomial long division / phép chia nhỏ đa thức Một phương pháp được dùng để chia các đa thức giống nhau theo cách ta chia các số.	$$\begin{array}{r} x^2 + 7x + 7 \\ x-2\overline{)x^3 + 5x^2 - 7x + 2} \\ \underline{x^3 - 2x^2} \\ 7x^2 - 7x \\ \underline{7x^2 - 14x} \\ 7x + 2 \\ \underline{7x - 14} \\ 16 \end{array}$$ $$\frac{x^3 + 5x^2 - 7x + 2}{x - 2} = x^2 + 7x + 7 + \frac{16}{x - 2}$$
population / tổng số lượng Cả một tập thể mà ta muốn có thông tin.	Một tạp chí mời các độc giả của họ gởi các câu trả lời cho một bảng câu hỏi xếp loại tạp chí này. Tổng số lượng bao gồm tất cả các độc giả của tạp chí.
positive correlation / tương quan thuận Dữ kiện cặp đôi (x, y) có tương quan thuận nếu y có xu hướng tăng khi x tăng.	
positive integers / các số nguyên dương Các số nguyên lớn hơn 0.	$1, 2, 3, 4, \ldots$
postulate / định đề Một quy tắc được chấp nhận mà không cần chứng minh. Còn gọi là *tiên đề*.	Định Đề Cộng Đoạn Thẳng phát biểu rằng nếu B nằm giữa A và C, thì $AB + BC = AC$.
power / lũy thừa Một biểu thức biểu thị phép nhân lặp lại của cùng một thừa số.	81 là một lũy thừa của 3, vì $81 = 3 \cdot 3 \cdot 3 \cdot 3 = 3^4$.
power function / hàm lũy thừa *Xem* exponential function.	*Xem* exponential function.
preimage / tiền ảnh Hình ban đầu trong một phép biến đổi. *Xem đồng thời* image.	*Xem* image.
prime factorization / phép tạo thừa số nguyên tố Một số nguyên được viết dưới dạng tích của các thừa số nguyên tố.	Phép tạo thừa số nguyên tố của 20 là $2^2 \times 5$.
prime number / số nguyên tố Một số nguyên lớn hơn 1 chỉ có hai thừa số là 1 và chính nó.	59 là một số nguyên tố, vì nó chỉ có các thừa số là 1 và chính nó.

prism / hình lăng trụ Một khối đa diện có hai mặt bằng nhau, gọi là đáy, nằm ở các mặt phẳng song song nhau.

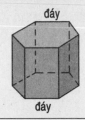

probability distribution / phân phối xác suất Một hàm số cho xác suất từng giá trị khả dĩ của một biến số ngẫu nhiên. Tổng của tất cả các xác suất trong một phép phân phối xác suất phải bằng 1.

Cho biến số ngẫu nhiên X biểu thị cho số hiện ra sau khi đổ một cục xí ngầu sáu mặt chuẩn.

Phân Phối Xác Suất cho việc Đổ một cục Xí Ngầu					
X	1	2	3	4	5	6
$P(X)$	$\frac{1}{6}$	$\frac{1}{6}$	$\frac{1}{6}$	$\frac{1}{6}$	$\frac{1}{6}$	$\frac{1}{6}$

probability of an event / xác suất của một sự kiện Một số từ 0 đến 1 đo lường một khả năng một sự kiện sẽ xảy ra. Nó có thể được biểu thị như một phân số, số thập phân hay phần trăm.

Xem experimental probability, geometric probability, *và* theoretical probability.

proof / chứng minh Một luận cứ logic chứng tỏ một phát biểu là đúng.

proportion / tỷ lệ thức Một phương trình phát biểu rằng hai tỷ số là bằng nhau: $\frac{a}{b} = \frac{c}{d}$ trong đó $b \neq 0$ và $d \neq 0$.

$\frac{3}{4} = \frac{6}{8}$ và $\frac{11}{6} = \frac{x}{30}$ là các tỷ lệ thức.

pure imaginary number / số ảo hoàn toàn Một số phức $a + bi$ trong đó $a = 0$ và $b \neq 0$.

$-4i$ và $1.2i$ là các số ảo hoàn toàn.

pyramid / hình chóp Một khối đa diện trong đó đáy là một hình đa giác và các mặt bên là các hình tam giác với một đỉnh chung, gọi là đỉnh của hình chóp.

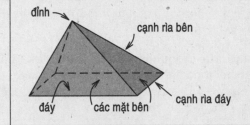

Pythagorean theorem / định lý Pythagore Nếu một hình tam giác là một tam giác vuông, thì tổng các bình phương của các độ dài a và b của các cạnh góc vuông bằng bình phương của độ dài c của cạnh huyền: $a^2 + b^2 = c^2$.

$5^2 + 12^2 = 13^2$

Pythagorean triple / bộ ba Pythagore Một tập hợp ba số nguyên a, b, và c thỏa mãn phương trình $c^2 = a^2 + b^2$.

Những bộ ba Pythagore phổ biến:
3, 4, 5   5, 12, 13   8, 15, 17   7, 24, 25

quadrantal angle / góc phần tư Một góc ở vị trí tiêu chuẩn có cạnh cuối nằm trên một trục.

VIETNAMESE

quadrants / các góc phần tư Bốn vùng mà mặt phẳng tọa độ được chia thành bởi trục x và trục y.

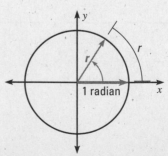

quadratic equation in one variable / phương trình bậc hai theo một biến Một phương trình có thể được viết ở dạng chuẩn $ax^2 + bx + c = 0$ trong đó $a \neq 0$.

Phương trình $x^2 - 2x = 3$ và $0.1x^2 = 40$ là các phương trình bậc hai theo một biến.

quadratic form / dạng bậc hai Dạng $au^2 + bu + c$, trong đó u là một biểu thức bất kỳ trong x.

Biểu thức $16x^4 - 8x^2 - 8$ là ở dạng bậc hai vì nó có thể được viết thành $u^2 - 2u - 8$ trong đó $u = 4x^2$.

quadratic formula / công thức bậc hai Công thức $x = \dfrac{-b \pm \sqrt{b^2 - 4ac}}{2a}$ được dùng để tìm các nghiệm của phương trình bậc hai $ax^2 + bx + c = 0$ trong đó a, b, và c là các số thực và $a \neq 0$.

Để giải $3x^2 + 6x + 2 = 0$, thay 3 cho a, 6 cho b, và 2 cho c trong công thức bậc hai.
$$x = \frac{-6 \pm \sqrt{6^2 - 4(3)(2)}}{2(3)} = \frac{-3 \pm \sqrt{3}}{3}$$

quadratic function / hàm bậc hai Một hàm số phi tuyến tính có thể được viết ở dạng chuẩn $y = ax^2 + bx + c$ trong đó $a \neq 0$.

$y = 2x^2 + 5x - 3$ là một hàm số bậc hai.

quadratic inequality in one variable / bất đẳng thức bậc hai theo một biến Một bất đẳng thức có thể được viết ở dạng $ax^2 + bx + c < 0$, $ax^2 + bx + c \leq 0$, $ax^2 + bx + c > 0$, hay $ax^2 + bx + c \geq 0$.

$x^2 + x \leq 0$ và $2x^2 + x - 4 > 0$ là các bất đẳng thức bậc hai theo một biến.

quadratic inequality in two variables / bất đẳng thức bậc hai theo hai biến Một bất đẳng thức có thể được viết ở dạng $y < ax^2 + bx + c$, $y \leq ax^2 + bx + c$, $y > ax^2 + bx + c$, hay $y \geq ax^2 + bx + c$.

$y > x^2 + 3x - 4$ là một bất đẳng thức bậc hai theo hai biến.

quadratic system / hệ bậc hai Một hệ phương trình có bao gồm một hay nhiều phương trình dạng nón.

$y^2 - 7x + 3 = 0 \qquad x^2 + 4y^2 + 8y = 16$
$2x - y = 3 \qquad\quad 2x^2 - y^2 - 6x - 4 = 0$
Các phương trình trên đây là các hệ bậc hai.

quadrilateral / hình tứ giác Một đa giác có bốn cạnh.

R

radian / radian Trong một đường tròn với bán kính r và tâm ở gốc, một radian là số đo của một góc ở vị trí tiêu chuẩn có cạnh cuối cắt một cung có độ dài r.

radical / căn thức Một biểu thức có dạng $\sqrt{s}$ hoặc $\sqrt[n]{s}$ trong đó s là một số hay một biểu thức.	$\sqrt{5},\ \sqrt[3]{2x+1}$
radical equation / phương trình căn thức Một phương trình với một hay nhiều căn thức có các biến số ở biểu thức dưới dấu căn.	$\sqrt[3]{2x+7}=3$
radical expression / biểu thức căn số Một biểu thức chứa một căn thức, chẳng hạn một căn bậc hai, căn bậc ba, hay các căn khác.	$3\sqrt{2x}$ và $\sqrt[3]{x-1}$ là các biểu thức căn số.
radical function / hàm căn thức Một hàm số có chứa một biểu thức dấu căn với biến số độc lập trong dấu căn.	$y=\sqrt[3]{2x}$ và $y=\sqrt{x+2}$ là các hàm căn thức.
radicand / biểu thức dưới căn Con số hay biểu thức bên dưới một dấu căn.	Biểu thức dưới căn của $\sqrt{5}$ là 5, và biểu thức dưới căn của $\sqrt{8y^2}$ là $8y^2$.
radius of a circle / bán kính đường tròn Một đoạn thẳng có các điểm cuối là tâm của đường tròn và một điểm trên đường tròn. Khoảng cách từ tâm của đường tròn đến một điểm bất kỳ trên đường tròn. Số nhiều la *radii*.	*Xem* circumference.
radius of a polygon / bán kính đa giác Bán kính của một đường tròn ngoại tiếp đa giác.	bán kính
radius of a sphere / bán kính khối cầu Khoảng cách từ tâm của khối cầu đến một điểm bất kỳ trên mặt khối cầu.	bán kính / tâm
random sample / mẫu ngẫu nhiên Một mẫu trong đó mỗi phần tử của tổng số đều có cơ hội được chọn bằng nhau.	Ta có thể chọn một mẫu ngẫu nhiên của tổng số học sinh của một trường học bằng cách cho máy tính chọn ngẫu nhiên 100 số nhận dạng học sinh.
random variable / biến số ngẫu nhiên Một biến số có giá trị được xác định bởi các kết quả của một sự kiện ngẫu nhiên.	Biến số ngẫu nhiên X biểu thị con số hiện ra sau khi đổ một cục xí ngầu sáu mặt có các giá trị khả dĩ là 1, 2, 3, 4, 5, và 6.
range of a function / khoảng biến thiên của hàm số Tập hợp tất cả các dữ liệu kết xuất của một hàm số.	*Xem* function.
range of a relation / phạm vi quan hệ Tập hợp các giá trị dữ liệu kết xuất của một mối quan hệ.	*Xem* relation.
range of data values / phạm vi các giá trị dữ liệu Một sự đo lường mức độ phân tán bằng với hiệu số giữa các giá trị dữ liệu lớn nhất và nhỏ nhất.	14, 17, 18, 19, 20, 24, 24, 30, 32 Phạm vi của tập hợp dữ liệu trên là $32-14=18$.
rate / tỷ số Một phân số so sánh hai đại lượng được đo bằng các đơn vị khác nhau.	$\dfrac{110\ \text{dặm}}{2\ \text{giờ}}$ và $\dfrac{55\ \text{dặm}}{1\ \text{giờ}}$ là các tỷ số.

VIETNAMESE

rate of change / mức độ thay đổi Một phép so sánh một sự thay đổi trong một đại lượng với một sự thay đổi trong một đại lượng khác. Trong các tình huống thực tế, ta có thể diễn giải hệ số góc của một đường thẳng là một mức độ thay đổi.

Bạn trả $7 cho 2 giờ sử dụng máy điện toán và $14 cho 4 giờ sử dụng máy điện toán.

Mức độ thay đổi là $\dfrac{\text{thay đổi về chi phí}}{\text{thay đổi về thời gian}} =$

$\dfrac{14 - 7}{4 - 2} = 3.5$, hay $3.50 mỗi giờ.

---

ratio of *a* to *b* / tỷ số *a* với *b* Một phép so sánh hai số bằng cách dùng phép chia. Tỷ số a với b, trong đó $b \neq 0$, có thể được viết là a so với b, là $a : b$, hoặc là $\dfrac{a}{b}$.

Tỷ số của 3 feet so với 7 feet có thể được viết là 3 so với 7, $3 : 7$, hay $\dfrac{3}{7}$.

---

rational equation / phương trình hữu tỷ Một phương trình chứa một hay nhiều biểu thức hữu tỷ.

Các phương trình $\dfrac{6}{x + 4} = \dfrac{x}{2}$ và $\dfrac{x}{x - 2} + \dfrac{1}{5} = \dfrac{2}{x - 2}$ là các phương trình hữu tỷ.

---

rational expression / biểu thức hữu tỷ Một biểu thức có thể được viết dưới dạng một tỷ số của hai đa thức trong đó mẫu số không phải là số 0.

$\dfrac{x + 8}{10x}$ và $\dfrac{5}{x^2 - 1}$ là các biểu thức hữu tỷ.

---

rational function / hàm hữu tỷ Một hàm số thuộc dạng $f(x) = \dfrac{p(x)}{q(x)}$, trong đó $p(x)$ và $q(x)$ là các đa thức và quý vị $q(x) \neq 0$.

Các hàm số $y = \dfrac{6}{x}$ và $y = \dfrac{2x + 1}{x - 3}$ là các hàm hữu tỷ.

---

rational number / số hữu tỷ Một số có thể được viết là $\dfrac{a}{b}$ trong đó a và b là các số nguyên và $b \neq 0$.

$4 = \dfrac{4}{1}$, $0 = \dfrac{0}{1}$, $2\dfrac{1}{3} = \dfrac{7}{3}$, $-\dfrac{3}{4} = \dfrac{-3}{4}$, và $0.6 = \dfrac{3}{5}$ đều là các số hữu tỷ.

---

rationalizing the denominator / hữu tỷ hóa mẫu số Quy trình loại bỏ một biểu thức có dấu căn ở mẫu số của một phân số bằng cách nhân cả tử số và mẫu số với một biểu thức có căn thích hợp.

Để hữu tỷ hóa mẫu số của $\dfrac{5}{\sqrt{7}}$, hãy nhân biểu thức với $\dfrac{\sqrt{7}}{\sqrt{7}}$:

$\dfrac{5}{\sqrt{7}} = \dfrac{5}{\sqrt{7}} \cdot \dfrac{\sqrt{7}}{\sqrt{7}} = \dfrac{5\sqrt{7}}{\sqrt{49}} = \dfrac{5\sqrt{7}}{7}$

---

ray / tia Một phần của đường thẳng có chứa một điểm gọi là điểm cuối và tất cả các điểm trên đường thẳng kéo dài theo một hướng.

$\overrightarrow{AB}$ với điểm cuối *A*

---

real numbers / các số thực Tập hợp tất cả các số hữu tỷ và vô tỷ.

8, -6.2, $\dfrac{6}{7}$, π, và $\sqrt{2}$ là các số thực.

---

reciprocal / nghịch đảo Số nghịch đảo, hay phép nhân đảo ngược, của một số khoảng cách 0 bất kỳ b là $\dfrac{1}{b}$.

-2 và $\dfrac{1}{-2} = -\dfrac{1}{2}$ là các số nghịch đảo.

---

rectangle / hình chữ nhật Một hình bình hành với bốn góc vuông.

---

recursive rule / quy tắc đệ quy Một quy tắc cho một dãy số trong đó cho phần tử hay các phần tử đầu tiên và rồi một phương trình trùng cho biết phần tử thứ n là a_n có liên quan ra sao với một hay nhiều phần tử trước đó.

Quy tắc đệ quy $a_0 = 1$, $a_n = a_{n-1} + 4$ cho cấp số cộng $1, 5, 9, 13, \ldots$.

---

reduction / thu nhỏ Một phép thu phóng với hệ số phóng trong khoảng giữa 0 và 1.

Một phép thu phóng với hệ số phóng $\dfrac{1}{2}$ là một phép thu nhỏ.

High School
Multi-Language Visual Glossary

reference angle / góc tham chiếu Nếu θ là một góc ở vị trí tiêu chuẩn, góc tham chiếu của nó là góc nhọn θ' tạo bởi cạnh cuối của θ và trục x.	Góc nhọn θ' là góc tham chiếu cho góc θ.
reflection / phản chiếu Một phép biến đổi có sử dụng một đường thẳng phản chiếu để tạo ra một hình ảnh phản chiếu của hình ban đầu.	đường thẳng phản chiếu
regular polygon / đa giác đều Một hình đa giác có tất cả các cạnh và các góc bằng nhau.	
regular polyhedron / khối đa diện đều Một khối đa diện lồi trong đó tất cả các mặt là các đa giác đều và bằng nhau.	*Xem* convex polyhedron.
regular pyramid / hình chóp đều Một hình chóp có một đa giác đều làm đáy và trong đó đoạn thẳng nối liền đỉnh và tâm của đáy thì vuông góc với đáy.	đường cao chiều dài đường sinh
relation / quan hệ Một phép ánh xạ, hay ghép đôi các giá trị dữ liệu nhập với các giá trị dữ liệu kết xuất.	Các cặp theo thứ tự $(-2, -2)$, $(-2, 2)$, $(0, 1)$, và $(3, 1)$ biểu thị mối quan hệ với các dữ liệu nhập (miền xác định) của -2, 0, và 3 và các dữ liệu kết xuất (phạm vi) của -2, 1, và 2.
relative error / lỗi tương đối Tỷ số của lỗi khả dĩ lớn nhất với độ dài đo được.	Nếu lỗi khả dĩ lớn nhất của một số đo là 0.5 inch và độ dài đo được của một vật là 8 inch, thì lỗi tương đối là $\frac{0.5}{8} = 0.0625 = 6.25\%$.
repeated solution / nghiệm lặp lại Với phương trình đa thức $f(x) = 0$, k là một nghiệm lặp lại nếu và chỉ nếu thừa số $x - k$ có một số mũ lớn hơn 1 khi $f(x)$ được biến đổi hoàn toàn thành thừa số.	-1 là một nghiệm lặp lại của phương trình $(x + 1)^2 (x - 2) = 0$.
rhombus / hình thoi Một hình bình hành với bốn cạnh bằng nhau.	A B D C
right angle / góc vuông Một góc với số đo bằng 90°.	A

VIETNAMESE

right cone / hình nón thẳng Một hình nón trong đó đoạn thẳng nối liền đỉnh và tâm của đáy thì vuông góc với đáy. Độ dài đường sinh là khoảng cách giữa đỉnh và một điểm trên cạnh rìa của đáy.

right cylinder / hình trụ thẳng đứng Một hình trụ trong đó đoạn thẳng nối liền các tâm của các đáy thì vuông góc với các đáy.

right prism / hình lăng trụ thẳng đứng Một hình lăng trụ trong đó mỗi cạnh rìa bên đều vuông góc với cả hai đáy.

right triangle / tam giác vuông Một hình tam giác với một góc vuông.

rise / độ dốc *Xem* slope.

Xem slope.

root of an equation / căn của một phương trình Các nghiệm của một phương trình bậc hai là các căn của nó.

Các căn của phương trình bậc hai $x^2 - 5x - 36 = 0$ là 9 và -4.

rotation / xoay Một phép biến đổi trong đó một hình được quay quanh một điểm cố định gọi là tâm xoay.

rotational symmetry / đối xứng xoay Một hình trong mặt phẳng có đối xứng xoay nếu hình đó có thể được ánh xạ lên chính nó bằng một phép xoay 180° trở xuống quanh tâm của hình. Điểm này là tâm đối xứng.

Các phép xoay 90° và 180° ánh xạ hình lên chính nó.

run / biến đổi *Xem* slope.

Xem slope.

sample /mẫu Một tập hợp phụ của một tổng số.	*Xem* population.
sample space / không gian mẫu Tập hợp tất cả các kết quả khả dĩ.	Khi ta tung hai đồng xu, không gian mẫu là đầu, đầu; đầu, đuôi; đuôi, đầu; và đuôi, đuôi.
scalar / vô hướng Một số thực được đem nhân với một ma trận.	*Xem* scalar multiplication.
scalar multiplication / tích vô hướng Phép nhân từng phần tử trong một ma trận với một số thực, gọi là một vô hướng.	Ma trận được nhân với vô hướng 3.$$3\begin{bmatrix} 1 & 2 \\ 0 & -1 \end{bmatrix} = \begin{bmatrix} 3 & 6 \\ 0 & -3 \end{bmatrix}$$
scale / tỷ lệ Một tỷ số liên kết các kích thước của một hình vẽ hay mô hình tỷ lệ và các kích thước thực.	Tỷ lệ 1 in. : 12 ft trên một bản vẽ kiến trúc sàn nghĩa là 1 inch trong bản vẽ biểu thị một khoảng cách thực tế là 12 feet.
scale drawing / bản vẽ tỷ lệ Một hình vẽ hai chiều một vật thể trong đó các kích thước của hình vẽ thì tỷ lệ với các kích thước của vật.	Một bản vẽ kiến trúc sàn của một ngôi nhà là một hình vẽ tỷ lệ.
scale factor of a dilation / hệ số tỷ lệ thu phóng Trong một phép phóng to thu nhỏ, tỷ số của một độ dài cạnh của ảnh so với độ dài cạnh tương ứng của hình ban đầu.	*Xem* dilation.
scale factor of two similar polygons / hệ số tỷ lệ của hai đa giác Tỷ số của các độ dài của hai cạnh tương ứng của hai hình đa giác đồng dạng.	Hệ số tỷ lệ của *ZYXW* với *FGHJ* là $\frac{5}{4}$.
scale model / mô hình tỷ lệ Một mô hình ba chiều của một vật trong đó các kích thước của mô hình thì tỷ lệ với các kích thước của vật.	Một trái địa cầu là mô hình tỷ lệ của Trái Đất.
scalene triangle / tam giác thường Một hình tam giác không có cạnh nào bằng nhau.	
scatter plot / đồ thị điểm Một đồ thị của một tập hợp các cặp dữ kiện (x, y) được dùng để xác định xem có một quan hệ giữa các biến x và y.	
scientific notation / ký hiệu khoa học Một con số được viết theo ký hiệu khoa học khi nó có dạng $c \times 10^n$ trong đó $1 \le c < 10$ và n là một số nguyên.	Hai triệu được viết theo ký hiệu khoa học là 2×10^6, và 0.547 được viết theo ký hiệu khoa học là 5.47×10^{-1}.

VIETNAMESE

secant function / hàm secant Nếu θ là một góc nhọn của một tam giác vuông, thì secant của θ là độ dài của cạnh huyền chi cho độ dài của cạnh kề với θ.

Xem sine function.

---

secant line / dây cung Một đường cát đường tròn tại hai điểm.

Đường *m* là một dây cung.

---

secant segment / đoạn thẳng secant Một đoạn thẳng chứa một dây cung của đường tròn và có duy nhất một điểm cuối bên ngoài đường tròn.

đoạn thẳng secant

---

sector of a circle / hình quạt Vùng được giới hạn bởi hai bán kính của đường tròn và cung chắn chúng.

quạt *APB*

---

segment / đoạn thẳng *Xem* line segment.

Xem line segment.

---

segment bisector / phân đoạn Một điểm, tia, đường thẳng, đoạn thẳng hay mặt phẳng cắt một đoạn thẳng tại trung điểm của nó.

$\overleftrightarrow{CD}$ là một phân đoạn của $\overline{AB}$.

---

segments of a chord / các phần của dây cung Khi hai dây cung cắt nhau tại bên trong đường tròn, mỗi dây cung được chia thành hai phần gọi là các phần của dây cung.

$\overline{EA}$ và $\overline{EB}$ là các phần của dây cung $\overline{AB}$. $\overline{DE}$ và $\overline{EC}$ là các phần của dây cung $\overline{DC}$.

---

self-selected sample / mẫu tự chọn Một mẫu trong đó các phần tử của một tổng số tự chọn bằng cách đi tiên phong.

Ta có thể có được một mẫu tự chọn của một tổng số học sinh của một trường bằng cách đề nghị học sinh trả lại các bản khảo cứu vào một hộp thu gom.

---

self-similar / tự giống Một vật sao cho một phần của vật đó có thể được phóng to để trông giống như toàn bộ vật đó.

Xem fractal.

---

semicircle / hình bán nguyệt Một cung với các điểm cuối là các điểm cuối của một đường kính của một đường tròn. Số đo của một bán nguyệt là 180°.

$\overarc{QSR}$ là một hình bán nguyệt.

High School
Multi-Language Visual Glossary

Copyright © by McDougal Littell,
a division of Houghton Mifflin Company.

sequence / dãy số Một hàm số có miền xác định là một tập hợp các số nguyên liên tục. Miền xác định cho vị trí tương đối của từng phần tử trong dãy số. Phạm vi cho biết các phần tử của dãy số.	Với miền xác định $n = 1, 2, 3,$ và 4, dãy số được xác định bởi $a_n = 2n$ có các phần tử $2, 4, 6,$ và 8.
series / tổng dãy số Biểu thức được tạo thành bằng cách cộng các phần tử của một dãy số. Một tổng dãy số có thể là có hạn hay vô hạn.	Tổng dãy số có hạn: $2 + 6 + 6 + 8$ Tổng dãy số vô hạn: $2 + 4 + 6 + 8 + \cdots$
set / tập hợp Một tập thể các vật thể phân biệt.	Tập hợp các số nguyên là $W = \{0, 1, 2, 3, \ldots\}$.
side of a polygon / cạnh của đa giác Mỗi đoạn thẳng tạo thành một đa giác. *Xem đồng thời* polygon.	*Xem* polygon.
sides of an angle / các cạnh của một góc *Xem* angle.	*Xem* angle.
sigma notation / ký hiệu sigma *Xem* summation notation.	*Xem* summation notation.
similar figures / các hình đồng dạng Các hình có cùng hình dạng nhưng không nhất thiết cùng kích thước. Các góc tương ứng của các hình đồng dạng thì bằng nhau, và các tỷ số của các độ dài các cạnh tương ứng là bằng nhau. Ký hiệu $\sim$ cho biết rằng hai hình là đồng dạng.	$\triangle ABC \sim \triangle DEF$
similar polygons / các đa giác đồng dạng Hai hình đa giác sao cho các góc tương ứng của chúng bằng nhau và các độ dài của các cạnh tương ứng là tỷ lệ.	$ABCD \sim EFGH$
similar solids / các khối đặc đồng dạng Hai khối đặc cùng loại với các tỷ số bằng nhau của các số đo thẳng tương ứng, chẳng hạn chiều cao hay bán kính.	
simplest form of a fraction / dạng tối giản của một phân số Một phân số ở dạng tối giản nếu tử số và mẫu số của nó có thừa số chung lớn nhất là 1.	Dạng tối giản của phân số $\frac{4}{12}$ là $\frac{1}{3}$.
simplest form of a radical / dạng tối giản của một căn thức Một căn thức với chỉ số căn n là ở dạng tối giản nếu biểu thức dưới căn không có lũy thừa bậc n hoàn hảo làm hệ số và bất kỳ mẫu số nào đều đã được hữu tỷ hóa.	$\sqrt[3]{135}$ ở dạng tối giản là $3\sqrt[3]{5}$. $\frac{\sqrt[5]{7}}{\sqrt[5]{8}}$ ở dạng tối giản là $\frac{\sqrt[5]{28}}{2}$.
simplest form of a rational expression / dạng tối giản của một biểu thức hữu tỷ Một biểu thức hữu tỷ trong đó tử số và mẫu số không có thừa số chung nào ngoài ± 1.	Dạng tối giản của $\frac{2x}{x(x-3)}$ là $\frac{2}{x-3}$.

VIETNAMESE

simulation / mô phỏng Một thử nghiệm mà ta có thể thực hiện để dự đoán về các tình huống đời thực.

Mỗi hộp Oaties chứa 1 trong 6 giải thưởng. Xác suất lấy được mỗi giải là $\frac{1}{6}$.

Để dự đoán số hộp ngũ cốc ta phải mua để đoạt tất cả 6 giải, ta có thể đổ một cục xí ngầu 1 lần cho mỗi hộp ngũ cốc mà ta mua. Cứ tiếp tục đổ đến khi ta đã đổ hết tất cả 6 số.

---

sine / sin Một tỷ số lượng giác, viết tắt là sin. Với một tam giác vuông ABC, sin của góc nhọn A là

$$\sin A = \frac{\text{độ dài cạnh đối } \angle A}{\text{độ dài cạnh huyền}} = \frac{BC}{AB}.$$

$$\sin A = \frac{BC}{AB} = \frac{3}{5}$$

---

sine function / hàm sin Nếu θ là một góc nhọn thuộc một tam giác vuông, thì sin của θ là độ dài của cạnh đối với θ chia cho độ dài cạnh huyền.

$$\sin \theta = \frac{\text{đối}}{\text{huyền}} = \frac{5}{13} \qquad \csc \theta = \frac{\text{huyền}}{\text{đối}} = \frac{13}{5}$$

$$\cos \theta = \frac{\text{kề}}{\text{huyền}} = \frac{12}{13} \qquad \sec \theta = \frac{\text{huyền}}{\text{kề}} = \frac{13}{12}$$

$$\tan \theta = \frac{\text{đối}}{\text{kề}} = \frac{5}{12} \qquad \cot \theta = \frac{\text{kề}}{\text{đối}} = \frac{12}{5}$$

---

sinusoids / đường sin Các đồ thị của các hàm số sin và côsin.

$$y = 2 \sin 4x + 3$$

---

skew lines / các đường xiên nhau Các đường thẳng không cắt nhau và không đồng phẳng.

Các đường n và p là các đường thẳng xiên.

---

skewed distribution / phân phối xiên Một sự phân phối xác suất không đối xứng. Xem đồng thời phân phối đối xứng.

---

slant height of a regular pyramid / đường sinh của hình chóp đều Độ cao của một mặt bên của hình chóp đều.

Xem regular pyramid.

High School
Multi-Language Visual Glossary

Copyright © by McDougal Littell,
a division of Houghton Mifflin Company.

slope / hệ số góc Hệ số góc m của một đường thẳng không thẳng đứng là tỷ số của thay đổi dọc (*thay đổi dọc*) với thay đổi chiều ngang (*thay đổi ngang*) giữa hai điểm bất kỳ (x_1, y_1) và (x_2, y_2) trên đường thẳng: $m = \dfrac{y_2 - y_1}{x_2 - x_1}$.

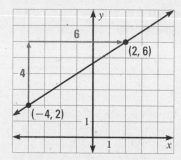

hệ số góc của đường thẳng trong hình là $\frac{4}{6}$, hay $\frac{2}{3}$.

---

slope-intercept form / dạng hệ số góc-điểm giao cắt Một phương trình tuyến tính được viết theo dạng $y = mx + b$ trong đó m là hệ số góc và b là điểm giao cắt y của đồ thị phương trình.

$y = 3x + 4$ ở dạng hệ số góc-điểm giao cắt. Hệ số góc của đường thẳng là 3, và điểm giao cắt y là 4.

---

solid / khối đặc Một hình ba chiều bao bọc một phần không gian.

---

solution of a system of linear equations in three variables / nghiệm của một hệ phương trình tuyến tính theo ba biến Một bộ ba theo thứ tự (x, y, z) có các tọa độ làm cho từng phương trình trong hệ đúng.

$$4x + 2y + 3z = 1$$
$$2x - 3y + 5z = -14$$
$$6x - y + 4z = -1$$

$(2, 1, -3)$ là nghiệm của hệ trên.

---

solution of a system of linear equations in two variables / nghiệm của một hệ phương trình tuyến tính theo hai biến Một cặp (x, y) theo thứ tự là một nghiệm của từng phương trình trong hệ.

$$4x + y = 8$$
$$2x - 3y = 18$$

$(3, -4)$ là nghiệm của hệ trên.

---

solution of a system of linear inequalities in two variables / nghiệm của một hệ bất đẳng thức tuyến tính theo hai biến Một cặp theo thứ tự (x, y) là nghiệm của từng bất đẳng thức trong hệ.

$$y > -2x - 5$$
$$y \le x + 3$$

$(-1, 1)$ là một nghiệm của hệ trên.

---

solution of an equation in one variable / nghiệm của một phương trình theo một biến Một số cho ra một phát biểu đúng khi được thay thế cho biến số trong một phương trình.

Số 3 là một nghiệm của phương trình $8 - 2x = 2$, vì $8 - 2(3) = 2$.

---

solution of an equation in two variables / nghiệm của một phương trình theo hai biến Một cặp theo thứ tự (x, y) cho ra một phát biểu đúng khi các giá trị của x và y được thay thế trong phương trình.

$(-2, 3)$ là một nghiệm của $y = -2x - 1$.

---

solution of an inequality in one variable / nghiệm của một bất đẳng thức theo một biến Một số cho ra một phát biểu đúng khi được thay thế cho biến số trong một bất đẳng thức.

Số 3 là một nghiệm của bất đẳng thức $5 + 3n \le 20$, vì $5 + 3(3) = 14$ và $14 \le 20$.

---

solution of an inequality in two variables / nghiệm của một bất đẳng thức theo hai biến Một cặp (x, y) theo thứ tự cho ra một phát biểu đúng khi các giá trị của x và y được thay thế vào bất đẳng thức.

$(-1, 2)$ là một nghiệm của bất đẳng thức $x - 3y < 6$ vì $-1 - 3(2) = -7$ và $-7 < 6$.

solve a right triangle / giải một tam giác vuông Tìm các số đo của tất cả các cạnh và góc của một tam giác vuông.	Ta có thể giải một tam giác vuông nếu ta biết một trong các thứ sau: • hai độ dài cạnh • Một độ dài cạnh và số đo của một góc nhọn
solve for a variable / giải cho một biến số Viết lại một phương trình thành một phương trình tương đương trong đó biến số nằm trên một cạnh và không xuất hiện trên cạnh kia.	Khi ta giải một công thức chu vi $C = 2\pi r$ đối với r, kết quả là $r = \dfrac{C}{2\pi}$.
sphere / khối cầu Tập hợp tất cả các điểm trong không gian cách đều một điểm cho trước gọi là tâm khối cầu.	 tâm
square / hình vuông Một hình bình hành với bốn cạnh bằng nhau và bốn góc vuông.	
square root / căn bậc hai Nếu $b^2 = a$, thì b là một căn bậc hai của a. Dấu căn thức $\sqrt{}$ biểu thị một căn bậc hai không âm.	Căn bậc hai của 9 là 3 và -3, vì $3^2 = 9$ và $(-3)^2 = 9$. Vì vậy, $\sqrt{9} = 3$ và $-\sqrt{9} = -3$.
square root function / hàm căn bậc hai Một hàm căn thức có phương trình chứa một căn bậc hai với biến số độc lập trong biểu thức trong căn.	$y = 2\sqrt{x+2}$ và $y = \sqrt{x} + 3$ là các hàm số căn bậc hai.
standard deviation / độ lệch chuẩn Một số đo hiệu số tiêu biểu giữa một giá trị dữ liệu và số trung bình $\bar{x}$. Độ lệch chuẩn của một tập hợp dữ liệu số $x_1, x_2, \ldots, x_n$ là một số đo độ phân tán được biểu thị bằng σ và được tính toán như căn bậc hai của phương sai. $$\sigma = \sqrt{\dfrac{(x_1 - \bar{x})^2 + (x_2 - \bar{x})^2 + \ldots + (x_n - \bar{x})^2}{n}}$$	Độ lệch tiêu chuẩn của tập hợp dữ liệu 3, 9, 13, 23 (với số trung bình = 12) là: $$\sigma = \sqrt{\dfrac{(3-12)^2 + (9-12)^2 + (13-12)^2 + (23-12)^2}{4}}$$ $$= \sqrt{53} \approx 7.3$$
standard equation of a circle / phương trình chuẩn của một đường tròn Phương trình chuẩn của một đường tròn với tâm (h, k) và bán kính r là $(x-h)^2 + (y-k)^2 = r^2$.	Phương trình chuẩn của một đường tròn với tâm $(2, 3)$ và bán kính 4 là $(x-2)^2 + (y-3)^2 = 16$.
standard form of a complex number / dạng chuẩn của một số phức Dạng $a + bi$ trong đó a và b là các số thực và i là đơn vị ảo.	Dạng chuẩn của số phức $i(1 + i)$ là $-1 + i$.
standard form of a linear equation / dạng chuẩn của một phương trình tuyến tính Một phương trình tuyến tính viết theo dạng $Ax + By = C$ trong đó A và B đều không cùng bằng 0.	Phương trình tuyến tính $y = -3x + 4$ có thể được viết theo dạng chuẩn $3x + y = 4$.
standard form of a polynomial function / dạng chuẩn của một hàm số đa thức Dạng của một hàm số đa thức có các số hạng được viết theo thứ tự giảm dần theo số mũ từ trái sang phải.	Hàm số $g(x) = 7x - \sqrt{3} + \pi x^2$ có thể được viết theo dạng chuẩn là $g(x) = \pi x^2 + 7x - \sqrt{3}$.
standard form of a quadratic equation in one variable / dạng chuẩn của một phương trình bậc hai theo một biến Dạng $ax^2 + bx + c = 0$ trong đó $a \neq 0$.	Phương trình bậc hai $x^2 - 5x = 36$ có thể được viết theo dạng chuẩn là $x^2 - 5x - 36 = 0$.
standard form of a quadratic function / dạng chuẩn của một hàm số bậc hai Một hàm số bậc hai có dạng $y = ax^2 + bx + c$ trong đó $a \neq 0$.	Hàm số bậc hai $y = 2(x+3)(x-1)$ là ở dạng chuẩn. $y = 2x^2 + 4x - 6$.

High School
Multi-Language Visual Glossary

Copyright © by McDougal Littell,
a division of Houghton Mifflin Company.

standard normal distribution / phân phối bình thường theo tiêu chuẩn Phân phối bình thường với số trung bình 0 và độ lệch chuẩn 1. *Xem đồng thời z*-score.

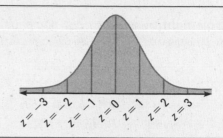

standard position of an angle / vị trí chuẩn của một góc Trong một mặt phẳng tọa độ, vị trí của một góc có đỉnh ở tại gốc tọa độ và có cạnh khởi đầu nằm trên phía dương của trục x.

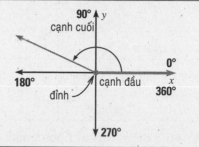

statistics / số thống kê Các giá trị số được dùng để tóm lược và so sánh các tập hợp dữ liệu.

Xem mean, median, mode, range, *và* standard deviation.

stem-and-leaf plot / biểu đồ thân và lá Một sự biểu hiện dữ liệu trong đó tổ chức dữ liệu dựa trên các con số của chúng.

Thân	Lá
0	8 9
1	0 2 3 4 5 5 5 9
2	1 1 5 9

Ghi chú: $1 \mid 9 = \$19$

step function / hàm số bậc Một hàm phân mảnh được xác định bởi một giá trị bất biến qua từng phần của miền xác định của nó. Đồ thị của nó giống một loạt bậc thang.

$$f(x) = \begin{cases} 1, & \text{nếu } 0 \le x < 1 \\ 2, & \text{nếu } 1 \le x < 2 \\ 3, & \text{nếu } 2 \le x < 3 \end{cases}$$

straight angle / góc bẹt Một góc với số đo bằng 180°.

$\overset{\longleftrightarrow}{A}$

stratified random sample / mẫu ngẫu nhiên phân tầng Một mẫu trong đó một tổng số được chia thành các nhóm khác nhau, và các phần tử được chọn ngẫu nhiên từ từng nhóm.

Ta có thể chọn một mẫu ngẫu nhiên phân tầng của tổng số học sinh một trường bằng cách cho một máy điện toán chọn ngẫu nhiên 25 học sinh từ từng khối lớp.

subset / tập hợp phụ Nếu mỗi phần tử của một tập hợp A cũng là một phần tử của một tập hợp B, thì A là một tập hợp phụ của B. Nó được viết là $A \subseteq B$. Với tập hợp bất kỳ A, $\emptyset \subseteq A$ và $A \subseteq A$.

Nếu $A = \{1, 2, 4, 8\}$ và B là tập hợp của tất cả các số nguyên dương, thì A là một tập hợp phụ của B, hay $A \subseteq B$.

substitution method / phương pháp thay thế Một phương pháp giải một hệ phương trình bằng cách giải một trong các phương trình để được một trong các biến số và rồi thay thế biểu thức kết quả trong (các) phương trình kia.

$$2x + 5y = -5$$
$$x + 3y = 3$$

Giải phương trình 2 để được x: $x = -3y + 3$. Thay thế biểu thức để được x trong phương trình 1 và giải để được y: $y = 11$. Dùng giá trị của y để tìm giá trị của x: $x = -30$.

summation notation / ký hiệu tổng Ký hiệu cho một dãy số dùng chữ cái Hy Lạp sigma, Σ. Còn gọi là ký hiệu sigma.

$$\sum_{i=1}^{5} 7i = 7(1) + 7(2) + 7(3) + 7(4) + 7(5)$$
$$= 7 + 14 + 21 + 28 + 35 = 105$$

VIETNAMESE

supplementary angles / các góc phụ nhau Hai góc có số đo cộng lại bằng 180°. Tổng số đo của một góc và *góc phụ* của nó là 180°.	75° 105°
surface area / diện tích bề mặt Tổng của các diện tích các mặt của một khối đa diện hay khối đặc khác.	3 ft 4 ft 6 ft $S = 2(3)(4) + 2(4)(6) + 2(3)(6) = 108\ ft^2$
survey / khảo cứu Một cuộc nghiên cứu về một hay nhiều đặc tính của một nhóm.	Một tạp chí mời các độc giả của gởi các câu trả lời cho một bảng câu hỏi để xếp loại tạp chí đó.
symmetric distribution / phân phối đối xứng Một sự phân phối xác suất, được biểu thị bằng một biểu đồ, trong đó ta có thể vẽ một đường thẳng đứng chia biểu đồ thành hai phần đối xứng nhau.	Xác suất — 0.30, 0.20, 0.10, 0 0 1 2 3 4 5 6 7 8 Số lần thành công

synthetic division / phép chia tổng hợp Một phương pháp dùng để chia một đa thức cho một số chia có dạng $x - k$.	-3 | 2 1 -8 5
	        -6 15 -21
	    2 -5 7 -16
	$\dfrac{2x^3 + x^2 - 8x + 5}{x + 3} = 2x^2 - 5x + 7 - \dfrac{16}{x + 3}$

synthetic substitution / thay thế tổng hợp Một phương pháp dùng để xác định giá trị một hàm số đa thức.	3 | 2 -5 0 -4 8
	        6 3 9 15
	    2 1 3 5 **23**
	Phép thay thế tổng hợp ở trên cho thấy rằng với $f(x) = 2x^4 - 5x^3 - 4x + 8$, $f(3) = 23$.

system of linear equations / hệ phương trình tuyến tính Hai hoặc nhiều phương trình tuyến tính theo cùng các biến; còn gọi là *hệ tuyến tính*.	Các phương trình dưới đây tạo thành một hệ phương trình tuyến tính: $x + 2y = 7$ $3x - 2y = 5$
system of linear inequalities in two variables / hệ bất đẳng thức tuyến tính theo hai biến Hai hoặc nhiều bất đẳng thức theo cùng các biến số; còn gọi là một *hệ bất đẳng thức*.	Các bất đẳng thức dưới đây tạo thành một hệ bất đẳng thức tuyến tính theo hai biến: $x - y > 7$ $2x + y < 8$
system of three linear equations in three variables / hệ ba phương trình tuyến tính theo ba biến Một hệ gồm ba phương trình tuyến tính theo ba biến. *Xem đồng thời* linear equation in three variables.	$2x + y - z = 5$ $3x - 2y + z = 16$ $4x + 3y - 5z = 3$

system of two linear equations in two variables / hệ hai phương trình tuyến tính theo hai biến Một hệ gồm hai phương trình có thể được viết theo dạng $Ax + By = C$ và $Dx + Ey = F$ trong đó x và y là các biến số, A và B không đồng thời bằng 0, và D và E không đồng thời bằng 0.	$4x + y = 8$ $2x - 3y = 18$
systematic sample / mẫu có hệ thống Một mẫu trong đó một quy tác được dùng để chọn các phần tử của một tổng số.	Ta có thể chọn một mẫu có hệ thống của tổng số học sinh của một trường bằng cách chọn từng học sinh thứ mười trên một danh sách theo thứ tự ABC tất cả các học sinh tại trường.

T

tangent / tang Một tỷ số lượng giác, viết tắt là tan. Với một tam giác vuông ABC, tang của góc nhọn A là $\tan A = \dfrac{\text{độ dài cạnh đối } \angle A}{\text{độ dài cạnh kề } \angle A} = \dfrac{BC}{AC}$.	 $\tan A = \dfrac{BC}{AC} = \dfrac{3}{4}$
tangent function / hàm tang Nếu θ là một góc nhọn của một tam giác vuông, thì tang của θ là độ dài của cạnh đối θ chia cho độ dài cạnh kề θ.	*Xem* sine function.
tangent line / đường thẳng tiếp tuyến Một đường thẳng trong mặt phẳng của một đường tròn cắt đường tròn ở duy nhất một điểm, tiếp điểm.	 Đường thẳng *n* là một tiếp tuyến. *R* là tiếp điểm.
taxicab geometry / hình học taxicab Một loại hình học phi Euclid trong đó tất cả các đường thẳng đều ngang hay dọc.	 Trong hình học taxicab, khoảng cách giữa *A* và *B* là 7 đơn vị.
terminal point of a vector / điểm kết thúc của một vectơ Điểm chấm dứt của một vectơ.	*Xem* vector.
terminal side of an angle / cạnh cuối của một góc Trong một mặt phẳng tọa độ, một góc có thể được tạo bằng cách cố định một tia, gọi là cạnh khởi đầu, và xoay tia kia, gọi là cạnh cuối, quanh đỉnh.	*Xem* standard position of an angle.
terms of a sequence / các số hạng của một dãy số Các giá trị trong phạm vi của một dãy số.	4 số hạng đầu của dãy số 1, -3, 9, -27, 81, -243, ... là 1, -3, 9, và -27.
terms of an expression / các số hạng của một biểu thức Các phần của một biểu thức được cộng lại với nhau.	Các số hạng của biểu thức $3x + (-4) + (-6x) + 2$ là $3x$, -4, $-6x$, và 2.

VIETNAMESE

tessellation / khảm gạch bông Một tập hợp các hình bao phủ một mặt phẳng mà không có khe hở hay chồng lên nhau.	
tetrahedron / khối tứ diện Một khối đa diện với bốn mặt.	
theorem / định lý Một phát biểu đúng tiếp sau những phát biểu đúng khác.	Các góc đối đỉnh thì bằng nhau.
theoretical probability / xác suất lý thuyết Khi tất cả các kết quả đều giống như nhau, xác suất lý thuyết mà một sự kiện A sẽ xuất hiện là $$P(A) = \frac{\text{Số kết quả trong sự kiện } A}{\text{Tổng số kết quả}}.$$	Xác suất lý thuyết của việc đổ một số chẵn bằng một cục xí ngầu sáu mặt chuẩn là $\frac{3}{6} = \frac{1}{2}$ vì 3 kết quả tương ứng với việc đổ một số chẵn trong tổng cộng 6 kết quả.
transformation / phép biến đổi Một phép biến đổi thay đổi kích thước, hình dạng, vị trí, hay hướng của một đồ thị.	Tịnh tiến, giãn nở và co theo chiều dọc, phản chiếu, và xoay là các phép biến đổi.
translation / tịnh tiến Một phép tịnh tiến di chuyển mọi điểm trong một hình cùng một khoảng cách theo cùng một hướng.	 △ *ABC* được tịnh tiến lên 2 đơn vị.
transversal / cát tuyến Một đường thẳng cắt hai hay nhiều đường thẳng đồng phẳng khác tại các điểm khác nhau.	 cát tuyến *t*
transverse axis of a hyperbola / trục hoành của hyperbol Đoạn thẳng nối liền các đỉnh của một hyperbol.	*Xem* hyperbola, geometric definition.
trapezoid / hình thang Một hình tứ giác với chỉ một cạp cạnh song song, gọi là các đáy. Các cạnh không song song là các cạnh bên.	
triangle / tam giác Một hình đa giác với ba cạnh.	 △ *ABC*
trigonometric identity / đồng nhất thức lượng giác Một phương trình lượng giác đúng với tất cả các giá trị miền xác định.	$\sin(-\theta) = -\sin\theta \qquad \sin^2\theta + \cos^2\theta = 1$

| trigonometric ratio / tỷ số lượng giác Một tỷ số của các độ dài của hai cạnh trong một tam giác vuông. *Xem đồng thời* sine, cosine, *và* tangent. | Ba tỷ số lượng giác thông dụng là sine, cosine, và tangent. $\tan A = \dfrac{BC}{AC} = \dfrac{3}{4}$ $\sin A = \dfrac{BC}{AB} = \dfrac{3}{5}$ $\cos A = \dfrac{AC}{AB} = \dfrac{4}{5}$ |

trinomial / tam thức Tổng của ba đơn thức.

$4x^2 + 3x - 1$ là một tam thức.

truth table / bảng chân trị Một bảng thể hiện các giá trị đúng cho một giả thuyết, một kết luận, và một phát biểu có điều kiện bằng cách dùng giả thuyết và kết luận.

Bảng chân trị		
p	q	$p \rightarrow q$
Đúng	Đúng	Đúng
Đúng	Sai	Sai
Sai	Đúng	Đúng
Sai	Sai	Đúng

truth value of a statement / chân trị của một phát biểu Sự đúng hoặc sai của phát biểu đó.

Xem truth table.

two-column proof / chứng minh hai cột Một dạng chứng minh được viết thành các phát biểu có đánh số và các lý lẽ tương ứng cho thấy một luận cứ theo một thứ tự hợp lý.

unbiased sample / mẫu không thiên vị Một mẫu là đại diện của tổng số mà ta muốn lấy thông tin.

Ta muốn lấy ý kiến các thành viên của lớp học cuối cấp về vấn đề tổ chức buổi khiêu vũ ở đâu. Nếu mỗi học sinh cuối cấp đều có một cơ hội được lấy ý kiến bằng nhau, thì mẫu là mẫu không thiên vị.

undefined term / thuật ngữ không xác định Một từ không có một định nghĩa chính thức, nhưng có sự đồng ý về nghĩa của nó.

Điểm, đường thẳng, và mặt phẳng là những thuật ngữ không xác định.

union of sets / liên hiệp các tập hợp Liên hiệp của hai tập hợp A và B, viết là $A \cup B$, là tập hợp tất cả các phần tử trong *hoặc* A hoặc B.

Nếu $A = \{1, 2, 4, 8\}$ và $B = \{2, 4, 6, 8, 10\}$, thì $A \cup B = \{1, 2, 4, 6, 8, 10\}$.

unit circle / đường tròn đơn vị Đường tròn $x^2 + y^2 = 1$, có tâm $(0, 0)$ và bán kính là 1. Với một góc θ ở vị trí tiêu chuẩn, cạnh cuối của θ cắt đường tròn đơn vị tại điểm $(\cos \theta, \sin \theta)$.

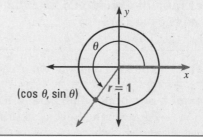

unit of measure / đơn vị đo lường Đại lượng hay số gia mà một vật được đo.

Nếu một đoạn thẳng được đo bằng cách dùng một thước đánh dấu một phần tám của một inch, thì đơn vị đo lường là $\frac{1}{8}$ inch.

VIETNAMESE

unit rate / tỷ số đơn vị Một tỷ số trong đó mẫu số của phân số là 1 đơn vị.	$\dfrac{55 \text{ dặm}}{1 \text{ giờ}}$, hay 55 dặm/giờ, là một tỷ số đơn vị.
universal set / tập hợp tổng Tập hợp tất cả các phần tử đang được xét, viết là U.	Nếu tập hợp tổng là tập hợp các số nguyên dương, thì $U = \{1, 2, 3, \ldots\}$.
upper extreme / cực trị trên Giá trị lớn nhất của một tập hợp dữ liệu.	*Xem* box-and-whisker plot.
upper quartile / tứ phân trên Một số giữa thuộc nửa trên của một tập hợp dữ liệu theo thứ tự.	*Xem* interquartile range.

V

variable / biến số Một chữ cái được dùng để biểu thị một hay nhiều số.	Trong các biểu thức $5n$, $n + 1$, và $8 - n$, chữ n là biến số.
variable term / số hạng biến Một số hạng có một phần là biến số.	Các số hạng biến của biểu thức đại số $3x^2 + 5x + (-7)$ là $3x^2$ và $5x$.
variance / phương sai Dao động của một tập hợp dữ liệu số $x_1, x_2, \ldots, x_n$ với số trung bình $\overline{x}$ là một sự đo lường độ phân tán được biểu thị bởi σ^2 và được cho bởi: $$\sigma^2 = \frac{(x_1 - \overline{x})^2 + (x_2 - \overline{x})^2 + \ldots + (x_n - \overline{x})^2}{n}$$	Phương sai của tập hợp dữ liệu 3, 9, 13, 23 (với số trung bình = 12) là: $$\sigma^2 = \frac{(3 - 12)^2 + (9 - 12)^2 + (13 - 12)^2 + (23 - 12)^2}{4}$$ $$= 53$$
vector / vectơ Một đại lượng có cả hướng và độ lớn, và được biểu thị trong mặt phẳng tọa độ bằng một mũi tên được vẽ từ một điểm đến điểm kia.	$\overrightarrow{FG}$ với điểm khởi đầu F và điểm cuối G.
verbal model / mô hình theo từng chữ Một mô hình theo từng chữ chỉ một tình huống đời thực có dùng các chữ và nhãn và các ký hiệu toán học để liên kết các từ lại.	Khoảng cách = Vận tốc • Thời gian (dặm) (dặm / giờ) (giờ)
vertex angle of an isosceles triangle / góc đỉnh của một tam giác cân Góc tạo bởi các cạnh bên của một tam giác cân.	góc đỉnh / các góc đáy
vertex form of a quadratic function / dạng đỉnh của một hàm số bậc hai Dạng $y = a(x - h)^2 + k$, trong đó đỉnh của đồ thị là (h, k) và trục đối xứng là $x = h$.	Hàm số bậc hai $y = -\dfrac{1}{4}(x + 2)^2 + 5$ là ở dạng đỉnh.
vertex of a cone / đỉnh hình nón *Xem* cone.	*Xem* cone.
vertex of a parabola / đỉnh parabol Điểm trên một parabol nằm trên trục đối xứng. Đó là điểm cao nhất hoặc thấp nhất trên một parabol.	*Xem* parabola, geometric definition.
vertex of a polygon / đỉnh đa giác Mỗi điểm cuối của một cạnh của một đa giác. Số nhiều là vertices. *Xem* đồng thời polygon.	*Xem* polygon.

High School
Multi-Language Visual Glossary

Copyright © by McDougal Littell, a division of Houghton Mifflin Company.

vertex of a polyhedron / đỉnh của khối đa diện Một điểm tại đó ba hay nhiều cạnh rìa của một khối đa diện gặp nhau. Số nhiều là vertices.

đỉnh

vertex of a pyramid / đỉnh hình chóp *Xem* pyramid.

Xem pyramid.

vertex of an absolute value graph / đỉnh của một đồ thị giá trị tuyệt đối Điểm cao nhất hay thấp nhất trên đồ thị của một hàm số giá trị tuyệt đối.

(4, 3)

1

1

Đỉnh của đồ thị của $y = |x - 4| + 3$ là điểm (4, 3).

vertex of an angle / đỉnh của góc *Xem* angle.

Xem angle.

vertical angles / các góc đối đỉnh Hai góc có các cạnh tạo thành hai cặp tia đối nhau.

1 2
3 4

∠1 và ∠4 là các góc đối đỉnh.
∠2 và ∠3 là các góc đối đỉnh.

vertical component of a vector / thành phần dọc của một vectơ Sự thay đổi theo chiều dọc từ điểm khởi đầu đến điểm kết thúc của một vectơ.

Xem component form of a vector.

vertical motion model / mô hình chuyển động thẳng đứng Một mô hình cho chiều cao của một vật được ném lên không trung nhưng không có lực nào để giữ nó trên không.

Mô hình chuyển động dọc cho một vật được ném lên với một vận tốc đứng ban đầu là 20 feet mỗi giây từ một độ cao ban đầu là 8 feet là $h = -16t^2 + 20t + 8$ trong đó h là độ cao (bàng feet) của vật t giây sau khi nó được ném.

vertical shrink / co theo chiều dọc Một phép co theo chiều dọc di chuyển mọi điểm trong một hình về phía trục x, trong khi các điểm trên trục x vẫn cố định.

1

1

Hình tam giác đen được co theo chiều dọc đến hình tam giác xanh lá.

Copyright © by McDougal Littell, a division of Houghton Mifflin Company.

vertical stretch / giãn theo chiều dọc Một phép kéo giãn theo chiều dọc di chuyển mọi điểm trong một hình ra xa khỏi trục x, trong khi các điểm trên trục x vẫn cố định.	 **Hình tam giác đen được giãn theo chiều dọc đến hình tam giác xanh lá.**
vertices of a hyperbola / các đỉnh của hyperbol Các điểm cắt nhau của một hyperbol và đường thẳng đi qua các tiêu điểm của hyperbol.	*Xem* hyperbola, geometric definition.
vertices of an ellipse / các đỉnh của hình ellipse Các điểm cắt nhau của một hình ellipse và đường thẳng đi qua các tiêu điểm của hình ellipse.	*Xem* ellipse.
volume of a solid / thể tích khối đặc Số đơn vị hình lập phương chứa trong phần bên trong của một khối đặc.	 **Thể tích = 3(4)(6) = 72 ft³**

W

whole numbers / số nguyên Các số 0, 1, 2, 3, ...	0, 8, và 106 là các số nguyên. -1 và 0.6 *không phải* là các số nguyên.

X

x-axis / trục x Trục nằm ngang trong một mặt phẳng tọa độ. *Xem đồng thời* coordinate plane.	*Xem* coordinate plane.
x-coordinate / tọa độ x Tọa độ đầu tiên trong một cặp theo thứ tự, cho ta biết cần di chuyển bao nhiêu đơn vị về bên trái hoặc phải.	Trong cặp $(-3, -2)$ theo thứ tự, tọa độ x, -3, nghĩa là di chuyển 3 đơn vị sang trái. *Xem đồng thời* coordinate plane.
x-intercept / điểm giao cắt x Tọa độ x của một điểm tại đó một đồ thị đi qua trục x.	 **Điểm giao cắt x là 6.** **Điểm giao cắt y- là 3.**

Y

y-axis /trục y Trục dọc trong một mặt phẳng tọa độ. *Xem đồng thời* coordinate plane.	*Xem* coordinate plane.

High School
Multi-Language Visual Glossary

Copyright © by McDougal Littell,
a division of Houghton Mifflin Company.

y-coordinate / tọa độ y Tọa độ thứ hai trong một cặp theo thứ tự, cho biết cần di chuyển bao nhiêu đơn vị lên hoặc xuống.	Trong cặp $(-3, -2)$, theo thứ tự, tọa độ y, -2, nghĩa là di chuyển 2 đơn vị xuống. *Xem đồng thời* coordinate plane.
y-intercept / điểm giao cắt y Tọa độ y của một điểm tại đó một đồ thị đi qua trục y.	*Xem* x-intercept.

Z

zero exponent / số mũ 0 Nếu $a \neq 0$, thì $a^0 = 1$.	$(-7)^0 = 1$
zero of a function / số 0 của một hàm số Một số k là một số 0 của một hàm số f nếu $f(k) = 0$.	Các số 0 của hàm số $f(x) = 2(x + 3)(x - 1)$ là -3 và 1.
z-score / điểm số z Số z của các độ lệch chuẩn mà một giá trị dữ liệu nằm trên hay dưới số trung bình $\bar{x}$ của tập hợp dữ liệu: $z = \dfrac{x - \bar{x}}{\sigma}$.	Một sự phân phối bình thường có một số trung bình là 76 và một độ lệch chuẩn là 9. Điểm số z-cho $x = 64$ là $z = \dfrac{x - \bar{x}}{\sigma} = \dfrac{64 - 76}{9} \approx -1.3$.

VIETNAMESE

CAMBODIAN

A

absolute deviation / ឧទ្ទាេចាច់ខាត : គម្លាតដាច់ខាតនៃចំនួន x ពីតម្លៃ ដែលផ្តល់ឲ្យ គឺជាតម្លៃដាច់ខាតនៃផលសងរវាង x និង តម្លៃដែលផ្តល់ឲ្យនោះ : គម្លាតដាច់ខាត $= |x - $ តម្លៃផ្តល់ឲ្យ$\|$	ប្រសិនបើគម្លាតដាច់ខាតនៃ x ពី 2 គឺ 3 នោះ $\|x - 2\| = 3$ ។
absolute value / តម្លៃចាច់ខាត : តម្លៃដាច់ខាតនៃចំនួន a គឺចម្ងាយរវាង a និង 0 នៅលើបន្ទាត់ចំនួន។ និមិត្តសញ្ញា $\|a\|$ គឺណាងឲ្យតម្លៃដាច់ខាតនៃ a ។	$\|2\| = 2, \|-5\| = 5$ និង $\|0\| = 0$
absolute value equation / សមីការតម្លៃចាច់ខាត : សមីការដែលមាន កន្សោមតម្លៃដាច់ខាត។	$\|x + 2\| = 3$ គឺជាសមីការតម្លៃដាច់ខាត។
absolute value function / អនុគមន៍តម្លៃចាច់ខាត : អនុគមន៍ដែលមាន កន្សោមតម្លៃដាច់ខាត។	$y = \|x\|, y = \|x - 3\|$ និង $y = 4\|x + 8\| - 9$ គឺជាអនុគមន៍តម្លៃដាច់ខាត។
absolute value of a complex number / តម្លៃចាច់ខាតនៃចំនួនកុំផ្លិច : ប្រសិនបើ $z = a + bi$ នោះ តម្លៃដាច់ខាតនៃ z តាងដោយ $\|z\|$ គឺជាចំនួនពិត មិនអវិជ្ជមាន កំណត់ដោយ $\|z\| = \sqrt{a^2 + b^2}$ ។	$\|-4 + 3i\| = \sqrt{(-4)^2 + 3^2} = \sqrt{25} = 5$
acute angle / ម៉ុំស្រួច : មុំដែលមានរង្វាស់រវាង $0°$ និង $90°$ ។	 A
acute triangle / ត្រីកោណស្រួច : ត្រីកោណដែលមានមុំស្រួចបី។	
additive identity / ឯកឧ្ឋាតៃៃៃផលឬូក : ចំនួន 0 គឺជាឯកឧ្ឋាតនៃផលឬូក ពីព្រោះ ផលឬូកនៃចំនួនណាមួយ និង 0 គឺជាចំនួននោះ : $a + 0 = 0 + a = a$ ។	$-2 + 0 = -2, 0 + \frac{3}{4} = \frac{3}{4}$
additive inverse / សក្កាណៈផ្ទុយនៃផលឬូក : លក្ខណៈផ្ទុយនៃផលឬូកនៃចំនួន a គឺជាចំនួនផ្ទុយរបស់វា $-a$ ។ ផលឬូកនៃចំនួនផ្ទុយ និង លក្ខណៈផ្ទុយរបស់វាគឺ 0 : $a + (-a) = -a + a = 0$ ។	លក្ខណៈផ្ទុយនៃផលឬូកនៃ -5 គឺ 5 ហើយ $-5 + 5 = 0$ ។
adjacent angles / ម៉ុំឆាច់ : មុំពីរដែលមានកំពូល និង ជ្រុងរួមគ្នា ប៉ុន្តែ មិនមានចំនុចទៅខាងក្នុងរួមគ្នា។	 1 2 $\angle 1$ និង $\angle 2$ គឺជាម៉ុំឆាច់ ។
algebraic expression / កន្សោមពិជគណិត : កន្សោមមួយដែលរួមមាន យ៉ាងហោចណាស់អថេរមួយ។ គេក៏ហៅវាថាកន្សោមអថេរ។	$\frac{2}{3}p, \frac{8}{7 - r}, k - 5$ និង $n^2 + 2n$ គឺជាកន្សោមពីជគណិត។
alternate exterior angles / ម៉ុំឆ្លាស់ក្រៅ : មុំពីរដែលបង្កើតឡើងដោយ បន្ទាត់ពីរ និង ខ្លាត់មួយ ហើយ ស្ថិតនៅខាងក្រៅបន្ទាត់ទាំងពីរ និង លើជ្រុងផ្ទុយគ្នា នៃខ្លាត់នោះ ។	 t 1 8 $\angle 1$ និង $\angle 8$ គឺជាម៉ុំឆ្លាស់ក្រៅ។

alternate interior angles / មុំឆ្លាស់ក្នុង : មុំពីរដែលបង្កើតឡើងដោយ បន្ទាត់ពីរ និង ខ្វាត់មួយ ហើយ ស្ថិតនៅវាងបន្ទាត់ទាំងពីរ និង លើជ្រុងផ្ទុយគ្នានៃ ខ្វាត់នោះ។

$\angle 4$ និង $\angle 5$ គឺជាមុំឆ្លាស់ក្នុង។

altitude of a triangle / កម្ពស់នៃត្រីកោណ : អង្កត់ឈរសេញពីកំពូលមួយនៃ ត្រីកោណកែងទៅនឹងជ្រុងឈម ឬ បន្ទាត់នៃជ្រុងឈមនឹងកំពូលនោះ។

កម្ពស់ពី
Q ទៅ $\overleftrightarrow{PR}$

amplitude / អំព្លីទុត : អំព្លីទុតនៃក្រាបនៃអនុគមន៍ស៊ីនុស ឬ កូស៊ីនុសគឺ $\frac{1}{2}(M - m)$ ដែល M គឺជាតម្លៃអតិបរមានៃអនុគមន៍ ហើយ m គឺជាតម្លៃអប្បបរមា នៃអនុគមន៍។

ក្រាបនៃ $y = 4 \sin x$ មានអំព្លីទុត
$\frac{1}{2}(4 - (-4)) = 4$ ។

angle / មុំ : កើតឡើងដោយកន្លះបន្ទាត់ផ្សេងគ្នាពីរដែលមានគល់រួមគ្នា។ កន្លះបន្ទាត់ នោះគឺជាជ្រុងនៃមុំ ហើយគល់រួមនោះគឺជាកំពូលនៃមុំនោះ។

$\angle A, \angle BAC,$ ឬ $\angle CAB$

angle bisector / កន្លះបន្ទាត់ពុះមុំ : កន្លះបន្ទាត់មួយដែលចែកមុំមួយជាមុំពីរ ប៉ុនគ្នា។

$\overrightarrow{YW}$ ពុះមុំ $\angle XYZ$។

angle of depression / មុំឆ្ពោះចុះ : នៅពេលដែលអ្នកសម្លឹងចុះមើលវត្ថុមួយ មុំដែលកើតឡើងដោយបន្ទាត់នៃត្រសែវភ្នែករបស់អ្នកជាមួយនឹងបន្ទាត់មួយដែលតួសឡើង តាមផ្ដេករេដក។

មុំឆ្ពោះចុះ

មុំកើតឡើង

angle of elevation / មុំកើតឡើង : នៅពេលដែលអ្នកសម្លឹងឡើងលើមើល វត្ថុមួយ មុំដែលកើតឡើងដោយបន្ទាត់នៃត្រសែវភ្នែករបស់អ្នក ជាមួយនឹង បន្ទាត់មួយ ដែលតួសឡើងតាមផ្ដេករេដក។

សូមមើល angle of depression *(មុំឆ្ពោះចុះ)។*

angle of rotation / មុំវិល : មុំមួយដែលបង្កើតឡើងដោយកន្លះបន្ទាត់ដែល តួសចេញពីផ្ទិតវិលទៅនឹងចំនុចមួយ និង រូបភាពរបស់វា។ *សូមមើលផងដែរ* **rotation** *(បំលែងវិល)។*

សូមមើល rotation *(បំលែងវិល)។*

apothem of a polygon / អាប៉ូថែមនៃពហុកោណ : ចម្ងាយពីផ្ទិតទៅជ្រុងណា មួយនៃពហុកោណ។

អាប៉ូថែម

arc length / រង្វាស់ធ្នូ : បំណែកនៃបរិមាត្រវង្វង់មួយ។	$$\text{រង្វាស់ធ្នូ } \widehat{AB} = \frac{m\widehat{AB}}{360°} \cdot 2\pi r$$
area / ក្រឡាផ្ទៃ : បរិមាណនៃផ្ទៃដែលគ្របដណ្ដប់ដោយរូបមួយ។ ក្រឡាផ្ទៃ ត្រូវបានវាស់ជាឯកត្តាការ៉េផ្ទួចជា ហ្វីតការ៉េ (ft^2) ឬ ម៉ែត្រការ៉េ (m^2) ។	**3 ឯកតា** **4 ឯកតា** ក្រឡាផ្ទៃ = 12 ឯកត្តាការ៉េ
arithmetic sequence / ស្វ៊ីតនព្វន្ត : ស្វ៊ីតដែលផលសងរវាងពួបបន្តគ្នា គឺជាចំនួនថេរៗ។	$2, 8, 14, 20, 26, \ldots$ គឺជាស្វ៊ីតនព្វន្តដែលផលសង រវាងពួបបន្តគ្នាគឺ 6 ។
arithmetic series / សេរីនព្វន្ត : កន្សោមដែលកើតឡើងដោយការបូកគ្នានានា នៃស្វ៊ីតនព្វន្ត។	$$\sum_{i=1}^{5} 2i = 2 + 4 + 6 + 8 + 10$$
asymptote / អាស៊ីមតូត : បន្ទាត់ដែលក្រាបមួយឈិតទៅកាន់តែជិត។	អាស៊ីមតូតរបស់ក្រាបដែលបានបង្ហាញគឺជាបន្ទាត់ $y = 3$។
asymptotes of a hyperbola / អាស៊ីមតូតនៃអ៊ីពែចូល : បន្ទាត់ដែល អ៊ីពែចូលមួយឈិតទៅរៀជិត ប៉ុន្តែមិនកាត់គ្នា។	*សូមមើល* hyperbola, geometric definition (អ៊ីពែចូល, និយមន័យធរណីមាត្រ)។
axiom / ស្វ៊ីយសទ្យ : *សូមមើល* postulate (ការសន្មត់)។	*សូមមើល* postulate (ការសន្មត់)។
axis of symmetry of a parabola / អ័ក្សស៊ីមេទ្រីនៃប៉ារ៉ាចូល : បន្ទាត់ ដែលកែងទៅនឹងបន្ទាត់ដឹករបស់ប៉ារ៉ាចូល ហើយកាត់តាមកំពូំ និង កំពួលរបស់វា។	*សូមមើល* parabola, geometric definition (ប៉ារ៉ាចូល, និយមន័យធរណីមាត្រ))។

B

bar graph / ក្រាបសសរ : ក្រាបដែលរង្វាស់នៃទារ ត្រូវបានគេប្រើប្រាស់ដើម្បី តំណាង និង ប្រៀបផ្ទៀបទិន្នន័យ។	
base angles of a trapezoid / មុំបាតនៃចតុកោណព្នាយ : មុំមួយគូណាមួយ ដែលជ្រុងរួមរបស់វា គឺជាបាតនៃចតុកោណព្នាយ។	$\angle A$ និង $\angle D$ គឺជាមុំបាតគូមួយៗ។ $\angle B$ និង $\angle C$ គឺជាមុំបាតគូមួយផ្សេងទៀតៗ។

CAMBODIAN

base angles of an isosceles triangle / ម៉ុំបាតនៃត្រីកោណសមបាត : មុំពីរដែលជាប់ទៅនឹងបាតនៃត្រីកោណសមបាត។	*សូមមើល* vertex angle of an isosceles triangle (មុំកំពូលនៃត្រីកោណសមបាត)។
base of a parallelogram / បាតនៃប្រលេឡូក្រាម : ជ្រុងស្របមួយគូណាមួយ នៃប្រលេឡូក្រាម។	
base of a power / គោលនៃស្វ័យគុណ : ចំនួន ឬ កន្សោមដែលគេប្រើប្រាស់ ជាឫសគល់ទំរនៅក្នុងពហុគុណជដែលៗ។	នៅក្នុងស្វ័យគុណ 3^4, 3 គឺជាគោល។
base of a prism / បាតនៃព្រីស : *សូមមើល* prism (ព្រីស)។	*សូមមើល* prism (ព្រីស)។
base of a pyramid / បាតនៃពីរ៉ាមីត : *សូមមើល* pyramid (ពីរ៉ាមីត)។	*សូមមើល* pyramid (ពីរ៉ាមីត)។
base of an isosceles triangle / បាតនៃត្រីកោណសមបាត : ជ្រុងមិន ប៉ុនគ្នានៃត្រីកោណសមបាតដែលមានតែជ្រុងពីរ។	*សូមមើល* isosceles triangle (ត្រីកោណសមបាត)។
bases of a trapezoid / បាតនៃចតុកោណព្នាយ : ជ្រុងស្របនៃចតុកោណព្នាយ។	*សូមមើល* trapezoid (ចតុកោណព្នាយ)។
best-fitting line / បន្ទាត់ត្រូវបំផុត : *សូមមើល* line of fit (បន្ទាត់ត្រូវ)។	*សូមមើល* line of fit (បន្ទាត់ត្រូវ)។
best-fitting quadratic model / ម៉ូដែលបីក្រេទី២ត្រូវបំផុត : ម៉ូដែល ដែលផ្តល់ឲ្យដោយការប្រើប្រាស់វីក្រេសុងដឺក្រេទី២ លើសំណុំនៃតួទិន្នន័យ។	
between / ចន្លោះ : នៅពេលចំណុចបីស្ថិតនៅលើបន្ទាត់មួយអ្នកអាចនិយាយថា ចំណុចមួយនៅចន្លោះចំណុចពីរផ្សេងៗ។	 ចំណុច *B* នៅចន្លោះចំណុច *A* និង *C*។
biased question / សំណួរលម្អៀង : សំណួរមួយដែលជម្រុញឲ្យមានចម្លើយ ជាក់លាក់មួយ។	"តើអ្នកមិនយល់ស្របទេឬដែលថាអាយុបោះឆ្នោត គួរតែបន្ថយមកត្រឹម ១៦ ឆ្នាំ ពីព្រោះមនុស្សដែល មានអាយុ ១៦ ឆ្នាំជាច្រើន គឺអាចទទួលខុសត្រូវ និង អាចទទួលព័ត៌មានបាន?" គឺជាសំណួរលម្អៀង។
biased sample / គំរូលម្អៀង : គំរូដែលមិនតំណាងសកលស្ថិតិ។	សមាជិកនៃក្រុមកីឡាបាល់បោះរបស់សាលាអាចនឹង បង្កើតគំរូលម្អៀង ចំពោះការស្រាវជ្រាវអំពីថាតើ ពួកគេគួរបង្កើតក្លែងហាត់អត្តពលកម្មថ្មីយ្បូយទេ។
biconditional statement / អំណះអំណាងទ្វេលក្ខខ័ណ្ឌ : អំណះអំណាង ដែលមានឃ្លា "ប្រសិនបើ ហើយ តែក្នុងករណី"។	បន្ទាត់ពីរកែងគ្នា ប្រសិនបើ ហើយ តែក្នុងករណី ដែល ពួកវាកាត់គ្នាបង្កើតបានជាមុំកែងមួយ។
binomial / ទ្វេធា : ពហុធាដែលមានពីរតួ។	$t^3 - 4t$ និង $2x + 5$ គឺជាទ្វេធា។

binomial distribution / **ចំណែងចែកទ្វេធា** : ចំណែងចែកប្រូបាប៊ីលីតេដែល
ទាក់ទងជាមួយនឹងការពិសោធន៍ទ្វេធា។

ចំណែងចែកទ្វេធាចំពោះការសាកល្បង ៨ ឬ $p = 0.5$។

binomial experiment / **ការពិសោធន៍ទ្វេធា** : ការពិសោធន៍ដែលបំពេញតាម
លក្ខខណ្ឌខាងក្រោម។ (១) មានការសាកល្បងនឹងឯករាជ្យ n ដង។ (២) ការសាកល្បង
នីមួយៗមានលទ្ធផលអាចថតែពីរប៉ុណ្ណោះ ៖ ជោគជ័យ ឬ បរាជ័យ។ (៣) ប្រូបាប៊ីលីតេ
ជោគជ័យគឺដូចគ្នាចំពោះការសាកល្បងនីមួយៗ។

កាក្ស្មាតមួយត្រូវបានបោះ១២ ដង។ ប្រូបាប៊ីលីតេនៃ
ការទទួលខាងក្បាល៤ដងជាក់លាក់គឺមានឬចខាងក្រោម៖

$$P(k = 4) = {}_nC_k\, p^k (1-p)^{n-k}$$
$$= {}_{12}C_4 (0.5)^4 (1-0.5)^8$$
$$= 495(0.5)^4(0.5)^8$$
$$\approx 0.121$$

binomial theorem / **ទ្រឹស្តីបទទ្វេធា** : ការបំបែកទ្វេធា $(a+b)^n$ ចំពោះ
គ្រប់ចំនួនគត់វិជ្ជមាន n :

$$(a+b)^n = {}_nC_0 a^n b^0 + {}_nC_1 a^{n-1}b^1 + {}_nC_2 a^{n-2}b^2 + \cdots + {}_nC_n a^0 b^n ។$$

$$(x^2 + y)^3 =$$
$${}_3C_0(x^2)^3 y^0 + {}_3C_1(x^2)^2 y^1 + {}_3C_2(x^2)^1 y^2 + {}_3C_3(x^2)^0 y^3 =$$
$$(1)(x^6)(1) + (3)(x^4)(y) + (3)(x^2)(y^2) + (1)(1)(y^3) =$$
$$x^6 + 3x^4 y + 3x^2 y^2 + y^3$$

box-and-whisker plot / **ផ្ទាំងប្រអប់ និង គេម** : ការបង្ហាញទិន្នន័យដែល
រៀបចំតម្លៃទិន្នន័យជាបួនក្រុមដោយប្រើប្រាស់តម្លៃអប្បបរមា, កាក់ទីលខាងក្រោម,
មេដ្យាន, កាក់ទីលខាងលើ និង តម្លៃអតិបរមា។

branches of a hyperbola / **មែកនៃអ៊ីពែបួល** : ផ្នែកស៊ីមេទ្រីទាំងពីរនៃ
អ៊ីពែបួល។

សូមមើល **hyperbola, geometric definition**
(អ៊ីពែបួល, និយមន័យធរណីមាត្រ)។

C

center of a circle / **ថ្នុំតនៃរង្វង់** : *សូមមើល* circle (រង្វង់)។

សូមមើល **circle** (រង្វង់)។

center of a hyperbola / **ថ្នុំតនៃអ៊ីពែបួល** : ចំណុចកណ្ដាលនៃអ័ក្សឆ្លះរបស់
អ៊ីពែបួល។

សូមមើល **hyperbola, geometric definition**
(អ៊ីពែបួល, និយមន័យធរណីមាត្រ)។

center of an ellipse / **ថ្នុំតនៃអេលីច** : ចំណុចកណ្ដាលនៃអ័ក្សផំរបស់អេលីប។

សូមមើល **ellipse** (អេលីប)។

center of a polygon / **ថ្នុំតនៃពហុកោណ** : ថ្នុំតនៃរង្វង់ចារឹកក្រៅពហុកោណ។

center of a sphere / **ថ្នុំតនៃស្វ៊ែ** : *សូមមើល* sphere (ស្វ៊ែ)។

សូមមើល **sphere** (ស្វ៊ែ)។

CAMBODIAN

center of dilation / ថ្ងៃនៃចំលែងទាំង : នៅក្នុងបំលែងទាំងមួយ វាគឺជាចំណុចនឹងដែលស្របមួយត្រូវបានពពោរជ្រើក ឬ ពង្រួម។	*សូមមើល* dilation (បំលែងទាំង)។
center of rotation / ថ្ងៃនៃបំលែងវិល : *សូមមើល* rotation (បំលែងវិល)។	*សូមមើល* rotation (បំលែងវិល)។
center of symmetry / ថ្ងៃនៃស៊ីមេទ្រី : *សូមមើល* rotational symmetry (ស៊ីមេទ្រីវឡិល)។	*សូមមើល* rotational symmetry (ស៊ីមេទ្រីវឡិល)។
central angle of a circle / ចំថ្ងៃនៃរង្វង់ : មុំដែលកំពូលរបស់វាគឺជាផ្ទិតនៃរង្វង់។	 ∠*PCQ* គឺជាចំថ្ងៃនៃរង្វង់ ⊙*C*។
central angle of a regular polygon / ចំថ្ងៃនៃពហុកោណនិយ័ត : មុំដែលកើតឡើងដោយកាំពីរវៀសឆ្នាប់ទៅនឹងកំពូលគ្នានៃពហុកោណនិយ័ត។	
centroid of a triangle / ទីប្រជុំទម្ងន់នៃត្រីកោណ : ចំណុចប្រសព្វនៃមេឌ្យានទាំងបីរបស់ត្រីកោណ។	 *P* គឺជាទីប្រជុំទម្ងន់នៃត្រីកោណ △*ABC*។
chord of a circle / អង្កត់ធ្នូនៃរង្វង់ : អង្កត់ដែលចំណុចចុងរបស់វាស្ថិតនៅលើរង្វង់។	
chord of a sphere / អង្កត់ធ្នូនៃស្វៃ : អង្កត់ដែលចំណុចចុងរបស់វាស្ថិតនៅលើស្វៃ។	
circle/រង្វង់ : សំណុំនៃគ្រប់ចំណុចនៅក្នុងប្លង់មួយដែលមានចម្ងាយស្មើគ្នាពីចំណុចផ្តល់ឱ្យមួយហៅថា ផ្ទិតនៃរង្វង់។	 រង្វង់ដែលមានផ្ទិត *P* ឬ ⊙*P*
circle graph / ក្រាបរង្វង់ : ក្រាបដែលតំណាងទិន្នន័យជាផ្នែកនៃរង្វង់មួយ។ រង្វង់ទាំងមូលតំណាងឱ្យទិន្នន័យទាំងអស់។	

264

circumcenter of a triangle / ថ្ងិតនៃរង្វង់ចារិករង្កេ ត្រីកោណ : ចំណុច ប្រសព្វនៃមេដ្យាទ្រង់ទាំងបីរបស់ត្រីកោណ។	 *P* គឺជាថ្ងិតនៃរង្វង់ចារិករង្កេ ត្រីកោណ △ *ABC* ។
circumference / បរិមាត្រវង្វង់ : ចម្ងាយជុំវិញរង្វង់មួយ។	
circumscribed circle / រង្វង់ទរិករង្កេ ឯចុរកោណ : រង្វង់ដែលមានកំពូល នៃពហុកោណចារិកក្នុងរង្វង់ស្ថិតនៅលើ។	 រង្វង់ទរិករង្កេឯចុរកោណ
coefficient / មេគុណ : នៅពេលគុណមួយគីជាផលគុណនៃចំនួនមួយ និង ស្លួយគុណ នៃអរេវរមួយ ចំនួននោះគីជាមេគុណនៃស្លួយគុណនោះ។	នៅក្នុងកន្សោមពីជគណិត $2x^2 + (-4x) + (-1)$ មេគុណនៃ $2x^2$ គី 2 និង មេគុណនៃ $-4x$ គី −4 ។
coefficient matrix / ម៉ាទ្រីសមេគុណ : ម៉ាទ្រីសមេគុណនៃប្រព័ន្ធលីនេអែ $ax + by = e, cx + dy = f$ គី $\begin{bmatrix} a & b \\ c & d \end{bmatrix}$ ។	$9x + 4y = -6$ $3x - 5y = -21$ ម៉ាទ្រីសមេគុណ : $\begin{bmatrix} 9 & 4 \\ 3 & -5 \end{bmatrix}$ ម៉ាទ្រីសនៃចំនួនថេរ : $\begin{bmatrix} -6 \\ -21 \end{bmatrix}$ ម៉ាទ្រីសនៃអេវរ : $\begin{bmatrix} x \\ y \end{bmatrix}$
collinear points / ចំណុចស្ថិតលើបន្ទាត់តែមួយ : ចំណុចផ្សេងៗដែលស្ថិត នៅលើបន្ទាត់តែមួយ។	 *A*, *B*, និង *C* គីជាចំណុចស្ថិតនៅ លើបន្ទាត់តែមួយ។
combination / បន្សំ : ជម្រើសនៃវត្ថុ *r* ចេញពីក្រុមនៃវត្ថុ *n* ដែលលំដាប់ គីមិន សំខាន់ តាងដោយ $_nC_r$ ដែល $_nC_r = \dfrac{n!}{(n-r)! \cdot r!}$ ។	មានបន្សំ 6 នៃ *n* = 4 អក្សរ គី A, B, C, និង D ដែលបានជ្រើសជើសចេញពី *r* = 2 ក្នុងពេលម្តង : AB, AC, AD, BC, BD, និង CD ។
common difference / ផលសងរួម : ផលសងថេររវាងពួកគ្នានៃស្មើតនព្វន្ត។	2, 8, 14, 20, 26, . . . គីជាស្មើតនព្វន្តដែលមាន ផលសងរួម 6 ។
common factor / កត្តារួម : ចំនួនគត់ធម្មជាតិដែលជាកត្តាមួយនៃចំនួនគត់ ធម្មជាតិមិនស្មើសូន្យ ពីរ ឬ ច្រើន។	កត្តារួមនៃ 64 និង 120 គី 1, 2, 4 និង 8 ។
common logarithm / លោការីតរួម : លោការីតដែលមានគោល ១០។ វាតាងដោយ $\log_{10}$ ឬ ត្រឹមតែ **log** ។	$\log_{10} 100 = \log 100 = 2$ ពីព្រោះ $10^2 = 100$ ។
common multiple / ពហុគុណរួម : ចំនួនគត់ធម្មជាតិដែលជាពហុគុណនៃចំនួនគត់ ធម្មជាតិមិនស្មើសូន្យ ពីរ ឬ ច្រើន។	ពហុគុណរួមនៃ 6 និង 8 គី 24, 48, 72, 96, ...
common ratio / អនុគ្រ : ផលធៀបនៃពួកណាមួយនៃស្មើតធរណីមាត្រ ទៅនឹង ពួមុនបន្ទាប់នៃស្មើតនោះ។	ស្មើត 5, 10, 20, 40, . . . គីជាស្មើតធរណីមាត្រ ដែលមាន អនុគ្រ 2 ។

CAMBODIAN

complement of a set / ការបំពេញសំណុំ : ការបំពេញសំណុំ A សរសេរជា $\overline{A}$ គឺជាសំណុំនៃគ្រប់ធាតុទាំងអស់នៅក្នុងសំណុំសកល U ដែលមិននៅក្នុង A ។	កំណត់ឲ្យ U ជាសំណុំនៃចំនួនគត់វិជ្ជមានពី 1 ទៅ 10 ហើយ កំណត់ឲ្យ $A = \{1, 2, 4, 8\}$ ។ នោះ $\overline{A} = \{3, 5, 6, 7, 9, 10\}$ ។
complementary angles / មុំចំពេញ : មុំពីរដែលមានរង្វាស់ផលបូកស្មើ $90°$ ។ ផលបូកនៃរង្វាស់មុំមួយ និង មុំបំពេញ របស់វាគឺ $90°$ ។	
completing the square / ការបំពេញការេ : វិធីនៃការបូកតម្លៃមួយទៅនឹង កន្សោមដឺក្រេទី២ដែលមានទម្រង់ $x^2 + bx$ ដើម្បីបង្កើតត្រីនាមការេសុក្រិត។	ដើម្បីបំពេញការេចំពោះ $x^2 + 16x$ បូក $\left(\frac{16}{2}\right)^2 = 64: x^2 + 16x + 64 = (x + 8)^2$ ។
complex conjugates / ចំនួនកំផ្លិចឆ្លាស់ឫស : ចំនួនកំផ្លិចពីរដែលមានទម្រង់ $a + bi$ និង $a - bi$ ។	$2 + 4i, 2 - 4i$
complex fraction / ប្រភាគស្មុគ្រស្មាញ : ប្រភាគដែលមានប្រភាគមួយ នៅ ភាគយក, ភាគបែង ឬ ទាំងពីរ។	$\dfrac{\frac{3x}{2}}{-6x^3}$ និង $\dfrac{x^2-1}{\frac{x+1}{x-1}}$ គឺជាប្រភាគស្មុគស្មាញ។
complex number / ចំនួនកំផ្លិច : ចំនួន $a + bi$ ដែល a និង b គឺជាចំនួនពិត ហើយ i គឺជាឯកតានិមិត្ត។	$0, 2.5, \sqrt{3}, \pi, 5i, 2 - i$
complex plane / ប្លង់កំផ្លិច : ប្លង់កូអរដោនេ ដែលចំណុចនីមួយៗ (a, b) តំណាងចំនួនកំផ្លិច $a + bi$ ។ អ័ក្សដេកគឺជាអ័ក្សចំនួនពិត ហើយអ័ក្សឈរគឺជាអ័ក្ស ចំនួននិមិត្ត។	
component form of a vector / ទម្រង់សមាសភាគនៃវ៉ិចទ័រ : ទម្រង់នៃ វ៉ិចទ័រមួយដែលលម្អិតផ្ដុំសមាសភាគដេក និង ឈរ នៃវ៉ិចទ័រនោះ។	ទម្រង់សមាសភាគនៃ $\overrightarrow{PQ}$ គឺ $\langle 4, 2 \rangle$ ។
composite number / ចំនួនមិនបឋម : ចំនួនគត់ធម្មជាតិធំជាង 1 ដែលមាន កត្តាក្រៅពីខ្លួនវា និង 1 ។	6 គឺជាចំនួនមិនបឋមមួយ ពីព្រោះកត្តារបស់វាគឺ 1, 2, 3, និង 6 ។
composition of functions / បណ្ដាក់នៃអនុគមន៍ : បណ្ដាក់នៃអនុគមន៍ g ជាមួយនឹងអនុគមន៍ f គឺ $h(x) = g(f(x))$ ។	$f(x) = 5x - 2, \ g(x) = 4x^{-1}$ $g(f(x)) = g(5x - 2) = 4(5x - 2)^{-1} = \dfrac{4}{5x - 2}, x \neq \dfrac{2}{5}$
composition of transformations / បណ្ដាក់នៃបំលែង : លទ្ធផលនៃ បំលែងពីរ ឬ ច្រើន ត្រូវបានផ្សំ ដើម្បីបង្កើតបំលែងមួយ។	បំលែងឆ្លុះសកំរិងគឺជាឧទាហរណ៍នៃបណ្ដាក់នៃបំលែង។
compound event / ព្រឹត្តិការណ៍លាយសមាស : ព្រឹត្តិការណ៍មួយដែលលម្អិតផ្សំ ព្រឹត្តិការណ៍ពីរ ឬ ច្រើន ដោយប្រើប្រាស់ពាក្យ និង ឬ ពាក្យ ឬ ។	នៅពេលអ្នកបញ្ឆិលគ្រាប់ឡុកឡាក់មួយ ព្រឹត្តិការណ៍ "បញ្ឆិលបានលេខ2 ឬ លេខសេស" គឺជាព្រឹត្តិការណ៍ សមាស។

compound inequality / **វិសមភាពសមាស** : វិសមភាពសាមញ្ញពីរផ្សំដោយ "និង" ឬ "ឬ" ។	$2x > 0$ ឬ $x + 4 < -1$ គឺជាវិសមភាពសមាស។
conditional probability / **ប្រូបាប៊ីលីតេមានលក្ខខ័ណ្ឌ** : ប្រូបាប៊ីលីតេមានលក្ខខ័ណ្ឌនៃ B ដោយផ្អែកលើ A សរសេរជា $P(B\|A)$ គឺជាប្រូបាប៊ីលីតេដែលព្រឹត្តិការណ៍ B នឹងកើតឡើង ដោយផ្អែកលើឬថាព្រឹត្តិការណ៍ A បានកើតឡើងរួចមកហើយ។	រៀបរស់ត្រូវបានជ្រើសរើសដោយចៃដន្យពីហ្វៀបដែលមាន 52 សន្លឹក។ កំណត់ឬព្រឹត្តិការណ៍ A ជា "សន្លឹករៀបទីមួយគឺផ្ទួង"ហើយកំណត់ឬព្រឹត្តិការណ៍ B ជា "សន្លឹករៀបទីពីរ គឺ ផ្ទួង"។ នោះ $P(B\|A) = \frac{12}{51} = \frac{4}{17}$ ពីព្រោះមាន ផ្ទួង ១២ សន្លឹក (ក្នុងចំណោម ១៣ សន្លឹក) ដែលនៅសល់ ក្នុងចំណោមរៀប ៥១ សន្លឹក ដែលនៅសល់។
compound interest / **ការប្រាក់សមាស** : ការប្រាក់ដែលសន្សំបានទាំងលើ ប្រាក់ដើម និង ការប្រាក់ដែលសន្សំបានលើកមុន។	អ្នកផ្ញើប្រាក់$250 នៅក្នុងគណនីដែលសន្សំអត្រាការប្រាក់ សមាស**4%** រៀងរាល់ឆ្នាំ។ បន្ទាប់ពីរយៈពេល ៥ ឆ្នាំ សមតុល្យគណនីរបស់អ្នកគឺ $y = 250(1 + 0.04)^5 \approx \$304.16$ ។
concave polygon / **ពហុកោណផត** : ពហុកោណដែលមិនចោងៗ។ *សូមមើលផងដែរ* convex polygon (ពហុកោណចោង)។	
conclusion / **សន្និដ្ឋាន** : ផ្នែក "នោះ" នៃអំណះអំណាងមានលក្ខខ័ណ្ឌ។	*សូមមើល* conditional statement (អំណះអំណាងមានលក្ខខ័ណ្ឌ)។
concurrent / **ទីប្រសព្ឋ** : បន្ទាត់, កន្លះ ឬ អង្កត់ បី ឬ ច្រើនដែលកាត់គ្នានៅត្រង់ចំណុចមួយ។	*សូមមើល* point of concurrency (ចំណុចប្រសព្ឋ)។
conditional statement / **អំណះអំណាងមានលក្ខខ័ណ្ឌ** : អំណះអំណាងមួយ ដែលមានពីរផ្នែកគឺសម្មតិកម្ម និង សន្និដ្ឋាន។	អំណះអំណាងមានលក្ខខ័ណ្ឌ ប្រសិនបើ a គឺ > 0 នោះ $\|a\| = a$ ។ សម្មតិកម្ម · · · សន្និដ្ឋាន
cone / **កោណ** : សូលីតមួយដែលមានបាតជារង្វង់ និង មានកំពូលមួយដែលមិនមែនជាចំណុចស្ថិតនៅលើឫផ្ទង់ជាមួយនឹងបាត។	
conic section / **មុខកាត់ខ្សែកោង** : ខ្សែកោងដែលកើតឡើងដោយការកាត់នៃផ្ទង់មួយ និង កោណកែងដុប។ មុខកាត់ខ្សែកោង ក៏អាចហៅបានថាខ្សែកោង។	*សូមមើល* circle (រង្វង់), ellipse (អេលីប), hyperbola (អ៊ីពែបូល) និង parabola (ប៉ារ៉ាបូល)។
congruence transformation / **ចំលែងប៉ុន្តគ្នា** : បំលែងដែលរក្សារង្វាស់ប្រវែង និង រង្វាស់មុំៗ គេក៏ហៅថា *isometry* (អ៊ីសូមេទ្រី)។	បំលែងកិល, បំលែងឆ្លុះ និង បំលែងវិល គឺជាប្រភេទ ទាំងបីនៃបំលែងប៉ុន្តគ្នា។
congruent angles / **មុំប៉ុន្តគ្នា** : មុំដែលមានរង្វាស់ប៉ុន្តគ្នា។	

congruent arcs / ធ្នូប៉ុនគ្នា : ធ្នូពីរដែលមានរង្វាស់ស្មើចគ្នា និង ជាផ្នែកនៃរង្វង់តែ មួយ ឬ រង្វង់ប៉ុនគ្នា។	 $\overparen{CD} \cong \overparen{EF}$
congruent circles / រង្វង់ប៉ុនគ្នា : រង្វង់ពីរដែលមានកាំប៉ុនគ្នា។	 $\odot P \cong \odot Q$
congruent figures / រូបប៉ុនគ្នា : រូបសាណីមាត្រពីរដែលមានទំហំ និង ទ្រង់ទ្រាយស្មើគ្នាបេះបិទ។ សញ្ញា $\cong$ បញ្ជាក់ពីភាពប៉ុនគ្នា។ នៅពេលរូបពីរប៉ុនគ្នា ជ្រុងត្រូវគ្នា និង មុំត្រូវគ្នាមួយគ្នាទាំងអស់គឺប៉ុនគ្នា។	 $\triangle ABC \cong \triangle FED$ $\angle A \cong \angle F, \angle B \cong \angle E,$ $\angle C \cong \angle D$ $\overline{AB} \cong \overline{FE}, \overline{BC} \cong \overline{ED},$ $\overline{AC} \cong \overline{FD}$
congruent segments / អង្គត់ប៉ុនគ្នា : អង្គត់ដែលមានរង្វាស់ស្មើចគ្នា។	 $\overline{AB} \cong \overline{CD}$
conjecture / សម្មាង : អំណះអំណាងដែលមិនអាចស្រាយបញ្ជាក់ គឺវាផ្អែកលើ ការអង្កេត។	សម្មាង : ចំនួនបឋមទាំងអស់គឺសេស។
conjugates / ឆ្លាស់គូ : កន្សោម $a + \sqrt{b}$ និង $a - \sqrt{b}$ ដែល a និង b គឺជា ចំនួនសនិទាន។	ឆ្លាស់គូនៃ $7 + \sqrt{2}$ គឺ $7 - \sqrt{2}$ ។
consecutive interior angles / មុំក្នុងឆទគ្នា : មុំពីរដែលបង្កើតឡើងដោយ បន្ទាត់ពីរ និង ឆ្លាត់មួយ ហើយស្ថិតនៅវិរវាង់បន្ទាត់ទាំងពីរ និង លើជ្រុងតែមួយនៃ ឆ្លាត់នោះ។	 $\angle 3$ និង $\angle 5$ គឺជាមុំក្នុងឆទគ្នា។
consistent dependent system / ប្រព័ន្ធអាស្រ័យក្នុងសុីស្តុង : ប្រព័ន្ធ លីនេអ៊ែរដែលមានដំណោះស្រាយជាច្រើនមិនកំណត់។ ក្រាបនៃសមីការនានារបស់ប្រព័ន្ធ អាស្រ័យ ត្រួតស៊ីគ្នា។	 ប្រព័ន្ធសមីការនៃ $x - 2y = -4$ និង $y = \frac{1}{2}x + 2$ គឺ ជាប្រព័ន្ធអាស្រ័យក្នុងសុីស្តុង ពីព្រោះក្រាបនៃសមីការ នោះ ត្រួតស៊ីគ្នា។

consistent independent system / ប្រព័ន្ធឯករាជ្យក្នុងស៊ីស្តង់ : ប្រព័ន្ធលីនេអ៊ែរដែលមានដំណោះស្រាយមួយយ៉ាងជាក់លាក់។ ក្រាបនៃសមីការនានារបស់ប្រព័ន្ធឯករាជ្យក្នុងស៊ីស្តង់ កាត់គ្នា។	 ប្រព័ន្ធលីនេអ៊ែរ $3x - 2y = 2$ និង $x + y = 4$ គឺជាប្រព័ន្ធឯករាជ្យក្នុងស៊ីស្តង់ ពីព្រោះក្រាបនៃសមីការនោះកាត់គ្នា។
consistent system / ប្រព័ន្ធក្នុងស៊ីស្តង់ : ប្រព័ន្ធនៃសមីការដែលមានដំណោះស្រាយយ៉ាងតិចបំផុតមួយ។	$y = 2 + 3x$ $6x + 2y = 4$ ប្រព័ន្ធខាងលើគឺក្នុងស៊ីស្តង់ដែលមានដំណោះស្រាយ $(0, 2)$។
constant of variation / ចំនួនថេរនៃបម្រែបម្រួល : ចំនួនថេរមិនសូន្យ a នៅក្នុងសមីការប្រែប្រួលផ្ទាល់ $y = ax$, សមីការប្រែប្រួលច្រាស់ $y = \frac{a}{x}$, ឬ សមីការប្រែប្រួលរួមគ្នា $z = axy$។	នៅក្នុងសមីការប្រែប្រួលផ្ទាល់ $y = -\frac{5}{2}x$ ចំនួនថេរនៃបម្រែបម្រួលគឺ $-\frac{5}{2}$។
constant term / តួថេរ : តួដែលជាផ្នែកចំនួន ឬផ្នែកគ្មានផ្នែកអថេរ។	នៅក្នុងកន្សោម $3x + (-4) + (-6x) + 2$ តួថេរគឺ -4 និង 2។
constraints / លក្ខខ័ណ្ឌ : នៅក្នុងកម្មវិធីលីនេអ៊ែរ វិជ្ជាវិសមភាពលីនេអ៊ែរដែលបង្កើតប្រព័ន្ធមួយ។	*សូមមើល* linear programming (កម្មវិធីលីនេអ៊ែរ)។
continuous function / អនុគមន៍ជាប់ : អនុគមន៍ដែលមានក្រាបមិនដាច់។	
construction / សំណង់ : ការគូរស្របតាមរូបីមាត្រដែលប្រើប្រាស់សំណុំនៃឧបករណ៍កំណត់ ជាធម្មតាមាន ផែកឈាន និង បន្ទាត់ត្រង់។	
contrapositive / វិជ្ជមានផ្ទុយ : អំណះអំណាងសមមូលដែលកើតឡើងដោយការបដិសេធសម្មតិកម្ម និង សន្និដ្ឋាននៃភាពផ្ទុយនៃអំណះអំណាងមានលក្ខខ័ណ្ឌ។	អំណះអំណាង : ប្រសិនបើ $m\angle A = 90°$ នោះ $\angle A$ គឺជាមុំកែង។ វិជ្ជមានផ្ទុយ : ប្រសិនបើ $\angle A$ មិនកែង នោះ $m\angle A \neq 90°$។
control group / ក្រុមផ្ទៀងផ្ទាត : ក្រុមដែលមិនទទួលនីតិវិធី ឬ ប្រព្រឹត្តិកម្មនៅពេលដែលការពិសោធន៍ត្រូវបានធ្វើឡើង។ *សូមមើលផ្ទុយ* នៃ **experimental group** (ក្រុមពិសោធន៍)។	*សូមមើល* experimental group (ក្រុមពិសោធន៍)។
convenience sample / គំរូងាយស្រួល : គំរូដែលជ្រើសរើសចេញតែពីក្នុងធាតុនៃសកលស្ថិតិដែលងាយនឹងជ្រើសរើស។	អ្នកអាចជ្រើសរើសសគំរូងាយស្រួលនៃសកលស្ថិតិសិស្សសាលាដោយការជ្រើសរើសសិស្សដែលរៀននៅក្នុងថ្នាក់របស់អ្នក។
converse of a conditional / ភាពផ្ទុយនៃអំណះអំណាងលក្ខខ័ណ្ឌ : អំណះអំណាងដែលកើតឡើងដោយការផ្លាស់ប្តូរសម្ព័ន្ធទៅវិញទៅមកនៃសម្មតិកម្ម និង សន្និដ្ឋាននៃអំណះអំណាងលក្ខខ័ណ្ឌនោះ។ ភាពផ្ទុយនៃអំណះអំណាងពិតគឺមិនចាំបាច់ពិតនោះទេ។	ភាពផ្ទុយនៃអំណះអំណាងលក្ខខ័ណ្ឌ "ប្រសិនបើ $x = 5$ នោះ $|x| = 5$" គឺ "ប្រសិនបើ $|x| = 5$ នោះ $x = 5$"។ អំណះអំណាងលក្ខខ័ណ្ឌដើមគឺពិត ប៉ុន្តែ ភាពផ្ទុយរបស់វាគឺមិនពិត។

High School
Multi-Language Visual Glossary   **269**

CAMBODIAN

convex polygon / ពហុកោណចេាំង : ពហុកោណមួយដែលគ្មានបន្ទាត់នៃជ្រុង មួយរបស់ពហុកោណមានចំណុចនៅខាងក្នុងនៃពហុកោណ។ ពហុកោណដែលមិនចេាំង គឺ ផត។

convex polyhedron / ៦ចុរ័សចេាំង : ពហុគល័មួយចេាំង ប្រសិនបើចំណុច ពីរណាមួយនៅលើផ្ទៃរបស់វាអាចភ្ជាប់ដោយអង្កត់មួយដែលស្ថិតនៅខាងក្នុងទាំងស្រុង ឬលើពហុគល័នោះ។ ប្រសិនបើអង្កត់នេះចេញទៅខាងក្រៅពហុគល័ នោះពហុគល័ នោះគឺមិនចេាំង ឬ ផត។

coordinate / កូអរដោនេ : ចំនួនពិតដែលត្រូវគ្នាទៅនឹងចំណុចលើបន្ទាត់មួយ។

coordinate plane / ប្លង់កូអរដោនេ : ប្លង់មួយដែលត្រូវបានចែកជាបួនកាដ្រង់ ដោយបន្ទាត់ចំនួនផ្ដេកហៅថា អ័ក្ស x និង បន្ទាត់ចំនួនបញ្ឈរ ហៅថា អ័ក្ស y។

coordinate proof / សំរាយបញ្ជាក់ចោយច្រើកូអរដោនេ : ប្រភេទនៃសំរាយ បញ្ជាក់ដែលទាក់ទងនឹងការដាក់រូបធរណីមាត្រទៅក្នុងប្លង់កូអរដោនេ។

coplanar points / ចំណុចក្នុងប្លង់តែមួយ : ចំណុចផ្សេងៗដែលស្ថិតនៅក្នុងប្លង់ តែមួយ។

A, B និង C ជាចំណុចក្នុងប្លង់តែមួយ។

corollary to a theorem / វិបាកនៃទ្រឹស្ដីបទ : អំណះអំណាងមួយដែលអាច ស្រាយបញ្ជាក់បានយ៉ាងងាយ ដោយប្រើប្រាស់ទ្រឹស្ដីបទ។

វិបាកនៃទ្រឹស្ដីបទមួយលុកត្រីកោណថ្ងៃចាមុំស្រួចនៃ ត្រីកោណកែងគឺជាមុំបំពេញ។

correlation / សហសម្ព័ន្ធ : ទំនាក់ទំនងរវាងភូទិន្នន័យ។ គូទិន្នន័យមាន *សហសម្ព័ន្ធ វិជ្ជមាន* ប្រសិនបើ y កើនឡើង នៅពេល x កើនឡើង, *សហសម្ព័ន្ធអវិជ្ជមាន* ប្រសិនបើ y ថយចុះ នៅពេល x កើនឡើង ហើយ *គ្មានសហសម្ព័ន្ធ* ប្រសិនបើ y និង x គ្មានទំនាក់ទំនង។

សូមមើល positive correlation (សហសម្ព័ន្ធ វិជ្ជមាន) និង **negative correlation** (សហសម្ព័ន្ធ អវិជ្ជមាន)។

ក្រាបសហសម្ព័ន្ធ

correlation coefficient / **មេគុណសហសម្ព័ន្ធ** : រង្វាស់ដែលតាងដោយ r ដែល$-1 \leq r \leq 1$ កំណត់ពីរបៀបដែលបន្ទាត់ត្រូវនឹងសំណុំនៃគូទិន្នន័យ (x, y) ។	សំណុំទិន្នន័យដែលបង្ហាញសហសម្ព័ន្ធវិជ្ជមានវឹងមាំមានមេគុណសហសម្ព័ន្ធ $r \approx 1$ ។ សូមមើលផងដែរ **positive correlation** (សហសម្ព័ន្ធវិជ្ជមាន) និង **negative correlation** (សហសម្ព័ន្ធអវិជ្ជមាន)។
corresponding angles / **ចំុ្រ្តូវខ្នា** : មុំពីរដែលបង្កើតឡើងដោយបន្ទាត់ពីរ និង ខ្វាត់មួយ ហើយស្ថិតនៅទីតាំងត្រូវខ្នា។	 $\angle 2$ និង $\angle 6$ ថីជាចំុ្រ្តូវខ្នា។
corresponding parts / **ថ្នែកត្រូវខ្នា** : ជ្រុង ឬ មុំមួយគូដែលមានទីតាំងរៀប ជួចគ្នានៅក្នុងរូបពីរបំុនគ្នា ឬ ជួចគ្នា។	 $\angle A$ និង $\angle J$ ថីជាចំុ្រ្តូវខ្នា។ $\overline{AB}$ និង $\overline{JK}$ ថីជាជ្រុងត្រូវខ្នា។
cosecant function / **អនុគមន៍កូសិកេន** : ប្រសិនបើ θ គឺជាមុំស្រួចនៃ ត្រីកោណកែង កូសិកេននៃ θ គឺជារង្វាស់នៃអ៊ីប៉ូតេនុស ចែកដោយរង្វាស់នៃ ជ្រុងឈមមុំ θ ។	សូមមើល sine function (អនុគមន៍ស៊ីនុស)។
cosine / **កូស៊ីនុស** : ផលធៀបត្រីកោណមាត្រ ដែលមានអក្សរកាត់ **cos** ។ ចំពោះត្រីកោណកែង ABC កូស៊ីនុសនៃមុំស្រួច A គឺ $\cos A = \dfrac{\text{រង្វាស់នៃជ្រុងជាប់មុំ } \angle A}{\text{រង្វាស់នៃអ៊ីប៉ូតេនុស}} = \dfrac{AC}{AB}$	 $\cos A = \dfrac{AC}{AB} = \dfrac{4}{5}$
cosine function / **អនុគមន៍កូស៊ីនុស** : ប្រសិនបើ θ គឺជាមុំស្រួចនៃ ត្រីកោណកែង កូស៊ីនុសនៃ θ គឺជារង្វាស់នៃជ្រុងជាប់នឹងមុំ θ ចែកដោយរង្វាស់នៃ អ៊ីប៉ូតេនុស។	សូមមើល sine function (អនុគមន៍ ស៊ីនុស)។
cotangent function / **អនុគមន៍កូតង់សង់** : ប្រសិនបើ θ គឺជាមុំស្រួចនៃ ត្រីកោណកែង កូតង់សង់នៃ θ គឺជារង្វាស់នៃជ្រុងជាប់នឹងមុំ θ ចែកដោយរង្វាស់នៃ ជ្រុងឈមមុំ θ ។	សូមមើល sine function (អនុគមន៍ ស៊ីនុស)។
coterminal angles / **ចំុជាប់ជ្រុងចុង** : មុំផ្សេងៗនៅក្នុងទីតាំងបទដ្ឋាន ដែលមានជ្រុងចុងជ្រុតស្មើគ្នា។	 ចំុដែលមានរង្វាស់ 500° និង 140° ថីជាចំុជាប់ជ្រុងចុង។
counterexample / **ឧទាហរណ៍ផ្ទុយ** : ករណីពិសេសដែលបង្ហាញថា ការសម្មាង គឺមិនពិត។	សម្មាង : ចំនួនបថមទាំងអស់គឺជាចំនួនសេស។ ឧទាហរណ៍ផ្ទុយ:2 គឺជាចំនួនបថមដែលមិនមែនជា ចំនួនសេស។
co-vertices of an ellipse / **កំពូលទីរនៃអេលីច** : ចំណុចកាត់នៃអេលីបមួយ និង បន្ទាត់ដែលកែងទៅនឹងអ័ក្សធំនៅត្រង់ថ្មិត។	សូមមើល ellipse (អេលីប)។

CAMBODIAN

Cramer's rule / វិធានក្រាមេ : វិធីសាស្ត្រនៃការដោះស្រាយប្រព័ន្ធសមីការលីនេអ៊ែដោយប្រើប្រាស់ ដេទែមីណង់ : ចំពោះប្រព័ន្ធលីនេអ៊ែ $ax + by = e$, $cx + dy = f$, កំណត់ឱ្យ A ជាម៉ាទ្រីសមេគុណ។ ប្រសិនបើ $A \neq \mathbf{0}$, ដំណោះស្រាយនៃប្រព័ន្ធគឺមានដូចខាងក្រោម :

$$x = \frac{\begin{vmatrix} e & b \\ f & d \end{vmatrix}}{\det A}, y = \frac{\begin{vmatrix} a & e \\ c & f \end{vmatrix}}{\det A}$$

$$\begin{aligned} 9x + 4y &= -6 \\ 3x - 5y &= -21; \end{aligned} \quad \begin{vmatrix} 9 & 4 \\ 3 & -5 \end{vmatrix} = -57$$

អនុវត្តន៍វិធានក្រាមេផ្តល់ឱ្យដូចខាងក្រោម :

$$x = \frac{\begin{vmatrix} -6 & 4 \\ -21 & -5 \end{vmatrix}}{-57} = \frac{114}{-57} = -2$$

$$y = \frac{\begin{vmatrix} 9 & -6 \\ 3 & -21 \end{vmatrix}}{-57} = \frac{-171}{-57} = 3$$

cross multiplying / វិធីគុណខ្វែង : វិធីសាស្ត្រសម្រាប់ដោះស្រាយសមីការសនិទានធម្មតា ដែលអង្គម្ខាងៗនៃសមីការគឺជាកន្សោមសនិទានមួយ។

ដើម្បីដោះស្រាយ $\frac{3}{x + 1} = \frac{9}{4x + 5}$, គុណខ្វែង។

$$\begin{aligned} 3(4x + 5) &= 9(x + 1) \\ 12x + 15 &= 9x + 9 \\ 3x &= -6 \\ x &= -2 \end{aligned}$$

cross product / ផលគុណខ្វែង : នៅក្នុងសមាមាត្រ ផលគុណខ្វែង គឺជាផលគុណនៃភាគយកនៃផលធៀបមួយ និង ភាគបែងនៃផលធៀបផ្សេងទៀត។ ផលគុណខ្វែងនៃសមាមាត្រគឺស្មើគ្នា។

ផលគុណខ្វែងនៃសមាមាត្រ
$\frac{3}{4} = \frac{6}{8}$ គឺ $3 \cdot 8 = 24$ និង $4 \cdot 6 = 24$។

cross section / មុខកាត់ : ការកាត់នៃប្លង់មួយ និង សូលីតមួយ។

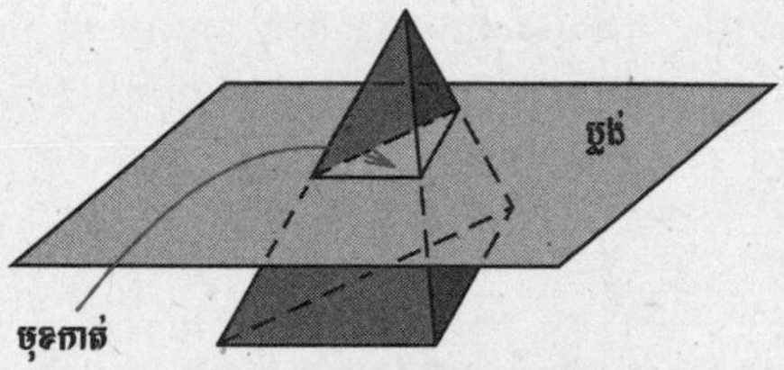

cube / គូប : ពហុតែលដែលមានមុខការ៉េ ៦ ប៉ុនគ្នា។

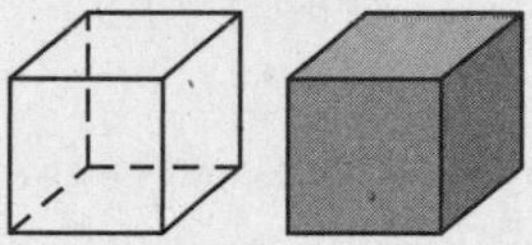

cube root / ឫសគូប : ប្រសិនបើ $b^3 = a$ នោះ b គឺជាឫសគូបនៃ a។

2 គឺជាឫសគូបនៃ ៨ ពីព្រោះ $\mathbf{2^3 = 8}$។

cycle / វដ្ត : ចំណែកនៃក្រាបដែលកើតឡើងដដែលៗខ្លីបំផុតនៃអនុគមន៍ខួប។

សូមមើល periodic function (អនុគមន៍ខួប)។

cylinder / ស៊ីឡាំង : សូលីតដែលមានបាតជារង្វង់ប៉ុនគ្នាដែលស្ថិតនៅក្នុងប្លង់ស្របគ្នា។

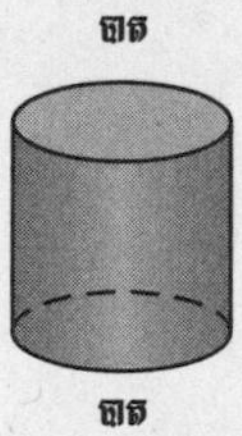

D

decagon / ទសកោណ : ពហុកោណដែលមានជ្រុង ១០។

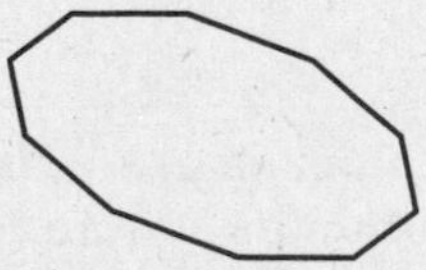

decay factor / កត្តាថយ : ចំនួន b នៅក្នុងអនុគមន៍ថយអិចស្ប៉ូណង់ស្យែល $y = ab^x$ ដែល $a > \mathbf{0}$ និង $\mathbf{0} < b < \mathbf{1}$។

កត្តាថយចំពោះអនុគមន៍ $y = 3(0.5)^x$ គឺ 0.5។

decay rate / អត្រាធ្លាយ : អថេរ r នៅក្នុងម៉ូឌែលបង្ហាញអំពីសូ្យណង់ស្សែល $y = a(1 - r)^t$ ។	នៅក្នុងម៉ូឌែលបង្ហាញអំពិចសូ្យណង់ស្សែល $P = 41(0.995)^t$ អត្រាធ្លាយ គឺ 0.005 ពីព្រោះ $0.995 = 1 - 0.005$ ។
deductive reasoning / ហេតុផលអនុមាន : វិធីនៃការប្រើប្រាស់ការពិត, និយមន័យ, លក្ខណៈទទួលយក និង ច្បាប់តក្កដើម្បីបង្កើតសេចក្ដីសន្មោងតក្ក។	$(x + 2) + (-2)$ $= x + [2 + (-2)]$ លក្ខណៈផ្គូនៃផលបូក $= x + 0$ លក្ខណៈត្រាស់នៃផលបូក $= x$ លក្ខណៈបឋកន្លានៃផលបូក
defined terms / ពាក្យដែលមាននិយ័មន័យ : ពាក្យដែលអាចពិពណ៌នាដោយប្រើប្រាស់ពាក្យដែលគេស្គាល់។	*អង្កត់និង កន្លះបន្ទាត់គឺជាពាក្យពីរដែលមាននិយ័មន័យ*។
degree of a monomial / ទីក្រេនៃឯកធា : ផលបូកទិសស្សន្តនៃអថេរនានានៅក្នុងឯកធា។ ទីក្រេនៃឋូចេវមិនសូ្យស្យគឺ 0 ។	ទីក្រេនៃ $\frac{1}{2}ab^2$ គឺ $1 + 2$, ឬ 3 ។
degree of a polynomial / ទីក្រេនៃពហុធា : ទីក្រេដែលធំបំផុតនៃតែនានានារបស់ពហុធា។	ពហុធា $2x^2 + x - 5$ មានទីក្រេ 2 មួយ។
denominator / ភាគបែង : ចំនួននៅខាងក្រោមបន្ទាត់ប្រភាគនៅក្នុងប្រភាគមួយ។វាតំណាងឲ្យចំនួននៃផ្នែកស្មើគ្នាដែលចំនួនទាំងមូលនោះត្រូវបានចែកឬចំនួននៃវត្ថុដែលបង្កើតសំណុំ។	នៅក្នុងប្រភាគ $\frac{3}{4}$ ភាគបែង គឺ 4 ។
dependent events / ព្រឹត្តិការណ៍អាស្រ័យ : ព្រឹត្តិការណ៍ពីរដែលការកើតឡើងនៃព្រឹត្តិការណ៍មួយជះឥទ្ធិពលដល់ការកើតឡើងនៃព្រឹត្តិការណ៍ផ្សេងទៀត។	ថង់មួយមានកូនឃ្លីពណ៌ក្រហម 3 និងពណ៌ស 5 ។អ្នកចាប់យកឃ្លីមួយដោយចៃដន្យដោយមិនដាក់វាចូលវិញ រួចចាប់យកឃ្លីផ្សេងទៀត។ ព្រឹត្តិការណ៍ "ចាប់ឃ្លីពណ៌ក្រហមមួយដំបូង" និង "ចាប់ឃ្លីពណ៌សលើកទីពីរ" គឺជាព្រឹត្តិការណ៍អាស្រ័យ។
dependent system / ប្រព័ន្ធអាស្រ័យ : ប្រព័ន្ធសមីការកុងស៊ីស្ស្ដង់ដែលមានដំណោះស្រាយជាច្រើនមិនកំណត់។	$2x - y = 3$ $4x - 2y = 6$ គូតាមលំដាប់លំណាមួយ $(x, 2x-3)$ គឺជាដំណោះស្រាយនៃប្រព័ន្ធខាងលើព្ធេច្ឆេមានដំណោះស្រាយជាច្រើនមិនកំណត់។
dependent variable / អថេរអាស្រ័យ : អថេរលទ្ធផលនៅក្នុងសមីការមួយដែលមានអថេរពីរ។	*សូមមើល* **independent variable** (អថេរឯករាជ្យ)។
determinant / ដេទែមិណង់ : ចំនួនពិតដែលទាក់ទងជាមួយ នឹងម៉ាទ្រីសការ៉េ A តាងដោយ $\det A$ ឬ $|A|$ ។	$\det \begin{bmatrix} 5 & 4 \\ 3 & 1 \end{bmatrix} = 5(1) - 3(4) = -7$ $\det \begin{bmatrix} a & b \\ c & d \end{bmatrix} = ad - cb$
diagonal of a polygon / អង្កត់ទ្រូងនៃពហុកោណ : អង្កត់ដែលភ្ជាប់កំពូលមិនតគ្នាពីរនៃពហុកោណ។	
diameter of a circle / អង្កត់ផ្ចិតនៃរង្វង់ : អង្កត់ផ្លូវដែលកាត់ផ្ចិតនៃរង្វង់។ ចម្ងាយដែលកាត់រង្វង់មួយតាមផ្ចិតរបស់វា។	*សូមមើល* **circumference** (បរិមាត្ររង្វង់)។
diameter of a sphere / អង្កត់ផ្ចិតនៃស្វែ : ចម្ងាយកាត់ស្វែតាមផ្ចិតរបស់វា។ ចម្ងាយដែលកាត់ស្វែមួយតាមផ្ចិតរបស់វា។	

CAMBODIAN

dilation / ចំលែងទាំង : បំលែងដែលពន្លាត ឬ ពង្រួញរូបមួយ ដើម្បីបង្កើតរូបថ្មីចំនួនមួយ។

កត្តាមាត្រដ្ឋានៃចំលែងទាំងគឺ $\dfrac{XY}{AB}$

ចំនុចនៃចំលែងទាំង

---

dimensions of a matrix / វិមាត្រនៃម៉ាទ្រីស : ចំនួននៃជួរដេក និង ជួររណរនៅក្នុងម៉ាទ្រីស។ ប្រសិនបើម៉ាទ្រីសមួយមានជួរដេក m និង ជួររណរ n វិមាត្រនៃម៉ាទ្រីសនោះគឺ $m \times n$។

វិមាត្រនៃម៉ាទ្រីសមួយដែលមានជួរដេក 3 និង ជួររណរ 4 គឺ 3×4 ("3 គុណនឹង 4")។

---

direct variation / ចំរែបចំរួលផ្ទាល់ : ទំនាក់ទំនងរវាងអថេរពីរ x និង y ប្រសិនបើមានចំនួនមិនសូន្យ a ដែល $y = ax$។ ប្រសិនបើ $y = ax$ នោះ y ប្រែប្រួលផ្ទាល់ជាមួយនឹង x។

សមីការ $2x - 3y = 0$ ពិណាងឲ្យបំរែបម្រួលផ្ទាល់ ពីព្រោះវាសមមូលទៅនឹងសមីការ $y = \dfrac{2}{3}x$។ សមីការ $y = x + 5$ មិនពិណាងឲ្យបំរែបម្រួលផ្ទាល់ទេ។

---

directrix of a parabola / ចង្វាត់និងនៃប៉ារ៉ាប៊ូល : សូមមើល parabola, geometric definition (ប៉ារ៉ាប៊ូល, និយមន័យធរណីមាត្រ)។

សូមមើល parabola, geometric definition (ប៉ារ៉ាប៊ូល, និយមន័យធរណីមាត្រ)។

---

discrete function / អនុគមន៍ដាច់ : អនុគមន៍មួយដែលក្រាបរបស់វាមានចំណុចដាច់ៗ។

---

discriminant of a general second-degree equation / ទីសគ្រីមីណង់នៃសមីការបីក្រេទី២ទូទៅ : កន្សោម $B^2 - 4AC$ ចំពោះសមីការ $Ax^2 + Bxy + Cy^2 + Dx + Ey + F = 0$។ ប្រើបាស់ ដើម្បីកំណត់ ប្រភេទនៃខ្សែកោងដែលសមីការតំណាងឲ្យ។

ចំពោះសមីការ $4x^2 + y^2 - 8x - 8 = 0$, $A = 4, B = 0$ និង $C = 1$។

$$B^2 - 4AC = 0^2 - 4(4)(1) = -16$$

ពីព្រោះ $B^2 - 4AC < 0, B = 0$ និង $A \neq C,$ ខ្សែកោងរបស់វាគឺជាអេលីប។

---

discriminant of a quadratic equation / ទីសគ្រីមីណង់នៃសមីការបីក្រេទី២ : កន្សោម $b^2 - 4ac$ ចំពោះសមីការដឺក្រេទី២ $ax^2 + bx + c = 0$។ វាគឺជាកន្សោមដែលស្ថិតនៅក្រោមសញ្ញារ៉ាឌីកាល់នៅក្នុងរូបមន្តដឺក្រេទី២។

តម្លៃនៃឌីសគ្រីមីណង់នៃ $2x^2 - 3x - 7 = 0$ គឺ $b^2 - 4ac = (-3)^2 - 4(2)(-7) = 65$។

---

disjoint events / ព្រឹត្តិការណ៍មិនជាប់ : ព្រឹត្តិការណ៍ A និង B មិនជាប់គ្នា ប្រសិនបើពួកវាគ្មានលទ្ធផលរួម។ គេក៏ហៅវាថាជាព្រឹត្តិការណ៍ដាច់ដោយឡែក។

នៅពេលអ្នកជ្រើសរើសសន្លឹកបៀដោយចៃដន្យចេញពីហ្វៅដែលមាន ៥២ សន្លឹក ការជ្រើសរើសសន្លឹកផ្កាមួយ និង ការជ្រើសរើសសន្លឹកក៏មួយគឺជាព្រឹត្តិការណ៍មិនជាប់។

---

distance between two points on a line / ចម្ងាយរវាងចំណុចពីរលើចង្វាត់មួយ : តម្លៃដាច់ខាតនៃផលដករវាងកូអរដោនេនៃចំណុចផ្សេងៗ។ ចម្ងាយរវាងចំណុច A និង B សរសេរជា AB គេក៏ហៅថាជារង្វាស់នៃ $\overline{AB}$។

---

distance formula / រូបមន្តចម្ងាយ : ចម្ងាយ d រវាងចំណុចពីរ (x_1, y_1) និង (x_2, y_2) គឺ $d = \sqrt{(x_2 - x_1)^2 + (y_2 - y_1)^2}$។

ចម្ងាយ d រវាង $(-1, 3)$ និង $(5, 2)$ គឺ :
$$d = \sqrt{(5 - (-1))^2 + (2 - 3)^2} = \sqrt{37}$$

---

distance from a point to a line / ចម្ងាយពីចំណុចមួយទេ ់បន្ទាត់មួយ : រង្វាស់នៃអេង្កត់កែងពីចំណុចមួយចមួយនោះទៅបន្ទាត់នោះ។	\n\nចម្ងាយពី Q ទេ ់m គឺ QP។
distributive property / លក្ខណ:ចំបែក : លក្ខណ:ដែលអាចប្រើប្រាស់ដើម្បី រកផលគុណនៃចំនួនមួយ និង ផលបូក ឬ ផលដក :\n\n$$a(b + c) = ab + ac$$\n$$(b + c)a = ba + ca$$\n$$a(b - c) = ab - ac$$\n$$(b - c)a = ba - ca$$	$$3(4 + 2) = 3(4) + 3(2),$$\n$$(8 - 6)4 = (8)4 - (6)4$$
domain / ដែនកំណត់ : សំណុំនៃតម្លៃអញ្ញត្តិនៃទំនាក់ទំនងមួយ។	ស្មមើល **relation** (ទំនាក់ទំនង)។
domain of a function / ដែនកំណត់នៃអនុគមន៍ : សំណុំនៃអញ្ញត្តិទាំងអស់នៃ អនុគមន៍មួយ។	ស្មមើល **function** (អនុគមន៍)។

E

eccentricity of a conic section / អនិយ័តភាពនៃធុនុកាត់ខ្សែកោង : អនិយ័តភាពe នៃអ៊ីពែបូលមួយ ឬ អេលីបមួយគឺ $\frac{c}{a}$ ដែលc គឺជាចម្ងាយពីកំនុំនីមួយៗ ទៅផ្ទិត និងa គឺជាចម្ងាយពីកំពូលនីមួយៗទៅផ្ទិត។អនិយ័តភាពនៃរង្វង់មួយគឺ$e = 0$។ អនិយ័តភាពនៃ ប៉ារ៉ាប៉ូលមួយគឺ $e = 1$។	ចំពោះអេលីប $\frac{(x + 4)^2}{36} + \frac{(y - 2)^2}{16} = 1$,\n$c = \sqrt{36 - 16} = 2\sqrt{5}$, ដូច្នេះអនិយ័តភាពគឺ\n$e = \frac{c}{a} = \frac{2\sqrt{5}}{\sqrt{36}} = \frac{\sqrt{5}}{3} \approx 0.745$ ។
edge of a polyhedron / ជ្រុងនៃពហុងាស់ : អេង្កត់ដែលបង្កើតឡើងដោយ ការកាត់នៃមុខពីររបស់ពហុងាស់។	\n\nជ្រុង
element of a matrix / ធាតុនៃម៉ាទ្រីស : ចំនួនមួយនៅក្នុងម៉ាទ្រីសមួយ។ គេក៏ហៅថា *entry* (ធាតុ)។	ស្មមើល **matrix** (ម៉ាទ្រីស)។
element of a set / ធាតុនៃសំណុំ : វត្ថុនីមួយៗនៅក្នុងសំណុំមួយ។ គេក៏ហៅថា *member* (ធាតុ) នៃសំណុំ។	5 គឺជាធាតុនៃសំណុំចំនួនគត់ធម្មជាតិ\n$W = \{0, 1, 2, 3, \ldots\}$ ។
elimination method / វិធីចំបាត់ : វិធីសាស្ត្រដោះស្រាយប្រព័ន្ធសមីការដោយ ការគុណប្រព័ន្ធសមីការនោះជាមួយនឹងចំនួនផ្សេងៗ្បច្បួចបួចបួចក្បួចបួបួបួចក្បួច	ដើម្បីប្រើប្រាស់វិធីបំបាត់ដោះស្រាយប្រព័ន្ធសមីការ\n$3x - 7y = 10$ និង $6x - 8y = 8$ គុណសមីការ\nទីមួយនឹង-2 រួច បូកសមីការទាំងពីរដើម្បីបំបាត់x ។
ellipse / អេលីប : សំណុំនៃគ្រប់ចំណុច P នៅក្នុងប្លង់ដែលផលបូកនៃចម្ងាយ ពី P ទៅចំណុចនឹងពីរ ហៅថា កំនុំ ជាចំនួនថេរ។	\n\n$d_1 + d_2 = $ ចំនួនថេរ
empty set / សំណុំទទេ : សំណុំដែលគ្មានធាតុ សរសេរជា Ø ។	សំណុំនៃចំនួនគត់ធម្មជាតិអវិជ្ជមាន = Ø ។

CAMBODIAN

end behavior / ចរិកទេ ចុង : ចរិករបស់ក្រាបនៃអនុគមន៍មួយ នៅពេលដែល x ខិតទៅជិតអនន្តវិជ្ជមាន $(+\infty)$ និង អនន្តអវិជ្ជមាន $(-\infty)$។	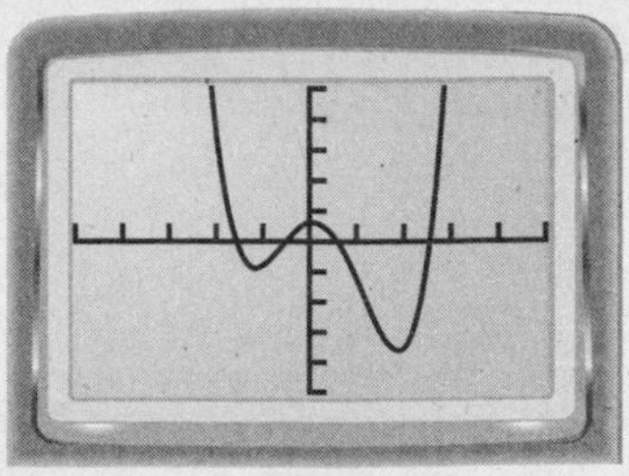 **$f(x) \to +\infty$ នៅពេល $x \to -\infty$ ឬ នៅពេល $x \to +\infty$។**
endpoints / ចំណុចចុង : *សូមមើល* line segment (អង្កត់)។	*សូមមើល* line segment (អង្កត់)។
enlargement / ការពង្រីក : បំលែងចាំងដែលកត្តាមាត្រដ្ឋានធំជាង 1។	បំលែងចាំងដែលមានកត្តាមាត្រដ្ឋាន **2** គឺជាការពង្រីក។
equal matrices / ម៉ាទ្រីសស្មើគ្នា : ម៉ាទ្រីសដែលមានវិមាត្រដូចគ្នា និង ធាតុស្មើគ្នានៅទីតាំងត្រូវគ្នា។	$\begin{bmatrix} 6 & 0 \\ -\frac{4}{4} & \frac{3}{4} \end{bmatrix} = \begin{bmatrix} 3 \cdot 2 & -1+1 \\ -1 & 0.75 \end{bmatrix}$
equation / សមីការ : អំណះអំណាងមួយដែលកន្សោមពីរស្មើគ្នា។	$2x - 3 = 7, 2x^2 = 4x$
equation in two variables / សមីការ អថេរពីរ : សមីការដែលមានអថេរពីរ។	$y = 3x - 5, d = -16t^2 + 64$
equiangular polygon / ពហុកោណមុំប៉ុនគ្នា : ពហុកោណដែលមានមុំខាងក្នុងទាំងអស់របស់វាប៉ុនគ្នា។	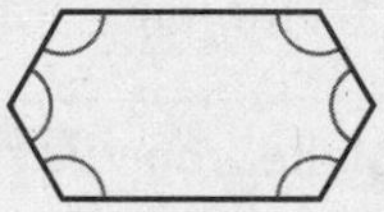
equiangular triangle / ត្រីកោណមុំប៉ុនគ្នា : ត្រីកោណដែលមានមុំទាំងបីប៉ុនគ្នា។	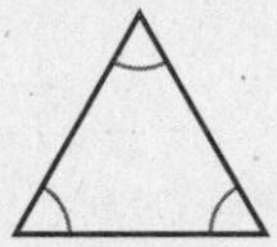
equidistant / ចម្ងាយស្មើគ្នា : ចម្ងាយដូចគ្នាពីរូបមួយ ក៏ដូច ពីរូបមួយផ្សេងទៀត។	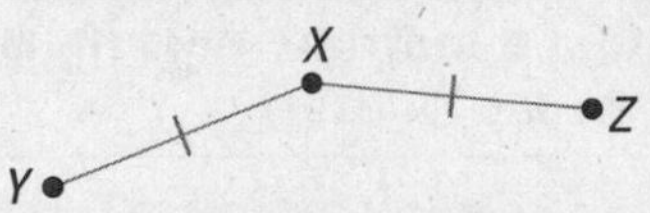 ***X* គឺចម្ងាយស្មើគ្នាពី *Y* និង *Z*។**
equilateral polygon / ពហុកោណជ្រុងប៉ុនគ្នា : ពហុកោណដែលមានជ្រុងទាំងអស់របស់វាប៉ុនគ្នា។	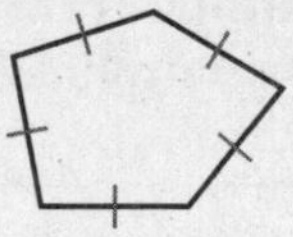
equilateral triangle / ត្រីកោណជ្រុងប៉ុនគ្នា : ត្រីកោណដែលមានជ្រុងទាំងបីប៉ុនគ្នា។	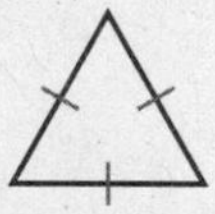
equivalent equations / សមីការសមមូល : សមីការដែលមានដំណោះស្រាយដូចគ្នា។	$x + 7 = 4$ និង $x = -3$ គឺជាសមីការសមមូល។
equivalent expressions / កន្សោមសមមូល : កន្សោមពីរដែលមានតម្លៃដូចគ្នា ចំពោះគ្រប់តម្លៃនៃអថេរទាំងអស់។	$3(x + 2) + x$ និង $4x + 6$ គឺជាកន្សោមសមមូល។
equivalent fractions / ប្រភាគសមមូល : ប្រភាគទាំងឡាយណាដែលតំណាងចំនួនដូចគ្នា។	$\frac{5}{15}$ និង $\frac{20}{60}$ គឺជាប្រភាគសមមូលដែលទាំងពីតំណាងឱ្យ $\frac{1}{3}$។

equivalent inequalities / វិសមភាពសមមូល : វិសមភាពទាំងឡាយណា ដែលមានដំណោះស្រាយដូចគ្នា។	$2t < 4$ និង $t < 2$ គឺជាវិសមភាពសមមូល ពីព្រោះ ដំណោះស្រាយនៃវិសមភាពទាំងពីរគឺជាចំនួនពិតទាំង អស់តូចជាង 2 ។
equivalent statements / អំណះអំណាងសមមូល : អំណះអំណាងពីរដែល ទាំងពីរពិត ឬ ទាំងពីរមិនពិត។	អំណះអំណាងមានលក្ខខ័ណ្ឌនិងវិច្ឆេទមានន័យផ្ទុយរបស់វា គឺជាអំណះអំណាងសមមូល។
evaluate an algebraic expression / រកតម្លៃកន្សោមពីជគណិត : រកតម្លៃនៃកន្សោមពីជគណិតដោយការជំនួសចំនួនមួយសម្រាប់អថេរនីមួយៗនិងធ្វើ ប្រមាណវិធី។	តម្លៃ $n - 1$ នៅពេល $n = 3$ គឺ $3 - 1 = 2$ ។
event / ព្រឹត្តិការណ៍ : លទ្ធផលមួយ ឬ បណ្តុំនៃលទ្ធផលផ្សេងៗ។	នៅពេលអ្នកបញ្ឆិលគ្រាប់ឡុកឡាក់មួយ "បង្កើបបានលេខ សេស" គឺជាព្រឹត្តិការណ៍មួយ។
excluded value / តម្លៃមិនរាប់បញ្ចូល : ចំនួនមួយដែលធ្វើឲ្យកន្សោមសនិទាន មួយមិនអាចកំណត់បាន។	3 គឺជាតម្លៃមិនរាប់បញ្ចូលនៃកន្សោម $\frac{2}{x-3}$ ពីព្រោះ 3 ធ្វើឲ្យតម្លៃនៃភាគបែងស្មើ 0 ។
experimental group / ក្រុមពិសោធន៍ : ក្រុមមួយដែលទទួលវិធី ឬ ប្រព្រឹត្តកម្ម មួយចំនួន នៅពេលធ្វើការពិសោធន៍។ *សូមមើលផងដែរ* **control group** (ក្រុមត្រួតត្រា)។	ក្រុមមួយនៃអ្នកជម្ងឺលើការសិក្សាជាក្រុមពិសោធន៍ ត្រូវបានផ្តល់ឲ្យគ្រាប់ដែលមានការប្រើឱសថ។ក្រុមមួយ ផ្សេងទៀតដែលជាក្រុមត្រួតត្រា ត្រូវបានផ្តល់ឲ្យគ្រាប់ ដែលគ្មានការប្រើប្រាស់ឱសថ។
experimental probability / ប្រូបាប៊ីលីតេពិសោធន៍ : ឬប្របី់លើតេ ដែល ផ្អែកលើការធ្វើពិសោធន៍, ការស្រាវជ្រាវ ឬ មើលប្រវត្តិនៃព្រឹត្តិការណ៍មួយ។ ឬប្របី់លើតេពិសោធន៍នៃព្រឹត្តិការណ៍មួយ គឺជាផលធៀបនៃចំនួនដង (លទ្ធផលគួរ ឲ្យពេញចិត្ត) លើចំនួននៃការសាកល្បង។	អ្នកបញ្ឆិលគ្រាប់ឡុកឡាក់ ១០០ ដង ហើយ ទទួលបាន លេខ ៤ ១៩ ដង។ ឬប្របី់លើតេពិសោធន៍នៃការបញ្ឆិល បានលេខ ៤ គឺ $\frac{19}{100} = 0.19$ ។
explicit rule / វិធានសម្រាយ : វិធានសម្រាប់ស្ថិតដែលកំណត់តួទី n គឺ a_n ជា អនុគមន៍នៃតួតាំងរបស់តួ ចំនួន n នៅក្នុងស្ថិតនោះ។	វិធាន $a_n = -11 + 4n$ និង $a_n = 3(2)^{n-1}$ គឺជា វិធានសម្រាយសម្រាប់ស្ថិត។
exponent / និទស្សន្ត : ចំនួន ឬ អថេរដែលកំណាងចំនួនដង ដែលគោលនៃ ស្វ័យគុណាត្រូវបានប្រើប្រាស់ជាកត្តាមួយ។	នៅក្នុងស្វ័យគុណ 3^4 និទស្សន្តគឺ 4 ។
exponential decay / ការថយនៃនិចស្យូណង់ស្យែល : នៅពេល $a > 0$ និង $0 < b < 1$ អនុគមន៍ $y = ab^x$ កំណាងការថយចុះនៃនិចស្យូណង់ស្យែល។ នៅពេល បរិមាណមួយថយតាមអិចស្យូណង់ស្យែលវាថយចុះតាមការថយដូចគ្នាក្នុងអំឡុងពេល ស្មើគ្នា។ ម៉ូដែលថយនៃអិចស្យូណង់ស្យែលគឺ $y = a(1 - r)^t$ ។
អនុគមន៍ $y = 2(0.25)^x$ ទំណាងការថយនៃនិចស្យូណង់ស្យែល។ *សូមមើលផងដែរ* decay rate (អត្រាថយ) និង decay factor (កត្តាថយ) ។
exponential decay function / អនុគមន៍ថយនៃអិចស្យ៉ាង់ស្យែល : ប្រសិនបេ $a > 0$ និង $0 < b < 1$ នោះអនុគមន៍ $y = ab^x$ គឺជាអនុគមន៍ថយនៃ អិចស្យ៉ាង់ស្យែលដែលមានកត្តាថយ b ។
$$y = 2\left(\frac{1}{4}\right)^x$$
exponential equation / សមីការអិចស្យ៉ាង់ស្យែល : សមីការដែលកន្សោម អថេរមួយកើតឡើងជានិទស្សន្ត។	$4^x = \left(\frac{1}{2}\right)^{x-3}$ គឺជាសមីការអិចស្យ៉ាង់ស្យែល

CAMBODIAN

exponential function / អនុគមន៍អិចស្ប៉ូណង់ស្សែល : អនុគមន៍ដែលមាន ទម្រង់ $y = ab^x$ ដែល $a \neq 0, b > 0,$ និង $b \neq 1$ ។	អនុគមន៍ $y = 2 \cdot 3^x$ និង $y = -2 \cdot \left(\frac{1}{2}\right)^x$ គឺជា អនុគមន៍អិចស្ប៉ូណង់ស្សែល។ សូមមើលផងដែរ exponential growth (ការ កើនឡើងនៃអិចស្ប៉ូណង់ស្សែល) និង exponential decay (ការថយចុះនៃអិចស្ប៉ូណង់ស្សែល)។
exponential growth / ការកើននៃអិចស្ប៉ូណង់ស្សែល : នៅពេល $a > 0$ និង $b > 1$ អនុគមន៍ $y = ab^x$ តំណាងការកើនឡើងនៃអិចស្ប៉ូណង់ស្សែល។ នៅពេលបរិមាណមួយកើនតាមអិចស្ប៉ូណង់ស្សែលវាកើនឡើងតាមភាគរយជួងគ្នាក្នុង អំឡុងពេលស្មើគ្នា។ ម៉ូដែលកើននៃអិចស្ប៉ូណង់ស្សែលគឺ $y = a(1 + r)^t$ ។
អនុគមន៍ $y = 3 \cdot 2^x$ និង $y = 2^x$ តំណាងការកើននៃ អិចស្ប៉ូណង់ស្សែល។ សូមមើលផងដែរ growth rate (អត្រាកើន) និង growth factor (កត្តាកើន)។
exponential growth function / អនុគមន៍កើននៃអិចស្ប៉ូណង់ស្សែល : ប្រសិនបើ $a > 0$ និង $b > 1$ នោះអនុគមន៍ $y = ab^x$ គឺជាអនុគមន៍កើននៃ អិចស្ប៉ូណង់ស្សែលដែលមានកត្តាកើន b ។	
exterior angles of a triangle / មុំក្រៅ នៃត្រីកោណ : នៅពេលជ្រុងនៃ ត្រីកោណមួយត្រូវបានពន្លាត វាជាមុំមួយដែលជាប់ទៅនឹងមុំក្នុង។	
external segment / អង្កត់ខ្លានាងក្រៅរង្វង់ : ផ្នែកនៃអង្កត់ខ្លាត់រង្វង់ដែល ស្ថិតនៅខាងក្រៅនៃរង្វង់។	អង្កត់ខ្លានាងក្រៅរង្វង់
extraneous solution / ចំណោះស្រាយបន្ថែម : ដំណោះស្រាយនៃសមីការ បំលែងដែលមិនមែនជាដំណោះស្រាយនៃសមីការដើម។	នៅពេលអ្នកដាក់ការ៉េលើអង្កទាំងសងខាងនៃសមីការ រ៉ាឌីកាល់ $\sqrt{6 - x} = x$ សមីការលទ្ធផលមាន ដំណោះស្រាយសមីការពីរ 2 និង -3 ប៉ុន្តែ -3 គឺជា ដំណោះស្រាយបន្ថែម ពីព្រោះវាមិនបានបំពេញ លក្ខខ័ណ្ឌសមីការដើម $\sqrt{6 - x} = x$ ។
extremes of a proportion / ចុងចុងនៃសមាមាត្រ : ចុងដំបូង និង ចុងចុង ក្រោយនៃសមាមាត្រ។ សូមមើលផងដែរ proportion (សមាមាត្រ)។	ចុងចុងនៃ of $\frac{a}{b} = \frac{c}{d}$ គឺ a និង d ។

F

face of a polyhedron / ផ្ទៃនៃពហុឫស័ល : សូមមើល polyhedron (ពហុឫស័ល)។	ផ្ទៃ
factor / កត្តា : នៅពេលចំនួនគត់ទន់ធម្មជាតិមួយសពីរ ឬ ស្រួយគុណជាមួយគ្នា ចំនួននីមួយៗ គឺជាកត្តានៃផលគុណមួយ។	ពីព្រោះ $2 \times 3 \times 7 = 42, 2, 3,$ និង 7 គឺជាកត្តា នៃ 42 ។

factor by grouping / កត្តាដោយធ្វើជាក្រុម : ដើម្បីដាក់ជាកត្តាពហុធាមួយដែលមាន៤តួដោយការដាក់ជាក្រុម, ត្រូវដាក់ជាកត្តាពីរវងតាមពីរតួមួយឲ្យច បន្ទាប់មករកកត្តាធ្វើធម្មតា។	$x^3 + 3x^2 + 5x + 15$ $= (x^3 + 3x^2) + (5x + 15)$ $= x^2(x + 3) + 5(x + 3)$ $= (x + 3)(x^2 + 5)$
factor completely / កត្តាពេញលេញ : ពហុធាដែលអាចដាក់ជាកត្តាជាមួយ នឹងមេគុណចំនួនគត់វិទ្យាទីបគឺជាកត្តាពេញលេញ ប្រសិនបើវាត្រូវបានសរសេរជាផលគុណ នៃពហុធាដែលមិនអាចដាក់ជាកត្តា ជាមួយនឹងមេគុណចំនួនគត់វិទ្យាទី១។	ពហុធា $x^3 - x$ មិនមែនជាកត្តាពេញលេញ នៅពេល សរសេរជា $x(x^2 - 1)$ ប៉ុន្តែវាជាកត្តាពេញលេញ នៅពេលសរសេរជា $x(x + 1)(x - 1)$ ។
factor tree / ឫស្សក្រាមមែកនៃកត្តា : ស្យាក្រាមដែលអាចប្រើប្រាស់ដើម្បីសរសេរ ការដាក់ជាកត្តាបឋមនៃចំនួនមួយ។	![factor tree] 90 = 9 × 10, 9 = 3 × 3, 10 = 2 × 5
factorial / ហ្វាក់ទូរ្យែល : ចំពោះចំនួនគត់វិជ្ជមាន n កន្សោម $n!$ អានថា "n ហ្វាក់ទូរ្យែល" គឺជាផលគុណនៃគ្រប់ចំនួនគត់វិទ្យាទីបទាំងអស់ពី 1 ទៅ n។ ជួចគ្នានេះដែរ $0!$ ត្រូវបានកំណត់ថាស្មើ 1។	$6! = 6 \cdot 5 \cdot 4 \cdot 3 \cdot 2 \cdot 1 = 720$
family of functions / ស្រឡាយនៃអនុគមន៍ : ក្រុមនៃអនុគមន៍ដែលមាន ចរិកលក្ខណៈដូចគ្នា។	អនុគមន៍ទាំងឡាយណាដែលមានទម្រង់ $f(x) = mx + b$ គឺជាស្រឡាយនៃអនុគមន៍ លីនេអ៊ែរ។
feasible region / ផែនទីធ្វើ : នៅក្នុងកម្មវិធីលីនេអ៊ែ វាជាក្រាបនៃប្រព័ន្ធ លក្ខខ័ណ្ឌ។	*សូមមើល* linear programming (កម្មវិធីលីនេអ៊ែ)។
finite differences / ឌីទ័រ៉ង់ស៊ែល្យេលកំណត់ : នៅពេលតម្លៃ x នៅក្នុងសំណុំ ទិន្នន័យមួយមានតម្លៃតស្មើគ្នា ឌីផេរ៉ង់ស៊ែល្យេលនៃតម្លៃ x តគ្នា ហៅថា ឌីផេរ៉ង់ស៊ែល្យេល កំណត់។	$$f(x) = x^2$$ $f(1)$ $f(2)$ $f(3)$ $f(4)$ 1 4 9 16 $4 - 1 = 3$ $9 - 4 = 5$ $6 - 9 = 7$ ឌីផេរ៉ង់ស៊ែល្យេលកំណត់តាមលំដាប់ទីមួយគឺ $3, 5$ និង7។
flow proof / សំរាយបញ្ជាក់តាមស្យាក្រាមលំហូរ : ប្រភេទនៃសំរាយបញ្ជាក់ ដែលប្រើប្រាស់សញ្ញាព្រួញ ដើម្បីបង្ហាញលំហូរនៃសេចក្តីសម្ងោងតក្ក។	
foci of a hyperbola / កំផុំនៃអ៊ីប៉ែបូល, geometric definition (អ៊ីប៉ែបូល, និយមន័យធរណីមាត្រ)។	*សូមមើល* hyperbola, geometric definition (អ៊ីប៉ែបូល, និយមន័យធរណីមាត្រ)។
foci of an ellipse / កំផុំនៃអេលិច : *សូមមើល* ellipse (អេលិប)។	*សូមមើល* ellipse (អេលិប)។
focus of a parabola / កំផុំនៃប៉ារ៉ាបូល, geometric definition (ប៉ារ៉ាបូល, និយមន័យធរណីមាត្រ)។	*សូមមើល* parabola, geometric definition (ប៉ារ៉ាបូល, និយមន័យធរណីមាត្រ)។
formula / រូបមន្ត : សមីការមួយដែលទាក់ទងនឹងបរិមាណពីរ ឬ ច្រើន ជាធម្មតា ត្រូវបានគណនាដោយអគ្គេរនានា។	រូបមន្ត $P = 2l + 2w$ ទាក់ទងបវេង និង ទទឹងនៃ ចតុកោណកែងមួយ ទៅនឹងបរិមាត្ររបស់វា។
fractal / ចំរុះណើមាទ្រុងប៉ែលៗ : វត្ថុមួយដែលមានរាងដូចខ្លួនវា។ *សូមមើល* self-similar (ដូចខ្លួនឯង)។	
fraction / ប្រភាគ : ចំនួនមួយដែលមានទម្រង់ $\frac{a}{b}$ ($b \neq 0$) ប្រើប្រាស់ដើម្បី ពិពណ៌នាផ្នែកទាំងមូល ឬ សំណុំមួយ។	$\frac{3}{8}$

CAMBODIAN

frequency / ប្រេកង់ ៖ ប្រេកង់នៃចន្លោះមួយគឺជាចំនួននៃតម្លៃទិន្នន័យនៅក្នុងចន្លោះនោះ។	*សូមមើល* **frequency table** (តារាងប្រេកង់) និង **histogram** (អ៊ីស្តូក្រាម)។
frequency of a periodic function / ប្រេកង់នៃអនុគមន៍ខួប ៖ ចម្រាស់នៃខួប។ ប្រេកង់គឺជាចំនួននៃវដ្តក្នុងមួយឯកត្តាខួប។	$P = 2\sin 4000\pi t$ មានខួប $\dfrac{2\pi}{4000\pi} = \dfrac{1}{2000},$ ផ្ដល់ឲ្យប្រេកង់របស់វាគឺ 2000 ក្នុងមួយវិនាទី (ហឺត) នៅពេល t គិតណាមឺ្យពេលក្នុងមួយវិនាទី។
frequency table / តារាងប្រេកង់ ៖ ការបង្ហាញទិន្នន័យដែលដាក់ទិន្នន័យជាក្រុម ទៅក្នុងចន្លោះស្មើៗគ្នាមួយ ដោយគ្មានប្រម្យោះរវាងចន្លោះនីមួយៗ និងគ្មានចន្លោះដែលជាន់គ្នា។	<table><tr><td>ថ្លៃ</td><td>សាំងវិច</td></tr><tr><td>$4.00–4.49</td><td>IIII</td></tr><tr><td>$4.50–4.99</td><td>II</td></tr></table>

| **function** / អនុគមន៍ ៖ អនុគមន៍កើតឡើងដោយ ៖
 • សំណុំមួយហៅថាដែនកំណត់ដែលមានចំនួនផ្សេងៗ ហៅថាអញ្ញតិ និង សំណុំមួយ ហៅថា វិសាលភាព ដែលមានចំនួនផ្សេងៗហៅថាលទ្ធផល។
 • គូនៃអញ្ញតិ និង លទ្ធផល ដែលអញ្ញតិនីមួយៗត្រូវបានដាក់ជាគូយ៉ាងជាក់លាក់ជាមួយនឹងលទ្ធផលមួយ។ | ការដាក់ជាគូនៅក្នុងតារាងខាងក្រោមគឺជាអនុគមន៍មួយ ពីព្រោះអញ្ញតិនីមួយៗមានគូជាមួយនឹងលទ្ធផលយ៉ាងជាក់លាក់មួយ។

 <table><tr><td>អញ្ញតិ, x</td><td>0</td><td>1</td><td>2</td><td>3</td><td>4</td></tr><tr><td>លទ្ធផល, y</td><td>3</td><td>4</td><td>5</td><td>6</td><td>7</td></tr></table>
 ដែនគឺជាសំណុំនៃអញ្ញតិ ៖ 0, 1, 2, 3 និង 4។
 វិសាលភាពគឺជាសំណុំនៃលទ្ធផល ៖ 3, 4, 5, 6 និង 7។ |
| **function notation** / ការតាងអនុគមន៍ ៖ វិធីដាក់ឈ្មោះឲ្យអនុគមន៍ ដោយប្រើប្រាស់សញ្ញា $f(x)$ (ឬ សញ្ញាស្រដៀងនេះ ផ្លូវជា $g(x)$ ឬ $h(x)$) ជំនួសឲ្យ y។ សញ្ញា $f(x)$ អានថា "តម្លៃនៃ f ត្រង់ x" ឬ ជា "f នៃ x"។ | អនុគមន៍ $y = 2x - 9$ អាចសរសេរតាមការតាង អនុគមន៍ជា $f(x) = 2x - 9$។ |

G

general second-degree equation in x and y / សមីការបីក្រេទី២មានអថ្លៃដែលមានអថ្លៃ x និង y ៖ ទម្រង់ $Ax^2 + Bxy + Cy^2 + Dx + Ey + F = 0$។	$16x^2 - 9y^2 - 96x + 36y - 36 = 0$ និង $4x^2 + y^2 - 8x - 8 = 0$ គឺជាសមីការដឺក្រេទី២ មានអថ្លៃ x និង y។
geometric mean / មធ្យមធរណីមាត្រ ៖ ចំពោះចំនួនវិជ្ជមានពីរ a និង b, វាគឺជាចំនួនវិជ្ជមាន x ដែលបំពេញ $\dfrac{a}{x} = \dfrac{x}{b}$។ ផ្លូវនោះ $x^2 = ab$ ហើយ $x = \sqrt{ab}$។	មធ្យមធរណីមាត្រនៃ ៤ និង ១៦ គឺ $\sqrt{4 \cdot 16}$, or 8។
geometric probability / ប្រូបាប៊ីលីតេធរណីមាត្រ ៖ ប្រូបាប៊ីលីតេដែលរកឃើញដោយការគណនាផលធៀបនៃប្រវែង, ក្រឡាផ្ទៃ ឬ មាឌ ពីរ។	$P(K$ ស្ថិតលើ $\overline{CD}) = \dfrac{\text{ចំរវែងនៃ } \overline{CD}}{\text{ចំរវែងនៃ } \overline{AB}}$
geometric sequence / ស្វ៊ីតធរណីមាត្រ ៖ ស្វ៊ីតដែលផលធៀបបន្តបន្ទាប់គឺជាចំនួនថេរៗ។ ផលធៀបថេរៗនោះគេហៅថារសុង។	ស្វ៊ីត 5, 10, 20, 40, ... គឺជាស្វ៊ីតធរណីមាត្រ ដែលមានរសុង 2។
geometric series / សៃរីធរណីមាត្រ ៖ កន្សោមដែលកើតឡើងដោយការបូកគូនានៃស្វ៊ីតធរណីមាត្រ។	$\displaystyle\sum_{i=1}^{5} 4(3)^{i-1} = 4 + 12 + 36 + 108 + 324$

glide reflection / ចំលែងឆ្លុះសំតាំង : បំលែងមួយដែលគ្រប់ចំណុច P ត្រូវបាន ផ្ផ្ដុំទៅនឹងចំណុច P″ តាមជំហ៊ានជួចតទៅៗ។ (១) បំលែងកិលមួយផ្ផ្ដុំង P ទៅ P′។ (2) បំលែងឆ្លុះមួយលើបន្ទាត់ k ស្របទៅនឹងទិសដៅនៃបំលែងកិល ផ្ផ្ដុំង P′ ទៅ P″។

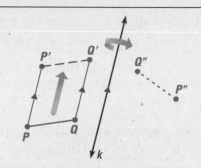

graph of a linear inequality in two variables / ក្រាចនៃវិសមភាព លីនេអ៊ែរអមេរ៉ឺវ : សំណុំនៃគ្រប់ចំណុចទាំងអស់នៅក្នុងប្លង់កូអរដោនេ ដែលតំណាង ឱ្យ ដំណោះស្រាយនៃវិសមភាព។

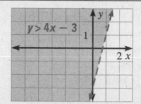

graph of an equation in two variables / ក្រាចនៃសមីការ អមេរ៉ឺវ : សំណុំនៃចំណុចផ្សេងៗនៅក្នុងប្លង់កូអរដោនេ ដែលតំណាងឱ្យ ដំណោះស្រាយទាំងអស់នៃ សមីការនោះ។

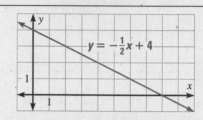

ចន្លោត់គឺជាក្រាចនៃសមីការ
$$y = -\frac{1}{2}x + 4\text{។}$$

graph of an inequality in one variable / ក្រាចនៃវិសមភាពអមេរ៉ ម្ងួយ : នៅលើបន្ទាត់ចំនួន វាជាសំណុំនៃចំណុចផ្សេងៗដែលតំណាងឱ្យ ដំណោះស្រាយ ទាំងអស់នៃវិសមភាពនោះ។

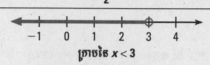

ក្រាចនៃ $x < 3$

graph of an inequality in two variables / ក្រាចនៃវិសមភាពអមេរ៉ ៉ឺវ : នៅលើប្លង់កូអរដោនេ វាជាសំណុំនៃចំណុចផ្សេងៗដែលតំណាងដំណោះស្រាយ ទាំងអស់នៃវិសមភាព។

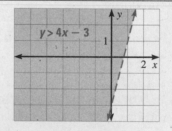

ក្រាចនៃ $y > 4x - 3$ គឺជា ថ្មង់ខាត់កណ្ដាលបែងជា ស្រមោល។

graph of a system of linear inequalities / ក្រាចនៃប្រព័ន្ធវិសមភាព លីនេអ៊ែ : ក្រាបនៃ ដំណោះស្រាយទាំងអស់នៃប្រព័ន្ធ។

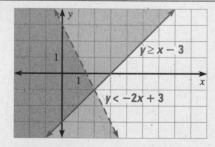

ក្រាចនៃប្រព័ន្ធ $y < -2x + 3$ និង $y \geq x - 3$ គឺជាការតាត់ថ្នារនៃថ្មង់ខាត់កណ្ដាល។

CAMBODIAN

great circle / របង់ធំ : ការកាត់គ្នានៃស្វ៊ែ និង ប្លង់មួយតាមផ្ចិតនៃស្វ៊ែ។	របង់ធំ
greatest common factor (GCF) / កត្តារួមធំបំផុត (GCF) : កត្តារួមធំ បំផុតនៃចំនួនគត់ធម្មជាតិមិនសូន្យពីរ ឬ ច្រើន។	កត្តារួមធំបំផុត នៃ 64 និង 120 គឺកត្តារួមធំបំផុត 1, 2, 4 និង 8 ដែលវាគឺ 8។
greatest possible error / កំហុសអាចធំបំផុត : បរិមាណធំបំផុតដែល ប្រវែងដែលបានវាស់ អាចខុសពីប្រវែងពិតប្រាកដ។	ប្រសិនបើងកត្តានៃរង្វាស់គឺ $\frac{1}{8}$ អ៊ីញ កំហុសអាចធំបំផុតគឺ $\frac{1}{16}$ ។
growth factor / កត្តាកើន : ចំនួន b នៅក្នុងអនុគមន៍កើនអិចស្ប៉ូណង់ស្សែល $y = ab^x$ ដែល $a > 0$ និង $b > 1$។	កត្តាកើនសម្រាប់អនុគមន៍ $y = 8(3.4)^x$ គឺ 3.4 ។
growth rate / អត្រាកើន : អថេរ r នៅក្នុងម៉ូដែលកើនអិចស្ប៉ូណង់ស្សែល $y = a(1 + r)^t$ ។	នៅក្នុងម៉ូដែលដែលកើនអិចស្ប៉ូណង់ស្សែល $C = 11{,}000(1.069)^t$, អត្រាកើនគឺ 0.069 ។

H

half-plane / ប្លង់ចាក់កណ្តាល : នៅក្នុងប្លង់កូអរដោនេ វាជាតំបន់ដែលស្ថិតនៅ ខាងណាមួយនៃបន្ទាត់ខ័ណ្ឌ។	*សូមមើល* graph of an inequality in two variables (ក្រាបនៃវិសមភាព អថេរពីរ)។
height of a parallelogram / កម្ពស់នៃប្រលេឡូក្រាម : ចម្ងាយកែងរវាង បាតនៃប្រលេឡូក្រាម។	កម្ពស់
height of a trapezoid / កម្ពស់នៃចតុកោណខ្លាយ : ចម្ងាយកែងរវាង បាតនៃចតុកោណខ្លាយ។	បាត កម្ពស់ បាត
height of a triangle / កម្ពស់នៃត្រីកោណ : ចម្ងាយកែងរវាងផ្តុំងដែល រង្វាស់របស់វាគឺជាបាត និង កំពូលឈមនឹងផ្តុំងនោះ។	កម្ពស់, h បាត, b កម្ពស់, h បាត, b កម្ពស់, h បាត, b

hemisphere / អឌ្ឍគោល : ពាក់កណ្ដាលនៃស្វ៊ែ បង្កើតឡើងនៅពេលរង្វង់ធំ ចែកស្វ៊ែរជាពីរពាក់កណ្ដាលប៉ុនគ្នា។

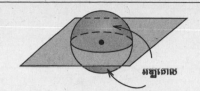

អឌ្ឍគោល

hexagon / ឆគោណ : ពហុកោណដែលមានជ្រុង ៦។

histogram / អ៊ីស្តូក្រាម : ក្រាបបារដែលបង្ហាញទិន្នន័យ ពីតារាងប្រេកង់។ បារនីមួយៗតំណាងឱ្យចន្លោះមួយ ហើយ ប្រវែងនៃបារនីមួយៗបញ្ជាក់ពីប្រេកង់នោះ។

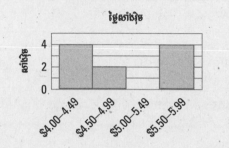

horizontal component of a vector / សមាសភាគផ្ដេកនៃវិចទ័រ : បម្រែបម្រួលផ្ដេកពីចំណុចដើម ទៅចំណុចចុងនៃវិចទ័រមួយ។

សូមមើល component form of a vector (ទម្រង់សមាសភាគនៃវិចទ័រ)។

hyperbola, algebraic definition / អ៊ីប៉ែបូឡ (និយមន័យពីជគណិត) : ក្រាបនៃសមីការវ៉ារ្យេស្យ្រុលច្រាស់ $y = \dfrac{a}{x}(a \neq 0)$ ឬក្រាបនៃអនុគមន៍សនិទានមួយដែលមានទម្រង់ $y = \dfrac{a}{x-h} + k(a \neq 0)$ ។ អ៊ីប៉ែបូឡមានផ្ដេកស៊ីមេទ្រីពីរ ហៅថាម៉ែក។ អ៊ីប៉ែបូឡខិតទៅជិត ប៉ុន្ដែមិនកាត់បន្ទាត់ដែលគេហៅថា អាស៊ីមតូត។

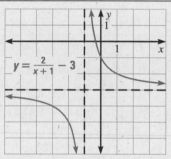

$$y = \frac{2}{x+1} - 3$$

ក្រាបនៃ $y = \dfrac{2}{x+1} - 3$ គឺជាអ៊ីប៉ែបូឡ។
អាស៊ីមតូតនៃអ៊ីប៉ែបូឡគឺជាបន្ទាត់ $x = -1$ និង $y = -3$។

hyperbola, geometric definition / អ៊ីប៉ែបូឡ (និយមន័យធរណីមាត្រ) : សំណុំនៃគ្រប់ចំណុច P នៅក្នុងប្លង់ ដែលផលដកចម្ងាយពីចំណុច P ទៅចំណុចនឹងពីរ ហៅថា កំណុំ គឺជាចំនួនថេរ។

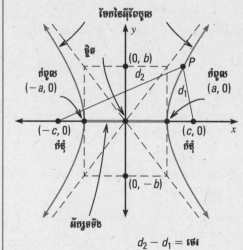

$$d_2 - d_1 = \text{ថេរ}$$

hypotenuse / អ៊ីប៉ូតេនុស : នៅក្នុងត្រីកោណកែង វាជាជ្រុងឈមនឹងមុំកែង។ *សូមមើល* right triangle (ត្រីកោណកែង)។

អ៊ីប៉ូតេនុស

CAMBODIAN

hypothesis / **សម្មតិកម្ម** : ផ្នែក "ប្រសិនបើ" នៃអំណះអំណាងមានលក្ខខណ្ឌ។	*សូមមើល* conditional statement (អំណះអំណាងមានលក្ខខណ្ឌ)។

I

identity / **ឯកត្តា** : សមីការដែលពិតចំពោះគ្រប់តម្លៃនៃអថេរ។	សមីការ $2x + 10 = 2(x + 5)$ គឺជាឯកត្តាមួយ។
identity element / **ធាតុឯកត្តា** : ធាតុនៃសំណុំចំនួនមួយដែលនៅពេលស្លឺ ជាមួយចំនួនផ្សេងទៀតដោយប្រើប្រាស់ប្រមាណវិធី ធ្វើឱ្យចំនួននោះមិនប្រែប្រួល។	ចំពោះចំនួនពិត0 គឺជាធាតុឯកត្តាក្រោមប្រមាណវិធីបូក ពីព្រោះប្រសិនបើ a គឺជាចំនួនពិតណាមួយ $a + 0 = a$ ។
identity matrix / **ម៉ាទ្រីសឯកត្តា** : ម៉ាទ្រីស $n \times n$ ដែលមាន 1 ស្ថិតនៅលើ អង្កត់ទ្រូង និង 0 នៅកន្លែងផ្សេងទៀត។	ម៉ាទ្រីសឯកត្តា 2×2 គឺ $\begin{bmatrix} 1 & 0 \\ 0 & 1 \end{bmatrix}$ ។
if-then form / **អំណះអំណាងប្រសិនបើនោះ** : ទម្រង់នៃអំណះអំណាងមាន លក្ខខណ្ឌដែលប្រើប្រាស់ពាក្យ "ប្រសិនបើ" និង "នោះ"។ ផ្នែក "ប្រសិនបើ" មាន សម្មតិកម្ម និង ផ្នែក "នោះ" មានសន្និដ្ឋាន។	*សូមមើល* conditional statement (អំណះអំណាងមានលក្ខខណ្ឌ)។
image / **រូបភាព** : រូបថ្មីមួយដែលកើតចេញពីបំលែង។ *សូមមើលផងដែរ* preimage (រូបដើម)។	$\triangle P'Q'R'$ គឺជារូបភាពនៃ $\triangle PQR$ បន្ទាប់ពីបំលែងពិលយ។
imaginary number / **ចំនួននិមិត្ត** : ចំនួនកុំផ្លិច $a + bi$ ដែល $b \neq 0$ ។	$5i$ និង $2 - i$ គឺជាចំនួននិមិត្ត។
improper fraction / **ប្រភាគមិនសុទ្ធ** : ប្រភាគទាំងឡាយណាដែលភាគយក ធំជាង ឬ ស្មើនឹងភាគបែង។	$\frac{21}{8}$ និង $\frac{6}{6}$ គឺជាប្រភាគមិនសុទ្ធ។
incenter of a triangle / **ថ្នុំតនៃរង្វង់ចារិកក្នុងត្រីកោណ** : ចំណុចប្រសព្វនៃ កន្លះបន្ទាត់ពុះមុំទាំងបីនៃត្រីកោណ។	P គឺជាថ្នុំតនៃរង្វង់ចារិកក្នុងត្រីកោណ $\triangle ABC$ ។
inconsistent system / **ប្រព័ន្ធមិនកុងស៊ីស្តង់** : ប្រព័ន្ធលីនេអ៊ែរដែលគ្មាន ដំណោះស្រាយ។ ក្រាបនៃសមីការរបស់ប្រព័ន្ធមិនកុងស៊ីស្តង់គឺជាបន្ទាត់ស្រប។	$\begin{aligned} x + y &= 4 \\ x + y &= 1 \end{aligned}$ ប្រព័ន្ធខាងលើគ្មានដំណោះស្រាយពីព្រោះផលបូកនៃ ចំនួនពីរ មិនអាចស្មើទាំង 4 និង 1 ។
independent events / **ព្រឹត្តិការណ៍ឯងករាស្យ** : ព្រឹត្តិការណ៍ពីរដែលការកើត ឡើងនៃព្រឹត្តិការណ៍មួយ មិនជះឥទ្ធិពលដល់ការកើតឡើងនៃព្រឹត្តិការណ៍មួយទៀត។	អ្នកបញ្ចលគ្រាប់ឡុកឡាក់ពីរដង។ ព្រឹត្តិការណ៍ "បញ្ចល បាន ៣ ដំបូង" និង បញ្ចលបាន ៦ លើកទី ២" គឺជា ព្រឹត្តិការណ៍ឯងករាស្យ។
independent variable / **អថេរឯងករាស្យ** : អថេរឯណាពិតនៅក្នុងសមីការមួយ ដែលមានពីរអថេរ។	នៅក្នុង $y = 3x - 5$ អថេរឯងករាស្យគឺ x ។ អថេរអាស្រ័យ គឺ y ពីព្រោះតម្លៃនៃ y អាស្រ័យលើតម្លៃនៃ x ។
index of a radical / **សន្ទស្សន៍នៃរ៉ាឌីកាល់** : ចំនួនគត់វិជ្ជមានទី n ធំជាង 1 នៅក្នុងកន្សោម $\sqrt[n]{a}$ ។	សន្ទស្សន៍នៃ $\sqrt[3]{-216}$ គឺ 3 ។
indirect proof / **សំរាយចេញ្ញាក់ប្រយោល** : សំរាយបញ្ជាក់ដែលអ្នកចាប់បញ្ជាក់ ថាអំណះអំណាងមួយពិតដោយការសមមុតដំបូងថាភាពផ្ទុយនៃភាព ពិត។ ប្រសិនបើ ការសន្មតនេះនាំទៅដល់ភាពមិនអាចកើតមាន នោះអ្នកអាចបញ្ជាក់ថាអំណះអំណាងដើម គឺពិត។	

High School
Multi-Language Visual Glossary

Copyright © by McDougal Littell,
a division of Houghton Mifflin Company.

inductive reasoning / **ហេតុផលវិសេសានុមាន** : វិធីដែលរាប់បញ្ចូលការមើលលំនាំ និង ធ្វើការសន្មាង។	អ្នកប្បកត្តូនៃចំនួនសេសជាច្រើន និង សម្គាល់ថាផលបូកនោះគឺថ្នា។អ្នកសន្និដ្ឋានថាផលបូកនៃចំនួនសេសពីរគឺជាចំនួនគូ។
inequality / **វិសមភាព** : ប្រយោគគណិតវិទ្យាដែលបង្កើតឡើងដោយការដាក់សញ្ញាមួយក្នុងចំណោមសញ្ញាទាំងនេះ <, ≤, >, ឬ ≥ រវាងកន្សោមពីរ។	$6n \geq 24$ និង $x - 2 < 7$ គឺជាវិសមភាព។
initial point of a vector / **ចំណុចចើមនៃវិចទ័រ** : ចំណុចចាប់ផ្ដើមនៃវិចទ័រមួយ។	*សូមមើល* vector (វិចទ័រ)។
initial side of an angle / **ជ្រុងចើមនៃមុំ** : *សូមមើល* terminal side of an angle (ជ្រុងចុងនៃមុំមួយ)។	*សូមមើល* standard position of an angle (ទីតាំងបទដ្ឋាននៃមុំមួយ)។
input / **អញ្ញត្តិ** : ចំនួននៅក្នុងដែននៃអនុគមន៍មួយ។	*សូមមើល* function (អនុគមន៍)។
inscribed angle / **មុំចារិកក្នុងរង្វង់** : មុំដែលកំពូលរបស់វា ស្ថិតនៅលើរង្វង់ហើយជ្រុងរបស់វាជាអង្កត់ផ្គាននៃរង្វង់នោះ។	
inscribed polygon / **ពហុកោណចារិកក្នុងរង្វង់** : ពហុកោណមួយដែលគ្រប់កំពូលរបស់វាស្ថិតនៅលើរង្វង់។	
integers / **ចំនួនទាំងវិឡ្ឍាទីច** : ចំនួន..., $-3, -2, -1, 0, 1, 2, 3, ...,$ រួមមាន ចំនួនគត់អវិជ្ជមាន, សូន្យ និង ចំនួនគត់វិជ្ជមាន។	-8 និង 46 គឺជាចំនួនគត់វិឡ្ឍាទីច។ $-8\frac{1}{2}$ និង 46.2 *មិនមែន* ជាចំនួនគត់វិឡ្ឍាទីច។
intercept form of a quadratic function / **ទម្រង់កាត់នៃអនុគមន៍ដឺក្រេទីពីរ** : អនុគមន៍ដឺក្រេទី២ ដែលមានទម្រង់ $y = a(x - p)(x - q)$ ដែល $a \neq 0$។ ចំណុចកាត់ x នៃក្រាបរបស់អនុគមន៍នេះគឺ p និង q។	អនុគមន៍ដឺក្រេទី២ $y = -(x + 1)(x - 5)$ គឺមានទម្រង់កាត់។ ចំណុចកាត់នៃក្រាបរបស់អនុគមន៍នេះគឺ -1 និង 5។
intercepted arc / **ធ្នូស្ពាន** : ធ្នូដែលស្ថិតនៅខាងក្នុងនៃមុំចារិកក្នុងរង្វង់និងមានចំណុចចុងលើមុំនោះ។	*សូមមើល* inscribed angle (មុំចារិកក្នុងរង្វង់)។
interior angles of a triangle / **ចំក្នុងនៃត្រីកោណ** : នៅពេល ជ្រុងនៃត្រីកោណមួយត្រូវបានពន្លាត វាគឺជាមុំដើមទាំងបីនៃត្រីកោណនោះ។	
intersection / **ការតាត់ថ្នា** : សំណុំនៃចំណុចដែលល្បូបនទរណីមាត្រពីរ ឬ ច្រើនមានរួមគ្នា។	ការតាត់នៃបន្ទាត់ m និង n គឺចំណុច A។

CAMBODIAN

intersection of sets / ប្រសព្វនៃសំណុំ : ប្រសព្វនៃសំណុំវត្ថុពីរ A និង B គឺ ជាសំណុំនៃធាតុទាំងអស់ដែលមានទាំងនៅក្នុងA និងB ។ ប្រសព្វនៃA និងB ត្រូវបាន សរសេរជា $A \cap B$ ។	$A \cap B = \{2\}$
interval / ចន្លោះ : ចន្លោះមួយគឺជាសំណុំមួយរួមដែលមានគ្រប់ចំនួនពិតរវាងចំនួន ផ្សេងៗទាំងពីរនោះ ហើយអាចជាចំនួនពិតរនោះខ្លួនឯង។	ចន្លោះ $4 < x \le 7$ គឺគ្រប់ចំនួនដែលធំជាង ៤ និង តូចជាង ឬ ស្មើ ៧។
inverse / ចម្រាស់ : អំណះអំណាងដែលកើតឡើងដោយការបដិសេធសម្មតិកម្ម និង សន្និដ្ឋាននៃអំណះអំណាងមានលក្ខខ័ណ្ឌ។	អំណះអំណាង : ប្រសិនបើ $m\angle A = 90°$ នោះ $\angle A$ គឺជាមុំកែង។ ចម្រាស់ : ប្រសិនបើ $m\angle A \ne 90°$ នោះ $\angle A$ មិនមែនជាមុំកែង។
inverse cosine / កូស៊ីនុសចម្រាស់ : ផលធៀបត្រីកោណមាត្រចម្រាស់ដែល សរសេរអក្សរកាត់ជា cos^{-1} ។ ចំពោះមុំស្រួច A, ប្រសិនបើ $\cos A = z$ នោះ $\cos^{-1} z = m\angle A$ ។	$\cos^{-1} \frac{AC}{AB} = m\angle A$
inverse cosine function / អនុគមន៍កូស៊ីនុសចម្រាស់ : ប្រសិនបើ $-1 \le a \le 1$ នោះកូស៊ីនុសចម្រាស់នៃa គឺមុំ θ សរសេរជា $\theta = \cos^{-1} a$ ដែល $\cos \theta = a$ និង $0 \le \theta \le \pi$ (ឬ $0° \le \theta \le 180°$)។	នៅពេល $0° \le \theta \le 180°$ មុំ θ ដែលកូស៊ីនុសគឺ $\frac{1}{2}$ គឺ 60° ដូចនោះ $\theta = \cos^{-1} \frac{1}{2} = 60°$ (ឬ $\theta = \cos^{-1} \frac{1}{2} = \frac{\pi}{3}$)។
inverse function / អនុគមន៍ចម្រាស់ : ទំនាក់ទំនងចម្រាស់ដែលជាអនុគមន៍មួយ។ អនុគមន៍ f និង g ចម្រាស់គ្នាផ្លល់ឡើយដោយ $f(g(x)) = x$ និង $g(f(x)) = x$ ។	$f(x) = x + 5$; $g(x) = x - 5$ $f(g(x)) = (x - 5) + 5 = x$ $g(f(x)) = (x + 5) - 5 = x$ ដូចនេះ f និង g គឺជាអនុគមន៍ចម្រាស់។
inverse matrices / ម៉ាទ្រីសចម្រាស់ : ម៉ាទ្រីស $n \times n$ ពីរចម្រាស់គ្នា ប្រសិនបើ ផលគុណ (ក្នុងលំដាប់ទាំងពីរ) គឺជាម៉ាទ្រីសឯកតា $n \times n$។ សូមមើលផងដែរ **identity matrix** (ម៉ាទ្រីសឯកតា)។	$\begin{bmatrix} -5 & 8 \\ 2 & -3 \end{bmatrix}^{-1} = \begin{bmatrix} 3 & 8 \\ 2 & 5 \end{bmatrix}$ គីព្រោះ $\begin{bmatrix} 3 & 8 \\ 2 & 5 \end{bmatrix}\begin{bmatrix} -5 & 8 \\ 2 & -3 \end{bmatrix} = \begin{bmatrix} 1 & 0 \\ 0 & 1 \end{bmatrix}$ និង $\begin{bmatrix} -5 & 8 \\ 2 & -3 \end{bmatrix}\begin{bmatrix} 3 & 8 \\ 2 & 5 \end{bmatrix} = \begin{bmatrix} 1 & 0 \\ 0 & 1 \end{bmatrix}$ ។
inverse operations / ប្រមាណវិធីចម្រាស់ : ប្រមាណវិធីពីរដែលចម្រាស់គ្នា ទៅវិញទៅមក។	ប្រមាណវិធីបូក និង ដកគឺជាប្រមាណវិធីចម្រាស់។ ប្រមាណវិធីគុណ និង ចែក គឺជាប្រមាណវិធីចម្រាស់ ផងដែរ។
inverse relation / ទំនាក់ទំនងចម្រាស់ : ទំនាក់ទំនងមួយដែលផ្លាស់ប្តូរទៅវិញ ទៅមកនូវអថេរឯករាជ្យ និង លទ្ធផលនៃទំនាក់ទំនងដើម។ ក្រាបនៃទំនាក់ទំនងចម្រាស់គឺជាក្រាប ឆ្លុះនៃទំនាក់ទំនងដើមដែលមាន $y = x$ ជាបន្ទាត់ឆ្លុះ។	ដើម្បីរកចម្រាស់នៃ $y = 3x - 5$ ប្តូរ x និង y ដើម្បី បាន $x = 3y - 5$ ។ បន្ទាប់មកដោះស្រាយរក y ដើម្បី បានទំនាក់ទំនងចម្រាស់ $y = \frac{1}{3}x + \frac{5}{3}$ ។
inverse sine / ស៊ីនុសចម្រាស់ : ផលធៀបត្រីកោណមាត្រចម្រាស់ ដែលសរសេរ អក្សរកាត់ជា $\sin^{-1}$ ចំពោះមុំស្រួច A, ប្រសិនបើ $\sin A = z$ នោះ $\sin^{-1} z = m\angle A$ ។	$\sin^{-1} \frac{BC}{AB} = m\angle A$
inverse sine function / អនុគមន៍ស៊ីនុសចម្រាស់ : ប្រសិនបើ $-1 \le a \le 1$ នោះស៊ីនុសចម្រាស់នៃ a គឺមុំ θ សរសេរជា $\theta = \sin^{-1} a$ ដែល $\sin \theta = a$ និង $-\frac{\pi}{2} \le \theta \le \frac{\pi}{2}$ (or $-90° \le \theta \le 90°$)។	នៅពេល $-90° \le \theta \le 90°$ មុំ θ ដែលស៊ីនុសរបស់វា គឺ $\frac{1}{2}$ គឺ 30° ដូចនោះ $\theta = \sin^{-1} \frac{1}{2} = 30°$ (ឬ $\theta = \sin^{-1} \frac{1}{2} = \frac{\pi}{6}$)។

High School
Multi-Language Visual Glossary

Copyright © by McDougal Littell,
a division of Houghton Mifflin Company.

inverse tangent / **ទង់សង់ត្រាស់** : ផលធៀបត្រីកោណមាត្រត្រាស់ដែល សរសេរអក្សរកាត់ជា tan^{-1} ។ ចំពោះមុំស្រួច A ប្រសិនបើ $\tan A = x$ នោះ $\tan^{-1} x = m\angle A$ ។	$\tan^{-1} \dfrac{BC}{AC} = m\angle A$
inverse tangent function / **អនុគមន៍ទង់សង់ត្រាស់** : ប្រសិនបើ a គឺជា ចំនួនពិតណាមួយ នោះតង់សង់ត្រាស់នៃ a គឺមុំ θ សរសេរជា $\theta = \tan^{-1} a$ ដែល $\tan \theta = a$ និង $-\dfrac{\pi}{2} < \theta < \dfrac{\pi}{2}$ (ឬ $-90° < \theta < 90°$) ។	នៅពេល $-90° < \theta < 90°$ មុំ θ ដែលតង់សង់របស់វា គឺ $-\sqrt{3}$ គឺ $-60°$ ដូចនោះ $\theta = \tan^{-1}(-\sqrt{3}) = -60°$ (ឬ $\theta = \tan^{-1}(-\sqrt{3}) = -\dfrac{\pi}{3}$) ។
inverse variation / **ចម្រែបចម្រួលត្រាស់** : ទំនាក់ទំនងនៃអថេរពីរ x និង y ប្រសិនបើមានចំនួនមិនសូន្យ a ដែល $y = \dfrac{a}{x}$ ។ ប្រសិនបើ $y = \dfrac{a}{x}$ នោះ y ប្រែប្រួល ត្រាស់ជាមួយ x ។	សមីការ $xy = 4$ និង $y = \dfrac{-1}{x}$ កំណាងឲ្យ បម្រែបម្រួលត្រាស់ ។
irrational number / **ចំនួនអសនិទាន** : ចំនួនដែលមិនអាចសរសេរជាលទ្ធផល លេខចែកនៃចំនួនគត់វិជ្ជមានពីរៗ ។ ទ្រង់ទ្រាយសភាពនៃចំនួនអសនិទានមិនអាចបញ្ចប់និង កើតឡើងវិញដែលឡាៗ ។	$\sqrt{945} = 30.74085\ldots$ គឺជាចំនួនអសនិទាន $1.666\ldots$ មិនមែនជាចំនួនអសនិទាន ។
isometric drawing / **ការគូសអ៊ីសូមេទ្រី** : ការគូសបែបបទបង្ហែកទេសជា រូបវិមាត្របី និង អាចបង្កើតឡើងលើក្រឡានៃចំណុចៗ ដោយប្រើប្រាស់អ័ក្សបីដែល កាត់បង្កើតបានមុំ $120°$ ។	
isometry / **អ៊ីសូមេទ្រី** : បំលែងដែលរក្សាប្រវែង និង រង្វាស់មុំ ។ គេក៏ហៅវាថា *congruence transformation* (បំលែងប៉ុនគ្នា) ។	បំលែងកិល, បំលែងឆ្លុះ និង បំលែងវិល គឺជាប្រភេទ ទាំងបីនៃអ៊ីសូមេទ្រី ។
isosceles trapezoid / **ចតុកោណព្នាយសមបាត** : ចតុកោណព្នាយដែលជ្រុង ជ្រេតទាំងពីរប៉ុនគ្នា ។	
isosceles triangle / **ត្រីកោណសមបាត** : ត្រីកោណដែលមានជ្រុងយ៉ាងតិច ពីរប៉ុនគ្នា ។	
iteration / **ការធ្វើសារឡើងវិញ** : ភាពដដែលៗនៃស្ថិតរបស់ជំហានផ្សេងៗ ។ នៅក្នុងពីជគណិត វាគឺជាបន្តុំដដែលៗនៃអនុគមន៍មួយជាមួយខ្លួនវា។ លទ្ធផលនៃការ ធ្វើសារឡើងវិញមួយគឺ $f(f(x))$ និង ការធ្វើសារឡើងវិញពីរគឺ $f(f(f(x)))$ ។	កំរូរណីយមាត្រដែលៗត្រូវបានបង្កើតឡើងដោយការ ធ្វើសារឡើងវិញដដែលៗ ។
J	
joint variation / **ចម្រែបចម្រួលរួម** : ទំនាក់ទំនងដែលកើតឡើងនៅពេលបរិមាណ មួយប្រែប្រួលផ្ទាល់ជាមួយនឹងផលគុណនៃបរិមាណពីរ ឬ ច្រើនផ្សេងៗទៀត ។	សមីការ $z = 5xy$ កំណាងឲ្យ បម្រែបម្រួលរួម ។
K	
kite / **ចតុកោណរាងខ្លែង** : ចតុកោណដែលមានជ្រុងជាប់គ្នាពីរគូប៉ុនគ្នា ប៉ុន្តែ ជ្រុងឈមមិនប៉ុនគ្នា ។	

CAMBODIAN

lateral area / ក្រឡាផ្ទែនាង : ផលបូកក្រឡាផ្ទែនៃមុខខាងរបស់ពហុកោណ ឬ ស្ទូលីតផ្សេងៗទៀត ដែលមានបាតមួយ ឬ ពីរ។

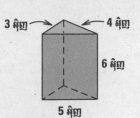

ក្រឡាផ្ទែនាង = 5(6) + 4(6) + 3(6) = 72 អ៊ិញ^2

lateral edges of a prism / ថែមនាងនៃព្រីស : អង្កត់ដែលភ្ជាប់កំពូលត្រូវគ្នា នៃបាតរបស់ព្រីស។

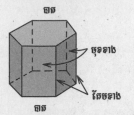

lateral faces of a prism / មុខនាងនៃព្រីស : មុខនៃព្រីសដែលជា ប្រលេឡូក្រាម បង្កើតឡើងដោយការភ្ជាប់កំពូលត្រូវគ្នាផ្សេងៗនៃបាតរបស់ព្រីស។

សូមមើល lateral edges of a prism (ថែមនាងនៃព្រីស)។

lateral surface of a cone / ផ្ទែនាងនៃកោណ : បង្កើតឡើងដោយអង្កត់ ទាំងអស់ដែលភ្ជាប់កំពូលជាមួយចំណុចលើថែមនៃបាត។

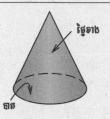
ផ្ទែនាង
បាត

law of cosines / ច្បាប់កូស៊ីនុស : ប្រសិនបើ $\triangle ABC$ មានរង្វាស់ជ្រុង a, b, និង c ដូចដែលបង្ហាញ នោះ
$a^2 = b^2 + c^2 - 2bc \cos A$,
$b^2 = a^2 + c^2 - 2ac \cos B$, និង
$c^2 = a^2 + b^2 - 2ab \cos C$។

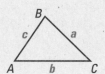

$b^2 = a^2 + c^2 - 2ac \cos B$
$b^2 = 11^2 + 14^2 - 2(11)(14) \cos 34°$
$b^2 \approx 61.7$
$b \approx 7.85$

law of sines / ច្បាប់ស៊ីនុស : ប្រសិនបើ $\triangle ABC$ មានរង្វាស់ជ្រុង a, b និង c ដូចដែលបង្ហាញ នោះ
$$\frac{\sin A}{a} = \frac{\sin B}{b} = \frac{\sin C}{c}$$ ។

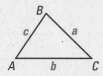

$$\frac{\sin 25°}{15} = \frac{\sin 107°}{c} \rightarrow c \approx 33.9$$

leading coefficient / មេគុណនាំមុខ : នៅពេលពហុធាមួយត្រូវបានសរសេរ ដោយនិស្ស័ន្តនៃអេចប៉ូណង់ចុះពីខ្ពស់ទៅទាប មេគុណនៃធ្មើមួយគឺជាមេគុណនាំមុខ។

មេគុណនាំមុខនៃពហុធា $2x^3 + x^2 - 5x + 12$ គឺ 2 ។

least common denominator (LCD) of rational expressions / ភាគបែងរួមតូចបំផុត (LCD) នៃកន្សោមសនិទាន : ផលគុណនៃកត្តារបស់ភាគបែង នៃកន្សោមសនិទានដែលមានកត្តាវូនីមួយៗ ត្រូវបានប្រើតែម្តងប៉ុណ្ណោះ។

LCD នៃ $\frac{5}{(x-3)^2}$ និង $\frac{3x+4}{(x-3)(x+2)}$ គឺ $(x-3)^2(x+2)$ ។

least common multiple (LCM) / ពហុគុណរួមតូចបំផុត (LCM) : ពហុគុណរួមតូចបំផុតនៃចំនួនកត់ធម្មជាតិមិនសូន្យពីរ ឬ ច្រើន។

ពហុគុណរួមតូចបំផុតនៃ 9 និង 12 គឺជាពហុគុណរួមតូច បំផុត 36, 72, 108, . . . , ឬ 36 ។

legs of a right triangle / ជ្រុងជាប់នៃត្រីកោណកែង : នៅក្នុងត្រីកោណកែង វាជាជ្រុងជាប់នឹងមុំកែង។	*សូមមើល* right triangle (ត្រីកោណកែង)។
legs of a trapezoid / ជ្រុងទ្រេតនៃចតុកោណខ្លាយ : ជ្រុងមិនស្របទាំងពីរនៃ ចតុកោណព្លាយ។	*សូមមើល* trapezoid (ចតុកោណព្លាយ)។
legs of an isosceles triangle / ជ្រុងជាប់នៃត្រីកោណសមបាត : ជ្រុងពីរ ប៉ុន្តគ្នានៃត្រីកោណសមបាតដែលមានតែជ្រុងប៉ុន្តគ្នាពីរ។	*សូមមើល* isosceles triangle (ត្រីកោណសមបាត)។
like radicals / រ៉ាឌីកាល់ដូចគ្នា : កន្សោមរ៉ាឌីកាល់ដែលមានសន្ទស្សន៍ និង រ៉ាឌីកង់ដូចគ្នា។	$\sqrt[4]{10}$ និង $7\sqrt[4]{10}$ គឺជារ៉ាឌីកាល់ដូចគ្នា។
like terms / តួដូចគ្នា : តួផ្សេងៗដែលមានផ្នែកអថេរដូចគ្នា។ តួថេរក៏ជាតួ ដូចគ្នាដែរ។	នៅក្នុងកន្សោម $3x + (-4) + (-6x) + 2$, $3x$ និង $-6x$ គឺជាតួដូចគ្នា, និង -4 និង 2 គឺជាតួ ដូចគ្នា។
line / បន្ទាត់ : បន្ទាត់មួយមានវិមាត្រមួយ។ វាជាធម្មតាត្រូវបានកំណងដោយ បន្ទាត់ត្រង់ដែលមានក្បាលព្រួញពីរដើម្បីបញ្ជាក់ថាបន្ទាត់នោះពន្លាត ដោយគ្មាន ទីបញ្ចប់ក្នុងទិសដៅទាំងពីរ។ នៅក្នុងសៀវភៅនេះ បន្ទាត់គឺតែងតែជាបន្ទាត់ត្រង់។ *សូមមើលផងដែរ* undefined term (ពាក្យគ្មាននិយមន័យម៉ឺយន់យ)។	 បន្ទាត ℓ, $\overrightarrow{AB}$, ឬ $\overrightarrow{BA}$
line graph / ក្រាបបន្ទាត់ : ក្រាបដែលលកំណងឱ្យទិន្នន័យដោយប្រើប្រាស់ចំណុច ផ្សេងៗគ្នាប់គ្នាដោយអង្កត់នានាដើម្បីបង្ហាញពីរបៀបដែលហិមាណធ្លាស់ប្តូរតាមពេល។	
line of fit / បន្ទាត់ត្រូវបំផុត : បន្ទាត់ដែលប្រើដើម្បីកំណត់ម្វៃដែលទិន្នការ នៅក្នុង ទិន្នន័យដែលមានសហាសផ្សុន្នវិជ្ជមាន ឬ អវិជ្ជមាន។	 ក្រាបបង្ហាញបន្ទាត់ត្រូវបំផុតសម្រាប់ទិន្នន័យនេ ់ក្នុងខ្នង់ នង្រាយ។
line of reflection / បន្ទាត់នៃចំលែងឆ្លុះ : *សូមមើល* reflection (បំលែងឆ្លុះ)។	*សូមមើល* reflection (បំលេងឆ្លុះ)។
line of symmetry / បន្ទាត់នៃស៊ីមេទ្រី : *សូមមើល* line symmetry (បន្ទាត់ស៊ីមេទ្រី)។	*សូមមើល* line symmetry (បន្ទាត់ស៊ីមេទ្រី)។

line perpendicular to a plane / បន្ទាត់កែងទៅ 'នឹងប្លង់ : បន្ទាត់ដែលកាត់ប្លង់នៅត្រង់ចំណុចមួយ និងកែងទៅនឹងគ្រប់បន្ទាត់នៅក្នុងប្លង់ដែលកាត់នៅត្រង់ចំណុចនោះ។	ចន្ទាត់ n កែងទៅ 'នឹងប្លង់ P។
line segment / អង្គត់ : ផ្នែកនៃបន្ទាត់មួយដែលមានចំណុចពីរ ហៅថា ចំណុចចុង និង គ្រប់ចំណុចទាំងអស់នៅលើបន្ទាត់រវាងចំណុចចុងទាំងពីរនោះ។ គេក៏ហៅវាថា *segment* (អង្គត់)។	$\overline{AB}$ ដែលមានចំណុចចុង A និង B
linesymmetry / ចន្ទាត់ស៊ីមេទ្រី : រូបមួយនៅក្នុងប្លង់មានបន្ទាត់ស៊ីមេទ្រី ប្រសិនបើរូបនោះអាចត្រូវបានផ្គួបផ្គងខ្លួនវាផ្ទាល់ដោយបំលែងឆ្លុះនៅលើបន្ទាត់មួយ។ បន្ទាត់ឆ្លុះនេះគឺជាបន្ទាត់ស៊ីមេទ្រី។	ចន្ទាត់ស៊ីមេទ្រីពីរ
linear equation / សមីការលីនេអ៊ែរ : សមីការដែលក្រាបរបស់វាជាបន្ទាត់។	*សូមមើល* standard form of a linear equation (ទម្រង់ទូទៅនៃសមីការលីនេអ៊ែរ)។
linear equation in one variable / សមីការលីនេអ៊ែរ អថេរមួយ : សមីការដែលអាចសរសេរជាទម្រង់ $ax + b = 0$ ដែល a និង b គឺជាចំនួនថេរ ហើយ $a \neq 0$។	សមីការ $\frac{4}{5}x + 8 = 0$ គឺជាសមីការលីនេអ៊ែរ អថេរមួយ។
linear equation in three variables / សមីការលីនេអ៊ែរ អថេរបី : សមីការដែលមានទម្រង់ $ax + by + cz = d$ ដែល a, b និង c គឺជាចំនួនមិនសូន្យ។	$2x + y - z = 5$ គឺជាសមីការលីនេអ៊ែរ អថេរបី។
linear extrapolation / នវិធីស្ថានខាងក្រៅ លីនេអ៊ែរ : ប្រើប្រាស់បន្ទាត់មួយ ឫ សមីការរបស់វា ដើម្បីវាយតម្លៃប្រហែលខាងក្រៅវិសាលភាពដែលស្គាល់តម្លៃ។	ចន្ទាត់ក្រាបរបស់ប៊ិចុនអាចប្រើត្រាស់បើម្បីស្ថានវាទេ 'ពេល $y = 1200, x \approx 11.75$។
linear function / អនុគមន៍លីនេអ៊ែរ : អនុគមន៍ដែលអាចសរសេរជាទម្រង់ $y = mx + b$ ដែល m និង b គឺជាចំនួនថេរ។	អនុគមន៍ $y = -2x - 1$ គឺជាអនុគមន៍លីនេអ៊ែរ ដែល $m = -2$ និង $b = -1$។
linear inequality in one variable / វិសមភាពលីនេអ៊ែរ អថេរមួយ : វិសមភាពដែលអាចសរសេរជាទម្រង់ណាមួយផ្សេងខាងក្រោម : $ax + b < 0, ax + b \leq 0, ax + b > 0,$ ឫ $ax + b \geq 0$។	$5x + 2 > 0$ គឺជាវិសមភាពលីនេអ៊ែរ អថេរមួយ។
linear inequality in two variables / វិសមភាពលីនេអ៊ែរ អថេរពីរ : វិសមភាពដែលអាចសរសេរជាទម្រង់ណាមួយ ផ្សេងខាងក្រោម : $Ax + By < C, Ax + By \leq C, Ax + By > C,$ **or** $Ax + By \geq C$។	$5x - 2y \geq -4$ គឺជាវិសមភាពលីនេអ៊ែរ អថេរពីរ។

linear interpolation / តម្លៃស្មានខាងក្នុងលីនេអ៊ែរ : ប្រើប្រាស់បន្ទាត់មួយ ឬសមីការរបស់វាដើម្បីវាយតម្លៃប្រហែលរវាងតម្លៃស្គាល់ពីរ។

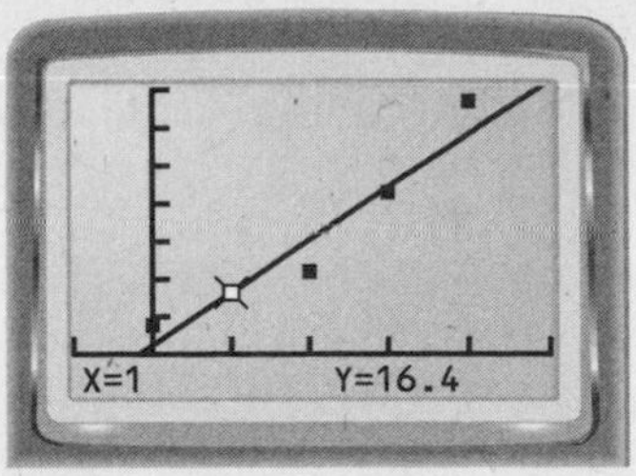

បន្ទាត់ត្រូវបំផុតអាចប្រើប្រាស់ដើម្បីស្មានវានៅពេល $x = 1, y \approx 16.4$។

linear pair / គូលីនេអ៊ែរ : មុំជាប់ពីរដែលជ្រុងមិនរួមរបស់វាគឺជាកន្ទះបន្ទាត់ដែលផ្ទុយគ្នា។

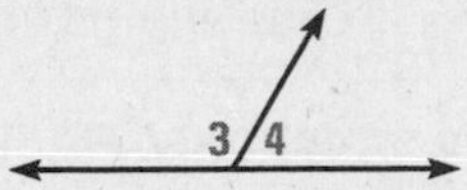

$\angle 3$ និង $\angle 4$ គឺជាគូលីនេអ៊ែរ។

linear programming / កម្មវិធីលីនេអ៊ែរ : វិធីសាស្ត្រនៃការរកតម្លៃអតិបរមា ឬអប្បបរមានៃអនុគមន៍គោលលីនេអ៊ែរដែលបំពេញសំណុំនៃប្រព័ន្ធវិសមភាពលីនេអ៊ែរហៅថាលក្ខខ័ណ្ឌ។ ក្រាបនៃប្រព័ន្ធលក្ខខ័ណ្ឌ ហៅថាដែនចម្លើយ។

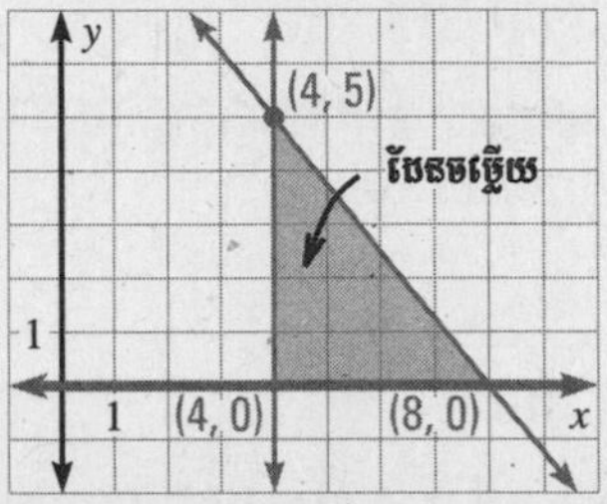

ដើម្បីរកតម្លៃអតិបរមាអនុគមន៍គោល $P = 35x + 30y$ បំពេញសំណុំលក្ខខ័ណ្ឌ $x \geq 4$, $y \geq 0$, និង $5x + 4y \leq 40$, ត្រូវវាយតម្លៃ P ត្រង់កំពូលនីមួយៗ។ តម្លៃអតិបរមានៃ 290 កើតឡើងនៅត្រង់ (4, 5)។

linear regression / រីក្រេសុងលីនេអ៊ែរ : វិធីរកបន្ទាត់ត្រូវបំផុតចំពោះម៉ូដែលនៃសំណុំទិន្នន័យ។

សូមមើល **line of fit** (បន្ទាត់ត្រូវបំផុត)។

literal equation / សមីការអក្សរ : សមីការដែលអក្សរត្រូវបានប្រើប្រាស់ដើម្បីជំនួសមេគុណ និង ចំនួនថេរនៃសមីការផ្សេងទៀត។

សមីការ $5(x + 3) = 20$ អាចសរសេរជាសមីការអក្សរ $a(x + b) = c$។

local maximum / អតិបរមាធៀប : កូអរដោនេ y នៃចំណុចបត់នៃអនុគមន៍មួយ ប្រសិនបើចំណុចនោះខ្ពស់ជាងគ្រប់ចំណុចដែលនៅជិត។

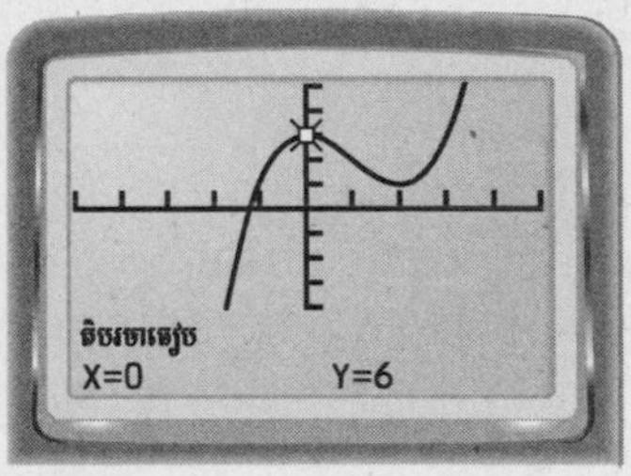

អនុគមន៍ $f(x) = x^3 - 3x^2 + 6$ មានអតិបរមាធៀបត្រង់ $y = 6$ នៅពេល $x = 0$។

local minimum / អប្បបរមាធៀប : កូអរដោនេ y នៃចំណុចបត់នៃអនុគមន៍មួយ ប្រសិនបើចំណុចនោះទាបជាងគ្រប់ចំណុចដែលនៅជិត។

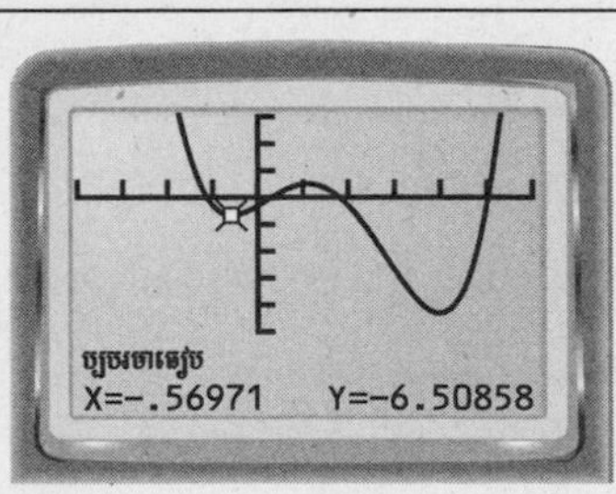

អនុគមន៍ $f(x) = x^4 - 6x^3 + 3x^2 + 10x - 3$ មានអប្បបរមាធៀប ត្រង់ $y \approx -6.51$ នៅពេល $x \approx -0.57$។

CAMBODIAN

locus in a plane / ស្ថានអនាគលិនេ ក្នុងឡូង : សំណុំនៃគ្រប់ចំណុចនៅក្នុង ឬ៉ងម៉ួយដែលបំពេញលក្ខខ័ណ្ឌ ឬ សំណុំនៃលក្ខខ័ណ្ឌដែលផ្តល់ឱ្យ។ ពហុវចន: គឺ *loci*។

⊙ *C* គឺជាស្ថានអនាគលិនៃនៃចំណុចផ្សេងៗដែលមាន ចម្ងាយ ១ សង់ទីម៉ែត្រពីចំណុច *C*។

---

logarithm of y with base b / លោការីតនៃ *y* ដែលមានគោល *b* : កំណត់ឱ្យ *b* និង *y* ជាចំនួនវិជ្ជមាន ដែល $b \neq 1$។ លោការីតនៃ *y* ដែលមានគោល *b* តាងដោយ $\log_b y$ ហើយ អានថា "log គោល *b* នៃ *y*" ត្រូវបានកំណត់ផ្ទួចទៅ : $\log_b y = x$ ប្រសិនបើ ហើយតែក្នុងករណី $b^x = y$។

$\log_2 8 = 3$ ពីព្រោះ $2^3 = 8$។

$\log_{1/4} 4 = -1$ ពីព្រោះ $\left(\frac{1}{4}\right)^{-1} = 4$។

---

logarithmic equation / សមីការលោការីត : សមីការដែលទាក់ទង លោការីតនៃកន្សោមអថេរម៉ួយ។

$\log_5(4x - 7) = \log_5(x + 5)$ គឺជាសមីការលោការីត។

---

lower extreme / ថ្មែគាច់បំផុត : តម្លៃ៊ួចបំផុតនៃសំណុំទិន្នន័យម៉ួយ។

សូមមើល box-and-whisker plot (ផ្លុំប្រអប់ និង គេម)។

---

lower quartile / ភាគទីបួនាងក្រោម : មេដ្យានៃពាក់កណ្ដាលខាងក្រោមនៃ សំណុំទិន្នន័យតាមលំដាប់។

សូមមើល interquartile range (វិសាលភាពអាំងទែភាក់ទីល)។

M

major arc / ធ្នូធំ : ផ្នែកនៃវង្គងដែលមានរង្វាស់រវាង $180°$ និង $360°$។

ធ្នូធំ $\overset{\frown}{AB}$

ធ្នូធំ $\overset{\frown}{ADB}$

---

major axis of an ellipse / អ័ក្សធំនៃអេលីច : អង្កត់ដែលឆ្លាប់កំ្ពូលទាំងពីរ នៃអេលីច។

សូមមើល ellipse (អេលីប)។

---

margin of error / ថែននៃកំហុស : ផែននៃកំហុសផ្តល់ឱ្យនូវរផែននៃកំណត់លើ ចំនួននៃការឆ្នើយតបរបស់ស្ទួប៉ុល្ណាដែលរំពឹងចាងុចពីការឆ្នើយតបរបស់សកលស្ថិតិ។

ប្រសិនបើ 40% នៃមនុស្សដែលបានស្ទង់មតិពេញចិត្ត បេក្ខជន**A** ហើយផែននៃកំហុសគឺ**±4%** នោះ គេរំពឹង ថារវាង**36%** និង**44%** នៃសកលស្ថិតិទាំងមូលពេញ ចិត្តបេក្ខជន **A**។

---

matrix, matrices / ម៉ាទ្រីស : ការរៀបចំចំនួនផ្សេងៗ ជាវាងចតុកោណកែង តាមជួរដេក និង ជួរឈរ។ ចំនួននីមួយៗនៅក្នុងម៉ាទ្រីសម៉ួយគឺជាធាតុម៉ួយ ឬ*entry* (ធាតុ)។

$$A = \begin{bmatrix} 0 & 4 & -1 \\ -3 & 2 & 5 \end{bmatrix} \; \text{2 ជួរដេក}$$

3 ជួរឈរ

ម៉ាទ្រីស *A* មាន 2 ជួរដេក និង 3 ជួរឈរ។ ធាតុនេ ជួរដេក ទីបួន និង ជួរឈរទីពីរ គឺ 4។

---

matrix of constants / ម៉ាទ្រីសនៃចំនួនថេរ : ម៉ាទ្រីសនៃចំនួនថេររបស់ ប្រព័ន្ធលីនេអ៊ែរ $ax + by = e, cx + dy = f$ គឺ $\begin{bmatrix} e \\ f \end{bmatrix}$។

សូមមើល coefficient matrix (ម៉ាទ្រីសមេគុណ)។

---

matrix of variables / ម៉ាទ្រីសនៃអថេរ : ម៉ាទ្រីសនៃអថេររបស់ប្រព័ន្ធ លីនេអ៊ែរ $ax + by = e, cx + dy = f$ គឺ $\begin{bmatrix} x \\ y \end{bmatrix}$។

សូមមើល coefficient matrix (ម៉ាទ្រីសមេគុណ)។

High School
Multi-Language Visual Glossary

maximum value of a quadratic function / នៃតម្លៃអតិបរមានៃអនុគមន៍ ចំនុចទី២ : ក្នុងអរដោនេ y នៃកំពូលចំពោះ $y = ax^2 + bx + c$ នៅពេល $a < 0$ ។	 $y = -x^2 + 2x - 1$ $(1, 0)$ នៃតម្លៃអតិបរមានៃ $y = -x^2 + 2x - 1$ គឺ ០។
mean / មធ្យម : ចំពោះសំណុំទិន្នន័យដែលជាចំនួន $x_1, x_2, \ldots, x_n$, មធ្យម គឺ $$\bar{x} = \frac{x_1 + x_2 + \ldots + x_n}{n}$$	មធ្យមនៃ of 5, 9, 14, 23 គឺ $$\frac{5 + 9 + 14 + 23}{4} = \frac{51}{4} = 12.75 ។$$
mean absolute deviation / តម្លាតមធ្យមនៃមធ្យម : គម្លាតដាច់ខាតមធ្យម នៃសំណុំទិន្នន័យ $x_1, x_2, \ldots, x_n$ ជាមួយមធ្យម $\bar{x}$ ជារង្វាស់នៃគម្លាតដែលផ្តល់ឱ្យដោយ : $$\frac{|x_1 - \bar{x}| + |x_2 - \bar{x}| + \ldots + |x_n - \bar{x}|}{n}$$	គម្លាតដាច់ខាតមធ្យមនៃសំណុំទិន្នន័យ 3, 9, 13, 23 (ដែលមានមធ្យម = 12) គឺ : $$\frac{|3 - 12| + |9 - 12| + |13 - 12| + |23 - 12|}{4}$$ $= 6$
means of a proportion / ឧបមធ្យមនៃសមាមាត្រ : ក្នុងណាមននៃសមាមាត្រ មួយ។ ស្ងមមើលផងដែរ proportion (សមាមាត្រ) ។	ក្នុងមធ្យមនៃ $\frac{a}{b} = \frac{c}{d}$ គឺ b និង c ។
measure of central tendency / រង្វាស់នៃមធ្យមស្ថិតិ : ចំនួនមួយដែល គេប្រើដើម្បីកំណត់តម្លៃកណ្តាលនៃសំណុំតម្លៃទិន្នន័យ។ មធ្យម, មេដ្យាន និង ម៉ូត គឺជា រង្វាស់ទាំងបីនៃមធ្យមស្ថិតិ។	14, 17, 18, 19, 20, 24, 24, 30, 32 មធ្យមគឺ $$\frac{14 + 17 + 18 + \ldots + 32}{9} = \frac{198}{9} = 22 ។$$ មេដ្យានគឺចំនួនកណ្តាល 20 ។ ម៉ូតគឺ 24 ពីព្រោះ 24 កើតឡើងញឹកញាប់ជាងគេ។
measure of dispersion / រង្វាស់នៃពង្រាយ : ស្ថិតិដែលប្រាប់អ្នកពីរបៀបដែល តម្លៃទិន្នន័យឃ្លាតពីគ្នា ឬ ពង្រាយ។ វិសាលភាព និង គម្លាតគំរូគឺជារង្វាស់នៃបំណែង ចែកតម្លៃ។	ស្ងមមើល range (វិសាលភាព) និង standard deviation (គម្លាតគំរូ) ។
measure of a major arc / រង្វាស់នៃធ្នូធំ : ផលដកនៃ 360° និង រង្វាស់នៃ ធ្នូតូចដែលទាក់ទងគ្នា។	 A C $50°$ B D $m\widehat{ADB} = 360° - m\widehat{AB}$ $= 360° - 50°$ $= 310°$
measure of a minor arc / រង្វាស់នៃធ្នូតូច : រង្វាស់នៃមុំផ្ចិតរបស់ធ្នូនោះ។	ស្ងមមើល measure of a major arc (រង្វាស់នៃធ្នូធំ) ។
measure of an angle / រង្វាស់នៃមុំ : ចាត់ទុកថា $\overrightarrow{OB}$ និង ចំណុច A មួយ នៅម្ខាងនៃ $\overrightarrow{OB}$ ។ កាំនៃ $\overrightarrow{OA}$ អាចផ្គូរផ្គង់ មួយទៅមួយជាមួយចំនួនពិតពី 0 ទៅ 180 ។ រង្វាស់នៃ $\angle AOB$ ស្មើនឹងតម្លៃដាច់ខាតនៃផលដករវាងចំនួនពិតចំពោះ $\overrightarrow{OA}$ និង $\overrightarrow{OB}$ ។	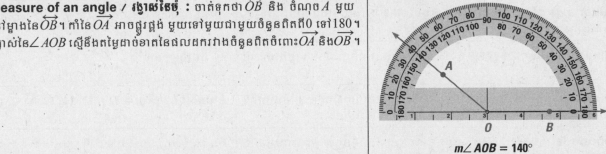 $m\angle AOB = 140°$
median / មេដ្យាន : មេដ្យាននៃសំណុំទិន្នន័យជាចំនួនមួយគឺជាចំនួនកណ្តាល នៅពេលដែលតម្លៃនោះត្រូវបានសរសេរតាមលំដាប់ចំនួន។ ប្រសិនបើសំណុំទិន្នន័យ មានចំនួនគូនៃតម្លៃ មេដ្យានគឺជាមធ្យមនៃតម្លៃកណ្តាលទាំងពីរនោះ។	មេដ្យាននៃ 5, 9, 14, 23 គឺមធ្យមនៃ 9 និង 14 ឬ $\frac{9 + 14}{2} = 11.5 ។$

CAMBODIAN

median of a triangle / មេឌ្យានៃត្រីកោណ : អង្កត់មួយដែលគូសចេញពី កំពូលនៃត្រីកោណទៅចំណុចកណ្តាលនៃជ្រុងឈមនឹងកំពូល។	$\overline{BD}$ គឺជាមេឌ្យានៃ $\triangle ABC$។
midpoint / ចំណុចកណ្តាល : ចំណុចមួយដែលចែក ឬ ពុះ អង្កត់មួយទៅជា អង្កត់ពីរប៉ុនគ្នា។ ចំណុចកណ្តាលគឺមានចម្ងាយស្មើពីចំណុចចុង។	M គឺជាចំណុចកណ្តាលនៃ $\overline{AB}$។
midpoint formula / រូបមន្តចំណុចកណ្តាល : ចំណុចកណ្តាល M នៃអង្កត់ មួយដែលមានចំណុចចុង $A(x_1, y_1)$ និង $B(x_2, y_2)$ គឺ $M\left(\dfrac{x_1 + x_2}{2}, \dfrac{y_1 + y_2}{2}\right)$។	ចំណុចកណ្តាល M នៃអង្កត់ដែលមានចំណុចចុង $(-1, -2)$ និង $(3, -4)$ គឺ : $\left(\dfrac{-1 + 3}{2}, \dfrac{-2 + (-4)}{2}\right) = (1, -3)$
midsegment of a trapezoid / បាតមធ្យមនៃចតុកោណព្នាយ : អង្កត់ដែល ភ្ជាប់ចំណុចកណ្តាលនៃជ្រុងទ្រេតរបស់ចតុកោណព្នាយ។	
midsegment of a triangle / បាតមធ្យមនៃត្រីកោណ : អង្កត់ដែលភ្ជាប់ ចំណុចកណ្តាលនៃជ្រុងពីររបស់ត្រីកោណ។	បាតមធ្យមនៃ $\triangle ABC$ គឺ $\overline{MP}, \overline{MN},$ និង $\overline{NP}$។
minimum value of a quadratic function / តម្លៃអប្បបរមានៃអនុគមន៍ ឌីក្រេទី២ : y អរដោនេ y នៃកំពូលចំពោះ $y = ax^2 + bx + c$ នៅពេល $a > 0$។	$y = x^2 - 6x + 5$ $(3, -4)$ តម្លៃអប្បបរមានៃ $y = x^2 - 6x + 5$ គឺ -4។
minor arc / ធ្នូតូច : ផ្នែកនៃរង្វង់ដែលមានរង្វាស់តូចជាង $180°$។	សូមមើល major arc (ធ្នូធំ)។
minor axis of an ellipse / អ័ក្សតូចនៃអេលិច : អង្កត់ដែលភ្ជាប់កំពូលរួម ទាំងពីរនៃអេលិច។	សូមមើល ellipse (អេលិច)។
mixed number / ចំនួនចម្រុះ : ផលបូកនៃចំនួនគត់ធម្មជាតិ និង ប្រភាគដែល តូចជាង 1។	$2\frac{5}{8}$ គឺជាចំនួនចម្រុះ។
mode / ម៉ូត : ម៉ូតនៃសំណុំទិន្នន័យមួយគឺជាតម្លៃដែលកើតឡើងញឹកញាប់ជាងគេ។ តម្លៃទាំងនោះអាចមានម៉ូតមួយ, គ្មានម៉ូត ឬ ម៉ូតលើសពីមួយ។	ម៉ូតនៃសំណុំទិន្នន័យ $4, 7, 9, 11, 11, 12, 18$ គឺ 11។
monomial / ឯកធា : ចំនួន, អថេរ ឬ ផលគុណនៃចំនួនមួយ និង អថេរមួយ ឬ ច្រើនដែលមាននិស្សន្តជាចំនួនគត់ធម្មជាតិ។	$10, 3x, \frac{1}{2}ab^2,$ និង $-1.8m^5$ គឺជាឯកធា។
multiple / ពហុគុណ : ពហុគុណនៃចំនួនគត់ធម្មជាតិគឺជាផលគុណនៃចំនួននោះ និង ចំនួនគត់ធម្មជាតិមិនស្មើសូន្យណាមួយ។	ពហុគុណនៃ 2 គឺ $2, 4, 6, 8, 10, \ldots$។
multiplicative identity / ឯកធាតុផលគុណ : ចំនួន 1 គឺជាឯកត្ដាផលគុណ ពីព្រោះ ផលគុណនៃចំនួនណាមួយនឹង 1 គឺជាចំនួននោះ : $a \cdot 1 = 1 \cdot a = a$។	$3.6(1) = 3.6, 1(-7) = -7$

multiplicative inverse / **ចម្រាស់ផលគុណ** ៖ ចម្រាស់ផលគុណនៃចំនួន មិនសូន្យ a គឺជាចម្រាស់របស់វា $\frac{1}{a}$ ។ ផលគុណនៃចំនួនមិនសូន្យនិង ចម្រាស់ផលគុណ របស់វាគឺ 1 ៖ $a \cdot \frac{1}{a} = \frac{1}{a} \cdot a = 1, a \neq 0$ ។	ចម្រាស់ផលគុណនៃ $-\frac{1}{5}$ គឺ -5 ពីព្រោះ $-\frac{1}{5} \cdot (-5) = 1$ ។
mutually exclusive events / **ព្រឹត្តិការណ៍ចាត់ចោយឡែក** ៖ ព្រឹត្តិការណ៍ ផ្សេងៗដែលគ្មានលទ្ធផលរួម។	នៅពេលអ្នកបញ្ចិលឡុកឡាក់ "បញ្ចិលបាន ៣" និង "បញ្ចិលបានលេខគូ" គឺជាព្រឹត្តិការណ៍ ចាត់ដោយឡែក។

N

n factorial / **n ឃ្លាក់តូរ៉្យែល** ៖ ចំពោះចំនួនគត់វិជ្ជមានណាមួយ n, n ហ្វាក់តូរ៉្យែល សរសេរជា $n!$ គឺជាផលគុណនៃចំនួនគត់វិជ្ជមានទីបពី 1 ទៅ n; $0! = 1$ ។	$5! = 5 \cdot 4 \cdot 3 \cdot 2 \cdot 1 = 120$
natural base e / **ចោលនេទៃ e** ៖ ចំនួនអសនិទានដែលកំណត់ផ្ដូចខាងក្រោម ៖ នៅពេល n ខិតទៅជិត $+\infty$, $\left(1 + \frac{1}{n}\right)^n$ ខិតទៅជិត $e \approx 2.718281828$ ។	សូមមើល natural logarithm (លោការីតនេទៃ)។
natural logarithm / **លោការីតនេទៃ** ៖ លោការីតដែលមានគោល e។ វាអាច តាងដោយ $\log_e$ ប៉ុន្តែជាញឹកញាប់គេតាងដោយ $\ln$ ។	$\ln 0.3 \approx -1.204$ ពីព្រោះ $e^{-1.204} \approx (2.7183)^{-1.204} \approx 0.3$ ។
negation / **អវិជ្ជមានកម្ម** ៖ ភាពផ្ទុយនៃអំណះអំណាង។ សញ្ញាសម្រាប់អវិជ្ជមានកម្ម គឺ $\sim$ ។	អំណះអំណាង ៖ ប៉ាល់ទោះពណ៌ក្រហម។ អវិជ្ជមានកម្ម ៖ ប៉ាល់ទោះមិនមែនពណ៌ក្រហម។
negative correlation / **សហសម្ព័ន្ធអវិជ្ជមាន** ៖ គូទិន្នន័យ (x, y) មាន សហសម្ព័ន្ធអវិជ្ជមាន ប្រសិនបើ y មានលំនាំថយចុះ នៅពេល x កើនឡើង។	
negative exponent / **និទស្សន្តអវិជ្ជមាន** ៖ ប្រសិនបើ $a \neq 0$ នោះ a^{-n} គឺជាចម្រាស់នៃ a^n, $a^{-n} = \frac{1}{a^n}$ ។	$3^{-2} = \frac{1}{3^2} = \frac{1}{9}$
negative integers / **ចំនួនគត់អវិជ្ជមាន** ៖ ចំនួនគត់វិជ្ជមានដែលតូចជាង 0 ។	$-1, -2, -3, -4, \ldots$
net / **ណិត** ៖ ការតំណាងវិមាត្រពីរនៃមុខរបស់ពហុគ័ត្តលមួយ។	
n-gon / **ពហុកោណ n ជ្រុង** ៖ ពហុកោណដែលមាន n ជ្រុង។	ពហុកោណដែលមានជ្រុង ១៤ គឺ ពហុកោណ ១៤ ជ្រុង។
normal curve / **ខ្សែកោងធម្មតា** ៖ ខ្សែកោងស្មើ ស៊ីមេទ្រី រាងផ្ដួចជួងដែលអាច កំណត់ម្ដោយដែលបំណែងចែកធម្មតានិងវាយតម្លៃប្រហែលនៃបំណែងចែកទ្រេតាមួយចំនួន។	សូមមើល normal distribution (បំណែងចែកធម្មតា)។

CAMBODIAN

normal distribution / **បំណែងចែកធម្មតា** : បំណែងចែកប្រូបាប៊ីលីតេដែលមានមធ្យម $\overline{x}$ និង គម្លាតស្តង់ដារ σ កំណត់ម្ភ្លៃដែលដោយខ្សែកោងរាងផ្ទូចផ្ចង់ ដែលមានលក្ខណៈផ្ទៃ បង្ហាញនៅខាងស្តាំ។	
nth root of a / **ឫសទី n នៃ a** : ចំពោះចំនួនគត់វិជ្ជមានទីប n ដែលធំជាង 1 ប្រសិនបើ $b^n = a$ នោះ b គឺជាឫសទី n នៃ a។ សរសេរជា $\sqrt[n]{a}$។	$\sqrt[3]{-216} = -6$ ព្រោះ $(-6)^3 = -216$។
numerical expression / **កន្សោមចំនួន** : កន្សោមដែលមានចំនួន, ប្រមាណវិធី និង សញ្ញាក្រុម។	$-4(-3)^2 - 6(-3) + 11$ គឺជាកន្សោមចំនួន។
number line / **បន្ទាត់ចំនួន** : បន្ទាត់ម្ភ្លៃដែលលចំណុចផ្សេងៗរបស់វាទោតទង នឹងចំនួន។ អ្នកអាចប្រើប្រាស់បន្ទាត់ចំនួនដើម្បីប្រៀបធៀប និងកំណត់លំដាប់ចំនួន។ ចំនួននៅលើបន្ទាត់ចំនួនកើនឡើងពីឆ្វេងទៅស្តាំ។	
numerator / **ភាគយក** : ចំនួននៅខាងលើបន្ទាត់ប្រភាគនៅក្នុងប្រភាគម្ភ្លៃ។ វាកំណងឱ្យចំនួននៃផ្នែកស្មើក្នុងចំណោមចំនួនទាំងមូល ឬ ចំនួននៃវត្ថុពីសំណុំដែលកំពុងគិត។	នៅក្នុងប្រភាគ $\frac{3}{4}$, ភាគយកគឺ 3។

objective function / **អនុគមន៍គោល** : នៅក្នុងកម្មវិធីលីនេអ៊ែ វាជាអនុគមន៍លីនេអ៊ែអតិបរមា ឬ អប្បបរមា។	សូមមើល linear programming (កម្មវិធីលីនេអ៊ែ)។
obliqueprism / **ព្រីសទ្រេត** : ព្រីសដែលមានតែមុខខាងមិនកែងទៅនឹងបាត។	
obtuse angle / **មុំទាល** : មុំដែលមានរង្វាស់រវាង $90°$ និង $180°$។	
obtuse triangle / **ត្រីកោណទាល** : ត្រីកោណដែលមានមុំទាលម្ភ្លៃ។	
octagon / **អដ្ឋកោណ** : ពហុកោណដែលមាន 8 ជ្រុង។	
octahedron / **អដ្ឋ័ល** : ពហុត័លដែលមានមុខ 8។	
odds against / **ឱកាសនៅថ្វែកបទាស់** : នៅពេលលទ្ធផលទាំងអស់ហាក់បីផ្ទួចជាស្មើគ្នា ព្រឹត្តិការណ៍ប្រែជធាស់នឹងព្រឹត្តិការណ៍ម្ភ្លៃអាចត្រូវបានកំណត់ដោយផលធៀប នៃចំនួននៃលទ្ធផលមិនពេញចិត្តទៅនឹងចំនួននៃលទ្ធផលដែលពេញចិត្ត។	នៅពេលអ្នកបង្វិលគ្រាប់ឡុកឡាក់ ព្រឹត្តិការណ៍ប្រែ ជធាស់នៃការបង្វិលបានចំនួនម្ភ្លៃចចាង 5 គឺ $\frac{2}{4} = \frac{1}{2}$, or $1 : 2$។

odds in favor / ត្រឹត្តិការណ៍ប្រែកពេញចិត្ត : នៅពេលលទ្ធផលទាំងអស់ហាក់បីដូចជាស្មើគ្នា ព្រឹត្តិការណ៍ប្រែកពេញចិត្តនៃព្រឹត្តិការណ៍មួយ ត្រូវបានកំណត់ដោយផលធៀបនៃចំនួននៃលទ្ធផលពេញចិត្តទៅនឹងចំនួននៃលទ្ធផលដែលមិនពេញចិត្ត។	នៅពេលអ្នកបង្វិលគ្រាប់ឡុកឡាក់ ព្រឹត្តិការណ៍ប្រែពេញចិត្តនៃការបង្វិលបានចំនួនមួយតូចជាង 5 គឺ $\frac{4}{2} = \frac{2}{1}$, or $2 : 1$ ។
open sentence / កន្សោមបើក : សមីការ ឬ វិសមភាពមួយដែលមានតកន្សោមពីរជគណិតមួយ។	$2k - 8 = 12$ និង $6n \geq 24$ គឺជាកន្សោមបើក។
opposite / ផ្ទុយ : *សូមមើល* additive inverse (លក្ខណៈផ្ទុយនៃផលបូក)។	*សូមមើល* additive inverse (លក្ខណៈផ្ទុយនៃផលបូក)។
opposite rays / កន្លះបន្ទាត់ពុះផ្ទុយគ្នា : ប្រសិនបើចំណុច C ស្ថិតនៅលើ $\overleftrightarrow{AB}$ រវាង A និង B នោះ $\overrightarrow{CA}$ និង $\overrightarrow{CB}$ គឺជាកន្លះបន្ទាត់ពុះផ្ទុយគ្នា។	$\overrightarrow{CA}$ និង $\overrightarrow{CB}$ គឺជាកន្លះបន្ទាត់ផ្ទុយគ្នា។
opposites / ចំនួនផ្ទុយគ្នា : ចំនួនពីរដែលមានចម្ងាយស្មើគ្នាពី 0 លើបន្ទាត់ចំនួន ប៉ុន្តែស្ថិតនៅខាងផ្ទុយគ្នានៃ 0 ។	4 ឯកតា -4 គឺជាចំនួនផ្ទុយគ្នា។
order of magnitude of a quantity / លំដាប់ទំហំនៃចំនួន : ស្វ័យគុណ 10 ដែលជិតនឹងចំនួននោះ។	លំដាប់ទំហំនៃ $91,000$ គឺ 10^5 ឬ $100,000$ ។
order of operations / លំដាប់នៃប្រមាណវិធី : វិធានសម្រាប់រកតម្លៃកន្សោមមួយដែលទាក់ទងនឹងប្រមាណវិធីពីរឡើងលើសពីមួយ។	ដើម្បីរកតម្លៃ $24 - (3^2 + 1)$ រកតម្លៃស្វ័យគុណបន្ទាប់មកឡុកចំនួនក្នុងវង់ក្រចក រួចដក : $24 - (3^2 + 1) = 24 - (9 + 1) = 24 - 10 = 14$
ordered pair / គូតាមលំដាប់ : *សូមមើល* x-**coordinate** (កូអរដោនេ x) និង y-**coordinate** (កូអរដោនេ y)។	*សូមមើល* x-**coordinate** (កូអរដោនេ x) និង y-**coordinate** (កូអរដោនេ y)។
ordered triple / ត្រីធាតុតាមលំដាប់ : សំណុំនៃចំនួនបី ដែលមានទម្រង់ (x, y, z) ដែលកំណាងចំណុចមួយនៅក្នុងលំហ។	ត្រីធាតុតាមលំដាប់ $(2, 1, -3)$ គឺជាដំណោះស្រាយនៃសមីការ $4x + 2y + 3z = 1$ ។
origin / គល់ 0 : ចំណុច $(0, 0)$ នៅលើប្លង់កូអរដោនេ។	*សូមមើល* coordinate plane (ប្លង់កូអរដោនេ)។
orthocenter of a triangle / អរតូសង់នៃត្រីកោណ : ចំនុចដែលបន្ទាត់របស់កម្ពស់ទាំងបីនៃត្រីកោណប្រសព្វគ្នា។	P គឺជាអរតូសង់នៃ $\triangle ABC$ ។
orthographic projection / ការតម្រួសបង្ហាញអរតូក្រាហ្វិក : ការគូសបែបបច្ចេកទេស ដែលជាការគូសវិមាត្រពីរនៃការមើលពីខាងមុខ, ខាងលើ និង ចំហៀងនៃវត្ថុមួយ។	
outcome / លទ្ធផល : លទ្ធផលអាចនៃការពិសោធនីមួយៗ។	នៅពេលអ្នកបង្វិលគ្រាប់ឡុកឡាក់មួយមានលទ្ធផល 6 អាចកើតឡើង : បាន $1, 2, 3, 4, 5$ ឬ 6 ។

CAMBODIAN

outlier / ឦម្ងៃខាងក្រៅ : តម្លៃមួយដែលចែកចេញយ៉ាងឆ្ងាយពីទិន្នន័យនៅសល់ផ្សេងៗទៀតនៃសំណុំទិន្នន័យមួយ។ ជាធម្មតា ជាតម្លៃដែលធំជាងកាក់ទីលខាងលើដោយធំជាង1.5 ដងក្នុងវិសាលភាពអាំងទែកាក់ទីល ឬតូចជាង កាក់ទីលខាងក្រោមដោយធំជាង 1.5 ដង ក្នុងវិសាលភាពអាំងទែកាក់ទីល។	វិសាលភាពអាំងទែកាក់ទីលនៃសំណុំទិន្នន័យខាងក្រោមគឺ $23 - 10 = 13$ ។ កាក់ទីល ខាងក្រោម → កាក់ទីល ខាងលើ → **8 10 14 17 20 23 50** តម្លៃទិន្នន័យ 50 គឺធំជាង $23 + 1.5(13) = 42.5$ ដូចនោះ វាជាតម្លៃខាងក្រៅ។
output / លទ្ធផល : ចំនួនមួយនៅក្នុងវិសាលភាពនៃអនុគមន៍មួយ។	ស្វូមមើល **function** (អនុគមន៍)។
overlapping events / ព្រឹត្តិការណ៍ថាន់គ្នា : ព្រឹត្តិការណ៍ដែលមានយ៉ាងហោចណាស់លទ្ធផលរួមមួយ។	នៅពេលអ្នកបង្វិលគ្រាប់ម្យ៉ាងឡូកាក់ "បង្វិលបាន3" និង "បង្វិលបានលេខសេស" គឺជាព្រឹត្តិការណ៍ថាន់គ្នា។

P

parabola, algebraic definition / ប៉ារ៉ាបូល (និយមន័យពីថ៌ឧឋណិត) : ក្រាបដែលមានរាង U នៃអនុគមន៍ដឺក្រេទី២។	 ក្រាបនៃ $y = x^2 - 6x + 5$ គឺជាប៉ារ៉ាបូល។
parabola, geometric definition / ប៉ារ៉ាបូល (និយមន័យធរណីមាត្រ) : សំណុំនៃគ្រប់ចំណុចទាំងអស់ដែលស្មើចម្ងាយពីចំណុចមួយហៅថាកំភុំ និងបន្ទាត់មួយ ហៅថាបន្ទាត់នឹង។ ក្រាបនៃអនុគមន៍ដឺក្រេទី២ $y = ax^2 + bx + c$ គឺជាប៉ារ៉ាបូល។	
paragraph proof / សំរាយបញ្ជាក់ថាកទាទ័ល្ឍ : ប្រភេទនៃសំរាយបញ្ជាក់ដែលសរសេរក្នុងទម្រង់ថាកថាខ័ណ្ឌ។	
parallel lines / បន្ទាត់ស្រប : បន្ទាត់ពីរនៅក្នុងឆ្នង់តែមួយដែលមិនកាត់គ្នា។	
parallel planes / ឆ្នង់ស្រប : ឆ្នង់ពីរដែលមិនកាត់គ្នា។	 $S \parallel T$

parallelogram / ប្រលេឡូក្រាម : ចតុកោណដែលមានជ្រុងឈមពីរៗស្របគ្នា។	$\square PQRS$
parent function / អនុគមន៍មេ : អនុគមន៍គ្រឹះជាងគេ នៅក្នុងស្រឡាយនៃ អនុគមន៍។	អនុគមន៍មេចំពោះស្រឡាយនៃអនុគមន៍លើនៃអ៊ិចទាំងអស់ គឺ $y = x$ ។
partial sum / ផលបូកមួយផ្នែក : ផលបូក S_n នៃតួ n ដំបូង នៃសេរីមិនកំណត់មួយ។	$\frac{1}{2} + \frac{1}{4} + \frac{1}{8} + \frac{1}{16} + \frac{1}{32} + \ldots$ សេរីខាងលើមានផលបូកមួយផ្នែក $S_1 = 0.5,\ S_2 = 0.75,\ S_3 \approx 0.88,$ $S_4 \approx 0.94, \ldots$.
Pascal's triangle / ត្រីកោណបាស្កាល : ការរៀបចំតម្លៃនៃ $_nC_r$ នៅក្នុងគំរូ ត្រីកោណមួយ ដែលជួរដេកនិមួយៗត្រូវនឹងតម្លៃនៃ n ។	$_0C_0$ $_1C_0 \quad _1C_1$ $_2C_0 \quad _2C_1 \quad _2C_2$ $_3C_0 \quad _3C_1 \quad _3C_2 \quad _3C_3$ $_4C_0 \quad _4C_1 \quad _4C_2 \quad _4C_3 \quad _4C_4$ $_5C_0 \quad _5C_1 \quad _5C_2 \quad _5C_3 \quad _5C_4 \quad _5C_5$
pentagon / បញ្ចកោណ : ពហុកោណដែលមានជ្រុង ៥។	
percent / ភាគរយ : ផលធៀបដែលប្រៀបធៀបចំនួនមួយ ទៅនឹង 100 ។ ភាគរយ មាននន័យថា "ក្នុងមួយរយ"។	$43\% = \frac{43}{100} = 0.43$
percent of change / ភាគរយនៃការប្រែប្រួល : ភាគរយដែលបញ្ជាក់ពី បរិមាណកើនឡើង ឬ ថយចុះប៉ុណ្ណា ដោយគិតនឹងបរិមាណដើម។ ភាគរយនៃការប្រែប្រួល $p\% = \dfrac{\text{បរិមាណកើនឡើង ឬ ថយចុះ}}{\text{បរិមាណដើម}}$	ភាគរយនៃការប្រែប្រួល $p\%$ ពី 140 ទៅ 189 គឺ : $p\% = \frac{189 - 140}{140} = \frac{49}{140} = 0.35 = 35\%$
percent of decrease / ភាគរយថយចុះ : ភាគរយនៃការប្រែប្រួលក្នុង បរិមាណមួយ នៅពេល បរិមាណថ្មីមួយ តូចជាង បរិមាណដើម។	*សូមមើល* **percent of change** (ភាគរយនៃការប្រែប្រួល)។
percent of increase / ភាគរយកើនឡើង : ភាគរយនៃការប្រែប្រួលក្នុង បរិមាណមួយ នៅពេល បរិមាណថ្មីមួយ ធំជាង បរិមាណដើម។	*សូមមើល* **percent of change** (ភាគរយនៃការប្រែប្រួល)។
perfect square / ការេ៍សុក្រិត : ចំនួនមួយដែលជាការ៉េនៃចំនួនគត់រ៉ឺឡ្យាទីប។	49 គឺជាការ៉េសុក្រិត ពីព្រោះ $49 = 7^2$ ។
perfect square trinomials / ត្រីធាការ៉េសុក្រិត : ត្រីធាដែលមានទម្រង់ $a^2 + 2ab + b^2$ និង $a^2 - 2ab + b^2$ ។	$x^2 + 6x + 9$ និង $x^2 - 10x + 25$ គឺជាត្រីធាការ៉េសុក្រិត។
perimeter / បរិមាត្រ : ចម្ងាយជុំវិញរូបមួយ វាស់ជាឯកត្តាលីនេអ៊ែ ដូចជា ហ្វ៊ីត, អ៊ិញ ឬ ម៉ែត្រ។	បរិមាត្រ $= 5 + 7 + 8$, ឬ 20 ស.ម
period / ឌូប : ប្រវែងផ្តេកនៃវដ្តនិមួយៗនៃអនុគមន៍ខួប។	*សូមមើល* **periodic function** (អនុគមន៍ខួប)។

CAMBODIAN

periodic function / **អនុគមន៍ខួប** : អនុគមន៍មួយដែលក្រាបរបស់វាមានតួរូបដដែលៗ។

ក្រាបចង្វាក់រវង្វ 3នៃ $y = \tan x$, អនុគមន៍ខួប ដែលមានខួប π។

---

permutation / **ចម្លាស់ទីតាំង** : ការរៀបចំវត្ថុផ្សេងៗដែលលំដាប់មាន សារ:សំខាន់។

មានចម្លាស់ទីតាំង 6 នៃចំនួន 1, 2 និង 3 : 123, 132, 213, 231, 312 និង 321 ។

---

perpendicular bisector / **បេប្បាទ័រ** : អង្កត់, កន្លះបន្ទាត់, បន្ទាត់ ឬ ប្លង់ ដែលកែងទៅនឹងអង្កត់មួយត្រង់ចំណុចកណ្តាលនៃអង្កត់នោះ។

---

piecewise function / **អនុគមន៍ផ្នែ** : អនុគមន៍មួយដែលកំណត់ដោយសមីការ យ៉ាងតិចពីរដែលនីមួយៗអនុវត្តចំពោះផ្នែកផ្សេងៗនៃដែនរបស់អនុគមន៍។

$$g(x) = \begin{cases} 3x - 1, & \text{ប្រសិនបើ } x < 1 \\ 0, & \text{ប្រសិនបើ } x = 1 \\ -x + 4, & \text{ប្រសិនបើ } x > 1 \end{cases}$$

---

plane / **ប្លង់** : ប្លង់មួយមានវិមាត្រពីរ។ ជាធម្មតាគំណាងដោយទ្រង់ទ្រាយ ដែល មើលទៅផ្ទេចជាក្រមាលឬជញ្ជាំង។អ្នកត្រូវតែស្រមៃថាជាប្លង់លាតសន្ធឹងគ្មានទីបញ្ចប់ ទោះបីជាការតូសប្លង់មានតែមកីដោយ។ *សូមមើលផងដែរ* undefined term (ពាក្យគ្មាននិយមន័យ)។

ប្លង់ M ឬ ប្លង់ ABC

Platonic solids / **សូលីទប្លាតូនិក** : ពហុកំលនិយ័តទាំងប្រាំដែលគេដាក់ឈ្មោះ តាមគណិតវិទូ និង ទស្សនវិទូជនជាតិក្រិច ឈ្មោះ ផ្លាតូ។

សូលីទប្លាតូនិកប្រាំមាន ចតុកំលនិយ័ត, គូប, អដ្ឋកំល និយ័ត, ទ្វាទសកំលនិយ័ត ឬ អ៊ីកូសែតកំលនិយ័ត។

---

point / **ចំណុច** : ចំណុចមួយគ្មានវិមាត្រទេ។ វាជាធម្មតាគំណាងដោយ ចំណុច ១ចុច។ *សូមមើលផងដែរ* undefined term (ពាក្យគ្មាននិយមន័យ)។

ចំណុច A

---

point of concurrency / **ចំណុចប្រសព្វ** : ចំណុចកាត់គ្នានៃប្រសព្វរបស់ បន្ទាត់, កន្លះបន្ទាត់ ឬ អង្កត់។

P គឺជាចំណុចប្រសព្វរវាងបន្ទាត់ j, k, និង ℓ។

---

point-slope form / **ទម្រង់នៃចំណុចស្ពូច** : សមីការនៃបន្ទាត់មិនឈរសរសេរ ជាទម្រង់ $y - y_1 = m(x - x_1)$ ដែលបន្ទាត់នោះកាត់ចំណុចផ្តល់ឱ្យ (x_1, y_1) និង មានស្ពូច m។

សមីការ $y + 3 = 2(x - 4)$ គឺជាទម្រង់នៃចំណុចស្ពូច។ ក្រាបនៃសមីការនេះគឺជាបន្ទាត់មួយដែលកាត់តាមចំណុច $(4, -3)$ និង មានស្ពូច 2 ។

---

polygon / **ពហុកោណ** : រូបក្នុងប្លង់បិទជិតដែលមានលក្ខណៈផូចខាងក្រោម: (១) វាបង្កើតឡើងដោយអង្កត់បី ឬ ច្រើន ហៅថាជ្រុង។ (២) ជ្រុងនីមួយៗកាត់ជ្រុង ពីរផ្សេងទៀតយ៉ាងជាក់លាក់នៅត្រង់ចំណុចចុងនីមួយៗរបស់ផ្ទុកវា ផ្ទចនោះ គ្មានជ្រុង ពីរណាមួយដែលមានចំណុចចុងរួម ស្ថិតនៅលើបន្ទាត់តែមួយ។

ពហុកោណ $ABCDE$

---

polyhedron / **ប៉ូលីត័ល** : សូលីតដែលខ័ណ្ឌដោយពហុកោណ ហៅថា មុខ ដែលបិទផែននៃលំហ។ ពហុវចនៈគឺ *polyhedra* ឬ *polyhedrons* ។	
polynomial / **ពហុធា** : ឯកធាមួយ ឬ ផលបូកនៃឯកធា ដែលនីមួយៗ ហៅថា ធ្នើនៃពហុធា។	$9, 2x^2 + x - 5$, និង $7bc^3 + 4b^4c$ គឺជាពហុធា។
polynomial function / **អនុគមន៍ពហុធា** : អនុគមន៍ដែលមានទម្រង់ $f(x) = a_n x^n + a_{n-1} x^{n-1} + \cdots + a_1 x + a_0$ ដែល $a_n \neq 0$, និងសូចនី គឺគ្រប់ចំនួនគត់ធម្មជាតិទាំងអស់ និង មេគុណគឺគ្រប់ចំនួនពិត។	$f(x) = 11x^5 - 0.4x^2 + 16x - 7$ គឺជាអនុគមន៍ ពហុធា។ ដីក្រេនៃ $f(x)$ គឺ 5, មេគុណនាំមុខ គឺ 11 ហើយ ធ្នើថេរគឺ -7 ។
polynomial long division / **វិធីចែកពហុធា** : វិធីសាស្ត្រដែលគេប្រើប្រាស់ ដើម្បីចែកពហុធា ដែលស្រដៀងទៅនឹងវិធីដែលអ្នកចែកលេខ។	$$\begin{array}{r} x^2 + 7x + 7 \\ x-2 \overline{\smash{\big)}\; x^3 + 5x^2 - 7x + 2} \\ \underline{x^3 - 2x^2} \\ 7x^2 - 7x \\ \underline{7x^2 - 14x} \\ 7x + 2 \\ \underline{7x - 14} \\ 16 \end{array}$$ $$\frac{x^3 + 5x^2 - 7x + 2}{x - 2} = x^2 + 7x + 7 + \frac{16}{x - 2}$$
population / **សកលស្ថិតិ** : ក្រុមទាំងមូលដែលអ្នកចង់បានព័ត៌មានពីនោះ។	ទស្សនាវដ្ដីមួយសុំឱ្យអ្នកអានរបស់ខ្លួនធ្វើមើម្តើយនៃកម្រង សំណួរដែលដាក់អក្រាឱ្យទស្សនាវដ្ដីនោះ។ សកលស្ថិតិ រួមមានអ្នកអានទស្សនាវដ្ដីទាំងអស់។
positive correlation / **សហសម្ព័ន្ធវិជ្ជមាន** : គូទិន្នន័យ (x, y) ដែលមាន មានសហសម្ព័ន្ធវិជ្ជមាន ប្រសិនបើ y មានលំនាំកើនឡើង នៅពេល x កើនឡើង។	
positive integers / **ចំនួនគត់វិជ្ជមាន** : ចំនួនគត់វិជ្ជមានទីបដែលធំជាងសូន្យ។	$1, 2, 3, 4, \ldots$
postulate / **ការសន្និដ្ឋាន** : វិធានដែលទទួលយកដោយគ្មានសំរាយបញ្ជាក់។ តេគឺហៅវាថា *axiom* (ស្វ័យសច្ច)។	ការសន្និដ្ឋាននៃផលបូកអង្កត់ថ្មើងថា ប្រសិនបើ B គឺនៅ រវាង A និង C នោះ $AB + BC = AC$ ។
power / **ស្វ័យគុណ** : កន្សោមដែលតំណាងវិធីគុណដដែលៗនៃកត្ដាដូចគ្នា។	81 គឺជាស្វ័យគុណនៃ 3, ពីព្រោះ $81 = 3 \cdot 3 \cdot 3 \cdot 3 = 3^4$ ។
power function / **អនុគមន៍ស្វ័យគុណ** : សូមមើល exponential function (អនុគមន៍អិចស្បូណង់ស្យែល)។	សូមមើល exponential function (អនុគមន៍ អិចស្បូណង់ស្យែល)។
preimage / **រូបដើម** : រូបដើមនៅក្នុងបំលែង។ សូមមើលផងដែរ image (រូបភាព)។	សូមមើល image (រូបភាព)។
prime factorization / **ការចាត់ថាកត្ដាបឋម** : ចំនួនគត់ធម្មជាតិមួយដែល សរសេរជាផលគុណនៃកត្ដាបឋម។	ការដាក់ជាកត្ដាបឋមនៃ 20 គឺ $2^2 \times 5$ ។
prime number / **ចំនួនបឋម** : ចំនួនគត់ធម្មជាតិមួយធំជាង 1 ដែលកត្ដាតែមួយ របស់វាគឺ 1 និង ខ្លួនវា។	59 គឺជាចំនួនបឋម ពីព្រោះកត្ដាតែមួយរបស់វាគឺ 1 និង ខ្លួនវា។

CAMBODIAN

prism / ព្រីស : ពហុកោលដែលមានមុខប៉ុនគ្នាពីរ ហៅថា បាត ដែលស្ថិតនៅក្នុង ប្លង់ស្របគ្នា។	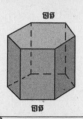 បាត បាត
probability distribution / បំណែងចែកប្រូបាប៊ីលីតេ : អនុគមន៍ដែលផ្តល់ ព្រូបាប៊ីលីតេនៃតម្លៃអាចនឹមួយៗនៃអេវរ៉ែចៃចេដន្យ។ ផលបូកនៃគ្រប់ប្រូបាប៊ីលីតេទាំងអស់ នៅក្នុងបំណែងចែកប្រូបាប៊ីលីតេត្រូវតែស្មើ 1 ។	កំណត់ឱ្យអេវរ៉ែចៃចេដន្យ X កំណាងឱ្យចំនួនដែលលបង្ហាញ បន្ទាប់ពីបញ្ឆិលគ្រាប់ឡូកឡាក់ដែលមានជ្រុង៦ បទដ្ឋាន មួយ។ 	ចំណែងចែកប្រូបាប៊ីលីតេសម្រាប់ការបញ្ឆិលគ្រាប់ឡូកឡាក់					
---	---	---	---	---	---
X	1	2	3	4	5	6
$P(X)$	$\frac{1}{6}$	$\frac{1}{6}$	$\frac{1}{6}$	$\frac{1}{6}$	$\frac{1}{6}$	$\frac{1}{6}$	
probability of an event / ប្រូបាប៊ីលីតេនៃព្រឹត្តិការណ៍មួយ : ចំនួនមួយពី 0 ទៅ1 ដែលវាស់ភាពប្រហែលដែលព្រឹត្តិការណ៍មួយនឹងកើតឡើង។ វាអាចបង្ហាញជា ប្រាក, ទសភាគ ឬ ភាគរយ។	ស្ូមមើល experimental probability (ប្រូបាប៊ីលីតេ នៃការពិសោធន៍) និង theoretical probability (ប្រូបាប៊ីលីតេទ្រឹស្ី)។
proof / សំរាយបញ្ជាក់ : សេចក្ីសម្ដាងតក្កដែលលបង្ហាញថាអំណះអំណាងមួយគឺពិត។	
proportion / សមាមាត្រ : សមីការដែលលបង្ហាញថាផលធៀបពីរសមមូលគ្នា : $\frac{a}{b} = \frac{c}{d}$ ដែល $b \neq 0$ និង $d \neq 0$ ។	$\frac{3}{4} = \frac{6}{8}$ និង $\frac{11}{6} = \frac{x}{30}$ គឺជាសមាមាត្រ។
pure imaginary number / ចំនួននិមិត្តសុទ្ធ : ចំនួនកុំផ្លិច $a + bi$ ដែល $a = 0$ និង $b \neq 0$ ។	$-4i$ និង $1.2i$ គឺជា ចំនួននិមិត្តសុទ្ធ។
pyramid / ពីរ៉ាមីត : ពហុកោលដែលមានបាតជាពហុកោណ និង មុខខាងជា ត្រីកោណដែលមានកំពូលរួមមួយ ហៅថាកំពូលនៃពីរ៉ាមីត។	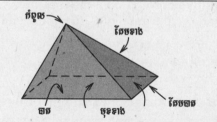 កំពូល — ឆែបខាង បាត មុខនាង ឆែបបាត
Pythagorean theorem / ទ្រឹស្ីបទឆនវិទាករ : ប្រសិនបើត្រីកោណមួយជា ត្រីកោណកែង នោះផលបូកនៃរង្វាស់ a និង b ការ៉េនៃជ្រុងជាប់ ស្មើនឹង c ការ៉េ នៃរង្វាស់អ៊ីប៉ូតេនុស : $a^2 + b^2 = c^2$ ។	$a = 5$ $c = 13$ $b = 12$ $5^2 + 12^2 = 13^2$
Pythagorean triple / ទ្រីគុណឆនវិទាករ : សំណុំនៃចំនួនគត់វិជ្ជមានបី $a, b,$ និង c ដែលបំពេញសមីការ $c^2 = a^2 + b^2$ ។	ត្រីគុណពីតាករខ្លះទៅ : 3, 4, 5 5, 12, 13 8, 15, 17 7, 24, 25

Q

quadrantal angle / ចុំភាគ្រង់ : មុំមួយនៅក្នុងទីតាំងបទដ្ឋាន ដែលជ្រុងចុង របស់វាស្ថិតនៅលើអ័ក្សមួយ។	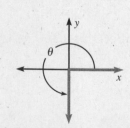

High School
Multi-Language Visual Glossary

Copyright © by McDougal Littell,
a division of Houghton Mifflin Company.

quadrants / កាដ្រង់ : ផ្ទៃកទាំងបួនដែលចែកប្លង់កូអរដោនេ ដោយអ័ក្ស x និង អ័ក្ស y ។	

quadratic equation in one variable / សមីការឌីក្រេទី២ អថេរតែមួយ : សមីការដែលអាចសរសេរជាទម្រង់ទូទៅ $ax^2 + bx + c = 0$ ដែល $a \neq 0$ ។	សមីការ $x^2 - 2x = 3$ និង $0.1x^2 = 40$ គឺជា សមីការឌីក្រេទី២។
quadratic form / ទម្រង់ឌីក្រេទី២ : ទម្រង់ $au^2 + bu + c$, ដែល u គឺជា កន្សោមទាំងឡាយណាដែលមាន x ។	កន្សោម $16x^4 - 8x^2 - 8$ គឺជាទម្រង់ឌីក្រេទី២ ពីព្រោះ វាអាចសរសេរជា $u^2 - 2u - 8$ ដែល $u = 4x^2$ ។
quadratic formula / រូបមន្តឌីក្រេទី២ : រូបមន្ត $x = \dfrac{-b \pm \sqrt{b^2 - 4ac}}{2a}$ ដែលប្រើប្រាស់ដើម្បីរកដំណោះស្រាយនៃសមីការឌីក្រេទី២ $ax^2 + bx + c = 0$ ដែល a, b និង c គឺជាចំនួនពិត ហើយ $a \neq 0$ ។	ដើម្បីដោះស្រាយ $3x^2 + 6x + 2 = 0$, ជំនួស 3 ឲ្យ a, 6 ឲ្យ b, និង 2 ឲ្យ c នៅក្នុងរូបមន្តឌីក្រេទី២។ $$x = \frac{-6 \pm \sqrt{6^2 - 4(3)(2)}}{2(3)} = \frac{-3 \pm \sqrt{3}}{3}$$
quadratic function / អនុគមន៍ឌីក្រេទី២ : អនុគមន៍មិនលីនេអ៊ែរដែលអាច សរសេរជាទម្រង់ទូទៅ $y = ax^2 + bx + c$ ដែល $a \neq 0$ ។	$y = 2x^2 + 5x - 3$ គឺជាអនុគមន៍ឌីក្រេទី២។
quadratic inequality in one variable / វិសមភាពឌីក្រេទី២ អថេរតែមួយ : វិសមភាពដែលអាចសរសេរជាទម្រង់ $ax^2 + bx + c < 0$, $ax^2 + bx + c \leq 0$, $ax^2 + bx + c > 0$, ឬ $ax^2 + bx + c \geq 0$ ។	$x^2 + x \leq 0$ និង $2x^2 + x - 4 > 0$ គឺជា វិសមភាពឌីក្រេទី២ អថេរតែមួយ។
quadratic inequality in two variables / វិសមភាពឌីក្រេទី២ អថេរពីរ : វិសមភាពដែលអាចសរសេរជាទម្រង់ $y < ax^2 + bx + c$, $y \leq ax^2 + bx + c$, $y > ax^2 + bx + c$, ឬ $y \geq ax^2 + bx + c$ ។	$y > x^2 + 3x - 4$ គឺជាវិសមភាពឌីក្រេទី២ អថេរពីរ។
quadratic system / ប្រព័ន្ធឌីក្រេទី ២ : ប្រព័ន្ធសមីការដែលរួមបញ្ចូល សមីការខ្វៃរេកាងមួយ ឬ ពីរ។	$y^2 - 7x + 3 = 0 \qquad x^2 + 4y^2 + 8y = 16$ $2x - y = 3 \qquad\quad 2x^2 - y^2 - 6x - 4 = 0$ ប្រព័ន្ធខាងលើគឺជាប្រព័ន្ធឌីក្រេទី ២។
quadrilateral / ចតុកោណ : ពហុកោណដែលមានជ្រុងបួន។	

R

radian / រ៉ាដ្យង់ : ក្នុងរង្វង់ដែលមានកាំ r និង ផ្ចិតនៅត្រង់គល់ $0, 1$ រ៉ាដ្យង់ គឺជារង្វាស់នៃមុំក្នុងទីតាំងបទដ្ឋាន ដែលជ្រុងចុងរបស់វាកាត់ធ្នូមួយដែលមានប្រវែង r ។	
radical / រ៉ាឌីកាល់ : កន្សោមមួយដែលមានទម្រង់ $\sqrt{s}$ or $\sqrt[n]{s}$ ដែល s គឺជាចំនួនមួយ ឬ កន្សោមមួយ។	$\sqrt{5}, \sqrt[3]{2x + 1}$

CAMBODIAN

radical equation / **សមីការរ៉ាឌីកាល់** ៖ សមីការដែលមានរ៉ាឌីកាល់មួយ ឬ ច្រើនមានអថេរនៅក្នុងរ៉ាឌីកង់របស់ពួកវា។	$\sqrt[3]{2x+7}=3$
radical expression / **កន្សោមរ៉ាឌីកាល់** ៖ កន្សោមដែលមានរ៉ាឌីកាល់ ផ្ទុកជាឫសការ៉េ, ឫសគូប ឬ ឫសផ្សេងៗទៀត។	$3\sqrt{2x}$ និង $\sqrt[3]{x-1}$ គឺជាកន្សោមរ៉ាឌីកាល់។
radical function / **អនុគមន៍រ៉ាឌីកាល់** ៖ អនុគមន៍មួយដែលមានកន្សោម រ៉ាឌីកាល់ ជាមួយអថេរឯងការរ៉ាឌ្យ៉ូនៅក្នុងរ៉ាឌីកង់។	$y=\sqrt[3]{2x}$ និង $y=\sqrt{x+2}$ គឺជាអនុគមន៍ រ៉ាឌីកាល់។
radicand / **រ៉ាឌីកង់** ៖ ចំនួន ឬ កន្សោមដែលនៅពីក្រោមសញ្ញារ៉ាឌីកាល់។	រ៉ាឌីកង់នៃ $\sqrt{5}$ គឺ 5 ហើយរ៉ាឌីកង់នៃ $\sqrt{8y^2}$ is $8y^2$។
radius of a circle / **កាំនៃរង្វង់** ៖ អង្កត់ដែលចំណុចចុងរបស់វាគឺជាផ្ចិតនៃរង្វង់ និង ចំណុចនៅលើរង្វង់។ ចម្ងាយពីផ្ចិតនៃរង្វង់មួយទៅចំណុចណាមួយលើរង្វង់។ ពហុវចនៈគឺ *radii*។	*សូមមើល* circumference (បរិមាត្ររង្វង់)។
radius of a polygon / **កាំនៃពហុកោណ** ៖ កាំនៃរង្វង់ចារឹកក្រៅពហុកោណ។	
radius of a sphere / **កាំនៃស្វ៊ែរ** ៖ ចម្ងាយពីផ្ចិតនៃស្វ៊ែរទៅចំណុចណាមួយ នៅលើស្វ៊ែរ ចម្ងាយពីផ្ចិតនៃស្វ៊ែរទៅគ្រប់ចំណុចនៅលើស្វ៊ែរ។	
random sample / **គំរូចៃដន្យ** ៖ គំរូដែលគ្រប់ធាតុនៃសកលស្ថិតិមានឱកាស ស្មើៗគ្នាក្នុងការជ្រើសរើស។	អ្នកអាចជ្រើសរើសសិក្សាចៃដន្យនៃសកលស្ថិតិសិស្សសាលា ដោយឱ្យកុំព្យូទ័រជ្រើសរើសដោយចៃដន្យនូវលេខអត្តសញ្ញាណ របស់សិស្ស 100 នាក់។
random variable / **អថេរចៃដន្យ** ៖ អថេរមួយដែលតម្លៃរបស់វាត្រូវបាន កំណត់ដោយលទ្ធផលនៃព្រឹត្តិការណ៍ចៃដន្យ។	អថេរចៃដន្យ X តំណាងឱ្យលេខដែលបង្ហាញបន្ទាប់ ពីបង្វិលគ្រាប់ឡុកឡាក់ មានតម្លៃអាច 1, 2, 3, 4, 5 និង 6។
range of a function / **វិសាលភាពនៃអនុគមន៍** ៖ សំណុំនៃគ្រប់តម្លៃលទ្ធផល អាចទទួលបានៃអនុគមន៍មួយ។	*សូមមើល* function (អនុគមន៍)។
range of a relation / **វិសាលភាពនៃទំនាក់ទំនង** ៖ សំណុំនៃគ្រប់តម្លៃលទ្ធផល អាចទទួលបានៃទំនាក់ទំនងមួយ។	*សូមមើល* relation (ទំនាក់ទំនង)។
range of data values / **វិសាលភាពនៃតម្លៃទិន្នន័យ** ៖ រវាងនៃតម្លៃ ធំ ស្មើនឹង ផលដករវាងតម្លៃទិន្នន័យដែលធំបំផុត និង តូចបំផុត។	14, 17, 18, 19, 20, 24, 24, 30, 32 វិសាលភាពនៃសំណុំទិន្នន័យខាងលើ គឺ $32-14=18$។
rate / **អត្រា** ៖ ប្រភាគដែលប្រៀបធៀបបរិមាណពីរគិតជាឯកត្តាផ្សេងគ្នា។	$\dfrac{110 \text{ ម៉ាល}}{\text{ម៉ោង}}$ និង $\dfrac{55 \text{ ម៉ាល}}{\text{ម៉ោង}}$ គឺជាអត្រា។
rate of change / **អត្រាប្រែប្រួល** ៖ ការប្រៀបធៀបបម្រែបម្រួលក្នុងបរិមាណមួយ ជាមួយនឹងបម្រែបម្រួលនៅក្នុងបរិមាណមួយទៀត។ នៅក្នុងវិទ្យាសាស្ត្រពិតអ្នកអ្នកបកស្រាយ ស្លូបនៃបន្ទាត់មួយជាអត្រាប្រែប្រួល។	អ្នកចំណាយ $7 សម្រាប់ ការប្រើប្រាស់កុំព្យូទ័រ 2 ម៉ោង និង $14 សម្រាប់ការប្រើប្រាស់កុំព្យូទ័រ 4 ម៉ោង។ អត្រាប្រែប្រួលគឺ $\dfrac{\text{បម្រែបម្រួលថ្លៃដើម}}{\text{បម្រែបម្រួលរយៈពេល}}=\dfrac{14-7}{4-2}=3.5,$ ឬ $3.50 ក្នុងមួយម៉ោង។
ratio of a to b / **ផលធៀបនៃ a លើ b** ៖ ផលធៀបនៃចំនួនពីរដោយប្រើប្រាស់ វិធីចែក។ ផលធៀបនៃ a លើ b ដែល $b \neq 0$ អាចសរសេរជា a ដែល b ជា $a:b$ ឬ ជា $\dfrac{a}{b}$។	ផលធៀបនៃ 3 ហ្វីត ទៅ 7 ហ្វីត អាចសរសេរជា 3 លើ 7, 3 : 7, or $\dfrac{3}{7}$។

rational equation / **សមីការសនិទាន** : សមីការដែលមានកន្សោមសនិទានមួយ ឬ ច្រើន។	សមីការ $\frac{6}{x+4} = \frac{x}{2}$ និង $\frac{x}{x-2} + \frac{1}{5} = \frac{2}{x-2}$ គឺជាសមីការសនិទាន។
rational expression / **កន្សោមសនិទាន** : កន្សោមដែលអាចសរសេរជាផលធៀបនៃពហុធាពីរ ដែលភាគបែងរបស់វាខុសពី 0 ។	$\frac{x+8}{10x}$ និង $\frac{5}{x^2-1}$ គឺជាកន្សោមសនិទាន។
rational function / **អនុគមន៍សនិទាន** : អនុគមន៍មួយដែលមានទម្រង់ $f(x) = \frac{p(x)}{q(x)}$, ដែល $p(x)$ និង $q(x)$ គឺជាពហុធា ហើយ $q(x) \neq 0$ ។	អនុគមន៍ $y = \frac{6}{x}$ និង $y = \frac{2x+1}{x-3}$ គឺជាអនុគមន៍សនិទាន។
rational number / **ចំនួនសនិទាន** : ចំនួនដែលអាចសរសេរជា $\frac{a}{b}$ ដែល a និង b គឺជាចំនួនគត់វិទ្យាទីប ហើយ $b \neq 0$ ។	$4 = \frac{4}{1}, 0 = \frac{0}{1}, 2\frac{1}{3} = \frac{7}{3}, -\frac{3}{4} = \frac{-3}{4}$, និង $0.6 = \frac{3}{5}$ គឺជាចំនួនសនិទានទាំងអស់។
rationalizing the denominator / **ការធ្វើសនិទាន ភាគបែង** : វិធីសាស្ត្រនៃការលុបកន្សោមរ៉ាឌីកាល់នៅភាគបែងនៃប្រភាគមួយ ដោយគុណទាំងភាគយក និងភាគបែងដោយកន្សោមរ៉ាឌីកាល់សមស្របមួយ។	ដើម្បីធ្វើសនិទានភាគបែងនៃ $\frac{5}{\sqrt{7}}$, គុណកន្សោមដោយ $\frac{\sqrt{7}}{\sqrt{7}}$: $$\frac{5}{\sqrt{7}} = \frac{5}{\sqrt{7}} \cdot \frac{\sqrt{7}}{\sqrt{7}} = \frac{5\sqrt{7}}{\sqrt{49}} = \frac{5\sqrt{7}}{7}$$
ray / **កង្លះចន្លោត់** : ផ្នែកនៃបន្ទាត់មួយដែលមានចំណុចមួយហៅថាចំណុចចុង និង គ្រប់ចំណុចទាំងអស់លើបន្ទាត់ដែលលាតសន្ធឹងក្នុងទិសដៅមួយ។	$\overrightarrow{AB}$ មានចំណុចចុង A
real numbers / **ចំនួនពិត** : សំណុំនៃគ្រប់ចំនួនសនិទាន និង អសនិទាន។	$8, -6.2, \frac{6}{7}, \pi$, និង $\sqrt{2}$ គឺជាចំនួនពិត។
reciprocal / **ចម្រាស់** : ចម្រាស់ ឬ ចម្រាស់ផលគុណនៃចំនួនមិនសូន្យណាមួយ b គឺ $\frac{1}{b}$ ។	-2 និង $\frac{1}{-2} = -\frac{1}{2}$ គឺជាចម្រាស់។
rectangle / **ចតុកោណកែង** : ប្រលេឡូក្រាមដែលមានមុំកែងបួន។	
recursive rule / **រូបមន្តស្វ័យធ្វើន** : រូបមន្តសម្រាប់ស្ថិតដែលផ្តល់ឲ្យតួចាប់ផ្តើម ឬ តួផ្សេងៗនៃស្ថិត និង បន្ទាប់មកសមីការស្វ័យធ្វើន ដែលប្រាប់របៀបដែលតួទី n គឺ a_n ទាក់ទងទៅនឹងតួមុនមួយ ឬ ច្រើន។	រូបមន្តស្វ័យធ្វើន $a_0 = 1, a_n = a_{n-1} + 4$ ផ្តល់ឲ្យ ដោយស្ថិតចំនួន $1, 5, 9, 13, \ldots$ ។
reduction / **ការបង្រួច** : បំលែងចាំងដែលកត្តាមាត្រដ្ឋានរវាង 0 និង 1 ។	បំលែងចាំងដែលមានកត្តាមាត្រដ្ឋាន $\frac{1}{2}$ គឺជាការបង្រួម។
reference angle / **មុំយោង** : ប្រសិនបើ θ គឺជាមុំស្តង់នៅក្នុងទីតាំងបទដ្ឋាន មុំយោងរបស់វាគឺជាមុំស្រួច θ' ដែលបង្កើតឡើងដោយជ្រុងចុងនៃ θ និង អ័ក្ស x ។	មុំស្រួច θ' គឺជាមុំយោងនៃមុំ θ ។
reflection / **ចំលែងឆ្លុះ** : បំលែងដែលប្រើប្រាស់បន្ទាត់ឆ្លុះ ដើម្បីបង្កើតរូបភាពឆ្លុះនឹងរូបភាពដើម។	បន្ទាត់ឆ្លុះ

CAMBODIAN

regular polygon / ពហុកោណនិយ័ត : ពហុកោណដែលមានជ្រុងទាំងអស់ ស្មើគ្នា និង មុំទាំងអស់ស្មើគ្នា។	
regular polyhedron / ពហុឆ័យនិយ័ត : ពហុឆ័យចេៀងដែលមានមុខទាំងអស់ គឺជាពហុកោណនិយ័តប៉ុនគ្នា។	*សូមមើល* convex polyhedron (ពហុឆ័យចេៀង)។
regular pyramid / ពីរ៉ាមីតនិយ័ត : ពីរ៉ាមីតដែលមានពហុកោណនិយ័ត គឺជា បាតហើយអង្កត់ដែលភ្ជាប់កំពូល និង ថ្និតនៃបាត កែងទៅនឹងបាត។	កំពូល អាប៉ូថែម
relation / ទំនាក់ទំនង : ការផ្គូផ្គង ឬ ដាក់ជាគូនៃតម្លៃអញ្ញតិជាមួយតម្លៃលទ្ធផល។	គូតាមលំដាប់ $(-2, -2)$, $(-2, 2)$, $(0, 1)$, និង $(3, 1)$ ទំនងរវាងអញ្ញតិ (ដែនកំណត់) នៃ -2, 0, និង 3 និង លទ្ធផល (វិសាលភាព) នៃ -2, 1, និង 2។
relative error / កំហុសធៀប : ផលធៀបនៃកំហុសអាចធំបំផុត ទៅនឹងប្រវែង ដែលបានវាស់។	ប្រសិនបើកំហុសអាចធំបំផុតនៃរង្វាស់គឺ 0.5 អ៊ិញ ហើយរង្វាស់ដែលបានវាស់នៃវត្ថុមួយគឺ 8 អ៊ិញ នោះកំហុសធៀប គឺ $$\frac{0.5}{8} = 0.0625 = 6.25\%។$$
repeated solution / ចំណោះស្រាយចម្លងៗ : ចំពោះសមីការពហុធា $f(x) = 0$, k គឺជាដំណោះស្រាយដែលៗ ប្រសិនបើ ហើយតែក្នុងករណី កត្តា $x - k$ មាននិស្សន្ទធំជាង 1 នៅពេល $f(x)$ គឺជាកត្តាពេញលេញ។	-1 គឺជាដំណោះស្រាយដែលៗនៃសមីការ $(x + 1)^2 (x - 2) = 0$។
rhombus / ចតុកោណស្មើ : ប្រលេឡូក្រាមដែលមានជ្រុងប៉ុនគ្នាបួន។	
right angle / មុំកែង : មុំដែលមានរង្វាស់ស្មើ $90°$។	
right cone / កោណកែង : កោណដែលអង្កត់ភ្ជាប់ពីកំពូល និង ថ្និតនៃបាតកែង ទៅនឹងបាត។ អាប៉ូតែមគឺជាចម្ងាយរវាងកំពូល និង ចំណុចមួយលើគែមនៃបាត។	កំពូល កំពស់ អាប៉ូថែម មុននាង បាត
right cylinder / ស៊ីឡាំងកែង : ស៊ីឡាំងដែលអង្កត់ភ្ជាប់ថ្និតនៃបាតទាំងពីរ កែងទៅនឹងបាតទាំងពីរ។	បាត បាត

right prism / ព្រីស្រ័តកែង : ព្រីសដែលមុខខាងនីមួយៗកែងទៅនឹងបាតទាំងពីរៗ។	 កម្ពស់
right triangle / ត្រីកោណកែង : ត្រីកោណដែលមានមុំកែងមួយ។	 ផ្នែងធាត់ អ៊ីប៉ូតេនុស ផ្នែងធាត់
rise / ចម្រែបច្រេបឌតថ្លៃ y : សូមមើល slope (ស្លូប)។	សូមមើល slope (ស្លូប)។
root of an equation / ឬស្សនៃសមីការ : ដំណោះស្រាយសមីការដឺក្រេទី២ គឺជាឬសរបស់វា។	ឬស្សនៃសមីការបីក្រេទី២ $x^2 - 5x - 36 = 0$ គឺ 9 និង -4 ។
rotation / ចម្លែងវិល : បំលែងដែលលម្រូបមួយវិលចេញពីចំណុចនឹងមួយ ហៅថា ធ្លិតនៃបំលែងវិល។	 ម៉ុំនៃចម្លែងវិល P ធ្លិតនៃចម្លែងវិល
rotational symmetry / ស៊ីមេទ្រីចក្ខិល : រូបមួយនៅក្នុងប្លង់ មាន ស៊ីមេទ្រីបង្វិល ប្រសិនបើរូបនោះអាចផ្លាស់ផ្លងទៅនឹងខ្លួនវាដោយបង្វិល 180° ឬ តិចជាងពីធ្លិតស្វ័យ។ ចំណុចនេះគឺជាផ្លិតនៃស៊ីមេទ្រី។	 ធ្លិតនៃស៊ីមេទ្រី ចម្លែងវិល 90° និង 180° ផ្តល់ង្គរូបថាមួយខ្លួនវា
run / ចម្រែបច្រេបឌតថ្លៃ x : សូមមើល slope (ស្លូប)។	សូមមើល slope (ស្លូប)។

S

sample / ផំនុ : សំណាកូរនៃសកលស្ថិតិ។	សូមមើល population (សកលស្ថិតិ)។
sample space / ចន្លោះផំនុ : សំណុំនៃលទ្ធផលអាចទាំងអស់។	នៅពេលអ្នកបោះកាក់ពីរ ចន្លោះកំរូគឺខាងក្បាល, ក្បាល ក្បាល, កន្ទុយ និង កន្ទុយ, កន្ទុយ។
scalar / ស្កាឡៃ : ចំនួនពិតមួយដែលអ្នកគុណម៉ាទ្រីសមួយ។	សូមមើល scalar multiplication (ផលគុណស្កាឡៃ)។
scalar multiplication / ផលគុណស្កាឡៃ : ពហុគុណនៃធាតុនីមួយៗនៅក្នុង ម៉ាទ្រីសមួយដោយចំនួនពិត ហៅថា ស្កាឡៃ។	ម៉ាទ្រីសត្រូវគុណដោយស្កាឡៃ 3 ។ $$3\begin{bmatrix} 1 & 2 \\ 0 & -1 \end{bmatrix} = \begin{bmatrix} 3 & 6 \\ 0 & -3 \end{bmatrix}$$
scale / ចាត្រង្ឈាន : ផលធៀបដែលទាក់ទងនឹងវិមាត្រនៃការគួសមាត្រដ្ឋាន ឬ ម្ូឌែលដែលមាត្រដ្ឋាន និង វិមាត្រពិតប្រាកដ។	មាត្រដ្ឋាន 1 អិញ : 12 ហ្វីត លើប្លង់នៃជាន់មួយ មានន័យថា 1 អិញនៅក្នុងប្លង់នៃជាន់នោះ តំណាងឱ្យចម្ងាយពិតប្រាកដ 12 ហ្វីត។
scale drawing / ការគួសចាត្រង្ឈាន : ការគួសរិមាត្រពីរនៃវត្ថុមួយ ដែលវិមាត្រ នៃការគួស គឺសមាមាត្រទៅនឹងវិមាត្រនៃវត្ថុនោះ។	ប្លង់នៃជាន់របស់ផ្ទះមួយគឺជាការគួសមាត្រដ្ឋាន។

CAMBODIAN

scale factor of a dilation / កត្តាមាត្រដ្ឋានៃចំលែងទៅរង : នៅក្នុងបំលែង ចាំង វាជាផលធៀបនៃរង្វាស់ជ្រុងនៃរូបភាពទៅនឹងរង្វាស់ជ្រុងត្រូវគ្នានៃរូបដើម។	សូមមើល dilation (បំលែងចាំង)។
scale factor of two similar polygons / កត្តាមាត្រដ្ឋានៃនៃពហុកោណពីរ ប្រចគ្នា : ផលធៀបនៃរង្វាស់នៃជ្រុងត្រូវគ្នាពីរនៃពហុកោណពីរដូចគ្នា។	កត្តាមាត្រដ្ឋានៃ *ZYXW* លើ *FGHJ* គឺ $\frac{5}{4}$។
scale model / ម៉ូដែលមាត្រដ្ឋាន : ម៉ូដែលមាត្របីនៃវត្ថុមួយដែលមាត្រនៃ ម៉ូដែលសមាមាត្រទៅនឹងមាត្រនៃវត្ថុនោះ។	ភូគោល គឺជាម៉ូដែលមាត្រដ្ឋានៃផែនដី។
scalene triangle / ត្រីកោណស្កាលែន : ត្រីកោណដែលគ្មានជ្រុងប៉ុនគ្នា។	
scatter plot / ផ្ទាំងប្រោយ : ក្រាបនៃសំណុំគូទិន្នន័យ (x, y) ដែលប្រើប្រាស់ ដើម្បីកំណត់ថាតើមានទំនាក់ទំនងរវាងអថេរ x និង y ឬទេ។	
scientific notation / ការទាងសញ្ញាវិទ្យាសាស្ត្រ : ចំនួនមួយដែលគេសរសេរ ជាសញ្ញាវិទ្យាសាស្ត្រ នៅពេលវាមានទម្រង់ $c \times 10^n$ ដែល $1 \leq c < 10$ ហើយ n គឺជាចំនួនគត់វិជ្ជមានៗ។	ពីរលានត្រូវបានសរសេរជាសញ្ញាវិទ្យាសាស្ត្រគឺ 2×10^6 ហើយ 0.547 ត្រូវបានសរសេរជាសញ្ញាវិទ្យាសាស្ត្រគឺ 5.47×10^{-1}។
secant function / អនុគមន៍ស៊ីកាត់ : ប្រសិនបើ θ គឺជាមុំស្រួចនៃ ត្រីកោណកែង ស៊ីកែននៃ θ គឺជារង្វាស់នៃអ៊ីប៉ូតេនុស ចែកដោយរង្វាស់នៃ ជ្រុងជាប់មុំ θ។	សូមមើល sine function (អនុគមន៍ស៊ីនុស)។
secant line / បន្ទាត់ខ្នាត់រង្វង់ : បន្ទាត់មួយដែលកាត់រង្វង់មួយត្រង់ពីរចំណុចៗ។	បន្ទាត់ *m* គឺជាបន្ទាត់ខ្នាត់រង្វង់។
secant segment / អង្កត់ខ្នាត់រង្វង់ : អង្កត់របស់អង្កត់ផ្ចិតនៃរង្វង់មួយ និង មានចំណុចចុងមួយយ៉ាងជាក់លាក់នៅខាងក្រៅរង្វង់។	អង្កត់ខ្នាត់រង្វង់
sector of a circle / ចម្រៀកនៃរង្វង់ : ផែនដែលខ័ណ្ឌដោយកាំពីរនៃរង្វង់ និង ធ្នូស្ពាត់របស់វា។	ចម្រៀក *APB*
segment / អង្កត់ : *សូមមើល* line segment (អង្កត់)។	*សូមមើល* line segment (អង្កត់)។

High School
Multi-Language Visual Glossary

segment bisector / ចុះអង្គត់ជាពីរប៉ុនគ្នា : ចំណុច, កន្លះបន្ទាត់, បន្ទាត់, អង្កត់ ឬ ប្លង់ ដែលកាត់អង្កត់មួយនៅត្រង់ចំណុចកណ្ដាលរបស់វា។	$\overleftrightarrow{CD}$ ចុះអង្កត់ $\overline{AB}$ ជាពីរប៉ុនគ្នា
segments of a chord / កំណាត់នៃអង្កត់ធ្នូ : នៅពេលអង្កត់ធ្នូពីរកាត់គ្នា នៅផ្នែកខាងក្នុងនៃរង្វង់មួយ, អង្កត់ធ្នូនីមួយៗត្រូវបានចែកជាអង្កត់ពីរប៉ុនគ្នា ហៅថា កំណាត់នៃអង្កត់ធ្នូ។	$\overline{EA}$ និង $\overline{EB}$ គឺជាកំណាត់នៃអង្កត់ធ្នូ $\overline{AB}$ ។ $\overline{DE}$ និង $\overline{EC}$ គឺជាកំណាត់នៃអង្កត់ធ្នូ $\overline{DC}$ ។
self-selected sample / គំរូជ្រើសរើសខ្លួនឯង : គំរូដែលជាតុនៃសកលស្ថិតិ ជ្រើសរើសដោយស្ម័គ្រចិត្ត។	អ្នកអាចទទួលបានស្ករជ្រើសរើសដើម្បីនៅខ្លួនឯងពីសកលស្ថិតិសិស្ស សាលាដោយការសុំឲ្យ សិស្សនោះប្រគល់ការស្ទង់មតិមក ដាក់ក្នុងប្រអប់ប្រមូល។
self-similar / ទួចខ្លួនឯង : វត្ថុមួយដែលផ្នែកមួយនៃវត្ថុនោះ អាចចម្លើកមើល ទៅផ្ទួនជាវត្ថុមួយទាំងមូល។	*សូមមើល* fractal (គំរូធរណីមាត្រជនដែលៗ)។
semicircle / កន្លះរង្វង់ : ធ្នូមួយមានចំណុចចុង ដែលចំណុចចុងទាំងនោះគឺជា អង្កត់ផ្ចិតនៃរង្វង់មួយ។ រង្វាស់នៃកន្លះរង្វង់គឺ **180°** ។	$\overarc{QSR}$ គឺជាកន្លះរង្វង់មួយ។
sequence / ស៊្វិត : អនុគមន៍មួយដែលដែនកំណត់របស់វាគឺជាសំណុំនៃចំនួនគត់ វិជ្ជមានជាធម្មតា។ ដែនកំណត់ផ្ដល់នូវទីតាំងនៅក្នុងនៃតួនីមួយៗនៃស្វ៊ិត។វិសាលភាពផ្ដល់ នូវវត្ថុផ្សេងៗនៃស្វ៊ិត។	ចំពោះដែនកំណត់ $n = 1, 2, 3,$ និង $4,$ ស្វ៊ិតនោះ កំណត់ដោយ $a_n = 2n$ មានតួ $2, 4, 6$ និង 8 ។
series / សេរី : កន្សោមដែលបង្កើតឡើងដោយការបូកតួផ្សេងៗនៃស្វ៊ិតមួយៗ។ សេរី មួយអាចជាសេរីកំណត់ ឬ មិនកំណត់។	សេរីកំណត់ : $2 + 4 + 6 + 8$ សេរីមិនកំណត់ : $2 + 4 + 6 + 8 + \cdots$
set / សំណុំ : បណ្ដុំនៃវត្ថុផ្សេងៗ។	សំណុំនៃចំនួនគត់ធម្មជាតិគឺ $W = \{0, 1, 2, 3, \ldots\}$ ។
side of a polygon / ជ្រុងនៃពហុកោណ : អង្កត់នីមួយៗដែលបង្កើត ពហុកោណមួយ។ *សូមមើលផងដែរ* polygon (ពហុកោណ)។	*សូមមើល* polygon (ពហុកោណ)។
sides of an angle / ជ្រុងនៃមុំមួយ : *សូមមើល* angle (មុំ)។	*សូមមើល* angle (មុំ)។
sigma notation / ការតាងស៊ីកម៉ា : *សូមមើល* **summation notation** (ការតាងសញ្ញាផលបូក)។	*សូមមើល* **summation notation** (ការតាងសញ្ញាផលបូក)។
similar figures / រូបទួច : រូបដែលមានទ្រង់ទ្រាយដូចគ្នា ប៉ុន្តែមិនចាំបាច់មាន ទំហំដូចគ្នា។ មុំត្រូវវភ្នាក់នៃរូបដូចគ្នា គឺប៉ុនគ្នា ហើយ ផលធៀបរង្វាស់នៃជ្រុងត្រូវគ្នា គឺ ស្មើគ្នា។ និមិត្តសញ្ញា ~ បញ្ជាក់រូបពីរដូចគ្នា។	$\triangle ABC \sim \triangle DEF$

CAMBODIAN

similar polygons / ពហុកោណដូច : ពហុកោណពីរដែលមុំត្រូវគ្នារបស់វា គឺប៉ុនគ្នា ហើយរង្វាស់នៃជ្រុងត្រូវគ្នាគឺសមាមាត្រគ្នា។	 $ABCD \sim EFGH$
similar solids / សូលីដដូច : សូលីតពីរដែលមានប្រភេទដូចគ្នា និង មាន ផលធៀបនៃរង្វាស់លីនេអ៊ែរស្មើគ្នា ដូចជា កម្ពស់ ឬ កាំ។	
simplest form of a fraction / ទម្រង់សាមញ្ញបំផុតនៃប្រភាគ : ប្រភាគមួយ មានទម្រង់សាមញ្ញបំផុតប្រសិនបើភាគយកនិងភាគបែងរបស់វាមានកត្តារួមធំបំផុតគឺ1 ។	ទម្រង់សាមញ្ញបំផុតនៃប្រភាគ $\frac{4}{12}$ គឺ $\frac{1}{3}$ ។
simplest form of a radical / ទម្រង់សាមញ្ញបំផុតនៃរ៉ាឌីកាល់ : រ៉ាឌីកាល់ ដែលមានសន្ទស្សន៍n មានទម្រង់សាមញ្ញបំផុតប្រសិនបើរ៉ាឌីកង់គ្មានស្វ័យគុណទីn សុក្រិត ជាកត្តា និង ភាគបែងណាមួយត្រូវបានដាក់ជាកត្តា។	$\sqrt[3]{135}$ មានទម្រង់សាមញ្ញបំផុតគឺ $3\sqrt[3]{5}$ ។ $\dfrac{\sqrt[5]{7}}{\sqrt[5]{8}}$ មានទម្រង់សាមញ្ញបំផុតគឺ $\dfrac{\sqrt[5]{28}}{2}$ ។
simplest form of a rational expression / ទម្រង់សាមញ្ញបំផុតនៃ កន្សោមសនិទាន : កន្សោមសនិទានដែលភាគយក និង ភាគបែងគ្មានកត្តារួមក្រៅពី ± 1 ។	ទម្រង់សាមញ្ញបំផុតនៃ $\dfrac{2x}{x(x-3)}$ គឺ $\dfrac{2}{x-3}$ ។
simulation / ការចម្លង : ការពិសោធន៍ដែលអ្នកអាចធ្វើដើម្បីល្បាករណីអំពី វិស្យាសាស្ត្រពិត។	ប្រអប់នីមួយៗនៃពណ៌ជាតិអ្នមី មានរង្វាន់ ១ នៃ ៦។ ស្រួចបីលីតេនៃការទទួលបានរង្វាន់នីមួយៗគឺ $\frac{1}{6}$។ ដើម្បីល្បាករណីចំនួននៃប្រអប់ពណ៌ជាតិដែលអ្នក ត្រូវវិញ្ញដើម្បីឈ្នះទាំង ៦ រង្វាន់ អ្នកអាចបញ្ជិល គ្រាប់ឡុកឡាក់ម្តង ចំពោះប្រអប់ពណ៌ជាតិនីមួយៗ។ បញ្ជិលរហូតដាល់តែអ្នកបញ្ជិលបានលេខទាំង ៦។
sine / ស៊ីនុស : ផលធៀបត្រីកោណមាត្រ ដែលមានអក្សរកាត់ $\sin$ ។ ចំពោះត្រីកោណកែង ABC, ស៊ីនុសនៃមុំស្រួច A គឺ $\sin A = \dfrac{\text{រង្វាស់នៃជ្រុងឈម} \angle A}{\text{រង្វាស់នៃអ៊ីប៉ូតេនុស}} = \dfrac{BC}{AB}$ ។	 $\sin A = \dfrac{BC}{AB} = \dfrac{3}{5}$
sine function / អនុគមន៍ស៊ីនុស : ប្រសិនបើ θ គឺជាមុំស្រួចនៃត្រីកោណកែង ស៊ីនុសនៃ θ គឺជារង្វាស់នៃជ្រុងឈមមុំ θ ចែកដោយរង្វាស់នៃអ៊ីប៉ូតេនុស។	 $\sin\theta = \dfrac{\text{ជ្រុងឈម}}{\text{អ៊ីប៉ូតេនុស}} = \dfrac{5}{13}$ $\csc\theta = \dfrac{\text{អ៊ីប៉ូតេនុស}}{\text{ជ្រុងឈម}} = \dfrac{13}{5}$ $\cos\theta = \dfrac{\text{ជ្រុងជាប់}}{\text{អ៊ីប៉ូតេនុស}} = \dfrac{12}{13}$ $\sec\theta = \dfrac{\text{អ៊ីប៉ូតេនុស}}{\text{ជ្រុងជាប់}} = \dfrac{13}{12}$ $\tan\theta = \dfrac{\text{ជ្រុងឈម}}{\text{ជ្រុងជាប់}} = \dfrac{5}{12}$ $\cot\theta = \dfrac{\text{ជ្រុងជាប់}}{\text{ជ្រុងឈម}} = \dfrac{12}{5}$
sinusoids / ក្រាបស៊ីនុស កូស៊ីនុស : ក្រាបនៃអនុគមន៍ស៊ីនុស និង កូស៊ីនុស។	 $y = 2\sin 4x + 3$

skew lines / បន្ទាត់មិនកាត់គ្នា : បន្ទាត់ដែលមិនកាត់ និង មិនស្ថិតនៅក្នុងប្លង់តែមួយ។	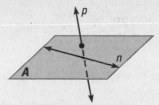 បន្ទាត់ n និង p គឺជាបន្ទាត់មិនកាត់គ្នា។
skewed distribution / ចំណែងចែកឥឡេ្វង : បំណែងចែកប្រហាប់លើគេ ដែលមិនស៊ីមេទ្រី។ *សូមមើលផងដែរ* symmetric distribution (បំណែងចែកស៊ីមេទ្រី)។	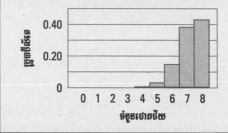
slant height of a regular pyramid / អាប្ចូទែមនៃពីរ៉ាមីតនិយ៉ត : កម្ពស់នៃមុខខាងរបស់ពីរ៉ាមីតនិយ៉ត។	*សូមមើល* regular pyramid (ពីរ៉ាមីតនិយ៉ត)។
slope / ស្លុប : ស្លុប m នៃបន្ទាត់មិនឈររគឺជាផលផ្សៀបនៃប្រែម្រួលលើអ័ក្សឈរ (ប្រែម្រួលអ័ក្ស y) លើបម្រែម្រួលលើអ័ក្សផ្តេក (ប្រែម្រួលអ័ក្ស x) រវាងចំណុចពីរនៅឆ្ងាយណា (x_1, y_1) និង (x_2, y_2) លើបន្ទាត់ : $m = \dfrac{y_2 - y_1}{x_2 - x_1}$។	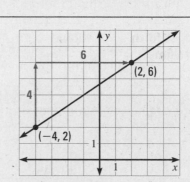 ស្លុបនៃបន្ទាត់បែបនេះបានឆ្ងាញ្ញតិ $\dfrac{4}{6}$ ឬ $\dfrac{2}{3}$។
slope-intercept form / ទម្រង់គាត់ស្លុប : សមីការលីនេអ័រដែលជាសររសេ ជាទម្រង់ $y = mx + b$ ដែល m គឺជាស្លុប និង b គឺជាចំណុចកាត់ y នៃក្រាបរបស់សមីការ។	$y = 3x + 4$ មានទម្រង់កាត់ស្លុប។ ស្លុបនៃបន្ទាត់នោះគឺ 3 ហើយ ចំណុចកាត់ y គឺ 4។
solid / ស៊ូលីទ : រូបវិមាត្របីដែលបិទជិតផ្នែកនៃលំហ។	
solution of a system of linear equations in three variables / ចំណោះស្រាយនៃប្រព័ន្ធសមីការលីនេអ័រ អមេរ៉ចី : ត្រីជាតុគាមលំដាប់ (x, y, z) ដែលក្អរដោេនេររបស់វាធ្វើឱ្យ សមីការនីមួយៗនៅក្នុងប្រព័ន្ធពិត។	$4x + 2y + 3z = 1$ $2x - 3y + 5z = -14$ $6x - y + 4z = -1$ $(2, 1, -3)$ គឺជាដំណោះស្រាយនៃប្រព័ន្ធខាងលើ។
solution of a system of linear equations in two variables / ចំណោះស្រាយនៃប្រព័ន្ធសមីការលីនេអ័រ អមេរ៉ី : គូគាមលំដាប់ (x, y) ដែលជាដំណោះស្រាយរបស់សមីការនីមួយៗនៅក្នុងប្រព័ន្ធ។	$4x + y = 8$ $2x - 3y = 18$ $(3, -4)$ គឺជាដំណោះស្រាយនៃប្រព័ន្ធខាងលើ។
solution of a system of linear inequalities in two variables / ចំណោះស្រាយនៃប្រព័ន្ធវិសមីភាពលីនេអ័រ អមេរ៉ី : គូគាមលំដាប់ (x, y) ដែលជាដំណោះស្រាយនៃវិសមភាពនីមួយៗនៅក្នុងប្រព័ន្ធ។	$y > -2x - 5$ $y \le x + 3$ $(-1, 1)$ គឺជាដំណោះស្រាយនៃប្រព័ន្ធខាងលើ។

CAMBODIAN

solution of an equation in one variable / ចំណោះស្រាយនៃសមីការ អថេរតែមួយ : ចំនួនមួយដែលបង្កើតអំណោះអំណាងពិតនៅពេលជំនួសឲ្យអថេរនៅក្នុងសមីការ។	ចំនួន 3 គឺជាដំណោះស្រាយនៃសមីការ $8 - 2x = 2$, ពីព្រោះ $8 - 2(3) = 2$ ។
solution of an equation in two variables / ចំណោះស្រាយនៃសមីការ អថេរពីរ : គូតាមលំដាប់(x, y) ដែលបង្កើតអំណោះអំណាងពិត នៅពេល តម្លៃx និងy ត្រូវបានជំនួសនៅក្នុងសមីការ។	$(-2, 3)$ គឺជាដំណោះស្រាយនៃ $y = -2x - 1$ ។
solution of an inequality in one variable / ចំណោះស្រាយនៃ វិសមភាពអថេរតែមួយ : ចំនួនមួយដែលបង្កើតអំណោះអំណាងពិត នៅពេលជំនួសឲ្យអថេរ នៅក្នុងវិសមភាព។	ចំនួន 3 គឺជាដំណោះស្រាយនៃវិសមភាព $5 + 3n \le 20$, ពីព្រោះ $5 + 3(3) = 14$ និង $14 \le 20$ ។
solution of an inequality in two variables / ចំណោះស្រាយនៃ វិសមភាព អថេរពីរ : គូតាមលំដាប់(x, y) ដែលបង្កើតអំណោះអំណាងពិត នៅពេល តម្លៃx និងy ត្រូវបានជំនួសនៅក្នុងវិសមភាព។	$(-1, 2)$ គឺជាដំណោះស្រាយនៃវិសមភាព $x - 3y < 6$ ពីព្រោះ $-1 - 3(2) = -7$ និង $-7 < 6$ ។
solve a right triangle / ចំណោះស្រាយរកត្រីកោណកែង : រករង្វាស់នៃជ្រុង និង មុំទាំងអស់នៃត្រីកោណកែងមួយ។	អ្នកអាចដោះស្រាយរកត្រីកោណកែងមួយ ប្រសិនបើ អ្នកស្គាល់ជាតុណាមួយខាងក្រោម : • រង្វាស់ជ្រុងពីរ • រង្វាស់ជ្រុងមួយ និង រង្វាស់នៃមុំស្រួចមួយ
solve for a variable / ចំណោះស្រាយរកអថេរតែមួយ : សរសេរសមីការឡើង វិញ ជាសមីការសមមូល ដែលអថេរនោះគឺស្ថិតនៅអង្គម្ខាង និង មិនស្ថិតនៅអង្គម្ខាង ទៀត។	នៅពេលអ្នកដោះស្រាយរូបមន្តបរិមាត្ររង្វង់ $C = 2\pi r$ ដោយរក r, លទ្ធផលគឺ $r = \dfrac{C}{2\pi}$ ។
sphere / ស្វ៊ែ : សំណុំនៃគ្រប់ចំណុចនៅក្នុងលំហដែលមានចម្ងាយស្មើពីចំណុច ផ្ដល់ឲ្យមួយ ហៅថា ផ្ចិត។	 ផ្ចិត
square / ការ៉េ : ប្រលេឡូក្រាមដែលមានជ្រុងពូនប៉ុនគ្នា និង មានមុំកែងបួន។	
square root / ឬសការ៉េ : ប្រសិនបើ $b^2 = a$, នោះ b គឺជាឬសការ៉េនៃ a ។ សញ្ញារ៉ាឌីកាល់ $\sqrt{\ }$ តំណាងឲ្យឬសការ៉េមិនអវិជ្ជមាន។	ឬសការ៉េនៃ 9 គឺ 3 និង -3 ពីព្រោះ $3^2 = 9$ និង $(-3)^2 = 9$ ។ ដូច្នេះ $\sqrt{9} = 3$ និង $-\sqrt{9} = -3$ ។
square root function / អនុគមន៍ឬសការ៉េ : អនុគមន៍រ៉ាឌីកាល់ដែលសមីការ របស់វាមានឬសការ៉េ ដោយអថេរឯករាជ្យនៅពីក្រោមរ៉ាឌីកង់។	$y = 2\sqrt{x + 2}$ និង $y = \sqrt{x} + 3$ គឺជាអនុគមន៍ ឬសការ៉េ។
standard deviation / គម្លាតគំរូ : រង្វាស់នៃផលសងគីរ្យវាងតម្លៃទិន្នន័យ និង មធ្យម $\bar{x}$ ។ គម្លាតគីរ្យនៃសំណុំទិន្នន័យមួយចំនួន $x_1, x_2, \ldots, x_n$ គឺជារង្វាស់នៃគម្លាត ដែលតាងដោយ ស និង គិតជាឬសការ៉េនៃរៀង។ $\sigma = \sqrt{\dfrac{(x_1 - \bar{x})^2 + (x_2 - \bar{x})^2 + \ldots + (x_n - \bar{x})^2}{n}}$	គម្លាតគីរ្យនៃសំណុំទិន្នន័យនឹម 3, 9, 13, 23 (ដែលមានមធ្យម $= 12$) គឺ : $\sigma = \sqrt{\dfrac{(3 - 12)^2 + (9 - 12)^2 + (13 - 12)^2 + (23 - 12)^2}{4}}$ $= \sqrt{53} \approx 7.3$
standard equation of a circle / សមីការទូទៅ នៃរង្វង់ : សមីការទូទៅនៃ រង្វង់មួយដែលមានផ្ចិត (h, k) និង កាំ r គឺ $(x - h)^2 + (y - k)^2 = r^2$ ។	សមីការទូទៅនៃរង្វង់ដែលមានផ្ចិត $(2, 3)$ និង កាំ 4 គឺ $(x - 2)^2 + (y - 3)^2 = 16$ ។
standard form of a complex number / ទម្រង់ទូទៅ នៃចំនួនកុំផ្លិច : ទម្រង់ $a + bi$ ដែល a និង b គឺជាចំនួនពិត ហើយ i គឺជាឯកតាខ្នាតនិមិត្ត។	ទម្រង់ទូទៅនៃចំនួនកុំផ្លិច $i(1 + i)$ is $-1 + i$ ។
standard form of a linear equation / ទម្រង់ទូទៅ នៃសមីការលីនេអ៊ែរ : សមីការលីនេអ៊ែរមានទម្រង់ $Ax + By = C$ ដែល A និង B គឺជាចំនួនឥតសូន្យ។	សមីការលីនេអ៊ែរ $y = -3x + 4$ អាចសរសេរជា ទម្រង់ $3x + y = 4$ ។

standard form of a polynomial function / ទម្រង់ទូទៅ នៃអនុគមន៍ ពហុធា : ទម្រង់នៃអនុគមន៍ពហុធាមួយដែលមានតួផ្សេងៗសរសេរតាមលំដាប់ចុះនៃ និទស្សន្តពីធ្លោងទៅស្តើម។	អនុគមន៍ $g(x) = 7x - \sqrt{3} + \pi x^2$ អាចសរសេរ ជាទម្រង់ទូទៅ $g(x) = \pi x^2 + 7x - \sqrt{3}$ ។
standard form of a quadratic equation in one variable / ទម្រង់ទូទៅ នៃសមីការបីក្រេទីម អថេរមួយ : ទម្រង់ $ax^2 + bx + c = 0$ ដែល $a \neq 0$ ។	សមីការដីក្រេទី២ $x^2 - 5x = 36$ អាចសរសេរជា ទម្រង់ទូទៅ $x^2 - 5x - 36 = 0$ ។
standard form of a quadratic function / ទម្រង់ទូទៅ នៃអនុគមន៍ បីក្រេទីម : អនុគមន៍ដីក្រេទី២ ដែលមានទម្រង់ $y = ax^2 + bx + c$ ដែល $a \neq 0$ ។	អនុគមន៍ ដីក្រេទី២ $y = 2(x + 3)(x - 1)$ អាចសរសេរជាទម្រង់ ទូទៅ $y = 2x^2 + 4x - 6$ ។
standard normal distribution / ចំណែងចែកធម្មតាចបទ្ធាន : បំណែង ចែកធម្មតាដែលមានមធ្យម 0 និង គម្លាតគំរូ 1 ។ សូមមើលផងដែរ z-score (ពិន្ទុ z)។	$z = -3$ $z = -2$ $z = -1$ $z = 0$ $z = 1$ $z = 2$ $z = 3$
standard position of an angle / ទីតាំងចបទ្ធាននៃមុំ : នៅក្នុងប្លង់ កូអរដោនេទីតាំងនៃមុំមួយដែលកំពូលរបស់វាស្ថិតនៅគល់ 0 និង ជ្រុងរបស់វាស្ថិតនៅ លើអ័ក្ស x វិជ្ជមាន។	
statistics / ស្ថិតិ : តម្លៃលេខដែលគេប្រើប្រាស់ដើម្បីសង្ខេប និង ប្រៀបធៀប សំណុំនៃទិន្នន័យ។	សូមមើល mean (មធ្យម), median (មេដ្យាន), mode (ម៉ូត), range (វិសាលភាព) និង standard deviation (គម្លាតគំរូ)។
stem-and-leaf plot / ផ្ទង់ស្លឹកទាង : ការបង្ហាញទិន្នន័យដែលរៀបចំទិន្នន័យ ដោយផ្អែកលើខ្ទង់របស់ពួកវា។	មែក ┃ ទាង 0 ┃ 8 9 1 ┃ 0 2 3 4 5 5 5 9 2 ┃ 1 1 5 9 ខ្ទង់ : $1 \mid 9 = \$19$
step function / អនុគមន៍ជំចាន : អនុគមន៍ផ្សុំ ដែលកំណត់ដោយតម្លៃថេររាងមួយ លើផ្ទៃកនីមួយៗនៃដែនកំណត់របស់វា។ ក្រាបរបស់វាជួចជាសើរីនៃកាំជណ្តើរ។	$f(x) = \begin{cases} 1, & \text{ប្រសិនបើ } 0 \leq x < 1 \\ 2, & \text{ប្រសិនបើ } 1 \leq x < 2 \\ 3, & \text{ប្រសិនបើ } 2 \leq x < 3 \end{cases}$
straight angle / មុំរាប : មុំដែលមានរង្វាស់ស្មើ $180°$ ។	A
stratified random sample / គំរូចែចស្ប្យជាថ្នាក់ : គំរូមួយដែលសកលស្ថិតិ ត្រូវបានបែងចែកទៅជាក្រុមផ្សេងៗ ហើយសមាជិកផ្សេងៗ ត្រូវបានជ្រើសរើសដោយ ចៃដន្យពីក្រុមនីមួយៗ។	អ្នកអាចជ្រើសរើសស្ទង់ចៃដន្យជាថ្នាក់នៃសកលស្ថិតិសិស្ស សាលាដោយឲ្យកុំព្យូទ័រជ្រើសរើសដោយចៃដន្យនូវសិស្ស ២៥ នាក់ពីកម្រិតថ្នាក់នីមួយៗ។
subset / សំណុំរង : ប្រសិនបើគ្រប់ធាតុនៃសំណុំ A គឺជាធាតុនៃសំណុំ B ដែរនោះ A គឺជាសំណុំរងនៃ B ។ នេះសរសេរជា $A \subseteq B$ ។ ចំពោះសំណុំណាមួយ A, $\emptyset \subseteq A$ និង $A \subseteq A$ ។	ប្រសិនបើ $A = \{1, 2, 4, 8\}$ និង B គឺជាសំណុំនៃ ចំនួនគត់វិជ្ជមានទាំងអស់ នោះ A គឺជាសំណុំរងនៃ B, ឬ $A \subseteq B$ ។

CAMBODIAN

substitution method / **វិធីជំនួស** : វិធីសាស្ត្រដោះស្រាយប្រព័ន្ធសមីការ ដោយដោះស្រាយសមីការមួយ ដើម្បីរកអថេរមួយ ហើយបន្ទាប់មក ជំនួសកន្សោម លទ្ធផលទៅក្នុងសមីការផ្សេងទៀត។	$2x + 5y = -5$ $x + 3y = 3$ ដោះស្រាយសមីការ 2 ដើម្បីរក x: $x = -3y + 3$ ។ ជំនួសកន្សោមនោះឱ្យ x នៅក្នុងសមីការ 1 ហើយ ដោះស្រាយរក y: $y = 11$ ។ ប្រើប្រាស់តម្លៃនៃ y ដើម្បីរកតម្លៃ x: $x = -30$ ។
summation notation / **ការតាងសញ្ញាផលបូក** : ការតាងសញ្ញាសម្រាប់ សៀវដែលប្រើប្រាស់អក្សរធំក្រិច ស៊ិកម៉ា Σ ។ គេក៏ហៅផងដែរថា ការតាងសញ្ញា ស៊ិកម៉ា។	$\sum_{i=1}^{5} 7i = 7(1) + 7(2) + 7(3) + 7(4) + 7(5)$ $= 7 + 14 + 21 + 28 + 35 = 105$
supplementary angles / **មុំបន្ថែម** : មុំពីរដែលមានរង្វាស់ផលបូកស្មើ $180°$ ។ ផលបូកនៃរង្វាស់មុំមួយ និង មុំបន្ថែមរបស់វាគឺ $180°$ ។	
surface area / **ក្រឡាផ្ទៃនៃផ្ទៃ** : ផលបូកនៃក្រឡាផ្ទៃនៃមុខផ្សេងៗរបស់ពហុកោណ ឬ ស្វលីតផ្សេងទៀត។	 $S = 2(3)(4) + 2(4)(6) + 2(3)(6) = 108$ ថ្ញីត^2
survey / **ការស្ទង់មតិ** : ការសិក្សាពីលក្ខណៈមួយ ឬ ច្រើននៃក្រុមមួយ។	ទស្សនាវដ្ដីមួយស្ទើរឱ្យអ្នកអានរបស់ខ្លួនធ្វើចម្លើយ នៃកម្រងសំណួរដែលដាក់អក្រាឱ្យទស្សនាវដ្ដីនោះ។
symmetric distribution / **ចំណែងចែកស៊ីមេទ្រី** : បំណែងចែកមួយបើលើតែ ដែលពិណាងដោយអ៊ីស្តូក្រាមដែលអ្នកអាចកាត់បន្ថាត់ល្អរដោយចែកអ៊ីស្តូក្រាមជាពីរ ផ្នែកដែលមានរូបឆ្លុះគ្នា។	
synthetic division / **ផលចែកខ្លួនឯង** : វិធីមួយដែលគេប្រើប្រាស់ដើម្បីចែក ពហុធា ដោយឧទ្ទែកដែលមានទម្រង់ $x - k$ ។	$\begin{array}{r|rrrr} -3 & 2 & 1 & -8 & 5 \\ & & -6 & 15 & -21 \\ \hline & 2 & -5 & 7 & -16 \end{array}$ $\dfrac{2x^3 + x^2 - 8x + 5}{x + 3} = 2x^2 - 5x + 7 - \dfrac{16}{x + 3}$
synthetic substitution / **ការជំនួសខ្លួនឯង** : វិធីមួយដែលគេប្រើប្រាស់ដើម្បី វាយតម្លៃអនុគមន៍ពហុធា។	$\begin{array}{r|rrrrr} 3 & 2 & -5 & 0 & -4 & 8 \\ & & 6 & 3 & 9 & 15 \\ \hline & 2 & 1 & 3 & 5 & 23 \end{array}$ ការជំនួសខ្លួនឯងនាងលើចង្វាញ់ថា ចំពោះ $f(x) = 2x^4 - 5x^3 - 4x + 8$, $f(3) = 23$ ។
system of linear equations / **ប្រព័ន្ធសមីការលីនេអ៊ែរ** : សមីការពីរ ឬ ច្រើនដែលមានអថេរផ្សេងៗពួចគ្នា។ គេក៏ហៅថា $linear system$ (ប្រព័ន្ធលីនេអ៊ែរ)។	សមីការខាងក្រោមបង្កើតប្រព័ន្ធសមីការលីនេអ៊ែរ : $x + 2y = 7$ $3x - 2y = 5$
system of linear inequalities in two variables / **ប្រព័ន្ធវិសមភាព លីនេអ៊ែរ អថេរពីរ** : វិសមភាពលីនេអ៊ែរពីរ ឬ ច្រើនដែលមានអថេរផ្សេងៗពួចគ្នា។ គេក៏ហៅថា $ប្រព័ន្ធវិសមភាព$។	វិសមភាពខាងក្រោមបង្កើតប្រព័ន្ធវិសមភាពលីនេអ៊ែរ អថេរពីរ : $x - y > 7$ $2x + y < 8$

system of three linear equations in three variables / ប្រព័ន្ធសមីការលីនេអ៊ែរបី អថេរបី : ប្រព័ន្ធដែលមានសមីការលីនេអ៊ែរបី មានអថេរបី។ *សូមមើលផងដែរ* linear equation in three variables (សមីការលីនេអ៊ែរ អថេរបី)។	$2x + y - z = 5$ $3x - 2y + z = 16$ $4x + 3y - 5z = 3$
system of two linear equations in two variables / ប្រព័ន្ធសមីការលីនេអ៊ែរ អថេរពីរ : ប្រព័ន្ធដែលមានសមីការពីរ ដែលអាចសរសេរជា ទម្រង់ $Ax + By = C$ និង $Dx + Ey = F$ ដែល x និង y គឺជាអថេរ, A និង B គឺជាចំនួនថេរ, ហើយ D និង E គឺជាចំនួនថេរ។	$4x + y = 8$ $2x - 3y = 18$
systematic sample / គំរូជាប្រព័ន្ធ : គំរូដែលគេជ្រើសវិធានមួយដើម្បីជ្រើសរើសជាធាតុនៃសកលស្ថិតិ។	អ្នកអាចជ្រើសរើសនិស្សិតម្នាក់ជាប្រព័ន្ធនៃសកលស្ថិតិនិស្សិតសាលា ដោយជ្រើសរើសរៀងរាល់និស្សិតទី១០លើបញ្ជីរាយតាម អក្សរនៃនិស្សិតទាំងអស់នៅក្នុងសាលា។

T

tangent / តង់សង់ : ផលធៀបត្រីកោណមាត្រដែលមានអក្សរកាត់ *tan*។ ចំពោះត្រីកោណកែង ABC តង់សង់នៃមុំស្រួច $\angle A$ គឺ $\tan A = \dfrac{\text{រង្វាស់នៃជ្រុងឈមមុំ} \angle A}{\text{រង្វាស់នៃជ្រុងជាប់មុំ} \angle A} = \dfrac{BC}{AC}$ ។	$\tan A = \dfrac{BC}{AC} = \dfrac{3}{4}$
tangent function / អនុគមន៍តង់សង់ : ប្រសិនបើ θ គឺជាមុំស្រួចនៃ ត្រីកោណកែង តង់សង់នៃ θ គឺជារង្វាស់នៃជ្រុងឈមមុំ θ ចែកដោយរង្វាស់នៃ ជ្រុងជាប់មុំ θ។	*សូមមើល* sine function (អនុគមន៍ស៊ីនុស)។
tangent line / បន្ទាត់ប៉ះរង្វង់ : បន្ទាត់នៅក្នុងប្លង់នៃរង្វង់មួយដែលកាត់រង្វង់ នោះត្រង់ចំណុចមួយជាក់លាក់ ហៅថាចំណុចប៉ះ។	បន្ទាត់ *n* គឺជាបន្ទាត់ប៉ះរង្វង់។ *R* គឺជាចំណុចប៉ះ។
taxicab geometry / ធរណីមាត្រតាក់ស៊ីខេប : ធរណីមាត្រមិនអ៊ុយគ្លីត ដែល បន្ទាត់ទាំងអស់ផ្ដេក ឬ បញ្ឈរ។	នៅក្នុងធរណីមាត្រតាក់ស៊ីខេប ចម្ងាយរវាង *A* និង *B* គឺ 7 ឯកត្តា។
terminal point of a vector / ចំណុចចុងនៃវ៉ិចទ័រ : ចំណុចបញ្ចប់នៃ វ៉ិចទ័រមួយ។	*សូមមើល* vector (វ៉ិចទ័រ)។
terminal side of an angle / ជ្រុងចុងនៃមុំ : នៅក្នុងប្លង់កូអរដោនេ មុំមួយអាចបង្កើតឡើងដោយបង្វិលបន្ទាត់ឆ្នូងមួយ ហៅថា ជ្រុងដើម និងរស្មីពីកំពូល បានបង្វិលបន្ទាត់ផ្សេងទៀត ហៅថាជ្រុងចុង។	*សូមមើល* standard position of an angle (ទីតាំងបទដ្ឋាននៃមុំមួយ)។
terms of a sequence / តួនៃស្វ៊ីត : តម្លៃនៅក្នុងវិសាលភាពនៃស្វ៊ីតមួយ។	តួ 4 ដំបូងនៃស្វ៊ីត $1, -3, 9, -27, 81, -243, \ldots$ គឺ $1, -3, 9,$ និង -27 ។
terms of an expression / តួនៃកន្សោម : ផ្នែកផ្សេងៗនៃកន្សោមមួយ ដែលលួកបួកគ្នា។	តួនៃកន្សោម $3x + (-4) + (-6x) + 2$ គឺ $3x,$ $-4, -6x,$ និង 2 ។

CAMBODIAN

tessellation / ថង្គុរវិចិត្រ : បណ្តុំនៃរូបដែលគ្របពេញលើប្លង់មួយដោយគ្មានចន្លោះ ឬ ជ្រួតគ្នា។	
tetrahedron / ចតុថ័ល : ពហុកំពូលដែលមានមុខបួន។	
theorem / ទ្រឹស្តីបទ : អំណះអំណាងពិតដែលបន្ទជាលទ្ធផលនៃអំណះអំណាង ពិតផ្សេងទៀត។	មុំទល់កំពូលគឺប៉ុនគ្នា។
theoretical probability / ប្រូបាប៊ីលីតេទ្រឹស្តី : នៅពេលលទ្ធផលទាំងអស់ ទំនងកើតឡើងស្មើគ្នា ប្រូបាប៊ីលីតេទ្រឹស្តីដែលថាព្រឹត្តិការណ៍ A នឹងកើតឡើងគឺ $$P(A) = \frac{\text{ចំនួននៃលទ្ធផលនៅក្នុងព្រឹត្តិការណ៍ } A}{\text{ចំនួនសរុបនៃលទ្ធផល}}\text{ ។}$$	ប្រូបាប៊ីលីតេទ្រឹស្តីនៃការបញ្ឆិលឲ្យបានលេខឥត ដោយ ប្រើប្រាស់គ្រាប់ឡុកឡាក់បនដ្ឋានមួយគឺ $\frac{3}{6} = \frac{1}{2}$ ពីព្រោះ3 លទ្ធផលត្រូវនឹងការបញ្ឆិលបានលេខឥតពីលទ្ធ លសរុប ទាំងអស់ 6។
transformation / ចំលែង : បំលែងធ្វើឲ្យទំហំ, ទ្រង់ទ្រាយ, ទីតាំង ឬ ទិស របស់គ្រាបមួយប្រែប្រួល។	បំលែងកិល, ពន្លាក និង ពង្រួញបញ្ច្រាស, បំលែងឆ្លុះ និង បំលែងវិល គឺជាបំលែង។
translation / ចំលែងកិល : បំលែងដែលធ្លាស់ទីចំណុចនីមួយៗ នៅក្នុងរូបមួយ ឲ្យមានចម្ងាយជួបគ្នាក្នុងទិសដៅតែមួយ។	 $\triangle ABC$ ត្រូវបានរំកិលឡង់ទេ '2 ឯកខ្នា។
transversal / ឆ្លាត់ : បន្ទាត់មួយដែលកាត់បន្ទាត់ក្នុងប្លង់តែមួយ ពីរ ឬ ច្រើន ត្រង់ចំណុចផ្សេងគ្នា។	 ឆ្លាត់ t
transverse axis of a hyperbola / អ័ក្សទទឹងនៃអ៊ីពែច្បួស : អង្កត់ដែល ភ្ជាប់កំពូលទាំពីរវៃនៃអ៊ីពែប្បួល។	*សូមមើល* hyperbola, **geometric definition** (អ៊ីពែប្បួល, និយមន័យធរណីមាត្រ)។
trapezoid/ចតុកោណាព្យយ : ចតុកោណដែលមានជ្រុងស្របមួយគូយ៉ាងជាក់លាក់ ហៅថាបាត។ ជ្រុងដែលមិនស្របគ្នាហៅថាជ្រុងទ្រេត។	
triangle / ត្រីកោណ : ពហុកោណដែលមានជ្រុងបី។	 $\triangle ABC$
trigonometric identity / ឯកតាត្រីកោណមាត្រ : សមីការត្រីកោណមាត្រ ដែលពិតចំពោះគ្រប់តម្លៃនៅក្នុងដែនកំណត់។	$\sin(-\theta) = -\sin\theta$ $\qquad \sin^2\theta + \cos^2\theta = 1$

High School
Multi-Language Visual Glossary

Copyright © by McDougal Littell,
a division of Houghton Mifflin Company.

trigonometric ratio / ផលធៀបត្រីកោណមាត្រ : ផលធៀបនៃរវាងជ្រុងពីរ នៅក្នុងត្រីកោណកែងមួយ។ *សូមមើលផងដែរ* sine (ស៊ីនុស), cosine (ក្សូស៊ីនុស) *និង* tangent (តង់សង់)។

ផលធៀបត្រីកោណមាត្រទូទៅបីគឺ ស៊ីនុស, ក្សូស៊ីនុស និង តង់សង់។

$$\tan A = \frac{BC}{AC} = \frac{3}{4}$$
$$\sin A = \frac{BC}{AB} = \frac{3}{5}$$
$$\cos A = \frac{AC}{AB} = \frac{4}{5}$$

---

trinomial / ត្រីធា : ពហុធាបីធា។

$4x^2 + 3x - 1$ គឺជាត្រីធា។

---

truth table / តារាងភាពពិត : តារាងមួយដែលបង្ហាញតម្លៃពិត ចំពោះ សមមូលកម្ម, សន្និដ្ឋាន និង អំណះអំណាងមានលក្ខខ័ណ្ឌ ដោយប្រើប្រាស់សមមូលកម្ម និង សន្និដ្ឋាន។

តារាងភាពពិត		
p	q	$p \rightarrow q$
ពិត	ពិត	ពិត
ពិត	មិនពិត	មិនពិត
មិនពិត	ពិត	ពិត
មិនពិត	ពិត	ពិត

---

truth value of a statement / តម្លៃពិតនៃអំណះអំណាង : ភាពពិត ឬ ភាពមិនពិតនៃអំណះអំណាងមួយ។

សូមមើល truth table (តារាងភាពពិត)។

---

two-column proof / សំរាយបញ្ជាក់ពីរក្រឡោន : ប្រភេទនៃសំរាយបញ្ជាក់ ដែលសរសេរជាអំណះអំណាងលេខ និងហេតុផលត្រូវគ្នា ដែលបង្ហាញសេចក្តីសម្អាង នៅក្នុងលំដាប់តក្ក។

---

unbiased sample / គំរូមិនលម្អៀង : គំរូមួយដែលជាតំណាងនៃសកលស្ថិតិ ដែលអ្នកចង់បានព័ត៌មានអំពីវា។

អ្នកចង់ស្ទង់មតិសមាជិកនៃថ្នាក់ជាន់ខ្ពស់អំពីកន្លែងដែលគួរដើរកំសាន្ត។ ប្រសិនបើលិស្សជាន់ខ្ពស់មានឣនិកាលស្មើគ្នាក្នុងការស្ទង់មតិនោះគំរូនោះជាគំរូមិនលម្អៀង។

---

undefined term / ពាក្យឋាននិយ័មន័យ : ពាក្យដែលមិនមាននិយមន័យជាផ្លូវការ ប៉ុន្តែមានការយល់ព្រមលើឆ្វីដែលពាក្យនោះមាននិយមន័យច្បោះ។

ចំណុច, បន្ទាត់ និង ប្លង់ គឺជាពាក្យឋាននិយមន័យ។

---

union of sets / សហ្គន្ធនៃសំណុំ : សម្គុំនៃសំណុំពីរ A និង B សរសេរជា $A \cup B$ គឺជាសំណុំគ្រប់ធាតុទាំងអស់នៅក្នុង A ឬ B។

ប្រសិន $A = \{1, 2, 4, 8\}$ និង $B = \{2, 4, 6, 8, 10\}$, នោះ $A \cup B = \{1, 2, 4, 6, 8, 10\}$។

---

unit circle / រង្វង់ឯកតា : រង្វង់ $x^2 + y^2 = 1$, ដែលមានផ្ចិត $(0, 0)$ និង កាំ ១។ ចំពោះមុំ θ នៅក្នុងទីតាំងបទដ្ឋាន ជ្រុងចុងនៃ θ កាត់រង្វង់ឯកតានៅត្រង់ ចំណុច $(\cos \theta, \sin \theta)$។

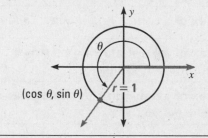

$(\cos \theta, \sin \theta)$
$r = 1$

---

unit of measure / ឯកតានៃរង្វាស់ : ចំនួន ឬ ចំនួនបន្ថែមលើឆ្វីមួយដែលបាន វាស់។

ប្រសិនបើអង្កត់មួយត្រូវបានវាស់ដោយប្រើប្រាស់បន្ទាត់ វាស់មួយដែលមាន ៨ អិញ្ច ឯកតានៃរង្វាស់គឺ$\frac{1}{8}$ អិញ្ច។

CAMBODIAN

unit rate / អត្រាឯកតា : អត្រាមួយដែលភាគបែងនៃប្រភាគ គឺ 1 ឯកតា។	$\dfrac{55 \text{ ម៉ាល}}{1 \text{ ម៉ោង}}$ ឬ 55 ម៉ាល/ម៉ោង, គឺជាអត្រាឯកតា។
universal set / សំណុំសកល : សំណុំនៃគ្រប់ធាតុដែលយកមកពិចារណា សរសេរជា U ។	ប្រសិនបើសំណុំសកលគឺជាសំណុំនៃចំនួនគត់វិជ្ជមាន នោះ $U = \{1, 2, 3, \ldots\}$ ។
upper extreme / តម្លៃខ្ពស់បំផុត : តម្លៃខ្ពស់បំផុតនៃសំណុំទិន្នន័យមួយ។	*សូមមើល* box-and-whisker plot (ផ្ទាំងប្រអប់ និង គែម)។
upper quartile / ពាក់ទីឡនាងលើ : មេឌ្យាននៃពាក់កណ្ដាលខាងលើនៃ សំណុំទិន្នន័យតាមលំដាប់។	*សូមមើល* interquartile range (វិសាលភាពអំឡុងនៃពាក់ទីឡ)។

V

variable / អថេរ : អក្សរមួយដែលគេប្រើប្រាស់ដើម្បីតំណាងចំនួនមួយ ឬ ច្រើន។	នៅក្នុងកន្សោម $5n, n + 1$, និង $8 - n$, អក្ស n គឺជាអថេរ។
variable term / តួអថេរ : តួមួយដែលមានផ្នែកអថេរមួយ។	តួអថេរនៃកន្សោមពីរគណិត $3x^2 + 5x + (-7)$ គឺ $3x^2$ និង $5x$ ។
variance / វ៉ារ្យង់ : វ៉ារ្យង់នៃសំណុំទិន្នន័យចំនួន $x_1, x_2, \ldots, x_n$ ជាមួយ មធ្យម $\bar{x}$ គឺជារង្វាស់នៃគម្លាតដែលតាងដោយ σ^2 ហើយផ្ដល់ឱ្យដោយ : $$\sigma^2 = \dfrac{(x_1 - \bar{x})^2 + (x_2 - \bar{x})^2 + \ldots + (x_n - \bar{x})^2}{n}$$	វ៉ារ្យង់ នៃសំណុំទិន្នន័យ **3, 9, 13, 23** (ដែលមានមធ្យម $= 12$) គឺ : $$\sigma^2 = \dfrac{(3 - 12)^2 + (9 - 12)^2 + (13 - 12)^2 + (23 - 12)^2}{4}$$ $$= 53$$
vector / វុិចទ័រ : បរិមាណមួយដែលមានទាំងទិសដៅ និង ទំហំ ហើយតំណាង នៅក្នុងប្លង់កូអរដោនេដោយសញ្ញាព្រួញតួសចេញពីចំណុចមួយទៅចំណុចមួយទៀត។	$\overrightarrow{FG}$ មានចំណុចចេើម F និង ចំណុចចុង G ។
verbal model / ម៉ូដែលជាពាក្យ : ម៉ូដែលដែលពណ៌នាពិណ្ណនានាពីវិទ្យាសាស្ត្រពិត ដោយ ប្រើប្រាស់ពាក្យជាស្ថាក និងប្រើប្រាស់សញ្ញាគណិតវិទ្យាដើម្បីទាក់ទងពាក្យទាំងនោះ។	ចម្ងាយ $=$ អត្រា • រយ:ពេល (ម៉ាល) (ម៉ាល/ម៉ោង) (ម៉ោង)
vertex angle of an isosceles triangle / មុំកំពូលនៃត្រីកោណសមបាត : មុំដែលបង្កើតឡើងដោយជ្រុងជាប់មុំកំពូលនៃត្រីកោណសមបាត។	
vertex form of a quadratic function / ទម្រង់កំពូលនៃអនុគមន៍ ប៊ីក្រេទិម : ទម្រង់ $y = a(x - h)^2 + k$, ដែលកំពូលនៃក្រាបគឺ (h, k) ហើយ អ័ក្សស៊ីមេទ្រី គឺ $x = h$ ។	អនុគមន៍ដីក្រេទី២ $y = -\dfrac{1}{4}(x + 2)^2 + 5$ មានទម្រង់កំពូល។
vertex of a cone / កំពូលនៃកោណ : *សូមមើល* cone (កោណ)។	*សូមមើល* cone (កោណ)។
vertex of a parabola / កំពូលនៃប៉ារ៉ាបូល : វាគឺជាចំណុចខ្ពស់បំផុត ឬ ទាបបំផុតលើប៉ារ៉ាបូលមួយ។	*សូមមើល* parabola, **geometric definition** (ប៉ារ៉ាបូល, និយមន័យធរណីមាត្រ)។
vertex of a polygon / កំពូលនៃពហុកោណ : ពហុវចន:គឺ *vertices* ។ *សូមមើល* **polygon** (ពហុកោណ)។	*សូមមើល* polygon (ពហុកោណ)។
vertex of a polyhedron / កំពូលនៃពហុព័ន្ធ : ចំណុចដែលគេមបី ឬ ច្រើននៃពហុព័ន្ធលជួបគ្នា។	
vertex of a pyramid / កំពូលនៃពីរ៉ាមីត : *សូមមើល* pyramid (ពីរ៉ាមីត)។	*សូមមើល* pyramid (ពីរ៉ាមីត)។

vertex of an absolute value graph / កំពូលនៃក្រាបចម្ងៃចាច់ខាត : ចំណុចខ្ពស់ ឬ ទាបបំផុតលើក្រាបនៃអនុគមន៍តម្លៃដាច់ខាត។	កំពូលនៃក្រាបនៃ $y = \lvert x - 4 \rvert + 3$ គីចំណុច (4, 3)។
vertex of an angle / កំពូលនៃមុំ : ស្មេមើលផងដែរ angle (មុំ)។	ស្មេមើលផងដែរ angle (មុំ)។
vertical angles / ចុំទល់កំពូល : មុំពីរដែលជ្រុងរបស់វាបង្កើតបានកន្លះបន្ទាត់ផ្ទុយគ្នាពីរគូ។	∠1 និង ∠4 គីជាចុំទល់កំពូល។ ∠2 និង ∠3 គីជាចុំទល់កំពូល។
vertical component of a vector / សមាសភាគបញ្ឈរនៃវិចទ័រ : បម្រែបម្រួលបញ្ឈរពីចំណុចដើមទៅចំណុចចុងនៃវិចទ័រមួយ។	ស្មេមើល component form of a vector (ទ្រង់សមាសភាគនៃវិចទ័រ)។
vertical motion model / ម៉ូដែលចលនាបញ្ឈរ : ម៉ូដែលសម្រាប់កម្ពស់នៃវត្ថុមួយដែលត្រូវបានវ៉ាញទៅមុខនៅក្នុងលំហ ឬផ្លែធ្លាក់អនុភាពដើម្បីរក្សាខ្លួនៅក្នុងលំហ។	ម៉ូដែលចលនាបញ្ឈរសម្រាប់វត្ថុមួយដែលចោះឡើងលើដែលមានល្បឿនបញ្ឈរដើម២០ហ្វីតក្នុងមួយវិនាទីពីកម្ពស់ដើម ៨ ហ្វីត គី $h = -16t^2 + 20t + 8$ ដែល h គីជាកម្ពស់ (ជាហ្វីត) នៃវត្ថុនោះ ក្នុង t វិនាទីបន្ទាប់ពីវាបានចោះ។
vertical shrink / ចង្អៀញបញ្ឈរ : ពង្រួញបញ្ឈរផ្លាស់ទីគ្រប់ចំណុចនៅក្នុងរូបមួយ ឆ្ពោះទៅអ័ក្ស x នៅពេលចំណុចផ្សេងៗតៅតលើអ័ក្ស x រក្សាលំនឹង។	ត្រីកោណាងនីខ្មៅ ត្រូវបានចង្អៀញបញ្ឈរទៅ ត្រីកោណាងនីខៀវ។
vertical stretch / ទ្រើកបញ្ឈរ : ពន្លើកបញ្ឈរផ្លាស់ទីគ្រប់ចំណុចនៅក្នុងរូបមួយពីអ័ក្ស x នៅពេលចំណុចផ្សេងៗតៅតលើអ័ក្ស x រក្សាលំនឹង។	ត្រីកោណាងនីខ្មៅ ត្រូវបានទ្រើកបញ្ឈរទៅ ត្រីកោណាងនីខៀវ។
vertices of a hyperbola / កំពូលនៃអ៊ីពែបូល : ចំណុចនៃការកាត់របស់អ៊ីពែបូលមួយ និង បន្ទាត់តាមកំណុំរបស់អ៊ីពែបូល។	ស្មេមើល hyperbola, geometric definition (អ៊ីពែបូល, និយមន័យធរណីមាត្រ)។
vertices of an ellipse / កំពូលនៃអេលីប : ចំណុចនៃការកាត់របស់អេលីបមួយ និង បន្ទាត់តាមកំណុំរបស់អេលីប។	ស្មេមើល ellipse (អេលីប)។

CAMBODIAN

High School
Multi-Language Visual Glossary

volume of a solid / មាឌនៃសូលីត : ចំនួននៃឯកត្តាជាគូបមាននៅផ្នែកខាងក្នុងនៃសូលីតមួយ។

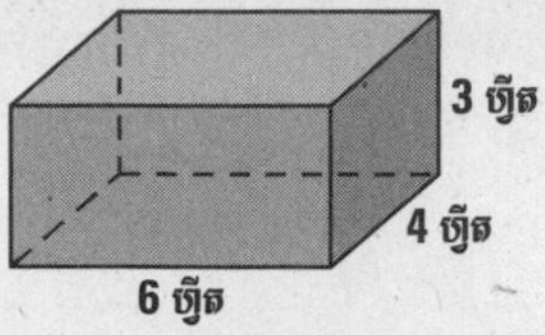

មាឌ = 3(4)(6) = 72 ហ្វីត

W

whole numbers / ចំនួនគត់ធម្មជាតិ : ចំនួន 0, 1, 2, 3, ...

0, 8, និង 106 គឺជាចំនួនគត់ធម្មជាតិ។ −1 និង 0.6 *មិនមែន* ជាចំនួនគត់ធម្មជាតិ។

X

***x*-axis / អ័ក្ស *x* :** អ័ក្សដេកនៅក្នុងប្លង់កូអរដោនេ។ *សូមមើលផងដែរ* **coordinate plane** (ប្លង់កូអរដោនេ)។

សូមមើល **coordinate plane** (ប្លង់កូអរដោនេ)។

***x*-coordinate / កូអរដោនេ *x* :** កូអរដោនេដំបូងនៅក្នុងគូតាមលំដាប់ដែលប្រាប់ពីចំនួននៃឯកត្តាដែលត្រូវផ្លាស់ទីពីឆ្វេង ឬ ស្តាំ។

នៅក្នុងគូតាមលំដាប់ $(-3, -2)$, កូអរដោនេ x, -3, មានន័យថាផ្លាស់ទី 3 ឯកត្តា ទៅខាងឆ្វេង។ *សូមមើលផងដែរ* coordinate plane (ប្លង់កូអរដោនេ)។

***x*-intercept / ចំណុចកាត់អ័ក្ស *x* :** កូអរដោនេ x នៃចំណុចមួយដែលក្រាបមួយកាត់អ័ក្ស x។

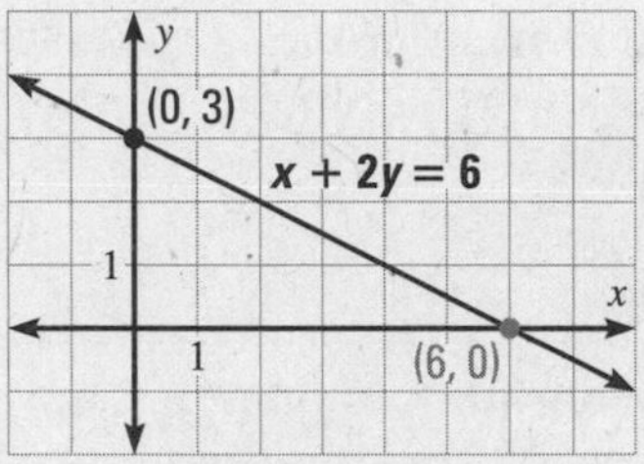

ចំណុចកាត់អ័ក្ស *x* គឺ 6។
ចំណុចកាត់អ័ក្ស *y* គឺ 3។

Y

***y*-axis / អ័ក្ស *y* :** អ័ក្សឈរនៅក្នុងប្លង់កូអរដោនេ។ សូមមើលផងដែរ **coordinate plane** (ប្លង់កូអរដោនេ)។

សូមមើល **coordinate plane** (ប្លង់កូអរដោនេ)។

***y*-coordinate / កូអរដោនេ *y* :** កូអរដោនេទីពីរនៅក្នុងគូតាមលំដាប់ដែលប្រាប់ពីចំនួននៃឯកត្តាដែលត្រូវផ្លាស់ទីទៅលើ ឬ ក្រោម។

នៅក្នុងគូតាមលំដាប់ $(-3, -2)$, កូអរដោនេ y, -2, មានន័យថាផ្លាស់ទី 2 ឯកត្តា ទៅក្រោម។ *សូមមើលផងដែរ* coordinate plane (ប្លង់កូអរដោនេ)។

***y*-intercept / ចំណុចកាត់អ័ក្ស *y* :** កូអរដោនេ y នៃចំណុចមួយ ដែលក្រាបមួយកាត់អ័ក្ស y។

សូមមើល ***x*-intercept** (ចំណុចកាត់អ័ក្ស x)។

Z

zero exponent / ស្វ័យគុណសូន្យ : ប្រសិនបើ $a \neq 0$ នោះ $a^0 = 1$។

$$(-7)^0 = 1$$

zero of a function / ចំនួនសូន្យនៃអនុគមន៍ : ចំនួន k គឺជាចំនួនសូន្យនៃអនុគមន៍ f ប្រសិនបើ $f(k) = 0$។

ចំនួនសូន្យនៃអនុគមន៍ $f(x) = 2(x + 3)(x - 1)$ គឺ -3 និង 1។

z-score / ពិន្ទុ *z* : ចំនួន z នៃគម្លាតគំរូដែលតម្លៃទិន្នន័យមួយស្ថិតនៅលើ ឬ ក្រោមមធ្យម $\bar{x}$ នៃសំណុំទិន្នន័យ : $z = \frac{x - \bar{x}}{\sigma}$ ។

បំណែងចែកធម្មតាមានមធ្យម ៧៦ និង គម្លាតគំរូ ៩។ ពិន្ទុ z- សម្រាប់ $x = 64$ គឺ $z = \frac{x - \bar{x}}{\sigma} = \frac{64 - 76}{9} \approx -1.3$ ។

LAOTIAN

A

absolute deviation / ຄວາມບ່ຽງແບນສົມບຸນ : ຄວາມບ່ຽງແບນສົມບຸນຂອງ ຈຳນວນ x ຈາກຄ່າໃດໜຶ່ງ ໝາຍເຖິງຄ່າສົມບຸນຂອງຄວາມ ແຕກຕ່າງລະຫວ່າງຄ່າ x ກັບຄ່າໃດໜຶ່ງ:

$$\text{ຄວາມບ່ຽງແບນສົມບຸນ} = |x - \text{ຄ່າໃດໜຶ່ງ}|$$

ຖ້າວ່າຄ່າບ່ຽງແບນສົມບຸນຂອງຄ່າ x ຈາກຈຳນວນ 2 ແມ່ນ 3, ດັ່ງນັ້ນ $|x - 2| = 3$.

---

absolute value / ຄ່າສົມບຸນ : ຄ່າສົມບຸນຂອງຈຳ, a ແມ່ນໄລຍະທາງ ລະຫວ່າງ a ແລະ 0 ຢູ່ເທິງເສັ້ນຕົວເລກ. ສັນຍາລັກ $|a|$ ໝາຍເຖິງຄ່າສົມບຸນຂອງ a.

$|2| = 2, |-5| = 5,$ ແລະ $|0| = 0$

---

absolute value equation / ສົມຜົນຄ່າສົມບຸນ : ສົມຜົນທີ່ບັນຈຸສຳນວນ ທີ່ມີຄ່າສົມບຸນ.

$|x + 2| = 3$ ແມ່ນສົມຜົນຂອງຄ່າສົມບຸນອັນໜຶ່ງ.

---

absolute value function / ຕຳລາຄ່າສົມບຸນ : ຕຳລາທີ່ບັນຈຸສຳນວນ ທີ່ມີຄ່າ ສົມບຸນ.

$y = |x|, y = |x - 3|,$ ແລະ $y = 4|x + 8| - 9$ ແມ່ນຕຳລາຄ່າສົມບຸນ.

---

absolute value of a complex number / ຄ່າສົມບຸນຂອງຈຳນວນສົນ : ຖ້າ z = a + bi, ດັ່ງນັ້ນ ຄ່າສົມບຸນຂອງ z, ຂຽນວ່າ $|z|$, ແມ່ນຈຳນວນຈິງທີ່ບໍ່ແມ່ນ ຈຳນວນລົບ ກຳນົດເປັນ $|z| = \sqrt{a^2 + b^2}$.

$|-4 + 3i| = \sqrt{(-4)^2 + 3^2} = \sqrt{25} = 5$

---

acute angle / ມຸມແຫລມ : ມຸມໃດໜຶ່ງທີ່ແທກໄດ້ລະຫວ່າງ 0° ແລະ 90°.

---

acute triangle / ຮູບສາມແຈສະເໝີ : ຮູບສາມແຈທີ່ມີມຸມແຫລມສາມອັນ.

---

additive identity / ຈຳນວນເໜັ້ນຕື່ມ : ເລກ 0 ແມ່ນມີລັກສະນະເໜັ້ນຕື່ມ, ຍ້ອນວ່າ, ຜົນລວມຂອງຈຳນວນໃດກໍຕາມ ກັບເລກ 0 ແມ່ນເທົ່າກັບຈຳນວນນັ້ນ: $a + 0 = 0 + a = a.$

$-2 + 0 = -2, 0 + \frac{3}{4} = \frac{3}{4}$

---

additive inverse / ຈຳນວນຍ້ອນ : ຈຳນວນຍ້ອນຂອງຕົວເລກ a ແມ່ນຄ່າກົງກັນ ຂ້າມຂອງມັນ, −a. ຜົນລວມຂອງຈຳນວນໃດໜຶ່ງ ກັບຈຳນວນຍ້ອນຂອງມັນ ເທົ່າກັບ 0: $a + (-a) = -a + a = 0.$

ຈຳນວນຍ້ອນຂອງ −5 ແມ່ນ 5, ແລະ $-5 + 5 = 0.$

---

adjacent angles / ມຸມຕິດແບບ : ມຸມສອງອັນທີ່ມີຈຸດຈອມ ແລະ ຂ້າງ ຮ່ວມກັນ, ແຕ່ບໍ່ມີຈຸດພາຍໃນອັນດຽວກັນ.

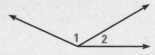

∠1 ແລະ ∠2 ແມ່ນມຸມຕິດແບບກັນ.

---

algebraic expression / ສຳນວນພຶດຊະຄະນິດ : ສຳນວນທີ່ປະກອບມີຕົວອັນ ປຽນ (ຕົວລັບ) ຢ່າງໜ້ອຍ ໜຶ່ງຕົວ. ສຳນວນລັກສະນະນີ້ຍັງຮຽກອີກວ່າ ສຳນວນ (ສົມຜົນຝ ທີ່ມີຕົວລັບ).

$\frac{2}{3}p, \frac{8}{7 - r}, k - 5,$ ແລະ $n^2 + 2n$ ແມ່ນ ສຳນວນ ພຶດຊະຄະນິດ.

---

alternate exterior angles / ມຸມສະຫລັບນອກ : ແມ່ນສອງມຸມທີ່ສ້າງຂຶ້ນ ຈາກສອງເສັ້ນຂື້ແລະເສັ້ນກາງສາກ ແລະຕັ້ງຢູ່ນອກສອງເສັ້ນຂື້ແລະຕັ້ງຢູ່ກົງກັນຂ້າມ ກັບເສັ້ນກາງສາກ.

∠1 ແລະ ∠8 ແມ່ນມຸມສະຫລັບນອກກັນ.

High School
Multi-Language Visual Glossary

alternate interior angles / ມຸມສະຫລັບໃນ : ສອງມຸມທີ່ສ້າງຂຶ້ນຈາກ ສອງເສັ້ນຂີ່ແລະເສັ້ນກາງສາກ ແລະຕັ້ງຢູ່ລະຫວ່າງສອງເສັ້ນຂີ່ແລະຢູ່ກົງກັນຂ້າມກັບ ເສັ້ນກາງສາກ.

∠4 ແລະ ∠5 ແມ່ນມຸມສະຫລັບໃນກັນ.

altitude of a triangle / ລວງສູງຂອງຮູບສາມແຈ : ແນ່ເສັ້ນຕັ້ງສາກທີ່ມາ ຈາກມຸມສາກນຶ່ງຂອງຮູບສາມແຈຫາຂ້າງທີ່ກົງກັນຂ້າມຫຼືເສັ້ນຂີ່ຊຶ່ງບັນຈຸຂ້າງທີ່ກົງກັນ ຂ້າມ.

ລວງສູງຈາກ Q ເຖິງ $\vec{PR}$

amplitude / ລວງກ້ວາງ : ລວງກ້ວາງຂອງເສັ້ນສະແດງຂອງຟັງທີ່ຂອງ ຊຶບ ມຸມພິເສດ ຫຼື ໂກຊຶບ ມຸມພິເສດ ແມ່ນ $\frac{1}{2}(M-m)$, ບ່ອນທີ່ M ແມ່ນ ຄ່າສູງສຸດ ຂອງຟັງທີ່ແລະ m ແມ່ນ ຄ່າທີ່ນ້ອຍສຸດຂອງຟັງທີ່.

ເສັ້ນສະແດງຂອງ $y = 4 \sin x$ ມີລວງກ້ວາງ ຂອງ $\frac{1}{2}(4-(-4)) = 4$.

angle / ມຸມ : ປະກອບຂຶ້ນດ້ວຍສອງເສັ້ນຂີ່ທີ່ມີຈຸດສົ້ນສຸດອັນດຽວກັນ. ເສັ້ນຂີ່ດັ່ງກ່າວ ແມ່ນຂ້າງຂອງມຸມ, ແລະ ຈຸດສົ້ນສຸດນັ້ນແມ່ນຈຸດຈອມຂອງມຸມ.

∠A, ∠BAC, ຫຼື ∠CAB

angle bisector / ເສັ້ນແບ່ງເຄິ່ງມຸມ : ເສັ້ນຂີ່ທີ່ແບ່ງມຸມຫນຶ່ງອອກເປັນສອງມຸມ ທີ່ເທົ່າກັນກັນ.

$\vec{YW}$ ແບ່ງເຄິ່ງມຸມ ∠XYZ.

angle of depression / ມຸມລຸ່ມ : ໃນເວລາທີ່ທ່ານເບິ່ງລົງໄປຫາວັດຖຸທີ່ຢູ່ຂ້າງ ລຸ່ມ, ມຸມເກີດຈາກເສັ້ນຂີ່ຂອງສາຍຕາທ່ານກັບເສັ້ນຂີ່ທາງຂວາງ.

ມຸມລຸ່ມ
ມຸມເຫີງ

angle of elevation / ມຸມເຫີງ : ເມື່ອທ່ານແຫງນເບິ່ງວັດຖຸຢູ່, ມຸມເກີດຈາກ ສາຍຕາຂອງທ່ານແລະເສັ້ນທາງຂວາງ.

ເບິ່ງ angle of depression./ ມຸມລຸ່ມ.

angle of rotation / ມຸມຮອບ : ແນ່ມຸມທີ່ຖືກສ້າງໂດຍເສັ້ນ ທີ່ມາຈາກສູນກາງ ຂອງວົງຮອບຫາຈຸດນຶ່ງແລະຮູບຂອງມັນ. ເບິ່ງ rotation./ ການຫມູນອ້ອມ.

ເບິ່ງ rotation./ ການຫມູນອ້ອມ.

apothem of a polygon / ເສັ້ນຕັ້ງສາກຂອງຮູບຫຼາຍແຈ : ໄລຍະທາງ ຈາກສູນກາງຫາຂ້າງໃດນຶ່ງຂອງຮູບຫຼາຍແຈ.

ເສັ້ນຕັ້ງສາກ

High School
Multi-Language Visual Glossary

LAOTIAN

arc length / ຄວາມຍາວຂອງເສັ້ນ ໂຄ້ງ : ແຜ່ນພາກສ່ວນຂອງເສັ້ນວົງຮອບຂອງ ວົງມົນ.

ຄວາມຍາວຂອງເສັ້ນ ໂຄ້ງຂອງ $\widehat{AB} = \dfrac{m\widehat{AB}}{360°} \cdot 2\pi r$

area / ເນື້ອທີ່ : ຄ່າຂອງພື້ນທີ່ ເຊິ່ງຮູບໃດໜຶ່ງປົກຄຸມ. ເນື້ອທີ່ ຖືກຄິດໄລ່ເປັນ ຫົວໜ່ວຍກຳລັງສອງ ເຊັ່ນວ່າ ສະແຄຟິດ (ft^2) ຫລື ຕາແມັດ (m^2).

3 ຫົວໜ່ວຍ

4 ຫົວໜ່ວຍ

ເນື້ອທີ່ = 12 ຫົວໜ່ວຍກຳລັງສອງ

arithmetic sequence / ອັນດັບເລກຄະນິດ : ອັນດັບເຊິ່ງຄ່າຄວາມແຕກຕ່າງໆ ລະຫ່ວາງໆຢືນຕໍ່ເນື່ອງມີຄ່າຄົງທີ່.

$2, 8, 14, 20, 26, \ldots$ ອັນດັບເລກຄະນິດ ເຊິ່ງຄ່າ ຄວາມແຕກຕ່າງໆລະຫ່ວາງໆຢືນຕໍ່ເນື່ອງມີຄ່າຄົງທີ່ ເທົ່າກັບ 6.

arithmetic series / ຈຸດອັນດັບຂອງເລກຄະນິດ : ສຳນວນທີ່ຖືກສ້າງໆໂດຍການ ຕື່ມຊຸດນິດຂອງ ອັນດັບເລກຄະນິດ.

$$\sum_{i=1}^{5} 2i = 2 + 4 + 6 + 8 + 10$$

asymptote / ເສັ້ນຊຶ່ທີ່ເສັ້ນສະແດງຍັບເຂົ້າໃກ້ : ເສັ້ນຊຶ່ທີ່ເສັ້ນສະແດງຍັບເຂົ້າໃກ້.

ເສັ້ນຊຶ່ທີ່ເສັ້ນສະແດງ ຍັບເຂົ້າໃກ້

ເສັ້ນຊຶ່ທີ່ເສັ້ນສະແດງຍັບເຂົ້າໃກ້ ເສັ້ນສະແດງແມ່ນ ເສັ້ນຊຶ່ $y = 3$.

asymptotes of a hyperbola / ເສັ້ນຊຶ່ທີ່ເສັ້ນສະແດງຍັບເຂົ້າໃກເສັ້ນອີເປກ ໂບລ໌ : ເສັ້ນຊຶ່ທີ່ຍັບເຂົ້າໃກ້ເສັ້ນອີເປກໂບລ໌ແຕ່ບໍ່ຕັດກັນ.

ເບິ່ງ hyperbola, geometric definition / ອີເປກ ໂບລ໌, ຄຳນິຍາມທາງດ້ານເລຂາຄະນິດ.

axiom / ສິ່ງທີ່ເປັນຄວາມຈິງ : *ເບິ່ງ* postulate / ການອ້າງອີງຫຼັກການ

ເບິ່ງ postulate / ການອ້າງອີງຫຼັກການ.

axis of symmetry of a parabola / ແກນຄຽງຄືຂອງຮູບປາລະໂບລ໌ : ເສັ້ນຊຶ່ທີ່ຕັ້ງສາກກັບເສັ້ນປາຮາໂບລ໌ ແລະຜ່ານຈຸດສຸມ ແລະ ຈຸດຈອມຂອງມັນ.

ເບິ່ງ parabola, geometric definition / ປາຮາໂບລ໌, ຄຳນິຍາມທາງດ້ານເລຂາຄະນິດ.

B

bar graph / ເສັ້ນສະແດງຮູບທ່ອນ : ເສັ້ນສະແດງທີ່ໃຊ້ຄວາມຍາວຂອງຮູບທ່ອນ ເພື່ອສະແດງ ແລະ ສົມທຽບຂໍ້ມູນ.

ສະຖານທີ່ ທີ່ມັກໄປລອຍນ້ຳ

ນັກຮຽນ

ທະເລ   ທານອງ   ສະລອຍນ້ຳ

base angles of a trapezoid / ມຸມພື້ນຂອງຮູບຄາງໆໝູ : ແນ່ນສອງມຸມຄູ່ທີ່ ມີພື້ນຂອງຮູບຄາງໆໝູເປັນຂ້າງໆຮ່ວມກັນ.

$\angle A$ ແລະ $\angle D$ ແນ່ນ ສອງມຸມພື້ນຂອງຮູບຄາງໆໝູ.
$\angle B$ ແລະ $\angle C$ ແນ່ນຄູ່ມຸມພື້ນອັນອີກຂອງຮູບຄາງໆໝູ.

Copyright © by McDougal Littell,
a division of Houghton Mifflin Company.

High School
Multi-Language Visual Glossary   **323**

base angles of an isosceles triangle / ມຸມພື້ນຂອງຮູບສາມແຈທ່ງ : ແມ່ນສອງມຸມທີ່ຢູ່ຕິດກັບພື້ນຂອງຮູບສາມແຈທ່ງ.	ເບິ່ງ vertex angle of an isosceles triangle / ມຸມສາກຂອງຮູບສາມແຈທ່ງ.
base of a parallelogram / ພື້ນຂອງຮູບສີ່ແຈອະຫນານ : ແມ່ນທັງສອງອ້າງ ຂອງຮູບສີ່ແຈອະຫນານ.	 ພື້ນ ພື້ນ
base of a power / ພື້ນເລກກຳລັງ : ຕົວເລກ ຫລື ສຳນວນ ທີ່ຖືກໃຊ້ເປັນປັດໄຈ ໃນການ ຄູນຊ້ຳໆກັບຫລາຍເທື່ອ.	ໃນເລກກຳລັງ 3^4, ພື້ນຂອງມັນແມ່ນ 3.
base of a prism / ພື້ນຂອງຮູບທາດ : ເບິ່ງ prism / ຮູບທາດ.	ເບິ່ງ prism / ຮູບທາດລ່ງມ.
base of a pyramid / ພື້ນຂອງຮູບປິຣະມິດ : ເບິ່ງ pyramid / ປິຣະມິດ.	ເບິ່ງ pyramid / ປິຣະມິດ.
base of an isosceles triangle / ພື້ນຂອງຮູບສາມແຈທ່ງ : ອ້າງໜຶ່ງ ຂອງຮູບສາມແຈທ່ງທີ່ບໍ່ສະເໜີກັບອີກສອງອ້າງທີ່ສະເໜີກັນ.	ເບິ່ງ isosceles triangle / ຮູບສາມແຈທ່ງ.
bases of a trapezoid / ພື້ນຂອງຮູບຄາງຫມູ : ສອງອ້າງທີ່ອະຫນານກັນຂອງ ຮູບຄາງຫມູ	ເບິ່ງ trapezoid / ຮູບຄາງຫມູ.
best-fitting line / ເສັ້ນຊີ້ທີ່ເໝາະສົມທີ່ສຸດ : ເບິ່ງ line of fit / ເສັ້ນຊີ້ທີ່ ເໝາະສົມ	ເບິ່ງ line of fit / ເສັ້ນຊີ້ທີ່ເໝາະສົມ.
best-fitting quadratic model / ຮູບແບບຂອງສົມຜົນໃນຜິດສະຂະນົດທີ່ ເໝາະສົມ : ຮູບແບບໄດ້ສ້າງຂຶ້ນ ໂດຍການນຳໃຊ້ ຄ່າລຸດຜ່ອນຂອງສົມຜົນ ໃນກຸ່ມຂອງ ຄູ່ຈຳນວນ.	
between / ລະຫວ່າງກາງ : ເມື່ອມີສາມຈຸດຢູ່ທ່ີ່ງເສັ້ນຊີ້ອັນໜຶ່ງ, ທ່ານສາມາດ ເວົ້າວ່າ ຈຸດໜຶ່ງ ຕັ້ງຢູ່ລະຫວ່າງກາງຂອງສອງຈຸດທີ່ເຫລືອ.	 ຈຸດ *B* ຢູ່ລະຫວ່າງກາງຈຸດ *A* ແລະ *C*.
biased question / ຄຳຖາມແບບລຳອຽງ : ຄຳຖາມທີ່ສິ່ງເສີມໃຫ້ໄດ້ຄຳຕອບ ສະເພາະໃດໜຶ່ງ.	"ທ່ານເຫັນດີບໍ່ວ່າ ອາຍຸຜູ້ທີ່ມີສິດອອກສຽງເລືອກ ຕັ້ງຄວນຕ່ຳກວ່າ ຈົນເຖິງ 16 ປີ ຍ້ອນວ່າຜູ້ທີ່ມີອາຍຸ 16 ປີ ຫລາຍຄົນ ມີ ຄວາມຮັບຜິດຊອບ ແລະ ມີຄວາມຮັບຮູ້ຕິ?" ນີ້ແມ່ນຄຳຖາມແບບລຳອຽງ.
biased sample / ຕົວຢ່າງແບບລຳອຽງ : ຕົວຢ່າງທີ່ບໍ່ສາມາດເປັນຕົວແທນໃຫ້ ແກ່ກຸ່ມປະຊາກອນໄດ້.	ສະມາຊິກຂອງທີມບານຫ້ອງຂອງໂຮງຮຽນແຫ່ງໜຶ່ງ ຖືເປັນກຸ່ມຕົວຢ່າງໃນການສຳຫລວດ ກ່ຽວກັບປັນຫາ ຈະສ້າງສະຫນາມກິລາຫລືບໍ່.
biconditional statement / ສຳນວນແບບມີສອງເງື່ອນໄຂ : ສຳນວນທີ່ບັນຈຸ ປະໂຫຍກ "ຖ້າວ່າໆ ແລະ ພຽງແຕ່ຖ້າວ່າໆ."	ສອງເສັ້ນຊີ້ຈະຕັ້ງສາກກັນ ຖ້າວ່າ ແລະ ພຽງແຕ່ຖ້າ ວ່າ ພວກມັນຕັດກັນ ແລະ ສ້າງເປັນມຸມສາກອັນໜາ.
binomial / ການກຳນົດສອງຕົວເລກ : ການກຳນົດຕົວເລກທີ່ມີສອງຈຳນວນ ພ້ອມກັບສອງການກຳນົດ.	$t^3 - 4t$ ແລະ $2x + 5$ ແມ່ນ ສອງຕົວເລກ ທີ່ ໄດ້ກຳນົດໄວ້.

LAOTIAN

binomial distribution / ການແຈກຢາຍການກຳນົດສອງຕົວເລກ : ການກຳນົດສອງຕົວເລກ.

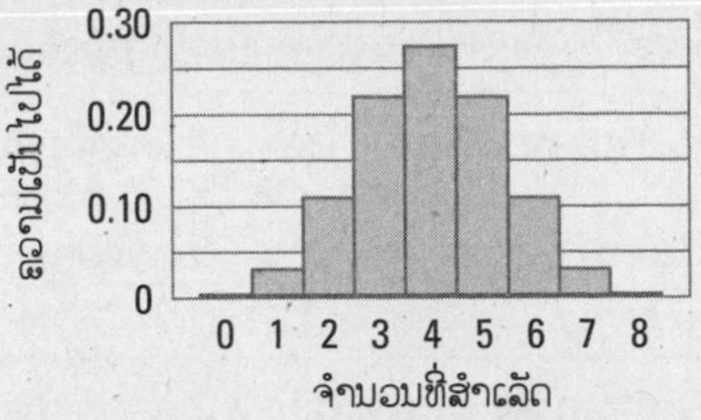

ການກະຈາຍຕົວເລກດຽວ ສຳລັບ 8 ກັບ $p = 0.5$.

binomial experiment / ການທົດລອງການກຳນົດສອງຕົວເລກ : ການທົດລອງທີ່ພົບກັບບັນດາເງື່ອນໄຂດັ່ງອ້າງ. (1) ມີຈຳນວນ n ຕົວພິສູດທີ່ເປັນເອກກະລາດ. (2) ແຕ່ລະຕົວພິສູດມີພຽງສອງຜົນຮັບທີ່ເປັນໄປໄດ້: ສຳເລັດ ແລະລົ້ມເຫຼວ. (3) ຄວາມເປັນໄປໄດ້ຂອງຄວາມສຳເລັດແມ່ນຄືກັນໃນແຕ່ລະຕົວພິສູດ.

ຫຼຽນຖືກໂຍນຂຶ້ນລົງ 12 ເທື່ອ. ຄວາມເປັນໄປໄດ້ຂອງການມີຫົວ 4 ຫົວທີ່ແມ່ນອນແມ່ນຄືດັ່ງລຸ່ມນີ້:

$$\begin{aligned} P(k = 4) &= {}_nC_k\, p^k(1-p)^{n-k} \\ &= {}_{12}C_4(0.5)^4(1-0.5)^8 \\ &= 495(0.5)^4(0.5)^8 \\ &\approx 0.121 \end{aligned}$$

binomial theorem / ການພິສູດການກຳນົດສອງຕົວເລກ : ການຂະຫຍາຍການ ກຳນົດສອງຕົວເລກ ຂອງ $(a + b)^n$ ສຳລັບທຸກຈຳນວນຖ້ວນບວກ n:

$$(a + b)^n = {}_nC_0a^nb^0 + {}_nC_1a^{n-1}b^1 + {}_nC_2a^{n-2}b^2 + \cdots + {}_nC_na^0b^n.$$

$$(x^2 + y)^3 = {}_3C_0(x^2)^3y^0 + {}_3C_1(x^2)^2y^1 + {}_3C_2(x^2)^1y^2 + {}_3C_3(x^2)^0y^3 =$$
$$(1)(x^6)(1) + (3)(x^4)(y) + (3)(x^2)(y^2) + (1)(1)(y^3) =$$
$$x^6 + 3x^4y + 3x^2y^2 + y^3$$

box-and-whisker plot / ກັບແລະ ເສັ້ນປີກ : ການສະແດງຕົວເລກທີ່ຈັດມູນຄ່າຂອງຕົວເລກເຂົ້າໃນສີ່ກຸ່ມ ໂດຍນຳໃຊ້ຄ່ານ້ອຍສຸດ, ຄ່າຕ່ຳຂອງມູມສາກ, ຄ່າເປັນກາງ, ຄ່າຕ່ຳຂອງມູມສາກດ ແລະຄ່າສູງສຸດ..

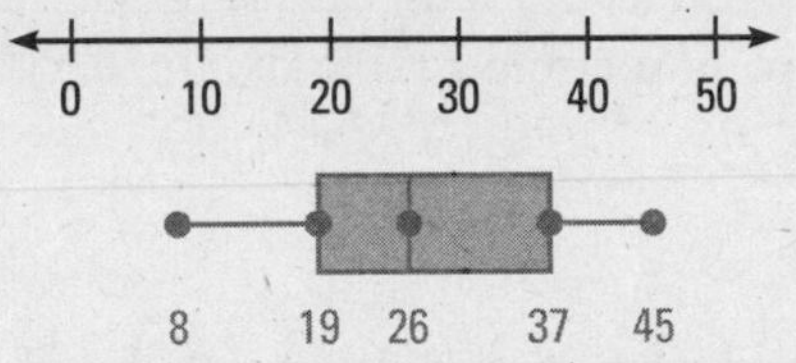

branches of a hyperbola / ເສັ້ນຂອງອີແປກໂບລ໌ : ສອງສ່ວນທີ່ເຄິ່ງຄືກັນຂອງເສັ້ນສະແດງອີແປກໂບລ໌.

ເບິ່ງ hyperbola, geometric definition / ອີແປກໂບລ໌, ຄຳນິຍາມທາງດ້ານເລຂາຄະນິດ.

C

center of a circle / ຈຸດໃຈກາງວົງມົນ : *ເບິ່ງ* circle / ວົງມົນ.

ເບິ່ງ circle / ວົງມົນ.

center of a hyperbola / ຈຸດໃຈກາງຂອງເສັ້ນອີແປກໂບລ໌ : ຈຸດກາງຂອງເສັ້ນແກນຕັດຂອງເສັ້ນສະແດງອີແປກໂບລ໌.

ເບິ່ງ hyperbola, geometric definition / ອີແປກໂບລ໌, ຄຳນິຍາມທາງດ້ານເລຂາຄະນິດ.

center of an ellipse / ຈຸດໃຈກາງຂອງແອນລິບສ : ຈຸດກາງຂອງແກນຫຼັກຂອງ ແອນລິບສ໌.

ເບິ່ງ ellipse / ເອ ລິບສ.

center of a polygon / ຈຸດໃຈກາງຂອງຮູບຫຼາຍແຈ : ຈຸດກາງຂອງຮູບຫຼາຍແຈທີ່ມີວົງມົນອ້ອມຮອບ.

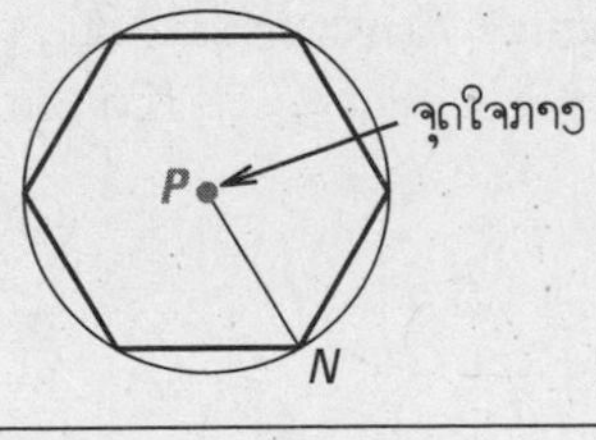

center of a sphere / ຈຸດໃຈກາງຂອງໜ່ວຍມົນ : *ເບິ່ງ* sphere / ຮູບໜ່ວຍມົນ.

ເບິ່ງ sphere / ຮູບໜ່ວຍມົນ.

center of dilation / ຈຸດເຊີ່ງກາງຂອງການຂະຫຍາຍ : ໃນການຂະຫຍາຍ, ຈຸດຄົງທີ່ກ່ຽວກັບຂະໜາດທີ່ຂະຫຍາຍອອກຫຼືຫົດເຂົ້າ.	ເບິ່ງ dilation / ການຂະຫຍາຍ.
center of rotation / ຈຸດໃຈກາງຂອງອ້ຽກົມ : ເບິ່ງ rotation / ອ້ຽກົມ.	ເບິ່ງ rotation / ອ້ຽກົມ.
center of symmetry / ຈຸດໃຈກາງຂອງການເຖິງສົ : ເບິ່ງ rotational symmetry / ຮອບວຽນເຖິງສົ.	ເບິ່ງ rotational symmetry / ຮອບວຽນເຖິງສົ.
central angle of a circle / ມູມໃຈກາງຂອງອ້ຽກົມ : ມຸມທີ່ມີຈອມມຸມຢູ່ໃຈກາງຂອງອ້ຽກົມ.	∠**PCQ** ແມ່ນມຸມໃຈກາງຂອງ ⊙ **C.**
central angle of a regular polygon / ມູມໃຈກາງຂອງຮູບຫຼາຍແຈ ທໍານະດາ : ມຸມທີ່ຖືກສ້າງຈາກສອງເສັ້ນທີ່ມາຈາກຈຸດຈອມຂອງຮູບຫຼາຍແຈ.	ມຸມໃຈກາງ
centroid of a triangle / ຈຸດສູນກາງຂອງຮູບສາມແຈ : ຈຸດຕັດກັນຂອງ ສາມເສັ້ນຜ່າທີ່ມາຈາກສາມມຸມຂອງຮູບສາມແຈ.	**P** ແມ່ນຈຸດສູນກາງຂອງ △ **ABC.**
chord of a circle / ເສັ້ນຕັດອ້ຽກົມ : ສ່ວນທີ່ມີສົ້ນສຸດຢູ່ໃນເສັ້ນອ້ຽກົມ.	ເສັ້ນຕັດອ້ຽກົມ
chord of a sphere / ເສັ້ນຕັດໝ່ອຍມົນ : ສ່ວນທີ່ມີສົ້ນສຸດຢູ່ໃນເສັ້ນໝ່ອຍມົນ.	ເສັ້ນຕັດໝ່ອຍມົນ
circle / ອ້ຽກົມ : ບັນດາຈຸດຊຸດໜຶ່ງຢູ່ເທິງໜ້າພຽງ ທີ່ມີໄລຍະຫ່າງເທົ່າກັນ ຈາກ ຈຸດທີ່ໃຫ້ໆໃດໜຶ່ງ ເຊິ່ງຈຸດຄົງຖ່າວານັ້ນເອີ້ນວ່າຈຸດໃຈກາງຂອງອ້ຽກົມ.	ອ້ຽກົມທີ່ມີຈຸດໃຈກາງໆ **P,** ຫລື ⊙ **P**
circle graph / ເສັ້ນສະແດງຮູບອ້ຽກົມ : ເສັ້ນສະແດງທີ່ນໍາສະເໜີຂໍ້ມູນໃນຮູບ ເປັນສ່ວນໜຶ່ງອ້ຽກົມ. ຮູບອ້ຽກົມທັງໝົດ ສະແດງເຖິງຂໍ້ມູນທັງໝົດ.	ຄວາມຄິດຂອງ ໂຮມຣູ ໂຮສຄີ ບໍ່ວອນ 7 ຜໍໃຊ້ໄດ້ 15 ຕົກລາຍ 78

circumcenter of a triangle / ຈຸດກາງລວງຮອບຂອງຮູບສາມແຈ :
ຈຸດທີ່ຕັດກັນຂອງສາມເສັ້ນຕັ້ງສາກທີ່ແບ່ງຮູບສາມແຈຈອອກເປັນສອງສ່ວນເທົ່າກັນ.

P ຈຸດກາງລວງຮອບຂອງ $\triangle ABC$.

circumference / ລວງຮອບວົງມົນ : ໄລຍະຄວາມຍາວອ້ອມຮອບຮູບວົງມົນ.

circumscribed circle / ວົງມົນຊອບຮອບ : ວົງມົນທີ່ມີຈອມຂອງຮູບຫຼາຍແຈ
ຕິດໃນວົງມົນ.

ວົງມົນຊອບຮອບ

coefficient / ສໍາປະສິດ : ເມື່ອສໍານວນຄະນິດສາດໃດໜຶ່ງປະກອບມີ ຕົວເລກ
ແລະ ເລກກໍາລັງຂອງຕົວປ່ຽນ, ຕົວເລກຄັງກ່າວນັ້ນແມ່ນສໍາປະສິດຂອງເລກກໍາລັງ.

ໃນສໍານວນພຶດຊະຄະນິດ $2x^2 + (-4x) + (-1)$,
ສໍາປະສິດຂອງ $2x^2$ ແມ່ນ 2 ແລະ ສໍາປະສິດຂອງ
$-4x$ ແມ່ນ -4.

coefficient matrix / ສໍາປະສິດຂວງຕາຕະລາງຈໍານວນ : ສໍາປະສິດຂອງຕາ
ຕະລາງຈໍານວນຂອງລະບົບສົມຂື້ຕາມລວງຂອງ $ax + by = e$,
$cx + dy = f$ ແມ່ນ $\begin{bmatrix} a & b \\ c & d \end{bmatrix}$.

$$9x + 4y = -6$$
$$3x - 5y = -21$$

ສໍາປະສິດຂອງຕາຕະລາງຈໍານວນ: $\begin{bmatrix} 9 & 4 \\ 3 & -5 \end{bmatrix}$

ຕາຕະລາງຈໍານວນ ຂອງ ຄ່າຄົງທີ່: $\begin{bmatrix} -6 \\ -21 \end{bmatrix}$

ຕາຕະລາງຈໍານວນ ຂອງຄ່າຜັນປ່ຽນ: $\begin{bmatrix} x \\ y \end{bmatrix}$

collinear points / ຈຸດຮ່ວມເສັ້ນຊື່ດຽວກັນ : ບັນດາຈຸດທີ່ນອນຢູ່ເທິງເສັ້ນຊື່
ອັນດຽວກັນ.

A, B, ແລະ C ຮ່ວມເສັ້ນຊື່ດຽວກັນ.

combination / ການຮວມກັນ : ການຄັດເລືອກວັດຖຸ r ຈາກກຸ່ມຂອງວັດຖຸ n
ເຊິ່ງການລຽງລໍາດັບບໍ່ສໍາຄັນ, $_nC_r$ ຖືກປຸງແຫນບດ້ວຍ
$$_nC_r = \frac{n!}{(n-r)! \cdot r!}$$

ມີ 6 ການຮວມກັນຂອງ $n = 4$ ຕົວອັກສອນ
A, B, C, ແລະ D ຄັດເລືອກ $r = 2$ ໃນອະນະທີ່:
AB, AC, AD, BC, BD, ແລະ CD.

common difference / ຈໍານວນຕ່າງປົກກະຕິ : ຈໍານວນຕ່າງທີ່ສະໝໍ່າສະເໝີ
ລະຫວ່າງສໍານວນຄະນິດສາດສືບເນື່ອງ ຂອງລໍາດັບພຶດຊະຄະນິດ.

2, 8, 14, 20, 26, . . . ແມ່ນລໍາດັບພຶດຊະຄະນິດ
ທີ່ມີຈໍານວນຕ່າງປົກກະຕິເທົ່າກັບ 6.

common factor / ຕົວຄູນ/ຫານ ປົກກະຕິ : ຕົວເລກທັງໝົດທີ່ເປັນ ຕົວຄູນ/ຫານ
ປົກກະຕິ ຂອງສອງທີ່ຫຼາຍຕົວເລກທີ່ບໍ່ແມ່ນເລກສູນ.

ຕົວຄູນ/ຫານ ປົກກະຕິ ຂອງ 64 ແລະ 120 ແມ່ນ
1, 2, 4, ແລະ 8.

common logarithm / ໂລກາຣິດປົກກະຕິ : ໂລກາຣິດທີ່ມີຖືນ 10. ມັນຖືກຂຽນ
ດ້ວຍ $\log_{10}$ ຫຼື ຂຽນງ່າຍໆເປັນ log.

$\log_{10} 100 = \log 100 = 2$ ຍ້ອນວ່າ
$10^2 = 100$.

common multiple / ຜົນຄູນປົກກະຕິ : ບັນດາຈໍານວນຕົວເລກທັງໝົດ ທີ່ເປັນ
ຜົນຄູນຂອງ ສອງ ຫຼື ຫຼາຍກວ່າຂອງຕົວເລກທີ່ນອກຈາກສູນ.

ຜົນຄູນປົກກະຕິຂອງເລກ 6 ແລະ 8 ແມ່ນ 24, 48,
72, 96, ...

common ratio / ອັດຕາສ່ວນປົກກະຕິ : ອັດຕາສ່ວນຂອງສໍານວນໃດໜຶ່ງຂອງ
ລໍາດັບທາງຄະນິດສາດ ຕໍ່ກັບລໍາດັບກ່ອນໜ້ານີ້.

ລໍາດັບຈໍານວນ 5, 10, 20, 40, . . . ແມ່ນລໍາດັບທາງ
ຄະນິດສາດ ທີ່ມີອັດຕາສ່ວນເທົ່າກັບ 2.

complement of a set / ອົງປະກອບນອກກຸ່ມ : ອົງປະກອບນອກກຸ່ມ A, ຂຽນວ່າ $\overline{A}$, ແມ່ນອົງປະກອບທັງໝົດໃນກຸ່ມລວມ U ທີ່ ບໍ່ ຢູ່ໃນ A.	ໃຫ້ U ເປັນກຸ່ມຂອງຕົວເລກ ຈາກ 1 ເຖິງ 10 ແລະ ໃຫ້ $A = \{1, 2, 4, 8\}$. ດັ່ງນັ້ນ $\overline{A} = \{3, 5, 6, 7, 9, 10\}$.
complementary angles / ມຸມຄົ້ນສາກ : ສອງມຸມທີ່ວັດແທກໄດ້ລວມກັນ $90°$. ຜົນລວມຂອງການວັດແທກມຸມໜຶ່ງ ກັບ *ມຸມຄົ້ນສາກ ຂອງມັນ* ແມ່ນ $90°$.	
completing the square / ການປຸງແປງເປັນເລກຄ້ຳສອງ : ຂັ້ນຕອນການ ຕື່ມຄ່າເລກເຂົ້າໃນສົມຜົນຄ້ຳສອງ $x^2 + bx$ ເພື່ອ:ຈັດໃຫ້ກາຍເປັນສາມອົງປະກອບ ທີ່ສົມບູນ.	ເພື່ອຫັນປຸງແປງເປັນສົມຜົນຄ້ຳສອງຂອງ $x^2 + 16x$, ຕື່ມ $\left(\frac{16}{2}\right)^2 = 64$: $x^2 + 16x + 64 = (x + 8)^2$.
complex conjugates / ມຸມຄົ້ນສາກ : ສົມຜົນຄ້ຳສູງ ທີ່ເປັນຮູບແບບ $a + bi$ ແລະ $a - bi$.	$2 + 4i, 2 - 4i$
complex fraction / ການ ຫານທີ່ສັບສົນ : ການຫານທີ່ປະກອບມີການຫານ ຢູ່ຈຳນວນຜູດ, ຜູດ, ຫຼືທັງສອງ.	$\dfrac{\frac{3x}{2}}{-6x^3}$ ແລະ $\dfrac{x^2-1}{\frac{x+1}{x-1}}$ ແມ່ນການຫານທີ່ສັບສົນ.
complex number / ຈຳນວນສົນ : ຈຳນວນ $a + bi$ ເມື່ອ a ແລະ b ແມ່ນ ຈຳນວນຈິງ ແລະ i ແມ່ນ ຕົວສົນມຸດ.	$0, 2.5, \sqrt{3}, \pi, 5i, 2 - i$
complex plane / ໜ້າຜຽງປະສານ : ໜ້າຜຽງປະສານ ເຊິ່ງໃນນັ້ນແຕ່ລະຈຸດ (a, b) ເປັນຕົວແທນໃຫ້ຈຳນວນສົນ $a + bi$. ແກນສາກທາງຂວາງ ແມ່ນແກນທີ່ແທ້ຈິງ ແລະແກນຕັ້ງສາກແມ່ນແກນສົນມຸດ.	
component form of a vector / ອົງປະກອບສ້າງຂອງ ເສັ້ນຊີ້ທິດ : ຮູບແບບຂອງເສັ້ນຊີ້ທິດເຊິ່ງຮວມມີອົງປະກອບທາງທິດລວງຂວາງແລະລວງຕັ້ງຂອງ ເສັ້ນຊີ້ທິດ.	 ອົງປະກອບສ້າງຂອງ $\overrightarrow{PQ}$ ແມ່ນ $\langle 4, 2 \rangle$.
composite number / ຈຳນວນປະກອບ : ຈຳນວນຕົວເລກທັງໝົດທີ່ໃຫຍ່ກວ່າ 1 ທີ່ມີອຸປະລະທີ່ນອກເໜືອຈາກຕົວມັນເອງ ແລະ 1.	6 ແມ່ນຕົວເລກປະກອບອັນໜຶ່ງ ຍ້ອນວ່າ ອຸປະຄູນ ຂອງມັນ ແມ່ນ 1, 2, 3, ແລະ 6.
composition of functions / ອົງປະກອບຂອງໜັງຕຳລາ : ອົງປະກອບຂອງ ຕຳລາ g ກັບຕຳລາ f is $h(x) = g(f(x))$.	$f(x) = 5x - 2,\ g(x) = 4x^{-1}$ $g(f(x)) = g(5x - 2) = 4(5x - 2)^{-1} = \dfrac{4}{5x - 2}, x \neq \dfrac{2}{5}$
composition of transformations / ອົງປະກອບຂອງການປຸງຮູບ : ຜົນຮັບໃນເວລາສອງທີ່ຫຼືຫຼາຍກາຍການປຸງຮູບທີ່ຖືກຮວມກັນໃຊ້ກາຍເປັນຮູບແບບອັນດຽວ.	ການສະທ້ອນສົນຢັງຢາງຂ້າງໆ ແມ່ນຕົວຢ່າງຂອງອົງ ປະກອບຂອງການປຸງຮູບ.
compound event / ຜົນໄດ້ຮັບຂ້ວມກັນ : ຜົນ ໄດ້ຮັບທີ່ປະກອບດ້ວຍສອງ ຫຼື ຫຼາຍຜົນ, ໃຊ້ຄຳວ່າ ແລະ ຫຼື ຫຼື ຄຳວ່າ ຫຼື.	ເມື່ອເວລາທ່ານໝູນນຮູບກ້ອນທີ່ມີຕົວເລກ, ຜົນ ໄດ້ຮັບ "ໝູນໄດ້ 2 ຫຼື ໄດ້ເລກຄີກ" ແມ່ນເຫດການຂ້ວມກັນ.
compound inequality / ອະສົມຜົນຂ້ວມກັນ : ອະສົມຜົນທີ່ມະດາສອງອັນ ທີ່ຕໍ່ກັນດ້ວຍຄຳວ່າ "ແລະ" ຫຼື "ຫຼື."	$2x > 0$ ຫຼື $x + 4 < -1$ ແມ່ນອະສົມຜົນຂ້ວມກັນ.

High School
Multi-Language Visual Glossary

Copyright © by McDougal Littell,
a division of Houghton Mifflin Company.

conditional probability / ຄວາມເປັນໄປໄດ້ທີ່ມີເງື່ອນໄຂ : ຄວາມເປັນໄປໄດ້ທີ່ມີເງື່ອນໄຂຂອງ B ທີ່ໃຫ້ A, ຖືກຂຽນເປັນ $P(B\,|\,A)$, ແມ່ນຄວາມເປັນໄປໄດ້ທີ່ ເຫດການ B ຈະເກີດເມື່ອເຫດການ A ໄດ້ເກີດຂຶ້ນຢູ່ແລ້ວ.

ໄພ້ສອງໃບຖືກເລືອກໂດຍບັງເອີນຈາກ ຊຸມໄພ້ມາຕະຖານ 52 ໃຫ້ເຫັນໄດ້ຮັບ A ແມ່ນ "ໄພ້ໃບທຳອິດ ເປັນໝາກຈ່ວນ" ແລະ ໃຫ້ເຫັນໄດ້ຮັບ B ແມ່ນ "ໄພ້ໃບ ທີສອງເປັນໝາກຈ່ວນ" ຄັ້ງນັ້ນ,

$P(B\,|\,A) = \dfrac{12}{51} = \dfrac{4}{17}$ ຍ້ອນວ່າ ມີໄພ້ຈ່ວນ 12 ໃບ (ໃນຈຳນວນ 13ໃບ) ຍັງເຫລືອ ຢູ່ໃນຊຸມໄພ້ທີ່ມີ ໄພ້ທັງໝົດ 51 ໃບ.

compound interest / ດອກເບ້ຍທີ່ບເຕັ້ມ : ດອກເບ້ຍທີ່ໄດ້ຮັບຕໍ່ ຖຶມທີ່ລົງໄປ ເບື້ອງຕົ້ນ ແລະ ຕໍ່ຈຳນວນດອກເບ້ຍທີ່ໄດ້ຮັບກ່ອນໜ້ານີ້.

ທ່ານຝາກເຖິມຈຳນວນ $250 ໃນບັນຊີ ທີ່ມີດອກເບ້ຍ ແບບທົບຕົ້ນ 4% ຕໍ່ປີ. ຫລັງຈາກ 5 ປີ, ເງິນໃນບັນຊີ ຂອງທ່ານແມ່ນ $y = 250(1 + 0.04)^5 \approx \$304.16$.

concave polygon / ຮູບຫລ່ຽມຫລຸບ : ຮູບຫລ່ຽມຫລຸບທີ່ບໍ່ມີໝ້າສອດ. ເບິ່ງ concave polygon / ຮູບຫລ່ຽມໝ້າສອດ.

ທາງໃນ

conclusion / ຂໍ້ສະຫລຸບ : ຜາກສ່ວນທີ່ມີຄຳວ່າ "ຄັ້ງນັ້ນ" ຂອງປະໂຫຍກສະເຫນີ ແບບມີເງື່ອນໄຂ.

ເບິ່ງ conditional statement / ປະໂຫຍກສະເຫນີ ແບບມີເງື່ອນໄຂ.

concurrent / ຈຸດຕັດກັນ : ສາມເສັ້ນຂຶ້ນຫລາຍເສັ້ນ, ແສງ, ຫຼື ສ່ວນທີ່ຕັດກັນຢູ່ ຈຸດດຽວກັນ.

ເບິ່ງ point of concurrency / ຈຸດຕັດກັນຂອງເສັ້ນຂຶ້.

conditional statement / ປະໂຫຍກສະເຫນີແບບມີເງື່ອນໄຂ : ຄຳນວນທີ່ ປະກອບດ້ວຍສອງສ່ວນ, ສ່ວນທີ່ເປັນສົມມຸດຖານ ແລະ ຂໍ້ສະຫລຸບ.

ປະໂຫຍກທີ່ມີລັກສະນະເປັນເງື່ອນໄຂ

$\underbrace{\text{ຖ້າ } a > 0,}_{\text{ຂໍ້ສົມມຸດ}} \text{ສະນັ້ນ } \underbrace{|a| = a.}_{\text{ການສະລຸບ}}$

cone / ຮູບຈວຍ : ຮູບກ້ອນທີ່ມີໂລງຫລອບຂອງພື້ນແລະມີຈອມທີ່ບໍ່ຢູ່ຮ່ວມກັບ ໝ້າພຽງດຽວກັບພື້ນ.

ຈອມ
ລວງສູງ
h
ພື້ນ
r

conic section / ຮູບຕ່າງໆທີ່ໄດ້ຈາໂດຍການຕັດຮູບຈວຍ : ເສັ້ນ ໂຄ້ງທີ່ຖືກ ສ້າງຈາກການຕັດຜ່ານໝ້າພຽງນຶ່ງຮູບຈວຍສອງອັນທີ່ຮວມເສັ້ນຜ່າກາງໆ ແລະ ມີຈອມຕິດກັນ. ສ່ວນທີ່ເປັນຮູບຈວຍກໍ່ຍັງຂຶ້ນວ່າຮູບຈວຍ.

ເບິ່ງ circle, ellipse, hyperbola, parabola / ຮູບວົງມົນ, ຮູບໄຂ່, ຂີ້ແປກໂບມ,ແລະ ປາລາໂບມ.

congruence transformation / ການປ່ຽນຮູບທີ່ເທົ່າກັນ : ການປ່ຽນຮູບທີ່ ຮັກສາຄວາມຍາວແລະຂະໝາດໄວ້. ໃຫ້ເບິ່ງທັງການເລື່ອນທີ.

ການປ່ຽນຖ່າຍ,ການສະທ້ອນສົ້ນ, ແລະ ການໝຸນຮອບ ແມ່ນສາມປະເພດຂອງການປ່ຽນຮູບທີ່ເທົ່າກັນ.

congruent angles / ມຸມເທົ່າກັນ : ມຸມທີ່ມີຂະໝາດຄືກັນ.

A B
$\angle A \cong \angle B$

congruent arcs / ເສັ້ນໂຄ້ງເທົ່າກັນ : ສອງເສັ້ນໂຄ້ງທີ່ມີຂະໜາດກວ້າງກັນ ແລະ ແມ່ນເສັ້ນໂຄ້ງຂອງວົງມົນທີ່ຕິດກັນຫຼືວົງມົນເທົ່າກັນ.	$$\overset{\frown}{CD} \cong \overset{\frown}{EF}$$
congruent circles / ວົງມົນທີ່ເທົ່າກັນ : ສອງວົງມົນເທົ່າກັນເຊິ່ງມີເສັ້ນລັດສະໝີ ເທົ່າກັນ.	$$\odot P \cong \odot Q$$
congruent figures / ຮູບເທົ່າກັນ : ສອງຮູບເລຂາຄະນິດທີ່ມີ ຂະໜາດແລະ ຮູບຮ່າງໆເທົ່າກັນທີ່. ເຄື່ອງໝາຍ ≅ ບົ່ງບອກເຖິງຄວາມເທົ່າກັນ. ເມື່ອສອງຮູບເທົ່າກັນ, ທຸກຂ້າງຂອງທັງສອງຮູບທີ່ທຽບກັບແມ່ນເທົ່າກັນ ແລະ ທຸກມຸມທີ່ທຽບກັນກໍ່ເທົ່າກັນ.	$$\triangle ABC \cong \triangle FED$$$$\angle A \cong \angle F, \angle B \cong \angle E,$$$$\angle C \cong \angle D$$$$\overline{AB} \cong \overline{FE}, \overline{BC} \cong \overline{ED},$$$$\overline{AC} \cong \overline{FD}$$
congruent segments / ກຸ່ມໝັດເທົ່າເສັ້ນຊັ້ທີ່ເທົ່າກັນ : ກຸ່ມເສັ້ນທີ່ມີຄວາມ ຍາວເທົ່າກັນ.	$$\overline{AB} \cong \overline{CD}$$
conjecture / ການຄາດຄະເນ : ຄຳເວົ້າທີ່ບໍ່ທັນພິສູດໄດ້ເຊິ່ງອີງໃສ່ການສັງເກດການ.	ການຄາດຄະເນ: ຕົວເລກຫຼັກທັງໝົດເປັນເລກຄີກ.
conjugates / ການຜັນປ່ຽນ : ສຳນວນ $a + \sqrt{b}$ ແລະ $a - \sqrt{b}$ ເຊິ່ງ a ແລະ b ແມ່ນຈຳນວນທີ່ມີເຫດຜົນ.	ການຜັນປ່ຽນຂອງ $7 + \sqrt{2}$ ແມ່ນ $7 - \sqrt{2}$.
consecutive interior angles / ມຸມຕົດໃນ : ສອງມຸມທີ່ສ້າງຂຶ້ນ ໂດຍສອງເສັ້ນຊັ້ແລະເສັ້ນຕັດແລະຢູ່ລະຫວ່າງໆສອງເສັ້ນຊັ້ຄູ່ກ່າວແລະຢູ່ເທິງຂ້າງໆດຽວ ກັບເສັ້ນຕັດ.	$\angle 3$ ແລະ $\angle 5$ ມຸມຕົດໃນ.
consistent dependent system / ລະບົບທີ່ບໍ່ເອກະລາດທີ່ບໍ່ປ່ຽນແປງ : ລະບົບເສັ້ນຕາມລວງຍໆ ພ້ອມກັບ ຂໍ້ແກ້ໃຂທີ່ບໍ່ສິ້ນສຸດ. ແຜນວາດເສັ້ນສະແດງຂອງ ເສັ້ນສູນສຸດຂອງລະບົບທີ່ບໍ່ເອກະລາດທີ່ບໍ່ປ່ຽນແປງແມ່ນເທົ່າກັນ.	ລະບົບເສັ້ນຕາມລວງຍໆ $x - 2y = -4$ ແລະ $y = \frac{1}{2}x + 2$ ແມ່ນລະບົບທີ່ບໍ່ເອກະລາດທີ່ບໍ່ປ່ຽນແປງ ເພາະວ່າເສັ້ນສະແດງຂອງເສັ້ນສູນສຸດແມ່ນເທົ່າກັນ.

consistent independent system / ລະບົບເອກະລາດທີ່ບໍ່ປ່ຽນແປງ : ລະບົບເສັ້ນຕາມລວງຍາວກັບວິທີແກ້ໄຂບຶ່ງວິທີທີ່ແນ່ນອນ. ແຜນວາດເສັ້ນສະແດງຂອງ ເສັ້ນສູນສູດຂອງການຕັດຜ່ານລະບົບເອກະລາດທີ່ບໍ່ປ່ຽນແປງ.

ລະບົບເສັ້ນຕາມລວງຍາວ $3x - 2y = 2$ ແລະ $x + y = 4$ ແມ່ນລະບົບທີ່ເອກະລາດທີ່ບໍ່ປ່ຽນແປງ ເຜາະວ່າເສັ້ນສະແດງຂອງເສັ້ນສູນສູດຕັດຜ່ານ.

consistent system / ລະບົບທີ່ບໍ່ປ່ຽນແປງ : ລະບົບຂອງເສັ້ນສູນສູດ ທີ່ມີ ຍ່າງໜ້ອຍການແກ້ໄຂໜຶ່ງຂໍ້.

$$y = 2 + 3x$$
$$6x + 2y = 4$$

ລະບົບ ອ້າງເຖິງນັ້ນແມ່ນບໍ່ປ່ຽນແປງ, ພ້ອມກັບຂໍ້ແກ້ໄຂ $(0, 2)$.

constant of variation / ການປ່ຽນແປງທີ່ຄົງທີ່ : ຈຳນວນຄົງທີ່ທີ່ບໍ່ແມ່ນ ເລກສູນ a ໃນການປ່ຽນແປງເສັ້ນສູນສູດໂດຍທາງກົງ $y = ax$, ການປ່ຽນແປງຂອງ ເສັ້ນສູນສູດທີ່ປີ້ນຄືນ $y = \dfrac{a}{x}$, ຫຼື ການປ່ຽນແປງຂອງເສັ້ນສູນສູດທີ່ເຊື່ອມຕໍ່ $z = axy$.

ໃນການປ່ຽນແປງເສັ້ນສູນສູດໂດຍທາງກົງ $y = -\dfrac{5}{2}x$, ການປ່ຽນແປງຄົງທີ່ແມ່ນ $-\dfrac{5}{2}$.

constant term / ຈຳນວນຄົງທີ່ : ຈຳນວນທີ່ທີ່ມີພາກສ່ວນຕໍ່ເລກແຕ່ບໍ່ແມ່ນ ພາກສ່ວນປ່ຽນແປງ.

ໃນສຳນອນ $3x + (-4) + (-6x) + 2$, ຈຳນວນ ຄົງທີ່ແມ່ນ -4 ແລະ 2.

constraints / ຕຳລາທີ່ຕັ້ງເງື່ອນ : ແຜນສະແດງກ່ຽວກັບເສັ້ນຂີ້ຕາມລວງຍາວ, ຄວາມບໍ່ເທົ່າທຽມກັບທີ່ຊ້າງໃຊ້ເປັນລະບົບ.

ເບິ່ງ linear programming / ແຜນສະແດງກ່ຽວ ກັບເສັ້ນຂີ້ຕາມລວງຍາວ.

continuous function / ຕຳລາທີ່ຕັ້ງເງື່ອນ : ຕຳລາທີ່ເສັ້ນສະແດງບໍ່ຂາດອັກ.

construction / ການກໍ່ສ້າງ : ການແຕ້ມຮູບເລຂາລະມິດທີ່ໃຊ້ອຸດເຄື່ອງມືທີ່ ຈຳກັດ, ໂດຍທົ່ວໄປແລ້ວ ແມ່ນຫາໃຊ້ກົ້ນປ້າ.

contrapositive / ປະໂຫຍກປັ້ນທາງບອກ : ປະ ໂຫຍກທີ່ສ້າງຂຶ້ນ ໂດຍການ ປະຕິເສດສົມມຸດຖານ ແລະ ຂໍ້ສະຫຼຸບ ຂອງຄຳກົງກັບຂ້າມຂອງປະໂຫຍກລະເນີ ແບບມີເງື່ອນໄຂ.

ປະໂຫຍກ:ຖ້າວ່າ $m\angle A = 90°$, ສະນັ້ນ $\angle A$ ແມ່ນ ຖືກຕ້ອງ. ປະໂຫຍກປັ້ນທາງບອກ: ຖ້າວ່າ $\angle A$ ບໍ່ຖືກຕ້ອງ., ສະນັ້ນ $m\angle A \neq 90°$.

control group / ກຸ່ມທີ່ບໍ່ການລອງຍຸມ : ກຸ່ມທີ່ບໍ່ໄດ້ເຂົ້າຜ່ານອະບອນໃນອະນະທີ່ ການທົດລອງຜອມດຳເນີນໄປ. ໃຫ້ບຶ່ງທັງກຸ່ມທົດລອງ.

ໃຫ້ເບິ່ງ experimental group / ກຸ່ມທົດລອງ.

convenience sample / ການເຊື້ອອຳນວຍຂອງຕົວຢ່າງ : ຕົວຢ່າງບຶ່ງ ເຊື້ງສະມາຊິກຂອງພັນລະໂອງຜູ້ທີ່ສາມາດເຂົ້າຮ່ວມໄດ້ວ່າຈະຖືກລັດເລືອກ.

ທ່ານສາມາດລັດເລືອກ ການເຊື້ອອຳນວຍຂອງຕົວຢ່າງ ຂອງນັກຮຽນຂອງ ໂຮງຮຽນ ໂດຍການເລືອກນັກຮຽນ ຜູ້ທີ່ຢູ່ໃນຫ້ອງຮຽນທີ່ນັ້ນ.

converse of a conditional / ການປັ້ນສົມຂອງເງື່ອນໄຂ : ປະໂຫຍກຖືກ ສ້າງໂດຍການສັບປ່ຽນການສົມມຸດ ແລະ ຂໍ້ສະຫຼຸບ ຂອງເງື່ອນໄຂ. ການປັ້ນຂອງ ປະໂຫຍກທີ່ຖືກຕ້ອງບໍ່ຈຳເປັນຈະຕ້ອງຖືກ.

ການປັ້ນສົມຂອງເງື່ອນໄຂ "ຖ້າວ່າ $x = 5$, ສະນັ້ນ $|x| = 5$" ແມ່ນ "ຖ້າວ່າ $|x| = 5$, ສະນັ້ນ $x = 5$." ປະໂຫຍກຕົ້ນເຖິງ ແມ່ນຖືກຕ້ອງ, ແຕ່ການປັ້ນສົມ ແມ່ນຜິດ.

convex polygon / ຮູບຫຼາຍແຈສອດ : ຮູບຫຼາຍແຈທີ່ບໍ່ມີເສັ້ນບັນຈຸຂ້າງຂອງ ຮູບຫຼາຍແຈ ບັນຈຸມັດທີ່ຢູ່ທາງໃນຂອງຮູບຫຼາຍແຈ. ຮູບຫຼາຍແຈທີ່ບໍ່ສອດແມ່ນບໍ່ສອດ ຫຼືລຸບ.

ຢູ່ທາງໃນ

convex polyhedron / ຮູບຊົງທີ່ມີຫຼາຍລ່ຽມ : ຮູບຊົງທີ່ມີຫຼາຍລ່ຽມ ແມ່ນສອດ ຖ້າສອງມັດທີ່ຢູ່ເທິງຜົ້ວພຽງຂອງມັນສາມາດຖືກທຳກັບ ໂດຍກຸ່ມມັດທີ່ຢູ່ທາງໃນຫຼືຢູ່ເທິງ ຮູບຊົງທີ່ມີຫຼາຍລ່ຽມ. ຖ້າກຸ່ມມັດເສັ້ນນີ້ອອກໄປຂ້າງນອກຂອງ ຮູບຊົງທີ່ມີຫຼາຍລ່ຽມ, ສະນັ້ນ, ຮູບຊົງທີ່ມີຫຼາຍລ່ຽມແມ່ນບໍ່ສອດຫຼືລຸບ.

ສອດ   ລຸບ

coordinate /ການຮ່ວມກັນ : ຈຳນວນຈິງທີ່ກົງກັບມັດຢູ່ເທິງເສັ້ນຊື່ນຶ່ງ.

A B
x_1 x_2
ການຮ່ວມກັນ

coordinate plane / ການຮ່ວມກັນຂອງຜົ້ວພຽງ : ຜົ້ວພຽງນຶ່ງທີ່ຖືກແບ່ງອອກ ເປັນບໍ່ສ່ວນສີ ໂດຍຈຳນວນເສັ້ນຊື່ທາງຂວາງຊື່ງເອີ້ນວ່າແກນ x ແລະເສັ້ນຊື່ທາງຕັ້ງ ເອີ້ນວ່າແກນ y.

ແກນ y
ບໍ່ງສອນສີ II   ບໍ່ງສອນສີ I
ແກນ x
-3
-2
$P(-3, -2)$
ແກນເລັ້ກ
$O (0, 0)$
ບໍ່ງສອນສີ III   ບໍ່ງສອນສີ IV

coordinate proof / ປະກົດການຮ່ວມກັນ : ປະກົດການອຸມີດທີ່ກ່ຽວຂ້ອງກັບ ການວາງບັນດາຮູບຫຼາຍເລຂາລະມີດ ໃນຜົ້ວພຽງທີ່ຮ່ວມກັນ.

coplanar points / ບັນດາມັດທີ່ຢູ່ບ່ອນດຽວກັນ : ມັດທີ່ນອນຢູ່ໃນຜົ້ວພຽງ ດຽວກັນ.

A
C
B
$A, B,$ ແລະ Cຢູ່ບ່ອນດຽວກັນ.

corollary to a theorem / ການພິສູດສູດຜິດສະຫຼະມີດ : ຄຳວ້ຳທີ່ສາມາດ ພິສູດໄດ້ໂດຍການນຳໃຊ້ສູດ.

ການພິສູດສູດຜິດສະຫຼະມີດ ຫຼືຄລອມຮູບສາມແຈ ເວົ້າ ວ່າ ສອງມຸມແຫຼມຂອງຮູບສາມແຈສາກ ແມ່ນມຸມທີ່ ຄລອມເຂົ້າກັນໄດ້ເກົ້າສິບອົງສາ ຫຼື ແມ່ນມຸມຄົບສາກ.

correlation / ການກ່ຽວພັນກັນ : ການພໍ່ພັນລະຫວ່າງຄູ່ຕົວເລກ. ຄູ່ຕົວເລກມີ *ການກ່ຽວພັນກັນໃນທາງບວກ* ຖ້າວ່າ y ເພີ່ມຂຶ້ນຄັ້ງຄ່າຂອງ x ເພີ່ມຂຶ້ນ, *ການກ່ຽວພັນ ກັນໃນທາງລົບ* ຖ້າ y ລຸດລົງເມື່ອ x ເພີ່ມຂຶ້ນ, ແລະ *ບໍ່ມີການກ່ຽວພັນກັນທີ່ຈະແຈ້ງ* ຖ້າວ່າ x ແລະ y ບໍ່ມີການພໍ່ພັນກັນທີ່ຈະແຈ້ງ.

ເບິ່ງ positive correlation / ການກ່ຽວພັນກັນໃນ ທາງບວກ ແລະ negative correlation / ການກ່ຽວ ພັນກັນໃນທາງລົບ

y
x
ບໍ່ມີການກ່ຽວພັນທີ່ຫຼຽບກັນ

correlation coefficient / ສຳປະສິດຂອງການກ່ຽວພັນ : ຂະໜາດ, ເຊື່ອງໝາຍໂດຍທີ່ *r* ເຊິ່ງວ່າໆ $-1 \le r \le 1$, ຂອງເສັ້ນຊີ້ທີ່ຜົດກັບຄູ່ຂອງຕົວເລກ (x, y).	ຈຸດຂອງຕົວເລກທີ່ສະແດງ ການກ່ຽວພັນກັນໃນທາງ ບອກທີ່ແໝັນແກ່ນ ມີ ສຳປະສິດຂອງການກ່ຽວພັນ ຂອງ *r* ≈ 1. ໃຫ້ເບິ່ງ positive correlation / ການກ່ຽວພັນກັນໃນທາງບອກ ແລະ negative correlation / ການກ່ຽວພັນກັນໃນທາງລົບ.
corresponding angles / ມຸມທີ່ມີລັກສະມະຄຽວກັນ : ສອງມຸມທີ່ຖືກສ້າງຂຶ້ນ ໂດຍ ສອງເສັ້ນຊີ້ ແລະເສັ້ນຜ່ານຕັດ ແລະ ຕັ້ງຢູ່ໃນຕຳແໝ່ງທີ່ມີລັກສະມະຄ້າຍຄືກັນ.	 ∠2 ແລະ ∠6 ແໝ່ນມຸມທີ່ມີລັກສະມະຄຽວກັນ.
corresponding parts / ສ່ວນ ທີ່ມີລັກສະມະຄຽວກັນ : ຄູ່ຂອງອ້າງໆ ຫຼືຂອງມຸມ ທີ່ມີຕຳແໝ່ງຄ້າຍຄືກັນຢູ່ໃນຮູບຮ່າງໆທີ່ເທົ່າກັນຫຼືຄ້າຍຄືກັນ.	 ∠ *A* ແລະ ∠ *J* ແໝ່ນມຸມທີ່ມີລັກສະມະຄຽວກັນ. $\overline{AB}$ ແລະ $\overline{JK}$ ແໝ່ນອ້າງໆທີ່ມີລັກສະມະຄຽວກັນ.
cosecant function / ຕຳລາຂອງອ້າງທີ່ຕັ້ງສາກກັບມຸມສາກໃນໄຕມຸມມິຕິ : ຖ້າ *θ* ແໝ່ນມຸມສາກຂອງຮູບສາມແຈສາກ,ອ້າງທີ່ຕັ້ງສາກກັບ *θ* ແໝ່ນຄວາມຍາວ ຂອງອ້າງທີ່ຍາວສຸດຂອງຮູບສາມແຈສາກ ເຊິ່ງຖືກແບ່ງ ໂດຍຄວາມຍາວຂອງອ້າງ ທີ່ກົງກັນຂ້າມກັບ *θ*.	ເບິ່ງ sine function / ຕຳລາຊຶນ.
cosine / ໂກຊຶນ : ອັດຕາສ່ວນຂອງສາມໄຕມຸມມິຕິ, ໃຊ້ຄຳຫຍໍ້ຊຶນ *cos*. ສຳລັບ ສາມແຈສາກ *ABC*, ໂກຊຶນຂອງມຸມສາກ *A* ແໝ່ນ $\cos A = \dfrac{\text{ຄວາມຍາວຂອງອາທີ່ເທົ່າກັບ} \angle A}{\text{ຄວາມຍາວຂອງອ້າງທີ່ກົງກັນຂ້າມກັບມຸມສາກ}} = \dfrac{AC}{AB}$	 $\cos A = \dfrac{AC}{AB} = \dfrac{4}{5}$
cosine function / ຕຳລາຂອງ ໂກຊຶນ : ຖ້າ *θ* ແໝ່ນມຸມສາກຂອງຮູບສາມແຈ ສາກ, ໂກຊຶນຂອງ *θ* ແໝ່ນຄວາມຍາວຂອງອ້າງທີ່ຢູ່ໃກ້ກັບ *θ* ເຊິ່ງຖືກແບ່ງ ໂດຍຄວາມ ຍາວຂອງອ້າງທີ່ຍາວສຸດຂອງຮູບສາມແຈສາກ.	ເບິ່ງ sine function / ຕຳລາຊຶນ.
cotangent function / ຕຳລາຂອງ ໂກຕັງ : ຖ້າ *θ* ແໝ່ນມຸມສາກຂອງຮູບ ສາມແຈສາກ, ໂກຕັງຂອງ *θ* ແໝ່ນຄວາມຍາວຂອງອ້າງທີ່ຢູ່ໃກ້ກັບ *θ* ເຊິ່ງຖືກແບ່ງ ໂດຍຄວາມຍາວຂອງອ້າງກົງກັນຂ້າມກັບ *θ*.	ເບິ່ງ sine function / ຕຳລາຊຶນ.
coterminal angles / ບັນດາມຸມຮ່ວມອ້າງສຸດທ້າຍ : ມຸມທີ່ຢູ່ໃນຕຳລາມາດຕະການ ກັບອ້າງສຸດທ້າຍທີ່ເທົ່າກັນ	 ມຸມທີ່ມີຂະໜາດ 500° ແລະ 140° ມຸມຮ່ວມອ້າງສຸດທ້າຍ.
counterexample / ກໍລະນີລັ້ນພັບຕົວຢ່າງໆ : ກໍລະນີມີສະເພາະ ທີ່ສະແດງໃຫ້ ເຫັນວ່າ ການລາດຄາງການມັນບໍ່ຖືກຕ້ອງ.	ການລາດຄາງ: ຈຳນວນຕົ້ນຕໍທັງໝົດມັນ ເປັນຈຳນວນຄີກ. ກໍລະນີລັ້ນພັບກັບຕົວຢ່າງໆ: 2, ແໝ່ນຈຳນວນຕົ້ນຕໍທີ່ຍັ່ງ ແໝ່ນຈຳນວນຄີກ.

co-vertices of an ellipse / ຈຸດຈອມຮ່ວມກັບຂອງຮູບແອນລິບສ໌ : ຈຸດຂອງການຕັດຄົບກັບຂອງຮູບເອລິບສ ແລະ ເສັ້ນຂີ້ຕັ້ງສາກກັບແກນເຄີ່ງຢູ່ສູນກາງ.	ເບິ່ງ ellipse / ແອນລິບສ໌
Cramer's rule / ກົດການຂອງກຣາເມ : ວິທີການຂອງການແກ້ໄຂລະບົບຂອງເສັ້ນສູນສູດຕາມລວງຂອງທີ່ນຳໃຊ້ຕົວກຳນົດ: ສຳລັບລະບົບເສັ້ນຊື່ຂອງ $ax + by = e$, $cx + dy = f$, ໃຫ້ A ເປັນສຳປະສິດຕາຕະລາງຈຳນວນແບບເມຕຣິກ. ຖ້າ $A \neq 0$, ການແກ້ໄຂຂອງລະບົບແມ່ນດັ່ງຕໍ່ໄປນີ້: $$x = \frac{\begin{vmatrix} e & b \\ f & d \end{vmatrix}}{\det A}, y = \frac{\begin{vmatrix} a & e \\ c & f \end{vmatrix}}{\det A}$$	$9x + 4y = -6$ $3x - 5y = -21;$ $\begin{vmatrix} 9 & 4 \\ 3 & -5 \end{vmatrix} = -57$ ນຳໃຊ້ ກົດການຂອງກຣາເມດັ່ງຕໍ່ໄປນີ້: $$x = \frac{\begin{vmatrix} -6 & 4 \\ -21 & -5 \end{vmatrix}}{-57} = \frac{114}{-57} = -2$$ $$y = \frac{\begin{vmatrix} 9 & -6 \\ 3 & -21 \end{vmatrix}}{-57} = \frac{-171}{-57} = 3$$
cross multiplying / ການຄູນໄຂ່ວ : ວິທີການແກ້ໄຂເສັ້ນສູນສູດທີ່ມີເຫດເປັນງ່າຍດາຍ ສຳລັບແຕ່ລະຂ້າງຂອງເສັ້ນສູນສູດ ເປັນສຳນວນທີ່ມີເຫດເປັນຢ່າງດຽວ.	ແກ້ໄຂ $\dfrac{3}{x + 1} = \dfrac{9}{4x + 5}$, ຄູນໄຂ່ວ $$3(4x + 5) = 9(x + 1)$$ $$12x + 15 = 9x + 9$$ $$3x = -6$$ $$x = -2$$
cross product / ຜົນຂອງການຄູນໄຂ່ວ : ໃນການແບ່ງປັນສ່ວນ, ຜົນການຄູນໄຂ່ວ ແມ່ນຜົນຂອງການຄູນລະຫວ່າງຈຳນວນຜຸດຂອງສ່ວນຈຳນວນນຶ່ງແລະຜຸດຂອງຈຳນວນອື່ນອີກ. ຜົນການຄູນໄຂ່ວຂອງການແບ່ງສ່ວນແມ່ນເທົ່າກັນ.	ຜົນຂອງການຄູນໄຂ່ວການປັນສ່ວນ $\dfrac{3}{4} = \dfrac{6}{8}$ ແມ່ນ $3 \cdot 8 = 24$ ແລະ $4 \cdot 6 = 24$.
cross section / ການຕັດຜ່ານ : ການຕັດຜ່ານຂອງໜ້າພຍງແລະວັດຖຸອງ.	
cube / ຮູບກ້ອນ : ຮູບລ່ຽມຫຼາຍໜ້າທີ່ມີໜ້າສີ່ລ່ຽມຂອງຫົກຂ້າງສະເໜີກັນ.	
cube root / ຮາກອັນສາມ : ຖ້າ $b^3 = a$, ສະນັນ b ແມ່ນຮາກອັນສາມຂອງ a.	2 ແມ່ນຮາກອັນສາມຂອງ 8 ເພາະວ່າ $2^3 = 8$.
cycle / ຮອບວຽນ : ການເກີດຂຶ້ນຊ້ຳອີກຂອງສັດສ່ວນທີ່ສັ້ນທີ່ສຸດຂອງ ເສັ້ນສະແດງຂອງຕຳລາງທີ່ມີລັກສະນະເປັນໄລຍະເວລາ.	ເບິ່ງ periodic function / ຕຳລາຮອບວຽນ.
cylinder / ຮູບຕຶ່ : ວັດຖຸທີ່ມີພື້ນເປັນວົງກົມສະເໜີກັນຢູ່ໃນໜ້າພຽງທີ່ຂະໜານກັນ.	

D

decagon / ຮູບແບ່ນພຽງສິບລ່ຽມ : ຮູບຫຼາຍແຈທີ່ມີສິບຂ້າງ.	

decay factor / ປັດໃຈ ທີ່ລຸດຜ່ອນພຶ້ນຖານ : ຈຳນວນ b ໃນຕຳລາທີ່ມີຕົວຍົກກຳລັງ $y = ab^x$ ເມື່ອ $a > 0$ ແລະ $0 < b < 1$.	ປັດໃຈ ທີ່ລຸດຜ່ອນພຶ້ນຖານສຳລັບຕຳລາ $y = 3(0.5)^x$ ແມ່ນ 0.5.
decay rate / ອັດຕາ ລຸດຜ່ອນພຶ້ນຖານ : ຕົວຜັນປ່ຽນ r ໃນຮູບແບບລຸດຜ່ອນເລກກຳລັງ $y = a(1 - r)^t$.	ໃນຮູບແບບລຸດຜ່ອນເລກກຳລັງ $P = 41(0.995)^t$, ອັດຕາລຸດຜ່ອນກຳລັງແມ່ນ ໃນຮູບແບບລຸດຜ່ອນເລກກຳລັງ 0.005, ເພາະວ່າ $0.995 = 1 - 0.005$.
deductive reasoning / ການໃຊ້ເຫດຜົນແບບມີການພິຈາລະນາ : ຂະບວນການ ທີ່ນຳໃຊ້ຄວາມເປັນຈິງ, ນິຍາມ, ສັນສົມທີ່ເປັນທີ່ຍອມຮັບ, ແລະ ກົດລະບຽບຂອງ ຕັກກະທີ່ມີເຫດຜົນເພື່ອສ້າງການພິສູດຄ່າໆມີເຫດຜົນ	$(x + 2) + (-2)$ $= x + [2 + (-2)]$ ອົງປະກອບຮ່ວມກັນຂອງ ການບວກ $= x + 0$ ອົງປະກອບກົງກັນຂ້າມຂອງການບວກ $= x$ ອົງປະກອບສະເພາະຂອງການ
defined terms / ນິຍາມຄຳສັບ : ການກຳນົດທີ່ໃຊ້ຜັນລະນາຄຳສັບທີ່ເປັນທີ່ຮູ້ຈັກ.	ກຸ່ມຈັດທີ່ງເສັ້ນຂຶ້ ແລະ ກຸ່ມຈັດຢູ່ສອງເສັ້ນຂອງທ່ອນຂຶ້ ແມ່ນຖືກໃຫ້ນິຍາມເປັນສອງຄຳສັບ.
degree of a monomial / ຂັ້ນຂອງຈຳນວນທີ່ປະກອບດ້ວຍຈຳນວນດຽວ : ຈຳນວນຂອງເລກກຳລັງທີ່ຜັນປ່ຽນໃນຈຳນວນທີ່ປະກອບຈາກຈຳນວນດຽວ. ຂັ້ນຂອງ ຈຳນວນຕົວເລກທີ່ແໝບເລກສູງທີ່ຄົງທີ່ແມ່ນ 0.	ຂັ້ນຂອງ $\frac{1}{2}ab^2$ ແມ່ນ $1 + 2$, ຫຼື 3.
degree of a polynomial / ຂັ້ນຂອງຈຳນວນທີ່ປະກອບດ້ວຍຫຼາຍຈຳນວນ : ຂັ້ນໃຫ່ຍສຸດຂອງຈຳນວນທີ່ປະກອບດ້ວຍຫຼາຍຈຳນວນ.	ຈຳນວນທີ່ປະກອບດ້ວຍຫຼາຍຈຳນວນ $2x^2 + x - 5$ ມີ ຂັ້ນຂອງ 2 ອັນນຶ່ງ.
denominator / ພູດ : ຕົວເລກທີ່ຢູ່ດ້ານລຸ່ມຂອງເສັ້ນຂີດຄານໃນການຄານ. ມັນເປັນຕົວແໝນຂອງຜາກສ່ວນທີ່ທຽບກັບຈຳນວນທັງໝົດຕຶກຄານຫຼືຈຳນວນຂອງ ວັດຖຸທີ່ຖືກສ້າງຂຶ້ນເປັນຊຸດ.	ໃນການຄານ $\frac{3}{4}$, ພູດແມ່ນ 4.
dependent events / ເຫດການທີ່ກ່ຽວພັນກັນ : ສອງເຫດການທີ່ການປະກົດ ຫຼືຂອງເຫດການນຶ່ງມີການກະທົບຕໍ່ການປະກົດຂຶ້ນຂອງເຫດການອີກອັນນຶ່ງ.	ຖົງອັນນຶ່ງບັນຈຸຫຶນອ່ອນສີແດງສາມກ້ອນ ແລະ ຫຶນ ອ່ອນສີຂາວ ທັງກ້ອນ. ທ່ານແຕ້ມຮູບຫຶນອ່ອນອັນນຶ່ງ ໂດຍບໍ່ໄດ້ຕັ້ງໃຈ ເລືອກໄວ້ກ່ອນ, ທ້ານບໍ່ບໍ່ປ່ຽນບ່ອນມັນ, ຫຼັງຈາກນັ້ນ ໃຫ້ແຕ້ມ ຮູບຫຶນອ່ອນອັນອີກຂຶ້ນ ໂດຍບໍ່ໄດ້ ຕັ້ງໃຈເລືອກໄວ້ກ່ອນ. ເຫດການຂອງ "ການແຕ້ມຮູບ ຫຶນອ່ອນສີແດງ ທຳອິດ" ແລະ "ການແຕ້ມຮູບຫຶນອ່ອນສີ ຂາວທີສອງ" ແມ່ນເຫດການທີ່ ພົວພັນກັນ.
dependent system / ລະບົບທີ່ຂຶ້ນເປັນເອກະລາດ : ລະບຽບທີ່ໝັ້ນຄົງຂອງເສັ້ນ ສູງສຸດທີ່ມີການແກ້ໄຂຫຼາຍວິທີ.	$2x - y = 3$ $4x - 2y = 6$ ທຸກຄູ່ຂອງຕົວເລກທີ່ເປັນລຳດັບ $(x, 2x - 3)$ ການ ແກ້ໄຂຂອງລະບົບຂ້າງເທິງນີ້ນັ້ນ, ດັ່ງນັ້ນ ມັນຈຶ່ງມີວິທີ ແກ້ຫລາຍໆແບບຈົນກຳນົດບໍ່ໄດ້.
dependent variable / ການພື້ອຜັນທີ່ປ່ຽນແປງ : ຜົນໄດ້ຮັບທີ່ມີການປ່ຽນແປງ ໃນເສັ້ນສູງສຸດ ໃນສອງແບບປ່ຽນແປງ.	ໃຫ້ຍ້ຽງ independent variable / ການເອກະລາດທີ່ປ່ຽນແປງ.
determinant / ຕົວກຳນົດ : ຈຳນວນຈິງທີ່ຮ່ວມກັບຕາຕະລາງຈຳນວນທີ່ເປັນ ຮູບສີແຈ A, ໃດນຶ່ງ, ສະແດງໂດຍ A ຫຼື $|A|$.	$\det \begin{bmatrix} 5 & 4 \\ 3 & 1 \end{bmatrix} = 5(1) - 3(4) = -7$ $\det \begin{bmatrix} a & b \\ c & d \end{bmatrix} = ad - cb$
diagonal of a polygon / ເສັ້ນຂວາງນັ້ນມຸມຂອງຮູບຫຼາຍແຈ : ສ່ວນທີ່ເຊື່ອ ມຕໍ່ສອງມຸມຈອນທີ່ບໍ່ສາກຂອງຮູບຫຼາຍແຈ.	 ເສັ້ນຂວາງນັ້ນມຸມ

diameter of a circle / ເສັ້ນຜ່ານສູນກາງຂອງວົງມົນ : ບົ່ງເສັ້ນຊື່ທີ່ຕັດເສັ້ນໂຄ້ງ ທີ່ຜ່ານສູນກາງຂອງວົງມົນ. ໄລຍະຜ່ານຂ້າມຂອງວົງມົນ, ຜ່ານສູນກາງຂອງມັນ.	ໃຫ້ເບິ່ງ circumference / ເສັ້ນຮອບຂອງວົງມົນ.
diameter of a sphere / ເສັ້ນຜ່ານສູນກາງຂອງໝ່ວຍກົມ : ໄລຍະຫ່າງໆ ເສັ້ນຊື່ໆຜັບຈຸດໃຈກາງຂອງຮູບໝ່ວຍກົມ. ໄລຍະຫ່າງໆຜາດຂອງຮູບໝ່ວຍກົມ ໂດຍຜ່ານຈຸດໃຈກາງຂອງມັນ.	ເສັ້ນຜ່ານສູນກາງ
dilation / ການແຜ່ຍືດອອກ : ການປ່ຽນຮູບທີ່ຍືດອອກຫຼືຫົດເຂົ້າຂອງ ອະຫຍາດທີ່ ສ້າງອະຫຍາດໃໝ່ທີ່ຄ້າຍຄືກັນ.	ປັດໄຈຕັ້ນຕໍຂອງການ ແຜ່ຍືດອອກ $\frac{XY}{AB}$ ສູນກາງຂອງການແຜ່ຍືດອອກ
dimensions of a matrix / ອະຫຍາດມິຕິຂອງຕາຕະລາງຈຳນວນ : ຈຳນວນ ຂອງແຖວແລະຖັນຂອງຕາຕະລາງຈຳນວນ. ຖ້າ ຕາຕະລາງຈຳນວນມີ m ແຖວ ແລະມີ n ຖັນ, ອະຫຍາດມິຕິຂອງຕາຕະລາງຈຳນວນ ແມ່ນ $m \times n$.	ອະຫຍາດມິຕິຂອງຕາຕະລາງຈຳນວນ ກັບ 3 ແຖວ ແລະ 4 ຖັນແມ່ນ 3×4 ("3 ຄ້ອຍ 4").
direct variation / ການປ່ຽນແປງໂດຍກົງ : ຄວາມສຳພັນຂອງສອງຕົວປ່ຽນ x ແລະ y ຖ້າວ່າມີຈຳນວນຕ່າງໆຈາກສູນ a ຊື່ງວ່າ $y = ax$. ຖ້າວ່າ $y = ax$, ດັ່ງນັ້ນ ເວົ້າໄດ້ວ່າ y ປ່ຽນແປງໂດຍກົງຕາມ x.	ສົມຜົນ $2x - 3y = 0$ ສະແດງເຖິງການປ່ຽນແປງ ໂດຍກົງ ຍ້ອນວ່າ ມັນທຽບເທົ່າກັບສົມຜົນ $y = \frac{2}{3}x$. ສົມຜົນ $y = x + 5$ ບໍ່ ສະແດງເຖິງການປ່ຽນແປງ ໂດຍກົງ.
directrix of a parabola / ເສັ້ນຕັດຂອງຮູບປາຣາໂບລ໌ : ເບິ່ງ parabola, geometric definition / ປາຣາໂບລ໌, ຄຳນິຍາມທາງດ້ານເລຂາຄະນິດ.	ເບິ່ງ parabola, geometric definition / ປາຣາ ໂບລ໌, ຄຳນິຍາມທາງດ້ານເລຂາຄະນິດ.
discrete function / ຟັງລາຍແຍກຈາກກັນ : ຟັງລາຍທີ່ມີເສັ້ນສະແດງ ຊື່ງປະກອບດ້ວຍສອງໝັດແຍກຈາກກັນ.	
discriminant of a general second-degree equation / ຕົວລັບ ຂອງສົມຜົນຂັ້ນສອງປົກກະຕິ : ສຳນວນ $B^2 - 4AC$ ສຳລັບສົມຜົນ $Ax^2 + Bxy + Cy^2 + Dx + Ey + F = 0$. ນຳໃຊ້ເພື່ອກຳນົດປະເພດຂອງຮູບຈອຍທີ່ສົມຜົນ ສະແດງເຖິງ.	ສຳລັບສົມຜົນ $4x^2 + y^2 - 8x - 8 = 0$, $A = 4, B = 0$, ແລະ $C = 1$. $$B^2 - 4AC = 0^2 - 4(4)(1) = -16$$ ເພາະວ່າ $B^2 - 4AC < 0, B = 0$, ແລະ $A \neq C$, ຮູບຈອຍແມ່ນຮູບເອລິບ.
discriminant of a quadratic equation / ຕົວລັບສົມຜົນຂັ້ນສອງ : ສຳນວນ $b^2 - 4ac$ ສຳລັບສົມຜົນຂັ້ນສອງ $ax^2 + bx + c = 0$; ທັງສຳນວນທີ່ຢູ່ໃນ ຮູບຂອງເຄື່ອງໝາຍຣາກໃນຕຳລາຂັ້ນສອງ.	ຄ່າຂອງຕົວລັບຂອງສົມຜົນ $2x^2 - 3x - 7 = 0$ ແມ່ນ $b^2 - 4ac = (-3)^2 - 4(2)(-7) = 65$.
disjoint events / ເຫັນໄດ້ບໍທີ່ບໍ່ກ່ຽວຂ້ອງກັນ : ກໍລະນີ A ແລະ B ບໍ່ກ່ຽວຂ້ອງ ກັນ, ຖ້າວ່າ ພວກມັນບໍ່ມີເຫັນໄດ້ຮັບທີ່ຄືກັນ; ຫຼື ຍັງຊື່ນວ່າ ກໍລະນີທີ່ແຕກຕ່າງໆກັນທັງ ສອງຝ່າຍ.	ເມື່ອທ່ານເລືອກເອົາໄພ່ແບບບັງເອີນ ຈາກໄພ່ທົ່ວໄປ ຊຸດໜຶ່ງທີ່ມີຈຳນວນທັງໝົດ 52 ໃບ, ການເລືອກໄດ້ໃບ ຈ່ວມ ແລະ ກາ ແມ່ນບໍ່ກ່ຽວຂ້ອງກັນ.
distance between two points on a line / ໄລຍະຫ່າງລະຫວ່າງສອງ ໝັດເທິງເສັ້ນຊື່ : ຄ່າສົມບູນຂອງຄວາມແຕກຕ່າງໆຂອງຕົວປະສານຂອງໝັດ. ໄລຍະ ຫ່າງລະຫວ່າງໝັດ A ແລະ B, ຮຽກວ່າ AB, ຍັງຊື່ນວ່າ ຄວາມຍາວຂອງ $\overline{AB}$.	

distance formula / ສູດໄລຍະຫ່າງ : ໄລຍະຫ່າງ d ລະຫວ່າງສອງຈຸດ (x_1, y_1) ແລະ (x_2, y_2) ແມ່ນ $d = \sqrt{(x_2 - x_1)^2 + (y_2 - y_1)^2}$.

ໄລຍະຫ່າງ d ລະຫວ່າງ $(-1, 3)$ ແລະ $(5, 2)$ ແມ່ນ:
$$d = \sqrt{(5 -(-1))^2 + (2 - 3)^2} = \sqrt{37}$$

distance from a point to a line / ໄລຍະຫ່າງລະຫວ່າງຈຸດຫາ ເສັ້ນຊື່ໃດໜຶ່ງ : ຄວາມຍາວຂອງເສັ້ນຕັ້ງສາກຈາກຈຸດຕັ້ງທ່າວ ຫາເສັ້ນຊື່ໃດໜຶ່ງ.

ໄລຍະຫ່າງຈາກ Q ໄປຫາ m ແມ່ນ QP.

distributive property / ກຸ່ມສຳພັນຄ່ຽວ : ຈຳນວນສຳພັນຄ່ຽວ ທີ່ສາມາດນຳ ໃຊ້ເພື່ອຊຸກຫາຜົນໄດ້ຮັບ ຂອງຕົວເລກ ແລະ ຈຳນວນ ຫຼື ຄວາມແຕກຕ່າງໃດໜຶ່ງ:
$$a(b + c) = ab + ac$$
$$(b + c)a = ba + ca$$
$$a(b - c) = ab - ac$$
$$(b - c)a = ba - ca$$

$$3(4 + 2) = 3(4) + 3(2),$$
$$(8 - 6)4 = (8)4 - (6)4$$

domain / ຂອບເຂດ : ຊຸດຄ່າຊີ້ມຸນຂອງຂອງກຸ່ມທີ່ສຳພັນກັນ.

ເບິ່ງ relation / ກຸ່ມທີ່ສຳພັນກັນ.

domain of a function / ຂອບເຂດຂອງຕຳລາ : ຊຸດຊີ້ມຸນທີ່ນຳເຂົ້າຄິດໄລ່ໃນ ຕຳລາໃດໜຶ່ງ.

ເບິ່ງ function / ຕຳລາ.

E

eccentricity of a conic section / ການຢືນອ້ອມຮູບຈອຍ : ການຢືນອ້ອມ ຮູບຈອຍ e ຂອງເສັ້ນອິແປກໂບລ ຫຼືເອລິບສ ແມ່ນ $\frac{c}{a}$ ເມື່ອ c ແມ່ນໄລຍະຫ່າງຈາກ ແຕ່ລະຈຸດສູນໄປຫາຈຸດໃຈາງ ແລະ a ແມ່ນໄລຍະຫ່າງຈາກແຕ່ລະຈຸດຈອມ ໄປຫາ ຈຸດໃຈາງ. ການຢືນອ້ອມອົງໜຶ່ງນັ້ນ ແມ່ນ $e = 0$. ການຢືນອ້ອມຮູບປາຣາໂບລນັ້ນ ແມ່ນ $e = 1$.

ສຳລັບແອມລິບສ $\frac{(x + 4)^2}{36} + \frac{(y - 2)^2}{16} = 1$, $c = \sqrt{36 - 16} = 2\sqrt{5}$, ດັ່ງນັ້ນ ການຢືນ ອ້ອມແມ່ນ $e = \frac{c}{a} = \frac{2\sqrt{5}}{\sqrt{36}} = \frac{\sqrt{5}}{3} \approx 0.745$.

edge of a polyhedron / ຂອບຂອງຮູບສິບຫລ່ຽມ : ເສັ້ນຊື່ ທີ່ສ້າງຂຶ້ນຈາກ ການຕັດກັນຂອງສອງໜ້າຂອງຮູບສິບຫລ່ຽມ.

ຂອບ

element of a matrix / ອົງປະກອບຂອງຕາຕະລາງຈຳນວນເມຫຣິກ : ຕົວເລກ ຢູ່ໃນຕາຕະລາງເມຫຣິກ. ເອີ້ນອີກຢ່າງໜຶ່ງວ່າ *entry* / ຊີ້ມຸນທີ່ບັນທຶກເຂົ້າ.

ເບິ່ງ matrix / ຕາຕະລາງຈຳນວນເມຫຣິກ.

element of a set / ອົງປະກອບຂອງກຸ່ມຕົວເລກ : ຕົວເລກແຕ່ລະຕົວໃນກຸ່ມ. ເອີ້ນອີກຢ່າງໜຶ່ງວ່າ *member* / ສະມາຊິກຂອງກຸ່ມ.

5 ແມ່ນອົງປະກອບໜຶ່ງຂອງກຸ່ມຕົວເລກທັງໝົດ, $W = \{0, 1, 2, 3, \ldots\}$.

elimination method / ວິທີການລຸດຜ່ອນ : ວິທີໜຶ່ງຂອງການແກ້ລະບຽບ ສົມຜົນ ໂດຍການຄູນ ສົມຜົນດ້ວຍຄ່າຄົງທີ່, ຫຼັງຈາກນັ້ນຕື່ມສົມຜົນທີ່ໄດ້ປັບປຸງເພື່ອລຸດຜ່ອນ ການຜັນປ່ຽນ.

ການໃຊ້ວິທີການລຸດຜ່ອນເພື່ອແກ້ລະບຽບສົມຜົນ $3x - 7y = 10$ ແລະ $6x - 8y = 8$, ແລະຄູນ ສົມຜົນທຳອິດໃຫ້ -2 ແລະຕື່ມສົມຜົນເພື່ອລຸດຜ່ອນ x.

ellipse / ແອລິບສ໌ : ເຊັ່ອສ້າງທັງໝົດເມັດ P ໃນໜ້າພຽງຂື້ງວ່າຈຳນວນຂອງ ໄລຍະຫ່າງລະຫວ່າງ P ແລະສອງເມັດຄົງທີ່, ເອີ້ນວ່າ ຈຸດສູນ, ແມ່ນຄົງທີ່.

empty set / ກຸ່ມເປົ່າ : ກຸ່ມທີ່ບໍ່ມີອົງປະກອບ,ຊຶ່ງເປັນສີ Ø.

ກຸ່ມຂອງຈຳນວນລົບທັງໝົດ $= \varnothing$.

end behavior / ລັກສະນະການສິ້ນສຸດ : ລັກສະນະຂອງເສັ້ນສະແດງຂອງຕຳລາ x ຍັບເຂົ້າໃຫ້ອະສີງໃນບວກແມ່ນ $(+\infty)$ ຫຼືອະສີງໃນລົບແມ່ນ $(-\infty)$.

$$f(x) \to +\infty \text{ ເມື່ອ } x \to -\infty \text{ ຫລ ເມື່ອ } x \to +\infty.$$

endpoints / ຈຸດສິ້ນສຸດ : ເບິ່ງ line segment / ກຸ່ມເສັ້ນຊື່.

ເບິ່ງ line segment / ກຸ່ມເສັ້ນຊື່.

enlargement / ການຂະຫຍາຍ : ການຂະຫຍາຍຂອງປັດໃຈຂອງແກນທີ່ ໃຫຍ່ກວ່າ 1.

ການຂະຫຍາຍຂອງປັດໃຈຂອງແກນ ຂອງ 2 ແມ່ນ ການຂະຫຍາຍ.

equal matrices / ຕົວເຊື່ອມທີ່ເທົ່າກັນ : ຕົວເຊື່ອມທີ່ມີມິຕິຄືກັນແລະອົງ ປະກອບທີ່ເທົ່າກັນໃນຕຳແໜ່ງທີ່ທຽບກັນໄດ້.

$$\begin{bmatrix} 6 & 0 \\ -\dfrac{4}{4} & \dfrac{3}{4} \end{bmatrix} = \begin{bmatrix} 3 \cdot 2 & -1+1 \\ -1 & 0.75 \end{bmatrix}$$

equation / ສົມຜົນ : ປະໂຫຍກທີ່ມີສອງສຳນວນເທົ່າກັນ.

$$2x - 3 = 7, \, 2x^2 = 4x$$

equation in two variables / ສົມຜົນໃນສອງຕົວຜັນປ່ຽນ : ໜຶ່ງສົມຜົນທີ່ມີ ສອງຕົວຜັນປ່ຽນ.

$$y = 3x - 5, \, d = -16t^2 + 64$$

equiangular polygon / ມຸມລ່ຽມ ເທົ່າກັນ ຂອງຮູບຫຼາຍແຈ : ຮູບຫຼາຍແຈ ທີ່ມີມຸມໃນທຸກມຸມເທົ່າກັນ.

equiangular triangle / ມຸມລ່ຽມ ເທົ່າກັນ ຂອງຮູບສາມແຈ : ຮູບສາມແຈ ທີ່ມີສາມມຸມເທົ່າກັນ.

equidistant / ໄລຍະຫ່າງເທົ່າກັນ : ໄລຍະຫ່າງທີ່ຄືກັນຈາກຮູບໜຶ່ງຫາຮູບອື່ນ.

X ມີໄລຍະຫ່າງເທົ່າກັນກັບ Y ແລະ Z.

equilateral polygon / ອ້າງເທົ່າກັນຂອງຮູບຫຼາຍລ່ຽມ : ຮູບຫຼາຍລ່ຽມ ທີ່ມີອ້າງທັງໝົດຂອງມັນເທົ່າກັນ.

High School
Multi-Language Visual Glossary

equilateral triangle / ຂ້າງເທົ່າກັນຂອງຮູບສາມລ່ຽມ : ຮູບສາມລ່ຽມທີ່ມີທັງ ສາມຂ້າງເທົ່າກັນ.

equivalent equations / ສົມຜົນທີ່ສະເໝີກັນ : ສົມຜົນທີ່ມີການແກ້ໄຂອີກັນ.

$x + 7 = 4$ ແລະ $x = -3$ ແມ່ນສົມຜົນທີ່ສະເໝີກັນ.

equivalent expressions / ສຳນວນທີ່ເທົ່າກັນ : ສອງສຳນວນທີ່ມີຄ່າຂອງ ຕົວລັບເທົ່າກັນ.

$3(x + 2) + x$ ແລະ $4x + 6$ ສຳນວນທີ່ເທົ່າກັນ.

equivalent fractions / ເລກສ່ວນທີ່ເທົ່າກັນ : ເລກສ່ວນທີ່ແທນໃຊ້ຈຳນວນ ດຽວກັນ.

$\frac{5}{15}$ ແລະ $\frac{20}{60}$ ແມ່ນເລກສ່ວນທີ່ເທົ່າກັນເຊິ່ງທັງສອງແມ່ນ ແທນໃຊ້ $\frac{1}{3}$.

equivalent inequalities / ການບໍ່ເທົ່າທຽມກັນທີ່ສະເໝີກັນ : ການບໍ່ເທົ່າທຽມກັນ ທີ່ມີການແກ້ໄຂທີ່ຄືກັນ

$2t < 4$ ແລະ $t < 2$ ການບໍ່ເທົ່າທຽມກັນທີ່ສະເໝີກັນ, ເພາະວ່າການແກ້ໄຂຂອງທັງສອງແມ່ນເປັນຈຳນວນ ຈິງທີ່ນ້ອຍກວ່າ 2.

equivalent statements / ປະໂຫຍກທີ່ເທົ່າກັນ : ສອງປະໂຫຍກທີ່ທັງຖືກແລະ ຜິດ.

ປະໂຫຍກທີ່ເປັນເງື່ອນໄຂ ແລະ ທີ່ກົງກັນຂ້າມກັບມັນເອງ ແມ່ນປະໂຫຍກທີ່ເທົ່າກັນ.

evaluate an algebraic expression / ການຕີລາຄາສຳນວນພຶດສະຄະນິດ : ເພື່ອຊອກຫາຄ່າສຳນວນພຶດສະຄະນິດ ໂດຍການແທນຄ່າຂອງແຕ່ລະຕົວລັບ ແລະ ດຳເນີນການແກ້.

ຄ່າຂອງ $n - 1$ ເມື່ອ $n = 3$ ແມ່ນ $3 - 1 = 2$.

event / ເຫດໄດ້ຮັບ : ເຫດໄດ້ຮັບ ຫຼືການສະໂມຜົນໄດ້ຮັບ.

ເມື່ອທ່ານໝຸນຮູບກ້ອນທີ່ມີຕົວເລກ, "ໝຸນຈຳນວນຄີກ". ແມ່ນເຫດໄດ້ຮັບ.

excluded value / ຄ່າທີ່ຍົກເວັ້ນບໍ່ເອົາ : ຈຳນວນທີ່ເຮັດໃຫ້ສຳນວນຜິດຂຸະຄະນິດ ບໍ່ສາມາດກຳນົດໄດ້.

3 ແມ່ນຄ່າທີ່ຍົກເວັ້ນບໍ່ເອົາຂອງສຳນວນ $\frac{2}{x - 3}$ ເພາະວ່າ 3 ເຮັດໃຫ້ຄ່າຂອງຜູດ 0.

experimental group / ກຸ່ມທົດລອງ : ກຸ່ມທີ່ໄດ້ຜ່ານອະນຸຍອມການໃດບຶ່ງຫຼືການ ບຳບັດໃນເວລາທີ່ການທົດລອງໄດ້ຖືກປະຕິບັດ, ຽົບຄືນ control group / ທຽບກຸ່ມຄວບ ຄຸມ.

ກຸ່ມຊຶ່ງທີ່ເຈັບຄື, ກຸ່ມທົດລອງ, ແມ່ນໄດ້ຮັບຢາໃຊ້ບຶ່ງບໍ່. ອີກກຸ່ມຶ່ນ, ກຸ່ມຄວບຄຸມ, ໄດ້ຮັບຢາທີ່ບໍ່ມີຕົວຢາຮັກສາ.

experimental probability / ຄວາມອາດເປັນໄປໄດ້ຂອງການທົດລອງ : ຄວາມອາດເປັນໄດ້ທີ່ຂຶ້ນກັບການປະຕິບັດການທົດລອງ, ການດຳເນີນການສຳຫຼວດ, ຫຼືການທ້ຳປະວັດຄວາມເປັນມາຂອງເຫດໄດ້ຮັບ. ຄວາມອາດເປັນໄດ້ ຂອງເຫດໄດ້ຮັບ ແມ່ນອັດຕາສ່ວນຂອງຄວາມສຳເລັດ (ເຫດໄດ້ຮັບທີ່ເຊິ່ງຜົ່ໃຈ) ຕໍ່ຈຳນວນຂອງການ ທົດລອງ.

ທ່ານໝຸນແມ່ພິມ 6 ຂ້າງ 100 ເທື່ອ ແລະ ໄດ້ 4 ຈຳນວນ 19 ເທື່ອ ຄວາມເປັນໄປໄດ້ໃນການທົດລອງຂອງ ການໝຸນ 4 ກັບແມ່ພິມແມ່ນ $\frac{19}{100} = 0.19$.

explicit rule / ກົດການອັນຈະແຈ້ງ : ກົດການຂອງລຳດັບທີ່ໃຫ້ nth ເທື່ອ ຕົວກຳນົດ a_n ຄັ່ງຕຳລາຂອງການກຳນົດຕຳແໜ່ງຈຳນວນ n ໃນ ລຳດັບ:

ກົດການ $a_n = -11 + 4n$ ແລະ $a_n = 3(2)^{n - 1}$ ແມ່ນກົດການອັນຈະແຈ້ງຂອງລຳດັບ

exponent / ເລກກຳລັງ : ຈຳນວນຕົວເລກທີ່ຕົວຜັນປ່ຽນ ທີ່ແທນໃຊ້ຈຳນວນຂອງ ເຖື່ອທີ່ຂຶ້ນຂອງກຳລັງຖືກນຳໃຊ້ໃຫ້ເປັນຕົວອຸປະຄຸນ.

ໃນฤทบกำลัງ 3^4, ຕົວກຳລັງແມ່ນ 4.

exponential decay / ການຍອມເລກກຳລັງ : ເມື່ອ $a > 0$ ແລະ $0 < b < 1$, ຕຳລາ $y = ab^x$ ສະແດງເຖິງ ການຍອມເລກກຳລັງ ເມື່ອການຍອມເລກກຳລັງ, ມັນຈະລຸດຈຳນວນ ໂດຍອັດຕາສ່ວນຮ້ອຍຜ່ານເວລາໃດຫຶ່ງທີ່ເທົ່າກັນ. ຕົວແບບຂອງ ການຍອມເລກກຳລັງ ແມ່ນ $y = a(1 - r)^t$.

ຕຳລາ $y = 2(0.25)^x$ ສະແດງເຖິງເລກກຳລັງທີ່ ທີ່. ຽົບຄືນ decay rate / ອັດຕາສ່ວນທີ່ຍອມລົງ ແລະ decay factor / ຕົວອຸປະຄຸນທີ່ຍອມລົງ.

exponential decay function / ຕຳລາທີ່ມີລັກສະນະຮອນເລກກຳລັງ : ຖ້າ $a > 0$ ແລະ $0 < b < 1$, ສະນັ້ນຕຳລາ $y = ab^x$ ແມ່ນຕຳລາໆ ທີ່ຮອນເລກກຳລັງ ພ້ອມກັບຕົວອຸປະຄູນ b.	 $y = 2\left(\frac{1}{4}\right)^x$
exponential equation / ການເທົ່າທຽມກັນຂອງເລກກຳລັງ : ການເທົ່າ ທຽມກັນ ໃນອະນະທີ່ສຳນວນການຜັນປຽນກາຍເປັນຕົວກຳລັງ.	$4^x = \left(\frac{1}{2}\right)^{x-3}$ ແມ່ນການເທົ່າທຽມກັນຂອງເລກ ກຳລັງ.
exponential function / ຕຳລາເລກກຳລັງ : ຕຳລາໃນຮູບແບບຂອງ $y = ab^x$ ເມື່ອ $a \neq 0$, $b > 0$, ແລະ $b \neq 1$.	ຕຳລາຂອງ $y = 2 \cdot 3^x$ ແລະ $y = -2 \cdot \left(\frac{1}{2}\right)^x$ ເປັນ ຕຳລາເລກກຳລັງ. ໃຫ້ເບິ່ງຕື່ມ exponential growth / ເພີ່ມຂຶ້ນຂອງກຳລັງ ແລະ exponential decay / ການຮອນກຳລັງ.
exponential growth / ການເພີ່ມຂຶ້ນຂອງກຳລັງ : ເມື່ອ $a > 0$ ແລະ $b > 1$, ຕຳລາ $y = ab^x$ ສະແດງເຖິງການເພີ່ມຂຶ້ນຂອງກຳລັງ ເມື່ອຈຳນວນເພີ່ມຂຶ້ນຕາມ ກຳລັງ, ມັນເພີ່ມຂຶ້ນໂດຍຈຳນວນສ່ວນຮ້ອຍທີ່ເທົ່າກັນຜ່ານໄລຍະເວລາທີ່ເທົ່າກັນ ຮູບແບບການຂຶ້ນກຳລັງແມ່ນ $y = a(1 + r)^t$.	 $y = 2^x$ $y = 3 \cdot 2^x$ ຕຳລາ $y = 3 \cdot 2^x$ ແລະ $y = 2^x$ ແມ່ນສະແດງເຖິງ ການເພີ່ມຂຶ້ນຕາມກຳລັງ. ເບິ່ງ growth rate / ອັດຕາເພີ່ມ ແລະ growth factor / ປັດໃຈການເພີ່ມຂຶ້ນ
exponential growth function / ຕຳລາເພີ່ມຂຶ້ນຕາມກຳລັງ : ຖ້າ $a > 0$ ແລະ $b > 1$, ດັ່ງນັ້ນຕຳລາ $y = ab^x$ ແມ່ນຕຳລາເພີ່ມຂຶ້ນຕາມກຳລັງ ພ້ອມທັງປັດໃຈ ເພີ່ມ b.	 $y = \frac{1}{2} \cdot 4^x$
exterior angles of a triangle / ມຸມສະຫຼັບນອກຂອງຮູບສາມແຈ : ເມື່ອຂ້າງຂອງຮູບສາມແຈອະຫຍາຍອອກ, ມຸມທີ່ຢູ່ຕິດກັບມຸມສະຫຼັບໃນ.	
external segment / ກຸ່ມຝັດຫາງນອກ : ສ່ວນຂອງ ສ່ວນຂອງເສັ້ນຊື້ທີ່ຢູ່ຕິດ ມຸມ ກຸ່ມທີ່ຢູ່ນອກວົງມົນ.	ກຸ່ມຝັດຫາງນອກ
extraneous solution / ການແກ້ໄຂທີ່ບໍ່ກ່ຽວຂ້ອງ : ການແກ້ໄຂຂອງສົມຜົນທີ່ ປຽນຮູບເຊິ່ງບໍ່ແມ່ນການແກ້ໄຂຂອງສົມຜົນຕົ້ນກຳເນີດ.	ເມື່ອທ່ານຍົກກຳລັງສອງໃຫ້ທັງສອງຂ້າງຂອງສົມຜົນ ທີ່ແມ່ນເລກຈາກ $\sqrt{6-x} = x$, ເຮົາໄດ້ຮັບຂອງ ສົມຜົນມີສອງວິທີແກ້, 2 ແລະ -3, ແຕ່ -3 ແມ່ນການແກ້ທີ່ບໍ່ກ່ຽວຂ້ອງ ເພາະວ່າ ມັນບໍ່ສອດຄ່ອງ ກັບສົມຜົນຕົ້ນກຳເນີດ $\sqrt{6-x} = x$.

extremes of a proportion / ສ່ວນສິ້ນສຸດຂອງການແບ່ງສ່ວນ :
ຈຳນວນຜິດທຳອິດແລະຜິດສຸດທ້າຍຂອງການແບ່ງສ່ວນ. ເບີ່ງຕື່ม proportion /
ການແບ່ງສ່ວນ.

ສ່ວນສິ້ນສຸດຂອງ $\dfrac{a}{b} = \dfrac{c}{d}$ ແມ່ນ a ແລະ d.

F

face of a polyhedron / ດ້ານໜ້າຂອງຮູບຫລ່ງມສິບໜ້າ :
ເບີ່ງ polyhedron / ຮູບຫລ່ງມສິບໜ້າ.

ດ້ານໜ້າ

factor / ຕົວອຸປະກອນ : ເມື່ອຈຳນວນທັງໝົດທີ່ບໍ່ແມ່ນເລກສູນຖືກຄູນເຂົ້າກັນ,
ແຕ່ລະຈຳນວນແມ່ນຕົວອຸປະກອນຂອງຜິນໄດ້ຮັບ.

ເຜາະວ່າ $2 \times 3 \times 7 = 42$, 2, 3, ແລະ 7 ແມ່ນ
ຕົວອຸປະກອນຂອງ 42.

factor by grouping / ຕົວອຸປະກອນ ໂດຍການจัดเป็นกุ่ม : ເພື່ອສ້າງຕົວອຸປະກອນ
polynomial ກັບສີ່ຜິດໂດຍການจัดเป็นกุ่ม, ຕົວອຸປະກອນລວມຂອງ monomial
จากคู่ຂອງຜິด, ແລະກ້ຈากนั้นออกจากต้ัวอุปะกอนลวมຂอง binomial factor.

$$x^3 + 3x^2 + 5x + 15$$
$$= (x^3 + 3x^2) + (5x + 15)$$
$$= x^2(x + 3) + 5(x + 3)$$
$$= (x + 3)(x^2 + 5)$$

factor completely / ອຸປະກອນທີ່ສົມບູນ : ສຳນວນເລກທີ່ປະກອບດ້ວยหลาย
ຈຳนวนเป็นอ, ผ้อมกับสำปะสิดที่เป็นจำนวนเต็ม, แม่นอุปะกอนที่สົมบูน ทุกอ่ามัน
ถึกฉูนให้เป็นสี่ผินຂอง สำนวนเลกที่ปะกอบด้วยหลายจำนวนบ่เป็นอุปะกอน
ผ้อมกับสำปะสิดที่เป็นจำนวนเต็ม.

ສຳนวนเลกที่ปะกอบด้วยหลายจำนวน $x^3 - x$
ສຳนวนเลกที่ปะกอบด้วยหลายจำนวน บ่แม่น
อุปะกอนที่สົมบูน เมื่อฉูนในຮูบแบບ $x(x^2 - 1)$
แตเป็นมอุปะกอนที่สົมบูน เมื่อฉูนในຮูบ
$x(x + 1)(x - 1)$.

factor tree / ແผนสะแดงຂอງอุปะกอนที่ล้ายสิ่วก่วง : แม่นການສະແดง
ที่สามาๆนำใช้เพื่อຮูบการสร้างอุปะกอนที่ສำลับຂอງจำนวน.

factorial / ຕົວอุปะกอน : ສำลับจำนวนเต็มที่เป็นบอก n, ใดໜึ่ง, ສำนวน $n!$,
อ่าน "n ปะกอน," แม่นผินຂอງทุกจำนวนเต็มทั้งໝົดจาก 1 ຖึง n. ผ้อมทั้ง, $0!$
ถึกทำมิดให้เป็น 1.

$$6! = 6 \cdot 5 \cdot 4 \cdot 3 \cdot 2 \cdot 1 = 720$$

family of functions / ຄอบคົວຂอງຕำลๆ : กุ่มຂอງຕำลๆที่มีถูน
ลักสะมะล้ายสิ่กัน.

ຕำลๆที่มีຮูบแบບຂอง $f(x) = mx + b$ เป็นอิງ
ปะกอบคอบคົວຂอງຕำลๆที่มีลักสะมะเส้มຂึ้นๆ.

feasible region / ພากส่วนที่สามาๆเป็นไปได้: ในแบบแผนຂอງเส้มຂึ้
ทาງຂอງๆ, เส้มสะแดงຂอງละบีบຂอງການບ้ำคับ.

ເບີ່ງ linear programming / แบบแผนຂอງ
เส้มຂึ้ทาງຂอງๆ.

finite differences / ความแตกต่างๆที่สิ้มสุด : เมื่อค่าๆຂอງ x ในกุ่มอ้มูมมิ
บ่อมหาๆที่สะเໜีกัน, ความแตกต่าງຂอງค่าๆ y ที่ถอยຂ้าງกับต่ำกุมเอิ้มอ่าความ
แตกต่าງๆที่สิ้มสุด.

$$f(x) = x^2$$

$f(1)$	$f(2)$	$f(3)$	$f(4)$
1	4	9	16

$$4 - 1 = 3 \quad 9 - 4 = 5 \quad 6 - 9 = 7$$

ลำดับที่มิ้ງຂอງความแตกต่าງๆที่สิ้มสุด แม่น
3, 5, ແລะ 7.

flow proof / ການพิสูดภาพไถ : ปะเผดຂอງการพิสูดที่ใช้ลูกสอนຊี້ทิด
เพื่อสะแดงการไถຂอງการพิสูดที่มีເหดผิม.

foci of a hyperbola / ຈຸດລວມຂອງເສັ້ນສະແດງປາລາໂບລ໌ : ເບິ່ງ hyperbola, geometric definition / ອີແປກໂບລ໌, ຄຳນິຍາມທາງດ້ານເລຂາຄະນິດ.	ເບິ່ງ hyperbola, geometric definition / ອີແປກໂບລ໌, ຄຳນິຍາມທາງດ້ານເລຂາຄະນິດ.
foci of an ellipse / ຈຸດລວມຂອງຮູບເອລິບ : ເບິ່ງຮູບ ellipse / ເອລິບ.	ເບິ່ງ ellipse / ຮູບເອລິບ.
focus of a parabola / ຈຸດສູນຂອງປາລາໂບລ໌ : ເບິ່ງ parabola, geometric definition / ປາຣາໂບລ໌, ຄຳນິຍາມທາງດ້ານເລຂາຄະນິດ.	ເບິ່ງ parabola, geometric definition / ປາຣາໂບລ໌, ຄຳນິຍາມທາງດ້ານເລຂາຄະນິດ.
formula / ສູດ : ການທີ່ກ່ຽວກັນທີ່ກ່ຽວພັນເຖິງ ສອງຫຼືຫຼາຍຈຳນວນ, ໂດຍປົກກະຕິຈະຖືກສະແດງດ້ວຍຄືໍພັນປົກກະ.	ສູດ $P = 2\ell + 2w$ ກ່ຽວພັນກັບຄວາມຍາວແລະຄວາມ ກ້ວາງ ຂອງ ຮູບສີ່ຈ, ຫຼວບກັບ ເສັ້ນຂອບຮອບຂອງມັນ.
fractal / ແບບແຜນທາງເລຂາຄະນິດທີ່ຊັ້ນຊົ້ນໃນລາຍລະອຽດທີ່ສຸດ : ວັດຖຸຊຶ່ງທີ່ມີ ຄວາມຄ້າຍຄືກັບ ມັນເອງ. ເບິ່ງ self-similar / ຄ້າຍຄືກັບເອງ.	
fraction / ເລກສ່ວນ : ຈຳນວນຂອງຮູບແບບ $\frac{a}{b} (b \neq 0)$ ບົ່ງໃຊ້ເພື່ອພັນລະນາ ຜາກສ່ວນຂອງທັງໝົດຫຼືກຸ່ມໜຶ່ງ.	$\frac{3}{8}$
frequency / ຄວາມຖີ່ : ຄວາມຖີ່ຂອງໄລຍະຫາງ ແມ່ນຈຳນວນຂອງຄ່າຂໍ້ມູນໃນ ໄລຍະຫາງ ນັ້ນ.	ເບິ່ງ frequency table / ຕາຕະລາງ ແລະ histogram / ເສັ້ນສະແດງການແຈກຢາຍຄວາມຖີ່
frequency of a periodic function / ຄວາມຖີ່ຂອງຕຳລາທີ່ມີລັກສະນະ ເປັນໄລຍະເວລາ : ຈຳນວນເລກທີ່ກົງກັບຂ້າມກັບຂອງໄລຍະເວລາ. ຄວາມຖີ່ແມ່ນ ຈຳນວນຂອງຮອບໝູນຕໍ່ໜ່ວຍຂອງເວລາ.	$P = 2 \sin 4000\pi t$ ມີ ຢູ່ວ່າງ ໄລຍະ $\frac{2\pi}{4000\pi} = \frac{1}{2000}$ ດັ່ງນັ້ນ ຄວາມຖີ່ຂອງມັນ ແມ່ນ 2000 ຮອບຕໍ່ວິນາທີ (hertz) ເວລາທີ t ແມ່ນເວລາໃນວິນາທີ.
frequency table / ຕາຕະລາງຄວາມຖີ່ : ຂໍ້ມູນທີ່ສະແດງໃຫ້ເຫັນວ່າ ການຈັດກຸ່ມ ຂໍ້ມູນ ເຂົ້າໃນ ໄລຍະທ່າງທີ່ເທົ່າກັບ ໂດຍບໍ່ມີຄູ່ຊ້ອງທ່ອງ ລະຫວ່າງ ໄລຍະທ່າງ ແລະ ບໍ່ມີການຊ້ຳຊ້ອນກັບ ຂອງໄລຍະທ່າງ.	

ລາຄາ	ແຂວ໌ວົດຊ໌
$4.00–4.49	IIII
$4.50–4.99	II

function / ຕຳລາ : ຕຳລາຊຶ່ງປະກອບດ້ວຍ: • ກຸ່ມທີ່ເອີ້ນວ່າ ຂອບເຂດ ປະກອບດ້ວຍຈຳນວນທີ່ເອີ້ນວ່າຂໍ້ມູນປະກອບ, ແລະກຸ່ມທີ່ ເອີ້ນວ່າ ປະເຜດ ປະກອບດ້ວຍຈຳນວນທີ່ໄດ້ຮັບ. • ຊຶ່ງຄູ່ຂອງຂໍ້ມູນປະກອບ ກັບ ຜົນໄດ້ຮັບ ຄືຄູ່ກ່າວວ່າມັນແຕ່ລະ ຂໍ້ມູນປະກອບເຂົ້າແມ່ນ ເປັນຄູ່ກັບຜົນໄດ້ຮັບຊຶ່ງອັນຢ່າງໆແມ່ນອນ.	ການຈັກເປັນຄູ່ຢູ່ໃນຕາຕະລາງຂ້າງລຸ່ມນີ້ແມ່ນຕຳລາ, ເພາະວ່າແຕ່ລະຂໍ້ມູນປະກອບເຂົ້າແມ່ນຖືກຈັກເປັນຄູ່ ກັບຜົນໄດ້ຮັບຊຶ່ງອັນຢ່າງໆແມ່ນອນ.

ຂໍ້ມູນປະກອບເຂົ້າ, x	0	1	2	3	4
ຜົນໄດ້ຮັບ, y	3	4	5	6	7

ຂອບເຂດແມ່ນກຸ່ມຂອງຂໍ້ມູນປະກອບ: 0, 1, 2, 3, ແລະ 4.
ໄລຍະ ແມ່ນກຸ່ມຂອງຜົນໄດ້ຮັບ: 3, 4, 5, 6, ແລະ 7.

function notation / ສັນຍາລັກຂອງຕຳລາ : ວິທີໃສ່ຊື່ຕຳລາໂດຍບໍ່ໃຊ້ສັນຍາລັກ $f(x)$ (ຫຼືສັນຍາລັກທີ່ຄ້າຍກັນ ເຊັ່ນ $g(x)$ ຫຼື $h(x)$) ແທນໃຊ້ y. ສັນຍາລັກ $f(x)$ ແມ່ນມີ ຄວາມໝາຍຄື 'ຄ່າຂອງ f ໃນ x' ຫຼື ຄື 'f ຂອງ x.'	ຕຳລາ $y = 2x - 9$ ສາມາດຂຽນເປັນຕຳລາທີ່ມີ ສັຍລັກຄື່ $f(x) = 2x - 9$.

G

general second-degree equation in x and y / ສົມຜຶນອັ້ນສອງທີ່ ໄປໃນ x ແລະ y : ຮູບຂອງ $Ax^2 + Bxy + Cy^2 + Dx + Ey + F = 0$.	$16x^2 - 9y^2 - 96x + 36y - 36 = 0$ ແລະ $4x^2 + y^2 - 8x - 8 = 0$ ແມ່ນສົມຜຶນອັ້ນສອງໃນ x ແລະ y.

High School
Multi-Language Visual Glossary

geometric mean / ຄວາມໝາຍທາງເລຂາຄະນິດ : ສຳລັບ ສອງຈຳນວນບວກ a ແລະ b, ຈຳນວນບວກ x ທີ່ໄດ້ຕາມອາດຫວັງ $\frac{a}{x} = \frac{x}{b}$. ດັ່ງນັ້ນ , $x^2 = ab$ ແລະ $x = \sqrt{ab}$.	ຄວາມໝາຍດ້ານເລຂາຄະນິດຂອງ 4 ແລະ 16 ແມ່ນ $\sqrt{4 \cdot 16}$, ຫຼື 8.
geometric probability / ຄວາມອາດເປັນໄປໄດ້ທາງເລຂາຄະນິດ : ຄວາມອາດເປັນໄປໄດ້ທີ່ຄາສິ້ນ້ຜົນໂດຍການຄິດໄລ່ ອັຕຕາສ່ວນຂອງສອງຄວາມຍາວ, ເນື້ອທີ່, ຫຼື ປໍລິມາດ.	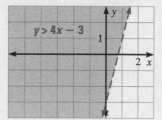 $$P(K \text{ຍູ່ເທິງ } \overline{CD}) = \frac{\text{ຄວາມຍາວຂອງ } \overline{CD}}{\text{ຄວາມຍາວຂອງ } \overline{AB}}$$
geometric sequence / ລຳດັບທາງເລຂາຄະນິດ : ລຳດັບເຊິ່ງໃນນັ້ນ ອັຕຕາສ່ວນຂອງທຸກພົດຕິດຕຽບກັບຈຳນວນທີ່ຜ່ານມາແມ່ນຄົງທີ່. ອັຕຕາສ່ວນຄົງທີ່ຫັ້ນເອີ້ນວ່າ ອັນດັບທະວີບອກ.	ລຳດັບ 5, 10, 20, 40, . . . ແມ່ນລຳດັບທາງເລຂາຄະນິດ ກັບອັນດັບທະວີບອກ 2.
geometric series / ອັນດັບທາງເລຂາຄະນິດ ຈຳນວນທີ່ຖືກສ້າງ ໂດຍການຕື້ມ ພົດຂອງອັນດັບທາງເລຂາຄະນິດ.	$$\sum_{i=1}^{5} 4(3)^{i-1} = 4 + 12 + 36 + 108 + 324$$
glide reflection / ການສະທ້ອນສືນທີ່ເລື່ອນກັນ : ການປ່ຽນຮູບເຊິ່ງໃນນັ້ນ ທຸກໆ ຈຸດ P ແມ່ນເປັນແຜນທີ່ໄປຫາຈຸດ P'' ໂດຍອົບຕອນດັ່ງລຸ່ມນີ້. (1) ການຍ້າຍແຜນທີ່ P ໄປຫາ P'. (2) ການສະທ້ອນສືນໃນເສັ້ນຊີ້ k ທີ່ຂະໜານກັບທິດທາງຂອງການຍ້າຍແຜນ ທີ່ P' ໄປຫາ P''.	(diagram showing glide reflection with points P, Q, P', Q', P'', Q'' and line k)
graph of a linear inequality in two variables / ເສັ້ນສະແດງຂອງ ການບໍ່ເທົ່າທຽມກັນຂອງເສັ້ນຊື່ຕາມລວງຂອງໆໃນສອງຕົວພັນປ່ຽນ : ກຸ່ມຂອງມັດ ທັງໝົດທີ່ຍູ່ເທິງໜ້າພຽງປະສານທີ່ສະແດງເຖິງການແກ້ໄຂຂອງການບໍ່ເທົ່າທຽມກັນ.	(graph with shaded region, $y > 4x - 3$)
graph of an equation in two variables / ເສັ້ນສະແດງຂອງການເທົ່າ ກັນໃນສອງຕົວພັນປ່ຽນ : ກຸ່ມຂອງມັດໃນໜ້າພຽງປະສານທີ່ສະແດງເຖິງການແກ້ໄຂ ຂອງການເທົ່າກັນ.	(graph showing line $y = -\frac{1}{2}x + 4$) ເສັ້ນຊີ້ແມ່ນເສັ້ນສະແດງຂອງສົມຜົນ $y = -\frac{1}{2}x + 4$.
graph of an inequality in one variable / ເສັ້ນສະແດງຂອງການ ບໍ່ເທົ່າກັນໃນໜຶ່ງຕົວພັນປ່ຽນ : ເທິງເສັ້ນຊີ້ຕົວເລກ, ກຸ່ມຂອງມັດທີ່ສະແດງເຖິງ ທຸກການແກ້ໄຂ ຂອງການບໍ່ເທົ່າກັນ.	(number line from -1 to 4 with open circle at 3) ເສັ້ນສະແດງຂອງ $x < 3$
graph of an inequality in two variables / ເສັ້ນສະແດງຂອງການ ບໍ່ເທົ່າກັນໃນໜຶ່ງຕົວພັນປ່ຽນ : ໃນໜ້າພຽງປະສານ, ກຸ່ມຂອງມັດທີ່ສະແດງເຖິງການ ແກ້ໄຂການບໍ່ເທົ່າກັນ.	(graph with shaded region, $y > 4x - 3$) ເສັ້ນສະແດງຂອງ $y > 4x - 3$ ແມ່ນເງົາຂອງເສັ້ນ ໜ້າພຽງ.

graph of a system of linear inequalities / ເສັ້ນສະແດງຂອງລະບົບ ສົມຜົນ ຂອງການບໍ່ເທົ່າກັນຂອງເສັ້ນຊື່ຕາມຫຼາຍຂວາງ : ເສັ້ນສະແດງຂອງການແກ້ໄຂ ທັງໝົດຂອງລະບົບສົມຜົນ.

ເສັ້ນສະແດງຂອງລະບົບສົມຜົນ $y < -2x + 3$ ແລະ $y \geq x - 3$ ແມ່ນການຕັດກັນຂອງເຄິ່ງໜ້າພຽງ.

---

great circle / ວົງກົມໃຫຍ່ : ການຕັດກັນຂອງໝ່ວຍກົມແລະໜ້າພຽງ ທີ່ມີ ຈຸດໃຈກາງຂອງໝ່ວຍກົມ.

ວົງກົມໃຫຍ່

---

greatest common factor / ອຸປະຄູນລວມທີ່ໃຫຍ່ສຸດ (GCF) : ຄວາມໃຫຍ່ສຸດຂອງອຸປະຄູນຂອງທັງຫຼືສອງຕົວເລກທີ່ແມ່ນເລກຫົວນ.

ອຸປະຄູນທີ່ໃຫຍ່ສຸດຂອງ 64 ແລະ 120 ແມ່ນຄວາມ ໃຫຍ່ສຸດຂອງອຸປະຄູນ 1, 2, 4, ແລະ 8, ເຊິ່ງແມ່ນ 8.

---

greatest possible error / ຄວາມຜິດທີ່ອາດເກີດຂຶ້ນ : ຈຳນວນໃຫຍ່ສຸດ ເຊິ່ງຄວາມຍາວຈາທີ່ຖືກອັດແທກສາມາດແຕກຕ່າງຈາກຄວາມຍາວຕົວຈິງ.

ຖ້າຫົວໝ່ວຍອັດແທກແມ່ນ $\frac{1}{8}$ ນິ້ວ, ຄວາມຜິດທີ່ອາດ ເກີດຂຶ້ນທີ່ໃຫຍ່ສຸດ ແມ່ນ $\frac{1}{16}$ ນິ້ວ,

---

growth factor / ອຸປະຄູນເພີ່ມຈຳນວນ : ຈຳນວນ b ໃນຕຳລາໃຈເພີ່ມກຳລັງ $y = ab^x$ ເມື່ອ $a > 0$ ແລະ $b > 1$.

ອຸປະຄູນຂອງຕຳລາໃຈເພີ່ມກຳລັງ
$y = 8(3.4)^x$ ແມ່ນ 3.4.

---

growth rate / ອັດຕາສ່ວນເພີ່ມ : ຕົວຜັນປ່ຽນ r ໃນຮູບແບບຂອງເລກຂຶ້ນກຳລັງ $y = a(1 + r)^t$.

ໃນຮູບແບບຂອງເລກຂຶ້ນກຳລັງ
$C = 11,000(1.069)^t$, ອັດຕາສ່ວນເພີ່ມ ແມ່ນ 0.069.

H

half-plane / ເຄິ່ງໜ້າພຽງ : ໃນໜ້າພຽງປະສານ, ພາກສ່ວນທີ່ຢູ່ທັງສອງຂ້າງ ຂອງເສັ້ນແບ່ງຂອບເຂດ.

ເບິ່ງ graph of an inequality in two variables / ເສັ້ນສະແດງຂອງການບໍ່ເທົ່າກັນໃນສອງຕົວຜັນປ່ຽນ.

---

height of a parallelogram / ຄວາມສູງຂອງຮູບສີ່ແຈຂ້າງຂະໜານ : ໄລຍະຫ່າງຂອງການຕັ້ງສາກລະຫວ່າງພື້ນຂອງຮູບ a parallelogram.

ຄວາມສູງ

---

height of a trapezoid / ຄວາມສູງຂອງຮູບຄາງໝູ : ໄລຍະຫ່າງຂອງການ ຕັ້ງສາກລະຫວ່າງພື້ນຂອງຮູບ ຄາງໝູ.

ພື້ນ
ຄວາມສູງ
ພື້ນ

height of a triangle / ຄວາມສູງຂອງຮູບສາມແຈ : ໄລຍະທ່າງຂອງການ
ຕັ້ງສາກລະຫວ່າງຂ້າງໜຶ່ງທີ່ມີຄວາມສູງແນ່ນພັ້ນແລະຈຸດຈອມທີ່ກົງກັນຂ້າມກັບຂ້າ.

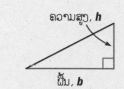

ຄວາມສູງ, **h**

ພື້ນ, **b**

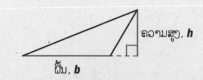

ຄວາມສູງ, **h**

ພື້ນ, **b**

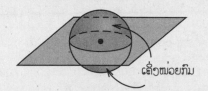

ຄວາມສູງ, **h**

ພື້ນ, **b**

---

hemisphere / ເຄິ່ງໝ່ວຍກົມ : ເຄິ່ງຂອງໝ່ວຍກົມ, ຖືກສ້າງຂຶ້ນເມື່ອວົງມັນ
ຂະໜາດໃຫ່ຍແຍກໝ່ວຍກົມເປັນສອງສ່ວນທີ່ສະເໝີກັນ.

ເຄິ່ງໝ່ວຍກົມ

---

hexagon / ຮູບຫົກກ່ຽມ : ຮູບຫຼາຍແຈທີ່ມີຫົກຂ້າງ.

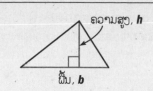

---

histogram / ເສັ້ນສະແດງທີ່ມີລັກສະນະເປັນຮູບທ່ອນ : ເສັ້ນສະແດງຮູບທ່ອນທີ່
ສະແດງໃຫ້ເຫັນຂໍ້ມູນຈາກຕາຕະລາງຂອງຄວາມຖີ່. ແຕ່ລະທ່ອນສະແດງເຖິງໄລຍະ
ຊ່ອງທ່າງໆ, ຄວາມຍາວຂອງແຕ່ລະທ່ອນແນ່ນສະແດງເຖິງຄວາມຖີ່.

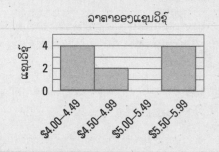

ລາຄາຂອງແຮມບຊີ້

---

horizontal component of a vector / ອົງປະກອບທາງຂວາງຂອງເສັ້ນຊີ້
ມີທິດ : ການປ່ຽນຕາມທາງຂວາງຈາກຈຸດເລີ່ມຕົ້ນຈົນເຖິງຈຸດສຸດທ້າຍຂອງເສັ້ນຊີ້ມີທິດ.

ເບິ່ງ component form of a vector / ຮູບແບບ
ອົງປະກອບຂອງເສັ້ນຊີ້ມີທິດ.

hyperbola, algebraic definition / ປິຍາມຂອງອີແປກໂບລາດ້ານພຶດຄະ
ຄະນິດ : ເສັ້ນສະແດງຂອງສົມຜົນການປ່ຽນແປງທີ່ບໍ່ປັນກັບ $y = \dfrac{a}{x}\,(a \neq 0)$ ຫຼື
ເສັ້ນສະແດງຕຳລາທົ່ວໄປໃນຮູບຂອງ $y = \dfrac{a}{x - h} + k\,(a \neq 0)$. A ເສັ້ນສະແດງ
ອີແປກໂບລາມີສອງສ່ວນທີ່ເຄິ່ງຄືກັນ ເຊິ່ງເອີ້ນວ່າປີກໆ. ເສັ້ນອີແປກໂບລາທີ່ຍັບເຂົ້າໃກ້
ເສັ້ນແຕ່ບໍ່ຕັດເສັ້ນເຊົ້າເອີ້ນວ່າ ເສັ້ນຊີ້ທີ່ເສັ້ນສະແດງຫຍັບເຂົ້າໃກ້ເສັ້ນອີແປໂບລ.

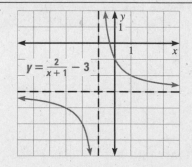

$$y = \frac{2}{x + 1} - 3$$

ເສັ້ນສະແດງຂອງ $y = \dfrac{2}{x + 1} - 3$ ແນ່ນ ອີແປກໂບລ.
ເສັ້ນຊີ້ທີ່ເສັ້ນສະແດງຍັບເຂົ້າໃກ້ ອີແປກໂບລ ແນ່ນ
ເສັ້ນຊີ້ $x = -1$ ແລະ $y = -3$.

hyperbola, geometric definition / ຮີແປກໂບລ໌, ບົ່ງຄວາມຫມາຍ
ເລຂາຄະນິດ : ກຸ່ມຂອງທຸກຈຸດ P ໃນຜັງພຽງປະສານທີ່ຄວາມແຕກຕ່າງຂອງ
ໄລຍະຫ່າງຈາກ P ຫາສອງຈຸດຄົງທີ່, ເອີ້ນວ່າຈຸດສຸມ, ທີ່ຄົງທີ່.

ເສັ້ນບົ້ກຂອງຮີແປກໂບລ໌
y
จุดใจกาง
$(0, b)$
P
จุดจอม
$(-a, 0)$
d_2
จุดจอม
$(a, 0)$
d_1
$(-c, 0)$
$(c, 0)$ x
จุดสุม
จุดสุม
$(0, -b)$
ແກນໄອ່ອກັນ
$d_2 - d_1 = $ ຄົງທີ່

---

hypotenuse / ຂ້າງທີ່ກົງກັບມຸມສາກ : ໃນຮູບສາມແຈສາກ, ຂ້າງທີ່ກົງກັບຂ້າມ
ກັບມຸມສາກ. ເບິ່ງ right triangle / ຮູບສາມແຈສາກ.

ຂ້າງທີ່ກົງກັບມຸມສາກ

---

hypothesis / ການຄາດຄະເນ: "ຖ້າຫາກ" ສ່ວນຂອງປະໂຫຍກທີ່ມີເງື່ອນໄຂ.

ເບິ່ງ conditional statement / ປະໂຫຍກທີ່ເປັນ
ເງື່ອນໄຂ.

I

identity / ການສະແດງຄຸ້ກຖານຂອງການທີ່ຄາກັນ : ສົມຜົນທີ່ເປັນຄວາມຈິງສໍາລັບ
ທຸກຄຸ່ງຄ່າຂອງຕົວລັບ.

ສົມຜົນ $2x + 10 = 2(x + 5)$ ແມ່ນມີຄ່າຂອງຕົວ
ລັບເທົ່າກັນ.

identity element / ອົງປະກອບຂອງການສະແດງຄຸ້ກຖານ : ອົງປະກອບ
ຂອງກຸ່ມຈຳນວນເມື່ອຮວມເຂົ້າກັບກັບຈຳນວນອື່ນ ໂດຍໃຊ້ວິທີການເຮັດໃຫ້ຈຳນວນນັ້ນ
ບໍ່ປ່ຽນແປງ.

ສຳລັບຈຳນວນຈິງ, 0 ແມ່ນອົງປະກອບຂອງການ
ສະແດງຄຸ້ກຖານ ເພີ້ມເຕີມ, ເມື່ອ ວ່າ a ແມ່ນຈຳນວນ
ຈິງໃດຫນື່ງ, $a + 0 = a$.

identity matrix / ຕາຕະລາງຈຳນວນຂອງການສະແດງຄຸ້ກຖານ : ຕາຕະລາງ
ຈຳນວນ ແບບ $n \times n$ ທີ່ມີ 1 ຢູ່ເທິງເສັ້ນຂະຫນານຕົ້ນຕໍ ແລະ 0 ຢູ່ບ່ອນອື່ນອີກ.

ຕາຕະລາງຈຳນວນຂອງການສະແດງຄຸ້ກຖານ
2×2 ແມ່ນ $\begin{bmatrix} 1 & 0 \\ 0 & 1 \end{bmatrix}$.

if-then statement / ປະໂຫຍກທີ່ມີຄຳວ່າ ຖ້າຫາກວ່າ : ຮູບແບບຂອງປະໂຫຍກ
ທີ່ໃຊ້ຄຳວ່າ " ຖ້າວ່າ" ແລະ "ດັ່ງນັ້ນ." ຄຳວ່າ "ຖ້າຫາກວ່າ" ສ່ວນທີ່ລອມມີການຄາດ
ການ ແລະ ຄຳວ່າ "ດັ່ງນັ້ນ" ສ່ວນທີ່ລອມມີ ຂໍ້ສະຫລຸບ.

ເບິ່ງ conditional statement / ປະໂຫຍກຂອງ
ເງື່ອນໄຂ.

image / ຮູບແບບ : ການອັດແທນທີ່ຖືກສ້າງໃນການປຽນຮູບ. ເບິ່ງເຖິງ preimage /
ກ່ອນການເຮັດແບບ.

Q R
P
Q' R'
P'

$\triangle P'Q'R'$ ແມ່ນຜາຍຜິດຂອງ $\triangle PQR$ ຖຶ່ງຈາກການ
ແປ.

imaginary number / ຈຳນວນທີ່ສ້າງຂຶ້ນ ໂດຍການມະໂນພາບ : ຈຳນວນ
ສັບສົນ $a + bi$ ເມື່ອ $b \neq 0$.

$5i$ ແລະ $2 - i$ ຈຳນວນທີ່ສ້າງຂຶ້ນ ໂດຍການມະໂນພາບ.

improper fraction / ເລກສ່ວນທີ່ບໍ່ເໝາະສົມກັນ : ທຸກການຫານເຊິ່ງມີຈຳນວນ
ຜຸດໃຫຍ່ກວ່າຫຼືທີ່ເທົ່າກັບຜຸດ

$\frac{21}{8}$ ແລະ $\frac{6}{6}$ ແມ່ນການຫານທີ່ບໍ່ເໝາະສົມກັນ.

High School
Multi-Language Visual Glossary

Copyright © by McDougal Littell,
a division of Houghton Mifflin Company.

incenter of a triangle / ຈຸດລົບກັນຂອງເສັ້ນແບ່ງເຄິ່ງມຸມຂອງຮູບສາມແຈ : ຈຸດທີ່ເສັ້ນແບ່ງເຄິ່ງມຸມຂອງຮູບສາມແຈນໆຕັດກັນ.

P ຈຸດລົບກັນຂອງເສັ້ນແບ່ງເຄິ່ງມຸມຂອງຮູບສາມແຈ $\triangle ABC$.

---

inconsistent system / ລະບົບທີ່ບໍ່ໝັ້ນຄົງ : ລະບົບເສັ້ນຂີ້ທາງວຍຂອງໆທີ່ບໍ່ມີຂໍ້ ແກ້ໄຂ. ເສັ້ນສະແດງຂອງສົມຜົນຂອງລະບົບທີ່ບໍ່ໝັ້ນຄົງແມ່ນເສັ້ນຂີ້ທີ່ຂະໜານກັນ.

$$x + y = 4$$
$$x + y = 1$$

ລະບົບອ້າງທີ່ງນີ້ບໍ່ມີການແກ້ຜະຮາວ່າຄ່າລວມຂອງ ທັງສອງບໍ່ສາມາດເປັນທັງເລກ 4 ແລະ 1.

---

independent events / ເຫດການທີ່ເກີດຂຶ້ນຢ່າງເອກະລາດ : ສອງເຫດການ ເຊີ່ງການເກີດຂຶ້ນຂອງເຫດການໜຶ່ງບໍ່ມີຜົນກະທົບຕໍ່ການເກີດຂຶ້ນຂອງອີກເຫດການໜຶ່ງ.

ທ່ານ ໝູນຮູບກ້ອນທີ່ມີເລກສອງຄັ້ງ. ເຫດການ "ໝູນເລກ 3 ທຳອິດ" ແລະ" ໝູນເລກ 6 ທີສອງ" ແມ່ນເຫດການທີ່ເກີດຂຶ້ນຢ່າງເອກະລາດ.

---

independent variable / ຕົວລັບທີ່ເປັນເອກະລາດ : ການເອົາຕົວລັບເຂົ້າໃນ ສົມຜົນທີ່ມີສອງຕົວລັບ.

ໃນ $y = 3x - 5$, ຕົວລັບທີ່ເປັນເອກະລາດ ແມ່ນ x. ຕົວລັບທີ່ບໍ່ເປັນເອກະລາດ ແມ່ນ y ເພາະວ່າຄ່າຂອງ y ຂຶ້ນກັບຄ່າຂອງ x.

---

index of a radical / ເລກກຳລັງຂອງເລກຮາກ : ຈຳນວນເຕັມ n, ໃຊ່ຍທ່ວ່າ 1, ໃນສຳນວນ $\sqrt[n]{a}$.

ເລກກຳລັງຂອງ $\sqrt[3]{-216}$ ແມ່ນ 3.

---

indirect proof / ການພິສູດໂດຍທາງອ້ອມ : ການພິສູດທີ່ທ່ານພິສູດອ່າປະໂຫຍກ ໃດໜຶ່ງແມ່ນຖືກຕ້ອງການສົມມຸຄຄັ້ງທຳອິດວ່າຕົກກ້ຽງກັບຂ້າມກັບມັນແມ່ນຄວາມຈິງ. ຖ້າການສົມມຸຄນີ້ນຳໄປສູ່ ການເປັນໄປບໍ່ໄດ້, ລະນັ້ນທ່ານກໍໄດ້ພິສູດແລ້ວອ່າປະໂຫຍກ ຕົ້ນກຳເນີດແມ່ນເປັນຄວາມຈິງ.

---

inductive reasoning / ການໃຫ້ເຫດຜົນທີ່ດ້ວຍວິທີການພິສູດ : ຂະບວນການທີ່ ລວມເອົາການຍອກຫາຮູບແບບແລະການຄາດຄະເນເຫດການ.

ທ່ານ ຕັ້ມຄ່ຂອງເລກຄ່ແລະສັງເກດເບີ່ງວ່າຈຳນວນ ລວມເປັນເລກຄຶກ. ທ່ານສາມາດສະຫລຸບໄດ້ອ່າ ຈຳນວນລວມຂອງສອງເລກຄ່ແມ່ນເລກຄຶກ.

Inequality / ການບໍ່ເທົ່າກັນ : ປະໂຫຍກສຳນວນເລກທີ່ຖຮບສັນຍາລັກໃດໜຶ່ງຄົ້ງ $<, \leq, >$, ຫລື $\geq$ ໃສ່ລະຫວ່າງກາງສອງສຳນວນ.

$6n \geq 24$ ແລະ $x - 2 < 7$ ແມ່ນບໍ່ເທົ່າກັນ.

---

initial point of a vector / ຈຸດເລີ່ມຕົ້ນຂອງເສັ້ນຂີ້ທີ່ມີທິດ : ຈຸດເລີ່ມຕົ້ນຂອງ ເສັ້ນຂີ້ທີ່ມີທິດ.

ເບີ່ງ vector / ເສັ້ນຂີ້ທີ່ມີທິດ.

---

initial side of an angle / ຂ້າງເລີ່ມຕົ້ນຂອງມຸມ : ເບີ່ງ terminal side of an angle / ຂ້າງສຸດທ້າຍຂອງມຸມ.

ເບີ່ງ standard position of an angle / ຕຳແໜ່ງ ມາຕະຖານຂອງມຸມ.

Input / ຈຳນວນທີ່ນຳໃຊ້ : ຕົວເລກໃນຂອບເຂດຂອງຕຳລາ.

ເບີ່ງ function / ຕຳລາ.

---

inscribed angle / ມຸມທີ່ແນບໃນວົງມົນ : ມຸມທີ່ເສັ້ນຂີ້ມີທິດຂອງມັນຢູ່ ໃນວົງມົນ ແລະ ຂ້າງຂອງມັນບັນຈຸ ເສັ້ນຂີ້ຕັດເສັ້ນກ້ງ ຂອງວົງມົນ.

ມຸມແນບໃນວົງມົນ

ເສັ້ນກ້ງຕິດ

---

inscribed polygon / ຮູບຫຼາຍແຈແບບໃນວົງມົນ : ຮູບຫຼາຍແຈເຊິ່ງຈອມມຸມ ຂອງມັນນອນໃນວົງມົນ.	 ສາມແຈ ຮູບສີ່ຫຼ່ຽມ ແບບໃນວົງມົນ ແບບໃນວົງມົນ
integers / ຈຳນວນຖ້ວນ : ຕົວເລກ . . . , $-3, -2, -1, 0, 1, 2, 3, . . .$, ປະກອບດ້ວຍຈຳນວນຖ້ວນລົບ, ເລກສູນ, ແລະຈຳນວນຖ້ວນບວກ.	-8 ແລະ 46 ແມ່ນຈຳນວນຖ້ວນ. $-8\frac{1}{2}$ ແລະ 46.2 ບໍ່ແມ່ນຈຳນວນຖ້ວນ.
intercept form of a quadratic function / ຮູບແບບການຕັດຂອງ ຕຳລາອັ້ນສອງ : ຕຳລາອັ້ນສອງໃນຮູບຂອງ $y = a(x - p)(x - q)$ ເມື່ອ $a \neq 0$. x-ການຕັດຜ່ານຂອງເສັ້ນສະແດງຂອງຕຳລາອັ້ນສອງ p ແລະ q.	ຕຳລາອັ້ນສອງ $y = -(x + 1)(x - 5)$ ແມ່ນ ຮູບແບບການຕັດຜ່ານຂອງເສັ້ນສະແດງຂອງຕຳລາ -1 ແລະ 5.
intercepted arc / ເສັ້ນຕັດຜ່ານວົງມົນ : ເສັ້ນຕັດຜ່ານວົງມົນທີ່ມີມຸມແບບໃນ ແລະ ມີ ຈຸດສິ້ນສຸດ ຢູ່ທີ່ມຸມ.	ເບິ່ງ inscribed angle / ມຸມແບບໃນວົງມົນ.
interior angles of a triangle / ມຸມສະຫຼັບໃນຂອງຮູບສາມແຈ : ເມື່ອຂ້າງ ຂອງຮູບສາມແຈຖືກແກ່ຍາວອອກ, ສາມມຸມເລິ້ກຂອງຮູບສາມແຈ.	
intersection / ການຕັດຜ່ານກັນ : ກຸ່ມຂອງຈຸດທີ່ເກີດຈາກສອງຫຼືຫຼາຍ ຮູບເລຂາຄະນິດມີຮ່ວມກັນ.	 ການຕັດຜ່ານກັນຂອງເສັ້ນຂີ້ m ແລະ n ແມ່ນຈຸດ A.
intersection of sets / ການຕັດຜ່ານກັນຂອງກຸ່ມ : ການຕັດຜ່ານກັນຂອງ ກຸ່ມສອງກຸ່ມ A ແລະ B ແມ່ນກຸ່ມຂອງອົງປະກອບໃນ A ແລະ B. ການຕັດຜ່ານກັນຂອງ ກຸ່ມ A ແລະ B ແມ່ນຂຽນດັ່ງນີ້ $A \cap B$.	 $A \cap B = \{2\}$
interval / ໄລຍະຫ່າງ : ໄລຍະຫ່າງແມ່ນກຸ່ມທີ່ບັນຈຸຄ່າຈຳນວນຈິງລະຫວ່າງສອງ ຈຳນວນທີ່ໃຫ້, ແລະ ອາດຈະສອງຈຳນວນຂອງຕົວມັນເອງ.	ໄລຍະຫ່າງ $4 < x \leq 7$ ແມ່ນທຸກຈຳນວນທີ່ມີຄ່າ ໃຫຍ່ກວ່າ ສີ່ແລະ ໜ້ອຍກວ່າຫຼືເທົ່າກັບ ເລກ ເຈັດ.
inverse / ການປີ້ນສົມ : ປະໂຫຍກທີ່ຖືກສ້າງຂຶ້ນ ໂດຍການກົງກັນຂ້າມ ການລາດ ລະເມີດແລະ ການສະຫຼຸບຂອງປະໂຫຍກທີ່ມີເງື່ອນໄຂ.	ປະໂຫຍກ: ຖ້າ $m\angle A = 90°$, ສະນັ້ນ $\angle A$ ຖືກຕ້ອງ. ປີ້ນກັນ: ຖ້າ $m\angle A \neq 90°$, ສະນັ້ນ $\angle A$ ບໍ່ຖືກຕ້ອງ.
inverse cosine / ການປີ້ນຂອງໄຄມຸມໂກຊິນ : ການປີ້ນຂອງອັດຕາສ່ວນ ສາມມຸມມິຕິ, ຖືກຂຽນດ້ວຍຍັຕິ cos^{-1}. ສຳລັບມຸມແຫຼມ A, ຖ້າ $\cos A = z$, ສະນັ້ນ $\cos^{-1} z = m\angle A$.	 $\cos^{-1}\dfrac{AC}{AB} = m\angle A$
inverse cosine function / ຕຳລາປີ້ນຂອງໂກຊິນ : ຖ້າ $-1 \leq a \leq 1$, ສະນັ້ນ ໂກຊິນທີ່ກົງກັບຂ້າມຂອງ a ມຸມ θ, ຂຽນເປັນ $\theta = \cos^{-1} a$, ບ່ອນທີ່ $\cos\theta = a$ ແລະ $0 \leq \theta \leq \pi$ (ຫຼື $0° \leq \theta \leq 180°$).	ເມື່ອ $0° \leq \theta \leq 180°$, ມຸມ θ ເຊິ່ງໂກຊິນຂອງມັນ ແມ່ນ $\frac{1}{2}$ ແມ່ນ $60°$, ດັ່ງນັ້ນ $\theta = \cos^{-1}\frac{1}{2} = 60°$ (ຫຼື $\theta = \cos^{-1}\frac{1}{2} = \frac{\pi}{3}$).

inverse function / ຕຳລາຢັ້ນ : ການຜົວພັນການຢັ້ນຄືນທີ່ກ່ຽວຂອງກັບຕຳລາ f ແລະ g ແມ່ນການຢັ້ນຂອງ $f(g(x)) = x$ ແລະ $g(f(x)) = x$.	$f(x) = x + 5; \ g(x) = x - 5$ $f(g(x)) = (x - 5) + 5 = x$ $g(f(x)) = (x + 5) - 5 = x$ ດັ່ງນັ້ນ, f ແລະ g ເປັນຕຳລາຢັ້ນກັນ.
inverse matrices / ການຢັ້ນຂອງແມ່ຜິນ : ສອງ $n \times n$ ແມ່ຜິນທີ່ຢັ້ນກັນ ຖ້າຜົນໄດ້ຮັບຂອງມັນ (ໃນທັງສອງລຳດັບ) ແມ່ນ $n \times n$ ມີລັກສະນະແບບຕາຕະລາງ ຈຳນວນ. ເບິ່ງທັ່ງ identity matrix / ການໃຊ້ຫຼັກຖານແບບຕາຕະລາງຈຳນວນ.	$\begin{bmatrix} -5 & 8 \\ 2 & -3 \end{bmatrix}^{-1} = \begin{bmatrix} 3 & 8 \\ 2 & 5 \end{bmatrix}$ ເພາະວ່າ $\begin{bmatrix} 3 & 8 \\ 2 & 5 \end{bmatrix} \begin{bmatrix} -5 & 8 \\ 2 & -3 \end{bmatrix} = \begin{bmatrix} 1 & 0 \\ 0 & 1 \end{bmatrix}$ ແລະ $\begin{bmatrix} -5 & 8 \\ 2 & -3 \end{bmatrix} \begin{bmatrix} 3 & 8 \\ 2 & 5 \end{bmatrix} = \begin{bmatrix} 1 & 0 \\ 0 & 1 \end{bmatrix}$.
inverse operations / ການປະຕິບັດການຢັ້ນກັນ : ສອງການປະຕິບັດທີ່ຍັບກະທົບ ເຊິ່ງກັນແລະກັນ.	ການເພີ່ມແລະການຫັກລົບກັນແມ່ນການປະຕິບັດ ການຢັ້ນກັນ. ການຄູນແລະການຫານກໍ່ແມ່ນແບບ ປະຕິບັດການຢັ້ນກັນ.
inverse relation / ການຜົວພັນການຢັ້ນກັນ : ການຜົວພັນທີ່ສະລັບປ່ຽນຄ່າຂອງ ສິ່ງທີ່ນຳໃຊ້ເຂົ້າແລະຜິນທີ່ໄດ້ຮັບຂອງການຜົວພັນຕໍ່ຄັ້ນກຳເນີດ. ເສັ້ນສະແດງຂອງ ການຜົວພັນແບບຢັ້ນນີ້ແມ່ນຜິນສະທ້ອນຄືນຂອງເສັ້ນສະແດງຂອງການຜົວພັນຕໍ່ຄັ້ນ ກຳເນີດ, ທີ່ມີ $y = x$ ເປັນຄີກັບເສັ້ນຊື່ຂອງຜິນສະທ້ອນ.	ເພື່ອຊອກຫາການຢັ້ນຂອງ $y = 3x - 5$, ໃຫ້ x ແລະ y ມີ $x = 3y - 5$. ຫຼັງຈາກນັ້ນແກ້ໄຂໃຫ້ y ໄດ້ ຮັບການການຜົວພັນແບບຢັ້ນ $y = \frac{1}{3}x + \frac{5}{3}$.
inverse sine / ການຢັ້ນກັບຊຶນ : ການຢັ້ນອັດສ່ວນຂອງສາມໄຕມຸມມິຕິ, ຂຽນຫຍໍ້ $\sin^{-1}$. ສຳລັບມຸມແຫຼມ A, ຖ້າວ່າ $\sin A = z$, ສະນັ້ນ $\sin^{-1} z = m\angle A$.	 $\sin^{-1} \dfrac{BC}{AB} = m\angle A$
inverse sine function / ການຢັ້ນຂອງຕຳລາຊຶນ : ຖ້າ $-1 \leq a \leq 1$, ສະນັ້ນ ການຢັ້ນຊຶນຂອງ a ແມ່ນມຸມ θ, ຂຽນເປັນ $\theta = \sin^{-1} a$, ບ່ອນທີ່ $\sin \theta = a$ ແລະ $-\dfrac{\pi}{2} \leq \theta \leq \dfrac{\pi}{2}$ (ຫຼື $-90° \leq \theta \leq 90°$).	ເມື່ອ $-90° \leq \theta \leq 90°$, ມຸມ θ ຊຶນຂອງມັນແມ່ນ $\frac{1}{2}$ ແມ່ນ $30°$, ດັ່ງນັ້ນ $\theta = \sin^{-1} \frac{1}{2} = 30°$ (ຫຼື $\theta = \sin^{-1} \frac{1}{2} = \frac{\pi}{6}$).
inverse tangent / ການຢັ້ນຂອງຕຳລາ : ການຢັ້ນອັດສ່ວນຂອງສາມໄຕມຸມມິຕິ, ຂຽນຫຍ $\tan^{-1}$. ສຳລັບມຸມແຫຼມ A, ຖ້າ $\tan A = x$, ສະນັ້ນ $\tan^{-1} x = m\angle A$.	 $\tan^{-1} \dfrac{BC}{AC} = m\angle A$
inverse tangent function / ການຢັ້ນຂອງຕຳລາ : ຖ້າ a ເປັນຈຳນວນຈິງ ໃດໜຶ່ງ ສະນັ້ນການຢັ້ນຂອງ a ແມ່ນມຸມ θ, ຂຽນເປັນ $\theta = \tan^{-1} a$, ເຊິ່ງວ່າ $\tan \theta = a$ ແລະ $-\dfrac{\pi}{2} < \theta < \dfrac{\pi}{2}$ (ຫຼື $-90° < \theta < 90°$).	ເມື່ອ $-90° < \theta < 90°$, ມຸມ θ ເຊິ່ງ ອັດຕາສ່ວນ ສຳຜັດ ຂອງມັນແມ່ນ $-\sqrt{3}$ ແມ່ນ $-60°$, ສະນີ $\theta = \tan^{-1}(-\sqrt{3}) = -60°$ (ຫຼື $\theta = \tan^{-1}(-\sqrt{3}) = -\frac{\pi}{3}$).
inverse variation / ການຜິນປ່ຽນການຢັ້ນ : ການຜົວພັນຂອງສອງຕົວລັບ x ແລະ y ຖ້າມີຕົວເລກທີ່ບໍ່ມີຈຳນວນທີ່ຄ່າສູງ a ເຊັ່ນວ່າ $y = \frac{a}{x}$. ຖ້າ $y = \frac{a}{x}$, ສະນັ້ນ y ຖືວ່າແມ່ນຜິນປ່ຽນກົງກັນຂ້າມກັບ x.	ສົມຜິນ $xy = 4$ ແລະ $y = \frac{-1}{x}$ ສະແດງເຖິງການຜິນ ປ່ຽນແບບຢັ້ນ.
irrational number / ຈຳນວນອະປົກກະຕິ : ຈຳນວນທີ່ບໍ່ສາມາດຂຽນເປັນຕົ່ງ ຜິນຫານ ຂອງສອງຈຳນວນຕຸ້ມ. ເລກເສດສ່ວນ ຂອງສອງຈຳນວນອະປົກກະຕິ ບໍ່ສາມາດສັ້ນສຸດລົງຫຼືທີ່ເກີດຂຶ້ນຊ້ຳອີກ.	$\sqrt{945} = 30.74085\ldots$ ຈຳນວນອະປົກກະຕິ. $1.666\ldots$ ບໍ່ແມ່ນຈຳນວນອະປົກກະຕິ.

isometric drawing / ການແຕ້ມແບບເລື່ງຄື : ການແຕ້ມແບບຕັກກີກ ທີ່ອີງ ເທີ່ສາມມິຕິ ແລະສາມາດສ້າງເສັ້ນຍືດຂອງຈຸດ ໂດຍການໃຊ້ ສາມແກນທີ່ຕັດຜ່ານກັນ ເພື່ອສ້າງມຸມ 120°.	
Isometry / ການເລື່ງຄືກັນ : ການປ່ຽນຮູບທີ່ຮັກສາການວັດແທກຄວາມຍາວແລະ ມຸມອື່ນວ່າ *ການປ່ຽນຮູບທີ່ເທົ່າກັນ.*	ການແປ, ການສະທ້ອນຄືນ, ແລະການໝຸນອ້ອມ ແມ່ນ ສາມ ປະເພດຂອງການວັດແທກທີ່ເທົ່າກັນ.
isosceles trapezoid / ຮູບຄາງໝູທ່ຽງ : ຮູບຄາງໝູທີ່ມີຂາເທົ່າກັນ.	
isosceles triangle / ຮູບສາມແຈທ່ຽງ : ຮູບສາມແຈທີ່ມີຢ່າງໜ້ອຍສອງຂ້າງ ເທົ່າກັນ.	
iteration / ການຊ້ຳຄືນ : ການຊ້ຳຄືນເລື້ອຍໆຂອງຂັ້ນຕອນຕາມລຳດັບໃດໜຶ່ງ. ໃນທາງຄຶດຂະລະມີດແລ້ວ, ແມ່ນການຊ້ຳຄືນຂອງອົງ່ວະກອບຂອງຕຳລາກັບຕໍ່ໍມັນເອງ. ຜົນໄດ້ຮັບຂອງໜຶ່ງ ການຊ້ຳຄືນ ແມ່ນ $f(f(x))$, ແລະ ຂອງສອງ ການຊ້ຳຄືນ ແມ່ນ $f(f(f(x)))$.	ຮູບເລຂາລະນີດສະນິດຫຶ່ງຖືກສ້າງຂຶ້ນ ໂດຍການນຳໃຊ້ ການເຮັດຊ້ຳຄືນ.
J	
joint variation / ການປ່ຽນແປງທີ່ຮວມກັນ : ການຜົນພັນທີ່ເກີດຂຶ້ນ ເມື່ອຈຳນວນຫຶ່ງຕ່າງໆກັນ ໂດຍກົງກັບຜົນ ໄດ້ຮັບຈາກສອງຫຼືຫຼາຍຈຳນວນ.	ສົມຜົນ $z = 5xy$ ສະແດງເຖິງການປ່ຽນແປງທີ່ ຮວມກັນ.
K	
kite / ວ່າວ : ຮູບສີ່ຫລ່ຽມຂ້າງປໍ່ເທົ່າກັນທີ່ມີສອງຄູ່ຂອງຂ້າງທີ່ຕິດກັນສະເໜີກັນ, ແຕ່ອ່ຂ້າງທີ່ກົງກັນຂ້າມກ່ໍສະເໜີກັນ.	
L	
lateral area / ເນື້ອທີ່ດ້ານຂ້າງ : ຄ່າລວມຂອງເນື້ອທີ່ຂອງດ້ານບັດທາງຂ້າງ ຂອງຮູບສືບຫລ່ງມ ຫຼືຮູບກ້ອນອັນທີ່ມີຍຶ່ງ່ທູສອງຜົ້ນ.

ເນື້ອທີ່ດ້ານຂ້າງ = 5(6) + 4(6) + 3(6) = 72 ນ້ິວກຳລັງສອງ |
| **lateral edges of a prism** / ຂອບດ້ານຂ້າງຂອງຮູບທາດ : ສ່ວນທີ່ຕໍ່ກັບເສັ້ນ ໝຶ່ງມຸມ ຫລຍກັບຜຶ້ນຂອງຮູບທາດ. | |

High School
Multi-Language Visual Glossary

lateral faces of a prism / ໜ້າດ້ານຂ້າງຂອງຮູບທາດ : ໜ້າຂອງຮູບທາດທີ່ ຂະໜານກັນສ້າງໂດຍການເຊື່ອມຕໍ່ເສັ້ນບັ່ງມຸມຂອງພື້ນຂອງຮູບທາດ	ເບິ່ງ lateral edges of a prism / ຂອບດ້ານຂ້າງ ຂອງຮູບທາດ.
lateral surface of a cone / ພື້ນໜ້າດ້ານຂ້າງຂອງຮູບຈວຍ : ປະກອບດ້ວຍ ທຸກສ່ວນທີ່ຕໍ່ກັບມຸມຈອມເຊື່ອມຈຸດຢູ່ເທິງຂອບຂອງພື້ນ	ໜ້າພື້ນດ້ານຂ້າງ ພື້ນ
law of cosines / ກົດການຂອງໂກຊິນ : ຖ້າ $\triangle ABC$ ມີຂ້າງຂອງຄວາມຍາວ a, b, ແລະ c ດັ່ງທີ່ໄດ້ສະແດງນັ້ນ, ສະນັ້ນ $a^2 = b^2 + c^2 - 2bc \cos A,$ $b^2 = a^2 + c^2 - 2ac \cos B,$ ແລະ $c^2 = a^2 + b^2 - 2ab \cos C.$ 	 $b^2 = a^2 + c^2 - 2ac \cos B$ $b^2 = 11^2 + 14^2 - 2(11)(14) \cos 34°$ $b^2 \approx 61.7$ $b \approx 7.85$
law of sines / ກົດການຂອງຊິນ : ຖ້າ $\triangle ABC$ ມີຂ້າງຂອງຄວາມຍາວ a, b, ແລະ c ດັ່ງທີ່ໄດ້ສະແດງນັ້ນ, ສະນັ້ນ $\dfrac{\sin A}{a} = \dfrac{\sin B}{b} = \dfrac{\sin C}{c}.$ 	 $\dfrac{\sin 25°}{15} = \dfrac{\sin 107°}{c} \rightarrow c \approx 33.9$
leading coefficient / ສຳປະສິດຕົວນຳ : ເມື່ອພະຫຸພົດຖືກຮຽບ ເພື່ອວ່າກຳລັງ ຂອງຕົວລັບລຸດລົງຈາກຊ້າຍຫາຂວາ, ສຳປະສິດຂອງພົດທີ່ໜຶ່ງແມ່ນສຳປະສິດຕົວນຳ	ສຳປະສິດຕົວນຳຂອງພະຫຸພົດ $2x^3 + x^2 - 5x + 12$ ແມ່ນ 2.
least common denominator (LCD) of rational expressions / ຜູດລວມທີ່ນ້ອຍຂອງສຳນວນທີ່ເທົ່າກັນ : ຜົນໄດ້ຮັບຂອງຕົວອຸປະຄູນຂອງຜູດ ຂອງ ສຳນວນທີ່ເທົ່າກັນເຊິ່ງແຕ່ລະຕົວອຸປະຄູນຮ່ວມຖືກນຳໃຊ້ພຽງຄັ້ງດຽວ.	ຜູດລວມທີ່ນ້ອຍ ຂອງ $\dfrac{5}{(x-3)^2}$ ແລະ $\dfrac{3x+4}{(x-3)(x+2)}$ ແມ່ນ $(x-3)^2(x+2)$.
least common multiple (LCM) / ຕົວຄູນຮ່ວມທີ່ນ້ອຍ : ຕົວນ້ອຍສຸດຂອງ ການຄູນຂອງສອງຈຳນວນທີ່ບໍ່ແມ່ນເລກສູນ	ຕົວຄູນຮ່ວມທີ່ນ້ອຍ ຂອງ 9 ແລະ12 ຕົວຄູນຮ່ວມທີ່ ນ້ອຍສຸດ ຂອງ 36, 72, 108, . . . , ຫຼື 36.
legs of a right triangle / ຂາຂອງຮູບສາມແຈສະເໜີ : ໃນຮູບສາມແຈສະເໜີ, ຂ້າງຕິດກັບມຸມສະເໜີ.	ເບິ່ງ right triangle / ຮູບສາມແຈສະເໜີ.
legs of a trapezoid / ຂາຂອງຮູບຄາງໝູ : ຂ້າງທີ່ບໍ່ຂະໜານກັນຂອງຮູບ ຄາງໝູ.	ເບິ່ງ trapezoid / ຮູບຄາງໝູ.
legs of an isosceles triangle / ຮູບຄາງໝູທ່ຽງ : ສອງຂ້າງສະເໜີຂອງ ຮູບຄາງໝູທີ່ມີສອງຂ້າງເທົ່າກັນ.	ເບິ່ງ isosceles triangle / ຮູບສາມແຈທ່ຽງ.
like radicals / ເລກຮາກຄ້າຍຄືກັນ : ສຳນວນຂອງເລກຮາກທີ່ມີອັນກຳລັງແລະ ຮາກຄືກັນ.	$\sqrt[4]{10}$ ແລະ $7\sqrt[4]{10}$ ແມ່ນເລກຮາກຄືກັນ.
like terms / ພົດທີ່ຄ້າຍຄືກັນ : ພົດທີ່ມີສ່ວນຂອງຕົວລັບຄືກັນ. ພົດທີ່ຄົງທີ່ກໍ່ແມ່ນພົດ ທີ່ຄ້າຍຄືກັນ.	ໃນສຳນວນ $3x + (-4) + (-6x) + 2,$ $3x$ ແລະ $-6x$ ແມ່ນພົດທີ່ຄ້າຍຄືກັນ ແລະ -4 ແລະ 2 ແມ່ນພົດທີ່ຄ້າຍຄືກັນ.

line / ເສັ້ນຂີ້ : ເສັ້ນຂີ້ຊຶ່ງທີ່ມີມິຕິດຽວ. ປົກກະຕິແລ້ວມັນຈະຖືກສະແດງໂດຍເສັ້ນຂີ້ ກົງກັບສອງຫົວລູກສອນເພື່ອສະແດງວ່າເສັ້ນຂີ້ຖືກຍືດອອກໄປໂດຍບໍ່ມີການສິ້ນສຸດໃນ ສອງທິດ. ໃນບັນທຶກນີ້, ເສັ້ນຂີ້ລ້ອມແຕ່ແມ່ນເສັ້ນຂີ້ກົງ. ເອີ້ນເຕີມ undefined term / ຜົດທີ່ຍັງໄດ້ກຳນົດ.	 ເສັ້ນຂີ້, ℓ, $\overrightarrow{AB}$, ຫຼື $\overrightarrow{BA}$
line graph / ແຜນອາດເສັ້ນສະແດງ : ແຜນສະແດງທີ່ເປັນຕໍ່ແທນໃຫ້ແກ່ຂໍ້ມູນ ທີ່ນຳໃຊ້ຈຸດເຊື່ອມຕໍ່ໂດຍກຸ່ມເສັ້ນຂີ້ ເພື່ອສະແດງເຖິງການປ່ຽນແປງຂອງຈຳນວນຜ່ານ ໄລຍະໄລຫນຶ່ງ.	
line of fit / ເສັ້ນຂີ້ທີ່ຫມຸບຜົດ : ເສັ້ນຂີ້ຊຶ່ງທີ່ໃຊ້ເປັນຕໍ່ແບບຂອງແນວໂນ້ມທີ່ມີ ຂໍ້ມູນຕໍ່ເລກເປັນກ່ານພໍ່ພັນຈຳນວນບອກກື່ລົງ.	 ແຜນອາດສະແດງເຖິງເສັ້ນຂີ້ທີ່ຫມຸບຜົດກັບຂໍ້ມູນທີ່ຍູ່ໃນ ແຜນສະແດງແບບແຜ່ກະຈາຍ.
line of reflection / ເສັ້ນຂີ້ຂອງການສະທ້ອນຄືນ : ເບິ່ງ reflection / ການສະທ້ອນຄືນ.	ເບິ່ງ reflection / ການສະທ້ອນຄືນ.
line of symmetry / ເສັ້ນຂີ້ຂອງການຄ້າຍຄື : ເບິ່ງ line symmetry / ເສັ້ນຂີ້ຂອງການຄ້າຍຄື.	ເບິ່ງ line symmetry / ເສັ້ນຂີ້ທີ່ຄ້າຍຄື.
line perpendicular to a plane / ເສັ້ນຂີ້ຕັ້ງສາກ ກັບຫນ້າພຽງ : ເສັ້ນຂີ້ທີ່ ຜ່ມຕັດຫນ້າພຽງຢູ່ຈຸດຫນຶ່ງ ແລະ ມັນຕັ້ງສາກກັບທຸກໆເສັ້ນຂີ້ທີ່ຍູ່ໃນຫນ້າພຽງຂຶ້ງຕັດຜ່ານ ມັນຢູ່ຈຸດຄັ້ງກ່ອານນັ້ນ	 ສັ້ນຂີ້ n ຕັ້ງສາກກັບຫນ້າພຽງ P.
line segment / ກຸ່ມເສັ້ນຂີ້ : ສ່ວນຂອງເສັ້ນຂີ້ທີ່ປະກອບມີສອງຈຸດ, ເອີ້ນວ່າ ຈຸດສິ້ນສຸດ, ແລະ ທຸກໆມັດຍຍ່ທີ່ເສັ້ນທີ່ຍຸ່ລະຫວ່າງຈຸດສິ້ນສຸດ. ຍັງເອີ້ນວ່າກຸ່ມ.	 $\overline{AB}$ ກັບຈຸດສິ້ນສຸດ A ແລະ B

line symmetry / ເສັ້ນຊື້ທີ່ຄ້າຍຄືກັນ : ການວັດແທກໃນໜ້າພຽງມີເສັ້ນຊື້ທີ່ ຄ້າຍຄືກັນ ຖ້າວ່າການວັດແທກສາມາດນຳໄປສູ່ຕົນມັນເອງ ໂດຍການສະທ້ອນຄືນ ຢູ່ເສັ້ນຊື້. ເສັ້ນຊື້ຂອງການສະທ້ອນນີ້ແມ່ນເສັ້ນຊື້ຂອງການຄ້າຍຄື.	 ສອງເສັ້ນຊື້ຂອງການຄ້າຍຄື
linear equation / ສົມຜົນຂອງເສັ້ນຊື້ຕາມທາງຕວ : ສົມຜົນທີ່ເສັ້ນສະແດງ ຂອງມັນເປັນເສັ້ນຊື້.	ເບິ່ງ standard form of a linear equation / ຮູບຮ່າງມາດຕະຖານຂອງສົມຜົນເສັ້ນສະແດງ.
linear equation in one variable / ສົມຜົນເສັ້ນສະແດງທີ່ມີໜຶ່ງຕົວລັບ : ສົມຜົນທີ່ສາມາດຂຽນໃນຮູບແບບຂອງ $ax + b = 0$ ເຊິ່ງ a ແລະ b ແມ່ນຄົງທີ່ ແລະ $a \neq 0$.	ສົມ $4 - \frac{4}{5}x + 8 = 0$ ແມ່ນສົມຜົນເສັ້ນສະແດງ ທີ່ມີໜຶ່ງຕົວລັບ.
linear equation in three variables / ສົມຜົນເສັ້ນສະແດງທີ່ມີສາມຕົວລັບ : ສົມຜົນໃນຮູບແບບຂອງ $ax + by + cz = d$ ເຊິ່ງ $a, b,$ ແລະ c ບໍ່ແມ່ນເລກສູນ.	$2x + y - z = 5$ ສົມຜົນເສັ້ນສະແດງທີ່ມີສາມຕົວລັບ.
linear extrapolation /ການຄິດໄລ່ຄ່າຂອງຕຳລາທີ່ຢູ່ນອກຂອບເຂດອ້ມູນທີ່ຮູ້ : ການນຳໃຊ້ເສັ້ນຊື້ໜຶ່ງ ຫຼື ສົມຜົນຂອງມັນເພື່ອຄາດຄະເນຄ່າທີ່ຢູ່ທາງນອກ ຂອງຄ່າ ທີ່ຮູ້ຢູ່ແລ້ວ.	 ເສັ້ນຊື້ທີ່ເໝາະສົມທີ່ສຸດສາມາດນຳໃຊ້ເພື່ອຄິດໄລ່ ກ່ຳຕົ່ມື່ອ $y = 1200, x \approx 11.75$.
linear function / ຕຳລາຂອງເສັ້ນຊື້ : ຕຳລາທີ່ສາມາດຂຽນໃນຮູບຂອງ $y = mx + b$ ເມື່ອ m ແລະ b ຄົງທີ່.	ຕຳລາ $y = -2x - 1$ ແມ່ນຕຳລາເສັ້ນຊື້ທາງຂວາງເຊິ່ງມີ $m = -2$ ແລະ $b = -1$.
linear inequality in one variable / ການບໍ່ເທົ່າກັນແບບເສັ້ນຊື້ໃນໜຶ່ງ ຕົວລັບ : ການບໍ່ເທົ່າກັນໃນໜຶ່ງຕົວລັບສາມາດຂຽນໃນຮູບແບບໃດໜຶ່ງຄັ່ງລຸ່ມນີ້: $ax + b < 0, ax + b \leq 0, ax + b > 0,$ ຫຼື $ax + b \geq 0$.	$5x + 2 > 0$ ແມ່ນການບໍ່ເທົ່າກັນໃນໜຶ່ງຕົວລັບ.
linear inequality in two variables / ການບໍ່ເທົ່າກັນແບບເສັ້ນຊື້ໃນສອງ ຕົວລັບ : ການບໍ່ເທົ່າກັນໃນໜຶ່ງຕົວລັບສາມາດຂຽນໃນຮູບແບບໃດໜຶ່ງຄັ່ງລຸ່ມນີ້: $Ax + By < C, Ax + By \leq C, Ax + By > C,$ ຫຼື $Ax + By \geq C$.	$5x - 2y \geq -4$ ແມ່ນການບໍ່ເທົ່າກັນໃນສອງຕົວລັບ.
linear interpolation / ການເພີ່ມເຕີມເສັ້ນຊື້ເພື່ອກະຕວງ : ການນຳໃຊ້ເສັ້ນ ຊື້ໜຶ່ງທີ່ສົມຜົນຂອງມັນເພື່ອກະຕວງຄ່າລະຫວ່າງສອງຄ່າທຮູ້ແລ້ວ.	 ເສັ້ນຊື້ທີ່ເໝາະສົມທີ່ສຸດ ສາມາດນຳໃຊ້ເພື່ອຄິດໄລ່ກ່ຳ ຕົ່ມື່ອ $x = 1, y \approx 16.4$.

LAOTIAN

linear pair / ຄູ່ຂອງເສັ້ນຊື່ທາງຂວາງ : ສອງມຸມທີ່ຢູ່ຕິດກັບເຊີ່ງອ້າງ ທີ່ບໍ່ຮ່ວມກັນຂອງຜອກມັນແມ່ນເສັ້ນຊື່ທີ່ກົງກັນຂ້າມ.	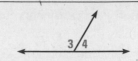 ∠3 ແລະ ∠4 ແມ່ນຄູ່ຂອງເສັ້ນຊື່ທາງຂວາງ.
linear programming / ແບບແຜນໃນຮູບແບບເສັ້ນຊື່ : ຂະບວນຂອງການ ເຮັດໃຫ້ເໜັ້ນຫຼືຫຼຸດລົງຂອງຕຳລາເສັ້ນຊື່ຕາມທາງຂວາງ ໝາຍເຖິງລະບົບຂອງ ການບໍ່ເທົ່າກັນຂອງເສັ້ນຊື່ທີ່ເອີ້ນວ່າ ສິ່ງທີ່ກິດຂວາງ. ເສັ້ນສະແດງຂອງການກິດຂວາງ ເອີ້ນວ່າ ພາກສ່ວນທີ່ເປັນໄປໄດ້.	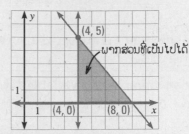 ພາກສ່ວນທີ່ເປັນໄປໄດ້ ເພື່ອເໜັ້ນເປົ້າໝາຍຂອງຕຳລາ $P = 35x + 30y$ ອີງຕາມ $x \geq 4$, $y \geq 0$, ແລະ $5x + 4y \leq 40$, ຕີລາຄາ P ໃນແຕ່ລະມຸມຈອມ ຄ່າສູງສຸດຂອງ 290 ເກີດຂຶ້ນເມື່ອ (4, 5).
linear regression / ການປັ້ນຂອງເສັ້ນຊື່ : ຂະບວນການຂຸດຄາງເສັ້ນຊື່ທີ່ ເໝາະສົມທີ່ສຸດ ເພື່ອສ້າງແບບຈຳລອງຂອງຂໍ້ມູນ.	ເບິ່ງ line of fit / ເສັ້ນຊື່ທີ່ເໝາະສົມ.
literal equation / ສົມຜົນແບບໃຊ້ຕົວໜັງສື : ສົມຜົນໜຶ່ງເຊິ່ງໃນນັ້ນ ຕົວອັກສອນ ຖືກນຳໃຊ້ເພື່ອແທນບ່ອນໃຫ້ສຳປະສິດ ແລະ ເຮັດໃຫ້ສົມຜົນຂັ້ນໜັ້ນຄົງ.	ສົມຜົນ $5(x + 3) = 20$ ສາມາດຂຽນເປັນໃນຮູບຂອງ ຕົວອັກສອນ $a(x + b) = c$.
local maximum / ຄ່າສູງສຸດແບບສະເພາະ : y-ປະສານກັບຈຸດປັ້ນສົມ ຂອງ ຕຳລາ ຖ້າຈຸດດັ່ງກ່າວສູງກ່ວາຈຸດທີ່ໄກ້ຄຽງຂຶ້ນ.	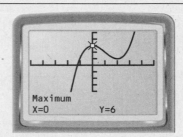 ຕຳລາ $f(x) = x^3 - 3x^2 + 6$ ຄ່າສູງສຸດແບບສະເພາະ:ຂອງ $y = 6$ ເມື່ອຄ່າສູງສຸດແບບສະເພາະ: $x = 0$.
local minimum / ຄ່າຕ່ຳສຸດສະເພາະ : y-ປະສານກັບຈຸດປັ້ນສົມ ຂອງຕຳລາ ຖ້າຈຸດດັ່ງກ່າວຕ່ຳກ່ວາຈຸດທີ່ໄກ້ຄຽງຂຶ້ນ.	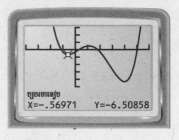 ຕຳລາ $f(x) = x^4 - 6x^3 + 3x^2 + 10x - 3$ ຄ່າຕ່ຳສຸດສະເພາະ $y \approx -6.51$ ເມື່ອ $x \approx -0.57$.
locus in a plane / ວິທີການປຽນຈຸດຂອງຕຳລາເທິງໜ້າຜຽງ : ກຸ່ມຂອງ ມັດທັງໝົດທີ່ຢູ່ເທິງໜ້າຜຽງທີ່ເໝາະສົມກັບເງື່ອນໄຂທີ່ໃຫ້ຫຼືກຸ່ມເງື່ອນໄຂທີ່ ໃຫ້ກ່ອນ. ຈຳນວນຫຼາຍແມ່ນ *loci*.	⊙C ແມ່ນວິທີການປຽນຈຸດຂອງຕຳລາ ທີ່ ແມ່ນ 1 ຮຸ້ງຕີໝັດຈາກຈຸດ C.

logarithm of *y* with base *b* / ໂລກາລິກຂອງ *y* ກັບພື້ນ *b* : ໃຫ້ b ແລະ y ເປັນຈຳນວນບວກ $b \neq 1$. ໂລກາລິກຂອງ y ກັບພື້ນ b, ໃຫ້ $\log_b y$ ແລະອ່ານ "log ພື້ນ b ຂອງ y," ຖືກກຳນົດດັ່ງລຸ່ມນີ້: $\log_b y = x$ ຖ້າວ່າ ແລະພຽງແຕ່ $b^x = y$.

$\log_2 8 = 3$ ເພາະວ່າ $2^3 = 8$.

$\log_{1/4} 4 = -1$ ເພາະວ່າ $\left(\frac{1}{4}\right)^{-1} = 4$.

logarithmic equation / ສົມຜົນໂລກາລິດ : ສົມຜົນທີ່ກ່ຽວຂ້ອງກັບໂລກາລິດຂອງສຳນວນທີ່ມີຕົວລັບ.

$\log_5 (4x - 7) = \log_5 (x + 5)$ ສົມຜົນໂລກາລິດ.

lower extreme / ຄ່າຕ່ຳທີ່ສຸດ : ຄ່າຕ່ຳທີ່ສຸດຂອງກຸ່ມຂໍ້ມູນ.

ເບິ່ງ box-and-whisker plot / ແຜນວາດສະແດງການແຈກຢາຍຄວາມທີ່ ໃນຮູບແບບຂອງ ບອກສ໌ ແອນ ວິສເກີ້ ພລອດ.

lower quartile / ຂອບເຂດຄວາໄທລ໌ດ້ານລຸ່ມ : ຈາກາງຂອງເຄິ່ງເບື້ອງລຸ່ມຂອງກຸ່ມຂໍ້ມູນອື່ນທີ່ສ້າງຂື້ນ.

ເບິ່ງ interquartile range / ການຈັດວາງຄ່າຕັ້ງສາກພາຍໃນ.

M

major arc / ເສັ້ນໂຄ້ງໃຫຍ່ : ສ່ວນໜຶ່ງຂອງເສັ້ນວົງມົນ ທີ່ວັດແທກໄດ້ໃນລະຫວ່າງ 180° ແລະ 360°.

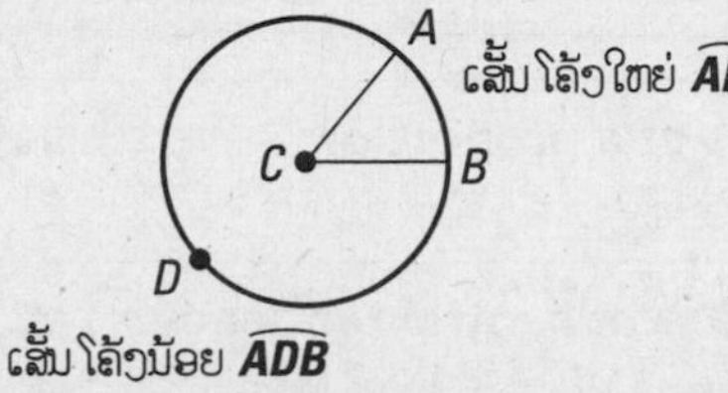

major axis of an ellipse / ແກນຫຼັກຂອງຮູບໄຂ່ : ສ່ວນໜຶ່ງຂອງເສັ້ນທີ່ເຊື່ອມຕໍ່ ບັນດາຈຸດຈອມຂອງຮູບໄຂ່.

ເບິ່ງ ellipse / ຮູບໄຂ່.

margin of error / ຂອບເຂດຂອງຄວາມຜິດພາດ : ຂອບເຂດຂອງຄວາມຜິດພາດ ໃຫ້ຂີດຈຳກັດວ່າ ຜົນໄດ້ຮັບຂອງຈຳນວນຕົວຢ່າງ ຖືກຄາດຫວັງວ່າຈະມີຄວາມ ແຕກຕ່າງ ຈາກຜົນໄດ້ຮັບ ຂອງຈຳນວນທັງໝົດຫຼາຍປານໃດ.

ຖ້າວ່າ 40% ຂອງຈຳນວນຜູ້ຄົນ ທີ່ຖືກຢັ່ງສຽງ ພໍໃຈຜູ້ລົງສະ ໝັກ A, ແລະ ຂອບເຂດຂອງຄວາມຜິດພາດ ແມ່ນ ±4%, ກໍ່ ໝາຍຄວາມວ່າ ມີການຄາດຫວັງວ່າ ໃນລະຫວ່າງ 36% ເຖິງ 44% ຂອງຈຳນວນພົນລະເມືອງທັງໝົດ ພໍໃຈຜູ້ລົງສະໝັກ A.

matrix, matrices / ຕາຕະລາງຈຳນວນ : ການຈັດວາງຕົວເລກ ເປັນຖັນ ແລະແຖວ ຊຶ່ງເບິ່ງໂດຍລວມ ຈະເປັນຮູບສີ່ແຈສາກ. ເລກແຕ່ລະຕົວເລກຢູ່ໃນ ຖັນແຖວເຫຼົ່ານີ້ ຈະຖືກເອີ້ນວ່າແມ່ນອົງປະກອບ, ຫຼື *ຕົວເລກທີ່ຖືກລົງບັນທຶກ.*

$$A = \begin{bmatrix} 0 & 4 & -1 \\ -3 & 2 & 5 \end{bmatrix}$$ 2 ຖັນ (ແຖວທາງນອນ)

3 ແຖວ (ແຖວທາງຕັ້ງ)

ຕາຕະລາງຈຳນວນຕົວເລກ *A* ມີ 2 ຖັນ (ແຖວທາງນອນ) ແລະ 3 ແຖວ (ແຖວທາງຕັ້ງ). ອົງປະກອບຢູ່ໃນຖັນທີໜຶ່ງ ແລະ ແຖວທີສອງ ແມ່ນ 4.

matrix of constants / ຕາຕະລາງຈຳນວນຂອງຕົວເລກຄົງທີ່ : ຕາຕະລາງຈຳນວນ ຂອງຕົວເລກທີ່ຄົງທີ່ ຂອງລະບົບເສັ້ນຊື່ $ax + by = e, cx + dy = f$ ແມ່ນ $\begin{bmatrix} e \\ f \end{bmatrix}$.

ເບິ່ງ coefficient matrix / ຕາຕະລາງຈຳນວນຂອງຕົວເລກທີ່ເປັນຜົນຄູນ.

matrix of variables / ຕາຕະລາງຈຳນວນຂອງຕົວເລກທີ່ຜັນແປ : ຕາຕະລາງຈຳນວນຂອງຕົວເລກທີ່ຜັນແປ ຂອງລະບົບເສັ້ນຊື່ $ax + by = e, cx + dy = f$ ແມ່ນ $\begin{bmatrix} x \\ y \end{bmatrix}$.

ເບິ່ງ coefficient matrix / ຕາຕະລາງຈຳນວນຂອງຕົວເລກທີ່ເປັນຜົນຄູນ.

maximum value of a quadratic function / ມູນຄ່າສູງສຸດ
ຂອງຕຳລາ ກຳລັງສອງ : ຕົວປະສານ y ຂອງຈຸດຈອມ ສຳລັບ $y = ax^2 + bx + c$
ເມື່ອ $a < 0$.

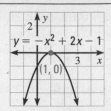

ມູນຄ່າສູງສຸດຂອງ $y = -x^2 + 2x - 1$ ແມ່ນ 0.

---

mean / ຄ່າສະເລ່ຍ : ສຳລັບຊຸດບຸດມູນຕົວເລກ $x_1, x_2, \ldots, x_n$, ຄ່າສະເລ່ຍ, ຫຼື
ອັດຕາສະເລ່ຍ, ແມ່ນ:

$$\bar{x} = \frac{x_1 + x_2 + \ldots + x_n}{n}$$

ຄ່າສະເລ່ຍຂອງ of 5, 9, 14, 23 ແມ່ນ

$$\frac{5 + 9 + 14 + 23}{4} = \frac{51}{4} = 12.75.$$

---

mean absolute deviation / ຄວາມບ່ຽງເບນສົມບຸນສະເລ່ຍ: ຄວາມບ່ຽງ
ເບນ ສົມບຸນ ຂອງຊຸດບຸດມູນຕົວເລກ $x_1, x_2, \ldots, x_n$ ທີ່ມີຄ່າສະເລ່ຍ $\bar{x}$ ແມ່ນ
ປະລິມານທີ່ວັດໄດ້ ຂອງ ການແຜ່ກະຈາຍທີ່ໃຫ້ໆໂດຍ:

$$\frac{|x_1 - \bar{x}| + |x_2 - \bar{x}| + \ldots + |x_n - \bar{x}|}{n}$$

ຄວາມບ່ຽງເບນທີ່ສົມບຸນສະເລ່ຍ ຂອງຊຸດບຸດ
ຕົວເລກ 3, 9, 13, 23 (ທີ່ມີຄ່າສະເລ່ຍ = 12) ແມ່ນ:

$$\frac{|3 - 12| + |9 - 12| + |13 - 12| + |23 - 12|}{4}$$

$$= 6$$

---

means of a proportion / ຄ່າສະເລ່ຍຂອງອັດສ່ວນ : ສ່ວນທີ່ຢູ່ເຄິ່ງກາງຂອງ
ອັດສ່ວນອັນໜຶ່ງ. ເບິ່ງ ອັດຕາສ່ວນ.

ຄ່າສະເລ່ຍຂອງ $\frac{a}{b} = \frac{c}{d}$ ແມ່ນ b ແລະ c.

---

measure of central tendency / ການວັດແທກຄວາມໂນ້ມຽວຂອງ
ຈຸດສູນ ກາງ : ຕົວເລກອັນໜຶ່ງ ທີ່ຖຶກນຳໃຊ້ເພື່ອເປັນຕົວແທນ ໃຫ້ແກ່ຈຸດສູນກາງ
ຫຼື ຈຸດລະ ຫວ່າງໆ ຂອງຊຸດຂອງມູນຄ່າຕົວເລກຊຸດໜຶ່ງ. ຄ່າສະເລ່ຍ, ເສັ້ນກາງ,
ແລະ ແບບແຜນ (ຕົວເລກທີ່ເກີດຂຶ້ນເລື້ອຍໆ) ແມ່ນສາມວິທີການວັດແທກ ຄວາມໂນ້ມ
ຽວຂອງຂອງຈຸດສູນກາງ.

14, 17, 18, 19, 20, 24, 24, 30, 32
ຄ່າສະເລ່ຍແມ່ນ

$$\frac{14 + 17 + 18 + \ldots + 32}{9} = \frac{198}{9} = 22.$$

ເສັ້ນກາງ ແມ່ນຕົວເລກທີ່ຢູ່ເຄິ່ງກາງ, 20.
ແບບແຜນ (ຕົວເລກທີ່ເກີດຂຶ້ນເລື້ອຍໆ) ແມ່ນ 24
ຍ້ອນວ່າຕົວເລກ 24 ປະກົດຂຶ້ນຖີກວ່າໝູ່ໝິດ.

---

measure of dispersion / ການວັດແທກຄວາມແຜ່ກະຈາຍ : ແມ່ນຕົວເລກ
ສະຖິ ຕິ ທີ່ບອກໃຫ້ທ່ານຮູ້ວ່າ ມູນຄ່າຂອງຊຸ້ມມູນຕົວເລກ ມີຄວາມແຜ່ກະຈາຍ, ຫຼື ແຜ່ອອກ
ໄປ, ຫຼາຍຊ້ຳໃດ. ຄວາມບ່ຽງເບນທາງດ້ານຂອບເຂດ ແລະ ທາງດ້ານມາດຕະຖານ
ແມ່ນວິທີການວັດແທກ ຄວາມແຜ່ກະຈາຍ.

ເບິ່ງ range / ຄວາມບ່ຽງເບນ ທາງດ້ານຂອບເຂດ
ແລະ standard deviation / ຄວາມບ່ຽງເບນ
ທາງດ້ານມາດຕະຖານ.

---

measure of a major arc / ການວັດແທກ ເສັ້ນ ໂຄ້ງໃຫຍ່ : ຄວາມແຕກຕ່າງໆ
ລະຫວ່າງໆ 360° ແລະ ຄ່າວັດແທກ ຂອງເສັ້ນ ໂຄ້ງນ້ອຍທີ່ກ່ຽວພັນ.

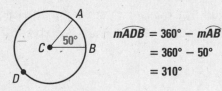

---

measure of a minor arc / ການວັດແທກເສັ້ນ ໂຄ້ງນ້ອຍ :
ການວັດແທກມຸມກາງໆ ຂອງເສັ້ນ ໂຄ້ງຕັ່ງກ່າວ.

ເບິ່ງ measure of a major arc / ການວັດແທກ
ເສັ້ນ ໂຄ້ງໃຫຍ່.

---

measure of an angle / ການວັດແທກມຸມ : ຈົ່ງສົມມຸດສາ $\overrightarrow{OB}$ ແລະ ຈຸດ A
ຢູ່ທາງເບື້ອງໜຶ່ງຂອງ $\overrightarrow{OB}$. ບັນດາເສັ້ນລັດສະໝີ ຂອງຮູບແບບ $\overrightarrow{OA}$ ສາມາດຖືກຈັດຄູ່
ໄດ້ແບບໜຶ່ງຕໍ່ໜຶ່ງ ກັບຕົວເລກຈິງ ຈາກ 0 ຖຶງ 180. ຜົນວັດແທກ ຂອງ $\angle AOB$
ແມ່ນເທົ່າກັບຄ່າສົມບຸນຂອງຄວາມແຕກຕ່າງໆ ລະຫວ່າງ ບັນດາຕົວ ເລກຈິງ
ສຳລັບ $\overrightarrow{OA}$ ແລະ $\overrightarrow{OB}$.

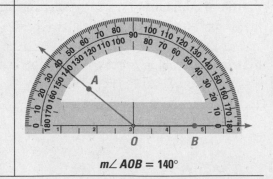

$m\angle\, AOB = 140°$

---

median / ເສັ້ນກາງ : ເສັ້ນກາງ ຂອງ ຊຸດຂໍ້ມູນຕົວເລກ ແມ່ນຕົວເລກທີ່ຢູ່ເຄິ່ງກາງ ເມື່ອຈັດຕາມບຸ່ລຄ່າຈຶ່ງນັ້ນ ຫາກຕຶກຂຽນລົງເປັນລຳດັບຕົວເລກ. ຖ້າວ່າ ຊຸດຂອງຂໍ້ມູນຕົວເລກ ມີຈຳນວນຕົວເລກຂອງບຸ່ລຄ່າເປັນຈຳນວນຄູ່, ເສັ້ນກາງ ແມ່ນຄ່າສະເລ່ຍ ຂອງສອງຕົວເລກ ທີ່ຢູ່ຈຸດເຄິ່ງກາງ.	ເສັ້ນກາງຂອງ of 5, 9, 14, 23 ແມ່ນຄ່າສະເລ່ຍຂອງ 9 ແລະ 14, ຫຼື $\frac{9+14}{2} = 11.5$.
median of a triangle / ເສັ້ນກາງຂອງຮູບສາມຫຼ່ຽມ : ສ່ວນໜຶ່ງ ຈາກຈຸດຕອມ ກັບ ຈຸດໜຶ່ງ ຂອງຮູບສາມຫຼ່ຽມຄັ່ງກ່າວ ໄປສູ່ຈຸດເຄິ່ງກາງ ຂອງເບື້ອງ ກົງກັນຂ້າມ.	 $\overline{BD}$ ແມ່ນເສັ້ນກາງຂອງ $\triangle ABC$.
midpoint / ຈຸດເຄິ່ງກາງ : ແມ່ນຈຸດທີ່ແບ່ງ, ຫຼື ຜ່າເຄິ່ງ, ທ່ອນອັນໜຶ່ງ ອອກເປັນ ສອງທ່ອນ ທີ່ເທົ່າກົມກັນ. ຈຸດເຄິ່ງກາງ ຈະມີຄວາມທ່າງທີ່ເທົ່າກົມກັນ ຈາກສອງ ສົ້ນສຸດ.	 M ແມ່ນຈຸດເຄິ່ງກາງຂອງ $\overline{AB}$.
midpoint formula / ສູດຂອງຈຸດເຄິ່ງກາງ : ຈຸດເຄິ່ງກາງ M ຂອງສ່ວນເສັ້ນ ທີ່ມີ ສົ້ນສຸດ $A(x_1, y_1)$ ແລະ $B(x_2, y_2)$ ແມ່ນ $M\left(\frac{x_1 + x_2}{2}, \frac{y_1 + y_2}{2}\right)$.	ຈຸດເຄິ່ງກາງ M ຂອງສ່ວນເສັ້ນ ທີ່ມີສົ້ນສຸດ $(-1, -2)$ ແລະ $(3, -4)$ ແມ່ນ: $\left(\frac{-1+3}{2}, \frac{-2+(-4)}{2}\right) = (1, -3)$
midsegment of a trapezoid / ສ່ວນເຄິ່ງກາງ ຂອງຮູບສີ່ຫຼ່ຽມທີ່ມີສອງຂ້າງ ຂະໜານກັນ : ສ່ວນໜຶ່ງທີ່ຕິດຕໍ່ບັນດາຈຸດເຄິ່ງກາງ ຂອງບັນດາຂ້າງ ຂອງ ຮູບສີ່ ຫຼ່ຽມທີ່ມີສອງຂ້າງຂະໜານກັນ.	 ສ່ວນເຄິ່ງກາງ
midsegment of a triangle / ສ່ວນເຄິ່ງກາງ ຂອງຮູບສາມຫຼ່ຽມ : ສ່ວນໜຶ່ງ ທີ່ຕິດຕໍ່ບັນດາຈຸດເຄິ່ງກາງ ຂອງ ສອງຂ້າງຂອງຮູບສາມຫຼ່ຽມ.	 ບັນດາສ່ວນເຄິ່ງກາງ ຂອງ $\triangle ABC$ ແມ່ນ $\overline{MP}, \overline{MN}$, ແລະ $\overline{NP}$.
minimum value of a quadratic function / ມູນຄ່າຕ່ຳສຸດ ຂອງ ຕຳລາ ກຳລັງສອງ : ຄ່າປະສານ y ຂອງຈຸດຈອມ ເພື່ອໃຫ້ $y = ax^2 + bx + c$ ເມື່ອ $a > 0$.	 $y = x^2 - 6x + 5$ $(3, -4)$ ມູນຄ່າຕ່ຳສຸດຂອງ $y = x^2 - 6x + 5$ ແມ່ນ -4.
minor arc / ເສັ້ນໂຄ້ງນ້ອຍ : ສ່ວນຂອງເສັ້ນອ້ອມ໌ນິ່ງທີ່ວັດແທກໄດ້ ຕ່ຳກວ່າ 180°.	ເບິ່ງ major arc / ເສັ້ນ ໂຄ້ງໃຫຍ່.
minor axis of an ellipse / ແກນນ້ອຍຂອງຮູບໄຂ່: ສ່ວນເສັ້ນທີ່ຕິດຕໍ່ຈຸດຈອມ ຕອນກັບ ຂອງ ຮູບໄຂ່.	ເບິ່ງ ellipse / ຮູບໄຂ່.
mixed number / ຕົວເລກປະສົມ : ຜົນບວກຂອງ ຕົວເລກຖ້ວນ ແລະ ເລກເສດ ສ່ວນທີ່ມີຄ່າໜ້ອຍກວ່າ 1.	$2\frac{5}{8}$ ແມ່ນຕົວເລກປະສົມ.
mode / ແບບແຜນ : ແບບແຜນຂອງຊຸດຂໍ້ມູນຕົວເລກຊຸດໜຶ່ງ ແມ່ນມູນຄ່າ ທີ່ເກີດຂຶ້ນ ຖີ່ກວ່າໝູ່. ມັນອາດຈະມີແບບແຜນອັນໜຶ່ງ, ບໍ່ມີແບບແຜນ, ຫຼື ມີຫຼາຍໆແບບແຜນ.	ແບບແຜນຂອງຊຸດຂໍ້ມູນຕົວເລກ 4, 7, 9, 11, 11, 12, 18 ແມ່ນ 11.

monomial / ເລກທີ່ປະກອບດ້ວຍຈຳນວນດຽວ : ຕົວເລກອັນໜຶ່ງ, ຕ່າຜັນແປ, ຫຼື ຜົນໄດ້ຮັບ ຂອງຕົວ ເລກອັນໜຶ່ງ ກັບ ໜຶ່ງ ຫຼື ຫຼາຍຕົວຜັນແປ ຊຶ່ງມີເລກກຳລັງຖ້ວນ.	$10, 3x, \frac{1}{2}ab^2$, ແລະ $-1.8m^5$ ແມ່ນເລກທີ່ ປະກອບດ້ວຍ ຈຳນວນດຽວ.
multiple / ຜົນຄູນ : ຜົນຄູນຂອງເລກຖ້ວນ ແມ່ນຜົນໄດ້ຮັບ ຂອງຕົວເລກອັນໜຶ່ງ ກັບເລກຖ້ວນອື່ນໆທີ່ບໍ່ແມ່ນສູນ.	ຜົນຄູນຂອງ 2 ແມ່ນ 2, 4, 6, 8, 10, ...
multiplicative identity / ຕົວເລກສີກັນທະວິຄູນທັບທະວີ : ເລກ 1 ແມ່ນຕົວເລກ ສີກັນທະວິຄູນທັບທະວີ, ຍ້ອນວ່າຜົນໄດ້ຮັບ ຂອງທຸກໆຕົວເລກ ທີ່ຄູນກັບ 1 ແມ່ນ ເທົ່າກັບຕົວເລກຕັ້ງກ່າວນັ້ນ: $a \cdot 1 = 1 \cdot a = a$.	$3.6(1) = 3.6, 1(-7) = -7$
multiplicative inverse / ຕົວເລກກົງກັນຂ້າມທະວິຄູນທັບທະວີ: ຕົວເລກ ກົງກັນ ຂ້າມ ທະວິຄູນທັບທະວີ ຂອງຕົວເລກທີ່ບໍ່ແມ່ນສູນ a ແມ່ນຕົວເລກ ທີ່ກົງກັນຂ້າມ ຂອງມັນ, $\frac{1}{a}$, ຜົນໄດ້ຮັບ ຂອງຕົວເລກທີ່ບໍ່ແມ່ນສູນ ແລະ ຕົວເລກກົງກັນຂ້າມ ທະວີ ຄູນທັບທະວີຂອງມັນ ແມ່ນ 1: $a \cdot \frac{1}{a} = \frac{1}{a} \cdot a = 1, a \neq 0$.	ຕົວເລກກົງກັນຂ້າມທະວິຄູນທັບທະວີຂອງ $-\frac{1}{5}$ ແມ່ນ -5 ຍ້ອນວ່າ $-\frac{1}{5} \cdot (-5) = 1$.
mutually exclusive events / ຜົນໄດ້ຮັບທີ່ຕ່າງໆຝ່າຍຕ່າງໆບໍ່ກ່ຽວຂ້ອງກັນ : ເຫດ ການ ທີ່ມີຜົນໄດ້ຮັບທີ່ບໍ່ຄືກັນ.	ເມື່ອທ່ານ ໂຍນລູກຕຸ໋ງອັນໜຶ່ງ, "ໂຍນອອກ 3" ແລະ "ໂຍນອອກ ເລກຄູ່ອັນໜຶ່ງ" ແມ່ນຜົນໄດ້ຮັບທີ່ຕ່າງໆຝ່າຍ ຕ່າງໆບໍ່ກ່ຽວຂ້ອງກັນ.

N

n factorial / ຜົນຄູນຂອງ 1 ເຖິງ n (ຊຶ່ງແມ່ນຕົວເລກທີ່ກຳນົດ): ສຳລັບ ທຸກໆ ເລກຖ້ວນ n ທີ່ມີຄ່າເປັນບວກ, ຜົນຄູນຂອງ 1 ເຖິງ n ຊຶ່ງຂຽນເປັນນ $n!$, ແມ່ນຜົນ ໄດ້ຮັບ ຂອງ ບັນດາເລກຖ້ວນ ຈາກ 1 ເຖິງ n; $0! = 1$.	$5! = 5 \cdot 4 \cdot 3 \cdot 2 \cdot 1 = 120$
natural base e / ລວງພື້ນທຳມະຊາດ e ຕົວເລກທີ່ບໍ່ລົງຕົວອັນໜຶ່ງ ຊຶ່ງຖືກ ນິຍາມຕັ້ງຕໍ່ໄປນີ້: ເມື່ອ n ກ້າວໄປເຖິງ $+\infty, \left(1 + \frac{1}{n}\right)^n$ ກ້າວໄປເຖິງ $e \approx 2.718281828$.	ເບິ່ງ natural logarithm / ເລກກຳລັງຂອງລວງພື້ນ ທຳມະຊາດ.
natural logarithm / ເລກກຳລັງຂອງລວງພື້ນທຳມະຊາດ : ເລກກຳລັງ ຂອງ ລວງ ພື້ນ ທີ່ເຮັດໃຫ້ລວງພື້ນ ມີຄ່າເທົ່າກັບຄ່າທີ່ກຳນົດໄວ້, ຊຶ່ງໃນນີ້ ແມ່ນລວງພື້ນ e. ມັນສາ ມາດ ໄດ້ຮັບເຄື່ອງໝາຍ $\log_e$, ແຕ່ວ່າສ່ວນໃຫຍ່ແລ້ວ ຈະມັກໄດ້ຮັບ ເຄື່ອງໝາຍ ln.	ຢູ່ໃນ $0.3 \approx -1.204$ ຍ້ອນວ່າ $e^{-1.204} \approx (2.7183)^{-1.204} \approx 0.3$.
negation / ຄຳລັດຄ້ານ : ຄຳກ່າວອ້າງທີ່ກົງກັນຂ້າມ. ເຄື່ອງໝາຍສຳລັບ ຄຳລັດ ຄ້ານແມ່ນ ~.	ຄຳກ່າວອ້າງ: ໝາກບານມີສີແດງ. ຄຳລັດຄ້ານ: ໝາກບານບໍ່ແມ່ນສີແດງ.
negative correlation / ຄວາມສຳພັນທາງລົບ : ຕົວເລກຄູ່ໜຶ່ງ (x, y) ມີ ຄວາມສຳພັນທາງລົບ ຖ້າວ່າ y ມີຄ່າຫຼຸດລົງ, ເມື່ອ x ມີຄ່າເພີ້ມຂຶ້ນ.	
negative exponent / ເລກກຳລັງທີ່ມີຄ່າລົບ : ຖ້າວ່າ $a \neq 0$, ໃນເອລານັ້ນ a^{-n} ແມ່ນຈຳນວນເລກທີ່ກົງກັນຂ້າມຂອງ a^n; $a^{-n} = \frac{1}{a^n}$.	$3^{-2} = \frac{1}{3^2} = \frac{1}{9}$
negative integers / ເລກຖ້ວນທີ່ມີຄ່າລົບ : ບັນດາເລກຖ້ວນທີ່ມີຄ່າໜ້ອຍ ກວ່າ 0.	$-1, -2, -3, -4, . . .$

High School
Multi-Language Visual Glossary

Copyright © by McDougal Littell,
a division of Houghton Mifflin Company.

net / ຈຳນວນສຸດທີ : ການບຳລະເຜີແບບສອງມີຕິ ຂອງດ້ານຕ່າງໆ ຂອງ ຮູບຫຼາຍດ້ານ (ຫຼາຍໜ້າ).	 2 ຊມ 6 ຊມ 5 ຊມ 2 ຊມ 5 ຊມ 2 ຊມ
n-gon / ຮູບທີ່ມີ n ໜ້າ : ຮູບຫຼາຍດ້ານ ທີ່ມີຈຳນວນ n ຫຼ່ຽມ/ຂ້າງ.	ຮູບຫຼາຍຫຼ່ຽມທີ່ມີຈຳນວນ 14 ຫຼ່ຽມ ແມ່ນຮູບ 14-ດ້ານ.
normal curve / ເສັ້ນໂຄ້ງປົກກະຕິ : ເສັ້ນ ໂຄ້ງທີ່ລຽບ, ເຕົ້າລີ, ເປັນຮູບລະຄັງ ຊຶ່ງສາມາດສະແດງໃຫ້ເຫັນເຖິງການແຈກຢາຍຕາມປົກກະຕິ ແລະ ການແຈກ ຢາຍບາງອັນທີ່ ມີລັກສະນະສອງດ້ານ.	ເບິ່ງ normal distribution / ການແຈກຢາຍ ແບບປົກກະຕິ.
normal distribution / ການແຈກຢາຍແບບປົກກະຕິ : ການແຈກຢາຍ ຄວາມ ເປັນໄປໄດ້ ທີ່ມີຄ່າສະເລ່ຍ $\bar{x}$ ແລະ ຄວາມບ່ຽງເບນມາດຕະຖານ σ ທີ່ມີເສັ້ນ ໂຄ້ງ ຮູບລະຄັງເປັນຕົວຢ່າງໆ ພ້ອມກັບ ເນື້ອທີ່ຂອບເຂດຕ່າງໆ ສະແດງໄວ້ຢູ່ຕຶກບ່ອນ.	 68% 95% 99.7%
nth root of a / ຮາກອັນກຂອງ a : ສຳລັບຕົວເລກຖ້ວນ (ຈຳນວນເຕັມ) n ທີ່ມີ ຄ່າໃຫຍ່ກວ່າ 1, ຖ້າວ່າ $b^n = a$, ໃນເອລານັ້ນ b ແມ່ນຮາກອັນ nth ຂອງ a. ຊຶ່ງຂຽນ ເປັນ $\sqrt[n]{a}$.	$\sqrt[3]{-216} = -6$ ຍ້ອນວ່າ $(-6)^3 = -216$.
numerical expression / ສຳນວນເລກ : ສຳນວນທີ່ປະກອບດ້ວຍ ບັນດາຕົວ ເລກ, ສະບວນການບອກລົບຄູນຫານຕາມລຳດັບ ແລະ ບັນດາເຄື່ອງໝາຍ ທີ່ຈັດ ເປັນກຸ່ມ.	$-4(-3)^2 - 6(-3) + 11$ ແມ່ນສຳນວນເລກ.
number line / ແຖວ (ເສັ້ນ) ຕົວເລກ : ເສັ້ນ ທີ່ ແຖວອັນໜຶ່ງ ທີ່ແຕ່ລະຈຸດ ຈະມີສ່ວນ ພົວພັນເຖິງຕົວເລກ. ທ່ານສາມາດໃຊ້ແຖວຕົວເລກແຖວໜຶ່ງ ເພື່ອ ສົມທຽບ ແລະ ຈັດ ລຳດັບຕົວເລກ. ບັນດາຕົວເລກ ຢູ່ໃນແຖວຕົວເລກອັນໜຶ່ງ ຈະມີຄ່າເພີ່ມຂຶ້ນ ຈາກຊ້າຍ ໄປຫາຂວາ.	 -2 -1 0 1 2
numerator / ຕົວຕັ້ງຫານ : ຕົວເລກທີ່ຢູ່ຂ້າງ ເທິງ ຂອງເສັ້ນຮິດສ່ວນ ຂອງເລກເສດ ສ່ວນອັນໜຶ່ງ. ມັນສະແດງໃຫ້ເຫັນເຖິງ ຈຳນວນຕົວເລກ ຂອງບັນດາສ່ວນທີ່ເທົ່າກັນ ກັບ ຈາກຈຳນວນທັງໝົດ ຫຼື ຕົວເລກຂອງວັດຖຸສິ່ງຂອງ ຈາກຊຸດທີ່ພວມຖືກພິຈາລະ ບາຍນັ້ນ.	ຢູ່ໃນເລກເສດສ່ວນ $\frac{3}{4}$, ຕົວຕັ້ງຫານຂອງເລກເສດສ່ວນ ຄັງກ່າວນີ້ ແມ່ນ 3.

O

objective function / ຕຳລາງເປົ້າໝາຍ : ຢູ່ໃນການກຳນົດເສັ້ນຊື້, ມັນແມ່ນ ຕຳລາ ເສັ້ນຊື້ ທີ່ໄດ້ຮັບການອະທະບາຍສູງສຸດ ຫຼື ຫຼຸດຜ່ອນໃຫ້ຕ່ຳສຸດ.	ເບິ່ງ linear programming / ການກຳນົດເສັ້ນຊື້.
oblique prism / ຮູບກ້ອນຊ້ວງຂວງ : ຮູບກ້ອນອັນໜຶ່ງ ທີ່ມີຂອບຂ້າງທີ່ບໍ່ຕັ້ງ ສາກກັບລວງພື້ນ.	 ລວງສູງ

obtuse angle / ມຸມປ້ານ: ມຸມທີ່ວັດແທກໄດ້ ໃນລະຫວ່າງ 90° ແລະ 180°.	 *A*
obtuse triangle / ຮູບສາມຫຼ່ຽມມຸມປ້ານ : ຮູບສາມຫຼ່ຽມທີ່ມີມຸມໜຶ່ງ ເປັນມຸມ ປ້ານ.	
octagon / ຮູບແປດຫຼ່ຽມ : ຮູບຫຼາຍຫຼ່ຽມອັນໜຶ່ງທີ່ມີແປດຫຼ່ຽມ.	
octahedron / ຮູບແປດດ້ານ : ຮູບຫຼາຍດ້ານອັນໜຶ່ງທີ່ມີແປດດ້ານ.	
odds against / ຄວາມເປັນໄປໄດ້ຂອງສິ່ງທີ່ບໍ່ຕ້ອງການ : ເມື່ອບັນດາຜົນໄດ້ ຮັບທັງໝົດ ມີຄວາມເປັນໄປໄດ້ເທົ່າທຽມກັນ, ຄວາມເປັນໄປໄດ້ຂອງສິ່ງທີ່ ບໍ່ຕ້ອງການ ຕ້ານໄພຜົນທີ່ຕາມມາອັນໜຶ່ງ ຖືກກຳນົດດ້ວຍອັດຕາສ່ວນ ຂອງຈຳນວນ ຂອງບັນດາຜົນ ໄດ້ຮັບທີ່ບໍ່ຕ້ອງການ ກັບຈຳນວນຂອງຜົນ ໄດ້ຮັບທີ່ຕ້ອງການ.	ເມື່ອທ່ານ ໂຍນລູກເຕົ໋າຕໍ່ຕໍ່ເລກອັນໜຶ່ງ, ໂອກາດເປັນ ໄປໄດ້ ຂອງການ ໂຍນ ທີ່ຈະບໍ່ໃຫ້ໄດ້ເລກທີ່ຕ່ຳກວ່າໆ 5 ແມ່ນ $\frac{2}{4} = \frac{1}{2}$, ຫຼື 1 : 2.
odds in favor / ຄວາມເປັນໄປໄດ້ຂອງສິ່ງທີ່ຕ້ອງການ : ເມື່ອບັນດາຜົນໄດ້ ຮັບທັງ ໝົດ ມີຄວາມເປັນໄປໄດ້ເທົ່າທຽມກັນ, ຄວາມເປັນໄປໄດ້ ຂອງສິ່ງທີ່ ຕ້ອງການ ຢູ່ໃນ ຜົນທີ່ຕາມມາອັນໜຶ່ງ ຖືກກຳນົດດ້ວຍອັດຕາສ່ວນ ຂອງຈຳນວນ ຂອງ ບັນດາຜົນ ໄດ້ຮັບທີ່ຕ້ອງ ການ ກັບຈຳນວນຂອງບັນດາຜົນໄດ້ຮັບທີ່ບໍ່ຕ້ອງການ.	ເມື່ອທ່ານ ໂຍນລູກເຕົ໋າຕໍ່ຕໍ່ເລກອັນໜຶ່ງ, ໂອກາດເປັນ ໄປໄດ້ ຂອງການ ໂຍນ ເພື່ອໃຫ້ໄດ້ເລກທີ່ຕ່ຳກວ່າໆ 5 ແມ່ນ $\frac{4}{2} = \frac{2}{1}$, ຫຼື 2 : 1.
open sentence / ປະໂຫຍກເປີດ : ສົມຜົນ ຫຼື ອະສົມຜົນ ທີ່ປະກອບມີສຳນວນ ຜຶກຂະຕະນົດໃດໜຶ່ງ.	$2k - 8 = 12$ ແລະ $6n \geq 24$ ແມ່ນປະ ໂຫຍກເປີດ.
opposite / ສິ່ງທີ່ກົງກັນຂ້າມ : ເບິ່ງ additive inverse / ຈຳນວນຕໍ່ເລກ ທີ່ມີຄ່າກົງກັນຂ້າມກັນ (ຄູ່ ຂອງຕໍ່ເລກທີ່ເມື່ອບວກເຂົ້າກັນແລ້ວ ຈະມີຄ່າເທົ່າໆສູນ).	ເບິ່ງ additive inverse / ຈຳນວນຕໍ່ເລກ ທີ່ມີຄ່າກົງກັນຂ້າມກັນ (ຄູ່ ຂອງຕໍ່ເລກທີ່ເມື່ອບວກເຂົ້າ ໆກັນແລ້ວ ຈະມີຄ່າເທົ່າໆສູນ).
opposite rays / ບັນດາເສັ້ນລັດສະໝີ ທີ່ກົງກັນຂ້າມກັນ : ຖ້າວ່າ ຈຸດ *C* ນອນຢູ່ເທິງ $\overleftrightarrow{AB}$ ລະຫວ່າງ *A* ແລະ *B*, ໃນເວລານັ້ນ $\overrightarrow{CA}$ ແລະ $\overrightarrow{CB}$ ແມ່ນບັນ ດາເສັ້ນ ລັດສະໝີທີ່ກົງກັນຂ້າມກັນ.	 *A C B* $\overrightarrow{CA}$ ແລະ $\overrightarrow{CB}$ ແມ່ນບັນດາລັດສະໝີ ທີ່ກົງກັນຂ້າມກັນ.
opposites / ຕໍ່ເລກທີ່ກົງກັນຂ້າມກັນ : ສອງຕໍ່ເລກ ທີ່ມີໄລຍະຫ່າງໆເທົ່າກັນ ຈາກ 0 ຢູ່ເທິງແຖວຕໍ່ເລກ, ແຕ່ອ່າໆ ຢູ່ຄົນລະເບື້ອງຂອງ 0.	 ເລກ 4. ເລກ 4. –6 –4 –2 0 2 4 6 4 ແລະ –4 ແມ່ນຕໍ່ເລກທີ່ກົງກັນຂ້າມກັນ.
order of magnitude of a quantity / ລຳດັບຂະໜາດຂອງປະມິມານໃດໜຶ່ງ : ກຳລັງ 10 ທີ່ໃຫ້ຄ່າໆທີ່ສຸດກັບປະມິມານດັ່ງກ່າວ.	ກຳລັງສິບ ຂອງ 91,000 ແມ່ນ 10^5, ຫຼື 100,000.
order of operations / ລຳດັບຂອງຂະບວນການບວກລົບຄູນຫານ : ກົດກ່ຽວການ ຂອງ ການຄຸກຫານໆຂອງສຳນວນຕໍ່ເລກອັນໜຶ່ງ ທີ່ຜົວພັນເຖິງຫຼາຍກວ່າໆ ໜຶ່ງຂະ ບວນການ.	ເພື່ອຫາຄ່າໆຂອງ $24 - (3^2 + 1)$, ຕ້ອງຫາຄ່າໆຂອງ ເລກກຳລັງ ມັນກ່ອນ, ແລ້ວຫຼັງຈາກນັ້ນ ກໍ່ທຳການບວກ ຕໍ່ເລກຢູ່ໃນວົງເລັບນັ້ນ, ແລະ ຫຼັງຈາກນັ້ນກໍ່ທຳການລົບ: $24 - (3^2 + 1) = 24 - (9 + 1) = 24 - 10 = 14$
ordered pair / ຄູ່ຕໍ່ເລກຕາມລຳດັບ: ເບິ່ງ x-coordinate / ປະສານ x ແລະ y-coordinate / ຕໍ່ປະສານ y.	ເບິ່ງ x-coordinate / ປະສານ x ແລະ y-coordinate / ຕໍ່ປະສານ y.

ordered triple / ສາມຕົວເລກຕາມລຳດັບ : ຈຸດຂອງສາມຕົວເລກ ທີ່ຢູ່ໃນ ຮູບແບບ (x, y, z) ທີ່ເປັນເຄື່ອງໝາຍຂອງຈຸດໜຶ່ງ ຢູ່ໃນອາກາດ (ບ່ອນໃດໜຶ່ງ).

ສາມຕົວເລກຕາມລຳດັບ $(2, 1, -3)$
ແມ່ນຄຳຕອບຂອງສົມຜົນ $4x + 2y + 3z = 1.$

---

origin / ຈຸດເຄົ້າ : ຈຸດ $(0, 0)$ ຢູ່ບົນໜ້າຜຽງທີ່ປະສານກັນ.

ເບິ່ງ coordinate plane / ໜ້າຜຽງທີ່ປະສານກັນ.

---

orthocenter of a triangle / ຈຸດຕັດກັນ ຂອງສ່ວນສູງທັງສາມ ຂອງຮູບສາມ ຫຼ່ຽມ : ຈຸດທີ່ບັນດາເສັ້ນ ຊຶ່ງບັນຈຸເອົາຈຸດສູງສຸດທັງສາມ ຂອງຮູບສາມ ຫຼ່ຽມອັນໜຶ່ງ ຕັດກັນ.

P ແມ່ນຈຸດຕັດກັນຂອງສ່ວນສູງທັງສາມ
ຂອງຮູບສາມຫຼ່ຽມ △ABC.

---

orthographic projection / ການສາຍເງົາວັດຖຸສາມມິຕິ ຢູ່ໃນແວດລ້ອມ ສອງມິຕິ : ທັກບິກການແຕ້ມ ທີ່ແມ່ນການແຕ້ມສອງມິຕິ ຂອງດ້ານໜ້າ, ເທິງ ແລະ ຂ້າງ ຂອງວັດຖຸອັນໜຶ່ງ.

ທາງໜ້າ   ທາງເທິງ   ທາງຂ້າງ

---

outcome / ຜົນໄດ້ຮັບ : ຜົນຕາມມາທີ່ເປັນໄປໄດ້ ຂອງການທົດລອງອັນໜຶ່ງ.

ເມື່ອທ່ານ ໂຍນລູກຕໍ່າຕົວເລກອັນໜຶ່ງ, ມັນມີຜົນໄດ້ຮັບ ທີ່ສາມາດເປັນໄປໄດ້ ຢູ່ 6 ອັນ: 1, 2, 3, 4, 5, ໂຕ 6.

---

outlier / ຕົວເລກນອກ : ມູນຄ່າອັນໜຶ່ງ ທີ່ຖືກແຍກຢ່າງກວ້າງໆ ອອກຈາກ ອ້ມູບ ຕົວເລກ ຢູ່ໃນຊຸມມູບຕົວເລກຊຸດໜຶ່ງ. ຕາມປົກກະຕິແລ້ວ, ມູນຄ່າອັນໜຶ່ງ ທີ່ໃຫຍ່ ກວ່າຕົວແປຢູ່ໃນລະດັບສູງກວ່າ ໃນຈຳນວນທຸກຍາວກວ່າ 1.5 ເທື່ອ ຂອງຂອບເຂດ ລະຫວ່າງໆຕົວແປ ຫຼື ຕ່ຳກວ່າ ຕົວແປຢູ່ໃນລະດັບຕ່ຳ ໃນຈຳນວນ ຕ່ຳກວ່າ 1.5 ເທື່ອ ຂອງ ຂອບເຂດລະຫວ່າງໆຕົວຜັນແປ.

ຂອບເຂດລະຫວ່າງໆຕົວແປ ຂອງ ຊຸ້ມບູຕົວເລກ ທີ່ໃຫ້ໄວ້ ຢູ່ລຸ່ມນີ້ ແມ່ນ $23 - 10 = 13.$

ຕົວແປຢູ່ໃນລະດັບ   ຕົວແປຢູ່ໃນລະດັບ
ຕ່ຳກວ່າ   ສູງກວ່າ
↓   ↓

8 **10** 14 17 20 **23** 50

ມູນຄ່າໆຂອງຊຸ້ມບູຕົວເລກ 50 ແມ່ນໃຫຍ່ກວ່າ
$23 + 1.5(13) = 42.5,$ ເພາະສະນັ້ນ
ມັນຈຶ່ງແມ່ນຕົວເລກນອກ.

---

output / ຜະລິດຕະຜົນ : ຕົວເລກອັນໜຶ່ງ ຢູ່ໃນຂອບເຂດ ຂອງຕຳລາອັນໜຶ່ງ.

ເບິ່ງ function / ຕຳລາ.

---

overlapping events / ຜົນຕາມມາ ທີ່ປະຈວບເໝາະກັນ (ຄາບກ່ຽວກັນ) : ບັນດາຜົນຕາມມາ ທີ່ຢ່າງໜ້ອຍທີ່ສຸດ ກ່ໍມີຜົນ ໄດ້ຮັບທີ່ຄືກັນອັນໜຶ່ງ.

ເມື່ອທ່ານ ໂຍນລູກຕໍ່າຕົວເລກອັນໜຶ່ງ, "ໂຍນອອກ ເລກ 3" ແລະ "ໂຍນອອກເລກຄີກອັນໜຶ່ງ" ແມ່ນຜົນ ຕາມມາ ທີ່ປະຈວບເໝາະ ກັນ (ຄາບກ່ຽວກັນ).

P

parabola, algebraic definition / ເສັ້ນປາຣາໂບລ, ຄຳນິຍາມທາງດ້ານ ພຶຊຄະລະມິດ : ເສັ້ນສະແດງໆທີ່ເປັນຮູບໂຕ U ຂອງ ຕຳລາອັນສອງ.

$$y = x^2 - 6x + 5$$

ເສັ້ນສະແດງໆຂອງ $y = x^2 - 6x + 5$
ແມ່ນເສັ້ນປາຣາໂບລ.

---

parabola, geometric definition / ເສັ້ນປາຣາໂບລ, ຄຳນິຍາມ ທາງດ້ານ

ເລຂາຄະນິດ : ຊຸດຂອງບັນດາຈຸດທັງໝົດ ທີ່ມີໄລຍະຫ່າງເທົ່າກັນກັບ ຈາກຈຸດໜຶ່ງ ທີ່ເອີ້ນວ່າຈຸດສູນ ແລະ ເສັ້ນອັນໜຶ່ງ ທີ່ເອີ້ນວ່າເສັ້ນຄົງທີ່. ເສັ້ນສະແດງ ຂອງຕຳລາອັນ ສອງ $y = ax^2 + bx + c$ ແມ່ນເສັ້ນປາຣາໂບລ.

paragraph proof / ບົດພິສູດເປັນຂໍ້ຄວາມອັກທໍ່ງ : ປະເພດຂອງບົດພິສູດ
ທີ່ຖືກຈະບຽບ ຢູ່ໃນຮູບແບບຂອງຂໍ້ຄວາມອັກທໍ່ເຮັນໜຶ່ງ.

parallel lines / ເສັ້ນຂະໜານ : ສອງເສັ້ນຢູ່ໃນໜ້າຜຽງອັນດຽວກັນ ທີ່ບໍ່ຕັດກັນ.

parallel planes / ໜ້າຜຽງຂະໜານ : ສອງໜ້າຜຽງທີ່ບໍ່ຕັດກັນ.

$$S \parallel T$$

parallelogram / ຮູບສີ່ຫຼ່ຽມຂ້າງຂະໜານ : ຮູບສີ່ຫຼ່ຽມ ຊຶ່ງທັງສອງຄູ່ ຂອງເສັ້ນຂ້າ
ທີ່ຢູ່ເບື້ອງກົງກັນຂ້າມກັນ ມີຄວາມຂະໜານກັນ.

□PQRS

parent function / ຕຳລາຫຼັກ : ຕຳລາທີ່ມີລັກສະນະພື້ນຖານກວ່າໝູ່ ຢູ່ໃນຕະກຸນ
ຂອງ ຕຳລາ.

ຕຳລາຫຼັກ ສຳລັບຕະກຸນ ຂອງຕຳລາເສັ້ນຂຶ້ທັງໝົດ
ແມ່ນ $y = x$.

partial sum / ຜົນບວກບາງສ່ວນ : ຜົນບວກ S_n ຂອງຈຳນວນ n ທີໜຶ່ງ ຂອງຊຸດ
ຈຳນວນຕໍ່ເລກທີ່ບໍ່ສິ້ນສຸດ ຊຸດໜຶ່ງ.

$$\frac{1}{2} + \frac{1}{4} + \frac{1}{8} + \frac{1}{16} + \frac{1}{32} + \ldots$$

ຈຳນວນຕໍ່ເລກທີ່ຕໍ່ເນື່ອງຂ້າງເທິງນີ້
ມີຜົນບວກບາງສ່ວນ ເປັນ $S_1 = 0.5$, $S_2 = 0.75$,
$S_3 \approx 0.88$, $S_4 \approx 0.94$, ...

Pascal's triangle / ຮູບສາມຫຼ່ຽມຂອງ ປາສກາລ : ການຈັດອາງບັນດາມູນ
ຄ່າ ຂອງ $_nC_r$ ຢູ່ໃນຮູບແບບສາມຫຼ່ຽມ ຊຶ່ງໃນນີ້ ແຕ່ລະຖັນ ມີຄວາມກົງກັນກັບ ມູນຄ່າ
ຂອງ n.

$$_0C_0$$
$$_1C_0 \quad _1C_1$$
$$_2C_0 \quad _2C_1 \quad _2C_2$$
$$_3C_0 \quad _3C_1 \quad _3C_2 \quad _3C_3$$
$$_4C_0 \quad _4C_1 \quad _4C_2 \quad _4C_3 \quad _4C_4$$
$$_5C_0 \quad _5C_1 \quad _5C_2 \quad _5C_3 \quad _5C_4 \quad _5C_5$$

pentagon / ຮູບຫ້າຫຼ່ຽມ : ຮູບຫຼາຍດ້ານທີ່ປະກອບດ້ວຍ ຫ້າຂ້າງ.

High School
Multi-Language Visual Glossary

percent / ສ່ວນຮ້ອຍ : ອັດຕາສ່ວນທີ່ສົມທຽບຕໍ່ເລກອັນໜຶ່ງ ໃສ່ກັບ 100. ສ່ວນຮ້ອຍ ຫຼື ເປີເຊັນ *(Percent)* ມີຄວາມໝາຍວ່າ "ຕໍ່ໜຶ່ງຮ້ອຍ."	$43\% = \frac{43}{100} = 0.43$
percent of change / ເປີເຊັນຂອງຄວາມປ່ຽນແປງ : ເປີເຊັນ ທີ່ສະແດງໃຫ້ເຫັນວ່າ ປະລິມານອັນໜຶ່ງ ເພີ່ມຂຶ້ນ ຫຼື ຫຼຸດລົງ ຫຼາຍປານໃດ ເມື່ອທຽບໃສ່ ຈຳນວນດັ້ງເດີມຂອງມັນ. ເປີເຊັນຂອງຄວາມປ່ຽນແປງ, $p\% = \frac{\text{ຈຳນວນຂອງການເພີ່ມຂຶ້ນ ຫຼື ຫຼຸດລົງ}}{\text{ຈຳນວນດັ້ງເດີມ}}$	ເປີເຊັນຂອງຄວາມປ່ຽນແປງ, $p\%$, ຈາກ 140 ໄປຫາ 189 ແມ່ນ : $p\% = \frac{189 - 140}{140} = \frac{49}{140} = 0.35 = 35\%$
percent of decrease / ເປີເຊັນຂອງການຫຼຸດລົງ : ເປີເຊັນຂອງຄວາມ ປ່ຽນແປງ ຢູ່ໃນປະລິມານອັນໜຶ່ງ ເມື່ອຈຳນວນໃໝ່ ຂອງປະລິມານດັ້ງກ່າວ ຫຼາກຕ່ຳກວ່າ ຈຳ ນວນດັ້ງເດີມ.	ເບິ່ງ percent of change / ເປີເຊັນຂອງຄວາມ ປ່ຽນແປງ.
percent of increase / ເປີເຊັນຂອງການເພີ່ມຂຶ້ນ : ເປີເຊັນຂອງຄວາມ ປ່ຽນແປງ ຢູ່ໃນປະລິມານອັນໜຶ່ງ ເມື່ອຈຳນວນໃໝ່ ຂອງປະລິມານດັ້ງກ່າວ ຫຼາກສູງກວ່າ ຈຳ ນວນດັ້ງເດີມ.	ເບິ່ງ percent of change / ເປີເຊັນຂອງຄວາມ ປ່ຽນແປງ.
perfect square / ເລກຍົກກຳລັງສອງທີ່ສົມບູນແບບ : ຕົວເລກທີ່ແມ່ນໄດ້ຮັບ ຂອງການຍົກກຳລັງສອງ ຂອງເລກຖ້ວນອັນໜຶ່ງ.	49 ແມ່ນຕົວເລກຍົກກຳລັງສອງທີ່ສົມບູນແບບ, ຍ້ອນວ່າ $49 = 7^2$.
perfect square trinomials / ເລກຍົກກຳລັງສອງທີ່ສົມບູນແບບ ທີ່ປະກອບ ດ້ວຍສາມສ່ວນ : ເລກຍົກກຳລັງສອງທີ່ສົມບູນແບບ ຊຶ່ງປະກອບດ້ວຍ ສາມພາກສ່ວນ ຂອງຮູບແບບ $a^2 + 2ab + b^2$ ແລະ $a^2 - 2ab + b^2$.	$x^2 + 6x + 9$ ແລະ $x^2 - 10x + 25$ ແມ່ນເລກຍົກກຳລັງ ສອງ ທີ່ສົມບູນແບບ ຊຶ່ງປະກອບດ້ວຍສາມສ່ວນ.
perimeter / ເສັ້ນລວງຮອບ : ໄລຍະທ່າງໆ ອ້ອມຮອບຮູບສະແດງອັນໜຶ່ງ, ທີ່ວັດ ແທກເປັນທ່ວຍໜ່ວຍລວງຍາວ ເປັນຕົ້ນແມ່ນ ຟຸດ, ນິ້ວ, ຫຼື ແມັດ.	 **7 ຊມ** **5 ຊມ** **8 ຊມ** ໂລວງຮອບ $= 5 + 7 + 8$, ຫຼື 20 ຊມ
period / ໄລຍະຮອບວຽນ : ຄວາມຍາວທາງຫາງ ຂອງແຕ່ລະຮອບວຽນ ຂອງຕຳລາຮອບວຽນ.	ເບິ່ງ periodic function / ຕຳລາຮອບວຽນ.
periodic function / ຕຳລາຮອບວຽນ : ຕຳລາທີ່ມີເສັ້ນສະແດງ ເປັນແບບ ແຜນທີ່ລົ້ມຄືນ (ຊ້ຳແບບ).	 ເສັ້ນສະແດງ ທີ່ສະແດງໃຫ້ເຫັນ **3** ຮອບວຽນ ຂອງ $y = \tan x$, ຊຶ່ງແມ່ນຕຳລາຮອບວຽນ ທີ່ມີຮອບວຽນເປັນ π.
permutation / ການປ່ຽນລຳດັບ : ການຈັດວາງວັດຖຸສິ່ງຂອງ ຊຶ່ງໃນນັ້ ລຳດັບ ມີຄວາມສຳຄັນ.	ເຮົາສາມາດປ່ຽນລຳດັບຂອງເລກ 1, 2 ແລະ 3 ໄດ້ 6 ແບບ ຄື: 1, 2, ແລະ 3: 123, 132, 213, 231, 312, ແລະ 321.
perpendicular bisector / ສອງສ່ວນທີ່ຕັ້ງສາກ : ທ່ອນ, ເສັ້ນລັດສະໝິ, ເສັ້ນ, ຫຼື ໜ້າພຽງອັນໜຶ່ງ ທີ່ຕັ້ງສາກ ກັບສ່ວນ ຫຼື ທ່ອນອັນໜຶ່ງ ຢູ່ຈຸດເຄິ່ງກາງໆ ຂອງມັນ.	 C A P B

piecewise function / ຕຳລາທີ່ມີຕ່ອນັບປ່ຽນປັ່ນຕ່ອເລກາຈຶ່ງ : ຕຳລາທີ່ຖືກກຳນົດ ໂດຍ ຢ່າງໜ້ອຍທີ່ສຸດ ສອງສົມຜົນ, ຊຶ່ງແຕ່ລະສົມຜົນ ແມ່ນໃຊ້ກັບ ສ່ວນໜຶ່ງຕ່າງໆຫາກ ຂອງກຸ່ມຕົວເລກ ຂອງຕຳລາຄັ້ງກ່າວ.	$g(x) = \begin{cases} 3x - 1, & \text{ຖ້າວ່າ } x < 1 \\ 0, & \text{ຖ້າວ່າ } x = 1 \\ -x + 4, & \text{ຖ້າວ່າ } x > 1 \end{cases}$
plane / ໜ້າພຽງ : ໜ້າພຽງອັນໜຶ່ງມີສອງມິຕິ. ຕາມທຳມະດາແລ້ວ ໜ້າພຽງ ຈະ ຖືກນຳສະແດງ ໂດຍຮູບອັນໜຶ່ງທີ່ເບິ່ງຕິດກັບລວງພື້ນ ຫຼື ຝາອັນໜຶ່ງ. ທ່ານຕ້ອງສຳນຶກ ຜາບເອົາວ່າ ໜ້າພຽງຂະຫຍາຍອອກໄປໂດຍບໍ່ມີຈຸດສິ້ນສຸດ, ເຖິງແມ່ນວ່າ ຮູບແຕ້ມ ຂອງໜ້າພຽງຈະປະກົດຕິວ່າມີຂອບ. ຈຶ່ງເປັນ undefined term / ຜາກຄຳສັບທີ່ບໍ່ໄດ້ ຖືກບັງຍາມ ນຳດ້ອຍ.	 ໜ້າພຽງ **M** or ໜ້າພຽງ **ABC**
Platonic solids / ຮູບທ້ອນ ປລາໂຕ : ຮູບຫຼາຍດ້ານແບບທຳມະດາ ທັງຫຼະມີຕ, ຊຶ່ງ ເອີ້ນຊື່ຕາມນັກຄະນິດສາດ ແລະ ປັດຊະຍາ ຂອງກຣີກ - ປລາໂຕ.	ຮູບທ້ອນປລາໂຕ ຮວມມີ ຮູບອຶ່ງສີ່ດ້ານແບບທຳມະດາ, ລູກຕຶ້ມ, ຮູບແປດໜ້າແບບທຳມະດາ, ຮູບສິບສອງໜ້າ ແບບທຳມະດາ (ຊຶ່ງແຕ່ລະໜ້າເປັນຮູບຫ້າກ່ຽງມ), ແລະ ຮູບຊາວໜ້າແບບທຳມະດາ (ຊຶ່ງແຕ່ລະໜ້າ ເປັນຮູບສາມ ກ່ຽງມ).
point / ຈຸດ : ຈຸດອັນໜຶ່ງບໍ່ມີມິຕິ. ຕາມປົກກະຕິແລ້ວ ຈຸດອັນໜຶ່ງ ຈະຖືກນຳ ສະແດງ ໂດຍຈ້າມົດອັນໜຶ່ງ. ຈຶ່ງເປັນ ຜາກຄຳສັບທີ່ບໍ່ໄດ້ ຖືກບັງຍາມ ບໍ່ດ້ອຍ.	 ຈຸດ **A**
point of concurrency / ຈຸດຜົບກັນ : ຈຸດຕັດກັນ ຂອງບັນດາເສັ້ນ, ລັດສະໜີ, ຫຼື ທ່ອນຕ່າງໆ ໂດຍພ້ອມພຽງກັນ.	 **P** ແມ່ນຈຸດຜົບກັນ ຂອງເສັ້ນ **j, k,** ແລະ **ℓ**.
point-slope form / ຮູບແບບ (ສູດ) ຈຸດເບ້ົງ : ສົມຜົນຂອງເສັ້ນທີ່ບໍ່ຕັ້ງສາກ ຊຶ່ງຖືກ ອຮມຂຶ້ນຢູ່ໃນຮູບແບບ $y - y_1 = m(x - x_1)$ ໂດຍທີ່ເສັ້ນຜ່ານຈຸດໜຶ່ງ ທີ່ໃຫ້ມາ (x_1, y_1) ແລະມີຄວາມຊອງ m.	ສົມຜົນ $y + 3 = 2(x - 4)$ ແມ່ນຢູ່ໃນຮູບແບບ ຈຸດເບ້ົງ. ເສັ້ນສະແດງຂອງສົມຜົນຄັ້ງກ່າວ ແມ່ນເສັ້ນ ທີ່ຜ່ານຈຸດນັ້ນ $(4, -3)$ ແລະ ມີຄວາມເບ້ົງເປັນ 2.
polygon / ຮູບຫຼາຍກ່ຽງມ : ຮູບສະແດງຂອງໜ້າພຽງທີ່ປິດຈອດ ຊຶ່ງມີຄຸນລັກສະນະ ດັ່ງຕໍ່ໄປນີ້: (1) ມັນຖືກສ້າງຂຶ້ນ ດ້ວຍທ່ອນເສັ້ນ, ຊຶ່ງເອີ້ນວ່າຂ້າງ, ນັບແຕ່ ສາມເສັ້ນ ຂຶ້ນໄປ. (2) ແຕ່ລະຂ້າງໆ ຈະຕັດໄດ້ໆແມ່ນບອນກໍ່ບສອງຂ້າງໆຂຶ້ນ, ຢູ່ຈຸດສິ້ນສຸດ, ເພື່ອບໍ່ໃຫ້ ສອງຂ້າງໆ ທີ່ມີສິ້ນສຸດອັນດຽວກັນ ຢູ່ທິງເສັ້ນຊຶ່ອັນດຽວກັນ.	 ຮູບຫຼາຍກ່ຽງມ **ABCDE**
polyhedron / ຮູບຫຼາຍດ້ານ (ຫຼາຍໜ້າ) : ຮູບທ້ອນທີ່ຖືກຈຳກັດຂອບເຂດ ດ້ວຍຫຼາຍໆດ້ານ, ທີ່ເອີ້ນວ່າໜ້າ, ທີ່ຮວມເອົາຢູ່ລິເວດໜຶ່ງໆລວງ ຂອງອາກາດ. ຢູ່ໃນພາສາ ອັງກິດ, ພະຫຸພົດຂອງ ຮູບຫຼາຍດ້ານ ແມ່ນ *polyhedra* ຫຼື *polyhedrons*.	
polynomial / ສຳນວນເລກທີ່ປະກອບດ້ວຍຫຼາຍຈຳນວນ: ສຳນວນເລກ ທີ່ປະກອບດ້ວຍຈຳນວນດຽວ ຫຼື ຜົນບວກຂອງບັນດາສຳນວນເລກ ທີ່ປະກອບດ້ວຍ ຈຳນວນດຽວ, ແຕ່ລະກຸ່ມເລກກ້ອນນີ້ ຈະຖືກເອີ້ນວ່າ ແມ່ນຈຳນວນກຸ່ມເລກ ຂອງສຳນວນ ເລກທີ່ປະກອບດ້ວຍຫຼາຍຈຳນວນ.	$9, 2x^2 + x - 5,$ ແລະ $7bc^3 + 4b^4c$ ແມ່ນສຳນວນເລກ ທີ່ປະກອບດ້ວຍຫຼາຍຈຳນວນ.
polynomial function / ຕຳລາຂອງສຳນວນເລກທີ່ປະກອບດ້ວຍຫຼາຍຈຳນວນ : ຕຳລາຂອງຮູບແບບ $f(x) = a_n x^n + a_{n-1} x^{n-1} + \cdots + a_1 x + a_0$ ເມື່ອ $a_n \neq 0$, ຄ່າກຳລັງທັງໝົດ ແມ່ນເລກຖ້ວນ, ແລະ ຄ່າຄູນທັງໝົດແມ່ນຕົວເລກຈຶ່ງ.	$f(x) = 11x^5 - 0.4x^2 + 16x - 7$ ແມ່ນຕຳລາ ຂອງສຳ ນວນເລກທີ່ປະກອບດ້ວຍຫຼາຍຈຳນວນ. ລະດັບຂອງ $f(x)$ ແມ່ນ 5, ຄ່າຄູນທີ່ນຳໜ້າ ແມ່ນ 11, ຈຳນວນຕົວເລກ ຄົງທີ່ ແມ່ນ -7.

polynomial long division / ການຫານສຳນວນເລກທີ່ປະກອບດ້ວຍຫຼາຍ ຈຳນວນ ແບບຍາວ : ວິທີການທີ່ຖືກນຳໃຊ້ ເພື່ອຫານ ສຳນວນເລກທີ່ປະກອບດ້ວຍ ຫຼາຍຈຳນວນ ຊຶ່ງຄືກັນກັບ ວິທີທີ່ທ່ານຫານຕົວເລກຕ່າງໆ.	$$x - 2 \overline{)\,x^3 + 5x^2 - 7x + 2\,}$$ $$\begin{array}{r} x^2 + 7x + 7 \\ \underline{x^3 - 2x^2} \\ 7x^2 - 7x \\ \underline{7x^2 - 14x} \\ 7x + 2 \\ \underline{7x - 14} \\ 16 \end{array}$$ $$\frac{x^3 + 5x^2 - 7x + 2}{x - 2} = x^2 + 7x + 7 + \frac{16}{x - 2}$$
population / ຈຳນວນທັງໝົດ : ຈຳນວນທັງໝົດຂອງກຸ່ມ ທີ່ທ່ານຕ້ອງການຮູ້ຈັກ ກ່ຽວກັບ.	ອາລະສາມອັນໜຶ່ງ ເຊື້ອເຊີນໃຫ້ຜູ້ອ່ານຂອງຕົນ ສົ່ງຄຳຕອບ ຕໍ່ ແບບສອບຖາມເພື່ອຈັດລະດັ ບຂອງອາລະສາມຄັ້ງກ່າວ. ຈຳນວນທັງໝົດ ໜີລະໝືອງ ປະກອບດ້ວຍ ບັນດາຜູ້ອ່ານອາລະ ສາມຄັ້ງກ່າວທັງໝົດ.
positive correlation / ການກ່ຽວພັນທີ່ມີລັກສະນະບວກ : ຊຸ່ມບຕົວເລກຄູ່ໜຶ່ງ (x, y) ມີຄວາມກ່ຽວພັນໃນລັກສະນະບວກ, ຖ້າວ່າ y ມີຈຳນວນ ເພີ້ມຂຶ້ນ ເມື່ອ x ເພີ້ມຂຶ້ນ.	
positive integers / ຕົວເລກຖ້ວນທີ່ມີຄ່າບວກ : ບັນດາຕົວເລກຖ້ວນ ທີ່ມີຄ່າໃຫຍ່ ກວ່າ 0.	$1, 2, 3, 4, \ldots$
postulate / ຫຼັກການພື້ນຖານ : ຫຼັກການທີ່ຖືກຍອມຮັບ ໂດຍບໍ່ມີການພິສູດ. ຍັງຖືກ ເອີ້ນວ່າ "ຄວາມຈິງທີ່ບໍ່ບໍ່ຕ້ອງພິສູດ" ຫຼື ຫຼັກການແອັກຊຽມ (axiom).	ຫຼັກການພື້ນຖານກ່ຽວກັບການບວກທ່ອນ/ເສັ້ນເຂົ້າກັນ ກ່າວວ່າ: ຖ້າວ່າ ຈຸດ B ຢູ່ລະຫວ່າງ A ແລະ C, ໃນເວລານັ້ນ $AB + BC = AC$.
power / ເລກຍົກກຳລັງ : ສຳນວນເລກ ທີ່ນຳສະເໜີ ການຄູນ ຕົວຄູນອັນດຽວກັນ ຊ້ຳຄືນ ຫຼາຍໆເທື່ອ.	81 ແມ່ນເລກຍົກກຳລັງຂອງ 3, ຍ້ອນວ່າ $81 = 3 \cdot 3 \cdot 3 \cdot 3 = 3^4$.
power function / ຕຳລາເລກຍົກກຳລັງ: ເບີ່ງ exponential function / ຕຳລາກ່ຽວກັບເລກກຳລັງ.	ເບີ່ງ exponential function / ຕຳລາກ່ຽວກັບເລກກຳລັງ.
preimage / ຮູບພາບເດີມ: ຮູບຊົງດັ້ງເດີມ ທີ່ຜົນຢູ່ໃນ ໄລຍະການປ່ຽນແປງ. ເບີ່ງຄື image / ຮູບພາບ ນຳດ້ວຍ.	ເບີ່ງ image / ຮູບພາບ.
prime factorization / ການແຍກອອກເປັນຕົວຄູນຕົວຫານຕົ້ນຕໍ : ຕົວເລກຖ້ວນ ອັນໜຶ່ງ ທີ່ຖືກທຽມໃຫ້ເປັນຜົນໄດ້ຮັບຂອງ ຕົວຄູນ ຫຼື ຕົວຫານ ຕົ້ນຕໍຕ່າງໆ.	ຕົວແຍກອອກເປັນຕົວຄູນຫຼືຕົວຫານຕົ້ນຕໍ ຂອງ 20 ແມ່ນ $2^2 \times 5$.
prime number / ຕົວເລກຕົ້ນຕໍ : ຕົວເລກຖ້ວນອັນໜຶ່ງ ທີ່ມີຄ່າໃຫຍ່ກວ່າ 1 ແລະມີ ຕົວຄູນ ຫຼື ຕົວຫານ ພຽງແຕ່ 1 ແລະ ຕົວມັນເອງເທົ່ານັ້ນ.	59 ແມ່ນຕົວເລກຕົ້ນຕໍອັນໜຶ່ງ, ຍ້ອນວ່າ ຕົວຄູນ ແລະ ຕົວຫານ ທີ່ມັນມີ ແມ່ນພຽງແຕ່ 1 ແລະ ຕົວຂອງມັນເອງ ເທົ່ານັ້ນ.
prism / ຮູບກ້ອນ : ຮູບຫຼາຍໜ້າ (ຫຼາຍດ້ານ) ທີ່ມີສອງໜ້າສອດຄ່ອງກັນ (ຄືກັນ), ຊຶ່ງເຜີນເອີ້ນວ່າລວງພື້ນ, ທີ່ນອນຢູ່ນບໜ້າພຽງທີ່ຂະໜານກັນ.	ລວງພື້ນ ລວງພື້ນ

probability distribution / ການແຈກຢາຍຂອງຄວາມອາດສາມາດ ເປັນໄປ ໄດ້ : ຕຳລາທີ່ໃຫ້ຄວາມອາດສາມາດເປັນໄປໄດ້ ຂອງມູນຄ່າທີ່ເປັນໄປໄດ້ແຕ່ ລະອັນ ຂອງ ຕົວແປຣທີ່ຖືກລັດເລືອກເອົາແບບບໍ່ລຽງລຳດັບ. ຜົນບວກຂອງ ບັນດາຄວາມ ອາດສາ ມາດເປັນໄປໄດ້ທັງໝົດ ຢູ່ໃນການແຈກຢາຍຂອງ ຄວາມອາດສາມາດເປັນ ໄປໄດ້ ຕ້ອງເທົ່າກັບ 1.

ປ່ອຍໃຫ້ຕົວແປ X ຊຶ່ງຖືກລັດເລືອກເອົາແບບບໍ່ລຽງ ຕາມລຳດັບ ເປັນຕົວແທນໃຫ້ ຕົວເລກທີ່ສະແດງໃຫ້ເຫັນ ຜົນຈາກການໂຍນ ລູກເຕົ໋າແບບ ມາດຕະຖານທີ່ມີ ຫົກໜ້າ.

ການແຈກຢາຍຂອງຄວາມອາດສາມາດເປັນໄປໄດ້ ສຳລັບການໂຍນລູກເຕົ໋າ						
X	1	2	3	4	5	6
$P(X)$	$\frac{1}{6}$	$\frac{1}{6}$	$\frac{1}{6}$	$\frac{1}{6}$	$\frac{1}{6}$	$\frac{1}{6}$

probability of an event / ຄວາມອາດສາມາດເປັນໄປໄດ້ ຂອງເຫດການ ອັນໜຶ່ງ : ຕົວເລກຈາກ 0 ຖຶງ 1 ທີ່ວັດແທກຄວາມເປັນໄປໄດ້ ທີ່ເຫດການອັນໜຶ່ງ ຈະເກີດຂຶ້ນ. ມັນອາດຖືກສະແດງອອກ ເປັນເລກສ່ວນ, ເລກສົດ, ຫຼື ສ່ວນຮ້ອຍ.

ເບິ່ງ experimental probability / ຄວາມອາດ ສາມາດເປັນໄປໄດ້ ທີ່ໄດ້ຈາກການທົດລອງ geometric probability / ຄວາມອາດເປັນໄປໄດ້ ທາງເລຂາຄະນິດ ແລະ theoretical probability / ຄວາມອາດສາມາດເປັນໄປໄດ້ ທາງພາກ ທິດສະດີ.

proof / ການພິສູດ : ການໂຕ້ແຍ້ງທາງດ້ານເຫດຜົນ ທີ່ສະແດງໃຫ້ເຫັນ ວ່າຄຳກ່າວ ອັນໜຶ່ງແມ່ນຖືກຕ້ອງຕາມຄວາມຈິງ.

proportion / ຄວາມສົມສ່ວນ : ສົມຜົນອັນໜຶ່ງ ທີ່ກ່າວວ່າ ສອງອັດຕາສ່ວນ ມີຄວາມເທົ່າທຽມກັນ: $\frac{a}{b} = \frac{c}{d}$ ໂດຍທີ່ $b \neq 0$ ແລະ $d \neq 0$.

$\frac{3}{4} = \frac{6}{8}$ ແລະ $\frac{11}{6} = \frac{x}{30}$ ແມ່ນຄວາມສົມສ່ວນ.

pure imaginary number / ຕົວເລກສົມມຸດແບບບໍລິສຸດ : ຕົວເລກທີ່ມີຄວາມ ສະຫຼັບສັບຊ້ອນ $a + bi$ ໃນຂະນະທີ່ $a = 0$ ແລະ $b \neq 0$.

$-4i$ ແລະ $1.2i$ ແມ່ນຕົວເລກສົມມຸດແບບບໍລິສຸດ.

pyramid / ປິຣະມິດ : ຮູບຫຼາຍດ້ານອັນໜຶ່ງ ຊຶ່ງໃນນີ້ ດ້ານທີ່ເປັນລວງພື້ນ ແມ່ນຮູບ ຫຼາຍຫຼ່ຽມ, ແລະ ບັນດາດ້ານຂ້າງໆ ແມ່ນຮູບສາມຫຼ່ຽມ ໂດຍມີຈອມ ຫຼື ສ່ວນສູງສຸດ ອັນດຽວກັນ, ຊຶ່ງເຮົາເອີ້ນວ່າຈອມຂອງປິຣະມິດ.

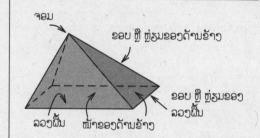

ຈອມ
ຂອບ ຫຼື ຫຼ່ຽມຂອງດ້ານຂ້າງໆ
ຂອບ ຫຼື ຫຼ່ຽມຂອງ ລວງພື້ນ
ລວງພື້ນ
ໜ້າຂອງດ້ານຂ້າງໆ

Pythagorean theorem / ທິດສະກີເລຂາຄະນິດ : ຖ້າວ່າຮູບສາມຫຼ່ຽມອັນ ໜຶ່ງ ແມ່ນຮູບສາມຫຼ່ຽມສາກ, ຜົນບວກຂອງ ລວງຍາວຍົກກຳລັງສອງ ຂອງ ຂ້າງ a ແລະ b ຈະເທົ່າກັບຄວາມຍາວຍົກກຳລັງສອງ ຂອງຂ້າງ c ຊຶ່ງເປັນຂ້າງທີ່ຢູ່ກົງກັນ ຂ້າມ ກັບມຸມສາກຕັ້ງກ່າວ: $a^2 + b^2 = c^2$.

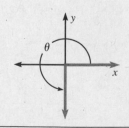

$a = 5$
$c = 13$
$b = 12$

$5^2 + 12^2 = 13^2$

Pythagorean triple / ເລຂາຄະນິດສາມເທົ່າ : ຊຸດຂອງຕົວເລກຖ້ວນສາມຕົວ ທີ່ມີຄ່າເປັນບວກ $a, b,$ ແລະ c ທີ່ປະກອບເຂົ້າຢູ່ໃນສົມຜົນ $c^2 = a^2 + b^2$.

ເລຂາຄະນິດສາມເທົ່າ ທີ່ພົບເຫັນທົ່ວໄປ:

3, 4, 5   5, 12, 13   8, 15, 17   7, 24, 25

Q

quadrantal angle / ມຸມທີ່ຕັ້ງສາກ : ມຸມອັນໜຶ່ງ ທີ່ຢູ່ໃນຕຳແໜ່ງມາດຕະ ຖານ ແລະ ມີຂ້າງໆສຸດທ້າຍຕັ້ງຢູ່ບົນເສັ້ນແກນກາງໆ (ເສັ້ນເຄົ້າ) ອັນໜຶ່ງ.

quadrants / ມຸມສາກ : ສີ່ສ່ວນຂອງໜ້າພຽງທີ່ຖືກຕັດແບ່ງອອກໂດຍ ແກນ x ແລະ ແກນ y.

ແກນ y

ມຸມສາກ II $(-, +)$	ມຸມສາກ I $(+, +)$
ມຸມສາກ III $(-, -)$	ມຸມສາກ IV $(+, -)$

ແກນ x

---

quadratic equation in one variable / ສົມຜົນອັນສອງທີ່ມີຕົວແປຜັ່ງອັນ : ສົມຜົນອັນຜັ່ງທີ່ສາມາດຖືກຂຽນຂຶ້ນ ຢູ່ໃນຮູບແບບມາດຕະຖານ: $ax^2 + bx + c = 0$ ເມື່ອ $a \neq 0$.

ສົມຜົນ $x^2 - 2x = 3$ ແລະ $0.1x^2 = 40$ ຕ່າງໆກໍແມ່ນສົມຜົນ ອັນສອງ.

---

quadratic form / ຮູບແບບກຳລັງສອງ : ຮູບແບບ $au^2 + bu + c$, ໂດຍທີ່ u ແມ່ນທຸກໆສຳນວນເລກຢູ່ໃນຕົວ x.

ສຳນວນເລກ $16x^4 - 8x^2 - 8$ ແມ່ນຢູ່ໃນຮູບແບບກຳ ລັງສອງ ຍ້ອນວ່າມັນສາມາດຖື ກຂຽນຂຶ້ນເປັນ $u^2 - 2u - 8$ ໂດຍທີ່ $u = 4x^2$.

---

quadratic formula / ສູດກຳລັງສອງ : ສູດ $x = \dfrac{-b \pm \sqrt{b^2 - 4ac}}{2a}$ ຖືກນຳໃຊ້ເພື່ອຂອກຫາຄຳເຕີມໄດ້ຮັບ ຂອງສົມຜົນອັນສອງ $ax^2 + bx + c = 0$ ເມື່ອ $a, b,$ ແລະ c ແມ່ນຕົວເລກຈິງ ແລະ $a \neq 0$.

ເພື່ອແກ້ $3x^2 + 6x + 2 = 0$, ຈຶ່ງປ້ອນແທນ 3 ໃສ່ a, 6 ໃສ່ b, ແລະ 2 ໃສ່ c ຢູ່ໃນສູດກຳລັງສອງດັ່ງກ່າວ.

$$x = \frac{-6 \pm \sqrt{6^2 - 4(3)(2)}}{2(3)} = \frac{-3 \pm \sqrt{3}}{3}$$

---

quadratic function / ຕຳລາກຳລັງສອງ : ຕຳລາທີ່ຍ່ປັນເສັ້ນຂ້ອັນຜັ່ງ ທີ່ສາມາດຖືກຂຽນຂຶ້ນຢູ່ໃນຮູບແບບມາດຕະຖານ $y = ax^2 + bx + c$ ໂດຍທີ່ $a \neq 0$.

$y = 2x^2 + 5x - 3$ ແມ່ນຕຳລາກຳລັງສອງອັນຜັ່ງ.

---

quadratic inequality in one variable / ອະສົມຜົນອັນສອງທີ່ມີຕົວຜັນ ແປຜັ່ງຕົວ : ອະສົມຜົນທີ່ສາມາດຖືກຂຽນຂຶ້ນ ຢູ່ໃນຮູບແບບ $ax^2 + bx + c < 0$, $ax^2 + bx + c \leq 0$, $ax^2 + bx + c > 0$, ຫຼື $ax^2 + bx + c \geq 0$.

$x^2 + x \leq 0$ ແລະ $2x^2 + x - 4 > 0$ ແມ່ນອະສົມຜົນອັນສອງ ທີ່ມີຕົວຜັນແປຜັ່ງຕົວ.

---

quadratic inequality in two variables / ອະສົມຜົນອັນສອງທີ່ມີຕົວຜັນ ແປສອງຕົວ : ອະສົມຜົນທີ່ສາມາດຖືກຂຽນຂຶ້ນຢູ່ໃນຮູບແບບ $y < ax^2 + bx + c$, $y \leq ax^2 + bx + c$, $y > ax^2 + bx + c$, or $y \geq ax^2 + bx + c$.

$y > x^2 + 3x - 4$ ແມ່ນອະສົມຜົນອັນສອງ ທີ່ມີຕົວຜັນແປ ສອງຕົວ.

---

quadratic system / ລະບົບກຳລັງສອງ : ລະບົບຂອງສົມຜົນ ທີ່ຮວມມີ ສົມຜົນ ຂອງຮູບກວາຍ ຊຶ່ງທື່ຫຼາຍສົມຜົນ.

$y^2 - 7x + 3 = 0$ $\qquad$ $x^2 + 4y^2 + 8y = 16$

$2x - y = 3$ $\qquad$ $2x^2 - y^2 - 6x - 4 = 0$

ບັນດາລະບົບຂ້າງເທິງນີ້ ແມ່ນບັນດາລະບົບກຳລັງສອງ.

---

quadrilateral / ຮູບສີ່ກ່ຽມ : ຮູບຫຼາຍກ່ຽມທີ່ປະກອບດ້ວຍສີ່ຂ້າງ/ກ່ຽມ.

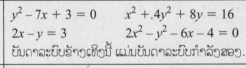

---

radian / ເຣດຽນ (ຫົວໜ່ວຍການວັດແທກມຸມ) : ຢູ່ໃນວົງມົນອັນຜັ່ງ ທີ່ມີ ເສັ້ນລັດ ສະໜີ r ແລະ ຈຸດສູນກາງ ຢູ່ໃນຈຸດເຄົ້າ, ຊຶ່ງເຣດຽນ ແມ່ນເທົ່າກັບ ໜຶ່ງວັດແທກມຸມ ຊຶ່ງ ຢູ່ໃນຕຳແໜ່ງມາດຕະຖານ ຂຶ້ນມີຂ້າງສຸດເຂດ ຕັດກັບເສັ້ນ ໂຄ້ງຂອງລວງຍາວ r.

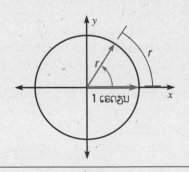

---

radical / ธาກ (ธາກຂອງປະລິມານອັນໜຶ່ງ ຊຶ່ງຖືກຮູ້ໃຫ້ເຫັນ ໂດຍເຄື່ອງໝາຍ ธາກ) : ການສະແດງອອກຂອງຮູບແບບ $\sqrt{s}$ or $\sqrt[n]{s}$ ໂດຍທີ່ s ແມ່ນຕົວເລກ ຂອງ ສຳນວນເລກອັນໜຶ່ງ.	$\sqrt{5}, \sqrt[3]{2x+1}$
radical equation / ສົມຜົນທີ່ເປັນธາກ : ສົມຜົນອັນໜຶ່ງທີ່ມີເລກธາກ ຊຶ່ງ ຖື ຫຼາຍ ອັນ ທີ່ມີຕົວຜັນແປຕ່າງໆ ຢູ່ພາຍໃຕ້ເຄື່ອງໝາຍธາກຂອງຜົນມັນ.	$\sqrt[3]{2x+7} = 3$
radical expression / ສຳນວນເລກທີ່ເປັນເລກธາກ : ສຳນວນເລກທີ່ບັນຈຸມີ ເລກ ธາກອັນໜຶ່ງ, ເປັນຕົ້ນແມ່ນธາກອັນສອງ, ธາກອັນສາມ, ຫຼື ธາກອັນອື່ນໆ.	$3\sqrt{2x}$ ແລະ $\sqrt[3]{x-1}$ ແມ່ນສຳນວນເລກ ທີ່ເປັນ ເລກธາກ.
radical function / ຕຳລາເລກธາກ : ຕຳລາອັນໜຶ່ງ ທີ່ບັນຈຸມີສຳນວນເລກ ເປັນ ເລກธາກ ໂດຍມີຕົວແປອິດສະຫຼະ ຢູ່ພາຍໃຕ້ເຄື່ອງໝາຍธາກ ຄັ້ງກ່າວ.	$y = \sqrt[3]{2x}$ ແລະ $y = \sqrt{x+2}$ ແມ່ນຕຳລາເລກธາກ.
radicand / ຈຳນວນທີ່ຢູ່ພາຍໃຕ້ເຄື່ອງໝາຍธາກ : ຕົວເລກ ຫຼື ສຳນວນເລກ ທີ່ຢູ່ ພາຍໃຕ້ເຄື່ອງໝາຍธາກອັນໜຶ່ງ.	ຈຳນວນທີ່ຢູ່ພາຍໃຕ້ເຄື່ອງໝາຍธາກ ຂອງ $\sqrt{5}$ ແມ່ນ 5, ຈຳນວນທີ່ຢູ່ພາຍໃຕ້ເຄື່ອງໝາຍธາກ ຂອງ $\sqrt{8y^2}$ ແມ່ນ $8y^2$.
radius of a circle / ລັດສະໜີຂອງວົງມົນອັນໜຶ່ງ : ທ່ອນຊື່ອັນໜຶ່ງ ຊຶ່ງມີສິ້ນສຸດ ເບື້ອງໜຶ່ງ ຢູ່ຈຸດໃຈກາງຂອງວົງມົນ ແລະ ສິ້ນສຸດອີກເບື້ອງໜຶ່ງ ຢູ່ນັ້ນເສັ້ນ ວົງມົນ. ໄລຍະທ່າງ ຈາກຈຸດໃຈກາງຂອງວົງມົນ ໄປຫາຈຸດໃດໜຶ່ງ ຢູ່ນັ້ນເສັ້ນ ວົງມົນ. ຢູ່ໃນພາ ສາອັງກິດ, ພະຫຸພົດຂອງ radius ແມ່ນ *radii*.	ເບິ່ງ circumference / ເສັ້ນລວງຮອບວົງມົນ.
radius of a polygon / ລັດສະໜີຂອງຮູບຫຼາຍຫຼ່ຽມ : ເສັ້ນລັດສະໜີ ຂອງວົງມົນ ທີ່ຖືກກຳນົດ ຂອງຮູບຫຼາຍຫຼ່ຽມຄັ້ງກ່າວ.	
radius of a sphere / ລັດສະໜີຂອງຮູບມົນກົມ : ໄລຍະທ່າງຈາກຈຸດໃຈກາງ ຂອງຮູບມົນກົມອັນໜຶ່ງ. ໄປຫາຈຸດໃດໜຶ່ງ ຢູ່ເທິງຮູບໝ່ວຍກົມຄັ້ງກ່າວ.	
random sample / ຕົວຢ່າງທີ່ບໍ່ລຽງຕາມລຳດັບ : ຕົວຢ່າງອັນໜຶ່ງ ຊຶ່ງໃນນັ້ນ ສະ ມາຊິກແຕ່ລະຄົນ ຂອງກຸ່ມຜົນລະເມືອງອັນໜຶ່ງ ມີໂອກາດເທົ່າທຽມກັນ ໃນການຖືກ ລັດເລືອກ.	ທ່ານສາມາດລັດເລືອກຕົວຢ່າງທີ່ບໍ່ລຽງຕາມລຳດັບ ຂອງ ຈຳນວນຜົນລະເມືອງຂອງນັກສຶກສາ ຢູ່ໃນ ໂຮງຮຽນ ແຫ່ງ ໜຶ່ງ ໂດຍຈັດໃຫ້ຄອມພິວເຕີ ລັດເລືອກແບບບໍ່ລຽງຕາມ ລຳດັບ ເອົາເລກປະຈຳຕົວນັກສຶກສາ ຈຳນວນ 100 ເລກ.
random variable / ຕົວຜັນແປທີ່ບໍ່ລຽງຕາມລຳດັບ : ຕົວຜັນແປອັນໜຶ່ງ ຊຶ່ງມີນຸນ ຄ່າໆ ທີ່ຖືກກຳນົດ ໂດຍຜົນອອກມາຂອງ ເຫດການທີ່ບໍ່ລຽງຕາມລຳດັບ ອັນໜຶ່ງ.	ຕົວຜັນແປ X ທີ່ບໍ່ລຽງຕາມລຳດັບ ເປັນຕົວແທນ ໃຫ້ຕົວເລກ ທີ່ປະກົດໃຫ້ເຫັນ ຫຼັ້ງຈາກການ ໂຍນລູກເຕົ້າ ຫົກໜ້າອັນໜຶ່ງ ມີມູນຄ່າທີ່ເປັນໄປໄດ້ຕ່າງໆ ຂອງ 1, 2, 3, 4, 5, ແລະ 6.
range of a function / ຂອບເຂດຂອງຕຳລາ : ຊຸດຂອງຜົນ ໄດ້ຮັບທັງໝົດ ຂອງຕຳລາອັນໜຶ່ງ.	ເບິ່ງ function / ຕຳລາ.
range of a relation / ຂອບເຂດຂອງຄວາມກ່ຽວພັນ : ຊຸດຂອງມູນຄ່າທີ່ຜົນ ໄດ້ຮັບ ຂອງຄວາມກ່ຽວພັນອັນໜຶ່ງ.	ເບິ່ງ relation / ຄວາມກ່ຽວພັນ .
range of data values / ຂອບເຂດຂອງມູນຄ່າຂໍ້ມູນຕົວເລກ : ການວັດແທກ ການແຈກຢາຍ ຫຼຸບເທົ່າກັບຄວາມແຕກຕ່າງໆ ລະຫວ່າງໆ ມູນຄ່າສູງສຸດ ແລະ ມູນຄ່າ ຕ່ຳສຸດ ຂອງຂໍ້ມູນຕົວເລກ.	14, 17, 18, 19, 20, 24, 24, 30, 32 ຂອບເຂດຂອງຂໍ້ມູນຕົວເລກຊຸດ ອ້າງເຖິງນີ້ ແມ່ນ $32 - 14 = 18$.

rate / ອັດຕາປຽບທຽບ : ເລກສ່ວນ ທີ່ສົມທຽບ ສອງຈຳນວນ ທີ່ຖືກວັດແທກ ຢູ່ໃນຫົວໜ່ວຍທີ່ແຕກຕ່າງໆກັນ.	$\dfrac{110 \text{ ໄມລ໌}}{2 \text{ ຊົ່ວໂມງ}}$ ແລະ $\dfrac{55 \text{ ໄມລ໌}}{1 \text{ ຊົ່ວໂມງ}}$ ແມ່ນອັດຕາສ່ວນ.
rate of change / ອັດຕາປຽບທຽບຂອງການປ່ຽນແປງ : ການສົມທຽບ ການປ່ຽນແປງອັນໜຶ່ງ ຢູ່ໃນປະລິມານອັນໜຶ່ງ ກັບການປ່ຽນແປງຢູ່ໃນປະລິມານອັນໜຶ່ງ ອີກຕ່າງໆທາງ. ຢູ່ໃນສະພາບການຕ່າງໆຂອງ ໂລກຕົວຈິງ, ທ່ານສາມາດອະທິບາຍ ຄວາມໝັ້ງຂອງຂອງເສັ້ນອັນໜຶ່ງ ອ່ານເປັນອັດຕາປຽບທຽບ ຂອງ ການປ່ຽນແປງ.	ທ່ານຈ່າຍ $7 ສຳລັບການໃຊ້ຄອມພິວເຕີເປັນເວລາ 2 ຊົ່ວໂມງ ແລະ ຈ່າຍ $14 ສຳລັບການໃຊ້ຄອມພິວເຕີ ເປັນເວລາ 4 ຊົ່ວໂມງ. ອັດຕາປຽບທຽບຂອງການປ່ຽນແປງ ແມ່ນການປ່ຽນ $\dfrac{\text{ແປງຢູ່ໃນລາຄາ}}{\text{ແປງຢູ່ໃນເວລາ}} = \dfrac{14-7}{4-2} = 3.5$, ຫຼື $3.50 ຕໍ່ຊົ່ວໂມງ.
ratio of a to b / ອັດຕາສ່ວນຂອງ a ຕໍ່ b : ການສົມທຽບສອງຕົວເລກ ໂດຍນຳໃຊ້ ການຫານ. ອັດຕາສ່ວນຂອງ a ຕໍ່ b, ໂດຍທີ່ $b \neq 0$, ສາມາດຖືກຂຽນຂຶ້ນເປັນ a ຕໍ່ b, ເປັນ $a : b$, ຫຼື ເປັນ $\dfrac{a}{b}$.	ອັດຕາສ່ວນຂອງ 3 ຟຸດ ຕໍ່ 7 ຟຸດ ສາມາດຂຽນຂຶ້ນເປັນ 3 ຕໍ່ 7, $3 : 7$, ຫຼື $\dfrac{3}{7}$.
rational equation / ສົມຜົນທີ່ມີເຫດຜົນ : ສົມຜົນອັນໜຶ່ງ ທີ່ບັນຈຸມີ ສຳນວນເລກ ທີ່ມີເຫດຜົນ ໜຶ່ງ ຫຼື ຫຼາຍອັນ.	ບັນດາສົມຜົນ $\dfrac{6}{x+4} = \dfrac{x}{2}$ ແລະ $\dfrac{x}{x-2} + \dfrac{1}{5} = \dfrac{2}{x-2}$ ແມ່ນ ສົມຜົນທີ່ມີເຫດຜົນ.
rational expression / ສຳນວນເລກທີ່ມີເຫດຜົນ : ສຳນວນເລກ ທີ່ສາມາດຖືກ ຂຽນຂຶ້ນເປັນອັດຕາສ່ວນ ຂອງສຳນວນເລກທີ່ປະກອບດ້ວຍຫຼາຍຈຳນວນ, ໂດຍທີ່ ຕົວຫານ ບໍ່ແມ່ນ 0.	$\dfrac{x+8}{10x}$ ແລະ $\dfrac{5}{x^2-1}$ ແມ່ນສຳນວນເລກ ທີ່ມີເຫດຜົນ.
rational function / ຕຳລາທີ່ມີເຫດຜົນ : ຕຳລາອັນໜຶ່ງຂອງຮູບແບບ $f(x) = \dfrac{p(x)}{q(x)}$, ໂດຍທີ່ $p(x)$ ແລະ $q(x)$ ແມ່ນສຳນວນເລກທີ່ປະກອບດ້ວຍຫຼາຍຈຳນວນ ແລະ $q(x) \neq 0$.	ບັນດາຕຳລາ $y = \dfrac{6}{x}$ ແລະ $y = \dfrac{2x+1}{x-3}$ ແມ່ນ ຕຳລາທີ່ມີເຫດຜົນ.
rational number / ຕົວເລກທີ່ມີເຫດຜົນ : ຕົວເລກທີ່ສາມາດຖືກຂຽນຂຶ້ນ ເປັນ $\dfrac{a}{b}$ ໂດຍທີ່ a ແລະ b ແມ່ນເລກຈຳນວນເຕັມ ແລະ $b \neq 0$.	$4 = \dfrac{4}{1}, 0 = \dfrac{0}{1}, 2\dfrac{1}{3} = \dfrac{7}{3}, -\dfrac{3}{4} = \dfrac{-3}{4}$, ແລະ $0.6 = \dfrac{3}{5}$ ທັ້ງໝົດ ຕ່າງໆກໍແມ່ນຕົວເລກທີ່ມີເຫດຜົນ.
rationalizing the denominator / ການໃຫ້ເຫດຜົນແກ່ຕົວຫານ : ຂະບວນ ການ ຂອງການກຳຈັດສຳນວນເລກທີ່ເປັນເລກຮາກ ຢູ່ໃນຕົວຫານ ຂອງ ເລກສ່ວນ ອັນໜຶ່ງ ໂດຍການຄູນຕົວຕັ້ງຫານ ແລະ ຕົວຫານ ກັບສຳນວນເລກ ທີ່ເປັນເລກຮາກ ທີ່ເໝາະສົມ.	ເພື່ອໃຫ້ເຫດຜົນແກ່ຕົວຫານຂອງ $\dfrac{5}{\sqrt{7}}$, ຄູນສຳນວນເລກ ດັ່ງກ່າວນັ້ນ ດ້ວຍ $\dfrac{\sqrt{7}}{\sqrt{7}}$: $\dfrac{5}{\sqrt{7}} = \dfrac{5}{\sqrt{7}} \cdot \dfrac{\sqrt{7}}{\sqrt{7}} = \dfrac{5\sqrt{7}}{\sqrt{49}} = \dfrac{5\sqrt{7}}{7}$
ray / ລັງສີ : ສ່ວນໜຶ່ງຂອງເສັ້ນອັນໜຶ່ງ ທີ່ປະກອບດ້ວຍຈຸດໜຶ່ງທີ່ເອີ້ນວ່າ ຈຸດ ສິ້ນສຸດ ແລະ ຈຸດອື່ນທັງໝົດ ຢູ່ບົນເສັ້ນດັ່ງກ່າວ ທີ່ຂະຫຍາຍອອກໄປໃນທິດ ທາງໜຶ່ງຄຽວ.	$\overrightarrow{AB}$ ພ້ອມດ້ວຍຈຸດສິ້ນສຸດ A
real numbers / ບັນດາຕົວເລກຈິງ : ຊຸດຂອງຈຳນວນຕົວເລກທັງໝົດ ທັ້ງທີ່ມີເຫດ ຜົນ ແລະ ບໍ່ມີເຫດຜົນ.	$8, -6.2, \dfrac{6}{7}, \pi$, ແລະ $\sqrt{2}$ ຕ່າງໆກໍແມ່ນຕົວເລກຈິງ.
reciprocal / ຈຳນວນຕົວເລກທີ່ກົງກັນຂ້າມກັນ : ຈຳນວນຕົວເລກທີ່ກົງກັນຂ້າມ ກັນ, ຫຼື ຕົວເລກກົງກັນຂ້າມທະວີຄູນທັນທະວີ, ຂອງທຸກໆຕົວເລກ ທີ່ບໍ່ແມ່ນສູນ b ແມ່ນ $\dfrac{1}{b}$.	-2 ແລະ $\dfrac{1}{-2} = -\dfrac{1}{2}$ ແມ່ນຈຳນວນຕົວເລກທີ່ກົງ ກັນຂ້າມກັນ.
rectangle / ຮູບສີ່ແຈສາກ : ຮູບສີ່ຫຼ່ຽມຂ້າງຂະໜານອັນໜຶ່ງທີ່ທັງສີ່ແຈ ມີຄວາມ ຕັ້ງສາກ.	
recursive rule / ກົດເກນການກັບຄືນມາ : ກົດເກນຄວາມຕໍ່ເນື່ອງໆ ທີ່ໃຊ້ຕົວ ເລກ ຫຼື ຈຳນວນຕົວເລກເລີ່ມຕົ້ນ ຂອງຄວາມຕໍ່ເນື່ອງໆດັ່ງກ່າວ, ແລ້ວຫຼັງຈາກນັ້ນ ກໍໃຊ້ສົມຜົນການກັບຄືນມາ ທີ່ບອກວ່າ ຕົວເລກທີ nth ຂອງ a_n ມີຄວາມກ່ຽວເນື່ອງ ກັບ ຕົວເລກ ໜຶ່ງ ຫຼື ຫຼາຍຕົວ ທີ່ເກີດຂຶ້ນກ່ອນ ໜ້ານີ້ໃດ.	ກົດເກນການກັບຄືນມາໆ $a_0 = 1, a_n = a_{n-1} + 4$ ໃຫ້ຄວາມ ຕໍ່ເນື່ອງ ທາງເລກຄະນິດ ຕໍ່ 1, 5, 9, 13, ...

reduction / ການຫຍໍ້ລົງ : ການຂະຫຍາຍອອກ ດ້ວຍຕົວຄູນມາດຕາສ່ວນ ລະຫວ່າງ 0 ແລະ 1.	ການຂະຫຍາຍອອກ ດ້ວຍຕົວຄູນມາດຕາສ່ວນ $\frac{1}{2}$ ແມ່ນການຫຍໍ້ລົງ.
reference angle / ມຸມທີ່ກ່ຽວພັນ : ຖ້າວ່າ θ ແມ່ນມຸມທີ່ຍູ່ໃນຕໍາແໜ່ງມາດຕະ ຖານ, ມຸມທີ່ກ່ຽວພັນຂອງມັນ ແມ່ນມຸມແຫຼມ θ' ທີ່ຖືກສ້າງຂຶ້ນ ໂດຍ ອ້າງສຸດຂອດ ຂອງ θ ແລະ ເສັ້ນເລັ້ຽ x.	ມຸມແຫຼມ θ' ແມ່ນມຸມທີ່ກ່ຽວພັນ ສໍາລັບມຸມ θ.
reflection / ການສະທ້ອນເງົາ : ການແປຮ່າງກາຍ ທີ່ນໍາໃຊ້ເສັ້ນຂອງ ການສະທ້ອນ ແສງ ເພື່ອສ້າງຜາບສະທ້ອນເງົາ ຂອງຮູບຜາບສະບັບຕົ້ນ.	ເສັ້ນຂອງການສະທ້ອນເງົາ
regular polygon / ຮູບຫຼາຍຫຼ່ຽມແບບທໍາມະດາ : ຮູບຫຼາຍຫຼ່ຽມ ທີ່ທຸກໆຂ້າງ ແລະ ທຸກໆມຸມ ມີຄວາມສອດຄ່ອງເຊິ່ງຕິກັນ.	
regular polyhedron / ຮູບຫຼາຍດ້ານແບບທໍາມະດາ : ຮູບຫຼາຍດ້ານທີ່ມຸມອອກ ຊື້ໃນນີ້ ທຸກໆດ້ານແມ່ນຮູບຫຼາຍຫຼ່ຽມທໍາມະດາທີ່ສອດຄ່ອງເຊິ່ງຕິກັນ.	ເບິ່ງ convex polyhedron / ຮູບຫຼາຍດ້ານທີ່ ມຸມອອກ.
regular pyramid / ຮູບປີລະມິດແບບທໍາມະດາ : ຮູບປີລະມິດທີ່ມີຫຼາຍຫຼ່ຽມ ທີ່ມີ ພື້ນ ເປັນຮູບຫຼາຍຫຼ່ຽມທໍາມະດາ ແລະ ໃນນີ້ ທ່ອນຊື້ທີ່ຕິດຈອດກັບຈອມ ແລະ ໃຈກາງ ຂອງລວງພື້ນ ປະກອບເປັນມຸມສາກກັບລວງພື້ນ.	ລວງສູງ ລວງສູງເບ້ຍ
relation / ສາຍຜົວພັນ : ການສ້າງແຜນທີ່, ຫຼື ການຈັດຄູ່,ມູນຄ່າທີ່ຖືກປ້ອນເຂົ້າ ແລະ ມູນຄ່າທີ່ໄດ້ຮັບອອກມາ.	ບັນດາຄູ່ຕາມລໍາດັບ $(-2, -2)$, $(-2, 2)$, $(0, 1)$, ແລະ $(3, 1)$ ສະແດງໃຫ້ເຫັນເຖິງສາຍຜົວພັນກັບສິ່ ງທີ່ຖືກປ້ອນເຂົ້າ (ກຸ່ມຂອງເລກ) ຂອງ -2, 0, ແລະ 3 ແລະ ຜົນອອກ ມາ (ຂອບເຂດ) ຂອງ -2, 1, ແລະ 2.
relative error / ຄວາມຜິດພາດທີ່ກ່ຽວພັນກັນ : ອັດຕາສ່ວນຂອງຄວາມຜິດພາດ ທີ່ໃຫຍ່ທີ່ສຸດທີ່ສາມາດເປັນໄປໄດ້ ຫຼືຮູບກັບຄວາມຍາວໆ ທີ່ວັດແທກໄດ້.	ຖ້າວ່າ ຄວາມຜິດພາດທີ່ໃຫຍ່ທີ່ສຸດ ທີ່ສາມາດ ເປັນໄປໄດ້ ຂອງການວັດແທກອັນໜຶ່ງແມ່ນ 0.5 ນິ້ວ ແລະ ຄວາມຍາວໆ ທີ່ວັດແທກໄດ້ຂອງອັດຖຸລັນໜຶ່ງ ແມ່ນ 8 ນິ້ວ, ຄວາມຜິດ ພາດທີ່ກ່ຽວພັນ ແມ່ນ $\frac{0.5}{8} = 0.0625 = 6.25\%$.
repeated solution / ຄໍາຕອບທີ່ຊໍ້າຄືນ : ສໍາລັບສົມຜົນທີ່ມີສໍານວນເລກ ທີ່ປະກອບດ້ວຍຫຼາຍຈໍານວນ $f(x) = 0$, k ແມ່ນຄໍາຕອບທີ່ຊໍ້າຄືນ ຖ້າວ່າ, ແລະ ມີແຕ່ຖ້າ ວ່າ, ຕົວຄູນ/ຕົວຫານ $x - k$ ມີຄຳລັງທີ່ໃຫຍ່ກວ່າ 1 ເມື່ອ $f(x)$ ໄດ້ຖືກຄູນ ຮຽບຮ້ອຍແລ້ວ.	-1 ແມ່ນຄໍາຕອບທີ່ຊໍ້າຄືນ ຂອງສົມຜົນ $(x + 1)^2 (x - 2) = 0$.
rhombus / ຮູບສີ່ຫຼ່ຽມຄອງຂັບ : ຮູບສີ່ຫຼ່ຽມຂ້າງຂະໜານ ທີ່ມີສີ່ຂ້າງໆ ເທົ່າຫຼາມກັນ.	

right angle / ມຸມສາກ : ມຸມທີ່ວັດແທກໄດ້ທ່ຽມກັບ 90°.

right cone / ຮູບກວຍສາກ : ຮູບກວຍຊຶ່ງໃນນີ້ ທ່ອນຂ້ຶ ຊຶ່ງຕິດຈອດ ຈອມ ແລະ ຈຸດເຄິ່ງກາງຂອງລວງພື້ນ ມີຄວາມຕັ້ງສາກກັບລວງພື້ນຕັ້ງກ່າວ. ລວງສູງນ້ຳ ຜ່ານ ໄລຍະຫ່າງ ລະຫວ່າງຈອມ ແລະ ຈຸດໜຶ່ງ ຢູ່ບົນຂອບຂອງລວງພື້ນ.

right cylinder / ຮູບກະບອກທີ່ຕັ້ງສາກ : ຮູບກະບອກ ຊຶ່ງໃນນີ້ ທ່ອນຂຶ້ທີ່ຕິດຈອດ ສອງຈຸດໃຈກາງ ຂອງສອງລວງພື້ນ ຕັ້ງສາກກັບສອງລວງພື້ນຕັ້ງກ່າວ.

right prism / ຮູບກ້ອນທີ່ຕັ້ງສາກ : ຮູບກ້ອນອັນໜຶ່ງ ຊຶ່ງໃນນີ້ ຂອບຂອງດ້ານຂ້າງ ແຕ່ລະອັນຕັ້ງສາກກັບທັງສອງລວງພື້ນ (ຫຼືສອງຖານ).

right triangle / ຮູບສາມຫຼ່ຽມຕັ້ງສາກ : ຮູບສາມຫຼ່ຽມທີ່ມີມຸມໜຶ່ງເປັນມຸມສາກ.

rise / ເສັ້ນຕັ້ງ : ເບິ່ງ slope / ຄວາມຊັນ.

ເບິ່ງ slope / ຄວາມຊັນ.

root of an equation / ຮາກຂອງສົມຜົນອັນໜຶ່ງ : ຄຳຕອບຕ່າງໆ ຂອງສົມຜົນ ອັນສອງອັນໜຶ່ງ ແມ່ນເລກຮາກຂອງມັນ.

ຮາກຂອງສົມຜົນອັນສອງ
$x^2 - 5x - 36 = 0$ ແມ່ນ 9 ແລະ -4.

rotation / ການໝຸນຮອບ : ການປຽນຮູບອັນໜຶ່ງ ຊຶ່ງໃນນີ້ ຮູບຊຶ່ງອັນໜຶ່ງ ຖືກ ໝຸນອ້ອມຮອບຈຸດຄົງທີ່ອັນໜຶ່ງ ທີ່ເຮັນເອີ້ນວ່າ ຈຸດໃຈກາງ ຂອງການໝຸນຮອບ.

rotational symmetry / ຮູບເຄົ້າໂຄງທີ່ໝຸນຮອບ : ຮູບຊົງໝັນໜຶ່ງຢູ່ໃນໜ້າພຽງ ມີ ຮູບເຄົ້າໂຄງທີ່ໝຸນອ້ອມ ຖ້າວ່າ ຮູບຊົງໝັນນັ້ນ ສາມາດຖືກກ່າງໆແຜນທີໃສ່ຕົວມັນເອງ ດ້ວຍການໝຸນຮອບ 180° ຫຼື ໜ້ອຍກວ່ານັ້ນ ອ້ອມຮອບຈຸດໃຈກາງໆ ຂອງ ຮູບຊົງຄ້ອງ ກ່າວ. ຈຸດນີ້ ແມ່ນຈຸດໃຈກາງໆຂອງຮູບເຄົ້າໂຄງທີ່ຄ້ອງ ກ່າວ.

ຈຸດໃຈກາງໆ ຂອງຮູບເຄົ້າໂຄງ

ການໝຸນຮອບ 90° ແລະ 180° ຈະທ່ຳງແຜນຮູບຊົງ ໃສ່ຕົວ ຂອງມັນເອງ.

---

run / ເສັ້ນນອນ : ເບິ່ງ slope / ຄວາມປົ້ງ. | ເບິ່ງ slope / ຄວາມປົ້ງ.

S

sample / ຕົວຢ່າງໆ : ຈຳນວນໝ້ອຍໜຶ່ງ ຂອງຈຳນວນທັງໝົດ. | ເບິ່ງ population / ຈຳນວນທັງໝົດ/ພົນລະເມືອງ.

---

sample space / ຊຸ່ງວ່າງໆຂອງຕົວຢ່າງໆ : ຊຸດຂອງຜົນໄດ້ຮັບທັງໝົດ ທີ່ສາມາດ ເປັນໄປໄດ້. | ເມື່ອທ່ານໂຍນຫຼຽນສອງອັນ, ຊຸ່ງວ່າງໆຂອງ ຕົວຢ່າງໆແມ່ນ: ຫົວ-ຫົວ; ຫົວ-ກ້ອຍ; ກ້ອຍ-ຫົວ; ແລະ ກ້ອຍ-ກ້ອຍ.

---

scalar / ຈຳນວນຕົວເລກທີ່ບໍ່ມີທິດທາງໆ : ຕົວເລກຈຳນວນຈິງໆ ທີ່ຖືກນຳໄປຄູນ ໃຊ້ຕຕະລາງໆຈຳນວນ. | ເບິ່ງ scalar multiplication / ການທະວີຄູນດ້ວຍ ຈຳນວນຕົວເລກທີ່ບໍ່ມີທິດທາງໆ.

---

scalar multiplication / ການທະວີຄູນດ້ວຍຈຳນວນຕົວເລກທີ່ບໍ່ມີທິດທາງໆ : ການຄູນແຕ່ລະອົງໆປະກອບ ຢູ່ໃນຕຕະລາງໆຈຳນວນ ດ້ວຍຕົວເລກຈິງໆອັນໜຶ່ງ, ເອີ້ນ ວ່າໆຈຳນວນຕົວເລກທີ່ບໍ່ມີທິດທາງໆ. | ຕາຕະລາງໆຈຳນວນ ຖືກຄູນດ້ວຍຈຳນວນຕົວເລກທີ່ບໍ່ມີ ທິດທາງໆ 3.

$$3 \begin{bmatrix} 1 & 2 \\ 0 & -1 \end{bmatrix} = \begin{bmatrix} 3 & 6 \\ 0 & -3 \end{bmatrix}$$

---

scale / ມາດຕາສ່ວນ : ອັດຕາສ່ວນທີ່ ພົວພັນ ມີຕີຕ່າງໆງຂອງການອາດແຕ້ມ ມາດ ຕາສ່ວນ ຫຼື ຕົວແບບມາດຕາສ່ວນ ເຂົ້າກັບມີຕີທີ່ເປັນຈິງໆຕ່າງໆ. | ມາດຕາສ່ວນ 1 ນີ້ວ : 12 ຟຸດ ຢູ່ບົນແຜນຜັງໆ ໝາຍ ຄວາມວ່າ 1 ນີ້ວຢູ່ບົນແຜນຜັງໆ ເທົ່າກັບໄລຍະຫ່າງໆຕົວຈິງ 12 ຟຸດ.

---

scale drawing / ການອາດແຕ້ມຕາມມາດຕາສ່ວນ : ການອາດແຕ້ມວັດຖຸອັນໜຶ່ງ ເປັນ ສອງມີຕີ ຊຶ່ງໃນນີ້ ອະໜາດຂອງຮູບແຕ້ມຕັ້ງໆກ່າວ ໄດ້ຊັດສ່ວນ ກັບອະໜາດ ຂອງວັດ ຖຸຕົວຈິງ. | ແຜນຜັງໆ ຂອງເຮືອນຫຼັງໆໜຶ່ງ ແມ່ນການແຕ້ມຕາມມາດຕາສ່ວນ.

---

scale factor of a dilation / ຕົວຄູນມາດຕາສ່ວນຂອງການອະຂະຍາຍອອກ : ຢູ່ໃນການອະຂະຍາຍອອກ, ມັນແມ່ນອັດຕາສ່ວນຂອງຄວາມຍາວຂອງຂ້າງໆ ຂອງຮູບ ຈຳລອງ ຕໍ່ກັບຄວາມຍາວຂອງຂ້າງໆທີ່ກ່ວພັນຂອງຮູບພາບຕົ້ນ. | ເບິ່ງ dilation / ການອະຂະຍາຍອອກ.

---

scale factor of two similar polygons / ຕົວຄູນມາດຕາສ່ວນຂອງຮູບ ຫຼາຍ ຫຼຸ່ມສອງອັນທີ່ຄ້າຍຄືກັນ : ອັດຕາສ່ວນຂອງຄວາມຍາວ ຂອງສອງຂ້າງໆ ທີ່ກົງໆກັນ ຂອງຮູບຫຼາຍ ຫຼຸ່ມສອງອັນທີ່ຄ້າຍຄືກັນ.

ຕົວຄູນມາດຕາສ່ວນຂອງ *ZYXW* ຕໍ່ *FGHJ* ແມ່ນ $\frac{5}{4}$.

---

scale model / ຕົວແບບທີ່ໄດ້ມາດຕາສ່ວນ : ຕົວແບບສາມມີຕີອັນໜຶ່ງ ຂອງວັດຖຸ ອັນໜຶ່ງ ຊຶ່ງໃນນີ້ ມີຕີຕ່າງໆ ຂອງຕົວແບບຕັ້ງໆກ່າວ ໄດ້ມາດຕາສ່ວນ ກັບມີຕີຕ່າງໆ ຂອງວັດຖຸຕັ້ງໆກ່າວ. | ຮູບຈຳລອງໜ່ວຍໂລກ ແມ່ນຕົວແບບຂອງໂລກ.

High School
Multi-Language Visual Glossary

Copyright © by McDougal Littell,
a division of Houghton Mifflin Company.

scalene triangle / ຮູບສາມຫຼ່ຽມກວຍ : ຮູບສາມຫຼ່ຽມອັນຫນຶ່ງ ທີ່ມີຂ້າງຕ່າງໆ ທີ່ບໍ່ເທົ່າກັນ.

---

scatter plot / ແຜນຜັງຂອງຄວາມກະຈາກກະຈາຍ : ເສັ້ນສະແດງ ຂອງຈຸດ ຂອງ ຄູ່ຂໍ້ມູນຕົວເລກຈຸດໜຶ່ງ (x, y) ທີ່ຖືກນຳໃຊ້ ເພື່ອກຳນົດວ່າ ມີສາຍພົວພັນ ລະຫວ່າງ ຕົວແປ x ແລະ y ຫຼື ບໍ່.

---

scientific notation / ບົດບັນທຶກທີ່ເປັນວິທະຍາສາດ : ຕົວເລກອັນໜຶ່ງ ຖືກ ຂຽນຂຶ້ນ ຢູ່ໃນບົດບັນທຶກທີ່ເປັນວິທະຍາສາດ ເມື່ອມັນຢູ່ໃນຮູບແບບ $c \times 10^n$ ໂດຍທີ່ $1 \leq c < 10$ ແລະ n ແມ່ນຕົວເລກເຕັມອັນໜຶ່ງ.

ສອງລ້ານ ຈະຖືກຂຽນຂຶ້ນຢູ່ໃນບົດບັນທຶກທີ່ເປັນ ວິທະຍາສາດ ເປັນ 2×10^6, ແລະ 0.547 ຖືກຂຽນຂຶ້ນຢູ່ໃນບົດບັນທຶກ ທີ່ເປັນ ວິທະຍາສາດ ເປັນ 5.47×10^{-1}.

---

secant function / ຕຳລາຂອງເສັ້ນເຊຟັນທ໌ : ຖ້າວ່າ θ ແມ່ນມຸມແຫຼມ ຂອງຮູບ ສາມຫຼ່ຽມຕັ້ງສາກອັນໜຶ່ງ, ເສັ້ນເຊຟັນທ໌ ຂອງ θ ເທົ່າກັບ ຄວາມຍາວຂອງເສັ້ນ ທີ່ຢູ່ກົງກັນຂ້າມກັບມຸມສາກ ຫານດ້ວຍ ຄວາມຍາວຂອງຂ້າງທີ່ຕິດກັບ θ.

ເບິ່ງ sine function / ຕຳລາຊິນ.

---

secant line / ເສັ້ນເຊຟັນທ໌ : ເສັ້ນທີ່ຕັດເສັ້ນວົງມົນອັນໜຶ່ງ ຢູ່ສອງຈຸດ.

ເສັ້ນ m ແມ່ນເສັ້ນ ເຊຟັນທ໌.

---

secant segment / ທ່ອນຊ້ີ ເຊຟັນທ໌ : ທ່ອນຊ້ີອັນໜຶ່ງ ທີ່ບັນຈຸມີ ເສັ້ນຊ້ີ ທີ່ຕິດຈອດ ສອງຈຸດຂອງເສັ້ນວົງມົນ ແລະ ມີເສັ້ນສຸດປື້ອງໜຶ່ງທີ່ຕັດອອກໄປ ຢູ່ນອກ ຂອງເສັ້ນວົງ ມົນດັ່ງກ່າວ.

ທ່ອນຊ້ີ ເຊຟັນທ໌

---

sector of a circle / ສ່ວນໜຶ່ງຂອງຮູບວົງມົນ : ບໍລິເວນທີ່ຖືກຈຳກັດ ໂດຍເສັ້ນລັດ ສະໜີສອງເສັ້ນຂອງຮູບວົງມົນດັ່ງກ່າວ ແລະ ເສັ້ນໂຄ້ງ ທີ່ຕັດຜ່ານ ສອງເສັ້ນລັດສະ ໜີດັ່ງກ່າວ.

ສ່ວນ APB

---

segment / ທ່ອນ : ເບິ່ງ line segment / ທ່ອນຊ້ີ.

ເບິ່ງ line segment / ທ່ອນຊ້ີ.

---

segment bisector / ເສັ້ນຊ້ີທີ່ແບ່ງມຸມກ້ຳເສັ້ນຊ້ີອັນ ອອກເປັນສອງສ່ວນ : ຈຸດ, ລັດ ສະໜີ, ເສັ້ນ, ທ່ອນຊ້ີ ກ້ຳ ໜ້າຜຶງຽງອັນໜຶ່ງ ທີ່ຕັດ ກັບທ່ອນອັນໜຶ່ງ ຢູ່ຈຸດເຄິ່ງກາງ ຂອງມັນ.

$\overleftrightarrow{CD}$ ແມ່ນ ເສັ້ນຊ້ີທີ່ແບ່ງ $\overline{AB}$ ອອກເປັນສອງສ່ວນ.

---

segments of a chord / ขับดาต่อมຂອງເສັ້ນຂອດ (ເສັ້ນຂอด ແມ່ນເສັ້ນຊື້ຢູ່ໃນ ວົງມົນ ທີ່ບໍ່ແມ່ນເສັ້ນຜ່າฯ, ແຕ່ຜັດແມ່ນເສັ້ນ ທີ່ຕິດຈอดสอງจุด ຂອງເສັ້ນວົງ ມົນ) : ເມື່อสอງเສັ້ນຂอด ตาກຕัດກัນຢູ່ໃນວົງມົນอันໜຶ่ง, ແต่ ละเສັ້ນຂອດຄู່ໜั้น จะถืกแบ่งออກเป็นสองส่วน ຊຶ่งเອี้นว่าแມ່ນ ขับ ดาต่อมຂອງເສັ້ນຂอด.	$\overline{EA}$ ແละ $\overline{EB}$ ແມ່ນ ขับดาต่อม ຂอງเສັ້ນຂอด $\overline{AB}$. $\overline{DE}$ ແละ $\overline{EC}$ ແມ່ນขับดาต่อมຊี้ ຂອງເສັ້ນຂอด $\overline{DC}$.
self-selected sample / ຕัวอย่างฯที่ลัດເลือກເອົาຕัมเອງ : ຕัวอย่างอันໜຶ่ง ຊึ່ງໃນ ปี้ ขับดาสะมาຊิກຂอງจำมอมข้องໜึด (ผันละเมือง) จะลัดເลือກເອົາ ผอກເอ็า เจ้าเอງ โดยการอาสาสะมัກ.	ท่านสามาดตาเอ็าຕัวอย่างฯที่ลัດเลือກเอົาตัมเอງ ຂอງจำ มอมข้องໜึด ຂอງนักສึกสาຢู่โรງຮຽม ແต่ງໜຶ่ง โดยการ ຮ้องใຫ້นักຮຽນ สี่งแบบสอบทามปึดลิ่งสำຫຼອด ใส่ ใน ตู้ภับแบบสอบทาม.
self-similar / ถีกับตัมเอງ : อัดถุอันໜຶ่งที่มีส่วນໜຶ่งຂอງตัมเอງ ที่สามาด ถีกອะຍາຍออກใຫ้ถีກับอัดถุส่วนທั่งໜึดนั้ม.	ເບິ່ງ fractal / ແบบแผมทาງเลຂฯละบีดที่ลิ้มสึม ใນลาຍละอຽดที่สุด.
semicircle / เถิ่งวົງมົน : เສັ້ນ โถ้งอันໜຶ่ง ที่มีสุດเສັ້ນสุดทัງสองเສັ້ນ เป็นบมจุด สุดຂอງເສັ້ນผ่าฯຂอງธูวວົງมົนอันໜຶ่ง. ค่าที่อัดแทກได้ຂอງธูวเถิ่งวົງ มົน ແม่ນ 180°.	$\overset{\frown}{QSR}$ ແມ่ນเถิ่งวົງมົน.
sequence / ການลຽງลำดับ : ตำลาอันໜຶ่ง ที่มีກุ่มຂอງเลຂ เป็นຊุດໜຶ่ง ຂอງ ขับดาตัวเลຂที่มีຄวามต่ำเมื่อງກัນตามลำดับ. ກุ่มตั่ງก่าว ใຫ้ตำแໜ่ງ ที่ก่ายอ เมื่อງກัน ຂอງแต่ละจำมอมຂอງການลຽງลำดับ. ออบเอຂถิ่ງก่าว ใຫ้จำมอม ตัวเลຂຂอງການลຽງลำดับถิ่ງก่าว.	สำลับກุ่มຂอງเลຂ $n = 1, 2, 3$, ແละ 4, ການลຽງลำดับ ถืກກำໜึดโดย $a_n = 2n$ มีเลຂ 2, $4, 6$, ແละ 8.
series / ຊุดถ่ำเมื่อງ : สำมอมตัวเลຂที่ปะกอบຂึ้ม โดยการเติมจำมอม ຂอງ ตัวเลຂที่ลຽງลำดับກັน. ຊุดที่ถ่ำเมื่อງอันໜຶ่ง สามาดมีออบเอຂ ຫຼ ບໍ່มีออบเอຂ.	ຊุดถ่ำเมื่อງที่มีຂอบເอຂ: $2 + 4 + 6 + 8$ ຊุดถ่ำเมื่อງที่ບໍ່มีຂอบเอຂ: $2 + 4 + 6 + 8 + \cdots$
set / ຊุด : ການธอบธอมอัดถุฯຯที่มีຄวามแตກต่าງฯ.	ຊุดຂอງขับดาตัวเลຂຖ้อมแມ่ນ $W = \{0, 1, 2, 3, \ldots\}$.
side of a polygon / ຂ้าງ (ຫຼู่ມ) ຂอງธูบຫຼາຍຫຼู่ມ : ແต่ละถ่อมเສັ້ນ ที่ปะกอบ เป็นธูบຫຼາຍຫຼู่ມอันໜຶ่ง. ເบิ່ງถึ polygon / ธูบຫຼາຍຫຼู่ມ มำฯ.	ເບິ່ງ polygon / ธูบຫຼາຍຫຼู่ມ.
sides of an angle / ขับดาຂ้าງຂอງมุมอันໜຶ่ง : ເບິ່ງ angle / มุม.	ເບິ່ງ angle / มุม.
sigma notation / ບ໊ดขับทึກຊิกมาฯ : ເບິ່ງ summation notation / ບ໊ดขับทึກການบอກ.	ເບິ່ງ summation notation / ບ໊ดขับทึກການบอກ.
similar figures / ขับดาธูบຂี้ງที่ลัຍลิກັນ : ธูบຂี้ງต่าງฯที่มีธูบธ่าງลิກັນ ແต่ ບໍ่จำเป็นว่าต้อງแມ่ນຂะໜาดดูอภัม. ขับดามุมที่กึกับ ຂอງขับดาธูบຂี้ງ ที่ลัຍลิກັນ จะมีຄวามลิກັນ, ແละ อัດตาส่วมຂอງลอງຍาอ ຂอງขับดาຂ้าງฯ ที่กึกับ ກ໊ถึ่ງ ทຼมภัม. เมื่อງໝาຍ ~ สะแดງใຫ້เຫັนว่า สอງธูบຂี้ງ มีຄวาม ลัຍลิກັນ.	$\triangle ABC \sim \triangle DEF$

similar polygons / ບັນດາຮູບຫຼາຍຫຼ່ຽມທີ່ຄ້າຍຄືກັນ

ແມ່ນຮູບຫຼາຍຫຼ່ຽມ ສອງ ຮູບ ທີ່ຄ້າຍຄືກັນ ໂດຍທີ່ ມຸມທີ່ກົງກັນຈະມີຄວາມສອດຄ່ອງຄືກັນ ແລະ ຄວາມຍາວ ຂອງບັນດາຂ້າງທີ່ກົງກັນ ຈະມີຄວາມໄດ້ຊັດສ່ວນກັນ.

ABCD ~ EFGH

similar solids / ບັນດາຮູບກ້ອນທີ່ຄ້າຍຄືກັນ

ຮູບກ້ອນປະເພດດຽວກັນ ສອງອັນ ທີ່ມີຜົນວັດຂອງບັນດາເສັ້ນຂີ້ທີ່ກົງກັນ ເປັນຕົ້ນແມ່ນລວງສູງ ຫຼື ເສັ້ນລັດສະໝີ ທີ່ມີຜົນ ຕາສ່ວນທຶ່ງກົງກັນ.

simplest form of a fraction / ຮູບແບບທີ່ງ່າຍດາຍທີ່ສຸດຂອງເລກເສດສ່ວນ

ເລກເສດສ່ວນອັນໜຶ່ງ ຈະຢູ່ໃນຮູບແບບທີ່ງ່າຍດາຍທີ່ສຸດຂອງມັນ ຖ້າວ່າຕົວຕັ້ງຫານ ແລະ ຕົວຫານ ຫາກມີຕົວຄູນ/ຕົວຫານ ອັນຄູວຄັນຊຶ່ງມີ ຄ່າໃຫຍ່ທີ່ສຸດເປັນ 1.

ຮູບແບບທີ່ງ່າຍດາຍທີ່ສຸດ ຂອງເລກເສດສ່ວນ $\frac{4}{12}$ ແມ່ນ $\frac{1}{3}$.

simplest form of a radical / ຮູບແບບທີ່ງ່າຍດາຍທີ່ສຸດຂອງເລກຣາກ

ເລກ ຣາກອັນໜຶ່ງ ທີ່ມີດັດຊະນະ n ຢູ່ໃນຮູບແບບທີ່ງ່າຍດາຍທີ່ສຸດ ຖ້າວ່າ ຈຳນວນທີ່ຢູ່ພາຍ ໃຕ້ເຄື່ອງໝາຍຣາກ ບໍ່ມີກຳລັງທີ nth ທີ່ສົມບຸນ ເປັນຕົວຄູນ ແລະ ທຸກໆຕົວຫານ ໄດ້ຖຶກ ກຳຈັດອອກຈາກຣາກສົມບໍ່ຕົ້ງກ່າວແລ້ວ.

$\sqrt[3]{135}$ ຢູ່ໃນຮູບແບບທີ່ງ່າຍດາຍທີ່ສຸດ ແມ່ນ $3\sqrt[3]{5}$.

$\frac{\sqrt[5]{7}}{\sqrt[5]{8}}$ ຢູ່ໃນຮູບແບບທີ່ງ່າຍດາຍທີ່ສຸດ ແມ່ນ $\frac{\sqrt[5]{28}}{2}$.

simplest form of a rational expression / ຮູບແບບທີ່ງ່າຍດາຍທີ່ສຸດ ຂອງ ສຳນວນເລກທີ່ມີເຫດຜົນ

ສຳນວນເລກທີ່ມີເຫດຜົນ ຊຶ່ງໃນນີ້ ຕົວຕັ້ງຫານ ແລະ ຕົວ ຫານ ບໍ່ມີຕົວຄູນອັນຄູວອກັນ ນອກຈາກ ±1.

ຮູບແບບທີ່ງ່າຍດາຍທີ່ສຸດຂອງ $\frac{2x}{x(x-3)}$ ແມ່ນ $\frac{2}{x-3}$.

simulation / ການຮຽນແບບ

ການທີ່ຄລອງອັນໜຶ່ງ ທີ່ທ່ານສາມາດກະທຳ ຂຶ້ນ ເພື່ອທຳການຄາດຄະເນ ກ່ຽວກັບສະພາບການຕ່າງໆຢູ່ໃນ ໂລກຕົວຈິງ.

ແກ໊ດເຂົ້າໂອດ ແຕ່ລະແກ໊ດ ບັນຈຸມີ ລາງວັນ 1 ອັນ ຂອງຈຳ ນວນທັງໝົດ 6 ລາງວັນ. ຄວາມສາມາດ ເປັນໄປໄດ້ ຂອງການ ໄດ້ລາງວັນແຕ່ລະອັນ ແມ່ນ $\frac{1}{6}$. ເພື່ອໃຫ້ສາມາດຄາດຄະເນ ຈຳນວນຕົວເລກຂອງ ແກ໊ດຊື່ຣຽລ ທີ່ທ່ານຕ້ອງໄດ້ຊື້ ເພື່ອໃຫ້ໄດ້ ທັງໝົດ 6 ລາງວັນນັ້ນ, ທ່ານສາມາດໂຍນ ລູກເຕົ໋າຕົວເລກ 1 ເຫື່ອ ສຳລັບແກ໊ດຊື່ຣຽລ ແຕ່ລະແກ໊ດ ທີ່ ທ່ານຊື້. ຈົ່ງສືບຕໍ່ໂຍນ ລູກເຕົ໋າ ຈົນເຖິງເວລາທີ່ທ່ານ ໄດ້ ໂຍນຂອງທັງໝົດ 6 ຕົວເລກ.

sine / ຊິນ

ອັດຕາສ່ວນຂອງ ຕຣີໂກນມິຕິ (ສາຂາຂອງວິຊາເລກທີ່ສຶກສາ ສາຍພົວພັນລະຫວ່າງຂ້າງ ແລະ ມຸມຂອງຮູບສາມແຈ), ຊຶ່ງຂຽນຫຍໍ້ເປັນ *sin*. ສຳລັບຮູບສາມແຈຣາກ *ABC*, ຊິນຂອງມຸມແຫຼມ *A* ແມ່ນ.

$$\sin A = \frac{\text{ຄວາມຍາວຂອງຂ້າງກົງກັນຂ້າມກັບ } \angle A}{\text{ຄວາມຍາວຂອງຂ້າງທີ່ຢູ່ກົງກັນຂ້າມກັບມຸມສາກ}} = \frac{BC}{AB}.$$

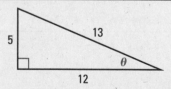

$$\sin A = \frac{BC}{AB} = \frac{3}{5}$$

sine function / ຕຳລາຊິນ

ຖ້າວ່າ θ ແມ່ນມຸມແຫຼມ ຂອງຮູບສາມຫຼ່ຽມສາກ ອັນ ໜຶ່ງ, ຊິນຂອງ θ ແມ່ນຄຶ່ທັບ ຄວາມຍາວຂອງຂ້າງໆກົງກັນຂ້າມກັບ θ ຫານໃຫ້ ຄວາມຍາວຂອງຂ້າງໆທີ່ກົງກັນຂ້າມກັບມຸມສາກ.

$$\sin\theta = \frac{\text{ຂ້າງຂຶ້ງໜ້າ}}{\text{ຂ້າງກົງສາກ}} = \frac{5}{13} \qquad \csc\theta = \frac{\text{ຂ້າງຂຶ້ງໜ້າ}}{\text{ຂ້າງກົງສາກ}} = \frac{13}{5}$$

$$\cos\theta = \frac{\text{ຂ້າງຕິດມຸມ}}{\text{ຂ້າງກົງສາກ}} = \frac{12}{13} \qquad \sec\theta = \frac{\text{ຂ້າງຂຶ້ງໜ້າ}}{\text{ຂ້າງຕິດມຸມ}} = \frac{13}{12}$$

$$\tan\theta = \frac{\text{ຂ້າງຂຶ້ງໜ້າ}}{\text{ຂ້າງຕິດມຸມ}} = \frac{5}{12} \qquad \cot\theta = \frac{\text{ຂ້າງຕິດມຸມ}}{\text{ຂ້າງກົງສາກ}} = \frac{12}{5}$$

sinusoids / ໄຊນະຊອຍດ໌ : ເສັ້ນສະແດງຂອງຕຳລາຊິນ ແລະ ໂກຊິນ.

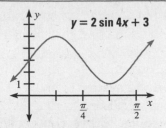

$$y = 2\sin 4x + 3$$

skew lines / ເສັ້ນສະກິວ : ບັນດາເສັ້ນທີ່ບໍ່ຕັດກັນ ແລະ ບໍ່ຢູ່ໃນໜ້າພຽງ ອັນດຽວກັນ.

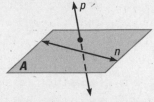

ເສັ້ນ *n* ແລະ *p* ແມ່ນເສັ້ນສະກິວ.

skewed distribution / ການແຈກຢາຍທີ່ບໍ່ສົມສ່ວນ : ການແຈກຢາຍ ຄວາມອາດ ສາມາດເປັນໄປໄດ້ ທີ່ບໍ່ເລື່ອຄືກັນ. ຍ້ອນຕື່ມ symmetric distribution / ການແຈກຢາຍແບບເລື່ອຄືກັນ ນຳອີກ.

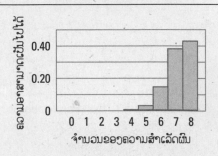

slant height of a regular pyramid / ລວງສູງຫາງຫນ້າ ຂອງຮູບປິລະມິດ ແບບທຳມະດາ : ລວງສູງຂອງໜ້າດ້ານຂ້າງຂອງຮູບປິລະມິດທຳມະດາ.

ຍ້ອງ regular pyramid / ປິລະມິດແບບທຳມະດາ

slope / ຄວາມຊັນ : ຄວາມຊັນ m ຂອງເສັ້ນທີ່ບໍ່ຕັ້ງສາກອັນໜຶ່ງ ແມ່ນອັດຕາສ່ວນ ຂອງການປ່ຽນແປງທາງຕັ້ງ (ເສັ້ນຕັ້ງ) ຕໍ່ການປ່ຽນແປງທາງຂວາງ (ເສັ້ນນອນ) ລະຫວ່າງສອງຈຸດໃດໜຶ່ງ (x_1, y_1) ແລະ (x_2, y_2) ຢູ່ເທິງຫເສັ້ນ: $m = \dfrac{y_2 - y_1}{x_2 - x_1}$.

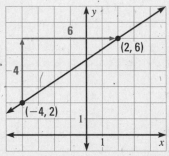

ຄວາມຊັນຂອງເສັ້ນທີ່ສະແດງໃຫ້ເຫັນ ແມ່ນ $\dfrac{4}{6}$, ຫລື $\dfrac{2}{3}$.

slope-intercept form / ຮູບແບບການຕັດທາງຊັນ : ສົມຜົນເສັ້ນຊື່ ທີ່ຖືກຂຽນ ຊັນ ຢູ່ໃນຮູບແບບ $y = mx + b$ ໂດຍທີ່ m ແມ່ນເສັ້ນຊັນ ແລະ b ແມ່ນຈຸດຕັດ y ຂອງເສັ້ນສະແດງ ຂອງສົມຜົນຕັ້ງກ່າວ.

$y = 3x + 4$ ແມ່ນຮູບແບບການຕັດທາງຊັນ. ຄວາມຊັນ ຂອງເສັ້ນຕັ້ງກ່າວ ແມ່ນ 3, ແລະ ຈຸດຕັດ y ແມ່ນ 4.

solid / ຮູບກ້ອນ : ຮູບຊົງສາມມິຕິອັນໜຶ່ງ ທີ່ຢູ່ໃນສອນໜຶ່ງຂອງອາກາດ.

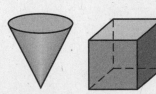

solution of a system of linear equations in three variables / ຄຳ ຕອບຂອງລະບົບບັນດາສົມຜົນເສັ້ນຊື່ ທີ່ມີສາມຕົວລັບ : ຄ່າຂອງສາມຕົວ (x, y, z) ຕາມລຳດັບ ທີ່ມີຕົວປະສົມ ທີ່ເຮັດໃຫ້ແຕ່ລະສົມຜົນ ຢູ່ໃນລະບົບຕັ້ງກ່າວ ມີຄວາມ ຖືກຕ້ອງ.

$$4x + 2y + 3z = 1$$
$$2x - 3y + 5z = -14$$
$$6x - y + 4z = -1$$

$(2, 1, -3)$ ແມ່ນຄຳຕອບຂອງລະບົບຂ້າງເທິງນີ້.

solution of a system of linear equations in two variables / ຄຳຕອບ ຂອງລະບົບບັນດາສົມຜົນເສັ້ນຊື່ ທີ່ມີສອງຕົວລັບຄ : ຄ່າຂອງຄູ່ (x, y) ຕາມລຳດັບ ທີ່ເປັນຄຳຕອບໃຫ້ສົມຜົນແຕ່ລະອັນ ຂອງລະບົບດັ່ງກ່າວ.	$4x + y = 8$ $2x - 3y = 18$ $(3, -4)$ ແມ່ນຄຳຕອບຂອງລະບົບຂ້າງເທິງນີ້.
solution of a system of linear inequalities in two variables / ຄຳຕອບ ຂອງລະບົບບັນດາອະສົມຜົນເສັ້ນຊື່ ທີ່ມີຕົວຜັນແປ ສອງຕົວ : ຄ່າຂອງ ຄູ່ (x, y) ຕາມ ລຳດັບ ທີ່ແມ່ນຄຳຕອບ ຂອງອະສົມຜົນແຕ່ລະອັນ ຢູ່ໃນລະບົບດັ່ງກ່າວ.	$y > -2x - 5$ $y \le x + 3$ $(-1, 1)$ ແມ່ນຄຳຕອບຂອງລະບົບຂ້າງເທິງນີ້.
solution of an equation in one variable / ຄຳຕອບ ຂອງສົມຜົນອັນໜຶ່ງ ທີ່ ມີຕົວຜັນແປໜຶ່ງຕົວ : ຕົວເລກອັນໜຶ່ງ ທີ່ໃຫ້ຄຳຕອບທີ່ແທ້ຈິງ ເມື່ອເຮົາ ປ່ຽນແທນເຂົ້າໃສ່ ຕົວຜັນແປດັ່ງກ່າວ ຢູ່ໃນສົມຜົນອັນໜຶ່ງ.	ເລກ 3 ແມ່ນຄຳຕອບຂອງສົມຜົນ $8 - 2x = 2$, ຍ້ອນວ່າ $8 - 2(3) = 2$.
solution of an equation in two variables / ຄຳຕອບຂອງສົມຜົນ ອັນໜຶ່ງ ທີ່ມີຕົວຜັນແປສອງຕົວ : ຄ່າຂອງຄູ່ (x, y) ຕາມລຳດັບ ທີ່ໃຫ້ຄຳຕອບທີ່ແທ້ຈິງ ເມື່ອຄ່າ ຂອງ x ແລະ y ຖືກປ່ຽນແທນເຂົ້າໃນສົມຜົນດັ່ງກ່າວ.	$(-2, 3)$ ແມ່ນຄຳຕອບຂອງ $y = -2x - 1$.
solution of an inequality in one variable / ຄຳຕອບຂອງອະສົມຜົນ ອັນໜຶ່ງ ທີ່ມີຕົວຜັນແປໜຶ່ງຕົວ : ຕົວເລກອັນໜຶ່ງ ທີ່ໃຫ້ຄຳຕອບທີ່ແທ້ຈິງ ເມື່ອຖືກ ປ່ຽນແທນເຂົ້າ ໃສ່ ຕົວຜັນແປດັ່ງກ່າວ ຢູ່ໃນອະສົມຜົນອັນໜຶ່ງ.	ເລກ 3 ແມ່ນຄຳຕອບຂອງອະສົມຜົນ $5 + 3n \le 20$, ຍ້ອນວ່າ $5 + 3(3) = 14$ ແລະ $14 \le 20$.
solution of an inequality in two variables / ຄຳຕອບຂອງ ອະສົມຜົນ ອັນ ໜຶ່ງ ທີ່ມີສອງຕົວຜັນແປ : ຄູ່ (x, y) ອັນໜຶ່ງ ຕາມລຳດັບ ທີ່ຜະລິດ ຄຳທ່ຽງ ທີ່ຖືກ ຕ້ອງ ເມື່ອຄ່າຂອງ x ແລະ y ຫາກໄດ້ຖືກປ່ຽນແທນ ເຂົ້າໃສ່ ອະສົມຜົນດັ່ງກ່າວ.	$(-1, 2)$ ແມ່ນຄຳຕອບຂອງອະສົມຜົນ $x - 3y < 6$ ຍ້ອນວ່າ $-1 - 3(2) = -7$ ແລະ $-7 < 6$.
solve a right triangle / ການແກ້ຮູບສາມຫຼ່ຽມຕັ້ງສາກ : ເພື່ອຊອກຫາ ຄ່າວັດ ແທກຂອງທຸກຢ້າງ ແລະ ທຸກມຸມຂອງຮູບສາມຫຼ່ຽມຕັ້ງສາກອັນໜຶ່ງ.	ທ່ານສາມາດແກ້ໂຈດຮູບສາມຫຼ່ຽມ ຖ້າວ່າທ່ານຮູ້ຈັກ ຂໍ້ມູນໃດໜຶ່ງຕໍ່ລົງໄປນີ້: • ຄວາມຍາວຂອງສອງຂ້າງ • ຄວາມຍາວຂອງຂ້າງໜຶ່ງ ແລະ ຄ່າຂອງມຸມແຫຼມ ອັນໜຶ່ງ
solve for a variable / ການຊອກຫາຄ່າຂອງຕົວຜັນແປອັນໜຶ່ງ : ຊຸບສົມຜົນອັນ ໜຶ່ງຄືນໃໝ່ ໃຫ້ເປັນສົມຜົນທີ່ມີຄວາມໝາຍຄືກ່າ, ຊຶ່ງໃນນີ້ຕົວຜັນແປດັ່ງກ່າວນັ້ນ ຕ້ອງຢູ່ ຂ້າງໜຶ່ງໃດຂ້າງໜຶ່ງ ຂ້າງດຽວເທົ່ານັ້ນ.	ເມື່ອທ່ານແກ້ສູດເສັ້ນຮອບວົງ $C = 2\pi r$ ໃຫ້ແກ່ r, ເຈົ້າໄດ້ຮັບ ແມ່ນ $r = \dfrac{C}{2\pi}$.
sphere / ຮູບໜ່ວຍກົມ : ຈຸດຂອງຈຸດທັງໝົດ ຢູ່ໃນອາກາດ ທີ່ມີໄລຍະຫ່າງເທົ່າກັນ ຈາກຈຸດໜຶ່ງທີ່ເອີ້ນວ່າຈຸດໃຈກາງຂອງຮູບໜ່ວຍກົມດັ່ງກ່າວ.	 ຈຸດໃຈກາງ
square / ຮູບສີ່ຫຼ່ຽມຈະຕຸລັດ : ຮູບສີ່ຫຼ່ຽມຂ້າງອະນຸການ ທີ່ມີສີ່ຂ້າງເທົ່າທຽມ ກັນ ແລະ ມີສີ່ມຸມຕັ້ງສາກ.	
square root / ຮາກຂັ້ນສອງ : ຖ້າວ່າ $b^2 = a$, b ແມ່ນຮາກຂັ້ນສອງ ຂອງ a. ເຄື່ອງໝາຍຮາກ $\sqrt{\ }$ ສະແດງໃຫ້ເຫັນວ່າ ຮາກຂັ້ນສອງອັນໜຶ່ງ ບໍ່ມີຄ່າເປັນລົບ.	ຮາກຂັ້ນສອງຂອງ 9 ແມ່ນ 3 ແລະ -3, ຍ້ອນວ່າ $3^2 = 9$ ແລະ $(-3)^2 = 9$. ເພາະສະນັ້ນ, $\sqrt{9} = 3$ ແລະ $-\sqrt{9} = -3$.
square root function / ຕຳລາເລກຮາກຂັ້ນສອງ : ຕຳລາເລກຮາກອັນໜຶ່ງ ຊຶ່ງ ສົມຜົນບັນຈຸມີເລກຮາກຂັ້ນສອງ ພ້ອມດ້ວຍຕົວຜັນແປອິດສະຫຼະ ຢູ່ພາຍໃຕ້ ເຄື່ອງ ໝາຍຮາກດັ່ງກ່າວ.	$y = 2\sqrt{x + 2}$ ແລະ $y = \sqrt{x} + 3$ ແມ່ນຕຳລາເລກ ຮາກຂັ້ນສອງ.

standard deviation / ຄວາມບ່ຽງເບນມາດຕະຖານ : ການວັດແທກຄວາມ ແຕກຕ່າງປົກກະຕິ ລະຫວ່າງມູນຄ່າຂອງຂໍ້ມູນຕົວເລກອັນໜຶ່ງ ກັບຄ່າສະເລ່ຍ $\bar{x}$. ຄວາມ ບ່ຽງເບນມາດຕະຖານຂອງຊັບຄາຕົວເລກ x_1, x_2, x_n ແມ່ນການວັດແທກການກະຈາຍ ເຊິ່ງໝາຍ ດ້ວຍ (σ) ແລະ ຄິດໄລ່ໄດ້ໂດຍການຖອນຮາກຖ້ວນສອງຂອງ ການຜັນແປ ແອຣີເອນສ໌ $$\sigma = \sqrt{\frac{(x_1 - \overline{x})^2 + (x_2 - \overline{x})^2 + \dots + (x_n - \overline{x})^2}{n}}$$	ຄວາມບ່ຽງເບນມາດຕະຖານ ຂອງຊຸດຂໍ້ມູນຕົວເລກ 3, 9, 13, 23 (ທີ່ມີຄ່າສະເລ່ຍ = 12) ແມ່ນ : $$\sigma = \sqrt{\frac{(3-12)^2 + (9-12)^2 + (13-12)^2 + (23-12)^2}{4}}$$ $$= \sqrt{53} \approx 7.3$$
standard equation of a circle / ສົມຜົນມາດຕະຖານ ຂອງວົງມົນອັນໜຶ່ງ : ສົມຜົນມາດຕະຖານ ຂອງວົງມົນອັນໜຶ່ງ ກັບຈຸດໃຈກາງ (h, k) ແລະ ເສັ້ນລັດສະໝີ r ແມ່ນ $(x - h)^2 + (y - k)^2 = r^2$.	ສົມຜົນມາດຕະຖານ ຂອງວົງມົນອັນໜຶ່ງ ກັບຈຸດໃຈກາງ (2, 3) ແລະ ເສັ້ນລັດສະໝີ 4 ແມ່ນ $(x - 2)^2 + (y - 3)^2 = 16$.
standard form of a complex number / ຮູບແບບມາດຕະຖານ ຂອງກຸ່ມ ຕົວເລກທີ່ສະຫຽບສັບຊ້ອນ : ຮູບແບບ $a + bi$ ໂດຍທີ່ a ແລະ b ແມ່ນຕົວເລກຈິງ ແລະ i ແມ່ນຕົວໜ່ວຍສົມມຸດ.	ຮູບແບບມາດຕະຖານ ຂອງກຸ່ມຕົວເລກທີ່ສະຫຽບສັບຊ້ອນ $i(1 + i)$ ແມ່ນ $-1 + i$.
standard form of a linear equation / ຮູບແບບມາດຕະຖານ ຂອງສົມ ຜົນເສັ້ນຊື່ : ສົມຜົນເສັ້ນຊື່ອັນໜຶ່ງ ທີ່ຖືກຂຽນຂຶ້ນຢູ່ໃນຮູບແບບ $Ax + By = C$ ໂດຍທີ່ A ແລະ B ຕ່າງກໍ່ບໍ່ແມ່ນສູນ.	ສົມຜົນເສັ້ນຊື່ $y = -3x + 4$ ສາມາດຖືກຂຽນຂຶ້ນ ຢູ່ໃນຮູບແບບ ມາດຕະຖານ ເປັນ $3x + y = 4$.
standard form of a polynomial function / ຮູບແບບມາດຕະຖານ ຂອງ ຕຳລາສຳມອນເລກທີ່ປະກອບດ້ວຍຫຼາຍຈຳນວນ : ຮູບແບບຂອງຕຳລາ ສຳມອນເລກ ທີ່ປະກອບດ້ວຍຫຼາຍຈຳນວນ ຊຶ່ງມີ ຈຳນວນຕ່າງໆ ທີ່ຖືກຂຽນຂຶ້ນ ເປັນລຳດັບ ໂດຍ ທີ່ຕົວເລກກຳລັງມີຄ່າຫຼຸດລົງ ຈາກຊ້າຍໄປຫາຂວາ.	ຕຳລາ $g(x) = 7x - \sqrt{3} + \pi x^2$ ສາມາດຖືກຂຽນຂຶ້ນ ຢູ່ໃນ ຮູບແບບມາດຕະຖານ ເປັນ $g(x) = \pi x^2 + 7x - \sqrt{3}$.
standard form of a quadratic equation in one variable / ຮູບແບບ ມາດຕະຖານ ຂອງສົມຜົນຂັ້ນສອງ ທີ່ມີຕົວຜັນແປໜຶ່ງຕົວ : ຮູບແບບ $ax^2 + bx + c = 0$ ໃນກໍລະນີທີ່ $a \neq 0$.	ສົມຜົນຂັ້ນສອງ $x^2 - 5x = 36$ ສາມາດຖືກຂຽນຂຶ້ນຢູ່ໃນ ຮູບແບບມາດຕະຖານ ເປັນ $x^2 - 5x - 36 = 0$.
standard form of a quadratic function / ຮູບແບບມາດຕະຖານ ຂອງ ຕຳລາຂັ້ນສອງ : ຕຳລາຂັ້ນສອງຢູ່ໃນຮູບແບບ $y = ax^2 + bx + c$ ໂດຍທີ່ $a \neq 0$.	ສົມຜົນຂັ້ນສອງ $y = 2(x + 3)(x - 1)$ ສາມາດຖືກຂຽນຂຶ້ນຢູ່ໃນ ຮູບແບບມາດຕະຖານ ເປັນ $y = 2x^2 + 4x - 6$.
standard normal distribution / ການແຈກຢາຍປົກກະຕິແບບມາດຕະ ຖານ : ການແຈກຢາຍແບບປົກກະຕິ ດ້ວຍຄ່າສະເລ່ຍເທົ່າ 0 ແລະ ຄວາມບ່ຽງເບນ ມາດຕະ ຖານເທົ່າກັບ 1. ເບິ່ງຕື່ມ z-score / ຈຳນວນ z ນຳດ້ວຍ.	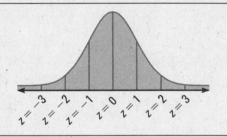
standard position of an angle / ຕຳແໜ່ງມາດຕະຖານ ຂອງມຸມອັນໜຶ່ງ : ຢູ່ໃນໜ້າພຽງຮຽງທີ່ປະສານກັນອັນນຶ່ງ, ຕຳແໜ່ງຂອງມຸມໜຶ່ງ ທີ່ມີຈອມຢູ່ໃນຈຸດເຄົ້າ ແລະ ມີອ້າງເລີ່ມຕົ້ນ ນອນຢູ່ບົນເສັ້ນເຄົ້າ x ທີ່ມີຄ່າບວກ.	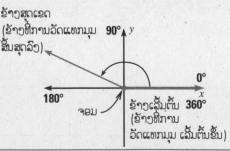
statistics / ສະຖິຕິ : ມູນຄ່າຫຼາງຕົວເລກ ທີ່ຖືກນຳໃຊ້ ເພື່ອສັງລວມ ແລະ ປຽບທຽບ ບັນດາຊຸດຂອງຂໍ້ມູນຕົວເລກ.	ເບິ່ງ mean / ຄ່າສະເລ່ຍ, median / ເສັ້ນກາງ, mode / ແບບແຜນ, range / ຂອບເຂດ ແລະ standard deviation / ຄວາມ ບ່ຽງເບນ ມາດຕະຖານ.

stem-and-leaf plot / ແຜນຜັງ ຕື້ນ ແລະ ໃບ : ການສະແດງອ້ຳມູນຕົວເລກ ທີ່ຈັດ ຕັ້ງອ້ຳມູນຕົວເລກ ໂດຍອີງຕາມຈຳນວນຕົວເລກ ຂອງຜວກມັນ.	ຕື້ນ | ໃບ

ໃບ table:

$$
\begin{array}{c|ccccccc}
0 & 8 & 9 \\
1 & 0 & 2 & 3 & 4 & 5 & 5 & 5 & 9 \\
2 & 1 & 1 & 5 & 9
\end{array}
$$

ລູກກະແຈ : $1 \mid 9 = \$19$

step function / ຕຳລາຂັ້ນ : ຕຳລາທີ່ມີຕົວແປ ເປັນຕົວເລກຈິງ ຊຶ່ງຖືກກຳນົດ ໂດຍ ຄ່າຄົງທີ່ອັນຫນຶ່ງ ຢູ່ໃນແຕ່ລະສ່ວນຂອງຊຸດຂອງມູນຄ່າທີ່ເປັນໄປໄດ້ຂອງມັນ. ເສັ້ນສະ ແດງຂອງຕຳລາຂັ້ນ ປະກອບເປັນຊຸດຂອງບັນດາຂັ້ນຂອງຂັ້ນໄດ.

$$
f(x) = \begin{cases} 1, & \text{ຖ້າວ່າ } 0 \le x < 1 \\ 2, & \text{ຖ້າວ່າ } 1 \le x < 2 \\ 3, & \text{ຖ້າວ່າ } 2 \le x < 3 \end{cases}
$$

straight angle / ມຸມຊື່ (ມຸມຜງຽງ) : ມຸມຄັບຫນຶ່ງທີ່ວັດແທກໄດ້ເທົ່າກັບ 180°.

A

stratified random sample / ຕົວຢ່າງໆທີ່ບໍ່ລຽງຕາມລຳດັບຊຶ່ງຖືກແບ່ງເປັນ ຊັ້ນໆ : ຕົວຢ່າງອັນຫນຶ່ງ ຊຶ່ງໃນນີ້ ຈຳນວນທັງຫມົດ ຖືກແບ່ງອອກເປັນຫຼາຍກຸ່ມ ທີ່ມີ ຄວາມແຕກຕ່າງໆກັນ, ແລະ ບັນດາສະມາຊິກໄດ້ຖືກຄັດເລືອກອອກຈາກແຕ່ລະກຸ່ມ ແບບບໍ່ລຽງຕາມລຳດັບ. | ທ່ານສາມາດຄັດເລືອກເອົາໆ ຕົວຢ່າງໆທີ່ບໍ່ລຽງຕາມ ລຳດັບ ຊັ້ນ ຖືກແບ່ງອອກເປັນຊັ້ນໆ ຂອງຈຳນວນ ທັງຫມົດ ຂອງບັກສຶກສາໆ ຢູ່ໃນ ໂຮງຮຽນແຫ່ງໆຫນຶ່ງ ໂດຍໃຫ້ຄອມພິວເຕີ ຄັດເລືອກ ແບບ ບໍ່ລຽງຕາມລຳດັບ ເອົາບັກສຶກສາໆ ຈຳນວນ 25 ຄົນ ຈາກແຕ່ລະ ຊັ້ນຮຽນ.

subset / ຊຸດຍ່ອຍ (ຊຸດປະກອບ) : ຖ້າວ່າທຸກໆອົງປະກອບຂອງຊຸດ A ຍັງ ແມ່ນອົງປະກອບອັນຫນຶ່ງຂອງຊຸດ B, A ແມ່ນຊຸດຍ່ອຍ (ຊຸດປະກອບ) ຂອງ B. ມັນຈະຖືກຂຽນຮຽນຂຶ້ນເປັນ $A \subseteq B$. ສຳລັບທຸກໆຊຸດ A, $\emptyset \subseteq A$ ແລະ $A \subseteq A$. | ຖ້າວ່າ $A = \{1, 2, 4, 8\}$ ແລະ B ແມ່ນຊຸດຂອງບັນດາຕົວ ເລກຕັ້ມທີ່ມີຄ່າບວກທັງຫມົດ, A ຈະແມ່ນຊຸດຍ່ອຍຂອງ B, ຫຼື $A \subseteq B$.

substitution method / ວິທີການປ່ຽນແທນ : ວິທີການ ຂອງການແກ້ລະບົບ ຂອງ ບັນດາສົມຜົນ ດ້ວຍການແກ້ໄສ່ສົມຜົນອັນຫນຶ່ງ ໃນຈຳນວນສົມຜົນເຫຼົ່ານັ້ນ ເພື່ອຊອກຫາ ຄ່າຂອງຕົວແປອັນຫນຶ່ງໃນຈຳນວນຕົວແປເຫຼົ່ານັ້ນກ່ອນ, ແລ້ວຫຼັງຈາກນັ້ນ ປ່ຽນແທນ ສຳນວນເລກ ທີ່ໄດ້ຮັບ ໃສ່ສົມຜົນອື່ນໆ. | $$2x + 5y = -5$$ $$x + 3y = 3$$ ແກ້ໄສ່ສົມຜົນທີ 2 ໃຫ້ x: $x = -3y + 3$. ປ່ຽນແທນສຳນວນຄ່ງໆຫາ ໃຫ້ x ຢູ່ໃນສົມຜົນທີ 1 ແລະ ແກ້ໃຫ້ y: $y = 11$. ໃຊ້ມູນຄ່າຂອງ y ເພື່ອຊອກຫາມູນຄ່າ ຂອງ x: $x = -30$.

summation notation / ບົດບັນທຶກເຄື່ອງບອກ : ການບັນທຶກ ຊຸດຕຳເນິ່ງອັນຫນຶ່ງ ທີ່ນຳໃຊ້ຕົວເດີມໃຫຍ່ຂອງກຼີກ Σ. ທີ່ເອີ້ນວ່າ "ຊິກມາໆ". ມັນຍັງ ຖືກເອີ້ນວ່າ ບົດບັນທຶກ ຊິກມາໆ. | $$\sum_{i=1}^{5} 7i = 7(1) + 7(2) + 7(3) + 7(4) + 7(5)$$ $$= 7 + 14 + 21 + 28 + 35 = 105$$

supplementary angles / ມຸມເສີມ 180 ອົງສາ ຫຼື ເສົ້ງອົງມົນ : ສອງມຸມ ທີ່ເມື່ອ ບອກເຂົ້າກັນແລ້ວ ຈະມີຄ່າເທົ່າກັບ 180°. ເຊັນບອກຂອງຄ່າໆວັດແທກ ຂອງມຸມຫນຶ່ງ ແລະ ມຸມເຫຼີ້ມ ຂອງມັນ ມີຄ່າໆເທົ່າກັບ 180°.

75° 105°

surface area / ເນື້ອທີ່ຂອງຜິວຫນ້າ : ຜົນບວກຂອງບັນດາເນື້ອທີ່ ຂອງຫນ້າຕ່າງໆ ຂອງຮູບຫຼາຍດ້ານ ຫຼື ຮູບກ້ອນອື່ນໆ.

3 ຝິຕ

4 ຝິຕ

6 ຝິຕ

$S = 2(3)(4) + 2(4)(6) + 2(3)(6) =$ 108 ຝິຕກຳລັງສອງ

survey / ການລົງສຳຫຼວດ : ການສຶກສາຄົ້ນຄວ້າ ກ່ຽວກັບຄຸນລັກສະນະອັນ ຫນຶ່ງ ຫຼື ຫຼາຍອັນ ຂອງກຸ່ມຫນຶ່ງ. | ອາໄລະສານ ສະບັບຫນຶ່ງ ຊຶ້ນເຊີນໃຫ້ຜູ້ອ່ານ ສົ່ງຄຳຕອບ ຕໍ່ ແບບສອບຖາມ ເພື່ອຈັດລະດັບຂອງອາໄລະສານ ຄັ່ງໆກ່າວ.

LAOTIAN

symmetric distribution / ການແຈກຢາຍແບບເຄິ່ງຄືກັນ : ການແຈກຢາຍ ຄວາມອາດສາມາດເປັນໄປໄດ້, ທີ່ບຳສະແດງໂດຍເສັ້ນສະແດງຄວາມຖີ່ອັນໜຶ່ງ, ຊຶ່ງ ໃນນີ້ ທ່ານສາມາດແຕ້ມເສັ້ນຕັ້ງ ທີ່ແບ່ງເສັ້ນສະແດງຄວາມຖີ່ຄັ້ງກ່າງ ອອກເປັນສອງ ສ່ວນທີ່ມີຄວາມເຄິ່ງຄືກັນ.	
synthetic division / ການແບ່ງປັນແບບສັງເຄາະ : ວິທີການທີ່ຖືກນຳໃຊ້ ເພື່ອ ແບ່ງ ສົມຜົນເລກທີ່ປະກອບດ້ວຍຫຼາຍຈຳນວນ ດ້ວຍຕົວຫານທີ່ເປັນ ຮູບແບບ $x - k$.	$$\begin{array}{r|rrrr} -3 & 2 & 1 & -8 & 5 \\ & & -6 & 15 & -21 \\ \hline & 2 & -5 & 7 & -16 \end{array}$$ $$\frac{2x^3 + x^2 - 8x + 5}{x + 3} = 2x^2 - 5x + 7 - \frac{16}{x + 3}$$
synthetic substitution / ການປ່ຽນແທນແບບສັງເຄາະ : ວິທີການ ທີ່ຖືກນຳໃຊ້ ເພື່ອຄິດໄລ່ຄ່າຕຳລາຂອງສົມຜົນເລກທີ່ປະກອບດ້ວຍຫຼາຍຈຳນວນ.	$$\begin{array}{r|rrrrr} 3 & 2 & -5 & 0 & -4 & 8 \\ & & 6 & 3 & 9 & 15 \\ \hline & 2 & 1 & 3 & 5 & \mathbf{23} \end{array}$$ ການປ່ຽນແທນແບບສັງເຄາະຂ້າງເທິງ ສະແດງໃຫ້ເຫັນວ່າ ສຳລັບ $f(x) = 2x^4 - 5x^3 - 4x + 8, f(3) = 23$.
system of linear equations / ລະບົບຂອງສົມຜົນເສັ້ນຊື່ : ສົມຜົນເສັ້ນຊື່ ສອງ ອັນ ຫຼື ຫຼາຍກວ່ານັ້ນ, ທີ່ມີຕົວແປຮັບຄືກັນ; ຍັງຖືກເອີ້ນວ່າ *linear system* / *ລະບົບເສັ້ນຊື່*.	ບັນດາສົມຜົນຢູ່ລຸ່ມນີ້ ປະກອບເປັນລະບົບ ຂອງບັນດາສົມ ຜົນເສັ້ນຊື່: $$x + 2y = 7$$ $$3x - 2y = 5$$
system of linear inequalities in two variables / ລະບົບຂອງ ບັນດາອະ ສົມຜົນເສັ້ນຊື່ ທີ່ມີຕົວຜັນແປສອງອັນ : ອະສົມຜົນເສັ້ນຊື່ ສອງອັນ ຫຼື ຫຼາຍ ກວ່ານັ້ນ, ທີ່ມີຕົວແປຮັບຄືວອກັນ; ລະບົບຄັ້ງກ່າງ ຍັງຖືກເອີ້ນວ່າ *system of inequalities* / *ລະບົບຂອງອະສົມຜົນ*.	ບັນດາອະສົມຜົນຢູ່ລຸ່ມນີ້ ປະກອບເປັນລະບົບຂອງ ອະສົມຜົນ ເສັ້ນຊື່ທີ່ມີຕົວແປສອງອັນ: $$x - y > 7$$ $$2x + y < 8$$
system of three linear equations in three variables / ລະບົບຂອງ ສົມຜົນເສັ້ນຊື່ສາມອັນ ທີ່ມີສາມຕົວແປ : ລະບົບອັນໜຶ່ງທີ່ປະກອບດ້ວຍ ສົມຜົນເສັ້ນຊື່ ສາມອັນ ທີ່ມີຕົວແປສາມອັນ. ເບິ່ງ ສົມຜົນເສັ້ນຊື່ ທີ່ມີຕົວຜັນ ແປສາມອັນ.	$$2x + y - z = 5$$ $$3x - 2y + z = 16$$ $$4x + 3y - 5z = 3$$
system of two linear equations in two variables / ລະບົບຂອງ ສົມຜົນ ເສັ້ນຊື່ສອງອັນ ທີ່ມີສອງຕົວແປ : ລະບົບອັນໜຶ່ງ ທີ່ປະກອບດ້ວຍ ສົມຜົນສອງອັນ ທີ່ສາມາດຖືກຂຽນຂຶ້ນຢູ່ໃນຮູບແບບ $Ax + By = C$ ແລະ $Dx + Ey = F$ ໂດຍທີ່ x ແລະ y ແມ່ນຕົວຜັນແປ, A ແລະ B ບໍ່ແມ່ນສູນ, ແລະ D ແລະ E ຕ່າງໆກໍບໍ່ແມ່ນສູນ.	$$4x + y = 8$$ $$2x - 3y = 18$$
systematic sample / ຕົວຢ່າງໆທີ່ເປັນລະບົບ : ຕົວຢ່າງໆອັນໜຶ່ງ ຊຶ່ງໃນນີ້ ໄດ້ມີການ ບຳໃຊ້ກົດເກນອັນໜຶ່ງ ເພື່ອລັດເລືອກເອົາສະມາຊິກຂອງຈຳນວນທັງໝົດ.	ທ່ານສາມາດລັດເລືອກເອົາຕົວຢ່າງໆທີ່ເປັນລະບົບ ຂອງ ຈຳນວນ ມັກສຶກສາທັງໝົດ ຂອງໂຮງຮຽນແຫ່ງໜຶ່ງ ໂດຍ ການເລືອກ ເອົາໜຶ່ງຄົນ ໃນຈຳນວນມັກສຶກສາທຸກໆສິບຄົນ ຢູ່ໃນບັນຊີລາຍ ຊື່ທີ່ຖືກລຽງໄວ້ຕາມອັກສອນ ຢູໂຮງຮຽນຄັ້ງກ່າງ.

T

tangent / ອັດຕາສ່ວນສຳຜັດ : ໂຕຍໍ້ແມ່ນ *tan*. ສຳຫຼັບຮູບສາມຫຼ່ຽມ ABC, –ໂຕໜຶ່ງ ອັດຕາສ່ວນສຳຜັດຂອງມຸມແຫຼມ A ແມ່ນ: ອັດຕາສ່ວນສຳຜັດ $A = \dfrac{\text{ລວງຍາວຂອງເສັ້ນຕຽບກົງກັນຂ້າມ } \angle A}{\text{ລວງຍາວຂອງຕຽບຕິດກັບຂ້າງ } \angle A} = \dfrac{BC}{AC}$	$$\tan A = \frac{BC}{AC} = \frac{3}{4}$$

High School
Multi-Language Visual Glossary

tangent function / ຈຳນວນຜົດສະຊະນົດສຳຜັດ : ຖ້າ θ ແມ່ນມຸມແທລມ ໃດໜຶ່ງ ຂອງຮູບສາມທ່ຽມ, ການສຳຜັດຂອງ θ ແມ່ນລວງຍາວຂອງ θ ກົງກັນຂ້າມ ຫານດ້ວຍ ລວງຍາວຂອງ θ ດ້ານຂ້າງ.	*ເບິ່ງ* sine function / ຕຳລາຊິນ.
tangent line / ເສັ້ນສຳຜັດ : ເສັ້ນສຳຜັດໃດໜຶ່ງໃນພື້ນຮາບຂອງຮູບວົງກົມ ທີ່ ຕັດຜ່ານຮູບວົງກົມນະຈຸດແມ່ນອນໃດໜຶ່ງ, ຈຸດສຳຜັດ.	 ເສັ້ນ *n* ແມ່ນເສັ້ນສຳຜັດ. *R* ແມ່ນຈຸດສຳຜັດ.
taxicab geometry / ເລຂາຄະນິດແທກຊີແຄບ : ເລຂາຄະນິດທີ່ບໍ່ເປັນແບບ ຢູຄລິດ ເຊິ່ງທຸກໆເສັ້ນຂອງຜອກກັນລ້ອນແຕ່ແນ່ນຕັ້ງ ຫລື ນອນ.	 ໃນເລຂາຄະນິດແທກຊີແຄບ, ເສັ້ນທາງລະຫວ່າງ *A* ແລະ *B* ແມ່ນມີ 7 ໜ່ວຍວັດ.
terminal point of a vector / ຈຸດປາຍຂອງເສັ້ນສິນມຸດ.	*ເບິ່ງ* vector / ເສັ້ນສິນມຸດ.
terminal side of an angle / ເສັ້ນດ້ານປາຍຂອງມຸມ : ໃນພື້ນຮາບພຽງ ທີ່ທົ່ງ ກັນ, ມຸມໃດໜຶ່ງສາມາດສັງຖຶ້ນໄດ້ໂດຍການກຳໜົດເສັ້ນລັດສະໜີ ເອີ້ນວ່າ ເສັ້ນປາຍເບື້ອງຕົ້ນ, ແລະ ໝຸນເສັ້ນລັດສະໜີອີກຂ້າງໜຶ່ງ ເອີ້ນວ່າ ເສັ້ນດ້ານທ້າຍ ຈົນຖຶງຈຸດທີ່ເສັ້ນມາຮອມກັນ.	*ເບິ່ງ* standard position of an angle / ຕຳແໜ່ງ ມາດຕະຖານຂອງມຸມ.
terms of a sequence / ຈຳນວນຂອງລຳດັບ : ຄ່າຕາມລຳດັບ.	4 ຈຳນວນລຳດັບເບື້ອງຕົ້ນ 1, −3, 9, −27, 81, −243, . . . ແມ່ນ 1, −3, 9, ແລະ −27.
terms of an expression / ຈຳນວນຂອງຜົດ : ສ່ວນຕ່າງໆຂອງຜົດ ທີ່ ເພີ່ມຂຶ້ນ ຮ່ວມກັນ.	ຈຳນວນຜົດ $3x + (−4) + (−6x) + 2$ ແມ່ນ $3x$, $−4$, $−6x$, ແລະ 2.
tessellation / ກຸ່ມຈຳນວນ : ກຸ່ມຈຳນວນຕົວເລກທີ່ກວມພື້ນຮາບໂດຍບໍ່ມີ ຊ່ອງຫວ່າງໆ ຫລື ຊ້ອນທັບກັນ.	
tetrahedron / ຮູບຈອຍສີຫລ່ຽມ : ຮູບຊົງທີ່ມີ ສີໜ້າ.	
theorem / ກົດຫລືສຼດຂອງຜົດສະຊະນົດ : ການກຳໜົດຖະແຫລງທີ່ຊິງຕາມ ເໜີຮັບ ຈາກການກຳໜົດ ຫລືການຖະແຫລງທີ່ຖືກຕ້ອງ.	ມຸມກົງແມ່ນມຸມເທົ່າກັບຜົດ.
theoretical probability / ຄວາມໜ້າຈະເປັນໄປໄດ້ຢ່າງສົມເຫດສົມຜົນ : ເມື່ອຜົນຂອງມາດເທົ່າກັບໜົດ ຄວາມໜ້າຈະເປັນໄປໄດ້ທີ່ ກໍລະນີ A ຈະເກີດແມ່ນ $P(A) = \dfrac{\text{ຕົວເລກຂອງຜົນຮັບຕາມກໍລະນີ } A}{\text{ຜົນລວມຕົວເລກຂອງຜົນຮັບ}}$	ຄວາມໜ້າຈະເປັນໄປໄດ້ຂອງການ ໂຍນໜາກເຕົ໋າ ທີ່ກົດໜ້າຕາມມາດຕະຖານແມ່ $\dfrac{3}{6} = \dfrac{1}{2}$ ເພາະວ່າໜົ ຮັບທັງ 3 ແມ່ນກ່ຽວກັບ ການ ໂຍນໜາກເຕົ໋າໜຶ່ງຕົ້ງ ຈາກໜົນຮັບລວມ ທັງໜົດ 6 ຄັ້ງ.
transformation / ການປຽນຮູບ : ການປຽນຮູບປຽນອະໜາດ, ຮູບຮ່າງໆ, ຕຳແໜ່ງ, ຫລື ການທັບເທຂອງຮູບ.	ການປຽນຍ້າຍ, ການປຽດຄຊີ ແລະ ຫົດຕົວ, ການຫວາ ແລະ ການ ໝຸນ ແມ່ນການປຽນຮູບ.

translation / ການປ່ຽນຍ້າຍ : ການປ່ຽນຍ້າຍຍ້າຍທຸກຈຸດຂອງຮູບຕາມທິດທາງດຽວກັນ.

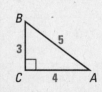

△ **ABC** ຍ້າຍຂຶ້ນສອງໜ່ວຍ.

---

transversal / ເສັ້ນຂວາງຕັດ : ເສັ້ນຂວາງທີ່ຕັດສອງ ຫລື ຫລາຍກ່ວາ ຂອງເສັ້ນ ໂຄປລານໆ ຕາມຈຸດຕ່າງໆ.

ເສັ້ນຂວາງຕັດ **t**

---

transverse axis of a hyperbola / ແກນເສັ້ນຂວາງຕັດຂອງຮູບເສັ້ນ ໂຄ້ງ ໄຮເປີໂບລາ : ສ່ວນຂອງເສັ້ນທີ່ເຊື່ອມຈຸດສູງສຸດຂອງຮູບເສັ້ນ ໂຄ້ງໄຮເປີໂບລາ.

ເບິ່ງ hyperbola, geometric definition / ຮີແປກໂບລ໌, ຄຳນິຍາມທາງດ້ານເລຂາລະບິດ.

---

trapezoid / ຮູບສີ່ຫລ່ຽມຕາງຫມູ : ຮູບສີ່ຫລ່ຽມທີ່ມີສອງຂ້າງທີ່ຂະໜານເປັນຫລັກ. ຂ້າງທີ່ບໍ່ເທົ່າກັນແມ່ນຂາຂອງມັນ.

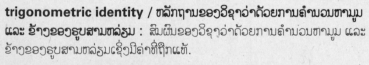

---

triangle / ຮູບສາມຫລ່ຽມ : ຮູບຊົງທີ່ມີສາມຫລ່ຽມ.

△ **ABC**

---

trigonometric identity / ຫລັກຖຼນຂອງວິຊາວ່າດ້ວຍການຄຳນວນທາມຸມ ແລະ ຂ້າງຂອງຮູບສາມຫລ່ຽມ : ສົມຜົນຂອງວິຊາວ່າດ້ວຍການຄຳນວນທາມຸມ ແລະ ຂ້າງຂອງຮູບສາມຫລ່ຽມເຊິ່ງມີຄ່າທີ່ຖືກແທ້.

$$\sin(-\theta) = -\sin\theta \qquad \sin^2\theta + \cos^2\theta = 1$$

---

trigonometric ratio / ອັດຕາສ່ວນຂອງວິຊາວ່າດ້ວຍການຄຳນວນທາມຸມ ແລະ ຂ້າງຂອງຮູບສາມຫລ່ຽມ : ອັດຕາສ່ວນຂອງລວງຍາວຂອງສອງຂ້າງ ຂອງຮູບ ສາມຫລ່ຽມ. ເບິ່ງເຕີ່ມ sine / ຊິນ, cosine / ໂກຊິນ, ແລະ tangent / ອັດຕາສ່ວນສຳຜັດ.

ສາມອັດຕາສ່ວນທົ່ວໄປຂອງວິຊາວ່າດ້ວຍການ ຄຳນວນທາ ມຸມ ແລະ ຂ້າງຂອງຮູບສາມຫລ່ຽມ ແມ່ນ ຊິນ, ໂກຊິນ, ແລະ ອັດຕາສ່ວນສຳຜັດ.

$$\tan A = \frac{BC}{AC} = \frac{3}{4}$$

$$\sin A = \frac{BC}{AB} = \frac{3}{5}$$

$$\cos A = \frac{AC}{AB} = \frac{4}{5}$$

---

trinomial / ສົມຜົນທີ່ມີສາມຈຳນວນ : ພົລລວມຂອງສາມຈຳນວນທີ່ ປະກອບດ້ວຍ ຈຳນວນດຽວ.

$4x^2 + 3x - 1$ ແມ່ນສົມຜົນທີ່ມີສາມຈຳນວນ.

truth table / ຕາລາງສະແດງຄວາມຈິງ : ຕາລາງທີ່ສະແດງຄ່າແທ້ຈິງຂອງການ ຕັ້ງສົມມຸດຕິຖານ, ການສະຫລຸບ, ແລະ ອະທິບາຍເພີ່ມເຕີມ ໂດຍການໃຊ້ ສົມມຸດຕິຖານ ແລະ ການສະຫລຸບ.

ຕາລາງສະແດງຄວາມຈິງ		
p	q	$p \rightarrow q$
ຖືກ	ຖືກ	ຖືກ
ຖືກ	ຜິດ	ຜິດ
ຜິດ	ຖືກ	ຖືກ
ຜິດ	ຜິດ	ຖືກ

truth value of a statement / ບົດຍ້ຳຢືນ ຄ່າທີ່ຖືກຕ້ອງ : ຖືກ ຫລື ຜິດ ຕາມກຳຫນົດຕະແຫລງ.

ເບິ່ງ truth table / ຕາລາງສະແດງຄວາມຈິງ.

two-column proof / ຂໍ້ພິສູດສອງແຖວ : ການພິສູດວິທີຫນຶ່ງ ໂດຍໃຊ້ການຂຽນ ອະທິບາຍເປັນ ໂຕເລກ ແລະ ຍົກເຫດຜົນທີ່ສອດຄ່ອງ ເຊິ່ງສະແດງໃຫ້ເຫັນເຖິງເຫດຜົນ ເປັນຕັກກະສາດຕາມອັນຕອນ.

U

unbiased sample / ຕົວຢ່າງທີ່ບໍ່ມີອຸປາທານ : ຕົວຢ່າງທີ່ເປັນຕົວແທນຂອງປະ ຊະມືອງ ທີ່ທ່ານຕ້ອງການສຶມມູ.

ທ່ານຕ້ອງການຢາກຮັບຢັ່ງສຽງສະມາຊິກຂອງຫ້ອງອາວໂສ ອ່າຈະຈັດງານລ້ຽງຢູ່ໃສ. ຖ້າສະມາຊິກທຸກຄົນມີໂອກາດ ຢັ່ງສຽງ ເທົ່າກັນ, ຕົວຢ່າງກໍຈະບໍ່ມີອຸປາທານ.

undefined term / ຄຳສັບທີ່ບໍ່ມີບໍຍາມ : ສັບທີ່ບໍ່ມີບໍຍາມເປັນທາງການ ແຕ່ມີ ຄວາມເປັນເອກະພາບກັນໃນຄວາມຫມາຍຂອງມັນ.

ຈຸດ, ເສັ້ນ, ແລະ ພື້ນຮາບ ແມ່ນສັບບໍ່ມີບໍຍາມ.

union of sets / ການຮວມຕົວກັນຂອງກຸ່ມ : ການຮວມຕົວກັນຂອງສອງກຸ່ມ A ແລະ B, ຂຽນເປັນ $A \cup B$, ແມ່ນກຸ່ມຂອງທຸກໆສ່ວນບໍ່ວ່າຈະຢູ່ໃນ A ຫລື B.

ຖ້າ $A = \{1, 2, 4, 8\}$ ແລະ $B = \{2, 4, 6, 8, 10\}$, ຈະ $A \cup B = \{1, 2, 4, 6, 8, 10\}$.

unit circle / ຫນ່ວຍຂອງວົງກົມ : ວົງກົມ $x^2 + y^2 = 1$ ເຊິ່ງມີຈຸດສູນກາງ $(0, 0)$ ແລະ ລັດສະຫນີ 1. ສຳຫລັບມູມ θ ຕາມເຂັ້ມໂມງ, ເສັ້ນປາຍຂອງ θ ຕັດກັບຫນ່ວຍຂອງວົງກົມຢູ່ທີ່ຈຸດ $(\cos \theta, \sin \theta)$.

unit of measure / ຫນ່ວຍວັດ : ປະລິມານ ຫລືປະລິມານເພີ່ມຂຶ້ນທີ່ສາມາດວັດໄດ້.

ຖ້ານີກການວັດຄວາມຕາ່ສ່ວນໃດຫນຶ່ງ ໂດຍການໃຊ້ ໄມ້ບັນທັດ ຫມາຍແປດສ່ວນຂອງ ຫນຶ່ງ ນິ້ວ, ຫນ່ວຍຂອງການວັດແມ່ນ $\frac{1}{8}$ ນິ້ວ.

unit rate / ຫນ່ວຍອັດຕາ : ອັດຕາສ່ວນການທານຂອງເສດສ່ວນແມ່ນ 1 ສ່ວນ.

$\frac{55 \text{ ໄມ}}{1 \text{ ຊົ່ວໂມງ}}$, ຫລື 55 ໄມ/ຊົ່ວໂມງ, ແມ່ນ ຫນຶ່ງຫນ່ວຍອັດຕາ.

universal set / ກຸ່ມບໍ່ຈຳກັດຂອບເຂດ : ກຸ່ມທີ່ທຸກໆສ່ວນຖືກນຳມາພິຈາລະນາ ທັງຫມົດ ນຳກັນ, ຂຽນໃນຮູບແບບ U.

ຖ້າກຸ່ມບໍ່ຈຳກັດຂອບເຂດ ເປັນຈຳນວນເຕັມບວກແລ້ວ, $U = \{1, 2, 3, \dots\}$.

upper extreme / ຄ່າສູງສຸດ : ຄ່າສູງສຸດຂອງກຸ່ມຕົ້ມູນ.

ເບິ່ງ box-and-whisker plot / ກັບແລະ ເສັ້ນບິກ.

upper quartile / ໄລຍະຄ່າງຂອງສອງວັດຖຸທີ່ທີ່ມຸມຄ່າງກັບຫລາຍກ່ວາ ຕໍ່ຄ່າສິບອົງສາ : ເສັ້ນມັດຖະຍະຄານທີ່ມີຄ່າຫລາຍກ່ວາຄ່າເຄິ່ງຫນຶ່ງຂອງກຸ່ມຕົ້ມູນຕາມ ລຳດັບ.

ເບິ່ງ interquartile range / ການຈັດອາງຄ່າ ຕັ້ງສາກພາຍໃນ.

variable / ຈຳນວນຜັນແປ : ຕົວເລກ ຫຼື ຕົວອັກສອນທີ່ໃຊ້ເພື່ອບອກ ຫນຶ່ງ ຫຼື ຫລາຍຈຳນວນ.	ໃນຈຳນວນພິດສະຂະນິດ $5n$, $n + 1$, ແລະ $8 - n$, ຕົວອັກສອນ n ແມ່ນຈຳນວນທີ່ຜັນແປ.
variable term / ຄຳສັບຜັນແປ : ສັບທີ່ມີຫລາຍສ່ວນ.	ຄຳສັບຜັນແປຂອງຈຳນວນພິດສະຂະນິດ $3x^2 + 5x + (-7)$ ແມ່ນ $3x^2$ ແລະ $5x$.
variance / ຄ່າຜັນແປ : ຄ່າຜັນແປຂອງກຸ່ມອັ້ມມູນທາງດ້ານຈຳນວນ $x_1, x_2, \ldots, x_n$ ທີ່ມີຄ່າສະເລ່ຍ $\overline{x}$ ແມ່ນການວັດການກະຈາຍທີ່ສະແດງໄດ້ໂດຍ σ^2 ແລະ ຄິດໄລ່ໄດ້ໂດຍ: $$\sigma^2 = \frac{(x_1 - \overline{x})^2 + (x_2 - \overline{x})^2 + \ldots + (x_n - \overline{x})^2}{n}$$	ຄ່າຜັນແປຂອງກຸ່ມອັ້ມມູນ 3, 9, 13, 23 (ທີ່ມີຄ່າສະເລ່ຍ = 12) ແມ່ນ: $$\sigma^2 = \frac{(3 - 12)^2 + (9 - 12)^2 + (13 - 12)^2 + (23 - 12)^2}{4}$$ $$= 53$$
vector / ເສັ້ນສົ້ມມຸດ : ປະລິມານທີ່ມີທັງ ທິດທາງໆ ແລະ ຈຳນວນ ສະແດງຂອກໃນ ພື້ນຮາບພຽງ ໂດຍມີສັນຍາລັກລູກສອນແຕ້ມຈາກຈຸດຫນຶ່ງໄປຈຸດຫນຶ່ງ.	 $\overrightarrow{FG}$ ກັບຈຸດເລີ່ມຕົ້ນ F ແລະ ຈຸດປາຍ G.
verbal model / ຕົວຢ່າງໆທີ່ຍຶດຕາມຖ້ອຍຄຳ : ຕົວຢ່າງໆທີ່ຍຶດຕາມຖ້ອຍຄຳ ອະທິບາຍເຫດການຕົວຈິງທີ່ເກີດຂຶ້ນໃນ ໂລກປັນສະຫລາດຈາກກຳກັບ ແລະ ໃຊ້ ເຊື່ອງຫມາຍ ພິດສະຂະນິດໃນການບັນຍາຍຄຳສັບ.	ໄລຍະທ່າງໆ = ອັດຕາ • ເວລາ (ໄມ) (ໄມ/ຊົ່ວໂມງ) (ເວລາ)
vertex angle of an isosceles triangle / ມຸມຈຸດຈອມຂອງຮູບສາມຫລ່ຽມ ແຫລມ : ມູມທີ່ຖຶກສ້າງ ໂດຍດ້ານຂ້າງຂອງຮູບສາມຫ ລ່ຽມແຫລມ.	 ມຸມສູງສຸດຂອງ ຮູບສາມຫລ່ຽມ ແຫລມ ມຸມຖານ
vertex form of a quadratic function / ຮູບສູງສຸດຂອງຈຳນວນ ພິດສະຂະນິດ : ຮູບ $y = a(x - h)^2 + k$, ເຊິ່ງມີຈຸດ ສູງສຸດ ແມ່ນ (h, k) ແລະ ແກນຂອງທັງສອງຂ້າງໆແມ່ນ $x = h$.	ສົມຜົນອັ້ນສອງຂອງ $y = -\frac{1}{4}(x + 2)^2 + 5$ ແມ່ນຢູ່ໃນຮູບແບບຂອງຮູບສູງສຸດຂອງຈຳນວນ ພິດສະຂະນິດ.
vertex of a cone / ຈຸດຈອມຂອງຮູບກວຍ : ຍົ້ງ cone / ຮູບຈວຍ.	ຍົ້ງ cone / ຮູບຈວຍ.
vertex of a parabola / ຈຸດຈອມຂອງຮູບ ໂຄ້ງປາຣາໂບລາ : ຈຸດຕ່ຳສຸດ ຫຼື ສູງສຸດຂອງຮູບ ໂຄ້ງປາຣາໂບມ.	ຍົ້ງ parabola, geometric definition / ປາຣາ ໂບລ໌, ຄຳນິຍາມທາງດ້ານເລຂາລະນິດ.
vertex of a polygon / ຈຸດຈອມຂອງຮູບທີ່ມີຫລາຍກ່ວາສີ່ຄ້ານ : ທຸກໆຫນຶ່ງໃນ ຈຸດປາຍຂອງວາງຂອງຮູບທີ່ມີຫລາຍກ່ວາສີ່ຂ້າງໆ. ຈຳນວນຫລາຍ ແມ່ນ vertices. ຍົ້ງຕົ້ນ polygon / ຮູບຫຼາຍຫຼ່ຽມ ຕົ້ນ.	ຍົ້ງ polygon / ຮູບຫຼາຍຫຼ່ຽມ.
vertex of a polyhedron / ຈຸດຈອມຂອງຮູບທີ່ມີຫລາຍຫນ້າໆ : ຈຸດທີ່ມີຫລ່ຽມ ຕັ້ງແຕ່ສາມຫລ່ຽມຂຶ້ນໄປຂອງຮູບທີ່ມີຫລາຍຫນ້າໆ.	 ຈຸດຈອມ.
vertex of a pyramid / ຈຸດຈອມຂອງຮູບກວຍຫຼ່ຽມ : ຍົ້ງ pyramid / ປິຣະມິດ.	ຍົ້ງ pyramid / ປິຣະມິດ.

vertex of an absolute value graph / ຈຸດຈອມຂອງເສັ້ນສະແດງຄ່າ
ສົມບູນ : ຈຸດສູງສຸດ ຫລື ຕ່ຳສຸດໃນຮູບຂອງຈຳນວນພິດສະຈະນິດສົມບູນ.

ຈຸດສູງສຸດຂອງເສັ້ນສະແດງ $y = |x - 4| + 3$
ແມ່ນຈຸດ **(4, 3)**.

---

vertex of an angle / ຈຸດຈອມຂອງມຸມ : ເບິ່ງ angle / ມຸມ.

ເບິ່ງ angle / ມຸມ.

---

vertical angles / ມຸມຕັ້ງ : ສອງມຸມຂອງຂ້າງຈາກສອງເສັ້ນລັດສະໜິ່ຄູ່ເກີ່ງຂ້າມ.

∠1 ແລະ ∠4 ແມ່ນມຸມຕັ້ງ.
∠2 ແລະ ∠3 ແມ່ນມຸມຕັ້ງ.

---

vertical component of a vector / ສ່ວນປະກອບທາງຕັ້ງຂອງເສັ້ນສົມມຸດ :
ການປ່ຽນແປງທາງຕັ້ງຈາກຈຸດເລີ່ມຕົ້ນກັບຈຸດປາຍຂອງເສັ້ນສົມມຸດ.

ເບິ່ງ component form of a vector / ອົງປະກອບ
ສ້າງຂອງ ເສັ້ນຂຸ່ມິຕິດ.

---

vertical motion model / ຕົວຢ່າງຂອງການເຄື່ອນໄຫວທາງຕັ້ງ : ຕົວຢ່າງ
ສຳຫລັບລອງສູງຂອງອັດຖຸໃດໜຶ່ງທີ່ຖືກເຄື່ອນໄປຂ້າງໜ້າໃນອາກາດ ແຕ່ບໍ່ມີ
ພະລັງງານທີ່ຈະຫັກສາໂຕເອງຢູ່ໃນອາກາດ.

ຕົວຢ່າງຂອງການເຄື່ອນໄຫວທາງຕັ້ງສຳຫລັບ
ອັດຖຸໃດໜຶ່ງ ທີ່ຖືກໂຍນຂື້ນ ໂດຍອັດຕາເລັ່ງແນວຕັ້ງ
ເບື້ອງຕົ້ນ 20 ນິດ ຕໍ່ນາທີ ຈາກລອງສູງ 8 ນິດ
ແມ່ນ $h = -16t^2 + 20t + 8$ ເຊິ່ງ h
ແມ່ນລອງສູງ (ເປັນ ນິດ) ຂອງອັດຖຸ t ແມ່ນ ວິນາທີ
ຫລັງຈາກຖືກໂຍນ.

---

vertical shrink / ການຫົດຕົວ : ການຫົດຕົວຍ້າຍທຸກໆຈຸດໃນຮູບໄປແກນ x,
ໃນຂະນະທີ່ຈຸດຕ່າງໆໃນແກນ x ບໍ່ປ່ຽນແປງ.

ຮູບສາມຫລ່ຽມສິດຳຫົດຕົວລົງຕາມແນວຕັ້ງໄປສູ່ຮູບສາມ
ຫລ່ຽມສີຂຽວ.

---

vertical stretch / ການແຜ່ຢຶດໃນແນວຕັ້ງ : ການແຜ່ຢຶດໃນແນວຕັ້ງຍ້າຍທຸກ
ຈຸດໃນຮູບອອກຈາກແກນ x, ໃນຂະນະທີ່ຈຸດຕ່າງໆໃນແກນ x ບໍ່ປ່ຽນແປງ.

ຮູບສາມຫລ່ຽມສິດຳແຜ່ຢຶດຕາມແນວຕັ້ງໄປສູ່ຮູບສາມ
ຫລ່ຽມສີຂຽວ.

---

vertices of a hyperbola / ຈຸດສູງສຸດຂອງຮູບເສັ້ນໂຄ້ງ : ຈຸດຕ່າງໆທີ່ຕັດກັນ
ຂອງຮູບເສັ້ນໂຄ້ງ ແລະ ເສັ້ນຜ່ານຈຸດລວມຂອງຮູບເສັ້ນໂຄ້ງ.

ເບິ່ງ hyperbola, geometric definition /
ອິແປກໂບລ໌, ຄຳນິຍາມທາງດ້ານເລຂາຄະນິດ.

vertices of an ellipse / ຈຸດສູງສຸດຂອງຮູບໄຂ່ : ຈຸດຕ່າງໆທີ່ຕັດກັບຂອງຮູບໄຂ່ ແລະ ເສັ້ນຜ່ານຈຸດລວມຂອງຮູບໄຂ່.	ເບິ່ງ ellipse / ແອລິບສ໌.
volume of a solid / ປ່ຣິມາດຂອງວັດຖຸທີ່ມີທັງຄວາມກ້ວາງ ຍາວ ແລະ ໜາໆ : ຈຳນວນໜ່ວຍຄິວບິກທີ່ ບັນຈຸຢູ່ພາຍໃນວັດຖຸທີ່ມີທັງຄວາມກ້ວາງ ຍາວ ແລະ ໜາໆ.	**3** ນິ້ວ **4** ນິ້ວ **6** ນິ້ວ ປ່ຣິມາດ = 3(4)(6) = 72 ນິ້ວ³

W

whole numbers / ຈຳນວນຕົວເລກທັງໝົດ : ຈຳນວນ 0, 1, 2, 3, ...	0, 8, ແລະ 106 ແມ່ນ ຈຳນວນຕົວເລກທັງໝົດ. −1 ແລະ 0.6 ບໍ່ແມ່ນຈຳນວນຕົວເລກທັງໝົດ.

X

x-axis / ແກນ x : ແກນນອນໃນພື້ນຮາບພຽງ. *ເບິ່ງຕື່ມ* coordinate plane / ການຮ່ວມກັນຂອງໝ້າພຽງ.	*ເບິ່ງ* coordinate plane / ການຮ່ວມກັນຂອງ ໝ້າພຽງ.
x-coordinate / x ໄລຍະທ່າງໆ : ໄລຍະທ່າງໆທຳອິດຕາມຄູ່ລຳດັບ ເຊິ່ງບອກໃຫ້ທ່ານຮູ້ວ່າມີຈັກໜ່ວຍທີ່ຈະຍ້າຍໄປຫ້າງໆຊ້າຍຫລືຂວາ.	ຕາມຄູ່ລຳດັບ (−3, −2), ໄລຍະທ່າງໆ x −3, ໝາຍຄວາມວ່າ ຍ້າຍ 3 ໜ່ວຍໄປທາງໆຊ້າຍ. *ເບິ່ງຕື່ມ* coordinate plane / ການຮ່ວມກັນຂອງ ໝ້າພຽງ.
x-intercept / ຈຸດຕັດ x : ຈຸດຕັດ x ແມ່ນບ່ອນທີ່ເສັ້ນສະແດງຕັດແກນ x.	ຈຸດຕັດ x ແມ່ນ 6. ຈຸດຕັດ y ແມ່ນ 3.

Y

y-axis / ແກນ y : ແກນໃນແນວຕັ້ງຕາມພື້ນຮາບພຽງ. *ເບິ່ງຕື່ມ* coordinate plane / ການຮ່ວມກັນຂອງໝ້າພຽງ.	*ເບິ່ງ* coordinate plane / ການຮ່ວມ ກັນຂອງໝ້າພຽງ.
y-coordinate / ໄລຍະທ່າງໆ y : ໄລຍະທາງໆທີສອງໆຕາມຄູ່ລຳດັບ ເຊິ່ງ ໆບອກໃຫ້ທ່ານ ຮູ້ວ່າມີຈັກໜ່ວຍຍ້າຍຂຶ້ນ ຫລືລົງໆ.	ຕາມຄູ່ລຳດັບ (−3, −2), ໄລຍະທ່າງໆ y −2, ໝາຍຄວາມວ່າ ຍ້າຍສອງໆໜ່ວຍລົງໆລຸ່ມ. *ເບິ່ງຕື່ມ* coordinate plane / ການຮ່ວມກັນຂອງໝ້າພຽງ.
y-intercept / ຈຸດຕັດ y : ຈຸດຕັດ y ແມ່ນບ່ອນທີ່ເສັ້ນສະແດງຕັດແກນ y.	*ເບິ່ງ* x-intercept / ຈຸດຕັດ x.

Z

zero exponent / ເລກກຳລັງໆສູນ : ຖ້າ $a \neq 0$, ແມ່ນ $a^0 = 1$.	$(-7)^0 = 1$
zero of a function / ຄ່າສູນຂອງຈຳນວນຜົນສະຊະນິດ : ຈຳນວນ k ແມ່ນ ສູນ ຂອງຈຳນວນຜົນສະຊະນິດ f if $f(k) = 0$.	ຄ່າສູນຂອງຈຳນວນຜົນສະຊະນິດ $f(x) = 2(x + 3)(x − 1)$ ແມ່ນ −3 ແລະ 1.
z-score / ຈຳນວນ z : ຈຳນວນ z ຂອງຄ່າເບນບ່ຽງມາດຕະຖານ ເຊິ່ງຄ່າຂອງ ຂໍ້ມູນ ຢູ່ທິ່ງ ຫລີ ລຸ່ມຄ່າສະເລ່ຍ $\bar{x}$ ຂອງກຸ່ມຂໍ້ມູນ: $z = \dfrac{x − \bar{x}}{\sigma}$.	ການກະຈາຍໂດຍທົ່ວໄປມີຄ່າສະເລ່ຍ 76 ແລະ ຄ່າບ່ຽງ ເບນ ມາດຕະຖານ ແມ່ນ 9. ຈຳນວນ z ສຳຫລັບ $x = 64$ ແມ່ນ $z = \dfrac{x − \bar{x}}{\sigma} = \dfrac{64 − 76}{9} \approx −1.3$.

High School
Multi-Language Visual Glossary

Copyright © by McDougal Littell,
a division of Houghton Mifflin Company.

ARABIC

absolute deviation الانحراف المطلق / الانحراف المطلق للعدد x من قيمة معلومة هو القيمة المطلقة للفرق بين x والقيمة المعلومة:

الانحراف المطلق $= |x -$ القيمة المعلومة$|$

إذا كان الانحراف المطلق للعدد x من 2 هو 3، فإن $|x - 2| = 3$.

---

absolute value القيمة المطلقة / القيمة المطلقة للعدد a هي المسافة بين a و0 على خط الأعداد. يعبر عن القيمة المطلقة للعدد a بالرمز $|a|$.

$|0| = 0$ ، $|-5| = 5$ ، $|2| = 2$

---

absolute value equation معادلة القيمة المطلقة / معادلة تشتمل على تعبير رياضي يتعلق بالقيمة المطلقة.

التعبير $3 = |x + 2|$ يمثل معادلة قيمة مطلقة.

---

absolute value function دالة القيمة المطلقة / دالة تشتمل على تعبير رياضي يتعلق بالقيمة المطلقة.

المعادلات $y = |x|$ و $y = |x - 3|$ و $y = 4|x + 8| - 9$ تمثل دوال قيمة مطلقة.

---

absolute value of a complex number / القيمة المطلقة لعدد مركب
إذا كان $z = a + bi$، فإن القيمة المطلقة للعدد z، ويرمز لها بالرمز $|z|$ ، هي عدد حقيقي غير سالب معرف على الصورة $|z| = \sqrt{a^2 + b^2}$.

$|-4 + 3i| = \sqrt{(-4)^2 + 3^2} = \sqrt{25} = 5$

---

acute angle الزاوية الحادة / زاوية يزيد قياسها عن $0°$ ويقل عن $90°$.

---

acute triangle المثلث حاد الزوايا / مثلث زواياه الثلاث حادة.

---

additive identity المحايد الجمعي / العدد 0 هو المحايد الجمعي، لأن حاصل جمع أي عدد مع 0 يساوي العدد نفسه: $a + 0 = 0 + a = a$.

$-2 + 0 = -2, 0 + \frac{3}{4} = \frac{3}{4}$

---

additive inverse المعكوس الجمعي / المعكوس الجمعي للعدد a هو العدد المقابل له: $-a$. حاصل جمع أي عدد ومعكوسه الجمعي يساوي 0:
$a + (-a) = -a + a = 0$.

المعكوس الجمعي للعدد 5- هو 5 و $0 = 5 + 5-$

---

adjacent angles الزاويتان المتجاورتان / زاويتان تشتركان في رأس واحدة وضلع واحد، إلا أنهما لا تشتركان في أية نقاط داخلية.

$\angle 1$ و $\angle 2$ زاويتان متجاورتان.

---

algebraic expression التعبير الجبري / تعبير يحتوي على متغير واحد على الأقل ترابط. ويُطلق عليه أيضاً التعبير المتغير.

$\frac{2}{3}p$ و $\frac{8}{7 - r} - 5$ و $n^2 + 2n\,k$ تعبيرات جبرية.

---

alternate exterior angles الزاويتان الخارجتان المتبادلتان / زاويتان تكونتا نتيجة قطع مستقيم مستعرض لمستقيمين متوازيين حيث تقع هاتان الزاويتان خارج المستقيمين وعلى جهتين متقابلتين من المستقيم المستعرض.

$\angle 1$ و $\angle 8$ زاويتان خارجتان متبادلتان.

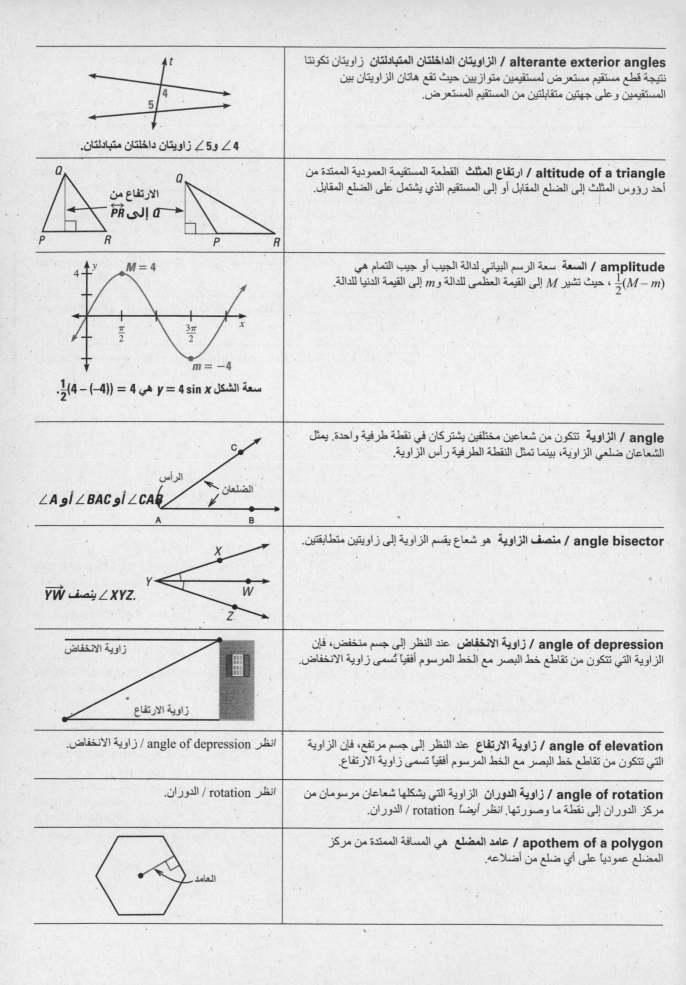

alterante exterior angles / الزاويتان الداخلتان المتبادلتان زاويتان تكونتا نتيجة قطع مستقيم مستعرض لمستقيمين متوازيين حيث تقع هاتان الزاويتان بين المستقيمين وعلى جهتين متقابلتين من المستقيم المستعرض.

∠4 و∠5 زاويتان داخلتان متبادلتان.

altitude of a triangle / ارتفاع المثلث القطعة المستقيمة العمودية الممتدة من أحد رؤوس المثلث إلى الضلع المقابل أو إلى المستقيم الذي يشتمل على الضلع المقابل.

الارتفاع من Q إلى $\overrightarrow{PR}$

amplitude / السعة سعة الرسم البياني لدالة الجيب أو جيب التمام هي $\frac{1}{2}(M - m)$ ، حيث تشير M إلى القيمة العظمى للدالة و m إلى القيمة الدنيا للدالة.

سعة الشكل y = 4 sin x هي $\frac{1}{2}(4 - (-4)) = 4$.

angle / الزاوية تتكون من شعاعين مختلفين يشتركان في نقطة طرفية واحدة. يمثل الشعاعان ضلعي الزاوية، بينما تمثل النقطة الطرفية رأس الزاوية.

∠CAB أو ∠BAC أو ∠A

الرأس
الضلعان

angle bisector / منصف الزاوية هو شعاع يقسم الزاوية إلى زاويتين متطابقتين.

$\overrightarrow{YW}$ ينصف ∠XYZ.

angle of depression / زاوية الانخفاض عند النظر إلى جسم منخفض، فإن الزاوية التي تتكون من تقاطع خط البصر مع الخط المرسوم أفقياً تُسمى زاوية الانخفاض.

زاوية الانخفاض
زاوية الارتفاع

angle of elevation / زاوية الارتفاع عند النظر إلى جسم مرتفع، فإن الزاوية التي تتكون من تقاطع خط البصر مع الخط المرسوم أفقياً تسمى زاوية الارتفاع.

angle of depression / زاوية الانخفاض انظر.

angle of rotation / زاوية الدوران الزاوية التي يشكلها شعاعان مرسومان من مركز الدوران إلى نقطة ما وصورتها. انظر أيضاً rotation / الدوران.

rotation / الدوران انظر.

apothem of a polygon / عامد المضلع هي المسافة الممتدة من مركز المضلع عمودياً على أي ضلع من أضلاعه.

العامد

arc length / **طول القوس** جزء من محيط دائرة.

$$\overset{\frown}{AB} = 2\pi r \cdot \frac{m\overset{\frown}{AB}}{360°}\ \text{طول القوس}$$

---

area / **المساحة** هي مقدار السطح الذي يشغله شكل ما. تُقاس المساحة بالوحدات المربعة مثل القدم المربع (قدم^2) أو بالمتر المربع (م^2).

3 وحدات

4 وحدات

المساحة = 12 وحدة مربعة

---

arithmetic sequence / **المتوالية الحسابية** متوالية يكون الفرق فيها بين الحدود المتتالية مقداراً ثابتاً.

2، 8، 14، 20، 26، ... متوالية حسابية الفرق بين الحدود المتتابعة فيها يساوي 6.

---

arithmetic series / **المتسلسلة الحسابية** التعبير الذي يتكون نتيجة جمع حدود متوالية حسابية.

$$\sum_{i=1}^{5} 2i = 2 + 4 + 6 + 8 + 10$$

---

asymptote / **الخط المقارب** خط مستقيم يقترب منه رسم البياني أكثر فأكثر.

الخط المقارب للرسم البياني الموضح هو المستقيم $y = 3$.

---

asymptotes of a hyperbola / **الخطوط المقاربة للقطع الزائد** خطوط مستقيمة يقترب منها قطع زائد لكنه لا يقطعها.

hyperbola, geometric definition / القطع الزائد، التعريف الهندسي. انظر

---

axiom / **بديهية** انظر postulate / مسلمة.

postulate / مسلمة. انظر

---

axis of symmetry of a parabola / **محور تماثل القطع المكافئ** الخط العمودي على دليل القطع المكافئ والمار عبر بؤرته ورأسه.

parabola, geometric definition / القطع المكافئ، التعريف الهندسي. انظر

B

bar graph / **مخطط أعمدة** رسم بياني تُستخدم فيه أطوال الأعمدة لتمثيل البيانات ومقارنتها.

المكان المفضل للسباحة

الطلاب

المحيط البحيرة حمام السباحة

ARABIC

base angles of a trapezoid / زاويتا القاعدة في شبه المنحرف أي من زوجي الزوايا اللذين يمثل الضلع المشترك بينهما قاعدة في شبه منحرف.	
∠**A** و∠**D** زوج من زوايا القاعدة. ∠**B** و∠**C** زوج آخر.	
انظر / vertex angle of an isosceles triangle زاوية الرأس في المثلث متساوي الساقين.	**base angles of an isosceles triangle** / زاويتا القاعدة في المثلث متساوي الساقين الزاويتان المجاورتان لقاعدة مثلث متساوي الساقين.
base of a parallelogram / قاعدة متوازي الأضلاع أي من زوجي الأضلاع المتوازية في متوازي أضلاع.	
في القوة 3⁴، العدد 3 هو الأساس.	**base of a power** / أساس قوة العدد أو التعبير الذي يُستخدم كعامل في عملية ضرب متكرر.
انظر prism / المنشور.	**base of a prism** / قاعدة المنشور انظر prism / المنشور.
انظر pyramid / الهرم.	**base of a pyramid** / قاعدة الهرم انظر pyramid / الهرم.
انظر isosceles triangle / المثلث متساوي الساقين.	**base of an isosceles triangle** / قاعدة المثلث متساوي الساقين الضلع غير المتطابق في مثلث متساوي الساقين عدد الأضلاع المتطابقة فيه اثنان فقط.
انظر trapezoid / شبه المنحرف.	**bases of a trapezoid** / قاعدتا شبه المنحرف الضلعان المتوازيان في شبه منحرف.
انظر line of fit / خط أفضل توفيق.	**best-fitting line** / الخط الأحسن توفيقًا انظر line of fit / خط أفضل توفيق.
	best-fitting quadratic model / النموذج التربيعي الأحسن توفيقًا هو النموذج الناتج عن استخدام انحدار تربيعي في مجموعة من البيانات المزدوجة.
النقطة **B** تقع بين النقطتين **A** و **C**.	**between** / بين عندما تقع ثلاث نقاط على مستقيم واحد، فيقال إن إحداهن تقع بين الأخريين.
يعد السؤال "ألا توافقني الرأي أن سن التصويت ينبغي أن يضم أبناء السادسة عشرة لأن كثيرًا من هذه الفئة العمرية يتحملون المسئولية و على دراية بالأمور؟" سؤالًا متحيزًا.	**biased question** / سؤال متحيز هو سؤال يحفز على إعطاء إجابة بعينها.
يعتبر لاعبو فريق كرة السلة بالمدرسة عينة متحيزة عند إجراء استقصاء بشأن بناء صالة ألعاب جديدة.	**biased sample** / العينة متحيزة عينة لا تمثل جميع فئات المجتمع الإحصائي.

يكون المستقيمان متعامدان إذا وفقط إذا تقاطعا ليكونا زاوية قائمة.	**biconditional statement / جملة ثنائية الشرط** عبارة تقريرية تحتوي على صيغة "إذا وفقط إذا".
$t^3 - 4t$ و $2x + 5$ تعبير جبري ذو حدين.	**binomial / ذو الحدين** متعدد حدود مكون من حدين.

binomial distribution / التوزيع ذو الحدين التوزيع الاحتمالي المرتبط بالتجربة ذات الحدين.

التوزيع ذو الحدين لعدد 8 محاولات عند $p = 0.5$.

عند إلقاء قطعة نقود منتظمة 12 مرة، فإن احتمال الحصول على 4 صور متماثلة تماماً يكون كما يلي:

$$P(k = 4) = {_n}C_k\, p^k (1-p)^{n-k}$$
$$= {_{12}}C_4 (0.5)^4 (1 - 0.5)^8$$
$$= 495(0.5)^4(0.5)^8$$
$$\approx 0.121$$

binomial experiment / التجربة ذات الحدين تجربة تحقق الشروط التالية: (1) أن يوجد عدد n من المحاولات المستقلة. (2) أن يوجد لكل محاولة ناتجين محتملين فقط: النجاح والفشل. (3) تماثل احتمال النجاح في كل محاولة.

$$(x^2 + y)^3 =$$
$${_3}C_0(x^2)^3 y^0 + {_3}C_1(x^2)^2 y^1 + {_3}C_2(x^2)^1 y^2 + {_3}C_3(x^2)^0 y^3 =$$
$$(1)(x^6)(1) + (3)(x^4)(y) + (3)(x^2)(y^2) + (1)(1)(y^3) =$$
$$x^6 + 3x^4 y + 3x^2 y^2 + y^3$$

binomial theorem / النظرية ذات الحدين التوسع ذو الحدين للتعبير $(a + b)^n$. لأي عدد صحيح موجب n:

$$(a + b)^n = {_n}C_0 a^n b^0 + {_n}C_1 a^{n-1} b^1 + {_n}C_2 a^{n-2} b^2 + \cdots + {_n}C_n a^0 b^n.$$

---

box-and-whisker plot / مخطط الصندوق والشوارب طريقة لعرض البيانات يتم فيها تنظم قيم البيانات في أربع مجموعات باستخدام القيمة الصغرى، و الرُّبيع الأدنى، والوسيط، والرُّبيع الأعلى، والقيمة القصوى.

انظر / hyperbola, geometric definition القطع الزائد، التعريف الهندسي.	**branches of a hyperbola / فرعا قطع زائد** الجزءان المتماثلان في قطع زائد.

C

انظر / circle الدائرة.	**center of a circle / مركز الدائرة** انظر / circle الدائرة.
انظر / hyperbola, geometric definition القطع الزائد، التعريف الهندسي.	**center of a hyperbola / مركز القطع الزائد** النقطة الواقعة في منتصف المحور المستعرض بالقطع الزائد.
انظر / ellipse القطع الناقص.	**center of an ellipse / مركز القطع الناقص** النقطة الواقعة في منتصف المحور الأكبر بالقطع الناقص.

center of a polygon / مركز المضلع هو مركز الدائرة التي تحيط بالمضلع.

center of a sphere / مركز الكرة انظر sphere / الكرة.	انظر sphere / الكرة.
center of dilation / مركز التمدد في التمدد، هو النقطة الثابتة التي يتم حولها تكبير الشكل أو تصغيره.	انظر dilation / التمدد.
center of rotation / مركز الدوران انظر rotation / الدوران.	انظر rotation / الدوران.
center of symmetry / مركز التماثل انظر rotational symmetry / التماثل الدوراني.	انظر rotational symmetry / التماثل الدوراني.

central angle of a circle / الزاوية المركزية في دائرة زاوية رأسها مركز الدائرة.

∠PCQ زاوية مركزية في الدائرة⊙C.

central angle of a regular polygon / الزاوية المركزية في مضلع منتظم زاوية مكونة من نصفي قطر مرسومين إلى رأسين متتاليتين في المضلع.

زاوية مركزية

centroid of a triangle / المركز المتوسط للمثلث نقطة تقاطع متوسطات المثلث الثلاثة.

النقطة P تمثل المركز المتوسط للمثلث △ABC.

chord of a circle / وتر الدائرة قطعة مستقيمة يقع طرفاها على محيط الدائرة.

أوتار

chord of a sphere / وتر الكرة قطعة مستقيمة يقع طرفاها على محيط كرة.

وتر

circle / الدائرة مجموعة كافة النقاط الواقعة في مستوى ما والتي تبعد نفس المسافة عن نقطة معلومة تُسمى مركز الدائرة.

دائرة مركزها P أو الدائرة⊙P

circle graph / رسم بياني دائري رسم بياني يتم فيه تمثيل البيانات كجزء من دائرة؛ حيث تمثل الدائرة بأكملها جميع البيانات.

الآراء حول لعبة رولر كوستر

ليست مسلية 7
عادية 15
رائعة 78

circumcenter of a triangle / مركز الدائرة المحيطة بمثلث نقطة تقاطع المنصفات الثلاثة العمودية في المثلث.

النقطة *P* هي مركز الدائرة المحيطة بالمثلث *ABC* △.

circumference / محيط الدائرة المسافة المحيطة بالدائرة.

circumscribed circle / الدائرة المحيطة دائرة تحيط بمضلع يقع كل رأس من رؤوسه على محيطها.

الدائرة المحيطة

coefficient / المعامل عندما يكون الحد هو حاصل ضرب عدد في متغير ذو قوة فإن هذا العدد يمثل معامل المتغير.

في ألتعبير الجبري $2x^2 + (-4x) + (-1)$، معامل $2x^2$ هو 2 ومعامل $-4x$ هو -4.

coefficient matrix / مصفوفة المعاملات مصفوفة معاملات المنظومة الخطية $ax + by = e$، $cx + dy = f$ هي $\begin{bmatrix} a & b \\ c & d \end{bmatrix}$

$$9x + 4y = -6$$
$$3x - 5y = -21$$

مصفوفة المعاملات: $\begin{bmatrix} 9 & 4 \\ 3 & -5 \end{bmatrix}$

مصفوفة الثوابت: $\begin{bmatrix} -6 \\ -21 \end{bmatrix}$

مصفوفة المتغيرات: $\begin{bmatrix} x \\ y \end{bmatrix}$

collinear points / النقاط المتسامتة النقاط الواقعة على نفس الخط المستقيم.

A، *B*، *C* نقاط متسامتة.

combination / توفيقية اختيار العناصر r من مجموعة مؤلفة من n من العناصر لا يُعتد فيها بالترتيب، ويُعبر عنها بالصورة $_nC_r$ حيث $_nC_r = \dfrac{n!}{(n-r)! \cdot r!}$.

يوجد 6 توفيقيات لـ $n = 4$ أحرف A، B، C، D عندما تكون العناصر المختارة $r = 2$ في المرة الواحدة:
AB، AC، AD، BC، BD، CD

common difference / الفضل المشترك الفرق الثابت بين الحدود المتتابعة في متوالية حسابية.

تمثل الأعداد 2، 8، 14، 20، 26، . . . متوالية حسابية الفضل المشترك فيها يساوي 6.

common factor / العامل المشترك العدد الصحيح الذي يمثل عاملاً لاثنين أو أكثر من الأعداد الصحيحة التي لا تساوي الصفر.

العوامل المشتركة للعددين 64 و120 هي 1 و2 و4 و8.

common logarithm / اللوغاريتم العادي لوغاريتم أساسه 10 ويرمز له بالرمز $\log_{10}$ (لو$_{10}$) أو بالصورة المبسطة لو.

$\log_{10} 100 = \log 100 = 2$ لأن $10^2 = 100$.

common multiple / المضاعف، المشترك العدد الصحيح الذي يمثل مضاعفًا لاثنين أو أكثر من الأعداد الصحيحة التي لا تساوي الصفر.

المضاعفات المشتركة للعددين 6 و8 هي 24 و48 و72 و96 و . . . .

common ratio / النسبة المشتركة النسبة بين أي حد والحد الذي يسبقه في متوالية هندسية.

المتوالية 5، 10، 20، 40، . . . هي متوالية هندسية النسبة المشتركة فيها تساوي 2.

complement of a set / متممة المجموعة متممة المجموعة A، والتي تكتب على صورة $\overline{A}$، هي مجموعة كافة العناصر التي تنتمي للمجموعة الشاملة U ولا تنتمي للمجموعة A.	إذا كانت U تمثل مجموعة كافة الأعداد الصحيحة من 1 إلى 10 وكانت المجموعة $A = \{1، 2، 4، 8\}$، فإن $\overline{A} = \{3، 5، 6، 7، 9، 10\}$
complementary angles / الزاويتان المتتامتان زاويتان يبلغ مجموع قياسهما °90. مجموع قياسات زاوية ومتممتها يساوي °90.	 58° 32°
completing the square / إكمال المربع عملية إضافة حد لتعبير من الدرجة الثانية على صورة $x^2 + bx$ حتى يصبح مربع كامل ثلاثي الحدود.	لإكمال المربع $x^2 + 16x$، يتم إضافة $\left(\frac{16}{2}\right)^2 = 64 : x^2 + 16x + 64 = (x + 8)^2$
complex conjugates / المترافقان المركبان عددان مركبان على صورة $a + bi$ و $a - bi$.	$2 + 4i$، $2 - 4i$
complex fraction / الكسر المركب كسر يشتمل بسطه أو مقامه أو كليهما على كسر.	كسران مركبان، $\dfrac{\frac{x^2-1}{x+1}}{x-1}$ و $\dfrac{\frac{3x}{2}}{-6x^3}$
complex number / العدد المركب عدد يُكتب على صورة $a + bi$، حيث a و b عددان حقيقيان و i هي الوحدة التخيلية.	0، 2.5، $\sqrt{3}$، π، $5i$، $2 - i$
complex plane / المستوى المركب مستوى إحداثي تمثل فيه كل نقطة (a, b) عددًا مركبًا $a + bi$، حيث يكون المحور الأفقي هو المحور الحقيقي والمحور الرأسي هو المحور التخيلي.	 تخيلي $-2 + 4i$ $3i$ i حقيقي 1 $3 - 2i$ $-4 - 3i$
component form of a vector / الصيغة المركبة للمتجه صيغة المتجه التي تشتمل على المركب الأفقي والرأسي للمتجه.	 Q المركب الرأسي — وحدتان لأعلى P — أربع وحدات لليمين المركب الأفقي الصيغة المركبة لـ $\overrightarrow{PQ}$ هي $\langle 4، 2\rangle$.
composite number / العدد المؤلف عدد صحيح أكبر من 1 وله عوامل خلاف نفسه والعدد 1.	يعتبر 6 عددًا مؤلفا لأن عوامله هي 1 و2 و3 و6.
composition of functions / تركيب الدوال تركيب الدالة g مع الدالة f هو $h(x) = g(f(x))$.	$f(x) = 5x - 2, \ g(x) = 4x^{-1}$ $g(f(x)) = g(5x - 2) = 4(5x - 2)^{-1} =$ $\dfrac{4}{5x - 2}, x \neq \dfrac{2}{5}$
composition of transformations / تركيب التحويلات نتيجة جمع تحويلين أو أكثر للحصول على تحويل فردي.	يعد الانعكاس الانزلاقي أحد أمثلة تركيب التحويلات.
compound event / الحدث المركب حدث يجمع حدثين بسيطين أو أكثر باستخدام الحرف "و" أو الحرف "أو".	عند إلقاء مكعب الأعداد، فإن حدث "الحصول على 2 أو عدد فردي" يعد حدثًا مركبًا.
compound inequality / متباينة مركبة متباينتان بسيطتان يربطهما الحرف "و" أو "أو".	$2x > 0$ أو $x + 4 < -1$ متباينة مركبة.

conditional probability / الاحتمال المشروط الاحتمال المشروط للحدث B المرتبط بوقوع الحدث A، الذي يُكتب على صورة $P(B \mid A)$، هو احتمال وقوع الحدث B شريطة أن يكون الحدث A قد وقع بالفعل.

تم اختيار بطاقتين عشوائياً من مجموعة بطاقات اللعب المعيارية المكونة من 52 بطاقة. إذا كان الحدث A هو "البطاقة الأولى هي الإسباتي" وكان الحدث B هو "البطاقة الثانية هي الإسباتي"، فإن $P(B \mid A) = \dfrac{12}{51} = \dfrac{4}{17}$ لأنه يوجد 12 (من 13) بطاقة إسباتي من الـ 51 بطاقة المتبقية.

---

compound interest / الفائدة المركبة الفائدة المستحقة عن كل من الاستثمار الابتدائي والفائدة السابقة المستحقة.

أودع مبلغ 250 دولاراً أمريكياً في حساب تبلغ فائدته المركبة 4% سنوياً. وبعد مرور 5 سنوات، بلغ رصيد الحساب $y = 250(1 + 0.04)^5 \approx \$304.16$.

---

concave polygon / المضلع المقعر مضلع غير محدب. انظر أيضًا convex polygon / المضلع المحدب.

الجزء الداخلي

---

conclusion / الاستنتاج الجزء الذي يلي كلمة "فإن" في التقرير الشرطي.

انظر conditional statement / التقرير الشرطي.

---

concurrent / متلاقية ثلاثة خطوط أو أشعة أو قطع مستقيمة أو أكثر تتقاطع في نقطة واحدة.

انظر point of concurrency / نقطة التلاقي.

---

conditional statement / التقرير الشرطي عبارة تقريرية تتكون من جزأين أحدهما الفرض والآخر الاستنتاج.

التقرير الشرطي

إذا كان $a > 0$، فإن $|a| = a$.

الفرض   الاستنتاج

---

cone / المخروط مجسم يحتوي على قاعدة دائرية ورأس واحد لا يقع في مستوى واحد مع القاعدة.

الرأس

الارتفاع h

القاعدة r

---

conic section / مقطع مخروطي منحنى يمكن الحصول عليه بتقاطع مستوى مع مخروط ذي فرع مزدوج. يُطلق أيضًا على المقاطع المخروطية اسم القطوع المخروطية.

انظر circle / الدائرة، و ellipse / القطع الناقص، و hyperbola / القطع الزائد و parabola / القطع المكافئ.

---

congruence transformation / تحويل تطابقي تحويل يحافظ على الطول وقياسات الزوايا. يطلق عليه أيضًا التقايس (تساوي القياس).

يعد كل من الانتقال والانعكاس والدوران نوعاً من أنواع التحويل التطابقي.

---

congruent angles / زوايا متطابقة زوايا متساوية في القياس.

A B

$\angle A \cong \angle B$

---

congruent arcs / قوسان متطابقان قوسان لهما نفس القياس ويقعان في دائرة واحدة أو دائرتين متطابقتين.

$\overarc{CD} \cong \overarc{EF}$

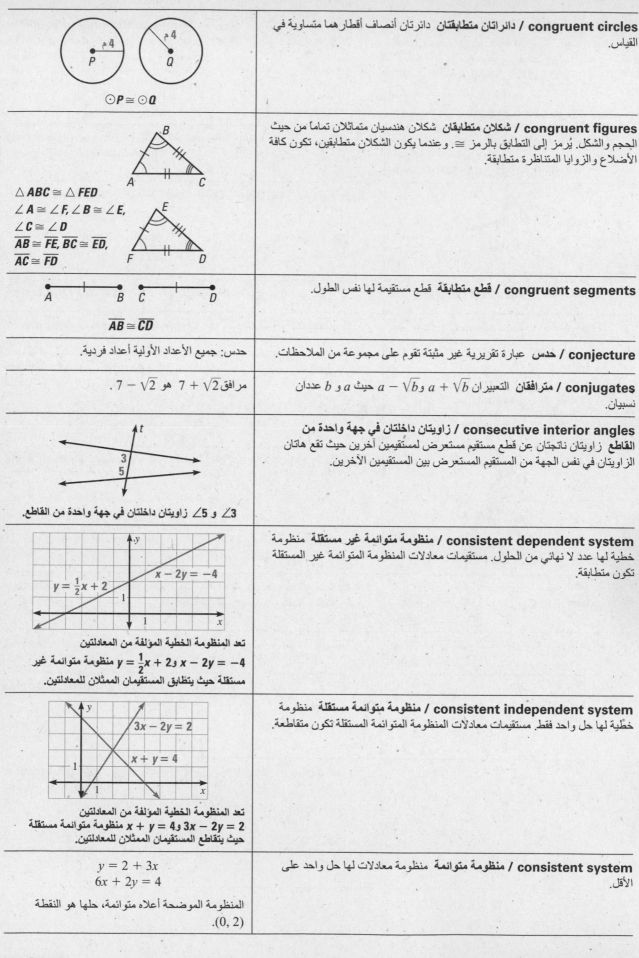

congruent circles / دائرتان متطابقتان دائرتان أنصاف أقطارهما متساوية في القياس.

$$\odot P \cong \odot Q$$

congruent figures / شكلان متطابقان شكلان هندسيان متماثلان تماماً من حيث الحجم والشكل. يُرمز إلى التطابق بالرمز ≅. وعندما يكون الشكلان متطابقين، تكون كافة الأضلاع والزوايا المتناظرة متطابقة.

$\triangle ABC \cong \triangle FED$
$\angle A \cong \angle F, \angle B \cong \angle E,$
$\angle C \cong \angle D$
$\overline{AB} \cong \overline{FE}, \overline{BC} \cong \overline{ED},$
$\overline{AC} \cong \overline{FD}$

congruent segments / قطع متطابقة قطع مستقيمة لها نفس الطول.

$$\overline{AB} \cong \overline{CD}$$

conjecture / حدس عبارة تقريرية غير مثبتة تقوم على مجموعة من الملاحظات.

حدس: جميع الأعداد الأولية أعداد فردية.

conjugates / مترافقان التعبيران $a + \sqrt{b}$ و $a - \sqrt{b}$ حيث a و b عددان نسبيان.

مرافق $\sqrt{2} + 7$ هو $7 - \sqrt{2}$.

consecutive interior angles / زاويتان داخلتان في جهة واحدة من القاطع زاويتان ناتجتان عن قطع مستقيم مستعرض لمستقيمين آخرين حيث تقع هاتان الزاويتان في نفس الجهة من المستقيم المستعرض بين المستقيمين الآخرين.

$\angle 3$ و $\angle 5$ زاويتان داخلتان في جهة واحدة من القاطع.

consistent dependent system / منظومة متوائمة غير مستقلة منظومة خطية لها عدد لا نهائي من الحلول. مستقيمات معادلات المنظومة المتوائمة غير المستقلة تكون متطابقة.

تعد المنظومة الخطية المؤلفة من المعادلتين $y = \frac{1}{2}x + 2$ و $x - 2y = -4$ منظومة متوائمة غير مستقلة حيث يتطابق المستقيمان الممثلان للمعادلتين.

consistent independent system / منظومة متوائمة مستقلة منظومة خطية لها حل واحد فقط. مستقيمات معادلات المنظومة المتوائمة المستقلة تكون متقاطعة.

تعد المنظومة الخطية المؤلفة من المعادلتين $3x - 2y = 2$ و $x + y = 4$ منظومة متوائمة مستقلة حيث يتقاطع المستقيمان الممثلان للمعادلتين.

consistent system / منظومة متوائمة منظومة معادلات لها حل واحد على الأقل.

$y = 2 + 3x$
$6x + 2y = 4$

المنظومة الموضحة أعلاه متوائمة، حلها هو النقطة $(0, 2)$.

constant of variation / ثابت التغيّر الثابت a الذي لا يساوي الصفر في معادلة تغير مباشر $y = ax$، أو في معادلة تغير عكسي $y = \dfrac{a}{x}$، أو في معادلة تغير مشترك $z = axy$.	في معادلة التغير المباشر $y = -\dfrac{5}{2}x$، ثابت التغير هو $-\dfrac{5}{2}$.
constant term / الحد الثابت الحد الذي يشتمل على عدد ولا يشتمل على أية متغيرات.	في التعبير $2 + (-6x) + (-4) + 3x$، الحدود الثابتة هي 4 و2.
constraints / قيود في البرمجة الخطية، هي المتباينات الخطية التي تشكل منظومة.	انظر / linear programming / البرمجة الخطية.
continuous function / دالة متصلة دالة ذات رسم بياني غير متقطع.	
construction / إنشاء عملية رسم شكل هندسي باستخدام مجموعة محدودة من الأدوات التي عادة ما تكون فرجار ومسطرة عَدلة.	
contrapositive / مكافئ عكسي عبارة تقريرية مكافئة تشتق من نفي الفرض والاستنتاج في عكس قضية شرطية.	العبارة التقريرية: إذا كانت $m\angle A = 90°$، فإن $\angle A$ قائمة. المكافئ العكسي: إذا لم تكن $\angle A$ قائمة، فإن $m\angle A \neq 90°$.
control group / المجموعة الضابطة المجموعة التي لا تتعرض لأي إجراء أو معالجة عند القيام بتجربة. انظر أيضاً experimental group / المجموعة التجريبية.	انظر أيضاً experimental group / المجموعة التجريبية.
convenience sample / العينة الميسّرة عينة تشمل أفراد المجتمع الذين يسهل الوصول إليهم فقط.	يمكنك اختيار عينة ميسّرة من طلاب المدرسة وذلك باختيار طلاب من الفصول التابعة لك.
converse of a conditional / عكس عبارة شرطية عبارة تقريرية تتم صياغتها بتبديل مكاني الفرض والاستنتاج. عكس إحدى العبارات الصحيحة لا يكون بالضرورة صحيحاً.	عكس العبارة التقريرية "إذا كان $x = 5$، فإن $|x| = 5$" هو "إذا كان $|x| = 5$، فإن $x = 5$" العبارة الأصلية صحيحة ولكن عكسها خطأ.
convex polygon / المضلع المحدب مضلع لا يشتمل أي من المستقيمات الحاملة لأضلاعه على أية نقاط تقع داخله. يقال أن المضلع غير محدب عندما يكون مقعراً أو غير محدب.	الجزء الداخلي
convex polyhedron / متعدد الأسطح المحدب يكون متعدد الأسطح محدباً إذا أمكن توصيل أي نقطتين على سطحه بقطعة مستقيمة تقع بأكملها عليه أو داخله؛ فإذا وقعت هذه القطعة المستقيمة خارج متعدد الأسطح، يصبح عندئذ مقعراً أو غير محدب.	محدب مقعر
coordinate / الإحداثي العدد الحقيقي المقابل لنقطة ما على خط الأعداد.	إحداثي نقطتين

ARABIC

	coordinate plane / **مستوى إحداثي** مستوى ينقسم إلى أربعة أرباع بواسطة خط أعداد أفقي يُسمى المحور السيني (x) وخط رأسي يُسمى المحور الصادي (y).

<table>
<tr><td>

| الربع الثاني | المحور y | الربع الأول |
</td></tr>
</table>

coordinate proof / **البرهان الإحداثي** نوع من البراهين تستخدم في وضع الأشكال الهندسية على مستوى إحداثي.

	coplanar points / **نقاط متحدة المستوى** نقاط تقع في مستوى واحد.

النقاط **A** و**B** و**C** متحدة المستوى.

تفيد نتيجة نظرية مجموع زوايا المثلث أن الزاويتان الحادتان في المثلث القائم متتامتان.	**corollary to a theorem** / **نتيجة نظرية** عبارة تقريرية يسهل إثباتها باستعمال نظرية.

انظر positive correlation / ارتباط موجب و negative correlation / ارتباط سالب.	**correlation** / **الارتباط** العلاقة بين المعطيات المزدوجة. يكون للمعطيات المزدوجة ارتباط موجب إذا كانت y تزداد بزيادة x، ويكون لها ارتباط سالب إذا كانت y تنقص بزيادة x، ولا يكون هناك ارتباط نسبياً إذا لم يكن هناك أي علاقة واضحة بين x و y.

لا يوجد ارتباط نسبياً

تحتوي مجموعة البيانات التي توضح ارتباط موجب قوي على معامل الارتباط $r \approx 1$. انظر أيضاً positive correlation / ارتباط موجب و negative correlation / ارتباط سالب.	**correlation coefficient** / **معامل الارتباط** قياس مدى ملائمة مستقيم لمجموعة من البيانات في صورة زوج مرتب (x, y). يرمز لمعامل الارتباط بالرمز r حيث $-1 \leq r \leq 1$.

	corresponding angles / **الزاويتان المتناظرتان** زاويتان تكونتا نتيجة قطع مستقيم مستعرض لمستقيمين متوازيين حيث تشغل هاتان الزاويتان موقعين متناظرين.

$\angle 2$ و $\angle 6$ زاويتان متناظرتان.

	corresponding parts / **الأجزاء المتناظرة** زوج من الأضلاع أو الزوايا المتقابلة في أشكال متطابقة أو متماثلة.

$\angle A$ و $\angle J$ زاويتان متناظرتان.
$\overline{AB}$ و $\overline{JK}$ ضلعان متناظران.

انظر sine function / دالة الجيب.	**cosecant function** / **دالة قاطع التمام** إذا كانت θ زاوية حادة في مثلث قائم، فإن قاطع تمام الزاوية θ يساوي طول الوتر مقسوماً على طول الضلع المقابل للزاوية θ.

$$\text{جتا } A = \frac{AC}{AB} = \frac{4}{5}$$	**cosine / جيب تمام الزاوية** نسبة مثلثية يُعبر عنها اختصاراً بالرمز جتا. في أي مثلث ABC قائم الزاوية، جيب تمام الزاوية الحادة A هو $$\text{جتا } A = \frac{\text{طول الضلع المجاور للزاوية } A}{\text{طول الوتر}} = \frac{AC}{AB}$$
انظر دالة الجيب / sine function.	**cosine function / دالة جيب التمام** إذا كانت θ زاوية حادة في مثلث قائم، فإن جيب تمام الزاوية θ يساوي طول الضلع المجاور للزاوية θ مقسوماً على طول الوتر.
انظر دالة الجيب / sine function.	**cotangent function / دالة ظل التمام** إذا كانت θ زاوية حادة في مثلث قائم، فإن ظل تمام الزاوية θ يساوي طول الضلع المجاور للزاوية θ مقسوماً على طول الضلع المقابل للزاوية θ.
  الزاويتان اللتان يبلغ قياسهما 500° و140° متطارفتان.	**coterminal angles / زاويتان متطارفتان** زاويتان في الوضع العادي ضلعاهما الطرفيان متطابقان.
الحدس: جميع الأعداد الأولية أعداد فردية. المثال المضاد: 2 عدد أولي غير فردي	**counterexample / مثال مضاد** حالة محددة تثبت عدم صحة حدس ما.
انظر القطع الناقص / ellipse.	**co-vertices of an ellipse / الرأسان المشتركان في قطع ناقص** نقطتا تقاطع القطع الناقص والمستقيم العمودي على المحور الأكبر عند المركز.
$9x + 4y = -6$ $3x - 5y = -21; \begin{vmatrix} 9 & 4 \\ 3 & -5 \end{vmatrix} = -57$ تطبيق قاعدة كرامر يعطي الآتي: $x = \dfrac{\begin{vmatrix} -6 & 4 \\ -21 & -5 \end{vmatrix}}{-57} = \dfrac{114}{-57} = -2$ $y = \dfrac{\begin{vmatrix} 9 & -6 \\ 3 & -21 \end{vmatrix}}{-57} = \dfrac{-171}{-57} = 3$	**Cramer's rule / قاعدة كرامر** طريقة تستخدم المحددات لحل منظومة من المعدلات الخطية. لكل منظومة خطية $ax + by = e$، $cx + dy = f$ افرض أن A تمثل مصفوفة المعاملات؛ فإذا كان $\det A \neq 0$، فإن حَل المنظومة يكون كالتالي: $$x = \frac{\begin{vmatrix} e & b \\ f & d \end{vmatrix}}{\det A}, \quad y = \frac{\begin{vmatrix} a & e \\ c & f \end{vmatrix}}{\det A}$$
لحل المعادلة $\dfrac{3}{x+1} = \dfrac{9}{4x+5}$، أجر عملية الضرب التقاطعي: $3(4x + 5) = 9(x + 1)$ $12x + 15 = 9x + 9$ $3x = -6$ $x = -2$	**cross multiplying / الضرب التقاطعي** طريقة لحل معادلة نسبية بسيطة يمثل كل طرف من طرفيها تعبيراً نسبياً منفصلاً.
حاصلا الضرب التقاطعي للتناسب $\dfrac{6}{8} = \dfrac{3}{4}$ هما $8 \cdot 3$ و $6 \cdot 4 = 24$.	**cross product / حاصل ضرب تقاطعي** في التناسب، حاصل الضرب التقاطعي هو حاصل ضرب بسط إحدى النسبتين في مقام النسبة الأخرى، ويكون حاصلا الضرب التقاطعي للتناسب متساويين.

ARABIC

cross section / مقطع عرضي تقاطع مستوى مع مجسم.

مستوى

مقطع عرضي

---

cube / مكعب متعدد أسطح له ستة أوجه مربعة متطابقة.

---

cube root / الجذر التكعيبي إذا كان $a = b^3$، فإن b هي الجذر التكعيبي لـ a.

2 هو الجذر التكعيبي للعدد 8 لأن $8 = 2^3$.

---

cycle / دورة أقصر جزء مكرر في رسم بياني لدالة دورية.

انظر periodic function / الدالة الدورية.

---

cylinder / اسطوانة مجسم له قاعدتان دائريتان متطابقتان تقعان في مستويين متوازيين.

قاعدة

قاعدة

D

decagon / عُشاري أضلاع مضلع له عشرة أضلاع.

---

decay factor / عامل التضاؤل الكمية b في دالة التضاؤل الأسي $y = ab^x$ حيث $a > 0$ و $0 < b < 1$.

عامل تضاؤل الدالة $y = 3(0.5)^x$ هو 0.5.

---

decay rate / معدل التضاؤل المتغير r في نموذج التضاؤل الأسي $y = a(1 2 r)^t$.

في نموذج التضاؤل الأسي $P = 41(0.995)^t$، معدل التضاؤل هو 0.005؛ لأن $0.995 = 0.005 - 1$.

---

deductive reasoning / تفكير استنباطي عملية تُستخدم فيها الحقائق والتعريفات والخواص المقبولة وقوانين المنطق للوصول إلى حجة منطقية.

$(x + 2) + (-2)$

$= x + [2 + (-2)]$ خاصية الدمج في الجمع

$= x + 0$ خاصية المعكوس الجمعي

$= x$ خاصية المحايد الجمعي

---

defined terms / الألفاظ المعرَّفة المصطلحات التي يمكن التعبير عنها بكلمات شائعة.

القطعة المستقيمة والشعاع لفظان معرَّفان.

---

degree of a monomial / درجة أحادي الحد مجموع أسس متغيرات أحادي الحد. درجة الحد الثابت الذي لا يساوي الصفر هي 0.

درجة $\frac{1}{2}ab^2$ هي $2 + 1$ أو 3.

---

degree of a polynomial / درجة متعدد الحدود أقصى درجة لحدود متعدد الحدود.

درجة متعدد الحدود $5 - x + 2x^2$ هي 2.

---

denominator / المقام العدد الموجود أسفل شرطة الكسر الاعتيادي، ويمثل المقام عدد الأجزاء المتساوية التي يُقسم عليها المقدار الكلي أو عدد الأشياء التي تتألف منها المجموعة.

في الكسر الاعتيادي $\frac{3}{4}$ المقام هو 4.

dependent events / الأحداث التابعة (غير مستقلة) حدثان يؤثر وقوع أحدهما في وقوع الحدث الآخر.	كيس به 3 بليات حمراء و5 بليات بيضاء، سُحبت منه بلية واحدة عشوائياً، ولم يتم إعادتها، ثم سُحبت منه بلية أخرى عشوائياً. الحدثان "سحب بلية حمراء أولاً" و"سحب بلية بيضاء ثانياً" حدثان تابعان.
dependent system / المنظومة التابعة (غير مستقلة) منظومة متوائمة من المعدلات لها عدد لا نهائي من الحلول.	$2x - y = 3$ $4x - 2y = 6$ يعد أي زوج مرتب $(x, 2x - 3)$ حلاً للمنظومة السابقة، وبهذا يوجد عدد لا نهائي من الحلول.
dependent variable / المتغير التابع (غير مستقل) المتغير المُخرج في معادلة في متغيرين.	انظر independent variable / متغير مستقل.
determinant / المحدد عدد حقيقي مرتبط بأي مصفوفة مربعة A، يرمز له بالرمز $\det A$ أو $|A|$.	$\det \begin{bmatrix} 5 & 4 \\ 3 & 1 \end{bmatrix} = 5(1) - 3(4) = -7$ $\det \begin{bmatrix} a & b \\ c & d \end{bmatrix} = ad - cb$
diagonal of a polygon / القطر مضلع قطعة مستقيمة تصل بين رأسين غير متتاليتين في مضلع.	
diameter of a circle / قطر الدائرة وتر يمر بمركز الدائرة. المسافة عبر دائرة مروراً بمركزها.	انظر circumference / محيط الدائرة.
diameter of a sphere / قطر الكرة وتر يمر بمركز الكرة. المسافة التي يقطعها خط مستقيم بكرة مروراً بمركزها.	
dilation / التمدد تحويل يتم فيه تكبير شكل ما أو تصغيره لتكوين شكل آخر مشابه.	
dimensions of a matrix / أبعاد مصفوفة عدد الصفوف والأعمدة في المصفوفة. إذا اشتملت المصفوفة على عدد m من الصفوف وعدد n من الأعمدة، فإن أبعاد هذه المصفوفة هي $m \times n$.	أبعاد المصفوفة التي يبلغ عدد صفوفها 3 وعدد أعمدتها 4 هي 3×4 ("3 في 4").
direct variation / التغير المباشر العلاقة بين متغيرين x و y عندما يوجد عدد لا يساوي الصفر a بحيث $y = ax$. فإذا كانت $y = ax$، فإن y تتغير مباشرة مع x.	تمثل المعادلة $2x - 3y = 0$ تغيراً مباشراً ذلك لأنها تساوي المعادلة $y = \frac{2}{3}x$. المعادلة $y = x + 5$ لا تمثل تغيراً مباشراً.
directrix of a parabola / دليل القطع المكافئ انظر parabola, geometric definition / القطع المكافئ، التعريف الهندسي.	انظر parabola, geometric definition / القطع المكافئ، التعريف الهندسي.

ARABIC

	discrete function / **الدالة المنفصلة** دالة يتألف رسمها البياني من نقاط منفصلة.
بالنسبة للمعادلة $4x^2 + y^2 - 8x - 8 = 0$، $A = 4$ و$B = 0$ و$C = 1$. $B^2 - 4AC = 0^2 - 4(4)(1) = -16$ لأن $B^2 - 4AC < 0$ و$B = 0$ و$A \neq C$، وعلى ذلك فإن المخروط الذي تمثله المعادلة هو قطع ناقص.	**discriminant of a general second-degree equation** / مميز معادلة عامة من الدرجة الثانية التعبير $B^2 - 4AC$ للمعادلة $Ax^2 + Bxy + Cy^2 + Dx + Ey + F = 0$. ويستخدم في تحديد نوع المخروط الذي تمثله هذه المعادلة.
قيمة المميز في $2x^2 - 3x - 7 = 0$ هي $b^2 - 4ac = (-3)^2 - 4(2)(-7) = 65$.	**discriminant of a quadratic equation** / مميز معادلة تربيعية التعبير $b^2 - 4ac$ للمعادلة التربيعية $ax^2 + bx + c = 0$؛ وهو أيضاً التعبير الواقع تحت علامة الجذر في الصيغة التربيعية.
عند اختيار ورقة واحدة عشوائياً من مجموعة أوراق اللعب المعيارية المؤلفة من 52 ورقة، فإن اختيار ورقة تحمل شكل الإسباتي واختيار ورقة تحمل شكل القلب هما حدثان منفصلان.	**disjoint events** / أحداث منفصلة يكون الحدثان A وB منفصلين إذا لم يكن لهما ناتج مشترك؛ يُطلق عليهما أيضاً حدثان متنافيان.
	distance between two points on a line / المسافة بين نقطتين على خط مستقيم القيمة المطلقة للفرق بين إحداثي النقطتين. المسافة بين النقطتين A وB تكتب على الصورة AB، وتسمى أيضاً طول $\overline{AB}$.
المسافة d بين $(-1, 3)$ و$(5, 2)$ هي: $d = \sqrt{(5 - (-1))^2 + (2 - 3)^2} = \sqrt{37}$	**distance formula** / صيغة المسافة المسافة d بين أي نقطتين (x_1, y_1) و(x_2, y_2) هي $d = \sqrt{(x_2 - x_1)^2 + (y_2 - y_1)^2}$.
 المسافة من Q إلى m هي QP.	**distance from a point to a line** / المسافة من نقطة إلى خط مستقيم طول القطعة المستقيمة الممتدة عمودياً من النقطة إلى الخط المستقيم.
$3(4 + 2) = 3(4) + 3(2),$ $(8 - 6)4 = (8)4 - (6)4$	**distributive property** / خاصية التوزيع خاصية يمكن استخدامها لإيجاد حاصل ضرب عدد في مجموع أو فرق: $a(b + c) = ab + ac$ $(b + c)a = ba + ca$ $a(b - c) = ab - ac$ $(b - c)a = ba - ca$
انظر relation / علاقة.	**domain** / المجال مجموعة القيم المدخلة لعلاقة ما.
انظر function / الدالة.	**domain of a function** / مجال الدالة مجموعة كافة مدخلات الدالة.

High School
Multi-Language Visual Glossary

ARABIC

بالنسبة للقطع الناقص $\frac{(x+4)^2}{36} + \frac{(y-2)^2}{16} = 1$ فإن $c = \sqrt{36 - 16} = 2\sqrt{5}$، إذن الاختلاف المركزي هو $e = \frac{c}{a} = \frac{2\sqrt{5}}{\sqrt{36}} = \frac{\sqrt{5}}{3} \approx 0.745$	**eccentricity of a conic section / الاختلاف المركزي لمقطع مخروطي** الاختلاف المركزي e لقطع زائد أو قطع ناقص هو $\frac{c}{a}$ حيث c هي المسافة من كل بؤرة إلى المركز و a هي المسافة من كل رأس إلى المركز. الاختلاف المركزي للدائرة هو $e = 0$، والاختلاف المركزي للقطع المكافئ هو $e = 1$.
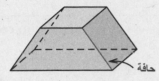 حافة	**edge of a polyhedron / حافة متعدد الأسطح** القطعة المستقيمة الناشئة عن تقاطع وجهين من أوجه متعدد الأسطح.
انظر matrix / مصفوفة.	**element of a matrix / عنصر في مصفوفة** عدد في مصفوفة؛ يُطلق عليه أيضًا مدخل.
العدد 5 عنصر من عناصر مجموعة الأعداد الصحيحة، $W = \{0, 1, 2, 3, \ldots\}$	**element of a set / عنصر في مجموعة** كل وحدة من وحدات مجموعة؛ يُطلق علية أيضاً عضو في مجموعة.
عند لاستخدام طريقة الحذف في حل المنظومة التي تحتوي على المعادلتين $3x - 7y = 10$ و $6x - 8y = 8$، اضرب المعادلة الأولى في 2- ثم اجمع المعادلتين لحذف x.	**elimination method / طريقة الحذف** طريقة لحل منظومة من المعادلات عن طريق ضرب المعادلات في قيم ثابتة، ثم جمعها بعد ذلك لحذف متغير.
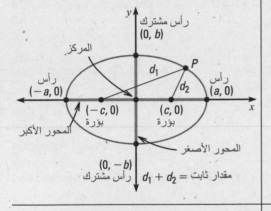	**ellipse / القطع الناقص** مجموعة كافة النقاط P في المستوى بحيث يكون مجموع المسافات بين P ونقطتين ثابتتين، يُطلق عليهما البؤرتان، يساوي مقداراً ثابتاً.
مجموعة الأعداد الصحيحة السالبة $= \emptyset$.	**empty set / المجموعة الخالية** مجموعة لا تحتوي على أية عناصر؛ تُكتب على صورة $\emptyset$.
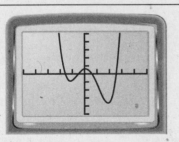 $f(x) \to +\infty$ عندما $x \to -\infty$ أو عندما $x \to +\infty$.	**end behavior / السلوك النهائي** سلوك الرسم البياني لدالة عندما تقترب قيم x من اللانهائية الموجبة $(+\infty)$ أو اللانهائية السالبة $(-\infty)$.
انظر line segment / قطعة مستقيمة.	**endpoints / نقطتان طرفيتان** انظر line segment / قطعة مستقيمة.
يُعد التمدد بعامل قياس يساوي 2 تكبيراً.	**enlargement / تكبير** تمدد بعامل قياس أكبر من 1.
$\begin{bmatrix} 6 & 0 \\ -\frac{4}{4} & \frac{3}{4} \end{bmatrix} = \begin{bmatrix} 3 \cdot 2 & -1 + 1 \\ -1 & 0.75 \end{bmatrix}$	**equal matrices / مصفوفات متساوية** مصفوفات لها نفس الأبعاد وعناصرها متساوية في الأجزاء المتناظرة.

$2x - 3 = 7, 2x^2 = 4x$	**equation / معادلة** عبارة تقريرية تؤكد على تساوي تعبيرين في القيمة.
$y = 3x - 5, d = -16t^2 + 64$	**equation in two variables / معادلة في متغيرين** معادلة تشتمل على متغيرين.
	equiangular polygon / المضلع متساوي الزوايا مضلع جميع زواياه الداخلية متطابقة.
	equiangular triangle / المثلث متساوي الزوايا مثلث زواياه الثلاث متطابقة.
 X تبعد مسافة متساوية عن كل من Y وZ.	**equidistant / مسافة متساوية** نفس المسافة التي يبعدها جسم عن آخر.
	equilateral polygon / مضلع متساوي الأضلاع مضلع جميع أضلاعه متطابقة.
	equilateral triangle / المثلث متساوي الأضلاع مثلث أضلاعه الثلاثة متطابقة.
$x = -3$ و $x + 7 = 4$ معادلتان متكافئتان.	**equivalent equations / معادلات متكافئة** معادلات لها نفس الحل (الحلول).
$x + 3(x + 2)$ و $4x + 6$ تعبيران متكافئان.	**equivalent expressions / تعبيران متكافئان** تعبيران متكافئان لهما نفس القيمة بالنسبة لجميع قيم المتغير.
$\frac{5}{15}$ و $\frac{20}{60}$ كسران متكافئان يمثل كلاهما العدد $\frac{1}{3}$.	**equivalent fractions / كسور متكافئة** كسور تمثل نفس العدد.
$2t < 4$ و $t < 2$ متباينتان متكافئتان؛ لأن جميع حلول كلا المتباينتين أعداد حقيقية أقل من 2.	**equivalent inequalities / متباينات متكافئة** متباينات لها نفس الحلول.
العبارة الشرطية ومكافئها العكسي عبارتان متكافئتان.	**equivalent statements / عبارتان متكافئتان** عبارتان تقريريتان كلاهما صحيح أو خطأ.
قيمة $n - 1$ عندما تكون $n = 3$ هي $2 = 1 - 3$.	**evaluate an algebraic expression / تقييم التعبير الجبري** إيجاد قيمة تعبير جبري من خلال استبدال كل متغير بعدد ثم إجراء العمليات الحسابية.
عند إلقاء مكعب الأعداد، فإن "الحصول على عدد فردي" يعد حدثًا.	**event / حدث** ناتج أو مجموعة من النواتج.
يمثل العدد 3 قيمة مستبعدة في التعبير $\frac{2}{x - 3}$ حيث إنه يجعل قيمة المقام تساوي 0.	**excluded value / القيمة المستبعدة** العدد الذي يجعل التعبير النسبي غير معرَّف.
تُعطى مجموعة من الأفراد الذي يعانون من آلام من الصداع، المجموعة التجريبية، حبوب دوائية محتوية على مادة تخفف من هذه الآلام، بينما تُعطى مجموعة أخرى، المجموعة الضابطة، حبوب لا تحتوي على هذه المادة.	**experimental group / المجموعة التجريبية** مجموعة تخضع لإجراء معين أو معالجة عند إجراء إحدى التجارب. انظر أيضًا control group / المجموعة الضابطة.
عند إلقاء حجر نرد سداسي الأوجه مائة مرة، وتم الحصول على 4 تسع عشرة مرة، فإن الاحتمال التجريبي للحصول على 4 هو $0.19 = \frac{19}{100}$.	**experimental probability / الاحتمال التجريبي** احتمال يقوم على إجراء تجربة أو مسح أو النظر في سجل أحد الأحداث.

القاعدتان $a_n = -11 + 4n$ و $a_n = 3(2)^{n-1}$ قاعدتان صريحتان لمتواليتين.	**explicit rule** / قاعدة صريحة قاعدة لمتوالية فيها الحد النوني a_n دالة لموضع العدد n في المتوالية.
في القوة 3^4، الأس هو 4.	**exponent** / أس العدد أو المتغير الذي يمثل عدد مرات استخدام أساس القوة كعامل.
تمثل الدالة $y = 2(0.25)^x$ تضاؤلاً أسياً. انظر أيضاً decay rate / معدل التضاؤل و decay factor / عامل التضاؤل.	**exponential decay** / التضاؤل الأسي عند $a > 0$ و $0 < b < 1$، فإن الدالة $y = ab^x$ تمثل تضاؤلاً أسياً؛ فعندما تتضاءل كمية أسياً فإنها تنخفض بنفس النسبة المئوية على فترات زمنية متساوية. نموذج التضاؤل الأسي هو $y = a(1 - r)^t$.
$y = 2\left(\dfrac{1}{4}\right)^x$	**exponential decay function** / دالة التضاؤل الأسي إذا كانت $a > 0$ و $0 < b < 1$، فإن الدالة $y = ab^x$ دالة تضاؤل أسي عامل التضاؤل بها هو b.
المعادلة $4^x = \left(\dfrac{1}{2}\right)^{x-3}$ معادلة أسية.	**exponential equation** / المعادلة الأسية معادلة يوجد المتغير فيها في صورة أس.
الدالتان $y = 2 \cdot 3^x$ و $y = -2 \cdot \left(\dfrac{1}{2}\right)^x$ دالتان أسيتان. انظر أيضاً exponential growth / النمو الأسي و exponential decay / التضاؤل الأسي.	**exponential function** / الدالة الأسيّة دالة على صورة $y = ab^x$ حيث $a \neq 0$ و $b > 0$ و $b \neq 1$.
تمثل الدالتان $y = 3 \cdot 2^x$ و $y = 2^x$ نمواً أسياً. انظر أيضاً growth rate / معدل النمو و growth factor / عامل النمو.	**exponential growth** / النمو الأسي عندما تكون $a > 0$ و $b > 1$، فإن الدالة $y = ab^x$ تمثّل نمواً أسياً. عندما يحدث نمو أسّي لإحدى الكميات فإنها تتزايد بنفس النسبة المئوية على فترات زمنية متساوية. نموذج النمو الأسي هو $y = a(1 + r)^t$.
$y = \dfrac{1}{2} \cdot 4^x$	**exponential growth function** / دالة النمو الأسي إذا كانت $a > 0$ و $b > 1$، فإن الدالة $y = ab^x$ دالة نمو أسي عامل النمو بها هو b.
	exterior angles of a triangle / الزوايا الخارجة لمثلث زوايا تتكون نتيجة امتداد أضلاع مثلث ما حيث تقع هذه الزوايا بجوار زوايا المثلث الداخلة.

القطعة المستقيمة الخارجة	external segment / قطعة مستقيمة خارجة هي ذلك الجزء الذي يقع خارج الدائرة وينتمي للقطعة المستقيمة القاطعة للدائرة.
عند تربيع جانبي المعادلة الجذرية $x = \sqrt{6-x}$، فإن المعادلة الناتجة يكون لها حلان هما 2 و3−، إلا أن الحل 3− يمثل حلاً دخيلاً لأنه لا يحقق المعادلة الأصلية $\sqrt{6-x} = x$	extraneous solution / حل دخيل حل لمعادلة مشتقة لا يمثل حلاً للمعادلة الأصلية.
طرفا التناسب هما a و d. $\frac{a}{b} = \frac{c}{d}$	extremes of a proportion / طرفا التناسب الحدان الأول والأخير للتناسب. انظر أيضاً proportion / التناسب.

F

وجه	face of a polyhedron / وجه متعدد الأسطح انظر polyhedron / متعدد الأسطح.
بما أن $7 \times 3 \times 2 = 42$، إذن 2 و3 و7 عوامل لحاصل الضرب 42.	factor / عامل عند ضرب أعداد صحيحة عدا الصفر في بعضها، فإن كل عدد منها يُمثل أحد عوامل حاصل الضرب.
$x^3 + 3x^2 + 5x + 15$ $= (x^3 + 3x^2) + (5x + 15)$ $= x^2(x + 3) + 5(x + 3)$ $= (x + 3)(x^2 + 5)$	factor by grouping / التحليل إلى عوامل بالتجميع لتحليل متعدد حدود مؤلف من أربعة حدود بالتجميع، حلل أحادي الحد المشترك في زوج من الحدود ثم ابحث عن ثنائي الحدود المشترك.
لا يتم تحليل متعدد الحدود $x - x^3$ تحليلاً تاماً عندما يُكتب على صورة $x(x^2 - 1)$، بينما يتم تحليله تحليلاً تاماً عندما يكتب على صورة $x(x + 1)(x - 1)$.	factor completely / التحليل التام يتم تحليل متعدد الحدود القابل للتحليل والذي يشتمل على معاملات صحيحة تحليلاً تاماً إذا كان مكتوباً في صورة حاصل ضرب متعددي حدود غير قابلين للتحليل ومشتملان على معاملات صحيحة.
90 9 × 10 3 × 3 × 2 × 5	factor tree / شجرة العوامل مخطط يمكن استخدامه في كتابة التحليل الأوليّ لعدد.
$6! = 6 \cdot 5 \cdot 4 \cdot 3 \cdot 2 \cdot 1 = 720$	factorial / مضروب - عاملي لكل عدد صحيح موجب n، التعبير $n!$، ويقرأ "مضروب n"، هو حاصل ضرب جميع الأعداد من 1 إلى n. من المعروف أن $0!$ هو 1.
الدوال التي تُكتب على الصورة $f(x) = mx + b$ تشكل فصيلة من الدوال الخطية.	family of functions / فصيلة من الدوال مجموعة من الدوال لها خصائص متشابهة.
انظر linear programming / البرمجة الخطية.	feasible region / المنطقة الملائمة في البرمجة الخطية، الخط البياني لمنظومة من القيود.
$f(x) = x^2$ $f(1)$ $f(2)$ $f(3)$ $f(4)$ 1 4 9 16 $4 - 1 = 3$ $9 - 4 = 5$ $6 - 9 = 7$ الفروق المنتهية للترتيب الأول هي 3 و5 و7.	finite differences / الفروق المنتهية عندما تبعد قيم x في مجموعة من البيانات عن بعضها بمسافات متساوية، فإن الفروق بين قيم y المتتالية تسمى فروقاً منتهية.

High School
Multi-Language Visual Glossary

Copyright © by McDougal Littell,
a division of Houghton Mifflin Company.

	flow proof / برهان متسلسل نوع من البراهين تستخدم الأسهم لبيان تسلسل الحجة المنطقية.
انظر hyperbola, geometric definition / القطع الزائد، التعريف الهندسي.	**foci of a hyperbola / بؤرتا القطع الزائد** *انظر hyperbola, geometric definition / القطع الزائد، التعريف الهندسي.*
انظر ellipse / القطع الناقص.	**foci of an ellipse / بؤرتا القطع الناقص** *انظر ellipse / القطع الناقص.*
انظر parabola, geometric definition / القطع المكافئ، التعريف الهندسي.	**focus of a parabola / بؤرة القطع المكافئ** *انظر parabola, geometric definition / القطع المكافئ، التعريف الهندسي.*
توضح الصيغة $P = 2\ell + 2w$ العلاقة بين محيط مستطيل وكل من طوله وعرضه.	**formula / الصيغة الرياضية** معادلة توضح العلاقة بين كميتين أو أكثر، وغالبا ما تُمثل بمتغيرات.
	fractal / المجموعة الكسورية شكل متشابه ذاتياً. *انظر self-similar / متشابه ذاتياً.*
$\frac{3}{8}$	**fraction / الكسر** عدد يأتي على صورة $\frac{a}{b}$ (حيث ($b \neq 0$)) يُستخدم للتعبير عن جزء من كل أو مجموعة.
انظر frequency table / الجدول التكراري وhistogram / المدرج التكراري.	**frequency / التكرار** التكرار الخاص بفترة ما هو عدد قيم البيانات في هذه الفترة.
الدالة $P = 2 \sin 4000\pi t$ معرفة على الفترة $\frac{2\pi}{4000\pi} = \frac{1}{2000}$، لذا فإن تكرار هذه الدالة يساوي 2000 دورة في الثانية (هرتز) حيث يُعبر t عن الزمن بالثواني.	**frequency of a periodic function / تكرار الدالة الدورية** مقلوب الفترة. التكرار هو عدد الدورات في كل وحدة زمنية.
	frequency table / الجدول التكراري عرض بيانات يتم فيه تجميع البيانات في فترات متساوية لا يوجد بينها فجوات أو فترات متداخلة.

الشطائر	الأسعار
IIII	$4.00–4.49
II	$4.50–4.99

تُعد المزاوجة في الجدول الموضح أدناه دالة، ذلك لأن كل عنصر من عناصر المدخلات مقترناً بعنصر واحد فقط من المخرجات.	**function / الدالة** تتكون الدالة من: • مجموعة تُسمى المجال تتضمن أعداداً يُطلق عليها المدخلات، ومجموعة أخرى تُسمى المدى تتضمن أعداداً يُطلق عليها المخرجات. • مزاوجة المدخلات والمخرجات بحيث يُقرن كل عنصر من المدخلات بعنصر واحد فقط من المخرجات.

المدخل، x	0	1	2	3	4
المُخرج، y	3	4	5	6	7

المجال هو مجموعة المدخلات: 0 و1 و2 و3 و4 والمدى هو مجموعة المخرجات: 3 و4 و5 و6 و7.

يمكن تدوين الدالة $y = 2x - 9$ باستخدام ترميز الدالة كالتالي: $f(x) = 2x - 9$.	**function notation / ترميز الدالة** طريقة لتسمية الدالة باستخدام الرمز $f(x)$ بدلاً من y. الرمز $f(x)$ يُقرأ "قيمة f في x" أو "f من x".

G

$16x^2 - 9y^2 - 96x + 36y - 36 = 0$ و $4x^2 + y^2 - 8x - 8 = 0$ معادلتان من الدرجة الثانية في x وy.	**general second-degree equation in x and y / معادلة عامة من الدرجة الثانية في x وy** الصورة $Ax^2 + Bxy + Cy^2 + Dx + Ey + F = 0$

geometric mean / **الوسط الهندسي** لكل عددين موجبين a وb، الوسط الهندسي هو العدد الموجب x الذي يحقق $\frac{a}{x} = \frac{x}{b}$. إذن $x^2 = ab$ و $x = \sqrt{ab}$.	الوسط الهندسي للعددين 4 و16 هو $\sqrt{4 \cdot 16}$ أو 8.
geometric probability / **الاحتمال الهندسي** احتمال يتم إيجاده بحساب النسبة بين طولين أو مساحتين أو حجمين.	 P (K على $\overline{CD}$) = $\dfrac{\text{طول } \overline{CD}}{\text{طول } \overline{AB}}$
geometric sequence / **متوالية هندسية** المتوالية التي تكون فيها نسبة أي حد إلى الحد الذي يسبقه ثابتة؛ يُطلق على النسبة الثابتة اسم النسبة المشتركة.	المتوالية 5، 10، 20، 40، ... متوالية هندسية ونسبتها المشتركة هي 2.
geometric series / **متسلسلة هندسية** تعبير يتكون نتيجة جمع حدود متوالية هندسية.	$$\sum_{i=1}^{5} 4(3)^{i-1} = 4 + 12 + 36 + 108 + 324$$
glide reflection / **الانعكاس الانزلاقي** تحويل يتم فيه نقل كل نقطة P إلى نقطة P'' باتباع الخطوتين التاليتين. (1) نقل P إلى P' باستخدام الانتقال. (2) نقل P' إلى P'' باستخدام انعكاس في مستقيم k مواز لاتجاه الانتقال.	
graph of a linear inequality in two variables / **الخط البياني لمتباينة خطية في متغيرين** مجموعة جميع النقاط في مستوى إحداثي تمثل حلولاً للمتباينة.	
graph of an equation in two variables / **الخط البياني لمعادلة في متغيرين** مجموعة النقاط في مستوى إحداثي تمثل جميع حلول المعادلة.	 يُمثل المستقيم الخط البياني للمعادلة $y = -\frac{1}{2}x + 4$.
graph of an inequality in one variable / **الخط البياني لمتباينة في متغير واحد** على خط الأعداد، هو مجموعة النقاط التي تمثل جميع حلول المتباينة.	 الخط البياني للمتباينة $x < 3$
graph of an inequality in two variables / **الخط البياني لمتباينة في متغيرين** في مستوى الإحداثي، هو مجموعة النقاط التي تمثل جميع حلول المتباينة.	 الخط البياني للمتباينة $y > 4x - 3$ هو نصف المستوى المظلل.

High School
Multi-Language Visual Glossary

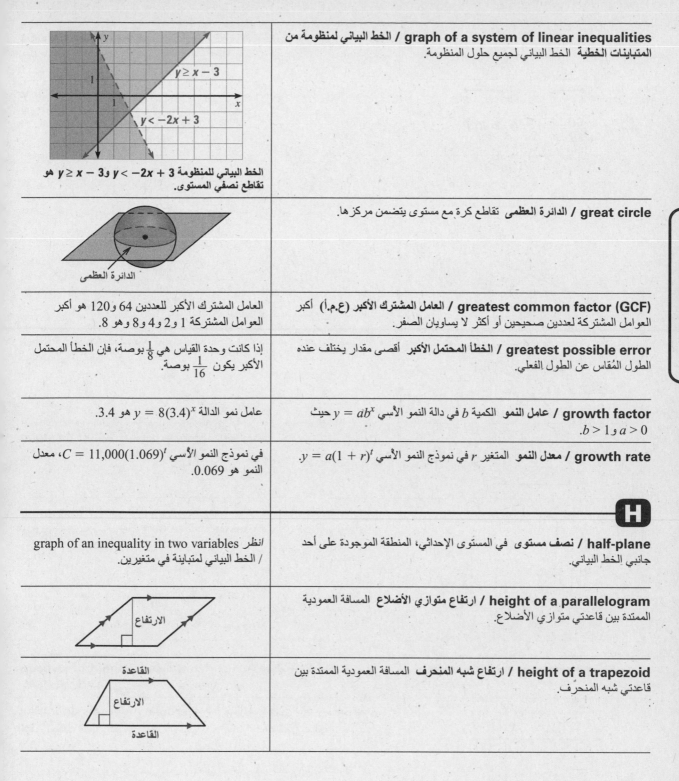

graph of a system of linear inequalities الخط البياني لمنظومة من / المتباينات الخطية الخط البياني لجميع حلول المنظومة.

الخط البياني للمنظومة 3 + 2x− > y و3 − x ≤ y هو تقاطع نصفي المستوى.

great circle الدائرة العظمى / تقاطع كرة مع مستوى يتضمن مركزها.

الدائرة العظمى

العامل المشترك الأكبر للعددين 64 و120 هو أكبر العوامل المشتركة 1 و2 و4 و8 وهو 8. | **greatest common factor (GCF)** العامل المشترك الأكبر (ع.م.أ) / أكبر العوامل المشتركة لعددين صحيحين أو أكثر لا يساويان الصفر.

إذا كانت وحدة القياس هي $\frac{1}{8}$ بوصة، فإن الخطأ المحتمل الأكبر يكون $\frac{1}{16}$ بوصة. | **greatest possible error** الخطأ المحتمل الأكبر / أقصى مقدار يختلف عنده الطول المُقاس عن الطول الفعلي.

عامل نمو الدالة $y = 8(3.4)^x$ هو 3.4. | **growth factor** عامل النمو / الكمية b في دالة النمو الأسي $y = ab^x$ حيث $a > 0$ و$b > 1$.

في نموذج النمو الأسي $C = 11,000(1.069)^t$، معدل النمو هو 0.069. | **growth rate** معدل النمو / المتغير r في نموذج النمو الأسي $y = a(1 + r)^t$.

H

graph of an inequality in two variables انظر / الخط البياني لمتباينة في متغيرين. | **half-plane** نصف مستوى / في المستوى الإحداثي، المنطقة الموجودة على أحد جانبي الخط البياني.

height of a parallelogram ارتفاع متوازي الأضلاع / المسافة العمودية الممتدة بين قاعدتي متوازي الأضلاع.

الارتفاع

height of a trapezoid ارتفاع شبه المنحرف / المسافة العمودية الممتدة بين قاعدتي شبه المنحرف.

القاعدة

الارتفاع

القاعدة

ARABIC

height of a triangle / ارتفاع المثلث المسافة العمودية الممتدة بين الضلع الذي يمثل طوله قاعدة المثلث والرأس المقابلة لهذا الضلع.

الارتفاع h
b القاعدة

الارتفاع h
b القاعدة

الارتفاع h
b القاعدة

hemisphere / نصف كرة نصف الكرة الذي ينشأ عندما تقسم الدائرة الُعظمى الكرة إلى نصفين متطابقين.

نصفا كرة

hexagon / سداسي الأضلاع مضلع له ستة أضلاع.

histogram / المدرج التكراري مخطط أعمدة يتم فيه عرض البيانات من جدول تكراري، حيث يُمثل كل عمود فترة معينة، في حين يشير طول كل عمود إلى التكرار.

أسعار الشطائر

الشطائر

4
2
0

\$4.00–4.49
\$4.50–4.99
\$5.00–5.49
\$5.50–5.99

horizontal component of a vector / المركب الأفقي للمتجه التغير الأفقي من نقطة البداية إلى النقطة الطرفية للمتجه.

انظر /component form of a vector الصيغة المركبة للمتجه.

hyperbola, algebraic definition / التعريف الجبري للقطع الزائد الخط البياني لمعادلة التغير العكسي $y = \frac{a}{x}$ (حيث $a \neq 0$) أو الخط البياني للدالة النسبية على الصورة $y = \frac{a}{x - h} + k$ (حيث $a \neq 0$). ويحتوي القطع الزائد على جزأين متماثلين يُطلق عليهما فرعان. ويُطلق على الخطين اللذين يقترب منهما القطع الزائد لكنه لا يقطعهما اسم خطا المقاربة.

$y = \frac{2}{x+1} - 3$

y
1
1
x

يُمثل الخط البياني للمعادلة $y = \frac{2}{x+1} - 3$ قطعاً زائداً. خطوط المقاربة للقطع الزائد هما المستقيمان $x = -1$ و $y = -3$.

hyperbola, geometric definition القطع الزائد، التعريف الهندسي / مجموعة جميع النقاط P في مستو بحيث يكون الفرق بين المسافتين من P إلى نقطتين معلومتين، يُطلق عليهما البؤرتان، مقداراً ثابتاً.

---

hypotenuse وتر المثلث / في المثلث قائم الزاوية، الضلع المقابل للزاوية القائمة. انظر / right triangle المثلث القائم الزاوية.

وتر المثلث

---

hypothesis الفرض / الجزء الذي يلي كلمة "إذا" في التقرير الشرطي.

انظر / conditional statement التقرير الشرطي.

I

---

identity متطابقة / معادلة صحيحة بالنسبة لجميع قيم المتغير.

المعادلة $2x + 10 = 2(x + 5)$ معادلة متطابقة.

---

identity element العنصر المحايد / عنصر في مجموعة من الأعداد إذا ارتبط بعدد ما من خلال عملية معينة كان الناتج نفس العدد.

الصفر هو العنصر المحايد الجمعي بالنسبة للأعداد الحقيقية، فإذا كان a، فإن $a + 0 = a$.

---

identity matrix المصفوفة المحايدة / المصفوفة $n \times n$ التي يشتمل قطرها الرئيسي على العدد 1 والعدد 0 في موضع آخر.

المصفوفة المحايدة 2×2 هي $\begin{bmatrix} 1 & 0 \\ 0 & 1 \end{bmatrix}$

---

if-then form التقرير الشرطي إذا / فإن صيغة التقرير الشرطي الذي تُستخدم فيه الكلمتين "إذا" و"فإن"؛ حيث يشتمل الجزء الذي يلي كلمة "إذا" على الفرض بينما يشتمل الجزء الذي يلي "فإن" على الاستنتاج.

انظر / conditional statement التقرير الشرطي.

---

image صورة / الشكل الجديد الناتج عن التحويل. انظر أيضًا / preimage أصل الصورة.

$\triangle P'Q'R'$ هو صورة $\triangle PQR$ بعد التحويل.

---

imaginary number العدد التخيلي / العدد المركب $a + bi$ حيث $b \neq 0$.

$5i$ و$2 - i$ عددان تخيليان.

---

improper fraction كسر غير حقيقي / أي كسر يكون البسط فيه أكبر من المقام أو مساويًا له.

$\frac{21}{8}$ و$\frac{6}{6}$ كسران غير حقيقيين.

---

incenter of a triangle المركز الداخلي لمثلث / نقطة تقاطع منصفات زوايا المثلث الثلاثة.

النقطة P هي المركز الداخلي للمثلث $\triangle ABC$.

$x + y = 4$ $x + y = 1$ المنظومة الواردة أعلاه ليس لها أية حلول لأن مجموع العددين لا يمكن أن يكون 4 و1.	**inconsistent system / منظومة لا متفقة** منظومة خطية ليس لها أي حل. الرسوم البيانية لمعادلات المنظومة اللا متفقة عبارة عن خطوط متوازية.
عند إلقاء مكعب الأعداد مرتين، فإن الحدثان ''الحصول على 3 أولاً''، و''الحصول على 6 ثانياً'' حدثان مستقلان.	**independent events / أحداث مستقلة** حدثان لا يؤثر وقوع أحدهما على وقوع الحدث الآخر.
في المعادلة $y = 3x - 5$ المتغير المستقل هو x، في حين أن المتغير التابع هو y لأن قيمة y تتوقف على قيمة x.	**independent variable / متغير مستقل** المتغير المُدخل في معادلة في متغيرين.
دليل الجذر $\sqrt[3]{-216}$ هو 3.	**index of a radical / دليل الجذر** العدد الصحيح n الأكبر من 1 في التعبير $\sqrt[n]{a}$.
	indirect proof / برهان غير مباشر البرهان الذي يتم فيه إثبات صحة عبارة تقريرية عن طريق افتراض صحة نقيضها، فإذا أدى هذا الافتراض إلى الاستحالة، فعندئذ تثبت صحة العبارة الأصلية.
عند جمع أزواج من الأعداد الفردية وملاحظة أن حاصل الجمع يكون أعداداً زوجية، فإنه يُستنتج من ذلك أن حاصل جمع أي عددين فرديين يكون عدداً زوجياً.	**inductive reasoning / الاستدلال الاستقرائي** عملية يجرى خلالها البحث عن أنساق و عمل استنتاجات تخمينية.
$6n \geq 24$ و $x - 2 > 7$ متباينتان.	**inequality / متباينة** جملة رياضية تشتمل على أحد الرموز $<$ أو $\geq$ أو $\leq$ بين تعبيرين.
انظر متجه / vector.	**initial point of a vector / النقطة الابتدائية للمتجه** نقطة بداية متجه.
انظر الموضع القياسي لزاوية / standard position of an angle.	**initial side of an angle / الضلع الابتدائي لزاوية** انظر terminal side of an angle / الضلع الطرفي لزاوية.
انظر الدالة / function.	**input / مُدخل** عدد ينتمي إلى مجال دالة.
 زاوية محيطية قوس محصور	**inscribed angle / زاوية محيطية** زاوية يقع رأسها على محيط دائرة ويمثل ضلعاها وترين في هذه الدائرة.
 مثلث محاط رباعي أضلاع مُحاط	**inscribed polygon / مضلع محاط** مضلع تقع جميع رؤوسه على دائرة.
العددان 8– و46 عددان صحيحان. العددان $8\frac{1}{2}$– و46.2 لا ينتميان للأعداد الصحيحة.	**integers / الأعداد الصحيحة** مجموعة الأعداد . . . ، 3– ، 2– ، 1– ، 0، 1، 2، 3، . . . ، التي تتألف من الأعداد الصحيحة السالبة والصفر والأعداد الصحيحة الموجبة.
دالة الدرجة الثانية $y = -(x + 1)(x - 5)$ مدونة في صورة صيغة تقاطع؛ حيث تتمثل نقطتا تقاطع الرسم البياني للدالة في 1– و5.	**intercept form of a quadratic function / صيغة التقاطع في دالة من الدرجة الثانية** دالة من الدرجة الثانية على صورة $y = a(x - p)(x - q)$ حيث $a \neq 0$. نقطتا التقاطع السيني في الرسم البياني للدالة هما p وq.
انظر zaوية محيطية / inscribed angle.	**intercepted arc / قوس محصور** القوس الذي يقع بين ضلعي زاوية محيطية وله نقطتين طرفيتين تقعان على طرفي الضلعين.

interior angles of a triangle / الزوايا الداخلة لمثلث عند امتداد أضلاع المثلث، فإن الزوايا الأصلية للمثلث هي الزوايا الداخلة.	
intersection / تقاطع مجموعة النقاط المشتركة بين شكلين هندسيين أو أكثر.	 تقاطع المستقيمين m وn هو النقطة A.
intersection of sets / تقاطع مجموعات تقاطع المجموعتين A وB هو مجموعة كافة العناصر المشتركة في A وB معًا، ويُكتب تقاطع A وB على الصورة $A \cap B$.	 $A \cap B = \{2\}$
interval / فترة الفترة هي مجموعة تشتمل على جميع الأعداد الحقيقية الواقعة يقع بين عددين معلومين، وربما تشمل العددين ذاتهما.	الفترة $4 < x \leq 7$ هي جميع الأعداد الأكبر من 4 والأصغر من أو تساوي 7.
inverse / عكس العبارة التقريرية المكونة من نفي كل من الفرض والاستنتاج في قضية شرطية.	العبارة التقريرية: إذا كان $m\angle A = 90°$، فإن $\angle A$ قائمة. العكس: إذا كان $m\angle A \neq 90°$، فإن $\angle A$ ليست قائمة.
inverse cosine / معكوس جيب التمام نسبة مثلثية معكوسة، تُختصر على الصورة cos^{-1} (جتا$^{-1}$). بالنسبة للزاوية الحادة A، إذا كان $\cos A = z$، فإن $\cos^{-1} z = m\angle A$.	 $\cos^{-1} \dfrac{AC}{AB} = m\angle A$
inverse cosine function / معكوس دالة جيب التمام إذا كان $-1 \leq a \leq 1$، فإن معكوس جيب تمام a هو زاوية θ، التي تكتب على الصورة $\theta = \cos^{-1} a$، حيث $\cos \theta = a$ و$0 \leq \theta \leq \pi$ أو $0° \leq \theta \leq 180°$).	عند $0° \leq \theta \leq 180°$، فإن الزاوية θ التي جيب تمامها تساوي $60°$، إذن $\theta = \cos^{-1} \frac{1}{2} = 60°$ (أو $\theta = \cos^{-1} \frac{1}{2} = \frac{\pi}{3}$)
inverse function / دالة عكسية العلاقة العكسية التي تمثل دالة، فالدالتان f وg تكونان دالتين عكسيتين إذا كان $f(g(x)) = x$ و$g(f(x))$.	$f(x) = x + 5; g(x) = x - 5$ $f(g(x)) = (x - 5) + 5 = x$ $g(f(x)) = (x + 5) - 5 = x$ إذن f وg دالتان عكسيتان.
inverse matrices / مصفوفتان عكسيتان يقال إن مصفوفتين $n \times n$ عكس بعضهما إذا كان حاصل ضربهما (بنفس الترتيب في كلتيهما) المصفوفة المحايدة $n \times n$. انظر أيضًا identity matrix / المصفوفة المحايدة.	$\begin{bmatrix} -5 & 8 \\ 2 & -3 \end{bmatrix}^{-1} = \begin{bmatrix} 3 & 8 \\ 2 & 5 \end{bmatrix}$ لأن و $\begin{bmatrix} 3 & 8 \\ 2 & 5 \end{bmatrix} \begin{bmatrix} -5 & 8 \\ 2 & -3 \end{bmatrix} = \begin{bmatrix} 1 & 0 \\ 0 & 1 \end{bmatrix}$ $\begin{bmatrix} -5 & 8 \\ 2 & -3 \end{bmatrix} \begin{bmatrix} 3 & 8 \\ 2 & 5 \end{bmatrix} = \begin{bmatrix} 1 & 0 \\ 0 & 1 \end{bmatrix}$
inverse operations / عمليات عكسية عمليات تبطل كل منهما الأخرى.	الجمع والطرح عمليتان عكسيتان. والضرب والقسمة عمليتان عكسيتان أيضًا.

inverse relation / علاقة عكسية علاقة يتم فيها تبادل قيم المُدخلات والمُخرجات في العلاقة الأصلية. الرسم البياني للعلاقة العكسية عبارة عن انعكاس للرسم البياني للعلاقة الأصلية، ويكون المستقيم $y = x$ هو خط الانعكاس.	لإيجاد معكوس $y = 3x - 5$، بدّل x و y للحصول على $x = 3y - 5$، ثم قم بحل y للحصول على العلاقة العكسية $y = \frac{1}{3}x + \frac{5}{3}$.
inverse sine / معكوس الجيب نسبة مثلثية معكوسة، تُختصر على الصورة sin^{-1} (جا$^{-1}$). بالنسبة للزاوية الحادة A، إذا كان $\sin A = z$، فإن $\sin^{-1} z = m\angle A$.	$\sin^{-1} \dfrac{BC}{AB} = m\angle A$
inverse sine function / معكوس دالة الجيب إذا كان $-1 \le a \le 1$، فإن معكوس جيب a هو زاوية θ، التي تكتب على الصورة جا$^{-1}$ $\theta = a$، حيث جا $\theta = a$ و $-\frac{\pi}{2} \le \theta \le \frac{\pi}{2}$ (أو $-90° \le \theta \le 90°$).	عند $-90° \le \theta \le 90°$، فان الزاوية x التي جيبها يساوي $\frac{1}{2}$ 30°، إذن $\theta = \sin^{-1} \frac{1}{2} = 30°$ (أو $\theta = \sin^{-1} \frac{1}{2} = \frac{\pi}{6}$).
inverse tangent / معكوس الظل نسبة مُثلثية معكوسة تُختصر على الصورة tan^{-1} (ظا$^{-1}$). بالنسبة للزاوية الحادة A، إذا كان $\tan A = x$، فإن $\tan^{-1} x = m\angle A$.	$\tan^{-1} \dfrac{BC}{AC} = m\angle A$
inverse tangent function / معكوس دالة الظل إذا كان a عددًا حقيقيًا، فإن معكوس ظل a هو زاوية θ، يُكتب على الصورة $\theta = \tan^{-1} a$، حيث $\tan \theta = a$ و $-\frac{\pi}{2} < \theta < \frac{\pi}{2}$ (أو $-90° < \theta < 90°$).	عند $90° > \theta > 90°$، فان الزاوية θ التي ظلها $\frac{1}{2}$ تساوي $-60°$، إذن $\theta = \tan^{-1}(-\sqrt{3}) = -60°$ (أو $\theta = \tan^{-1}(-\sqrt{3}) = -\frac{\pi}{3}$).
inverse variation / تغير عكسي العلاقة بين متغيرين x و y إذا وُجد عدد لا يساوي الصفر a بحيث يكون $y = \frac{a}{x}$. إذا كان $y = \frac{a}{x}$، فإن y يتغير عكسيًا بتغير x.	تمثل المعادلتان $xy = 4$ و $y = \frac{-1}{x}$ تغيراً عكسياً.
irrational number / عدد غير نسبي عدد لا يمكن كتابته على صورة خارج قسمة عددين صحيحين. الصورة العشرية للعدد غير النسبي غير منتهية أو متكررة.	العدد $\sqrt{945} = 30.74085\ldots$ عدد غير نسبي. العدد $1.666\ldots$ عدد نسبي.
isometric drawing / رسم متقايس رسم فني ثلاثي الأبعاد يمكن إنشاؤه على شبكة أو ورق نقطي متقايس باستخدام ثلاثة محاور تتقاطع لتكون زوايا قياسها 120°.	
isometry / التقايس (تساوي القياس) تحويل يحافظ على الطول وقياسات الزوايا. يُطلق عليه أيضًا تحويل تطابقي.	يُعد كل من الانتقال والانعكاس والدوران نوعاً من أنواع التقايس.
isosceles trapezoid / شبه منحرف متساوي الساقين شبه منحرف ساقيه متطابقان.	ساق ساق
isosceles triangle / مثلث متساوي الساقين مثلث به على الأقل ضلعان متطابقان.	ساق ساق قاعدة
iteration / تكرار تكرار سلسلة من الخطوات. في الجبر، تكرار صيغة نفس الدالة. ويكون ناتج التكرار لمرة واحد هو $f(x)$؛ وناتج التكرار لمرتين هو $f(f(x))$، $f(f(f(x)))$.	يُستخدم التكرار في إنشاء المجموعات الكسورية.

High School

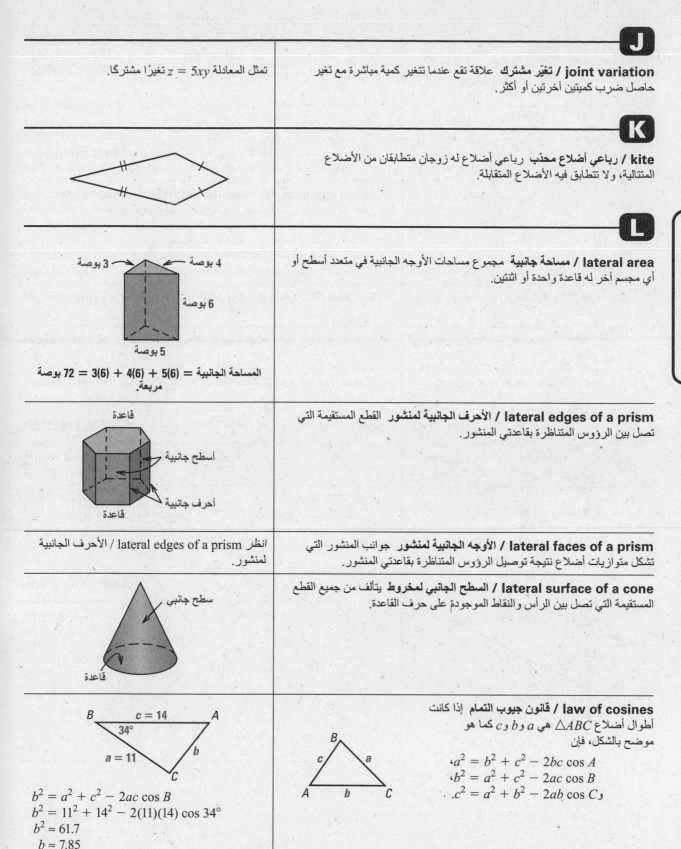

joint variation / تغيّر مشترك علاقة تقع عندما تتغير كمية مباشرة مع تغير حاصل ضرب كميتين أخرتين أو أكثر.

تمثل المعادلة $z = 5xy$ تغيرًا مشتركا.

kite / رباعي أضلاع محدّب رباعي أضلاع له زوجان متطابقان من الأضلاع المتتالية، ولا تتطابق فيه الأضلاع المتقابلة.

ARABIC

lateral area / مساحة جانبية مجموع مساحات الأوجه الجانبية في متعدد أسطح أو أي مجسم آخر له قاعدة واحدة أو اثنتين.

4 بوصة   3 بوصة

6 بوصة

5 بوصة

المساحة الجانبية = $5(6) + 4(6) + 3(6) = 72$ بوصة مربعة.

lateral edges of a prism / الأحرف الجانبية لمنشور القطع المستقيمة التي تصل بين الرؤوس المتناظرة بقاعدتي المنشور.

قاعدة

أسطح جانبية

أحرف جانبية

قاعدة

lateral faces of a prism / الأوجه الجانبية لمنشور جوانب المنشور التي تشكل متوازيات أضلاع نتيجة توصيل الرؤوس المتناظرة بقاعدتي المنشور.

lateral edges of a prism / الأحرف الجانبية لمنشور. انظر الأحرف الجانبية

lateral surface of a cone / السطح الجانبي لمخروط يتألف من جميع القطع المستقيمة التي تصل بين الرأس والنقاط الموجودة على حرف القاعدة.

سطح جانبي

قاعدة

law of cosines / قانون جيوب التمام إذا كانت أطوال أضلاع $\triangle ABC$ هي a و b و c كما هو موضح بالشكل، فإن

$a^2 = b^2 + c^2 - 2bc \cos A$,

$b^2 = a^2 + c^2 - 2ac \cos B$,

و $c^2 = a^2 + b^2 - 2ab \cos C$.

B $c = 14$ A
$34°$
$a = 11$ b
C

$b^2 = a^2 + c^2 - 2ac \cos B$
$b^2 = 11^2 + 14^2 - 2(11)(14) \cos 34°$
$b^2 \approx 61.7$
$b \approx 7.85$

$$\frac{\sin 25°}{15} = \frac{\sin 107°}{c} \rightarrow c \approx 33.9$$	**law of sines / قانون الجيوب** إذا كانت أطوال أضلاع $\triangle ABC$ هي a وb وc كما هو موضح بالشكل، فإن $$\frac{\sin A}{a} = \frac{\sin B}{b} = \frac{\sin C}{c}$$
المعامل الرئيسي في متعدد الحدود $2x^3 + x^2 - 5x + 12$ هو 2.	**leading coefficient / المعامل الرئيسي** عند كتابة متعدد حدود بحيث تقل أسس أحد المتغيرات من اليسار إلى اليمين، فإن معامل الحد الأول هو المعامل الرئيسي.
LCD للتعبيرين $\frac{3x+4}{(x-3)(x+2)}$ و $\frac{5}{(x-3)^2}$ هو $(x-3)^2(x+2)$.	**least common denominator (LCD) of rational expressions / المقام المشترك الأصغر (م.م.ص) للتعبيرات النسبية** حاصل ضرب عوامل مقامات التعبيرات النسبية مع استخدام كل معامل مشترك مرة واحدة فقط.
المضاعف المشترك الأصغر للعددين 9 و12 هو أصغر المضاعفات المشتركة لاثنين 36، 72، 108 . . . أو 36.	**least common multiple (LCM) / المضاعف المشترك الأصغر** أصغر المضاعفات المشتركة لاثنين أو أكثر من الأعداد الصحيحة التي لا تساوي الصفر.
انظر right triangle / المثلث قائم الزاوية.	**legs of a right triangle / ساقا المثلث قائم الزاوية** في المثلث قائم الزاوية، الضلعان المجاوران للزاوية القائمة.
انظر trapezoid / شبه المنحرف.	**legs of a trapezoid / ساقا شبه المنحرف** الضلعان غير المتوازيين في شبه المنحرف.
انظر isosceles triangle / مثلث متساوي الساقين.	**legs of an isosceles triangle / ساقا المثلث متساوي الساقين** الضلعان المتطابقان في المثلث متساوي الساقين.
$\sqrt[4]{10}$ و $7\sqrt[4]{10}$ جذران متشابهان.	**like radicals / الجذور المتشابهة** التعبيرات الجذرية التي لها نفس الدليل والمجذور.
في التعبير $2 + (-6x) + (-4) + 3x$، $3x$ و$-6x$ حدان متشابهان و-4 و 2 حدان متشابهان أيضًا.	**like terms / الحدود المتشابهة** حدود تشتمل على نفس المتغيرات. الحدود الثابتة هي الأخرى حدود متشابهة.
المستقيم ℓ أو $\overleftrightarrow{AB}$ و $\overleftrightarrow{BA}$	**line / المستقيم** خط له بعد واحد، يُمثل عادةً بخط مستقيم له رأسا سهم للدلالة على امتداد المستقيم بلا نهاية في كلا الاتجاهين. في الهندسة المستوية هي دائمًا خطوط مستقيمة. انظر أيضًا undefined term / لفظ غير معرّف.
نمو الجرو عدد الأيام منذ الميلاد	**line graph / الخط البياني** الرسم البياني الذي يمثل مجموعة من البيانات باستخدام نقاط متصلة مع بعضها بقطع مستقيمة لتوضيح مدى تغير الكميات بمرور الوقت.

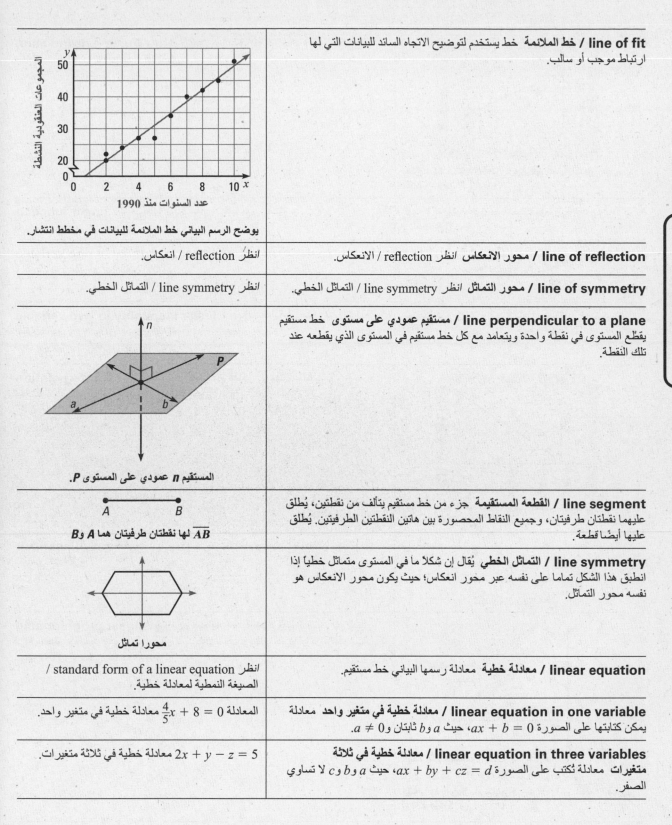

line of fit / خط الملائمة خط يستخدم لتوضيح الاتجاه السائد للبيانات التي لها ارتباط موجب أو سالب.

يوضح الرسم البياني خط الملائمة للبيانات في مخطط انتشار.

المجموعات المذهبية النشطة
عدد السنوات منذ 1990

line of reflection / محور الانعكاس *انظر* الانعكاس / reflection.	*انظر* انعكاس / reflection.

line of symmetry / محور التماثل *انظر* التماثل الخطي / line symmetry.	*انظر* التماثل الخطي / line symmetry.

line perpendicular to a plane / مستقيم عمودي على مستوى خط مستقيم يقطع المستوى في نقطة واحدة ويتعامد مع كل خط مستقيم في المستوى الذي يقطعه عند تلك النقطة.

المستقيم **n** عمودي على المستوى **P**.

line segment / القطعة المستقيمة جزء من خط مستقيم يتألف من نقطتين، يُطلق عليهما نقطتان طرفيتان، وجميع النقاط المحصورة بين هاتين النقطتين الطرفيتين. يُطلق عليها أيضًا قطعة.

$\overline{AB}$ لها نقطتان طرفيتان هما A و B

line symmetry / التماثل الخطي يُقال إن شكلاً ما في المستوى متماثل خطياً إذا انطبق هذا الشكل تماما على نفسه عبر محور انعكاس؛ حيث يكون محور الانعكاس هو نفسه محور التماثل.

محورا تماثل

linear equation / معادلة خطية معادلة رسمها البياني خط مستقيم.	*انظر* الصيغة النمطية لمعادلة خطية. / standard form of a linear equation

linear equation in one variable / معادلة خطية في متغير واحد معادلة يمكن كتابتها على الصورة $ax + b = 0$، حيث a وb ثابتان و$a \neq 0$.	المعادلة $\frac{4}{5}x + 8 = 0$ معادلة خطية في متغير واحد.

linear equation in three variables / معادلة خطية في ثلاثة متغيرات معادلة تُكتب على الصورة $ax + by + cz = d$، حيث a وb وc لا تساوي الصفر.	$2x + y - z = 5$ معادلة خطية في ثلاثة متغيرات.

ARABIC

  يمكن استخدم الخط الأفضل توفيقا في عملية التقدير عند $y = 1200$ و $x \approx 11.75$.	**linear extrapolation / استكمال خطي من الخارج** استخدام خط مستقيم أو معادلته لتقدير قيمة خارج مدى قيم معلومة.
الدالة $y = -2x - 1$ دالة خطية فيها $m = -2$ و $b = -1$.	**linear function / دالة خطية** دالة يمكن كتابتها على الصورة $y = mx + b$، حيث m و b ثابتان.
المتباينة $5x + 2 > 0$ متباينة خطية في متغير واحد.	**linear inequality in one variable / متباينة خطية في متغير واحد** متباينة يمكن كتابتها على أي من الصور التالية: $ax + b < 0$ أو $ax + b \le 0$ أو $ax + b > 0$ أو $ax + b \ge 0$.
المتباينة $5x + 2 > 4$ هي متباينة خطية في متغيرين.	**linear inequality in two variable / متباينة خطية في متغيرين** متباينة يمكن كتابتها على أي من الصور التالية: $Ax + By < C$ أو $Ax + By \le C$ أو $Ax + By > C$ أو $Ax + By \ge C$.
  يمكن استخدم الخط الأفضل توفيقا للتقدير عندما $x = 1$ و $y \approx 16.4$.	**linear interpolation / استكمال خطي من الداخل** استخدام خط مستقيم أو معادلته لتقدير قيمة داخل مدى قيمتين معلومتين.
  $\angle 3$ و$\angle 4$ زوج خطي.	**linear pair / زوج خطي** زاويتان متجاورتان ضلعاهما غير المشتركين عبارة عن شعاعين متقابلين.
  لإيجاد القيمة القصوى للدالة الموضوعية $P = 35x + 30y$ في القيود $x \ge 4$ و $y \ge 0$ و $5x + 4y \le 40$، قم بتقييم P عند كل رأس. القيمة القصوى لـ 290 هي (4, 5).	**linear programming / البرمجة الخطية** عملية إيجاد القيم القصوى أو الدنيا لدالة موضوعية خطية في منظومة من المتباينات الخطية يُطلق عليها قيود. الرسم البياني لمنظومة القيود يُسمى المنطقة المعقولة.
انظر line of fit / خط الملائمة.	**linear regression / الانحدار الخطي** عملية إيجاد الخط الأفضل توفيقا لعرض مجموعة من البيانات.
يمكن كتابة المعادلة $5(x + 3) = 20$ في صورة المعادلة الحرفية $a(x + b) = c$.	**literal equation / معادلة حرفية** معادلة تحل فيها الأحرف محل المعاملات والثوابت في معادلة أخرى.

local maximum / النهاية القصوى المحلية الإحداثي الصادي لنقطة انقلاب دالة إذا كانت هذه النقطة أكبر من جميع النقاط المجاورة.

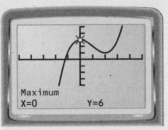

النهاية القصوى المحلية للدالة $f(x) = x^3 - 3x^2 + 6$ هي $y = 6$ حيث $x = 0$.

local minimum / النهاية الدنيا المحلية الإحداثي السيني لنقطة انقلاب دالة إذا كانت هذه النقطة أصغر من جميع النقاط المجاورة.

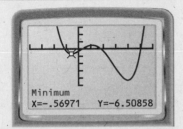

النهاية الدنيا للدالة $f(x) = x^4 - 6x^3 + 3x^2 + 10x - 3$ هي $y \approx -6.51$، حيث $x \approx -0.57$.

locus in a plane / محلّ هندسي في مستوى مجموعة كافة النقاط في مستوى ما تحقق شرطا معلوما أو مجموعة من الشروط المعلومة، الجمع محالّ.

$\odot C$ هي المحل الهندسي للنقاط التي تبعد ١ سم عن النقطة C.

logarithm of y with base b / لوغاريتم y بالأساس b إذا كان b وy عددين موجبين و $b \neq 1$، فإن لوغاريتم y بالأساس b، الذي يُرمز له بالرمز لو$_b$ y ويقرأ "لوغاريتم الأساس b للعدد y"، معرف كالتالي: لو$_b$ $y = x$ إذا وفقط إذا $b^x = y$.

لو$_2$ $8 = 3$ لأن $2^3 = 8$.
لو$_{1/4}$ $4 = -1$ حيث $4 = \left(\frac{1}{4}\right)^{-1}$.

logarithmic equation / معادلة لوغاريتمية معادلة تشتمل على لوغاريتم تعبير متغير.

لو$_5$ $(4x - 7) = $ لو$_5$ $(x + 5)$ معادلة لوغاريتمية.

lower extreme / الطرف الأدنى أقل قيمة في مجموعة من البيانات.

انظر box-and-whisker plot / مخطط الصندوق والشوارب.

lower quartile / الربيع الأدنى العدد الأوسط في النصف السفلي لمجموعة بيانات مرتبة.

انظر interquartile range / المدى الربيعي.

major arc / القوس الأكبر جزء من دائرة قياسه أكبر من °180 وأقل من °360.

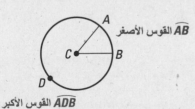

$\overarc{AB}$ القوس الأصغر

$\overarc{ADB}$ القوس الأكبر

major axis of an ellipse / المحور الأكبر في القطع الناقص القطعة المستقيمة التي تصل بين رأسي القطع الناقص.

انظر ellipse / القطع الناقص.

margin of error / هامش الخطأ يبين هامش الخطأ الحد الذي يُتوقع عنده مدى اختلاف استجابة عينة عن استجابة المجتمع الإحصائي.

إذا قام 40% من الأفراد الذين لهم حق التصويت باختيار المرشح A، وكان هامش الخطأ 4%±، فإنه من المتوقع أن تتراوح نسبة المختارين للمرشح A بين 36% و44% من إجمالي المجتمع الإحصائي (الأفراد الذي لهم حق التصويت).

---

matrix, matrices / مصفوفة، مصفوفات تنظيم مستطيلي للأعداد في صفوف وأعمدة حيث يُسمى كل عدد في هذه المصفوفة عنصراً أو مدخلاً.

$$A = \begin{bmatrix} 0 & 4 & -1 \\ -3 & 2 & 5 \end{bmatrix} \text{ صف } 2$$
3 أعمدة

تتكون المصفوفة **A** من صفين و٣ أعمدة. العنصر الموجود في الصف الأول والعمود الثاني هو ٤.

---

matrix of constants / مصفوفة الثوابت مصفوفة الثوابت بالمنظومة الخطية $ax + by = e$، $cx + dy = f$ هي $\begin{bmatrix} e \\ f \end{bmatrix}$.

انظر coefficient matrix / مصفوفة المعاملات.

---

matrix of variables / مصفوفة المتغيرات مصفوفة المتغيرات بالمنظومة الخطية $ax + by = e$، $cx + dy = f$ هي $\begin{bmatrix} x \\ y \end{bmatrix}$.

انظر coefficient matrix / مصفوفة المعاملات.

---

maximum value of a quadratic function / القيمة العظمى لدالة من الدرجة الثانية الإحداثي الصادي لرأس الدالة $y = ax^2 + bx + c$ عند $a < 0$.

القيمة العظمى للدالة $y = -x^2 + 2x - 1$ هي 0.

---

mean / المتوسط لكل مجموعة بيانات عددية x_1، x_2، ... ، x_n، المتوسط، أو الوسط، هو: $\bar{x} = \dfrac{x_1 + x_2 + \ldots + x_n}{n}$

متوسط الأعداد 5، 9، 14، 23 هو
$\dfrac{5 + 9 + 14 + 23}{4} = \dfrac{51}{4} = 12.75$.

---

mean absolute deviation / متوسط الانحراف المطلق متوسط الانحراف المطلق لمجموعة المعطيات x_1، x_2، ... ، x_n مع المتوسط الحسابي $\bar{x}$ هو قياس التشتت بواسطة النسبة:

$$\dfrac{|x_1 - \bar{x}| + |x_2 - \bar{x}| + \ldots + |x_n - \bar{x}|}{n}$$

متوسط الانحراف المطلق لمجموعة المعطيات 3، 9، 13، 23 (بمتوسط 12 =) هو:
$$\dfrac{|3 - 12| + |9 - 12| + |13 - 12| + |23 - 12|}{4}$$
$= 6$

---

means of a proportion / وسطا التناسب الحدان المتوسطان في التناسب. انظر أيضاً proportion / التناسب.

وسطا التناسب $\dfrac{a}{b} = \dfrac{c}{d}$ هما b وc.

---

measure of central tendency / مقياس النزعة المركزية العدد الذي يُمثل مركز أو وسط مجموعة من قيم المعطيات. فالمتوسط والوسيط، والمنوال ثلاثة أنواع من مقاييس النزعة المركزية.

14، 17، 18، 19، 20، 24، 24، 30، 32
المتوسط هو
$\dfrac{14 + 17 + 18 + \ldots + 32}{9} = \dfrac{198}{9} = 22$.
الوسيط هو العدد الأوسط 20.
المنوال هو 24 لأن 24 هو الأكثر تكراراً.

---

measure of dispersion / قياس التشتت طريقة إحصائية توضح كيفية تشتت، أو انتشار قيم المعطيات. يعتبر كل من المدى والانحراف المعياري أحد قياسات التشتت.

انظر range / المدى و standard deviation / الانحراف المعياري.

---

measure of a major arc / قياس القوس الأكبر الفرق بين إجمالي قياس الدائرة 360° وقياس القوس الأصغر بها.

$m\overset{\frown}{ADB} = 360° - m\overset{\frown}{AB}$
$= 360° - 50°$
$= 310°$

انظر القوس الأكبر. / measure of a major arc | **measure of a minor arc / قياس القوس الأصغر** قياس الزاوية المركزية للقوس.

---

measure of an angle / قياس زاوية افترض وجود $\overrightarrow{OB}$ ونقطة A على أحد جانبيه. يمكن مطابقة كل شعاع من الأشعة على شاكلة $\overrightarrow{OA}$ مع عدد واحد من الأعداد الحقيقية من 0 إلى 180. قياس $\angle AOB$ يساوي القيمة المطلقة للفرق بين العددين الحقيقيين المتطابقين مع $\overrightarrow{OA}$ و $\overrightarrow{OB}$.

$m\angle AOB = 140°$

وسيط مجموعة الأعداد 5، 9، 14، 23 هو متوسط العددين 9 و14 أو $\dfrac{9 + 14}{2} = 11.5$. | **median / الوسيط** العدد الأوسط في مجموعة من البيانات العددية حين تُرتب القيم ترتيباً عددياً. أمّا إذا كان عدد قيم المجموعة زوجياً، فإن الوسيط يكون متوسط القيمتين الوسطيين.

---

median of a triangle / متوسط المثلث القطعة المستقيمة الممتدة من أحد رؤوس المثلث إلى نقطة تقع في منتصف الضلع المقابل.

$\overline{BD}$ هي أحد متوسطات $\triangle ABC$.

---

midpoint / نقطة المنتصف النقطة التي تقسم أو تنصف قطعة مستقيمة إلى قطعتين متطابقتين. تبعد نقطة المنتصف مسافة متساوية عن النقطتين الطرفيتين.

M هي نقطة منتصف $\overline{AB}$.

نقطة المنتصف M على قطعة مستقيمة نقطتاها الطرفيتان $(-1, -2)$ و $(3, -4)$ هي:

$\left(\dfrac{-1 + 3}{2}, \dfrac{-2 + (-4)}{2}\right) = (1, -3)$ | **midpoint formula / صيغة نقطة المنتصف** نقطة المنتصف M على قطعة مستقيمة نقطتاها الطرفيتان هما $A(x_1, y_1)$ و $B(y_2, x_2)$ هي

$M\left(\dfrac{x_1 + x_2}{2}, \dfrac{y_1 + y_2}{2}\right)$.

---

midsegment of a trapezoid / منصف الساقين في شبه منحرف القطعة المستقيمة التي تصل بين نقطتي منتصف ساقي شبه المنحرف.

منصف الساقين

---

midsegment of a triangle / منصف الساقين في مثلث القطعة المستقيمة التي تصل بين نقطتي منتصف ضلعين في المثلث.

منصف الساقين في $\triangle ABC$ هو $\overline{MP}$ و$\overline{MN}$ و$\overline{NP}$.

---

minimum value of a quadratic function / القيمة الدنيا لدالة من الدرجة الثانية الإحداثي الصادي لرأس الدالة $y = ax^2 + bx + c$ عند $a > 0$.

$y = x^2 - 6x + 5$

$(3, -4)$

القيمة الدنيا للدالة $y = x^2 - 6x + 5$ هي -4.

انظر القوس الأكبر. / major arc | **minor arc / القوس الأصغر** جزء من الدائرة قياسه أقل من 180°.

minor axis of an ellipse / القطعة المحور الأصغر في القطع الناقص المستقيمة التي تربط بين الرأسين المشتركين في القطع الناقص.	انظر ellipse / القطع الناقص.
mixed number / عدد صحيح وكسر حاصل جمع عدد صحيح وكسر أقل من 1.	$2\frac{5}{8}$ عدد صحيح وكسر.
mode / المنوال القيمة التي يتكرر ظهورها أكثر من غيرها في مجموعة من البيانات، قد يكون هناك منوال واحد، أو أكثر من منوال وقد لا يوجد.	المنوال في مجموعة البيانات 4، 7، 9، 11، 11، 12، 18 هو 11.
monomial / أحادي الحد عدد أو متغير أو حاصل ضرب عدد في متغير واحد أو أكثر مرفوع إلى أس ينتمي إلى الأعداد الصحيحة.	من أمثلة أحادي الحد: 10، $3x$، $\frac{1}{2}ab^2$ و $-1.8m^5$.
multiple / مضاعف مضاعف العدد الصحيح هو حاصل ضرب العدد في أي عدد صحيح لا يساوي الصفر.	مضاعفات العدد 2 هي 2، 4، 6، 8، 10، ....
multiplicative identity / العدد المحايد الضربي العدد 1 هو العدد المحايد الضربي لأن حاصل ضرب أي عدد في 1 هو العدد نفسه: $a \cdot 1 = 1 \cdot a = a$.	$3.6(1) = 3.6,\ 1(-7) = -7$
multiplicative inverse / المعكوس الضربي المعكوس الضربي لأي عدد لا يساوي الصفر a هو مقلوب هذا العدد. حاصل ضرب العدد الذي لا يساوي الصفر في معكوسه الضربي يساوي 1 حيث $a \cdot \frac{1}{a} = \frac{1}{a} \cdot a = 1$، $a \neq 0$.	المعكوس الضربي للعدد -5 هو $-\frac{1}{5}$ لأن $-\frac{1}{5} \cdot (-5) = 1$.
mutually exclusive events / الأحداث المتنافية أحداث ليس لها نواتج مشتركة على الإطلاق.	عند إلقاء مكعب الأعداد فإن الحدثان "الحصول على العدد 3" و"الحصول على عدد زوجي" حدثان متنافيان.

N

n factorial / مضروب n لأي عدد صحيح موجب n، مضروب n، يُكتب $n!$، هو حاصل ضرب الأعداد الصحيحة من 1 إلى n؛ $0! = 1$.	$5! = 5 \cdot 4 \cdot 3 \cdot 2 \cdot 1 = 120$
natural base e / الأساس الطبيعي e عدد غير نسبي معرّف على النحو التالي: كلما اقترب n من $+\infty$، $\left(1 + \frac{1}{n}\right)^n$، اقترب $e \approx$ من 2.718281828.	انظر natural logarithm / اللوغاريتم الطبيعي.
natural logarithm / اللوغاريتم الطبيعي لوغاريتم أساسه e، يُرمز إليه أحياناً بالرمز $\log_e$، غير أنه في أغلب الأحيان يكتب ln.	$\ln 0.3 \approx -1.204$ لأن $e^{-1.204} \approx (2.7183)^{-1.204} \approx 0.3$.
negation / النفي نقيض عبارة تقريرية. يُرمز للنفي بالرمز ~.	العبارة: الكرة حمراء. النفي: الكرة ليست حمراء.
negative correlation / ارتباط سالب تنطوي البيانات المزدوجة (x, y) على ارتباط سالب إذا تناقصت y بتزايد x.	
negative exponent / أس سالب إذا كان $a \neq 0$، فإن a^{-n} هو مقلوب a^n؛ $a^{-n} = \frac{1}{a^n}$.	$3^{-2} = \frac{1}{3^2} = \frac{1}{9}$
negative integers / الأعداد الصحيحة السالبة الأعداد الصحيحة الأقل من الصفر.	$-1, -2, -3, -4, \ldots$

net / الشبكة تمثيل ثنائي الأبعاد لأوجه متعدد أسطح.

n-gon / نوني الأضلاع مضلع عدد أضلاعه n.

المضلع الذي له 14 ضلعاً يُسمى رباعي عشر الأضلاع.

normal curve / المنحنى الطبيعي منحنى أملس، متماثل، على شكل ناقوس يمكن استخدامه في التوزيع الطبيعي وتقريب بعض التوزيعات الثنائية.

انظر normal distribution / التوزيع الطبيعي.

normal distribution / التوزيع الطبيعي التوزيع الاحتمالي الذي يتم باستخدام المتوسط $\bar{x}$ والانحراف المعياري σ والذي يتم تمثيله بمنحنى على شكل ناقوس توضح فيه خصائص المساحة على الجانب الأيمن.

nth root of a / الجذر النوني للعدد a لكل عدد صحيح n أكبر من 1، إذا كان $b^n = a$، فإن b هي الجذر النوني للعدد a، حيث يُكتب على صورة $\sqrt[n]{a}$.

$\sqrt[3]{-216} = -6$ لأن $(-6)^3 = -216$.

numerical expression / التعبير العددي تعبير يتألف من أعداد، وعمليات، ورموز ترابط.

التعبير $11 + (-3)6 - 4(-3)^2 -$ تعبير عددي.

number line / خط الأعداد خط تُمثل فيه النقاط بأعداد. يمكن استخدام خط الأعداد لترتيب الأعداد والمقارنة بينها؛ حيث تزداد قيمة الأعداد كلما اتجهنا من اليسار إلى اليمين.

numerator / البسط الرقم الواقع أعلى شرطة الكسر، فهو يمثل عدد الأجزاء المتساوية بالنسبة للعدد الكلي أو عدد العناصر المستقطعة من مجموعة معينة.

في الكسر $\frac{3}{4}$، البسط هو 3.

O

objective function / الدالة الموضوعية في البرمجة الخطية، الدالة الخطية التي لها نهاية قصوى ودنيا.

انظر linear programming / البرمجة الخطية.

oblique prism / المنشور المائل منشور له أحرف جانبية ليست عمودية على القاعدتين.

الأرتفاع

obtuse angle / زاوية منفرجة زاوية قياسها يتراوح بين 90° و 180°.

A

obtuse triangle / المثلث منفرج الزاوية مثلث إحدى زواياه منفرجة.

octagon / ثماني الأضلاع مضلع له ثمانية أضلاع.	
octahedron / ثماني الأوجه مضلع له ثمانية أوجه.	
odds against / الأرجحية ضد عند تساوي جميع النواتج في احتمال حدوثها، فإن الأرجحية ضد حدث ما تحدد كنسبة عدد النواتج غير المواتية إلى عدد النواتج المواتية.	عند إلقاء مكعب الأعداد، فإن الأرجحية ضد حدث الحصول على عدد أقل من 5 هي $\frac{2}{4} = \frac{1}{2}$ أو 2 : 1.
odds in favor / الأرجحية لصالح عند تساوي جميع النواتج في احتمال حدوثها، فإن الأرجحية لصالح حدث ما نسبة عدد النواتج المواتية إلى عدد النواتج غير المواتية.	عند إلقاء مكعب الأعداد، فإن الأرجحية لصالح حدث الحصول على عدد أقل من 5 هي $\frac{4}{2} = \frac{2}{1}$ أو 1 : 2.
open sentence / الجملة المفتوحة معادلة أو متباينة تشتمل على تعبير جبري.	$2k - 8 = 12$ و $6n \geq 24$ جملتان مفتوحتان.
opposite / مُقابل انظر additive inverse / المعكوس الجمعي.	انظر additive inverse / المعكوس الجمعي.
opposite rays / الشعاعان المتقابلان إذا كانت النقطة C تقع على $\overrightarrow{AB}$ بين A و B، فإن $\overrightarrow{CA}$ و $\overrightarrow{CB}$ شعاعان متقابلان.	$\overrightarrow{CA}$ و $\overrightarrow{CB}$ شعاعان متقابلان.
opposites / العددان المتقابلان عددان يقعان على نفس المسافة من 0 على خط الأعداد إلا أنهما يقعان على جانبين متقابلين من 0.	4 و 4– عددان متقابلان.
order of magnitude of a quantity / ترتيب مقدار كمية قوة العدد 10 الأقرب للكمية.	ترتيب مقدار 91,000 هو 10^5، أو 100,000.
order of operations / ترتيب العمليات قواعد لتقييم تعبير يتضمن أكثر من عملية.	لتقييم التعبير $24 - (3^2 + 1)$، أوجد قيمة القوة، ثم أجر الجمع بين القوسين، ثم أطرح: $24 - (3^2 + 1) =$ $24 - (9 + 1) = 24 - 10 = 14$
ordered pair / الزوج المرتب انظر x-coordinate and y-coordinate / الإحداثي السيني والإحداثي الصادي.	انظر x-coordinate and y-coordinate / الإحداثي السيني والإحداثي الصادي.
ordered triple / الثلاثية المرتبة مجموعة مكونة من ثلاثة أعداد لها شكل (x, y, z) تمثل نقطة في فراغ.	الثلاثية المرتبة $(3, -1، 2)$ هي حل المعادلة $4x + 2y + 3z = 1$.
origin / نقطة الأصل النقطة $(0,0)$ في مستو إحداثي.	انظر coordinate plane/ المستوى الإحداثي.
orthocenter of a triangle / ملتقى ارتفاعات المثلث النقطة التي تتقاطع عندها المستقيمات التي تحمل الارتفاعات الثلاثة للمثلث.	النقطة P هي ملتقى ارتفاعات $\triangle ABC$.

أمامي علوي جانبي	**orthographic projection** الإسقاط العمودي / رسم فني يكون ثنائي الأبعاد في الجهات الأمامية والعلوية والجانبية لجسم.
عند إلقاء مكعب الأعداد يكون هناك 6 نتائج محتملة: 1 أو 2 أو 3 أو 4 أو 5 أو 6.	**outcome** الناتج / النتيجة المحتملة لأي تجربة.
المدى الربيعي لمجموعة البيانات الواردة أدناه هو: $13 = 10 - 23$. الربيع الأدنى الربيع الأعلى $\downarrow$ $\downarrow$ 8 **10** 14 17 20 **23** 50 القيمة 50 أكبر من $42.5 = 1.5(13) + 23$، لذا فهي تُمثل عنصراً متطرفاً.	**outlier** العنصر المتطرف / قيمة في مجموعة من البيانات تتسم بانعزالها إلى حد كبير عن باقي البيانات. ويُعرف العنصر المتطرف أساساً على القيمة تزيد عن الرُبيع الأعلى بمقدار يفوق 1.5 مدى رُبيعي أو تزيد عن الربيع الأدنى بمقدار يفوق 1.5 مدى رُبيعي.
انظر function / الدالة.	**output** المُخرج / عدد ينتمي إلى مجال دالة.
عند إلقاء مكعب الأعداد فإن "إلقاء العدد 3" وأي "عدد فردي" يعد حدث تخطي.	**overlapping events** أحداث التخطي / أحداث لها ناتج مشترك واحد على الأقل.

P

$y = x^2 - 6x + 5$	**parabola, algebraic definition** التعريف الجبري للقطع المكافئ / الرسم البياني المتخذ شكل حرف U والذي يمثل دالة من الدرجة الثانية.
يُعد الرسم البياني للدالة $y = x^2 - 6x + 5$ قطعاً مكافئاً.	
محور التماثل البؤرة رأس الدليل	**parabola, geometric definition** القطع المكافئ، التعريف الهندسي / مجموعة كافة النقاط التي تبعد مسافة متساوية عن نقطة تُسمى البؤرة ومستقيم يُسمى الدليل. يُمثل الرسم البياني لدالة الدرجة الثانية $y = ax^2 + bx + c$ قطعاً مكافئاً.
	paragraph proof فقرة إثباتية / من البراهين يُكتب على هيئة فقرة.
	parallel lines خطان متوازيان / مستقيمان في نفس المستوى لا يتقاطعان أبداً.

ARABIC

parallel planes / مستويان متوازيان مستويان متوازيان لا يتقاطعان أبدا.	$S \parallel T$
parallelogram / متوازي أضلاع شكل رباعي كل ضلعين متقابلين فيه متوازيان.	$\square PQRS$
parent function / دالة أصلية أبسط صورة لدالة تنتمي لفصيلة من الدوال.	الدالة الأصلية في فصيلة الدوال الخطية هي $y = x$.
partial sum / مجموع جزئي المجموع S_n لحدود n الأولى في متسلسلة لانهائية.	$\frac{1}{2} + \frac{1}{4} + \frac{1}{8} + \frac{1}{16} + \frac{1}{32} + \ldots$ المجاميع الجزئية للمتسلسلة السابقة هي $S_1 = 0.5,\ S_2 = 0.75,\ S_3 \approx 0.88,$ $S_4 \approx 0.94,\ \ldots$

مثلث باسكال / Pascal's triangle ترتيب قيم $_nC_r$ في نسق مثلثي بحيث يناظر كل صف قيمة من قيم n.

$$_0C_0$$
$$_1C_0 \quad _1C_1$$
$$_2C_0 \quad _2C_1 \quad _2C_2$$
$$_3C_0 \quad _3C_1 \quad _3C_2 \quad _3C_3$$
$$_4C_0 \quad _4C_1 \quad _4C_2 \quad _4C_3 \quad _4C_4$$
$$_5C_0 \quad _5C_1 \quad _5C_2 \quad _5C_3 \quad _5C_4 \quad _5C_5$$

pentagon / خماسي أضلاع مضلع له خمسة أضلاع.	
percent / في المائة نسبة تقارن بين عدد ما و100. في المائة تعني "لكل مائة".	$43\% = \frac{43}{100} = 0.43$
percent of change / النسبة المئوية للتغير نسبة توضح مدى تزايد أو تناقص كمية ما بالنسبة للكمية الأصلية. النسبة المئوية للتغير $p\% = \dfrac{\text{مقدار الزيادة أو النقصان}}{\text{المقدار الأصلي}}$	النسبة المئوية للتغير $p\%$ من 140 إلى 189 هي: $p\% = \dfrac{189 - 140}{140} = \dfrac{49}{140} = 0.35 = 35\%$
percent of decrease / النسبة المئوية للنقص النسبة المئوية لتغير كمية ما عندما يكون مقدار الكمية الجديد أقل من الكمية الأصلية.	percent of change / انظر النسبة المئوية للتغير.
percent of increase / النسبة المئوية للزيادة النسبة المئوية لتغير كمية ما عندما مقدار الكمية الجديد أكبر من الكمية الأصلية.	percent of change / انظر النسبة المئوية للتغير.
perfect square / مربع كامل العدد الذي يُمثل تربيع عدد صحيح.	49 مربع كامل لأن $7^2 = 49$.
perfect square trinomials / مربع كامل ثلاثي الحدود ثلاثيات الحدود التي تُكتب على صورة $a^2 + 2ab + b^2$ و $a^2 - 2ab + b^2$.	يمثل كل من $x^2 - 10x + 25$ و $x^2 + 6x + 9$ مربع كامل ثلاثي الحدود.

  المحيط = 5 + 7 + 8 أو 20 سم	**perimeter / محيط** المسافة التي تحيط بشكل وتقاس بوحدات خطية مثل القدم أو البوصة أو المتر.
انظر / periodic function / الدالة الدورية.	**period / دورة** الطول الأفقي لكل دورة في دالة دورية.
  يعرض الرسم البياني 3 دورات للدالة $y = \tan x$، وهي دالة دورية تشتمل على الفترة π.	**periodic function / الدالة الدورية** دالة لها رسم بياني يشتمل على أنساق متكررة.
يوجد 6 مرات لوضع الأعداد 1 و2 و3 هي: 123 و132 و213 و231 و312 و321.	**permutation / تبديل** نسق بمجموعة من الأشياء التي يعد الترتيب فيها هاماً.
	perpendicular bisector / منصف عمودي تعامد قطعة مستقيمة أو شعاع أو خط مستقيم أو مستو على قطعة مستقيمة عند نقطة منتصفها.
$$\left.\begin{array}{l}3x - 1 \text{ إذا كان } x < 1 \\ 0 \text{ إذا كان } x = 1 \\ -x + 4 \text{ إذا كان } x > 1\end{array}\right\} = g(x)$$	**piecewise function / دالة متقطعة** دالة تُستخدم فيها معادلتان على الأقل، يرتبط كل منهما بجزء من مختلف مجال الدالة.
  المستوى M أو المستوى ABC	**plane / مستوى** سطح منبسط ثنائي الأبعاد يُمثل عادة بشكل يشبه أرضية أو حائط. يجب دائماً تخيل أن المستوى يمتد بلا نهاية، حتى وإن بدا له حواف على الرسم. انظر أيضًا / undefined term / لفظ غير معرَّف.
تتألف مجسمات أفلاطون من رباعي الأوجه المنتظم والمكعب وثماني الأوجه المنتظم وذي الإثنى عشر وجهاً وذي العشرين وجهاً.	**Platonic solids / مجسمات أفلاطون** متعددات الأسطح الخمسة التي سُميت باسم عالم الرياضيات والفيلسوف اليوناني أفلاطون.
  النقطة A	**point / النقطة** موضع محدد في الفراغ ليس له أبعاد على الإطلاق. انظر أيضا / undefined term / لفظ غير معرَّف.
  P هي نقطة تلاقى المستقيمات j، k، ℓ.	**point of concurrency / نقطة التلاقي** نقطة تقاطع مستقيمات أو أشعة أو قطع مستقيمة.
المعادلة $y + 3 = 2(x - 4)$ مكتوبة في صورة النقطة-الميل. الرسم البياني للمعادلة عبارة عن مستقيم يمر بالنقطة $(4, -3)$ بميل قدره 2.	**point-slope form / صورة النقطة-الميل** معادلة مستقيم غير رأسي تُكتب على الصورة $y - y_1 = m(x - x_1)$، حيث يمر المستقيم بنقطة معطاة هي (x_1, y_1) بميل m.

 المضلع ABCDE	**polygon / المضلع** شكل مغلق منبسط يتسم بالخصائص التالية: (1) يتشكل من ثلاث قطع مستقيمة أو أكثر تُسمى أضلاع. (2) يقطع كل ضلع فيه، عند نقطتاه الطرفيتين، ضلعين اثنين فقط بحيث لا يقع ضلعان مشتركان في نقطة طرفية على استقامة واحدة.
	polyhedron / متعدد الأسطح مجسم يحده مضلعات تُسمى أوجه تحصر بينها حيزاً مستقلاً من الفراغ. الجمع متعددو الأسطح أو كثيرو الأسطح.
9 و $2x^2 + x - 5$ و $7bc^3 + 4b^4c$ متعددو حدود.	**polynomial / متعدد الحدود** أحادي الحد أو مجموع لأحاديات الحد يُسمى كل منها حد في متعدد حدود.
$f(x) = 11x^5 - 0.4x^2 + 16x - 7$ دالة متعددة الحدود، فيها درجة $f(x)$ هي 5 والمعامل الرئيسي 11 والحد الثابت -7.	**polynomial function / دالة متعددة الحدود** دالة على صورة $$f(x) = a_nx^n + a_{n-1}x^{n-1} + \cdots + a_1x + a_0$$ حيث $a_n \neq 0$، والأسس جميعها أعداد صحيحة والمعاملات كلها أعداد حقيقية.
$$\begin{array}{r} x^2 + 7x + 7 \\ x-2\overline{)x^3 + 5x^2 - 7x + 2} \\ \underline{x^3 - 2x^2} \\ 7x^2 - 7x \\ \underline{7x^2 - 14x} \\ 7x + 2 \\ \underline{7x - 14} \\ 16 \end{array}$$ $$\frac{x^3 + 5x^2 - 7x + 2}{x - 2} = x^2 + 7x + 7 + \frac{16}{x-2}$$	**polynomial long division / القسمة المطولة لمتعددي الحدود** طريقة لقسمة متعددي الحدود تشبه القسمة المطولة للأعداد.
إذا دعت إحدى المجلات قارئيها لإرسال إجابتهم على الاستبيان المعد لتقييم المجلة، فإن المجتمع الإحصائي يتمثل هنا في جميع قراء المجلة.	**population / المجتمع الإحصائي** المجموعة الشاملة المراد الحصول على بيانات أو معلومات بشأنها.
	positive correlation / ارتباط موجب تنطوي البيانات المزدوجة (x, y) على ارتباط موجب إذا تزايدت y بتزايد x.
$1, 2, 3, 4, \ldots$	**positive integers / الأعداد الصحيحة الموجبة** الأعداد الصحيحة الأكبر من الصفر.
تنص مسلمة جمع القطعة المستقيمة على أنه إذا وقعت B بين A و C، فإن $AB + BC = AC$.	**postulate / مسلمة** قاعدة تُقبل على أنها صحيحة بدون برهان، ويطلق عليها أيضًا بديهية.
يمثل العدد 81 قوة العدد 3 لأن $3 \cdot 3 \cdot 3 \cdot 3 = 3^4 = 81$.	**power / القوة** تعبير يمثل الضرب المتكرر لنفس العامل.
انظر exponential function / الدالة الأسية.	**power function / دالة القوة** انظر exponential function / الدالة الأسية.
انظر image / الصورة.	**preimage / أصل الصورة** الشكل الأصلي قبل إجراء تحويل له. انظر أيضًا image / الصورة.
تحليل العدد 20 إلى عوامله الأولية يكون كالتالي: $2^2 \times 5$.	**prime factorization / التحليل إلى عوامل أولية** عدد صحيح يُكتب في صورة حاصل ضرب عوامله الأولية.

59 عدد أولي لأن عوامله هي 1 والعدد نفسه فقط.	**prime number** / عدد أولي عدد صحيح أكبر من 1 وله عاملان فقط هما 1 والعدد نفسه.
 قاعدة قاعدة	**prism** / منشور متعدد أسطح له وجهان متطابقان، يُسميان قاعدتان، يقعان في مستويين متوازيين.
يمثل المتغير العشوائي X العدد الموضح بعد إلقاء حجر نرد معياري سداسي الأوجه. **التوزيع الاحتمالي لإلقاء حجر نرد** <table><tr><td>X</td><td>1</td><td>2</td><td>3</td><td>4</td><td>5</td><td>6</td></tr><tr><td>$P(X)$</td><td>$\frac{1}{6}$</td><td>$\frac{1}{6}$</td><td>$\frac{1}{6}$</td><td>$\frac{1}{6}$</td><td>$\frac{1}{6}$</td><td>$\frac{1}{6}$</td></tr></table>	**probability distribution** / التوزيع الاحتمالي دالة تعطي احتمال لكل قيمة ممكنة لمتغير عشوائي، حيث يجب أن يكون مجموع جميع الاحتمالات مساوياً 1.
الاحتمال / experimental probability التجريبي و geometric probability / الاحتمال الهندسي و theoretical probability / الاحتمال النظري.	**probability of an event** / احتمال وقوع حدث عدد من 0 إلى 1 يقيس أرجحية وقوع حدث ما؛ يمكن التعبير عنه في صورة كسرية أو عشرية أو نسبة مئوية.
	proof / برهان حجة منطقية تبين أن عبارة ما حقيقية.
$\frac{11}{6} = \frac{x}{30}$ و $\frac{3}{4} = \frac{6}{8}$ مثالان للتناسب.	**proportion** / التناسب معادلة تقرر التساوي بين نسبتين وتكتب على الصورة: $\frac{a}{b} = \frac{c}{d}$ حيث $b \neq 0$ و $d \neq 0$.
$-4i$ و $1.2i$ من الأعداد التخيلية البحتة.	**pure imaginary number** / عدد تخيلي بحت العدد المركب $a + bi$ حيث $a = 0$ و $b \neq 0$.
 الرأس حرف جانبي حرف قاعدة أوجه جانبية القاعدة	**pyramid** / هرم متعدد أسطح تكون القاعدة فيه على هيئة مضلع والأوجه الجانبية له على شكل مثلثات تشترك في رأس واحد تُسمى رأس الهرم.
 $c = 13$ $a = 5$ $b = 12$ $5^2 + 12^2 = 13^2$	**Pythagorean theorem** / نظرية فيثاغورث في المثلث قائم الزاوية، مجموع مربعي طولي الضلعين a و b يساوي مربع طول الوتر c: $a^2 + b^2 = c^2$.
ثلاثية فيثاغورث الشهيرة: $3, 4, 5$ $5, 12, 13$ $8, 15, 17$ $7, 24, 25$	**Pythagorean triple** / ثلاثية فيثاغورث مجموعة من ثلاثة أعداد صحيحة موجبة a و b و c تحقق المعادلة $c^2 = a^2 + b^2$.
	Q
 y θ x	**quadrantal angle** / زاوية رُبعيّة زاوية في الوضع العادي يقع ضلعها النهائي على أحد المحورين.

quadrants / **الأرباع** المناطق الأربع التي يُقسم إليها المستوى الإحداثي بواسطة المحورين x وy.

محور-y الربع الثاني $(-,+)$ / الربع الأول $(+,+)$ ... محور-x ... الربع الثالث $(-,-)$ / الربع الرابع $(+,-)$	

$x^2 - 2x = 3$ و$0.1x^2 = 40$ معادلتان تربيعيتان.

quadratic equation in one variable / **معادلة تربيعية في متغير واحد** معادلة يمكن كتابتها بالصيغة $ax^2 + bx + c = 0$ حيث $a \neq 0$.

يعد التعبير $16x^4 - 8x^2 - 8$ صورة تربيعية إذ يمكن كتابته بالشكل $u^2 - 2u - 8$ حيث $u = 4x^2$.

quadratic form / **الصورة التربيعية** الصورة $au^2 + bu + c$ حيث u أي تعبير في x.

لحل المعادلة $3x^2 + 6x + 2 = 0$، عوّض عن a بالعدد 3، وعن b بالعدد 6 وعن c بالعدد 2 في الصيغة التربيعية.

$$x = \frac{-6 \pm \sqrt{6^2 - 4(3)(2)}}{2(3)} = \frac{-3 \pm \sqrt{3}}{3}$$

quadratic formula / **الصيغة التربيعية** الصيغة $x = \frac{-b \pm \sqrt{b^2 - 4ac}}{2a}$ المستخدمة في إيجاد حلول المعادلة التربيعية $ax^2 + bx + c = 0$ عندما يكون a وb وc أعداداً حقيقية و$a \neq 0$.

$y = 2x^2 + 5x - 3$ دالة تربيعية.

quadratic function / **الدالة التربيعية** معادلة غير خطية يمكن كتابتها بالصورة العادية $y = ax^2 + bx + c$ حيث $a \neq 0$.

$x^2 + x \leq 0$ و$2x^2 + x - 4 > 0$ متباينتان تربيعيتان في متغير واحد.

quadratic inequality in one variable / **متباينة تربيعية في متغير واحد** متباينة يمكن كتابتها على الصورة $ax^2 + bx + c < 0$ أو $ax^2 + bx + c \leq 0$ أو $ax^2 + bx + c > 0$ أو $ax^2 + bx + c \geq 0$.

$y > x^2 + 3x - 4$ متباينة تربيعية في متغيرين.

quadratic inequality in two variables / **متباينة تربيعية في متغيرين** متباينة يمكن كتابتها على الصورة $y < ax^2 + bx + c$ أو $y \leq ax^2 + bx + c$ أو $y > ax^2 + bx + c$ أو $y \geq ax^2 + bx + c$.

$y^2 - 7x + 3 = 0$ $x^2 + 4y^2 + 8y = 16$
$2x - y = 3$ $2x^2 - y^2 - 6x - 4 = 0$

المنظومات السابقة من أمثلة المنظومات التربيعية.

quadratic system / **منظومة تربيعية** منظومة من المعادلات تتضمن معادلة واحدة أو أكثر من معادلات القطوع المخروطية.

quadrilateral / **رباعي الأضلاع** مضلع له أربعة أضلاع.

R

radian / **راديان** في الدائرة التي نصف قطرها r ومركزها نقطة الأصل، وحدة الراديان هي قياس زاوية في الوضع العادي يتقاطع ضلعها النهائي مع قوس طوله r.

$\sqrt{5}, \sqrt[3]{2x + 1}$

radical / **الجذر** تعبير يُكتب على الصورة $\sqrt{s}$ أو $\sqrt[n]{s}$ حيث s يمثل عدداً أو تعبيراً.

radical equation / معادلة جذرية معادلة تشتمل على جذر واحد أو أكثر يقع فيه المتغير ضمن المجذور.	$\sqrt[3]{2x + 7} = 3$
radical expression / تعبير جذري تعبير يشتمل على جذر، من أمثلته الجذر التربيعي أو الجذر التكعيبي.	$3\sqrt{2x}$ و $\sqrt[3]{x - 1}$ تعبيران جذريان.
radical function / دالة جذرية دالة تشتمل على تعبير جذري يقع المتغير المستقل في ضمن المجذور.	$y = \sqrt{x + 2}$ و $y = \sqrt[3]{2x}$ دالتان جذريتان.
radicand / المجذور العدد أو التعبير الواقع تحت علامة الجذر.	مجذور $\sqrt{5}$ هو 5 ومجذور $\sqrt{8y^2}$ هو $8y^2$.
radius of a circle / نصف قطر الدائرة القطعة المستقيمة التي يصل طرفاها بين مركز الدائرة وأي نقطة تقع على محيطها، أو هو المسافة من مركز الدائرة إلى أي نقطة تقع على محيطها. الجمع *أنصاف الأقطار*.	انظر circumference / محيط الدائرة.
radius of a polygon / نصف قطر المضلع نصف قطر الدائرة المحيطة بالمضلع.	نصف القطر
radius of a sphere / نصف قطر الكرة القطعة المستقيمة التي يصل طرفاها بين مركز الكرة وأي نقطة تقع على محيطها. المسافة من مركز الكرة إلى أي نقطة تقع على محيطها.	نصف القطر / المركز
random sample / عينة عشوائية عينة يكون فيها لكل عنصر من عناصر المجتمع الإحصائي فرصة متساوية لانتقائه.	يمكن انتقاء عينة عشوائية من طلاب إحدى المدارس بأن يختار الكمبيوتر 100 رقم تعريف للطلاب عشوائياً.
random variable / متغير عشوائي متغير تُحدد قيمته حسب نتائج حدث عشوائي.	القيم الممكنة للمتغير العشوائي X الذي يُمثل العدد الموضح بعد إلقاء حجر نرد سداسي الأوجه هي 1، 2، 3، 4، 5، 6.
range of a function / مدى الدالة المجموعة التي تشتمل على كافة مُخرجات الدالة.	انظر function / الدالة.
range of a relation / مدى العلاقة المجموعة التي تشتمل على قيم مُخرجات العلاقة.	انظر relation / العلاقة.
range of data values / مدى قيم البيانات قياس التشتت المساوي للفرق بين أكبر قيمة وأصغر قيمة في مجموعة من البيانات.	14، 17، 18، 19، 20، 24، 24، 30، 32 مدى مجموعة البيانات الموضحة أعلاه هو $18 = 14 - 32$.
rate / المعدل النسبة المستخدمة للمقارنة بين كميتين يُستخدم في قياسهما وحدتان مختلفتان.	من أمثلة المعدلات كل من $\dfrac{110 \text{ ميل}}{\text{ساعتين}}$ و $\dfrac{55 \text{ ميل}}{\text{ساعة واحدة}}$.
rate of change / معدل التغير مقارنة التغير في كمية ما بالتغير في كمية أخرى. وفي مواقف الحياة الواقعية، يمكن تفسير ميل الخط المستقيم على أنه معدل تغير.	عند دفع 7 دولارات أمريكية نظير استعمال الكمبيوتر لمدة ساعتين، و14 دولاراً أمريكياً نظير استعماله لمدة 4 ساعات، فإن معدل التغير يساوي $\dfrac{\text{التغير في التكلفة}}{\text{التغير في الزمن}} = \dfrac{14 - 7}{4 - 2} = 3.5$ أو 3.50 دولاراً أمريكياً في الساعة.
ratio of *a* to *b* / نسبة *a* إلى *b* المقارنة بين عددين باستخدام القسمة. يمكن كتابة نسبة a إلى b، حيث $b \neq 0$، على إحدى الصور: $a : b$ أو $\dfrac{a}{b}$.	يمكن كتابة نسبة 3 أقدام إلى 7 أقدام على إحدى الصور 3 إلى 7 أو 3 : 7 أو $\dfrac{3}{7}$.

rational equation / المعادلة النسبية معادلة تشتمل على تعبير نسبي واحد أو أكثر.	$\dfrac{6}{x+4}=\dfrac{x}{2}$ و $\dfrac{x}{x-2}+\dfrac{1}{5}=\dfrac{2}{x-2}$ معادلتان نسبيتان.
rational expression / التعبير النسبي تعبير يمكن كتابته على صورة نسبة بين متعددي حدود حيث لا يكون المقام مساوياً 0.	$\dfrac{x+8}{10x}$ و $\dfrac{5}{x^2-1}$ تعبيران نسبيان.
rational function / الدالة النسبية دالة تكتب على صورة $f(x)=\dfrac{p(x)}{q(x)}$ ، حيث $p(x)$ و $q(x)$ متعددا حدود و $q(x)\neq 0$.	$y=\dfrac{6}{x}$ و $y=\dfrac{2x+1}{x-3}$ الدالتان نسبيتان.
rational number / العدد النسبي عدد يمكن كتابته على صورة $\dfrac{a}{b}$ ، حيث a، b عددان صحيحان و $b\neq 0$.	جميع الأعداد $4=\dfrac{4}{1}$، $0=\dfrac{0}{1}$، $2\dfrac{1}{3}=\dfrac{7}{3}$، $-\dfrac{3}{4}=\dfrac{-3}{4}$ و $0.6=\dfrac{3}{5}$ أعداد نسبية.
rationalizing the denominator / حذف الجذور من المقام عملية حذف التعبير الجذري الموجود في مقام الكسر عن طريق ضرب كل من البسط والمقام في تعبير جذري مناسب.	لحذف الجذر من مقام الكسر $\dfrac{5}{\sqrt{7}}$ ، اضرب التعبير في $\dfrac{\sqrt{7}}{\sqrt{7}}$: $\dfrac{5}{\sqrt{7}}=\dfrac{5}{\sqrt{7}}\cdot\dfrac{\sqrt{7}}{\sqrt{7}}=\dfrac{5\sqrt{7}}{\sqrt{49}}=\dfrac{5\sqrt{7}}{7}$
ray / الشعاع جزء من خط مستقيم يتكون من نقطة تُسمى النقطة الطرفية وجميع النقاط الواقعة على المستقيم والممتدة في اتجاه واحد.	 $\overrightarrow{AB}$ ممتد من النقطة الطرفية A
real numbers / الأعداد الحقيقية مجموعة كافة الأعداد النسبية وغير النسبية.	8 و-6.2 و$\dfrac{6}{7}$ و π و $\sqrt{2}$ أعداد حقيقية.
reciprocal / المقلوب المقلوب أو المعكوس الضربي لأي عدد b لا يساوي الصفر هو $\dfrac{1}{b}$.	مقلوب -2 هو $-\dfrac{1}{2}=\dfrac{1}{-2}$.
rectangle / المستطيل متوازي أضلاع زواياه الأربع قائمة.	
recursive rule / قاعدة تكرارية قاعدة لمتوالية يُعطى فيها الحد الأول أو الحدود الأولى بالمتوالية ثم معادلة ارتدادية تبين العلاقة التي تربط الحد n النوني a_n بواحد أو أكثر من الحدود السابقة.	القاعدة التكرارية $a_0=1$ ، $a_n=a_{n-1}+4$ تعطي المتوالية الحسابية 1، 5، 9، 13، ....
reduction / اختزال تمدد بعامل قياس يتراوح بين 0 و1.	يعد التمدد بعامل قياس $\dfrac{1}{2}$ من أمثلة الاختزال.
reference angle / الزاوية المرجعية إذا كانت الزاوية θ في الوضع العادي، فإن زاويتها المرجعية هي الزاوية الحادة θ' التي يشكلها الضلع النهائي للزاوية θ مع المحور x.	 الزاوية الحادة θ' هي الزاوية المرجعية للزاوية θ.
reflection / الانعكاس تحويل يُستخدم فيه محور انعكاس لإنشاء صورة معكوسة للشكل الأصلي.	 محور الانعكاس

	regular polygon / المضلع المنتظم مضلع جميع أضلاعه وزواياه متطابقة.
	regular polyhedron / متعدد الأسطح المنتظم متعدد أسطح محدب جميع أوجهه عبارة عن مضلعات متطابقة ومنتظمة. انظر / convex polyhedron / متعدد أسطح محدب.
الارتفاع الجانبي / الارتفاع	**regular pyramid / الهرم المنتظم** هرم قاعدته مضلع منتظم وفيه تتعامد القطعة المستقيمة الواصلة بين الرأس ومنتصف القاعدة على القاعدة.
تمثل الأزواج المرتبة (2−, 2−) و(2, 2−) و(1, 0) و(1, 3) العلاقة بين المدخلات (المجال) 2− و0 و3 المُخرجات (المدى) 2− و1 و2.	**relation / علاقة** تطبيق أو اقتران قيم المُدخلات مع قيم المُخرجات.
إذا كان أكبر خطأ محتمل لقياس هو 0.5 بوصة وقياس طول جسم ما يساوي 8 بوصة، فإن الخطأ النسبي هو $\dfrac{0.5}{8} = 0.0625 = 6.25\%$	**relative error / الخطأ النسبي** النسبة بين أكبر خطأ محتمل والطول المُقاس.
يمثل العدد 1− حلاً متكرراً للمعادلة $(x + 1)^2 (x - 2) = 0$.	**repeated solution / حل متكرر** بالنسبة للمعادلة متعددة الحدود $k f(x) = 0$ و هو الحل المتكرر إذا وفقط إذا كان للعامل $x - k$ أس أكبر من 1 عند تحليل $f(x)$ تحليلاً تاماً إلى عواملها.
	rhombus / المعيّن متوازي أضلاع أضلاعه الأربعة متطابقة.
	right angle / الزاوية القائمة زاوية قياسها °90.
الرأس / الارتفاع / الارتفاع الجانبي / السطح الجانبي / القاعدة	**right cone / المخروط القائم** مخروط تتعامد فيه القطعة المستقيمة الواصلة بين الرأس ومركز القاعدة على القاعدة وارتفاعه الجانبي هو المسافة بين الرأس وأي نقطة على حرف القاعدة.
قاعدة / قاعدة	**right cylinder / الأسطوانة القائمة** أسطوانة تتعامد فيها القطعة المستقيمة الواصلة بين مركزي القاعدتين على القاعدتين.

ARABIC

 الارتفاع	**right prism** / **المنشور القائم** منشور يتعامد فيه كل حرف جانبي على كلتا القاعدتين.
 الوتر ساق ساق	**right triangle** / **المثلث قائم الزاوية** مثلث إحدى زواياه قائمة.
انظر slope / الميل.	**rise** / **الفرق الصادي** انظر slope / الميل.
جذور المعادلة التربيعية $x^2 - 5x - 36 = 0$ هي 9 و4−.	**root of an equation** / **جذر معادلة** تتمثل حلول المعادلة التربيعية في جذورها.
 زاوية الدوران P مركز الدوران	**rotation** / **الدوران** تحويل يُدار فيه شكل حول نقطة ثابتة يطلق عليها مركز الدوران.
 مركز التماثل **يعمل الدوران بزاوية °90 و°180 على انطباق الشكل على نفسه.**	**rotational symmetry** / **التماثل الدوراني** يُقال أن لشكل ما في المستوى تماثلاً دورانيًا إذا كان الشكل يمكن انطباقه على نفسه إذا تمت إدارته بزاوية °180 أو أقل حول نقطة ثابتة تُسمى مركز التماثل.
انظر slope / الميل.	**run** / **الفرق السيني** انظر slope / الميل.
	S
انظر population / المجتمع الإحصائي.	**sample** / **عيّنة** مجموعة جزئية من مجتمع إحصائي.
عند إلقاء قطعتي عملة، فإن فضاء العينة هو (صورة، صورة) و(صورة، كتابة) و(كتابة، صورة) و(كتابة، كتابة).	**sample space** / **فضاء العينة** مجموعة تتألف من جميع النواتج الممكنة.
انظر scalar multiplication / الضرب غير الموجّه.	**scalar** / **كمية غير موجّهة** عدد حقيقي مضروب في كل عنصر من عناصر مصفوفة.
المصفوفة التالية مضروبة في الكمية غير الموجّهة 3: $$3 \begin{bmatrix} 1 & 2 \\ 0 & -1 \end{bmatrix} = \begin{bmatrix} 3 & 6 \\ 0 & -3 \end{bmatrix}$$	**scalar multiplication** / **الضرب غير الموجّه** ضرب كل عنصر من عناصر مصفوفة في عدد حقيقي يُطلق عليه كمية غير موجّهة.
مقياس الرسم 1 بوصة : 12 قدماً على مخطط مبنى تعني أن 1 بوصة على المخطط تمثل 12 قدماً على الطبيعة.	**scale** / **مقياس الرسم** النسبة التي تربط بين أبعاد رسم بمقياس نسبي أو نموذج مصغر والأبعاد في الطبيعة.
يعد مخطط المنزل من أمثلة الرسم بمقياس نسبي.	**scale drawing** / **رسم بمقياس نسبي** رسم ثنائي الأبعاد لجسم ما تكون فيه أبعاد الرسم متناسبة مع أبعاد الجسم.
انظر dilation / التمدد.	**scale factor of a dilation** / **عامل قياس التمدد** في التمدد، النسبة بين طول ضلع بالصورة وطول الضلع المناظر بالشكل الأصلي.

scale factor of two similar polygons / عامل قياس مضلعين متشابهين   النسبة بين طولي ضلعين متناظرين في مضلعين متشابهين.

عامل قياس المضلع ZYXW بالنسبة للمضلع FGHJ هو $\frac{5}{4}$.

---

scale model / نموذج مصغر   نموذج ثلاثي الأبعاد لجسم تكون فيه أبعاد النموذج متناسبة مع أبعاد الجسم.

تُعد الخريطة الكروية نموذجًا مصغرًا للأرض.

---

scalene triangle / مثلث مختلف الأضلاع   مثلث ليست به أضلاع متطابقة.

---

scatter plot / مخطط انتشار   رسم بياني لزوج من مجموعة بيانات (x, y) يُستخدم لتحديد ما إذا كان هناك علاقة بين المتغيرين x و y.

---

scientific notation / الترميز العلمي   نظام لكتابة الأعداد على الصورة $c \times 10^n$ حيث $1 \leq c < 10$ و n عدد صحيح.

يُكتب العدد مليونان بترميز علمي على الصورة 2×10^6، ويُكتب العدد 0.547 بترميز علمي على الصورة 5.47×10^{-1}.

---

secant function / دالة القاطع   إذا كانت θ زاوية حادة في مثلث قائم الزاوية، فإن قاطع θ هو طول الوتر مقسومًا على طول الضلع المجاور للزاوية θ.

انظر sine function / دالة الجيب.

---

secant line / المستقيم القاطع   خط مستقيم يقطع دائرة في نقطتين.

المستقيم m قاطع الدائرة.

---

secant segment / القطعة المستقيمة القاطعة   قطعة مستقيمة تحمل وترًا في دائرة حيث تقع إحدى نقطتيها الطرفيتين خارج هذه الدائرة.

القطعة المستقيمة القاطعة

---

sector of a circle / قطاع في دائرة   المنطقة المحصورة بين نصفي قطر في الدائرة والقوس المحصور بينهما.

القطاع APB

---

segment / قطعة   انظر line segment / القطعة المستقيمة.

line segment / القطعة المستقيمة انظر.

High School
Multi-Language Visual Glossary   **435**

ARABIC

 $\overleftrightarrow{CD}$ منصف القطعة المستقيمة $\overline{AB}$.	**segment bisector** / منصف القطعة المستقيمة نقطة أو شعاع أو خط مستقيم أو قطعة مستقيمة أو مستوى يتقاطع مع قطعة مستقيمة عند نقطة منتصفها.
 $\overline{EA}$ و$\overline{EB}$ قطعتا الوتر $\overline{AB}$. $\overline{DE}$ و$\overline{EC}$ قطعتا الوتر $\overline{DC}$.	**segments of a chord** / قطعتا الوتر عندما يتقاطع وتران داخل دائرة، فإن كل وتر ينقسم إلى قطعتين يُقال لهما قطعتا الوتر.
يمكن الحصول على عينة مختارة ذاتيًا من المجتمع الإحصائي لطلاب إحدى المدارس عن طريق مطالبة الطلاب بإعادة تقارير المسح إلى أحد صناديق التجميع.	**self-selected sample** / عينة مختارة ذاتيًا عينة يتم فيها اختيار أفراد من المجتمع الإحصائي لأنفسهم تطوعًا.
انظر fractal / مجموعة كسورية.	**self-similar** / متشابه ذاتيًا شيء يمكن تكبير جزء منه ليتشابه مع الشيء ككل.
 $\overparen{QSR}$ يمثل نصف دائرة.	**semicircle** / نصف دائرة قوس نقطتا نهايته هما نقطتا نهاية قطر الدائرة. يبلغ قياس نصف الدائرة °180.
بالنسبة للمجال $n = 1$ و2 و3 و4، المتوالية المعرفة على الصورة $a_n = 2n$ تشتمل على الحدود 2 و4 و6 و8.	**sequence** / متوالية دالة مجالها مجموعة من الأعداد الصحيحة المتتالية؛ يبين المجال الوضع النسبي لكل حد في هذه المتوالية، يشير المدى إلى حدودها.
من أمثلة المتسلسلة المنتهية: $2 + 4 + 6 + 8$ من أمثلة المتسلسلة غير المنتهية: $2 + 4 + 6 + 8 + ...$	**series** / متسلسلة تعبير يتكون من جمع حدود متوالية، فالمتسلسلة قد تكون منتهية أو غير منتهية.
مجموعة الأعداد الصحيحة هي $W = \{0, 1, 2, 3, ...\}$	**set** / مجموعة مجموعة من أشياء مميزة.
انظر polygon / المضلع.	**side of a polygon** / ضلع مضلع كل قطعة مستقيمة تكوّن مضلعًا. انظر أيضًا polygon / المضلع.
انظر angle / الزاوية.	**sides of an angle** / ضلعا الزاوية انظر angle / الزاوية.
انظر summation notation / رمز التجميع.	**sigma notation** / رمز الجمع (سيجما) انظر summation notation / رمز التجميع.
 $\triangle ABC \sim \triangle DEF$	**similar figures** / أشكال متشابهة أشكال لها نفس الشكل، ولكن ليس لها بالضرورة نفس الحجم. في الأشكال المتشابهة، الزوايا المتناظرة متطابقة، ونسب أطوال الأضلاع المتناظرة متساوية. يُرمز لتشابه شكلين بالرمز ~.
 $ABCD \sim EFGH$	**similar polygons** / مضلعان متشابهان مضلعان زواياهما المتناظرة متطابقة وأطوال أضلاعهما المتناظرة متناسبة.

similar solids / مجسمان متشابهان مجسمان من نفس النوع تتساوى فيهما نسب القياسات الخطية المتناظرة مثل الارتفاعات أو أنصاف الأقطار.

---

simplest form of a fraction / أبسط صورة للكسر يكون الكسر في أبسط صوره حين يكون العامل المشترك الأكبر للبسط والمقام 1.

أبسط صورة للكسر $\frac{4}{12}$ هي $\frac{1}{3}$.

---

simplest form of a radical / أبسط صورة للجذر يكون الجذر ذو الدليل n في أبسط صوره إذا لم يكن للمجذور قوى نونية تامة في صورة عوامل وعند حذف الجذور من المقام.

أبسط صورة للجذر $\sqrt[3]{135}$ هي $3\sqrt[3]{5}$.

أبسط صورة للجذر $\frac{\sqrt[5]{7}}{\sqrt[5]{8}}$ هي $\frac{\sqrt[5]{28}}{2}$.

---

simplest form of a rational expression / أبسط صورة للتعبير النسبي تعبير نسبي لا يحتوي على أية عوامل مشتركة بين البسط والمقام سوى $1\pm$.

أبسط صورة للتعبير عن $\frac{2x}{x(x-3)}$ هي $\frac{2}{x-3}$.

---

simulation / المحاكاة تجربة يمكن إجراؤها لوضع التنبؤات بشأن مواقف في عالم الواقع.

يحتوي كل صندوق من صناديق Oaties على جائزة واحدة من إجمالي ستة جوائز، واحتمال الحصول على كل جائزة هو $\frac{1}{6}$. وللتنبؤ بعدد صناديق الحبوب اللازم شراؤها للفوز بكافة الجوائز الست، يمكن إلقاء مكعب الأعداد مرة واحدة لكل صندوق حبوب يتم شراؤه، مع الاستمرار في عملية الإلقاء إلى أن يتم الحصول على الأعداد الستة كاملة.

---

sine / جيب الزاوية نسبة مثلثية يُعبر عنها اختصاراً بالرمز sin. في أي مثلث ABC قائم الزاوية، جيب الزاوية الحادة A هو

$$\sin A = \frac{\text{طول الضلع المقابل للزاوية } \angle A}{\text{طول الوتر}} = \frac{BC}{AB}$$

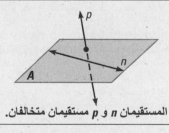

$$\sin A = \frac{BC}{AB} = \frac{3}{5}$$

---

sine function / دالة الجيب إذا كانت θ زاوية حادة في مثلث قائم، فإن جيب الزاوية θ يساوي طول الضلع المقابل للزاوية θ مقسوماً على طول الوتر.

$$\sin \theta = \frac{\text{المقابل}}{\text{الوتر}} = \frac{5}{13} \qquad \csc \theta = \frac{\text{الوتر}}{\text{المقابل}} = \frac{13}{5}$$

$$\cos \theta = \frac{\text{المجاور}}{\text{الوتر}} = \frac{12}{13} \qquad \sec \theta = \frac{\text{الوتر}}{\text{المجاور}} = \frac{13}{12}$$

$$\tan \theta = \frac{\text{المقابل}}{\text{المجاور}} = \frac{5}{12} \qquad \cot \theta = \frac{\text{المجاور}}{\text{المقابل}} = \frac{12}{5}$$

---

sinusoids / منحنيات الجيب الرسم البياني لدالتي الجيب وجيب التمام.

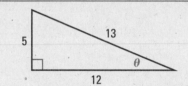

$y = 2 \sin 4x + 3$

---

skew lines / المستقيمات المتخالفة مستقيمات لا تتقاطع ولا تقع في مستوى واحد.

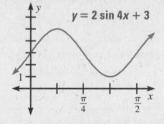

المستقيمان n و p مستقيمان متخالفان.

الإحتمال / عدد مرات النجاح	**skewed distribution** / التوزيع المتخالف توزيع احتمالي غير متماثل. انظر أيضًا symmetric distribution / التوزيع المتماثل.
انظر regular pyramid / الهرم المنتظم.	**slant height of a regular pyramid** / الارتفاع الجانبي لهرم منتظم ارتفاع أحد الوجوه الجانبية لهرم منتظم.
ميل المستقيم الموضح يساوي $\frac{4}{6}$ أو $\frac{2}{3}$.	**slope** / الميل الميل m لمستقيم غير رأسي هو نسبة التغير في الإحداثيات الصادية (الفرق الصادي) إلى التغير المناظر في الإحداثيات السينية (الفرق السيني) بين أي نقطتين (x_1, y_1) و(x_2, y_2) على المستقيم: $m = \dfrac{y_2 - y_1}{x_2 - x_1}$.
المعادلة $y = 3x + 4$ في صيغة الميل المحصورة. ميل المستقيم هو 3 ونقطة التقاطع الصادي هي 4.	**slope-intercept form** / صيغة الميل المحصورة معادلة خطية تُكتب على الصورة $y = mx + b$ حيث m هو الميل وb هي نقطة التقاطع الصادي للرسم البياني للمعادلة.
	solid / المجسم شكل ثلاثي الأبعاد يحتل جزء من الفراغ.
$4x + 2y + 3z = 1$ $2x - 3y + 5z = -14$ $6x - y + 4z = -1$ $(2, 1, -3)$ حل للمنظومة السابقة.	**solution of a system of linear equations in three variables** / حل منظومة من معادلات خطية في ثلاثة متغيرات ثلاثية مرتبة (x, y, z) إحداثياتها تحقق كل معادلة بالمنظومة.
$4x + y = 8$ $2x - 3y = 18$ $(3, -4)$ حل للمنظومة السابقة.	**solution of a system of linear equations in two variables** / حل منظومة من معادلات خطية في متغيرين زوج مرتب (x, y) يحق كل معادلة بالمنظومة.
$y > -2x - 5$ $y \leq x + 3$ $(-1, 1)$ حل للمنظومة السابقة.	**solution of a system of linear inequalities in two variables** / حل منظومة من متباينات خطية في متغيرين زوج مرتب (x, y) يمثل حلاً لكل متباينة بالمنظومة.
العدد 3 حل للمعادلة $2x - 8 = 2$، لأن $2 = 2(3) - 8$.	**solution of an equation in one variable** / حل معادلة في متغير واحد عدد يؤدي إلى عبارة صحيحة عندما يُعوض به عن المتغير في معادلة.
$(-2, 3)$ حل للمعادلة $y = -2x - 1$.	**solution of an equation in two variables** / حل معادلة في متغيرين زوج مرتب (x, y) يؤدي إلى عبارة صحيحة عند التعويض عن قيم x وy في المعادلة.
العدد 3 حل للمتباينة $3n + 5 \leq 20$، لأن $14 = 3(3) + 5$ و$20 \leq 14$.	**solution of an inequality in one variable** / حل متباينة في متغير واحد عدد يؤدي إلى عبارة صحيحة عندما يُعوض به عن المتغير في متباينة.

solution of an inequality in two variables / حل متباينة في متغيرين زوج مرتب (x, y) يؤدي إلى عبارة صحيحة عند التعويض عن قيم x و y في المتباينة.	$(-1, 2)$ حل للمتباينة $x - 3y < 6$ لأن $-1 - 3(2) = -7$ و $-7 < 6$.
solve a right triangle / حل المثلث قائم الزاوية عملية إيجاد أطوال جميع الأضلاع وقياسات جميع الزوايا في مثلث قائم.	يمكن حل المثلث قائم الزاوية في حال معرفة أي من التالي: • طولَيْ ضلعين • طول ضلع وقياس زاوية واحدة حادة.
solve for a variable / إيجاد قيمة متغير إعادة كتابة معادلة بالصورة المكافئة حيث يظهر المتغير في أحد الطرفين ولا يظهر في الطرف الآخر.	عند حل معادلة المحيط $C = 2\pi r$ بإيجاد قيمة r، تكون النتيجة $r = \dfrac{C}{2\pi}$.
sphere / الكرة مجموعة كافة النقاط في الفراغ تبعد مسافة متساوية عن نقطة معلومة تُسمى مركز الكرة.	المركز
square / المربع متوازي أضلاع أضلاعه الأربعة متطابقة وزواياه الأربعة قائمة.	
square root / الجذر التربيعي إذا كان $a = b^2$، فإن b هي الجذر التربيعي للعدد a. يمثل رمز الجذر $\sqrt{}$ جذراً تربيعياً غير سالب.	الجذران التربيعيان للعدد 9 هما 3 و -3، لأن $3^2 = 9$ و $(-3)^2 = 9$. إذن $\sqrt{9} = 3$ و $-\sqrt{9} = -3$.
square root function / دالة الجذر التربيعي دالة جذرية تحتوي معادلتها على جذر تربيعي يوجد فيه المتغير المستقل ضمن المجذور.	$y = 2\sqrt{x + 2}$ و $y = \sqrt{x} + 3$ دالتا جذر تربيعي.
standard deviation / الانحراف المعياري الفرق القياسي بين قيمة البيانات والمتوسط الحسابي $\bar{x}$. الانحراف المعياري لمجموعة البيانات العددية $x_1, x_2, \ldots, x_n$ هو قياس التشتت الذي يُرمز له بالرمز σ والذي يُحسب كجذر تربيعي للتباين. $$\sigma = \sqrt{\dfrac{(x_1 - \bar{x})^2 + (x_2 - \bar{x})^2 + \ldots + (x_n - \bar{x})^2}{n}}$$	الانحراف المعياري لمجموعة البيانات 3، 9، 13، 23 (بمتوسط $= 12$) هو: $$\sigma = \sqrt{\dfrac{(3-12)^2 + (9-12)^2 + (13-12)^2 + (23-12)^2}{4}}$$ $$= \sqrt{53} \approx 7.3$$
standard equation of a circle / المعادلة القياسية للدائرة المعادلة القياسية لدائرة مركزها (h, k) ونصف قطرها r هي $(x - h)^2 + (y - k)^2 = r^2$.	المعادلة القياسية لدائرة مركزها $(2، 3)$ ونصف قطرها 4 هي $(x - 2)^2 + (y - 3)^2 = 16$.
standard form of a complex number / الصورة القياسية للعدد المركب الصورة $a + bi$ حيث a و b عددان حقيقيان و i الوحدة التخيلية.	الصورة القياسية للعدد المركب $i(1 + i)$ هي $-1 + i$.
standard form of a linear equation / الصورة القياسية للمعادلة الخطية معادلة خطية تُكتب على الصورة $Ax + By = C$ حيث A و B لا يساويان الصفر.	يمكن كتابة المعادلة الخطية $y = -3x + 4$ بالصورة القياسية $3x + y = 4$.
standard form of a polynomial function / الصورة القياسية للدالة متعددة الحدود صورة دالة متعددة الحدود حدودها مرتبة تنازلياً من اليسار إلى اليمين (في الإنجليزية) حسب قيم أسسها.	يمكن كتابة الدالة $g(x) = 7x - \sqrt{3} + \pi x^2$ بالصورة القياسية $g(x) = \pi x^2 + 7x - \sqrt{3}$.
standard form of a quadratic equation in one variable / الصورة القياسية للمعادلة التربيعية في متغير واحد الصورة $ax^2 + bx + c = 0$ حيث $a \neq 0$.	يمكن كتابة المعادلة التربيعية $36 = x^2 - 5x$ بالصورة القياسية مثل $x^2 - 5x - 36 = 0$.
standard form of a quadratic function / الصورة القياسية للدالة التربيعية الصورة $y = ax^2 + bx + c$ حيث $a \neq 0$.	الدالة التربيعية $y = 2(x + 3)(x - 1)$ مدونة بالصورة القياسية $y = 2x^2 + 4x - 6$.

	standard normal distribution / التوزيع الطبيعي القياسي التوزيع الطبيعي بمتوسط حسابي 0 وانحراف معياري 1. انظر أيضاً z-score / درجة z.
	standard position of an angle / الوضع العادي للزاوية في المستوى الإحداثي، موضع زاوية رأسها نقطة الأصل وضلعها الابتدائي يقع على الجانب الموجب من محور السينات x.
انظر mean / المتوسط وmedian / الوسيط وmode / المنوال وrange / المدى وstandard deviation / الانحراف المعياري.	**statistics / إحصائيات** قيم عددية تستخدم في تلخيص ومقارنة مجموعات من البيانات.

stem-and-leaf plot:

الجذع	الأوراق
0	8 9
1	0 2 3 4 5 5 5 9
2	1 1 5 9

المفتاح: 1 \| 9 = $19

stem-and-leaf plot / مخطط الساق والورقة طريق لعرض البيانات بتنظيمها وفقاً للأرقام التي تحملها.

$$f(x) = \begin{cases} 1 & \text{إذا كان } 0 \le x < 1 \\ 2 & \text{إذا كان } 1 \le x < 2 \\ 3 & \text{إذا كان } 2 \le x < 3 \end{cases}$$	**step function / الدالة الدرجية** دالة متقطعة مُعرّفة بقيمة ثابتة في كل جزء من مجالها، ورسمها البياني يشبه سلسلة من درجات السُلم.
 A	**straight angle / الزاوية المستقيمة** زاوية قياسها يساوي °180.
يمكن اختيار عينة عشوائية طبقية من المجتمع الإحصائي لطلاب إحدى المدارس بأن يختار الكمبيوتر 25 طالباً بصورة عشوائية من كل مرحلة.	**stratified random sample / العينة العشوائية الطبقية** عينة يُقسم فيها المجتمع الإحصائي إلى مجموعات متماثلة ثم يُختار أعضاء من كل جماعة عشوائياً.
إذا كانت A = {1, 2, 4, 8} وB مجموعة كافة الأعداد الصحيحة الموجبة، فإن A مجموعة جزئية من B، أو A ⊆ B.	**subset / المجموعة الجزئية** إذا كان كل عنصر من عناصر المجموعة A منتمياً أيضاً إلى عناصر المجموعة B، فإن المجموعة A تكون مجموعة جزئية من المجموعة B. تُكتب هذه العلاقة على الصورة A ⊆ B، بالنسبة لأي مجموعة A، A ⊆ A وØ ⊆ A.
$$2x + 5y = -5$$ $$x + 3y = 3$$ لإيجاد قيمة x: حل المعادلة 2 لإيجاد قيمة x = −3y + 3. عوض بالقيمة الناتجة عن المتغير x في المعادلة 1 لإيجاد قيمة y: y = 11. استخدم قيمة y لإيجاد قيمة x: x = −30.	**substitution method / طريقة التعويض** طريقة لحل منظومة من المعادلات بحل إحدى المعادلات أولاً لإيجاد قيمة أحد المتغيرات ثم التعويض بهذه القيمة في المعادلة (المعادلات) الأخرى.
$$\sum_{i=1}^{5} 7i = 7(1) + 7(2) + 7(3) + 7(4) + 7(5)$$ $$= 7 + 14 + 21 + 28 + 35 = 105$$	**summation notation / رمز التجميع** رمز لسلسلة تستخدم الحرف اللاتيني الكبير Σ، يُطلق عليه أيضاً رمز الجمع (سيجما).
 75° 105°	**supplementary angles / زاويتان متكاملتان** زاويتان يبلغ مجموع قياسهما °180. مجموع قياسي زاوية ومكملتها يساوي °180.

٣ قدم / ٤ قدم / ٦ قدم $S = 2(3)(6) + 2(4)(6) + 2(3)(4) = 108$ قدم مربع	**surface area** / مساحة السطح مجموعة مساحات أوجه متعدد أسطح أو أي مجسم آخر.
من أمثلة الاستقصاء أو المسح دعوة إحدى المجلات قارئيها لإرسال إجابتهم على الاستبيان المعد لتقيم المجلة.	**survey** / الاستقصاء ـ المسح دراسة خاصية أو أكثر لمجموعة ما.
 الاحتمال عدد مرات النجاح	**symmetric distribution** / التوزيع المتماثل توزيع احتمالي يُمثل بمدرج تكراري يمكن فيه رسم مستقيم رأسي يقسم هذا المدرج إلى قسمين كل منهما صورة مطابقة للآخر.
$-3\ \big|\ 2\quad 1\quad -8\quad 5$ $\qquad\quad -6\quad 15\quad -21$ $\qquad 2\quad -5\quad 7\quad -16$ $\dfrac{2x^3 + x^2 - 8x + 5}{x + 3} = 2x^2 - 5x + 7 - \dfrac{16}{x+3}$	**synthetic division** / قسمة تأليفية طريقة تُستخدم في قسمة متعددة حدود على قاسم يأتي على الصورة $x - k$.
$3\ \big|\ 2\quad -5\quad 0\quad -4\quad 8$ $\qquad\quad 6\quad 3\quad 9\quad 15$ $\qquad 2\quad 1\quad 3\quad 5\quad \mathbf{23}$ **يوضح التعويض التأليفي** أعلاه أنه عند $f(x) = 2x^4 - 5x^3 - 4x + 8$، فإن $f(3) = 23$.	**synthetic substitution** / التعويض التأليفي طريقة تُستخدم في تقييم دالة متعدد الحدود.
تمثل المعادلتان أدناه منظومة معادلات خطية: $x + 2y = 7$ $3x - 2y = 5$	**system of linear equations** / منظومة معادلات خطية معادلتان خطيتان أو أكثر في نفس المتغيرات، تُسمي أيضاً منظومة خطية.
تمثل المتباينتان أدناه منظومة متباينات خطية في متغيرين: $x - y > 7$ $2x + y < 8$	**system of linear inequalities in two variables** / منظومة متباينات خطية في متغيرين متباينتان خطيتان أو أكثر في نفس المتغيرات؛ تُسمي أيضاً منظومة متباينات.
$2x + y - z = 5$ $3x - 2y + z = 16$ $4x + 3y - 5z = 3$	**system of three linear equations in three variables** / منظومة من ثلاث معادلات خطية في ثلاثة متغيرات منظومة تتألف من ثلاث معادلات خطية في ثلاثة متغيرات. انظر أيضاً linear equation in three variables / معادلة خطية في ثلاثة متغيرات.
$4x + y = 8$ $2x - 3y = 18$	**system of two linear equations in two variables** / منظومة من معادلتين خطيتين في متغيرين منظومة تتألف من معادلتين يمكن كتابتهما على صورة $Ax + By = C$ و $Dx + Ey = F$ حيث x و y متغيران، و A و B لا يساويان الصفر معاً، و D و E لا يساويان الصفر معاً.
يمكن اختيار عينة منتظمة من طلاب إحدى المدارس وذلك باختيار كل طالب يحتل المنزلة العاشرة ومضاعفاتها في قائمة تضم أسماء جميع الطلاب مرتبة أبجديا.	**systematic sample** / العينة المنتظمة عينة تُستخدم فيها قاعدة لاختيار عناصر من المجتمع الإحصائي.

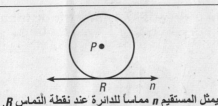 $\tan A = \dfrac{BC}{AC} = \dfrac{3}{4}$	**tangent / ظل الزاوية** نسبة مثلثية يُعبر عنها اختصاراً بالرمز *tan*. في أي مثلث ABC قائم الزاوية، ظل الزاوية الحادة A هو $\tan A = \dfrac{\text{طول الضلع المقابل للزاوية } A}{\text{طول الضلع المجاور للزاوية } A} = \dfrac{BC}{AC}$
انظر دالة الجيب / sine function.	**tangent function / دالة الظل** إذا كانت θ زاوية حادة في مثلث قائم، فإن ظل الزاوية θ يساوي طول الضلع المقابل للزاوية θ مقسوماً على طول الضلع المجاور لها.
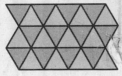 يمثل المستقيم *n* مماساً للدائرة عند نقطة التماس *R*.	**tangent line / المستقيم المماس** خط مستقيم يقع في مستوى دائرة ويقطعها في نقطة واحدة فقط، هي نقطة التماس.
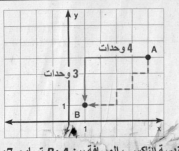 في هندسة التاكسي، المسافة بين *A* و*B* تساوي 7وحدات.	**taxicab geometry / هندسة التاكسي** هندسة لا إقليدية تكون جميع الخطوط فيها إما أفقية أو رأسية.
انظر المتجه / vector.	**terminal point of a vector / النقطة الطرفية للمتجه** نقطة نهاية المتجه.
انظر الوضع العادي للزاوية / standard position of an angle.	**terminal side of an angle / الضلع النهائي للزاوية** في المستوى الإحداثي، يمكن تكوين زاوية بتثبيت شعاع، يُسمى الضلع الابتدائي، وإدارة شعاع آخر، يُسمى الضلع النهائي، حول الرأس.
أول 4 حدود في المتوالية 1، 3−، 9، 27−، 81، 243−، . . . هي 1، 3−، 9، و27−.	**terms of a sequence / حدود متوالية** القيم التي تنتمي إلى مدى المتوالية.
حدود التعبير $2 + (-4) + (-6x) + 3x$ هي $-6x$، -4، $3x$، و2.	**terms of an expression / حدود تعبير** الأجزاء المكونة لتعبير ما والمضافة إلى بعضها.
	tessellation / الاصطفاف الفسيفسائي مجموعة من الأشكال تغطي مستوي دون ثقوب بينها أو فجوات.
	tetrahedron / رباعي الأسطح متعدد أسطح له أربعة وجوه.
الزوايا الرأسية متطابقة.	**theorem / نظرية** عبارة تقريرية صحيحة تأتي كنتيجة لعبارات تقريرية أخرى صحيحة.
عند إلقاء حجر نرد منتظم سداسي الأوجه، فإن الاحتمال النظري للحصول على عدد زوجي هو $\dfrac{3}{6} = \dfrac{1}{2}$ ذلك لأنه من أصل ستة نواتج ممكنة، يوجد 3 نواتج محتملة للحصول على عدد زوجي.	**theoretical probability / الاحتمال النظري** عند تساوي جميع النواتج في احتمالات حدوثها، فإن الاحتمال النظري لوقوع الحدث A هو $P(A) = \dfrac{\text{عدد نواتج الحدث } A}{\text{إجمالي عدد النواتج}}$
يُعد كل من الانتقال والتطويل والانكماش والانعكاس والدوران نوعاً من أنواع التحويل.	**transformation / التحويل** رسم شكل هندسي أو تحريكه بما يغير حجمه أو هيئته أو وضعه أو اتجاهه.

انتقال △ ABC لأعلى بمقدار وحدتين.

translation / الانتقال تحريك كل نقطة في شكل هندسي مسافة متساوية وفي اتجاه واحد.

القاطع المستعرض t

transversal / القاطع المستعرض مستقيم يقطع، في نقطتين مختلفتين، مستقيمين آخرين أو أكثر لا يقعان في مستو واحد.

انظر / hyperbola, geometric definition / القطع الزائد، التعريف الهندسي.

transverse axis of a hyperbola / المحور المستعرض للقطع الزائد القطعة المستقيمة الواصلة بين رأسي القطع الزائد.

---

trapezoid / شبه المنحرف رباعي أضلاع له زوج واحد فقط من الأضلاع المتوازية يُسميان القاعدتان، بينما يمثل الضلعان غير المتوازيين ساقيه.

△ ABC

triangle / المثلث مضلع له ثلاثة أضلاع.

$$\sin(-\theta) = -\sin\theta \qquad \sin^2\theta + \cos^2\theta = 1$$

trigonometric identity / المتطابقة المثلثية معادلة مثلثية صحيحة بالنسبة لجميع قيم المجال.

هناك ثلاث نسب مثلثية شهيرة هي الجيب، وجيب التمام، والظل.

$$\tan A = \frac{BC}{AC} = \frac{3}{4}$$

$$\sin A = \frac{BC}{AB} = \frac{3}{5}$$

$$\cos A = \frac{AC}{AB} = \frac{4}{5}$$

trigonometric ratio / النسبة المثلثية النسبة بين طولي ضلعين في مثلث قائم الزاوية. انظر أيضًا sine / جيب الزاوية، وcosine / جيب تمام الزاوية، و tangent / ظل الزاوية.

يُمثل التعبير $4x^2 + 3x - 1$ ثلاثي حدود.

trinomial / ثلاثي الحدود تعبير يتألف من ثلاثة حدود أحادية.

جدول الصدق		
p	q	$p \to q$
ص	ص	ص
ص	خ	خ
خ	ص	ص
خ	خ	ص

truth table / جدول الصدق جدول يعرض قيم صدق الفرض والاستنتاج والعبارة الشرطية التي تشتمل على الفرض والاستنتاج.

Copyright © by McDougal Littell,
a division of Houghton Mifflin Company.

truth value of a statement / قيمة صدق العبارة التقريرية وضع العبارة من حيث الصحة والخطأ.	انظر جدول الصدق / truth table.
two-column proof / برهان ذو عمودين نوع من البراهين مدون على هيئة عبارات تقريرية مرقَّمة والأسباب التي توضح أن الحجة المستخدمة في ترتيب منطقي.	

U

unbiased sample / عينة غير متحيزة عينة تمثل كافة فئات المجتمع الإحصائي المراد جمع معلومات بشأنه.	عند استطلاع آراء الخرجين بشأن مكان إقامة حفل التخرج، وكان لكل خريج فرصة متساوية للإدلاء برأيه، فإن هذه العينة تصبح غير متحيزة.
undefined term / لفظ غير معرَّف كلمة ليس لها تعريف اصطلاحي، إلا أن معناها متفق عليه.	النقطة والمستقيم والمستوى كلها ألفاظ غير معرَّفة.
union of sets / اتحاد مجموعتين اتحاد المجموعتين A و B، أو $A \cup B$، هو مجموعة كافة العناصر المنتمية إلى أي من A أو B.	إذا كانت $A = \{1, 2, 4, 8\}$ و $B = \{2, 4, 8, 10\}$، فإن $A \cup B = \{1, 2, 4, 6, 8, 10\}$.
unit circle / دائرة الوحدة الدائرة $x^2 + y^2 = 1$، التي مركزها النقطة $(0, 0)$ وطول نصف قطرها 1. بالنسبة لأي زاوية θ في الوضع العادي، الضلع النهائي للزاوية θ يقطع دائرة الوحدة في النقطة $(\cos \theta, \sin \theta)$.	
unit of measure / وحدة القياس الكمية أو المقدار الذي يقاس شيء ما إليه.	إذا قيست قطعة مستقيمة باستخدام مسطرة مدرَّجة بالثمن بوصة، فإن وحدة القياس هي $\frac{1}{8}$ بوصة.
unit rate / معدل الوحدة معدل فيه المقام يساوي 1 وحدة.	الكسر $\frac{55 \text{ ميل}}{\text{ساعة}}$ أو 55 م/س يمثل معدل وحدة
universal set / المجموعة الشاملة مجموعة كافة العناصر المأخوذة في الاعتبار، يرمز لها بالرمز U.	إذا كانت المجموعة الشاملة هي مجموعة الأعداد الموجبة، فإن $U = \{1, 2, 3, \ldots\}$.
upper extreme / النهاية العليا القيمة الكبرى في مجموعة من البيانات.	انظر مخطط الصندوق والشوارب / box-and-whisker plot.
upper quartile / الربيع العلوي متوسط النصف العلوي في مجموعة بيانات مرتبة.	انظر المدى الربيعي / interquartile range.

V

variable / المتغير حرف أبجدي يستخدم لتمثيل عدد واحد أو أكثر.	المتغير في التعبيرات $5n$ و $n + 1$ و $n - 8$ هو الحرف n.
variable term / الحد المتغير الحد الذي يضم متغيراً كجزء منه.	الحدود المتغيرة في التعبير الجبري $3x^2 + 5x + (-7)$ هي $3x^2$ و $5x$.
variance / التباين تباين مجموعة بيانات عددية x_1، x_2، $\ldots$، x_n بمتوسط $\overline{x}$ هو قياس التشتت الذي يرمز له بالرمز σ^2 ويُحسب بالصيغة: $$\sigma^2 = \frac{(x_1 - \overline{x})^2 + (x_2 - \overline{x})^2 + \ldots + (x_n - \overline{x})^2}{n}$$	تباين مجموعة البيانات 3، 9، 13، 23 (بمتوسط $= 12$) هو: $$\sigma^2 = \frac{(3-12)^2 + (9-12)^2 + (13-12)^2 + (23-12)^2}{4}$$ $$= 53$$

High School
Multi-Language Visual Glossary

vector / المتجه كمية لها اتجاه ومقدار، تُمثل في المستوى الإحداثي بسهم مرسوم من نقطة إلى أخرى.

$\overrightarrow{FG}$ يمتد من النقطة الابتدائية F إلى النقطة النهائية G.

---

verbal model / صورة لفظية صيغة شفهية تصف موقفًا من الواقع باستخدام كلمات مميزة ورموز رياضية تبين العلاقة بين هذه الكلمات.

المسافة = السرعة • الزمن
(بالأميال) (بالأميال/ساعة) (بالساعات)

---

vertex angle of an isosceles triangle / زاوية الرأس في المثلث متساوي الساقين الزاوية التي تتشكل من ساقي مثلث متساوي الساقين.

زاوية الرأس

زاويتا القاعدة

---

vertex form of a quadratic function / الصورة الرأسية للدالة التربيعية الصورة $y = a(x - h)^2 + k$، حيث (h, k) رأس الرسم البياني و $x = h$ هو محور التماثل.

الدالة التربيعية $y = -\frac{1}{4}(x + 2)^2 + 5$ مدونة على الصورة الرأسية.

---

vertex of a cone / رأس المخروط انظر cone / المخروط.

انظر cone / المخروط.

---

vertex of a parabola / رأس القطع المكافئ النقطة التي تنتمي لقطع مكافئ وتقع على محور التماثل، وهي تمثل أقصى أو أدنى نقطة على القطع المكافئ.

انظر parabola, geometric definition / القطع المكافئ، التعريف الهندسي.

---

vertex of a polygon / رأس في مضلع كل نقطة طرفية بأحد أضلاع المضلع، والجمع رؤوس. انظر أيضًا polygon / المضلع.

انظر polygon / المضلع.

---

vertex of a polyhedron / رأس في متعدد أسطح نقطة التقاء ثلاثة حروف أو أكثر في متعدد أسطح، والجمع رؤوس.

رأس

---

vertex of a pyramid / رأس الهرم انظر pyramid / الهرم.

انظر pyramid / الهرم.

---

vertex of an absolute value graph / رأس الخط البياني لدالة القيمة المطلقة أقصى أو أدنى نقطة تقع على الخط البياني لدالة القيمة المطلقة.

رأس الخط البياني للدالة $y = |x - 4| + 3$ هي النقطة $(4, 3)$.

---

vertex of an angle / رأس الزاوية انظر angle / الزاوية.

انظر angle / الزاوية.

---

vertical angles / زاويتان رأسيتان زاويتان يشكل ضلعاهما زوجين من الأشعة المتقابلة.

$\angle 1$ و $\angle 4$ زاويتان رأسيتان.

$\angle 2$ و $\angle 3$ زاويتان رأسيتان.

ARABIC

vertical component of a vector / المركب الرأسي للمتجه التغير الرأسي من نقطة الابتداء إلى نقطة الانتهاء في المتجه.	انظر / component form of a vector / الصيغة المركبة للمتجه.
vertical motion model / صيغة الحركة الرأسية صيغة لحساب ارتفاع جسم يُقذف في الهواء وليس له القدرة على البقاء في الهواء.	صيغة الحركة الرأسية لجسم مقذوف في الهواء لأعلى بسرعة رأسية مبدئية 20 قدماً في الثانية من ارتفاع مبدئي قدره 8 أقدام هي $h = -16t^2 + 20t + 8$ حيث h هو ارتفاع الجسم (بالقدم) و t هو عدد الثواني بعد قذفه.
vertical shrink / الانكماش الرأسي انكماش رأسي يحرك كل نقطة في شكل ما نحو المحور *السيني*، فيما تظل النقاط على المحور السيني ثابتة.	المثلث الأخضر يمثل انكماشاً رأسياً للمثلث الأسود.
vertical stretch / الإطالة الرأسية في الإطالة الرأسية يتم تحريك كل نقطة في شكل ما بعيداً عن المحور *السيني*، فيما تظل النقاط على المحور السيني ثابتة.	المثلث الأخضر يمثل إطالة رأسية للمثلث الأسود.
vertices of a hyperbola / رأسا القطع الزائد نقطتا تقاطع القطع الزائد والمستقيم المار عبر بؤرتي القطع الزائد.	انظر / hyperbola, geometric definition / القطع الزائد، التعريف الهندسي.
vertices of a ellipse / رأسا القطع الناقص نقطتا تقاطع القطع الناقص والمستقيم المار عبر بؤرتي القطع الناقص.	انظر / ellipse / القطع الناقص.
volume of a solid / حجم المجسم عدد الوحدات المكعبة التي يشتمل عليها المجسم.	الحجم = (6)(4)3 = 72 قدماً مكعباً

W

whole numbers / الأعداد الصحيحة الأعداد 0، 1، 2، 3،	0 و8 و106 أعداد صحيحة. 1 - و 0.6 ليسا أعداداً صحيحة.

X

x-axis / المحور السيني المحور الأفقي في المستوى الإحداثي. انظر أيضاً / coordinate plane / المستوى الإحداثي.	انظر / coordinate plane / المستوى الإحداثي.
x-coordinate / الإحداثي السيني الإحداثي الأول في زوج مرتب والذي يبين عدد وحدات التحرك يساراً ويميناً.	في الزوج المرتب (2- ,3-)، الإحداثي السيني هو 3 -، ويعني التحرك ثلاث وحدات إلى اليسار. انظر أيضاً / coordinate plane / المستوى الإحداثي.

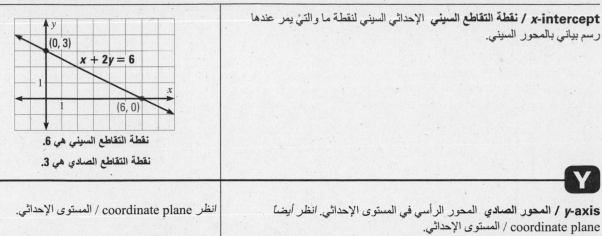

نقطة التقاطع السيني هي 6.
نقطة التقاطع الصادي هي 3.

x-intercept / نقطة التقاطع السيني الإحداثي السيني لنقطة ما والتيْ يمر عندها رسم بياني بالمحور السيني.

انظر coordinate plane / المستوى الإحداثي.

y-axis / المحور الصادي المحور الرأسي في المستوى الإحداثي. *انظر أيضًا* coordinate plane / المستوى الإحداثي.

في الزوج المرتب $(-2 , -3)$، الإحداثي الصادي هو -2، ويعني التحرك ثلاث وحدات إلى أسفل. *انظر أيضًا* coordinate plane / المستوى الإحداثي.

y-coordinate / الإحداثي الصادي الإحداثي الثاني في زوج مرتب ويبين عدد الوحدات التحرك لأعلى أو لأسفل.

انظر x-intercept / نقطة التقاطع السيني.

y-intercept / نقطة التقاطع الصادي الإحداثي الصادي لنقطة ما والتي يمر عندها رسم بياني بالمحور الصادي.

$(-7)^0 = 1$

zero exponent / الأس الصفري إذا كان $a \neq 0$، فإن $a^0 = 1$.

أصفار الدالة $f(x) = 2(x + 3)(x - 1)$ هي -3 و 1.

zero of a function / صفر الدالة يُقال أن العدد k صفر الدالة f إذا كان $f(k) = 0$.

إذا كانت قيمتا المتوسط الحسابي والانحراف المعياري لتوزيع طبيعي هما 76 و 9 على الترتيب، فإن درجة z لـ $x = 64$ هي $z = \frac{x - \bar{x}}{\sigma} = \frac{64 - 76}{9} \approx -1.3$.

z-score / درجة z عدد z من الانحرافات المعيارية التي تقع أعلى أو أسفل المتوسط الحسابي $\bar{x}$ لمجموعة البيانات. $z = \frac{x - \bar{x}}{\sigma}$.

ARABIC

A

absolute deviation / devyasyon absoli Devyasyon absoli yon chif x apatide yon valè done se valè absoli diferans x la ak valè done a:

$$\text{devyasyon absoli} = |x - \text{valè done}|$$

Si devyasyon absoli x apatide 2 se 3 li ye, kidonk $|x - 2| = 3$.

---

absolute value / valè absoli Valè absoli yon chif a se distans ant a avèk 0 sou dwat nimerik la. Senbòl $|a|$ reprezante valè absoli a a.

$|2| = 2$, $|-5| = 5$, ak $|0| = 0$

---

absolute value equation / ekwasyon valè absoli Yon ekwasyon ki gen yon ekspresyon valè absoli ladan n.

$|x + 2| = 3$ se yon ekwasyon valè absoli.

---

absolute value function / fonksyon valè absoli Yon fonksyon ki gen yon ekspresyon valè absoli ladan n.

$y = |x|$, $y = |x - 3|$, ak $y = 4|x + 8| - 9$ se fonksyon valè absoli yo ye.

---

absolute value of a complex number / valè absoli yon nonm konplèks Si $z = a + bi$, kidonk valè absoli z, ki reprezante pa $|z|$, se yon nonm reyèl non-negatif ke yo defini kòm $|z| = \sqrt{a^2 + b^2}$.

$|-4 + 3i| = \sqrt{(-4)^2 + 3^2} = \sqrt{25} = 5$

---

acute angle / ang egi Yon ang ki gen mezi ki ant 0° ak 90°.

A

---

acute triangle / triyang egi Yon triyang ki genyen twa ang egi.

---

additive identity / idantite aditiv Chif 0 a se idantite aditiv la li ye, poutèt sòm nenpòt chif ansanm ak 0 se chif: $a + 0 = 0 + a = a$.

$-2 + 0 = -2$, $0 + \frac{3}{4} = \frac{3}{4}$

---

additive inverse / envès aditif Envès aditif yon chif a se opoze l la, ki se $-a$. Sòm yon chif ak envès aditif li a se 0: $a + (-a) = -a + a = 0$.

The additive inverse of -5 is 5, and $-5 + 5 = 0$.

---

adjacent angles / ang adjasan De (2) ang ki pataje yon vètèks ak yon kote an komen, men ki pa gen pwen enteryè an komen.

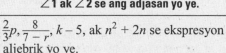

$\angle 1$ ak $\angle 2$ se ang adjasan yo ye.

---

algebraic expression / ekspresyon aljebrik Yon ekspresyon ki gen ladan n omwen yon varyab. Yo rele l ekspresyon varyab tou.

$\frac{2}{3}p$, $\frac{8}{7 - r}$, $k - 5$, ak $n^2 + 2n$ se ekspresyon aljebrik yo ye.

---

alternate exterior angles / ang altènekstèn De (2) ang ki fòme ak de (2) liy epi yon transvèsal e ki tonbe sou deyò de (2) liy yo ak sou kote opoze transvèsal la.

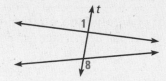

$\angle 1$ ak $\angle 8$ se ang altènekstèn yo ye.

---

alternate interior angles / ang altènentèn De (2) ang ki fòme ak de (2) liy epi yon transvèsal e ki tonbe ant de (2) liy yo ak sou kote opoze transvèsal la.	 ∠4 ak ∠5 se ang altènentèn yo ye.
altitude of a triangle / altitid yon triyang Segman pèpandikilè apatide yon vètèks nan triyang nan jouk rive nan kote opoze a oswa jouk rive nan liy ki gen kote opoze a.	
amplitude / anplitid Anplitid graf yon fonksyon sinis oswa yon fonksyon kosinis la se $\frac{1}{2}(M - m)$, kote M se valè maksimòm fonksyon an e m se valè minimòm fonksyon an.	 Graf $y = 4$ sinis x gen yon anplitid ki se $\frac{1}{2}(4 - (-4)) = 4$.
angle / ang Li konpoze ak de (2) demi-dwat diferan ki gen menm ekstremite yo. Demi-dwat yo se kote ang yo, yo ye, e ekstremite a se vètèks ang nan.	∠A, ∠BAC, oswa ∠CAB
angle bisector / bisektris ang Yon demi-dwat ki divize yon ang an de (2) ang ki kongriyan.	 $\overrightarrow{YW}$ bisekte ∠XYZ.
angle of depression / ang depresyon Lè w bese tèt ou pou gade yon objè, ang ke liy vizyon w fè ak yon liy ki trase alorizontal.	
angle of elevation / ang elevasyon Lè w leve tèt ou pou gade yon objè, ang ke liy vizyon w lan fòme ak yon liy ki trase alorizontal.	*Al gade nan* ang depresyon.
angle of rotation / ang wotasyon Ang ki fòme apatide demi-dwat ki sot nan sant wotasyon an rive nan yon pwen ak imaj li. *Al gade nan* wotasyon.	*Al gade nan* wotasyon.
apothem of a polygon / apotèm yon poligòn Distans apatide sant la pou rive nan nenpòt kote nan poligòn nan.	

High School
Multi-Language Visual Glossary

Copyright © by McDougal Littell,
a division of Houghton Mifflin Company.

arc length / longè ak Yon pòsyon nan sikonferans yon sèk.	 Longè ak $\overset{\frown}{AB} = \dfrac{m\overset{\frown}{AB}}{360°} \cdot 2\pi r$
area / sifas Kantite sifas yon figi kouvri. Yo mezire sifas ann inite kare tankou pye kare (ft^2) oswa mèt kare (m^2).	 Sifas $= 12$ inite kare
arithmetic sequence / swit aritmetik Yon swit kote diferans ant tèm konsèkitif yo konstan.	2, 8, 14, 20, 26, . . . se yon swit aritmetik kote diferans ant tèm konsekitif yo se 6.
arithmetic series / seri aritmetik Ekspresyon ki fòme lè yo adisyonen tèm nan yon swit aritmetik.	$\displaystyle\sum_{i=1}^{5} 2i = 2 + 4 + 6 + 8 + 10$
asymptote / asenptòt Yon dwat ke yon graf ap pwoche pi pre deplizanpli.	 Asenptòt graf yo moutre a se dwat $y = 3$.
asymptotes of a hyperbola / asenptòt yon ipèbòl Dwat ke yon ipèbòl pwoche men ki pa entèsekte.	*Al gade nan* ipèbòl.
axiom / aksyòm *Al gade nan* postila.	*Al gade nan* postila.
axis of symmetry of a parabola / aks simetri yon parabòl Dwat ki pèpandikilè a direktris parabòl la e ki pase atravè fwaye l ak vètèks li.	*Al gade nan* parabòl, definisyon jewometrik.

B

bar graph / graf ba (istogram) Yon graf kote yo itilize longè ba yo pou reprezante ak konpare done.	**Kote yo renmen al naje**

HAITIAN CREOLE

base angles of a trapezoid / ang baz yon trapèz Nenpòt nan pè ang yo kote kote komen an se baz yon trapèz.	 $\angle A$ ak $\angle D$ se yon pè ang baz yo ye. $\angle B$ ak $\angle C$ se yon lòt pè.
base angles of an isosceles triangle / ang baz yon triyang izosèl De (2) ang ki adjasan a baz yon triyang izosèl.	*Al gade nan* ang vètèks yon triyang izosèl.
base of a parallelogram / baz yon paralelogram Nenpòt nan pè kote paralèl yon paralelogram.	
base of a power / baz yon pwisans Chif oswa ekspresyon ke yo itilize kòm yon faktè nan yon miltiplikasyon repete.	Nan pwisans 3^4 la, baz la se 3.
base of a prism / baz yon prism *Al gade nan* prism.	*Al gade nan* prism.
base of a pyramid / baz yon piramid *Al gade nan* piramid.	*Al gade nan* piramid.
base of an isosceles triangle / baz yon triyang izosèl Kote ki non-kongriyan nan yon triyang izosèl ki gen de (2) kote kongriyan sèlman.	*Al gade nan* triyang izosèl.
bases of a trapezoid / baz yon trapèz Kote paralèl yon trapèz.	*Al gade nan* trapèz.
best-fitting line / dwat (liy) regresyon *Gade nan* dwat ajiste.	*Al gade nan* dwat ajiste.
best-fitting quadratic model / modèl regresyon kwadratik Modèl ki prezante lè yo itilize regresyon kwadratik nan yon ansanm pè done.	
between / ant Lè twa pwen tonbe sou yon liy, ou ka di ke yon pwen *ant* de (2) lòt yo.	 **Pwen *B* ant pwen *A* ak *C*.**
biased question / kesyon byeze Yon kesyon ki ankouraje yon repons byen presi.	"Èske w pa dakò pou yo ta bese laj pou vote-a a 16 zan paske gen anpil jènmoun ki gen 16 zan ki responsab e ki byen enfòme?", kesyon sa a se yon kesyon byeze.
biased sample / echantiyon byeze Yon echantiyon ki pa reprezante popilasyon an.	Manm yon ekip baskètbòl nan yon lekòl ta reprezante yon echantiyon byeze si yo fè yon sondaj sou posibilite pou yo ta konstwi yon nouvo jimnazyòm.

biconditional statement / deklarasyon bikondisyonèl Yon deklarasyon ki gen fraz « si e sèlman si » ladan n.	De (2) dwat pèpandikilè si e sèlman si yo entèsekte pou fòme yon ang dwa.
binomial / binòm Yon polinòm ki gen de (2) tèm.	$t^3 - 4t$ ak $2x + 5$ se binòm yo ye.
binomial distribution / distribisyon binomyal Distribisyon pwobabilite a ki asosye ak yon eksperyans binomyal.	**Distribisyon binomyal pou 8 esè ak $p = 0.5$.**
binomial experiment / eksperyans binomyal Yon eksperyans ki satisfè kondisyon swivan yo. (1) Gen n esè endepandan. (2) Chak esè gen de (2) rezilta ki posib sèlman: reyisit ak fayit. (3) Pwobabilite pou gen siksè a menm pou chak esè.	Yo lanse yon pyès monnen an 12 fwa. Men pwobabilite ki genyen pou pyès monnen a tonbe sou fas an 4 fwa: $$P(k = 4) = {}_nC_k p^k (1-p)^{n-k}$$ $$= {}_{12}C_4 (0.5)^4 (1 - 0.5)^8$$ $$= 495(0.5)^4 (0.5)^8$$ $$\approx 0.121$$
binomial theorem / teyorèm binomyal Ekspansyon binomyal $(a + b)^n$ pou nenpòt nonm antye relatif n: $$(a + b)^n = {}_nC_0 a^n b^0 + {}_nC_1 a^{n-1} b^1 + {}_nC_2 a^{n-2} b^2 + \cdots + {}_nC_n a^0 b^n.$$	$(x^2 + y)^3 =$ $${}_3C_0 (x^2)^3 y^0 + {}_3C_1 (x^2)^2 y^1 + {}_3C_2 (x^2)^1 y^2 + {}_3C_3 (x^2)^0 y^3 =$$ $$(1)(x^6)(1) + (3)(x^4)(y) + (3)(x^2)(y^2) + (1)(1)(y^3) =$$ $$x^6 + 3x^4 y + 3x^2 y^2 + y^3$$
box-and-whisker plot / dyagram bwat ak moustach Yon prezantasyon done yo ki òganize valè done yo an kat gwoup, e ki itilize valè minimòm, kwatil enferyè, medyàn, kwatil siperyè, ak valè maksimòm.	
branches of a hyperbola / branch yon ipèbòl De (2) pati simetrik yon ipèbòl.	*Al gade nan* ipèbòl, definisyon jewometrik.

C

center of a circle / sant yon sèk *Gade nan* sèk.	*Al gade nan* sèk.
center of a hyperbola / sant yon ipèbòl Pwen ki nan mitan aks transvès yon ipèbòl.	*Al gade nan* ipèbòl, definisyon jewometrik.
center of an ellipse / sant yon elips Pwen ki nan mitan yon aks majè yon elips.	*Al gade nan* elips.

HAITIAN CREOLE

center of a polygon / sant yon poligòn Sant sèk ki sikonskri yon poligòn.	
center of a sphere / sant yon esfè *Al gade nan* esfè.	*Al gade nan* esfè.
center of dilation / sant dilatasyon Nan yon dilatasyon, pwen fiks kote figi a vin laj oswa redwi.	*Al gade nan* dilatasyon.
center of rotation / sant wotasyon Al *gade nan* wotasyon.	*Al gade nan* wotasyon.
center of symmetry / sant simetri Al g*ade nan* simetri wotasyonèl.	*Al gade nan* simetri wotasyonèl.
central angle of a circle / ang santral yon sèk Yon ang ki gen vètèks li ki se sant yon sèk.	 ∠*PCQ* se yon ang santral pou ⊙*C.*
central angle of a regular polygon / ang santral yon poligòn regilye Yon ang ke se de (2) reyon ki fòme li e reyon sa yo trase nan vètèks konsekitif poligòn nan.	
centroid of a triangle / sant gravite yon triyang Pwen kote twa medyàn triyang lan rankontre.	 *P* se sant gravite △*ABC.*
chord of a circle / kòd yon sèk Yon segman kote ekstremite l yo sou yon sèk.	
chord of a sphere / kòd yon esfè Yon segman kote ekstremite l yo sou yon esfè.	
circle / sèk Ansanm tout pwen sou yon plan ki ekidistan (gen menm distans) apatide yon pwen done ke yo rele sant sèk la.	 Sèk ak sant *P,* oswa ⊙*P*

circle graph / grafik sikilè Yon grafik ki reprezante done antanke yon pati nan yon sèk. Sèk antye a reprezante tout done yo.	**Opinyon moun ki monte sou montay ris** Pa amizan 7 Oke 15 Trèzamizan 78
circumcenter of a triangle / sant sèk ki sikonskri nan yon triyang Pwen konkourans twa bisektè pèpandikilè yon triyang.	*P* se sant sèk ki sikonskri nan $\triangle ABC$.
circumference / sikonferans Distans toutotou yon sèk.	
circumscribed circle / sèk ki sikonskri Sèk ki gen vètèks yon poligòn enskri ladan n.	**sèk ki sikonskri**
coefficient / koyefisyan Lè yon tèm se pwodwi yon chif ak pwisans yon varyab, chif la se koyefisyan pwisans lan.	Nan ekspresyon aljebrik $2x^2 + (-4x) + (-1)$, koyefisyan $2x^2$ se 2 e koyefisyan $-4x$ se -4.
coefficient matrix / matris koyefisyan Matris koyefisyan sistèm lineyè $ax + by = e, cx + dy = f$ se $\begin{bmatrix} a & b \\ c & d \end{bmatrix}$.	$9x + 4y = -6$ $3x - 5y = -21$ matris koyefisyan yo: $\begin{bmatrix} 9 & 4 \\ 3 & -5 \end{bmatrix}$ matris konstant yo: $\begin{bmatrix} -6 \\ -21 \end{bmatrix}$ matris varyab yo: $\begin{bmatrix} x \\ y \end{bmatrix}$
collinear points / pwen kolineyè Pwen ki tonbe sou menm liy nan.	*A*, *B*, ak *C* kolineyè.
combination / konbinezon Yon seleksyon objè r nan yon gwoup objè n kote lòd la pa gen enpòtans, e ke yo deziyen ${}_nC_r$ kote ${}_nC_r = \dfrac{n!}{(n-r)! \cdot r!}$.	Gen 6 konbinezon lèt = 4 A, B, C, ak D ke yo seleksyone $r = 2$ alafwa: AB, AC, AD, BC, BD, ak CD.
common difference / diferans komen Diferans konstan ant tèm konsekitif nan yon swit aritmetik.	2, 8, 14, 20, 26, . . . se yon swit aritmetik avèk yon diferans komen ki se 6.

HAITIAN CREOLE

common factor / faktè komen Yon nonm antye ki se yon faktè de de (2) oswa plizyè nonm antye ki pa zewo.	Faktè komen 64 ak 120 se 1, 2, 4, ak 8.
common logarithm / logarit desimal Yon logarit ki gen baz 10. Yo deziyen l pa $\log_{10}$ oswa tou senpleman pa « log ».	$\log_{10} 100 = \log 100 = 2$ poutèt $10^2 = 100$.
common multiple / miltip komen Yon nonm antye ki se yon miltip de de (2) oswa plizyè nonm antye ki pa zewo.	Miltip komen 6 ak 8 se 24, 48, 72, 96, ...
common ratio / rezon jewometrik (rapò komen) Rapò nenpòt tèm yon swit jewometrik a tèm ki te anvan an nan swit la.	Sekans 5, 10, 20, 40, . . . se yon sekans jewometrik avèk yon rapò komen ki se 2.
complement of a set / konpleman yon ansanm Konpleman yon ansanm A, yo ekri $\overline{A}$, se ansanm tout eleman ki nan ansanm inivèsèl la U e ki pa nan A.	Annou sipoze ke U se ansanm tout nonm antye relatif de 1 a 10 e annou sipoze ke $A = \{1, 2, 4, 8\}$. Kidonk $\overline{A} = \{3, 5, 6, 7, 9, 10\}$.
complementary angles / ang konplemantè De (2) ang ki gen mezi yo ki totalize 90°. Sòm mezi yon ang ak konpleman l nan se 90°.	
completing the square / konplete karé a Lè w ajoute yon tèm nan ekspresyon kwadratik la ki sou fòm $x^2 + bx$ pou sa fè l tounen yon trinòm kare pafè.	Pou konplete kare a pou $x^2 + 16x$, ajoute $\left(\frac{16}{2}\right)^2 = 64$: $x^2 + 16x + 64 = (x + 8)^2$.
complex conjugates / konjige konplèks De (2) chif konplèks sou fòm $a + bi$ avèk $a - bi$.	$2 + 4i, 2 - 4i$
complex fraction / fraksyon konplèks Yon fraksyon ki gen yon fraksyon nan nimeratè l, nan denominatè l, oswa nan toulède.	$\dfrac{\frac{3x}{2}}{-6x^3}$ ak $\dfrac{x^2-1}{\frac{x+1}{x-1}}$ se fraksyon konplèks yo ye.
complex number / nonm konplèks Yon nonm $a + bi$ kote a ak b se nonm reyèl yo ye e i se inite imajinè a.	$0, 2.5, \sqrt{3}, \pi, 5i, 2 - i$
complex plane / plan konplèks Yon plan kowòdone kote chak pwen (a, b) reprezante yon nonm konplèks $a + bi$. Aks orizontal la se aks reyèl la e aks vètikal la se aks imajinè a.	
component form of a vector / fòm konpozant yon vektè Fòm yon vektè ki konbine konpozant orizontal ak konpozant vètikal vektè a.	 **Fòm konpozant $\overrightarrow{PQ}$ se $\langle 4, 2 \rangle$.**
composite number / nonm konpoze Yon nonm antye ki pi gran pase 1 e ki gen faktè apade nonm sa a ak 1.	6 se yon nonm konpoze poutèt faktè l yo se 1, 2, 3, ak 6.

composition of functions / konpozisyon fonksyon yo Konpozisyon yon fonksyon g ak yon fonksyon f se $h(x) = g(f(x))$.	$f(x) = 5x - 2, \ g(x) = 4x^{-1}$ $g(f(x)) = g(5x - 2) = 4(5x - 2)^{-1} =$ $\dfrac{4}{5x - 2}, x \neq \dfrac{2}{5}$
composition of transformations / konpozisyon transfòmasyon yo Rezilta lè de (2) oswa plizyè transfòmasyon konbine pou yo ka pwodwi yon sèl transfòmasyon.	Yon simetri glise se yon egzanp yon konpozisyon transfòmasyon.
compound event / evènman konpoze Yon evènman ki konbine de (2) oswa plizyè evènman, e ki itilize mo *ak* oubyen mo *oswa*.	Lè w lanse yon kib nimewote, evènman « fè yon 2 monte oswa yon nonm enpè » se yon evènman konpoze li ye.
compound inequality / inegalite konpoze De (2) inegalite senp ki relye pa « ak » oubyen « oswa ».	$2x > 0$ oswa $x + 4 < -1$ se yon inegalite konpoze li ye.
conditional probability / pwobabilite kondisyonèl Pwobabilite kondisyonèl B lè yo bay A, ki ekri $P(B \mid A)$, se pwobabilite ke evènman B pral rive pouvike evènman A rive deja.	Yo seleksyone de (2) kat owaza pami yon je kat nòmal ki gen 52 kat ladan n. Annou sipoze ke evènman A se « premye kat la se yon trèf » e annou sipoze ke evènman B se « dezyèm kat la se yon trèf. » Kidonk $P(B \mid A) = \dfrac{12}{51} = \dfrac{4}{17}$ poutèt genyen 12 (nan 13) trèf ki rete nan 51 kat yo.
compound interest / enterè konpoze Enterè ki akimile sou toulède, envestisman inisyal e sou enterè ki te deja akimile anvan.	Ou depoze \$250 nan yon kont ki bay 4% enterè akimile chak ane. Apre 5 an, balans kont ou se $y = 250(1 + 0.04)^5 \approx \$304.16$.
concave polygon / poligòn konkav Yon poligòn ki pa konvèks. *Al Gade nan* poligòn konvèks tou.	enteryè
conclusion / konklizyon Pati ki se «kidonk » la nan yon deklarasyon kondisyonèl.	*Al gade nan* deklarasyon kondisyonèl.
concurrent / konkouran Twa oswa plis dwat, reyon, oswa segman ki entèsekte nan menm pwen an.	*Al gade nan* pwen konkourans.
conditional statement / deklarasyon kondisyonèl Yon deklarasyon ki gen de (2) pati, yon ipotèz ak yon konklizyon.	Deklarasyon kondisyonèl $$\overbrace{\text{Si } a > 0,}^{\text{ipotèz}} \text{kidonk} \overbrace{|a| = a.}^{\text{konklizyon}}$$
cone / kòn Yon solid ki gen yon baz sikilè ak yon vètèks ki pa nan menm plan menm jan ak baz la.	vètèks wotè h baz r
conic section / seksyon konik Yon koub ki fòme pa entèseksyon yon plan ak yon kòn ki gen nap double. Yo rele seksyon konik yo *conics* nan lang angle.	*Al gade* nan sèk, elips, ipèbòl, *ak* parabòl.

HAITIAN CREOLE

congruence transformation / transfòmasyon kongriyans Yon transfòmasyon ki prezève mezi longè ak mezi ang lan. Yo rele l *izometri* tou.	Translasyon, refleksyon, ak wotasyon se twa kalite transfòmasyon kongriyans.
congruent angles / ang kongriyan Ang ki genyen menm mezi.	$\angle A \cong \angle B$
congruent arcs / ak kongriyan De (2) ak ki genyen menm mezi e ki se ak ki nan menm sèk oswa ki nan menm sèk kongriyan.	$\overset{\frown}{CD} \cong \overset{\frown}{EF}$
congruent circles / sèk kongriyan De (2) sèk ki genyen menm reyon.	$\odot P \cong \odot Q$
congruent figures / figi kongriyan De (2) figi jewometrik ki genyen egzakteman menm dimansyon ak menm fòm. Senbòl $\cong$ a endike kongriyans. Lè de (2) figi kongriyan, tout kote pè ki koresponn yo ak tout ang pè ki koresponn yo kongriyan.	$\triangle ABC \cong \triangle FED$ $\angle A \cong \angle F, \angle B \cong \angle E,$ $\angle C \cong \angle D$ $\overline{AB} \cong \overline{FE}, \overline{BC} \cong \overline{ED},$ $\overline{AC} \cong \overline{FD}$
congruent segments / segman kongriyan Segman dwat (liy) ki gen menm longè.	$\overline{AB} \cong \overline{CD}$
conjecture / konjekti Yon deklarasyon ke yo pa pwouve e ki baze sou dèzobsèvasyon.	Konjekti: Tout nonm premye yo enpè.
conjugates / konjige Ekspresyon $a + \sqrt{b}$ ak $a - \sqrt{b}$ kote a ak b se nonm rasyonèl yo ye.	Konjige $7 + \sqrt{2}$ is $7 - \sqrt{2}$.
consecutive interior angles / ang enteryè konsekitif De (2) ang ki fòme pa de (2) dwat ak yon transvèsal e ki tonbe ant de (2) dwat yo e sou menm bò transvèsal la.	$\angle 3$ ak $\angle 5$ se ang enteryè konsekitif yo ye.

consistent dependent system / sistèm depandan konsistan Yon sistèm lineyè ki gen plizyè solisyon enfini. Graf ekwasyon yon sistèm depandan konsistan kowenside.	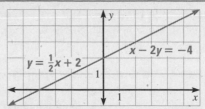 Sistèm lineyè $x - 2y = -4$ ak $y = \frac{1}{2}x + 2$ se yon sistèm depandan konsistan poutèt graf ekwasyon yo kowenside.
consistent independent system / sistèm endepandan konsistan Yon sistèm lineyè ki gen egzakteman yon solisyon. Graf ekwasyon sistèm endepandan konsistan yo entèsekte.	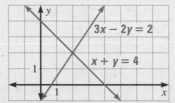 Sistèm lineyè $3x - 2y = 2$ ak $x + y = 4$ se yon sistèm endepandan konsistan poutèt graf ekwasyon yo entèsekte.
consistent system / sistèm konsistan Yon sistèm ekwasyon ki gen omwen yon solisyon.	$$y = 2 + 3x$$ $$6x + 2y = 4$$ Sistèm ki anlè a konsistan, avèk solisyon $(0, 2)$.
constant of variation / konstant varyasyon Konstant a ki pa zewo a nan yon ekwasyon varyasyon dirèk $y = ax$, yon ekwasyon varyasyon envès $y = \frac{a}{x}$, oswa yon ekwasyon varyasyon konjwent (ki ansanm) $z = axy$.	Nan varyasyon ekwasyon dirèk la $y = -\frac{5}{2}x$, konstant varyasyon an se $-\frac{5}{2}$.
constant term / tèm konstan Yon tèm ki gen yon pati nimerik men ki pa gen yon pati varyab.	Nan ekspresyon $3x + (-4) + (-6x) + 2$, tèm konstan yo se -4 ak 2.
constraints / kontrent Nan pwogramasyon lineyè, inegalite lineyè yo ki fòme yon sistèm.	*Al gade nan* pwogramasyon lineyè.
continuous function / fonksyon kontinyèl Yon fonksyon ki gen yon graf ki pa entewonp.	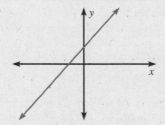
construction / konstriksyon Yon figi jewometrik ki itilize yon kantite zouti limite, jeneralman yon konpa ak yon règ plat ki gradye.	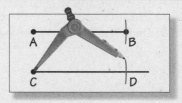
contrapositive / kontrapozitif Deklarasyon ekivalan ki fòme lè w kontredi ipotèz ak konklizyon kontrè yon deklarasyon kondisyonèl.	Deklarasyon: Si $m\angle A = 90°$, kidonk $\angle A$ dwat. Kontrapozitif: Si $\angle A$ pa dwat, kidonk $m\angle A \neq 90°$.
control group / gwoup kontwòl Yon gwoup ki pa sibi yon pwosèdi oswa yon tretman lè yap dirije yon eksperyans. *Al gade tou nan* gwoup eksperimantal.	*Al gade nan* gwoup esperimantal.

HAITIAN CREOLE

convenience sample / echantiyon komodite Yon echantiyon kote se manm yon popilasyon ke yo ka gen aksè a yo fasilman ke yo seleksyone sèlman.	Ou ka seleksyone yon echantiyon komodite pou yon popilasyon elèv nan yon lekòl, lè w chwazi elèv ki nan klas ou yo sèlman.
converse of a conditional / resipwòk yon kondisyonèl Yon deklarasyon ke yo fòme lè yo entèchanje ipotèz ak konklizyon kondisyonèl la. Resipwòk yon deklarasyon ki vre pa nesesèman vre.	Resipwòk deklarasyon an « Si $x = 5$, kidonk $|x| = 5$ » se « Si $|x| = 5$, kidonk $x = 5$. » Deklarasyon orijinal la vre, men resipwòk la fo.
convex polygon / poligòn konvèks Yon poligòn ki fèt defason ke pa gen okenn dwat ki sou yon bò poligòn nan ki gen pwen andedan poligòn nan. Si yon poligòn pa konvèks, li swa nonkonvèks oswa konkav.	enteryè
convex polyhedron / poliyèd konvèks Yon poliyèd konvèks si nenpòt ki de (2) pwen sou sifas li ka konekte pa yon segman ki tonbe antyèman andedan oswa sou poliyèd la. Si segman sa a soti andeyò poliyèd la, kidonk poliyèd la nonkonvèks oswa konkav.	konvèks konkav
coordinate / kowòdone Nonm reyèl ki koresponn a yon pwen sou yon dwat.	kowòdone pwen yo
coordinate plane / plan kowòdone Yon plan ki divize an kat kadran pa yon dwat nimerik orizontal ki rele aks kowòdone-x ak yon dwat vètikal ki rele aks kowòdone-y.	
coordinate proof / prèv kowòdone Yon tip de prèv ki mande pou plase figi jewometrik yo nan yon plan kowòdone.	
coplanar points / pwen koplanè Pwen ki tonbe nan menm plan an.	A, B, ak C koplanè.
corollary to a theorem / kowolè yon teyorèm Yon deklarasyon ke yo ka pwouve fasilman lè yo itilize teyorèm nan.	Kowolè Teyorèm Sòm Triyang lan deklare ke ang egi yon triyang rektang konplemantè.

correlation / korelasyon Relasyon ki genyen ant done ki pè. Done pè a gen *korelasyon pozitif* si *y* gen tandans pou l ogmante etan *x* ap ogmante, *korelasyon negatif* si *y* gen tandans diminye etan *x* ap ogmante, ak *relativman okenn korelasyon* si *x* ak *y* pa gen okenn relasyon ki aparan.

Al gade nan korelasyon pozitif *ak* korelasyon negatif..

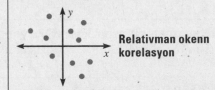

Relativman okenn korelasyon

---

correlation coefficient / koyefisyan korelasyon Yon mezi, ki dekri pa *r* kote $-1 \leq r \leq 1$, pou konnen si yon dwat adapte l a yon pè done (x, y).

Yon ansanm done ki moutre yon korelasyon pozitif ki elve gen yon koyefisyan korelasyon de $r \approx 1$. *Al gade nan* korelasyon pozitif *ak* korelasyon negatif *tou.*

---

corresponding angles / ang korespondan De (2) ang ki fòme pa de (2) dwat ak yon transvèsal e ki okipe pozisyon ki korespondan.

∠2 ak ∠6 se ang korespondan yo ye.

---

corresponding parts / pati korespondan Yon pè (2) kote oswa yon pè (2) ang ki gen menm pozisyon relatif nan de (2) figi ki kongriyan oswa ki sanblab.

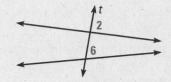

∠*A* ak ∠*J* se ang korespondan yo ye.
$\overline{AB}$ ak $\overline{JK}$ se kote korespondan yo ye.

---

cosecant function / fonksyon kosekant Si *θ* se yon ang egi nan yon triyang rektang, kosekant *θ* a se longè ipoteniz la divize pa longè kote opoze *θ* a.

Al gade nan fonksyon sinis.

---

cosine / kosinis Yon rapò trigonometrik, ki gen abrevyasyon *kos* (cos nan lang angle). Pou yon triyang rektang *ABC*, kosinis ang egi *A* a se

$$\cos A = \frac{\text{longè kote adjasan } \angle A}{\text{longè ipoteniz}} = \frac{AC}{AB}$$

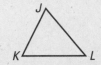

$\text{kos } A = \frac{AC}{AB} = \frac{4}{5}$

---

cosine function / fonksyon kosinis Si *θ* se yon ang egi nan yon triyang rektang, kosinis *θ* se longè kote ki adjasan a *θ* divize pa longè ipoteniz la.

Al gade nan fonksyon sinis.

---

cotangent function / fonksyon kotanjant Si *θ* se yon ang egi nan yon triyang rektang, kotanjant *θ* se longè kote ki adjasan a *θ* divize pa longè kote opoze *θ* a.

Al gade nan fonksyon sinis.

---

coterminal angles / ang kotèminal Ang ki nan pozisyon nòmal ak kote tèminal yo ki kowenside.

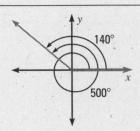

Ang ki gen mezi 500° ak 140° kotèminal.

HAITIAN CREOLE

counterexample / kont-egzanp Yon ka espesifik ki demontre ke yon konjekti fo.	Konjekti: Tout nonm premye enpè. Kont-egzanp: 2, yon nonm premye ki pa enpè
co-vertices of an ellipse / ko-vètèks yon elips Pwen entèseksyon yon elips ak dwat ki pèpandikilè ak aks majè a nan sant la.	*Al gade nan* elips.
Cramer's rule / règ Cramer Yon metòd pou rezoud yon sistèm ekwasyon lineyè lè yo itilize detèminan: Pou sistèm lineyè $ax + by = e$, $cx + dy = f$, annou sipoze ke A se koyefisyan matris la. Si det $A \neq 0$, men sa solisyon sistèm nan ye: $$x = \frac{\begin{vmatrix} e & b \\ f & d \end{vmatrix}}{\det A}, y = \frac{\begin{vmatrix} a & e \\ c & f \end{vmatrix}}{\det A}$$	$9x + 4y = -6$ $3x - 5y = -21;$ $\begin{vmatrix} 9 & 4 \\ 3 & -5 \end{vmatrix} = -57$ Lè w aplike règ Cramer a, men sa w jwenn: $$x = \frac{\begin{vmatrix} -6 & 4 \\ -21 & -5 \end{vmatrix}}{-57} = \frac{114}{-57} = -2$$ $$y = \frac{\begin{vmatrix} 9 & -6 \\ 3 & -21 \end{vmatrix}}{-57} = \frac{-171}{-57} = 3$$
cross multiplying / miltiplikasyon kwaze Yon metòd pou rezoud yon ekwasyon rasyonèl senp kote chak kote ekwasyon an se yon sèl ekspresyon rasyonèl.	Pou rezoud $\frac{3}{x + 1} = \frac{9}{4x + 5}$, fè miltiplikasyon kwaze. $3(4x + 5) = 9(x + 1)$ $12x + 15 = 9x + 9$ $3x = -6$ $x = -2$
cross product / pwodwi kwaze Nan yon pwopòsyon, yon pwodwi kwaze se pwodwi nimeratè yon rapò ak denominatè lòt rapò a. Pwodwi kwaze yon pwopòsyon egal.	Pwodwi kwaze pwopòsyon $\frac{3}{4} = \frac{6}{8}$ se $3 \cdot 8 = 24$ ak $4 \cdot 6 = 24$.
cross section / koup transvèsal Entèseksyon yon plan ak yon solid.	
cube / kib Yon poliyèd ki gen sis fas kare ki kongriyan.	
cube root / rasin kibik Si $b^3 = a$, kidonk b se rasin kibik a.	2 se rasin kibik 8 poutèt $2^3 = 8$.
cycle / sik Pòsyon ki pi kout kap repete nan yon graf nan yon fonksyon peryodik.	*Al gade nan* fonksyon periodik.
cylinder / silenn Yon solid ki gen dè baz sikilè kongriyan ki tonbe nan plan paralèl.	

D

decagon / dekagòn Yon poligòn ki gen dis kote.

decay factor / faktè dekwasans Kantite b a nan fonksyon dekwasans eksponansyèl $y = ab^x$ avèk $a > 0$ ak $0 < b < 1$.

Faktè dekwasans fonksyon $y = 3(0.5)^x$ se 0.5.

decay rate / to dekwasans Varyab r nan modèl dekwasans eksponansyèl $y = a(1 - r)^t$.

Nan modèl dekwasans eksponansyèl $P = 41(0.995)^t$, to dekwasans la se 0.005, poutèt $0.995 = 1 - 0.005$.

deductive reasoning / rezònman dediktif Yon pwosesis ki itilize fè, definisyon, pwopriyete ki aksepte, ak lwa lojik pou fòme yon agiman lojik.

$(x + 2) + (-2)$
$= x + [2 + (-2)]$ **Pwopriyete asosyatif adisyon**
$= x + 0$ **Pwopriyete envès adisyon**
$= x$ **Pwopriyete idantite adisyon**

defined terms / tèm defini Tèm ke yo ka dekri lè yo itilize mo ki komen.

Segman dwat ak *reyon* se de (2) tèm defini yo ye.

degree of a monomial / degre yon monòm Sòm (total) ekspozan varyab nan monòm nan. Degre yon tèm konstan ki pa zewo se 0.

Degre $\frac{1}{2}ab^2$ se $1 + 2$, sowa 3.

degree of a polynomial / degre yon polinòm Degre ki pi wo a pami tèm yon polinòm.

Polinòm $2x^2 + x - 5$ gen yon degre de 2.

denominator / deonominatè Chif ki anba ba fraksyon an nan yon fraksyon. Li reprezante kantite pati egal kote antye a divize oswa kantite objè ki fòme ansanm nan.

Nan fraksyon $\frac{3}{4}$ a, denominatè a se 4.

dependent events / evènman depandan De (2) evènman kote aparisyon yon evènman afekte aparisyon lòt evènman an.

Yon sache gen 3 mab wouj ladan n ak 5 mab blan. Ou rale yon mab owaza, ou pa ranplase l, apresa ou rale yon lòt mab owaza. Evènman « rale yon mab wouj an premye » ak « rale yon mab blan an dezyèm » se evènman depandan yo ye.

dependent system / sistèm depandan Yon sistèm konsistan ekwasyon ki gen plizyè solisyon enfini.

$2x - y = 3$
$4x - 2y = 6$

Nenpòt ki pè òdone $(x, 2x - 3)$ se yon solisyon sistèm ki anlè a, kidonk genyen plizyè solisyon enfini.

dependent variable / varyab depandan Varyab soti nan yon ekwasyon ki gen de (2) varyab.

Al gade nan varyab endepandan.

determinant / detèminan Yon nonm reyèl ki asosye ak nenpòt matris kare A, ke yo endike pa det A or $|A|$.

$\det \begin{bmatrix} 5 & 4 \\ 3 & 1 \end{bmatrix} = 5(1) - 3(4) = -7$
$\det \begin{bmatrix} a & b \\ c & d \end{bmatrix} = ad - cb$

HAITIAN CREOLE

diagonal of a polygon / dyagonal yon poligòn Yon segman ki mete ansanm de (2) vètèks nonkonsekitif yon poligòn.	
diameter of a circle / dyamèt yon sèk Yon kòd ki pase atravè sant yon sèk. Distans ki travèse yon sèk, apatide sant sèk la.	*Al gade nan* sikonferans.
diameter of a sphere / dyamèt yon esfè Yon kòd ki gen sant yon esfè ladan n. Distans ki lonje yon esfè atravè sant li.	
dilation / dilatasyon Yon transfòmasyon ki alonje oswa retresi yon figi pou kreye yon figi ki sanblab.	
dimensions of a matrix / dimansyon yon matris Kantite ranje ak kolòn nan matris la. Si yon matris gen m ranje ak n kolòn, dimansyon matris la se $m \times n$.	Dimansyon yon matris avèk 3 ranje ak 4 kolòn se 3×4 ("3 pa 4").
direct variation / varyasyon dirèk Relasyon ki genyen ant de (2) varyab x ak y si gen yon chif ki pa zewo a defason ke $y = ax$. Si $y = ax$, kidonk yo deklare ke y varye dirèkteman avèk x.	Ekwasyon $2x - 3y = 0$ reprezante varyasyon dirèk poutèt li ekivalan a ekwasyon $y = \frac{2}{3}x$. Ekwasyon $y = x + 5$ pa reprezante varyasyon dirèk.
directrix of a parabola / direktris yon parabòl *Al gade nan* parabòl, definisyon jewometrik.	*Al gade nan* parabòl, definisyon jewometrik.
discrete function / fonksyon diskrè Yon fonksyon ki gen graf li yo ki konsiste de pwen separe.	
discriminant of a general second-degree equation / diskriman yon ekwasyon jeneral dezyèm-degre Ekspresyon $B^2 - 4AC$ pou ekwasyon $Ax^2 + Bxy + Cy^2 + Dx + Ey + F = 0$. Yo itilize l pou idantifye ki kalite konik ke ekwasyon an reprezante.	Pou ekwasyon an $4x^2 + y^2 - 8x - 8 = 0$, $A = 4$, $B = 0$, ak $C = 1$. $$B^2 - 4AC = 0^2 - 4(4)(1) = -16$$ Poutèt $B^2 - 4AC < 0$, $B = 0$, ak $A \neq C$, konik la se yon elips.
discriminant of a quadratic equation / diskriman yon ekwasyon kwadratik Ekspresyon $b^2 - 4ac$ pou ekwasyon kwadratik $ax^2 + bx + c = 0$; epitou se ekspresyon ki anba siy radikal la nan fòmil kwadratik la.	Valè diskriminan $2x^2 - 3x - 7 = 0$ se $b^2 - 4ac = (-3)^2 - 4(2)(-7) = 65$.

disjoint events / evènman dijwen Evènman A ak B dijwen si yo pa gen okenn rezilta an komen; yo rele l tou evènman mityèlman esklisif.

Lè w chwazi yon kat owaza pami yon je kat ki gen 52 kat, seleksyon yon trèf ak seleksyon yon kè se evènman dijwen yo ye.

---

distance between two points on a line / distans ant de (2) pwen sou yon dwat Valè absoli diferans kowòdone pwen yo. Yo rele tou distans ant pwen A ak B, ke yo ekri AB, longè $\overline{AB}$.

---

distance formula / fòmil distans Distans d ant nenpòt de (2) pwen (x_1, y_1) ak (x_2, y_2) se $d = \sqrt{(x_2 - x_1)^2 + (y_2 - y_1)^2}$.

Distans d ant $(-1, 3)$ ak $(5, 2)$ se:
$$d = \sqrt{(5 - (-1))^2 + (2 - 3)^2} = \sqrt{37}$$

---

distance from a point to a line / distans de yon pwen rive nan yon dwat Longè segman pèpandikilè de pwen an rive nan dwat la.

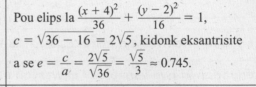

Distans de Q a m se QP.

---

distributive property / pwopriyete distribitif Yon pwopriyete yo ka itilize pou jwenn pwodwi yon nonm ak yon sòm oswa yon diferans:

$$a(b + c) = ab + ac$$
$$(b + c)a = ba + ca$$
$$a(b - c) = ab - ac$$
$$(b - c)a = ba - ca$$

$$3(4 + 2) = 3(4) + 3(2),$$
$$(8 - 6)4 = (8)4 - (6)4$$

---

domain / domèn Ansanm valè antre yo nan yon relasyon.

Al gade nan relasyon.

---

domain of a function / domèn yon fonksyon Ansanm tout antre nan yon fonksyon.

Al gade nan fonksyon.

---

eccentricity of a conic section / eksantrisite yon seksyon konik Eksantrisite e yon ipèbòl oswa yon elips se $\frac{c}{a}$ kote c se distans de chak fwaye a sant la e kote a se distans de chak vètèks a sant la. Eksantrisite yon sèk se $e = 0$. Eksantrisite yon parabòl se $e = 1$.

Pou elips la $\frac{(x + 4)^2}{36} + \frac{(y - 2)^2}{16} = 1$, $c = \sqrt{36 - 16} = 2\sqrt{5}$, kidonk eksantrisite a se $e = \frac{c}{a} = \frac{2\sqrt{5}}{\sqrt{36}} = \frac{\sqrt{5}}{3} \approx 0.745$.

---

edge of a polyhedron / arèt yon poliyèd Yon segman dwat ki fòme ak entèseksyon de (2) fas yon poliyèd.

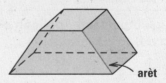

arèt

---

element of a matrix / eleman yon matris Yon nonm nan yon matris. Yo rele l *antre* tou.

Al gade nan matris.

---

element of a set / eleman yon ansanm Chak objè ki nan yon ansanm. Yo rele l yon *manm* yon ansanm tou.

5 se yon eleman ansanm nonm antye yo, $W = \{0, 1, 2, 3, \ldots\}$.

---

elimination method / metòd eliminasyon Yon metòd pou rezoud yon sistèm ekwasyon lè w miltipliye ekwasyon yo pa konstant yo, apresa w ajoute ekwasyon revize yo pou elimine yon varyab.

Pou itilize metòd eliminasyon an pou rezoud sistèm ak ekwasyon $3x - 7y = 10$ ak $6x - 8y = 8$, miltipliye premye ekwasyon an pa -2 epi adisyone ekwasyon yo pou elimine x.

HAITIAN CREOLE

ellipse / elips Ansanm tout pwen P nan yon plan defason ke sòm distans yo ant P ak de (2) pwen fiks, ki rele fwaye yo, se yon konstant.	
empty set / ansanm vid Ansanm ki pa gen okenn eleman ladan n, yo ekri l Ø.	Ansanm nonm antye negatif = Ø.
end behavior / konpòtman ekstremal Konpòtman graf yon fonksyon pandan x ap apwoche enfinite pozitif ($+\infty$) oswa enfinite negatif ($-\infty$).	$f(x) \to +\infty$ **pandan** $x \to -\infty$ **oswa pandan** $x \to +\infty$.
endpoints / ekstremite *Al gade nan* segman dwat.	*Al gade nan* segman dwat.
enlargement / agrandisman Yon dilatasyon ki gen yon faktè pwopòsyonalite ki pi gran pase 1.	Yon dilatasyon ak yon rapò pwopòsyonalite de 2 se yon agrandisman.
equal matrices / matris egal Matris ki gen menm dimansyon ak eleman egal nan pozisyon korespondan yo.	$\begin{bmatrix} 6 & 0 \\ -\frac{4}{4} & \frac{3}{4} \end{bmatrix} = \begin{bmatrix} 3 \cdot 2 & -1 + 1 \\ -1 & 0.75 \end{bmatrix}$
equation / ekwasyon Yon deklarasyon ke de (2) ekspresyon egal.	$2x - 3 = 7,\ 2x^2 = 4x$
equation in two variables / ekwasyon nan de (2) varyab Yon ekwasyon ki gen de (2) varyab ladan n.	$y = 3x - 5,\ d = -16t^2 + 64$
equiangular polygon / poligòn ekiyang Yon poligòn ak tout ang enteryè li yo ki kongriyan.	
equiangular triangle / triyang ekiyang Yon triyang ki gen twa ang ki kongriyan.	
equidistant / ekidistan Menm distans ki genyen de yon figi a yon lòt figi.	X **ekidistan de** Y **ak** Z.
equilateral polygon / poligòn ekilateral Yon poligòn ki gen tout kote l yo ki kongriyan.	

equilateral triangle / triyang ekilateral Yon triyang ki gen twa kote ki kongriyan.	
equivalent equations / ekwasyon ekivalan Ekwasyon ki gen menm solisyon (yo).	$x + 7 = 4$ ak $x = -3$ se ekwasyon ekivalan.
equivalent expressions / ekspresyon ekivalan De (2) ekspresyon ki gen menm valè pou tout valè varyab yo.	$3(x + 2) + x$ ak $4x + 6$ se ekspresyon ekivalan.
equivalent fractions / fraksyon ekivalan Fraksyon ki reprezante menm nonm nan.	$\frac{5}{15}$ ak $\frac{20}{60}$ se fraksyon ekivilan ki toulède reprezante $\frac{1}{3}$.
equivalent inequalities / inegalite ekivalan Inegalite ki gen menm solisyon yo.	$2t < 4$ ak $t < 2$ se inegalite ekivalan, poutèt solisyon toulède inegalite yo yo tout se nonm reyèl ki mwens pase 2.
equivalent statements / deklarasyon ekivalan De (2) deklarasyon ki vre ak fo anmenmtan.	Yon deklarasyon kondisyonèl ak kontrapozitif li se deklarasyon ekivalan.
evaluate an algebraic expression / evalye yon ekspresyon aljebrik Chèche valè yon ekspresyon aljebrik lè w sibstitye yon nonm pou chak varyab, e lè w kalkile operasyon yo.	Valè $n - 1$ lè $n = 3$ se $3 - 1 = 2$.
event / evènman Yon rezilta oswa yon koleksyon rezilta.	Lè w lanse yon kib nimewote, « tonbe sou yon nonm enpè » se yon evènman.
excluded value / valè eskli Yon nonm ki fè yon ekspresyon rasyonèl non defini.	3 se yon valè eskli pou ekspresyon $\frac{2}{x - 3}$ poutèt 3 fè valè denominatè a 0.
experimental group / gwoup esperimantal Yon gwoup ki sibi kèk pwosedi oswa tretman lè yap dirije yon esperyans. *Al gade* nan gwoup kontwòl tou.	Yon gwoup moun ki soufri ak maltèt, gwoup esperimantal la, yo bay moun sa yo pilil ki gen medikaman ladan yo. Yon lòt gwoup, gwoup kontwòl la, yo bay gwoup sa a pilil ki pa gen medikaman ladan yo.
experimental probability / pwobabilite esperimantal Yon pwobabilite ki baze sou fè yon esperyans, dirije yon sondaj, oswa gade istwa yon evènman.	Ou lanse yon de ki gen sis kote, an 100 fwa e w tonbe sou yon 4 an disnèf fwa. Pwobabilite esperimantal pou tonbe sou yon 4 ak de a se $\frac{19}{100} = 0.19$.
explicit rule / règ eksplisit Yon règ pou yon swit ki bay *nyèm* tèm a_n antanke yon fonksyon nimewo pozisyon tèm n nan swit la.	Règ $a_n = -11 + 4n$ ak $a_n = 3(2)^{n-1}$ se règ eksplisit pou swit yo.
exponent / ekspozan Nonm oswa varyab ki reprezante kantite fwa yo itilize baz yon pwisans antanke yon faktè.	Nan pwisans 3^4, ekspozan an se 4.
exponential decay / dekwasans eksponansyèl Lè $a > 0$ ak $0 < b < 1$, fonksyon $y = ab^x$ reprezante dekwasans eksponansyèl. Lè yon kantite sibi yon dekwasans eksponansyonèl, li diminye a menm pousantaj la sou peryòd tan egal. Modèl dekwasans eksponansyèl la se $y = a(1 - r)^t$.	 **Fonksyon $y = 2(0.25)^x$ reprezante dekwasans eksponansyèl. Al gade to dekwasans tou ak faktè dekwasans.**

exponential decay function / fonksyon dekwasans eksponansyèl Si $a > 0$ epi $0 < b < 1$, kidonk fonksyon $y = ab^x$ la se yon fonksyon dekwasans eksponansyèl ak faktè dekwasans b.	$y = 2\left(\frac{1}{4}\right)^x$
exponential equation / ekwasyon eksponansyèl Yon ekwasyon kote yon ekspresyon varyab prezante antanke yon ekspozan.	$4^x = \left(\frac{1}{2}\right)^{x-3}$ se yon ekwasyon eksponansyèl.
exponential function / fonksyon eksponansyèl Yon fonksyon ki gen fòm $y = ab^x$ kote $a \neq 0$, $b > 0$, epi $b \neq 1$.	Fonksyon $y = 2 \cdot 3^x$ ak $y = -2 \cdot \left(\frac{1}{2}\right)^x$ se fonksyon eksponansyèl. *Al gade nan* kwasans eksponansyèl *ak* dekwasans eksponansyèl *tou.*
exponential growth / kwasans eksponansyèl Lè $a > 0$ epi $b > 1$, fonksyon $y = ab^x$ la reprezante kwasans eksponansyèl la. Lè yon kantite ogmante eksponansyèlman, li ogmante pa menm pousantaj la sou dè peryòd de tan ki egal. Modèl kwasans eksponansyèl la se $y = a(1 + r)^t$.	**Fonksyon $y = 3 \cdot 2^x$ ak $y = 2^x$ reprezante kwasans eksponansyèl. Al gade nan to kwasans ak faktè kwasans tou.**
exponential growth function / fonksyon kwasans eksponansyèl Si $a > 0$ epi $b > 1$, kidonk fonksyon $y = ab^x$ se yon fonksyon kwasans eksponansyèl ak faktè kwasans b.	$y = \frac{1}{2} \cdot 4^x$
exterior angles of a triangle / ang eksteryè yon triyang Lè kote yon triyang pwolonje, ang yo adjasan a ang enteryè yo.	
external segment / segman eksteryè Pati yon segman sekant ki sou deyò sèk la.	**segman eksteryè**
extraneous solution / solisyon etranj Yon solisyon yon ekwasyon transfòme ki pa yon solisyon ekwasyon orijinal la.	Lè w mete toulède kote ekwasyon radikal $\sqrt{6 - x} = x$ la okare, ekwasyon ki se rezilta a gen de (2) solisyon, 2 ak -3, men -3 se yon solisyon etranj li ye poutèt li pa satisfè ekwasyon orijinal la ki se $\sqrt{6 - x} = x$.

extremes of a proportion / ekstrèm yon pwopòsyon Premye ak dènye tèm nan yon pwopòsyon. *Al gade nan* pwopòsyon tou.	Ekstrèm $\frac{a}{b} = \frac{c}{d}$ se a ak d.

 F

face of a polyhedron / fas yon poliyèd *Al gade nan* poliyèd.	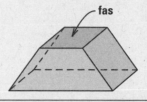
factor / faktè Lè yo miltipliye nonm antye apade zewo ansanm, chak nonm se yon faktè pwodwi a.	Poutèt $2 \times 3 \times 7 = 42$, 2, 3, ak 7 se faktè 42.
factor by grouping / dekonpoze an faktè pa gwoupman Pou dekonpoze an faktè pa gwoupman yon polinòm ki gen kat tèm, dekonpoze an faktè yon monòm komen apatide dè tèm ki vin an pè, epi apresa, chèche yon faktè binòm komen.	$x^3 + 3x^2 + 5x + 15$ $$= (x^3 + 3x^2) + (5x + 15)$$ $$= x^2(x + 3) + 5(x + 3)$$ $$= (x + 3)(x^2 + 5)$$
factor completely / dekonpoze an faktè konplètman Yon polinòm ki faktorab ki gen nonm antye relatif kòm koyefisyan dekonpoze an faktè konplètman, si li ekri antanke yon pwodwi polinòm ki pa faktorab ki gen nonm antye relatif kòm koyefisyan.	Polinòm $x^3 - x$ pa dekonpoze an faktè konplètman lè yo ekri l tankou $x(x^2 - 1)$ men li dekonpoze an faktè konplètman lè yo ekri l tankou $x(x + 1)(x - 1)$.
factor tree / pyebwa faktè Yon dyagram ke yo ka itilize pou ekri faktorizasyon primè yon nonm.	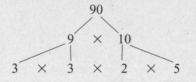
factorial / faktoryèl Pou nenpòt nonm antye relatif n, ekspresyon $n!$, ke yo li "n faktoryèl," se pwodwi tout nonm antye relatif yo de 1 a n. Epitou, 0! defini kòm 1.	$6! = 6 \cdot 5 \cdot 4 \cdot 3 \cdot 2 \cdot 1 = 720$
family of functions / fanmi fonksyon Yon gwoup fonksyon ak karakteristik ki sanblab.	Fonksyon ki gen fòm $f(x) = mx + b$ konstitye fanmi fonksyon lineyè yo.
feasible region / rejyon reyalizab Nan pwogramasyon lineyè, graf sistèm kontrent yo.	*Al gade nan* pwogramasyon lineyè.
finite differences / diferans fini Lè valè-x nan yon ansanm done espase egalman, diferans *valè-y* konsekitif yo rele diferans fini.	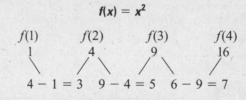 Diferans fini nan premye-lòd yo se 3, 5, ak 7.
flow proof / demonstrasyon ak flo Yon kalite demonstrasyon ki itilize flèch pou moutre flo agiman lojik la.	
foci of a hyperbola / fwaye yon ipèbòl *Al gade nan* ipèbòl, definisyon jewometrik.	*Al gade nan* ipèbòl, definisyon jewometrik.
foci of an ellipse / fwaye yon elips *Al gade nan* elips.	*Al gade nan* elips.

HAITIAN CREOLE

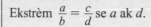

focus of a parabola / fwaye yon parabòl *Al gade* nan parabòl, definisyon jewometrik.	*Al gade nan* parabòl, definisyon jewometrik.
formula / fòmil Yon ekwasyon ki lye de (2) oswa plizyè kantite, leplisouvan yo reprezante pa varyab.	Fòmil $P = 2\ell + 2w$ relate longè ak lajè yon rektang a perimèt li.
fractal / fraktal Yon objè ki otosanblab. *Al gade nan* otosanblab.	
fraction / fraksyon Yon nonm ki sou fòm $\frac{a}{b}$ $(b \neq 0)$ ki itilize pou dekri pati nan yon antye oswa nan yon ansanm.	$\frac{3}{8}$
frequency / frekans Frekans yon entèval se kantite valè done ki nan entèval sa a.	*Al gade nan* tablo frekans *ak* istogram.
frequency of a periodic function / frekans yon fonksyon peryodik Envès peryòd la. Frekans se kantite sik pa inite de tan.	$P = 2 \sin 4000\pi t$ gen peryòd $\frac{2\pi}{4000\pi} = \frac{1}{2000}$, kidonk frekans li se 2000 sik pa segonn (ètz) lè t reprezante tan an segonn.
frequency table / tablo frekans Yon demonstrasyon done ki gwoupe done yo ann entèval egal san okenn espas ant entèval yo e san ke entèval yo sipèpoze.	Pri / Sandwitch table below

Pri	Sandwitch
$4.00–4.49	IIII
$4.50–4.99	II

function / fonksyon Yon fonksyon konpoze de: • Yon ansanm ki rele domèn e ki gen nonm ladan n yo rele antre (arive), ak yon ansanm ki rele imaj ki gen nonm ladan n ki rele soti (depa). • Lè yo mete antre (arive) ak sòti (depa) yo ansanm defason ke chak antre (arive) fè yon pè ak egzakteman yon soti (depa).	Asosyasyon pè ki nan tablo pi ba a se yon fonksyon, paske chak antre fè yon pè ak egzakteman yon soti.

Antre, x	0	1	2	3	4
Soti, y	3	4	5	6	7

Domèn nan se ansanm antre yo: 0, 1, 2, 3, ak 4. Imaj la se ansanm soti yo: 3, 4, 5, 6, and 7.

function notation / notasyon fonksyonèl Yon fason pou nonmen yon fonksyon lè w itilize senbòl $f(x)$ olyede y. Yo li senbòl $f(x)$ la kòm "valè f de x" oswa kòm "f de x."	Yo kapab ekri fonksyon $y = 2x - 9$ sou fòm notasyon fonksyonèl tankou $f(x) = 2x - 9$.

G

general second-degree equation in *x* and *y* / ekwasyon dezyèm-degre jeneral nan *x* ak *y* Fòm $Ax^2 + Bxy + Cy^2 + Dx + Ey + F = 0$.	$16x^2 - 9y^2 - 96x + 36y - 36 = 0$ ak $4x^2 + y^2 - 8x - 8 = 0$ se ekwasyon dezyèm-degre nan x ak y yo ye.
geometric mean / mwayèn jewometrik Pou de (2) nonm pozitif a ak b, nonm pozitif x la ki satisfè $\frac{a}{x} = \frac{x}{b}$. Kidonk, $x^2 = ab$ e $x = \sqrt{ab}$.	Mwayèn jewometrik 4 ak 16 se $\sqrt{4 \cdot 16}$, oswa 8.

geometric probability / pwobabilite jewometrik Yon pwobabilite yo jwenn lè yo kalkile yon rapò de (2) longè, sifas, oswa volim.	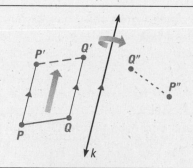 $$P(K \text{ sou } \overline{CD}) = \frac{\text{Longè } \overline{CD}}{\text{Longè } \overline{AB}}$$
geometric sequence / swit jewometrik Yon swit kote rapò nenpòt ki tèm a tèm anvan an, konstan. Rapò konstan an rele rapò komen an.	Swit 5, 10, 20, 40, . . . se yon swit jewometrik ak rapò komen de 2.
geometric series / seri jewometrik Ekspresyon ki fòme lè w adisyone tèm yon swit jewometrik.	$$\sum_{i=1}^{5} 4(3)^{i-1} = 4 + 12 + 36 + 108 + 324$$
glide reflection / simetri glise Yon transfòmasyon kote yo etabli yon korespondans ant chak pwen P ak yon pwen P'' apatide etap swivan yo. (1) Yon translasyon etabli yon korespondans ant P a P'. (2) Yon refleksyon sou yon dwat k paralèl a direksyon translasyon an etabli yon korespondans ant P' a P''.	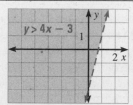
graph of a linear inequality in two variables / graf yon inegalite lineyè nan de (2) varyab Ansanm tout pwen nan yon plan kowòdone ki reprezante solisyon inegalite a.	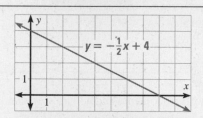
graph of an equation in two variables / graf yon ekwasyon nan de (2) varyab Ansanm tout pwen nan yon plan kowòdone ki reprezante tout solisyon ekwasyon an.	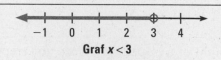 Dwat la se graf ekwasyon $y = -\frac{1}{2}x + 4$ la.
graph of an inequality in one variable / graf yon inegalite nan yon varyab Nan yon dwat nimerik, se ansanm pwen yo ki reprezante tout solisyon inegalite a.	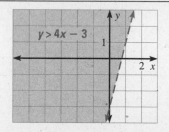 Graf $x < 3$
graph of an inequality in two variables / graf yon inegalite nan de (2) varyab Nan yon plan kowòdone, se ansanm pwen yo ki reprezante tout solisyon inegalite a.	$y > 4x - 3$ Graf $y > 4x - 3$ se demi-plan ki sonm nan.

HAITIAN CREOLE

graph of a system of linear inequalities / graf yon sistèm inegalite lineyè yo Graf tout solisyon sistèm nan.	 Graf sistèm $y < -2x + 3$ ak $y \geq x - 3$ se entèseksyon demi-plan yo.
great circle / gran sèk Entèseksyon yon esfè ak yon plan ki genyen sant yon esfè ladan n.	 gran sèk
greatest common factor (GCF) / pi gran faktè komen (PGFK) Faktè komen ki pi laj de de (2) oswa plizyè nonm antye ki pa zewo.	Pi gran faktè komen pou 64 ak 120 se pi gran nan faktè komen 1, 2, 4, ak 8, ki se 8.
greatest possible error / pi gwo erè posib Kantite maksimòm ke yon longè mezire ka difere de yon longè aktyèl.	Si inite mezi a se $\frac{1}{8}$ pous, pi gwo erè posib la se $\frac{1}{16}$ pous.
growth factor / faktè kwasans Kantite b a nan fonksyon kwasans eksponansyèl la $y = ab^x$ avèk $a > 0$ ak $b > 1$.	Faktè kwasans pou fonksyon $y = 8(3.4)^x$ se 3.4.
growth rate / to kwasans Varyab r nan modèl kwasans eksponansyèl $y = a(1 + r)^t$.	Nan modèl kwasans eksponansyèl $C = 11{,}000(1.069)^t$, to kwasans la se 0.069.

H

half-plane / demi-plan Nan yon plan kowòdone, se rejyon ki sou chak kote liy kap delimite a.	*Al gade* nan graf yon inegalite nan de (2) varyab.
height of a parallelogram / wotè yon paralelogram Distans pèpandikilè ant baz yon paralelogram.	 wotè
height of a trapezoid / wotè yon trapèz Distans pèpandikilè ant baz yon trapèz.	 baz wotè baz

height of a triangle / wotè yon triyang Distans pèpandiklilè ant kote ki gen longè a kòm baz la ak vètèks ki opoze kote sa a.

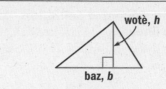

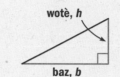

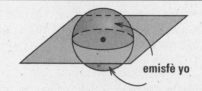

hemisphere / emisfè Mwatye yon esfè, ki fòme lè yon gwo sèk separe yon esfè an de (2) mwatye kongriyan.

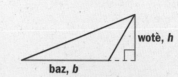

emisfè yo

hexagon / ekzagòn Poligòn ki gen sis kote.

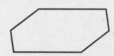

histogram / istogram Yon graf ba ki afiche done apatide yon tablo frekans. Chak ba reprezante yon entèval, e longè chak ba endike frekans la.

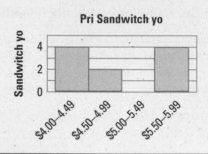

Pri Sandwitch yo

horizontal component of a vector / konpozant orizontal yon vektè Chanjman orizontal apatide pwen inisyal a pwen tèminal yon vektè.

Al gade nan konpozant yon vektè.

hyperbola, algebraic definition / definisyon aljebrik ipèbol Se graf envès ekwasyon varyasyon $y = \frac{a}{x}$ ($a \neq 0$) owsa se graf yon fonksyon rasyonèl sou fòm $y = \frac{a}{x-h} + k$ ($a \neq 0$). Yon ipèbòl gen de (2) pati simetrik ki rele branch yo. Yon ipèbòl apwoche men li pa entèsekte dwat yo rele asenptòt yo.

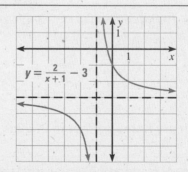

$y = \frac{2}{x+1} - 3$

Graf $y = \frac{2}{x+1} - 3$ se yon ipèbòl. Asenptòt ipèbòl la se dwat $x = -1$ ak $y = -3$.

HAITIAN CREOLE

hyperbola, geometric definition / ipèbòl, definisyon jewometrik Ansanm ki ranfème tout pwen P nan yon plan, ansòt ke diferans distans yo apatide P jiska de (2) pwen fiks, ke yo rele fwaye yo (foci nan lang angle), konstan.

branch yon ipèbòl
sant
$(0, b)$
d_2
vètèks $(-a, 0)$
P
vètèks $(a, 0)$
d_1
$(-c, 0)$ fwaye
$(c, 0)$ fwaye
$(0, -b)$
aks transvèsal
$d_2 - d_1 = $ konstant

hypotenuse / ipoteniz Nan yon triyang rektang, se kote ki opoze a ang dwa a. *Al gade nan* triyang rektang.

ipoteniz

hypothesis / ipotèz Se pati ki gen "si" a nan yon deklarasyon kondisyonèl.

Al gade nan deklarasyon kondisyonèl.

I

identity / aplikasyon idantik (idantite) Yon ekwasyon ki vrè pou tout valè ki nan varyab la.

Ekwasyon $2x + 10 = 2(x + 5)$ se yon aplikasyon idantik.

identity element / eleman net Eleman ki nan yon ansanm nonm ki limenm lè yo konbine l avèk yon lòt nonm anba yon operasyon, eleman sa a kite nonm sa a jan l ye a san l pa chanje l.

Pou nonm reyèl, 0 se eleman net nan adisyon, pwiske si a se nenpòt nonm reyèl reyèl, $a + 0 = a$.

identity matrix / matris idantite Matris $n \times n$ ki gen plizyè 1 sou dyagonal prensipal la e plizyè 0 yon lòt kote.

Matris idantite 2×2 se $\begin{bmatrix} 1 & 0 \\ 0 & 1 \end{bmatrix}$.

if-then statement / fòm si-kidonk la Fòm yon deklarasyon kondisyonèl ki itilize mo "si" ak "kidonk." Pati "si a" se li ki gen ipotèz la epi pati "kidonk la" se li ki gen konklizyon an.

Al gade nan deklarasyon kondisyonèl.

image / imaj Nouvo figi ke yo pwodwi nan yon transfòmasyon. *Al gade nan* pre-imaj (imaj anvan an).

Q R Q' R' P' P

$\triangle P'Q'R'$ se imaj $\triangle PQR$ apre yon translasyon.

imaginary number / nonm imajinè Yon nonm konplèks $a + bi$ kote $b \neq 0$.

$5i$ ak $2 - i$ se nonm imajinè yo ye.

improper fraction / ekspresyon fraksyonè Nenpòt ki fraksyon ki gen nimeratè li ki pi gwo oswa ki egal a denominatè a.

$\frac{21}{8}$ ak $\frac{6}{6}$ se eskpresyon fraksyonè yo ye.

incenter of a triangle / sant yon sèk enskri nan yon triyang Pwen konkouran twa bisektris ang nan triyang nan.

P se sant sèk enskri nan △ABC.

---

inconsistent system / sistèm enkonsistan Yon sistèm lineyè ki pa gen yon solisyon. Graf ekwasyon yon sistèm enkonsistan se dwat paralèl yo.

$$x + y = 4$$
$$x + y = 1$$

Sistèm ki anwo a pa gen solisyon poutèt sòm de (2) nonm yo paka 4 e 1 yo toulède.

---

independent events / evènman endepandan De (2) evènman kote yon evènman ki rive pa gen okenn efè sou lòt evènman ki rive a.

Ou woule yon kib ki gen nimewo yo an defwa. Evènman yo "fè yon 3 monte anpremye" epi "fè yon 6 monte an dezyèm" se yon evènman endepandan.

---

independent variable / varyab endepandan Se varyab antre nan yon ekwasyon a de (2) varyab.

Nan $y = 3x - 5$, varyab endepandan an se x. Varyab depandan an se y poutèt valè y depann de valè x.

---

index of a radical / endis yon radikal Nonm antye relatif n, pi gran pase 1, nan espresyon $\sqrt[n]{a}$.

Endis $\sqrt[3]{-216}$ se 3.

---

indirect proof / prèv endirèk Yon prèv kote w pwouve ke yon deklarasyon vre lè w sipoze an premye ke opoze l la vre. Si sipozisyon sa a vin enposib, kidonk ou pwouve ke deklarasyon orijinal la vre.

---

inductive reasoning / rezònman endiktif Yon pwosede ki mande pou chèche dè modèl e ki mande pou fè konjekti (ipotèz).

Ou adisyone plizyè pè nonm enpè epi w remake ke sòm lan pè. Ou ka konkli ke kèlkeswa sòm de (2) nonm enpè ap pè.

---

inequality / inegalite Yon deklarasyon matematik ke yo fòme lè yo mete youn nan senbòl sa yo <, ≤, >, oswa ≥ nan mitan de (2) ekspresyon.

$6n \geq 24$ ak $x - 2 < 7$ se inegalite yo ye.

---

initial point of a vector / pwen inisyal yon vektè Pwen kòmansman yon vektè.

Al gade nan vektè.

---

initial side of an angle / kote inisyal yon ang *Al gade nan* kote tèminal yon ang.

Al gade nan pozisyon nòmal yon ang.

---

input / antre Yon nonm nan domèn yon fonksyon.

Al gade nan fonksyon.

---

inscribed angle / ang enskri Yon ang ki gen vètèks li sou yon sèk epi kote l yo gen kòd sèk la.

ang enskri   ak entèsepte

inscribed polygon / poligòg enskri Yon poligòn ki gen tout vètèks li yo ki tonbe sou yon sèk.	**triyang enskri** **kwadrilatè enskri**
integers / antye relatif Nonm yo . . . , -3, -2, -1, 0, 1, 2, 3, . . . , ki konsiste an antye relatif negatif, zewo, ak antye relatif pozitif.	-8 ak 46 se antye relatif yo ye. $-8\frac{1}{2}$ ak 46.2 se *pa* antye relatif yo ye.
intercept form of a quadratic function / fòm entèsepte yon fonksyon kwadratik Yon fonksyon kwadratik ki sou fòm $y = a(x - p)(x - q)$ kote $a \neq 0$. Entèseksyon avèk aks-x graf fonksyon an se p ak q.	Fonksyon kwadratik $y = -(x + 1)(x - 5)$ sou yon fòm entèsepte. Pwen entèseksyon graf fonksyon an se -1 ak 5.
intercepted arc / ak entèsepte Se ak ki tonbe anndan yon ang enskri epi ki gen ekstremite l yo sou ang lan.	*Al gade nan* ang enskri.
interior angles of a triangle / ang enteryè yon triyang Lè kote yon triyang pwolonje, se twa ang orijinal triyang lan.	
intersection / entèseksyon Ansanm pwen ke de (2) oswa plizyè figi jewometrik genyen an komen.	**Entèseksyon dwat *m* ak *n* se pwen *A*.**
intersection of sets / entèseksyon ansanm yo Entèseksyon de (2) ansanm A ak B se ansanm tout eleman ki nan *toulède* A ak B. Entèseksyon A ak B ekri konsa $A \cap B$.	$A \cap B = \{2\}$
interval / entèval Yon entèval se yon ansanm ki ranfème tout nonm reyèl ant de (2) nonm done, e li posib ke se de (2) nonm yo yomenm.	Entèval $4 < x \leq 7$ se tout nonm ki pi gran pase kat e ki mwens oswa egal a sèt.
inverse / envès Se deklarasyon ki fòme lè yo mete ipotèz la ak konklizyon yon deklarasyon kondisyonèl onegatif.	Deklarasyon: Si $m\angle A = 90°$, kidonk $\angle A$ dwat. Envès: Si $m\angle A \neq 90°$, kidonk $\angle A$ pa dwat.
inverse cosine / kosinis envès Yon rapò trigonometrik envès, ke yo bay abrevyasyon kos^{-1}. Pou ang egi A, *si kos $A = z$*, kidonk $kos^{-1} z = m\angle A$.	$kos^{-1} \dfrac{AC}{AB} = m\angle A$
inverse cosine function / fonksyon kosinis envès Si $-1 \leq a \leq 1$, kidonk kosinis envès a se yon ang θ, ke yo ekri $\theta = kos^{-1} a$, kote $kos\,\theta = a$ ak $0 \leq \theta \leq \pi$ (oswa $0° \leq \theta \leq 180°$).	Lè $0° \leq \theta \leq 180°$, ang θ ki gen kosinis $\frac{1}{2}$ se $60°$, kidonk $\theta = kos^{-1} \frac{1}{2} = 60°$ (oswa $\theta = kos^{-1} \frac{1}{2} = \frac{\pi}{3}$).

inverse function / fonksyon envès Yon relasyon envès ki se yon fonksyon. Fonksyon f ak g envès pouvike $f(g(x)) = x$ ak $g(f(x)) = x$.	$f(x) = x + 5; g(x) = x - 5$ $f(g(x)) = (x - 5) + 5 = x$ $g(f(x)) = (x + 5) - 5 = x$ Kidonk, f ak g se fonksyon envès.
inverse matrices / matris envès De (2) matris $n \times n$ se envès youn ak lòt si pwodwi yo (nan toulède lòd yo) se idantite matris $n \times n$ nan. *Al gade nan* idantite matris *tou*.	$\begin{bmatrix} -5 & 8 \\ 2 & -3 \end{bmatrix}^{-1} = \begin{bmatrix} 3 & 8 \\ 2 & 5 \end{bmatrix}$ poutèt $\begin{bmatrix} 3 & 8 \\ 2 & 5 \end{bmatrix}\begin{bmatrix} -5 & 8 \\ 2 & -3 \end{bmatrix} = \begin{bmatrix} 1 & 0 \\ 0 & 1 \end{bmatrix}$ ak $\begin{bmatrix} -5 & 8 \\ 2 & -3 \end{bmatrix}\begin{bmatrix} 3 & 8 \\ 2 & 5 \end{bmatrix} = \begin{bmatrix} 1 & 0 \\ 0 & 1 \end{bmatrix}$.
inverse operations / operasyon envès De (2) operasyon ki defèt youn lòt.	Adisyon ak soustraksyon se operasyon envès. Miltiplikasyon ak divizyon tou se operasyon envès.
inverse relation / relasyon envès Yon relasyon ki echanje valè antre (arive) ak valè soti yon relasyon orijinal. Graf yon relasyon envès se yon refleksyon graf relasyon orijinal la, ki gen $y = x$ kòm liy refleksyon.	Pou ka jwenn envès $y = 3x - 5$, fè x ak y chanje plase pou jwenn $x = 3y - 5$. Alèkile, rezoud li pou y pou ka vin jwenn relasyon envès la $y = \frac{1}{3}x + \frac{5}{3}$.
inverse sine / sinis envès Yon rapò trigonometrik envès, ke yo bay abrevyasyon sin^{-1}. Pou ang egi A, si $\sin A = y$, kidonk $\sin^{-1} y = m\angle A$.	 $\sin^{-1} \dfrac{BC}{AB} = m\angle A$
inverse sine function / fonksyon sinis envès Si $-1 \le a \le 1$, kidonk envès sinis a se ang θ, ke yo ekri $\theta = \sin^{-1} a$, kote $\sin \theta = a$ ak $-\frac{\pi}{2} \le \theta \le \frac{\pi}{2}$ (oswa $-90° \le \theta \le 90°$).	Lè $-90° \le \theta \le 90°$, ang θ ki gen pou sinis $\frac{1}{2}$ se $30°$, kidonk $\theta = \sin^{-1} \frac{1}{2} = 30°$ (oswa $\theta = \sin^{-1} \frac{1}{2} = \frac{\pi}{6}$).
inverse tangent / tanjant envès Yon rapò trigonometrik envès, ke yo bay abrevyasyon tan^{-1}. Pou ang egi A, *si* $\tan A = x$, kidonk $\tan^{-1} x = m\angle A$.	 $\tan^{-1} \dfrac{BC}{AC} = m\angle A$
inverse tangent function / fonksyon tanjant envès Si a se nenpòt ki nonm reyèl, kidonk tanjant envès a se yon ang θ, ke yo ekri $\theta = \tan^{-1} a$, kote $\tan \theta = a$ ak $-\frac{\pi}{2} < \theta < \frac{\pi}{2}$ (oswa $-90° < \theta < 90°$).	Lè $-90° < \theta < 90°$, ang θ i gen pou tanjant $-\sqrt{3}$ se $-60°$, kidonk $\theta = \tan^{-1}(-\sqrt{3}) = -60°$ (oswa $\theta = \tan^{-1}(-\sqrt{3}) = -\frac{\pi}{3}$).
inverse variation / varyasyon envès Relasyon ki genyen ant de (2) varyab x ak y si gen yon nonm a ki pa zewo tèlke $y = \frac{a}{x}$. Si $y = \frac{a}{x}$, kidonk yo di ke y ap varye envèsman ak x.	Ekwasyon $xy = 4$ ak $y = \frac{-1}{x}$ reprezante varyasyon envès.
irrational number / nonm irasyonèl Yon nonm ke yo pa ka ekri kòm kosyan de (2) nonm antye relatif. Fòm desimal yon nonm irasyonèl pa fini, ni li pa repete.	$\sqrt{945} = 30.74085\ldots$ se yon nonm irasyonèl. $1.666\ldots$ se *pa* yon nonm irasyonèl.
isometric drawing / desen izometrik Yon desen teknik ki parèt ak twa-dimansyon epi yo ka kreye li sou yon griy ki gen pwen, epi ak twa aks ki entèsekte pou fòme yon ang $120°$.	

isometry / izometri Yon transfòmasyon ki prezève longè ak mezi ang. Yo rele l tou *transfòmasyon kongriyans*.	Translasyon, refleksyon, ak wotasyon se twa tip izometri.
isosceles trapezoid / trapèz izosèl Yon trapèz ak kote kongriyan.	
isosceles triangle / triyang izosèl Yon triyang avèk omwen de (2) kote kongriyan.	
iteration / iterasyon Yon repetisyon de yon sekans detap. Ann aljèb, se konpozisyon repete yon fonksyon avèk limenm. Rezilta yon iterasyon se $f(f(x))$, epi rezilta de (2) iterasyon se $f(f(f(x)))$.	Yo itilize iterasyon pou kreye matematik fraktal.

J

joint variation / varyasyon konjwent Yon relasyon ki rive lè yon kantite varye dirèkteman ak pwodwi de de (2) oswa plizyè lòt kantite.	Ekwasyon $z = 5xy$ reprezante varyasyon konjwent.

K

kite / sèvolan Yon kwadrilatè ki gen de (2) pè kote kongriyan konsekitif, sepandan kote opoze yo pa kongriyan.	

L

lateral area / sifas lateral Se sòm sipèfisi fas lateral yon poliyèd oswa lòt solid avèk youn oswa de (2) baz.	 Sipèfisi lateral $= 5(6) + 4(6) + 3(6) =$ 72 pous^2
lateral edges of a prism / arèt lateral yon prism Se segman ki konekte vètèks ki koresponn yo nan baz yon prism.	
lateral faces of a prism / fas lateral yon prism Fas prism yo ki se paralelogram ke yo fòme lè yo konekte vètèks baz yon prism ki koresponn yo.	*Al gade nan* arèt lateral yon prism.

lateral surface of a cone / sifas lateral yon kòn Li konsiste de tout segman ki konekte vètèks la ak dè pwen sou arèt baz la.

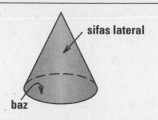

law of cosines / lwa kosinis yo
Si $\triangle ABC$ gen dè kote ki gen longè a, b, ak c jan yo demoutre l, kidonk
$a^2 = b^2 + c^2 - 2bc \text{ kos } A$,
$b^2 = a^2 + c^2 - 2ac \text{ kos } B$, ak
$c^2 = a^2 + b^2 - 2ab \text{ kos } C$.

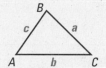

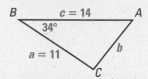

$b^2 = a^2 + c^2 - 2ac \text{ kos } B$
$b^2 = 11^2 + 14^2 - 2(11)(14) \text{ kos } 34°$
$b^2 \approx 61.7$
$b \approx 7.85$

law of sines / lwa sinis yo
Si $\triangle ABC$ gen dè kote ki gen longè a, b, ak c jan yo demoutre l, kidonk
$\dfrac{\sin A}{a} = \dfrac{\sin B}{b} = \dfrac{\sin C}{c}$.

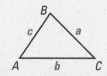

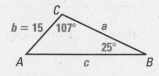

$\dfrac{\sin 25°}{15} = \dfrac{\sin 107°}{c} \rightarrow c \approx 33.9$

leading coefficient / koyefisyan prensipal Lè yo ekri yon polinòm defason ke ekspozan yon varyab diminye de gòch a dwat, koyefisyan premye tèm lan se koyefisyan prensipal la.

Koyefisyan prensipal polinòm la se $2x^3 + x^2 - 5x + 12$ is 2.

least common denominator (LCD) of rational expressions / pi piti denominatè komen (PPDK) ekspresyon rasyonèl yo Se pwodwi faktè denominatè ekspresyon rasyonèl yo avèk chak faktè komen ke yo itilize yon sèl fwa.

PPDK $\dfrac{5}{(x-3)^2}$ ak $\dfrac{3x+4}{(x-3)(x+2)}$ se $(x-3)^2(x+2)$.

least common multiple (LCM) / pi piti miltip komen (PPMK) Pi piti pami miltip komen de (2) oswa plizyè nonm antye ki pa zewo.

Pi piti miltip komen 9 ak 12 se pi piti nan miltip komen 36, 72, 108, . . . , oswa 36.

legs of a right triangle / kote yon triyang rektang Nan yon triyang rektang, kote ki adjasan ang dwa a.

Al gade nan triyang rektang.

legs of a trapezoid / kote yon trapèz Kote ki pa paralèl yo nan yon trapèz.

Al gade nan trapèz.

legs of an isosceles triangle / kote yon triyang izosèl Se de (2) kote kongriyan nan yon triyang izosèl ki gen sèlman de (2) kote kongriyan.

Al gade nan triyang izosèl.

like radicals / radikal sanblab Ekspresyon radikal ki gen menm endèks ak radikann.

$\sqrt[4]{10}$ ak $7\sqrt[4]{10}$ se radikal sanblab yo ye.

like terms / tèm sanblab Tèm ki gen menm pati varyab yo. Tèm konstan se tèm sanblab yo ye tou.

Nan ekspresyon $3x + (-4) + (-6x) + 2$, $3x$ ak $-6x$ se tèm sanblab yo ye, e -4 ak 2 se tèm sanblab yo ye.

line / dwat (liy) Yon dwat gen yon dimansyon. Anjeneral, yo reprezante l pa yon liy dwat avèk de (2) flèch pou endike ke dwat la pwolonje san fen nan de (2) direksyon. Nan jewometri plàn, dwat yo se toujou liy dwat yo ye. *Al gade nan* tèm ki pa defini tou.

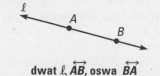

dwat ℓ, $\overleftrightarrow{AB}$, oswa $\overleftrightarrow{BA}$

line graph / graf lineyè Yon graf ki reprezante done apatide pwen ki konekte pa dè segman dwat pou montre kijan kantite chanje avèk letan.

Kwasans (devlòpman) ti chen an

Pwa (ons) — Kantite jou depi l fèt

line of fit / dwat ajiste Yon dwat ke yo itilize kòm modèl pou moutre tandans done ki gen yon korelasyon pozitif oswa yon korelasyon negatif.

Grap aktif — Kantite ane depi 1990

Graf la demoutre yon dwat ki ajiste pou done nan dyagram dispèsyon an.

line of reflection / liy refleksyon *Al gade nan* refleksyon.

Al gade nan refleksyon.

line of symmetry / liy simetri *Al gade nan simetri aksyal.*

Al gade nan simetri aksyal.

line perpendicular to a plane / dwat pèpandikilè a yon plan Yon dwat ki entèsekte plan an nan yon pwen e ki pèpandikilè a tout dwat ki nan plan an ki entèsekte l nan pwen sa a.

Dwat *n* pèpandikilè a plan *P*.

line segment / segman dwat Se pati yon liy ki konsiste de de (2) pwen ke yo rele ekstremite, epi tout pwen ki sou dwat la ki ant pwen ekstremite yo. Yo rele yo *segman tou.*

$\overline{AB}$ ak ekstremite *A* ak *B*

line symmetry / simetri aksyal Yon figi nan plan an gen simetri aksyal si yo kapab trase figi a sou limenm pa yon refleksyon nan yon dwat. Liy refleksyon sa a se simetri aksyal la.

De (2) simetri aksyal

linear equation / ekwasyon lineyè Yon ekwasyon ki gen yon dwat kòm graf.

Al gade nan fòm nòmal ekwasyon lineyè.

High School
Multi-Language Visual Glossary

Copyright © by McDougal Littell,
a division of Houghton Mifflin Company.

linear equation in one variable / ekwasyon lineyè nan yon sèl varyab Se yon ekwasyon ke yo ka ekri sou fòm $ax + b = 0$ kote a ak b konstan epi $a \neq 0$.	Ekwasyon $\frac{4}{5}x + 8 = 0$ se yon ekwasyon lineyè nan yon sèl varyab.
linear equation in three variables / ekwasyon lineyè nan twa varyab Yon ekwasyon sou fòm $ax + by + cz = d$ kote a, b, ak c kote se pa tout ki zewo.	$2x + y - z = 5$ se yon ekwasyon lineyè a twa varyab.
linear extrapolation / ekstrapolasyon lineyè Lè yo itilize yon dwat oswa ekwasyon li pou evalye yon valè apwoksimatif ki andeyò gàm de valè ki koni yo.	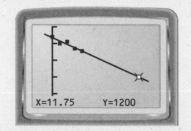 **Yo ka itilize dwat ki adapte pi byen an pou estime ke lè $y = 1200$, $x \approx 11.75$.**
linear function / fonksyon lineyè Yon fonksyon ke yo ka ekri sou fòm $y = mx + b$ kote m ak b se konstan yo ye.	Fonksyon $y = -2x - 1$ se yon fonksyon lineyè avèk $m = -2$ epi $b = -1$.
linear inequality in one variable / inegalite lineyè nan yon sèl varyab Yon inegalite ke yo ka ekri nan youn nan fòm swivan yo: $ax + b < 0$, $ax + b \leq 0$, $ax + b > 0$, oswa $ax + b \geq 0$.	$5x + 2 > 0$ se yon inegalite lineyè nan yon varyab.
linear inequality in two variables / inegalite lineyè nan de (2) varyab Yon inegalite ke yo ka ekri nan youn nan fòm swivan yo: $Ax + By < C$, $Ax + By \leq C$, $Ax + By > C$, oswa $Ax + By \geq C$.	$5x - 2y \geq -4$ se yon inegalite lineyè nan de (2) varyab.
linear interpolation / entèpolasyon lineyè Lè yo itilize yon dat oswa ekwasyon dwat sa a pou evalye yon valè apwoksimatif ant de (2) valè ki koni.	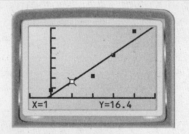 **Yo ka itilize dwat ki adapte pi byen an pou estime ke lè $x = 1$, $y \approx 16.4$.**
linear pair / pè lineyè De (2) ang adjasan kote kote ki pa komen nan ang sa yo se reyon opoze yo ye.	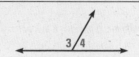 **$\angle 3$ ak $\angle 4$ se pè lineyè yo ye.**
linear programming / pwogramasyon lineyè Pwosede yo itilize pou ogmante omaksimòm oswa diminye ominimòm yon fonksyon lineyè objektif ki asijeti a yon sistèm dinegalite lineyè ke yo rele kontrent. Graf sistèm kontrent lan, yo rele l rejyon reyalizab.	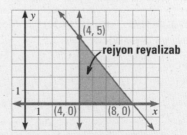 **Pou ogmante omaksimòm fonksyon objektif $P = 35x + 30y$ asijeti a kontrent $x \geq 4$, $y \geq 0$, ak $5x + 4y \leq 40$, evalye P a chak vètèks. Valè maksimòm 290 manifeste l a (4, 5).**

Copyright © by McDougal Littell,
a division of Houghton Mifflin Company.

HAITIAN CREOLE

linear regression / regresyon lineyè Pwosede pou jwenn pi bon dwat ki ajiste a pou sèvi kòm modèl pou yon ansanm done.	*Al gade nan* dwat ajiste.
literal equation / ekwasyon literal Yon ekwasyon ke yo itilize lèt ladann pou ranplase koyefisyan ak kontant yon lòt ekwasyon.	Ekwasyon $5(x + 3) = 20$ ka ekri kòm ekwasyon literal $a(x + b) = c$.
local maximum / maksimòm relatif (lokal) Kowòdone-y nan yon pwen chanjman yon fonksyon si pwen an pi gran pase tout pwen ki ozalantou yo.	Fonksyon $f(x) = x^3 - 3x^2 + 6$ gen yon maksimòm relatif (lokal) de $y = 6$ lè $x = 0$.
local minimum / minimòm relatif (lokal) Kowòdone-y yon pwen chanjman yon fonksyon si pwen an pi piti pase tout pwen ozalantou yo.	Fonsyon $f(x) = x^4 - 6x^3 + 3x^2 + 10x - 3$ gen yon minimòm relatif (lokal) de $y \approx -6.51$ lè $x \approx -0.57$.
locus in a plane / lye jewometrik nan yon plan Ansanm tout pwen nan yon plan ki satisfè yon kondisyon done oswa ansanm plizyè kondisyon done. Pliryèl la se « loci » nan lang angle.	$\odot C$ se lye jewometrik de pwen ki a 1 santimèt de pwen C.
logarithm of y with base b / logarit y ak baz b Annou sipoze ke b ak y se nonm pozitif yo ye avèk $b \neq 1$. Logarit y avèk baz b, ki ekri $\log_b y$ e ke yo li "log baz b y," defini konsa: $\log_b y = x$ si ak sèlman si $b^x = y$.	$\log_2 8 = 3$ poutèt $2^3 = 8$. $\log_{1/4} 4 = -1$ poutèt $\left(\frac{1}{4}\right)^{-1} = 4$.
logarithmic equation / ekwasyon logaritmik Yon ekwasyon ki gen logarit yon ekspresyon varyab ladan n.	$\log_5 (4x - 7) = \log_5 (x + 5)$ se yon ekwasyon logaritmik.
lower extreme / ekstrèm ki pi ba a Valè ki pi piti pase lòt yo nan yon ansanm done.	*Al gade nan* dyagram bwat-ak-moustach la.
lower quartile / kwatil enferyè Medyàn mwatye pati enferyè yon ansanm done òdone.	*Al gade nan* eka entè-kwatil.

major arc / ak majè Pati yon sèk ki mezire ant 180° ak 360°.

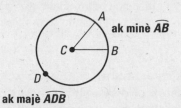

ak minè $\overset{\frown}{AB}$

ak majè $\overset{\frown}{ADB}$

---

major axis of an ellipse / aks majè yon elips Segman yon dwat ki relye vètèks (somè) yon elips.

Al gade nan elips.

---

margin of error / maj erè Maj erè a bay yon limit sou kouman repons yon echantiyon kapab diferan de repons yon popilasyon.

Si 40% moun nan yon sonday pito kandida A, e maj erè a se ±4%, kidonk ou ka atann ou aske ant 36% ak 44% tout popilasyon an pito kandida A.

---

matrix, matrices / matris, matris yo Yon aranjman rektangilè chif an ranje ak kolòn. Chak chif nan yon matris se yon eleman, oswa *antre*.

$$A = \begin{bmatrix} 0 & 4 & -1 \\ -3 & 2 & 5 \end{bmatrix} \text{2 ranje}$$

3 kolòn

Matris A gen 2 ranje ak 3 kolòn. Eleman ki nan premye ranje ak dezyèm kolòn nan se 4.

---

matrix of constants / matris konstant Matris konstant yon sistèm lineyè $ax + by = e$, $cx + dy = f$ se $\begin{bmatrix} e \\ f \end{bmatrix}$.

Al gade nan matris koyefisyan.

---

matrix of variables / matris varyab yo Matris varyab yon sistèm lineyè $ax + by = e$, $cx + dy = f$ se $\begin{bmatrix} x \\ y \end{bmatrix}$.

Al gade nan matris koyefisyan

---

maximum value of a quadratic function / valè maksimòm yon fonksyon kwadratik Kowòdone-y vètèks pou $y = ax^2 + bx + c$ lè $a < 0$.

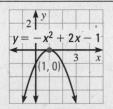

$y = -x^2 + 2x - 1$

(1, 0)

Valè maksimòm $y = -x^2 + 2x - 1$ se 0.

---

mean / mwayèn Pou ansanm done nimerik $x_1, x_2, \ldots, x_n$, mwayèn nan, oswa mwayèn, se :

$$\bar{x} = \frac{x_1 + x_2 + \ldots + x_n}{n}$$

Mwayèn 5, 9, 14, 23 se

$$\frac{5 + 9 + 14 + 23}{4} = \frac{51}{4} = 12.75.$$

---

mean absolute deviation / devyasyon absoli mwayèn Devyasyon absoli mwayèn ansanm done $x_1, x_2, \ldots, x_n$, avèk mwayèn $\bar{x}$, se yon mezi dispèsyon ki reprezante pa:

$$\frac{|x_1 - \bar{x}| + |x_2 - \bar{x}| + \ldots + |x_n - \bar{x}|}{n}$$

Devyasyon absoli mwayèn ansanm done 3, 9, 13, 23 (avèk mwayèn nan = 12) se:

$$\frac{|3 - 12| + |9 - 12| + |13 - 12| + |23 - 12|}{4}$$

$= 6$

---

means of a proportion / mwayèn yon pwopòsyon Tèm mitan yo ki nan yon pwopòsyon. *Al gade tou nan* pwopòsyon.

Mwayèn $\frac{a}{b} = \frac{c}{d}$ se b ak c.

HAITIAN CREOLE

measure of central tendency / mezi tandans santral Yon chif yo itilize pou reprezante sant oswa mitan yon ansanm valè done. Mwayèn, medyàn, ak mòd se twa mezi tandans santral.	14, 17, 18, 19, 20, 24, 24, 30, 32 Mwayèn nan se $$\frac{14 + 17 + 18 + \dots + 32}{9} = \frac{198}{9} = 22.$$ Medyàn nan se chif mitan an ki se, 20. Mòd la se 24 paske 24 parèt pi souvan.
measure of dispersion / mezi dispèsyon Yon estatistik ki di ou kijan valè done yo dispèse oswa epapiye. Etandi ak devyasyon estanda se mezi dispèsyon.	*Al Gade nan* etandi *ak* devyasyon estanda.
measure of a major arc / mezi yon ak majè Diferans ant 360° ak mezi ak minè ki lye ak li a.	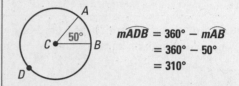 $m\widehat{ADB} = 360° - m\widehat{AB}$ $= 360° - 50°$ $= 310°$
measure of a minor arc / mezi yon ak minè Mezi ang santral ak la.	*Al gade nan* mezi yon ak majè.
measure of an angle / mezi yon ang Konsidere $\overrightarrow{OB}$ ak yon pwen A sou yon kote $\overleftrightarrow{OB}$. Demi-dwat ki gen fòm $\overrightarrow{OA}$ kapab matche en a en ak nonm reyèl de 0 a 180. Mezi $\angle AOB$ egal a valè absoli diferans ant nonm reyèl yo pou $\overrightarrow{OA}$ ak $\overrightarrow{OB}$.	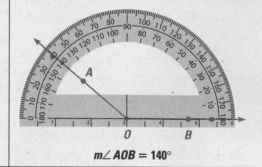 $m\angle AOB = 140°$
median / medyàn Medyàn yon ansanm done nimerik se chif mitan an lè valè yo ekri annòd nimerik. Si ansanm done yo gen yon kantite valè ki pè, medyàn nan se mwayèn de (2) chif mitan yo.	Medyàn 5, 9, 14, 23 se mwayèn 9 ak 14, oswa $\frac{9 + 14}{2} = 11.5$.
median of a triangle / medyàn yon triyang Segman ki soti nan yon vètèks (somè) triyang lan pou fini nan pwen santral kote opoze a.	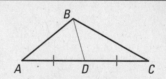 $\overline{BD}$ se yon medyàn $\triangle ABC$.
midpoint / pwen santral Yon pwen ki divize, koupe an de (2) (bisekte), yon segman an de (2) segman kongriyan. Pwen santral la a distans egal de pwen ki nan ekstremite segman an.	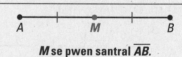 *M* se pwen santral $\overline{AB}$.
midpoint formula / fòmil pwen santral Pwen santral M segman dwat la ki gen pwen ekstremite li ki se $A(x_1, y_1)$ ak $B(x_2, y_2)$ se $M\left(\frac{x_1 + x_2}{2}, \frac{y_1 + y_2}{2}\right)$.	Pwen santral M segman dwat la ki gen pwen ekstremite li ki se $(-1, -2)$ ak $(3, -4)$ se: $$\left(\frac{-1 + 3}{2}, \frac{-2 + (-4)}{2}\right) = (1, -3)$$
midsegment of a trapezoid / segman santral yon trapèz Yon segman ki konekte pwen santral kote yon trapèz.	 segman santral

midsegment of a triangle / segman santral yon triyang Segman ki konekte pwen santral de (2) kote triyang nan.	 **Segman santral △***ABC* **se** $\overline{MP}$**,** $\overline{MN}$**, ak** $\overline{NP}$**.**
minimum value of a quadratic function / valè minimòm yon fonksyon kwadratik Kowòdone-*y* vètèks (somè) pou $y = ax^2 + bx + c$ lè $a > 0$.	 **Valè minimòm** $y = x^2 - 6x + 5$ **se** -4**.**
minor arc / ak minè Pati yon sèk ki mezire mwens pase 180°.	*Al gade nan* ak majè.
minor axis of an ellipse / aks minè yon elips Segman dwat ki fè ko-vètèks yon elips rankontre.	*Al gade nan* elips.
mixed number / nonm fraksyonè Sòm yon nonm antye ak yon fraksyon mwens ke 1.	$2\frac{5}{8}$ se yon nonm fraksyonè.
mode / mòd Mòd yon ansanm done se valè ki prezante pi souvan an. Ka gen yon mòd, ka pa gen mòd, oswa ka gen plis ke yon mòd.	Mòd yon ansanm done 4, 7, 9, 11, 11, 12, 18 se 11.
monomial / monòm Yon chif, varyab, oswa pwodwi yon chif ak youn oswa plizyè varyab ak yon ekspozan nonm antye.	$10, 3x, \frac{1}{2}ab^2$, ak $-1.8m^5$ se monòm yo ye.
multiple / miltip Miltip yon nonm antye se pwodwi nonm nan ak nenpòt ki nonm antye ki pa zewo.	Miltip 2 se 2, 4, 6, 8, 10. . . . .
multiplicative identity / idantite miltiplikatif Chif 1 an se idantite miltiplikatif, paske pwodwi nenpòt ki chif ak 1 se chif la: $a \cdot 1 = 1 \cdot a = a$.	$3.6(1) = 3.6, 1(-7) = -7$
multiplicative inverse / eleman envès miltiplikasyon Eleman envès miltiplikasyon yon chif ki pa zewo *a* se envès li, $\frac{1}{a}$. Pwodwi yon chif ki pa zewo ak eleman envès miltiplikasyon li se 1: $a \cdot \frac{1}{a} = \frac{1}{a} \cdot a = 1, a \neq 0$.	Eleman envès miltiplikasyon $-\frac{1}{5}$ se -5 paske $-\frac{1}{5} \cdot (-5) = 1$.
mutually exclusive events / evènman mityèlman esklizif Evènman ki pa gen okenn rezilta komen.	Lè w lanse yon kib ki gen nimewo, "fè yon 3 monte" epi "fè yon chif pè monte" se evènman mityèlman esklizif yo ye.

N

n* factorial / faktoryèl *n Pou nenpòt nonm antye relatif pozitif *n*, faktoryèl *n*, ke yo ekri *n*!, se pwodwi nonm antye relatif yo apatide 1 jouk rive nan *n*; $0! = 1$.	$5! = 5 \cdot 4 \cdot 3 \cdot 2 \cdot 1 = 120$
natural base *e* / baz natirèl *e* Yon nonm irasyonèl defini konsa: Tank *n* ap pwoche $+\infty$, $\left(1 + \frac{1}{n}\right)^n$ ap pwoche $e \approx 2.718281828$.	*Al gade nan* logaritm natirèl.
natural logarithm / logaritm natirèl Yon logaritm ak baz *e*. Yo ka ekri l, $\log_e$, men leplisouvan yo ekri l, ln.	$\ln 0.3 \approx -1.204$ paske $e^{-1.204} \approx (2.7183)^{-1.204} \approx 0.3$.

HAITIAN CREOLE

negation / negasyon Kontrè yon deklarasyon. Senbòl pou negasyon se ~.	Deklarasyon: Boul la wouj. Negasyon: Boul la pa wouj.
negative correlation / korelasyon negatif Pè done (x, y) gen yon korelasyon negatif si y gen tandans diminye lè x ap ogmante.	
negative exponent / ekspozan negatif Si $a \neq 0$, kidonk a^{-n} se envès a^n; $a^{-n} = \frac{1}{a^n}$.	$3^{-2} = \frac{1}{3^2} = \frac{1}{9}$
negative integers / nonm antye relatif negatif Nonm antye relatif negatif yo ki mwens ke 0.	$-1, -2, -3, -4, \ldots$
net / devlopman Reprezantasyon bi-dimansyonèl fas yon polyèd.	
n-gon / n-gòn Yon poligòn ak n fas.	Yon poligòn ki gen 14 kote se yon 14-gòn.
normal curve / koub nòmal Yon koub lis, simetrik, anklòch ki ka prezante yon repatisyon nòmal e ki ka rapwoche repatisyon yon binòm.	*Al gade nan* repatisyon nòmal.
normal distribution / repatisyon nòmal Yon repatisyon pwobab ak mwayèn $\bar{x}$ e yon devyasyon σ reprezante pa yon koub anklòch ak pwopriyete sifas ke yo moutre adwat la.	
nth root of a / nyèm rasin a Pou yon nonm antye relatif n pi gran ke 1, si $b^n = a$, kidonk b se yon $n$yèm rasin a. Ekri sou fòm $\sqrt[n]{a}$.	$\sqrt[3]{-216} = -6$ paske $(-6)^3 = -216$.
numerical expression / ekspresyon nimerik Yon ekspresyon ki konpoze ak chif, operasyon, ak senbòl an gwoup.	$-4(-3)^2 - 6(-3) + 11$ se yon ekspresyon nimerik.
number line / dwat nimerik Yon dwat ki gen pwen li yo ki reprezante pa chif. Ou ka itilize yon dwat nimerik pou konpare e pou mete chif yo annòd. Chif yo ki sou yon dwat nimerik ogmante sot agòch pou al adwat.	
numerator / nimeratè Chif ki anlè ba fraksyon an nan yon fraksyon. Li reprezante kantite pati egal nan antye a oswa kantite objè nan ansanm yap konsidere a.	Nan fraksyon $\frac{3}{4}$, nimeratè a se 3.

objective function / fonksyon objektif Nan pwogramasyon lineyè, se fonksyon lineyè a ki maksimize oswa ki minimize.	*Al gade nan* pwogramasyon lineyè.
oblique prism / prism oblik Yon prism ak arèt lateral ki pa pèpandikilè ak baz la.	wotè
obtuse angle / ang obti Yon ang ki mezire ant 90° ak 180°.	A
obtuse triangle / triyang obti Yon triyang ki gen yon ang obti.	
octagon / oktagòn Yon polygòn ki gen 8 kote.	
octahedron / oktayèd Yon poliyèd ki gen 8 kote.	
odds against / chans kont Lè tout rezilta yo egalman posib, chans kont yon evènman defini kòm rapò ki genyen ant kantite rezilta defavorab yo ak kantite rezilta favorab yo.	Lè w lanse yon kib ki gen nimewo, chans pou pa tonbe sou yon chif ki mwens ke 5 se $\frac{2}{4} = \frac{1}{2}$, oswa 1 : 2.
odds in favor / chans anfavè Lè tout rezilta yo sanble egal, chans anfavè yon evènman defini kòm rapò ki genyen ant kantite evènman favorab yo ak kantite evènman defavorab yo.	Lè w lanse yon kib ki gen nimewo, chans pou tonbe sou yon chif ki mwens ke 5 se $\frac{4}{2} = \frac{2}{1}$, oswa 2 : 1.
open sentence / fraz nimerik ouvè Yon deklarasyon oswa yon inegalite ki gen yon ekspresyon aljebrik ladan n.	$2k - 8 = 12$ ak $6n \geq 24$ se fraz nimerik ouvè yo ye.
opposite / opoze *Al gade nan* envès aditif.	*Al gade nan* envès aditif.
opposite rays / reyon opoze Si pwen C sou $\overleftrightarrow{AB}$ ant A ak B, kidonk $\overrightarrow{CA}$ ak $\overrightarrow{CB}$ se reyon opoze yo ye.	A C B $\overrightarrow{CA}$ ak $\overrightarrow{CB}$ se reyon opoze yo ye.
opposites / opoze De chif ki nan menm distans de 0 sou yon dwat nimerik men ki sou bò opoze zewo.	4 inite 4 inite −6 −4 −2 0 2 4 6 4 ak −4 se opoze.
order of magnitude of a quantity / lòd grandè yon kantite Pwisans 10 ki pi pre kantite a.	Lòd grandè 91,000 se 10^5, oswa 100,000.

order of operations / priyorite operasyon yo Règ pou evalye yon ekspresyon ki gen rapò ak plis pase yon sèl operasyon.	Pou evalye $24 - (3^2 + 1)$, evalye pwisans lan, apresa adisyone anndan parantèz yo, epi fè soustraksyon yo: $24 - (3^2 + 1) = 24 - (9 + 1) = 24 - 10 = 14$
ordered pair / pè òdone *Al gade nan* kowòdone-x ak kowòdone-y.	*Al gade nan* kowòdone-x ak kowòdone-y.
ordered triple / triplè Yon ansanm 3 chif sou fòm (x, y, z) ki reprezante yon pwen nan lespas.	Triplè $(2, 1, -3)$ a se yon solisyon ekwasyon $4x + 2y + 3z = 1$.
origin / orijin Pwen $(0, 0)$ nan yon plan kowòdone.	*Al gade nan* plan kowòdone.
orthocenter of a triangle / òtosant yon triyang Pwen kote liy ki gen twa altitid triyang nan entèsekte.	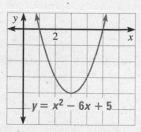 *P* se òtosant △*ABC*.
orthographic projection / pwojeksyon òtografik Yon desen teknik ki se yon desen a doub dimansyon ki montre fas, anwo, anba ak sou kote yon objè.	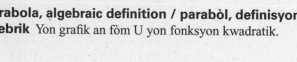 fas anwo sou kote
outcome / rezilta Rezilta posib yon eksperyans.	Lè ou lanse yon kib ki gen nimewo, gen 6 rezilta posib: yon 1, 2, 3, 4, 5, oswa 6.
outlier / valè ekstrèm Yon valè ki separe anpil de rès done nan yon ansanm done. Nòmalman, yon valè ki pi gwo pase kwatil siperyè a de 1.5 fwa entè-kwatil la oswa ki mwens pase kwatil ki pi ba a de 1.5 fwa nan eka entè-kwatil la.	Eka entè-kwatil ansanm done ki pi ba a se $23 - 10 = 13$. kwatil enferyè kwatil siperyè ↓ ↓ 8 **10** 14 17 20 **23** 50 Valè done 50 pi gwo pase $23 + 1.5(13) = 42.5$, kidonk li se yon valè ekstrèm.
output / sòti Yon chif ki nan imaj yon fonksyon.	*Al gade nan* fonksyon.
overlapping events / evènman sipèpoze Evènman ki gen omwen yon rezilta komen.	Lè w lanse yon kib ki gen nimewo , "fè yon 3 monte" ak "fè yon chif pè monte", se evènman sipèpoze yo ye.

P

parabola, algebraic definition / parabòl, definisyon aljebrik Yon grafik an fòm U yon fonksyon kwadratik.	$y = x^2 - 6x + 5$ **Grafik** $y = x^2 - 6x + 5$ **se yon parabòl.**

parabola, geometric definition / parabòl, definisyon jewometrik Ansanm tout pwen ki a distans egal yon pwen ki rele fwaye e yon dwat ki rele direktris. Grafik yon fonksyon kwadratik $y = ax^2 + bx + c$ se yon parabòl.	aks simetri fwaye vètèks direktris
paragraph proof / prèv paragraf Yon tip prèv ki ekri sou fòm yon paragraf.	
parallel lines / dwat (liy) paralèl De (2) dwat ki nan menm plan an e ki pa entèsekte.	
parallel planes / plan paralèl De (2) plan ki pa entèsekte.	 S T $S \parallel T$
parallelogram / paralelogram Yon kwadrilatè ki gen de (2) pè kote opoze ki paralèl.	 $\square PQRS$
parent function / fonksyon paran Fonksyon ki pi elemantè nan yon fanmi fonksyon.	Fonksyon paran pou fanmi tout fonksyon lineyè se $y = x$.
partial sum / sòm pasyèl Sòm S_n premye tèm n yon seri enfini.	$\frac{1}{2} + \frac{1}{4} + \frac{1}{8} + \frac{1}{16} + \frac{1}{32} + \ldots$ Seri ki anlè a gen sòm pasyèl $S_1 = 0.5, S_2 = 0.75, S_3 \approx 0.88,$ $S_4 \approx 0.94, \ldots.$
Pascal's triangle / triyang Paskal Yon aranjman valè $_nC_r$ nan yon regularite triyangilè ki gen chak ranje ki koresponn ak yon valè n.	$_0C_0$ $_1C_0 \quad _1C_1$ $_2C_0 \quad _2C_1 \quad _2C_2$ $_3C_0 \quad _3C_1 \quad _3C_2 \quad _3C_3$ $_4C_0 \quad _4C_1 \quad _4C_2 \quad _4C_3 \quad _4C_4$ $_5C_0 \quad _5C_1 \quad _5C_2 \quad _5C_3 \quad _5C_4 \quad _5C_5$
pentagon / pentagòn Yon poligòn ak senk kote.	
percent / pousan Yon rapò ki konpare yon chif ak 100. *Pousan vle di* "pou san."	$43\% = \frac{43}{100} = 0.43$

HAITIAN CREOLE

percent of change / pousantaj varyasyon Yon pousantaj ki endike ki valè yon kantite ogmante oswa diminye anrapò ak montan orijinal la. Pousantaj varyasyon, $p\% = \dfrac{\text{Montan ogmantasyon oswa diminisyon}}{\text{Montan orijinal}}$	Pousantaj varyasyon, $p\%$, soti nan 140 pou ale nan 189 se: $$p\% = \frac{189 - 140}{140} = \frac{49}{140} = 0.35 = 35\%$$
percent of decrease / to diminisyon Pousantaj varyasyon nan yon kantite lè nouvo montan kantite a mwens pase montan orijinal la.	*Al gade nan* pousantaj varyasyon.
percent of increase / to ogmantasyon Pousantaj varyasyon nan yon kantite lè nouvo montan kantite a plis pase montan orijinal la.	*Al gade nan* pousantaj varyasyon.
perfect square / kare pafè Yon chif ki se kare yon nonm antye relatif.	49 se yon kare pafè, paske $49 = 7^2$.
perfect square trinomials / trinòm kare pafè Trinòm ki gen fòm $a^2 + 2ab + b^2$ e $a^2 - 2ab + b^2$.	$x^2 + 6x + 9$ e $x^2 - 10x + 25$ se trinòm kare pafè yo ye.
perimeter / perimèt Distans ozalantou yon figi jewometrik, ki mezire an inite lineyè tankou pye, pous, oswa mèt.	 Perimèt $= 5 + 7 + 8$, oswa 20 santimèt
period / peryòd Longè orizontal chak sik fonksyon peryodik.	*Al gade nan* fonksyon peryodik.
periodic function / fonksyon peryodik Yon fonksyon ki gen yon grafik ak modèl repetitif.	 **Grafik la montre 3 sik $y = \tan x$, yon fonksyon peryodik ak yon peryòd π.**
permutation / pèmitasyon Yon aranjman objè kote lòd enpòtan.	Genyen 6 pèmitasyon chif 1, 2, ak 3: 123, 132, 213, 231, 312, e 321.
perpendicular bisector / bisektè pèpandikilè Yon segman, reyon, dwat, oswa plan ki pèpandikilè ak yon segman nan pwen santral li.	
piecewise function / fonksyon pa moso Yon fonksyon ki defini ak omwen de (2) ekwasyon, chak ekwasyon sa yo aplike sou yon lòt pati domèn fonksyon an.	$g(x) = \begin{cases} 3x - 1, & \text{si } x < 1 \\ 0, & \text{si } x = 1 \\ -x + 4, & \text{si } x > 1 \end{cases}$
plane / plan Yon plan gen de (2) dimansyon. Leplisouvan li reprezante pa yon fòm tankou yon planche oswa yon mi. Ou dwe imajine ke plan an etann li san fen, menmsi desen yon plan sanble li gen arèt. *Gade tou* tèm endefini.	 **plan M oswa plan ABC**
Platonic solids / solid Platonik Senk poliyèd regilye, nonmen dapre yon matematisyen ak filozòf Grèk ki te rele Platon.	Solid Platonic yo genyen ladan yo yon tetrayèd regilye, yon kib, yon oktayèd, yon dodekayèd regilye, ak yon ikosayèd regilye.

point / pwen Yon pwen pa gen dimansyon. Leplisouvan li reprezante pa yon ti won (pwen). *Al gade nan* tèm endefini.	A **pwen A**
point of concurrency / pwen konkirans Pwen entèseksyon dwat konkirans, reyon, oswa segman.	 **P se pwen konkirans pou dwat j, k, ak ℓ.**
point-slope form / fòm pwen-pant Yon ekwasyon yon dwat ki pa vètikal ki ekri sou fòm $y - y_1 = m(x - x_1)$ kote dwat la pase nan yon pwen done (x_1, y_1) ak yon pant m.	Ekwasyon $y + 3 = 2(x - 4)$ se yon fòm pwen-pant. Grafik ekwasyon an se yon dwat ki pase nan pwen $(4, -3)$ e ki gen yon pant ki se 2.
polygon / poligòn Yon figi plan fèmen ki gen pwopriyete sa yo. (1) Li fòme ak twa oswa plis segman dwat ki rele kote. (2) Chak kote entèsekte ekzakteman de (2) kote, youn nan chak ekstremite, pou ke pa gen okenn de (2) kote ak yon ekstremite komen ki kolineyè.	 **Poligòn ABCDE**
polyhedron / poliyèd Yon solid ki antoure ak poligòn, ki rele fas, ki anfèmen yon sèl zòn espas. Pliryèl la se *polyhedra* oswa *polyhedrons nan lang angle*.	
polynomial / polinòm Yon monòm oswa yon sòm monòm e chak ladann rele yon tèm polinòm.	$9, 2x^2 + x - 5$, ak $7bc^3 + 4b^4c$ se polinòm yo ye.
polynomial function / fonksyon polinomyal Yon fonksyon sou fòm $f(x) = a_n x^n + a_{n-1} x^{n-1} + \cdots + a_1 x + a_0$ kote $a_n \neq 0$, tout ekspozan yo se nonm antye, e tout koyefisyan yo se nonm reyèl.	$f(x) = 11x^5 - 0.4x^2 + 16x - 7$ se yon fonksyon polinomyal. Degre $f(x)$ se 5, koyefisyan prensipal la se 11, e tèm konstan an se -7.
polynomial long division / divizyon long polinomyal Yon metòd yo itilize pou divize polinòm menm jan yo divize chif.	$$x - 2 \overline{\smash{\big)}\, x^3 + 5x^2 - 7x + 2}$$ $$\begin{array}{r} x^2 + 7x + 7 \\ \underline{x^3 - 2x^2} \\ 7x^2 - 7x \\ \underline{7x^2 - 14x} \\ 7x + 2 \\ \underline{7x - 14} \\ 16 \end{array}$$ $$\frac{x^3 + 5x^2 - 7x + 2}{x - 2} = x^2 + 7x + 7 + \frac{16}{x - 2}$$
population / popilasyon Gwoup antye ou bezwen enfòmasyon sou li a.	Yon revi envite lektè li yo pou yo voye pa lapòs repons yon kesyonè pou evalye revi a. Popilasyon an konsiste de tout lektè revi a.

HAITIAN CREOLE

positive correlation / korelasyon pozitif Pè done (x, y) genyen yon korelasyon pozitif si y gen tandans ogmante lè x ap ogmante.	
positive integers / nonm antye relatif pozitif Nonm antye relatif ki pi gran ke 0.	$1, 2, 3, 4, \ldots$
postulate / postila Yon règ ke yo aksepte san prèv. Yo rele li tou *aksyòm*.	Postila Adisyon Segman an deklare ke si B ant A ak C, kidonk $AB + BC = AC$.
power / pwisans Yon ekspresyon ki reprezante miltiplikasyon repete menm faktè a.	81 se yon pwisans 3, paske $81 = 3 \cdot 3 \cdot 3 \cdot 3 = 3^4$.
power function / fonksyon pwisans *Al gade nan* fonksyon eksponansyèl.	*Al gade nan* fonksyon eksponansyèl.
preimage / pre-imaj Figi orijinal nan yon transfòmasyon. *Al gade nan* imaj.	*Al gade nan* imaj.
prime factorization / faktorizasyon primè Yon nonm antye ki ekri tankou yon pwodwi faktè premye yo.	Faktorizasyon primè 20 se $2^2 \times 5$.
prime number / nonm premye Yon nonm antye pi gran ke 1 ki gen 1 sèlman kòm faktè ak limenm.	59 se yon nonm premye, paske faktè li yo se sèlman 1 ak limenm.
prism / prism Yon poliyèd ak de (2) fas kongriyan, yo rele baz, ki tonbe nan plan paralèl.	
probability distribution / distribisyon pwobabilite Yon fonksyon ki bay pwobabilite chak valè posib yon varyab aleatwa. Sòm tout pwobabilite nan yon distribisyon pwobabilite oblije egal 1.	Annou sipoze varyab aleatwa X la reprezante chif ki soti apre w lanse yon de estanda ki gen sis kote. **Distribisyon Pwobabilite lè w Lanse yon De** X: 1, 2, 3, 4, 5, 6 $P(X)$: $\frac{1}{6}$, $\frac{1}{6}$, $\frac{1}{6}$, $\frac{1}{6}$, $\frac{1}{6}$, $\frac{1}{6}$
probability of an event / pwobabilite yon evènman Yon chif ant 0 ak 1 ki mezire chans yon evènman ka rive. Yo ka eksprime l sou fòm yon fraksyon, yon desimal, oswa yon pousantaj.	*Al gade nan* pwobabilite eksperimantal, pwobabilite jewometrik, *ak* pwobabilite teyorik.
proof / prèv Yon agiman lojik ki montre ke yon deklarasyon vre.	
proportion / pwopòsyon Yon ekwasyon ki deklare ke de (2) rapò ekivalan: $\frac{a}{b} = \frac{c}{d}$ kote $b \neq 0$ ak $d \neq 0$.	$\frac{3}{4} = \frac{6}{8}$ ak $\frac{11}{6} = \frac{x}{30}$ se pwopòsyon yo ye.
pure imaginary number / nonm imajinè pi Yon nonm konplèks $a + bi$ kote $a = 0$ ak $b \neq 0$.	$-4i$ ak $1.2i$ se nonm imajinè pi yo ye.

pyramid / piramid Yon poliyèd ki gen kòm baz yon poligòn e fas lateral li yo se triyang ki gen vètèks komen, ki rele vètèks piramid la.

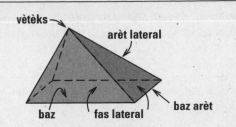

Pythagorean theorem / teyorèm Pitagò Si yon triyang se yon triyang rektang, kidonk sòm kare longè a ak b kote yo egal kare longè c ipoteniz la: $a^2 + b^2 = c^2$.

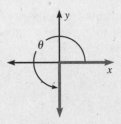

$$5^2 + 12^2 = 13^2$$

Pythagorean triple / triplè Pitagorisyen Yon ansanm twa nonm antye relatif pozitif a, b, ak c ki satisfè ekwasyon $c^2 = a^2 + b^2$.

Triplè Pitagorisyen komen:

3, 4, 5   5, 12, 13   8, 15, 17   7, 24, 25

quadrantal angle / ang kadrantal Yon ang ki nan pozisyon estanda e ki gen kote tèminal li ki tonbe sou yon aks.

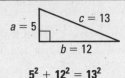

quadrants / kadran yo Kat rejyon ki genyen yo lè yon plan kowòdone divize pa aks kowòdone-x e aks kowòdone-y.

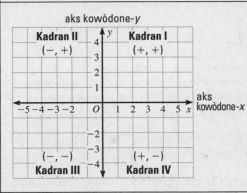

quadratic equation in one variable / ekwasyon kwadratik ak yon varyab Yon ekwasyon ki ka ekri nan fòm nòmal $ax^2 + bx + c = 0$ kote $a \neq 0$.

Ekwasyon $x^2 - 2x = 3$ ak $0.1x^2 = 40$ se ekwasyon kwadratik yo ye.

quadratic form / fòm kwadratik Fòm $au^2 + bu + c$, kote u se nenpòt ki ekspresyon nan x.

Ekspresyon $16x^4 - 8x^2 - 8$ sou fòm kwadratik paske li ka ekri sou fòm $u^2 - 2u - 8$ kote $u = 4x^2$.

quadratic formula / fòmil kwadratik Fòmil $x = \dfrac{-b \pm \sqrt{b^2 - 4ac}}{2a}$ ke yo itlize pou jwenn solisyon ekwasyon kwadratik $ax^2 + bx + c = 0$ kote a, b, ak c se nonm reyèl ak $a \neq 0$.

Pou rezoud $3x^2 + 6x + 2 = 0$, ranplase 3 pou a, 6 pou b, ak 2 pou c nan fòmil kwadratik la.

$$x = \frac{-6 \pm \sqrt{6^2 - 4(3)(2)}}{2(3)} = \frac{-3 \pm \sqrt{3}}{3}$$

quadratic function / fonksyon kwadratik Yon fonksyon nonlineyè ki ka ekri nan fòm estanda $y = ax^2 + bx + c$ kote $a \neq 0$.

$y = 2x^2 + 5x - 3$ se yon fonksyon kwadratik.

HAITIAN CREOLE

quadratic inequality in one variable / inegalite kwadratik ak yon varyab Yon inegalite ke yo ka ekri sou fòm $ax^2 + bx + c < 0$, $ax^2 + bx + c \leq 0$, $ax^2 + bx + c > 0$, oswa $ax^2 + bx + c \geq 0$.	$x^2 + x \leq 0$ ak $2x^2 + x - 4 > 0$ se inegalite kwadratik ak yon varyab.
quadratic inequality in two variables / inegalite kwadratik ak de (2) varyab Yon inegalite ke yo ka ekri sou fòm $y < ax^2 + bx + c$, $y \leq ax^2 + bx + c$, $y > ax^2 + bx + c$, oswa $y \geq ax^2 + bx + c$.	$y > x^2 + 3x - 4$ se yon inegalite kwadratik ak de (2) varyab.
quadratic system / sistèm kwadratik Yon sistèm ekwasyon ki gen youn oswa plis ekwasyon konik.	$y^2 - 7x + 3 = 0 \quad x^2 + 4y^2 + 8y = 16$ $2x - y = 3 \quad 2x^2 - y^2 - 6x - 4 = 0$ Sistèm ki anwo a se sistèm kwadratik yo ye.
quadrilateral / kwadrilatè Yon poligòn ak 4 kote.	

R

radian / radyan Nan yon sèk ak reyon r ak sant li nan orijin nan, yon radyan se mezi yon ang nan pozisyon estanda ki gen kote tèminal li ki entèsepte ak yon ak ki gen longè r.	
radical / radikal Yon ekspresyon sou fòm $\sqrt{s}$ oswa $\sqrt[n]{s}$ kote s se yon chif oswa yon ekspresyon.	$\sqrt{5}, \sqrt[3]{2x + 1}$
radical equation / ekwasyon radikal Yon ekwasyon ki gen youn oswa plizyè radikal ki gen varyab nan radikann li yo.	$\sqrt[3]{2x + 7} = 3$
radical expression / ekspresyon radikal Yon ekspresyon ki gen ladann yon radikal, tankou yon rasin kare, rasin kibik, ak lòt rasin.	$3\sqrt{2x}$ ak $\sqrt[3]{x - 1}$ se ekspresyon radikal yo ye.
radical function / fonksyon radikal Yon fonksyon ki gen ladann yon ekspresyon radikal ak varyab endepandan an nan radikann lan.	$y = \sqrt[3]{2x}$ ak $y = \sqrt{x + 2}$ se fonksyon radikal yo ye.
radicand / radikann Yon chif oswa yon ekspresyon anba yon siy radikal.	Radikann $\sqrt{5}$ se 5, e radikann $\sqrt{8y^2}$ se $8y^2$.
radius of a circle / reyon yon sèk Yon segman ki gen yon ekstremite nan sant sèk la ak lòt ekstremite a sou yon pwen sèk la. Distans soti nan sant sèk la ale sou nenpòt pwen sèk la. Pliryèl la se *radii nan lang angle*.	*Al gade nan* sikonferans.
radius of a polygon / reyon yon poligòn Reyon yon poligòn se reyon sèk ki sikonskri poligòn nan.	

radius of a sphere / reyon yon esfè Segman apatide sant yon esfè rive nan nenpòt ki pwen sou esfè a. Distans apatide sant yon esfè rive nan nenpòt ki pwen sou esfè a.	
random sample / echantiyon owaza Yon echantiyon kote chak manm popilasyon an gen yon chans egal pou yo chwazi li.	Ou ka chwazi yon echantiyon owaza nan yon popilasyon etidyan yon lekòl lè ou mande yon òdinatè chwazi pa aza 100 nimewo idantifikasyon etidyan.
random variable / varyab aleatwa Yon varyab kote se rezilta yon evènman aleatwa ki detèmine valè li.	Varyab aleatwa X ki reprezante chif ki parèt apre w lanse yon de ak sis bò genyen valè posib 1, 2, 3, 4, 5, ak 6.
range of a function / imaj yon fonksyon Ansanm valè sòti yon fonksyon.	*Al gade nan* fonksyon.
range of a relation / imaj yon relasyon Ansanm valè sòti yon relasyon.	*Al gade nan* relasyon.
range of data values / imaj valè done Yon mezi dispèsyon ki egal diferans ant pi gran ak pi piti valè done yo.	14, 17, 18, 19, 20, 24, 24, 30, 32 Imaj ansanm done ki anwo a se $32 - 14 = 18$.
rate / to Yon fraksyon ki konpare de (2) kantite ki mezire ann inite diferan.	$\frac{110 \text{ mil}}{2 \text{ zèdtan}}$ ak $\frac{55 \text{ mil}}{1 \text{ èdtan}}$ se to yo ye.
rate of change / to varyasyon Yon konparezon ant varyasyon nan yon kantite ak varyasyon nan yon lòt kantite. Nan sitiyasyon reyèl la, ou ka entèprete pant yon dwat tankou yon to varyasyon.	Ou peye \$7 pou w itilize òdinatè a pandan 2 zèdtan e \$14 pou w itilize òdinatè a pandan 4 èdtan. To varyasyon an se $\frac{\text{varyasyon nan pri}}{\text{varyasyon nan tan}} = \frac{14 - 7}{4 - 2} = 3.5$, oswa \$3.50 pou chak èdtan.
ratio of a to b / rapò ant a ak b Yon konparezon ant de (2) chif lè ou itilize divizyon. Rapò ant a ak b, kote $b \neq 0$, yo kapab ekri l tankou a ak b, tankou $a : b$, oswa tankou $\frac{a}{b}$	Yo kapab ekri rapò ant 3 pye ak 7 pye tankou 3 a 7, 3 : 7, oswa $\frac{3}{7}$.
rational equation / ekwasyon rasyonèl Yon ekwasyon ki genyen youn oswa plizyè ekspresyon rasyonèl.	Ekwasyon $\frac{6}{x + 4} = \frac{x}{2}$ ak $\frac{x}{x - 2} + \frac{1}{5} = \frac{2}{x - 2}$ se ekwasyon rasyonèl yo ye.
rational expression / ekspresyon rasyonèl Yon ekspresyon ke yo ka ekri tankou yon rapò ant de (2) polinòm kote denominatè a pa 0.	$\frac{x + 8}{10x}$ ak $\frac{5}{x^2 - 1}$ se ekspresyon rasyonèl yo ye.
rational function / fonksyon rasyonèl Yon fonksyon sou fòm $f(x) = \frac{p(x)}{q(x)}$, kote $p(x)$ ak $q(x)$ se polinòm e $q(x) \neq 0$.	Fonksyon $y = \frac{6}{x}$ ak $y = \frac{2x + 1}{x - 3}$ se fonksyon rasyonèl yo ye.
rational number / nonm rasyonèl Yon nonm ke yo ka ekri tankou $\frac{a}{b}$ kote a ak b se nonm antye relatif e $b \neq 0$.	$4 = \frac{4}{1}$, $0 = \frac{0}{1}$, $2\frac{1}{3} = \frac{7}{3}$, $-\frac{3}{4} = \frac{-3}{4}$, ak $0.6 = \frac{3}{5}$ tout se chif rasyonèl.
rationalizing the denominator / rasyonalize denominatè a Pwosesis pou elimine yon ekspresyon radikal nan denominatè yon fraksyon lè ou miltiplye toulède, nimeratè a ak denominatè a pa yon ekspresyon radikal ki apwopriye.	Pou rasyonalize denominatè $\frac{5}{\sqrt{7}}$, miltiplye ekspresyon an pa $\frac{\sqrt{7}}{\sqrt{7}}$: $\frac{5}{\sqrt{7}} = \frac{5}{\sqrt{7}} \cdot \frac{\sqrt{7}}{\sqrt{7}} = \frac{5\sqrt{7}}{\sqrt{49}} = \frac{5\sqrt{7}}{7}$

ray / reyon Pati yon dwat ki gen ladann yon pwen ki rele ekstremite ak tout pwen sou dwat la ki etann yo nan yon direksyon.	A B $\overrightarrow{AB}$ **ak ekstremite** A
real numbers / nonm reyèl Ansanm tout nonm rasyonèl ak irasyonèl yo.	$8, -6.2, \frac{6}{7}, \pi,$ ak $\sqrt{2}$ se nonm reyèl yo ye.
reciprocal / envès Envès, oswa envès miltiplikatif, nenpòt ki chif ki pa zewo b se $\frac{1}{b}$.	-2 ak $\frac{1}{-2} = -\frac{1}{2}$ se envès yo ye.
rectangle / rektang Yon paralelogram ak kat ang dwat.	A B D C
recursive rule / règ rekisif Yon règ pou yon swit ki bay premye tèm nan oswa tèm swit la epi apre yon ekwasyon rekisif ki di kouman *nyèm* tèm a_n nan lye ak youn oswa plis tèm anvan yo.	Règ rekisif $a_0 = 1, a_n = a_{n-1} + 4$ bay swit aritmetik 1, 5, 9, 13, … .
reduction / rediksyon Yon dilatasyon ak yon faktè pwopòsyonalite ant 0 ak 1.	Yon dilatasyon ak yon faktè pwopòsyonalite $\frac{1}{2}$ se yon rediksyon.
reference angle / ang referans Si θ se yon ang nan pozisyon estanda, ang referans li se ang egi θ' a ki fòme ak yon kote tèminal θ avèk aks-x.	 **Ang egi** θ' **se ang referans pou ang** θ.
reflection / refleksyon Yon transfòmasyon ki itilize yon liy refleksyon pou kreye yon reflè figi orijinal la.	 **liy refleksyon**
regular polygon / poligòn regilye Yon poligòn ki gen tout kote li ak tout ang li kongriyan.	
regular polyhedron / poliyèd regilye Yon poligòn konvèks ki gen tout fas li ki se poligòn regilye kongriyan.	*Al gade nan* poliyèd konvèks.
regular pyramid / piramid regilye Yon piramid ki gen yon poligòn regilye pou baz e ki gen segman ki konekte vètèks la ak sant baz la ki pèpandikilè ak baz la.	 **wotè** **wotè enkline**
relation / relasyon Lè yo matche oswa yo gwoupe an pè (2), valè antre ak valè sòti yo.	Pè òdone $(-2, -2), (-2, 2), (0, 1),$ ak $(3, 1)$ reprezante relasyon ak antre (domèn) $-2, 0,$ e 3 ak sòti (etandi) $-2, 1,$ e 2.

relative error / erè relatif Rapò pi gwo erè posib ak longè mezire a.	Si pi gwo erè posib yon mezi se 0.5 pous e longè mezire yon objè se 8 pous, kidonk erè relatif la se $\frac{0.5}{8} = 0.0625 = 6.25\%$.
repeated solution / solisyon repete Pou ekwasyon polinòm $f(x) = 0$, k se yon solisyon repete si e sèlman si faktè $x - k$ gen yon ekspozan pi gran ke 1 lè $f(x)$ dekonpoze an faktè nèt.	-1 se yon solisyon repete ekwasyon $(x + 1)^2 (x - 2) = 0$.
rhombus / lozanj Yon paralelogram ak kat kote kongriyan.	
right angle / ang dwa Yon ang ki mezire 90°.	
right cone / kòn dwa Yon kòn ki gen segman ki konekte vètèks la ak sant baz la ki pèpandikilè ak baz la. Wotè enkline a se distans ant vètèks la ak yon pwen sou baz arèt la.	
right cylinder / silenn dwa Yon silenn ki gen segman ki konekte sant baz yo ki pèpandikilè ak baz yo.	
right prism / prism dwa Yon prism ki gen chak arèt lateral li pèpandikilè ak toulède baz yo.	
right triangle / triyang rektang Yon triyang ak yon ang dwa.	
rise / deplasman vètikal *Al gade nan* pant.	*Al gade nan* pant.
root of an equation / rasin yon ekwasyon Solisyon yon ekwasyon kwadratik se rasin li yo.	Rasin ekwasyon kwadratik $x^2 - 5x - 36 = 0$ se 9 ak -4.
rotation / wotasyon Yon transfòmasyon ki montre yon figi kap vire toutotou yon pwen fiks ki rele sant wotasyon.	

HAITIAN CREOLE

rotational symmetry / simetri wotasyonèl Yon figi nan yon plan gen yon simetri wotasyonèl si figi a ka aplike sou limenm ak yon wotasyon 180° oswa mwens ozalantou sant figi a. Pwen sa a se sant simetri a.	sant simetri

Wotasyon 90° ak 180° trase figi a sou limenm. |
| **run / deplasman orizontal** *Al gade nan* pant. | *Al gade nan* pant. |

S

sample / echantiyon Yon souzansanm yon popilasyon.	*Al gade nan* popilasyon.
sample space / espas echantiyonal Ansanm tout rezilta posib yo.	Lè ou voye de (2) pyès monnen anlè, espas echantiyonal la se fas yo, fas yo; fas yo, pil yo; pil yo, fas yo; ak pil yo, pil yo.
scalar / eskalè Yon nonm reyèl ke w miltipliye yon matris pa limenm.	*Al gade nan* miltiplikasyon eskalè.
scalar multiplication / miltiplikasyon eskalè Miltiplikasyon chak eleman nan yon matris pa yon nonm reyèl, ki rele eskalè.	Matris la miltipliye pa eskalè 3. $$3\begin{bmatrix} 1 & -2 \\ 0 & -1 \end{bmatrix} = \begin{bmatrix} 3 & 6 \\ 0 & -3 \end{bmatrix}$$
scale / echèl Yon rapò ki dekri dimansyon yon desen sou echèl oswa yon modèl sou echèl ak dimansyon reyèl yo.	Echèl 1 pous: 12 pye sou yon plan vle di ke 1 pous nan plan a reprezante yon distans reyèl 12 pye.
scale drawing / desen sou echèl Yon desen bi-dimansyonèl (2 dimansyon) yon objè ki genyen dimansyon yon desen fèt ak pwopòsyon dimansyon objè a.	Yon plan yon kay se yon desen sou echèl.
scale factor of a dilation / faktè pwopòsyonalite yon dilatasyon Nan yon dilatasyon, rapò longè yon kote imaj la ak longè kote ki koresponn ak figi orijinal la.	*Al gade nan* dilatasyon.
scale factor of two similar polygons / faktè pwopòsyonalite de (2) poligòn ki sanble Rapò longè de (2) kote ki koresponn nan de (2) poligonn ki sanble.

Faktè pwopòsyonalite *ZYXW* a *FGHJ* se $\frac{5}{4}$. |
| **scale model / modèl sou echèl** Yon modèl tri-dimansyonèl (3 dimansyon) yon objè ki genyen dimansyon yon modèl ki fèt an pwopòsyon a dimansyon objè a. | Yon glòb se yon modèl sou echèl Latè a. |
| **scalene triangle / triyang eskalèn** Yon triyang ki pa gen okenn kote kongriyan. | |

High School
Multi-Language Visual Glossary

scatter plot / dyagram dispèsyon Grafik yon ansanm done pè (x, y) ki itilize pou detèmine si genyen yon relasyon ant varyab x ak y.

Rezilta egzamen yo

Kantite èdtan detid

---

scientific notation / notasyon syantifik Yon chif ekri sou fòm notasyon syantifik lè li sou fòm $c \times 10^n$ kote $1 \le c < 10$ ak n ki se yon nonm antye relatif.

De (2) milyon ekri sou fòm notasyon syantifik tankou 2×10^6, e 0.547 ekri sou fòm notasyon syantifik tankou 5.47×10^{-1}.

---

secant function / fonksyon sekant Si θ se yon ang egi yon triyang rektang, sekant θ se longè ipoteniz la divize pa longè kote adjasan a θ.

Al gade nan fonksyon sinis.

---

secant line / sekant Yon dwat ki entèsekte yon sèk nan de (2) pwen.

Dwat *m* se yon sekant.

---

secant segment / segman sekant Yon segman ki sikonskri kòd yon sèk e ki gen ekzakteman yon pwen ekstremite andeyò sèk la.

segman sekant

---

sector of a circle / sektè yon sèk Rejyon ki limite pa de (2) reyon sèk la avèk ak ki entèsepte reyon yo.

sektè *APB*

---

segment / segman *Al gade nan* segman dwat.

Al gade nan segman dwat.

---

segment bisector / bisektris segman Yon pwen, reyon, dwat, segman, oswa plan ki entèsekte yon segman nan pwen santral li.

$\overleftrightarrow{CD}$ **se yon bisektris segman** $\overline{AB}$.

---

segments of a chord / segman yon kòd Lè de (2) kòd entèsekte andedan yon sèk, chak kòd divize an de (2) segman ki rele segman kòd la.

$\overline{EA}$ **ak** $\overline{EB}$ **se segman kòd** $\overline{AB}$. $\overline{DE}$ **ak** $\overline{EC}$ **se segman kòd** $\overline{DC}$.

self-selected sample / echantiyonaj otomatik Yon echantiyon ki gen manm popilasyon yo ki seleksyone tèt yo volontèman.	Ou ka genyen yon echantiyonaj otomatik yon popilasyon etidyan nan yon lekòl lè ou mande etidyan yo voye yon sondaj tounen nan yon kès koleksyon.
self-similar / oto-sanblab Yon objè ki tèl ke yon pati objè sa a kapab agrandi pou li sanble ak tout objè a.	*Al gade nan* fraktal.
semicircle / demisèk Yon ak ki gen ekstremite li ki se ekstremite dyamèt yon sèk. Mezi yon demisèk se 180°.	$\widehat{QSR}$ **se yon demisèk.**
sequence / swit Yon fonksyon ki gen domèn li fòme ak yon ansanm nonm antye relatif konsekitif. Domèn nan bay pozisyon relatif chak tèm swit la. Imaj la bay tèm swit la.	Pou domèn $n = 1, 2, 3,$ ak 4, swit la ki defini pa $a_n = 2n$ gen tèm 2, 4, 6, ak 8.
series / seri Ekspresyon ki fòme lè yo adisyone tèm yon seri. Yon seri ka fini oswa enfini.	Seri fini: $2 + 4 + 6 + 8$ Seri enfini: $2 + 4 + 6 + 8 + \cdots$
set / ansanm Yon koleksyon objè patikilye.	Ansanm nonm antye yo se $W = \{0, 1, 2, 3, \ldots\}.$
side of a polygon / kote yon poligòn Chak segman dwat ki fòme yon poligòn. *Al gade tou nan* poligòn.	*Al gade nan* poligòn.
sides of an angle / kote yon ang *Al gade nan* ang.	*Al gade nan* ang.
sigma notation / senbòl notasyon sigma *Al gade nan* notasyon somasyon.	*Al gade nan* notasyon somasyon.
similar figures / figi sanblab Figi ki gen menm fòm men ki pa nesesèman gen menm mezi. Ang korespondan figi sanblab yo kongriyan, e rapò longè kote korespondan yo egal. Senbòl $\sim$ la vle di ke de (2) figi yo sanblab.	$\triangle ABC \sim \triangle DEF$
similar polygons / poligòn sanblab De (2) poligòn ki tèl ke ang korespondan yo kongriyan e longè kote korespondan yo pwopòsyonèl.	$ABCD \sim EFGH$
similar solids / solid sanblab De (2) solid menm kalite ki gen rapò mezi lineyè korespondan yo egal, tankou wotè oswa reyon yo.	
simplest form of a fraction / fòm pi senp yon fraksyon Yon fraksyon sou fòm pi senp li si nimeratè ak denominatè li gen yon pi gran faktè komen de 1.	Fòm pi senp fraksyon $\frac{4}{12}$ se $\frac{1}{3}$.

simplest form of a radical / fòm pi senp yon radikal Yon radikal ak endèks n nan fòm pi senp li si radikann nan pa gen *nyèm* pwisans pafè kòm faktè e pa gen okenn denominatè ki rasyonalize.	$\sqrt[3]{135}$ nan fòm pi senp se $3\sqrt[3]{5}$. $\dfrac{\sqrt[5]{7}}{\sqrt[5]{8}}$ nan fòm pi senp se $\dfrac{\sqrt[5]{28}}{2}$.
simplest form of a rational expression / fòm pi senp yon ekspresyon rasyonèl Yon ekspresyon rasyonèl ki gen nimeratè ak denominatè li ki pa gen lòt faktè komen apade ± 1.	Fòm pi senp $\dfrac{2x}{x(x-3)}$ se $\dfrac{2}{x-3}$.
simulation / similasyon Yon eksperyans ou ka reyalize pou fè prediksyon sou sitiyasyon monn-reyèl la.	Chak bwat Oaties gen ladann 1 a 6 prim. Pwobabilite pou genyen chak prim se $\frac{1}{6}$. Pou ka predi konbyen bwèt sereyal ou dwe achte pou ka genyen tout 6 prim yo, ou ka lanse yon kib ki nimewote yon (1) fwa pou chak bwat sereyal ou achte. Kontinye lanse jouk ou lanse tout 6 nimewo yo.
sine / sinis Yon rapò trigonometrik, abreje sou fòm *sin*. Pou yon triyang rektang ABC, sinis ang egi A se $\sin A = \dfrac{\text{longè kote opoze } \angle A}{\text{longè ipoteniz}} = \dfrac{BC}{AB}$.	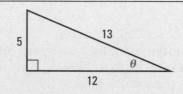 $\sin A = \dfrac{BC}{AB} = \dfrac{3}{5}$
sine function / fonksyon sinis Si θ se yon ang egi nan yon triyang rektang, sinis θ se longè kote opoze a θ divize pa longè ipoteniz la.	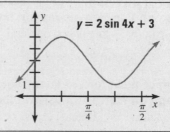 $\sin\theta = \dfrac{\text{op}}{\text{hip}} = \dfrac{5}{13} \qquad \text{ksk}\,\theta = \dfrac{\text{hip}}{\text{op}} = \dfrac{13}{5}$ $\cos\theta = \dfrac{\text{adj}}{\text{hip}} = \dfrac{12}{13} \qquad \text{sek}\,\theta = \dfrac{\text{hip}}{\text{adj}} = \dfrac{13}{12}$ $\tan\theta = \dfrac{\text{op}}{\text{adj}} = \dfrac{5}{12} \qquad \text{kot}\,\theta = \dfrac{\text{adj}}{\text{op}} = \dfrac{12}{5}$
sinusoids / sinizoyid Grafik fonksyon sinis ak kosinis.	$y = 2\sin 4x + 3$ 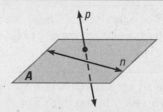
skew lines / dwat (liy) oblik yo Dwat ki pa entèsekte e ki pa koplanè.	 **Dwat n ak p se dwat oblik yo ye.**

HAITIAN CREOLE

skewed distribution / distribisyon disimetrik Yon pwobabilite distribisyon ki pa simetrik. *Gade tou nan* distribisyon simetrik.	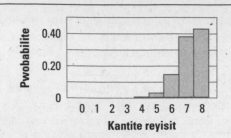
slant height of a regular pyramid / wotè enkline yon piramid regilye Wotè fas lateral piramid regilye a.	*Al gade nan* piramid regilye.
slope / pant Pant m yon liy ki pa vètikal se rapò chanjman vètikal la (*deplasman vètikal* la) ak chanjman orizontal la (*deplasman orizontal* la) ant nenpòt de (2) pwen (x_1, y_1) ak (x_2, y_2) sou dwat: $m = \dfrac{y_2 - y_1}{x_2 - x_1}$.	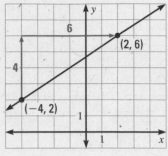 Pant dwat yo montre a se $\frac{4}{6}$, oswa $\frac{2}{3}$.
slope-intercept form / fòm pant òdone alorijin Yon ekwasyon lineyè ki ekri sou fòm $y = mx + b$ kote m se pant la e b se òdone alorijin grafik ekwasyon an.	$y = 3x + 4$ sou fòm pant òdone alorijin. Pant dwat la se 3, e òdone alorijin nan se 4.
solid / solid Yon figi tri-dimansyonèl ki anfèmen yon pati espas la.	
solution of a system of linear equations in three variables / solisyon yon sistèm ekwasyon lineyè ak twa varyab Yon triplè (x, y, z) ki gen kowòdone li yo ki rann chak ekwasyon nan sistèm nan vre.	$$4x + 2y + 3z = 1$$ $$2x - 3y + 5z = -14$$ $$6x - y + 4z = -1$$ $(2, 1, -3)$ se solisyon sistèm ki anlè a.
solution of a system of linear equations in two variables / solisyon yon sistèm ekwasyon lineyè ak de (2) varyab Yon pè òdone (x, y) ki satisfè chak ekwasyon sistèm nan.	$$4x + y = 8$$ $$2x - 3y = 18$$ $(3, -4)$ se solisyon sistèm ki anlè a.
solution of a system of linear inequalities in two variables / solisyon yon sistèm inegalite lineyè ak de (2) varyab Yon pè òdone (x, y) ki se yon solisyon pou chak inegalite nan sistèm nan.	$$y > -2x - 5$$ $$y \leq x + 3$$ $(-1, 1)$ se yon solisyon sistèm ki anlè a.
solution of an equation in one variable / solisyon yon ekwasyon ak yon varyab Yon chif ki pwodwi yon deklarasyon vre lè li ranplase yon varyab nan yon ekwasyon.	Chif 3 a se solisyon ekwasyon $8 - 2x = 2$, paske $8 - 2(3) = 2$.
solution of an equation in two variables / solisyon yon ekwasyon ak de (2) varyab Yon pè òdone (x, y) ki pwodwi yon deklarasyon vre lè yo ranplase valè x ak y nan ekwasyon an.	$(-2, 3)$ se yon solisyon $y = -2x - 1$.
solution of an inequality in one variable / solisyon yon inegalite ak yon varyab Yon chif ki pwodwi yon deklarasyon vre lè yo ranplase li ak varyab ki nan yon inegalite.	Chif 3 se yon solisyon inegalite $5 + 3n \leq 20$, paske $5 + 3(3) = 14$ e $14 \leq 20$.

solution of an inequality in two variables / solisyon yon inegalite ak de (2) varyab Yon pè òdone (x, y) ki pwodwi yon deklarasyon vre lè yo ranplase valè x ak y nan inegalite a.	$(-1, 2)$ se yon solisyon inegalite $x - 3y < 6$ paske $-1 - 3(2) = -7$ e $-7 < 6$.
solve a right triangle / solisyone yon triyang rektang Pou jwenn mezi tout kote ak ang yon triyang rektang.	Ou ka solisyone yon triyang rektang si ou konnen youn nan bagay sa yo: • De (2) longè kote • Yon longè kote ak mezi yon ang egi
solve for a variable / solisyone pou yon varyab Re-ekri yon ekwasyon antanke yon ekwasyon ekivalan kote varyab la sou yon bò e li pa parèt sou lòt bò a.	Lè ou solisyone fòmil sikonferans $C = 2\pi r$ pou r, rezilta a se $r = \dfrac{C}{2\pi}$.
sphere / esfè Ansanm tout pwen nan espas la ki a egal a distans yon pwen done ki rele sant esfè a.	 sant
square / kare Yon paralelogram ak kat kote kongriyan e kat ang dwa.	
square root / rasin kare Si $b^2 = a$, kidonk b se yon rasin kare a. Senbòl radikal $\sqrt{}$ reprezante yon rasin kare ki pa negatif.	Rasin kare 9 se 3 ak -3, paske $3^2 = 9$ e $(-3)^2 = 9$. Kidonk, $\sqrt{9} = 3$ ak $-\sqrt{9} = -3$.
square root function / fonksyon rasin kare Yon fonksyon radikal ki gen yon ekwasyon ki gen ladann yon rasin kare ak varyab endepandan nan radikann nan.	$y = 2\sqrt{x + 2}$ ak $y = \sqrt{x} + 3$ se fonksyon rasin kare yo ye.
standard deviation / devyasyon estanda Yon mezi diferans tipik ant yon valè done ak mwayèn x la. Devyasyon estanda yon ansanm done nimerik $x_1, x_2, \ldots, x_n$ se yon mezi dispèsyon endike pa σ è ki kalkile kòm rasin kare varyans la. $$\sigma = \sqrt{\dfrac{(x_1 - \overline{x})^2 + (x_2 - \overline{x})^2 + \ldots + (x_n - \overline{x})^2}{n}}$$	Devyasyon estanda ansanm done 3, 9, 13, 23 (avèk mwayèn nan = 12) se: $$\sigma = \sqrt{\dfrac{(3 - 12)^2 + (9 - 12)^2 + (13 - 12)^2 + (23 - 12)^2}{4}}$$ $$= \sqrt{53} \approx 7.3$$
standard equation of a circle / ekwasyon estanda yon sèk Ekwasyon estanda yon sèk ak sant (h, k) e reyon r se $(x - h)^2 + (y - k)^2 = r^2$.	Ekwasyon estanda yon sèk ak sant $(2, 3)$ e reyon 4 se $(x - 2)^2 + (y - 3)^2 = 16$.
standard form of a complex number / fòm estanda yon nonm konplèks Fòm $a + bi$ kote a ak b se nonm reyèl e i se inite imajinè a.	Fòm estanda nonm konplèks $i(1 + i)$ se $-1 + i$.
standard form of a linear equation / fòm estanda yon ekwasyon lineyè Yon ekwasyon lineyè ekri sou fòm $Ax + By = C$ kote A ak B toude pa zewo.	Ekwasyon lineyè $y = -3x + 4$ kapab ekri sou fòm estanda $3x + y = 4$
standard form of a polynomial function / fòm estanda yon fonksyon polinomyal Fòm yon fonksyon polinomyal ki gen tèm ki ekri nan lòd desandan ekspozan yo soti agòch ale adwat.	Fonksyon $g(x) = 7x - \sqrt{3} + \pi x^2$ ka ekri sou fòm estanda tankou $g(x) = \pi x^2 + 7x - \sqrt{3}$.
standard form of a quadratic equation in one variable / fòm estanda yon ekwasyon kwadratik ak yon varyab Fòm $ax^2 + bx + c = 0$ kote $a \neq 0$.	Ekwasyon kwadratik $x^2 - 5x = 36$ ka ekri sou fòm estanda $x^2 - 5x - 36 = 0$.

standard form of a quadratic function / fòm estanda yon fonksyon kwadratik Yon fonksyon kwadratik sou fòm $y = ax^2 + bx + c$ kote $a \neq 0$.	Fonksyon kwadratik $y = 2(x + 3)(x - 1)$ ka ekri sou fòm estanda $y = 2x^2 + 4x - 6$.
standard normal distribution / distribisyon nòmal estanda Yon distribisyon nòmal ak mwayèn 0 e yon devyasyon estanda 1. *Ale gade tou nan* eskò-z.	
standard position of an angle / pozisyon estanda yon ang Nan yon plan kowòdone, pozisyon yon ang ki gen vètèks li nan orijin nan e kote inisyal li tonbe sou aks pozitif kowòdone –x la.	
statistics / estatistik Valè nimerik itilize pou rezime ak konpare ansanm done yo.	*Ale gade nan* mwayèn, medyàn, mòd, imaj, *ak* devyasyon estanda.
stem-and-leaf plot / dyadram ak tij e fèy Yon etalaj done ki òganize done baze sou chif yo.	Tij | Fèy 0 | 8 9 1 | 0 2 3 4 5 5 5 9 2 | 1 1 5 9 Kle: 1 | 9 = \$19
step function / fonksyon anneskalye Yon fonksyon pa moso ki defini pa yon valè konstan sou chak pati domèn li. Grafik li sanble yon seri etap anneskalye.	$f(x) = \begin{cases} 1, \text{ si } 0 \leq x < 1 \\ 2, \text{ si } 1 \leq x < 2 \\ 3, \text{ si } 2 \leq x < 3 \end{cases}$
straight angle / ang pla Yon ang ki mezire 180°.	
stratified random sample / echantiyon aleatwa estratifye Yon echantiyon ki gen yon popilasyon divize an gwoup patikilye, e yo chwazi manm yo owaza nan chak gwoup.	Ou ka chwazi yon echantiyon aleatwa estratifye nan yon popilasyon etidyan lekòl lè ou mande yon òdinatè chwazi 25 etidyan pa aza nan chak nivo klas.
subset / sou-ansanm Si chak eleman yon ansanm A se yon eleman tou nan ansanm B, kidonk A se yon sou-ansanm B. Sa a ekri sou fòm $A \subseteq B$. Pou nenpòt ansanm A, $\emptyset \subseteq A$ ak $A \subseteq A$.	Si $A = \{1, 2, 4, 8\}$ e B se ansanm tout nonm antye relatif pozitif yo, kidonk A se yon sou-ansanm B, oswa $A \subseteq B$.
substitution method / metòd sibstitisyon Yon metòd pou solisyone yon sistèm ekwasyon pou youn nan varyab yo e apre ranplase ekspresyon ou jwenn nan nan lòt ekwasyon an (yo).	$2x + 5y = -5$ $x + 3y = 3$ Solisyone ekwasyon 2 pou x: $x = -3y + 3$. Ranplase ekspresyon pou x nan ekwasyon 1 e solisyone pou y: $y = 11$. Itilize valè y la pou jwenn valè x: $x = -30$.
summation notation / notasyon somasyon Notasyon pou yon seri ki itilize lèt majiskil Grèk sigma, Σ. Li rele tou notasyon sigma.	$\sum_{i=1}^{5} 7i = 7(1) + 7(2) + 7(3) + 7(4) + 7(5)$ $= 7 + 14 + 21 + 28 + 35 = 105$

supplementary angles / ang siplemantè De (2) ang ki gen sòm yo ki mezire 180°. Sòm mezi yon ang ak *sipleman* li se 180°.	$75° \quad 105°$
surface area / sipèfisi Sòm sifas fas yon poliyèd oswa lòt solid.	3 pye 4 pye 6 pye $$S = 2(3)(4) + 2(4)(6) + 2(3)(6) = 108 \text{ pye}^2$$
survey / sondaj Yon etid sou youn oswa plizyè karakteristik yon gwoup.	Yon revi envite lektè li yo voye pa lapòs repons yon kesyonè pou evalye revi a.
symmetric distribution / distribisyon simetrik Yon distribisyon pwobabilite, reprezante pa yon istogram, kote ou ka rale yon dwat vètikal ki divize istogram nan an de (2) pati ki se reflè.	Pwobabilite: 0, 0.10, 0.20, 0.30 Kantite reyisit: 0 1 2 3 4 5 6 7 8
synthetic division / divizyon sentetik Yon metòd yo itilize pou divize yon polinòm pa yon divizè ki gen fòm $x - k$.	$$\begin{array}{r|rrrr} -3 & 2 & 1 & -8 & 5 \\ & & -6 & 15 & -21 \\ \hline & 2 & -5 & 7 & -16 \end{array}$$ $$\frac{2x^3 + x^2 - 8x + 5}{x + 3} = 2x^2 - 5x + 7 - \frac{16}{x + 3}$$
synthetic substitution / sibstitisyon sentetik Yon metòd yo itilize pou evalye yon fonksyon polinomyal.	$$\begin{array}{r|rrrrr} 3 & 2 & -5 & 0 & -4 & 8 \\ & & 6 & 3 & 9 & 15 \\ \hline & 2 & 1 & 3 & 5 & 23 \end{array}$$ **Sibstitisyon sentetik ki anlè a endike pou** $f(x) = 2x^4 - 5x^3 - 4x + 8$, $f(3) = 23$.
system of linear equations / sistèm ekwasyon lineyè De (2) oswa plis ekwasyon lineyè nan menm varyab yo; yo rele tou yon *sistèm lineyè*.	Ekwasyon ki pi ba yo fòme yon sistèm ekwasyon lineyè: $$x + 2y = 7$$ $$3x - 2y = 5$$
system of linear inequalities in two variables / sistèm inegalite lineyè ak de (2) varyab De (2) oswa plis inegalite lineyè ak menm varyab yo; yo rele tou yon *sistèm inegalite*.	Inegalite ki pi ba a fòme yon sistèm inegalite lineyè ak de (2) varyab: $$x - y > 7$$ $$2x + y < 8$$
system of three linear equations in three variables / sistèm twa ekwasyon lineyè ak twa varyab Yon sistèm ki gen twa ekwasyon lineyè ak twa varyab. *Ale gade nan* ekwasyon lineyè ak twa varyab.	$$2x + y - z = 5$$ $$3x - 2y + z = 16$$ $$4x + 3y - 5z = 3$$
system of two linear equations in two variables / sistèm de (2) ekwasyon lineyè ak de (2) varyab Yon sistèm ki gen de (2) ekwasyon ki ka ekri sou fòm $Ax + By = C$ e $Dx + Ey = F$ kote x ak y se varyab, A ak B ki toude pa zewo, e D ak E ki toude pa zewo.	$$4x + y = 8$$ $$2x - 3y = 18$$

HAITIAN CREOLE

systematic sample / echantiyon sistematik Yon echantiyon ki gen yon règ ki itilize pou chwazi manm popilasyon an.	Ou ka chwazi yon echantiyon sistematik yon popilasyon etidyan yon lekòl lè ou chwazi chak dizyèm etidyan nan yon lis alfabetik ki gen tout etidyan lekòl la.

T

tangent / tanjant Yon rapò trigonometrik, abreje tankou *tan*. Pou yon triyang rektang ABC, tanjant ang egi A se $\tan A = \dfrac{\text{longè kote opoze } \angle A}{\text{longè kote adjasan a } \angle A} = \dfrac{BC}{AC}$.	$\tan A = \dfrac{BC}{AC} = \dfrac{3}{4}$
tangent function / fonksyon tanjant Si θ se yon ang egi yon triyang rektang, tanjant θ se longè kote opoze a θ divize pa longè kote adjasan a θ.	*Ale gade nan* fonksyon sinis.
tangent line / liy tanjant Yon dwat ki nan plan yon sèk ki entèsekte sèk la ekzakteman nan yon pwen, pwen tanjans lan.	**Dwat *n* se yon tanjant. *R* se pwen tanjans la.**
taxicab geometry / jewometri taksi Yon jewometri ki pa Eklidyènn e ki gen ladann tout liy orizontal oswa vètikal.	**Nan jewometri taksi a, distans ant *A* ak *B* se 7 inite.**
terminal point of a vector / pwen tèminal yon vektè Pwen ki nan bout vektè a.	*Ale gade nan* vektè.
terminal side of an angle / kote tèminal yon ang Nan yon plan kowòdone, yon ang ka fòme lè ou fikse yon reyon, ki rele kote inisyal la, e lè ou pivote lòt reyon an, ki rele kote tèminal, ozalantou vètèks la.	*Ale gade nan* pozisyon estanda yon ang.
terms of a sequence / tèm yon swit Valè ki nan etandi yon swit.	4 premye tèm swit $1, -3, 9, -27, 81, -243, \ldots$ se $1, -3, 9,$ ak -27.
terms of an expression / tèm yon ekspresyon Pati yon ekspresyon ki adisyone ansanm.	Tèm ekspresyon an $3x + (-4) + (-6x) + 2$ se $3x, -4, -6x,$ ak 2.
tessellation / dalaj Yon koleksyon figi ki kouvri yon plan san espas oswa rekouvreman.	
tetrahedron / tetrayèd Yon poliyèd ak kat fas.	

theorem / teyorèm Yon deklarasyon ki vre ki prezante apatide rezilta lòt deklarasyon ki vre.	Ang vètikal yo kongriyan.
theoretical probability / pwobabilite teyorik Lè tout rezilta yo egalman sanblab, pwobabilite teyorik ke yon evènman A pral rive se $$P(A) = \frac{\text{Kantite rezilta nan evènman } A}{\text{Kantite total rezilta yo}}.$$	Pwobabilite teyorik pou tonbe sou yon chif pè lè ou itilize yon de estanda a sis bò se $\frac{3}{6} = \frac{1}{2}$ paske 3 rezilta koresponn a tonbe yon chif pè pami yon total 6 rezilta.
transformation / transfòmasyon Yon transfòmasyon chanje dimansyon, fòm, pozisyon, oswa oryantasyon yon grafik.	Translasyon, ekstansyon vètikal ak kontraksyon, refleksyon, ak wotasyon se transfòmasyon.
translation / translasyon Yon translasyon deplase chak pwen nan yon figi menm distans ak menm direksyon.	 △ **ABC** deplase jouk 2 inite.
transversal / transvèsal Yon dwat ki entèsekte de (2) oswa plis dwat koplanè nan diferan pwen.	 transvèsal **t**
transverse axis of a hyperbola / aks transvès yon ipèbòl Segman dwat ki relye vètèks yon ipèbòl.	*Ale gade nan* ipèbòl, definisyon jewometrik.
trapezoid / trapèz Yon kwadrilatè ki gen ekzakteman yon pè kote paralèl, yo rele baz. Kote ki pa paralèl yo se kote.	
triangle / triyang Yon poligòn ak twa kote.	 △ **ABC**
trigonometric identity / idantite trigonometrik Yon ekwasyon trigonometrik ki vre pou tout valè domèn yo.	$\sin(-\theta) = -\sin\theta$ $\quad$ $\sin^2\theta + \cos^2\theta = 1$
trigonometric ratio / rapò trigonometrik Yon rapò longè de (2) kote nan yon triyang rektang. *Ale gade tou* sinis, kosinis, *ak* tanjant.	Twa rapò trigonometrik komen se sinis, kosinis, ak tanjant. $\tan A = \frac{BC}{AC} = \frac{3}{4}$ $\sin A = \frac{BC}{AB} = \frac{3}{5}$ $\cos A = \frac{AC}{AB} = \frac{4}{5}$

HAITIAN CREOLE

trinomial / trinòm Sòm twa monòm.	$4x^2 + 3x - 1$ se yon trinòm.
truth table / tab verite Yon tab ki montre vre valè pou yon ipotèz, yon konklizyon, e yon deklarasyon kondisyonèl ki itilize ipotèz la ak konklizyon an.	**Tab Verite** | p	q	$p \rightarrow q$
---	---	---
V	V	V
V	F	F
F	V	V
F	F	V	
truth value of a statement / vre valè yon deklarasyon Verite oswa foste yon deklarasyon.	*Ale gade nan* tab verite.
two-column proof / prèv de-kolòn Yon tip prèv ki ekri sou fòm deklarasyon ak chif e ki bay rezon ki koresponn a chif yo, e ki montre yon agiman nan yon lòd lojik.	

U

unbiased sample / echantiyon ki pa byeze Yon echantiyon ki reprezantatif popilasyon ou bezwen enfòmasyon sou li a.	Ou vle fè sondaj sou manm klas tèminal yo pou konnen ki kote yap fè bal etidyan yo. Si chak manm klas la gen yon chans egal pou yo patisipe nan sondaj la, kidonk echantiyon an pa byeze.
undefined term / tèm endefini Yon mo ki pa gen yon definisyon fòmèl, men gen yon akò sou sa mo a vle di.	*Pwen, dwat*, ak *plan* se tèm endefini.
union of sets / inyon ansanm yo Inyon de (2) ansanm A ak B, ekri $A \cup B$, se ansanm tout eleman ki nan *swa* A oswa B.	Si $A = \{1, 2, 4, 8\}$ ak $B = \{2, 4, 6, 8, 10\}$, kidonk $A \cup B = \{1, 2, 4, 6, 8, 10\}$.
unit circle / sèk initè Sèk $x^2 + y^2 = 1$, ki gen sant $(0, 0)$ ak reyon 1. Pou yon ang θ nan pozisyon estanda, kote tèminal θ entèsekte sèk initè a nan pwen (kos θ, sin θ).	
unit of measure / inite mezi Kantite oswa ogmantasyon ki sèvi pou mezire yon bagay.	Si yon segman mezire ak yon règ ki make an wityèm pous, inite mezi a se $\frac{1}{8}$ pous.
unit rate / to initè Yon to ki gen denominatè fraksyon an ki se 1 inite.	$\frac{55 \text{ mil}}{1 \text{ èdtan}}$, oswa 55 mi/è, se yon to initè.
universal set / ansanm inivèsèl Ansanm tout eleman yap konsidere yo, ekri tankou U.	Si ansanm inivèsèl la se ansanm nonm antye relatif pozitif, kidonk $U = \{1, 2, 3, \ldots\}$.
upper extreme / ekstrèm siperyè Pi gran valè yon ansanm done.	*Ale gade nan* dyagram bwat-ak-moustach.
upper quartile / kwatil siperyè Medyàn mwatye siperyè yon ansanm done òdone.	*Ale gade nan* eka entèkwatil.

variable / varyab Yon lèt ki sèvi pou reprezante youn oswa plis chif.	Nan ekspresyon $5n$, $n + 1$, ak $8 - n$, lèt n se varyab la.
variable term / tèm varyab Yon tèm ki gen yon pati varyab.	Tèm varyab ekspresyon aljebrik $3x^2 + 5x + (-7)$ se $3x^2$ ak $5x$.
variance / varyans Varyans yon ansanm done nimerik x_1, $x_2, \ldots, x_n$ avèk mwayèn $\bar{x}$, se yon mezi dispèsyon ki endike pa σ^2 e ki reprezante pa: $$\sigma^2 = \frac{(x_1 - \bar{x})^2 + (x_2 - \bar{x})^2 + \ldots + (x_n - \bar{x})^2}{n}$$	Varyans ansanm done 3, 9, 13, 23 (avèk mwayèn nan = 12) se: $$\sigma^2 = \frac{(3 - 12)^2 + (9 - 12)^2 + (13 - 12)^2 + (23 - 12)^2}{4}$$ $$= 53$$
vector / vektè Yon kantite ki gen toulède direksyon ak grandè, e ki reprezante nan plan kowòdone a pa yon flèch ki desine soti nan yon pwen al nan yon lòt.	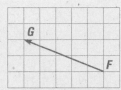 $\overrightarrow{FG}$ ak pwen inisyal *F* e pwen tèminal *G*.
verbal model / modèl vèbal Yon modèl vèbal dekri yon sitiyasyon monn reyèl ki itilize mo kòm etikèt ak senbòl matematik pou etabli yon rapò ak mo yo.	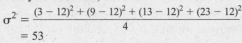 Distans = To • Tan (mil) (mil/è) (èdtan)
vertex angle of an isosceles triangle / ang somè yon triyang izosèl Ang ki fòme ak kote yon triyang izosèl.	 ang somè / ang baz
vertex form of a quadratic function / fòm somè yon fonksyon kwadratik Fòm $y = a(x - h)^2 + k$, kote somè grafik la se (h, k) e aks simetri a se $x = h$.	Fonksyon kwadratik $y = -\frac{1}{4}(x + 2)^2 + 5$ sou fòm somè.
vertex of a cone / somè yon kòn *Ale gade nan* kòn.	*Ale gade nan* kòn.
vertex of a parabola / somè yon parabòl Pwen sou yon parabòl ki sitiye sou aks simetri a. Se pwen ki pi wo oswa ki pi ba sou parabòl la.	*Ale gade nan* parabòl, definisyon jewometrik.
vertex of a polygon / somè yon poligòn Chak ekstremite kote yon poligòn. Pliryèl la se *vertices nan lang angle*. Ale gade tou nan poligòn.	*Ale gade nan* poligòn.
vertex of a polyhedron / somè yon poliyèd Yon pwen kote twa oswa plis arèt poliyèd la kontre. Pliryèl la se *vertices nan lang angle*.	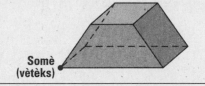 Somè (vètèks)
vertex of a pyramid / somè yon piramid *Ale gade nan* piramid.	*Ale gade nan* piramid.

HAITIAN CREOLE

vertex of an absolute value graph / somè yon grafik valè absoli Pwen ki pi wo oswa ki pi ba sou grafik yon fonksyon valè absoli.	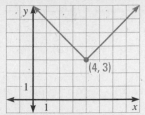 **Somè grafik $y = |x - 4| + 3$ se pwen (4, 3).**
vertex of an angle / somè yon ang *Ale gade nan* ang.	*Ale gade nan* ang.
vertical angles / ang vètikal De (2) ang ki gen kote li yo ki fòme de (2) pè reyon opoze.	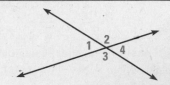 **$\angle$1 ak $\angle$4 se ang vètikal.** **$\angle$2 ak $\angle$3 se ang vètikal.**
vertical component of a vector / konpozant vètikal yon vektè Chanjman vètikal yon vektè soti nan pwen inisyal ale nan pwen tèminal.	*Ale gade nan* fòm konpozant yon vektè.
vertical motion model / modèl mouvman vètikal Yon modèl ki montre wotè yon objè pwojte nan lespas la men ki pa gen pwisans pou li rete anlè.	Modèl mouvman vètikal yon objè ke yo voye anlè ak yon vitès inisyal vètikal 20 pye pa segonn soti nan yon wotè inisyal 8 pye se $h = -16t^2 + 20t + 8$ kote h se wotè (an pye) yon objè t se segonn apre yo voye li anlè.
vertical shrink / kontraksyon vètikal Yon kontraksyon vètikal deplase chak pwen nan yon figi nan direksyon aks kowòdone-x la, pandan pwen sou aks kowòdone-x yo rete fiks.	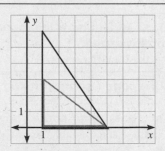 **Triyang nwa a kontrakte vètikalman nan direksyon triyang vèt la.**
vertical stretch / ekstansyon vètikal Yon ekstansyon vètikal deplase chak pwen nan yon figi lwen aks kowòdone-x la, pandan pwen sou aks kowòdone-x yo rete fiks.	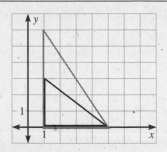 **Triyang nwa a etann vètikalman nan direksyon triyang vèt la.**
vertices of a hyperbola / somè yon ipèbòl Pwen kote ipèbòl la ak liy ki pase nan fwaye ipèbòl la entèsekte.	*Ale gade nan* ipèbòl, definisyon jewometrik.
vertices of an ellipse / somè yon elips Pwen kote elips la ak liy ki pase nan fwaye elips la entèsekte.	*Ale gade nan* elips.

volume of a solid / volim yon solid Kantite inite kibik ki ka antre andedan yon solid.

Volim = 3(4)(6) = 72 pye^3

W

whole numbers / nonm antye Chif 0, 1, 2, 3, ...

0, 8, ak 106 se nonm antye.
−1 ak 0.6 se *pa* nonm antye.

X

x-axis / aks kowòdone-x Aks orizontal nan yon plan kowòdone. *Al gade tou nan* plan kowòdone.

Ale gade tou nan plan kowòdone.

x-coordinate / kowòdone-x Premye kowòdone nan yon pè òdone, ki di konbyen inite pou deplase sou gòch oswa sou dwat.

Nan pè òdone (−3, −2), kowòdone-x, −3, vle di deplase 3 inite sou gòch. *Ale gade tou nan* plan kowòdone.

x-intercept / absis orijin Kowòdone-x yon pwen kote grafik la travèse aks absis la.

Absis orijin se 6.
Òdone orijin se 3.

Y

y-axis / aks kowòdone-y Aks vètikal nan yon plan kowòdone. *Ale gade tou nan* plan kowòdone.

Ale gade tounan plan kowòdone.

y-coordinate / kowòdone-y Dezyèm kowòdone nan yon pè òdone, ki montre konbyen inite pou deplase anwo oswa anba.

Nan pè òdone (−3, −2), kowòdone-y, −2, vle di deplase 2 inite anba. *Ale gade tounan* plan kowòdone.

y-intercept / òdone orijin Kowòdone-y yon pwen kote grafik la travèse aks òdone a.

Ale gade nan absis orijin.

Z

zero exponent / ekspozan zewo Si $a \neq 0$, kidonk $a^0 = 1$.

$(-7)^0 = 1$

zero of a function / zewo yon fonksyon Yon nonm k se zewo yon fonksyon f si $f(k) = 0$.

Zewo fonksyon $f(x) = 2(x + 3)(x − 1)$ se −3 ak 1.

z-score / eskò-z Nonm z devyasyon estanda ke yon valè done chita anwo oswa anbà mwayèn $\bar{x}$ la ansanm done: $z = \frac{x - \bar{x}}{\sigma}$.

Yon distribisyon nòmal gen yon mwayèn 76 ak yon devyasyon estanda 9. Eskò-z pou $x = 64$ se $z = \frac{x - \bar{x}}{\sigma} = \frac{64 - 76}{9} \approx -1.3$.

HAITIAN CREOLE

RUSSIAN

A

absolute deviation / абсолютное отклонение Абсолютное отклонение числа x от данного числа является абсолютным значением разности x и данного числа:

$$\text{абсолютное отклонение} = \left|x - \text{данное число}\right|$$

Если абсолютным отклонением x от 2 является 3, тогда $\left|x - 2\right| = 3$.

---

absolute value / абсолютное значение Абсолютное значение числа a – это расстояние между a и 0 на числовой прямой. Символ $\left|a\right|$ обозначает абсолютное значение числа a.

$\left|2\right| = 2$, $\left|-5\right| = 5$, и $\left|0\right| = 0$

---

absolute value equation / уравнение с абсолютным значением Уравнение, которое содержит выражение абсолютного значения.

$\left|x + 2\right| = 3$ это уравнение с абсолютным значением.

---

absolute value function / функция абсолютного значения Функция, которая содержит выражение абсолютного значения.

$y = \left|x\right|$, $y = \left|x - 3\right|$, и $y = 4\left|x + 8\right| - 9$ являются функциями абсолютного значения.

---

absolute value of a complex number / абсолютное значение комплексного числа Если $z = a + bi$, тогда абсолютное значение z, обозначаемое как $\left|z\right|$, является неотрицательным действительным числом, определяемым как $\left|z\right| = \sqrt{a^2 + b^2}$.

$\left|-4 + 3i\right| = \sqrt{(-4)^2 + 3^2} = \sqrt{25} = 5$

---

acute angle / острый угол Угол, размер которого составляет от 0° до 90°.

A

---

acute triangle / остроугольный треугольник Треугольник с тремя острыми углами.

---

additive identity / аддитивное тождество Число 0 является аддитивным тождеством, потому что сумма любого числа и 0 является этим же числом: $a + 0 = 0 + a = a$.

$-2 + 0 = -2$, $0 + \frac{3}{4} = \frac{3}{4}$

---

additive inverse / аддитивная инверсия Аддитивной инверсией числа a является его противоположное число $-a$. Сумма числа и его аддитивной инверсии равна 0: $a + (-a) = -a + a = 0$.

Аддитивной инверсией -5 является 5, и $-5 + 5 = 0$.

---

adjacent angles / смежные углы Два угла, имеющие общую вершину и сторону, но не имеющие общих внутренних точек.

1 2

∠1 и ∠2 являются смежными углами.

---

algebraic expression / алгебраическое выражение Выражение, включающее, как минимум, одну переменную. Также называется переменное выражение.

$\frac{2}{3}p$, $\frac{8}{7 - r}$, $k - 5$, и $n^2 + 2n$ являются алгебраическими выражениями.

---

alternate exterior angles / внешние накрест лежащие углы Два угла, образуемые двумя прямыми и секущей, лежащие вне двух прямых на противоположных сторонах секущей.

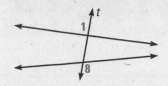

∠1 и ∠8 являются внешними накрест лежащими углами.

alternate interior angles / внутренние накрест лежащие углы Два угла, образуемые двумя прямыми и секущей, лежащие между двух прямых на противоположных сторонах секущей.

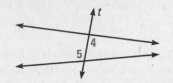

∠4 и ∠5 являются внутренними накрест лежащими углами.

altitude of a triangle / высота треугольника Перпендикулярный отрезок от одной вершины треугольника до противоположной стороны или прямой, содержащей противоположную сторону.

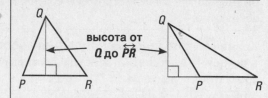

amplitude / амплитуда Амплитуда графика функции синуса или косинуса будет $\frac{1}{2}(M - m)$, где M - это максимальное значение функции, а m – минимальное значение.

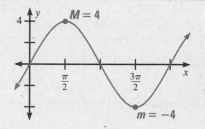

График $y = 4 \sin x$ имеет амплитуду $\frac{1}{2}(4 - (-4)) = 4$.

angle / угол Состоит их двух различных лучей с общей конечной точкой. Лучи являются сторонами угла, а конечная точка – вершиной угла.

∠A, ∠BAC, или ∠CAB

angle bisector / биссектриса угла Луч, который делит угол на два конгруэнтных угла.

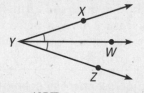

$\overrightarrow{YW}$ делит пополам ∠XYZ.

angle of depression / угол понижения Угол, образуемый между лучом обзора и горизонтальной прямой, когда вы смотрите вниз на предмет.

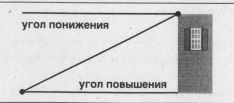

angle of elevation / угол повышения Угол, образуемый между лучом обзора и горизонтальной прямой, когда вы смотрите вверх на предмет.	*См.* angle of depression / угол понижения.
angle of rotation / угол вращения Угол образуемый лучами, выходящими из центра вращения до точки и ее образом. *См. также* rotation / вращение.	*См.* rotation / вращение.
apothem of a polygon / апофема многоугольника Расстояние от центра до любой стороны многоугольника.	апофема
arc length / длина дуги Часть окружности круга.	 Длина дуги $\widehat{AB} = \dfrac{m\widehat{AB}}{360°} \cdot 2\pi r$
area / площадь Количество поверхности, закрываемое фигурой. Площадь измеряется в квадратных единицах, таких как квадратные футы (ft^2) или квадратные метры (m^2).	3 единицы 4 единицы Площадь = 12 квадратных единиц
arithmetic sequence / арифметическая последовательность Математическое выражение, в котором разница между двумя последовательными членами постоянна.	2, 8, 14, 20, 26, . . . является арифметической последовательностью, в которой разница между последовательными членами равна 6.
arithmetic series / арифметическая последовательность Выражение, образуемое сложением членов арифметической прогрессии.	$$\sum_{i=1}^{5} 2i = 2 + 4 + 6 + 8 + 10$$
asymptote / асимптота Прямая, к которой граф приближается все ближе и ближе.	асимптота Асимптотой для представленного графа является прямая $y = 3$.
asymptotes of a hyperbola / асимптоты гиперболы Прямые, к которым приближается гипербола, но не пересекает их.	*См.* hyperbola, geometric definition / гипербола, геометрическое понятие.
axiom / аксиома *См.* postulate / постулат.	*См.* postulate / постулат.

RUSSIAN

axis of symmetry of a parabola / ось симметрии параболы Прямая, перпендикулярная директрисе параболы, и проходящая через ее фокус и вершину.	*См.* parabola, geometric definition / парабола, геометрическое понятие.

B

bar graph / столбчатый график График, в котором длина столбцов используется для представления и сопоставления данных.	Предпочитаемые места для плавания Студенты: 12, 8, 4, 0 Океан, Озеро, Плавательный бассейн
base angles of a trapezoid / углы при основании трапеции Любая пара углов, чьей общей стороной является основание трапеции.	$\angle A$ и $\angle D$ являются парой углов при основании трапеции. $\angle B$ и $\angle C$ являются другой парой.
base angles of an isosceles triangle / углы при основании равнобедренного треугольника Два угла, прилегающих к основанию равнобедренного треугольника.	*См.* vertex angle of an isosceles triangle / угол при вершине равнобедренного треугольника.
base of a parallelogram / основание параллелограмма Одна из пары параллельных сторон параллелограмма.	основание
base of a power / основание степени Число или выражение, используемое как сомножитель в повторяющемся умножении.	В выражении степени 3^4, основанием является 3.
base of a prism / основание призмы *См.* prism / призма.	*См.* prism / призма.
base of a pyramid / основание пирамиды *См.* pyramid / пирамида.	*См.* pyramid / пирамида.
base of an isosceles triangle / основание равнобедренного треугольника Неконгруэнтная сторона равнобедренного треугольника, у которого только две конгруэнтные стороны.	*См.* isosceles triangle /равнобедренный треугольник.
bases of a trapezoid / основание трапеции Параллельные стороны трапеции.	*См.* trapezoid / трапеция.

best-fitting line / прямая наилучшего соответствия *См.* line of fit / линия наибольшего соответствия.	*См.* line of fit / линия наибольшего соответствия.
best-fitting quadratic model / квадратичная модель наибольшего соответствия Модель, задаваемая с использованием квадратической регрессии множества парных данных.	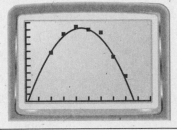
between / между Когда три точки лежат на одной прямой, вы можете сказать, что одна точка располагается между двумя другими.	 **Точка *B* располагается между точками *A* и *C*.**
biased question / пристрастный вопрос Вопрос, который подразумевает определенный ответ.	Вопрос "Не согласны ли вы с тем, что возраст, дающий право на голосование, должен быть понижен до 16 лет, потому что большое количество 16-летних уже несут ответственность и достаточно осведомлены?" является пристрастным вопросом.
biased sample / смещенная выборка Пример, не являющийся представительным для общей совокупности.	Члены школьной баскетбольной команды будут являться смещенной выборкой в опросе необходимости строительства нового спортивного зала.
biconditional statement / биусловное утверждение Утверждение, содержащее выражение "тогда, и только тогда, когда".	Две прямые перпендикулярны тогда и только тогда, когда их пересечение образует прямой угол.
binomial / двучлен Многочлен с двумя членами.	$t^3 - 4t$ и $2x + 5$ являются двучленами.
binomial distribution / биномиальное распределение Вероятностное распределение, связанное с биномиальным экспериментом.	 **Биномиальное распределение для 8 попыток *p* = 0,5.**
binomial experiment / биномиальный эксперимент Эксперимент, отвечающий следующим условиям: (1) Имеется *n* независимых попыток. (2) Каждая попытка имеет только два возможных исхода: успешный и безуспешный. (3) Вероятность успеха одинакова в каждой попытке.	Правильная монета подбрасывается 12 раз. Вероятность выпадения орла 4 раза будет следующей: $$P(k = 4) = {}_nC_k\, p^k(1 - p)^{n-k}$$ $$= {}_{12}C_4(0.5)^4(1 - 0.5)^8$$ $$= 495(0.5)^4(0.5)^8$$ $$\approx 0.121$$

binomial theorem / бином Ньютона Двучленное выражение вида $(a + b)^n$ для любого положительного целого числа n: $(a + b)^n = {}_nC_0a^nb^0 + {}_nC_1a^{n-1}b^1 + {}_nC_2a^{n-2}b^2 + \cdots + {}_nC_na^0b^n.$	$(x^2 + y)^3 =$ ${}_3C_0(x^2)^3y^0 + {}_3C_1(x^2)^2y^1 + {}_3C_2(x^2)^1y^2 + {}_3C_3(x^2)^0y^3 =$ $(1)(x^6)(1) + (3)(x^4)(y) + (3)(x^2)(y^2) + (1)(1)(y^3) =$ $x^6 + 3x^4y + 3x^2y^2 + y^3$
box-and-whisker plot / столбчато-цилиндрический график Отображение данных, объединяющих их значения в четыре группы с использованием минимального значения, нижнего квартиля, среднего квартиля, верхнего квартиля и максимального значения.	
branches of a hyperbola / ветви гиперболы Две симметричные части гиперболы.	*См.* hyperbola, geometric definition / гипербола, геометрическое определение.

C

center of a circle / центр окружности *См.* circle / окружность.	*См.* circle / окружность.
center of a hyperbola / центр гиперболы Средняя точка поперечной оси гиперболы.	*См.* hyperbola, geometric definition / гипербола, геометрическое определение.
center of an ellipse / центр эллипса Средняя точка основной оси	*См.* ellipse / эллипс.
center of a polygon / центр многоугольника Центр описанной окружности многоугольника.	
center of a sphere / центр сферы *См.* sphere / сфера.	*См.* sphere / сфера.
center of dilation / центр растяжения Неподвижная точка, от которой растягивается или сжимается фигура при растяжении.	*См.* dilation / растяжение.
center of rotation / центр вращения *См.* rotation / вращение.	*См.* rotation / вращение.
center of symmetry / центр симметрии *См.* rotational symmetry. / вращательная симметрия.	*См.* rotational symmetry / вращательная симметрия.
central angle of a circle / центральный угол окружности Угол, вершина которого является центром окружности.	 $\angle PCQ$ это центральный угол окружности $\odot C$.

central angle of a regular polygon / центральный угол правильного многоугольника Угол, образуемый двумя радиусами, направленными в последовательные вершины многоугольника.

центральный угол

centroid of a triangle / центр тяжести треугольника Точка совпадения трех медиан треугольника.

P является центром тяжести △*ABC*.

chord of a circle / хорда окружности Отрезок, конечные точки которого лежат на окружности.

хорды

chord of a sphere / хорда сферы Отрезок, конечные точки которого лежат на сфере.

хорда

circle / окружность Множество всех точек на плоскости, находящихся на равном расстоянии от точки, называемой центром окружности.

Окружность с центром *P*, или ⊙*P*

circle graph / круговая диаграмма График, представляющий данные в виде части круга. Весь круг представляет собой все данные.

Мнения об американских горках

Не интересно 7

Хорошо 15

Великолепно 78

circumcenter of a triangle / центр окружности, описанной около треугольника Точка совпадения трех серединных перпендикуляров треугольника.

P является центром описанной окружности △*ABC*.

RUSSIAN

circumference / длина окружности Расстояние вокруг окружности.

circumscribed circle / описанная окружность Окружность, на которой располагаются вершины вписанного многоугольника.

описанная окружность

coefficient / множитель Когда член является произведением числа и степенью переменной, число является множителем степени.

В алгебраическом выражении $2x^2 + (-4x) + (-1)$, множителем $2x^2$ является 2 и множителем $-4x$ является -4.

coefficient matrix / матрица коэффициентов Матрицей коэффициентов линейной системы $ax + by = e$, $cx + dy = f$ является $\begin{bmatrix} a & b \\ c & d \end{bmatrix}$.

$$9x + 4y = -6$$
$$3x - 5y = -21$$

матрица коэффициентов: $\begin{bmatrix} 9 & 4 \\ 3 & -5 \end{bmatrix}$

матрица констант: $\begin{bmatrix} -6 \\ -21 \end{bmatrix}$

матрица переменных: $\begin{bmatrix} x \\ y \end{bmatrix}$

collinear points / колинеарные точки Точки, лежащие на одной прямой.

Точки *A*, *B* и *C* являются колинеарными.

combination / комбинация Выбор r объектов из группы, состоящей из n объектов, где порядок не имеет значения. Обозначается как $_nC_r$ где

$$_nC_r = \frac{n!}{(n-r)! \cdot r!}.$$

Существует 6 комбинаций из $n = 4$ для букв A, B, C, и D выбранных в количестве $r = 2$ за один раз: AB, AC, AD, BC, BD, и CD.

common difference / разность арифметической прогрессии Постоянная разность между последовательными членами арифметической прогрессии.

2, 8, 14, 20, 26, . . . является арифметической прогрессией с общей разностью, равной 6.

common factor / общий делитель Целое число, являющееся делителем двух или более целых чисел, не равных нулю.

Общими делителями 64 и 120 являются 1, 2, 4 и 8.

common logarithm / десятичный логарифм Логарифм с основанием 10. Обозначается как $\log_{10}$ или просто log.

$\log_{10} 100 = \log 100 = 2$ потому что $10^2 = 100$.

common multiple / общий множитель Целое число, являющееся множителем двух или более целых чисел, не равных нулю.

Общими множителями 6 и 8 являются 24, 48, 72, 96, ...

common ratio / общий знаменатель прогрессии Отношение любого члена геометрической прогрессии к предыдущему члену прогрессии.

Последовательность 5, 10, 20, 40, . . . является геометрической прогрессией с общим знаменателем 2.

complement of a set / дополнение множества Дополнение множества A, записанное как $\overline{A}$, - это все элементы в универсальном множестве U, которые *не* находятся во множестве A.	Пусть U будет множеством всех целых чисел от 1 до 10 и пусть $A = \{1, 2, 4, 8\}$. Тогда $\overline{A} = \{3, 5, 6, 7, 9, 10\}$.
complementary angles / дополнительные углы Два угла, сумма которых равна 90°. Сумма размера угла и его *дополнительного угла* составляет 90°.	
completing the square / дополнение квадрата Процесс добавления члена в квадратное выражение в виде $x^2 + bx$ для получения полного квадратного трехчлена.	Для дополнения квадрата для $x^2 + 16x$, добавьте $\left(\frac{16}{2}\right)^2 = 64 : x^2 + 16x + 64 = (x + 8)^2$.
complex conjugates / комплексные сопряженные числа Два комплексных числа в виде $a + bi$ и $a - bi$.	$2 + 4i, 2 - 4i$
complex fraction / составная дробь Дробь, содержащая дробь в ее числителе, или в знаменателе, или в числителе и знаменателе.	$\dfrac{\frac{3x}{2}}{-6x^3}$ и $\dfrac{x^2-1}{\frac{x+1}{x-1}}$ являются составными дробями.
complex number / комплексное число Число $a + bi$ где a и b являются действительными числами, а i – мнимая единица.	$0, 2.5, \sqrt{3}, \pi, 5i, 2 - i$
complex plane / комплексная плоскость Координатная плоскость, в которой каждая точка (a, b) представляет комплексное число $a + bi$. Горизонтальная ось является действительной осью, а вертикальная ось - мнимой.	
component form of a vector / компонентная форма вектора Форма вектора, которая сочетает в себе горизонтальные и вертикальные компоненты вектора.	 Компонентной формой $\overrightarrow{PQ}$ является $\langle 4, 2 \rangle$.
composite number / составное число Целое число больше 1, которое имеет сомножители, отличные от него самого и 1.	6 является составным числом, потому что его сомножителями являются 1, 2, 3 и 6.
composition of functions / композиция функций Композиция функции g с функцией f будет $h(x) = g(f(x))$.	$f(x) = 5x - 2, \; g(x) = 4x^{-1}$ $g(f(x)) = g(5x - 2) = 4(5x - 2)^{-1} =$ $\dfrac{4}{5x - 2}, x \neq \dfrac{2}{5}$
composition of transformations / комбинация трансформаций Результат комбинации двух и более трансформаций для получения одной трансформации.	Скользящее отражение является примером комбинации трансформаций.

RUSSIAN

compound event / сложное событие Событие, сочетающее в себе два или более событий с использованием слова *и* или слова *или*.	Когда вы бросаете игральную кость, событие "выбросить 2 или нечетное число" является сложным событием.
compound inequality / сложное неравенство Два простых неравенства, объединенных словом "и" или "или".	$2x > 0$ или $x + 4 < -1$ являются сложным неравенством.
conditional probability / условная вероятность Условная вероятность B с учетом A, записанная как $P(B \mid A)$, это вероятность происхождения события B при условии, что событие A произошло.	Две карты случайно выбираются из стандартной колоды, состоящей из 52 карт. Пусть событие A будет "первая карта трефы" и пусть событие B будет "вторая карта трефы". Тогда $P(B \mid A) = \frac{12}{51} = \frac{4}{17}$ потому что имеется 12 (из 13) трефов среди оставшейся 51 карты.
compound interest / сложные проценты Проценты, которые начисляются как на основной капитал, так и на ранее полученный процент.	Вы положили в банк $250, который дает ежегодно 4% сложного процента. Тогда через 5 лет у вас на счете будет $y = 250(1 + 0.04)^5 \approx \$304.16$.
concave polygon / вогнутый многоугольник Многоугольник, который не является выпуклым. *См. также* convex polygon / выпуклый многоугольник.	внутренняя часть
conclusion / заключение Часть условного утверждения после слова "тогда".	*См.* conditional statement / условное утверждение.
concurrent / сходящиеся Три или более прямых, лучей или отрезков, пересекающихся в одной и той же точке.	*См.* point of concurrency / точка схождения.
conditional statement / условное утверждение Утверждение, состоящее из двух частей – гипотезы и заключения.	условное утверждение Если $a > 0$, тогда $\|a\| = a$. гипотеза заключение
cone / конус Трехмерное тело с одним круглым основанием и вершиной, не располагающейся в той же плоскости, что и основание.	вершина, высота, h, основание, r
conic section / коническое сечение Кривая, образуемая пересечением плоскости и двуполостного конуса. Конические сечения также называются кониками.	*См.* circle, ellipse, hyperbola, *and* parabola / окружность, эллипс, гипербола *и* парабола.
congruence transformation / конгруэнтное преобразование Преобразование, сохраняющее длину и величину угла. Также называется *изометрия*.	Параллельные перемещения, отражения и вращения являются тремя типами конгруэнтного преобразования.
congruent angles / конгруэнтные углы Углы, имеющие одинаковую величину.	A B $\angle A \cong \angle B$

congruent arcs / конгруэнтные дуги Две дуги, имеющие одинаковый размер, располагающиеся на одной и той же окружности или на конгруэнтных окружностях.	$\overset{\frown}{CD} \cong \overset{\frown}{EF}$
congruent circles / конгруэнтные окружности Две окружности, имеющие одинаковый радиус.	$\odot P \cong \odot Q$
congruent figures / конгруэнтные фигуры Две геометрические фигуры, имеющие одинаковый размер и вид. Символ $\cong$ обозначает конгруэнтность. Когда две фигуры конгруэнтны, все пары соответствующих сторон и углов также конгруэнтны.	$\triangle ABC \cong \triangle FED$ $\angle A \cong \angle F, \angle B \cong \angle E,$ $\angle C \cong \angle D$ $\overline{AB} \cong \overline{FE}, \overline{BC} \cong \overline{ED},$ $\overline{AC} \cong \overline{FD}$
congruent segments / конгруэнтные отрезки Отрезки прямой, имеющие одинаковую длину.	$\overline{AB} \cong \overline{CD}$
conjecture / предположение Недоказанное утверждение, основанное на наблюдениях.	Предположение: все простые числа являются нечетными.
conjugates / сопряженные выражения Выражения $a + \sqrt{b}$ и $a - \sqrt{b}$ где a и b являются рациональными числами.	Сопряженным выражением $7 + \sqrt{2}$ является $7 - \sqrt{2}$.
consecutive interior angles / последовательные внутренние углы Два угла, образованные двумя прямыми и секущей, лежащие между двумя прямыми на одной и той же стороне секущей.	$\angle 3$ и $\angle 5$ являются последовательными внутренними углами.
consistent dependent system / непротиворечивая зависимая система Линейная система с бесконечным множеством решений. Графики уравнений непротиворечивой зависимой системы совпадают.	Линейная система $x - 2y = -4$ и $y = \frac{1}{2}x + 2$ является непротиворечивой зависимой системой, потому что графики уравнений совпадают.

RUSSIAN

consistent independent system / непротиворечивая независимая система Линейная система с единственным решением. Графики уравнений непротиворечивой зависимой системы пересекаются.	$3x - 2y = 2$ $x + y = 4$ Линейная система $3x - 2y = 2$ и $x + y = 4$ является непротиворечивой независимой системой, потому что графики уравнений пересекаются.
consistent system / непротиворечивая система Система уравнений, имеющая, как минимум, одно решение.	$$y = 2 + 3x$$ $$6x + 2y = 4$$ Система, приведенная выше, является непротиворечивой, так как имеет решение (0, 2).
constant of variation / коэффициент вариации Ненулевой коэффициент a в уравнении прямого пропорционального изменения $y = ax$, в уравнении обратно пропорционального изменения $y = \dfrac{a}{x}$, или в объединенном уравнении изменения $z = axy$.	В уравнении прямо пропорционального изменения $y = -\dfrac{5}{2}x$, коэффициентом вариации является $-\dfrac{5}{2}$.
constant term / постоянный член Член с числовой частью, но без переменной части.	В выражении $3x + (-4) + (-6x) + 2$, постоянными членами являются -4 и 2.
constraints / ограничивающие условия В линейном программировании линейные неравенства, образующие систему.	*См.* linear programming / линейное программирование.
continuous function / непрерывная функция Функция, график которой не прерывается.	
construction / построение Геометрический чертеж, для построения которого используется ограниченное число инструментов, обычно это компас и линейка.	
contrapositive / контрапозитивное Эквивалентное утверждение, образуемое отрицанием гипотезы и заключения в условном утверждении.	Утверждение: если $m\angle A = 90°$, тогда $\angle A$ это прямой угол. Контрапозитивное утверждение: если $\angle A$ не прямой угол, тогда $m\angle A \neq 90°$.
control group / контрольная группа Группа, которая не проходит процедуру или обработку при проведении эксперимента. *См. также* experimental group / экспериментальная группа.	*См.* experimental group / экспериментальная группа.

convenience sample / нерепрезентативная выборка
Выборка, в которой участвуют только легко доступные члены совокупности.

Вы можете выбрать нерепрезентативный образец совокупности учеников школы, выбрав только учеников вашего класса.

converse of a conditional / обратное условное утверждение Утверждение, образуемое переменой мест между гипотезой и заключением условного утверждения. Утверждение, обратное истинному утверждению, не всегда будет истинным.

Обратное утверждение утверждению "Если $x = 5$, тогда $|x| = 5$" будет "Если $|x| = 5$, тогда $x = 5$." Первоначальное утверждение истинно, тогда как обратное неверно.

convex polygon / выпуклый многоугольник
Такой многоугольник, в котором ни одна из прямых, на которых располагаются стороны многоугольника, не содержит точки внутри многоугольника. Многоугольник, не являющийся выпуклым является невыпуклым или вогнутым.

внутренняя часть

convex polyhedron / выпуклый многогранник
Многогранник является выпуклым, если любые две точки на его поверхности могут быть соединены отрезком, полностью лежащим внутри многогранника или на его поверхности. Если отрезок выходит за пределы многогранника, тогда он является невыпуклым или вогнутым.

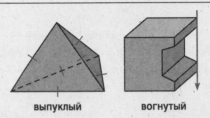

выпуклый   вогнутый

coordinate / координата Действительное число, соответствующее точке на прямой.

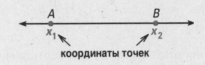

координаты точек

coordinate plane / координатная плоскость Плоскость, разделенная на четыре квадранта горизонтальной числовой прямой, называемой осью x, и вертикальной прямой, называемой осью y.

coordinate proof / координатное доказательство
Тип доказательства, включающий размещение геометрических фигур в плоскости координат.

coplanar points / компланарные точки Точки, лежащие в одной и той же плоскости.

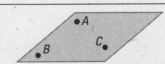

A, B, и C являются компланарными.

corollary to a theorem / следствие теоремы Утверждение, которое может быть легко доказано при помощи теоремы.

Следствие теоремы о сумме углов в треугольнике указывает, что острые углы в прямоугольном треугольнике являются дополнительными.

RUSSIAN

correlation / корреляция Отношение между парными данными. Парные данные имеют *положительную корреляцию*, если *y* стремится к увеличению по мере увеличения *x*, и *отрицательную корреляцию*, если *y* стремится к уменьшению по мере увеличения *x*, и относительно отсутствующую *корреляцию*, в случае отсутствия видимого соотношения между *x* и *y*.

См. positive correlation *and* negative correlation / положительная корреляция *и* отрицательная корреляция.

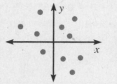

Относительно отсутствующая корреляция

correlation coefficient / коэффициент корреляции
Величина, обозначаемая как *r*, где $-1 \leq r \leq 1$, показывающая насколько хорошо прямая соответствует множеству пар данных (*x*, *y*).

Набор данных, который показывает значительную положительную корреляцию, имеет коэффициент корреляции $r \approx 1$. *См. также* positive correlation *and* negative correlation / положительная корреляция *и* отрицательная корреляция.

corresponding angles / соответственные углы
Два угла, образуемые двумя прямыми и секущей, занимающие соответственные положения.

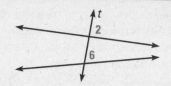

∠**2** и ∠**6** являются соответственными углами.

corresponding parts / соответственные части
Части сторон или углов, имеющие одинаковое относительное положение в двух конгруэнтных или подобных фигурах.

∠**A** и ∠**J** являются соответственными углами.
$\overline{AB}$ и $\overline{JK}$ являются соответственными сторонами.

cosecant function / функция косеканса Если *θ* является острым углом в прямоугольном треугольнике, тогда косеканс *θ* будет равен длине гипотенузы, поделенной на длину катета, противолежащего *θ*.

См. sine function / функция синуса.

cosine / косинус Тригонометрическое соотношение, обозначаемое как *cos*. Для прямоугольного треугольника *ABC*, косинус острого угла *A* будет равен
$$\cos A = \frac{\text{длина катета, прилежащего к } \angle A}{\text{длина гипотенузы}} = \frac{AC}{AB}$$

$$\cos A = \frac{AC}{AB} = \frac{4}{5}$$

cosine function / функция косинуса Если *θ* является острым углом в прямоугольном треугольнике, тогда косинус *θ* будет равен длине катета, прилежащего к *θ*, поделенной на длину гипотенузы.

См. sine function / функция синуса.

cotangent function / функция котангенса Если *θ* является острым углом в прямоугольном треугольнике, тогда котангенс *θ* будет равен длине катета, прилежащего к *θ*, поделенной на длину катета, противолежащего *θ*.

См. sine function / функция синуса.

coterminal angles / котерминальные углы Углы в стандартном положении с совпадающими терминальными сторонами.

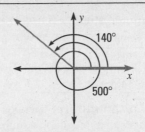

Углы размером 500° и 140° являются котерминальными.

---

counterexample / контрпример Пример, показывающий, что предположение неверно.

Предположение: все простые числа являются нечетными.
Контрпример: 2, простое число, которое не является нечетным

---

co-vertices of an ellipse / совместные вершины эллипса Точки пересечения эллипса с прямой, проходящей через центр эллипса и перпендикулярной его большой оси.

См. ellipse / эллипс.

Cramer's rule / правило Крамера Способ решения системы линейных уравнений с использованием детерминантов: Для линейной системы $ax + by = e$, $cx + dy = f$, пусть A будет матрицей коэффициентов. Если детерминант $A \neq 0$, решение системы будет следующим:

$$x = \frac{\begin{vmatrix} e & b \\ f & d \end{vmatrix}}{\det A}, y = \frac{\begin{vmatrix} a & e \\ c & f \end{vmatrix}}{\det A}$$

$9x + 4y = -6$
$3x - 5y = -21$; $\begin{vmatrix} 9 & 4 \\ 3 & -5 \end{vmatrix} = -57$

Применение правила Крамера дает следующий результат:

$$x = \frac{\begin{vmatrix} -6 & 4 \\ -21 & -5 \end{vmatrix}}{-57} = \frac{114}{-57} = -2$$

$$y = \frac{\begin{vmatrix} 9 & -6 \\ 3 & -21 \end{vmatrix}}{-57} = \frac{-171}{-57} = 3$$

---

cross multiplying / векторное умножение Способ решения простых рациональных уравнений, для которого каждая сторона уравнения является простым рациональным выражением.

Для решения $\dfrac{3}{x + 1} = \dfrac{9}{4x + 5}$, выполните векторное умножение.

$$3(4x + 5) = 9(x + 1)$$
$$12x + 15 = 9x + 9$$
$$3x = -6$$
$$x = -2$$

---

cross product / векторное произведение В пропорции, векторное произведение - это произведение числителя одной дроби на знаменатель другой дроби. Векторные произведения пропорции равны.

Векторыми произведениями пропорции $\dfrac{3}{4} = \dfrac{6}{8}$ являются $3 \cdot 8 = 24$ и $4 \cdot 6 = 24$.

---

cross section / секущая поверхность Пересечение плоскости и трехмерной фигуры.

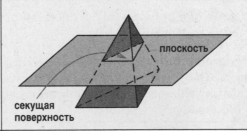

плоскость

секущая поверхность

---

cube / куб Многогранник с шестью конгруэнтными квадратными гранями.

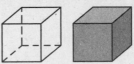

---

cube root / кубический корень Если $b^3 = a$, тогда b будет являться кубическим корнем a.	2 является кубическим корнем 8, потому что $2^3 = 8$.
cycle / цикл Наименьшая повторяющаяся часть графика периодической функции.	*См.* periodic function / периодическая функция.
cylinder / цилиндр Трехмерная фигура с конгруэнтными круглыми основаниями, лежащими в параллельных плоскостях.	основание основание

D

decagon / десятиугольник Многоугольник с десятью сторонами.	
decay factor / коэффициент затухания Количество b в экспоненциальной функции затухания $y = ab^x$ с $a > 0$ и $0 < b < 1$.	Коэффициент затухания функции $y = 3(0,5)^x$ будет равен 0,5.
decay rate / скорость затухания Переменная r в экспоненциальной модели затухания $y = a(1 - r)^t$.	В экспоненциальной модели затухания $P = 41(0,995)^t$, скорость затухания будет равна 0,005, потому что $0,995 = 1 - 0,005$.
deductive reasoning / дедуктивное умозаключение Процесс, использующий факты, определения, общепринятые свойства и законы логики для формулирования логического заключения.	$(x + 2) + (-2)$ $= x + [2 + (-2)]$ **Сочетательное свойство сложения** $= x + 0$ **Обратное свойство сложения** $= x$ **Идентичное свойство сложения**
defined terms / формулируемые термины Термины, которые могут быть описаны с использованием известных слов.	*Отрезок прямой* и *луч* являются двумя формулируемыми терминами.
degree of a monomial / степень одночлена Сумма показателей степени переменных в одночлене. Степень ненулевого постоянного члена равна 0.	Степенью $\frac{1}{2}ab^2$ будет $1 + 2$, или 3.
degree of a polynomial / степень многочлена Наибольшая степень членов многочлена.	Многочлен $2x^2 + x - 5$ имеет степень 2.
denominator / знаменатель Число под дробной чертой дроби. Оно представляет число равных частей, на которые делится целое число, или количество объектов, составляющих множество.	В дроби $\frac{3}{4}$, знаменателем является 4.

dependent events / зависимые события Два события, для которых возникновение или невозникновение одного события влияет на вероятность другого события.

В мешке имеется 3 красных и 5 белых шариков. Вы наугад вытаскиваете один шарик, не возвращая его в мешок вытаскиваете следующий шарик. События "вытащить первым красный шарик" и "вытащить вторым белый шарик" являются зависимыми событиями.

---

dependent system / зависимая система Непротиворечивая система уравнений, имеющая бесконечное множество решений.

$$2x - y = 3$$
$$4x - 2y = 6$$

Любая упорядоченная пара $(x, 2x - 3)$ является решением указанной выше системы, то есть имеется бесконечное множество решений.

---

dependent variable / зависимая переменная Выходная переменная в уравнении с двумя переменными.

См. independent variable / независимая переменная.

---

determinant / детерминант Действительное число, ассоциируемое с любой квадратной матрицей A, обозначается как детерминант A или $|A|$.

$$\det \begin{bmatrix} 5 & 4 \\ 3 & 1 \end{bmatrix} = 5(1) - 3(4) = -7$$
$$\det \begin{bmatrix} a & b \\ c & d \end{bmatrix} = ad - cb$$

---

diagonal of a polygon / диагональ многоугольника
Отрезок, соединяющий две непоследовательные вершины многоугольника.

---

diameter of a circle / диаметр окружности Хорда, проходящая через центр окружности. Расстояние от края до края окружности, измеряемое через ее центр.

См. circumference / длина окружности.

---

diameter of a sphere / диаметр сферы Хорда, содержащая центр сферы. Расстояние через сферу, проходящее через ее центр.

диаметр

---

dilation / растяжение Преобразование, растягивающее или сжимающее фигуру для создания подобной фигуры.

Коэффициент степени растяжения равен $\frac{XY}{AB}$.
центр растяжения

---

dimensions of a matrix / размеры матрицы Количество рядов и столбцов в матрице. Если матрица имеет m рядов и n столбцов, размеры матрицы будут $m \times n$.

Размеры матрицы с 3 рядами и 4 столбцами будут 3×4 ("3 на 4").

---

direct variation / прямо пропорциональное изменение Соотношение между двумя переменными x и y, при наличии ненулевого числа a, когда $y = ax$. Если $y = ax$, тогда y меняется прямо пропорционально x.	Уравнение $2x - 3y = 0$ представляет прямо пропорциональное изменение, потому что оно эквивалентно уравнению $y = \frac{2}{3}x$. Уравнение $y = x + 5$ *не* является представлением прямо пропорционального изменения.
directrix of a parabola / директриса параболы *См.* parabola, geometric definition / парабола, геометрическое определение.	*См.* parabola, geometric definition / парабола, геометрическое определение.
discrete function / дискретная функция Функция, график которой состоит из отдельных точек.	
discriminant of a general second-degree equation / дискриминант обычного квадратного уравнения Выражение $B^2 - 4AC$ для уравнения $Ax^2 + Bxy + Cy^2 + Dx + Ey + F = 0$. Используется для идентификации типа коники, представляемого уравнением.	Для уравнения $4x^2 + y^2 - 8x - 8 = 0$, $A = 4$, $B = 0$, и $C = 1$. $$B^2 - 4AC = 0^2 - 4(4)(1) = -16$$ Потому что $B^2 - 4AC < 0$, $B = 0$, и $A \neq C$, коника является эллипсом.
discriminant of a quadratic equation / дискриминант квадратного уравнения Выражение $b^2 - 4ac$ для квадратного уравнения $ax^2 + bx + c = 0$; также выражение под знаком радикала в формуле корней квадратного уравнения.	Значение дискриминанта уравнения $2x^2 - 3x - 7 = 0$ является $b^2 - 4ac = (-3)^2 - 4(2)(-7) = 65$.
disjoint events / несовместимые события События A и B являются несовместимыми, если они не имеют общих исходов; также называются как взаимоисключающие события.	Вы наугад выбираете карту из стандартной колоды карт, состоящей из 52 карт. Выбор треф и выбор червей являются несовместимыми событиями.
distance between two points on a line / расстояние между двумя точками на прямой Абсолютное значение разницы между координатами точек. Расстояние между точками A и B, записанное как AB, также называется длиной $\overline{AB}$.	
distance formula / формула расстояния Расстояние d между двумя точками (x_1, y_1) и (x_2, y_2) будет $d = \sqrt{(x_2 - x_1)^2 + (y_2 - y_1)^2}$.	Расстояние между $(-1, 3)$ и $(5, 2)$ будет: $d = \sqrt{(5 - (-1))^2 + (2 - 3)^2} = \sqrt{37}$
distance from a point to a line / расстояние от точки до прямой Длина перпендикулярного отрезка от точки до прямой.	 **Расстояние от *Q* до *m* равно *QP*.**

High School
Multi-Language Visual Glossary
Copyright © by McDougal Littell,
a division of Houghton Mifflin Company.

distributive property / свойство распределения Свойство, которое можно использовать для нахождения произведения чисел, суммы или разности:

$$a(b + c) = ab + ac$$
$$(b + c)a = ba + ca$$
$$a(b - c) = ab - ac$$
$$(b - c)a = ba - ca$$

$$3(4 + 2) = 3(4) + 3(2),$$
$$(8 - 6)4 = (8)4 - (6)4$$

---

domain / область определения Множество входных величин соотношения.

См. relation / соотношение.

---

domain of a function / область функции Множество всех входных величин функции.

См. function / функция.

E

eccentricity of a conic section / эксцентричность конического сечения Эксцентричность e гиперболы или эллипса равна $\frac{c}{a}$ это расстояние от каждого фокуса до центра и a –это расстояние от каждой вершины до центра. Эксцентричность окружности равна $e = 0$. Эксцентричность параболы $e = 1$.

Для эллипса $\frac{(x + 4)^2}{36} + \frac{(y - 2)^2}{16} = 1$, $c = \sqrt{36 - 16} = 2\sqrt{5}$, таким образом эксцентричность равна $e = \frac{c}{a} = \frac{2\sqrt{5}}{\sqrt{36}} = \frac{\sqrt{5}}{3} \approx 0.745$.

---

edge of a polyhedron / ребро многогранника Отрезок прямой, образуемый пересечением двух граней многогранника.

ребро

---

element of a matrix / элемент матрицы Число в матрице. также называется *запись*.

См. matrix / матрица.

---

element of a set / элемент множества Каждый объект множества. Также называется *член* множества.

5 является элементом множества целых чисел, $W = \{0, 1, 2, 3, \ldots\}$.

---

elimination method / метод исключения Метод решения системы уравнений путем умножения на постоянное число, затем добавление преобразованных уравнений для удаления переменной.

Для использования метода исключения для решения системы уравнений $3x - 7y = 10$ и $6x - 8y = 8$, умножьте первое уравнение на -2 и сложите уравнения для исключения x.

---

ellipse / эллипс Множество всех точек P на плоскости, расположенных таких образом, что расстояние между P и двумя неподвижными точками, называемыми фокусами, является постоянным.

совместная вершина $(0, b)$
центр
вершина $(-a, 0)$
вершина $(a, 0)$
$(-c, 0)$ фокус
$(c, 0)$ фокус
большая ось
малая ось
$(0, -b)$ совместная вершина
$d_1 + d_2 = $ константа

---

empty set / пустое множество Множество, не имеющее элементов, обозначаемое как Ø.

Множество отрицательных целых чисел $= $ Ø.

end behavior / конечное поведение Поведение графика функции по мере приближения x к положительной бесконечности ($+\infty$) или отрицательной бесконечности ($-\infty$).

$$f(x) \to +\infty \text{ как } x \to -\infty$$
$$\text{или как } x \to +\infty.$$

---

endpoints / конечные точки *См.* line segment / отрезок прямой.

См. line segment / отрезок прямой.

---

enlargement / увеличение Увеличение с коэффициентом масштабирования больше 1.

Растяжение с коэффициентом масштабирования 2 является увеличением.

---

equal matrices / равные матрицы Матрицы, имеющие одинаковые размеры и равные элементы в совпадающих позициях.

$$\begin{bmatrix} 6 & 0 \\ -\dfrac{4}{4} & \dfrac{3}{4} \end{bmatrix} = \begin{bmatrix} 3 \cdot 2 & -1 + 1 \\ -1 & 0.75 \end{bmatrix}$$

---

equation / уравнение Утверждение, что два выражения равны.

$$2x - 3 = 7,\ 2x^2 = 4x$$

---

equation in two variables / уравнение с двумя переменными Уравнение, имеющее две переменные.

$$y = 3x - 5,\ d = -16t^2 + 64$$

---

equiangular polygon / равноугольный многоугольник Многоугольник, в котором все внутренние углы конгруэнтны.

---

equiangular triangle / равноугольный треугольник Треугольник с тремя конгруэнтными углами.

---

equidistant / равноудаленный Имеющий одинаковое расстояние как от одной фигуры, так и от другой.

X равноудален от *Y* и *Z*.

---

equilateral polygon / равносторонний многоугольник Многоугольник, все стороны которого конгруэнтны.

---

equilateral triangle / равносторонний треугольник Треугольник с тремя конгруэнтными сторонами.

---

equivalent equations / равносильные уравнения Уравнения, имеющие одинаковое решение(-я).

$x + 7 = 4$ и $x = -3$ являются равносильными уравнениями.

---

equivalent expressions / равнозначные выражения Два выражения, имеющие одно и то же значение для всех значений переменной.

$3(x + 2) + x$ и $4x + 6$ являются равнозначными выражениями.

equivalent fractions / эквивалентные дроби Дроби, представляющие собой одно и то же число.	$\frac{5}{15}$ и $\frac{20}{60}$ являются эквивалентными дробями, так как обе представляют число $\frac{1}{3}$.
equivalent inequalities / равносильные неравенства Неравенства, имеющие одни и те же решения.	$2t < 4$ и $t < 2$ являются равносильными неравенствами, потому что решениями обоих неравенств являются все действительные числа меньше 2.
equivalent statements / равнозначные утверждения Два утверждения, оба являющиеся истинными или оба являющиеся ошибочными.	Условное утверждение и его контрапозитивное утверждение являются равнозначными утверждениями.
evaluate an algebraic expression / определение алгебраического выражения Нахождение значения алгебраического выражения путем подстановки числа для каждой переменной и выполнение действий.	Значение $n - 1$ когда $n = 3$ будет $3 - 1 = 2$.
event / событие Исход или совокупность исходов.	Когда вы бросаете игральную кость, "выпадение нечетного числа" является событием.
excluded value / исключенное значение Число, которое делает рациональное выражение неопределенным.	3 является исключенным значением в выражении $\frac{2}{x-3}$ потому что 3 делает значение знаменателя равным 0.
experimental group / экспериментальная группа Группа, подвергающаяся какой-либо процедуре или обработке при проведении эксперимента. *См. также* control group / контрольная группа.	Одной группе пациентов, страдающих головной болью, являющейся экспериментальной группой, давали таблетки с лекарственным препаратом. Другой контрольной группе давали таблетки без лекарственного препарата.
experimental probability / эмпирическая вероятность Вероятность, основанная на проведении эксперимента, выполнении опроса или анализа истории события.	Вы бросаете игральный кубик 100 раз, и у вас 19 раз выпадает число 4. Эмпирическая вероятность выбрасывания 4 составляет $\frac{19}{100} = 0{,}19$.
explicit rule / явное правило Правило для последовательности, определяющее n-ный член a_n как функцию n номера положения члена в последовательности.	Правила $a_n = -11 + 4n$ и $a_n = 3(2)^{n-1}$ являются явными правилами для последовательностей.
exponent / показатель степени Число или переменная, которые показывают количество раз, которое основание степени используется как сомножитель.	В возведении в степень 3^4, 4 является показателем степени.

RUSSIAN

exponential decay / экспоненциальное затухание
Когда $a > 0$ и $0 < b < 1$, функция $y = ab^x$ представляет собой экспоненциальное затухание. Когда количество уменьшается экспоненциально, оно уменьшается на одинаковый процент за одинаковые промежутки времени. Моделью экспоненциального затухания является $y = a(1 - r)^t$.

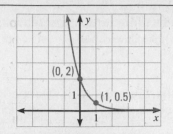

Функция $y = 2(0.25)^x$ представляет собой экспоненциальное затухание. *См. также* **decay rate** *and* **decay factor** / **скорость затухания** *и* **коэффициент затухания.**

---

exponential decay function / функция экспоненциального затухания Если $a > 0$ и $0 < b < 1$, тогда функция $y = ab^x$ является функцией экспоненциального затухания с коэффициентом затухания b.

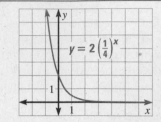

$$y = 2\left(\frac{1}{4}\right)^x$$

---

exponential equation / степенное уравнение Уравнение, в котором переменное выражение встречается как показатель степени.

$4^x = \left(\frac{1}{2}\right)^{x-3}$ является степенным уравнением.

---

exponential function / экспоненциальная функция Функция вида $y = ab^x$ где $a \neq 0$, $b > 0$, и $b \neq 1$.

Функции $y = 2 \cdot 3^x$ и $y = -2 \cdot \left(\frac{1}{2}\right)^x$ являются экспоненциальными функциями. *См. также* exponential growth *and* exponential decay / экспоненциальный рост и экспоненциальное затухание.

---

exponential growth / экспоненциальный рост Когда $a > 0$ и $b > 1$, функция $y = ab^x$ представляет собой экспоненциальный рост. Когда количество увеличивается экспоненциально, оно увеличивается на один и тот же процент за одинаковые промежутки времени. Моделью экспоненциального роста является $y = a(1 + r)^t$.

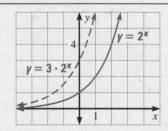

Функции $y = 3 \cdot 2^x$ и $y = 2^x$ представляют собой экспоненциальный рост. *См. также* **growth rate** *and* **growth factor** / **скорость роста** *и* **коэффициент роста.**

---

exponential growth function / функция экспоненциального роста Если $a > 0$ и $b > 1$, тогда $y = ab^x$ будет являться функцией экспоненциального роста с коэффициентом роста b.

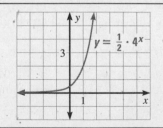

$$y = \frac{1}{2} \cdot 4^x$$

---

exterior angles of a triangle / внешние углы треугольника При удлинении сторон треугольника – углы, прилегающие к внутренним углам.

High School
Multi-Language Visual Glossary

Copyright © by McDougal Littell,
a division of Houghton Mifflin Company.

external segment / внешний отрезок Часть секущего отрезка, находящаяся вне окружности.

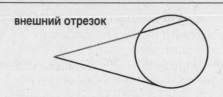

внешний отрезок

---

extraneous solution / постороннее решение Решение преобразованного уравнения, которое не является решением первоначального уравнения.

Когда вы извлекаете корень из обеих сторон уравнения с радикалами $\sqrt{6 - x} = x$, получаемое уравнение будет иметь два решения: 2 и -3, однако -3 будет являться сторонним решением, потому что оно не удовлетворяет условиям первоначального уравнения $\sqrt{6 - x} = x$.

---

extremes of a proportion / крайние члены пропорции Первый и последний члены пропорции. *См. также* proportion / пропорция.

Крайними членами пропорции $\frac{a}{b} = \frac{c}{d}$ являются a и d.

F

---

face of a polyhedron / грань многогранника *См.* face of a polyhedron / многогранник.

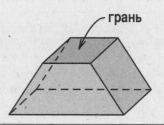

грань

---

factor / множитель Когда целые числа, отличающиеся от нуля, умножаются друг на дуга, каждое число будет являться множителем произведения.

Так как $2 \times 3 \times 7 = 42$, 2, 3, и 7 являются множителям 42.

---

factor by grouping / разложение на множители путем группирования Для вычисления многочлена с четырьмя членами путем группирования, вынесите за скобки общий одночлен из пары членов, затем найдите общий биноминальный множитель.

$x^3 + 3x^2 + 5x + 15$
$$= (x^3 + 3x^2) + (5x + 15)$$
$$= x^2(x + 3) + 5(x + 3)$$
$$= (x + 3)(x^2 + 5)$$

---

factor completely / полное разложение на множители Раскладываемый на множители многочлен с целочисленными коэффициентами полностью раскладывается на множители, если он записывается как произведение не раскладываемых на множители многочленов с целочисленными коэффициентами.

Многочлен $x^3 - x$ не может быть полностью разложен на множители, при его записи в виде $x(x^2 - 1)$ однако полностью раскладывается на множители при его записи как $x(x + 1)(x - 1)$.

---

factor tree / дерево множителей Диаграмма, которая может использоваться для записи простых множителей числа.

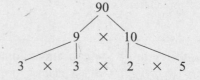

---

factorial / факториал Для любого положительного числа n, выражение $n!$, читаемое как "n факториал," является произведением всех целых чисел от 1 до n. Также, 0! считается равным 1.

$6! = 6 \cdot 5 \cdot 4 \cdot 3 \cdot 2 \cdot 1 = 720$

RUSSIAN

family of functions / семейство функций Группа функций со сходными характеристиками. .	Функции, имеющие вид $f(x) = mx + b$ образуют семейство линейных функций.
feasible region / область допустимых значений В линейном программировании график системы ограничений.	*См.* linear programming / линейное программирование.
finite differences / конечные разности Когда значение x в области данных распределены равномерно, разности последовательных значений у называются конечными разностями.	$$f(x) = x^2$$ $f(1)$ $f(2)$ $f(3)$ $f(4)$ 1 4 9 16 $4 - 1 = 3$ $9 - 4 = 5$ $6 - 9 = 7$ Конечными разностями первого порядка являются 3, 5 и 7.
flow proof / потоковое доказательство Тип доказательства, использующего стрелки для показа потока логического аргумента.	
foci of a hyperbola / фокус гиперболы *См.* hyperbola, geometric definition / гипербола, геометрическое определение.	*См.* hyperbola, geometric definition / гипербола, геометрическое определение.
foci of an ellipse / фокус эллипса *См.* ellipse / эллипс.	*См.* ellipse / эллипс.
focus of a parabola / фокус параболы *См.* parabola, geometric definition / парабола, геометрическое определение.	*См.*parabola, geometric definition / парабола, геометрическое определение.
formula / формула Уравнение, сопоставляющее два и более количества, обычно представленных переменными.	Формула $P = 2\ell + 2w$ связывает длину и ширину прямоугольника с его периметром.
fractal / фрактал Объект, являющийся самоподобным. *См.* self-similar / самоподобный.	
fraction / дробь Число в виде $\frac{a}{b}(b \neq 0)$ используемое для описания частей целого или множества.	$\frac{3}{8}$
frequency / частота Частота интервала - это число значений данных в этом интервале.	*См.* frequency table *and* histogram / частотная таблица *и* гистограмма.
frequency of a periodic function / частота периодической функции Значение, противоположное периоду. Частота – это количество циклов за единицу времени.	$P = 2 \sin 4000\pi t$ имеет период $\frac{2\pi}{4000\pi} = \frac{1}{2000}$, таким образом, частота будет составлять 2000 циклов в секунду (герц), где t обозначает время в секундах.
frequency table / частотная таблица Отображение данных, которые группируются в равные интервалы без разрывов между интервалами и без перекрытия интервалов.	Цены	Бутерброды
	$4,00–4,49	IIII
	$4,50–4,99	II

High School
Multi-Language Visual Glossary

Copyright © by McDougal Littell,
a division of Houghton Mifflin Company.

function / функция Функция включает в себя:

- Множество, называемое областью, содержащее числа, называемые входными данными и множество, называемое значениями, содержащее числа, называемые выходными данными.
- Спаривание входных данных с выходными таким образом, что каждое входное значение спаривается только с одним выходным значением.

Спаривание в таблице ниже является функцией, так как каждое входное значение спаривается только с одним выходным значением.

Выходное значение, y	0	1	2	3	4
Входное значение, x	3	4	5	6	7

Область – это множество входных значений: 0, 1, 2, 3 и 4. Значения – это множество выходных значений: 3, 4, 5, 6 и 7.

---

function notation / запись функции Способ обозначения функции с использованием символа $f(x)$ (или подобного символа, такого как $g(x)$ или $h(x)$) вместо y. Символ $f(x)$ читается как "значение f от x" или "f от x."

Функция $y = 2x - 9$ может быть записана в виде записи функции как $f(x) = 2x - 9$.

G

---

general second-degree equation in x and y / общее уравнение второй степени с x и y Уравнение вида $Ax^2 + Bxy + Cy^2 + Dx + Ey + F = 0$.

$16x^2 - 9y^2 - 96x + 36y - 36 = 0$ и $4x^2 + y^2 - 8x - 8 = 0$ являются уравнениями второй степени с x и y.

---

geometric mean / среднее геометрическое Для двух положительных чисел a и b, положительное число x, которое удовлетворяет $\frac{a}{x} = \frac{x}{b}$. таким образом, $x^2 = ab$ и $x = \sqrt{ab}$.

Средним геометрическим чисел 4 и 16 является $\sqrt{4 \cdot 16}$, или 8.

---

geometric probability / геометрическая вероятность Вероятность, определяемая расчетом соотношения двух длин, площадей или объемов.

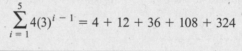

$$P(K \text{ будет } \overline{CD}) = \frac{\text{Длина } \overline{CD}}{\text{Длина } \overline{AB}}$$

---

geometric sequence / геометрическая последовательность Последовательность, в которой отношение любого члена к предыдущему является постоянным. Постоянное отношение называется знаменателем последовательности.

Последовательность 5, 10, 20, 40, . . . является геометрической последовательностью со знаменателем последовательности, равным 2.

---

geometric series / геометрическая прогрессия Выражение, получаемое сложением членов геометрической последовательности.

$$\sum_{i=1}^{5} 4(3)^{i-1} = 4 + 12 + 36 + 108 + 324$$

---

glide reflection / скользящее отражение Преобразование, в котором каждая точка P отображается в точке P'' путем выполнения следующих действий: (1) Преобразованием отображения P в P'. (2) Отражением на прямой k параллельно направлению преобразования отображения P' в P''.

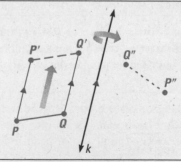

---

graph of a linear inequality in two variables / график линейного неравенства с двумя переменными Множество всех точек на координатной плоскости, которые представляют решения неравенства.

RUSSIAN

graph of an equation in two variables / график уравнения с двумя переменными Множество точек на координатной плоскости, которые представляют все решения уравнения.	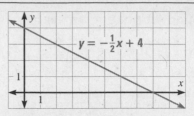 Прямая является графиком уравнения $y = -\frac{1}{2}x + 4$.
graph of an inequality in one variable / график неравенства с одной переменной На числовой прямой множество точек, представляющих все решения неравенства.	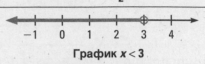 График $x < 3$
graph of an inequality in two variables / график неравенства с двумя переменными На координатной плоскости множество точек, представляющих все решения неравенства.	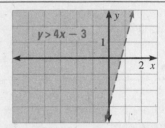 График $y > 4x - 3$ это заштрихованная полуплоскость.
graph of a system of linear inequalities / график системы линейных неравенств График всех решений системы.	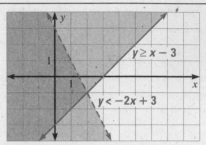 График системы $y < -2x + 3$ и $y \geq x - 3$ является пересечением полуплоскостей.
great circle / окружность большого круга Пересечение сферы и плоскости, содержащее центр сферы.	 окружность большого круга
greatest common factor (GCF) / наибольший общий сомножитель (НОС) Наибольший из общих сомножителей двух или более целых, не равных нулю.	Наибольшим общим сомножителем чисел 64 и 120 является наибольший из общих сомножителей 1, 2, 4 и 8, которым является 8.
greatest possible error / наибольшая возможная ошибка Максимальное количество, на которое измеряемая длина может отличаться от реальной длины.	Если единицей измерения является $\frac{1}{8}$ дюйма, наибольшая возможная ошибка составляет $\frac{1}{16}$ дюйма.
growth factor / коэффициент роста Количество b в функции экспоненциального роста $y = ab^x$ с $a > 0$ и $b > 1$.	Коэффициентом роста для функции $y = 8(3,4)^x$ является 3,4.
growth rate / скорость роста Переменная r в модели экспоненциального роста $y = a(1 + r)^t$.	В модели экспоненциального роста $C = 11{,}000(1{,}069)^t$, скорость роста составляет 0,069.

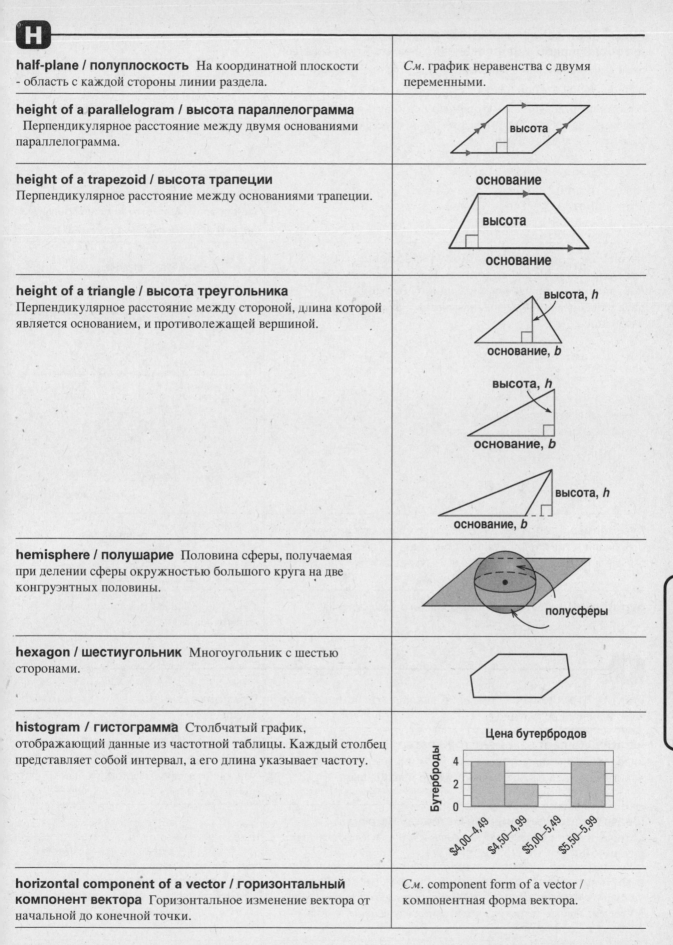

H

half-plane / полуплоскость На координатной плоскости
- область с каждой стороны линии раздела.

См. график неравенства с двумя
переменными.

height of a parallelogram / высота параллелограмма
  Перпендикулярное расстояние между двумя основаниями
параллелограмма.

высота

height of a trapezoid / высота трапеции
Перпендикулярное расстояние между основаниями трапеции.

основание

высота

основание

height of a triangle / высота треугольника
Перпендикулярное расстояние между стороной, длина которой
является основанием, и противолежащей вершиной.

высота, *h*

основание, *b*

высота, *h*

основание, *b*

высота, *h*

основание, *b*

hemisphere / полушарие Половина сферы, получаемая
при делении сферы окружностью большого круга на две
конгруэнтных половины.

полусферы

hexagon / шестиугольник Многоугольник с шестью
сторонами.

histogram / гистограмма Столбчатый график,
отображающий данные из частотной таблицы. Каждый столбец
представляет собой интервал, а его длина указывает частоту.

Цена бутербродов

Бутерброды

4

2

0

$4,00–4,49 $4,50–4,99 $5,00–5,49 $5,50–5,99

**horizontal component of a vector / горизонтальный
компонент вектора** Горизонтальное изменение вектора от
начальной до конечной точки.

См. component form of a vector /
компонентная форма вектора.

RUSSIAN

hyperbola, algebraic definition / гипербола, алгебраическое определение

График уравнения обратно пропорционального изменения $y = \dfrac{a}{x}$ $(a \neq 0)$ или график рациональной функции вида $y = \dfrac{a}{x - h} + k$ $(a \neq 0)$. Гипербола имеет две симметричные части, называемые ветвями. Гипербола приближается, но не пересекает прямые, называемые асимптотами.

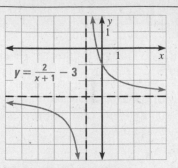

График $y = \dfrac{2}{x + 1} - 3$ является гиперболой. Асимптотами гиперболы являются прямые $x = -1$ и $y = -3$.

---

hyperbola, geometric definition / гипербола, геометрическое определение

Множество всех точек P на плоскости, при котором разница расстояний от P до двух фиксированных точек, называемых фокусами, является постоянной.

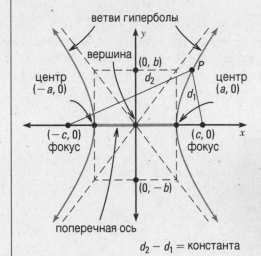

$d_2 - d_1 = $ константа

---

hypotenuse / гипотенуза

В прямоугольном треугольнике сторона, противоположная прямому углу.
См. right triangle / прямоугольный треугольник.

гипотенуза

---

hypothesis / гипотеза

Часть условного утверждения, начинающаяся со слова "если".

См. conditional statement / условное утверждение.

---

identity / тождество

Уравнение, являющееся истинным для всех значений переменной.

Уравнение $2x + 10 = 2(x + 5)$ является тождеством.

---

identity element / элемент тождества

Элемент множества чисел, комбинация которого с другим числом, при помощи какого-либо действия оставляет число неизменным.

Для действительных чисел, 0 является элементом тождества при сложении, так как при любом действительном числе $a + 0 = a$.

---

identity matrix / единичная матрица

Матрица $n \times n$ которая имеет 1 на главной диагонали и 0 во всех остальных позициях.

Единичная матрица 2×2 это $\begin{bmatrix} 1 & 0 \\ 0 & 1 \end{bmatrix}$.

---

if-then statement / утверждение "если - тогда"

Форма условного утверждения, в которой используются слова "если" и "тогда". Часть "если" содержит гипотезу, а часть "тогда" содержит заключение.

См. conditional statement / условное утверждение.

---

image / образ Новая фигура, получаемая в результате преобразования. *См. также* preimage / прообраз.	$\triangle$ *P'Q'R'* это образ $\triangle$ *PQR* после преобразования.
imaginary number / мнимое число Комплексное число $a + bi$ где $b \neq 0$.	$5i$ и $2 - i$ являются мнимыми числами.
improper fraction / неправильная дробь Любая дробь, в которой числитель больше или равен знаменателю.	$\frac{21}{8}$ и $\frac{6}{6}$ являются неправильными дробями.
incenter of a triangle / центр вписанной в треугольник окружности Точка совпадения биссектрис трех углов треугольника.	*P* является центром окружности, вписанной в треугольник $\triangle$ *ABC*.
inconsistent system / противоречивая система Линейная система, не имеющая решения. Графиком уравнений противоречивой системы являются параллельные прямые.	$x + y = 4$ $x + y = 1$ Указанная выше система не имеет решения, потому что сумма двух чисел не может быть одновременно равна 4 и 1.
independent events / независимые события Два таких события, при которых возникновение одного события не влияет на возникновение другого события.	Вы бросаете игральную кость два раза. События "сначала надо выбросить 3" и "затем надо выбросить 6" являются независимыми событиями.
independent variable / независимая переменная Исходная переменная в уравнении с двумя переменными.	В уравнении $y = 3x - 5$, независимой переменной является x. Зависимой переменной является y, потому что значение y зависит от значения x.
index of a radical / показатель корня Целое число n, больше 1 в выражении $\sqrt[n]{a}$.	Показателем $\sqrt[3]{-216}$ является 3.
indirect proof / косвенное доказательство Доказательство, в котором вы доказываете что утверждение истинно, первоначально предположив, что истинным является его противоположность. Если это предположение приводит к невозможности, это означает, что первоначальное утверждение истинно.	
inductive reasoning / индуктивное рассуждение Процесс, который включает поиск примеров и высказывание гипотез.	Вы складываете несколько пар нечетных чисел и замечаете, что сумма является четным числом. Вы делаете заключение, что сумма двух любых нечетных чисел будет четным числом.

RUSSIAN

High School
Multi-Language Visual Glossary **541**

inequality / неравенство Математическое предложение, образуемое размещением одного из символов <, ≤, >, или ≥ между двумя выражениями.	$6n \geq 24$ и $x - 2 < 7$ являются неравенствами.
initial point of a vector / исходная точка вектора Начальная точка вектора.	*См.* vector / вектор.
initial side of an angle / начальная сторона угла *См.* terminal side of an angle / конечная сторона угла.	*См.* standard position of an angle / стандартное положение угла.
input / исходные данные Число в области функции.	*См.* function / функция.
inscribed angle / вписанный угол Угол, вершина которого располагается на окружности и стороны которого содержат хорды окружности.	
inscribed polygon / вписанный многоугольник Многоугольник, вершины которого лежат на окружности.	
integers / целые числа Числа . . . , $-3, -2, -1, 0, 1, 2, 3, . . .$, состоящие из отрицательных целых чисел, нуля и положительных целых чисел.	-8 и 46 являются целыми числами. $-8\frac{1}{2}$ и 46,2 *не* являются целыми числами.
intercept form of a quadratic function / квадратная функция в виде уравнения в отрезках Квадратная функция в виде $y = a(x - p)(x - q)$ где $a \neq 0$. Точками пересечения x графика функции являются p и q.	Квадратная функция $y = -(x + 1)(x - 5)$ в виде уравнения в отрезках. Точками пересечения графика функции являются -1 и 5.
intercepted arc / отсекаемая дуга Дуга, располагающаяся внутри вписанного угла и имеющая конечные точки на сторонах угла.	*См.* inscribed angle / вписанный угол.
interior angles of a triangle / внутренние углы треугольника При продлении сторон треугольника три первоначальных угла треугольника.	
intersection / пересечение Множество точек, являющихся общими для двух и более геометрических фигур.	Пересечением прямых *m* и *n* является точка *A*.

intersection of sets / пересечение множеств

Пересечением множеств A и B является множество всех элементов, как в A, так и в B. Пересечение A и B записывается как $A \cap B$.

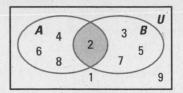

$$A \cap B = \{2\}$$

---

interval / интервал Интервал – это множество, содержащее каждое действительное число между двумя заданными числами и, возможно, оба заданных числа.

Интервалом $4 < x \leq 7$ являются все числа больше четырех и меньше или равные семи.

---

inverse / обратное утверждение Утверждение, образуемое отрицанием гипотезы и заключения условного утверждения.

Утверждение: если $m\angle A = 90°$, тогда $\angle A$ является прямым.
Обратное утверждение: если $m\angle A \neq 90°$, тогда $\angle A$ не является прямым.

---

inverse cosine / арккосинус Обратная тригонометрическая функция, сокращенно обозначаемая как cos^{-1}. Для острого угла A, если $\cos A = z$, тогда $\cos^{-1} z = m\angle A$.

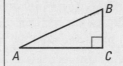

$$\cos^{-1} \frac{AC}{AB} = m\angle A$$

---

inverse cosine function / функция арккосинуса Если $-1 \leq a \leq 1$, тогда арккосинусом a будет являться угол θ, записанный как $\theta = \cos^{-1} a$, где $\cos \theta = a$ и $0 \leq \theta \leq \pi$ (или $0° \leq \theta \leq 180°$).

Когда $0° \leq \theta \leq 180°$, угол θ косинус которого равен $\frac{1}{2}$ будет равен $60°$, таким образом $\theta = \cos^{-1} \frac{1}{2} = 60°$ (или $\theta = \cos^{-1} \frac{1}{2} = \frac{\pi}{3}$).

---

inverse function / обратная функция Обратное соотношение, являющееся функцией. Функции f и g являются обратными, при условии что $f(g(x)) = x$ и $g(f(x)) = x$.

$$f(x) = x + 5; g(x) = x - 5$$
$$f(g(x)) = (x - 5) + 5 = x$$
$$g(f(x)) = (x + 5) - 5 = x$$

Таким образом, f и g являются обратными функциями.

---

inverse matrices / обратные матрицы Две матрицы $n \times n$ являются взаимообратными, если их произведения (в обоих порядках) являются единичной матрицей $n \times n$.
См. также identity matrix / единичная матрица.

$$\begin{bmatrix} -5 & 8 \\ 2 & -3 \end{bmatrix}^{-1} = \begin{bmatrix} 3 & 8 \\ 2 & 5 \end{bmatrix} \text{потому что}$$

$$\begin{bmatrix} 3 & 8 \\ 2 & 5 \end{bmatrix} \begin{bmatrix} -5 & 8 \\ 2 & -3 \end{bmatrix} = \begin{bmatrix} 1 & 0 \\ 0 & 1 \end{bmatrix} \text{и}$$

$$\begin{bmatrix} -5 & 8 \\ 2 & -3 \end{bmatrix} \begin{bmatrix} 3 & 8 \\ 2 & 5 \end{bmatrix} = \begin{bmatrix} 1 & 0 \\ 0 & 1 \end{bmatrix}.$$

---

inverse operations / обратные действия Два действия, которые отменяют друг друга.

Сложение и вычитание являются обратными действия. Умножение и деление также являются обратными действиями.

---

inverse relation / обратная зависимость Зависимость, которая меняет местами исходное и получаемое значение первоначальной зависимости. Графиком обратной функции является отражение графика исходной зависимости, с $y = x$ как прямой отражения.

Для нахождения обратной зависимости выражения $y = 3x - 5$, поменяйте местами x и y для получения $x = 3y - 5$. Затем решите уравнение для нахождения y и получения обратной зависимости $y = \frac{1}{3}x + \frac{5}{3}$.

RUSSIAN

inverse sine / арксинус Обратная тригонометрическая функция, сокращенно обозначаемая как $\sin^{-1}$. Для острого угла A, если A, $\sin A = z$, тогда $\sin^{-1} z = m\angle A$.

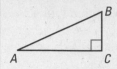

$$\sin^{-1} \frac{BC}{AB} = m\angle A$$

inverse sine function / функция арксинуса Если $-1 \le a \le 1$, тогда арксинус a будет углом θ, записанным как $\theta = \sin^{-1} a$, где $\sin\theta = a$ и $-\frac{\pi}{2} \le \theta \le \frac{\pi}{2}$ (или $-90° \le \theta \le 90°$).

Когда $-90° \le \theta \le 90°$, угол θ, синус которого равен $\frac{1}{2}$ будет $30°$, таким образом $\theta = \sin^{-1} \frac{1}{2} = 30°$ (или $\theta = \sin^{-1} \frac{1}{2} = \frac{\pi}{6}$).

inverse tangent / арктангенс Обратная тригонометрическая функция, сокращенно обозначаемая как tan^{-1}. Для острого угла A, если $\tan A = x$, тогда $\tan^{-1} x = m\angle A$.

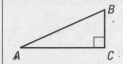

$$\tan^{-1} \frac{BC}{AC} = m\angle A$$

inverse tangent function / функция арктангенса Если a является любым действительным числом, тогда арктангенс a будет углом θ, записанным как $\theta = \tan^{-1} a$, где $\tan\theta = a$ и $-\frac{\pi}{2} < \theta < \frac{\pi}{2}$ (или $-90° < \theta < 90°$).

Когда $-90° < \theta < 90°$, угол θ тангенс которого равен $-\sqrt{3}$ будет $-60°$, таким образом $\theta = \tan^{-1}(-\sqrt{3}) = -60°$ (или $\theta = \tan^{-1}(-\sqrt{3}) = -\frac{\pi}{3}$).

inverse variation / обратно пропорциональное изменение Соотношение двух переменных x и y при наличии ненулевого числа a, когда $y = \frac{a}{x}$. Если $y = \frac{a}{x}$, тогда говорится, что y изменяется обратно пропорционально x.

Уравнения $xy = 4$ и $y = \frac{-1}{x}$ представляют собою обратно пропорциональное изменение.

irrational number / иррациональное число Число, которое не может быть записано как отношение двух целых чисел. Десятичная форма иррационального числа никогда не заканчивается и не повторяется.

$\sqrt{945} = 30{,}74085\ldots$ является иррациональным числом. $1{,}666\ldots$ *не является иррациональным числом.*

isometric drawing / изометрический чертеж Технический чертеж, который имеет трехмерный вид и который создается на стыке точек с использованием трех пересекающихся осей, образующих углы в $120°$.

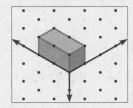

isometry / изометрия Преобразование, которое сохраняет величину длины и угла. Также называется *конгруэнтное преобразование*.

Параллельные перемещения, отражения и вращения являются тремя типами изометрии.

isosceles trapezoid / равнобедренная трапеция Трапеция с конгруэнтными сторонами.

isosceles triangle / равнобедренный треугольник Треугольник, как минимум, с двумя конгруэнтными сторонами.

сторона · сторона · основание

iteration / итерация Повторяющаяся последовательность действий. В алгебре, повторяющееся произведении функции самой на себя. Результатом одной итерации является $f(f(x))$, а двух итераций: $f(f(f(x)))$.

Фракталы создаются с использованием итераций.

joint variation / совместное изменение Соотношение, в котором количество изменяется прямо пропорционально произведению других двух или более количеств.

Уравнение $z = 5xy$ является совместным изменением.

K

kite / кайт Четырехугольник с двумя парами последовательных конгруэнтных сторон, но противоположные стороны которого не конгруэнтны.

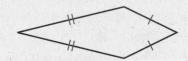

L

lateral area / площадь боковой поверхности
Сумма площадей боковых сторон многогранника или другого трехмерного тела с одним или двумя основаниями.

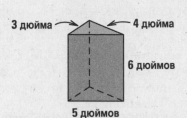

Площадь боковой поверхности =
5(6) + 4(6) + 3(6) = 72 дюйма²

lateral edges of a prism / боковые ребра призмы Отрезки, соединяющие соответствующие вершины оснований призмы.

lateral faces of a prism / боковые грани призмы Грани призмы, являющиеся параллелограммами, образованные соединением соответствующих вершин оснований призмы.

См. lateral edges of a prism / боковые ребра призмы.

lateral surface of a cone / боковая поверхность конуса
Состоит из всех отрезков, соединяющих вершину с ребром основания.

law of cosines / теорема косинусов Если $\triangle ABC$ имеет стороны длиной a, b, и c как показано на чертеже, тогда
$a^2 = b^2 + c^2 - 2bc \cos A$,
$b^2 = a^2 + c^2 - 2ac \cos B$, и
$c^2 = a^2 + b^2 - 2ab \cos C$.

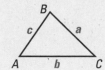

$b^2 = a^2 + c^2 - 2ac \cos B$
$b^2 = 11^2 + 14^2 - 2(11)(14) \cos 34°$
$b^2 \approx 61.7$
$b \approx 7.85$

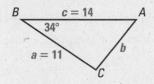

RUSSIAN

law of sines / теорема синусов Если $\triangle ABC$ имеет стороны длиной a, b и c как показано на чертеже, тогда $\frac{\sin A}{a} = \frac{\sin B}{b} = \frac{\sin C}{c}$.

$$\frac{\sin 25°}{15} = \frac{\sin 107°}{c} \rightarrow c \approx 33.9$$

---

leading coefficient / старший коэффициент Когда многочлен записывается таким образом, что показатели степени переменной уменьшаются слева направо, коэффициент первого члена является старшим коэффициентом.

Старшим коэффициентом многочлена $2x^3 + x^2 - 5x + 12$ является 2.

---

least common denominator (LCD) of rational expressions / наименьший общий знаменатель (НОЗ) рационального выражения Произведение сомножителей знаменателей рациональных выражений, когда каждый общий сомножитель используется только один раз.

НОЗ выражения $\frac{5}{(x-3)^2}$ и $\frac{3x+4}{(x-3)(x+2)}$ будет $(x-3)^2(x+2)$.

---

least common multiple (LCM) / наименьшее общее кратное (НОК) Наименьшее из общих кратных двух или более целых чисел, не равных нулю.

Наименьшим общим кратным 9 и 12 является наименьшее из общих кратных 36, 72, 108, . . . , или 36.

---

legs of a right triangle / стороны прямоугольного треугольника В прямоугольном треугольнике стороны, прилежащие к прямому углу.

См. right triangle / прямоугольный треугольник.

---

legs of a trapezoid / стороны трапеции Непараллельные стороны трапеции.

См. trapezoid / трапеция.

---

legs of an isosceles triangle / стороны равнобедренного треугольника Две конгруэнтные стороны равнобедренного треугольника, который имеет только две конгруэнтных стороны.

См. isosceles triangle / равнобедренный треугольник.

---

like radicals / подобные радикалы Выражения с радикалами, имеющие одинаковый показатель степени и подкоренное выражение.

$\sqrt[4]{10}$ и $7\sqrt[4]{10}$ являются подобными радикалами.

---

like terms / подобные члены Члены с одинаковыми частями переменных. Постоянные члены также являются подобными.

В выражении $3x + (-4) + (-6x) + 2$, $3x$ и $-6x$ являются подобными членами, -4 и 2 также являются подобными членами.

---

line / прямая Прямая имеет один размер. Она обычно обозначается прямой линией со стрелками на концах, обозначающими, что прямая не имеет конца в обоих направлениях. В данной книге под линиями подразумеваются прямые линии. *См. также* undefined term / неопределенное понятие.

прямая ℓ, $\overleftrightarrow{AB}$, или $\overleftrightarrow{BA}$

---

line graph / линейный график График, представляющий данные с использованием точек, соединенных между собой отрезками прямой для показа изменения количества со временем.

Как растет малыш

Вес (унции) — ось Y: 0, 2, 4, 6, 8, 10, 12, 14, 16
Дни с даты рождения — ось X: 0, 2, 4, 6, 8, 10

line of fit / линия соответствия Линия, используемая для моделирования тренда в данных, имеющих положительную и отрицательную корреляцию.

Активные группы — ось Y: 20, 30, 40, 50
Годы, начиная с 1990 — ось X: 0, 2, 4, 6, 8, 10

График показывает линию соответствия для данных на графике диаграммы рассеяния.

line of reflection / линия отражения *См.* reflection / отражение.

См. reflection / отражение.

line of symmetry / линия симметрии *См.* line symmetry / осевая симметрия.

См. line symmetry / осевая симметрия.

line perpendicular to a plane / прямая, перпендикулярная плоскости Прямая, пересекающаяся с плоскостью в точке и являющаяся перпендикуляром ко всем прямым на плоскости, пересекающим ее в этой точке.

Прямая *n* перпендикулярна плоскости *P*.

line segment / отрезок прямой Часть прямой, которая состоит из двух точек, называемых конечными точками, и всеми точками прямой, располагающимися между конечными точками. Также называется *отрезок*.

$\overline{AB}$ с конечными точками *A* и *B*

line symmetry / осевая симметрия Фигура на плоскости имеет осевую симметрию, если она может быть отражена через прямую и будет совпадать сама с собой. Эта линия отражения является осью симметрии.

Две оси симметрии

RUSSIAN

linear equation / линейное уравнение Уравнение, графиком которой является прямая.	*См.* standard form of a linear equation / стандартная форма линейного уравнения.
linear equation in one variable / линейное уравнение с одной переменной Уравнение, которое может быть записано в виде $ax + b = 0$ где a и b являются константами и $a \neq 0$.	Уравнение $\frac{4}{5}x + 8 = 0$ является линейным уравнением с одной переменной.
linear equation in three variables / линейное уравнение с тремя переменными Уравнение в виде $ax + by + cz = d$ где a, b и c все не равны нулю.	$2x + y - z = 5$ является линейным уравнением с тремя переменными.
linear extrapolation / линейная экстраполяция Использование прямой линии или ее уравнения для оценки значения все диапазона известных значений.	**Линия наилучшего соответствия может использоваться для определения того, что когда *y* = 1200, *x* ≈ 11,75.**
linear function / линейная функция Функция, которая может быть записана в виде $y = mx + b$ где m и b являются константами.	Функция $y = -2x - 1$ является линейной функцией с $m = -2$ и $b = -1$.
linear inequality in one variable / линейное неравенство с одной переменной Неравенство, которое моет быть записано в одном из двух следующих видов: $ax + b < 0$, $ax + b \leq 0$, $ax + b > 0$, or $ax + b \geq 0$.	$5x + 2 > 0$ является линейным неравенством с одной переменной.
linear inequality in two variables / линейное неравенство с двумя переменными Неравенство, которое может быть записано в одном из двух следующих видов: $Ax + By < C$, $Ax + By \leq C$, $Ax + By > C$, или $Ax + By \geq C$.	$5x - 2y \geq -4$ является линейным неравенством с двумя переменными.
linear interpolation / линейная интерполяция Использование прямой линии или ее уравнения для оценки значения между двумя известными значениями.	**Линия наилучшего соответствия может использоваться для определения того, что когда *x* = 1, *y* ≈ 16,4.**
linear pair / линейная пара Два смежных угла, необщие стороны которых являются противоположными лучами.	**∠3 и∠4 являются линейной парой.**

High School
Multi-Language Visual Glossary

Copyright © by McDougal Littell,
a division of Houghton Mifflin Company.

linear programming / линейное программирование

Способ нахождения максимального и минимального значения целевой линейной функции для системы линейных неравенств, называемых орагничивающими условиями. График системы ограничивающих условий называется областью допустимых решений.

Для нахождения максимального значения целевой функции $P = 35x + 30y$ **подлежащей ограничивающим условиям** $x \geq 4$, $y \geq 0$, **и** $5x + 4y \leq 40$, **оцените** P **на каждой вершине. Максимальное значение в 290 получается при (4, 5).**

---

linear regression / линейная регрессия
Процесс нахождения линии наилучшего соответствия для моделирования множества данных.

См. line of fit / линия соответствия.

---

literal equation / линейное уравнение
Уравнение, в котором буквы используются для замены коэффициентов и констант другого уравнения.

Уравнение $5(x + 3) = 20$ может быть записано как $a(x + b) = c$.

---

local maximum / локальный максимум
Значение координаты y точки поворота функции, если точка располагается выше, чем все соседние точки.

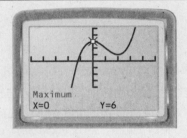

Функция $f(x) = x^3 - 3x^2 + 6$ **имеет локальный максимум** $y = 6$ **когда** $x = 0$.

---

local minimum / локальный минимум
Значение координаты y точки поворота функции, если точка располагается ниже, чем все соседние точки.

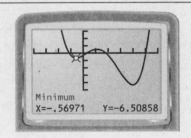

Функция $f(x) = x^4 - 6x^3 + 3x^2 + 10x - 3$ **имеет локальный минимум** $y \approx -6{,}51$ **когда** $x \approx -0{,}57$.

---

locus in a plane / геометрическое место точек на плоскости
Множество всех точек на плоскости, удовлетворяющих определенному условию или множеству заданных условий.

⊙ C является геометрическим местом точек, которое располагается на расстоянии 1 сантиметра от точки C.

RUSSIAN

logarithm of *y* with base *b* / логарифм *y* по основанию *b* Пусть *b* и *y* будут положительными числами с $b \neq 1$. Логарифм *y* с основанием *b*, обозначаемый $\log_b y$ и произносимый как "логарифм *y* по основанию *b*", определяется следующим образом: $\log_b y = x$ тогда и только тогда, когда $b^x = y$.	$\log_2 8 = 3$ потому что $2^3 = 8$. $\log_{1/4} 4 = -1$ потому что $\left(\frac{1}{4}\right)^{-1} = 4$.
logarithmic equation / логарифмическое уравнение Уравнение, которое включает в себя логарифм переменного выражения.	$\log_5 (4x - 7) = \log_5 (x + 5)$ является логарифмическим уравнением.
lower extreme / нижний экстремум Наименьшее значение множества данных.	*См.* box-and-whisker plot / столбчато-цилиндрический график.
lower quartile / нижний квартиль Середина нижней половины упорядоченного множества данных.	*См.* interquartile range / межквартильный диапазон.

M

major arc / большая дуга Часть окружности, размер которой составляет от 180° до 360°.	большая дуга $\widehat{AB}$ малая дуга $\widehat{ADB}$
major axis of an ellipse / большая ось эллипса Отрезок прямой, соединяющий вершины эллипса.	*См.* ellipse / эллипс.
margin of error / предел погрешности Предел погрешности определяет границу того, насколько ответ выборки предположительно будет отличаться от ответа совокупности.	Если 40% людей, участвующих в опросе, предпочитают кандидата А, а пределом погрешности является ±4%, тогда предполагается, что от 36% до 44% всего населения предпочитают кандидата А.
matrix, matrices / матрица, матрицы Прямоугольное размещение чисел в рядах и столбцах. Каждое число матрицы является элементом или *компонентом*.	$A = \begin{bmatrix} 0 & 4 & -1 \\ -3 & 2 & 5 \end{bmatrix}$ 2 ряда 3 столбца **Матрица *A* имеет 2 ряда и 3 столбца. Элементом в первом ряду и втором столбце является 4.**
matrix of constants / постоянная матрица Постоянная матрица линейной системы $ax + by = e, cx + dy = f$ является $\begin{bmatrix} e \\ f \end{bmatrix}$.	*См.* coefficient matrix / матрица коэффициентов.
matrix of variables / переменная матрица Переменная матрица линейной системы $ax + by = e, cx + dy = f$ является $\begin{bmatrix} x \\ y \end{bmatrix}$.	*См.* coefficient matrix / матрица коэффициентов.

maximum value of a quadratic function / максимальная величина квадратной функции Координата y вершины для $y = ax^2 + bx + c$ когда $a < 0$.	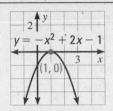
	Максимальная величина $y = -x^2 + 2x - 1$ будет равна 0.
mean / средняя величина Для числового множества данных $x_1, x_2, \ldots, x_n$, средней величиной или средним числом будет: $$\overline{x} = \frac{x_1 + x_2 + \ldots + x_n}{n}$$	Средней величиной 5, 9, 14, 23 является $$\frac{5 + 9 + 14 + 23}{4} = \frac{51}{4} = 12.75.$$
mean absolute deviation / срединное абсолютное отклонение Среднее абсолютное отклонение множества данных $x_1, x_2, \ldots, x_n$ со средней величиной $\overline{x}$ будет являться значение дисперсии, определяемое как: $$\frac{|x_1 - \overline{x}| + |x_2 - \overline{x}| + \ldots + |x_n - \overline{x}|}{n}$$	Срединное абсолютное отклонение набора данных 3, 9, 13, 23 (со средним значением = 12) будет равно: $$\frac{|3 - 12| + |9 - 12| + |13 - 12| + |23 - 12|}{4}$$ $$= 6$$
means of a proportion / средние члены пропорции Члены пропорции, располагающиеся в ее середине. *См. также* proportion / пропорция.	Средними членами пропорции $\frac{a}{b} = \frac{c}{d}$ являются b и c.
measure of central tendency / параметр, характеризующий положение центра распределения Число, используемое для представления центральных или срединных значений набора данных. Средняя величина, медиана и модус являются тремя измерениями среднего значения распределения.	14, 17, 18, 19, 20, 24, 24, 30, 32 Средним значением является $$\frac{14 + 17 + 18 + \ldots + 32}{9} = \frac{198}{9} = 22.$$ Медианой является среднее число 20. Модусом является 24, потому что 24 встречается наиболее часто.
measure of dispersion / мера рассеяния Статистика, которая показывает вам насколько рассеянными или разбросанными являются величины данных. Диапазон и стандартное отклонение являются мерами рассеяния.	*См.* range *and* standard deviation / диапазон *и* стандартное отклонение.
measure of a major arc / размер большой дуги Разница между 360° и размером соответствующей малой дуги.	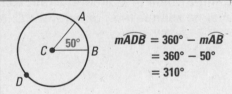 $m\widehat{ADB} = 360° - m\widehat{AB}$ $= 360° - 50°$ $= 310°$
measure of a minor arc / размер малой дуги Размер центрального угла дуги.	*См.* measure of a major arc / размер большой дуги.
measure of an angle / размер угла Рассмотрите $\overrightarrow{OB}$ и точку A на одной стороне $\overrightarrow{OB}$. Лучи от $\overrightarrow{OA}$ могут быть сопоставлены один с другим при помощи реальных чисел от 0 до 180. Размер $\angle AOB$ равен абсолютному значению разницы между действительными числами для $\overrightarrow{OA}$ и $\overrightarrow{OB}$.	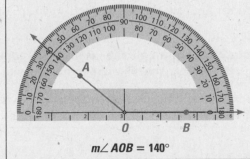 $m\angle AOB = 140°$

RUSSIAN

median / медиана Медиана набора числовых данных – это среднее число при записи значений в цифровой последовательности. Если набор данных имеет четное число значений, медианой будет среднее значение двух центральных значений.	Медианой 5, 9, 14, 23 является среднее значение 9 и 14, или $\dfrac{9 + 14}{2} = 11.5$.
median of a triangle / медиана треугольника Отрезок, соединяющий вершину угла треугольника со средней точкой противоположной стороны.	$\overline{BD}$ является медианой $\triangle ABC$.
midpoint / средняя точка Точка которая делит или разрезает отрезок на два конгруэнтных отрезка. Средняя точка равноудалена от конечных точек.	**M является средней точкой $\overline{AB}$.**
midpoint formula / формула средней точки Средней точкой M отрезка прямой с конечными точками $A(x_1, y_1)$ и $B(x_2, y_2)$ будет $M\left(\dfrac{x_1 + x_2}{2}, \dfrac{y_1 + y_2}{2}\right)$.	Средней точкой M отрезка прямой с конечными точками $(-1, -2)$ и $(3, -4)$ будет: $$\left(\dfrac{-1 + 3}{2}, \dfrac{-2 + (-4)}{2}\right) = (1, -3)$$
midsegment of a trapezoid / срединный отрезок трапеции Отрезок, соединяющий средние точки сторон трапеции.	срединный отрезок
midsegment of a triangle / срединный отрезок треугольника Отрезок, соединяющий средние точки двух сторон треугольника.	Срединными отрезками $\triangle ABC$ являются $\overline{MP}, \overline{MN},$ и $\overline{NP}$.
minimum value of a quadratic function / минимальное значение квадратной функции Координата y вершины для $y = ax^2 + bx + c$ когда $a > 0$.	**Минимальным значением $y = x^2 - 6x + 5$ является -4.**
minor arc / малая дуга Часть круга, размер которой менее 180°.	*См.* major arc / большая дуга.
minor axis of an ellipse / малая ось эллипса Отрезок прямой, соединяющий совместные вершины эллипса.	*См.* ellipse / эллипс.
mixed number / смешанное число Сумма целого числа и дроби меньше 1.	$2\frac{5}{8}$ является смешанным числом.

mode / модус Модусом набора данных является наиболее часто встречающееся значение. В наборе данных может быть один модус, ни одного модуса или более одного модуса.	Модусом набора данных 4, 7, 9, 11, 11, 12, 18 является 11.
monomial / одночлен Число, переменная или произведение числа и одной или более переменных с показателями степени в виде целых чисел.	$10, 3x, \frac{1}{2}ab^2$, и $-1.8m^5$ являются одночленами.
multiple / кратное Кратным целого числа является произведение числа и любого целого числа, не равного нулю.	Числами, кратными 2 являются 2, 4, 6, 8, 10, ...
multiplicative identity / мультипликативное тождество Число 1 является мультипликативным тождеством, потому что произведение числа на 1 будет являться самим числом: $a \cdot 1 = 1 \cdot a = a$.	$3.6(1) = 3.6, \ 1(-7) = -7$
multiplicative inverse / мультипликативная инверсия Мультипликативной инверсией числа a , не равного нулю, является его обратное число $\frac{1}{a}$. Произведение числа, не равного нулю, на его мультипликативную инверсию равно1: $a \cdot \frac{1}{a} = \frac{1}{a} \cdot a = 1, a \neq 0$.	Мультипликативная инверсия $-\frac{1}{5}$ равна -5 потому что $-\frac{1}{5} \cdot (-5) = 1$.
mutually exclusive events / взаимоисключающие события События, не имеющие общего исхода.	Когда вы бросаете игральную кость условие "выбросить 3" и "выбросить четное число" являются взаимоисключающими событиями.

N

n factorial / n факториал Для любого положительного целого числа n, n факториал, записываемый как $n!$, будет являться произведением целых чисел от 1 до n; $0! = 1$.	$5! = 5 \cdot 4 \cdot 3 \cdot 2 \cdot 1 = 120$
natural base e / натуральное основание e Иррациональное число, определяемое следующим образом: по мере приближения n к бесконечности $+\infty$, $\left(1 + \frac{1}{n}\right)^n$ приближается к $e \approx 2.718281828$.	*См.* natural logarithm / натуральный логарифм.
natural logarithm / натуральный логарифм Логарифм по основанию e. Может записываться как $\log_e$, однако чаще обозначается как ln.	$\ln 0,3 \approx -1,204$ потому что $e^{-1,204} \approx (2,7183)^{-1,204} \approx 0,3$.
negation / отрицание Противоположность утверждения. Символом отрицания является ~.	Утверждение: Шарик красного цвета. Отрицание: Шарик не красного цвета.
negative correlation / отрицательная корреляция Пары данных (x, y) имеют отрицательную корреляцию, если y стремиться к уменьшению по мере увеличения x.	
negative exponent / отрицательная степень Если $a \neq 0$, тогда a^{-n} будет являться противоположностью a^n; $a^{-n} = \frac{1}{a^n}$.	$3^{-2} = \frac{1}{3^2} = \frac{1}{9}$
negative integers / отрицательные целые числа Целые числа меньше 0.	$-1, -2, -3, -4, \ldots$

net / развертка Двухмерное представление граней многогранника.	
n-gon / n-угольник Многоугольник с *n* сторонами.	Многоугольник с 14 сторонами является 14-ти угольником.
normal curve / нормальная кривая Плавная, симметричная, колоколообразная кривая, которая может моделировать нормальные распределения и аппроксимировать некоторые двухчленные распределения.	*См.* normal distribution / нормальное распределение.
normal distribution / нормальное распределение Распределение вероятностей со средним значением $\overline{x}$ и стандартным отклонением σ моделируемое колоколообразной кривой со свойствами области, показанными справа.	
nth root of a / корень n-ной степени из a Для целого числа *n* больше 1, если $b^n = a$, тогда b будет являться корнем *n*-ной степени из *a*. Записывается как $\sqrt[n]{a}$.	$\sqrt[3]{-216} = -6$ потому что $(-6)^3 = -216$.
numerical expression / численное выражение выражение, которое состоит из чисел, действий и символов группирования.	$-4(-3)^2 - 6(-3) + 11$ является численным выражением.
number line / числовая прямая Прямая, точки которой ассоциируются с числами. Вы можете использовать числовую прямую для сопоставления и упорядочивания чисел. Числа на числовой прямой увеличиваются слева направо.	
numerator / числитель Число над дробной чертой. Оно представляет собой количество равных частей от целого или всего количества объектов рассматриваемого множества.	В дроби $\frac{3}{4}$, числителем является 3.

O

objective function / целевая функция в линейном программировании линейная функция, которая должна быть увеличена до максимума или уменьшена до минимума.	*См.* linear programming / линейное программирование.
oblique prism / наклонная призма Призма, боковые ребра которой не перпендикулярны основаниям.	

obtuse angle / тупой угол Угол, размер которого составляет от 90° до 180°.	
obtuse triangle / тупоугольный треугольник Треугольник с одним тупым углом.	
octagon / восьмиугольник Многоугольник с восемью сторонами.	
octahedron / октаэдр Многогранник с восемью гранями.	
odds against / неблагоприятные шансы Когда все исходы имеют равную вероятность возникновения, шансы против возникновения события определяются как отношение числа неблагоприятных исходов к числу благоприятных исходов.	Когда вы бросаете игральную кость шансы против выпадения числа меньше 5 будут $\frac{2}{4} = \frac{1}{2}$, или 1 : 2.
odds in favor / благоприятные шансы Когда все исходы имеют равную вероятность возникновения, благоприятные шансы возникновения события определяются как отношение числа благоприятных исходов к числу неблагоприятных исходов.	Когда вы бросаете игральную кость благоприятные шансы выпадения числа меньше 5 будут $\frac{4}{2} = \frac{2}{1}$, или 2 : 1.
open sentence / открытое предложение Уравнение или неравенство, содержащее алгебраическое выражение.	$2k - 8 = 12$ и $6n \geq 24$ являются открытыми предложениями.
opposite / противоположный *См.* additive inverse / аддитивная инверсия.	*См.* additive inverse / аддитивная инверсия.
opposite rays / противоположные лучи Если точка C лежит на $\overrightarrow{AB}$ между A и B, тогда $\overrightarrow{CA}$ и $\overrightarrow{CB}$ являются противоположными лучами.	**$\overrightarrow{CA}$ и $\overrightarrow{CB}$ являются противоположными лучами.**
opposites / противоположные числа Два числа, находящиеся на числовой прямой на одинаковом расстоянии от 0, но по разным сторонам от 0.	**4 и −4 являются противоположными числами.**
order of magnitude of a quantity / порядок величины количества Ближайшая к количеству степень числа 10.	Порядком величины 91,000 является 10^5, или 100,000.
order of operations / порядок действий Правила вычисления выражения, в котором имеется несколько действий.	Для вычисления $24 - (3^2 + 1)$, сначала вычислите степень, затем выполните сложение в скобках и затем сделайте вычитание: $24 - (3^2 + 1) =$ $24 - (9 + 1) = 24 - 10 = 14$
ordered pair / упорядоченная пара *См.* x-coordinate *and* y-coordinate / координата x и координата y.	*См.* x-coordinate *and* y-coordinate / координата x и координата y.

RUSSIAN

ordered triple / упорядоченная тройка Множество из трех чисел в виде (x, y, z) которые используются для представления точки в пространстве.	Упорядоченная тройка $(2, 1, -3)$ является решением уравнения $4x + 2y + 3z = 1$.
origin / начало координат Точка $(0, 0)$ на координатной плоскости.	*См.* coordinate plane / плоскость координат.
orthocenter of a triangle / ортоцентр треугольника Точка пересечения трех высот треугольника.	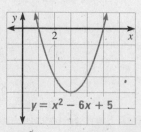 *P* является ортоцентром △*ABC*.

orthographic projection / ортогональная проекция Технический чертеж, являющийся двухмерным изображением, отображающим вид объекта спереди, сверху и сбоку.

спереди   сверху   сбоку

outcome / исход Возможный результат эксперимента.	Когда вы бросаете игральную кость, имеется 6 возможных исходов: выпадение 1, 2, 3, 4, 5 или 6.
outlier / находящийся вне пределов Значение в множестве данных значительно отличающееся от остальных данных множества. Обычно значение, которое больше верхнего квартиля более чем в 1,5 раза межквартильного размаха или меньше нижнего квартиля более чем в 1,5 раза межквартильного размаха.	Межквартильный размах множества данных, представленных ниже, составляет $23 - 10 = 13$. нижний верхний квартиль квартиль ↓ ↓ 8 **10** 14 17 20 **23** 50 Значение данных, равное 50, больше чем $23 + 1{,}5(13) = 42{,}5$, то есть, оно находится вне пределов.
output / результирующее значение Число в диапазоне функции.	*См.* function / функция.
overlapping events / перекрывающиеся события События, которые имеют, как минимум, один общий исход.	Когда вы бросаете игральную кость события "выбросить 3" и "выбросить нечетное число" являются перекрывающимися событиями.

parabola, algebraic definition / парабола, алгебраическое определение U-образный график квадратической функции.	График $y = x^2 - 6x + 5$ является параболой.

parabola, geometric definition / парабола, геометрическое определение Множество всех точек, равноудаленных от точки, называемой фокусом и линии, называемой директрисой. График квадратической функции $y = ax^2 + bx + c$ является параболой.	ось симметрии фокус вершина директриса
paragraph proof / доказательство в виде статьи Вид доказательства, записанного в виде статьи.	
parallel lines / параллельные прямые Две непересекающиеся прямые в одной плоскости.	
parallel planes / параллельные плоскости Две плоскости, которые не пересекаются.	 S T $S \parallel T$
parallelogram / параллелограмм Четырехугольник, в котором обе пары противоположных сторон параллельны.	 $\square PQRS$
parent function / материнская функция Самая базисная функция семейства функций.	Материнской функцией для семейства всех линейных функций является $y = x$.
partial sum / частичная сумма Сумма S_n первых n членов бесконечного ряда.	$\frac{1}{2} + \frac{1}{4} + \frac{1}{8} + \frac{1}{16} + \frac{1}{32} + \ldots$ Вышеуказанный бесконечный ряд имеет частичные суммы $S_1 = 0.5$, $S_2 = 0.75$, $S_3 \approx 0.88$, $S_4 \approx 0.94, \ldots$
Pascal's triangle / треугольник Паскаля Расположение чисел вида $_nC_r$ в треугольной форме, в которой каждый ряд соответствует значению n.	$_0C_0$ $_1C_0 \quad _1C_1$ $_2C_0 \quad _2C_1 \quad _2C_2$ $_3C_0 \quad _3C_1 \quad _3C_2 \quad _3C_3$ $_4C_0 \quad _4C_1 \quad _4C_2 \quad _4C_3 \quad _4C_4$ $_5C_0 \quad _5C_1 \quad _5C_2 \quad _5C_3 \quad _5C_4 \quad _5C_5$
pentagon / пятиугольник Многоугольник с пятью сторонами.	

percent / процент Соотношение, которое сопоставляет число с 100. *Процент* означает "от ста."	$43\% = \dfrac{43}{100} = 0.43$
percent of change / процентное изменение Процент, показывающий насколько количество увеличивается или уменьшается по отношению к первоначальному количеству. Процентное изменение, $p\% = \dfrac{\text{Количество увеличения или уменьшения}}{\text{первоначальное количество}}$	Процентное изменение $p\%$, от 140 до 189 будет равно: $p\% = \dfrac{189 - 140}{140} = \dfrac{49}{140} = 0.35 = 35\%$
percent of decrease / процентное уменьшение Процент изменения количества, когда новое количество меньше, чем первоначальное количество.	*См.* percent of change / процентное изменение.
percent of increase / процентное увеличение Процент изменения количества, когда новое количество больше, чем первоначальное количество.	*См.* percent of change / процентное изменение.
perfect square / полный квадрат Число, являющееся квадратом целого числа.	49 является полным квадратом, потому что $49 = 7^2$.
perfect square trinomials / трехчлены полного квадрата Трехчлен в виде $a^2 + 2ab + b^2$ и $a^2 - 2ab + b^2$.	$x^2 + 6x + 9$ и $x^2 - 10x + 25$ являются трехчленами полного квадрата.
perimeter / периметр Расстояние вокруг фигуры, измеренное в линейных единицах, таких как футы, дюймы или метры.	 Периметр $= 5 + 7 + 8$, или 20 cm
period / период Горизонтальная длина каждого цикла периодической функции.	*См.* periodic function / периодическая функция.
periodic function / периодическая функция Функция, график которой имеет повторяющуюся форму.	 **График показывает 3 цикла периодической функции** $y = \tan x$, **с периодом** π.
permutation / перестановка Расположение объектов, в котором порядок имеет значение.	Существует 6 перемещений чисел 1, 2, и 3: 123, 132, 213, 231, 312, и 321.
perpendicular bisector / серединный перпендикуляр Отрезок, луч, прямая или плоскость, перпендикулярные отрезку в его средней точке.	
piecewise function / кусочная функция Функция, определяемая как минимум, двумя уравнениями, каждое из которых применяется к различной части области функции.	$g(x) = \begin{cases} 3x - 1, & \text{если } x < 1 \\ 0, & \text{если } x = 1 \\ -x + 4, & \text{если } x > 1 \end{cases}$

plane / плоскость Плоскость имеет два измерения. Обычно она представляется фигурой, которая выглядит как пол или стена. Вы должны представить, что плоскость простирается в бесконечность, даже несмотря на то, что рисунок плоскости имеет края. *См. также* undefined term / неопределяемое понятие.	 **плоскость М или плоскость АВС**
Platonic solids / Платоновы тела Пять правильных многогранников, названных по имени греческого математика и философа Платона.	Платоновыми телами являются тетраэдр, куб, правильный октаэдр, правильный додекаэдр и правильный икосаэдр.
point / точка Точка не имеет размеров. Обычно представляется графической точкой. См. *также* undefined term / неопределяемое понятие.	 **точка А**
point of concurrency / точка совпадения Точка пересечения сходящихся прямых, лучей или отрезков.	 **Р является точкой совпадения для прямых j, k, и ℓ.**
point-slope form / уравнение пучка прямых с центром в точке Уравнение невертикальной линии, записанное в виде $y - y_1 = m(x - x_1)$ где линия проходит через заданную точку (x_1, y_1) и имеет крутизну m.	Уравнение $y + 3 = 2(x - 4)$ записано в форме пучка прямых с центром в точке. Графиком уравнения является прямая, проходящая через точку $(4, -3)$ и имеющая наклон, равный 2.
polygon / многоугольник Замкнутая фигура на плоскости со следующим свойствами. (1) Образуется тремя или более отрезками прямой, называемыми сторонами. (2) Каждая сторона пересекается точно с двумя сторонами, по одной в каждой конечной точке таким образом, что никакие две стороны с общей конечной точкой не являются колинеарными.	 **Многоугольник ABCDE**
polyhedron / многогранник Трехмерное тело, ограниченное многоугольниками, называемыми гранями, которые образуют единую закрытую область пространства.	
polynomial / многочлен Одночлен или сумма одночленов, каждый из которых называется членом многочлена.	$9, 2x^2 + x - 5,$ и $7bc^3 + 4b^4c$ являются многочленами.
polynomial function / полиномиальная функция Функция вида $f(x) = a_n x^n + a_{n-1} x^{n-1} + \cdots + a_1 x + a_0$ где $a_n \neq 0$, показателями степени которой являются целые числа и все коэффициенты являются действительными числами.	$f(x) = 11x^5 - 0.4x^2 + 16x - 7$ является полиномиальной функцией. Показателем степени $f(x)$ является 5, старшим коэффициентом является 11 и постоянным членом является -7.

RUSSIAN

polynomial long division / деления многочлена в столбик Способ, используемый для деления многочлена, сходный со способом деления чисел.	$$\begin{array}{r} x^2 + 7x + 7 \\ x-2\overline{)x^3 + 5x^2 - 7x + 2} \\ \underline{x^3 - 2x^2} \\ 7x^2 - 7x \\ \underline{7x^2 - 14x} \\ 7x + 2 \\ \underline{7x - 14} \\ 16 \end{array}$$ $$\frac{x^3 + 5x^2 - 7x + 2}{x - 2} = x^2 + 7x + 7 + \frac{16}{x - 2}$$
population / совокупность Вся группа, о которой вы хотите получить информацию.	Журнал предложил своим читателям отправить свои ответы на вопросы анкеты по поводу оценки журнала. Совокупность состоит из всех читателей журнала.
positive correlation / положительная корреляция Парные данные (x, y) имеют положительную корреляцию, если y стремится к увеличению по мере увеличения x.	
positive integers / положительные целые числа Положительные целые числа больше 0.	$1, 2, 3, 4, \ldots$
postulate / постулат Положение, принимаемое как истинное без доказательства. Также называется *аксиома*.	Постулат сложения сегментов говорит о том, что если B между A и C, тогда $AB + BC = AC$.
power / степень Выражение, которое представляет собой произведение одного и того же сомножителя.	81 является степенью 3, потому что $81 = 3 \cdot 3 \cdot 3 \cdot 3 = 3^4$.
power function / степенная функция *См.* exponential function / экспоненциальная функция.	*См.* exponential function / экспоненциальная функция
preimage / прообраз Первоначальная фигура в преобразовании. *См. также* image / образ.	*См.* image / образ.
prime factorization / разложение на простые множители Целое число, записанное как произведение простых множителей.	Разложение на простые сомножители числа 20 дает $2^2 \times 5$.
prime number / простое число Целое число больше 1, сомножителями которого является 1 и само число.	59 является простым числом, потому что оно делится только на 1 и само на себя.
prism / призма Многогранник с двумя конгруэнтными гранями, называемыми основаниями, лежащими в параллельных плоскостях.	основание основание

probability distribution / распределение вероятностей
Функция, которая показывает вероятность каждого возможного значения случайной переменной. Сумма всех вероятностей в распределении вероятностей должна быть равна 1.

Пусть случайная переменная X показывает число, выпадающее на игральной кости после ее бросания.

Распределение вероятностей при бросании игральной кости					
X	1	2	3	4	5	6
$P(X)$	$\frac{1}{6}$	$\frac{1}{6}$	$\frac{1}{6}$	$\frac{1}{6}$	$\frac{1}{6}$	$\frac{1}{6}$

---

probability of an event / вероятность события Число от 0 до 1, которое измеряет вероятность возникновения события. Она может быть выражена в виде простой дроби, десятичной дроби или процентов.

См. experimental probability, geometric probability, *and* theoretical probability / эмпирическая вероятность, геометрическая вероятность, *и* теоретическая вероятность.

---

proof / доказательство Логический аргумент, показывающий, что утверждение является истинным.

---

proportion / пропорция Уравнение, показывающее, что два соотношения равны: $\frac{a}{b} = \frac{c}{d}$ где $b \neq 0$ и $d \neq 0$.

$\frac{3}{4} = \frac{6}{8}$ и $\frac{11}{6} = \frac{x}{30}$ являются пропорциями.

---

pure imaginary number / чисто мнимое число
Комплексное число $a + bi$ где $a = 0$ и $b \neq 0$.

$-4i$ и $1{,}2i$ являются чисто мнимыми числами.

---

pyramid / пирамида Многогранник, основанием которого является многоугольник, а боковые стороны являются треугольниками с общей вершиной, называемой вершиной пирамиды.

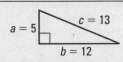

вершина — боковое ребро — основание — боковые грани — ребро основания

Pythagorean theorem / теорема Пифагора Если треугольник является прямоугольным, тогда сумма квадратов длин катетов a и b равна квадрату длины гипотенузы c:
$a^2 + b^2 = c^2$.

$a = 5$, $c = 13$, $b = 12$

$5^2 + 12^2 = 13^2$

Pythagorean triple / пифагорова тройка Множество из трех положительных чисел a, b и c, удовлетворяющих уравнению $c^2 = a^2 + b^2$.

Общие пифагоровы тройки:
3, 4, 5   5, 12, 13   8, 15, 17   7, 24, 25

Q

quadrantal angle / координатный угол Угол в стандартном положении, терминальная сторона которого лежит на оси.

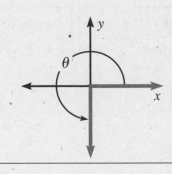

θ

RUSSIAN

quadrants / квадранты Четыре области, на которые ось x и ось y делят координатную плоскость.

ось y

Квадрант II $(-, +)$ Квадрант I $(+, +)$

Квадрант III $(-, -)$ Квадрант IV $(+, -)$

ось x

---

quadratic equation in one variable / квадратное уравнение с одной переменной Уравнение, которое может быть записано в стандартной форме $ax^2 + bx + c = 0$ где $a \neq 0$.

Уравнения $x^2 - 2x = 3$ и $0.1x^2 = 40$ являются квадратными уравнениями.

---

quadratic form / квадратичная форма Форма $au^2 + bu + c$, где u является любым выражением x.

Выражение $16x^4 - 8x^2 - 8$ имеет квадратичную форму, потому что оно может быть записано как $u^2 - 2u - 8$ где $u = 4x^2$.

---

quadratic formula / квадратичная формула Формула $x = \dfrac{-b \pm \sqrt{b^2 - 4ac}}{2a}$ используемая для нахождения решений квадратного уравнения $ax^2 + bx + c = 0$ где a, b, и c являются действительными числами и $a \neq 0$.

Для решения $3x^2 + 6x + 2 = 0$, подставьте 3 вместо a, 6 вместо b, и 2 вместо c квадратичной формуле.

$$x = \frac{-6 \pm \sqrt{6^2 - 4(3)(2)}}{2(3)} = \frac{-3 \pm \sqrt{3}}{3}$$

---

quadratic function / квадратическая функция Нелинейная функция, которая может быть записана в стандартной форме $y = ax^2 + bx + c$ где $a \neq 0$.

$y = 2x^2 + 5x - 3$ является квадратической функцией.

---

quadratic inequality in one variable / квадратное неравенство с одной переменной Неравенство, которое может быть записано в виде $ax^2 + bx + c < 0$, $ax^2 + bx + c \leq 0$, $ax^2 + bx + c > 0$, или $ax^2 + bx + c \geq 0$.

$x^2 + x \leq 0$ и $2x^2 + x - 4 > 0$ являются квадратными неравенствами с одной переменной.

---

quadratic inequality in two variables / квадратное неравенство с двумя переменными Неравенство, которое может быть записано в виде $y < ax^2 + bx + c$, $y \leq ax^2 + bx + c$, $y > ax^2 + bx + c$, или $y \geq ax^2 + bx + c$.

$y > x^2 + 3x - 4$ является квадратным неравенством с двумя переменными.

---

quadratic system / квадратичная система Система уравнений, включающая одно или несколько уравнений коники.

$y^2 - 7x + 3 = 0$ $x^2 + 4y^2 + 8y = 16$

$2x - y = 3$ $2x^2 - y^2 - 6x - 4 = 0$

Приведенные выше системы являются квадратичными системами.

---

quadrilateral / четырехугольник Многоугольник с четырьмя сторонами.

High School
Multi-Language Visual Glossary

Copyright © by McDougal Littell,
a division of Houghton Mifflin Company.

radian / радиан В окружности радиусом *r* с центром в начале координат, один радиан - это мера измерения угла в стандартном положении, терминальная сторона которого пересекается дугой длиной *r*.

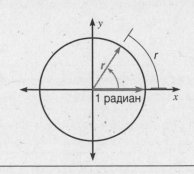

radical / радикал Выражение вида $\sqrt{s}$ или $\sqrt[n]{s}$ где *s* является числом или выражением.

$$\sqrt{5}, \sqrt[3]{2x + 1}$$

radical equation / уравнение в радикалах Уравнение с одним или несколькими радикалами, которое имеет переменные в подкоренных выражениях.

$$\sqrt[3]{2x + 7} = 3$$

radical expression / выражение с радикалом Выражение, которое содержит радикал, такой как квадратный корень или кубический корень.

$3\sqrt{2x}$ и $\sqrt[3]{x - 1}$ являются выражениями с радикалом.

radical function / функция радикала Функция, которая имеет подкоренное выражение с независимой переменной или подкоренным числом.

$y = \sqrt[3]{2x}$ и $y = \sqrt{x + 2}$ являются функциями радикала.

radicand / подкоренное выражение Число или выражение под знаком радикала.

Подкоренным выражением $\sqrt{5}$ является 5, подкоренным выражением $\sqrt{8y^2}$ является $8y^2$.

radius of a circle / радиус окружности Отрезок, конечными точками которого являются центр окружности и точка на окружности. Расстояние от центра окружности до любой точки на окружности.

См. circumference / длина окружности.

radius of a polygon / радиус многоугольника Радиус описанной окружности многоугольника.

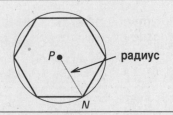

radius of a sphere / радиус сферы Отрезок от центра сферы до точки на сфере. Расстояние от точки сферы до любой точки на поверхности сферы.

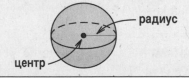

random sample / случайная выборка Выборка, в которой каждый член совокупности имеет равный шанс быть выбранным.

Вы можете сделать случайную выборку из совокупности учеников школы, задав компьютеру задание случайно выбрать 100 идентификационных номеров учеников.

random variable / случайная переменная Переменная, чье значение определяется исходами случайного события.	Случайная переменная X, показывающая число, выпавшее после бросания игральной кости, имеет следующие возможные значения: 1, 2, 3, 4, 5 и 6.
range of a function / область значений функции Множество всех результирующих значений функции.	*См.* function / функция.
range of a relation / область значений отношения Множество результирующих значений отношения.	*См.* relation / отношение.
range of data values / область значений данных Мера рассеяния, равная разности между наибольшим и наименьшим значением данных.	14, 17, 18, 19, 20, 24, 24, 30, 32 Область значений множества данных, приведенных выше, будет равна $32 - 14 = 18$.
rate / коэффициент Дробь, сопоставляющая два количества, измеренные в различных единицах.	$\dfrac{110 \text{ миль}}{2 \text{ часа}}$ и $\dfrac{55 \text{ миль}}{1 \text{ час}}$ являются коэффициентами.
rate of change / скорость изменения Сравнение изменения одного количества с изменением другого количества. В реальных ситуациях вы можете интерпретировать наклон прямой как скорость изменения.	Вы заплатили \$7 за 2 часа пользования компьютером и \$14 за 4 часа пользования компьютером. Скорость изменения стоимости составляет $\dfrac{\text{изменение в стоимости}}{\text{изменение во времени}} = \dfrac{14 - 7}{4 - 2} = 3{,}5,$ или \$3,50 в час.
ratio of a to b / отношение a к b Сравнение двух чисел с использованием деления. Отношение a к b, где $b \neq 0$, может быть записано как a к b, как $a : b$, или как $\dfrac{a}{b}$.	Отношение 3 футов к 7 футам может быть записано как 3 к 7, 3 : 7, или $\dfrac{3}{7}$.
rational equation / рациональное уравнение Уравнение, которое содержит одно или несколько рациональных выражений.	Уравнения $\dfrac{6}{x + 4} = \dfrac{x}{2}$ и $\dfrac{x}{x - 2} + \dfrac{1}{5} = \dfrac{2}{x - 2}$ являются рациональными уравнениями.
rational expression / рациональное выражение Выражение, которое может быть записано как отношение двух многочленов, где знаменатель не равен 0.	$\dfrac{x + 8}{10x}$ и $\dfrac{5}{x^2 - 1}$ являются рациональными выражениями.
rational function / рациональная функция Функция вида $f(x) = \dfrac{p(x)}{q(x)}$, где $p(x)$ и $q(x)$ являются многочленами и $q(x) \neq 0$.	Функции $y = \dfrac{6}{x}$ и $y = \dfrac{2x + 1}{x - 3}$ являются рациональными функциями.
rational number / рациональное число Число, которое может быть записано как $\dfrac{a}{b}$, где a и b являются целыми числами и $b \neq 0$.	$4 = \dfrac{4}{1}$, $0 = \dfrac{0}{1}$, $2\dfrac{1}{3} = \dfrac{7}{3}$, $-\dfrac{3}{4} = \dfrac{-3}{4}$, и $0{,}6 = \dfrac{3}{5}$ все являются рациональными числами.
rationalizing the denominator / знаменатель, освобожденный от иррациональностей Процесс удаления выражения с радикалом из знаменателя дроби путем умножения числителя и знаменателя на соответствующее выражение с радикалом.	Для освобождения знаменателя от иррациональностей в дроби $\dfrac{5}{\sqrt{7}}$, умножьте выражение на $\dfrac{\sqrt{7}}{\sqrt{7}}$: $\dfrac{5}{\sqrt{7}} = \dfrac{5}{\sqrt{7}} \cdot \dfrac{\sqrt{7}}{\sqrt{7}} = \dfrac{5\sqrt{7}}{\sqrt{49}} = \dfrac{5\sqrt{7}}{7}$

ray / луч Часть прямой, которая состоит из точки, называемой конечной точкой и всеми точками прямой, простирающейся в одном направлении.	$\overrightarrow{AB}$ **с конечной точкой** A
real numbers / действительные числа Множество всех рациональных и иррациональных чисел.	$8, -6.2, \frac{6}{7}, \pi,$ и $\sqrt{2}$ являются действительными числами.
reciprocal / обратная величина Обратная величина или мультипликативная инверсия любого числа b, не равного нулю, будет равна $\frac{1}{b}$.	-2 и $\frac{1}{-2} = -\frac{1}{2}$ являются обратными величинами.
rectangle / прямоугольник Параллелограмм с четырьмя прямыми углами.	
recursive rule / рекурсивное правило Правило для последовательности, которое берет первый член или члены последовательности и затем использует рекурсивное уравнение, которое показывает как n-ный член a_n относится к одному или нескольким предыдущим членам последовательности.	Рекурсивное правило $a_0 = 1$, $a_n = a_{n-1} + 4$ дает арифметическую последовательность 1, 5, 9, 13, … .
reduction / уменьшение Растяжение с коэффициентом масштабирования между 0 и 1.	Растяжение с коэффициентом масштабирования $\frac{1}{2}$ является уменьшением.
reference angle / угол приведения Если θ является углом в стандартном положении, его углом приведения будет являться острый угол θ' образованный терминальной стороной θ и осью x.	**Острый угол** θ' **является углом приведения для угла** θ.
reflection / отражение Преобразование, которое использует линию отражения для создания зеркального образа первоначальной фигуры.	**линия отражения**
regular polygon / правильный многоугольник Многоугольник, все стороны и углы которого конгруэнтны.	
regular polyhedron / правильный многогранник Выпуклый многогранник, у которого все грани являются конгруэнтными правильными многоугольниками.	*См.* convex polyhedron / выпуклый многогранник.

High School
Multi-Language Visual Glossary

RUSSIAN

regular pyramid / правильная пирамида Пирамида, которая имеет в основании правильный многоугольник и в которой отрезок, соединяющий вершину и центр основания, перпендикулярен основанию.	
relation / отношение Отображение или спаривание исходных значений с результирующими значениями.	Упорядоченные пары (−2, −2), (−2, 2), (0, 1), и (3, 1) представляют отношение с исходными значениями (область определения) −2, 0, и 3 результирующими значениями (область значений) −2, 1, и 2.
relative error / относительная погрешность Отношение наибольшей возможной ошибки к измеряемой длине.	Если наибольшей возможной ошибкой измерения является 0,5 дюйма, и измеренная длина предмета равна 8 дюймам, тогда относительная погрешность будет равна $\frac{0,5}{8} = 0,0625 = 6,25\%.$
repeated solution / повторяющееся решение Для полиномиального уравнения $f(x) = 0$, k является повторяющимся решением тогда и только тогда, когда множитель $x − k$ имеет показатель степени больше 1, когда $f(x)$ полностью разлагается на множители.	−1 является повторяющимся решением уравнения $(x + 1)^2 (x − 2) = 0$.
rhombus / ромб Параллелограмм с четырьмя конгруэнтными сторонами.	
right angle / прямой угол An angle with measure equal to 90°.	
right cone / прямой конус Конус, в котором отрезок, соединяющий вершину и центр основания, перпендикулярен основанию. Апофема – это расстояние между вершиной и точкой на ребре основания.	
right cylinder / прямой цилиндр Цилиндр, в котором отрезок, соединяющий центры оснований, перпендикулярен основаниям.	

right prism / прямая призма Призма, в которой каждое боковое ребро перпендикулярно обоим основаниям.

высота

---

right triangle / прямоугольный треугольник Треугольник с одним прямым углом.

гипотенуза

катет

катет

---

rise / интервал изменения ординаты *См.* slope / наклон.

См. slope / наклон.

---

root of an equation / корень уравнения Решениями квадратного уравнения являются его корни.

Корнями квадратного уравнения $x^2 - 5x - 36 = 0$ являются 9 и -4.

---

rotation / вращение Преобразование, при котором фигура вращается вокруг неподвижной точки, называемой центром вращения.

угол поворота

P

центр вращения

---

rotational symmetry / вращательная симметрия
Фигура на плоскости имеет вращательную симметрию, если она может совпасть сама с собой при повороте на 180° или меньше вокруг центра фигуры. Эта точка является центром симметрии.

центр симметрии

Поворот на 90° и 180° приводит к тому, что фигура совпадает сама с собой.

---

run / интервал изменения абсциссы *См.* slope / наклон.

См. slope / наклон.

S

sample / выборка Подмножество совокупности.

См. population / совокупность.

---

sample space / пространство выборок Множество всех возможных исходов.

Когда вы подбрасываете две монеты, пространством выборок будет орел, орел; орел, решка; решка, орел; и решка, решка.

---

scalar / скалярное число Действительное число, на которое умножается матрица.

См. scalar multiplication / скалярное умножение.

---

scalar multiplication / скалярное умножение
Умножение каждого элемента матрицы на действительное число, называемое скалярным.

Матрица умножается на скалярное число 3.

$$3 \begin{bmatrix} 1 & 2 \\ 0 & -1 \end{bmatrix} = \begin{bmatrix} 3 & 6 \\ 0 & -3 \end{bmatrix}$$

scale / масштаб Отношение, сопоставляющее размеры на масштабном чертеже или масштаб модели с реальными размерами.	Масштаб 1 дюйм : 12 футов на архитектурном чертеже означает, что 1 дюйм на архитектурном чертеже представляет реальное расстояние в 12 футов.
scale drawing / чертеж в масштабе Двухмерный чертеж предмета, на котором размеры предмета, изображенного на чертеже, пропорциональны реальным размерам предмета.	Архитектурный план дома является чертежом в масштабе.
scale factor of a dilation / масштабный коэффициент растяжения В растяжении отношение длины стороны образа к длине соответствующей стороны первоначальной фигуры.	*См.* dilation / растяжение.
scale factor of two similar polygons / масштабный коэффициент подобных многоугольников Отношение длин двух соответствующих сторон подобных многоугольников.	Масштабный коэффициент *ZYXW* к *FGHJ* равен $\frac{5}{4}$.
scale model / масштабная модель Трехмерная модель предмета, в которой размеры модели пропорциональны размерам предмета.	Глобус является масштабной моделью Земли.
scalene triangle / неравносторонний треугольник Треугольник без конгруэнтных сторон.	
scatter plot / график рассеяния График множества пар данных (x, y) используемый для определения наличия или отсутствия взаимосвязи между переменными x и y..	
scientific notation / экспоненциальное представление чисел Число записано в экспоненциальном представлении, когда оно имеет вид $c \times 10^n$ где $1 \leq c < 10$ и n является целым числом.	Два миллиона записываются в экспоненциальном представлении как 2×10^6, и 0,547 записывается в экспоненциальном представлении как $5{,}47 \times 10^{-1}$.
secant function / функция секанса Если θ является острым углом прямоугольного треугольника, секанс θ будет равен длине гипотенузы деленной на длину катета, прилежащего θ.	*См.* sine function / функция синуса.
secant line / секущая прямая Прямая, пересекающая окружность в двух точках.	Прямая *m* является секущей.

High School
Multi-Language Visual Glossary

secant segment / секущий отрезок Отрезок, который содержит хорду окружности и имеет только одну конечную точку вне окружности.	секущий отрезок
sector of a circle / сектор окружности Область, ограниченная двумя радиусами окружности и заключенной между ними дугой.	сектор *APB*
segment / отрезок *См.* line segment / отрезок прямой.	*См.* line segment / отрезок прямой.
segment bisector / биссектриса отрезка Точка, луч, прямая, отрезок или плоскость, которые пересекают отрезок в его средней точке.	$\overleftrightarrow{CD}$ является биссектрисой отрезка $\overline{AB}$.
segments of a chord / отрезки хорды Когда две хорды пересекаются внутри окружности, каждая хорда делится на два отрезка, называемых отрезками хорды.	$\overline{EA}$ и $\overline{EB}$ являются отрезками хорды $\overline{AB}$. $\overline{DE}$ и $\overline{EC}$ являются отрезками хорды $\overline{DC}$.
self-selected sample / самовыбираемая выборка Выборка, в которой члены совокупности сами выбирают себя по собственному желанию.	Вы можете получить самовыбираемую выборку учеников школы, попросив учеников заполнить анкеты и опустить их в ящик для сбора анкет.
self-similar / самоподобный Такой предмет, часть которого может быть увеличена, чтобы выглядеть как весь предмет.	*См.* fractal / фрактал.
semicircle / полукруг Дуга, конечные точки которой являются конечными точками диаметра окружности. Размер полукруга равен 180°.	$\overarc{QSR}$ является полукругом.
sequence / последовательность Функция, областью значений которой является множество последовательных целых чисел. Область значений определяет относительное положение каждого члена. Диапазон определяет члены последовательности.	Для области значений $n = 1, 2, 3,$ и 4 последовательность, определяемая выражением $a_n = 2n$ имеет члены 2, 4, 6, и 8.
series / прогрессия Выражение, получаемое добавлением членов последовательности. Прогрессия может быть конечной или бесконечной.	Конечная прогрессия: $2 + 4 + 6 + 8$ Бесконечная прогрессия: $2 + 4 + 6 + 8 + \cdots$
set / множество Совокупность отдельных объектов.	Множеством целых чисел является $W = \{0, 1, 2, 3, \ldots\}$.

RUSSIAN

side of a polygon / сторона многоугольника Отрезок прямой, образующий многоугольник. *См. также* polygon / многоугольник.	*См.* polygon / многоугольник.
sides of an angle / стороны угла *См.* angle / угол.	*См.* angle / угол.
sigma notation / обозначение со знаком суммы *См.* summation notation / запись со знаком суммы.	*См.* summation notation / запись со знаком суммы.
similar figures / подобные фигуры Фигуры, имеющие одинаковую форму, но не обязательно одинаковый размер. Соответствующие углы подобных фигур конгруэнтны и соотношения длин соответствующих сторон равно. Символ ~ обозначает, что две фигуры подобны.	$\triangle ABC \sim \triangle DEF$
similar polygons / подобные многоугольники Два многоугольника, у которых соответствующие углы конгруэнтны и длины соответствующих сторон пропорциональны.	$ABCD \sim EFGH$
similar solids / подобные трехмерные тела Два трехмерных тела одного типа с равными соотношениями соответствующих линейных размеров, таких как высоты или радиусы.	
simplest form of a fraction / простейшая форма дроби Дробь имеет свою простейшую форму, если ее числитель и знаменатель имеют наибольший общий сомножитель равный 1.	Простейшей формой дроби $\frac{4}{12}$ является $\frac{1}{3}$.
simplest form of a radical / простейшая форма радикала Радикал с показателем *n* является простейшей формой, если подкоренное число не имеет совершенной *n*-ой степени при избавлении от иррациональностей множителей и знаменателя.	$\sqrt[3]{135}$ в простейшей форме будет равен $3\sqrt[3]{5}$. $\dfrac{\sqrt[5]{7}}{\sqrt[5]{8}}$ в простейшей форме будет равен $\dfrac{\sqrt[5]{28}}{2}$.
simplest form of a rational expression / простейшая форма рационального выражения Рациональное выражение, в котором числитель и знаменатель не имеют общих сомножителей кроме ± 1.	Простейшей формой $\dfrac{2x}{x(x-3)}$ является $\dfrac{2}{x-3}$.

simulation / моделирование Эксперимент, который вы можете провести, чтобы сделать предсказания о реальных ситуациях.

Каждая коробка хлопьев содержит 1 из 6 призов. Вероятность получения каждого приза составляет $\frac{1}{6}$.

Чтобы предсказать количество коробок хлопьев, которые вы должны купить, чтобы выиграть все 6 призов, вы можете бросать игральную кость по 1 разу для каждой коробки хлопьев, которую вы купите. Продолжайте бросать игральную кость до тех пор, пока вы не выкинете все 6 цифр.

---

sine / синус Тригонометрическая функция, сокращенно обозначаемая как sin. В прямоугольном треугольнике ABC синус острого угла A равен

$$\sin A = \frac{\text{длина противолежащего катета } \angle A}{\text{длина гипотенузы}} = \frac{BC}{AB}.$$

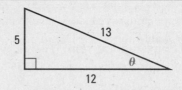

$$\sin A = \frac{BC}{AB} = \frac{3}{5}$$

---

sine function / функция синуса Если θ является острым углом прямоугольного треугольника, синус θ будет равен длине катета, противоположного θ поделенного на длину гипотенузы.

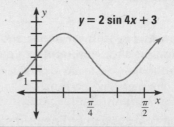

$$\sin \theta = \frac{\text{прот}}{\text{гип}} = \frac{5}{13} \qquad \csc \theta = \frac{\text{гип}}{\text{прот}} = \frac{13}{5}$$

$$\cos \theta = \frac{\text{прил}}{\text{гип}} = \frac{12}{13} \qquad \sec \theta = \frac{\text{гип}}{\text{прил}} = \frac{13}{12}$$

$$\tan \theta = \frac{\text{прот}}{\text{прил}} = \frac{5}{12} \qquad \cot \theta = \frac{\text{прил}}{\text{прот}} = \frac{12}{5}$$

---

sinusoids / синусоиды Графики функций синуса и косинуса.

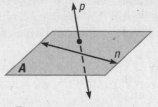

$$y = 2 \sin 4x + 3$$

---

skew lines / скрещивающиеся прямые Прямые, которые не пересекаются и не являются копланарными.

Прямые n и p являются скрещивающимися.

---

skewed distribution / несимметричное распределение Распределение вероятностей, которое не является симметричным. *См. также* symmetric distribution / симметричное распределение.

RUSSIAN

slant height of a regular pyramid / апофема правильной пирамиды Высота боковой грани правильной пирамиды.	*См.* regular pyramid / правильная пирамида.
slope / наклон Наклон m невертикальной прямой - это отношение вертикального изменения (интервал изменения ординаты) к горизонтальному изменению (интервал изменения абсциссы) между двумя точками (x_1, y_1) и (x_2, y_2) на прямой: $m = \dfrac{y_2 - y_1}{x_2 - x_1}$.	Наклон показанной прямой равен $\dfrac{4}{6}$, или $\dfrac{2}{3}$
slope-intercept form / уравнение прямой с угловым коэффициентом Линейное уравнение, записанное в виде $y = mx + b$ - это наклон и m это отрезок, отсекаемый на оси y от начала координат графика уравнения.	$y = 3x + 4$ - это уравнение прямой с угловым коэффициентом. Наклон линии равен 3, а отрезок, отсекаемый на оси y от начала координат равен 4.
solid / трехмерное тело Трехмерная фигура, которая ограничивает в себе часть пространства.	
solution of a system of linear equations in three variables / решение системы линейных уравнений с тремя переменными Упорядоченная тройка (x, y, z) координаты которой делают каждое уравнение системы истинным.	$4x + 2y + 3z = 1$ $2x - 3y + 5z = -14$ $6x - y + 4z = -1$ $(2, 1, -3)$ является решением системы, приведенной выше.
solution of a system of linear equations in two variables / решение системы линейных уравнения с двумя переменными Упорядоченная пара (x, y) удовлетворяющая каждому уравнению системы.	$4x + y = 8$ $2x - 3y = 18$ $(3, -4)$ является решением системы, приведенной выше.
solution of a system of linear inequalities in two variables / решение системы линейных неравенств с двумя переменными Упорядоченная пара (x, y) являющаяся решением каждого неравенства системы.	$y > -2x - 5$ $y \le x + 3$ $(-1, 1)$ является решением системы, приведенной выше.
solution of an equation in one variable / решение уравнения с одной переменной Число, которое приводит к истинности утверждения при замене им переменной в уравнении.	Число 3 является решением уравнения $8 - 2x = 2$, потому что $8 - 2(3) = 2$.
solution of an equation in two variables / решение уравнения с двумя переменными Упорядоченная пара (x, y) приводящая в истинности утверждения, при замене значений x и y в уравнении.	$(-2, 3)$ является решением уравнения $y = -2x - 1$.
solution of an inequality in one variable / решение неравенства с одной переменной Число, приводящее к истинности утверждения при замене им переменной в неравенстве.	Число 3 является решением неравенства $5 + 3n \le 20$, потому что $5 + 3(3) = 14$ и $14 \le 20$.

solution of an inequality in two variables / решение неравенства с двумя переменными Упорядоченная пара (x, y) приводящая к истинности утверждения при замене ею значений x и y в неравенстве.	$(-1, 2)$ является решением неравенства $x - 3y < 6$ потому что $-1 - 3(2) = -7$ и $-7 < 6$.
solve a right triangle / решение прямоугольного треугольника Нахождение всех сторон и углов прямоугольного треугольника.	Вы можете решить прямоугольный треугольник, если вам известно одно из следующих: • Длины двух сторон • Длина одной стороны и размер одного острого угла
solve for a variable / решение переменной Переписывание уравнение таким образом, что эквивалент с переменной находится с одной стороны и отсутствует на другой стороне уравнения.	Когда вы решаете уравнение длины окружности $C = 2\pi r$ для r, результатом будет $r = \dfrac{C}{2\pi}$.
sphere / сфера Множество всех точек в пространстве, равноудаленных от заданной точки, называемой центром сферы.	 центр
square / квадрат параллелограмм с четырьмя конгруэнтными сторонами и четырьмя прямыми углами.	
square root / квадратный корень Если $b^2 = a$, тогда b будет являться квадратным корнем a. Символ радикала $\sqrt{}$ представляет собой неотрицательный квадратный корень.	Квадратными корнями 9 являются 3 и -3, потому что $3^2 = 9$ и $(-3)^2 = 9$. Таким образом, $\sqrt{9} = 3$ и $-\sqrt{9} = -3$.
square root function / функция квадратного корня Функция со знаком корня, уравнение которой содержит квадратный корень с независимой переменной в подкоренном выражении.	$y = 2\sqrt{x + 2}$ и $y = \sqrt{x} + 3$ являются функциями квадратного корня.
standard deviation / стандартное отклонение Типичная разница между значением данных и средним значением $\overline{x}$. Стандартное отклонение множества числовых данных x_1, $x_2, \ldots, x_n$ - это мера рассеяния, обозначаемая как σ и вычисляемая как квадратный корень дисперсии. $\sigma = \sqrt{\dfrac{(x_1 - \overline{x})^2 + (x_2 - \overline{x})^2 + \ldots + (x_n - \overline{x})^2}{n}}$	Стандартное отклонение множества данных 3, 9, 13, 23 (со средним значением = 12) равно: $\sigma = \sqrt{\dfrac{(3 - 12)^2 + (9 - 12)^2 + (13 - 12)^2 + (23 - 12)^2}{4}}$ $= \sqrt{53} \approx 7.3$
standard equation of a circle / стандартное уравнение окружности Стандартным уравнением окружности с центром (h, k) и радиусом r является $(x - h)^2 + (y - k)^2 = r^2$.	Стандартным уравнением окружности с центром $(2, 3)$ и радиусом 4 является $(x - 2)^2 + (y - 3)^2 = 16$.
standard form of a complex number / стандартная форма комплексного числа Форма $a + bi$ где a и b являются действительными числами, а i является мнимой единицей.	Стандартной формой комплексного числа $i(1 + i)$ является $-1 + i$.
standard form of a linear equation / стандартная форма линейного уравнение Линейное уравнение, записанное в виде $Ax + By = C$ где A и B оба не равны нулю.	Линейное уравнение $y = -3x + 4$ может быть записано в стандартной форме в виде $3x + y = 4$.

RUSSIAN

standard form of a polynomial function / стандартная форма полиномиальной функции Форма полиномиальной функции, в которой члены записаны в порядке убывания показателя степени слева направо.	Функция $g(x) = 7x - \sqrt{3} + \pi x^2$ может быть записана в стандартной форме как $g(x) = \pi x^2 + 7x - \sqrt{3}$.
standard form of a quadratic equation in one variable / стандартная форма квадратного уравнения с одной переменной Форма $ax^2 + bx + c = 0$ где $a \neq 0$.	Квадратное уравнение $x^2 - 5x = 36$ может быть записано в стандартной форме как $x^2 - 5x - 36 = 0$.
standard form of a quadratic function / стандартная форма квадратной функции Квадратная функция в форме $y = ax^2 + bx + c$ где $a \neq 0$.	Квадратная функция $y = 2(x + 3)(x - 1)$ записана в стандартной форме $y = 2x^2 + 4x - 6$.
standard normal distribution / стандартное нормальное распределение Нормальное распределение со средним значением, равным 0, и стандартным отклонением 1: *См. также* z-score / z-значение.	
standard position of an angle / стандартное положение угла На координатной плоскости положение угла, вершиной которого является начало координат, и начальная сторона которого располагается на положительной части оси x.	
statistics / статистика Числовые значения, используемые для суммирования и сопоставления множеств данных.	*См.* mean, median, mode, range, *and* standard deviation / среднее значение, медиана, модус, диапазон *и* стандартное отклонение.
stem-and-leaf plot / разветвленная диаграмма Отображение данных, организованных в зависимости от их чисел.	Ствол | Листья 0 | 8 9 1 | 0 2 3 4 5 5 5 9 2 | 1 1 5 9 Ключ: 1 | 9 = \$19
step function / ступенчатая функция Кусочная функция, определяемая постоянным значением в каждой части ее области значений. График походит на ряд ступенек лестницы.	$f(x) = \begin{cases} 1, \text{ если } 0 \leq x < 1 \\ 2, \text{ если } 1 \leq x < 2 \\ 3, \text{ если } 2 \leq x < 3 \end{cases}$
straight angle / развернутый угол Угол, размер которого равен $180°$.	
stratified random sample / типическая произвольная выборка Выборка, в которой совокупность делится на отдельные группы и выбор членов из каждой группы осуществляется случайно.	Вы можете сделать типическую произвольную выборку совокупности учеников школы, задав компьютеру задачу случайно выбрать по 25 учеников каждого уровня обучения.

subset / подмножество Если каждый элемент множества *A* является также элементом множества *B*, тогда *A* является подмножеством *B*. Это записывается как $A \subseteq B$. Для любого множества $A, \emptyset \subseteq A$ и $A \subseteq A$.

Если $A = \{1, 2, 4, 8\}$ и *B* является множеством всех положительных чисел, тогда *A* является подмножеством *B* или $A \subseteq B$.

---

substitution method / способ подстановки Способ решения системы уравнений путем решения одного из уравнений для одной из переменных с последующей подстановкой результирующего значения в другое уравнение(-я).

$$2x + 5y = -5$$
$$x + 3y = 3$$

Решите уравнение 2 для *x*: $x = -3y + 3$. Подставьте полученное выражение *x* в уравнение 1 и решите для *y*: $y = 11$. Используйте значение *y* для нахождения значения *x*: $x = -30$.

---

summation notation / запись со знаком суммы Запись для последовательностей, в которой используется прописная греческая буква сигма, Σ. Также называется запись с сигма.

$$\sum_{i=1}^{5} 7i = 7(1) + 7(2) + 7(3) + 7(4) + 7(5)$$
$$= 7 + 14 + 21 + 28 + 35 = 105$$

---

supplementary angles / дополнительные углы Два угла, сумма которых составляет 180°. Сумма угла и его *дополнительного* угла равна 180°.

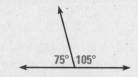

75° \ 105°

---

surface area / площадь поверхности Сумма площадей граней многогранника или другой трехмерной фигуры.

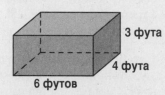

3 фута
4 фута
6 футов

$S = 2(3)(4) + 2(4)(6) + 2(3)(6) =$ 108 футов²

---

survey / опрос Изучение одной или нескольких характеристик группы.

Журнал предлагает своим читателям отправить ответы на анкету по оценке журнала.

---

symmetric distribution / симметричное распределение Распределение вероятностей, представленное гистограммой, на которой вы можете нарисовать вертикальную прямую, которая будет делить гистограмму на зеркальные изображения.

Число успешных исходов

---

synthetic division / синтетическое деление Способ, используемый для деления многочлена на делитель вида $x - k$.

$$
\begin{array}{r|rrrr}
-3 & 2 & 1 & -8 & 5 \\
   &   & -6 & 15 & -21 \\
\hline
   & 2 & -5 & 7 & -16
\end{array}
$$

$$\frac{2x^3 + x^2 - 8x + 5}{x + 3} = 2x^2 - 5x + 7 - \frac{16}{x + 3}$$

RUSSIAN

synthetic substitution / синтетическая подстановка Способ, используемый для вычисления полиномиальной функции.	$$\begin{array}{c|ccccc} 3 & 2 & -5 & 0 & -4 & 8 \\ & & 6 & 3 & 9 & 15 \\ \hline & 2 & 1 & 3 & 5 & \mathbf{23} \end{array}$$ Синтетическая подстановка, показанная выше, указывает, что $f(x) = 2x^4 - 5x^3 - 4x + 8$, $f(3) = 23$.
system of linear equations / система линейных уравнений Два или более линейных уравнения с одними и теми же переменными; также называется *линейная система*.	Уравнения, приведенные ниже, образуют систему линейных уравнений: $$x + 2y = 7$$ $$3x - 2y = 5$$
system of linear inequalities in two variables / система линейных неравенств с двумя переменными Два или более линейных неравенства с одними и теми же переменными; также называется *система неравенств*.	Неравенства, приведенные ниже, образуют систему линейных неравенств с двумя переменными: $$x - y > 7$$ $$2x + y < 8$$
system of three linear equations in three variables / система трех линейных уравнений с тремя переменными Система, состоящая из трех линейных уравнений с тремя переменными. *См. также* linear equation in three variables / линейное уравнение с тремя переменными.	$$2x + y - z = 5$$ $$3x - 2y + z = 16$$ $$4x + 3y - 5z = 3$$
system of two linear equations in two variables / система двух линейных уравнений с двумя переменными Система, состоящая из двух уравнений, которые могут быть записаны в виде $Ax + By = C$ и $Dx + Ey = F$ где x и y являются переменными, а A и B оба не равны нулю, и D и E также оба не равны нулю.	$$4x + y = 8$$ $$2x - 3y = 18$$
systematic sample / систематическая выборка Выборка, в которой выбор членов совокупности осуществляется по определенному правилу.	Вы можете сделать систематическую выборку совокупности учеников школы, выбрав каждого десятого ученика из алфавитного списка всех учеников школы.

T

tangent / тангенс Тригонометрическая функция, сокращенно обозначаемая как *tan*. Для прямоугольного треугольника *ABC* тангенс острого угла *A* будет равен $$\tan A = \frac{\text{длина катета, противолежащего } \angle A}{\text{длина катета, противолежащего } \angle A} = \frac{BC}{AC}.$$	$$\tan A = \frac{BC}{AC} = \frac{3}{4}$$
tangent function / функция тангенса Если θ является острым углом прямоугольного треугольника, тангенс θ будет равен длине катета, противоположного θ деленного на длину катета, прилежащего θ.	*См.* sine function / функция синуса.

tangent line / касательная прямая Прямая на плоскости окружности, соприкасающаяся с окружностью точно в одной точке, называемой точкой касания.	Прямая *n* является касательной. *R* является точкой касания.
taxicab geometry / городская геометрия Неэвклидова геометрия, в которой все линии вертикальны или горизонтальны.	В городской геометрии расстояние между *A* и *B* равно 7 единицам.
terminal point of a vector / терминальная точка вектора Конечная точка вектора.	*См.* vector / вектор.
terminal side of an angle / конечная сторона угла На координатной плоскости угол может образовываться фиксированием одного луча, называемого начальной стороной, и вращением другого луча, называемого конечной стороной, вокруг вершины.	*См.* standard position of an angle / стандартное положение угла.
terms of a sequence / члены последовательности Числовые значения в области значений последовательности.	Первыми 4 членами последовательности 1, -3, 9, -27, 81, $-243, \ldots$ являются 1, -3, 9, и -27.
terms of an expression / члены выражения Части выражения, складываемые вместе.	Членами выражения $3x + (-4) + (-6x) + 2$ являются $3x$, -4, $-6x$, и 2.
tessellation / мозаика Коллекция фигур, закрывающих плоскость без промежутков и наложения.	
tetrahedron / тетраэдр Многогранник с четырьмя гранями.	
theorem / теорема Истинное утверждение, являющееся результатом других истинных утверждений.	Вертикальные углы являются конгруэнтными.
theoretical probability / теоретическая вероятность Когда вероятность всех исходов одинакова, теоретической вероятностью, что событие *A* произойдет является $P(A) = \dfrac{\text{Число исходов события } A}{\text{Общее число исходов}}$.	Теоретической вероятностью выпадения четного числа при бросании стандартного шестистороннего кубика будет $\dfrac{3}{6} = \dfrac{1}{2}$ потому что 3 исхода соответствуют выпадению четного числа из всех 6 событий.

RUSSIAN

transformation / преобразование Преобразование изменяет размер графика, его вид, положение или ориентацию.	Параллельное перемещение, вертикальное растяжение и стягивание, отражения и вращения являются преобразованиями.
translation / параллельное перемещение При параллельном перемещении каждая точка фигуры перемещается на одинаковое расстояние в одинаковом направлении.	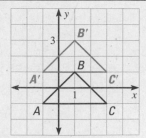△ **ABC** перемещен параллельно вверх на 2 единицы.
transversal / секущая прямая Прямая, пересекающая две или более компланарных прямых в различных точках.	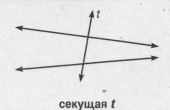секущая **t**
transverse axis of a hyperbola / поперечная ось гиперболы Отрезок прямой, соединяющий вершины гиперболы.	*См.* hyperbola, geometric definition / гипербола, геометрическое определение.
trapezoid / трапеция Четырехугольник, имеющий только две параллельные стороны, называемые основаниями. Непараллельные стороны называются сторонами трапеции.	
triangle / треугольник Многоугольник с тремя сторонами.	△ **ABC**
trigonometric identity / тригонометрическое тождество Тригонометрическое уравнение, являющееся истинным для всей области значений.	$\sin(-\theta) = -\sin\theta \qquad \sin^2\theta + \cos^2\theta = 1$
trigonometric ratio / тригонометрическая функция Отношение длин двух сторон в прямоугольном треугольнике. *См. также* sine, cosine, *and* tangent / синус, косинус и тангенс.	Тремя основными тригонометрическими функциями являются синус, косинус и тангенс. 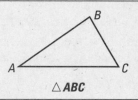 $\tan A = \dfrac{BC}{AC} = \dfrac{3}{4}$ $\sin A = \dfrac{BC}{AB} = \dfrac{3}{5}$ $\cos A = \dfrac{AC}{AB} = \dfrac{4}{5}$
trinomial / трехчлен Сумма трех одночленов.	$4x^2 + 3x - 1$ является трехчленом.

Таблица истинности		
p	**q**	**p → q**
И	И	И
И	Л	Л
Л	И	И
Л	Л	И

truth table / таблица истинности Таблица, показывающая истинные значения для гипотезы, вывода и условного утверждения, с использованием гипотезы и вывода.

truth value of a statement / истинное значение Истина или ложь в утверждении.

См. truth table / таблица истинности.

two-column proof / доказательство в два столбика Тип доказательства, записанный в виде числовых утверждений и соответствующих рассуждений, которые показывают рассуждения в логическом порядке.

U

unbiased sample / беспристрастная выборка Выборка, являющаяся представлением совокупности, о которой вы хотите получить информацию.

Вы хотите провести опрос среди учеников старших классов о месте проведения школьного бала. Если каждый ученик старших классов имеет равный шанс быть опрошенным, тогда выборка является беспристрастной.

undefined term / неопределяемое понятие Понятие, которое не имеет формального определения, однако существует общее согласие о том, что это понятие обозначает.

Точка, прямая и *плоскость* являются неопределяемыми понятиями.

union of sets / объединение множеств Объединение двух множеств A и B, записанное как $A \cup B$, , является множеством всех элементов *либо A* или *B*.

Если $A = \{1, 2, 4, 8\}$ и $B = \{2, 4, 6, 8, 10\}$, тогда $A \cup B = \{1, 2, 4, 6, 8, 10\}$.

unit circle / единичная окружность Окружность $x^2 + y^2 = 1$, центр которой располагается в точке начала координат $(0, 0)$ и радиус равен 1. Для угла θ в стандартном положении конечная сторона θ пересекает единичную окружность в точке $(\cos \theta, \sin \theta)$.

unit of measure / единица измерения Количество или приращение, в котором измеряется что-либо.

Если отрезок измеряется при помощи линейки с делениями по одной восьмой дюйма, тогда единицей измерения будет $\frac{1}{8}$ дюйма.

unit rate / скорость единицы Скорость, в которой знаменатель дроби равен 1 единице.

$\frac{55 \text{ миль}}{1 \text{час}}$, или 55 миль/час является скоростью единицы.

universal set / генеральная совокупность Множество всех рассматриваемых элементов, обозначается как U.

Если генеральной совокупностью является множество положительных целых чисел, тогда $U = \{1, 2, 3, \ldots\}$.

upper extreme / верхний экстремум Наибольшее значение множества данных.	*См.* box-and-whisker plot / столбчато-цилиндрический график.
upper quartile / верхний квартиль Медиана верхней половины множества упорядоченных данных.	*См.* interquartile range / межквартильный диапазон.

V

variable / переменная Буква, используемая для представления одного или нескольких членов.	В выражениях $5n$, $n + 1$, и $8 - n$, буква n является переменной.
variable term / переменный член Член, имеющий переменную часть.	Переменными членами алгебраического выражения $3x^2 + 5x + (-7)$ являются $3x^2$ и $5x$.
variance / дисперсия Дисперсия множества числовых данных $x_1, x_2, \ldots, x_n$ со средним значением $\bar{x}$ - это мера рассеяния, обозначаемая σ^2 и определяемая по формуле: $$\sigma^2 = \frac{(x_1 - \bar{x})^2 + (x_2 - \bar{x})^2 + \ldots + (x_n - \bar{x})^2}{n}$$	Дисперсия множества данных 3, 9, 13, 23 (со средним значением = 12) равняется: $$\sigma^2 = \frac{(3 - 12)^2 + (9 - 12)^2 + (13 - 12)^2 + (23 - 12)^2}{4}$$ $$= 53$$
vector / вектор Величина, имеющая направление и размер, представляемая на координатной плоскости стрелкой, направленной от одной точки к другой.	$\overrightarrow{FG}$ **с начальной точкой *F* и конечной точкой *G*.**
verbal model / словесная модель Словесная модель описывает реальные ситуации, используя слова как метки и математические символы как средства связи слов.	Расстояние = Скорость • Время (мили)　　(миль/час)　(часов)
vertex angle of an isosceles triangle / угол при вершине равнобедренного треугольника Угол, образуемый сторонами равнобедренного треугольника.	угол при вершине / углы при основании
vertex form of a quadratic function / вершинная форма квадратической функции Форма $y = a(x - h)^2 + k$, где вершиной графика является (h, k) и осью симметрии является $x = h$.	Квадратическая функция $y = -\frac{1}{4}(x + 2)^2 + 5$ представлена в вершинной форме.
vertex of a cone / вершина конуса *См.* cone / конус.	*См.* cone / конус.
vertex of a parabola / вершина параболы Точка на параболе, которая лежит на оси симметрии. Самая верхняя или самая нижняя точка параболы.	*См.* parabola, geometric definition / парабола, геометрическое определение.
vertex of a polygon / вершина многоугольника Каждая конечная точка стороны многоугольника. *См. также* polygon / многоугольник.	*См.* polygon / многоугольник.

High School
Multi-Language Visual Glossary

Copyright © by McDougal Littell,
a division of Houghton Mifflin Company.

vertex of a polyhedron / вершина многогранника Точка пересечения трех и более граней многогранника.	 **вершина**
vertex of a pyramid / вершина пирамиды *См.* pyramid / пирамида.	*См.* pyramid / пирамида.
vertex of an absolute value graph / вершина графика абсолютного значения Наивысшая или самая низкая точка графика функции абсолютного значения.	y $(4, 3)$ 1 1 x Вершиной графика $y = \lvert x - 4 \rvert + 3$ является точка (4, 3).
vertex of an angle / вершина угла *См.* angle / угол.	*См.* angle / угол.
vertical angles / вертикальные углы Два угла, стороны которых образуют две пары противоположных лучей.	2 1 4 3 ∠1 и ∠4 являются вертикальными углами. ∠2 и ∠3 являются вертикальными углами.
vertical component of a vector / вертикальная составляющая вектора Вертикальное изменение от начальной до конечной точки вектора.	*См.* component form of a vector / компонентная форма вектора.
vertical motion model / модель вертикального движения Модель движения предмета, брошенного вверх, который не может самостоятельно держаться в воздухе.	Модель вертикального движения для предмета, брошенного вверх с начальной вертикальной скоростью 20 футов в секунду с начальной высоты 8 футов, будет иметь вид $h = -16t^2 + 20t + 8$ - это высота предмета (в футах) через t секунд после его бросания.
vertical shrink / вертикальное сжатие Вертикальное сжатие перемещает каждую точку фигуры ближе к оси x, в то время как точки на оси x остаются без изменения.	 y 1 1 x Черный треугольник сжат по вертикали до серого треугольника.

vertical stretch / вертикальное растяжение Вертикальное растяжение перемещает каждую точку фигуры дальше от оси x, в то время как точки на оси x остаются без изменения.

Черный треугольник был растянут по вертикали до серого треугольника.

---

vertices of a hyperbola / вершины параболы Точки пересечения гиперболы и прямой, проходящей через фокусы параболы.

См. hyperbola, geometric definition / гипербола, геометрическое определение.

---

vertices of an ellipse / вершины эллипса Точки пересечения эллипса и прямой, проходящей через фокусы эллипса.

См. ellipse / эллипс.

---

volume of a solid / объем трехмерного тела Число кубических единиц, содержащихся внутри трехмерного тела.

3 фута
4 фута
6 футов

Объем $= 3(4)(6) = 72$ фута^3

W

whole numbers / целые числа Числа 0, 1, 2, 3, ...

0, 8, и 106 являются целыми числами. -1 и 0,6 *не* являются целыми числами.

X

x-axis / ось x Горизонтальная ось координатной плоскости. *См. также* coordinate plane / координатная плоскость.

См. coordinate plane / квадранты.

---

x-coordinate / x-координата Первая координата в упорядоченной паре, которая показывает на сколько единиц переместить точку влево или вправо.

В упорядоченной паре $(-3, -2)$, x-координата, -3, означает, что точку надо переместить на 3 единицы влево. *См. также* coordinate plane / координатная плоскость.

---

x-intercept / отрезок, отсекаемый на оси x от начала координат X-координата точки, где график пересекается с осью x.

(0, 3)
$x + 2y = 6$
(6, 0)

Отрезок, отсекаемый на оси x от начала координат, равен 6. Отрезок, отсекаемый на оси y от начала координат, равен 3.

High School
Multi-Language Visual Glossary

Copyright © by McDougal Littell, a division of Houghton Mifflin Company.

y-axis / ось y Вертикальная ось координатной плоскости. *См. также* coordinate plane / координатная плоскость.	*См.* coordinate plane / квадранты.
y-coordinate / y-координата Вторая координата в упорядоченной паре, которая показывает на сколько единиц переместить точку вверх или вниз.	В упорядоченной паре $(-3, -2)$, y-координата -2, означает, что точку надо переместить на 2 единицы вниз. *См. также* coordinate plane / координатная плоскость.
y-intercept / отрезок, отсекаемый на оси y от начала координат Y-координата точки, где график пересекается с осью y.	*См.* x-intercept / отрезок, отсекаемый на оси x от начала координат.

Z

zero exponent / нулевой показатель степени Если $a \neq 0$, тогда $a^0 = 1$.	$(-7)^0 = 1$
zero of a function / ноль функции Число k функции f будет равно нулю, если f $f(k) = 0$.	Нолями функции $f(x) = 2(x + 3)(x - 1)$ являются -3 и 1.
z-score / z-значение Значение z стандартных отклонений значений данных, располагающихся выше или ниже среднего значения $\bar{x}$ множества данных: $z = \frac{x - \bar{x}}{\sigma}$.	Нормальное распределение имеет среднее значение, равное 76, и стандартное отклонение, равное 9. z-значение для $x = 64$ будет равно $z = \frac{x - \bar{x}}{\sigma} = \frac{64 - 76}{9} \approx -1{,}3$.

PORTUGUESE

A

absolute deviation / desvio absoluto O desvio absoluto de um número x de um valor dado é o valor absoluto da diferença entre x e o valor dado:

$$\text{desvio absoluto} = |x - \text{valor dado}|$$

Se o desvio absoluto de x 2 is 3, então $|x - 2| = 3$.

---

absolute value / valor absoluto O valor absoluto de um número a é a distância entre a e 0 numa linha numérica. O símbolo $|a|$ representa o valor absoluto de a.

$|2| = 2$, $|-5| = 5$, e $|0| = 0$

---

absolute value equation / equação de valor absoluto Uma equação que contém uma expressão de valor absoluto.

$|x + 2| = 3$ é uma equação de valor absoluto.

---

absolute value função / função de valor absoluto Uma função que contém uma expressão de valor absoluto.

$y = |x|$, $y = |x - 3|$, e $y = 4|x + 8| - 9$ são funções de valor absoluto.

---

absolute value of a complex number / valor absoluto de um número complexo Se $z = a + bi$, então o valor absoluto de z, representado $|z|$, é um número real não-negativo definido como $|z| = \sqrt{a^2 + b^2}$.

$|-4 + 3i| = \sqrt{(-4)^2 + 3^2} = \sqrt{25} = 5$

---

acute angle / ângulo agudo Um ângulo cuja medida está entre $0°$ e $90°$.

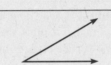

---

acute angle / triângulo agudo Um triângulo com três ângulos agudos.

---

additive identity / identidade aditiva O número 0 é a identidade aditiva, porque a soma de qualquer número e 0 é o próprio número: $a + 0 = 0 + a = a$.

$-2 + 0 = -2$, $0 + \frac{3}{4} = \frac{3}{4}$

---

additive inverse / inverso aditivo O aditivo inverso de um número a é o seu oposto, $-a$. A soma de um número e seu inverso aditivo é 0: $a + (-a) = -a + a = 0$.

O inverso aditivo de -5 é 5, e $-5 + 5 = 0$.

---

adjacent angles / ângulos adjacentes Dois ângulos que compartilham um vértice e um lado comuns, mas não têm pontos interiores comuns.

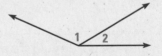

$\angle 1$ e $\angle 2$ são ângulos adjacentes.

---

algebraic expression / expressão algébrica Uma expressão que inclui pelo menos uma variável. Também chamada expressão variável.

$\frac{2}{3}p$, $\frac{8}{7 - r}$, $k - 5$, e $n^2 + 2n$ são expressões algébricas.

---

alternate exterior angles / ângulos exteriores alternados Dois ângulos que são formados por duas linhas e uma linha transversal e ficam fora das duas linhas e em lados opostos da transversal.

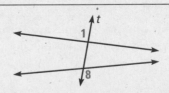

$\angle 1$ e $\angle 8$ são ângulos exteriores alternados.

alternate exterior angles / ângulos exteriores alternados Dois ângulos que são formados por duas linhas e uma linha transversal e ficam fora das duas linhas e em lados opostos da transversal.	 $\angle 4$ e $\angle 5$ são ângulos exteriores alternados.
altitude of a triangle / altitude de um triângulo O segmento perpendicular de um vértice do triângulo ao lado oposto ou à linha que contém o lado oposto.	
amplitude / amplitude A amplitude do gráfico de uma função de seno ou co-seno é $\frac{1}{2}(M - m)$, donde M é o valor máximo da função e m é o seu valor mínimo.	 O gráfico de $y = 4$ seno de x tem uma amplitude de $\frac{1}{2}(4 - (-4)) = 4$.
angle / ângulo Consiste de dois raios diferentes com uma extremidade comum. Os raios são os lados do ângulo, e a extremidade é o vértice do ângulo.	 $\angle A$, $\angle BAC$, o $\angle CAB$
angle bisector / ângulo bissetor Um raio que divide um ângulo em dois ângulos coincidentes.	 $\overrightarrow{YW}$ bissecta $\angle XYZ$.
angle of depression / ângulo de depressão Quando você olha de cima para um objeto, o ângulo que sua linha de visão faz com uma linha colocada horizontalmente.	
angle of elevation / ângulo de elevação Quando você olha de baixo para um objeto, o ângulo que sua linha de visão faz com uma linha colocada horizontalmente.	*Veja* ângulo de depressão.
angle of rotation / ângulo de rotação O ângulo formado por raios traçados do centro de rotação a um ponto e sua imagem. *Veja também* rotação.	*Veja* rotação.
apothem of a polígono / apótema de um polígono A distância do centro a quaisquer dos lados do polígono.	

arc length / comprimento do arco Uma porção da circunferência de um círculo.

O comprimento do arco
de $\overset{\frown}{AB} = \dfrac{m\overset{\frown}{AB}}{360°} \cdot 2\pi r$

area / área A quantidade de superfície coberta por um contorno. A área é medida em unidades quadradas como pés quadrados (ft^2) ou metros quadrados (m^2).

3 unidades

4 unidades

Área = 12 unidades quadradas

arithmetic sequence / seqüência aritmética Uma seqüência em que a diferença entre termos consecutivos é constante.

2, 8, 14, 20, 26, . . . é uma seqüência aritmética em que a diferença entre termos consecutivos é 6.

arithmetic series / série aritmética A expressão formada pela adição dos termos de uma seqüência aritmética.

$$\sum_{i=1}^{5} 2i = 2 + 4 + 6 + 8 + 10$$

asymptote / assíntota Uma linha de que um gráfico se aproxima mais e mais.

A assíntota do gráfico mostrado é a linha $y = 3$.

asymptotes of a hyperbola / assíntotas de uma hipérbole Linhas de que uma hipérbole se aproxima mas não intercepta.

Veja hipérbole, definição geométrica.

axiom / axioma *Veja* postulado.

Veja postulado.

eixo of symmetry of a parabola / eixo de simetria de uma parábola A linha perpendicular até a diretriz da parábola e que passa através foco e vértice.

Veja parábola, definição geométrica.

B

bar graph / gráfico de barras Um gráfico em que os comprimentos de barras são usados para representar e comparar dados.

Lugar favorito para a natação

PORTUGUESE

base angles of a trapezoid / ângulos da base de um trapezóide Qualquer dos pares de ângulos cujo lado comum é a base de um trapezóide.	∠*A* e ∠*D* são um par de ângulos da base. ∠*B* e ∠*C* são um outro par.
base angles of an isosceles triangle / ângulos da base de um triângulo isósceles Os dois ângulos adjacentes à base de um triângulo isósceles.	*Veja* vértice do ângulo de um triângulo isósceles.
base of a parallelogram / base de um paralelograma Qualquer dos pares de lados paralelos de um paralelograma.	
base of a power / base de uma potência O número ou expressão usado como fator numa multiplicação repetitiva.	Na potência 3^4, a base é 3.
base of a prism / base de um prisma *Veja* prisma.	*Veja* prisma.
base of a pyramid / base de uma pirâmide *Veja* pirâmide.	*Veja* pirâmide.
base of an isosceles triangle / base de um triângulo isósceles O lado não-coincidente de um triângulo isósceles que só tem dois lados coincidentes.	*Veja* triângulo isósceles.
bases of a trapezoid / bases de um trapezóide Os lados paralelos de um trapezóide.	*Veja* trapezóide.
best-fitting line / a melhor linha *Veja* linha de adequação.	*Veja* linha de adequação.
best-fitting quadratic model / o melhor modelo quadrático O modelo resultante do uso de uma regressão quadrática num conjunto de dados casados.	
between / entre Quando há três pontos numa linha, diz-se que um ponto está *entre* os outros dois.	O Ponto *B* está entre os pontos *A* e *C*.
biased question / pergunta dirigida Uma pergunta que encoraja um tipo peculiar de resposta.	"Você não concorda que a idade de votar fosse diminuída para 16 anos porque muitos jovens desta idade são responsáveis e informados?" é uma pergunta dirigida.

biased sample / amostra dirigida Amostra que não é representativa da população.	Os membros do time de basquete de uma escola seriam uma amostra dirigida num levantamento de opinião sobre a necessidade ou não de construir-se um novo ginásio.
bicondicional statement / relação bicondicional Relação que contém a frase "se e somente se."	Duas linhas são perpendiculares se e somente se elas se interceptam para formar um ângulo reto.
binomial / binômio Um polinômio com dois termos.	$t^3 - 4t$ e $2x + 5$ são binômios.
binomial distribution / distribuição binômica A distribuição de probabilidades associada a um experimento binômico.	Distribuição binômica para 8 testes com $p = 0.5$.
binomial experiment / experimento binômico Um experimento que se adequa às seguintes condições. (1) Há n testes independentes. (2) Cada teste só tem dois possíveis resultados: sucesso e fracasso. (3) A probabilidade de sucesso é a mesma para todos os testes.	Uma moeda nova é atirada no ar 12 vezes. A probabilidade de conseguir-se CARA exatamente 4 vezes é como se mostra a seguir: $$\begin{aligned} P(k = 4) &= {}_nC_k\, p^k(1-p)^{n-k} \\ &= {}_{12}C_4 (0.5)^4 (1 - 0.5)^8 \\ &= 495(0.5)^4(0.5)^8 \\ &\approx 0.121 \end{aligned}$$
binomial theorem / teorema binômico A expansão binômica $(a + b)^n$ de qualquer número inteiro positivo n: $$(a + b)^n = {}_nC_0 a^n b^0 + {}_nC_1 a^{n-1} b^1 + {}_nC_2 a^{n-2} b^2 + \cdots + {}_nC_n a^0 b^n.$$	$$(x^2 + y)^3 =$$ $${}_3C_0(x^2)^3 y^0 + {}_3C_1(x^2)^2 y^1 + {}_3C_2(x^2)^1 y^2 + {}_3C_3(x^2)^0 y^3 =$$ $$(1)(x^6)(1) + (3)(x^4)(y) + (3)(x^2)(y^2) + (1)(1)(y^3) =$$ $$x^6 + 3x^4 y + 3x^2 y^2 + y^3$$
box-and-whisker plot / diagrama esquemático Uma apresentação de dados que organiza os valores de dados em 4 grupos usando o valor mínimo, quartil inferior, medial, quartil superior e valor máximo.	
branches of a hyperbola / braços de uma hipérbole As duas partes simétricas de uma hipérbole.	*Veja* hipérbole, definição geométrica.

C

center of a circle / centro de um círculo *Veja* circulo.	*Veja* circulo.
center of a hyperbola / centro de uma hipérbole O ponto central do eixo transversal de uma hipérbole.	*Veja* hipérbole, definição geométrica.

PORTUGUESE

center of an ellipse / centro de uma elipse O ponto central do eixo maior de uma elipse.	*Veja* elipse.
center of a polygon / centro de um polígono O centro do círculo circunscrito de um polígono.	
center of a sphere / centro de uma esfera *Veja* esfera.	*Veja* esfera.
center of dilation / centro de uma dilatação Numa dilatação, o valor fixo em torno do qual a figura é aumentada ou reduzida.	*Veja* dilatação.
center of rotation / centro de rotação *Veja* rotação.	*Veja* rotação.
center of symmetry / centro de simetria *Veja* simetria rotativa.	*Veja* simetria rotativa.
central angle of a circle / ângulo central de um círculo Um ângulo cujo vértice é o centro do círculo.	 ∠*PCQ* é o ângulo central de ⊙*C*.
central angle of a regular polygon / ângulo central de um polígono regular ângulo formado por dois raios traçados para vértices consecutivos do polígono.	
centroid of a triangle / centróide de um triângulo O ponto de convergência das três medianas de um triângulo.	 *P* é o centróide de △*ABC*.
chord of a circle / corda de um círculo Segmento cujas extremidades estão num círculo.	
chord of a sphere / corda de uma esfera Um segmento cujas extremidades estão na esfera.	
circle / círculo O conjunto de todos os pontos de um plano que estão eqüidistantes de um determinado ponto chamado de centro do círculo.	 Círculo com centro *P*, ou ⊙*P*

circle graph / gráfico circular Gráfico que apresenta dados como parte de um círculo. O círculo inteiro representa todos os dados.

Opiniões de freqüentadores de montanhas-russas

Qual a graça? 7

OK! 15

Legal! 78

---

circumcenter of a triangle / baricentro O ponto de convergência dos três bissetores perpendiculares do triângulo.

P é o baricentro de △*ABC*.

---

circumference / circunferência A distância em torno de um círculo.

---

circumscribed circle / círculo circunscrito O círculo que contém os vértices de um polígono inscrito.

círculo circunscrito

---

coefficient / coeficiente Quando o termo é o produto entre um número e a potência de uma variável, o número é o coeficiente da potência.

Na expressão algébrica $2x^2 + (-4x) + (-1)$, o coeficiente de $2x^2$ é 2 e o coeficiente de $-4x$ é -4.

---

coefficient matrix / matriz do coeficiente A matriz do coeficiente do sistema linear $ax + by = e, cx + dy = f$ é $\begin{bmatrix} a & b \\ c & d \end{bmatrix}$.

$$9x + 4y = -6$$
$$3x - 5y = -21$$

matriz do coeficiente: $\begin{bmatrix} 9 & 4 \\ 3 & -5 \end{bmatrix}$

matriz das constantes: $\begin{bmatrix} -6 \\ -21 \end{bmatrix}$

matriz das variáveis: $\begin{bmatrix} x \\ y \end{bmatrix}$

---

collinear points / pontos colineares Pontos que estão na mesma linha.

A, *B*, e *C* são colineares.

---

combination / combinação Uma seleção de objetos r de um grupo de objetos n onde a ordem não é importante, representados por $_nC_r$ donde
$$_nC_r = \frac{n!}{(n - r)! \cdot r!}$$

Há 6 combinações do $n = 4$ letras A, B, C, e D selecionadas $r = 2$ duas a duas: AB, AC, AD, BC, BD, e CD.

---

common difference / diferença comum A diferença constante entre termos consecutivos de uma seqüência aritmética.

2, 8, 14, 20, 26, . . . é uma seqüência aritmética com uma diferença comum de 6.

PORTUGUESE

common factor / fator comum Um número inteiro que é um fator de dois ou mais números inteiros diferentes de zero.	Os fatores comuns de 64 e 120 são 1, 2, 4, e 8.
common logarithm / logaritmo comum Um logaritmo com base 10. É representado por $\log_{10}$ ou simplesmente por log.	$\log_{10} 100 = \log 100 = 2$ porque $10^2 = 100$.
common multiple / múltiplo comum Um número inteiro que é um múltiplo de dois ou mais números inteiros diferentes de zero.	Os múltiplos comuns de 6 e 8 são 24, 48, 72, 96, ...
common ratio / relação comum A relação de qualquer termo de uma seqüência geométrica ao termo anterior na seqüência.	A seqüência 5, 10, 20, 40, . . . é uma seqüência geométrica com uma relação comum de 2.
complement of a set / complemento de um conjunto O complemento de um conjunto A, grafado $\overline{A}$, é o conjunto de todos os elementos no conjunto universal U que *não* estão em A.	Deixe que U seja o conjunto de todos os números inteiros de 1 a 10 e suponha $A = \{1, 2, 4, 8\}$. Então $\overline{A} = \{3, 5, 6, 7, 9, 10\}$.
complementary angles / ângulos complementares Dois ângulos cujas medidas somam 90°. A soma das medidas de um ângulo e seu *complemento* é 90°.	
completing the square / completando o quadrado O processo de adicionar-se um termo a uma expressão quadrática com o formato $x^2 + bx$ para fazê-lo um perfeito quadrado trinômico.	Para completar o quadrado $x^2 + 16x$, adicione $\left(\frac{16}{2}\right)^2 = 64$: $x^2 + 16x + 64 = (x + 8)^2$.
complex conjugates / cognatos complexos Dois números complexos na forma de $a + bi$ e $a - bi$.	$2 + 4i, 2 - 4i$
complex fração / fração complexa Uma fração que contém uma fração em seu numerador, denominador ou em ambos.	$\dfrac{\frac{3x}{2}}{-6x^3}$ e $\dfrac{\frac{x^2-1}{x+1}}{x-1}$ e são frações complexas.
complex number / número complexo Um número $a + bi$ onde a e b são números reais e i a unidade imaginária.	$0, 2.5, \sqrt{3}, \pi, 5i, 2 - i$
complex plane / plano complexo Um plano coordenado em que cada ponto (a, b) representa um número complexo $a + bi$. O eixo horizontal é o eixo real e o eixo vertical é o eixo imaginário.	
component form of a vector / forma componente de um vetor A forma de um vetor que combina os componentes horizontais e verticais do vetor.	A forma componente de $\overrightarrow{PQ}$ é $\langle 4, 2 \rangle$.
composite number / número composto Um número inteiro maior que 1 e tem mais fatores do que ele mesmo e 1.	6 é um número composto porque seus fatores são 1, 2, 3, e 6.

composition of functions / composição de funções A composição de uma função g com uma função f é $h(x) = g(f(x))$.	$f(x) = 5x - 2, \ g(x) = 4x^{-1}$ $g(f(x)) = g(5x - 2) = 4(5x - 2)^{-1} =$ $\dfrac{4}{5x - 2}, x \neq \dfrac{2}{5}$
composition of transformations / composição de transformações Resulta quando duas ou mais transformações são combinadas produzir uma única transformação.	Uma reflexão deslizante é um exemplo de composição de transformações.
compound event / evento composto Um evento que combina dois ou mais eventos, usando a palavra *e* ou a palavra *ou*.	Quando você joga um dado numerado, o evento "acerte no 2 ou num número ímpar" é um evento composto.
compound inequality / desigualdade composta Duas desigualdades simples unidas por "e" ou "ou."	$2x > 0$ ou $x + 4 < -1$ é uma desigualdade composta.
condicional probability / probabilidade condicional A probabilidade condicional de B, suposto A, grafado $P(B \mid A)$, é a probabilidade de que o evento B ocorrerá porque o evento A ocorreu.	Seleciona-se duas cartas ao acaso de um baralho padrão de 52 cartas. Suponha que o evento A seja "a primeira carta é de paus" e que o evento B seja "a segunda carta é de paus." Então $P(B \mid A) = \dfrac{12}{51} = \dfrac{4}{17}$ porque (de 13) ainda há 12 cartas de paus entre as 51 restantes.
compound interest / juro composto Juro ganho tanto no investimento inicial quanto sobre juros previamente ganhos.	Você deposita \$250 numa conta que paga 4% anuais de juros compostos. Depois de 5 anos, o saldo de sua conta é $y = 250(1 + 0.04)^5 \approx \$304.16$.
concave polygon / polígono côncavo Um polígono que não é convexo. *Veja também* polígono convexo.	
conclusion / conclusão A parte "então" de uma afirmação condicional.	*Veja* afirmação condicional.
concurrent / concorrente Três ou mais linhas, raios, ou segmentos que se interceptam no mesmo ponto.	*Veja* ponto de concorrência.
condicional statement / afirmação condicional Uma afirmação com duas partes, uma hipótese e uma conclusão.	
cone / cone Um sólido com uma base circular e um vértice que não está no mesmo plano da base.	
conic section / seção cônica Curva formada pela interseção de um plano e um cone de duas folhas. Seções cônicas também chamadas apenas de cônicas.	*Veja* círculo, elipse, hipérbole *e* parábola.

PORTUGUESE

congruence transformation / transformação de congruência Uma transformação que preserva o comprimento e a medida do ângulo. Também chamada *isometria*.	Translações, reflexões e rotações são três tipos de transformações de congruência.
congruent angles / ângulos congruentes Ângulos que têm a mesma medida.	 $\angle A \cong \angle B$
congruent arcs / arcos congruentes Dois arcos que têm a mesma medida e são arcos do mesmo círculo ou de círculos congruentes.	 $\overarc{CD} \cong \overarc{EF}$
congruent circles / círculos congruentes Dois círculos que têm o mesmo raio.	 $\odot P \cong \odot Q$
congruent figures / figuras congruentes Duas figuras geométricas que têm o mesmo tamanho e forma. O símbolo $\cong$ indica congruência. Quando duas figuras são congruentes, todos os pares de lados e ângulos correspondentes são congruentes.	 $\triangle ABC \cong \triangle FED$ $\angle A \cong \angle F, \angle B \cong \angle E,$ $\angle C \cong \angle D$ $\overline{AB} \cong \overline{FE}, \overline{BC} \cong \overline{ED},$ $\overline{AC} \cong \overline{FD}$
congruent segments / segmentos congruentes Segmentos de linha que têm um mesmo comprimento.	 $\overline{AB} \cong \overline{CD}$
conjecture / conjetura Uma afirmação não comprovada que é baseada em observações.	Conjetura: Todos os números primos são ímpares.
conjugates / cognatos As expressões $a + \sqrt{b}$ and $a - \sqrt{b}$ onde a e b são números racionais.	O cognato de $7 + \sqrt{2}$ é $7 - \sqrt{2}$.
consecutive interior angles / ângulos consecutivos interiores Dois ângulos que são formados por duas linhas e uma transversal e estão entre as duas linhas e no mesmo lado da transversal.	 $\angle 3$ e $\angle 5$ são ângulos consecutivos interiores.

consistent dependent system / sistema dependente consistente Um sistema linear com infinitamente muitas soluções. Os gráficos das equações de um sistema dependente consistente coincidem.

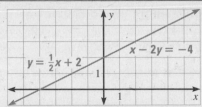

O sistema linear $x - 2y = -4$ e $y = \frac{1}{2}x + 2$ é um sistema dependente consistente porque o gráfico das equações coincidem.

---

consistent independent system / sistema independente consistente Um sistema linear com exatamente uma solução. Os gráficos das equações de um sistema independente cruzam-se.

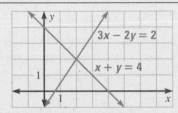

O sistema linear $3x - 2y = 2$ e $x + y = 4$ é um sistema independente consistente porque o gráfico das equações se cruzam.

---

consistent system / sistema consistente Um sistema de equações que tem ao menos uma solução.

$$y = 2 + 3x$$
$$6x + 2y = 4$$

O sistema acima é consistente, com a solução (0, 2).

---

constant of variation / constante de variação A constante a, diferente de zero, numa equação de variação direta $y = ax$, uma equação de variação inversa $y = \frac{a}{x}$, ou uma equação de variação conjunta $z = axy$.

Na equação de variação direta $y = -\frac{5}{2}x$, a constante de variação é $-\frac{5}{2}$.

---

constant term / termo constante Um termo com uma parte numeral mas sem parte variável.

Na expressão $3x + (-4) + (-6x) + 2$, os termos constantes são -4 e 2.

---

constraints / distorções Na programação linear, as desigualdades lineares que formam um sistema.

Veja programação linear.

---

continuous function / função contínua Uma função com um gráfico inteiriço.

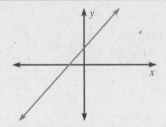

---

construction / construção Um desenho geométrico que usa um conjunto limitado de ferramentas, normalmente uma bússola e uma régua.

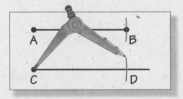

---

contrapositive / contrapositivo A afirmação equivalente formada pela negação da hipótese e da conclusão do converso de uma afirmação condicional.

Afirmação: Se $m\angle A = 90°$, então $\angle A$ está certo. Contrapositivo: Se $\angle A$ não está certo, então $m\angle A \neq 90°$.

PORTUGUESE

control group / grupo de controle Grupo que não se submete a procedimento ou tratamento quando se realiza um experimento. *Veja também* grupo experimental.	*Veja* grupo experimental.
convenience sample / amostra de conveniência Uma amostra em que apenas os membros de fácil acesso da população são selecionados.	Você pode selecionar uma amostra de conveniência de uma população escolar, escolhendo apenas estudantes que freqüentam suas aulas.
converse of a conditional / converso de um condicional Uma afirmação formada pelo intercâmbio da hipótese e da conclusão da condicional. O converso de uma afirmação verdadeira não é necessariamente verdade.	O converso da afirmação "Se $x = 5$, então $\lvert x \rvert = 5$" então "Se $\lvert x \rvert = 5$, então $x = 5$." A afirmação original é verdadeira, mas o converso é falso.
convex polygon / polígono convexo Um polígono tal que nenhuma linha que contenha um de seus lados contém um ponto em seu interior. Um polígono que não é convexo é não-convexo ou côncavo.	
convex polyhedron / poliedro convexo Um poliedro é convexo se quaisquer dois pontos em sua superfície pode ser conectado por um segmento que fica inteiramente dentro ou sobre o poliedro. Se esse segmento sai do poliedro, então o poliedro é não-convexo ou côncavo.	 convexo côncavo
coordinate / coordenado O número real que corresponde a um ponto sobre uma linha.	 coordenados de pontos
coordinate plane / plano coordenado Um plano dividido em quatro quadrantes por uma linha horizontal numeral chamada de x-eixo e uma linha vertical chamada de y-eixo.	
coordinate proof / prova coordenada Um tipo de prova que envolve colocar-se figuras geométricas num plano coordenado.	
coplanar points / pontos coplanares Pontos que estão num mesmo plano.	 *A*, *B*, e *C* são coplanares.

High School
Multi-Language Visual Glossary

Copyright © by McDougal Littell,
a division of Houghton Mifflin Company.

corollary to a theorem / corolário de um teorema Afirmação que pode ser facilmente comprovada ao usar-se o teorema.	O Corolário do Teorema da Soma dos ângulos de um Triângulo afirma que os ângulos agudos de um triângulo direito são complementares.
correlation / correlação A relação entre pares de dados. Pares de dados têm correlação positiva se y tende a aumentar se x aumenta, *correlação negativa* se y tende a diminuir se x aumenta, e *relativamente sem correlação* se x e y não têm relação aparente.	*Veja* correlação positiva *e* correlação negativa. 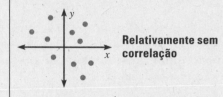 **Relativamente sem correlação**
correlation coefficient / coeficiente de correlação Uma medida, representada por r onde $-1 \leq r \leq 1$, de quão bem uma linha se adequa a um conjunto de pares de dados (x, y).	Um conjunto de dados que mostra uma correlação positiva forte tem um coeficiente de correlação de $r \approx 1$. *Veja também* correlação positiva *e* correlação negativa.
corresponding angles / ângulos correspondentes Dois ângulos que são formados por duas linhas e uma transversal e ocupam posições correspondentes.	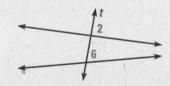 $\angle 2$ e $\angle 6$ são ângulos correspondentes.
corresponding parts / partes correspondentes Um par de lados ou ângulos que têm a mesma posição relativa em duas figuras congruentes ou similares.	 $\angle A$ e $\angle J$ são ângulos correspondentes. $\overline{AB}$ e $\overline{JK}$ são lados correspondentes.
cosecant function / função co-secante Se θ é um ângulo agudo de um triângulo direito, a co-secante de θ é o comprimento da hipotenusa dividido pelo comprimento do lado oposto θ.	*Veja* função seno.
cosine / co-seno Uma razão trigonométrica, abreviada *cos*. Para um triângulo direito ABC, o co-seno do ângulo agudo A é $\cos A = \dfrac{\text{comprimento da perna adjacente a } \angle A}{\text{comprimento da hipotenusa}} = \dfrac{AC}{AB}$	 $\cos A = \dfrac{AC}{AB} = \dfrac{4}{5}$
cosine function / função co-seno Se θ é um ângulo agudo de um triângulo direito, o co-seno de θ é o comprimento do lado adjacente de θ dividido pelo comprimento da hipotenusa.	*Veja* função seno.
cotangent function / função co-tangent Se θ é um ângulo agudo de um triângulo direito, a co-tangente de θ é o comprimento do lado adjacente de θ dividido pelo comprimento do lado oposto θ.	*Veja* função seno.

PORTUGUESE

coterminal angles / ângulos coterminais Ângulos em posição padrão com lados terminais coincidentes.	**Os ângulos com medidas 500° e 140° são coterminais.**
counterexample / contraexemplo Um caso específico que mostra que uma conjetura é falsa.	Conjetura: Todos os números primos são ímpares. Contraexemplo: 2, um número primo que não é ímpar.
co-vertices of an ellipse / co-vértices de uma elipse Os pontos de interseção de uma elipse e da linha perpendicular ao eixo maior no centro.	*Veja* elipse.
Cramer's rule / regra de Cramer Um método para solução de um sistema de equações lineares usando determinantes: Para o sistema linear $ax + by = e$, $cx + dy = f$, suponha que A é a matriz do coeficiente. Se det $A \neq 0$, a solução do sistema é como a seguir: $$x = \frac{\begin{vmatrix} e & b \\ f & d \end{vmatrix}}{\det A}, y = \frac{\begin{vmatrix} a & e \\ c & f \end{vmatrix}}{\det A}$$	$9x + 4y = -6$ $3x - 5y = -21;$ $\begin{vmatrix} 9 & 4 \\ 3 & -5 \end{vmatrix} = -57$ Aplicando-se a regra de Cramer o resultado é o seguinte: $$x = \frac{\begin{vmatrix} -6 & 4 \\ -21 & -5 \end{vmatrix}}{-57} = \frac{114}{-57} = -2$$ $$y = \frac{\begin{vmatrix} 9 & -6 \\ 3 & -21 \end{vmatrix}}{-57} = \frac{-171}{-57} = 3$$
cross multiplying / multiplicação cruzada Um método para a solução de uma equação racional simples pelo qual cada lado da equação é uma expressão racional simples.	Para resolver $\frac{3}{x + 1} = \frac{9}{4x + 5}$, faça a multiplicação cruzada. $$3(4x + 5) = 9(x + 1)$$ $$12x + 15 = 9x + 9$$ $$3x = -6$$ $$x = -2$$
cross product / produto cruzado Numa proporção, produto cruzado é o produto do numerador de uma razão pelo denominador da outra razão. Os produtos cruzados de uma proporção são iguais.	Os produtos cruzados da proporção $\frac{3}{4} = \frac{6}{8}$ são $3 \cdot 8 = 24$ e $4 \cdot 6 = 24$.
cross section / secção cruzada A intersecção de um plano e um sólido.	
cube / cubo Um poliedro com seis faces quadradas congruentes.	
cube root / raiz cúbica Se $b^3 = a$, então b é a raiz cúbica de a.	2 é a raiz cúbica de 8 porque $2^3 = 8$.

cycle / ciclo A menor porção repetitiva do gráfico de uma função periódica.

Veja função periódica.

cylinder / cilindro Um sólido com bases circulares congruentes que estão em planos paralelos.

base

base

D

decagon / decágono Um polígono com dez lados.

decay factor/ fator de decadência A quantidade b na função exponencial decadente $y = ab^x$ com $a > 0$ e $0 < b < 1$.

O fator de decadência para a função $y = 3(0.5)^x$ é 0.5.

decay rate / taxa de decadência A variável r no modelo exponencial decadente $y = a(1 - r)^t$.

No modelo exponencial decadente $P = 41(0.995)^t$, a taxa de decadência é 0.005, porque $0.995 = 1 - 0.005$.

deductive reasoning / raciocínio dedutivo Um processo que usa fatos, definições, propriedades aceitas e as leis da lógica para formar um argumento lógico.

$(x + 2) + (-2)$
$= x + [2 + (-2)]$ **Propriedade associativa da adição**
$= x + 0$ **Propriedade inversa da adição**
$= x$ **Propriedade identidade da adição**

defined terms / termos definidos Termos que podem ser descritos usando palavras conhecidas.

Segmento de linha e são dois termos definidos.

degree of a monomial / grau de um monômio A soma dos expoentes das variáveis do monômio. O grau de um termo constante diferente de zero é 0.

O grau de $\frac{1}{2}ab^2$ é $1 + 2$, ou 3.

degree of a polynomial / grau de um polinômio O maior grau dos termos do polinômio.

O polinômio $2x^2 + x - 5$ tem um grau de 2.

Denominator / denominador O número abaixo da barra da fração numa fração. Representa o número de partes iguais into em que o todo é dividido ou o número de objetos que compõe o conjunto.

Na fração $\frac{3}{4}$, o denominador é 4.

dependent events / eventos dependentes Dois eventos tais que a ocorrência de um evento afeta a ocorrência do outro evento.

Um saco contém 3 gudes vermelhas e 5 brancas. Tire uma gude ao acaso e não a recoloque no saco, então retire outra ao acaso. Os eventos "tire primeiro uma gude vermelha" e "tire uma branca depois" são eventos dependentes.

dependent system / sistema dependente Um sistema consistente de equações que tem infinitamente muitas soluções.

$$2x - y = 3$$
$$4x - 2y = 6$$

Qualquer par ordenado $(x, 2x - 3)$ ié uma solução para o sistema acima, de forma que há infinitamente muitas soluções.

PORTUGUESE

dependent variable / dependente variável O resultado variável de uma equação em duas variáveis.	*Veja* variável independente.
determinant / determinante Um número real associado a qualquer matriz quadrada *A*, representada por det *A* ou $\|A\|$.	$$\det \begin{bmatrix} 5 & 4 \\ 3 & 1 \end{bmatrix} = 5(1) - 3(4) = -7$$ $$\det \begin{bmatrix} a & b \\ c & d \end{bmatrix} = ad - cb$$
diagonal of a polygon / diagonal de um polígono Um segmento que junta dois vértices não-consecutivos de um polígono.	
diameter of a circle / diâmetro de um círculo Uma corda que passa através do centro de um círculo. A distância transversal de um círculo, através de seu centro.	*Veja* circunferência.
diameter of a sphere / diâmetro de uma esfera Uma corda que contém o centro de uma esfera. A distância através de uma esfera pelo seu centro.	
dilation / dilatação Uma transformação que distende ou encolhe uma figura para criar uma figura similar.	
dimensions of a matrix / dimensões de uma matriz As quantidades de fileiras e colunas numa matriz. Se uma matriz tem *m* fileiras e *n* colunas, as dimensões da matriz são $m \times n$.	As dimensões de uma matriz com 3 fileiras e 4 colunas é 3×4 ("3 by 4").
direct variation / variação direta A relação entre duas variáveis *x* e *y* se há um número diferente de zero *a* tal como $y = ax$. Se $y = ax$, então diz-se que *y* varia diretamente com *x*.	O equação $2x - 3y = 0$ representa variação direta porque é equivalente à equação $y = \frac{2}{3}x$. A equação $y = x + 5$ *não* representa uma variação direta.
directrix of a parabola / diretriz de uma parábola *Veja* parábola, definição geométrica.	*Veja* parábola, definição geométrica.
discrete function / função direta A função cujo gráfico consiste de pontos separados.	

discriminant of a general second-degree equation / discriminante de uma equação geral de segundo grau
A expressão $B^2 - 4AC$ para a equação $Ax^2 + Bxy + Cy^2 + Dx + Ey + F = 0$. Usada para identificar que tipo de cônica a equação representa.

Para a equação $4x^2 + y^2 - 8x - 8 = 0$, $A = 4$, $B = 0$, e $C = 1$.
$$B^2 - 4AC = 0^2 - 4(4)(1) = -16$$
Porque $B^2 - 4AC < 0$, $B = 0$, e $A \neq C$, a cônica é uma elipse.

---

discriminant of a quadratic equation / discriminante de uma equação quadrática A expressão $b^2 - 4ac$ para a equação quadrática $ax^2 + bx + c = 0$; também a expressão sob o sinal radical na fórmula quadrática.

O valor do discriminante de $2x^2 - 3x - 7 = 0$ é $b^2 - 4ac = (-3)^2 - 4(2)(-7) = 65$.

---

disjoint events / eventos desconexos Eventos A e B são desconexos se não têm resultados comuns; também chamados eventos mutuamente exclusivos.

Quando você seleciona uma carta ao acaso de um baralho padrão de 52 cartas, selecionar paus e selecionar copas são eventos desconexos.

---

distance between two points on a line / distância entre dois pontos numa linha O valor absoluto da diferença das coordenadas dos pontos. A distância entre os pontos A e B, grafada como AB, é também chamada de o comprimento de $\overline{AB}$.

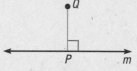

---

distance formula / fórmula de distância A distância d entre quaisquer 2 pontos (x_1, y_1) e (x_2, y_2) é $d = \sqrt{(x_2 - x_1)^2 + (y_2 - y_1)^2}$.

A distância d entre $(-1, 3)$ e $(5, 2)$ é:
$$d = \sqrt{(5 - (-1))^2 + (2 - 3)^2} = \sqrt{37}$$

---

distance from a point to a line / distância de um ponto a uma linha O comprimento do segmento perpendicular do ponto até a linha.

A distância de Q a m é QP.

---

distributive property / propriedade distributiva Uma propriedade que pode ser usada para achar o produto, a soma ou a diferença de um número:
$$a(b + c) = ab + ac$$
$$(b + c)a = ba + ca$$
$$a(b - c) = ab - ac$$
$$(b - c)a = ba - ca$$

$3(4 + 2) = 3(4) + 3(2)$,
$(8 - 6)4 = (8)4 - (6)4$

---

domain / domínio O conjunto de valores dados numa relação.

Veja relação.

---

domain of a function / domínio de uma função O conjunto de todos os dados de uma função.

Veja função.

---

eccentricity of a conic section / excentricidade de uma secção cônica A excentricidade e de uma hipérbole ou de uma elipse é $\frac{c}{a}$ onde c é a distância de cada foco ao centro e a é a distância de cada vértice ao centro. A excentricidade de uma parábola é $e = 1$.

Para a elipse $\frac{(x + 4)^2}{36} + \frac{(y - 2)^2}{16} = 1$, $c = \sqrt{36 - 16} = 2\sqrt{5}$, então a excentricidade é
$$e = \frac{c}{a} = \frac{2\sqrt{5}}{\sqrt{36}} = \frac{\sqrt{5}}{3} \approx 0.745.$$

PORTUGUESE

edge of a polyhedron / borda de um poliedro Um segmento de linha formado pela interseção de duas faces de um poliedro.	borda
element of a matrix / elemento de uma matriz Um número em uma matriz. Também chamado *entrada*.	*Veja* matriz.
element of a set / elemento de um conjunto Cada objeto num conjunto. Também chamado de *membro* de um conjunto.	5 é um elemento do conjunto de números inteiros, $W = \{0, 1, 2, 3, \ldots\}$.
elimination method / método da eliminação Um método para resolver um sistema de equações multiplicando-se equações por constantes, e então adicionando-se as equações revisadas para eliminar uma variável.	Para usar o método da eliminação para resolver o sistema de equações $3x - 7y = 10$ e $6x - 8y = 8$, multiplique a primeira equação por -2 e adicione as equações para eliminar x.
ellipse / elipse O conjunto de todos os pontos P num plano, de tal forma que a soma das distâncias entre P e dois pontos fixos, chamados focos, é uma constante.	
empty set / conjunto vazio Conjunto sem nenhum elemento, grafado como $\emptyset$.	Conjunto de números inteiros negativos $= \emptyset$.
end behavior / comportamento terminal O comportamento do gráfico de uma função quando x aproxima-se do infinito positivo $(+\infty)$ ou do infinito negativo $(-\infty)$.	 $f(x) \to +\infty$ quando $x \to -\infty$ ou quando $x \to +\infty$.
endpoints / extremos *Veja* segmento de linha.	*Veja* segmento de linha.
enlargement / expansão Uma dilatação com fator escalar maior que 1.	Uma dilatação com fator escalar de 2 é uma expansão.
equal matrices / matrizes iguais Matrizes que têm as mesmas dimensões e elementos iguais em posições correspondentes.	$\begin{bmatrix} 6 & 0 \\ -\frac{4}{4} & \frac{3}{4} \end{bmatrix} = \begin{bmatrix} 3 \cdot 2 & -1 + 1 \\ -1 & 0.75 \end{bmatrix}$
equation / equação Uma afirmação de que duas expressões são iguais.	$2x - 3 = 7,\ 2x^2 = 4x$

High School

equation in two variables / equação com duas variáveis Uma equação que contém duas variáveis.	$y = 3x - 5, d = -16t^2 + 64$
equiangular polygon / polígono eqüiângulo Um polígono com todos seus ângulos interiores congruentes.	
equiangular triangle / triângulo eqüiângulo Triângulo com três ângulos congruentes.	
equidistant / eqüidistante A mesma distância de uma figura como de outra figura.	 *X* é eqüidistante de *Y* e *Z*.
equilateral polygon / polígono eqüilateral Um polígono com todos seus lados congruentes.	
equilateral triangle / triângulo eqüilateral Um triângulo com três lados congruentes.	
equivalent equations / equações equivalentes Equações que têm a(s) mesma(s) solução(ões).	$x + 7 = 4$ e $x = -3$ são equações equivalentes.
equivalent expressions / expressões equivalentes Duas expressões que têm o mesmo valor para todos os valores da variável.	$3(x + 2) + x$ e $4x + 6$ são expressões equivalentes.
equivalent fractions / frações equivalentes Frações que representam o mesmo número.	$\frac{5}{15}$ e $\frac{20}{60}$ 60 são frações equivalentes e ambos representam $\frac{1}{3}$.
equivalent inequalities / desigualdades equivalentes Desigualdades que têm as mesmas soluções.	$2t < 4$ e $t < 2$ são desigualdades equivalentes, porque as soluções de ambas desigualdades são todas números inteiros menores que 2.
equivalent statements / afirmações equivalentes Duas afirmações que são ambas verdadeiras ou ambas falsas.	Uma afirmação condicional e seu contrapositivo são afirmações equivalentes.
evaluate an algebraic expression / avaliar uma expressão algébrica Achar o valor de uma expressão algébrica substituindo cada variável por um número e executando as operações.	O valor de $n - 1$ quando $n = 3$ é $3 - 1 = 2$.
event / evento Um resultado ou uma coleção de resultados.	Quando você joga um dado numerado, "tirar um número ímpar" é um evento.
excluded value / valor excluído Um número que transforma uma expressão racional em indefinida.	3 é um valor excluído da expressão $\frac{2}{x - 3}$ porque 3 transforma o valor do denominador em 0.
experimental group / grupo experimental Um grupo que se submete a algum procedimento ou tratamento quando um experimento é realizado. *Veja também* grupo de controle	Um grupo de pacientes de cefaléia, o grupo experimental, recebe pílulas contendo medicação. Outro grupo, o grupo de controle, recebe placebo.

PORTUGUESE

experimental probability / probabilidade experimental Probabilidade baseada em realizar-se um experimento, um levantamento, ou pesquisar-se o histórico de um evento. A probabilidade experimental de um evento é a proporção de sucessos (resultados favoráveis) para o número de tentativas.	Você joga um dado numerado de 6 lados 100 vezes e consegue um 4 em 19 vezes. A probabilidade experimental de tirar-se um 4 com o dado é $\frac{19}{100} = 0.19$.
explicit rule / regra explícita Uma regra para uma seqüência que dá ao termo n em a_n o papel de uma função do número da posição do termo n na seqüência.	As regras $a_n = -11 + 4n$ e $a_n = 3(2)^{n-1}$ são regras explícitas para seqüencias.
exponent / expoente O número ou variável que representa o número de vezes que a base de uma potência é usada como fator.	Na potência 3^4, o expoente é 4.
exponential decay / decadência exponencial Quando $a > 0$ e $0 < b < 1$, a função $y = ab^x$ representa decadência exponencial. Quando uma quantidade decai exponencialmente, ela decresce na mesma porcentagem através de períodos de tempo iguais. O modelo de decadência exponencial é $y = a(1 - r)^t$.	**A função $y = 2(0.25)^x$ representa decadência exponencial. *Veja também* taxa de decadência *e* fator de decadência.**
exponential decay function / função de decadência exponencial Se $a > 0$ e $0 < b < 1$, então a função $y = ab^x$ função dced decadência exponencial com fator de decadência b.	
exponential equation / equação exponencial Uma equação em que uma expressão variável ocorre como um exponente.	$4^x = \left(\frac{1}{2}\right)^{x-3}$ é uma equação exponencial.
exponential function / função exponencial Uma função no formato $y = ab^x$ onde $a \neq 0$, $b > 0$, e $b \neq 1$.	As funções $y = 2 \cdot 3^x$ e $y = -2 \cdot \left(\frac{1}{2}\right)^x$ são funções exponenciais. *Veja também* crescimento exponencial *e* decadência exponencial.
exponential growth / crescimento exponencial Quando $a > 0$ e $b > 1$, a função $y = ab^x$ representa crescimento exponencial. Quando uma quantidade cresce exponencialmente, ela aumenta na mesma porcentagem através de períodos de tempo iguais. O modelo de crescimento exponencial é $y = a(1 + r)^t$.	**As funções $y = 3 \cdot 2^x$ e $y = 2^x$ representam crescimento exponencial. *Veja também* taxa de crescimento *e* fator de crescimento.**
exponential growth function / função de crescimento exponencial Se $a > 0$ and $b > 1$, então a função $y = ab^x$ é uma função de crescimento exponencial com fator de crescimento b.	

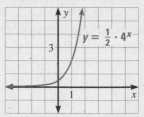

exterior angles of a triangle / ângulos exteriores de um triângulo Quando os lados de um triângulo são estendidos, os ângulos que são adjacentes aos ângulos interiores.	
external segment / segmento externo A parte de um segmento secante que estça for a do círculo.	segmento externo
extraneous solution / solução externa Solução de uma equação transformada que não é uma solução da equação original.	Quando você potencializa ao quadrado ambos os lados da equação radical $\sqrt{6-x}=x$, a equação resultante tem duas soluções, 2 e −3, mas −3 é uma soluçao estranha pois não satisfaz à equação original $\sqrt{6-x}=x$.
extremes of a proportion / extremos de uma proporção O primeiro e o último termo de uma proporção. *Veja também* proporção.	Os extremos de $\frac{a}{b}=\frac{c}{d}$ são a e d.

F

face of a polyhedron / face de um poliedro *Veja* poliedro.	face
factor/fator Quando números inteiros diferentes de zero são multiplicados entre si, cada número é um fator do produto.	Porque $2 \times 3 \times 7 = 42$, 2, 3, e 7 são fatores de 42.
factor by grouping / fator por grupamento Para fatorar um polinômio com 4 termos por grupamento, fatore um monômio comum a partir de pares de termos, e então procure por um fator binômico comum.	$x^3 + 3x^2 + 5x + 15$ $\quad = (x^3 + 3x^2) + (5x + 15)$ $\quad = x^2(x + 3) + 5(x + 3)$ $\quad = (x + 3)(x^2 + 5)$
factor completely / fatorar completamente Um polinômio fatorável com coeficientes integrais é fatorado completamente se for grafado como um produto de polinômios infatoráveis com coeficientes inteiros.	O polinômio $x^3 - x$ *não* está completamente fatorado quando grafado como $x(x^2 - 1)$ mas estará quando grafado como $x(x + 1)(x - 1)$.
factor tree / árvore fatorial Um diagrama que pode ser usado para grafar a fatorização primária de um número.	90 9 × 10 3 × 3 × 2 × 5
factorial / fatorial Para qualquer número inteiro positivo n, a expressão lida "n fatorial," é o produto de todos os números inteiros de 1 a n. Também, define-se 0! como 1.	$6! = 6 \cdot 5 \cdot 4 \cdot 3 \cdot 2 \cdot 1 = 720$
family of functions / família de funções Um grupo de funções com características similares.	Funções que têm o formato $f(x) = mx + b$ constituem a família de funções lineares.

PORTUGUESE

feasible region / região possível Em programação linear, o gráfico do sistema de distorções.	*Veja* programação linear.
finite differences / diferenças finitas Quando os valores-x num conjunto de dados são igualmente espaçados, as diferenças dos valores-y consecutivos são chamadas diferenças finitas.	$$f(x) = x^2$$ $f(1) \quad f(2) \quad f(3) \quad f(4)$ $1 \qquad 4 \qquad 9 \qquad 16$ $4 - 1 = 3 \quad 9 - 4 = 5 \quad 6 - 9 = 7$ As diferenças finitas de primeira ordem são 3, 5, e 7.
flow proof / prova do fluxo Tipo de prova que usa setas para mostrar o fluxo de um argumento lógico.	
foci of a hyperbola / focos de uma hipérbole *Veja* hipérbole, definição geométrica.	*Veja* hipérbole, definição geométrica.
foci of an ellipse / focos de uma elipse *Veja* elipse.	*Veja* elipse.
focus of a parabola / foco de uma parábola *Veja* parábola, definição geométrica.	*Veja* parábola, definição geométrica.
formula / fórmula Uma equação que relaciona duas ou mais quantidades, usualmente representada por variáveis.	A fórmula $P = 2\ell + 2w$ relaciona o comprimento e a largura de um retângulo a seu perímetro.
fractal / fractal Um objeto que é auto-similar. *Veja* auto-similar.	
fraction / fração Um número no formato $\frac{a}{b}$ ($b \neq 0$) usado para descrever partes de um número inteiro ou de um conjunto.	$\frac{3}{8}$
frequency / freqüência A freqüência de um intervalo é o número de valores de dados naquele intervalo.	*Veja* tabela de freqüência *e* histograma.
frequency of a periodic function / freqüência de uma função periódica A recíproca do período. Freqüência é o número de ciclos por unidade de tempo.	$P = 2 \sin 4000\pi t$ tem o período, $\frac{2\pi}{4000\pi} = \frac{1}{2000}$, então sua freqüência é 2000 ciclos por segundo (hertz) quando t representa o tempo em segundos.
frequency table / tabela de freqüência Uma exibição de dados que agrupa dados em intervalos iguais sem espaços entre os intervalos e sem intervalos sobrepostos.	<table><tr><th>Preços</th><th>Sanduíches</th></tr><tr><td>$4.00–4.49</td><td>IIII</td></tr><tr><td>$4.50–4.99</td><td>II</td></tr></table>

function / função Uma função consiste de:

- Um conjunto chamado domínio contendo números chamados dados, e um conjunto chamado faixa contendo números chamados resultados.
- Emparelhamento de dados e resultados de forma que cada dado forma par com exatamente um resultado.

O emparelhamento na tabela abaixo é uma função, porque porque cada dado forma par com exatamente um resultado.

Dado, x	0	1	2	3	4
Resultado, y	3	4	5	6	7

O domínio é o conjunto de dados: 0, 1, 2, 3, e 4. A faixa é o conjunto de resultados: 3, 4, 5, 6, e 7.

function notation / função notação Modo de denominar uma função usando o símbolo $f(x)$ (ou um símbolo similar como $g(x)$ ou $h(x)$) ao invés de y. O símbolo $f(x)$ é lido como "o valor de f em x" ou "f de x."

A função $y = 2x - 9$ pode ser grafada em função notação como $f(x) = 2x - 9$.

general second-degree equation in x and y / equação geral de segundo grau em x e y O formato $Ax^2 + Bxy + Cy^2 + Dx + Ey + F = 0$.

$16x^2 - 9y^2 - 96x + 36y - 36 = 0$ e $4x^2 + y^2 - 8x - 8 = 0$ são equações de segundo grau em x e y.

geometric mean / média geométrica Para 2 números positivos a e b, o número positivo x que satisfaz $\frac{a}{x} = \frac{x}{b}$. Então, $x^2 = ab$ e $x = \sqrt{ab}$.

A média geométrica de 16 é $\sqrt{4 \cdot 16}$, ou 8.

geometric probability / probabilidade geométrica Uma probabilidade achada uma razão para dois comprimentos, áreas, ou volumes.

$$P(K \text{ está sobre } \overline{CD}) = \frac{\text{Comprimento de } \overline{CD}}{\text{Comprimento de } \overline{AB}}$$

geometric sequence / seqüência geométrica Uma seqüência em que a razão de qualquer termo para o termo anterior é constante. A razão constante é chamada razão comum.

A seqüência 5, 10, 20, 40, . . . é uma seqüência geométrica com razão comum 2.

geometric series / série geométrica A expressão formada adicionando-se termos de uma seqüência geométrica.

$$\sum_{i=1}^{5} 4(3)^{i-1} = 4 + 12 + 36 + 108 + 324$$

glide reflection / reflexão deslizante Uma transformação em que todo ponto P é mapeado a um ponto P'' pelos seguintes passos: (1) Uma translação mapeia P a P'. (2) Uma reflexão numa linha k paralela à direção dos mapas da translação P' a P''.

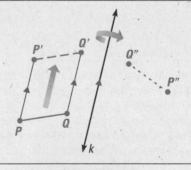

graph of a linear inequality in two variables / gráfico de uma desigualdade linear em duas variáveis O conjunto de todos os pontos num plano coordenado que representa soluções de desigualdade.

PORTUGUES

graph of an equation in two variables / gráfico de uma equação em duas variáveis O conjunto de pontos num plano coordenado que representa todas as soluções da equação.	 **A linha é o gráfico da equação** $y = -\frac{1}{2}x + 4$.
graph of an inequality in one variable / gráfico de uma desigualdade em uma variável Numa linha numerada, o conjunto de pontos que representa todas as soluções da desigualdade.	 **Gráfico de** $x < 3$
graph of an inequality in two variables / gráfico de uma desigualdade em duas variáveis Num plano coordenado, o conjunto de pontos que representa todas as soluções da desigualdade.	 **O gráfico de** $y > 4x - 3$ **o meio-plano sombreado.**
graph of a system of linear inequalities / gráfico de um sistema de desigualdades lineares O gráfico de todas as soluções do sistema.	 **O gráfico do sistema** $y < -2x + 3$ **e** $y \geq x - 3$ **é a interseção dos meio-planos.**
great circle / grande círculo A interseção de uma esfera e um plano que contém o centro da esfera.	 **grande círculo**
greatest common factor (GCF) / maior fator comum (MFC) O maior dos fatores comuns de dois ou mais números inteiros diferentes de zero.	O maior fator comum de 64 e 120 é o maior dos fatores comuns 1, 2, 4, e 8, que é 8.
greatest possible error / maior erro possível O máximo que um comprimento medido pode diferir de um comprimento real.	Se a unidade de medida é $\frac{1}{8}$ pol, o maior erro possível é $\frac{1}{16}$ pol.
growth factor / fator de crescimento A quantidade b na função de crescimento exponencial $y = ab^x$ com $a > 0$ e $b > 1$.	O fator de crescimento para a função $y = 8(3.4)^x$ é 3.4.
growth rate / taxa de crescimento A variável r no modelo de crescimento exponencial $y = a(1 + r)^t$.	No modelo de crescimento exponencial $C = 11{,}000(1.069)^t$, a taxa de crescimento é 0.069.

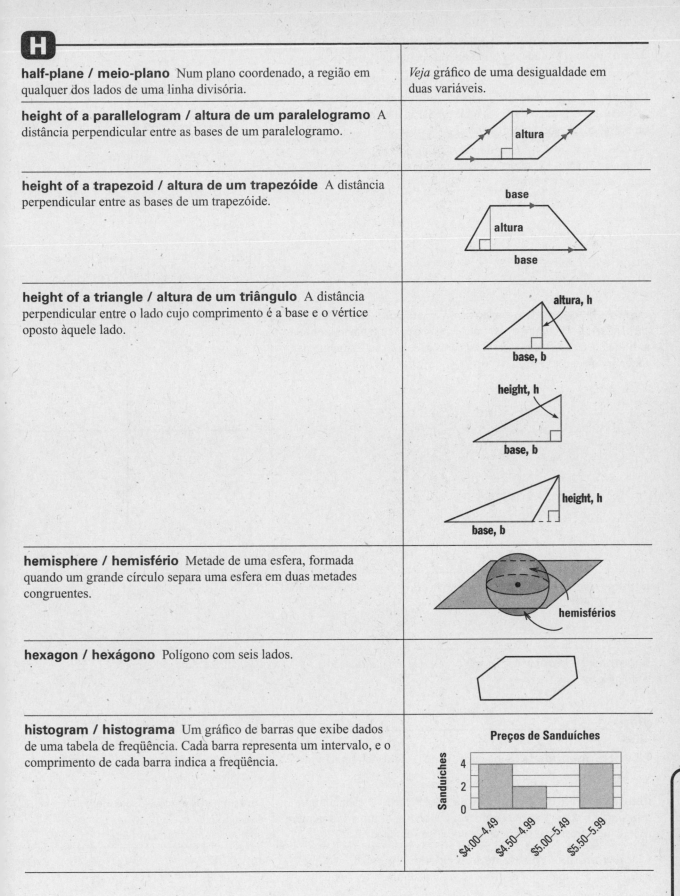

H

half-plane / meio-plano Num plano coordenado, a região em qualquer dos lados de uma linha divisória.

Veja gráfico de uma desigualdade em duas variáveis.

height of a parallelogram / altura de um paralelogramo A distância perpendicular entre as bases de um paralelogramo.

altura

height of a trapezoid / altura de um trapezóide A distância perpendicular entre as bases de um trapezóide.

base
altura
base

height of a triangle / altura de um triângulo A distância perpendicular entre o lado cujo comprimento é a base e o vértice oposto àquele lado.

altura, h
base, b

height, h
base, b

height, h
base, b

hemisphere / hemisfério Metade de uma esfera, formada quando um grande círculo separa uma esfera em duas metades congruentes.

hemisférios

hexagon / hexágono Polígono com seis lados.

histogram / histograma Um gráfico de barras que exibe dados de uma tabela de freqüência. Cada barra representa um intervalo, e o comprimento de cada barra indica a freqüência.

Preços de Sanduíches

Sanduíches

4
2
0

$4.00–4.49 $4.50–4.99 $5.00–5.49 $5.50–5.99

PORTUGUESE

horizontal component of a vector / componente horizontal de um vetor A mudança horizontal do ponto inicial ao ponto terminal de um vetor.	*Veja* formato componente de um vetor.
hyperbola, algebraic definition / definição algébrica de hipérbole O gráfico da equação de variação inversa $y = \frac{a}{x} (a \neq 0)$ ou o gráfico de uma função racional do formato $y = \frac{a}{x-h} + k \ (a \neq 0)$. Uma hipérbole tem duas partes simétricas chamadas braços. Uma hipérbole se aproxima mas não intercepta as linhas chamadas assíntotas.	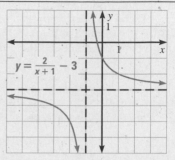 **O gráfico de $y = \frac{2}{x+1} - 3$ é uma hipérbole. As assíntotas da hipérbole são as linhas $x = -1$ e $y = -3$.**
hyperbola, geometric definition / hipérbole, definição geométrica O conjunto de todos os pontos P num plano tal que a diferença das distâncias de P aos dois pontos fixos, chamado os focos, é constante.	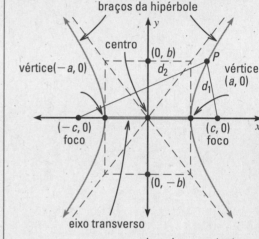
hypotenuse / hipotenusa Num triângulo direito, o lado oposto do ângulo reto.	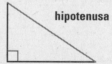
hypothesis / hipótese A parte do "se" de uma afirmação condicional.	*Veja* afirmação condicional.

identity / identidade Uma equação que é verdadeira para todos os valores da variável.	A equação $2x + 10 = 2(x + 5)$ é uma identidade.
identity element / elemento da identidade O elemento de um conjunto de números que quando combinados com outro número usando uma operação deixa aquele número sem mudanças.	Para números inteiros, 0 é o elemento da identidade sob adição, porque se a é qualquer número inteiro, $a + 0 = a$.
identity matrix / matriz da identidade A matriz $n \times n$ que tem 1's sobre a diagonal principal e 0's em algum outro lugar.	A matriz de identidade é $\begin{bmatrix} 1 & 0 \\ 0 & 1 \end{bmatrix}$.

if-then form / afirmação se-então A forma de afirmação condicional que usa as palavras "se" e "então." A parte "se" contém a hipótese e a parte "então" contém a conclusão.	*Veja* afirmação condicional.
image / imagem A nova figura produzida numa transformação. *Veja também* pré-imagem.	△ *P'Q'R'* é a imagem de △*PQR* depois de uma translação.
imaginary number / número imaginário Um número complexo $a + bi$ onde $b \neq 0$.	$5i$ e $2 - i$ são números imaginários.
improper fraction / fração imprópria Qualquer fração em que o numerador é maior do que ou igual ao denominador.	$\frac{21}{8}$ e $\frac{6}{6}$ são frações impróprias.
incenter of a triangle / ponto de encontro de um triângulo Ponto de concorrência dos três bissetores dos ângulos do triângulo.	*P* é o ponto de encontro de △ *ABC.*
inconsistent system / sistema inconsistente Sistema linear sem solução. Os gráficos das equações de um sistema inconsistente são linhas paralelas.	$x + y = 4$ $x + y = 1$ O sistema acima não tem solução porque a soma dos dois números não pode ser tanto 4 quanto 1.
independent events / eventos independentes Dois eventos tais que a ocorrência de um evento não interfere na ocorrência do outro evento.	Você joga um dado duas vezes. Os eventos "tirar um 3 primeiro" e "tirar um 6 depois" são eventos independentes.
independent variable / variável independente O dado variável numa equação de duas variáveis.	Em $y = 3x - 5$, a variável independente é x. A variável dependente é y porque o valor de y depende do valor de x.
index of a radical / índice de um radical O número inteiro n, maior que 1, na expressão $\sqrt[n]{a}$.	O índice de $\sqrt[3]{-216}$ é 3.
indirect proof / prova indireta Uma prova em que você assegura que uma afirmação é verdadeira assumindo primeiramente que seu oposto é verdadeiro. Se esta suposição leva a uma impossibilidade, então você provou que a afirmação original é verdadeira.	
inductive reasoning / raciocínio indutivo Um processo que inclui procurar por padrões e fazer conjeturas.	Você soma diversos pares de números ímpares e observa que o resultado é par. Você conclui que a soma de quaisquer dois números ímpares é par.
inequality / desigualdade Uma seqüência matemática formada colocando-se um dos símbolos $<$, $\leq$, $>$, ou $\geq$ entre duas expressões.	$6n \geq 24$ e $x - 2 < 7$ são desigualdades.
initial point of a vector / ponto inicial de um vetor O ponto de começo de um vetor.	*Veja* vetor.

PORTUGUESE

initial side of an angle / lado inicial de um triângulo *Veja* lado terminal de um ângulo.	*Veja* posição padrão de um ângulo.
input / dado Um número no domínio de uma função.	*Veja* função.
inscribed angle / ângulo inscrito Um ângulo cujo vértice está num círculo e cujos lados contêm cordas de um círculo.	ângulo inscrito · · arco interseccionado
inscribed polygon / polígono inscrito Um polígono cujos vértices estão todos sobre um círculo.	triângulo inscrito · quadrilátero inscrito
integers / números inteiros Os números. . . , $-3, -2, -1, 0, 1, 2, 3, \dots$, consistindo números inteiros negativos, zero, e números inteiros positivos.	-8 e 46 são números inteiros. $-8\frac{1}{2}$ e 46.2 *não* são números inteiros.
intercept form of a quadratic function / forma interceptada de uma função quadrática Uma função quadrática no formato $y = a(x - p)(x - q)$ onde $a \neq 0$. Os x-interceptadores do gráfico da função são p e q.	A função quadrática $y = -(x + 1)(x - 5)$ está no formato interceptado. Os interceptadores do gráfico da função são -1 e 5.
intercepted arc / arco interseccionado O arco que está no interior de um ângulo inscrito e tem extremidades sobre o ângulo.	*Veja* ângulo inscrito.
interior angles of a triangle / ângulos interiores de um triângulo Quando os lados de um triângulo são estendidos, os três ângulos originais do triângulo.	
intersection / interseção O conjunto de pontos que duas ou mais figuras geométricas têm em comum.	*m* · *A* · *n* · A interseção das linhas *m* e *n* é o ponto *A*.
intersection of sets / interseção de conjuntos A interseção de dois conjuntos A e B é o conjunto de todos os elementos tanto em A quanto em B. A interseção de A e B é grafada como $A \cap B$.	*U* *A* 4 2 3 *B* 6 5 8 7 1 9 · $A \cap B = \{2\}$
interval / intervalo Um intervalo é um conjunto contendo todos os números inteiros entre dois números, e possivelmente aqueles dois números.	O intervalo $4 < x \leq 7$ é maior que 4 em todos os números e menor que ou igual a 7.

inverse / inverso Afirmação formada pela negação da hipótese e da conclusão de uma afirmação condicional.	Afirmação: Se $m\angle A = 90°$, então $\angle A$ está certo. Inverso: Se $m\angle A \neq 90°$, então $\angle A$ não está certo.
inverse cosine / co-seno inverso Uma razão trigonométrica inversa, abreviada como cos^{-1}. Para o ângulo agudo A, se $\cos A = z$, então $\cos^{-1} z = m\angle A$.	$\cos^{-1} \dfrac{AC}{AB} = m\angle A$
inverse cosine function / função co-seno inversa Se $-1 \leq a \leq 1$, então o co-seno inverso de a é um ângulo θ, grafado $\theta = \cos^{-1} a$, onde $\cos \theta = a$ e $0 \leq \theta \leq \pi$ (ou $0° \leq \theta \leq 180°$).	Quando $0° \leq \theta \leq 180°$, o ângulo θ cujo co-seno é $\frac{1}{2}$ é $60°$, então $\theta = \cos^{-1} \frac{1}{2} = 60°$ (ou $\theta = \cos^{-1} \frac{1}{2} = \frac{\pi}{3}$).
inverse function / função inversa Uma relação inversa que é uma função. Funções f e g são inversas desde que $f(g(x)) = x$ e $g(f(x)) = x$.	$f(x) = x + 5; g(x) = x - 5$ $f(g(x)) = (x - 5) + 5 = x$ $g(f(x)) = (x + 5) - 5 = x$ Então, f e g são funções inversas.
inverse matrices / matrizes inversas Duas matrizes $n \times n$ são inversas de cada uma, se seus produtos (em ambas as ordens) são a matriz da identidade $n \times n$. *Veja também* matriz da identidade.	$\begin{bmatrix} -5 & 8 \\ 2 & -3 \end{bmatrix}^{-1} = \begin{bmatrix} 3 & 8 \\ 2 & 5 \end{bmatrix}$ porque $\begin{bmatrix} 3 & 8 \\ 2 & 5 \end{bmatrix} \begin{bmatrix} -5 & 8 \\ 2 & -3 \end{bmatrix} = \begin{bmatrix} 1 & 0 \\ 0 & 1 \end{bmatrix}$ e $\begin{bmatrix} -5 & 8 \\ 2 & -3 \end{bmatrix} \begin{bmatrix} 3 & 8 \\ 2 & 5 \end{bmatrix} = \begin{bmatrix} 1 & 0 \\ 0 & 1 \end{bmatrix}$.
inverse operations / operações inversas Duas operações que anulam uma à outra.	Adição e subtração são operações inversas. Multiplicação e divisão são também operações inversas.
inverse relation / relação inversa Uma relação que intercambia os valores de dados e resultados da relação original. O gráfico de uma relação inversa é uma reflexão do gráfico da relação original, com $y = x$ como a linha de reflexão.	Para achar o inverso de $y = 3x - 5$, troque x por y para obter $x = 3y - 5$. Então resolva y para obter a relação inversa $y = \frac{1}{3}x + \frac{5}{3}$.
inverse sine / seno inverso Uma razão trigonométrica inversa, abreviada como sin^{-1}. Para o ângulo agudo A, se $\sin A = z$, então $\sin^{-1} z = m\angle A$.	$\sin^{-1} \dfrac{BC}{AB} = m\angle A$
inverse sine function / função seno inversa Se $-1 \leq a \leq 1$, então o seno inverso de a é um ângulo θ, grafado $\theta = \sin^{-1} a$, onde $\sin \theta = a$ e $-\frac{\pi}{2} \leq \theta \leq \frac{\pi}{2}$ (ou $-90° \leq \theta \leq 90°$).	Quando $-90° \leq \theta \leq 90°$, o ângulo θ cujo seno é $\frac{1}{2}$ é $30°$, então $\theta = \sin^{-1} \frac{1}{2} = 30°$ (ou $\theta = \sin^{-1} \frac{1}{2} = \frac{\pi}{6}$).
inverse tangent / tangente inversa Uma razão trigonométrica inversa, abreviada como tan^{-1}. Para o ângulo agudo A, se $\tan A = x$, então $\tan^{-1} x = m\angle A$.	$\tan^{-1} \dfrac{BC}{AC} = m\angle A$

PORTUGUESE

inverse tangent function / função tangente inversa Se *a* é qualquer número inteiro, então a tangente inversa de *a* é um ângulo θ, grafado $\theta = \tan^{-1} a$, onde $\tan \theta = a$ e $-\frac{\pi}{2} < \theta < \frac{\pi}{2}$ (ou $-90° < \theta < 90°$).

Quando $-90° < \theta < 90°$, o ângulo θ cuja tangente é $-\sqrt{3}$ é $-60°$, então $\theta = \tan^{-1}(-\sqrt{3}) = -60°$ (ou $\theta = \tan^{-1}(-\sqrt{3}) = -\frac{\pi}{3}$).

---

inverse variation / variação inversa A relação de duas variáveis *x* e *y* se há um número diferente de zero *a* tal que $y = \frac{a}{x}$. Se $y = \frac{a}{x}$, então diz-se que *y* varia inversamente com *x*.

As equações $xy = 4$ e $y = \frac{-1}{x}$ representam variação inversa.

---

irrational number / número irracional Número que não pode ser grafado como o quociente de dois números inteiros. O formato decimal de um número irracional não termina nem se repete.

$\sqrt{945} = 30.74085\ldots$ é um número irracional.
$1.666\ldots$ *não* é um número irracional.

---

isometric drawing / desenho isométrico Um desenho técnico que parece tridimensional e pode ser criado numa grade pontilhada usando 3 eixos que se encontram para formar ângulos de 120°.

---

isometry / isometria Uma transformação que preserva comprimento e medida de ângulo. Também chamada *transformação de congruência*.

Translações, reflexões e rotações são 3 tipos de isometrias.

---

isosceles trapezoid / trapezóide isósceles Um trapezóide com pernas congruentes.

perna   perna

---

isosceles triangle / triângulo isósceles Um triângulo com pelo menos dois lados congruentes.

perna   perr
base

---

iteration / iteração Uma repetição de uma seqüência de passos. Em álgebra, a repetida composição de uma função com ela mesma. O resultado de uma iteração é $f(f(x))$, e de duas iterações é $f(f(f(x)))$.

Fractais são criados usando-se iterações.

J

joint variation / variação articulada Uma relação que ocorre quando uma quantidade varia diretamente com o produto de duas ou mais outras quantidades.

A equação $z = 5xy$ representa variação articulada.

K

kite / deltóide Um quadrilátero tem dois pares de lados consecutivos congruentes, mas cujos lados opostos não são congruentes.

lateral area / área lateral A soma das áreas das faces laterais de um poliedro ou outro sólido com uma ou duas bases.

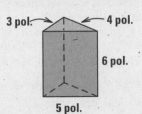

3 pol. 4 pol. 6 pol. 5 pol.

Área lateral = 5(6) + 4(6) + 3(6) = 72 pol.²

---

lateral edges of a prism / bordas laterais de um prisma Os segmentos que conectam os vértices correspondentes das bases de um prisma.

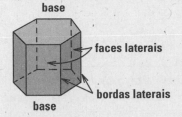

base
faces laterais
bordas laterais
base

---

lateral faces of a prism / faces laterais de um prisma As faces ded um prisma que são paralelogramos formados quando se conectam os vértices correspondentes das bases de um prisma.

Veja bordas laterais de um prisma.

---

lateral surface of a cone / superfície lateral de um cone Consiste de todos os segmentos que conectam o vértice com pontos sobre a borda da base.

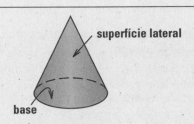

superfície lateral
base

---

law of cosines / lei dos co-senos Se $\triangle ABC$ tem lados do comprimento de a, b, e c como mostrado, então
$a^2 = b^2 + c^2 - 2bc \cos A$,
$b^2 = a^2 + c^2 - 2ac \cos B$, e
$c^2 = a^2 + b^2 - 2ab \cos C$.

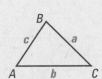

B $c = 14$ A
$34°$
$a = 11$ b
C

$b^2 = a^2 + c^2 - 2ac \cos B$
$b^2 = 11^2 + 14^2 - 2(11)(14) \cos 34°$
$b^2 \approx 61.7$
$b \approx 7.85$

---

law of sines / lei dos senos Se $\triangle ABC$ tem lados do comprimento de a, b, e c como mostrado, então
$\dfrac{\sin A}{a} = \dfrac{\sin B}{b} = \dfrac{\sin C}{c}$.

C
$b = 15$ $107°$ a
$25°$
A c B

$\dfrac{\sin 25°}{15} = \dfrac{\sin 107°}{c} \rightarrow c \approx 33.9$

---

leading coefficient / coeficiente líder Quando um polinômio é grafado de forma que os expoentes de uma variável diminuam da esquerda para a direita, o coeficiente do primeiro termo é o coeficiente líder.

O coeficiente líder do polinômio $2x^3 + x^2 - 5x + 12$ é 2.

---

least common denominator (LCD) of rational expressions / mínimo denominador comum (MDC) de expressões racionais O produto dos fatores dos denominadores das expressões racionais, com cada fator comum usado apenas uma vez.

O MDC de $\dfrac{5}{(x-3)^2}$ e $\dfrac{3x+4}{(x-3)(x+2)}$ é $(x-3)^2(x+2)$.

least common multiple (LCM) / mínimo múltiplo comum (MMC) O menor dos múltiplos comuns de dois ou mais números inteiros diferentes de zero.	O mínimo múltiplo comum de 9 e 12 é o menor dos múltiplos comuns 36, 72, 108, . . . , ou 36.
legs of a right triangle / pernas de um triângulo direito Num triângulo direito, os lados adjacentes ao ângulo reto.	*Veja* triângulo direito.
legs of a trapezoid / pernas de um trapezóide Os lados não-paralelos de um trapezóide.	*Veja* trapezóide.
legs of an isosceles triangle / pernas de um triângulo isósceles Os dois lados congruentes de um triângulo isósceles que tem apenas dois lados congruentes.	*Veja* triângulo isósceles.
like radicals / radicais semelhantes Expressões radicais com o mesmo índice e radicando.	$\sqrt[4]{10}$ e $7\sqrt[4]{10}$ são radicais semelhantes.
like terms / termos semelhantes Termos que têm as mesmas partes variáveis. Termos constantes também são termos semelhantes.	Na expressão $3x + (-4) + (-6x) + 2$, $3x$ e $-6x$ são termos semelhantes, e -4 são termos semelhantes.
line / linha Uma linha tem uma dimensão. É usualmente representada por uma linha reta com duas setas para indicar que a linha se estende infinitamente em duas direções. Neste livro, linhas são sempre linhas retas. *Veja também* termo indefinido.	 linha ℓ, $\overleftrightarrow{AB}$, ou $\overleftrightarrow{BA}$
line graph / gráfico de linha Um gráfico que representa dados usando pontos conectados por segmentos de linha para mostrar como as quantidades mudam com o tempo.	
line of fit / linha de adequação Linha usada para modelar a tendência em dados que têm uma correlação positiva ou negativa.	 **O gráfico mostra uma linha de adequação para os dados no diagrama de dispersão.**
line of reflection / linha de reflexão *Veja* reflexão.	*Veja* reflexão.
line of symmetry / linha de simetria *Veja* simetria de linha.	*Veja* simetria de linha.

line perpendicular to a plane / linha perpendicular a um plano Uma linha que intercepta o plano num ponto e é perpendicular a todas as linhas no plano que o interceptam naquele ponto.	**Linha *n* é perpendicular ao plano *P*.**
line segment / segmento de linha Parte de uma linha que consiste de dois pontos, chamados extremos, e todos os pontos sobre a linha que estão entre os extremos. Também chamado *segmento*.	$\overline{AB}$ **com extremos *A* e *B***
line symmetry / simetria de linha Uma figura no plano tem simetria de linha se a figura pode ser mapeada sobre si mesma por uma reflexão numa linha. Esta linha de reflexão é uma linha de simetria.	**Duas linhas de simetria**
linear equation / equação linear Umja equação cujo gráfico é uma linha.	*Veja* formato padrão de uma equação linear.
linear equation in one variable / equação linear em uma variável Uma equação que pode ser grafada no formato $ax + b = 0$ onde *a* e *b* são constantes e $a \neq 0$.	A equação $\frac{4}{5}x + 8 = 0$ é uma equação linear em uma variável.
linear equation in three variables / equação linear em três variáveis Uma equação no formato $ax + by + cz = d$ onde *a*, *b*, e *c* não são todos zero.	$2x + y - z = 5$ é uma equação linear em 3 variáveis.
linear extrapolation / extrapolação linear Usando uma linha ou sua equação para aproximar um valor fora da faixa de valores conhecidos.	**A melhor linha de adequação pode ser usada para estimar-se que quando $y = 1200$, $x \approx 11.75$.**
linear function / função linear Uma função que pode ser grafado no formato $y = mx + b$ onde *m* e *b* são constantes.	A função $y = -2x - 1$ é uma função linear com $m = -2$ e $b = -1$.
linear inequality in one variable / desigualdade linear em uma variável Uma desigualdade que pode ser grafada em um dos seguintes formatos: $ax + b < 0, ax + b \leq 0, ax + b > 0,$ ou $ax + b \geq 0$.	$5x + 2 > 0$ é uma desigualdade linear em uma variável.
linear inequality in two variables / desigualdade linear em duas variáveis Uma desigualdade que pode ser grafada em um dos seguintes formatos: $Ax + By < C, Ax + By \leq C, Ax + By > C,$ ou $Ax + By \geq C$.	$5x - 2y \geq -4$ é uma desigualdade que pode ser grafada em um dos seguintes formatos.

PORTUGUESE

linear interpolation / interpolação linear Usando uma linha ou sua equação para aproximar um valor entre dois valores conhecidos.

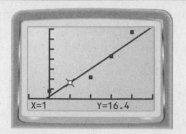

A linha de melhor adequação pode ser usada para estimar-se que quando $x = 1$, $y \approx 16.4$.

linear pair / par linear Dois ângulos adjacentes cujos lados não comuns são raios opostos.

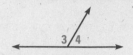

∠3 e ∠4 formam um par linear.

linear programming / programação linear O processo de maximizar-se ou minimizar-se uma função linear objetiva sujeira a um sistema de desigualdades lineares chamadas distorções. O grafico do sistema de distorções é chamado de região possível.

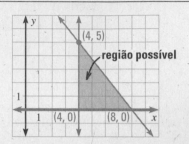

Para maximizar a função objetiva $P = 35x + 30y$ sujeita às distorções $x \geq 4$, $y \geq 0$, e $5x + 4y \leq 40$, avalie P em cada vértice. O valor máximo de 290 ocorre a (4, 5).

linear regression / regressão linear O processo de achar-se a melhor linha de adequação para modelar um conjunto de dados.

Veja linha de adequação.

literal equation / equação literal Uma equação em que se usam letras para substituir os coeficientes e constantes de outra equação.

A equação $5(x + 3) = 20$ pode ser grafada como a equação literal $a(x + b) = c$.

local maximum / máximo local O coordenado-y do ponto crucial de uma função se o ponto é mais alto que todos os pontos próximos.

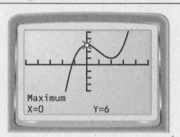

A função $f(x) = x^3 - 3x^2 + 6$ tem um máximo local de $y = 6$ quando $x = 0$.

local minimum / mínimo local O coordenado-y do ponto crucial de uma função se o ponto é mais baixo que todos os pontos próximos.

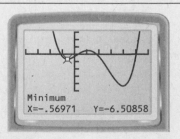

A função $f(x) = x^4 - 6x^3 + 3x^2 + 10x - 33$ tem um mínimo local de $y \approx -6.51$ quando $x \approx -0.57$.

locus in a plane / local geométrico num plano O conjunto de todos os pontos num plano que satisfaz determinada condição ou conjunto de determinadas condições. O plural é *locais geométricos (loci)*.

⊙*C* é o local geométrico de pontos que estão a 1 centímetro do ponto *C*.

---

logarithm of *y* with base *b* / logaritmo de *y* com base *b* Suponha *b* e *y* como números positivos com $b \neq 1$. O logaritmo de *y* com base *b*, representado por $\log_b y$ e lido "log base *b* de *y*," é definido como segue: $\log_b y = x$ se e somente se $b^x = y$.

$\log_2 8 = 3$ porque $2^3 = 8$.

$\log_{1/4} 4 = -1$ porque $\left(\dfrac{1}{4}\right)^{-1} = 4$.

---

logarithmic equation / equação logarítmica Uma equação que envolve um logaritmo e uma expressão variável.

$\log_5 (4x - 7) = \log_5 (x + 5)$ é uma equação logarítmica.

---

lower extreme / extremo inferior O valor mínimo de um conjunto de dados.

Veja diagrama esquemático.

---

lower quartile / quartil inferior A mediana da metade inferior de um conjunto de dados ordenado.

Veja faixa interquartil.

M

major arc / arco maior Parte de um círculo que mede entre 180° e 360°.

arco maior $\overarc{AB}$

arco menor $\overarc{ADB}$

---

major axis of an ellipse / eixo maior de uma elipse O segmento de linha conectando os vértices de uma elipse.

Veja elipse.

---

margin of error / margem de erro A margem de erro dá um limite em quanto se esperaria que a resposta de uma amostra diferisse da resposta da população.

Se 40% pessoas numa enquete preferem o candidato A, e a margem de erro é ±4%, então espera-se que entre 36% e 44% de toda a população prefira o candidato A.

---

matrix, matrices / matriz, matrizes Um arranjo retangular de números em fileiras e colunas. Cada número numa matriz é um elemento, ou *entrada*.

$$A = \begin{bmatrix} 0 & 4 & -1 \\ -3 & 2 & 5 \end{bmatrix} \text{2 fileiras}$$

3 colunas

A matriz A tem 2 fileiras e 3 colunas. O elemento na primeira fileira e segunda coluna é 4.

---

matrix of constants / matriz de constantes A matriz das constantes do sistema linear $ax + by = e, cx + dy = f$ é $\begin{bmatrix} e \\ f \end{bmatrix}$.

Veja coeficiente matriz.

---

matrix of variables / matriz das variáveis A matriz das variáveis do sistema linear $ax + by = e, cx + dy = f$ é $\begin{bmatrix} x \\ y \end{bmatrix}$.

Veja coeficiente matriz.

PORTUGUESE

maximum value of a quadratic function / valor máximo de uma função quadrática O coordenado-y do vértice para $y = ax^2 + bx + c$ quando $a < 0$.	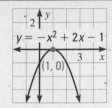 **O valor máximo de $y = -x^2 + 2x - 1$ is 0.**
mean / média Para o conjunto numérico de dados $x_1, x_2, \ldots, x_n$, a média, ou valor médio é: $$\overline{x} = \frac{x_1 + x_2 + \ldots + x_n}{n}$$	A média de 5, 9, 14, 23 is $$\frac{5 + 9 + 14 + 23}{4} = \frac{51}{4} = 12.75.$$
mean absolute deviation / desvio médio absoluto O desvio médio absoluto do conjunto de dados $x_1, x_2, \ldots, x_n$ com a média $\overline{x}$ é uma medida de dispersão dada por: $$\frac{|x_1 - \overline{x}| + |x_2 - \overline{x}| + \ldots + |x_n - \overline{x}|}{n}$$	O desvio médio absoluto do conjunto de dados 3, 9, 13, 23 (com média = 12) é: $$\frac{|3 - 12| + |9 - 12| + |13 - 12| + |23 - 12|}{4}$$ $= 6$
means of a proportion / médias de uma proporção Os termos medianos de uma proporção. *Veja também* proporção.	As médias de $\dfrac{a}{b} = \dfrac{c}{d}$ são b e c.
measure of central tendency / medida da tendência central Um número usado para representar o centro ou meio de um conjunto de valores de dados. Média, mediana e modo são três medidas da tendência central.	14, 17, 18, 19, 20, 24, 24, 30, 32 A média é $$\frac{14 + 17 + 18 + \ldots + 32}{9} = \frac{198}{9} = 22.$$ A mediana é o número do meio, 20. O modo é 24 porque 24 ocorre mais freqüentemente.
measure of dispersion / medida de dispersão Uma estatística que lhe diz quão dispersados, ou espalhados, estão os valores dos dados. Faixa e desvio padrão são medidas de dispersão.	*Veja* faixa e desvio padrão.
measure of a major arc / medida de um arco maior A diferença entre 360° e a medida do arco menor relacionado.	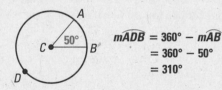 $m\widehat{ADB} = 360° - m\widehat{AB}$ $= 360° - 50°$ $= 310°$
measure of a minor arc / medida do arco menor A medida do ângulo central do arco.	*Veja* medida de um arco maior.
measure of an angle / medida de um ângulo Considere $\overleftrightarrow{OB}$ e um ponto A em um dos lados de $\overleftrightarrow{OB}$. Os raios do formato $\overrightarrow{OA}$ pode ser emparelhado um a um com os números reais de 0 a 180. A medida de $\angle AOB$ AOB é igual ao valor absoluto da diferença entre os números reais para $\overrightarrow{OA}$ e $\overrightarrow{OB}$.	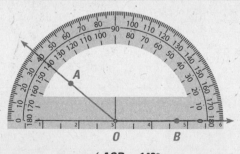 $m\angle AOB = 140°$
median / mediana A mediana de conjunto numérico de dados é o número do meio quando os valores são escritos em ordem numérica. Se o conjunto de dados tem um número par de valores, a mediana é a média dos dois valores do meio.	A mediana de 5, 9, 14, 23 a média de 9 e 14, ou $\dfrac{9 + 14}{2} = 11.5$.

median of a triangle / mediana de um triângulo Um segmento de um vértice do triângulo até o ponto central do lado oposto.	$\overline{BD}$ é a mediana de $\triangle ABC$.
midpoint / ponto central Um ponto que divide, ou bissecta, um segmento em dois segmentos congruentes. O ponto central é eqüidistante das extremidades.	M é o ponto central de $\overline{AB}$.
midpoint formula / fórmula do ponto central O ponto central M do segmento de linha com extremidades $A(x_1, y_1)$ e $B(x_2, y_2)$ é $M\left(\dfrac{x_1 + x_2}{2}, \dfrac{y_1 + y_2}{2}\right)$.	O ponto central M do segmento de linha com extremidades $(-1, -2)$ e $(3, -4)$ é: $\left(\dfrac{-1 + 3}{2}, \dfrac{-2 + (-4)}{2}\right) = (1, -3)$
midsegment of a trapezoid / segmento central de um trapezóide Um segmento que conecta os pontos centrais das pernas de um trapezóide.	segmento de central
midsegment of a triangle / segmento central de um triângulo Um segmento que conecta os pontos centrais dos dois lados de um triângulo.	Os segmentos centrais de $\triangle ABC$ são $\overline{MP}, \overline{MN},$ e $\overline{NP}$.
minimum value of a quadratic function / valor mínimo de uma função quadrática O coordenado-y do vértice para $y = ax^2 + bx + c$ quando $a > 0$.	$y = x^2 - 6x + 5$ $(3, -4)$ O valor minimo de $y = x^2 - 6x + 5$ is -4.
minor arc / arco menor Parte de um círculo que mede menos de $180°$.	*Veja* arco maior.
minor axis of an ellipse / eixo menor de uma elipse O segmento de linha conectando os co-vértices de uma elipse.	*Veja* elipse.
mixed number / número misto A soma de um número inteiro e uma fração menor que 1.	$2\frac{5}{8}$ é um número misto.
mode / modo O modo de um conjunto de dados é o valor que ocorre mais freqüentemente. Pode haver um modo, nenhum modo ou mais de um modo.	O modo do conjunto de dados 4, 7, 9, 11, 11, 12, 18 é 11.
monomial / monômio Um número, variável ou o produto de um número ou mais variáveis com expoentes números inteiros.	$10, 3x, \frac{1}{2}ab^2,$ e $-1.8m^5$ são monômios.

PORTUGUESE

multiple / múltiplo Um mútiplo de um número inteiro é o produto do número e qualquer número inteiro diferente de zero.	Os múltiplos de 2 são 2, 4, 6, 8, 10, ...
multiplicative identity / identidade multiplicativa O número 1 é a identidade multiplicativa, porque o produto de qualquer número e 1 é o número: $a \cdot 1 = 1 \cdot a = a$.	$3.6(1) = 3.6, 1(-7) = -7$
multiplicative inverse / inverso multiplicativo O inverso multiplicativo de um número diferente de zero a é o seu recíproco, $\frac{1}{a}$. O produto de um número diferente de zero e seu inverso multiplicativo é 1: $a \cdot \frac{1}{a} = \frac{1}{a} \cdot a = 1, a \neq 0$.	O inverso multiplicativo de $-\frac{1}{5}$ é -5 porque $-\frac{1}{5} \cdot (-5) = 1$.
mutually exclusive events / eventos mutualmente exclusivos Eventos que não têm resultados comuns.	Quando você joga um dado numerado, "acertar um 3" e "acertar um número ímpar" são eventos mutualmente exclusives.

N

n factorial / n fatorial Para qualquer número inteiro positivo n, o n fatorial, escrito $n!$, é o produto dos números inteiros de 1 a n; $0! = 1$.	$5! = 5 \cdot 4 \cdot 3 \cdot 2 \cdot 1 = 120$
natural base e / base natural e Um número irracional definido como a seguir: Da mesma forma que n se aproxima de $+\infty$, $\left(1 + \frac{1}{n}\right)^n$ se aproxima de $e \approx 2.718281828$.	*Veja* logaritmo natural.
natural logarithm / logaritmo natural Um logaritmo com base e. Pode ser representado como $\log_e$, mas é mais freqüentemente representado por 1n.	$\ln 0.3 \approx -1.204$ porque $e^{-1.204} \approx (2.7183)^{-1.204} \approx 0.3$.
negation / negação O oposto de uma afirmação. O símbolo para uma negação is ~.	Afirmação: A bola é vermelha. Negação: A bola não é vermelha.
negative correlation / correlação negativa Dados emparelhados (x, y) têm uma correlação negativa se y tende a decrescer se x aumenta.	
negative exponent / expoente negativo Se $a \neq 0$, então a^{-n} é a recíproca de a^n; $a^{-n} = \frac{1}{a^n}$.	$3^{-2} = \frac{1}{3^2} = \frac{1}{9}$
negative integers / números inteiros negativos Os números inteiros que são menores que 0.	$-1, -2, -3, -4, \ldots$
net / rede A representação bidimensional das faces de um poliedro.	
n-gon / n-gono Um polígono com n lados.	Um polígono com 14 lados é um 14-gono.

normal curve / curva normal Uma curva suave, simétrica, em forma de sino, que pode modelar distribuições normais e, aproximadamente, algumas distribuições binômicas.

Veja distribuição normal.

normal distribution / distribuição normal Uma distribuição de probabilidades com média $\bar{x}$ e desvio padrão σ modelado por uma curva em forma de sino com as propriedades da área mostradas à direita.

nth root of a / n-ésima raiz de a Para um número inteiro n maior que 1, se $b^n = a$, então b é uma n-ésima raiz de a. Grafado como $\sqrt[n]{a}$.

$\sqrt[3]{-216} = -6$ porque $(-6)^3 = -216$.

numerical expression / expressão numérica Uma expressão que consiste de números, operações e agrupamentos de símbolos.

$-4(-3)^2 - 6(-3) + 11$ é uma expressão numérica.

number line / linha numerada Uma linha cujos pontos associam-se a números. Você pode usar uma linha numerada para comparar e ordenar números. Os números numa linha numerada aumentam da esquerda para a direita.

numerator / numerador O número acima da barra de fração numa fração. Representa o número de partes iguais do todo, ou o número de objetos do conjunto que estão sendo considerados.

Na fração $\frac{3}{4}$, o numerador é 3.

O

objective function / função objetiva Em programação linear, a função linear que é maximizada ou minimizada.

Veja programação linear.

oblique prism / prisma oblíquo Um prisma com bordas laterais que não são perpendiculares às bases.

altura

obtuse angle / ângulo obtuso Um ângulo com medida entre 90° e 180°.

A

obtuse triangle / triângulo obtuso Um triângulo com um ângulo obtuso.

octagon / octágono Um polígono com 8 lados.

PORTUGUESE

octahedron/octaedro Um poliedro com oito faces.	
odds against / probabilidades contra Quando todos os resultados são igualmente prováveis, as probabilidades contra um evento são definidas como a razão do número de resultados desfavoráveis para o número de resultados favoráveis.	Quando você joga um dado numerado, as probabilidades contra acertar um número menor que 5 são $\frac{2}{4} = \frac{1}{2}$, ou 1 : 2.
odds in favor / probabilidades a favor Quando todos os resultados são igualmente prováveis, as probabilidades a favor de um evento são definidas como a razão do número de resultados favoráveis para o número de resultados desfavoráveis.	Quando você joga um dado numerado, as probabilidades a favor de acertar um número menor que 5 são $\frac{4}{2} = \frac{2}{1}$, ou 2 : 1.
open sentence / sentença aberta Uma equação ou desigualdade que contém uma expressão algébrica.	$2k - 8 = 12$ e $6n \geq 24$ são sentenças abertas.
opposite / oposto *Veja* inverso aditivo.	*Veja* inverso aditivo.
opposite rays / raios opostos Se o ponto C está em $\overleftrightarrow{AB}$ entre A e B, então $\overrightarrow{CA}$ e $\overrightarrow{CB}$ são raios opostos.	$\overrightarrow{CA}$ e $\overrightarrow{CB}$ são raios opostos.
opposites / opostos Dois números que têm a mesma distância de 0 numa linha numerada, mas estão em lados opostos de 0.	4 e −4 são opostos.
order of magnitude of a quantity / ordem de magnitude de uma quantidade A potência de 10 mais perto da quantidade.	A ordem de magnitude de 91,000 é 10^5, ou 100,000.
order of operations / ordem das operações Regras para avaliar-se uma expressão envolvendo mais de uma operação.	Para avaliar $24 - (3^2 + 1)$, avalie oa potência, depois adicione o que está entre parênteses, e então subtraia: $24 - (3^2 + 1) = 24 - (9 + 1) =$ $24 - 10 = 14$
ordered pair / par ordenado *Veja* x-coordenado *e* y-coordenado.	*Veja* x-coordenado *e* y-coordenado.
ordered triple / triplo ordenado Conjunto de três números no formato (x, y, z) que representa um ponto no espaço.	O triplo ordenado $(2, 1, -3)$ é uma solução da equação $4x + 2y + 3z = 1$.
origin / origem O ponto $(0, 0)$ num plano coordenado.	*Veja* plano coordenado.
orthocenter of a triangle / ortocentro de um triângulo O ponto em que contendo as três alturas do triângulo se encontram.	P é o ortocentro de $\triangle ABC$.

High School
Multi-Language Visual Glossary

Copyright © by McDougal Littell,
a division of Houghton Mifflin Company.

orthographic projection / projeção ortográfica Um desenho técnico que é um desenho bidimensional da vista frontal, superior e lateral de um objeto.	 frontal superior lateral
outcome / resultado Um resultado possível de um experimento.	Quando você joga um dado numerado, há seis possíveis resultados: um 1, 2, 3, 4, 5, ou 6.
outlier / divergente Um valor que é amplamente separado do resto dos dados num conjunto de dados. Tipicamente, um valor que é maior que o quartil superior mais de 1,5 vezes a faixa interquartil ou é menor que o quartil inferior mais de 1,5 vezes a faixa interquartil.	A faixa interquartil do conjunto de dados abaixo é $23 - 10 = 13$. quartil quartil inferior superior ↓ ↓ 8 **10** 14 17 20 **23** 50 O valor de dados 50 é maior que $23 + 1.5(13) = 42.5$, então é um divergente.
output / saída Um número na faixa de uma função.	*Veja* função.
overlapping events / eventos superpostos Eventos que têm pelo menos um resultado comum.	Quando você joga um dado numerado, "acertar um 3" e "acertar um número ímpar" são eventos superpostos.

P

parabola, algebraic definition / parábola, definição algébrica O gráfico com formato de U de uma função quadrática.	 $y = x^2 - 6x + 5$ **O gráfico de $y = x^2 - 6x + 5$ é uma parábola.**
parabola, geometric definition / parábola, definição geométrica O conjunto de todos os pontos eqüidistantes de um ponto chamado foco e de uma linha chamada diretriz. O gráfico de uma função quadrática $y = ax^2 + bx + c$ é uma parábola.	 eixo de simetria foco vértice diretriz
paragraph proof / prova do parágrafo Um tipo de prova grafada em forma de parágrafo.	

PORTUGUESE

parallel lines / linhas paralelas Duas linhas no mesmo plano que não se interceptam.

parallel planes / planos paralelos Dois planos que não se interceptam.

$$S \parallel T$$

parallelogram / paralelogramo Um quadrilátero com ambos os pares de lados opostos paralelos.

$$\square PQRS$$

parent function / função original A mais básica função numa família de funções.

A função original na família de todas as funções lineares é $y = x$.

partial sum / soma parcial A soma S_n dos primeiros termos n de uma série infinita.

$$\frac{1}{2} + \frac{1}{4} + \frac{1}{8} + \frac{1}{16} + \frac{1}{32} + \ldots$$

A série acima tem as somas parciais $S_1 = 0.5$, $S_2 = 0.75$, $S_3 \approx 0.88$, $S_4 \approx 0.94, \ldots$.

Pascal's triangle / triângulo de Pascal Um arranjo dos valores de $_nC_r$ num padrão triangular em que cada fileira corresponde a um valor de n.

$$_0C_0$$
$$_1C_0 \quad _1C_1$$
$$_2C_0 \quad _2C_1 \quad _2C_2$$
$$_3C_0 \quad _3C_1 \quad _3C_2 \quad _3C_3$$
$$_4C_0 \quad _4C_1 \quad _4C_2 \quad _4C_3 \quad _4C_4$$
$$_5C_0 \quad _5C_1 \quad _5C_2 \quad _5C_3 \quad _5C_4 \quad _5C_5$$

pentagon / pentágono Um polígono com 5 lados.

percent / percentagem Uma razão que compara um número a 100. *Percentagem* significa "por cem."

$$43\% = \frac{43}{100} = 0.43$$

percent of change / percentual de mudança Uma percentagem que indica quanto uma quantidade aumenta ou diminui baseada na quantidade original.

Percentual de mudança, $p\% = \dfrac{\text{Montante de aumento ou diminuição}}{\text{montante original}}$

O percentual de mudança, $p\%$, de 140 para 189 é:

$$p\% = \frac{189 - 140}{140} = \frac{49}{140} = 0.35 = 35\%$$

percent of decrease / percentual de diminuição O percentual de mudança numa quantidade quando o novo montante da quantidade é menor que a quantidade original.

Veja percentual de mudança.

percent of increase / percentual de aumento O percentual de mudança numa quantidade quando o novo montante da quantidade é maior que a quantidade original.	*Veja* percentual de mudança.
perfect square / quadrado perfeito Um número que é o quadrado de um número inteiro.	49 é um quadrado perfeito, porque $49 = 7^2$.
perfect square trinomials / trinômios de quadrados perfeitos Trinômios com o formato $a^2 + 2ab + b^2$ e $a^2 - 2ab + b^2$.	$x^2 + 6x + 9$ e $x^2 - 10x + 25$ são trinômios de quadrados perfeitos.
perimeter / perímetro A distância em torno de uma figura, medida em unidades lineares como pés, polegadas ou metros.	7 cm 5 cm 8 cm Perímetro = 5 + 7 + 8, ou 20 cm
period / período O comprimento horizontal de cada ciclo de uma função periódica.	*Veja* função periódica.
periodic function / função periódica Uma função cujo gráfico tem um padrão repetitivo.	**O gráfico mostra 3 ciclos de** $y = \tan x$**, uma função periódica com um período de** π**.**
permutation / permutação Um arranjo de objetos em que é importante a ordem.	Há seis permutações dos números 1, 2, e 3: 123, 132, 213, 231, 312, e 321.
perpendicular bisector / bissetor perpendicular Um segmento, raio, linha ou plano que é perpendicular a um segmento em seu ponto central.	
piecewise function / função partitiva (por partes) Uma função definida por no mínimo duas equações, cada uma das quais aplicando-se a diferentes partes do domínio da função.	$g(x) = \begin{cases} 3x - 1, & \text{se } x < 1 \\ 0, & \text{se } x = 1 \\ -x + 4, & \text{se } x > 1 \end{cases}$
plane / plano Um plano tem duas dimensões. É usualmente representado por uma forma que se parece com um piso ou uma parede. Você tem que imaginar que um plano se estende sem ter fim, mesmo que o desenho de um plano pareça ter bordas. *Veja também* termo indefinido.	**plano** *M* **ou plano** *ABC*
Platonic solids / sólidos platônicos Cinco poliedros regulares, designados pelo nome do matemático e filósofo grego Platão.	Os sólidos platônicos incluem um tetraedro regular, um cubo, um octaedro regular, um dodecaedro regular e um icosaedro regular.
point / ponto Um ponto não tem dimensão. É usualmente representado por um pingo. *Veja também* termo indefinido.	*A* **point** *A*

PORTUGUESE

point of concurrency / ponto de concorrência O ponto de interseção de linhas, raios e segmentos concorrentes.	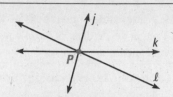 ***P* é o ponto de concorrência das linhas** j, k, **e** ℓ**.**
point-slope form / forma de ponto inclinado Uma equação com uma linha não vertical grafada no formato $y - y_1 = m(x - x_1)$ onde uma linha passa através de um determinado ponto (x_1, y_1) e tem uma inclinação de m.	A equação $y + 3 = 2(x - 4)$ tem o formato de ponto inclinado. O gráfico da equação é uma linha que passa através do ponto $(4, -3)$ e tem uma inclinação de 2.
polygon / polígono Uma figura em plano fechado com as seguintes propriedades: (1) É formado por três ou mais linhas chamadas lados. (2) Cada lado tem interseção exatamente com dois lados, um em cada extremidade, de forma que quaisquer dois lados com uma extremidade comum não são colineares.	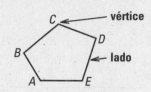 **Polígono *ABCDE***
polyhedron / poliedro Um sólido formado por polígonos, chamados faces, que encerram uma única região de espaço. O plural é *poliedros*.	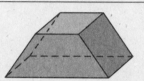
polynomial / polinômio Um monômio ou uma soma de monômios, cada um chamado de termo do polinômio.	9, $2x^2 + x - 5$, e $7bc^3 + 4b^4c$ são polinômios.
polynomial function / função polinômica Uma função com o formato $f(x) = a_n x^n + a_{n-1} x^{n-1} + \cdots + a_1 x + a_0$ onde $a_n \neq 0$, os expoentes são todos números inteiros, e os expoentes são todos números reais.	$f(x) = 11x^5 - 0.4x^2 + 16x - 7$ é uma função polinômica. O grau de $f(x)$ é 5, o coeficiente líder é 11, e o termo constante é -7.
polynomial long division / longa divisão polinômica Um método usado para dividir polinômios similar ao modo com que se divide números.	$$\begin{array}{r} x^2 + 7x + 7 \\ x-2\,\overline{)\,x^3 + 5x^2 - 7x + 2} \\ \underline{x^3 - 2x^2} \\ 7x^2 - 7x \\ \underline{7x^2 - 14x} \\ 7x + 2 \\ \underline{7x - 14} \\ 16 \end{array}$$ $$\frac{x^3 + 5x^2 - 7x + 2}{x - 2} = x^2 + 7x + 7 + \frac{16}{x - 2}$$
population / população O grupo inteiro de que se quer obter informações.	Uma revista convida seus leitores para responder a uma mala direta com um questionário dando notas à revista. A população consiste de todos os leitores da revista.

positive correlation / correlação positiva Os dados emparelhados (x, y) têm uma correlação positiva se y tende a aumentar quando x aumenta.	
positive integers / números inteiros positivos Os números inteiros positivos maiores que zero.	$1, 2, 3, 4, \ldots$
postulate / postulado Uma regra que é aceita sem provas. Também chamada *axioma*.	O Postulado da Adição de Segmentos diz que se B está entre A e C, então $AB + BC = AC$.
power / potência Uma expressão que representa multiplicações repetidas do mesmo fator.	81 é uma potência de 3, porque $81 = 3 \cdot 3 \cdot 3 \cdot 3 = 3^4$.
power function / função de potência *Veja* função exponencial.	*Veja* função exponencial.
preimage / pré-imagem A figura original numa transformação. *Veja também* imagem.	*Veja* imagem.
prime factorization / fatorização primária Um número inteiro grafado como o produto de fatores primários.	A fatorização primária de 20 is $2^2 \times 5$.
prime number / número primo Um número inteiro maior que 1 cujos únicos fatores são 1 e ele mesmo.	59 é um número primo, porque seus únicos fatores são 1 e ele mesmo.
prism / prisma Um poliedro com duas faces congruentes, chamadas bases, que estão em planos paralelos.	
probability distribution / distribuição de probabilidades Uma função que dá a probabilidade de cada valor possível de uma variável ao acaso. A soma de todas as probabilidades numa distribuição de probabilidades deve ser igual a 1.	Suponha que a variável ao acaso X represente o número mostrado depois de jogar um dado numerado padrão de seis lados.

<table>
<tr><th colspan="7">Distribuição de Probabilidades ao Jogar-se Um Dado</th></tr>
<tr><td>X</td><td>1</td><td>2</td><td>3</td><td>4</td><td>5</td><td>6</td></tr>
<tr><td>$P(X)$</td><td>$\frac{1}{6}$</td><td>$\frac{1}{6}$</td><td>$\frac{1}{6}$</td><td>$\frac{1}{6}$</td><td>$\frac{1}{6}$</td><td>$\frac{1}{6}$</td></tr>
</table>

probability of an event / probabilidade de um evento Um número de 0 a 1 que mede a probabilidade de que um evento ocorra. Pode ser expresso como uma fração, decimal ou percentagem.	*Veja* probabilidade experimental, probabilidade geométrica *e* probabilidade teórica.
proof / prova Um argumento lógico que mostra que uma afirmação é verdadeira.	
proportion / proporção Uma equação que afirma que duas razões são equivalentes: $\frac{a}{b} = \frac{c}{d}$ onde $b \neq 0$ e $d \neq 0$.	$\frac{3}{4} = \frac{6}{8}$ e $\frac{11}{6} = \frac{x}{30}$ são proporções.
pure imaginary number / número puro imaginário Um número complexo $a + bi$ onde $a = 0$ e $b \neq 0$.	$-4i$ e $1.2i$ são números puros imaginários.

pyramid / pirâmide Um poliedro em que a base é um polígono e as faces laterais são triângulos com um vértice comum, chamado de vértice da pirâmide.

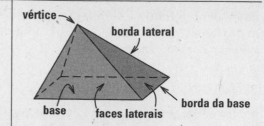

Pythagorean theorem / teorema de Pitágoras Se um triângulo é um triângulo direito, então a soma dos quadrados dos comprimentos a e b das pernas iguala o quadrado do comprimento c da hipotenusa: $a^2 + b^2 = c^2$.

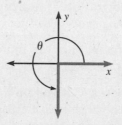

$$5^2 + 12^2 = 13^2$$

Pythagorean triple / triplo Pitagórico Um conjunto de três números inteiros positivos a, b, e c que satisfaz a equação $c^2 = a^2 + b^2$.

Triplos Pitagóricos comuns:

3, 4, 5   5, 12, 13   8, 15, 17   7, 24, 25

quadrantal angle / ângulo quadrantal Um ângulo em posição padrão cujo lado terminal está num eixo.

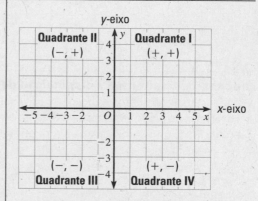

quadrants / quadrantes As quatro regiões em que o plano coordenado é dividido pelo x-eixo e pelo y-eixo.

quadratic equation in one variable / equação quadrática em uma variável Uma equação que pode ser grafada no formato padrão $ax^2 + bx + c = 0$ onde $a \neq 0$.

As equações $x^2 - 2x = 3$ e $0.1x^2 = 40$ são equações quadráticas.

quadratic form / formato quadrático O formato $au^2 + bu + c$, onde u é qualquer expressão de x.

A expressão $16x^4 - 8x^2 - 8$ está na forma quadrática porque pode ser grafada como $u^2 - 2u - 8$ onde $u = 4x^2$.

quadratic formula / fórmula quadrática A fórmula $x = \dfrac{-b \pm \sqrt{b^2 - 4ac}}{2a}$ usada para achar as soluções da equação quadrática $ax^2 + bx + c = 0$ onde a, b, e c são números reais e $a \neq 0$.

Para resolver $3x^2 + 6x + 2 = 0$, substitua 3 por a, 6 por b, e 2 por c na fórmula quadrática.

$$x = \frac{-6 \pm \sqrt{6^2 - 4(3)(2)}}{2(3)} = \frac{-3 \pm \sqrt{3}}{3}$$

quadratic function / função quadrática Uma função não linear que pode ser grafada no formato padrão $y = ax^2 + bx + c$ onde $a \neq 0$.

$y = 2x^2 + 5x - 3$ é uma função quadrática.

quadratic inequality in one variable / desigualdade quadrática em uma variável Uma desigualdade que pode ser grafada no formato $ax^2 + bx + c < 0$, $ax^2 + bx + c \leq 0$, $ax^2 + bx + c > 0$, ou $ax^2 + bx + c \geq 0$.

$x^2 + x \leq 0$ e $2x^2 + x - 4 > 0$ são desigualdades quadráticas em uma variável.

quadratic inequality in two variables / desigualdade quadrática em duas variáveis Uma desigualdade que pode ser grafada no formato $y < ax^2 + bx + c$, $y \leq ax^2 + bx + c$, $y > ax^2 + bx + c$, ou $y \geq ax^2 + bx + c$.

$y > x^2 + 3x - 4$ uma desigualdade quadrática em duas variáveis.

quadratic system / sistema quadrático Um sistema de equações que inclue uma ou mais equações de cônicas.

$y^2 - 7x + 3 = 0$ $x^2 + 4y^2 + 8y = 16$
$2x - y = 3$ $2x^2 - y^2 - 6x - 4 = 0$
Os sistemas acima são sistemas quadráticos.

quadrilateral / quadrilátero Um polígono com 4 lados.

R

radian / radiano Num círculo com raio r e centro na origem, um radiano é a medida de um ângulo em posição padrão, cujo lado terminal intercepta um arco de comprimento.

radical / radical Uma expressão no formato $\sqrt{s}$ ou $\sqrt[n]{s}$ onde s é um número ou uma expressão.

$\sqrt{5}, \sqrt[3]{2x + 1}$

radical equation / equação radical Uma equação com um ou mais radicais que têm variáveis em seus radicandos

$\sqrt[3]{2x + 7} = 3$

radical expression / expressão radical Uma expressão que contém um radical, tal como uma raiz quadrada, uma raiz cúbica ou outra raiz.

$3\sqrt{2x}$ e $\sqrt[3]{x - 1}$ são expressões radicais.

radical function / função radical Uma função que contém uma expressão radical com a variável ndependente no radicando.

$y = \sqrt[3]{2x}$ e $y = \sqrt{x + 2}$ são funções radicais.

radicand / radicando O número ou expressão abaixo do sinal de radical.

O radicando de $\sqrt{5}$ é 5, e o radicando de $\sqrt{8y^2}$ é $8y^2$.

radius of a circle / raio de um círculo Um segmento cujas extremidades são o centro do círculo e um ponto no círculo. A distância do centro do círculo a qualquer ponto sobre o círculo. O plural é *raios*.

Veja circunferência.

radius of a polygon / raio de um polígono O raio do círculo circunscrito de um polígono.	
radius of a sphere / raio de uma esfera A distância do centro de uma esfera a qualquer ponto na esfera.	
random sample / amostra aleatória Uma amostra em que todos os membros de uma população têm a mesma chance de serem selecionados.	Você pode selecionar uma amostra aleatória de uma população estudantil programando o computador para escolher aleatoriamente 100 números de identificação de estudantes.
random variable / variável aleatória Uma variável cujo valor é determinado pelos resultados de um evento aleatório.	A variável aleatória X, que representa o número mostrado depois de jogar um dado numerado padrão de seis lados, tem os valores possíveis de 1, 2, 3, 4, 5, e 6.
range of a function / faixa de uma função O conjunto de todos os resultados de uma função.	*Veja* função.
range of a relation / faixa de uma relação O conjunto de valores de saída de uma relação.	*Veja* relação.
range of data values / faixa de valores de dados Uma medida de dispersão igual à diferença entre o maior e o menor valores de dados.	14, 17, 18, 19, 20, 24, 24, 30, 32 A faixa do conjunto de dados acima é $32 - 14 = 18$.
rate / taxa Uma fração que compara duas quantidades medidas em unidades diferentes.	$\dfrac{110 \text{ milhas}}{1 \text{ hora}}$ e $\dfrac{55 \text{ milhas}}{2 \text{ horas}}$ são taxas.
rate of change / taxa de mudança Uma comparação de uma mudança em uma quantidade com uma mudança em outra quantidade. Em situações reais, você pode interpretar a inclinação de uma linha como uma taxa de mudança.	Você paga \$7 por duas horas de uso de computador e \$14 por quatro horas. A taxa de mudança é $\dfrac{\text{mudança no custo}}{\text{mudança no tempo}} = \dfrac{14 - 7}{4 - 2} = 3.5$, ou \$3.50 por hora.
ratio of a to b / razão de a para b Uma comparação de dois números usando-se a divisão. A razão de a para b, onde $b \neq 0$, pode ser grafada como a para b, como $a : b$, ou como $\dfrac{a}{b}$.	A razão de 3 pés para 7 pés pode ser grafada como 3 para 7, 3 : 7, ou $\dfrac{3}{7}$.
rational equation / equação racional Uma equação que contém uma ou mais expressões radicais.	As equações $\dfrac{6}{x + 4} = \dfrac{x}{2}$ e $\dfrac{x}{x - 2} + \dfrac{1}{5} = \dfrac{2}{x - 2}$ são equações racionais.
rational expression / expressão radical Uma expressão que pode ser grafada como uma razão de dois polinômios onde o denominador não seja 0.	$\dfrac{x + 8}{10x}$ e $\dfrac{5}{x^2 - 1}$ são expressões racionais.
rational function / função racional Uma função no formato $f(x) = \dfrac{p(x)}{q(x)}$, onde $p(x)$ e $q(x)$ são polinômios le $q(x) \neq 0$.	As funções $y = \dfrac{6}{x}$ e $y = \dfrac{2x + 1}{x - 3}$ são funções racionais.

High School
Multi-Language Visual Glossary

Copyright © by McDougal Littell,
a division of Houghton Mifflin Company.

rational number / número racional Um número que pode ser grafado como $\frac{a}{b}$ onde a e b são números inteiros e $b \neq 0$.	$4 = \frac{4}{1}$, $0 = \frac{0}{1}$, $2\frac{1}{3} = \frac{7}{3}$, $-\frac{3}{4} = \frac{-3}{4}$, e $0.6 = \frac{3}{5}$ são todos números racionais.
rationalizing the denominator / racionalizando o denominador O processo para eliminar-se uma expressão radical do denominador de uma fração pela multiplicação do numerador e do denominador pela expressão radical apropriada.	Para racionalizar o denominador de $\frac{5}{\sqrt{7}}$, multiplique a expressão por $\frac{\sqrt{7}}{\sqrt{7}}$: $$\frac{5}{\sqrt{7}} = \frac{5}{\sqrt{7}} \cdot \frac{\sqrt{7}}{\sqrt{7}} = \frac{5\sqrt{7}}{\sqrt{49}} = \frac{5\sqrt{7}}{7}$$
ray / raio Parte de uma linha que consiste num ponto chamado extremidade e todos os pontos da linha que se estende numa direção.	$\overrightarrow{AB}$ com extremidade A
real numbers / números reais O conjunto de todos os números racionais e irracionais.	8, -6.2, $\frac{6}{7}$, π, e $\sqrt{2}$ são números reais.
reciprocal / recíproca A recíproca, ou inverso multiplicativo, de qualquer número b diferente de zero é $\frac{1}{b}$.	-2 e $\frac{1}{-2} = -\frac{1}{2}$ são recíprocas.
rectangle / retângulo Um paralelogramo com 4 ângulos retos.	
recursive rule / regra recursiva Uma regra para uma seqüência que dá o termo inicial ou termos da seqüência e depois uma equação recursiva, e diz como o n-ésimo termo a_n é relacionado a um ou mais termos precedentes.	A regra recursiva $a_0 = 1$, $a_n = a_{n-1} + 4$ dá a seqüência aritmética $1, 5, 9, 13, \ldots$.
reduction / redução Uma dilatação com um fator escalar entre 0 e 1.	Uma dilatação com um fator escalar de $\frac{1}{2}$ é uma redução.
reference angle / ângulo de referência Se θ é um ângulo em posição padrão, seu ângulo de referência é o ângulo agudo θ' formado pelo lado terminal de θ e o x-axis.	O ângulo agudo θ' é o ângulo de referência para o ângulo θ.
reflection / reflexão Uma transformação que usa uma linha de reflexão para criar, num espelho, uma imagem da figura original.	linha de reflexão
regular polygon / polígono regular Um polígono que tem todos os lados e todos os ângulos congruentes.	
regular polyhedron / poliedro regular Um poliedro convexo em que todas as faces são polígonos regulares congruentes.	*Veja* poliedro convexo.

High School
Multi-Language Visual Glossary **633**

PORTUGUESE

regular pyramid / pirâmide regular Uma pirâmide que tem um polígono regular como base e cujo segmento conectando o vértice e o centro da base é perpendicular à base.

relation / relação Mapeamento ou emparelhamento de valores de entrada com valores de saída.

Os pares ordenados $(-2, -2)$, $(-2, 2)$, $(0, 1)$, e $(3, 1)$ representam a relação com entradas (domínio) de -2, 0, e 3 e saídas (faixa) de -2, 1, e 2.

relative error / erro relativo A razão do maior erro possível para o comprimento medido.

Se o maior erro possível de uma medida é $0,5$ polegada e o comprimento medido de um objeto é 8 polegadas, então o erro relativo é $\frac{0.5}{8} = 0.0625 = 6.25\%$.

repeated solution / solução repetida Para a equação polinômica $f(x) = 0$, k é uma solução repetida se e somente se o fator $x - k$ tem um expoente maior que 1 quando $f(x)$ é completamente fatorado.

-1 é a solução repetida da equação $(x + 1)^2 (x - 2) = 0$.

rhombus / losango Um paralelogramo com 4 lados congruentes.

right angle / ângulo reto Um ângulo cuja medida é igual a 90°.

right cone / cone reto Um cone cujo segmento conectando o vértice e o centro da base é perpendicular à base. A altura oblíqua é a distância do vértice a um ponto sobre a borda da base.

right cylinder / cilindro reto Um cilindro cujo segmento conectando os centros da base é perpendicular às bases.

right prism / prisma reto Um prisma em que cada borda lateral é perpendicular à ambas as bases.

right triangle / triângulo direito Um triângulo com um ângulo reto.	hipotenusa perna perna
rise / elevação *Veja* inclinação.	*Veja* inclinação.
root of an equation / raiz de uma equação As soluções de uma equação quadrática são suas raízes.	As raízes da equação quadrática $x^2 - 5x - 36 = 0$ são 9 e -4.
rotation / rotação Uma transformação em que um figura é girada em torno de um ponto fixo chamado centro da rotação.	ângulo de rotação *P* centro de rotação
rotational symmetry / simetria rotacional Uma figura no plano tem simetria rotacional se pode ser mapeada sobre si mesmo por uma rotação de 180° ou menos, sobre o centro da figura. Este ponto é o centro de simetria.	centro de simetria Rotações de 90° e 180° mapeiam a figura sobre si mesmo.
run / direção *Veja* inclinação.	*Veja* inclinação.

S

sample / amostra Um subconjunto de uma população.	*Veja* população.
sample space / alcance da amostra O conjunto de todos os resultados possíveis.	Quando você atira duas moedas para o ar, o alcance da amostra é cara, cara; cara, coroa; coroa, cara; e coroa, coroa.
scalar / escalar Um número real pelo qual se multiplica uma matriz.	*Veja* multiplicação escalar.
scalar multiplication / multiplicação escalar Multiplicação de cada elemento de uma matriz por um número real, chamado escalar.	A matriz é multiplicada pelo escalar 3. $$3\begin{bmatrix} 1 & 2 \\ 0 & -1 \end{bmatrix} = \begin{bmatrix} 3 & 6 \\ 0 & -3 \end{bmatrix}$$
scale / escala Uma razão que relaciona as dimensões de um desenho em escala ou modelo em escala com as dimensões reais.	A escala 1 pol. : 12 pés numa planta baixa, significa que 1 polegada na planta baixa representa a distância real de 12 pés.
scale drawing / desenho em escala Um desenho bidimensional de um objeto em que as dimensões do desenho estão em proporção às dimensões do objeto.	A planta baixa de uma casa é um desenho em escala.

scale factor of a dilation / fator escalar de uma dilatação
Numa dilatação, a razão do comprimento do lado da imagem ao correspondente comprimento do lado da figura original.

Veja dilatação.

scale factor of two similar polygons / fator escalar de dois polígonos similares A razão dos comprimentos de dois lados correspondentes de dois polígonos similares.

O fator escalar de *ZYXW* para *FGHJ* é $\frac{5}{4}$.

scale model / modelo em escala Um modelo tridimensional de um objeto em que as dimensões do modelo estão em proporção às dimensões do objeto.

Um globo é um modelo em escala da Terra.

scalene triangle / triângulo escaleno Um triângulo sem lados congruentes.

scatter plot / diagrama de dispersão Um gráfico de um conjunto de pares de dados (x, y) usado para determinar se há uma relação entre as variáveis x e y.

scientific notation / notação científica Um número é grafado em notação científica quando está no formato $c \times 10^n$ onde $1 \leq c < 10$ e n é um número inteiro.

Dois milhões é grafado em notação científica como 2×10^6, e 0.547 é grafado em notação científica como 5.47×10^{-1}.

secant function / função secante Se θ é um ângulo agudo de um triângulo direito, a secante de θ é o comprimento da hipotenusa dividido pelo comprimento do lado adjacente a θ.

Veja função seno.

secant line / linha secante Uma linha que intercepta um círculo em dois pontos.

A linha *m* é uma secante.

secant segment / segmento secante Um segmento que contém a corda de um círculo e tem exatamente uma extremidade fora do círculo.

segmento secante

High School
Multi-Language Visual Glossary

sector of a circle / setor de um círculo A região limitada por dois raios do círculo e seu arco interceptado.	 setor *APB*
segment / segmento *Veja* segmento de linha.	*Veja* segmento de linha.
segment bisector / bissetor de segmento Um ponto, raio, linha, segmento ou plano que intercepta um segmento em seu ponto central.	 $\overleftrightarrow{CD}$ é um bissetor de segmento de $\overline{AB}$.
segments of a chord / segmentos de uma corda Quando duas cordas se cruzam no interior de um círculo, cada corda é dividida em dois segmentos chamados segmentos de corda.	 $\overline{EA}$ e $\overline{EB}$ são segmentos da corda $\overline{AB}$. $\overline{DE}$ e $\overline{EC}$ são segmentos da corda $\overline{DC}$.
self-selected sample / amostra auto-selecionada Uma amostra em que os membros da população selecionam-se sendo voluntários.	Você pode obter uma amostra auto-selecionada de uma população estudantil pedindo aos estudantes para enviar respostas a uma pesquisa para uma caixa de coleta.
self-similar / auto-similar Um objeto tal que uma parte do objeto pode ser aumentado para parecer com o objeto inteiro.	*Veja* fractal.
semicircle / semicírculo Um arco com extremidades que são as extremidades do diâmetro de um círculo. A medida de um semicírculo é 180°.	 $\overparen{QSR}$ é um semicírculo.
sequence / seqüência Uma função cujo domínio é um conjunto de números inteiros consecutivos. O domínio dá a posição relativa de cada termo da seqüência. A faixa dá os termos da seqüência.	Para o domínio $n = 1, 2, 3,$ e 4, a seqüência definida por $a_n = 2n$ tem os termos 2, 4, 6, e 8.
series / série A expressão formada pela soma dos termos da seqüência. Uma série pode ser finita ou infinita.	Série finita: $2 + 4 + 6 + 8$ Série infinita: $2 + 4 + 6 + 8 + \cdots$
set / conjunto Uma coleção de objetos definidos.	O conjunto de números inteiros é $W = \{0, 1, 2, 3, \ldots\}$.
side of a polygon / lado de um polígono Cada segmento de linha que forma um polígono. *Veja também* polígono.	*Veja* polígono.
sides of an angle / lados de um ângulo *Veja* ângulo.	*Veja* ângulo.

sigma notation / notação sigma *Veja* notação adição.	*Veja* notação adição.

similar figures / figuras similares Figuras que têm o mesmo formato mas não necessariamente o mesmo tamanho. Ângulos correspondentes de figuras similares são congruentes, e as razões dos comprimentos dos lados correspondentes são iguais. O símbolo ~ indica que duas figuras são similares.	$\triangle ABC \sim \triangle DEF$

similar polygons / polígonos similares Dois polígonos tais que seus ângulos correspondentes são congruentes e os comprimentos dos lados correspondentes são proporcionais.	$ABCD \sim EFGH$

similar solids / sólidos similares Dois sólidos do mesmo tipo com razões iguais de medidas lineares correspondentes, como alturas ou raios.	

simplest form of a fraction / forma mais simples de uma fração Uma fração está em sua forma mais simples se seu numerador e denominador têm um maior fator comum de 1.	A forma mais simples da fração $\frac{4}{12}$ é $\frac{1}{3}$.

simplest form of a radical / forma mais simples de um radical Um radical com índice n está em sua forma mais simples se o radicando não tem n-ésimas potências perfeitas como fatores e qualquer denominador tiver sido racionalizado.	$\sqrt[3]{135}$ na forma mais simples é $3\sqrt[3]{5}$. $\frac{\sqrt[5]{7}}{\sqrt[5]{8}}$ na forma mais simples é $\frac{\sqrt[5]{28}}{2}$.

simplest form of a rational expression / forma mais simples de uma expressão racional Uma expressão racional em que o numerador e o denominador não têm outro fator comum que ± 1.	A forma mais simples de $\frac{2x}{x(x-3)}$ is $\frac{2}{x-3}$.

simulation / simulação Um experimento que você pode executar para predizer situações do mundo real.	Cada caixa de Aveia contém 1 entre 6 prêmios. A probabilidade de ganhar cada prêmio é $\frac{1}{6}$. Para predizer o número de caixas de cereal que você precisa comprar para ganhar todos os 6 prêmios, você pode jogar um dado numerado uma vez para cada caixa de cereal que você comprar. Continue jogando até você ter acertado todos os 6 números.

sine / seno Uma razão trigonométrica, abreviada como *sin*. Para o triângulo direito ABC, o seno do ângulo agudo A é $\sin A = \dfrac{\text{comprimento da perna oposta } \angle A}{\text{comprimento da hipotenusa}} = \dfrac{BC}{AB}.$	$\sin A = \dfrac{BC}{AB} = \dfrac{3}{5}$

sine function / função seno Se θ é um ângulo agudo de um triângulo direito, o seno de θ é o comprimento do lado opostoθ dividido pelo comprimento da hipotenusa.

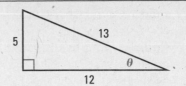

$$\sin \theta = \frac{\text{op}}{\text{hip}} = \frac{5}{13} \qquad \csc \theta = \frac{\text{hip}}{\text{op}} = \frac{13}{5}$$

$$\cos \theta = \frac{\text{adj}}{\text{hip}} = \frac{12}{13} \qquad \sec \theta = \frac{\text{hip}}{\text{adj}} = \frac{13}{12}$$

$$\tan \theta = \frac{\text{op}}{\text{adj}} = \frac{5}{12} \qquad \cot \theta = \frac{\text{adj}}{\text{op}} = \frac{12}{5}$$

sinusoids / senóides Gráficos de funções seno e co-seno.

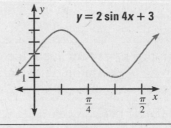

$y = 2 \sin 4x + 3$

skew lines / linhas oblíquas Linhas que não se interceptam nem são coplanares.

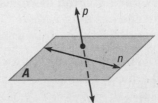

Linhas n e p são linhas oblíquas.

skewed distribution / distribuição oblíqua Uma distribuição de probabilidades que não é simétrica. *Veja também* distribuição simétrica.

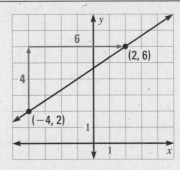

slant height of a regular pyramid / altura inclinada de uma pirâmide regular A altura de uma face lateral de uma pirâmide regular.

Veja pirâmide regular.

slope / inclinação A inclinação m de uma linha não vertical é a razão da mudança vertical (a *elevação*) para a mudança horizontal (a *direção*) entre quaisquer dois pontos (x_1, y_1) and (x_2, y_2) sobre a linha:
$$m = \frac{y_2 - y_1}{x_2 - x_1}.$$

A inclinação da linha mostrada é $\frac{4}{6}$, ou $\frac{2}{3}$.

slope-intercept form / forma de interceptar a inclinação Uma equação linear na forma $y = mx + b$ onde m é a inclinação e b é o y-interceptador do gráfico da equação.

$y = 3x + 4$ está na forma de interceptar a inclinação. A inclinação da linha é 3, e o y-interceptador é 4.

PORTUGUESE

solid / sólido Uma figura tridimensional que encerra uma parte de espaço.	
solution of a system of linear equations in three variables / solução de um sistema de equações lineares em três variáveis Um triplo ordenado (x, y, z) cujas coordenadas fazem verdadeira cada equação do sistema.	$$4x + 2y + 3z = 1$$ $$2x - 3y + 5z = -14$$ $$6x - y + 4z = -1$$ $(2, 1, -3)$ é a solução do sistema acima.
solution of a system of linear equations in two variables / solução de um sistema de equações lineares em duas variáveis Um par ordenado (x, y) que é a solução de cada equação do sistema.	$$4x + y = 8$$ $$2x - 3y = 18$$ $(3, -4)$ é a solução do sistema acima.
solution of a system of linear inequalities in two variables / solução de um sistema de desigualdades lineares em duas variáveis Um par ordenado (x, y) que é a solução de cada desigualdade do sistema.	$$y > -2x - 5$$ $$y \leq x + 3$$ $(-1, 1)$ é a solução do sistema acima.
solution of an equation in one variable / solução de uma equação em uma variável Um número que produz uma afirmação verdadeira quando substituído pela variável numa equação.	O número 3 é a solução da equação $8 - 2x = 2$, porque $8 - 2(3) = 2$.
solution of an equation in two variable / solução de uma equação em duas variáveis Um par ordenado (x, y) que produz uma afirmação verdadeira quando os valores de x e y são substituídos na equação.	$(-2, 3)$ é a solução de $y = -2x - 1$.
solution of an inequality in one variable / solução de uma desigualdade em uma variável Um número que produz uma afirmação verdadeira quando substituído pela variável numa desigualdade.	O número 3 é a solução da desigualdade $5 + 3n \leq 20$, porque $5 + 3(3) = 14$ e $14 \leq 20$.
solution of an inequality in two variable / solução de uma desigualdade em duas variáveis Um par ordenado (x, y) que produz uma afirmação verdadeira quando os valores de x e y são substituídos na desigualdade.	$(-1, 2)$ é a solução da desigualdade $x - 3y < 6$ porque $-1 - 3(2) = -7$ e $-7 < 6$.
solve a right triangle / resolver um triângulo direito Achar as medidas de todos os lados e ângulos de um triângulo direito.	Você pode resolver um triângulo direito se você souber qualquer da opções abaixo: • Comprimento de dois lados • Comprimento de um lado e a medida de um ângulo agudo
solve for a variable / resolver com uma variável Reescrever uma equação como uma equação equivalente cuja variável está em um lado e não aparece no outro lado.	Quando você resolve a fórmula da circunferência $C = 2\pi r$ por r, o resultado é $r = \dfrac{C}{2\pi}$.
sphere / esfera O conjunto de todos os pontos no espaço eqüidistantes de um ponto dado, chamado centro da esfera.	 **centro**

High School

square / quadrado Um paralelogramo com 4 lados congruentes e 4 ângulos retos.	

square root / raiz quadrada Se $b^2 = a$, então b é a raiz quadrada de a. O símbolo radical $\sqrt{}$ representa uma raiz quadrada não negativa.

As raízes quadradas de 9 são 3 e -3, porque $3^2 = 9$ e $(-3)^2 = 9$. Então, $\sqrt{9} = 3$ e $-\sqrt{9} = -3$.

square root function / função raiz quadrada Uma função radical cuja equação contém uma raiz quadrada com a variável independente no radicando.

$y = 2\sqrt{x + 2}$ e $y = \sqrt{x} + 3$ são funções de raiz quadrada.

standard deviation / desvio padrão Uma medida da diferença típica entre entre um valor de dados e a média $\overline{x}$. O desvio padrão de um conjunto de dados numérico $x_1, x_2, \ldots, x_n$ é a medida de dispersão representada por um σ e computada como a raiz quadrada da discrepância.

$$\sigma = \sqrt{\frac{(x_1 - \overline{x})^2 + (x_2 - \overline{x})^2 + \ldots + (x_n - \overline{x})^2}{n}}$$

O desvio padrão do conjunto de dados 3, 9, 13, 23 (com média = 12) :

$$\sigma = \sqrt{\frac{(3 - 12)^2 + (9 - 12)^2 + (13 - 12)^2 + (23 - 12)^2}{4}}$$
$$= \sqrt{53} \approx 7.3$$

standard equation of a circle / equação padrão de um círculo A equação padrão de um círculo com centro (h, k) e raio r é $(x - h)^2 + (y - k)^2 = r^2$.

A equação padrão de um círculo com centro $(2, 3)$ e raio 4 é $(x - 2)^2 + (y - 3)^2 = 16$.

standard form of a complex number / forma padrão de um número complexo A forma $a + bi$ onde a e b são números reais e i é a unidade imaginária.

A forma padrão do número complexo $i(1 + i)$ é $-1 + i$.

standard form of a linear equation / forma padrão de uma equação linear Uma equação linear grafada na forma $Ax + By = C$ onde A e B não são ambos zero.

A equação linear $y = -3x + 4$ pode ser grafada no formato padrão como $3x + y = 4$.

standard form of a polynomial function / forma padrão de uma função polinômica A forma de uma função polinômica que tem termos grafados em ordem descendente de expoentes da esquerda para a direita.

A função $g(x) = 7x - \sqrt{3} + \pi x^2$ pode ser grafada no formato padrão como $g(x) = \pi x^2 + 7x - \sqrt{3}$.

standard form of a quadratic equation in one variable / forma padrão de uma equação quadrática em uma variável A forma $ax^2 + bx + c = 0$ onde $a \neq 0$.

A equação quadrática $x^2 - 5x = 3\,6$ pode ser grafada na forma padrão como $x^2 - 5x - 36 = 0$.

standard form of a quadratic function / forma padrão de uma função quadrática Uma função quadrática na forma $y = ax^2 + bx + c$ onde $a \neq 0$.

A função quadrática $y = 2(x + 3)(x - 1)$ ode ser grafada no formato padrão como $y = 2x^2 + 4x - 6$.

standard normal distribution / distribuição normal padrão A distribuição normal com média 0 e desvio padrão 1. *Veja também* índice-z.

PORTUGUESE

standard position of an angle / posição padrão de um ângulo Num plano coordenado, a posição de um ângulo cujo vértice está em sua origem e cujo lado inicial está sobre o eixo-x positivo.	*(diagrama: plano coordenado com 90°, y, lado terminal, 0°, 180°, lado inicial, x, 360°, vértice, 270°)*
statistics / estatísticas Valores numéricos usados para resumir e comparar conjuntos de dados.	*Veja* média, mediana, modo, faixa *e* desvio padrão.
stem-and-leaf plot / diagrama caule-e-folha Apresentação de dados que organiza dados baseada em seus dígitos.	Caule | Folhas 0 | 8 9 1 | 0 2 3 4 5 5 5 9 2 | 1 1 5 9 Tecla: 1 | 9 = \$19
step function / função degrau Uma função partitiva definida por um valor constante sobre cada parte de seu domínio. Seu gráfico lembra uma série de degraus de uma escada.	$f(x) = \begin{cases} 1, \text{ se } 0 \leq x < 1 \\ 2, \text{ se } 1 \leq x < 2 \\ 3, \text{ se } 2 \leq x < 3 \end{cases}$
straight angle / ângulo reto Um ângulo cuja medida é igual a 90°.	*(diagrama: reta com ponto A)*
stratified random sample / amostra aleatória estratificada Uma amostra em que a população está dividida em grupos distintos, e membros são selecionados ao acaso em cada grupo.	Você pode selecionar uma amostra aleatória estratificada de uma população estudantil programando o computador para escolher aleatoriamente 25 estudantes de cada série.
subset / subconjunto Se todo elemento de um conjunto A é também um elemento de um conjunto B, então A é um subconjunto de B. Grafa-se isso como $A \subseteq B$. Para qualquer conjunto A, $\emptyset \subseteq A$ e $A \subseteq A$.	Se $A = \{1, 2, 4, 8\}$ e B é o conjunto de todos os números inteiros positivos, então A é um subconjunto de B, ou $A \subseteq B$.
substitution method / método de substituição Um método para resolver um sistema de equações resolvendo uma das equações por uma das variáveis e então substituindo a expressão resultante nas outras equação(ões).	$2x + 5y = -5$ $x + 3y = 3$ Resolver a equação 2 por x: $x = -3y + 3$. Substitua a expressão por x na equação 1 e resolver por y: $y = 11$. Use o valor de y para achar o valor de x: $x = -30$.
summation notation / notação adição Notação para uma série que usa a letra maiúscula grega sigma, Σ. Também chamada notação sigma.	$\sum_{i=1}^{5} 7i = 7(1) + 7(2) + 7(3) + 7(4) + 7(5)$ $= 7 + 14 + 21 + 28 + 35 = 105$
supplementary angles / ângulos suplementares Dois ângulos cujas medidas têm a soma de 180°. A soma das medidas de um ângulo e seu suplemento é 180°.	*(diagrama: ângulos 75° 105°)*

surface area / área de superfície A soma das áreas das faces de um poliedro ou outro sólido.	 **3 pés** **4 pés** **6 pés** $S = 2(3)(4) + 2(4)(6) + 2(3)(6) = 108$ pés quadrados
survey / pesquisa Um nestudo de uma ou mais características de um grupo.	Uma revista convida seus leitores para responder a uma mala direta com um questionário dando notas à revista.
symmetric distribution/distribuição simétrica Uma distribuição de probabilidades, representada por um histograma, em que você pode desenhar uma linha vertical que divide o histograma em duas partes que são imagens como num espelho.	
synthetic division / divisão sintética Um método usado para dividir um polinômio por um divisor no formato $x - k$.	$-3 \;\vert\; \begin{array}{cccc} 2 & 1 & -8 & 5 \\ & -6 & 15 & -21 \\ \hline 2 & -5 & 7 & -16 \end{array}$ $$\frac{2x^3 + x^2 - 8x + 5}{x + 3} = 2x^2 - 5x + 7 - \frac{16}{x + 3}$$
synthetic substitution / substituição sintética Um método usado para avaliar uma função polinômica.	$3 \;\vert\; \begin{array}{ccccc} 2 & -5 & 0 & -4 & 8 \\ & 6 & 3 & 9 & 15 \\ \hline 2 & 1 & 3 & 5 & \mathbf{23} \end{array}$ A substituição sintética acima indica que para $f(x) = 2x^4 - 5x^3 - 4x + 8$, $f(3) = 23$.
system of linear equations / sistema de equações lineares Duas ou mais equações lineares nas mesmas variáveis; também chamado de *sistema linear*.	As equações abaixo formam um sistema de equações lineares: $$x + 2y = 7$$ $$3x - 2y = 5$$
system of linear inequalities in two variables / sistema de desigualdades lineares em duas variáveis Duas ou mais desigualdades lineares nas mesmas variáveis; também chamado de *sistema de desigualdades*.	As desigualdades abaixo formam um sistema de desigualdades lineares em duas variáveis: $$x - y > 7$$ $$2x + y < 8$$
system of three linear equations in three variables / sistema de 3 equações lineares em 3 variáveis Um sistema consistindo de 3 equações lineares em 3 variáveis. *Veja também* equação linear em três variáveis.	$$2x + y - z = 5$$ $$3x - 2y + z = 16$$ $$4x + 3y - 5z = 3$$
system of two linear equations in two variables / sistema de duas equações lineares em duas variáveis Um sistema consistindo de duas equações que podem ser grafadas no formato $Ax + By = C$ e $Dx + Ey = F$ onde x e y são variáveis, A e B não são ambos zero, e D e E não são ambos zero.	$$4x + y = 8$$ $$2x - 3y = 18$$

PORTUGUESE

systematic sample / amostra sistemática Uma amostra em que umja regra é usada para selecionar membros da população.

Você pode selecionar uma amostra sistemática de uma população estudantil escolhendo todo décimo estudante numa lista alfabética de todos os estudantes da escola.

T

tangent / tangente Uma razão trigonométrica, abreviada como tan. Para o triângulo direito ABC, a tangente do ângulo agudo A é

$$\tan A = \frac{\text{comprimento da perna oposta } \angle A}{\text{comprimento da perna adjacente a } \angle A} = \frac{BC}{AC}.$$

$$\tan A = \frac{BC}{AC} = \frac{3}{4}$$

tangent function / função tangente Se θ é um ângulo agudo de um triângulo direito, a tangente de θ é o comprimento do lado oposto θ dividido pelo comprimento do lado adjacente a θ.

Veja função seno.

tangent line / linha tangente Uma linha no plano de um círculo que intercepta o círculo em extamente um ponto, o ponto de tangência.

A linha *n* é uma tangente. *R* é o ponto de tangência.

taxicab geometry / geometria do táxi Uma geometria não-Euclidiana em que todas as linhas são horizontais ou verticais.

Na geometria do táxi, a distância entre *A* e *B* é 7 unidades.

terminal point of a vector / ponto terminal de um vetor O ponto extremo de um vetor.

Veja vetor.

terminal side of an angle / lado terminal de um ângulo Num plano coordenado, um ângulopode ser formado fixando-se um raio, chamado loado inicial, e girando-se o outro raio, chamado lado terminal, em torno do vértice.

Veja posição padrão de um ângulo.

terms of a sequence / termos de uma seqüência Os valores na faixa da seqüência.

Os primeiros 4 termos de uma seqüência 1, $-3, 9, -27, 81, -243, \ldots$ são $1, -3, 9$, e -27.

terms of an expression / termos de uma expressão As partes de uma expressão que são somadas juntas.

Os termos da expressão $3x + (-4) + (-6x) + 2$ são $3x, -4, -6x$, e 2.

tessellation / tesselação Uma coleção de figuras que cobrem um plano, sem falhas ou justaposições.

tetrahedron / tetraedro Um poliedro com 4 faces.	
theorem / teorema Uma afirmação verdadeira que advém como um resultado de outras afirmações verdadeiras.	Ângulos verticais são congruentes.
theoretical probability / probabilidade teórica Quando todos os resultados são igualmente prováveis, a probabilidade teórica de que um evento A ocorra é $$P(A) = \frac{\text{Número de resultados num evento } A}{\text{Número total de resultados}}.$$	A probabilidade teórica de acertar um número par usando um dado numerado padrão de seis lados é $\frac{3}{6} = \frac{1}{2}$ porque 3 resultados correspondem a acertar um número ímpar em 6 resultados totais.
transformation / transformação Uma transformação muda o tamanho, a forma, posição ou orientação de um gráfico.	Translações, expansões e encolhimentos verticais, reflexões e rotações são transformações.
translation / translação Uma translação move todos os pontos numa figura para a mesma distância e para a mesma direção.	$\triangle ABC$ é transladada 2 unidades para cima.
transversal / transversal Uma linha que intercepta duas ou mais linhas coplanares em pontos diferentes.	transversal t
transverse axis of a hyperbola / eixo transverso de uma hipérbole Um segmento de linha que conecta os vértices de uma hipérbole.	*Veja* hipérbole, definição geométrica.
trapezoid / trapezóide Um quadrilátero com exatamente um par de lados paralelos chamados bases. Os lados não paralelos são pernas.	
triangle / triângulo Um polígono com 3 lados.	$\triangle ABC$
trigonometric identity / identidade trigonométrica Uma equação trigonométrica que é verdadeira em todos os valores de domínio.	$\sin(-\theta) = -\sin\theta \qquad \sin^2\theta + \cos^2\theta = 1$

trigonometric ratio / razão trigonométrica Uma razão dos comprimentos de dois lados num triângulo direito. *Ver também* seno, co-seno *e* tangente.	Três razões trigonométricas comuns são seno, co-seno e tangente. $\tan A = \dfrac{BC}{AC} = \dfrac{3}{4}$ $\sin A = \dfrac{BC}{AB} = \dfrac{3}{5}$ $\cos A = \dfrac{AC}{AB} = \dfrac{4}{5}$
trinomial / trinômio A soma de três monômios.	$4x^2 + 3x - 1$ é um trinômio.
truth table / tabela da verdade Uma tabela que mostra os valorews verdadeiros para uma hipótese, uma conclusão e uma afirmação condicional usando a hipótese e conclusão.	**Tabela da Verdade** p | q | $p \rightarrow q$ V | V | V V | F | F F | V | V F | F | V
truth value of a statement / valor verdadeiro de uma afirmação A verdade ou a falsidade da afirmação.	*Veja* tabela da verdade.
two-column proof / prova das duas colunas Um tipo de prova grafada como afirmações numeradas e suas correspondentes razões que mostram um argumento numa ordem lógica.	

unbiased sample / amostra imparcial Uma amostra que é representativa da população de que você quer informações.	Você quer fazer uma enquete com os membros da classe dos formandos sobre onde realizar o baile de formatura. Se todo formando tem uma chance igual de responder à enquete, então a amostra é imparcial.
undefined term / termo indefinido Uma palavra que não tem uma definição formal, mas há acordo sobre seu significado.	*Ponto, linha* e *plano* são termos indefinidos.
union of sets / união de conjuntos A união de dois conjuntos A e B, grafada $A \cup B$, é o conjunto de todos os elementos tanto em A ou B.	Se $A = \{1, 2, 4, 8\}$ e $B = \{2, 4, 6, 8, 10\}$, então $A \cup B = \{1, 2, 4, 6, 8, 10\}$.
unit circle / círculo unidade O círculo $x^2 + y^2 = 1$, que tem centro $(0,0)$ e raio 1. Para um ângulo θ na posição padrão, o lado terminal de θ intercepta o círculo unidade no ponto $(\cos\theta, \sin\theta)$.	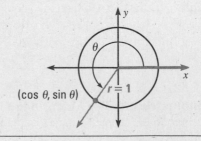

unit of measure / unidade de nedida A quantidade ou incremento com o que algo é medido.	Se um segmento é medido usando-se uma régua marcada em oitavos de polegada, a unidade de medida é $\frac{1}{8}$ de polegada.
unit rate / unidade de taxa Uma taxa em que o denominador da fração é 1 unidade.	$\frac{55 \text{ milhas}}{1 \text{ hora}}$, ou 55 mi/h, é uma unidade de taxa.
universal set / conjunto universal O conjunto de todos os elementos sob consideração, grafado como U.	Se o conjunto universal é o conjunto de números inteiros, então $U = \{1, 2, 3, \ldots\}$.
upper extreme / extremo superior O maior valor de um conjunto de dados.	*Veja* diagrama esquemático.
upper quartile / quartil superior A média da metade superior de um conjunto de dados ordenado.	*Veja* faixa interquartil.

V

variable / variável Uma letra que é usada para representar um ou mais números.	Nas expressões $5n$, $n + 1$, e $8 - n$, a letra n é a variável.
variable term / termo variável Um termo que tem uma parte variável.	Os termos variáveis da expressão algébrica $3x^2 + 5x + (-7)$ são $3x^2$ e $5x$.
variance / discrepância A discrepância de um conjunto de dados numérico $x_1, x_2, \ldots, x_n$ com média $\bar{x}$ é a medida de dispersão representada por σ^2 e determinada por: $$\sigma^2 = \frac{(x_1 - \bar{x})^2 + (x_2 - \bar{x})^2 + \ldots + (x_n - \bar{x})^2}{n}$$	A discrepância do conjunto de dados 3, 9, 13, 23 (com média = 12) é: $$\sigma^2 = \frac{(3-12)^2 + (9-12)^2 + (13-12)^2 + (23-12)^2}{4}$$ $$= 53$$
vector / vetor Uma quantidade que tem tanto direção quanto magnitude, e é representada no plano coordenado por uma seta traçada de um ponto a outro.	$\vec{FG}$ com ponto inicial *F* e ponto terminal *G*.
verbal model / modelo verbal Um modelo verbal descreve uma siutuação real usando palavras como etiquetas e usando símbolos matemáticos para relacionar as palavras.	Distância = Taxa • Tempo (milhas) (milhas/hora) (horas)
vertex angle of an isosceles triangle / ângulo do vértice de um triângulo isósceles O ângulo formado pelas pernas de um triângulo isósceles.	
vertex form of a quadratic function / forma vértice de uma função quadrática A forma $y = a(x - h)^2 + k$, onde o vértice do gráfico é (h, k) e o eixo de simetria é $x = h$.	A função quadrática $y = -\frac{1}{4}(x + 2)^2 + 5$ está em formato vértice.
vertex of a cone / vértice de um cone *Veja* cone.	*Veja* cone.
vertex of a parabola / vértice de uma parábola O ponto numa parábola que está sobre o eixo de simetria. É o ponto mais alto ou mais baixo numa parábola.	*Veja* parábola, definição geométrica.

PORTUGUESE

vertex of a polygon / vértice de um polígono Cada extremidade de um lado de um polígono. O plural é *vértices*. *Veja também* polígono.	*Veja* polígono.
vertex of a polyhedron / vértice de um poliedro Um ponto onde três ou mais bordas de um poliedro se encontram. O plural é vértices.	**vértice**
vertex of a pyramid / vértice de uma pirâmide *Veja* pirâmide.	*Veja* pirâmide.
vertex of an absolute value graph / vértice de um gráfico de valor absoluto É o ponto mais alto ou mais baixo no gráfico de uma função de valor absoluto.	**O vértice do gráfico de $y = \lvert x - 4 \rvert + 3$ é o ponto (4, 3).**
vertex of an angle / vértice de um ângulo *Veja* ângulo.	*Veja* ângulo.
vertical angles / ângulos verticais Dois ângulos cujos lados formam dois pares de raios opostos.	**∠1 e ∠4 são ângulos verticais.** **∠2 e ∠3 são ângulos verticais.**
vertical component of a vector / componente vertical de um vetor A mudança vertical do ponto inicial para o ponto terminal de um vetor.	*Veja* forma componente de um vetor.
vertical motion model / modelo de movimento vertical Um modelo para a altura de um objeto que é impulsionado para o ar, mas não tem força para manter-se no ar.	O modelo de movimento vertical para um objeto atirado para cima com uma velocidade vertical inicial de 20 pés por segundo a partir de uma altura inicial de 8 pés é $h = -16t^2 + 20t + 8$ onde h é a altura (em pés) do objeto t segundos depois de ser atirado.
vertical shrink / encolhimento vertical Um encolhimento vertical movimenta cada ponto numa figura na direção do x-eixo, enquanto pontos no x-eixo permanecem fixos.	**O triângulo preto é encolhido verticalmente para o triângulo verde.**

vertical stretch / expansão vertical Uma expansão vertical movimenta cada ponto numa figura na direção oposta do x-eixo, enquanto pontos no x-eixo permanecem fixos.

O triângulo preto é estendido verticalmente para o triângulo verde.

---

vertices of a hyperbola / vértices de uma hipérbole Os pontos de intersecção de uma hipérbole e a linha através dos focos da hipérbole.

Veja hipérbole, definição geométrica.

---

vertices of an ellipse / vértices de uma elipse Os pontos de intersecção de uma elipse e a linha através dos focos da elipse.

Veja elipse.

---

volume of a solid / volume de um sólido O número de unidades cúbicas contidas no interior de um sólido.

Volume = 3(4)(6) = 72 pés^3

W

whole numbers / números inteiros Os números 0, 1, 2, 3, ...

0, 8, e 106 são números inteiros.
-1 e 0.6 *não* são números inteiros.

X

x-axis / x-eixo O eixo horizontal num plano coordenado. *Veja também* plano coordenado.

Veja quadrantes.

---

x-coordinate / x-coordenado O primeiro coordenado num par ordenado, que diz a você quantas unidades mover para a esquerda ou para a direita.

No par ordenado $(-3, -2)$, o x-coordenado, -3, significa mover 3 unidades para a esquerda. *Veja também* plano coordenado.

---

x-intercept / x-interceptador O x-coordenado de um ponto onde um gráfico cruza o x-eixo.

O x-interceptador é 6.
O y-interceptador é 3.

PORTUGUESE

Y

y-axis / y-eixo O eixo vertical num plano coordenado. *Veja também* plano coordenado.

Veja também quadrantes.

y-coordinate / y-coordenado O segundo coordenado num par ordenado, que diz a você quantas unidades mover para a cima ou para baixo.

No par ordenado $(-3, -2)$, o y-coordenado, -2, significa mover 2 unidades para baixo. *Veja também* plano coordenado.

y-intercept / x-interceptador O y-coordenado de um ponto onde um gráfico cruza o y-eixo.

Veja x-interceptador.

Z

zero exponent / expoente zero Se $a \neq 0$, então $a^0 = 1$.

$$(-7)^0 = 1$$

zero of a function / zero de uma função Um número k é um zero de uma função f se $f(k) = 0$.

Os zeros da função $f(x) = 2(x + 3)(x - 1)$ são -3 e 1.

z-score / índice- z O número z de desvios padrão que um valor de dados está acima ou abaixo da média $\bar{x}$ do conjunto de dados: $z = \frac{x - \bar{x}}{\sigma}$.

Uma distribuição normal tem uma média de 76 e um desvio padrão 9. O índice-z para $x = 64$ é $z = \frac{x - \bar{x}}{\sigma} = \frac{64 - 76}{9} \approx -1.3$.

High School
Multi-Language Visual Glossary

ACADEMIC TERMS

English	Spanish	Chinese	Vietnamese	Cambodian	Laotian
analyze	analizar	分析	Phân tích	វិភាគ	ວິເຄາະ
approximate	aproximar	近似	Xấp xỉ	ប្រហែល	ຄ່າປະມານ
assess	evaluar	評估	Thẩm định	ប្រមាណ	ປະເມີນ
assume	suponer	假定	Giả sử	សន្មត់	ຄຶນມຸ
best answer	la mejor respuesta	最佳答案	Đáp áp tốt nhất	ចម្លើយត្រូវបំផុត	ຄຳຕອບທີ່ຖືກຕ້ອງທີ່ສຸດ
compare	comparar	比較	So sánh	ប្រៀបធៀប	ຄຶນທຽບ
compute	calcular	計算	Tính toán	គិត	ຄິດໄລ່
conclude	sacar una conclusión	結論	Kết luận	រាប់បញ្ចូល	ສະຫລຸບ
contrast	contrastar	對比	Tương phản	ផ្ទុយគ្នា	ກົງກັນຂ້າມ
criteria	criterios	準則	Điều kiện	លក្ខណៈវិនិច្ឆ័យ	ເງື່ອນໄຂ
data	datos	數據	Dữ liệu	ទិន្នន័យ	ຂໍ້ມູນ
deduce	deducir	演繹	Suy ra	ដក	ຂ້າງຊິງເຖິງ
define	definir	定義	Định nghĩa	ឱ្យអត្ថន័យ	ກຳນົດໜ້ຽງ າມ
demonstrate	demostrar	證明	Chứng minh	បង្ហាញ	ສາທິດ
derive	derivar	導出	Suy ra từ	កើតចេញពី	ໄດ້ມາຈາກ
describe	describir	描述	Miêu tả	ពិពណ៌នា	ອະທິບາຍ
determine	determinar	決定	Xác định	កំណត់	ກຳນົດອອກ
estimate	estimar	估計	Ước lượng	ស្មាន	ຄາດຄະເນ
evaluate	evaluar	求值	Đánh giá	វាយតម្លៃ	ຕີລາຄາ
exclude	excluir	排除	Loại trừ	មិនរាប់បញ្ចូល	ບໍ່ລວມເຂົ້າ
illustrate	ilustrar	説明	Minh họa	បង្ហាញ	ສະແດງໃຫ້ເຫັນ
imply	significar	隱含	Ngụ ý	បញ្ជាក់	ໝາຍເຖິງ
interpret	interpretar	詮釋	Diễn giải	បកស្រាយ	ຕີຄວາມໝາຍຢ່າ
involve	requerir	包含	Bao hàm	ទាក់ទង	ກ່ຽວຂ້ອງ
justify	justificar	證明正確	Ngụy biện	តម្រូវ	ພິສູດ
method	método	方法	Phương pháp	វិធីសាស្ត្រ	ແບບວິທີ
predict	predecir	預測	Tiên đoán	ឡាករណ៍	ຄາດຄະເນ
principle	principio	原理	Nguyên lý	គោលការណ៍	ຫລັກການ
random	aleatorio/al azar	隨機	Ngẫu nhiên	ចៃដន្យ	ສຸ່ມ
relevant	pertinente	相關	Phù hợp	ទាក់ទង	ກ່ຽວຂ້ອງ
represent	representar	代表	Biểu thị	តំណាង	ສະແດງເຖິງ
restrict	restringir	限制	Giới hạn	លំក្ខខ័ណ្ឌ	ຈຳກັດ
round	redondear	四捨五入	Làm tròn	ធ្វើឱ្យមូល	ປັ່ນຂ້ອມ
significant	significativo	有意義的	Đáng kể	សំខាន់	ສຳຄັນ
solve	resolver	解決	Giải	ដោះស្រាយ	ແກ້ໄຂ
specify	especificar	指定	Chỉ định	ជាក់លាក់	ລະບຸແຈ້ງ
survey	encuesta	調査	Khảo cứu	ស្រាវជ្រាវ	ສຳຫລວດ

English	Arabic	Haitian Creole	Russian	Portugese
analyze	يحلّل	analize	анализировать	analisar
approximate	يقرّب	bay apwoksimasyon	аппроксимировать	aproximado
assess	يخمّن	evalye	определить величину	avaliar
assume	يفترض	sipoze	предположить	presumir
best answer	أفضل إجابة	pi bon repons la	наилучший ответ	a melhor resposta
compare	يقارن	konpare	сравнить	comparar
compute	يحسب	kalkile	вычислить	computar
conclude	يستنتج	konkli	сделать вывод	concluir
contrast	يغاير	fè kontras	противопоставить	contraste
criteria	معايير	kritè	критерий	critérios
data	بيانات	done	данные	dados
deduce	يستنتج	dedwi	выводить	deduzir
define	يحدد	defini	определить	definir
demonstrate	يدلل	demontre/demoutre	показать	demonstrar
derive	يشتق	derive	извлечь	derivar
describe	يصف	dekri	описать	descrever
determine	يعين	detèmine	решить	determinar
estimate	يقدّر	estime/fè estimasyon	подсчитать	estimar
evaluate	يقيّم	evalye	найти	avaliar
exclude	يستبعد	ekate/ekskli	исключить	excluir
illustrate	يوضح	ilistre	пояснить	ilustrar
imply	يقتضي	enplike	означать	subentender
interpret	يفسّر	entèprete	пояснить	interpretar
involve	يضمّن	gen ladan n/enplike	включать в себя	envolver
justify	يعلل	jistifye	подтвердить	justificar
method	طريقة	metòd	способ	método
predict	يتنبأ	predi	прогнозировать	predizer
principle	مبدأ	prensip	принцип	princípio
random	عشوائي	pa aza/owaza	случайно	acaso
relevant	متصل	ki gen rapò a	подходящий	relevante
represent	يمثّل	reprezante	представлять	representar
restrict	يحصر	restrenn	ограничивать	restringir
round	يقرّب (فعل)	awondi	округлять	arredondar
significant	هام	enpòtan/konsiderab	значимый	significativo
solve	يحل	rezoud/solisyone	решить	resolver
specify	يوجد نوع	presize/espesifye	установить	especificar
survey	يمسح	sondaj/ankèt	опрос	levantameno